அபராஜிதன்

2009ஆம் ஆண்டின் சிறந்த நாவலுக்கான இலங்கை அரச சாகித்திய விருதையும் ஐந்து இலட்ச ரூபாய்க்கான பண முடிப்போடு சுவர்ண புஸ்தக விருதினையும் வென்ற நாவல்.

அபராஜிதன்

சுநேத்ரா ராஜகருணாநாயக (பி.1954)

சிங்களம், ஆங்கில மொழிகளில் நாவல்கள், சிறுகதைத் தொகுப்புகள், கட்டுரைத் தொகுப்புகள், மொழிபெயர்ப்பு நூல்கள் என எழுபதுக்கும் மேற்பட்ட நூல்களை எழுதி யிருக்கும் எழுத்தாளர் சுநேத்ரா ராஜகருணாநாயக, இலங்கையைச் சேர்ந்தவர்.

ஊடகவியலாளர், ஊடக ஆலோசகர், ஆவணப்பட இயக்குநர், நாடகாசிரியர், நடிகர், சஞ்சிகை ஆசிரியர், எழுத்தாளர், மொழிபெயர்ப்பாளர், வானொலி அறிவிப்பாளர், நாவலாசிரியர், கவிஞர், தியான ஆசிரியர் எனப் பன்முகங்களைக் கொண்டவர். இதுவரையில் இலங்கையின் உயரிய இலக்கிய விருதுகளான அரச சாகித்திய விருது, சுவர்ண புஸ்தக விருது, கொடகே இலக்கிய விருது உள்ளிட்ட பல விருதுகளையும் பெற்றிருக்கிறார்.

இந்தியா முழுக்கப் பயணம் செய்து பல நகரங்களையும் கிராமங்களையும் விவரிக்கும் நூல்களை எழுதியிருக்கும் இவர், திருவண்ணாமலையைக் களமாகக் கொண்டு நான்கு நாவல்களை எழுதியிருக்கிறார். இவரது நாவல்கள் திரைப்படங்களாகவும் தொலைக்காட்சி நாடகங்களாகவும் வெளிவந்துள்ளதோடு இவரது படைப்புகள் பலவும் தமிழ், ஆங்கிலம், தெலுங்கு, வியட்நாமிய மொழிகளில் மொழிபெயர்க்கப்பட்டுள்ளன.

எம். ரிஷான் ஷெரீப்
மொழிபெயர்ப்பாளர்

இலங்கையைச் சேர்ந்த தமிழ் எழுத்தாளர், கவிஞர், ஊடகவியலாளர், மொழிபெயர்ப்பாளர். கவிதை, சிறுகதை, கட்டுரை, புகைப்படம் ஆகிய துறைகளில் பங்களிப்புச் செய்துவரும் இவர் சிங்களம், ஆங்கிலம் ஆகிய மொழிகளிலிருந்து தமிழுக்கு மொழிபெயர்ப்புகளையும் மேற்கொண்டுவருகிறார்.

இந்த நூல்களுக்காக இவர் இதுவரையில் இலங்கை அரச சாகித்திய விருது, கொடகே இலக்கிய விருது, துரைவி விருது, இந்தியா வம்சி விருது, கனடா இயல் விருது, இந்தியா வாசகசாலை விருது போன்ற முக்கியமான விருதுகளைப் பெற்றுள்ளார். இவரது படைப்புகள் சிங்களம், ஆங்கிலம், மலையாளம் ஆகிய மொழிகளில் மொழிபெயர்க்கப்பட்டு வெளியாகியுள்ளன.

தொடர்புக்கு: mrishansh@gmail.com

சுநேத்ரா ராஜகருணாநாயக

அபராஜிதன்

சிங்களத்திலிருந்து தமிழில்
எம். ரிஷான் ஷெரீப்

காலச்சுவடு பதிப்பகம்

● அன்பார்ந்த வாசகருக்கு,

வணக்கம்.

காலச்சுவடு நூலை வாங்கியமைக்கு நன்றி.

நூலின் உள்ளடக்கம், உருவாக்கம், அட்டைப்படம் இன்ன பிற அம்சங்கள் பற்றிய உங்கள் கருத்துகளையும் ஆலோசனைகளையும் காலச்சுவடு வரவேற்கிறது. தகவல், எழுத்து, வாக்கியப் பிழைகள் தென்பட்டால் கட்டாயம் தெரிவித்து உதவுங்கள். நூல் தயாரிப்பில் கடும் குறைபாடு இருப்பின் மாற்றுப் பிரதி உங்களுக்குக் கிடைக்கக் காலச்சுவடு ஏற்பாடு செய்யும்.

மின்னஞ்சல்: publisher@kalachuvadu.com

காலச்சுவடு நாகர்கோவில் அலுவலகத்திற்குக் கடிதம் அனுப்பலாம்.

தங்கள்
எஸ்.ஆர். சுந்தரம் (கண்ணன்)
பதிப்பாளர் – நிர்வாக இயக்குநர்

அபராஜிதன் ◆ நாவல் ◆ ஆசிரியர்: சுநேத்ரா ராஜகருணாநாயக ◆ © சுநேத்ரா ராஜகருணாநாயக ◆ தமிழில்: எம். ரிஷான் ஷெரீப் ◆ மொழிபெயர்ப்புரிமை: முஹம்மத் ஷெரீப் முஹம்மத் ரிஷான் ◆ முதல் பதிப்பு: ஜூலை 2023 ◆ வெளியீடு: காலச்சுவடு பப்ளிகேஷன்ஸ் (பி) லிட்., 669, கே.பி. சாலை, நாகர்கோவில் 629001

காலச்சுவடு பதிப்பக வெளியீடு: 1193

aparaajitan ◆ Novel ◆ Author: Sunethra Rajakarunanayake ◆ © Sunethra Rajakarunanayake ◆ Translated by M.Rishan Shareef ◆ Translation © Mohammed Shareef Mohammed Rishan ◆ Language: Tamil ◆ First Edition: July 2023 ◆ Size: Demy 1 x 8 ◆ Paper: 18.6 kg maplitho ◆ Pages: 360

Published by Kalachuvadu Publications Pvt.Ltd.,669, K.P. Road, Nagercoil 629001, India ◆ Phone: 91-4652-278525 ◆ e-mail: publications @kalachuvadu.com ◆ Printed at Clicto Print, Jaleel Towers, 42 KB Dasan Road, Teynampet Chennai 600018

ISBN: 978-81-19034-17-8

07/2023/S.No. 1193, kcp 4430, 18.6 (1) rss

உள்ளடக்கம்

முன்னுரை: இலங்கைப் பெண்ணொருத்தியால் எழுதப்படக் கூடாத கதை	9
அனைத்து அழிவுகளைவிடவும் மேலோங்கியிருக்கும் 'கருணை'	13
1. கதையின் அடிப்படை	17
2. கிளிநொச்சியின் இரவு	18
3. கிளிநொச்சியின் ஒற்றை விரல்	29
4. அதிரும் ஆகாயமும் பூமியும்	69
5. வர்ணாசியின் எண்ணவோட்டங்கள்	276
முடிவுரை	354

முன்னுரை

இலங்கைப் பெண்ணொருத்தியால் எழுதப்படக் கூடாத கதை

இலங்கையில் யுத்தம் முடிவுக்கு வருவதற்கு முன்பே இந்தச் சிங்கள நாவல் வெளியாகிவிட் டிருந்ததால் இந்தப் படைப்பு அந்தக் காலகட்டத்தில் பெரும் சர்ச்சைகளுக்குள்ளாகியிருந்தது. அப்போதைய அனைத்து இலக்கிய விருதுகளுக்கும் இந்த நாவல் பரிந்துரைக்கப்பட்டிருந்ததுவும், இந்த நாவலுக்கு இலங்கையின் உயரிய இலக்கிய விருதுகளான 'சுவர்ண புஸ்தக' விருது, 'அரச சாகித்திய இலக்கிய விருது' ஆகியவை கிடைத்ததுவும் மேலும் சர்ச்சை களைக் கிளப்பிவிட்டது. அதைத் தொடர்ந்து திருமண அழைப்பிதழ்போலப் பெரியதொரு அழைப்பிதழை அச்சிட்டு, விருந்தோம்பல் ஏற்பாட்டோடு கொழும்பி லிருக்கும் பிரபல மண்டபத்தில் கூட்டம் ஏற்பாடு செய்யப்பட்டிருந்தது. அது இந்த நாவலைப் பாராட்டு வதற்கான கூட்டமல்ல. இலங்கையில் இந்த நாவலை அமங்கலமாகக் கருதிய ஒரு சிலர் இந்த நாவலைக் குழி தோண்டிப் புதைக்க வேண்டும் என்பதற்காகவே அவ்வாறான நிகழ்வை ஏற்பாடு செய்து அந்த மண்டபம் நிறைய ஆட்களைக் கொண்டு வந்திருந்தார்கள். அன்று எனக்குத் தேவையாக இருந்திருந்தால் இந்த எதிர்ப்புகளையும் உயிர் அச்சுறுத்தல்களையும் ஒரு காரணமாகக் காட்டி அடைக்கலம் கோரி மேற்கத்திய நாடொன்றுக்கு இலகுவாகப் புலம்பெயரவும் வாய்ப்பிருந்தது.

எதிரிகளைக்கூட வெறுப்பதற்குப் பௌத்தர்களுக்கு அனுமதியில்லை. மனித விரல்களை வெட்டிக் கோத்து மாலை யாக அணிந்திருந்த அங்குலிமாலாவுக்குக்கூட, அவன் புத்தரின் விரலை வெட்டியெடுத்துத் தனது குருதட்சணையைப் பூர்த்தி செய்ய வந்திருந்தபோதுதான் புத்தர் எல்லையற்ற கருணையைப் போதித்தார். ஓர் இலக்கியவாதியால் செய்ய இயலுமான அளவில், நான் மிகவும் மென்மையாக 'பிரபாகரனும் நேசிக்கப்பட வேண்டும்' என்று இந்த நாவலில் குறிப்பிட்டது அந்த மாபெரும் எதிர்ப்புகளுக்கு ஒரு காரணமாக அமைந்திருந்தது.

தொடர்ந்து, இந்த நாவலை எதிர்ப்பதற்கு இந்த நாவலுக்குள் பல்வேறு விதமான நபர்களுக்கும் பல காரணங்கள் இருந்தன.

1. பிரபாகரன்மீதும் எல்லையற்ற கருணை காட்டப்பட வேண்டும் என்று குறிப்பிடப்பட்டிருக்கும் இந்த நாவலுக்கு, அப்போதைய நாட்டின் ஜனாதிபதி கையாலேயே விருது வழங்கப்பட்டிருப்பது ஒரு தந்திரமாக இருக்கலாம் என்று ஒரு மூத்த எழுத்தாளர் வாதாடினார். ஜனாதிபதி இந்த நாவலை வாசித்திருந்தால், தனது கையால் அந்த விருதைக் கொடுத்திருக்கவே மாட்டார் என்றார்.

2. தற்கால நவீன நாவல் இலக்கியம் குறித்த எவ்வித அறிவுமற்ற சிலர் இந்த நாவலை வாசித்துக்கூடப் பார்க்காமலேயே இதற்கு எதிராகப் பத்திரிகைகளிலும் சஞ்சிகைகளிலும் பக்கம் பக்கமாகத் தொடர்ந்தும் எழுதிக்கொண்டிருக்கிறார்கள்.

3. ஒரு பௌத்த பிக்கு, இந்த நாவலை வாசிக்காமலேயே ஊர் ஊராகப் போய் இந்த நாவலுக்கு எதிர்ப்புத் தெரிவித்துக்கொண்டிருந்த தகவல் ஒரு பத்திரிகையில் பிரசுரமாகியிருந்தது.

4. இலங்கைப் பெண்ணொருத்தியால் எழுதப்படக் கூடாத கதை இது என்றும் இலங்கைப் பெண்கள் பேசவே கூடாத வார்த்தைகள் இந்த நாவலில் எழுதப்பட்டிருப்பதாகவும் நவீனமானவர் என்று தன்னைக் காட்டிக் கொள்ளும் பிரபல மொழிபெயர்ப்பாளர் தனது கடும் எதிர்ப்பினைத் தெரிவித்திருந்தார்.

5. ஒரு ஆங்கிலப் பத்திரிகையில் தொடர்ச்சியாக ஒவ்வொரு வாரமும் இந்த நாவலுக்கு எதிராக யாரேனும் எழுதிக் கொண்டேயிருந்தார்கள். அதில் எழுதுபவர்கள் 'Woman in white' என்று எப்போதும் என்னைக் குறிப்பிட்டுச்

சாடியிருந்தார்கள். நான் வெகுகாலத்துக்கு முன்பிருந்தே வெள்ளைப் பருத்தியாடையும் வெள்ளைக் குர்தாவும் மாத்திரமே அணிவதாலும் ஆபரணங்கள் எதையும் அணிவதில்லை என்பதாலும்தான் அவ்வாறு குறிப்பிட்டிருந்தார்கள். எனது ஆடைகளுக்கும் இந்த நாவலுக்கும் இடையிலுள்ள தொடர்பு என்னவென்று எனக்கு இன்றுவரை விளங்கவேயில்லை.

இவ்வாறாகத் தனியாக ஒரு புத்தகமே எழுதுமளவுக்குப் பல்வேறு விதமான எதிர்ப்புகள் இந்த நாவலுக்குக் கிளம்பியிருந்த போதிலும், பலரும் இதைப் பாராட்டியுமிருந்தார்கள். பேராசிரியர் நிர்மால் ரஞ்சித் தேவசிறி 'இந்த நாவல் ஒரு சர்வதேசப் படைப்பு' என்று பத்திரிகைகளுக்குத் தெரிவித்திருந்தார். இந்த நாவல் சிறந்த முறையில் பௌத்த சித்தாந்தத்தை எடுத்துரைப்பதாகப் பேராசிரியர் அசங்க திலகரத்ன தனது கருத்தைக் கூறியிருந்தார்.

நான் சிங்களம், ஆங்கிலம் ஆகிய இரண்டு மொழிகளிலும் எழுதிவருபவள் என்பதால் என்னால் இலகுவாக இந்த நாவலை ஆங்கிலத்தில் மொழிபெயர்க்க முடியுமாக இருந்தபோதிலும் ஆங்கிலப் பேராசிரியை கார்மன் விக்ரமகமகே இந்த நாவலை ஆங்கிலத்தில் மொழிபெயர்க்க என்னிடம் அனுமதி கோரிய வேளையில் இதன் சில பக்கங்களை நானே ஆங்கிலத்தில் மொழிபெயர்த்திருந்தபோதிலும் அவருக்கு அனுமதி வழங்கினேன். அவர் மொழிபெயர்த்த ஆங்கில மொழிபெயர்ப்பு நூலுக்கும் 'அரச சாகித்திய விருது' கிடைத்தமை குறிப்பிடத்தக்கது.

தற்போது இலங்கையிலுள்ள அனைத்துப் பல்கலைக் கழகங்களிலும் பட்டப் படிப்புகளுக்கான ஆய்வேடுகள் பலவற்றுக்கும் இந்த நாவல் பயன்படுத்தப்பட்டுவருகிறது. அவ்வாறே இந்த நாவலும் இதன் ஆங்கில மொழிபெயர்ப்புப் பிரதியும் அனைத்துப் பல்கலைக்கழகங்களினதும் வாசிப்புப் பட்டியலில் முதலிடத்தில் இடம்பெற்றிருக்கின்றன.

ஆனால் இந்த நாவலை எதிர்த்தவர்களின் கடுங்கோபம் இன்னும் முடிவுக்கு வரவில்லை. இந்த நாவல் வெளிவந்ததற்கு அடுத்த வருடம் வெளியான எனது 'கவி கந்துர' எனும் நாவலுக்கும் உயரிய விருதுகளான 'சுவர்ண புஸ்தக விருதும்' 'அரச சாகித்திய விருதும்' கிடைத்ததுமே அவர்களது கோபம் மென்மேலும் அதிகரித்திருந்தது; அவ்வாறான விருதுகள் அந்த எதிர்ப்பாளர்களுக்கு அவர்களது தோல்வியை உணர்த்தி யிருக்கக்கூடும் என்றே கருதுகிறேன்.

எனது அநேகமான நாவல்கள் தமிழ்நாடு, கேரளா, கர்நாடகம், ஆந்திரா, தெலுங்கானா ஆகிய பூகோளப் பின்னணிகளைக் கொண்டு எழுதப்பட்டிருப்பதானது, நான் பாரதத்தை மிக ஆழமாக நேசிப்பதையே எடுத்துரைக்கிறது. திருவண்ணாமலை ஸ்ரீ ரமண ஆசிரமத்துக்கு எண்ணிலடங்காத் தடவைகள் போயிருக்கிறேன். கொழும்பிலிருக்கும் விமர்சகர்கள் பலருக்கும் இன்றும்கூட நான் தமிழச்சி போன்றிருப்பதுவும் பாரதம் மீதான எனது அதீத நேசம், இந்தியா முழுவதும் திரும்பத் திரும்ப நான் பயணித்துக்கொண்டேயிருப்பது, எனது ரிஷிகேஷ், பத்ரிநாத் யாத்திரைகள், பழனி பாத யாத்திரை போன்றவை ஒரு சிங்களக் குடும்பப் பெண் செய்யக் கூடாத காரியங்கள். ரமண ஆசிரமத்தில் நாராயண சேவையின் உணவைப் பெற்றுக் கொண்டதைக்கூட விமர்சித்து நான் யாரென்றே அறியாத ஒருவர் சமீபத்தில் ஒரு பத்திரிகையின் முழுப்பக்கத்திலும் எழுதித் தனது எதிர்ப்பினைத் தெரிவித்திருந்தார்.

நான் இலங்கையில் பெருமளவு வாசகர்களைக் கொண்ட எழுத்தாளராக இருப்பதற்கு, அந்த வாசகர்களும் என்னைப் போலவே இனவாதமற்றவர்களாக இருப்பதுவே காரணமாகும். அவர்களும் மத பேதங்கள், ஜாதி பேதங்கள் போன்றவற்றைப் பொருட்படுத்துவதில்லை.

இந்த நாவலைப் போலவே, தமிழ்நாட்டைப் பின்னணியாகக் கொண்டு நான் எழுதியுள்ள அனைத்து நாவல்களையும் தமிழ் வாசகர்களுக்கு ரிஷான் கொண்டுசேர்ப்பார் என்று நம்புகிறேன். இதுவரையில் என் அளவுக்கு இந்தியா குறித்தோ, தமிழ்நாடு குறித்தோ ஆன்மிக நூல்கள், பத்திக் கட்டுரை, சிறப்புக் கட்டுரை நூல்கள், பயணக் கட்டுரை நூல்கள், நாவல்கள் போன்றவற்றை எழுதிய சிங்கள எழுத்தாளர்கள் எவரும் இலங்கையில் இல்லை. என்றாலும், எனது இந்த விந்தையான சகோதரத்துவத்தையும் அளவற்ற நேசத்தையும் குறித்து இவ்வாறு தமிழ் வாசகர்களிடம் பகிர்ந்துகொள்ள எனக்கு இதுவரை வாய்ப்புகள் கிடைக்கவேயில்லை. ஆகவே ரிஷானுக்கு நன்றிக் கடன்பட்டிருக்கிறேன்.

கொழும்பு **சுநேத்ரா ராஜகருணாநாயக**
28.07.2022

அனைத்து அழிவுகளை விடவும் மேலோங்கியிருக்கும் 'கருணை'

சிங்கள இலக்கிய உலகில் தவிர்க்கவே முடியாத எழுத்தாளராகத் திகழ்பவர் சுநேத்ரா ராஜகருணாநாயக. அவரது 'அம்மாவின் ரகசியம்' எனும் குறுநாவலை ஏற்கெனவே எனது மொழிபெயர்ப்பில் 'காலச்சுவடு' பதிப்பகம் வெளியிட்டிருக்கிறது. அந்த நூலுக்கும் நான் மொழிபெயர்த்துக் காலச்சுவடு இதழில் வெளிவந்த அவரது சிறுகதைகள் அடங்கிய 'அயல் பெண்களின் கதைகள்' நூலுக்கும் சிறந்த மொழிபெயர்ப்பிற்கான இலங்கை அரச சாகித்திய விருதுகள் எனக்குக் கிடைத்துள்ளன. 'அம்மாவின் ரகசியம்' நாவலை வாசித்துவிட்டு, அவரது ஏனைய நாவல்களையும் மொழிபெயர்க்குமாறு எனக்கு ஊக்கமளித்துக்கொண்டேயிருந்த காலஞ்சென்ற நண்பர் கே.எஸ். முஹம்மது ஷுஐபுவுக்கு இந்த நூலைச் சமர்ப்பணம் செய்கிறேன்.

இலங்கையில் மொரட்டுவை நகரத்தில் பிறந்த எழுத்தாளர் சுநேத்ரா ராஜகருணாநாயகவுக்கு அவரது பெற்றோர் வைத்த பெயர் திரஞ்சனி சுநேத்ரா பெர்னாண்டோ. தந்தையின் தொழில் நிமித்தம் தனது இளம் பிராயத்தில் இலங்கையின் பல்வேறு பிரதேசங்களில் வசிக்க நேர்ந்திருக்கிறது. அவ்வாறு தனது பாடசாலைக் காலத்தை இரத்தினபுரி, கேகாலை

ஆகிய பிரதேசங்களில் கழித்திருக்கும் அவரது அந்தப் பிரதேசங்களைப் பற்றிய விவரிப்புகளை இந்த நாவலில் காண லாம். அங்கு அவர் வசித்த காலப்பகுதியில்தான் தனது பதின்மூன்றாவது வயதில் முதலாவது நூலையும் பதினாறாவது வயதில் முதல் நாவலையும் எழுதியிருக்கிறார். தனது தந்தை காலமானதற்குப் பிறகு தாயுடன் மீண்டும் பிறந்த ஊருக்கே இடம்பெயர்ந்த அவர் சிங்கள, ஆங்கிலப் பத்திரிகைகளில் ஊடகவியலாளராகக் கடமையாற்றியதோடு, வானொலி நாடகங்களையும் மேடை நாடகங்களையும் எழுதி நடித்திருக்கிறார். சுயாதீன ஊடகவியலாளராகப் பல்வேறு ஊடகங்களிலும் பணியாற்றியுள்ள அவர் இலங்கை வானொலி, சீனா சர்வதேச வானொலி ஆகியவற்றிலும் பணியாற்றியிருக்கிறார். அந்த அனுபவங்களையும் இந்த நாவலில் காணலாம்.

இயற்கையாக நிகழும் பேரழிவுகளைவிட, மனிதர்களால் ஏற்படுத்தப்படும் பேரழிவுகள் தீவிரமானவை என்பதைத் தாய், மகள், பேத்தி என மூன்று பிரதான பெண் கதாபாத்திரங்களைக் கொண்டு மறைமுகமாக நாவலில் குறிப்பிட்டிருக்கிறார். இலங்கையில் இந்த நவீன காலத்திலும், திருமண சமயத்தில் மணப்பெண்ணின் கன்னித் தன்மையைப் பகிரங்கமாகப் பரிசோதித்துப் பார்க்கும் சிங்களவர்களின் கலாச்சாரத்துக்குப் புதிதானதும் புறம்பானதுமான திருமணம் முடிக்காமலேயே ஆணும் பெண்ணும் தம்பதிகளாக ஒன்றாக இணைந்து வாழ்தல், அந்தப் பெண், குழந்தை பெற்றுக்கொள்ளுதல், ஒற்றைத் தாய் குழந்தையைத் தனியாக வளர்த்தல், குடும்பப் பாரம்பரியங்களைச் சிதைத்தல், ஓரினக் காதல், இலங்கையில் பேரழிவொன்று ஏற்படுவதாக அபசகுனமாகச் சித்திரித்திருத்தல் போன்ற விடயங்கள் இந்த நாவலில் குறிப்பிடப்பட்டிருப்பதால் இந்த நாவல் வெளியான காலத்திலிருந்து இன்றுவரை பல்வேறு எதிர்ப்புகளைச் சந்தித்துக்கொண்டேயிருக்கிறது.

அத்தோடு இந்த நாவல் எழுதப்பட்ட காலத்தில் இலங்கை யில் போர் முடிவுக்கு வந்திருக்கவில்லை. போர் உச்சம் பெற்று நாளாந்தம் படையினரின் சடலங்கள் சவப்பெட்டிகளில் வீடுகளுக்கு வந்துகொண்டிருந்த காலத்தில் 'பிரபாகரனும் நேசிக்கப்பட வேண்டியவர்' என்று சிங்களவர்களுக்கு அன்பாக எடுத்துரைக்கும் இந்த நாவலை அந்தச் சமயத்தில் எழுதுவதற்கு மிகுந்த தைரியம் வேண்டும். அந்தக் காலகட்டத்தில் இலங்கையில் நிலைகொண்டிருந்த சமாதானத் தூதுக் குழுக்கள், அரச சார்பற்ற நிறுவனங்கள், இலங்கை அரசாங்கம், பாராளுமன்றம் ஆகிய வற்றின் குறைபாடுகளையும் செயற்பாடுகளையும் ஊழல்களையும்

நாவல் வெளிப்படையாக விமர்சித்திருப்பதால் அதிகார வர்க்கத்திலிருந்தும் இந்த நாவலுக்கும் நாவலாசிரியைக்கும் பலத்த எதிர்ப்பு கிளம்பியிருந்தது.

எவ்வளவுதான் எதிர்ப்புகள் கிளம்பியிருந்தபோதிலும் இந்த நாவலானது வாசகர்களை மிகவும் ஈர்க்கக்கூடிய அற்புதமான புனைவு என்பதை இதை வாசிக்கும் அனைவரும் உணர்வார்கள். இந்த நாவலில் மொழி மிக இயல்பாகக் கையாளப்பட்டுள்ளது. ஆணின் பார்வையிலும் பெண்ணின் பார்வையிலும் எமது கற்பனைக்கும் எட்டாத விடயங்களை, யதார்த்தத்தோடு பிணைத்துக் கதை பின்னப்பட்டிருக்கிறது. நாவலின் வலுவான குரல் சில சமயங்களில் பெண்ணியம் பேசியபோதிலும் எழுத்தாளர் ஆண்களின் அணுகுமுறைகளுக்கும் ஏராளமான இடத்தைக் கொடுத்திருப்பதை அவதானிக்க முடிகிறது. தாய்க்கும் மகளுக்குமிடையிலான பந்தத்தை மிக அற்புதமாக வெளிப்படுத்தியிருக்கும் எழுத்தாளர், பெண்களின் திறமைகளைக் குறிப்பிட்டிருப்பதுபோலவே, அவர்களது பலவீனங்களையும் குறிப்பிட்டிருப்பது அவரது நேர்மையைப் பிரதிபலிக்கிறது. உண்மையில் வெள்ளம், சுனாமி, பூகம்பம், பூமியதிர்ச்சி என அனைத்து அழிவுகளையும்விட மனித மனங்கள்தான் வலிமை வாய்ந்தவை. அந்த உள்ளங்களில் தோன்றக்கூடிய கருணையானது இந்த அனைத்து அழிவுகளையும்விட மேலோங்கியிருக்கும் என்பதையே ‘அபராஜிதன்’ எடுத்துரைக்கிறான்.

இந்த அருமையான நாவலைத் தமிழில் மொழிபெயர்க்க அனுமதியளித்த எழுத்தாளர் சுநேத்ரா ராஜகருணாநாயகவுக்கும் நூலாகப் பதிப்பிக்கும் ‘காலச்சுவடு’ பதிப்பகத்துக்கும் அட்டைப்பட ஓவியத்தை வரைந்து தந்த எழுத்தாளர் சுஸந்த மூனமல்பேவுக்கும் இந்த நூலை வடிவமைத்தவர்களுக்கும் எனது மனமார்ந்த நன்றியும் அன்பும் என்றும் உரித்தாகும்.

மாவனல்லை **எம். ரிஷான் ஷெரீப்**
17.08.2022

கதையின் அடிப்படை

மனோரம்யா கொழும்பு மேட்டுக்குடி சமூகத்தில் வசிப்பவள். என்றாலும், அந்த சமூகத்தோடு அவள் இணங்காத பலதும் இருக்கின்றன.

அவளது மகளான வர்ணாசியும் கூட உரிய வயதில் அம்மாவைப் போலவே காதலில் விழுந்தாள்.

தனது சொந்த மகளையே ஒழுங்காக வளர்க்க முடியாமல் போன நிலையில், பேத்தியையாவது கட்டுப்பாட்டோடு வளர்க்க வேண்டும் என்பதை மனோரம்யாவின் அம்மா ஜினவதி உணரவில்லை. மனோரம்யா, வர்ணாசியின் காதலை எதிர்ப்பாள் என்று அவரும் நினைத்துக்கூடப் பார்த்திருக்கவில்லை.

காதலில் அம்மம்மாவும் பேத்தியும் ஒருபுறம் நின்றார்கள். மனோரம்யா மகளின் காதலனைச் சந்திக்கக்கூட விரும்பவில்லை. மனோரம்யாவும் எதையும் எளிதில் விட்டுக் கொடுப்பவளில்லையே. மகளின் மனதை மாற்றும் தனது இறுதி உபாயமாக அவள் தன்னைக் குறித்தும் விமர்சனங்கள் எழும் என்றபோதிலும் கதையொன்றை எழுதினாள். மகளின் கண்ணியமும் காதலும் அதனால் இல்லாமல் போகும் என்பதை நன்றாக அறிந்திருந்தும் அவள், ஏதோ ஒரு மூன்றாம் நபரைப்போல அந்தக் கதையை எழுதியபோது வானமும் பூமியும் வெடித்துப் பிளவுற்று அதனூடு தானும் துண்டு துண்டாகச் சிதறிப் போகும் அளவுக்குப் பெருந்துயரமொன்று அவளது நெஞ்சிலிருந்தது. அது பூமியதிர்ச்சியைப் போன்றது.

அம்மா எழுதிய கதை வர்ணாசியினால் மேலும் வியாபித்தது.

கிளிநொச்சியின் இரவு

கொழும்பு வானத்திற்கும் கிளிநொச்சி வானத்திற்குமிடையே வேறுபாடு காண்பது சிரமம். யுத்தத்துக்கோ சமாதானத்துக்கோ போர் நிறுத்தத்துக்கோ மேலாக அல்லாமல் மனிதர்களுக்கு மேலால்தான் நட்சத்திரங்கள் பிரகாசித்துக்கொண்டிருந்தன. மீண்டும் யோசித்துப் பார்க்கும்போது அந்த வானமும் நட்சத்திரக் கூட்டமும் இந்த அளவு நன்றாக நினைவிருப்பது எவ்வாறு என்பதே ஆச்சரியத்தைத் தருகிறது. அந்த அளவு நீண்ட இரவை அதுவரை நான் அனுபவித்திருக்கவில்லை. சந்தோஷமாகத் தொடங்கிச் சந்தோஷமாகவே முடியக்கூடிய ஓரிரவே அல்லாமல் ஞானத்தைப் பொருட்டாகக் கொண்டு அதனால் நிறைந்து வழியும் ஓரிரவு எனது கனவினுள்ளேயிருந்த கனவொன்றுக்குள் கூட இருக்கவில்லை. அந்த இரவின் தொடக்கத்திலிருந்து நள்ளிரவுவரை விஸ்கியையோ ஜின்னையோ அருந்திக்கொண்டேயிருந்த பிரித்தானியா, ஜெர்மனி, சுவிஸ், நோர்வே நாட்டினருக்கும் ஏனைய ஐரோப்பியப் பிரஜைகளுக்கும்கூட அப்படித்தான் இருந்திருக்கும். அவர்களுள் பெரும்பாலானோர் ஆப்பிரிக்க நாடுகளிலும் ஆப்கானிஸ்தானிலும் கொஸோவோவிலும் பாலஸ்தீனத்திலும் ஈராக்கிலும் ஏற்கெனவே பணி புரிந்திருப்பதைக் கேள்விப்பட்டதுண்டு. போரினாலும், சமாதானப் பேச்சுவார்த்தை முயற்சிகளாலும், நெருக்கடி நிலைமைகளைத் தணிக்கும் வேலைத் திட்டங்களாலும்தான் அதிக

சுநேத்ரா ராஜகருணாநாயக

ஊதியத்தைப் பெற்றுக்கொள்ளக்கூடிய உத்தியோகபூர்வமான சந்தர்ப்பங்கள் அவர்களுக்குக் கிடைத்திருந்தன. ஆகவே அவர்கள் போர் நிறுத்தச் சூழலில் இருக்கும்போதுகூட, ஆகாயரீதியில் அந்த அளவு வேறுபாடுகளை உணராத போதும், புவி மட்டத்தில் லண்டனுக்கும் பாரிஸுக்கும் நிவ்யோர்க்குக்கும் ஜெனீவாவுக்கும் பெர்லினுக்கும் இடையே பெருமளவு வேறுபாடு இருப்பதை உணர்ந்திருப்பார்கள். போர்க் காலங்களில் மாத்திரமல்லாமல், போர் நிறுத்தக் காலங்களிலும் கொழும்பின் இரவுக்கும் கிளிநொச்சியின் இரவுக்கும் இடையே பாரிய அளவு வேறுபாட்டை நானும் உணர்வேன். அவ்வளவு தூரம் போகத் தேவையில்லை. அனுராதபுரத்தைக் கடக்கும்போது பட்டப் பகலிலும் அது விளங்கத் தொடங்கும். வவுனியாவை, ஓமந்தை இராணுவக் காவலரணைக் கடக்கும்போது மிகவும் பிரகாசமான காலை வேளையிலும் அதை உணரலாம்.

கிளிநொச்சி தார்வீதியில் சற்றேனும் அங்குமிங்குமாகப் பயணிக்க, இடையில் காணும் ஒற்றையடிப் பாதை வழியாகக் காட்டை நோக்கி நடக்க வெள்ளையர்களுக்கோ சிங்களவர்களுக்கோ மாத்திரமல்லாமல் சாமானியத் தமிழர்களுக்குக்கூட முடியாது. கிளிநொச்சி ஜனங்கள் கொழும்புக்கோ கண்டிக்கோ போகும் சமயங்களிலும் அவர்களால் வெறுமனே உடற்பயிற்சிக்காகத் தெருவில் இறங்கி நடப்பதுகூடச் சிரமமாகத்தான் இருக்கும். இரவில், மாலை வேளைகளில் நடக்க முடியும் என்பதைக்கூட கிளிநொச்சி ஜனங்கள் மறந்து போயிருப்பார்கள்.

கிளிநொச்சிக்குப் போகும்போதெல்லாம் சர்வதேச அமைப்புகளைச் சேர்ந்தவர்கள் தங்கும் வீடொன்றில்தான் தங்குவேன். இரவு முழுவதும் வெளிச்சம் தரக்கூடிய மின்விளக்குகள் மாத்திரமல்லாமல் மின்விசிறிகளும் வேலை செய்யக் கூடிய ஜெனரேட்டர் வசதியும் எமக்குத் தரப்பட்டிருந்தது. ஆகவே தெருவிலும் சூழவிருந்த வீடுகளிலும் மின்சார வெளிச்சம் இல்லை என்று தெளிவாகத் தெரியும். குப்பி விளக்கை விடுவோம். தமது தெய்வ ரூபங்களுக்கு முன்பாக தீபம் காட்ட சிறிய தேங்காயெண்ணெய் விளக்குகூட இல்லாமல்தான் சாமானிய ஜனங்களுக்கு இரவு தொடங்குவதாக இருக்கும். கொஞ்சம் இருள் சூழும்போதே ஜனங்கள் சுவர்கள் சிதைந்து போன வீடுகளுக்குள் முடங்கிப் போயிருப்பார்கள். விடுதலைப் புலிகள் இயக்கத்தினரால் நடத்தப்பட்டு வந்த சிற்றுண்டிச் சாலைகள் இரண்டிலும், அவர்களது தங்குமிடத்திலும் மாத்திரம் ஜெனரேட்டர் மூலமாக வெளிச்சம் பாய்ந்து

கொண்டிருக்கும். ஏனைய கடைகளிலும் ஒரு மண்ணெண்ணெய் விளக்காவது இருக்கக் கூடும்தான். என்றாலும், நன்றாக இருள் சூழும்வரைக்கும் எவரும் கடைகளைத் திறந்து வைத்துக் கொண்டிருக்க மாட்டார்கள்.

சர்வதேச அமைப்புகளால் வாடகைக்குப் பெற்றுக் கொள்ளப்பட்டிருந்த வீடுகளில் திருட்டுப் பயமோ எதிரிகள் குறித்த பயமோ இருக்கவில்லை. சாதாரண பொது ஜனங்களும் கூட பாரிய அளவில் திருட்டுகளைச் செய்வதில்லை என்று கேள்விப்பட்டிருந்தேன். நான் தங்கும் வீட்டுக்கு அருகிலேயே விடுதலைப் புலிகள் இயக்கத்தின் அலுவலகத் தொகுதியொன்று இருந்தபோதிலும், சூழ்ந்திருந்த காடுகளுக்குள் இரகசிய இராணுவ முகாம்கள் இருப்பதை அறிந்திருந்தபோதிலும் எனக்கு அங்கு பயம் தோன்றியதேயில்லை. நன்றாகக் காற்று வீசக் கூடிய இடமான வீட்டின் பின்புறமிருந்த திண்ணையில் போடப்பட்டிருந்த ஒடுங்கிய இரும்புக் கட்டிலில்தான் நான் அநேகமான நேரம் படுத்துக்கொண்டிருப்பேன். பகல் நேரங்களில் அனைவரும் அந்தக் கட்டிலை உட்கார சோபா போல பயன்படுத்துவதால் நான் வீட்டிலிருந்து புறப்படும்போதே வெண்ணிறப் படுக்கை விரிப்பொன்றையும் தலையணையையும் எடுத்துக்கொண்டு வந்திருந்தேன். வெட்டிவேர் வாசனை நன்றாக வீசும் அந்தப் படுக்கை விரிப்பின் மேல் சாய்ந்து கொள்ளும்போது கொழும்பில் உணர்ந்திராத சந்தோஷத்தைக் கிளிநொச்சியில் உணரலாம். வெளிநாடுகளுக்குப் போகும்போ தெல்லாம் விதவிதமான வாசனைத் திரவியங்களை எடுத்துக் கொண்டுவந்தபோதிலும் எனது மனைவியான வர்ணாசி அலுமாரிகளில் எப்போதும் வெட்டிவேரையும் கற்பூர வில்லைகளையும்தான் இட்டு வைத்திருப்பாள்.

கிளிநொச்சியிலிருந்த வெளிநாட்டவர்களின் வீடுகளுக்கு விஷப் பாம்புகள் வந்த சந்தர்ப்பங்கள் குறித்துப் பல கதைகள் அடிபட்டுக்கொண்டிருந்தன. அங்கிருந்த எலிகளோடு மாத்திரமல்லாமல் பல்லிகளோடும் நாங்கள் போராட வேண்டியிருந்தது. பல போர்களுக்குப் பிறகும் மனிதர்கள்தான் மடிந்து போயிருந்தார்களேயன்றி, கரப்பான்பூச்சிகள் மரித்திருக்கவில்லை. சர்வதேச அமைப்புகள் பலவற்றில் பிரதான தொடர்பாளராக இருந்த எலன் 'கிளிநொச்சியில் எலிகளும் கரப்பான்பூச்சிகளும் மிகவும் திறமையாக கொரில்லாப் போர்ப் பயிற்சியைப் பெற்றிருக்கின்றன' என்பார். எவ்வளவுதான் கிருமிநாசினிகளைத் தெளித்திருந்தபோதிலும், எலிப்பாசாணக் கட்டிகளை ஆங்காங்கே போட்டு வைத்திருந்தபோதிலும்,

கொழும்புக்குப்போய் ஒரு வாரம் தங்கிவிட்டு வரும்போது இந்த இரண்டு தரப்பினரும் வீடுகளை ஆக்கிரமித்திருப்பார்கள்.

"கிளிநொச்சியில் ராத்திரில மட்டுமில்ல, பகல்லயும் மனுஷங்களுக்கும் பாம்புகளுக்கும் பொதுவான அம்சங்கள் இருக்கு."

"பாம்புகளைப்போலவே வண்ணத்துப்பூச்சிகளுக்கும் பறவைகளுக்கும் கூட சிங்கள, தமிழ் வேறுபாடு இருக்காது."

"யுத்தம் செய்றப்ப பாம்புகளுக்கும் மனுஷங்களுக்கும் இடையில வேறுபாடுகள் இருக்காது. சில வேளை அப்படிப் பட்ட சந்தர்ப்பங்கள்ல பாம்புகள், மனுஷங்களைவிட நல்லவைகளாக இருக்கக் கூடும்."

இவ்வாறு இத்தாலியிருந்து வந்திருக்கும் ரொஸானாதான் பாம்பைப் பற்றிச் சொன்னாள். ரோம் நகரத்தில் பிறந்து வளர்ந்த ரொஸானா பல்லிகளுக்கும் பச்சோந்திகளுக்கும் மிகவும் பயப்படுபவள். அந்தச் சமயத்தில் அவள் கிளிநொச்சியில் ஏழு மாதங்களைக் கழித்துவிட்டு, கொழும்புக்கும் ஐந்து தடவைகள் போய் வந்திருந்தாள். அவளது செலவுகளை யெல்லாம் சுவிஸ் அமைப்பொன்று பார்த்துக்கொண்டது. இராணுவப் படையிலோ, சமாதானப் படையிலோ பணி புரிந்த அனுபவத்தின் காரணமாகவோ அல்லது தோல் வெள்ளை நிறம் என்பதாலோ நிலக்கண்ணி வெடிகளை அகற்றும் பணிகளுக்கு வந்திருந்த வெயிலுக்குக் கருத்துப் போயிருந்த ஆண்களிடையே ரொஸானாவின் மெலிந்து உயர்ந்த இளஞ்சிவப்பான சரீரம் முட்புதர்களிடையே ட்யூப் ரோஜாப் பூ பூத்திருப்பதுபோல தனித்துத் தெரியும். கீதமிசைக்கும் பறவையொன்றைப் போலத்தான் அவள் கதைப்பாள். ரீ எழுத்தை த்தீ என்றும் ட எழுத்தை த என்றும் உச்சரிக்கும் ரொஸானாவின் இத்தாலி ஆங்கிலத்தில் அழுத்தமாக உச்சரிக்கப்பட வேண்டிய சொற்கள் விடுபட்டு மிகவும் உதாசீனமான உச்சரிப்பு தோன்றியபோதிலும், வேறு பெண்களை மயக்கக் கூடிய பசப்பு வார்த்தைகளால் ரொஸானாவை வளைத்துப் போட முடியாது என்று அனுபவத்தால் அறிந்திருந்தேன்.

எனது அரசியல் தொடர்புகளின் மூலமும், வேறு ஆதாய மார்க்கங்களினால் ஏற்பட்ட தொடர்புகளின் மூலமும், எனக்குப் பெண் தொடர்புகளுக்குப் பஞ்சமிருக்கவேயில்லை. ஆனால், கொழும்பிலிருந்து காதலியொருத்தியைக் கூட்டிக் கொண்டு வந்தாலேயொழிய, கிளிநொச்சியின் இரவுகளில் கூடலின்பங்களை எதிர்பார்ப்பது சிரமம். நான் ஆலோசனை

சேவைகளை வழங்கிய ஐரோப்பிய இயக்கத்தினால் வாடகைக்குப் பெற்றுக்கொள்ளப்பட்டிருந்த அந்த வீட்டிலும், சூழவிருந்த வேறு வீடுகளிலும் வெள்ளைக்காரிகள் பலரும் அவ்வப்போது தங்கியிருந்தபோதிலும் அவர்களுக்கு வழங்கப் பட வேண்டிய கண்ணியமும் பாதுகாப்பும் குறையின்றி என்னால் வழங்கப்பட்டது. கொழும்புக்குத் திரும்பி வந்தாலல்லாமல் பெண் தொடர்பே இல்லை என்ற நிலைமை யில், கடுமையான வெப்பம் மிகுந்த சூழலில் நிலக்கண்ணி வெடிகளை அகற்றுவது போன்ற கஷ்டமான வேலைகளில் ஈடுபட்டுக்கொண்டிருந்த அங்கிருந்த ஏனைய ஆண்களுக் குள்ளும் மிகுந்தகட்டுப்பாடும் பொறுமையும் இருந்தன. மாலை நேரங்களில் பெரும்பாலானோர் எலன், ரிக், நிக், ஜேம்ஸ் ஆகியோர் தங்கியிருந்த வீட்டிலேயே ஒன்று கூடினார்கள். செஸ் விளையாடுபவர்களும் ஒவ்வொரு நாளும் மாலைவேளைகளில் அந்த வீட்டுக்கு வருவார்கள். அவர்கள் சனிக்கிழமையும் பாதி நாள் வேலை செய்வார்கள் என்பதால் சனிக்கிழமைகளில்தான் உடல் வலி நீங்க நிறைய மதுபானம் அருந்துவார்கள். பின்புறத் திண்ணையின் வெண்ணிறச் சுவரில் தொங்கவிடப்பட்டிருக்கும் கொழும்பிலிருந்து கொண்டு வரப்பட்ட ஓவியங்களைப் பார்வையிடுவதுவும் சனிக்கிழமைகளில் கட்டாயம் நடக்கும். ஞாயிற்றுக்கிழமைகளில் கடலில் குளிக்கப் போவார்கள். நிலா இருக்கும் நாட்களிலென்றால் கரையில் தீ மூட்டி இறைச்சியோ மீனோ சுட்டுத் தின்று இரவைச் சந்தோஷமாகக் கழிப்பார்கள். கிளிநொச்சியிலிருந்த எமது அலுவலகத்தில் பணிபுரிந்த தமிழரின் வீட்டில் நடைபெற்ற ஆர்ப்பாட்டமில்லாத வைபவங்களில் நாங்கள் எப்போதாவது கலந்துகொண்ட சந்தர்ப்பங்களும் இருந்தன. ஒரு தடவை ரொஸானா கொழும்புக்கு வந்திருந்த போது கிளிநொச்சியில் ஒரு கல்யாண வீட்டுக்குப் போக வேண்டும் என்று சிவப்புச் சேலையொன்றை வாங்கி, அதற்குப் பொருத்தமான ரவிக்கையையும் தைத்து எடுத்துக்கொண்டாள். நான் மிகுந்த விருப்பத்துடன் முன்வந்து அவளுக்கு அந்த உதவியைச் செய்துகொடுத்தபோதிலும் நான் தேர்ந்தெடுத்துக் கொடுத்த சேலை அவளுக்குப் பிடிக்கவில்லை. எனது வர்ணாசியோ, அவளது அம்மாவோ ஒருபோதும் அணியாத விதத்திலான கண்ணைப் பறிக்கும் சிவப்பு நிறமும் தங்க நிறமும் கலந்திருந்த சேலையொன்றை அவள் தேர்ந்தெடுத்திருந்தாள்.

“கிளிநொச்சியில் இருக்குறப்ப கிளிநொச்சியில் உடுப்பது போல உடுக்க வேணும். கொழும்பு ஆட்களோட ரசனை கிளிநொச்சிக்குப் பொருந்தாது” என்று அவள் சொன்னபோது நான் தோள்களை அசைத்துச் சிரித்துவிட்டு சும்மா இருந்தேன்.

அந்தச் சேலைக்கு நான் காசு கொடுப்பேன் என்றெல்லாம் இலங்கைப் பெண்களைப்போல ரொஸானா எதிர்பார்க்க மாட்டாள் என்பதை அறிவேன். பெண்களிடமிருந்து பரிசு களைப் பெற்றுக் கொள்வதல்லாமல் பெண்களுக்குப் பரிசு வாங்கிக் கொடுக்க நான் ஒருபோதும் முன்வந்ததில்லை. இருந்தாலும், கிளிநொச்சி சகாக்கள் கொழும்புக்கு வந்த வேளைகளில் எனக்கும் ஓய்வுநாளாக இருந்தால் நான் அவர்களை வேண்டுமென்றே எனது வீட்டுக்கு வரவழைப்பேன். உண்மையான இலங்கை விருந்தோம்பலையும், மனித உறவுகளின் நெருக்கத்தையும் அனுபவிக்க வாய்ப்பளிக்கும் நோக்கத்தில்தான் கொழும்பிலிருந்த நெருங்கியவர்களையும் தொழில்ரீதியாகத் தொடர்பு கொண்டவர்களையும் வீட்டுக்கு அழைப்பேன். எனது மாமியாரான மனோரம்யாவென்றால் நான் வெள்ளைக்காரர்களின் கால் பிடிக்கிறேன் என்றுதான் நினைக்கக்கூடும். அவள் எனது வீட்டில் நடைபெறும் வைபவங்களில் கலந்துகொள்ளாதபோதிலும், எனது வீட்டில் நடைபெறும் அனைத்தையும் அறிந்திருந்தாள். நெடுங்கால மாக வெளிநாட்டவர்களோடு பணிபுரிந்ததில் அவளுக்கும் நண்பர்கள் சிலராவது இப்போதும் எஞ்சியிருப்பார்கள்தானே? அவள் எல்லோரையுமே எல்லாவற்றையுமே சந்தேகப்படுபவள் என்பதால் அந்தந்தக் காலத்தில் தொழில்ரீதியாகப் பழகியதேயல் லாமல் அவர்களோடு நீண்ட கால நட்பைப் பேணாமலிருக்க வும் கூடும். மனோரம்யாவின் தரப்பிலிருந்து பார்த்தால் அவளது அவ்வாறான நடவடிக்கைகளுக்கு நியாயமான காரணங்களும் இருக்கக் கூடும். இருந்தாலும், எனது வீட்டு வைபவங்களில் அவளும் கலந்து கொண்டாளென்றால் அந்த நிகழ்வுகள் இன்னும் சுவைபடக் கூடும். ஆனாலும் அவளிடமிருந்த அகங்காரத்தால் எனது வீட்டிலிருந்து அவளுக்கென்று அனுப்பப்படும் உணவுகளைக்கூடத் தொடமாட்டாள் என்பதை அறிவேன்.

“இங்க ஆட்கள் வாறதுக்கு முன்னாடி பெரிய மிஸ்ஸுக்கு இந்தச் சாப்பாட்டைக் கொடுத்து வாங்க” என்று ஒரு தடவை வர்ணாசி எமது வீட்டிலும் மனோரம்யாவின் வீட்டிலும் பணிபுரிந்துவந்த பணிப்பெண்ணான லினட்டிடம் கூறுவது எனக்குக் கேட்டது.

வழி தெரியாமல் தவித்துக்கொண்டிருந்த நோர்வேயைச் சேர்ந்த ஒருவருக்கு எனது வீட்டைக் கண்டுபிடிக்க வழி கூறியவாறு கைப்பேசியோடு நுழைவாயிலருகே நான் வந்த போது லினட் சாப்பாட்டைக் கொடுத்துவிட்டுத் திரும்பி வந்துகொண்டிருந்தாள். நான் நுழைவாயிலைத் திறக்கும் முன்பே வெளியேயிருந்து லினட்டின் குரல் கேட்டது.

"பெரிய மிஸ்ஸுக்குச் சாப்பாடு கொடுத்துட்டு வரச் சொன்னதால போனேன். அவர் அதைத் தொடக்கூட மாட்டார். அந்தப் பிள்ளைகளுக்குச் சீக்கிரமா அந்தப் பக்கமாப் போகச் சொல்லுங்க" என்று லினட் யாரிடம் கூறிக் கொண்டிருக்கிறாள் என்று எனக்குத் தென்படாததால், அந்தப் பேச்சு எனது காதில் விழுந்ததை அவள் அறிந்து கொள்ள இடம் கொடுக்காமல் உடனடியாகத் திரும்பி வந்து முற்றத்திலிருந்த தடாகத்தின் அருகே போடப்பட்டிருந்த வாங்கில் அமர்ந்துகொண்டேன். மறுகணம் சிறிய நுழைவாயிலைத் திறந்துகொண்டு லினட் வந்தாள். அவளைத் தொடர்ந்து சைக்கிளைத் தள்ளியவாறே புதிய இறால்களை வாங்கிக்கொண்டு வரப் போயிருந்த லினட்டின் கணவன் வந்தான்.

இவையெல்லாம் வேறு விடயங்கள் என்றபோதிலும், அந்த விந்தையான கிளிநொச்சியின் இரவில் எனக்கு மனோரம்யாவின் பிடிவாதமும் அகங்காரமும்தான் ஞாபகம் வந்துகொண்டேயிருந்தன. அன்றைய ஆங்கிலப் பத்திரிகை யொன்றில் மனோரம்யாவின் கட்டுரை பிரசுரமாகியிருந்ததுதான் அதற்குக் காரணம்.

காலைவேளையில் தமிழர் புனர்வாழ்வு அமைப்பின் தூதுவர்களுடனும் ஐரோப்பிய அமைப்புகளின் தூதுவர் களுடனுமான கலந்துரையாடலின் கண்காணிப்பாளராகக் கலந்துகொண்டதைத் தொடர்ந்து எலனின் அலுவலகத்தில் நடைபெற்ற கலந்துரையாடலிலும் கலந்துகொண்டுவிட்டு, மதிய உணவிற்குப் பிறகு பரந்தன் வீதியிலிருந்த புனர்வாழ்வு முகாமுக்கும் போய் விட்டுத்தான் மிகவும் களைத்துப் போய் எனது தங்குமிடத்துக்கு வந்திருந்தேன். அந்த வீட்டில் வசித்த எவரும் தலைவாசல் வழியாக உள்ளே நுழைவதில்லை என்பதால் தலைவாசல் எப்போதும் பூட்டியே கிடக்கும். நாங்கள் அனைவரும் வீட்டின் இடப்புறமாக இருந்த சிறிய ஒழுங்கை வழியே நடந்து பின்புறத் திண்ணைக்குத்தான் வருவோம். நான் வந்தபோது ரொஸானா நேரத்தோடு வீட்டுக்கு வந்து ஒடுங்கிய இரும்புக் கட்டிலில் குறுக்காக அமர்ந்து சுவரில் சாய்ந்துகொண்டே 'நோ ஹவ் டெய்லி' பத்திரிகையை வாசித்துக்கொண்டிருந்தாள்.

முழங்கால்வரை நீண்ட வெள்ளைப் பருத்தி அரைக் காற்சட்டையும், ஓரங்களில் ரேந்தை அலங்காரம் வைத்துத் தைத்த வெள்ளைப் பருத்திச் சட்டையும் அணிந்திருந்த போதிலும் ரொஸானாவின் மெலிந்த நெடிய தேகம் மேரி மாதா சிலையைப் போலத்தான் எனக்குத் தென்பட்டது. ஆனால் அதை அவளிடம் வெளிப்படையாகக் கூறி அவளது ஏளனப்

புன்னகையையோ, கூரான வார்த்தைகளையோ கேட்டுக் கொள்ள வேண்டிய அவசியம் எனக்கிருக்கவில்லை. என்றாலும் ரொஸானாவைக் கண்டும் காணாததுபோல வீட்டுக்குள்ளே போக முடியாது என்பதால் மிகவும் கண்ணியமாக ஓரிரு வார்த்தைகளாவது கதைத்து விட்டுப் போக வேண்டும் என்றும் தோன்றியது. மிகவும் வெகுளித்தனமானதோர் ஒரு ஆவல் அது.

"ஹாய் ரொஸானா."

"ஹாய் சாஷா... நீங்க வந்தது நல்லது. அங்குலிமாலாங்குறது யாரு? அவரோட கதையென்ன?"

நான் அதிர்ச்சியில் திகைத்துப் போனேன். கிளிநொச்சியில் வசீகரமான வெள்ளைக்காரியொருத்தியுடன் வெகுநேரம் உரையாட எந்த விடயத்தையும் கண்டடைய முடியும். என்றாலும் புத்தர் காலத்தில் வாழ்ந்த, தன்னால் கொலை செய்யப்படுபவர்களின் விரல்களை வெட்டி மாலையாக அணிந்துகொள்ளும் அளவுக்குக்கொடூரமான கொலைகாரனாக இருந்து பின்னர் மனம் திருந்திப் பௌத்தப் பிக்குவாக மாறிய அங்குலிமாலாவின் கதையென்றால் அதற்கு அவ்வளவு பொருத்தமாக இருக்காது. பௌத்த ஜாதகக் கதை போன்ற எதையாவது கேட்டாளென்றால் அழகாக வர்ணித்துச் சொல்லலாம்.

"ஐயையோ... நீங்க எங்கிருந்து இந்த அங்குலிமாலா பெயரைக் கண்டுபிடிச்சீங்க?"

நான் மெலிதான மோகத்தோடுதான் என்னை யறியாமலேயே அந்தத் திண்ணையில் அமர்ந்துகொண்டேன். இருந்தாலும் சற்றேனும் அது எனது முகத்தில் தென் பட்டால் இந்த நட்புணர்வு கூட அவளிடமிருந்து காணாமல் போய்விடக் கூடும். ரொஸானா வீட்டுக்கு வந்ததுமே குளித்திருப்பாளாக இருக்கும். ஓடிகொலோன் வாசனை போன்ற கடுமையில்லாத, ஆனால் வெகுநேரம் நீடித்திருக்கக் கூடிய விலை அதிகமான வாசனைத் திரவியத்தின் சுகந்தம் எனது நாசியைத் தொட்டது. 'உங்ககிட்ட இருந்து நல்ல வாசனை வருது' என்று சொன்னால் சடுதியாக அவளது பார்வை எனக்கெதிராகத் திரும்பிவிடும் என்பதை அறிந்திருந்தேன். முன்பொரு தடவையும் அவள் எனக்கு அபாய எச்சரிக்கை விடுத்திருந்தாள். என்றாலும், அவளது மனதில் கள்ளமில்லை. படுக்கைப் பண்டமாக அல்லாமல் தொழில்ரீதியான நட்பாகக் கருதினால் மட்டுமே அவளுடனான நட்பைத் தொடர முடியும்.

எனது வேட்கையை என்னாலேயே புரிந்துகொள்ள முடியாதிருக்கும் நிலைமையில் பெண்கள் அதை எவ்வாறு புரிந்து

கொள்வார்கள்? என்னை ஒரு அப்பாவி வேட்டைக்காரன் என்று கருதவே விரும்புகிறேன். இந்த அப்பாவிக்கு முட்டாள்தனமான எதிர்பார்ப்பொன்றை மனதில் வைத்துக்கொண்டு மகாத்மா போன்ற நடிப்பில் ஈடுபடத் தடையேதும் இல்லையே. பெண்ணொருத்தி தனித்து விடப்பட்ட நிலையில் அல்லது கைவிடப்பட்ட நிலையில் அவளது இதயம் பலவீனமாகி விட வாய்ப்பிருக்கிறது. அவ்வாறான சந்தர்ப்பத்தில் அந்தப் பெண் அழும்போது அந்த முட்டாள்தனமான எதிர்பார்ப்பை, இறப்பர் பந்தைத் தண்ணீருக்குள் அழுத்தி வைத்திருப்பதுபோல வைத்துக் கொண்டு அவளுக்குத் தோள் கொடுப்பது எளிதல்லவா? அங்குலிமாலாவின் கதையைக்கூட மிக அழகாக விவரித்துச் சொல்வதற்குத் தயாராகக் குளித்து, உடை மாற்றி வருகிறேன் என்று ரொஸானாவிடம் சொல்வதற்குத் தயாராகத்தான் அந்தக் கணத்தில் நான் மிகவும் முக்கியமான, அறிவார்ந்த, மகாத்மா புன்னகையோடு அங்கே காத்திருந்தேன்.

"இங்க பாருங்க. இதுல இருக்கு" என்ற ரொஸானா என்னிடம் ஒரு பத்திரிகைப் பக்கத்தை நீட்டினாள்.

அடக் கடவுளே! இதை எழுதியிருப்பவள் எனது மாமியா ரான மனோரம்யா அல்லவா? அவளின் புகைப்படத்தைக் கூட பிரசுரித்திருக்கிறார்களே. புகைப்படங்களிலென்றால் இப்போதும் அவளது உண்மையான வயது தெரியாது. எனக்குச் சிரிப்பு வந்தது.

"ஏன் சிரிக்கிறீங்க?"

"இதை எழுதியிருப்பவரை எனக்கு நன்றாகத் தெரியும்."

"இவர் உங்க மனைவியா?"

ஒரு கணம் திகைத்துப் போனேன்.

"இல்ல. என்னோட மாமியார். வர்ணாசியோட அம்மா."

இந்தப் பதிலைச் சொல்ல முன்பு ஒரு நிமிடம்போல மௌனமாக இருந்தேன். எனது சிரிப்பும் கூட மீண்டும் ஒட்ட முடியாத அளவுக்கு உடைந்து போயிருந்தது.

"நிஜமாவா? அப்படீன்னா அடுத்த பௌர்ணமி விடுமுறைக்கு நான் கொழும்புக்கு வந்தால் அவரை எனக்கு அறிமுகப்படுத்தி வைங்க. அவர் இந்தக் கட்டுரையைத் தொடங்கியிருக்கும் விதம் எனக்குப் பிடிச்சிருக்கு. நம்ம கிளிநொச்சி ஹம்பாந்தோட்டை வீட்டுத் தோட்ட நண்பர்கள் சௌபாக்கிய நிகழ்ச்சித் திட்டம் பற்றிய புத்தகத்தை எழுத அவர் பொருத்தமாக இருப்பார், இல்லையா? உங்களுக்கு

நேரமில்லன்னு சொன்னாலும் இன்னும் கூட யாரையும் அதற்காகக் கண்டுபிடிக்கவும் இல்லையே நீங்க.”

“அவர் இப்படிப்பட்ட வேலைகளை விரும்புவார்னு நான் நினைக்கல.”

“நீங்க முதல்ல கேட்டுப் பாருங்களேன். என்னை அறிமுகப்படுத்தி வைங்க. இந்த வருஷத்துக்குள்ள அதை முடிக்கணுமே. எப்படியாவது சமாதான உடன்படிக்கை வந்தால் அந்தச் சூட்டோடு இதையும் வெளியிட்டுடலாம், இல்லையா?”

“சமாதான உடன்படிக்கைன்னா அவ்வளவு சீக்கிரத்துல வராது. போர் நிறுத்தத்தின் போதுதானே சுனாமி கூட வந்தது. ஆனாலும் முடியாமல் போனது. அதுக்குப் பிறகும் சுனாமி வந்த புதுசுல இங்க வீடுகள் கட்டுற வேலைக்கு அனுப்பப்பட்டிருந்த ரெண்டு சிங்களவர்களையும் திருப்பி அனுப்பச் சொன்னாங்க. புதுசா வேறு சிங்களவர்களையும் அனுப்ப வேண்டாம்னாங்க. அப்பவே இது சரியா வராது என்று எனக்கு விளங்கியது. ஜனாதிபதித் தேர்தல் வரும்போதும் அதெல்லாம் நடந்து முடிஞ்சிருந்தது. அதுக்குப் பிறகு எத்தனை வருஷம் யுத்தம் நடந்தது? சமாதான உடன்படிக்கையைத் தயாரிக்கத் தேவையான திட்டத்தையாவது உருவாக்க இப்போ இப்படி இளைப்பாறிக் கொண்டிருக்குற போர் நிறுத்தம் இன்னும் மூணு வருஷத்துக்காவது நீடிச்சாத்தான் சாத்தியமாகும்.”

இந்த அளவு விபரங்களெல்லாம் ரொஸானாவுக்குத் தேவைப்படாது என்றாலும் எனது தொனி மாறி மனம் சற்றுக் கலவரப்பட்டுப் போயிருந்தது.

“சரி. ஆனா உங்களை மாதிரி ஆட்கள் இந்த வேலையில் இறங்கியிருப்பது இதை மிகவும் துரிதப்படுத்தத்தானே?”

“எனக்குத் தெரியல ரொஸானா. ரெண்டு தரப்பிலும் இருக்கிற பழைய காயங்களைக் குணப்படுத்துற வழிமுறை தெரியல.”

எனக்குச் சமாதான முயற்சிகள் குறித்து உரையாற்ற வேண்டிய தேவையிருக்கவில்லை. இருந்தாலும் மாமியாரை அறிமுகப்படுத்தி வைப்பதைச் செய்ய முடியாத காரியம் என்று நேரடியாகச் சொல்லாமல் அதிலிருந்து தப்பிக்க கதையை மாற்றி வேறு திசையில் திருப்ப வேண்டியிருந்தது. நான் ஆலோசகராகப் பணி புரியும் அமைப்புகளிலுள்ள வெளிநாட்டவர்கள் என்னால் செய்ய முடியாத காரியம் ஏதுமில்லை என்றுதான் நம்பிக்கொண்டிருக்கிறார்கள். இலங்கையின் ஊடகவியலாளர்களையும் வழக்கறிஞர்களையும்

கலைஞர்கள் முதற்கொண்டு அனைவரையும் அறிவேன் என்று மார்தட்டிக் கொள்ளும் நான், எனது மாமியார் எனது பெயர் அடிபடும் இடத்துக்குக்கூட வரமாட்டாள் என்பதை எப்படி எடுத்துச் சொல்வேன்? அங்குலிமாலா பற்றிக் கேட்டால் அதைப் பற்றிச் சொல்லிவிட்டு ஓதுங்காமல், மேலும் மேலும் கதைக்கப் போய் வேலியில் திரிந்த ஓணானை எடுத்து மடியில் போட்டுக் கொண்டவன் நான்தான் அல்லவா? இவ்வாறு ரொஸானா அருகில் அமர்ந்திருந்து காலாட்டிக் கொண்டிருக்கும்போது மனோரம்யா வந்தாளானால் சட்டென்று சிலையாகிச் சமைந்து விடுவேன். காரணம், அவளால் எனக்கு முன்பே எனது மனதைப் படித்துவிட முடியும்.

"நான் போறேன். ரூமைத் துப்புரவாக்கணும். நீங்க இதை வாசிச்சிட்டிருங்க" என்று கூறியவாறே ரொஸானா எழுந்து சென்றாள்.

அங்குலிமாலா பற்றித் தெரிந்து கொள்ள வேண்டுமா என்று கேட்டு அவளை இன்னும் சற்று நேரம் அங்கே அமர்ந்திருக்கச் செய்ய எனக்குத் தேவைப்படவில்லை. மனோரம்யா என்ன எழுதியிருக்கிறாள் என்று வாசித்துப் பார்க்க வேண்டுமே.

கிளிநொச்சியின் ஒற்றை விரல்

'2005ஆம் ஆண்டளவில் ஒரு தடவை கிளிநொச்சிக்குப் போயிருந்த சந்தர்ப்பத்தில் விடுதலைப் புலிகளின் தூதுவர் ஒருவருக்குக் கை கொடுக்க நேர்ந்தது. நான் இனவாதி இல்லையென்றாலும், அவரது கையால் தெற்கின் படைவீரர்களைப்போலவே அனுராதபுரத்தின் குக்கிராமங்களில் வசித்த கிராமத்தவர்கள் எத்தனையோ பேர் படுகொலை செய்யப்பட்டிருப்பார்கள் என்றுதான் எனது ஆழ்மனதில் தோன்றியது. அவ்வாறே அவரது குடும்பத்தினரும் நண்பர்களும் கூட யுத்தத்தால் பாதிக்கப்பட்டிருப்பார்கள்தான். ஆனாலும், அந்தக் கணத்தில் என்னுள்ளே வேலைசெய்துகொண்டிருந்தது தெற்கின் சிங்கள ஆழ் மனது என்பதால் அந்த இரண்டாம் விடயம் சிந்தனையில் எழவேயில்லை.

அவரது கையைக் கவனிக்காமல் எனது கையை நீட்டியதால் எனக்கு அவரது கரடுமுரடான கையின் ஆட்காட்டி விரல் மட்டும்தான் தட்டுப்பட்டது. உடனடியாக எனக்கு அவரது அந்த ஒற்றை விரல் விடுபட்டது.

நடுத்தர உயரமும், செயற்கைக் கால் பொருத்தப்பட்டது போன்ற நடையும் கொண்டிருந்த அவரது சதுர வடிவான முகத்திலோ இரு விழிகளிலுமோ எதையும் புரிந்துகொள்ள என்னால் முடியவில்லை. இன்றைக்குச் சில வருடங்களுக்குப் முன்னர் காலஞ்

சென்ற தமிழ்ச்செல்வனையும் அதற்குச் சில கணங்களுக்கு முன்னர்தான் சந்தித்திருந்தேன். இருந்தாலும் செல்வனின் இரு விழிகளும் புன்னகை செய்தமையால் எனக்கும் புன்னகை எழுந்தது. புகைப்படங்களிலும், விடுதலைப் புலிகள் இயக்கத்தின் பிரச்சாரக் காணொலிகளிலும் காணப்படும் பிரபாகரனின் முகத்திலிருப்பதுவும் புன்னகையோடு, சந்தேகம் கலந்த சிந்தனை வயப்பட்டபார்வை. ஆனாலும் இந்த நபரின் முகத்தில் அவை எவையும் காணப்படவில்லை. எமது பண்பாட்டின் காரணமாகவே நான் கை கொடுக்க வேண்டியிருந்தது. அவர் அதை எதிர்பார்த்திருந்திருக்க மாட்டார். கலந்துரையாடலின் இடையில் அவரது கையை நான் கவனத்தில் கொள்ள வில்லை. அவர் தனது கையை மேசைமீது வைத்திருந்தாரோ, இல்லாவிட்டால் தனது பாதங்களின் மீது வைத்திருந்தாரோ என்பது உறுதியாகத் தெரியவில்லை. அவர் மேசைமீது வைத்திருந்தாரானால் விரல்கள் இல்லையென்பதைத் தெரிந்து கொண்டே நான் கை கொடுக்கத் துணிந்தமை குறித்து வியந்து போயிருப்பார். மணற்கடதாசி போன்ற சொரசொரப்பான முகமும், இன்னும் செப்பனிடப்படாத நீல மாணிக்கங்கள் போன்ற விழிகளிரண்டையும் கொண்டிருந்த அவர் ஒரு வார்த்தை கூட பேசாமல் மடக்க முடியாத முழங்காலையும் இழுத்துக் கொண்டு அந்த மண்டபத்திலிருந்து வெளியேறியபோது சாம்பல் நிறத்தில் மேற்சட்டையும் நீல நிறத்தில் நீண்ட காற்சட்டையும் செருப்பும் அணிந்திருந்த இளம்பெண்ணொருத்தி டீ 56ஐக் கையில் ஏந்தியவாறு பெண் போலிஸைப்போல அவரின் பின்னால் தொடர்ந்து சென்றது அவள் அவரது பாதுகாவலர் என்பதாலா என்று நானறியேன். இருந்தாலும், தலையிலிருந்த இரண்டு பின்னல்களையும் மடித்து ஒன்றாக முடிச்சிட்டிருந்த அவளும் கூட எனது புன்னகைக்குப் பதிலளிக்கவில்லை. எவரைக் கண்டாலும் புன்னகைக்க பழகிப் போயிருந்ததால்தான் புன்னகைத்தேன். அதனால் அவர்களிடமிருந்து அவ்வாறான நட்புணர்வுகூட பிரதிபலிக்காதிருந்தமை குறித்து எனது மனம் நோகவுமில்லை. அவர்கள் தரப்பிலும் பல கதைகள் இருக்கக் கூடும். அந்தக் கதைகளைக் கேட்க எனக்குச் சந்தர்ப்பங்கள் கிடைக்காதது போலவே, தெற்கின் கதைகளைக் கேட்கவும் அவர்களுக்குச் சந்தர்ப்பங்கள் கிடைப்பதில்லை. இருந்தாலும் இருவருக்கும் பொதுவான துயரங்களுக்குத் தீர்வுகாண வேண்டுமென்றும், அவர்களது ஊர்களில் சுவர்கள் பிளந்து கூரைகள் தாழ்ந்திருக்கும் வீடுகள் சீரமைக்கப்பட்டு மீண்டும் மழலைகளின் பூஞ்சிரிப்புகள் கேட்கக் கூடிய சூழலொன்று உருவாக வேண்டும் என்றும் எடுத்துச் சொல்வதற்கு வழியேதும்

இருக்கவில்லை. நாங்கள் சமாதான வாக்குறுதிகளோடு யுத்தத்தின் வீர தீரங்களையும், வெற்றி கையருகில் என்பதையும் ஆயிரக்கணக்கான தடவைகள் கேட்டிருப்பதைப் போலவே அவர்களும் அவ்வாறான கதைகளைச் செவிமடுத்திருக்கலாம்.

அரசியல் உடன்பாட்டினாலோ, யுத்தத்தின் மூலம் கையறு நிலைக்கு ஆளாக்குவதாலோ சாம்பலின் கீழால் தணல்கள் எஞ்சுவதைத் தடுத்து நிறுத்துவது கடினம். அவற்றுக்கான நிவாரணிகளாக வேறு வழிமுறைகளும் இருக்க வேண்டும். புன்னகை கூட எஞ்சியிராத மனிதனின் உள்ளத்தில் குண்டுகள் மாத்திரமல்லாமல் கொங்க்றீட்டும் இரும்பும் இருக்கலாம். என்றாலும் வெற்றுத் துப்பாக்கி ரவைக் கோதுகளும், மிருகங்களினது மாத்திரமல்லாமல் மனிதர்களினதும் எலும்புத் துண்டுகள் விசிறுண்டு கிடக்கக் கூடிய பயிர்நிலங்களை அண்டிய சிறிய குட்டைகளில் வெண்தாமரைகள் பூத்திருப்பதைப் போல அவரது மனதிலும் ஒரு புள்ளி அளவேனும் ஈரம் எஞ்சியிருக்கக் கூடும். அங்குலிமாலாவின் கதை எனக்கு நினைவு வந்தது. அங்குலிமாலாவுக்குத் துறவியாக மாற முடியுமென்றால், அந்த ஒற்றை விரல் நபருக்கும் அவரைத் தொடர்ந்து சென்ற புன்னகையற்றுப்போன அந்த இளம் துப்பாக்கிதாரிப் பெண்ணுக்கும் கூட மாறுவது முடியுமாக இருக்க வேண்டும்.

காலம், தீவு, தேசம் வேறு என்றாலும் அங்குலிமாலாவும் ஒரு மனிதன்தான். இந்த ஒற்றை விரல் நபரும் அவ்வாறுதான். இந்தப் பொதுப் பண்பு பலமடங்காவது எவ்வாறு? அங்குலிமாலாவுக்கென்றால் புத்தரின் பரிவு கூடவே இருந்தது. அந்தக் காருண்யத்தைத் தத்துவார்த்தமாக, தொலைக்காட்சி, வானொலி உரைகளைத் தாண்டி உண்மையான நடைமுறைக்கேற்ற தளத்துக்குக் கொண்டு வருவது எவ்வாறு என்ற சவாலுக்குள் இந்தப் பொதுத் துயரத்துக்கான ஆறுதல் இருக்கலாம், அல்லவா? எப்போதாவது ஒரு நாள் நாங்கள் இந்தப் போர் நிறுத்தத்தைக் கடந்து சென்று சமாதான உடன்படிக்கை மேற்கொள்ள சாத்தியம் இருக்கிறது. இருந்தாலும் உடன்படிக்கையைப் பேணியவாறே மக்கள் வாழ்வியலை இயல்புக்குக் கொண்டு வர வேண்டுமென்றால் அந்தப் பரிவுக்கு இன பேதமோ, பழைய புண்களைச் சொறிந்துகொள்ளும் அவசியமோ இருக்கக் கூடாது என்பதைப் புரிந்துகொள்ள வேண்டும்.'

மனோரம்யா இன்னும் வெகு நீளமாக எழுதியிருந்தாள். எஞ்சியிருப்பதை மேலோட்டமாகப் பார்த்தபோது சாமானிய

மக்களிடத்தில் நட்பை வளர்க்கும் ஆலோசனைகள் பலவற்றைப் பௌத்த தர்மத்தையும் இந்து தர்மத்தையும் குறிப்பிட்டு எடுத்துரைத்திருப்பது தென்பட்டது. கட்டுரையின் ஆரம்பப் பகுதியை வாசித்தபோது எனது இதயம் வெடிப்பதுபோல உணர்ந்தேன்.

எவ்வளவுதான் மனக்கசப்புகள் இருந்தாலும் அவள் எழுதுபவற்றை வாசித்துவிடுவேன். எனக்கோ கலந்துரையாடல் ஒன்றிரண்டு அல்லாமல் பத்திரிகைகளுக்கெல்லாம் எழுதிக் கொண்டிருக்க நேரமிருக்கவில்லை. மனோரம்யாவென்றால் பணத் தேவைக்காகத்தான் எழுதி வருகிறாள். பத்திரிகை ஆசிரியர் வேறொருவர் என்றால் மனோரம்யா வீட்டிலிருந்து கொண்டே பக்கங்கள் சிலவற்றைத் திருத்திக் கொடுக்கவும் கூடும். மனோரம்யாவின் அகங்காரம் காரணமாக ஒருபோதும் அவள் எம்மிடமிருந்து பணம் எதையும் வாங்கமாட்டாள் என்று எனக்கு நம்பிக்கை இருக்கிறது. 'அம்மாவுக்குச் சுகமில்லை' என்று வர்ணாசி ஒருபோதும் கூறியதில்லை.

"வயசாகுறப்ப, நடமாட ஏலாமப் போகும்போதாவது நம்மகிட்ட வருவாதானே. இப்பவும் வெளியே காட்டிக்காததுக்கு உள்ளுக்குள்ள ஏதாவது வியாதியிருக்கும்" என்று ஒரு நாள் சும்மா சொல்லிவிட்டேன்.

"ஐயோ, எனக்கு நினைவு தெரிஞ்ச நாளிலிருந்து அம்மாவுக்கு தடிமனைத் தவிர வேறெதுவும் வந்ததில்ல."

வர்ணாசி கூறியது உண்மைதான் என்றாலும் அந்த ஆரோக்கியம் வாழ்நாள் முழுவதும் நீடித்திருக்க வாய்ப் பில்லையே. வயதாகும்போது என்ன நடக்கும் என்பது யாருக்குத் தெரியும்.

அங்குலிமாலாவையெல்லாம் குறிப்பிட்டு தேசியப் பிரச்சினைக்குத் தீர்வு காண ஆலோசனை வழங்கும் அந்தப் பொம்பளைக்கு, மகளின் கணவனிடம் முகம் கொடுத்துக் கதைக்க முடியாது. பழைய வன்மத்தை உள்ளே வைத்துக் கொண்டு குமுறிக்கொண்டேயிருக்கிறாள்.

அரசாங்கத்துக்கும் மக்களுக்கும் நற்போதனை செய்வ தற்கு முன்பு அந்தக் காருண்யத்தை அவளது வீட்டிலிருந்து தொடங்கச் சொல்லி ஒரு கடிதம் அனுப்ப வேண்டும். அதற்காக என்னைக் கழுமரத்தில் ஏற்றிவிடுவாளா என்ன? கொழும்புக்குப் போனதும் மின்னஞ்சலை அனுப்பிவைக்க வேண்டும். அவள் அதற்கு ஒருபோதும் பதில் அனுப்பமாட்டாள். இப்போது

நான் கொழும்பில் இருந்திருந்தால் 'இதை எரித்துச் சாம்பலை நெற்றியில் தடவிக்கொள்' என்று எழுதி, இந்தப் பத்திரிகைப் பக்கத்தைத் துண்டு துண்டாகக் கிழித்து ஒரு தபாலுறையிலிட்டு அவளது வீட்டுக்கு அனுப்பிவைத்திருக்கலாம்.

காலைவேளையில் நான் கொடியில் காயப்போட்டு விட்டுச் சென்ற துண்டை எடுத்துக்கொண்டு வீட்டுக்குள் நுழைய முற்பட்ட போது ரொஸானா மீண்டும் வெளியே வந்தாள். சிறிய கண்ணாடிப் பாத்திரத்தில் தண்ணீர் எடுத்துக் கொண்டு வந்து மல்லிகைப் பூக்களைப் பறிக்க ஆரம்பித்தாள்.

'எதற்கு?' என்ற கேள்வி என்னிடமிருந்து எழும் முன்பே எனது விழிகளைப் படித்த ரொஸானா பதிலளித்தாள்.

"மல்லிகைப் பூக்களை ரூமுக்குள்ள வச்சுக்குறது எனக்கு ரொம்பப் பிடிக்கும். ரூம் முழுக்க நல்ல வாசனையாக இருக்கும்."

"அதுக்குக் கடையிலிருந்து ஒரு பூச்சரத்தை வாங்கித் தலையில வச்சுக்கிட்டா சரிதானே."

"சிலநாள் அப்படியும் செய்வேன்தான். ஆனா என்னோட தலையில அது நிக்காது. விழுந்துடும். ஆஹ்... நீங்க எனக்கு அங்குலிமாலா பற்றிச் சொல்லலையே."

"குளிச்சிட்டு வரேன்..."

"சரி... நான் மொட்டை மாடியில இருந்து மியூசிக் கேட்டுக் கொண்டு வானத்தை ரசிச்சுட்டிருப்பேன். ஜேம்ஸையும் கூட்டிக் கொண்டு மேல வாங்க."

நான் தவறாக எடுத்துக்கொள்வேன் என்றுதான் அவள் ஜேம்ஸையும் கூட்டிக்கொண்டு வரச் சொல்லியிருப்பாள். கொஞ்சம் நன்றாகக் கதைத்துவிட்டால் தெற்கிலிருக்கும் ஆண்கள் வேறு பலவற்றையும் மண்டைக்குள் நிரப்பிக்கொள்வார்கள் என்று முன்பொரு நாள் சொல்லியிருந்தாள். இது என்ன கதை? புலிகள் இயக்கத்திலும் எம்மைப்போல தின்று, குடிப்பவர்கள் இருக்கமாட்டார்களா என்று எவ்வாறு கேட்பது? எம்மிடம் போல அவர்களுடன் அருகிலிருந்து நெருங்கிப் பணி புரிய முடியாது என்பதால் அவள் அதை உணர்ந்திருக்கமாட்டாள்.

கிளிநொச்சியில் நல்ல ஹோட்டல்கள் இருந்திருந்தால் எனக்கு இவ்விதமாக வெள்ளைக்காரிகளோடு ஒரே வீட்டில் குடியிருக்க நேர்ந்திருக்காது. என்றாலும், இவ்வாறு வீடொன்றில் தங்கும்போதுதான், ஹோட்டல்களில் உணர முடியாத ஒரு சுதந்திரத்தை உணர முடியும். நாமிருக்கும் வீட்டை

ஜெனீவாவிலிருந்த ஒருவரிடமிருந்து சர்வதேச அமைப்பு வாடகைக்குப் பெற்றிருந்தது. தண்டவாளங்கள் காணாமல் போயிருந்த, பழைய ரயில் பாதையோரமாக இருந்த அந்த வீட்டுக்கு எலன் முதன்முதலில் வந்தபோது சுவர் வெடித்துப் பிளந்து விறாந்தையில் பெரியதொரு புற்றுக்கட்டி இருந்ததாம். சாப்பிட ஏதுமில்லாமல் செத்துப் போயிருக்கலாம் என்று கருதக் கூடிய நாயொன்றின் எலும்புக் கூடு சமையலறை அடுப்பின் கீழே இருந்ததைக் கண்டு எலனின் மனம் உருகியதாம். சருகுகள் நிறைந்து அசுத்தமாகியிருந்த கிணற்றை இரைத்து, வீட்டைப் புதுப்பித்து, ஊதா வர்ணம் பூசி, ஜெனரேட்டர் கொண்டு வந்து, புதிதாக மின்கம்பிகளைப் பொருத்தி, மின் விளக்குகளையும் இட்டதன் பிறகே எனக்கு அங்கு வர அனுமதி கிடைத்தது.

"ஆனா சாஷா, இங்க எல்லாமே பாழடைஞ்சு போயிருந்த நிலைமையிலும், நான் வந்தப்ப இந்த மல்லிகைக் கொடியிலயும் ரோஜாச் செடிகள்லயும் பூக்கள் நிறையப் பூத்திருந்தன" என்றும் எலன் அந்த நாட்களில் சொல்லியிருந்தார்.

நீண்ட தனிமைக்குப் பிறகு மீண்டும் ஆண்களினது மாத்திரமல்லாமல் பெண்களினது சிரிப்போசைகளையும் கேட்க முடிந்ததற்கான சந்தோஷத்தைப் பிரதிபலிப்பதுபோல வேலி நெடுகவுமிருந்த செடிகளில் சிறிய ஊதா நிறப்பூக்களும் செம்பருத்திகளும் போட்டிபோட்டுக்கொண்டு நிறையப் பூத்திருந்தன. மல்லிகைக் கொடியும் ரோஜாச் செடிகளும் மஞ்சள் பூக்கள் செறிந்த அரளி மரமும் பிரதான வீட்டின் பின்புறத்தி லிருந்த முற்றத்திலிருந்தன. தோட்டத்தின் ஒரு மூலையில் கிணறு இருந்தது. அவற்றுக்கு நேராக ஒரே வரிசையில் தரைக்குச் சீமெந்து பூசி, மேலே மின்விசிறி பொருத்தி, தென்னோலை வேய்ந்து பலகைகளால் நிர்மாணிக்கப்பட்ட அறைகள் மூன்று இருந்தன. அவை ஒவ்வொன்றும் சிறிய திண்ணையையும் அறையையும் கொண்டிருந்தன. அவற்றிலொன்றில் எலன் குடியிருந்தார். அவரது திண்ணையில் போடப்பட்டிருந்த இரும்புக் கட்டிலானது அவரின் ஆறடி இரண்டங்குல சரீரத்தைக் கிடத்தப் போதாது என்பதால் அவர் வவுனியாவிலிருந்து மன்னாருக்குப் போகும் பாதையிலிருந்த தளபாட வேலைத்தள மொன்றுக்குச் சொல்லிக் கட்டிலின் ஒரு பக்கத்தைக் கழற்றி இன்னுமொரு துண்டைப் பொருத்தியிருந்தார். அறையினுள்ளே பழைய பலகைக் கட்டில் இருந்தபோதிலும் எலனும் என்னைப் போலவே வெளியே படுத்துக்கொள்வதைத்தான் விரும்பி னார். அறையின் கதவை அடைத்துக்கொண்டால் சுவாசிக்க முடியாததுபோலத் தோன்றுமாம். நடுவிலிருந்த அறையில் ரிச் இருந்தார். ஓரமாக இருந்த அறையில் சிகாமணி இருந்தார்.

சிகாமணியுடன், அவரிருந்த அறையில் எனது சாரதியான சரத் படுத்துறங்கினான்.

பிரதான வீட்டினுள்ளே வரவேற்பறை நோக்கி வாசல் அமைந்த மூன்று அறைகள் இருந்தன. முதலாவது அறையில் ரொஸானா. இரண்டாவது அறையில் நோர்வேயைச் சேர்ந்த நிக். மூன்றாவது அறையில் இனமோதல் தீர்வு குறித்த கௌரவ பட்டப்படிப்புக்குத் தயாராகிக்கொண்டிருந்த பெல்ஜிய வம்சாவளியைச் சேர்ந்த மாகரீத்தா ஆகியோர் தங்கியிருந்தார்கள். தற்போது சிறியதொரு விடுமுறையைக் கழிக்க மாகரீத்தாவின் சகோதரியொருத்தி வந்திருக்கிறாள் என்று சரத் கூறியிருந்தான். அப்போதுவரை நான் அவளைக் கண்டிருக்கவில்லை. தொலைபேசியைப் பாவிக்கவும், ஆடைகளை மின்னழுத்தவும் அல்லாமல் அந்த வரவேற்பறை அவ்வளவாகப் பயன்படுத்தப்படவில்லை. வரவேற்பறையிலிருந்த கண்ணாடிக் கதவு ஒடுங்கிய விறாந்தை நோக்கித் திறந்தது. அதன் ஒருபுறம் சமையலறை; மறுபுறம் களஞ்சிய அறை. அந்தக் களஞ்சிய அறைக்குள்ளும் இரும்புக் கட்டிலொன்றைப் போட்டுப் படுக்கையறையாகப் பயன்படுத்தினார்கள். எனது பொருட்களையும் ஆடைகளையும் அந்த அறைக்குள் வைத்திருக்கிறேனேயொழிய, அதற்குள் படுத்துறங்க விரும்பவில்லை. யாழ்ப்பாணத்திலிருந்தோ கொழும்பிலிருந்தோ மாதத்துக்கு ஒரு தடவையோ இரண்டு மாதத்துக்கு ஒரு தடவையோ வந்து செல்பவர்கள்தான் அதை உறங்கப் பயன்படுத்தினார்கள்.

யோசித்துப் பார்த்தால் கொழும்பிலிருக்கும் எனது வீட்டின் பிரதான படுக்கையறையானது, கிளிநொச்சியிலிருக்கும் இந்த வீட்டின் மொத்த அளவை விடச் சிறியதாக இருந்தால் அது சொற்ப அளவில்தான் சிறியதாக இருக்கும். வெகுகாலத்துக்கு முன்பு பௌத்த விகாரை மடத்தில் கூட படுத்துறங்கிய காலமொன்றும் எனக்கு இருந்ததுதான். அதனால் திருமணம் முடித்ததற்குப் பிறகு நான்கு பேராவது வசதியாகப் படுத்துறங்கக் கூடிய விதத்தில், நீள அகலத்தில் சிறிய மைதானம் போல விசாலமான கட்டிலொன்றில் ஒரு அரசனைப்போலப் படுத்துறங்கவே விரும்பினேன். நான் எதற்காவது ஆசைப்பட்டால் அதை எப்படியாவது ஈடேற்றிக் கொள்வேன். ஆகவே அவ்வாறு ஆசைப்பட்டு மனதில் கட்டியெழுப்பிய கட்டிலில், உலகத்திலுள்ள சிறந்த பெண்ணை மனைவியாக்கிக் கொண்டு, நல்ல காற்றோட்டமான சூழலில் படுத்துறங்கப் பழகிய பிறகு, கிளிநொச்சிக்கு வந்து எலி வளை போன்ற இவ்வாறான இடத்தில் சிறைப்பட்டிருக்க வேண்டுமா என்ன?

கிளிநொச்சி வீட்டில் சமையலறையின் ஜன்னல், குட்டைச் சுவருடைய அகன்ற தாழ்வாரத்தை நோக்கித் திறக்கும். உணவு மேசையும் ஆறு கதிரைகளும் பிரம்பினாலான கதிரையொன்றும், மூன்று சாய்கதிரைகளும் போடப்பட்டிருந்த அந்த இடமானது உணவறையாகவும் கூடமாகவும் பயன்படுத்தப்பட்டது. அந்த வீட்டில் கதவுகளைத் திறந்துவைத்துவிட்டே உறங்க முடியுமான அளவுக்குப் பாதுகாப்பு இருந்தபோதிலும் அது கிளிநொச்சி என்பதையும் ஒருபோதும் எவரும் மறந்திருக்கவில்லை.

அது நிச்சயமற்ற எதிர்காலம் குறித்த சந்தேகங்கள் நிறைந்திருந்த ஒரு சுமை; ஒரு துயரம். என்னைப் போன்ற ஒருவனுக்கும் அவ்வாறான கவலைகள் பல்லாயிரம் இருக்கக் கூடும் என்பதை எவர் ஏற்றுக்கொண்டாலும் மனோரம்யா வென்றால் ஏற்றுக்கொள்ளாதிருக்கக் கூடும்.

'இந்தத் தடவையென்றால் யுத்தம் முடிந்துவிட்டது என்று மேளம் கொட்டவும் பாற்சோறு, பலகாரம் சாப்பிடவும் முந்திக்கொள்ளக் கூடாது. போருக்கான சட்ட வல்லுநர்களாக இருந்தவர்கள்தான் சமாதானத்துக்கான சட்ட வல்லுநர்களாகவும் இருக்கிறார்கள். காக்கைகள்போல கண்ட அசிங்கங்களையெல்லாம் தின்று திரியும் இவ்வாறான சமாதானத்துக்கான சட்ட வல்லுநர்களிடமிருந்துதான் இப்போது, இந்த சமாதானத்துக்கான பாதையைக் காப்பாற்ற வேண்டியிருக்கிறது.'

இவ்வாறாக ஒரு தடவை மனோரம்யா பத்திரிகை யொன்றில் எழுதியிருந்தாள். அவளுக்கும் கூட அவ்வாறான எல்லா வேலைகளிலிருந்தும் வருமானம் வந்துகொண்டுதான் இருந்தது. அப்படியிருக்கும்போது இவ்வாறான கதைகளைச் சொல்வது என்னைக் குறி வைத்துத்தான், இல்லையா? நான் அந்த அளவு நேர்மையானவன் இல்லாமலிருக்கக் கூடும். ஆனால் பாராளுமன்றத்தை விடவும் புறக்கோட்டையிலிருக்கும் மீன் சந்தைச் சூழல் சிறந்ததாக இருக்கக் கூடிய ஒரு நாட்டில் நேர்மையின் அளவுகோல் எது என்று புரிந்துகொள்ளும் அளவுக்கு, அவளுக்கு நடைமுறைக்குச் சாத்தியமான அறிவில்லை என்பதுதான் விந்தையானது.

வர்ணாசியைத் திருமணம் முடித்த நாளில், இனிமேலாவது இயன்றவரைக்கும் நேர்மையான ஒருவனாக இருக்க வேண்டும் என்றுதான் தீர்மானித்திருந்தேன். எனக்குப் பிறக்கும் எனது மகனும் நல்ல மனிதனாக இருப்பதைக் காண வேண்டும் என்ற எதிர்பார்ப்பும் இருந்தது. ஆனால் இப்போது வரைக்கும் எங்களுக்குக் குழந்தைப் பாக்கியம் இல்லை. நான் அதைக்

சுநேத்ரா ராஜகருணாநாயக

குறித்து அவ்வளவாக யோசிக்கவில்லை என்றாலும் ஒரு மகன் மட்டுமல்லாமல் மூன்று நான்கு பிள்ளைகளையாவது பெற்றெடுக்க வேண்டும் என்ற எதிர்பார்ப்போடுதான் வர்ணாசி இருந்தாள்.

நேர்மையாக இருப்பது குறித்துப் பேசுவதில் அர்த்த மில்லை. அரசாங்கத்திடமிருந்து தங்குமிட, வாகன வசதிகளைப் பெற்றுக்கொள்ளவும், வெளிநாட்டுப் பயணங்களை மேற்கொள்ளவும், வேறு வருமான வழிகளை ஏற்பாடு செய்து கொள்ளவும், தலைவர்கள் பார்த்துக்கொண்டிருக்கையில் மாத்திரம் பணியாற்றியவாறு பங்களிப்பைச் செய்ய நேரும்போது நேர்மையாக இருப்பது என்று எந்தளவு கடினம் என்பதை அதற்காகப் பாடுபட்டவர்கள் மாத்திரமே அறிவார்கள். இந்த சௌபாக்கியங்கள் எதுவுமற்ற காலத்திலும் நான் நேர்மையாக இருக்க முயற்சி செய்யாமல் இல்லையே? ஆனால் இயலாமல் போவதற்கு நான் என்ன செய்வது?

எனது கடைசி கிளிநொச்சி இரவு தொடங்கிய கணத்தில் குளியலறையில் சிங்களப் பாடலொன்றை உளறியவாறு குளித்துக் கொண்டிருந்தேன். அந்தக் குளியலறையில் குளியல் சாதனங்கள், பற்பசைகள், சுத்திகரிக்கும் பொருட்கள் என அனைத்தும் வெவ்வேறாகத் தொங்கவிடப்பட்டிருந்தன. அங்கு அதிகமான குளியல் சாதனங்களைக்கொண்டிருப்பவை பெண்களுடையவை எனத் தெளிவாக இனங்கண்டு கொள்ளலாம். எலனும் ஜேம்ஸும் உடற்பயிற்சிக்காகவும் சேர்த்துக் கிணற்றிலிருந்து நீரள்ளிக் குளிப்பதால் அவர்களிருவரதும் குளியல் சாதனங்கள் அங்கிருக்கவில்லை. ரொஸானா பூசுபவை என்னென்ன என்பதை அறிந்துகொள்வதில் அர்த்தமில்லை என்றாலும் அன்று நான் இளஞ்சிவப்பு நிறத்திலிருந்த பிளாஸ்டிக் கூடையில் வைக்கப்பட்டிருந்த அவளது பொருட்கள், போத்தல்கள் என அனைத்தினதும் வாசனையை முகந்து பார்த்தேன். அது மிகவும் கீழ்த்தரமான செயல் என்பதை நானறிவேன். இருந்தாலும் அந்த நேரத்தில் நான் அறியாமலேயே அதைச் செய்துவிட்டிருந்தேன். சில வேளைகளில் நான் அப்படித்தான் நடந்துகொள்கிறேன். சரியாகச் சொன்னால் அவ்வேளைகளில் நான் செய்பவற்றை வேறு யாரோ செய்வதுபோல உணர்வேன்.

நான் குளித்துவிட்டு பச்சை நிறச் சாரமொன்றையும், அதற்குப் பொருத்தமாக இள மஞ்சள் நிறத்தில் மெல்லிய பருத்திச் சட்டையொன்றையும் அணிந்துகொண்டு தலைமுடியைக் கையால் கோதிவிட்டவாறு துண்டைக் கொடியில் காயப்போடப் போய்க்கொண்டிருந்த வேளையில்

ஜேம்ஸ், எலன், ரிக் ஆகியோரோடு இன்னும் சிலர் சேர்ந்து கொண்டு விஸ்கியை அருந்தத் தொடங்கியிருந்தார்கள். நானும் போய்க் கொழும்பிலிருந்து எடுத்துக்கொண்டு வந்திருந்த போத்தலையும், வெகுகாலம் வைத்திருக்க முடியுமான விதத்தில் கராம்பு, சாதிக்காய், மிளகிட்டு நன்றாக வறுத்தெடுத்த சிறிய இறைச்சித் துண்டுகளடங்கிய பேணியையும் எடுத்துக்கொண்டு வந்து அவர்களோடு சேர்ந்துகொண்டேன். எல்லோரும் நான் கிளிநொச்சிக்கு வரும்வரைக்கும் ஆவலோடு காத்துக்கொண் டிருப்பது உண்ணக் குடிக்கத் தேவையான எல்லாவற்றையும் சுமந்துகொண்டு வருவதால்தான் என்று ஜேம்ஸ் குழுவினர் எப்போதும் கிண்டலும் செய்வார்கள். வர்ணாசி செய்து தந்தனுப்பியவைதான் இவை. ரொஸானா கொங்க்றீட்டாலான மொட்டை மாடியில் அமர்ந்திருப்பதை நினைத்த எனது மனமும் அங்கே செல்லத்தான் ஆவலுற்றது; என்றாலும் ஓரேயடியாக அங்கே செல்ல முடியாதே. அதற்கு ஒரு கிழமைக்கு முன்னர்தான் தனது வருடாந்த விடுமுறைக்கு லண்டனுக்கும் டொரண்டோவுக்கும் போய் வந்த சந்தோஷத்திலிருந்த ஜேம்ஸ் அந்த விவரங்களைக் கூறியவாறும், தனது காதலியின் புகைப்படத்தைக் காட்டியவாறும் இருந்தார்.

அந்தக் காதலியின் கதையை இரண்டு மூன்று மாதங்களுக்கு முன்னர்தான் ஜேம்ஸ் என்னிடமும் ரொஸானாவிடமும் நிலக்கண்ணி வெடிகளை அகற்றும் பொறியியலாளரான ஜிம் வோட்டர்ஃபீல்டிடமும் புவியியல் வல்லுநரான ஸ்டீவன் நைல்ஸிடமும் கூறியிருந்தார்.

அது ஒரு விந்தையான கதை. ருவாண்டாவிலிருந்து பதின்மூன்றே வயதான சிறுமியொருத்தியை அவளது பெற்றோருக்குப் பணம் கொடுத்து ஐந்து வருடங்களுக்கு இலங்கைக்குக் கூட்டிக்கொண்டு வந்திருந்த ஐநாவின் சிறப்பதிதி குறித்துச் சொன்னால் எவராலும் நம்பவே முடியாது என்றாலும் அப்படித்தான் நடந்திருந்தது. போலி வயதைக் குறிப்பிட்டு, தான் திருமணம் முடித்த மனைவிபோலக் காட்டித் தன்னோடு கூட்டிக்கொண்டு வந்திருந்தார். வந்ததிலிருந்து அவளது அம்மாவிடமிருந்து கடிதமொன்றோ, தொலைபேசி தகவலொன்றோ கூட வரவில்லையாம். ஐந்து வருடங்கள் முடிந்ததன் பிறகு அவள் சண்டை போடத் தொடங்கினாளாம். கடைசியில் வீட்டு வேலைக்கு வந்திருந்த பணிப்பெண்ணின் உறவுக்கார இளைஞனொருவனுடன் ஓடிப்போய்விட்டாளாம். அவனும் அவளிடமிருந்த நகைகளும் பணமும் தீர்ந்து போனதன் பிறகு சண்டை போடத் தொடங்கியிருக்கிறான். அவள் அங்கிருந்தும் தப்பிச் சென்று களுத்துறையில் வைத்து

ரயிலில் ஏறி நுழைவுச் சீட்டு இல்லாமல் கொழும்புக்கு வந்த போதுதான் தற்செயலாக ஜேம்ஸைச் சந்தித்திருக்கிறாள். அவர் அவளது கதையைக் கேட்டு அவளைத் தெஹிவளையில் ஒரு அறையெடுத்துத் தங்க வைத்துவிட்டு, சட்டரீதியான நடவடிக்கை எடுக்குமாறு பெண்கள் அமைப்பொன்றிடம் உத்தரவிட்டுவிட்டுத் திருகோணமலைக்குப் போய்விட்டாராம். அந்த நாட்களில் அவருக்கு மாதத்துக்கு ஒருநாள்தான் கொழும்புக்கு வந்து போக முடியுமாக இருந்திருக்கிறது. அவளது வழக்குக்காகச் செலவழிக்க அவரிடம் பணமிருக்கவு மில்லை. காலஞ்சென்ற பிரபல பெண் கலைஞரான வினீஷியா குணவங்ஸ உள்ளிட்டோர் ஐநாவின் புலம்பெயர்தல் தொடர்பான சர்வதேச அமைப்புக்கும் இன்னும் பல இடங்களுக்கும் முறைப்பாடுகளை எழுதிக் கொடுக்கவும் உதவிசெய்தார்களாம். வழக்கின் மூலமாக அவளுக்கு விவாகரத்தையும் நஷ்ட ஈட்டையும் பெற்றுக்கொள்ள முடிந்தது மாத்திரமல்லாமல் செஞ்சிலுவைச் சங்கத்தின் மூலமாக அம்மாவையும் தேடிக் கண்டுபிடிக்க முடிந்ததாம். இருந்தாலும், அவள் படிக்க வேண்டும் என்று உறுதியாக இருந்திருக்கிறாள். அவளது உறவினரொருவர் கனடாவுக்குப் போயிருப்பதை அம்மாவிடமிருந்து அறிந்துகொண்டவள் தானும் அங்கு போக உதவி கோரியிருக்கிறாள். ஜேம்ஸ் மிகுந்த கவலையோடு அவளை கட்டுநாயக்க விமானநிலையத்துக்குக் கூட்டிக்கொண்டுபோய் விட்டுவிட்டு வந்து சிறு குழந்தையைப் போல அழுதுகொண்டிருந்தாராம். நான் அதற்கும் முன்பு அவளின் புகைப்படத்தைக் கண்டிருக்கவில்லை. அவள் மிகவும் அழகாக இருந்தாள். இலங்கை, இந்தியப் பெண்களின் சாயலைக் கொண்டிருந்தாள்.

“நீங்க அந்த அளவு அவளைக் காதலிச்சிருந்தீங்கன்னா ஏன் அவளைப் போக விட்டீங்க? ஏன் அவளோடு கூடப் போகல?” என்று ரொஸானா கேட்டாள்.

“அங்க என்னால நல்லொரு தொழிலைத் தேடிக் கண்டுபிடிக்க முடியாதுன்னு தெரிஞ்சுகொண்டே எப்படிப் போவது? அவள் வயசுல சின்னவளா இருந்தாலும் என்னை விட தைரியமானவள்” என்று அன்று சொன்ன ஜேம்ஸ் இன்று அந்தக் காதலிக்கு டொரொண்டோவில் ஒரு காதலன் கிடைத்து அவன் மூலமாக அவளுக்கு ஒரு குழந்தை இருப்பதையும் குறிப்பிட்டார்.

“அவளுக்குக் குழந்தைதான் தேவைப்படுகிறதாமே ஒழிய அவனைத் திருமணம் முடிக்கமாட்டாளாம்” என்ற ஜேம்ஸ் அந்தக் குழந்தையின் புகைப்படத்தை ஏதோ தனக்குப் பிறந்த

குழந்தையின் புகைப்படத்தைக் காட்டுவது போல சந்தோஷமாகக் காட்டினார்.

"அப்படியொருத்தியைச் சந்திக்கத்தான் நானும் விரும்புறேன்" என்று கூறிச் சிரிக்கத் தொடங்கினார் எலன்.

"இப்படி கிளிநொச்சியில தங்கியிருக்குற நமக்கெல்லாம் எங்க அப்படியொரு அதிர்ஷ்டம் கிடைக்கப் போகுது?" என்று சலித்துக்கொண்ட ரிக், செஸ் பலகையை எடுத்துவைத்துக் காய்களை அடுக்கத் தொடங்கினார். அவர் என்னையும் விளையாடக் கூப்பிட முன்பே அங்கிருந்து எழுந்துபோய்விட வேண்டும் என்று எனக்குத் தோன்றியது. ஸ்டீவன் இருந்த காலத்திலென்றால் எந்நாளும் அவர்களிருவரும்தான் செஸ் விளையாடிக்கொண்டிருப்பார்கள். இப்போது ஸ்டீவன் ஈராக்குக்கும் ஜிம் ஆப்கானிஸ்தானுக்கும் போய்விட்டார்கள். இருவருக்காகவும் கொழும்பில் நடைபெற்ற விடைகொடுத்தல் வைபவத்தின்போது நான் ரொஸானாவுக்கு ஒரு ஆலோசனை வழங்கினேன்.

"ரொஸானா நீங்க இந்த வேலைல தொடர்ந்து நீடிச்சிருக்க வேணாம். சீக்கிரமா ரோமுக்குப் போய்க் குறைஞ்ச சம்பளத்துக்காவது அங்க ஒரு வேலையைத் தேடிக்கொண்டு சாதாரண குடும்ப வாழ்க்கையைத் தொடங்கலைன்னா உங்களுக்கும் இவங்களுக்கு நடந்தது போலத்தான் நடக்கும். பிறகொருபோதும் உங்களால சாதாரண வாழ்க்கைக்குத் திரும்ப முடியாமப் போயிடும்."

"சாதாரண வாழ்க்கைங்குறது எங்க இருக்கு சாஷா? ஸ்டீவ் ஈராக்குக்குப் போறதும் நான் கிளிநொச்சியில இருக்குறதும் எங்கேயோ மனிதாபிமானத்துல தவறு நேர்ந்திருப்பதற்கான அர்த்தம்தான், இல்லையா?" என்று சற்றுப் போதையிலிருந்த ரொஸானா உளறல் தொனியில் என்றாலும் காத்திரமான விடயங்களைக் கதைக்கத் தொடங்கினாள்.

அன்றுதான் "உங்கக்கிட்ட நல்ல வாசனையாக இருக்கு" என்று கூறி அவளது கழுத்தருகே முகர்ந்து பார்க்க முற்பட்ட போது, "சாஷாவுக்கு நாயைப் போல மோப்பம் பிடிக்கவெல்லாம் தெரிஞ்சிருக்கு" என்று கூறி என்னை நோக்கி நக்கலாகச் சிரித்தாள். அந்தச் சந்தர்ப்பத்தில் எனது பழங்கால நண்பனும் அரசியல் சகாவுமான சந்தன கிரிகும்புரவும் இன்னும் சிலரும் அங்கிருந்ததனால் நானும் அதற்காக நன்றாகச் சிரிக்க வேண்டியிருந்தது. என்றாலும் எனதுள்ளம் கோபத்தால் கனத்திருந்தது.

“டேய் பொண்ணுங்கக்கிட்ட வழிசல் கதையெல்லாம் சொல்லி மோப்பம் பிடிக்கப் போய் கேவலப்பட்டுப் போகாதே” என்று சந்தன அன்று என்னிடம் கூறினான்.

“சரி சரி... இதை விட பேரழகிகளெல்லாம் என்கிட்ட மயங்கியிருக்காளுங்க. எப்பவாவது இவளும் ஸ்ரீலங்காவி லிருந்து போனதுக்குப் பிறகாவது ‘ஐயோ சாஷா என்னோட வாசனையைப் பாரேன்’னு சொல்லிட்டிருப்பாள், பாரு. எல்லாத்தோடயும் தொடக்கம் இப்படித்தான் இருக்கும்” என்று அவனிடம் கூறிய போதிலும், அந்தப் பேச்சு குறித்த அவதானத்துடன்தான் நான் இருந்தேன். உண்மையிலேயே எனக்கு எதற்கு ரொஸானாக்கள்? வர்ணாசி போன்ற அடக்க மான, அழகான மனைவியொருத்தி இருக்கும்போது எனக்கு வேறெவளும் தேவையில்லைதான். இருந்தாலும் நானே அறியாத ஒரு பேராசைக்காரன் எனக்குள்ளே இருந்துகொண்டு எனது மனதைக் குழப்பிவிடுகிறானே.

கிளிநொச்சி வீட்டிலிருந்த எல்லோரும் பெண்களைப் பற்றிய கதைகளை விட்டுவிட்டு ஆண்களின் அரசியலுக்கு மாறினார்கள். ஆனால் அது இலங்கையின் அரசியல் விவகாரங்கள் அல்ல. அந்தச் சந்தர்ப்பத்தைப் பயன்படுத்திக்கொண்ட நான் சில இறைச்சித் துண்டுகளை ஒரு தட்டில் போட்டு எடுத்துக்கொண்டு முற்றத்திலிறங்கி மெதுவாகப் படிக்கட்டு வழியே மேலே ஏறினேன்.

“ஐயையோ... எனக்கும் சேர்த்து இறைச்சியை எடுத்துட்டு வந்துட்டீங்களா? நான் சைவமாகிட்டேனே.”

“ரொம்ப ஆச்சரியமாயிருக்கு. இந்த அதிசயம் எப்போ நடந்தது?”

“இங்க வர முன்பே நான் மீன் மாத்திரம்தான் சாப்பிட்டிட் டிருந்தேன். இப்ப எனக்கு அதுவும் கூடத் தேவையில்லை. இங்க உள்ள சைவச் சாப்பாடு எனக்குப் பிடிச்சிருக்கு.”

“மேலே உட்கார்ந்து வைன் குடிச்சிட்டிருக்கீங்கன்னு நான் நெனச்சேன்.”

“இல்ல... மாரியம்மா எந்நாளும் எனக்காக காய்கறி சூப்பைக் காய்ச்சு வச்சிட்டுப் போவா. இரவைக்கு அதையும், மாம்பழம் இல்லன்னா வாழைப்பழம் மாத்திரம்தான் சாப்பிடுறேன்.”

அங்கிருந்த தண்ணீர்த் தொட்டியில் தெரிந்த மின் விளக்கின் வெளிச்சம் அவளது முகத்தின் ஒரு பக்கத்துக்கு மாத்திரம்தான் விழுந்துகொண்டிருந்தது. மொட்டை

மாடியிலிருந்த கொங்கிறீட்டின் மீது எழும்பியிருந்த இரும்புக் கம்பிகள் பாதியிருளின் பின்னணியில் ஆழமான கறுப்பு நிறத்தில் தென்பட்டன. அந்த வீட்டைக் கட்டத் தொடங்கியபோது மேல் மாடியையும் கட்டி அதில் குடியிருக்கக் கனவு கண்டிருக்கக் கூடியவர்கள் வெளிநாட்டிலிருந்து வருடக்கணக்கில் கிளிநொச்சியை விட்டுக் கொழும்புக்காவது வந்திருக்கவில்லை. என்றாலும் அந்த வீட்டின் வரைபடத்தைக் கொழும்பிலிருந்த உறவினர் ஒருவர்தான் எலனிடம் கொடுத்திருந்தார். வீட்டு வாடகையிலிருந்து கழித்துக்கொள்ளும்விதமாக மேல் மாடியைக் கட்டி முடிக்குமாறு ஜெனீவாவிலிருக்கும் அந்த வீட்டின் உரிமையாளர் கூறியிருந்தார். அது ஒருபோதும் நடக்காது. வேறொரு இடத்தில் காணியைப் பெற்றுச் சர்வதேச அமைப்புகளைச் சேர்ந்தவர்கள் தங்குவதற்காகத் தனித்தனியான சிறிய வீடுகளைக் கட்டத்தான் எலன் உத்தேசித்திருக்கிறார். ஜெனீவாவுக்குப் போனவர்கள் கூட தமது பழைய வீட்டைக் குறித்த எதிர்பார்ப்பை இன்னும் கைவிடாதிருக்கும்போது தமிழ்நாட்டில் அகதி முகாம்களில் இருக்கும் மக்கள் இதை விடவும் எவ்வளவு கையறு நிலையில் தமது எதிர்பார்ப்புகளைச் சுமந்துகொண்டிருப்பார்கள்? இவ்வாறாக மனதில் தோன்றும் விடயங்களையெல்லாம் ரொஸானாவிடம் பகிர்ந்துகொள்வ தற்காக அவளின் அருகில்போய் உட்கார்ந்துகொண்டால் வழிசல் பேர்வழி என்று அவள் நினைத்துக்கொள்ள இடமிருக்கிறது. எனக்கு வேறு பெண்கள் இல்லாமலா இந்த வெள்ளைக்காரிகளிடம் கேவலப்பட்டுப் போக வேண்டும்? இருந்தாலும் ஆழ்மனதில் அவள்மீது பெரும் விருப்பமொன்றும் இருந்தது. அது மிகவும் பயங்கரமானது. என்னுள்ளே இருக்கும் மோகம் நிறைந்த வேட்டைக்காரனை எனக்குத்தானே தெரியும்.

"பயணப் பையில வறுத்த முந்திரி பாக்கெட்டிருக்கும். அதையும் எடுத்துக் கொண்டு, இன்னும் யாரையாவது கூட்டிக் கொண்டு மேல வாறேன்" என்று கூறியவாறே நான் இறைச்சித் தட்டையும் எடுத்துக்கொண்டு கீழே வந்தேன்.

நான் நேராக எலன் குழுவினர் இருக்கும் இடத்துக்குப் போகாமல் எனது சாரதியான சரத் இருந்த இடத்துக்குப் போனேன். யாரோ கிணற்றிலிருந்து வாளியால் அள்ளிக் குளித்துக்கொண்டிருக்கும் ஓசை கேட்டது. சாராயம் குடித்தவாறு இரும்புக் கட்டிலின் மீது அமர்ந்திருந்த சரத் என்னைக் கண்டதும் எழுந்து நின்றான்.

"சாப்பிடப் போகணுமா சார்?"

“இன்னும் கொஞ்ச நேரத்துல... ஏழே முக்காலுக்குப் போல போகலாம்” என்று கூறியவாறு நான் தட்டை அவனிடம் கொடுத்ததும் அவனது முகம் பிரகாசித்தது.

“முகஸ்துதிக்காக இதைச் சொல்லல சார். சாருக்கும் மேடத்துக்கும் எப்பவும் நல்லதே நடக்கணும்.”

அதைக் கேட்டு எனக்கு நன்றாகச் சிரிப்பு வந்தது.

“ஏன் சரத்துக்குச் சாராயம் குடிக்க இறைச்சிக் கறி தந்ததுக்கா?”

“ஐயோ இல்ல சார். ‘சரத் உங்களுக்கும் சேர்த்துத்தான் சாப்பாடு, தின்பண்டம் எல்லாம் கட்டியிருக்கேன். சார் மறந்துட்டாலும் சாருக்கும் கொடுத்துட்டு நீங்களும் எடுத்துச் சாப்பிடணும்’னுதான் மேடம் எப்பவும் என்கிட்ட சொல்லி யனுப்புவாங்க. இப்பவும் சாருக்கு வேணும்னா, மேல அந்த இத்தாலி மிஸ்ஸோட கதைச்சுக்கிட்டே இருந்திருக்கலாமே. இதை இப்ப என்கிட்ட எதுக்காக எடுத்துட்டு வந்தீங்க? அதுக்குப் பேருதான் சார் மனிதாபிமானம். கொழும்புலன்னா இப்படி வரத் தேவைப்படாது, இல்லையா? கிளிநொச்சின்றதாலதானே வர வேண்டியிருக்கு.”

“சிகாமணி எங்க?”

“குளிக்கப் போயிருக்கான். இப்ப அவன் இங்க வந்ததுமே இன்னிக்கும் இந்த லேப்டொப்ல எதையாவது காட்டுவான். அதுக்காத்தான் இதை இங்க வச்சிட்டுப் போயிருக்கான். யுத்த சமயத்துல எங்களுக்கு அடிச்சது எல்லாத்தையும் இவங்க எப்படி வீடியோ எடுத்துக்கிட்டாங்கன்றதைப் பத்தித்தான் நான் யோசிச்சிட்டிருக்கேன்.”

“அதைப் பத்தியெல்லாம் இங்க வச்சுப் பேச வேணாம். சிங்களம் தெரியாதது மாதிரி காட்டிக்கிட்டதுக்குச் சிகாமணிக்கும் சிங்களம் தெரிஞ்சிருக்கும்” என்று குரலைத் தாழ்த்தி மெதுவாகச் சொன்னேன்.

“அப்படியும் இருக்கலாம். அந்த செக் பொயின்ட்கள்ல இருக்குறவங்களும் அப்படித்தானே. எதுவுமே தெரியாதது மாதிரி இருந்துட்டுப் பிறகு நல்லா சிங்களம் கதைக்குறாங்களே. சாருக்கு நினைவிருக்கா? ரெண்டாயிரத்தெட்டுல போல நாங்க வீடியோ டீமைக் கூட்டிட்டு வந்தப்ப நிறைய விசாரிச்சாங்களே. நல்ல வேளை நாங்க அவங்க இருந்த இடத்துல சிங்களத்துல யாரையும் திட்டல.”

சரத் சுய நினைவிழந்து மேலும் போதை தலைக்கேறும் நிலையில் இருந்தபோது நான் அவனைத் தவிர்த்துவிட்டு

எலன் குழுவினர் இருந்த இடத்துக்குப் போனேன். ரிக், செஸ் விளையாட எலனைப் பிடித்து வைத்திருந்தான். சிகாமணி புலிகளின் வீரச்செயல்கள் உள்ளடங்கிய காணொலிகளை எலனுக்கும் கொடுப்பானோ? இல்லாவிட்டால் அது சரத் போன்ற சாரதிகளுக்காகத் திட்டமிடப்பட்டுச் செய்யப்படும் பிரச்சார நடவடிக்கையோ? சிகாமணி ஒருபோதும் என்னிடம் இவ்வாறானவற்றைக் காண்பிக்க முயற்சி செய்ததில்லையே. மிகவும் அப்பாவித்தனமான வட்ட முகத்தைக் கொண்டிருந்த சிகாமணி, சிரிக்கும்போது சின்னப் பிள்ளைபோல இருப்பான். சிலவேளை சிகாமணி இங்கு தங்க வைக்கப்பட்டிருப்பது கூட இந்த வெளிநாட்டவர்களின் நடவடிக்கைகளைக் கண்காணிப்பதற்காக இருக்கலாம். எலன், நிக் போன்றவர்கள் அவ்வாறான எதையும் அறியாதவர்கள்போல இருக்கப் பழகியிருந்தார்கள். அப்படியிருக்காமல் அந்நிய தேசமொன்றில் கலவரப் பின்னணியில் வாழ்வது எளிதில்லையே. தொழில் ரீதியான தொடர்புமாத்திரம்தான் எலனுக்கு விடுதலைப் புலிகள் இயக்கத்தோடும் எம்முடனும் இருக்கிறது. மனப்பூர்வமான நட்புணர்வு இல்லை. இலங்கையில் தமது சேவைக் காலம் முடிந்ததுமே அவர்கள் போய்விடுவார்கள். எம்மைப் போன்ற வேறு சிலரை வேறு நாடுகளில் சந்திப்பார்கள். வருங்கால எதிர்பார்ப்புகளோடு எமது தேவைகளுக்காக வலிந்து பேணிச் செல்லும் மின்னஞ்சல்களுக்கு மேலதிகமாக அவர்களுடன் வேறேதும் தொடர்புகள் ஏற்படுவது எப்போதாவதுதான் நடக்கும். தொழில் என்பதைத் தாண்டித் தூய்மையான எண்ணத்தோடு பவித்திரமான சமாதான முயற்சிக்கான எண்ணத்தைக் கொண்டிருக்கும் ஒருவரைச் சந்திக்க நீண்ட காலம் காத்திருக்க வேண்டியிருக்கும்.

ரிக், எலனுடன் எத்தியோப்பியாவிலும் ஒன்றாகப் பணி புரிந்திருக்கிறார். வேறொரு வீட்டில் குடியிருந்த டயானா, எலனுடன் வியட்நாமில் ஒன்றாகப் பணி புரிந்திருக்கிறார். இவர்கள் இருவரும் ஜேம்ஸுடன் கம்போடியாவில் ஒன்றாகப் பணிபுரிந்திருக்கிறார்கள். இவ்வாறாக இவர்கள் அனைவருமே வெவ்வேறு விதங்களில் ஒருவரையொருவர் முன்பே அறிந்திருந்தார்கள். சிலவேளை இவர்கள் எமது காயங்களின் வலியை உணராமல் இருப்பதற்கு அவ்வாறான காயங்கள் பலவற்றைக் கண்டிருப்பதுவும் காரணமாக இருக்கலாம். இவர்களுக்கு எமது வரலாற்றுக் கதைகளோ, எமது பாரம்பரியங்கள் குறித்த உணர்வுகளோ, எமது ஜனநாயகம் எனப்படுவது ஒரு சிலர் ஒன்று கூடிக் கொடுக்கல் வாங்கல் நடத்தி ஒரு அரசனை நியமிப்பதற்கு மேலதிகமாக வேறேது மில்லை என்பதுவோ தெரியவில்லை.

நான் மூன்றாவது தடவையாகவும் விஸ்கியை நிரப்பிக் கொண்டேன். ஜேம்ஸ் திரைப்படமொன்றைத் திரையிடத் தயாராகி வலப்புறமிருந்த சுவரின் அருகே திரையொன்றைத் தொங்கவிட்டுக்கொண்டிருந்தார். நான் மிகுந்த தனிமையை உணரத் தொடங்கினேன். மாகரீத்தா முள்ளங்கிக் கிழங்கொன்றைப்போல உருண்டுருண்டு வந்து இரும்புக் கட்டிலின் மீது அமர்ந்துகொண்டாள். ஜேம்ஸ் அவரது அறைக்குப் போவது தெரிந்தது. நிலக்கண்ணி வெடிகளை அகற்றும் பணியில் ஈடுபடும் வெளிநாட்டவர்கள் சிலர் வந்து எம்முடன் இணைந்துகொண்டார்கள். சனிக்கிழமைகளில் எல்லோரும் திரைப்படம் பார்க்க வருவார்கள் என்றாலும் இரவுணவைப் பற்றி எவ்விதத் திட்டமிடல்களும் இருக்காது. எப்போதும் அப்படித்தான். இவர்களுக்கெல்லாம் இரவு ஒன்பதுமணிக்குப் பிறகுதான் பசியெடுக்கவே ஆரம்பிக்கும். மாரியம்மா ஐந்துமணியாகும்போது புறப்பட்டுப் போய் விடுவாரென்பதால் அதற்குமுன்பே சொல்லி வைக்காவிட்டால் சூப் கூட கிடைக்காது. தனக்குத் தேவையானவற்றைச் சமைத்துச் சாப்பிடவும் சோம்பலாக இருக்கும் என்பதால் அவர்கள் பாணையும், சீஸையும் சாப்பிடுவார்கள். இல்லாவிட்டால் பாண்டியன் ஹோட்டலிலிருந்து இறைச்சி வறுவலையோ மீன் வறுவலையோ வரவழைப்பார்கள். அவற்றோடு கிழங்குப் பொறியலும் கிடைக்கும். அவற்றின் மீது பச்சைத் தக்காளியை வெட்டிப் போட்டால் அவர்களது இரவுணவு பூர்த்தியாகிவிடும்.

சமையலறையில் யாரோ ஒரு பெண் எதையோ செய்து கொண்டிருப்பது தென்பட்டது. அவளின் முகம் தெரியவில்லை. தனது பொன் நிறக் கூந்தலை உச்சியில் முடிச்சிட்டிருந்தாள். மெல்லிய தோள்பட்டைகளைக் கொண்டிருந்த வெள்ளைச் சட்டையை அணிந்திருந்த அவளது முழங்கைக்கு மேலே இருந்த தசைகள், சுமை தூக்கும் உடற்பயிற்சியைச் செய்யும் ஆண்களின் கைகளைப் போன்று பருத்துத் தனித்துத் தெரிந்தன.

“இறைச்சி சாப்பிடுங்க. எங்க வீட்டிலருந்து கொண்டு வந்தது” என்று நான் மாகரீத்தாவிடம் கூறினேன்.

“ஓஹ் ... இவங்க நேத்து சொல்லிட்டிருந்தாங்க ... நீங்க வர்றீங்கன்னா எங்களுக்கும் ஏதாவது எடுத்துட்டு வருவீங்கன்னு.”

அப்போது சமையலறையிலிருந்த பெண்ணும் வெளியே வந்தாள். அவள் சீஸ் துண்டொன்றைச் சாப்பிட்டவாறும் வெண்ணிற வைனைப் பருகியவாறும் எமதருகில் வந்தாள்.

“சாஷா இவள் என்னோட அக்கா போலா. இவர் சாஷா. இவருக்குத் தெரியாதவங்க இந்த இலங்கையில யாருமே இல்ல.”

மாகரீத்தா என்னைக் குறித்து இப்படி நினைத்துக் கொண்டிருப்பாள் என்று அதுவரைக்கும் நான் அறிந்திருக்க வில்லை. அவள் சந்திக்க வேண்டிய அமைச்சர்கள் சிலர், பேராசிரியர்கள் இரண்டு மூன்று பேர், போரெதிர்ப்புக் குழுக்களின் தலைவர்களது பெயர்ப் பட்டியலைப் பெற்றுக் கொடுத்தல் போன்ற வேலைகளைத் தவிர அவளுக்கு நான் பெரிதாக வேறெந்த உதவிகளையும் செய்து கொடுத்ததில்லை.

போலா கையை நீட்டினாள். அவளது உள்ளங்கை மிருதுவாக இருந்தபோதிலும் பிடி பலமாக இருந்தது. விரல்கள் நீளமானவையாக இருந்தன. பிளாட்டின மோதிரமொன்றை அணிந்திருந்தாள். வலது தோளில் கறுப்பு நிறத்தில் சிறியதாகப் பச்சை குத்தியிருந்தாள். அக்காவுக்கும் தங்கைக்கும் சாம்பலும், நீலமும் கலந்த கண்களும் பொன்நிறத் தலைமயிரும் மாத்திரமே ஒற்றுமையாக இருந்தன. போலா ஒரு கதிரையில் அமர்ந்துகொண்டு கால்களிரண்டையும் தூக்கி மேலே வைத்துக்கொண்டாள். நகங்களில் வர்ணம் தீட்டியிருக்க வில்லை. அவளது நீண்ட வெண்ணிறக் காற்சட்டை உடலோடு ஒட்டியிருந்ததால் கண்காட்சியில் வைக்கப்பட்டிருக்கும் சிலையொன்றைப் போல அவள் தென்பட்டாள்.

“மாகரீத்தா சும்மா சொல்றா. நான் அந்த அளவு முக்கியமான ஆளில்லை.”

“இதெல்லாம் சாஷாவோட வீட்டிலிருந்து கொண்டு வந்தவையாம்.”

“எடுத்துச் சாப்பிடுங்க” என்று கூறித் தட்டை நீட்டினேன்.

“நன்றி. காரம் அதிகமாயிருந்தா என்னால சாப்பிட முடியாது” என்ற போலா தட்டைக் கையில் வைத்துக்கொண்டு தடுமாற்றத்தோடு பார்த்துக்கொண்டிருந்தாள்.

“இங்க எடுத்துட்டு வர்ற சாப்பாடுகளுக்கு மிளகாய் சேர்க்க மாட்டோம். மிளகும் கூட கொஞ்சமாத்தான் சேர்த்திருக்கோம். போன மாசம் எங்க வீட்டுக்கு இரவுச் சாப்பாட்டிற்கு வந்திருந்த மாகரீத்தா தேங்காய்ச் சம்பலைச் சாப்பிட்டு அவளோட முகமெல்லாம் சிவந்துபோயிருந்தது.”

“அது தேங்காயால செய்யுற ஒரு சாப்பாடு” என்று மாகரீத்தா, அக்காவிடம் அதைப் பற்றி விவரமாகச் சொல்லியவாறே சிரிக்கத் தொடங்கியிருந்தாள்.

“அப்புறம்?” என்றவாறே எலனும் உரையாடலில் கலந்து கொண்டார்.

"என்னோட முகமெல்லாம் சிவந்துபோய்க் கண்ணீர் வடியத் தொடங்கிட்டுது. பிறகு ஐஸ்கிரீமோடு இடியாப்பத்தைச் சாப்பிட்டேன்."

"உலகத்திலேயே ஐஸ்கிரீமோடு இடியாப்பத்தைச் சாப்பிட்ட முதல் ஆள் இவராகத்தான் இருக்கும்" என்று கதைப்பதற்கு வேறெதுவும் இருக்கவில்லை என்பதால் நானும் மாகரீத்தாவைக் கிண்டல் செய்யத் தொடங்கினேன். 'நீங்கள் எல்லோரும் மேலே வரும்வரைக்கும் ரொஸானா மொட்டை மாடியில் காத்துக்கொண்டிருக்கிறாள்' என்று அவர்களிடம் சொல்வதே எனது தேவையாகவிருந்தது. இருந்தாலும் இரண்டு பெண்களையும் கூட்டிக்கொண்டு நான் மேலே போவதற்கு ஆர்வம் காட்டுவது போல எலனின் முன்பு காட்டிக்கொள்வது சரியில்லையே.

நான் எழுந்து அறைக்குச் சென்று வறுத்த முந்திரி பாக்கெட்டை எடுத்துக்கொண்டு வந்தேன்.

"ரொஸானாவுக்கு முந்திரி கொஞ்சம் தாறதா சொல்லி யிருந்தேன். மேலே போகலாம் வர்றீங்களா?" என்று பொதுவாகக் கேட்பதுபோலக் கேட்டேன்.

"நாங்க இன்னும் கொஞ்ச நேரத்துல வாறோம்" என்றாள் மாகரீத்தா.

அந்த அனுமதி கிடைத்ததும் நான் மீண்டும் மேலே போனேன்.

"நான் மாகரீத்தாவையும் கூப்பிட்டேன். அவங்க இன்னும் கொஞ்ச நேரத்துல வர்றாங்களாம். நான் இந்த முந்திரியைத் தந்துட்டுப் போக வந்தேன்."

"நன்றி. நான் நட்சத்திரங்களைப் படிக்க முயற்சி பண்ணிட்டிருக்கேன்."

இதையே எனது மனம்கவர்ந்த இலங்கைப் பெண்ணொருத்தி கூறியிருப்பாளானால் 'கண்ணாடியருகே போய் உனது முகத்தைப் பார். அப்போது நட்சத்திரங்கள் இரண்டின் பிரகாசம் உனக்குத் தென்படும்' என்றுதான் பதிலளித்திருப்பேன்.

"நானும் நட்சத்திரங்களைப் படிக்க வேணும்" என்று கூறியவாறே நான் மொட்டை மாடியின் மறுமூலைக்குப் போனேன். அவ்வேளையில் என்னுள்ளே ஏதோ கோபம் உருவாகத் தொடங்கியிருந்தது.

“நான் உன்னோட காசுக்கு அடிமையாகிடுவேன்னு நீ நினைச்சிட்டிருக்கேன்னா அது தப்பு. என்னால பொண்ணுங்க எத்தனை பேரை வேணும்னாலும் இலகுவா வளைச்சுப் போட்டுடலாம். இப்பவும் பொண்ணுங்க மேல இருக்குற என்னோட பலவீனத்தைத் தெரிஞ்சுக்கிட்டும் என்னோடு படுக்கைக்கு வர விரும்புறவங்க நிறையப் பேர் இருக்காங்க. எனக்குப் பொண்ணுங்களும் வேணாம். இவை எதுவுமே வேணாம். நானும் சாமானியன் ஒருத்தனா ஆகத்தான் விரும்புறேன். என்னோட மனைவி என்னைப் பற்றி நம்பிக் கொண்டிருக்குற விதமா, அப்படிப்பட்ட நல்லவன் ஒருவனா இருக்கத்தான் விரும்புறேன். ஆனாலும் இந்தக் காலத்துல ஒரு குக்கிராமத்திலிருக்குற ஏழை விவசாயிக்குக்கூட ஒரு சாமானிய வாழ்க்கையில்லையே. இந்த நாட்டோட ஜனாதிபதிகூட ஒரு சந்தோஷமான சிறைக் கைதிதான். அப்படியிருக்கும்போது வேசியின் மக்களே, நான் எப்படி சாமானியனாக இருப்பேன்? இந்த மொட்டை மாடியில, ஒரு பொண்ணு தனியாக இருக்குறதப் பற்றிக் கவலையே படாம என் பாட்டில இருக்க என்னால் முடியாமலிருக்கு. நானுங் கூட இந்தக் கட்டமைப்புக்குள்ள சிறைப்பட்டிருக்குற ஒரு நாய் என்பதுதான் அதுக்குக் காரணமா? நான் கேட்பது அவ்வளவுதான் வேசியின் மக்களே... மன்னிக்கணும். வேசிக்குப் பிள்ளைகள் இருப்பாங்கன்னா அதுங்களுக்குத் தந்தைகளாக ஆம்பளை வேசிகளும் இருப்பாங்கதானே. ஆனாலும் என்ன? வேசிக்கு ஆண்பால் சொல் இல்லை. இல்லை என்பதற்காக அந்த வேலையைச் செய்யாதவங்க இல்லையா என்ன? பாராளுமன்றத்துல இருக்குற தவளைகள் பலரும் அதைத்தானே செய்துகொண்டிருக்காங்க என்றுதான் நான் கேட்கிறேன்.”

நான் எனக்கே தெரியாமல் சத்தமாகக் கதைத்துக் கொண்டிருந்தேன். அவை ஆகாயத்திலிருந்த நட்சத்திரங்களுக்கு அல்லாமல் ரொஸானாவின் காதில் விழ வேண்டும் என்று சொன்னவையாக இருக்க வாய்ப்பில்லை.

“நீங்க தமிழ்லயா நட்சத்திரங்களப் பற்றிச் சொல்லிட்டிருக்கீங்க?” என்று கேட்டவாறே ரொஸானா எழுந்து அருகில் வந்தாள்.

ரொஸானாவிடமிருந்து எழுந்த மெல்லிய நறுமணத்தை என்னைச் சூழவும் பரப்பியவாறு மொட்டை மாடியைக் கடந்து வேப்பமரத் தென்றல் தாலாட்டிக் கொண்டிருந்தது. அது தமிழல்ல, சிங்களம் என்று சொல்ல எனக்குத் தோன்றவில்லை. கிளிநொச்சியில் வைத்து வெள்ளைக்காரி ஒருத்திக்கு

தமிழுக்கும் சிங்களத்துக்கும் இடையிலிருக்கும் வித்தியாசத்தை விளங்கப்படுத்த முயற்சி செய்வது வீண்தானே. நான் வாங்க, போங்க, சாப்பிடுங்க, தண்ணி, வேணும், உட்காருங்க போன்ற ஒரு சில தமிழ்ச் சொற்களை அறிந்திருந்தேன். அவற்றுக்கு மேலதிகமாக தமிழைக் கற்றுக்கொள்ள முடியாமல் போயிருந்த போதிலும், சில சந்தர்ப்பங்களில் காகிதத்தைப் பார்த்தவாறு தமிழில் நான் உரையாற்றுவதை ரொஸானா கண்டிருக்கிறாள். அவ்வாறான நேரங்களில் உரையிலிருக்கும் தொடக்க வாக்கியங்கள் இரண்டையும், கடைசி வாக்கியங்கள் இரண்டையும் மனப்பாடம் செய்துகொள்வதைத்தான் எப்போதும் நான் செய்வேன். நடுப்பகுதியிலிருப்பதைக் கூறும்போது அவ்வப்போது கூட்டத்தைப் பார்த்து அபிநயம் பிடித்தால் சரி. அந்த வழிமுறை மிகவும் வெற்றிகரமாக அமைந்திருந்தது. நான் தமிழை முழுவதுமாக அறிந்திராத ஒருவன் என்பதை கொச்சைத் தமிழைப்போலவே சிங்களத்தையும் கதைக்கக் கூடிய ஜேம்ஸ் மாத்திரமே அறிவார்.

“உங்களுக்குத் தமிழ் தெரியுமா ரொஸானா?”

“இங்க தொடர்ந்து இருப்பேன்னா தமிழையும் கத்துக்கிட்டிருப்பேன். அடுத்த வருஷம் அல்ஜீரியாவுக்குப் போக இருக்கேன். திரும்ப எப்ப ஸ்ரீலங்காவுக்கு வருவேனோ தெரியாதுதானே.”

“நான் உங்களுக்குச் சிங்களம் கொஞ்சம் சொல்லித் தரட்டுமா? அல்ஜீரியாவுக்குப் போனா யாரையாவது திட்டுறதுக்கு உபயோகமாகும்.”

“உங்களுக்கு இன்னிக்குப் போதை அதிகமாயிடுச்சுன்னு நினைக்கிறேன். இன்னும் நேரமாறதுக்கு முன்னாடி சாப்பிடப் போங்க. மற்ற நாட்கள்ல நீங்க நேரத்தோடு போயிடுவீங்க, இல்லையா?”

“பைத்தியமா? நானெல்லாம் மூணு கிளாஸுக்கே மட்டையாகுற ஒருத்தனில்ல. இப்ப நான் அல்ஜீரியாவுக்குப் போயிருந்தா என்னோட மனக் கவலையைச் சத்தமா நிலாவிடமோ நட்சத்திரங்களிடமோ சொல்ல சிங்களத்தைத்தான் தேர்ந்தெடுப்பேன். அல்ஜீரியாவிலுள்ள ஆட்களுக்குச் சிங்களம் தெரியலன்னாலும் நிலாவுக்கும் நட்சத்திரங்களுக்கும் சிங்களம் தெரியும். அதேபோல கொழும்புல வச்சு யாரையாவது திட்டணும்னா சிங்களத்திலோ தமிழிலோ திட்டுறதைவிட அல்ஜீரிய பாஷையில் திட்டுறதுதான் நல்லது.”

“அல்ஜீரியாவிலுள்ள ஜனங்கள் அரபும் ஃப்ரஞ்ச்சும்தான் கதைப்பாங்க” என்று மென்மையாகக் கூறிச் சிரித்தாள் ரொஸானா.

“ஐயையோ, அப்போ அதுவும் முடியாது. ஸ்ரீலங்காவுல அரபு தெரிஞ்ச ஆட்கள் மட்டுமில்ல, தந்தைமார் இல்லாத அரபிப் பிள்ளைகளும் இருக்காங்க. வெறும் ஆடம்பரத்துக்காக ஃப்ரஞ்ச் கத்துக்குறவங்களும் இருக்காங்க. என்னோட மாமியாரும் ஒரு காலத்துல ஃப்ரஞ்ச் கத்துக்கிட்டா. நானொரு உதவாக்கரைன்னுதான் அவ நினைச்சிட்டிருக்கா.”

“அப்போ நீங்க அப்படியில்லையா?” என்று ரொஸானா பெருஞ்சிரிப்போடு கேட்டாள்.

அந்தப் பெருஞ்சிரிப்பு எனக்குத் தென்படவில்லை என்றாலும் அதை உணர்ந்தேன். எனக்குள்ளே நேராக நின்று கொள்ளப் பாடுபட்டுக் கொண்டிருந்த அரக்கன் அந்தத் தடவை இலகுவாக எழுந்து நின்றான். அவ்வாறான நேரங்களில் எனது மூளையில் மின்சாரம் தாக்குவதைப் போல உணர்வேன். பிறகு அனைத்தும் மறுபுறமாகச் சுழலத் தொடங்கும். இவ்வாறு கேட்குமாறு மனோரம்யாதான் இந்த வெள்ளைக்காரி நாய்க்குக் கற்றுக் கொடுத்திருப்பாள். அதனால்தான் இவளும் எதுவுமே தெரியாதவள்போல அங்குலிமாலாவின் கதையைக் கேட்டவாறு மனோரம்யாவின் பெயரிருந்த பத்திரிகைத் தாளை என்னிடம் காட்டியிருக்கிறாள். இந்தப் பெண்களெல்லாரும் முன்பே எங்கேயாவது சந்தித்துத் தம்மை அறிமுகப்படுத்திக் கொண்டிருக்கக் கூடும், இல்லையா? வெளியே மிகவும் சாந்தசொரூபியாக இருப்பதாக என்னைக் காண்பித்துக் கொண்ட போதிலும் சாத்தானும் காமனும் அரக்கனும் எனது தேகத்தை ஒன்றாகத்தான் ஆக்கிரமித்துக் கொள்கிறார்கள் என்பதை அனுபவத்தின் மூலமாக நான் அறிந்திருந்தேன். அவ்வாறான சந்தர்ப்பத்தில் மௌனமாக இருப்பதே மிகவும் சிறந்தது. வர்ணாசியென்றால் நான் அமைதியாக இருக்கும் சந்தர்ப்பங்களில் கேள்வி கேட்பதோ தொந்தரவு செய்வதோ இல்லை. ஆகவே நான் சரத்தையோ, வேறு யாரையேனுமோ கோபத்தோடு திட்டும்போதுதான் அவள் எனது கோபத்தைக் காண்பாள். நான் அமைதியாகி, நகைச்சுவையான வேடிக்கைக் கதைகளைக் கூறும் நிலைமைக்கு வந்த பிறகு, “அப்படி கோபப்படக் கூடாது செல்லமே” என்று எடுத்துக் கூறுவாள்.

‘அப்படி நடந்துகொள்ள நானும் விரும்பலதான். என்றாலும், அப்படி நடந்து கொள்றதை என்னால நிறுத்த முடியல. உனக்குத் தெரியாத, உன்னை விடுவோம். மரத்திடமோ,

மலையிடமோகூட எடுத்துச் சொல்ல முடியாத பல விஷயங்கள் என்னோட நெஞ்சுக்குள்ள சிறைப்பட்டிருக்கு. என்னோட ரத்தம் கெட்டுப் போயிருக்கு. இப்படிப்பட்ட நிலைமையிலும் வாழ்க்கைல ரொம்பக் கஷ்டப்பட்டுத்தான் நான் இந்தளவு வெற்றிகரமான ஒருத்தனா ஆகியிருக்கேன். அந்தக் கஷ்டங்களை எனக்குள்ள இருந்து வெளியேற்றணும்ங்குற கவலையைத்தான் நான் அழிச்சுப் போட்டிருக்கேன். அதுக்குப் பதிலா எனக்கே தெரியாமல்தான் பெரியதொரு கோபம் என்கிட்ட இருந்து வெளிப்பட்டுடுது. அந்தக் கோபமும் இல்லாம என்னால வாழ முடியாது' என்பது போன்ற நீண்ட பதில் எனது மனதில் அப்போது தோன்றினாலும் நான் அவற்றை வெளியே கூறமாட்டேன்.

"கோபப்படாம என்னால இருக்க முடியாது" என்று மாத்திரம் அவளிடம் கூறுவேன். மனதில் கோபம் எழுந்தால் அமைதியாக இருக்குமாறும் அவள்தான் கற்றுக்கொடுத்தாள்.

மாகரீத்தா மேலே வந்தாள்.

"நான் சாப்பிடப் போறேன்" என்று கூறியவாறே நான் கீழே இறங்கினேன். மண்டைக்குள் விஷப் புகையைச் செலுத்தியது போன்ற நேரங்களில் பெண்கள் மத்தியில் இருப்பது நல்லதல்ல. மோசமான எதையாவது நான் உளறிவிடக் கூடும். இலங்கைப் பெண்கள் போன்றவர்களல்ல வெள்ளைக்காரிகள். மிகவும் பயங்கரமானவர்கள். அசிங்கமாகப் பேசினான் என்று முறைப்பாடு செய்ய இடமிருக்கிறது.

"சரத்... சரத்... நாங்க போகலாம்" என்று படிக்கட்டில் இறங்கியவாறே சரத்தைக் கூப்பிட்டேன்.

அப்போதுதான் அது நடந்தது. நாங்கள் புறப்படத் தயாரான போது அருகில் போலா ஓடி வந்தாள்.

"ஒரு நிமிஷம் இருங்க. நானும் வாறேன்."

அவளை விட்டுவிட்டுப் போகவா முடியும்? பண்டைய காலத்தில் கிராமத்திலிருந்த பெண்கள் வீட்டில் அணிந்துகொள்ளும் மார்புக் கச்சை போன்ற ஒன்றை அணிந்திருந்த அவள் அதற்கும் மேலால் மஞ்சள் நிறப் பூக்கள் நிறைந்த மேற்சட்டையொன்றை ஒரு நிமிடத்துக்குள் அணிந்து கொண்டாள். அதன் பொத்தான்கள் போடப்பட்டிருக்க வில்லை. கிளிநொச்சியில் இவ்விதமாக உடலை மூடிக்கொள்ள வேண்டும் என்று மாகரீத்தா உபதேசித்திருக்கக் கூடும்.

"இவங்களுக்கெல்லாம் சாப்பாடு வாங்கிக் கொடுக்குறதுல ஒரு பயனுமில்ல. ஏர்போர்ட்டுக்குப் போறதுக்கு முன்னாடியே

இவங்களுக்கெல்லாம் எங்களோட பெயர்களே மறந்து போயிருக்கும்" என்று நான் சரத்திடம் சிங்களத்தில் கூறினேன்.

"அதுவும் சரிதான் சார். ஆனாலும், அப்பப்ப பீச் போய்ஸ்களைத் தங்களோட நாட்டுக்குக் கூட்டிட்டுப் போற வெள்ளைக்காரங்களும் இருக்காங்க" என்ற சரத்தின் பதிலைக் கேட்டு, அதில் கோபப்பட எதுவுமில்லை என்றபோதிலும் எனது உடல் கோபத்தால் நடுங்கத் தொடங்கியது. யாரையாவது திட்டும் முன்பு ஒன்றிலிருந்து நூறு வரை மனதுக்குள் எண்ணுமாறு வர்ணாசி கூறியிருக்கிறாள். நான் சத்தமாகத் தமிழில் எண்ணத் தொடங்கினேன்.

"என்ன சொல்லிட்டிருக்கீங்க?" என்ற போலாவின் கேள்விக்குப் பதில் சொல்லாமல் நான் தொடர்ந்தும் எண்ணிக் கொண்டேயிருந்தேன்.

"சார் தமிழ்ல எண்ணுறதுக்குக் கத்துக்கிட்டிருக்கார்" என்று சரத் ஆங்கிலத்தில் பதிலளித்தான்.

"நான் கவிதை சொல்றேன்னு சொல்லியிருக்கலாமே... மூடக் கழுதை."

"அப்படீன்னா... அப்படிச் சொல்லட்டுமா சார்?"

நான் பதிலளிக்கவில்லை. சரத் சட்டென்று அமைதியாகி விட்டிருந்தான்.

தெரு அமைதியாக இருந்தது, ஊரடங்குச் சட்டம் பிறப்பித் திருந்ததால் அல்ல. கிளிநொச்சி ஜனங்கள் நீண்ட காலமாக ஏ நைன் பாதையில் பரவியிருந்த இரவின் அந்தகாரத்துக்குப் பழகிப் போயிருந்தார்கள். எப்போதாவது சமாதானத்தோடு மின்சார வெளிச்சமும் வந்துவிட்டால் ஜனங்கள், கண்காட்சி களுக்குப் போவதுபோல இரவுகளில் மின்விளக்குகளைப் பார்த்து ரசிக்க வரக் கூடும். இருண்ட இரவுகளிலேயே பிறந்து வளர்ந்து ஒருபோதும் வவுனியாவுக்காவது போயிராத பிள்ளைகளுக்கு அது மிகவும் வியப்புக்குரிய விடயமாக இருக்கும். கொழும்புப் பிள்ளையொன்று டிஸ்னிலேண்டுக்குப் போனதுபோல, கிளிநொச்சிப் பிள்ளையொன்று கடைகளில் நியோன் வெளிச்சங்களைக் கண்டால் வியந்து போகும். சுனாமி காலத்தில் எமது அமைப்பினால் நிர்மாணிக்கப்பட்ட முகாம்களில் ஜெனரேட்டர் கொண்டு மின்விளக்குகளை எரியச்செய்ததும் பிள்ளைகள் அவற்றை ஆச்சரியத்தோடு பார்த்துக்கொண்டிருந்தார்கள் என்று எலன் கூறியிருக்கிறார். பாண்டியன் ஹோட்டலென்றால் கொழும்பிலுள்ள சைவ

ஹோட்டலொன்றைப் போல ஜெனரேட்டரால் பிரகாசித்துக் கொண்டிருந்தது. போலா உள்ளே நுழையும்போதே அங்கிருந்த கண்ணாடிப் பெட்டிகளுக்குள்ளிருந்த பல வர்ணங்களிலான அல்வாக்கள், இந்திய இனிப்புகள், ஜிலேபிகள் போன்றவற்றைக் கண்டு அவற்றைப் பார்வையிட அங்கேயே நின்று விட்டிருந்தாள்.

“சாப்பிட்டு முடிச்சுட்டு அதையெல்லாம் பாருங்க. இப்ப சீக்கிரமா சாப்பாடு வாங்கலைன்னா, சாப்பாடு முடிஞ்சிடும்.”

அந்தச் சமயத்திலும் எனது மனதுக்குள் ஏதோ கோபம் இருந்தபோதிலும் எனது குரலானது குழந்தைகளுக்கான சவர்க்கார விளம்பரமொன்றுக்குக் குரல் கொடுப்பது போன்ற மென்மையான தொனிக்கு மாறியிருந்தது. பெண்கள் இந்தக் கொஞ்சலைத்தான் விரும்புவார்கள். என்றாலும் ரொஸானா ‘என்னதிது? ஏதாவது நாடகத்துல ஜூலியட்டா நடிக்கிறீங்களோ?’ என்று ஒரு தடவை கேட்டிருந்தாள். வெள்ளைக்காரப் பெட்டை நாய்கள். ‘ரோமியோவா நடிக்கிறீங்களா?’ என்று கேட்டிருந்தாலும் சரியென்று சொல்லலாம். ஆனால் ஜூலியட்?

மேரிமாதா போல இருந்துகொண்டு இப்படிப் பேசும் ஒருத்தியை நான் ஏன் விரும்புகிறேன் என்று எனக்கே தெரிய வில்லை. ரொஸானா, நீ அல்ஜீரியாவுக்குப் போவதற்கு முன்பு உன்னுடைய ரோமியோவாக நடித்துக் காட்டுறேனா இல்லையா பார். பிறகு, ‘எனக்கு உன்னை நினைவு வந்து கொண்டேயிருக்கிறது. நீ இருக்கும் இடத்துக்கு என்னையும் அழைத்துக்கொள்ளேன்’ என்று அவள் போனதுக்குப் பிறகு பயமேயில்லாமல் மின்னஞ்சலைத் தட்டிவிடலாம்.

நான் போலாவின் கையைப் பிடித்து இழுத்துக்கொண்டு வந்து ஒரு கதிரையில் அமரச் செய்தேன். சரத் தனியாக ஒரு மேசையருகே உட்கார்ந்துகொண்டான். போலாவுக்கு உணவுப் பட்டியலை வாசிக்க இடமளித்த நான் கை கழுவி வரச் சென்றேன். பெரியதொரு பேப்பர் தோசையை எடுத்துக் கொண்டு வந்த சார்ள்ஸ் என்னைக் கண்டதும் புன்னகைத்தார். அவர் 2004ஆம் ஆண்டிலிருந்து பாண்டியனில் பணிபுரிந்து வருகிறார். செயற்கைக் காலைப் பொருத்தியிருந்த போதிலும், உணவுத் தட்டுகளை ஏந்தியவாறு விரைவாக அங்குமிங்கும் நடந்து போய் வருவார்.

நீண்ட பாவாடையொன்றும் சட்டையொன்றும் அணிந்திருந்த நடுத்தர வயதைச் சேர்ந்த பெண்மணியொருவர் கிட்டத்தட்ட பத்துப் பேர் கொண்ட ஒரு குடும்பத்தினர்

உணவருந்துவதை வீடியோவில் படம் பிடித்துக்கொண்டிருந்தார். அவர்களது ஆடைகளும் பழக்கவழக்கங்களும் குட்டையாக வெட்டப்பட்டிருந்த கூந்தலும் அவர்கள் வெளிநாடொன்றில் வசிப்பவர்கள் என்பதைக் காட்டிக் கொடுத்தது. கிளிநொச்சியிலிருக்கும் ஒரு குடும்பம் இவ்வளவு உணவுகளைச் சாப்பிடப் பாண்டியனுக்கு வருவது இவ்வாறு பணக்கார உறவினர்கள் வெளிநாட்டிலிருந்து வந்திருக்கும் சமயங்களிலாக இருக்கும். தாம் விவசாயம் பார்த்து வந்த வயல்வெளிகளிலும் கூட நிலக்கண்ணி வெடிகள் இருக்கின்றன என்பதனால் அநேகமானவர்கள் கனடாவிலிருந்தும் ஐரோப்பாவிலிருந்தும் அமெரிக்காவிலிருந்தும் இங்கிலாந்திலிருந்தும் அவுஸ்திரேலியாவிலிருந்தும் வரும் டொலர்களில்தான் வாழ்ந்துகொண்டிருந்தார்கள். என்றாலும், அவர்கள் அப்பணத்தை மிகவும் சிக்கனமாகத்தான் செலவழித்தார்கள். போருக்கு மத்தியிலும் தங்க நகைகளைச் செய்துகொள்வதை அவர்கள் நிறுத்தவில்லை. அந்த ஆபரணங்கள் அணிவதற்காக அல்லாமல் ஒரு சேமிப்பாகக் கூட இருக்கலாம்.

அங்குத் தனித்தனியாகவும் குழுக்களாகவும் உணவருந்திக் கொண்டிருந்த ஆண்கள் பலர் இருந்தார்கள். பெரும்பாலானோர் வெண்ணிற ஆடை அணிந்திருந்தார்கள். அவர்கள் கிளிநொச்சிவாசிகளா அல்லது வேறெங்கிருந்தாவது வந்தவர்களா என்ற தீர்மானத்துக்கு வர என்னால் முடியாமலிருந்தது.

"என்ன சாப்பிடுறதுன்னு தேர்ந்தெடுக்க எனக்குத் தெரியல. ரொம்ப காரமில்லாத ஒண்ணைத் தேர்ந்தெடுத்துக் கொடுங்க" என்று கூறியவாறே போலா மற்றவர்களுக்கு என்ன சாப்பாடு வருகிறது என்பதை அறிந்துகொள்ள சுற்றி வரப் பார்த்தாள்.

"நாங்க புட்டு சாப்பிடுவோம். உங்களுக்குப் பால் மீன் கறி பொருத்தமா இருக்கும். எனக்குக் காரமாச் சமைச்ச மீன் கறியும் தேங்காய்ப் பாலும் போதும்."

"அதோ அங்க சரத்துக்கு என்ன கொடுத்திருக்காங்க?"

"அதுக்குப் பேருதான் இடியப்பம். உங்களுக்கு ஆசையா இருக்குன்னா அதையும் கொண்டு வரச் சொல்றேன். ஆனா இங்க ஒரு இடியப்பம் கொழும்பு இடியப்பத்தைவிட அஞ்சு மடங்கு பெரிசாவும் கனமாவும் இருக்கு. அதனால உங்களுக்கு ரெண்டு இடியப்பம் சாப்பிட்டாலே புட்டு சாப்பிட முடியாமப் போயிடும்."

நான் போலாவிடம் புட்டு தயாரிக்கும் முறையை விவரிக்கத் தொடங்கினேன். எனது மனைவி மிகவும் சுவையாக குரக்கன் புட்டு தயாரித்து எனக்கு ஊட்டி விடுவதையெல்லாம் அவளிடம் சொல்லத் தோன்றவில்லை. அந்த நேரத்தில்

வர்ணாசியும் மனோரம்யாவும் கூட இரவுணவாகப் புட்டைச் சாப்பிட்டுக்கொண்டிருக்கக் கூடும். மனோரம்யாவுக்கும் குரக்கன் புட்டும் அரிசி மா புட்டும் மிகவும் பிடிக்கும். நான் வீட்டிலில்லாத நாட்களிலென்றால் அவளும் கூட எனது வீட்டில் சாப்பிடக் கூடும்.

நான் போலாவுக்குச் சமையல் பாடத்தைக் கற்றுக் கொடுத்த வேளையில்தான் கிளிநொச்சியின் ஒரு இரவுக்குத் துணையாக போலாகூட பரவாயில்லை என்று தோன்றியது. என்றாலும் அதைச் செயற்படுத்த முட்டாள்போல அவசரப் படும் அளவுக்கு எனக்குப் பித்துப் பிடித்திருக்கவில்லை.

"இந்தப் போர் தொடங்குறதுக்கு முன்னாடி இங்க சிங்களவர்கள் இருந்தாங்களா?"

"ஏனில்லாமல்? முன்பொரு காலத்துல யாழ்ப்பாணத்தி லிருந்த நிறைய பேக்கரிகள் சிங்களவர்களுக்குத்தான் சொந்தமாக இருந்துச்சு. தமிழர்களுக்கு ஸ்ரீலங்காவுல எந்த இடத்திலயும் வசிக்க முடியும் என்பதுபோல சிங்களவர்களுக்கும் இங்க வசிக்க முடியுமாக இருந்திருக்கணும்."

"தமிழர்களுக்குத்தான் கொழும்பிலும் நிறையப் பிரச்சினைகள் இருக்கே?"

"ஐயோ போலா... நாங்க இப்படி சாப்பிடுற நேரத்துல இந்த மாதிரிக் கதைகளைக் கதைக்காம அல்வா, தேங்காய்ப் பால் சொதி போன்ற எதைப் பற்றியாவது கதைப்போம். இல்லேன்னா உங்க நாடு பற்றி, உங்க வீடு பற்றிக் கதைப்போம். அதுவுமில்லன்னா ரோஜாப்பூ பற்றி, கவிதை பற்றி, சாக்லெட் கேக் பற்றி, போர்டோ – பர்கன்டி ஷெம்பேன் பற்றிக் கதைப்போம்."

நான் அவளது விழிகளை நேராகப் பார்த்துப் புன்னகை செய்தேன். அது காமப் பிசாசின் புன்னகையேயன்றி வர்ணாசி யின் கணவனான உத்தம புருஷனுக்குப் பொருத்தமான புன்னகையல்ல. இவ்வாறு எவ்விதப் பொறுப்புகளும் பந்தங்களும் இல்லாமல் தனிமையை அகற்றத் துணையாக யாராவது தேவைப்படும் தொலைதூரப் பிரதேசமொன்றில் இருக்கும்போது அந்த உணர்வு அதிகரிக்கிறது. கிளிநொச்சியும் கூட தொலைதூரப் பிரதேசம்தான்.

"உங்களுக்கு அழகாகக் கதைக்கத் தெரிஞ்சிருக்கு. இருந்தாலும் இங்கிருக்குற வெய்ட்டர்கள் எல்லோருமே செயற்கைக் கால்களோடு நடமாடுறதைக் காணும்போது பாண்டியன் ஹோட்டல், கொழும்பு ஹில்டன்போல ஆகுறதுக்கு இன்னும் நிறையக் காலமெடுக்கும்னு தோணுது."

எவ்விதமான ஆழமான கலந்துரையாடல்களிலும் ஈடுபடவோ, எனது அறிவை வெளிப்படுத்தும் தேவையோ எனக்கு அப்போது இருக்கவில்லை.

"அதை விரைவுபடுத்தவோ தாமதிக்கச் செய்யவோ உங்களாலோ என்னாலோ முடியாது போலா. நீங்க ப்ரஸல்ல என்ன செஞ்சுட்டிருந்தீங்கன்னு சொல்லுங்க. உங்க வாழ்க்கையில ரொம்ப சந்தோஷமான இரவுணவு பற்றிச் சொல்லுங்க. நான் இன்னிக்கு நாள் முழுக்க டீ.ஆர்.ஓ ஆட்களோடும், எலன்களோடும் கதைச்சுக் கதைச்சே களைச்சுப் போயிருக்கிறேன்."

"நான் இருக்குறது ப்ரஸல்ல இல்ல. எனக்குப் பத்தொன்பது வயசாகும்போதே நான் பாரிஸுக்குப் போயிட்டேன். ஹோட்டலொண்ணுல தட்டுகளைக் கழுவினேன். இரவுகள்ல தியேட்டர் ஒண்ணுல டிக்கட்களை விற்றேன். ஞாயிற்றுக் கிழமைகள்ல,ஹோட்டல்கள்ல பாட்டுப்பாடும் குழுவொண்ணுல சேர்ந்துக்கிட்டேன். இதையெல்லாம் செஞ்சுக்கிட்டு படிக்கவும் முயற்சி செஞ்சேன். அப்புறம், இருபத்து நாலு வயசானப்ப பின்லாந்துக்குப் போயிட்டேன். அங்கிருந்த ஒரு குக்கிராமத்துல, ஒரு சின்னப் பள்ளிக்கூடத்துல ஃப்ரஞ்ச் கத்துக் கொடுத்தேன். இப்ப சவூதியில ஃப்ரஞ்ச் கத்துக் கொடுத்திட்டிருக்கேன். கடந்த அஞ்சு வருஷமா சவூதியிலதான் இருக்கேன். என்னைப் பற்றி இவ்வளவு போதும்தானே?"

"உங்களைக் கண்டதும் ஒரு டீச்சர்னு எனக்குச் சும்மா கூடத் தோணல."

"இன்னும் கொஞ்ச காலம் அங்கேயே இருந்தா நான் பாலைவனத்துல கள்ளிச் செடிபோல ஆகிடுவேன். ஸ்ரீலங்காவுல ஏதாவது வேலை கிடைச்சா அடுத்த வருஷம் இங்கேயே இருந்துடலாம். இங்கேயே ஏதாவது வேலை தேடித் தரச் சொல்லி நான் எலன்கிட்டயும் சொல்லியிருக்கேன்."

போலாவால் வேலையொன்றைத் தேடிக்கொள்வது அந்த அளவு சிரமமில்லை என்பதை அறிந்திருந்தும், நான் கொழும்புக்குப்போன பிறகு அதற்காக எவ்விதமான முயற்சியையும் எடுக்க மாட்டேன் என்பதில் நம்பிக்கை இருந்த போதும் அதன் வழியாக எனது காமப் பிசாசுக்கு ஒரு வழி கிடைத்திருந்தது.

"உங்க சீ. வியைத் தாங்க."

"நிஜமாவா? எனக்கு வேலையொண்ணு தேடித் தர உங்களால முடியுமா?"

அவளது விழிகள் பிரகாசிக்கத் தொடங்கின.

"முயற்சி செஞ்சு பார்க்கிறேன்."

"உங்களால முடியுமா இருக்கும்னு மாகரீத்தாவும் சொல்லியிருக்கிறாள்."

அந்த இரவுணவுக்கான வருகை அதற்கான உபாயமாக இருக்குமோ? இருந்தாலும் வெள்ளைக்காரிகள் இப்படிப்பட்ட உபாயங்களைப் பயன்படுத்துவதில்லை. நேரடியாகவே எதையும் கேட்டு விடுவார்கள். நான் எவ்வளவுதான் கோபத்தோடு இருந்தாலும் எனது மாமியாரும் கூட அப்படித்தான் இருப்பாள். யாரிடமும் போலியாகப் பேசிப் பயனைப் பெற்றுக்கொள்ள அவள் முயற்சி செய்வதில்லை. அது அவளது முட்டாள்தனம் என்றுதான் கருதுகிறேன். அதுதான் நேர்மை மனோபாவம் என்று அவள் கருதிக்கொண்டிருப்பாள். கிளிநொச்சியில் பெண்ணொருத்தியுடன் இரவுணவை அருந்தும் வேளையில், மேசைக்குக் கீழால் இரண்டு தடவைகள் எனது கால் தவறுதலாக அவளது காலைத் தொட்ட சமயத்திலும் கூட மனோரம்யா நினைவு வருவது எவ்வளவு துரதிஷ்டவசமானது. அந்த நினைவு என்னைக் கோபமூட்டும். எனக்குள் பதற்றத்தை ஏற்படுத்தும். இவையனைத்துக்கும் ஆழத்தில் எனக்கு அந்தப் பெண்மணி மீது கொஞ்சம் கருணையும் இல்லாமலில்லை. இந்தக் கோபப் பதற்றம் எனது தேகத்தைத் தழுவிக்கொண்டு, விலகி, மீண்டும் தழுவிக்கொள்ளும் சர்ப்பமொன்றைப் போன்றது. என்றாலும் அதையெல்லாம் யோசித்துக்கொண்டிருக்காமல் வாழ்க்கையை அனுபவிக்க வேண்டும். அனைத்து வாய்ப்புகளையும் வசப்படுத்திக்கொள்ள வேண்டும்.

"மாகரீத்தாவுக்கு நான் சின்னச் சின்ன உதவிகளைச் செஞ்சு கொடுத்திருக்குறதால அவர் இந்தளவுக்கு என்னைப் பற்றிப் பெருசா நினைச்சுட்டிருப்பார். நான் ஒரு சாதாரண மனுஷன்."

"உங்க திறமைகளைக் குறைவா மதிப்பிட வேணாம்" என்று போலா கூறிய வேளையில் அவளது விழிகளில் வேடிக்கை உணர்வு வெளிப்படுவதுபோலத் தோன்றியது.

"அப்படிச் சொல்லாதீங்க. பிறகு எனக்கு என்னோட திறமையைக் காட்டணும்னு தோணி, கிறுக்குப் பிடிச்சவன் போல இந்த மேசை மேல ஏறி நின்னு பாட்டு பாடிடப் போறேன்."

"உங்களுக்குப் பாடவும் தெரியுமா?"

"நான் பாடுறதெல்லாம் காதல் பாடல்களும் காதல் பிரிவுப் பாடல்களும் மட்டும்தான். கிளிநொச்சியிலன்னா பாடியதேயில்ல."

“அப்படீன்னா இன்னிக்குக் காதல் பிரிவுப் பாடலொண்ணு பாடுங்க. எலனுக்கும் அழகாகப் பாடத் தெரியும்னு மாகரீத்தா சொல்லியிருக்கிறாள்.”

இவளும் இலேசுப்பட்டவளில்லை போலத் தெரிகிறது. காதல் பாடலொன்று பாடுங்கள் என்று சொல்லவில்லையே.

“இன்னிக்கு எலன் பாட்டுப் பாட மாட்டார். அவங்க படம் பார்த்துட்டிருப்பாங்க. இப்ப இன்னும் ஆட்கள் வந்திருப்பாங்க.”

“நாங்க மொட்டை மாடிக்குப் போய்ப் பாட்டு பாடுவோம். ரொஸானாவும் வருவாள்.”

நான் சிரித்தேன். அவளும் சிரித்தாள். அதன் பிறகு நாங்கள் ஒருவரோடொருவர் கதைத்துக்கொள்ளத் தொடங்கியது கூட பாடல் பாடுவது போலத்தான் இருந்தது.

“பாண்டியன் ஸ்பெஷல் ஐஸ்கிரீம்ல இனிப்பு அதிகம்” என்றேன்.

“இனிப்பு அதிகமானவையெல்லாம் சீக்கிரமே அலுத்துப் போயிடும்” என்றாள்.

“அப்போ நாங்க ஃப்ருட் சாலட் சாப்பிடுவோமா?” என்று கேட்டு விழிகளை விரித்து அவளையே பார்த்துக் கொண்டிருந்தேன்.

“சரி... தடையேதுமில்லை” என்று கூறிச் சிரித்தாள்.

நாங்கள் பழக்கலவையை வரவழைத்தோம். அவற்றில் நிறைய ஆப்பிள் இட்டிருந்தார்கள்.

“கொழும்புல கூட இவ்வளவு ஆப்பிள் போட மாட்டாங்க. இவங்க இந்தியாவுலருந்து மலிவான விலைக்கு ஆப்பிள் வாங்கி களவா இங்க கொண்டு வராங்க போல. மெனுவுல இதை ‘தடை செய்யப்பட்ட ஸ்பெஷல் பழங்களாலான பழக்கலவை’ன்னு போட்டிருக்கணும்.”

“சாஷா, நிஜமாவே உங்களுக்கு எப்படி இப்படிப்பட்ட கதையெல்லாம் தோணுது?”

“நான் பாடல் பாடும் ஒரு பறவையைப் போன்றவன்.”

“அப்படீன்னா உங்களால அழகாக பாட்டு எழுதவும் முடியுமாக இருக்கும்.”

“கொஞ்சம் எழுதியிருக்கேன்தான். இப்போ அதுக்கெல்லாம் நேரமில்லையே.”

இப்படியாகப் பாடல் பற்றிய கதைகளைப் பேசிக் கொண்டே போய்த் திரும்ப வாகனத்தில் ஏறியபோது நான் ராகங்களையும் தாளங்களையும் போலாவுக்குக் கற்றுக் கொடுக்க இலகுவாக இருக்கும் என்பதால் பின்னிருக்கையில் அவளுடன் நெருங்கி அமர்ந்துகொண்டேன். நீண்ட காலமாக எனக்காகப் பணிபுரிந்து வருவதால் எனது பாடல், இசை, ராகம், தாளம், கற்றுக் கொடுத்தல், கற்றுக்கொள்ளுதல் போன்ற அனைத்தையும் சரத் நன்றாக அறிந்திருந்தான். எனக்கு ஆதரவளிப்பதைக் காண்பிப்பதற்காக எனது நற்குணங்களை மாத்திரம்தான் வர்ணாசியிடம் எடுத்துரைப்பான். நானாக அவனிடம் எதையாவது சொன்னாலேயொழிய எதைக் குறித்தும் கேள்வியெழுப்ப மாட்டான். அவன் இப்போது செவிட்டூமை போல இருக்கும் விதத்தைக் கற்றுக்கொண்டது, என்னிடம் வர முன்பு அமைச்சர்களின் கீழ் பணி புரிந்ததாலாக இருக்கும்.

நாங்கள் போகும்போது எலன் குழுவினர் எந்தத் திரைப்படத்தைப் பார்ப்பது என்பது குறித்து வாதித்துக் கொண்டிருந்தார்கள். ரிக் மாத்திரம் தனியாக செஸ் பலகையைப் பார்த்துக் கொண்டிருந்தார். ஆண்கள் எவரும் இரவுணவு குறித்து தீர்மானித்திருக்கவில்லை. மாகரீத்தா கொழுப்பற்ற யோகட்டை சுவைத்துக்கொண்டிருந்தாள். ரொஸானா பார்வைக்குத் தென்படவில்லை.

அந்த இரவில் நானும் போலாவும் திரைப்படத்தைப் பார்க்கவில்லை. நாங்கள் மொட்டை மாடியின் ஒரு இருண்ட பகுதியில் வயது வந்தவர்களுக்கு மாத்திரமேயான திரைப்பட மொன்றின் தொடக்கக் காட்சிகளை நடித்துக் கொண்டிருந்தோம். இரவில் எல்லோரும் உறங்கியதும் மீண்டும் சந்திக்கும் வாக்குறுதியை அவளிடமிருந்து பெற்றுக்கொண்ட நான் வர்ணாசியுடன் கதைக்க வேண்டும் என்பதால் வீட்டுக்குள் போனேன்.

“சாப்பிட்டீங்களா? மருந்து குடிச்சீங்களா?” என்று வர்ணாசி ஒவ்வொரு நாளும் என்னிடம் கேட்கும் கேள்விகள் இரண்டையும்தான் முதலில் கேட்டாள்.

“சாப்பிட்டேன். சாப்பிடப் போறப்ப ஒரு தொந்தரவு புடிச்ச பொம்பளையும் பலவந்தமா கூடவே வந்து ஒட்டிக்கிட்டா. ரொம்பப் பாடுபட்டு அவளைக் கழற்றி விட்டுட்டுத்தூங்கலாம்னு வந்தா அதுவும் நடக்காது போலிருக்கு. இவங்க எல்லோரும் படம் பார்த்துட்டு, சாப்பிட்டு முடிக்க எப்படியும் இன்னும் இரண்டு மணித்தியாலமாவது எடுக்கும்.”

"அப்படீன்னா நீங்க வழமையாத் தூங்குறதா சொல்ற இடத்துல இன்னிக்குத் தூங்க முடியாம இருக்குமே."

"ஆமா. அதுவரைக்கும் ஜேம்ஸோட ரூம்ல படுத்துக்கப் போறேன். இன்னிக்கு கடும் சூடா இருக்கு. அந்தியிலதான் குளிச்சேன். இப்ப வியர்க்குது. திரும்பக் குளிக்கத் தோணுது. இவ்வளவு நேரமும் மொட்டை மாடியில இருந்தேன்."

"வேணாம், வேணாம். இப்ப தலைக்குக் குளிக்க வேணாம். உடம்பை மாத்திரம் கழுவிக்குங்க. வெளியே தூங்காதீங்க. பனி பட்டால் ஏதாவது நோய் வந்துடும்."

எனது மனைவியைப் போல தாய்மைக் குணம் கொண்ட வேறெந்தப் பெண்ணையும் நான் இதுவரை சந்தித்ததில்லை. எனக்கு ஊட்டிவிடவும், பருக்கிவிடவும் குளிப்பாட்டவும் தாலாட்டவும் மாத்திரமல்லாமல் எனக்காகப் பணம் செலவழிக்கவும் கூட முன்வந்த அநேகமானவர்களிடம் என்னிடமிருந்து ஏதேனும் பெரும் இலாபத்தைப் பெற்றுக் கொள்வதே உள்நோக்கமாக இருந்தது. நான் அவற்றிலெல்லாம் மாட்டிக்கொள்ள மாட்டேன்.

"அப்ப நான் வைக்கிறேன் செல்லம். ரொம்ப நேரம் முழிச்சிட்டிருக்காம சீக்கிரமாத் தூங்கப் போ. என்னோட சித்தேஸ்வரி."

"மருந்து குடிக்க மறந்துடுவீங்க. மருந்து குடிச்சிட்டு திரும்ப எனக்குக் கோல் பண்ணுங்க."

"தேவையில்ல. நான் குடிச்சிடுறேன்."

"இல்ல... இப்ப நீங்க யார் கூடவாவது கதைச்சிட்டிருக்கத் தொடங்கிட்டீங்கன்னா இதை மறந்துடுவீங்க."

"உத்தரவு மகாராணி."

எந்தக் கணத்திலும் நான் இப்படி ஏதாவதைச் சொல்லி விட்டால் அவள் சிரித்துவிடுவாள். நான் மருந்து குடித்துவிட்டு மீண்டும் வர்ணாசியிடம் தகவலைத் தெரிவித்துக்கொண் டிருந்த வேளையில் போலா வந்து எனது முள்ளந்தண்டைக் கையால் வருடிக்கொடுத்துக்கொண்டிருந்தாள். அந்த இடத்துக்கு இப்போது யாரும் ஆடைகளை மின்னழுத்தம் செய்ய வரமாட்டார்கள் என்பதை நான் அறிவேன். இருந்தாலும் தொலைபேசியைப் பயன்படுத்த வரக் கூடும் என்பதால் வாசல் இருக்கும் பக்கமாகத் திரும்பிக் கொண்டேன்.

"நீங்க லைன்ல இருக்கீங்களா?"

"ஓஹ்... ஆமாமா. சொல்லு தங்கம்."

"அம்மா அவரோட வீட்டுலயே சாப்பிட்டுட்டு வந்துட்டாங்க. நான் அவருக்கும் சேர்த்து இடியப்பம் செஞ்சு வச்சிருந்தது வீணாப் போயிடுச்சு. நாளைக் காலைல நான் ஒரு பூச்செடி கண்காட்சிக்குப் போறேன். அம்மாவும் வருவார்."

"சரி... விரும்பிய இடத்துக்குப் போய்ட்டு வாங்க. அப்போ நான் வைக்கிறேன் செல்லம்."

எனக்கு ஒரு அருமையான மனைவி இருப்பதை மாகரீத்தா அறிந்திருந்தாள்; என்ற போதிலும், எனது மனைவியோடுதான் கதைத்துக் கொண்டிருந்தேன் என்பதை போலாவிடம் கூறவில்லை. மீண்டும் போலாவின் கன்னத்தில் முத்தமிட முயற்சிக்காமல் எழுந்து பல் விளக்கி வரப் போனேன். அன்றைய இரவில் எவ்வேளையிலாவது போலா என்னருகில் வந்து விடுவாள் என்று அறிந்தே இருந்தேன். உண்மையைச் சொல்வதானால் அப்படியொரு தேவை அந்த வேளையில் எனக்குள் இல்லாமல் போயிருந்தது.

எல்லோரும் உறங்கச் செல்லும்வரைக்கும் எலனின் அறைக்கு வெளியே திண்ணையில் இடப்பட்டிருந்த இரும்புக் கட்டிலில் படுத்துக்கொண்டிருந்தேன். நள்ளிரவு பன்னிரண்டு மணிக்குப்போல எலன் குழுவினர் கிணற்றிலிருந்து நீரள்ளி உடலைக் கழுவிக்கொள்ளும் சத்தம் கேட்டது. மின்விசிறி இல்லாதிருந்தால் நானும் கூட வியர்வையில் குளித்திருப்பேன். திடீரென ஒருபோதும் இல்லாத விதத்தில் சுற்றிவர இருந்த காற்றும்கூட கடும் உஷ்ணமாக வீசத் தொடங்கியது. இப்படிப்பட்ட சூழ்நிலையில் போலா எனது படுக்கைக்கு வராமலிருப்பதுதான் நல்லது என்று நினைத்தவாறே வீட்டின் பின்புறத் திண்ணையிலிருந்த வழமையான எனது படுக்கை மீது வெண்ணிற விரிப்பையும் தலையணையையும் இட்டுப் படுத்துக்கொண்டபோது நேரம் பன்னிரண்டு இருபது.

அவ்விடத்தில் ஒரு மணித்தியாலத்துக்கு மேல் தூங்கியிருக்க மாட்டேன் என்று நினைக்கிறேன். போலா வந்து என்னை உசுப்பி எழுப்பினாள். நான் தூங்குவதுபோல நடித்தேன். அவள் கொழும்புக்கு வரும்நாளில் அவளை ஒரு சிறந்த இடத்துக்குக் கூட்டிக் கொண்டுபோய்த் தங்க முடியும் என்ற நிலைமையில், கிளிநொச்சியில் இவ்வாறாக உஷ்ணம் நிறைந்த ஓரிரவில் மேலும் வியர்த்துப் போக வேண்டுமா என்ன?

"சாஷா, பூமி அதிருது. எனக்குப் பயமாயிருக்கு."

"பைத்தியமா? போய்த் தூங்குங்க."

"இல்ல... நிஜமாத்தான்."

“ஏதாவது கனவு கண்டிருப்பீங்க.”

“இல்ல... நிஜமா.”

அந்த ஒற்றைப் படுக்கையில் இருவருக்கும் இடமில்லாத தால் படுக்கை விரிப்பைத் தரையில் விரித்து ஒன்றாகப் படுத்துக்கொள்ளத் தீர்மானித்த போதிலும் எனக்கு அதற்கு மனம் இடம் கொடுக்காமல் போயிருந்தது.

“எனக்கு ஒண்ணும் பைத்தியமில்ல. உங்ககூட படுத்துக்கணும்னா நேரடியாச் சொல்லுவேனே தவிர பொய்யா பூமி அதிருதுன்னெல்லாம் சொல்வேனா?” என்ற அவளது குரலில் கோபம் தெரிந்தது. எனக்கும் கோபம் வரத் தொடங்கியது. இருந்தாலும் நான் பதில் கூற முற்படவில்லை. திடீரென முற்றத்திலிருந்த தென்னை மரமொன்று சரிந்து வீழ்ந்தது. நாங்கள் இருந்த இடம் அதிரத் தொடங்கியது. போலா பதறி நடுங்கியவாறே என்னை அணைத்துக்கொண்டாள்.

மீண்டும் போர் தொடங்கிவிட்டதோ? அது எப்படி சாத்தியம்? அவ்வாறிருந்தால் முன்பே எனக்குத் திரும்பி வருமாறு கொழும்பிலிருந்து அறிவித்திருப்பார்கள். இல்லாவிட்டாலும், உடனடியாகக் கிளம்பிப்போய் விடுமாறு விடுதலைப் புலிகள் இயக்கமாவது எம்மை எச்சரித்திருக்கும்.

“லைட்டைப் போடுங்க” என்று நான் கூறியபோதிலும், போலா அசையக் கூட இல்லை.

அந்த வீடு அதிரத் தொடங்கியது.

நாங்கள் எலனின் அறைக்கு ஓடினோம். எலன் வாய் திறந்தவாறிருக்கக் குறட்டைவிட்டுக் கொண்டிருந்தார். மீன் தொட்டி கீழே சரிந்தது. பிரதான வீட்டின் ஒரு புறம் சாய்ந்தது.

“எலன் எழுந்திரிங்க... திரும்ப போர் தொடங்கிட்டுது போல” என்று போலா கத்தினாள்.

இருந்தாலும் எவ்விதமான வெடியோசைகளும் கேட்க வில்லை. அருகில் எங்கேயாவது ஒளித்து வைக்கப்பட்டிருந்த குண்டுகள் வெடித்திருக்குமோ? பிரதான வீடு நாங்கள் பார்த்துக் கொண்டிருந்தபோதே சரிந்து விழுந்தது. எம்மால் எதுவும் யோசிக்க முடியவில்லை. எலன் எழுந்து நின்றபோது நாங்கள் மூவருமே பெரியதொரு குழிக்குள் விழுவது போன்று நடந்தது. கூரை உடைந்து விழுந்திருக்க வேண்டும். போலா முனகுவது கேட்டது. எலனிடமிருந்து எவ்வித ஓசையும் வராதிருந்தது. எனது கைகளும் கால்களும் எதிலோ சிறைப்பட்டிருந்தன. நான் கத்தினேன். ஆனால் எவரும் உதவிக்கு வரவில்லை.

கிளிநொச்சியில் இரவில் நடைபெறக் கூடிய பயங்கரமான விடயம் என்றால் அது யுத்தம்தான், அல்லவா? ஆனால் இது யுத்தமல்ல. எலன் இருந்த அறையின் கீழே திடீரென ஒரு பாரிய குழி உண்டான எவ்வாறு? எமக்குப் புரியாவிட்டாலும், குண்டேதும் விழுந்திருக்குமோ?

அதற்குப் பிறகு என்ன நடந்தது என்பது எனக்கு விளங்கவே யில்லை. நான் எலியைப்போல பொறியொன்றுக்குள் சிறைப்பட்டிருப்பதாக உணர்ந்தேன். எவ்வளவு காலம் அப்படியே கிடந்திருப்பேன் என்று தெரியவில்லை. சிலவேளை நாட்கணக்காகவும் இருக்கலாம்.

நான் எங்கிருக்கிறேன், எனக்கு என்ன நடந்தது என்று யோசித்துக் கூடப் பார்க்க முடியாமல் ஒரு பயங்கரமான கனவில் கை விடப்பட்டவன் போல உணரத் தொடங்கியிருந்தேன். அத்தோடு என்னால் தாங்க முடியாத அளவுக்குத் துர்நாற்றம் எங்கிருந்தோ வந்துகொண்டிருந்தது. எனது தொண்டை வறண்டு போயிருந்தது. தலை வெடிக்கப்போவது போன்ற வலியை உணர்ந்தேன்.நானிருந்தஇடத்துக்குமேலால்யாரோ அடியெடுத்து வைக்கும் சப்தம் கேட்டது. யாரோ அமெரிக்க உச்சரிப்போடு ஆங்கிலத்தில் உரையாடுவது கேட்டது. அந்த வார்த்தை களைத் தெளிவாகப் புரிந்துகொள்ளவே எனக்குச் சிறிது நேரம் எடுத்தது.

“இவையெல்லாம் உடைஞ்சு விழுந்திருக்கு. இந்த விஷயம் இங்கிருந்தவர்களுக்கே தெரியாம இருந்திருக்கும். எல்.டீ.டீ.ஈ இந்த மூணு ரூம்களுக்கும் கீழே பங்கர் தோண்டி ஆயுதங்களை ஒளிச்சுவச்சிருந்திருப்பாங்க.”

“பக்கத்துக் காணியில இருந்துதான் தோண்டிக்கிட்டே வந்திருக்காங்க. அந்த லைன் அதோ தெரியுது.”

“இங்க இன்னும் யாராவது உயிரோடு இருக்கலாம்.”

“நாற்றம் வருதே. பாடி பேக்ஸ் எடுத்துட்டு வாங்க.”

எனக்குக் கத்த வேண்டியிருந்தது; இருந்தாலும் ஒரு முனகலைக் கூட என்னால் வெளிப்படுத்த முடியவில்லை. கை கால்கள் இல்லாததுபோல மரத்துப் போயிருந்த நிலையில் அவ்வளவு நாற்றத்திலும், எனது சிந்தனை குழம்பத் தொடங்கி யிருந்தது.

ஆங்காங்கே இடைவெளிகள் வழியே சூரிய வெளிச்சம் உள்ளே பரவத் தொடங்கியிருந்தது.யாரோ சிதைவுகளை அகற்றிக் கொண்டிருப்பது புரிந்தது. இருந்தாலும் சுய நினைவின்றியே இருந்திருந்தால் இதை விடவும் நன்றாக இருக்கும் என்று

தோன்றியது. தென்னோலை வேய்ந்த அந்த அறைத் தொகுதிகள் மூன்றிற்கும் கீழே ஆயுதங்கள் மாத்திரமல்லாமல் குண்டுகளும் மறைத்து வைக்கப்பட்டிருந்தால் நிலைமை என்னவாகும் என்ற பயம் வரத் தொடங்கியது. அவை குண்டுகளாக இல்லாமல், துப்பாக்கி ரவைகளாக இருக்கும் என்று கருத முயற்சி செய்தேன்.

போர் நிறுத்தத்துக்குப் பிறகுதான் இப்படிச் செய்திருப்பார்களோ? இப்படியாக ஏதும் இருந்திருந்தால் இந்த இடத்தில் தென்னோலை அறைத் தொகுதிகளை நிர்மாணிக்கும்போதே எலனுக்குத் தெரிந்திருக்குமே?

நான் பலகைகளிடையேதான் சிக்கிக்கொண்டிருக்கக் கூடும். என்னால் தலையை அசைக்க முடியுமென்ற போதிலும் கடுமையான வலியை உணர்ந்தேன். அந்தத் துர்நாற்றம் சுனாமியின்போது புதைகுழிகளில் சடலங்களை மொத்தமாக இட்டுப் புதைத்து மூடிய சந்தர்ப்பத்தை நினைவுபடுத்தியது. அன்றைக்குப் பிறகு பல மாதங்கள் கழியும்வரைக்கும் அந்தத் துர்நாற்றம் உடலோடு ஒட்டியிருப்பது போன்ற உணர்வு வந்துகொண்டேயிருந்தது. நான் மரித்துவிட்டேனா? மரணித்திருந்தால் நாற்றத்தை உணர மாட்டேனே. வலிமையை வரவழைத்துக் கொண்டு மெல்லிய முனகலையாவது நான் வெளிப்படுத்த வேண்டும். சுனாமியின்போது கற்பாறைகளிடையே சிக்கிக்கொண்ட ஒரு பெண் இருபத்தொரு நாட்கள் உயிரோடு இருந்திருக்கிறாள். அழுகத் தொடங்கியதன் பின்னர்தான் அவளது சடலம் கண்டுபிடிக்கப்பட்டது. பிரேத பரிசோதனையில் இரண்டு நாட்களுக்கு முன்னர்தான் அவள் இறந்திருப்பாள் என்று வைத்தியர் குறிப்பிட்டிருந்தார். இவ்வாறாக ஒரு இருண்ட பொறிக்குள் சிக்குண்டு காற்றும் இல்லாமல் துர்நாற்றத்தைத் தாங்கிக்கொள்ள முடியாமல் செத்துப் போகவிருக்கும் சூழ்நிலையிலும் எனக்கு அந்த சுனாமிக் கதை நினைவுக்கு வருவது வியப்பைத் தந்தது.

உயிர் பிழைத்தால் எனது உயிர் இருக்கும்வரை இனி நான் வர்ணாசியிடம் பொய் சொல்லவே மாட்டேன் என்று தீர்மானித்துக்கொண்டேன். காப்பாற்ற ஆட்கள் வந்திருக்கும் இந்தச் சந்தர்ப்பத்தில், நன்றாக சுயநினைவு இருந்தும் முனக முடியாதிருக்கும் நிலையில் சாவதை விடவும், சுயநினைவற்ற நிலைமையில் சாவது மேல். இருந்தாலும் சாவு அருகில் வந்ததும்தான் வாழ்வதற்கான ஆசை வருகிறது. வெள்ளத்தில் மூழ்கவிருப்பவன் புல்லைக் கூட பற்றிப் பிடித்துத் தன்னைக் காப்பாற்றிக்கொள்ள முயற்சி செய்வான் என்று சொல்லப்படும் கூற்றை அப்படியான ஒரு நிலைமைக்கு முகம் கொடுத்த ஒருவராலேயே நன்றாகப் புரிந்துகொள்ள முடியும்.

அவ்வேளையில் இருதயம் பலமாகத் துடிக்கும் என்பதெல்லாம் பொய்யாக இருக்கக் கூடும். எனக்கு இருதயம் நின்றுபோய்விட்டது போலிருந்தது. எதையும் யோசிக்கக் கூட என்னால் முடியவில்லை. சரியாகச் சொல்வதானால் சிந்தனை முழுமையாக அற்றுப் போய் மீண்டும் சிந்திக்கத் தொடங்குவதற்கு இடைப்பட்ட நிலைமை அது. மீண்டும் உள்ளுக்குள் வருவது உயிரைக் காப்பாற்றிக் கொள்ள வேண்டும் என்ற யோசனையே அல்லாமல், வார்த்தைகளல்ல. சற்று நேரத்தில் அந்த யோசனை அதிகரிக்கத் தொடங்கும்போதுதான் கத்த வேண்டும். அங்கு சிறைப்பட்டு ஒருநாளுக்கு மேல் இருக்கும் என்பது போன்ற வாக்கியங்கள் மனதில் தோன்றத் தொடங்குவது ஞாபகம் தெளிவுபடும்போதுதான், அல்லவா? மனிதர்களின் காலடியோசைகள், பேச்சுச் சப்தங்கள் கேட்கத் தொடங்கியதும் சுனாமியிலிருந்து தப்பிய போதிலும், கத்த முடியாமல் போனதால் மரித்துப் போன பெண்ணின் கதையே நினைவுக்கு வந்துகொண்டிருந்தது. அது வெறும் வார்த்தை களால் நிரம்பிய கதையல்ல. சரியாகச் சொல்வதானால் தெற்கின் கடற்கரையொன்றில் மரித்துப்போன யாரென்றறியாத பெண்ணின் முனகலோசையால் எனதுள்ளமும் மூளையும் நிறைந்து நான் யார் என்பதை என்னாலேயே இனங்காண முடியாத ஓர் உணர்வு அது. அந்த உணர்வு எந்தளவு என்னை ஆட்கொண்டிருந்தது என்றால் அந்தப் பெண் நான்தான் என்று உணரத் தொடங்கியிருந்தேன்.

அப்படியென்றால் சாஷா எனப்படுவதுயார்? அது நானல்ல என்பதுபோல உணர்ந்தேன். சாஷாவுக்குப் புறக்கோட்டை மீன் சந்தையின் பொதுக் கழிப்பறைக் குழிக்குள் நாயின் சடலத்தோடு சிறைப்பட்டிருப்பது போன்ற சந்தர்ப்பம் வாய்க்க வழியில்லையே. இங்கு சிறைப்பட்டிருந்தவனுக்கு "முனகுங்க... முனகுங்க... இல்லன்னா காப்பாற்றப்பட வாய்ப்பில்ல" என்று மந்திரம்போல ஒரு பெண்குரல் சொல்லிக்கொண்டிருப்பது கேட்டது. அந்தப் பெண் குரல் சிறைப்பட்டிருந்தவனின் உள்ளத்திலிருந்து வருவது எவ்வாறு? சாஷா செத்துப் போய்விட்டானோ? அப்படியென்றால் அமெரிக்க உச்சரிப்பில் ஆங்கிலம் பேசுவது கேட்பது யாருக்கு? சாஷா எங்கே? சாஷா எனப்படுபவன் யார்? யாரவன்?

எனக்குத் தெரியவில்லை. எனக்குப் பதிலே தோன்றாம லிருந்தது. மீண்டும் இருதயம் நின்றுவிடப் போகிறதோ? திடீரென சுயநினைவிழந்து போய்விடுவேனோ? தலையை அங்குமிங்குமாக அசைத்துப் பார்த்தேன். ஒரு மனிதனுக்கு தலையை அசைப்பது இவ்வளவு சிரமமாக இருக்க முடியுமா?

மிகவும் மெதுவாகத்தான் என்னால் தலையை அசைக்க முடிந்தது. ஒரு தசத்துக்கு மேலால் அசைத்தால் தலை கழன்று விடுவதைப் போல வலியை உணர்ந்தேன். ஆங்காங்கே சூரிய வெளிச்சம் விழுந்துகொண்டிருந்தது. இவ்வாறான துர்நாற்றக் குழிக்கு மேலால் சூரிய ஒளி விழும்போது சாகத் தோன்றுவதில்லை. ஒரு எறும்பாகவாவது சூரிய வெளிச்சத்தில் மணற்துகள்களின் மேலால் அங்குமிங்குமாக நடமாட முடிவது எவ்வளவு சந்தோஷத்தைத் தரக் கூடிய விடயம்?! அந்த வெளிச்சத்தைப் பற்றிப் பிடித்துக்கொண்டு மேலேறிப் போய்விட முடியாதா? அவ்வேளையில் எனது முகத்தின் மீது சூரிய வெளிச்சம் விழ வேண்டும் என்பதுதான் எனது தேவையாக இருந்தது. அப்போது என்னிடமிருந்து முனகலோசை வெளிப்படாவிட்டாலும் கூட என்னால் பற்கள் தெரிய சிரிக்க முடியும். சிரிக்கும்போது நான் இன்னும் சாகவில்லை என்பது அவர்களுக்கு விளங்கும், அல்லவா?!

வெளியே வேறொரு இடத்தில் தரையைத் தோண்டுவது கேட்டது. ஏதோ நான்தான் அந்தத் தரை என்பது போல விழும் ஒவ்வொரு மண்வெட்டித் தாக்குதலும் என்னை அதிரச் செய்து கொண்டிருந்தது. எங்கிருந்தாவது தொடங்கி நானிருக்கும் இடம்வரை தோண்டிக்கொண்டு வருவார்கள்தானே என்ற எதிர்பார்ப்பு எனக்குள் மகிழ்ச்சியைத் தோற்றுவிக்க வேண்டும் என்றாலும் அந்த வேளையில் சுற்றிவரக் கேட்டுக்கொண்டிருந்த எல்லா ஓசைகளாலும் அதிர்ந்து போய்க்கொண்டிருந்தேன். தரையில் பதியும் பலமான சப்பாத்துக்களின் ஓசைகளால் எனது நெஞ்சில் உதைப்பதுபோல உணர்ந்தேன். யாரோ அலவாங்கால் தரையைப் பிளந்திருக்கக்கூடும். எனது உடலில் குத்துவதுபோல உணர்ந்த அந்தச் சத்தம் ஒரு கணத்தில் திண்மப் பொருளாக மாறுவதுபோல இருந்தது. எல்லா ஓசைகளும் ஆயுதங்களாக மாறுவது போன்ற ஒன்று அது. திடீரென பாரிய வெளிச்சம் உள்ளே விழுந்தது, நான் நான்காவது தடவை யாக மெதுமெதுவாகத் தலையை அசைக்கும் கடினமான காரியத்தில் ஈடுபடும் போதாக இருக்கலாம். ஒன்று, இரண்டு என்று எண்ணுவது பிழைத்திருந்தாலும் கூட நான் எண்ணிக் கொண்டுதான் இருந்தேன்.

சதை கரைந்துகொண்டிருந்த முகத்தின் மீதுதான் திடீரென சூரிய வெளிச்சம் உள்ளே விழுந்திருந்தது. கண்கள் வெளியே பிதுங்கி, நாக்கு வெளித் தள்ளியிருந்தது. இவ்வாறாக வீங்கி, நீலம் பாரித்திருந்த முகம் அந்தப் பெண்ணினுடையதா? அன்றிரவு அவள் என்ன அணிந்திருந்தாள்? அவள் மாகரீத்தாவின்

சகோதரி என்பது நினைவுக்கு வந்தபோதிலும் அவளது பெயர் நினைவுக்கு வரவேயில்லை.

எனது முகத்தை முத்தமிட்ட அந்தப் பெண்ணின் உதடுகள் இந்த அளவு விசாலமாகி வெடித்துப் பிளந்திருக்கிறது என்றால், நான் இங்கு சிறைப்பட்டு எவ்வளவு காலம் இருக்கும்? சிலவேளை எனது முகமும் கூட இப்படித்தான் ஆகியிருக்குமோ?

நான் உயிரோடு இருக்கிறேனா?

செத்துப்போய்விட்டேனா?

ஆவியாக உருவெடுத்திருக்கிறேனோ?

அதற்குப் பிறகு என்ன நடந்தது என்று தெரியவில்லை. மயக்கம் தெளிந்தபோது நான் எங்கேயிருக்கிறேன் என்பதை என்னால் உணர முடியவில்லை. அந்த நாற்றம் இல்லாமல் போயிருந்தது. தெளிவற்ற ஓசைகள் கேட்டுக்கொண்டிருந்தன. பூவின் வாசனையை உணர்ந்தேன். அது எந்தப் பூ என்பதை யோசிக்க முடியவில்லை. கண்களைத் திறக்க முயன்றேன். எனது இமைகள் இரும்பாலானவை போல ஆனது எவ்வாறு?

பூவின் வாசனையோடு யாரோ எனது உதடுகளைத் தண்ணீரால் ஈரமாக்கிவிடுவதை உணர்ந்தேன்.

நான் சுவர்க்கத்தை எட்டிவிட்டேனோ?

நான் சாகவில்லையோ?

எனது கண்கள் திறந்துகொண்டன. யாரோ எனது முகத்தையே பார்த்துக்கொண்டிருந்தார்கள்.

"மயக்கம் தெளிஞ்சிட்டுது" என்று அந்த இளஞ்சிவப்பு முகம் சொன்னது.

பெண்ணொருத்தியின் முகம். ஓர் அழகிய இளம் பெண்ணின் முகம். அவளது உதடுகளும் இளஞ்சிவப்பாக இருந்தன. புன்னகைத்தாள். கன்னங்களில் குழிகள் தோன்றின.

எனக்கு 'எங்கிருக்கிறேன்?' என்று கேட்கத் தேவைப்பட்டது. ஆனால் வார்த்தைகள் தொண்டைக்குள் சிறைப்பட்டிருந்தன.

எனக்குக் கை, கால்களை அசைக்க வேண்டியிருந்தது; அவையும் சிறைப்பட்டிருந்தன.

"பயப்பட வேணாம்" என்று அந்த இளஞ்சிவப்பு முகம் ஆங்கிலத்தில் சொன்னது.

அந்த இளஞ்சிவப்பு ரோஜாப் பூ புன்னகைத்தது.

அந்த ரோஜாப் பூ விசாலமாகத் தொடங்கியது. உதடுகள் வீங்கத் தொடங்கின. விழிகள் பிதுங்கி வழிந்தன. சதைகள் கரைந்துகொண்டிருந்தன.

கத்துவதற்காக வாயைத் திறந்தேன். கண்களை மூடிக் கொண்டபோதிலும் அந்தப் பயங்கரமான தோற்றம் கண்களினூடாக வந்து எனது முகத்தில் பரவியதுபோல உணர்ந்தேன். எனது சதையும் கரைகிறதோ? யாரோ எனது வாய்க்குள் கொஞ்சம் தண்ணீரை ஊற்றினார்கள்.

ஒரு சொட்டுத் தண்ணீரால் கூட எந்த அளவுக்கு ஆறுதலை உணர முடிகிறது?

"நான் இன்னும் சாகவில்லையா?"

நான் அந்தக் கேள்வியைக் கேட்டேன். ஆனால் அது வெளிவரவேயில்லை.

"என்னமோ சொல்ல முயற்சிக்கிறார்" என்று ஒரு இனிமையான பெண்குரல் சொன்னது.

அந்தப் பெண் ஆங்கிலத்தில் கதைப்பது ஏன்? என்னையும் வெள்ளைக்காரன் என்று நினைத்திருப்பாளோ?

உண்மையில் என்னதான் நடந்தது?

மீண்டும் யுத்தமா?

அது சாத்தியமில்லை.

இரண்டாயிரமாம் ஆண்டுகளின் முதல் தசாப்தத்திலும் யுத்தம் நடைபெற்றுக்கொண்டிருந்த நிலைமையில் மீண்டும் யுத்தம் வராது என்று எப்படிச் சொல்ல முடியும்? சமாதானமே வந்தாலும், மீண்டும் யுத்தம் வராது என்பதை எவரால் உறுதியாகக் கூற முடியும்?

இல்லை. அது சாத்தியமில்லை.

மீண்டும் யுத்தம் செய்வது சிரமம். இரு தரப்பினருக்கும் சிரமம்.

அப்படியென்றால் என்னதான் நடந்திருக்கும்?

சுநேத்ரா ராஜகருணாநாயக

அதிரும் ஆகாயமும் பூமியும்

அரக்கனொருவன் கட்டிலை அங்குமிங்குமாக அசைத்தான். இரட்டைப் படுக்கையில் தனியாகப் படுத்திருந்த வர்ணாசி அது ஒரு விசித்திரமான கனவென்றுதான் நினைத்தாள். அங்கு ஒரு அரக்கனைக் காணவில்லையென்றாலும் ஆழ்மனது அரக்கனென்ற உணர்வைத்தான் அளித்தது. அரக்கன் எப்படியிருப்பான் என்பதை நேரில் கண்டதில்லையெனினும், உருண்டையான பெரிய விழிகள் வெளியே பிதுங்க, பெரிய வேட்டைப் பற்கள் வெளியே தள்ளியிருக்கும் பயங்கரமானதோர் உருவத்தைச் சிறு பிராயத்தில் படக் கதைகளில் கண்டிருக்கிறாள், அல்லவா?! ரிதீஎல கிராமத்திலிருந்த அவளது பாரம்பரிய வீட்டுக்கு வந்துபோன பெண்கள் 'அரக்க இனத்தவர்களுக்குப் பேய்கள் தென்படாது' என்றுதான் சொல்வார்கள். அதனால் பேய்களும்கூட அரக்கர்களுக்குப் பயப்படக்கூடும் என்ற உணர்வு அவளது ஆழ்மனதில் இருந்திருக்கலாம்.

"பேய்களுக்கும் அரக்கர்களுக்கும் என்ன வேறுபாடு?" என்று வர்ணாசி தனது சிறுவயதில் இரப்பர் தோட்டத்தில் பால் வெட்டப் போய்க் கொண்டிருந்த பாக்கியத்தைப் பின் தொடர்ந்தவாறு கேட்டாள்.

"பேய்கள் கறுப்பா இருக்கும். அரக்கர்கள் சிவப்பா இருப்பாங்க" என்று பாக்கியம் பால் வெட்டும் கத்தியைச் சீராக இரப்பர் மரத் தண்டின் வளைவுகளில் செலுத்தியவாறு மிகுந்த நம்பிக்கையோடு அளித்த பதில் வர்ணாசியின் மனதில் பதிந்திருந்தது.

அவ்வாறான பழைய பேய், அரக்கர் கதைகளெல்லாம் சம்பவங்களாக இப்போது மனதில் தோன்றவில்லை; என்றாலும் கட்டிலருகே இருந்த சிறிய முக்காலியின் மீதிருந்த கைப்பேசி, ஒழுங்கான வடிவமற்ற இளம்பச்சை நிற ஜேட் கல்லின் மத்தியில் வட்டமாகச் செதுக்கி உருவாக்கப்பட்டிருந்த கடிகாரம், சிறிய முத்துக்கள் பதித்த ரேந்தை மூடியால் மூடப்பட்டிருந்த தண்ணீர் நிறைந்த கண்ணாடிக் குவளை ஆகியவை கட்டில் அசையும் போது, சேற்று நிறத் தரையோடுகள் பதிக்கப்பட்ட தரையில் விழுந்து உடைந்து சிதறும் ஒலியும், வெளியே மரங்களைச் சுழற்றியடிக்கும் காற்றின் ஓசையும் பேய்களும் அரக்கர்களும் ஒன்றாகக் கூத்தாடுவது போலத்தான் வர்ணாசிக்குக் கேட்டது.

ஒரு உலோக ஆணியைக் கூடப் பயன்படுத்தாமல் பலகைகளை மாத்திரம் பயன்படுத்திச் சிறிய முற்றத்தின் அளவுக்குப் பெரியதாக விஷேடமாகச் செய்விக்கப்பட்டதும், பருத்திப் பஞ்சு நிறைத்து மேலே வேப்பிலை அடுக்கொன்றைப் பரத்திய மெத்தையின் மீது தாமரைப் பூ அலங்காரத்தைப் பின்னிய பாய் விரிக்கப்பட்டிருந்ததுமான அந்தக் கட்டிலை எவ்வளவு பெரிய ராட்சசன் வந்தாலும் அசைக்க முடியாது. கட்டிலின் தலைமாட்டில் சீனாவிலிருந்து தருவிக்கப்பட்ட மரச் சிற்ப அலங்கார வேலைப்பாடுகள் கொண்ட ஓவியம் பதியப்பட்டிருந்தது. கோடை கால மண்டபத்தையும், அரை வட்டப் பாலத்தையும், பியோனி மலர்கள் உதிர்ந்திருக்கும் தெருக்களையும், விலோ மரங்களையும் கொண்டிருந்த அந்த ஓவியத்தில் நூற்றுக்கணக்கான சீனத்துச் சிறுவர்களும் இருந்தார்கள். தலையில் பாதிவரை மழித்து எஞ்சியிருந்த தலைமயிரைப் பின்னலிட்டு ஓடி விளையாடிக்கொண்டிருந்த சிறுவர்களும், உதைப்பந்தாட்ட வீரர் ரொனால்டோவுக்கு ஆயிரக்கணக்கான வருடங்களுக்கும் முன்பே அவரைப்போல தமது தலைகளில் கொஞ்சம் முடியை மீதம் வைத்துவிட்டு முற்றாக மழித்திருந்த சிறுவர்களும் கட்டிலில் குதித்து, தன்னை சுவாசிக்கக்கூட விடாமல் நெருக்கிக்கொண்டிருப்பதாக வர்ணாசி உணர்ந்தாள்.

இது கனவா? நிஜமா?

நான் உறங்கிக்கொண்டிருக்கிறேனா? விழித்திருக்கிறேனா?

இவ்வாறாக இழுக்கப்படும், தள்ளப்படும், அதிரும் உணர்வை உணரும் முன்பு வர்ணாசி ஒரு கனவைக் கண்டு கொண்டிருந்தாள். அவளது அம்மாவான மனோரம்யா அவளைத் தூக்கிக்கொண்டு ஓட முற்பட்டாள். அம்மா தனது தோளோடு சேர்த்தணைத்துக் கொண்டிருந்த கைக்குழந்தை யார்

என்பது கனவின் ஓரிடத்திலேனும் குறிப்பிடப்படாவிட்டாலும் கனவு கண்டுகொண்டிருந்தவள் குழந்தையைத் தான் என்றே உணர்ந்தாள். குழந்தைக்கு ஆறு, ஏழு மாதங்கள்தான் இருக்கும். அது பழைய ஆல்பங்களிலிருந்த அதே குழந்தைதானா என்பதை அறிந்துகொள்ளும் அளவுக்கு அதன் முகம் தெளிவாகத் தென்படவில்லை என்றாலும் அம்மாவின் முகமென்றால் ஒரு தலைமயிரின் குறைவு கூட இல்லாமல், அவள் சுவாசிப்பதைக் கூட உணர முடியுமான அளவுக்குத் தெளிவாக இருந்தது. என்றாலும், அது வர்ணாசியின் குழந்தைப் பிராயத்திலிருந்த அம்மாவல்ல. அந்த இரவில் வர்ணாசியின் வீட்டின் கீழ்த் தளத்தில் விருந்தினர்களுக்கான அறையில் உறங்கிக்கொண்டிருந்த ஓரிரு தலைமயிர் நரைத்திருக்கும் அம்மாதான் அதிலிருந்தாள்.

மகளை நெஞ்சோடு சேர்த்தணைத்தவாறுதான் அம்மா ஓட முற்பட்டிருந்தாள் என்பதால் வர்ணாசியின் நெஞ்சு கனவிலும் வேகமாக அடித்துக்கொண்டிருந்தது. பத்தடி உயரத்திலும் சாதாரணமாக இருப்பதை விடவும் பத்து மடங்கு பருமனாகவும் இராட்சசன் ஒருவனைப்போல அம்மாவுக்குக் குழந்தையைக் கொண்டுபோக விடாமல் கதவருகே நின்று கொண்டிருந்தவன் வர்ணாசியின் கணவன் சாஷா.

“என்கிட்ட என்னோட செல்லத்தைக் கொடுத்துட்டு நீ எங்கே வேணும்னாலும் தொலைஞ்சு போடி” என்று சாஷா ஒருபோதும் இல்லாமல் அம்மாவைக் கோபமாகத் திட்டிக் கொண்டிருந்தான்.

“என்கிட்ட என்னோட குழந்தையைக் கொடுத்துட்டு நீ எந்தத் தூத்துக்குடிக்கு வேணும்னாலும் போடா.”

அம்மா அழுது ஓலமிட்டவாறு ஓட முற்பட்ட போதிலும் கால்கள் வலுவிழந்து கீழே விழுந்துவிட்டாள். கனவு தொடங்கியது வீட்டினுள்ளே இருந்த நிலாமுற்றத்தில்தான் என்றாலும், இரண்டாவது காட்சி தொடங்க அரைவிநாடி கூட எடுக்கவில்லை. அப்போது அம்மாவும் குழந்தையும் மேல் மாடியின் ஜன்னல் மாடம் வழியாக வெளியே எறியப்பட்டு முற்றத்திலிருந்த தோடம்பழ மரத்தின் மீது விழுந்தார்கள். அம்மா எழுந்து கொள்ளவில்லை. மரம் வளைந்திருந்தது. குழந்தை அழவில்லை. தேகத்தை முற்கள் கிழித்திருந்த போதிலும் வலிக்கவில்லை. மஞ்சள் நிறத் தோடம்பழங்கள் முற்றம் முழுவதுமாகப் பரந்திருந்தன. குழந்தை அம்மாவின் நெஞ்சிலிருந்து அங்கிங்கு அசையாமல் பயத்தோடு அம்மாவை அணைத்தவாறு அப்படியே கிடந்தது. சாஷா விழுந்தவர்களைக் காப்பாற்ற முயற்சிசெய்யாமல் படுக்கையறையின் ஜன்னல்

மாடத்துக்கு வந்து நிர்வாணமாக நின்றுகொண்டு கீழே யிருந்த புல்வெளி மீது சிறுநீர் பெய்துகொண்டிருந்தான். உச்ச போதையிலிருக்கும் நாட்களில் அவன் அவ்வாறுதான் செய்வான். ஆனால் இவையனைத்தையும் அவள் கண்டது, தோடம்பழ மரத்திற்கு வரும் தேன்சிட்டைப் போலவிருந்த குழந்தை காணக் கூடிய விதத்திலல்ல. தான் பங்குபெறாமல் ஏதோ மூன்றாம் நபர் பார்ப்பது போலத்தான் தோடம்பழங்கள் பரந்திருந்த முற்றத்தையும் படம்பிடிக்குமாறு வீட்டுக் கூரை மேலேயிருந்த கேமரா படிப்படியாகக் கீழிறங்குவதுபோல அந்தக் கனவை அவள் கண்டு கொண்டிருந்தாள். அது பட்டப்பகலில் கண்ட அண்மைக் காட்சிபோல தெட்டத் தெளிவாகத் தெரிந்தது. சாஷாவின் பிறப்புறுப்பிலிருக்கும் கறுப்பு மச்சம் கூட அதில் தெளிவாகத் தென்பட்டது. கனவிலிருந்த குழந்தை ஆடையெதுவும் அணிந்திருக்கவில்லை. அதற்கு அணிவிக்கப்பட்டிருந்த கறுப்பு நூலில் கோர்க்கப்பட்ட தங்கப்பதக்கம் மின்னிக்கொண்டிருந்தது. அம்மா வெள்ளை நிறத்தில் கிழிந்த இரவாடையொன்றை அணிந்திருந்தாள். அது அவள் ஓட முன்பே கிழிந்திருந்ததா என்பது தெளிவில்லை. இரவின் காரிருளில் தொடங்கிய கனவு முடியும்போது கனவில் நல்ல வெளிச்சம் இருந்தது. இரவின் இருளுக்குப் பிறகு விடியல் வராமல் மாலை நேரம் வருவதைப் போன்றது அது.

அந்தக் கனவைக் கண்டது, சட்டென்று தூக்கியெறியப் பட்டது போன்ற அதிர்ச்சியில் விழித்துக்கொண்ட தான்தான் என்றாலும், அது தானல்ல என்றும் தோன்றியது எவ்வாறு? தான் மேலேயிருந்து பார்த்துக்கொண்டிருந்தது யாருடைய கண்களால்?

வர்ணாசி சுயநினைவோடுதான் இந்தக் கேள்விகளைக் கேட்கிறாளா?

கேள்விகளை எழுப்புபவரும் கனவைக் கண்ட நபரைப் போல மூன்றாம் நபர் ஒருவரா?

கேள்வி கேட்பவர் பதிலளிக்காதிருந்தபோதிலும் பதில் தெரியும் என்பதுபோல, தான் உணர்வது எதனால்?

பதில் தெரிந்தவர் கனவைக் கண்ட நபருக்காகவா கேள்வி கேட்கிறார்?

படுக்கையறையை ஒட்டியிருந்த பூஜையறையில் வைக்கப் பட்டிருந்த, பௌத்த விகாரைகளில் வைக்கப்படும் அளவுக்குப் பெரியதாகவிருந்த புத்தர் சிலை கீழே விழுந்து உடைவது போன்ற ஓசை கேட்பது எதனால்? அந்தக் கனவின் எஞ்சிய

சுநேத்ரா ராஜகருணாநாயக

காட்சிகளையும் காணும் எண்ணத்தில் வர்ணாசி கண்களைத் திறக்காமலேயே இருந்தாள். திகிலூட்டும் ஒரு காட்சியை எதிர்பார்த்திருக்கும்போது பேச்சற்றுப் போய் மனம் மாத்திரம் உணரும் ஓர் உணர்வு அது.

மறுகணமே கீழே விழுந்திருந்தவை மீண்டும் மேலே தூக்கியெறியப்பட்டு மென்மேலும் சின்னச் சின்னத் துண்டு களாக உடைவது போன்ற ஒரு சம்பவம் நடந்தது. கூரை கழன்று பறக்க முற்பட்டது. அந்த விசாலமான கட்டிலும், கட்டிலை நோக்கிச் சுவரில் பதிக்கப்பட்டிருந்த பெரிய கண்ணாடியும், தாந்திரீக தியான முறையில் காமத்தை அனுபவிப்பதையும், அனுபவிக்காதிருப்பதையும் பரிசீலிக்க முயலும் பித்தளையாலான தம்பதிகளின் சிலைக்கு மேலால் வைக்கப்பட்டிருந்த முக்காலியும் மாத்திரம்தான் அந்த அறையில் இருந்தன. தென்சீனாவிலிருந்து கொண்டு வரப்பட்டிருந்த அந்தக் கட்டிலிலேயே இரகசிய இழுப்பறைகள் பலவும் இருந்ததனால் அறையில் இடம் எஞ்சியிருந்தது. ஆடை அலுமாரிகளும், சப்பாத்து அலுமாரிகளும் ஒப்பனைப் பொருட்கள் வாசனைத் திரவியங்கள், சீப்புகள், தூரிகைகள் போன்றவை நேர்த்தியாக அடுக்கப்பட்டிருந்த அலுமாரிகளும், குட்டைச் சுவர் மறைய கண்ணாடியும் அடுத்திருந்த சிறிய அறைக்குள் வைக்கப்பட்டிருந்தன. அந்த அறையின் ஊடாகத்தான் இளம்பச்சை நிறத்திலிருக்கும் குளியலறைக்குப் போக வேண்டும். அந்தச் சிறிய அறைக்குள்ளிருந்தும் ஓசைகள் எழுந்தன. முக்காலியின் கீழிருந்த காதல் தம்பதிகளும் கீழே விழாமல் கட்டில்மீது சரிந்திருப்பதை அந்தச் சிலையின் பாதங்கள் தன் மீது மோதியதன் பின்னர்தான் அவளால் உணர முடிந்தது.

வெளியே மரங்கள் உடைந்து விழுவது எதனால்?

பெருங்காற்று பூமியைப் பெயர்த்தெடுத்துப் போக முற்படுவது ஏன்?

வர்ணாசி கண்களைத் திறந்ததுவும் மின்னல் வெட்டியது வும் ஒன்றாக நிகழ்ந்தன. அறையிலிருந்த பெரிய கண்ணாடி ஜன்னலைத் தான் மூடியது நன்றாக நினைவிருந்தபோதிலும் ஜன்னலே இல்லாததுபோலத் தெரிந்தது.

தொடர்ந்து மீண்டும் இருள். சூறைக் காற்று.

குண்டு ஏதேனும் வெடித்திருக்குமோ?

குண்டு வெடித்தாலும் கண்ணாடியெல்லாம் உடைய வாய்ப்பிருக்கிறதே.

அப்போது சாஷா கிளிநொச்சியில் இருந்தான். அவன் வீட்டில் இருந்திருந்தால் குண்டு வெடித்தாலும், சுனாமியே வந்தாலும், புயலடித்தாலும் 'பயப்படாதே செல்லம். நான் பாத்துக்குறேன்' என்று ஆறுதல் கூறிவிட்டுத் தேவையான நடவடிக்கைகளை எடுத்திருப்பான். அவன் போலிஸைத் தொடர்புகொண்டதுமே இரகசிய தகவல்களும் கிடைக்கப் பெறும். அவன் ஏதாவது முக்கியமான வேலையாகத்தான் கிளிநொச்சிக்குப் போயிருப்பான். வர்ணாசி ஒருபோதும் அவனது நடவடிக்கைகளைக் குறித்துத் தேடிப் பார்த்ததில்லை. சாஷா அதைப் பாராட்டியிருக்கிறான். அறை அதிர்ந்தது. கட்டில் அசையத் தொடங்கியது. குண்டோசை எதுவும் இல்லாமலே இரண்டு மூன்று நிமிடங்கள் அந்த அதிர்வு நீடித்தது. இந்தத் தடவை இது கனவில்லை என்பது உறுதியாகத் தெரிந்தது.

"பேபி... வர்ணி... மகளே... நீ முழிச்சிக்கிட்டியா?"

அந்த வீட்டைக் கட்டிய காலத்திலிருந்தே ஒருபோதும் மேல் மாடிக்கு வந்திராத மனோரம்யாவின் குரல் படிக்கட்டின் ஆகவும் மேலிருந்த படியிலிருந்து கேட்டது.

"பேபி சீக்கிரமா வெளியே வா...பூமியதிர்ச்சிபோல இருக்கு."

மனோரம்யா இதைச் சொல்லும்போதே மீண்டும் அதிரத் தொடங்கியது. அன்று உறங்கப் போனபோது கடும் புழுக்கமாக இருந்ததனால் வர்ணாசி ஆடையெதுவும் அணியாமல்தான் உறங்கிக்கொண்டிருந்தாள். அவ்வேளையில் அதுவும்கூட நினைவுக்கு வரவில்லை. முக்காலியின் மீதிருந்த கண்ணாடிக் குவளை விழுந்து உடைந்து தரை முழுவதும் அதன் துண்டுகள் சிதறிப் பரவியிருந்ததால் வர்ணாசி கட்டிலிலிருந்து கீழே குதித்தபோது அதன் மேல் வழுக்கி விழ ஒரு கண்ணாடித் துண்டு அவளது நெற்றியைக் கிழித்தது.

வீடு அதிர்ந்தது. அறைகளின் கதவுகள் வேகமாகத் திறந்து மூடிக்கொண்டன.

"மகளே தவழ்ந்தாவது இங்க வந்துடு" என்ற மனோரம்யா வின் குரல் முதலில் கேட்ட இடத்திலிருந்தே கேட்டது.

வர்ணாசி எழுந்து நின்று சுவரைப் பிடித்துக்கொண்டு போதையிலிருப்பவளைப்போல தள்ளாடித் தள்ளாடி படிக்கட்டு அருகே வந்தாள். படிக்கட்டில் விழுந்துவிட்டவள் போல அம்மா இரண்டு மூன்று படிகளில் தனது உடலைக் கிடத்தியிருந்தாள்.

அம்மாவும், மகளும் தவழ்ந்தவாறே கீழே வந்தார்கள்.

சுநேத்ரா ராஜகருணாநாயக

“பயப்படாதே” என்று சொன்னபோதிலும், அவ்வாறான சந்தர்ப்பத்தில் என்ன செய்வது என்று திடீரென யோசிக்க மனோரம்யாவால் முடியாமல் போனது. சரியாக அதற்கு ஒரு கிழமைக்கு முன்னர்தான் அவள் அனர்த்த முகாமைத்துவம் குறித்த புத்தகமொன்றைத் திருத்திக் கொடுத்திருந்தாள். அதில் ஒவ்வொரு நாட்டிலும் ஏற்பட்ட பூமியதிர்ச்சிகளின் போது மக்கள் எவ்வாறெல்லாம் உயிர்களைக் காப்பாற்றிக் கொண்டார்கள் போன்ற விவரங்களும் இருந்தன. இந்தக் கணத்தில் அவை எவையும் நினைவுக்கே வரவில்லை.

முற்றத்துக்கு ஓடுவதா? அங்கும் மரங்கள் இருக்கின்றனவே. தெருவில் மின்கம்பங்கள் எந்தத் திசையிலிருந்து விழுமோ தெரியாது. மழையும் காற்றும் இருப்பதனால் ஒருவேளை சூறாவளியாக இருக்குமோ? ஈரானில் பூமியதிர்ச்சியின் போது பெரிய மேசையின் கீழே பதுங்கிக்கொண்டிருந்த ஒரு பிள்ளையின் மேல் வீடு உடைந்து வீழ்ந்த போதிலும் பிள்ளை தப்பித்துக்கொண்ட சம்பவம் வர்ணாசிக்கு நினைவு வந்தது. அதே கணத்தில் உணவு மேசையின் கீழ் ஒளிந்துகொள்ள வேண்டும் என்று மனோரம்யாவுக்கும் தோன்றியது.

“மேசைக்குக் கீழ . . . மேசைக்குக் கீழ போவோம். இது பூமியதிர்ச்சியொண்ணு” என்று அம்மா முனகினாள். மகளின் உடலில் ஆடையேதுமில்லை என்பது அம்மாவுக்கு விளங்கியது. மகள் மேசைக்குக் கீழால் போனதுமே அம்மா மீண்டும் படிக்கட்டின் அருகேயிருந்த அறைக்குப் போனாள். அவள் படுத்துக்கொண்டிருந்த அந்த அறையிலும் பொருட்கள் ஆங்காங்கே சிதறியிருந்தன. தலையணைக்குக் கீழால் தான் வைத்திருந்த மின்சூளைத் தேடியெடுக்கவும் அவள் கட்டிலுக்குக் கீழால் தடவிப் பார்க்க வேண்டியிருந்தது.

அம்மா திரும்ப மேசையருகே வந்தபோது மின்சூளையும் எடுத்துக்கொண்டுதான் வந்திருந்தாள். மகளின் வீட்டில் இரவு தங்குவதற்காக வந்தபோது தான் அணிந்துகொண்டு வந்த பாவாடை, சட்டை, படுக்கை விரிப்பு, தலையணை என அனைத்தையும் சுருட்டியெடுத்துக் கொண்டு வந்திருந்தாள். அப்போது அதிர்வு நின்றிருந்தது.

அம்மா மேசையின் கீழ் துணியை விரித்தாள். மேசையைச் சூழவிருந்த கதிரைகள் விழுந்திருந்ததால் அவற்றை ஒதுக்கித் தள்ளிவிட்டாள்.

“ஏதாவது அவசரம்னா ஓட வேண்டியிருக்கும். இந்த உடுப்பைப் போட்டுக்கோ” என்று கூறி அன்று மாலைநேரம் தான் அணிந்திருந்த ஆடையைச் சிறு குழந்தைக்கு அணிவித்து

விடுவதைப்போல அணிவித்துவிட்டாள். மகள் திருமணம் முடித்த தற்குப் பிறகு அம்மா, மகளைத் தொட்டது அப்போதுதான். சரியாகச் சொல்வதானால் ஏழாண்டுகளுக்கும் ஏழு மாதங்களுக்கும் ஏழு நாட்களுக்கும் பிறகு தொட்டிருக்கிறாள். அதுவும் சரியாக ஏழு மணித்தியாலங்களிலா என்பதை உத்தேசமாகக் கணிக்க முடியவில்லை. இருவருமே நேரம் பார்க்கவில்லை. மகளுக்கு ஆடைகளை எடுத்துவரப்போயிருந்த வேளையில் பெரிய அதிர்வுகள் இருக்காவிட்டாலும் சிறிய அதிர்வொன்று மீதமிருந்தது. சாவதென்றால் ஒன்றாகச் சாகலாம் என்றும், தப்பிப்பதென்றால் மகள் பிழைத்துத் தான் செத்தாலும் பரவாயில்லை என்றும் மனோரம்யாவுக்குத் தோன்றியது.

வீட்டினுள்ளே நிலாமுற்றத்தில் இடப்பட்டிருந்த கொங்க்றீட் இடைவெளிகளிலிருந்து தண்ணீர் சொட்டிக் கொண்டிருந்தது. அந்த இடத்தில் பதிக்கப்பட்டிருந்த மலேசியாவிலிருந்து கொண்டுவரப்பட்ட பிரமிட் வடிவத்தினா லான கண்ணாடித் தொட்டியும் உடைந்திருக்கக் கூடும். மழையோடு சேர்ந்த காற்று பூமியையும் அள்ளியெடுத்துக் கொண்டு மிகுந்த அவசரத்தோடு ஓட முற்பட்டதால் பெருவிருட்சங்கள் ஓலமிட்டுக்கொண்டிருந்தன.

'சாஷா எங்க போனார்?' என்று அம்மா கேட்கவேயில்லை. இவ்வாறான வாழ்வுக்கும் சாவுக்கும் இடையிலான போராட்டத்தின் போதாவது மனோரம்யா ஒரு தாயாக, தனது மகளின் கணவனுக்கு என்னவானதோ என்று பயப்படுவதைக் காணவே வர்ணாசி விரும்பினாள். இருந்தாலும், பூமியதிர்ச்சி எப்படிப் போனாலும் தனது கணவன் வெளிநாடுகளுக்குப் போகும் ஒவ்வொரு தடவையும் விமான விபத்திலாவது அவன் கொல்லப்பட்டுத் தனது மகள் தனக்கே மீளக் கிடைக்க வேண்டும் என்றுதான் அம்மா நினைக்கக் கூடும். சிலவேளை ஒவ்வொரு காலைவேளையிலும் அவ்வாறுதான் பிரார்த்திப்பாளாக இருக்கும் என்ற எண்ணம் உதித்துக் கணப்பொழுதில் மகளை அம்மாவிடமிருந்து தொலைவாக்கியது.

மகளின் ஆழ்மனதில் திடீரென செந்தணல் உருவாகி யிருப்பதை அம்மா உணர்ந்துகொண்டாள். சிறு வயதிலிருந்தே வர்ணாசியின் மனதில் ஏதேனும் உதிக்கும் முன்பே அம்மா அவளது மனதை உணர்ந்துகொள்வாள். அம்மா அடிக்கடி ஊருக்கு வராவிட்டாலும் கூட அந்த உணர்வு அம்மாவிடம் அப்படியே இருந்தது. வர்ணாசிக்கு அந்த உணர்வு பிடித்தமான தாக இருந்த காலத்திலென்றால் 'சரி... இப்ப நான் என்ன நினைக்கிறேன்னு சொல்லுங்க பார்க்கலாம்' என்று கேட்பாள். அவள் எவ்வளவோ வளர்ந்த பிறகும் அம்மாவும் மகளும்

விளையாடிய ஒரு விளையாட்டு அது. கண்களை மூடிக் கொண்டு ஒவ்வொருவரும் காண்பதைக் கூறுவது, அடுத்த விளையாட்டு. அம்மாவுக்கு எப்போதும் அழகான, வண்ணமய மான விடயங்கள் தென்பட்டன. மகளுக்கு அவ்வாறு தெளிவான சித்திரங்கள் எவையும் தென்பட்டதேயில்லை.

“அம்மா பொய் சொல்றீங்க... படம் பார்க்குறதுபோல யோசிச்சு யோசிச்சுச் சொல்றீங்க” என்று மகள் கத்துவாள்.

“இல்ல. நிஜமாவே ஒவ்வொண்ணும் தெரியுது. நீ வேறு எதையும் யோசிக்காம இருந்தால் நீயும் காண்பாய்.”

அந்தப் பூமியதிர்ச்சி தினத்தில் அம்மா, மகள் இருவருக்குமே அந்தப் பழைய சம்பவங்கள் நினைவில் தோன்றின கேட்டன வலித்தன உணர்த்தின; என்றாலும் இருவருமே ஒருவரோடொருவர் அதைப் பகிர்ந்துகொள்ள முயற்சி செய்யவில்லை. வர்ணாசி, அம்மாவைப் போல மடை திறந்தது மாதிரி கதைப்பவளில்லையே.

“உன்னோட அம்மா, உன்கூடக் கதைக்கிறதக் குறைச்சிருக்காரே ஒழிய வேறு ஆட்களோட முன்ன மாதிரித் தான் கதைச்சுட்டிருப்பா” என்று ஒருநாள் சாஷா கூறினான்.

“இல்ல... அம்மா இப்பல்லாம் எங்கேயும் போறதில்லன்னு தான் நான் நினைக்கிறேன். அவரோட ஃப்ரண்ட்ஸ்களுக்கு ஈமெயில் கூட அப்பப்பதான் அனுப்பிட்டிருக்கானு நினைக்கி றேன்” என்று சாஷாவுடன் உரையாடும்போது மகள் எப்போதும் அம்மாவுக்காகப் பரிந்து பேசினாள். மகளுக்கு அம்மாவின்மீது கடும் கோபமும் உள்ளுக்குள் இருந்தது. அந்தக் கோபத்தின் காரணமாக, அவளுடனான உரையாடல்களின்போது எப்போதாவது அம்மாவைப் பரிகாசம் செய்ததுமுண்டு. தான் அழுதுகொண்டு வாழாவெட்டியாகத் திரும்பி வருவதைத்தான் அம்மா எதிர்பார்த்திருக்கிறாள் என்று மகளுக்கு எப்போதும் தோன்றிக்கொண்டேயிருந்தது. எப்போதாவது அவ்வாறான ஒரு நிலைமை தனக்கு வந்தால் அம்மாவிடம் அதைக் காட்டிக் கொள்ளவே கூடாது என்றுதான் மகள் தீர்மானித்திருந்தாள். அந்த சந்தோஷத்தை அம்மா அனுபவிக்க விடவே கூடாது.

‘இதுக்குத்தான் நான் அப்பவே சொன்னேன். நீ என் பேச்சைக் கேட்கலையே? அவன் மேல மயங்கிப் போயிருந்தாய்’ என்று அம்மா சொல்ல இடமளிக்கக் கூடாது என்று அம்மாவின் பிடிவாதம் காரணமாகத்தான் அவள் தீர்மானித்திருந்தாள். அம்மாவின் எதிர்பார்ப்பு ஈடேற வேண்டும் என்று காலையும் மாலையும் அம்மா பிரார்த்தித்துக்கொண்டிருக்கக் கூடும் என்றுதான் சாஷாவும் எப்போதும் சொல்வான்.

அந்தக் கணத்தில் அம்மா யோசித்துக்கொண்டிருந்தது சாஷா பற்றியல்ல. மகளின் வீட்டில் தனக்கு விருப்பமான விதத்தில் தங்கிக்கொள்ள இடமிருந்தும் மனோரம்யா அருகிலிருந்த ஒரு பெரிய பழைய வீட்டின் சிறு பகுதியை வாடகைக்கு எடுத்துத் தங்கியிருந்தாள்.

"மகள்தான்னாலும் கல்யாணம் முடிச்சதுக்குப் பிறகு அவங்களுக்குத் தனியா சுதந்திரமா இருக்க இடமளிக்கணும்" என்று அந்த வீட்டின் சொந்தக்காரியான மாயா சேனாநாயக்க விடம் அவள் கூறியிருந்தாள்.

மனோரம்யா தனது மகளின் வீட்டுக்கு சாஷா இல்லாத நேரங்களிலேயே வந்து போனாள். சாஷா வெளிநாடுகளுக்கோ வேறு பிரதேசங்களுக்கோ போனால் மாத்திரம் மகளுக்குக் காவலாக இரவில் தங்கிச் செல்ல வருவாள். இவையல்லாமல் அன்னதானங்களோ வேறு வைபவங்களோ மகள் வீட்டில் நடந்தால் மனோரம்யா திரும்பிக்கூட பார்க்கமாட்டாள். நடுத்தர வயதிலிருந்த லினட்தான் வர்ணாசியின் வீட்டிலும் மனோரம்யா வீட்டிலும் வேலைசெய்து வந்தாள். அதனால் வர்ணாசி உத்தரவிடாவிட்டாலும் கூட வைபவ தினங்களில் மனோரம்யாவுக்கு உணவு கொண்டுவந்து கொடுப்பதை லினட் ஒருபோதும் தவறவிடவில்லை. இருந்தாலும், மருமகனின் பிறந்த நாட்களின்போது மாத்திரம் 'எனக்கு வேணாம், நான் சாப்பிட்டாச்சு' என்று மனோரம்யா பொய் சொல்வாள் என்பதை லினட் அறிந்தே இருந்தாள். லினட்டை நன்றாகக் கவனித்துக்கொள்பவள் மகளல்ல, அம்மாதான். அதனால் அறிந்தோ அறியாமலோ லினட் எப்போதும் அம்மாவுக்கு சார்பாகவே இருந்தாள். அந்த அம்மாவோ மகளோ ஒருபோதும் ஒருவருக்கொருவர் எதிராக லினட்டிடம் எதுவுமே கூறியதில்லை. இருந்தாலும் லினட் மனோரம்யாவின் வீட்டில் தூசு தட்டிக் கூட்டிப் பெருக்கும்போதும், துணி துவைத்து மின்னழுத்தும் போதும், அங்கிருக்கும் சிங்களப் பத்திரிகையை மேலோட்டமாகப் புரட்டிப் பார்க்கும்போதும் வர்ணாசியின் வீட்டில் நடக்கும் அனைத்தையும் உளறிவிடுவாள்.

'இன்னிக்கு ஐயா சாப்பாடு எடுத்துட்டுப்போக முடியாதுன்னு சொன்னார்.'

'இப்ப கொஞ்ச நாளா ஐயா இரவுச் சாப்பாட்டிற்கு வர மாட்டேன்னு சொல்லியிருக்கார்.'

'இன்னிக்கு ஐயா வீட்டிலிருக்கார். நான் அங்க போறப்ப நம்ம மிஸ்ஸைத் தோளில தூக்கி வச்சுக்கிட்டு முற்றத்துக்குத்

தூக்கிட்டுப் போயிட்டிருந்தார். படிக்கட்டுலருந்து கீழ விழுந்துடுவாங்களோன்னு பயந்துட்டேயிருந்தேன்.'

'உங்களைப் போலவேதான் அந்த மிஸ்ஸும். எந்நாளும் கீரை வேணும்னு சொல்வாங்க."

லினட் கூறுவதற்கெல்லாம் உம் கொட்டவில்லை என்றாலும் அம்மா அவளை அதைரியப்படுத்தவுமில்லை. ஆகவே மகளின் வீட்டில் நடப்பதையெல்லாம் ஓரளவுக்கு அம்மாவும் அறிந்தேயிருந்தாள்.

அம்மாவின் வீட்டில் பெரிய வட்டத்தூண்கள் இருந்த அகலமான திண்ணையும் விறாந்தையாக மாற்றியமைக்கப்பட்ட நீண்ட படுக்கையறையும் இருந்தன. அத்தோடு முன்பொரு காலத்தில் ஓய்வறையாக இருந்து பின்னர் அங்கிருந்த சிறிய ஜன்னலை அகற்றிப் பெரியதோர் கண்ணாடி ஜன்னலைப் பொருத்தி, உள்ளேயே குளியலறையையும் நிர்மாணித்துப் படுக்கையறையாக மாற்றப்பட்ட அறையொன்றும், அருகிலேயே சமையலறையாக மாற்றப்பட்ட களஞ்சிய அறையும் இருந்தன. அந்தப் படுக்கையறையின் தரைக்குப் பொருத்தப்பட்டிருந்த காலுக்கு மிருதுவான செங்கற்களை அகற்றிவிட்டு பளிங்குத் தரையோடுகளைப் பொருத்தித் தருவதாகச் சொன்னபோது மனோரம்யா தீர்மானமாக மறுத்துவிட்டாள். குட்டைச் சுவர்களும் ஜன்னல், கதவுகளுக்கு மேலால் திராட்சைக் கொடிகள் செதுக்கப்பட்ட அரை வட்ட அலங்காரங்களோடு பெரிய பெரிய கண்ணாடிக் கதவுகள், பலகைக் கதவுகள் சுற்றி வர இருந்ததாலும் பாதுகாப்பும் வெளிச்சமும் முழுமையாகக் கிடைத்த அந்த வீட்டிற்கு மனோரம்யா நன்றாகப் பழகி விட்டிருந்தாள். பிரதான வீட்டின் ஒரு புறமாக சிறிய ஊதாப் பூக்கள் பூக்கும் செடிகளாலான வேலியால் முற்றத்தைப் பிரித்து இந்த வீட்டுக்கென்று தனியாக ஒரு நுழைவாயிலைப் பொருத்தியிருந்ததால், வீட்டுச் சொந்தக்காரியான மாயாவை மாதத்துக்கு ஒரு தடவை காண்பதே அபூர்வமானதாக இருந்தது. முற்றத்தின் ஒரு ஓரமாக இருந்த பழைய கிணற்றிலிருந்து நீரள்ளிக் குளிப்பது மனோரம்யாவுக்கு மிகுந்த மகிழ்ச்சியைத் தரும் உடற்பயிற்சியாகவும் இருந்தது. என்றபோதிலும் அவளைக் குறித்து, 'எத்தனை சௌபாக்கியமான வாழ்க்கை கிடைத்தும் அனுபவிக்கத் தெரியாத முட்டாள்' என்றுதான் லினட் கருதினாள். எவ்வளவுதான் திருத்தினாலும், நாட்டு ஓடுகள் வேயப்பட்ட கூரை மழைக்காலங்களில் ஆங்காங்கே ஒழுகுவதுதான் அந்த வீட்டிலிருந்த ஒரே பிரச்சினையாக இருந்தது. சில நாட்கள் எதிர்பாராத இடங்களிலிருந்தெல்லாம்

மழை நீர் ஒழுகும். அன்று மகள் வீட்டுக்கு வரும்போதே மனோரம்யா எப்போதும் நனையும் இடங்களில் பாத்திரங்களை வைத்து விட்டுத்தான் வந்திருந்தாள். இருந்தாலும் பூமியதிர்ச்சி அந்த வீட்டை எவ்வாறெல்லாம் பாதித்திருக்கும் என்பதை அவளால் யோசித்துக் கூட பார்க்க முடியவில்லை. என்ன நடந்திருந்தாலும், அந்த வீடே உடைந்து வீழ்ந்திருந்தாலும் கூட எதுவும் செய்ய முடியாது, இல்லையா? இவ்வாறான சந்தர்ப்பத்தில் மகளைத் தனியே விட்டுவிட்டு எந்த அம்மாதான் போவாள்?

“என்னோட புத்தகங்கள் எல்லாமே நனைஞ்சு போயிருக்கும். ருச்சிராணியும் மினிஸ்டரும் நல்லாப் பயந்து போயிருப்பாங்க” என்று மனோரம்யாவின் உதடுகள் தானாகவே புலம்பின. ருச்சிராணி எனப்படுவது மனோரம்யாவின் பூனை. நெற்றியில் பொட்டு வைத்ததுபோல ஒரேயொரு வெள்ளைப் புள்ளியைக் கொண்டிருந்த அந்தக் கறுப்புப் பூனை மனோரம்யாவுக்கு எதிர்பாராமல் கிடைத்த ஒன்று. பிறந்து கண் திறந்ததுமே யாரோ அதனை அவளது முற்றத்தில் போட்டு விட்டுப் போயிருந்தார்கள். ஆரம்பத்தில் அந்தப் பூனைக் குட்டியை யாருக்காவது கொடுத்துவிட வேண்டுமென்று நினைத்தாலும் போகப் போக மனோரம்யா அதனுடன் நெருக்கமாகிவிட்டிருந்தாள். அது ஒரு பெண் பூனையென்பதை லினட்தான் எடுத்துச் சொன்னாள்.

“பெட்டைப் பூனைகளை வளர்க்க யாருமே விரும்ப மாட்டாங்க மிஸ்” என்ற லினட்டின் கூற்று மனோரம்யாவின் நெஞ்சில் கத்தியால் குத்தியதுபோல தாக்கியது. எல்லோரும் கூறும் ஒரு விடயத்தைத்தான் லினட் கூறியிருந்தாள் என்றாலும் மனோரம்யா அதை மொத்த பெண்ணினத்துக்குமே எதிரான ஒரு கூற்றாகத்தான் எடுத்துக்கொண்டாள். விவாகரத்து ஆவதாலும், விதவை ஆவதாலும், மோசமாக ஏமாற்றப்படுவ தாலும், பாலியல் வன்முறைக்கு ஆளாவதாலும், சீதனம் இல்லாததாலும், அழகு இல்லாததாலும், பெற்றோர் இல்லாத தாலும்,இன்னும் பிற காரணங்களாலும் தமது குடும்பத்தாராலும், சமூகத்தாலும் ஒதுக்கிவைக்கப்படும் பெண்ணொருத்திக்கும், அந்த அநாதைப் பூனைக்கும் இடையில் எந்த வேறுபாடும் இல்லை என்று மனோரம்யா அந்த நாட்களில் யாருக்கோ மின்னஞ்சலிலும் எழுதி அனுப்பியிருந்தாள். தொடக்கத்தில் சும்மா ‘பூஸ்’ என்று அழைக்கப்பட்டுக்கொண்டிருந்த பூனை சற்றுப்பெரியதாகவளர்ந்தபோது‘அழகியொருத்தி அழகுராணிப் போட்டி மேடையில நடக்குறதைப்போல இது நடக்குறதைப் பாருங்களேன்’ என்றும் லினட்தான் கூறினாள்.

“அப்படீன்னா நாங்க இவளுக்கு ருச்சிராணி என்று பெயர் வைப்போம்” என்று மனோரம்யா வைத்த பெயரை ஆமோதித்தவளும் லினட்தான்.

“நம்ம ருச்சிராணிக்குக் கொடுக்க நான் ரெண்டு மூணு நெத்தலி மீனை எடுத்துக்குறேன்” என்று அவள் மறுநாளே சின்ன மிஸ்ஸிடம் கூறியது, நிஜமாக நெத்தலி வேண்டும் என்பதற்காகவல்ல; அதற்கு வர்ணாசியின் பதில் என்னவென்று பார்க்கத்தான் அவ்வாறு கூறினாள்.

“ருச்சிராணி?” எதிர்பார்த்த அந்தக் கேள்வி வர்ணாசியிட மிருந்து வெளிப்பட்டது.

“நம்ம பெரிய மிஸ்ஸோட புதிய மகள்.”

அந்த உரையாடல் உணவருந்திக்கொண்டிருந்த சாஷா வின் காதிலும் விழுந்திருக்கும் என்றும் மனோரம்யாவுக்கு அவன் மீதும், மகள் மீதுமிருந்த கோபத்தில் ஒரு பெண்குழந்தையைத் தத்தெடுத்திருப்பார் என்றும் அவன் நினைத்துக் கொள்வானோ என்றும் லினட்டுக்குத் தோன்றியது. மனோரம்யா அவ்வாறான காரியங்களைச் செய்யாதிருக்கக் கூடிய பெண் இல்லையே. சாஷாவுக்கே தெரியாமல், அவன் சாப்பிடும்போது வாசித்துக் கொண்டிருக்கும் சஞ்சிகை கீழே தாழ்ந்து அவனது காதுகள் சமையலறை உரையாடலை நோக்கி நீண்டிருக்கும் என்று வர்ணாசிக்குத் தோன்றாவிட்டாலும் லினட்டுக்குத் தோன்றியது.

“சரி... மிஸ் அது யாருன்னு நினைக்கிறீங்க?” என்ற லினட் அந்த உரையாடலை ரசிக்கத் தொடங்கியிருந்தாள்.

“ஐயே ... நான் அம்மாவோட வேலைகளைத் தேடிப் பார்க்கிறதில்லையே” என்று கூறி மௌனமானாள் வர்ணாசி.

கடைசியில் ஐந்து, பத்து நிமிட அமைதிக்குப் பிறகு லினட் ருச்சிராணி பற்றி விவரித்தாள். அதற்கும் சின்ன மிஸ் எதுவும் பேசவில்லை.

“உன்னோட அம்மாவுக்கு யாராவது எருமை மாட்டைப் பரிசாக் கொடுத்தாக்கூட அதுக்கு மகா ஔஷதம்னு பெயர் வச்சிடுவா போலிருக்கு.”

அன்றிரவு படுக்கைக்குப் போன வேளையில் சாஷாவுக்கு மாமியாரின் ருச்சிராணி நினைவு வந்ததில் தோன்றிய சிரிப்பு அவ்வாறுதான் வெளிப்பட்டது.

“அம்மா மட்டுமா? நீங்களும் அப்படித்தானே. நீங்களும் எல்லாருக்கும் ஒவ்வொரு பட்டப்பெயர் வச்சிருக்கீங்க.

நீங்களும் அம்மாவும் ஒரே மாதிரிதான் எப்பவும் பேசுறீங்க" என்று, இவ்வளவு அருமையான மருமகனை ஏற்றுக்கொள்ள முடியாத அளவுக்கு மோசமான, பிடிவாதமான, சுயநலமான மனது அம்மாவுக்கு எங்கிருந்து வந்ததோ என்ற கேள்வி ஒரு லட்சத்து எழுபத்தேழாவது தடவையாகத் தனக்குள் தோன்றியதன் காரணமாக வர்ணாசியின் மென்மையான குரலில் சலிப்பான பதில் வந்தது.

"உன்னோட அம்மாட குணத்திற்கு உன்னை நோகடிக்க ஒரு பெட்டை நாயை எடுத்து அதுக்கு வர்ணாசின்னு பெயர் வைக்கவும் வாய்ப்பிருக்கு" என்று சாஷா சொல்லும் போதே வர்ணாசியின் விழிகள் மாறின. அவ்வளவு நேரமும் அம்மாவின் மீது வெறுப்போடு இருந்ததுபோல காணப்பட்ட விழிகள் அம்மாவுக்காகப் பரிந்துபேசத் தொடங்கின.

"இல்ல ... அம்மா ஒருபோதும் என்னை நோகடிக்க அப்படியெல்லாம் செய்யமாட்டார். வேறா, தனியா இருந்துக்கிட்டு தன்னை நோவிக்குற காயங்களைத்தான் அவர் குணப்படுத்திக்கப் பார்க்கிறார்."

அந்த விடயங்களையெல்லாம் ஒவ்வொரு விதமாக எத்தனை தடவைகள்தான் கதைத்திருப்பார்கள்? எவ்வளவுதான் சேறகற்றிக் குளிப்பாட்டி எடுத்தாலும் அவ்வளவுதான் என்று சாஷாவும் அடிக்கடி கூறினான். இருந்தாலும் அந்தத் தலைப்பை இருவருமே விடுவதுமில்லை. சில சமயங்களில் அம்மாவைக் குறித்து அவனிடம் ஏதாவது கூற நினைத்தாலும் வர்ணாசி பாடுபட்டு அதைக் கட்டுப்படுத்திக்கொள்வாள்.

அம்மாவிடமிருந்து தொலைவான மகளுக்கு மேசையின் கீழே திடீரென அம்மாமீது கவலை தோன்றியது.

"ருச்சிராணி எப்படியாவது தப்பியிருக்கும். மினிஸ்டரை சங்கிலியால கட்டிப்போட்டுட்டா வந்தீங்க?"

"ஆமா ... இல்லேன்னா என் பின்னால வந்துடுமே. முன்னாடி இருக்குற கூரை உடைஞ்சு விழுந்திருந்தா மினிஸ்டரால தப்பிக்கவும் வழியிருக்காது. இப்படியான அனர்த்தங்களை மனுஷங்களுக்கு முன்னாடியே விலங்குகள் உணர்ந்திடுமாம். அதனால மினிஸ்டர் ரொம்ப நேரமாக் குரைச்சுட்டே இருந்திருப்பான்."

"விடிஞ்சதுமே போய்ப் பாருங்க."

"விடியுறவரைக்கும் திரும்ப பூமியதிர்ச்சி வராம இருந்தால் சரி."

“எனக்குப் பதற்றத்துல மொபைலை எடுத்துட்டு வரவும் முடியாமப் போயிடுச்சு.”

“என்னோடதும் கீழ விழுந்திருக்கும்” என்று பதில் கூறும்போதே மகளுக்கு சாஷாவுடன் கதைக்கத் தேவைப் படுகிறது என்பது அம்மாவுக்கு விளங்கியது. மருமகன் எங்கே போயிருக்கிறார் என்று விசாரிக்கக்கூட அம்மா முற்படவில்லை.

ஆரம்பத்தில் சாஷா வெளிநாடுகளுக்குப் போய்விட்டு வரும் ஒவ்வொரு தடவையும் அம்மாவுக்கும் ஏதேனும் வாங்கிக்கொண்டு வருவான். இருந்தாலும் அம்மா அந்தப் பரிசுகளைத் தொட்டுக்கூடப் பார்க்காமலிருந்தபோது மகளின் மனம் வேதனையடைந்தது. கடைசியில் மகளும் அம்மாவின் பிறந்த தினத்துக்கோ சித்திரைப் புத்தாண்டுக்கோ கூட எந்தப் பரிசுகளும் கொடுக்காமலிருக்கத் தொடங்கினாள். ஆனால் அம்மாவோ தான் எங்கே போனாலும் மகளுக்கு எதையாவது எடுத்துக் கொண்டுதான் வருவாள். மகளும் அவற்றை வேண்டாம் என்று மறுக்க மாட்டாள். என்றாலும் அவ்வப்போது அம்மாவை அதற்காகக் கடிந்துகொள்வாள்.

“எதுக்கு இதையெல்லாம் தூக்கிச் சுமந்துக்கிட்டு வர்றீங்க? எனக்குத் தேவையானது எல்லாத்தையும்தான் சாஷா கொண்டு வந்து தர்றாரே?”

‘ஏன் என்னோட சாஷாவுக்கு எதுவுமே வாங்கிட்டு வர மாட்டேங்குறீங்க? அப்படியொரு நல்ல மனுஷன் ஆயிரத்துல ஒருத்தர்தான் இருப்பார்’ என்பதுதான் அப்போது அவளது பார்வையில் படிந்திருக்கும்.

அம்மா அந்தப் பார்வையைப் புரிந்துகொள்ளாதவள்போல காட்டிக்கொண்டபோதிலும், தனது ஆழ்மனதில் உள்ளதையும் படிக்கக் கூடியவள் அம்மா என்பதை மகள் அறிவாள். அவ்வாறான சந்தர்ப்பங்களில் அம்மாவின் பார்வை வெறுமை யாகும். மகளால் அம்மாவின் முகத்தைப் படிக்க முடியாததால் நெஞ்சிலிருந்து சிறு மூளைக்கு மெல்லிய புகையொன்று ஏறுவதைப்போல உணர்வாள்; தொண்டை அடைத்துக் கொள்ளும். சத்தமாக அழத் தோன்றும். இருந்தாலும் வேகமாக மாடிக்குப் போய் விசாலமான இரட்டைப் படுக்கையில் குறுக்காக விழுந்து கண்களை மூடிக்கொண்டிருந்தோ, குளியலறைக்குள் புகுந்து சற்று நேரம் தண்ணீரில் ஊறிக் கிடந்தோ மனதை ஆற்றிக் கொள்வதல்லாமல் மகள் அந்தக் கோபத்தைக் கவலையாகக் காட்டிக் கொள்வதேயில்லை. அம்மாவென்றால் அப்படியல்ல. சோகத்தைக் கண்ணீராக மாற்றிப் பிழியப் பிழிய அழுதுவிட்டுத்தான் அமைதியடைவாள்.

அது அவ்வப்போது நடைபெறும் நாடகம் என்று இருவருக்கும் தோன்றியபோதிலும், அந்த நாடகத்தை எவ்வாறு நிறுத்துவது என்று இருவருமே அறிந்திருக்கவில்லை.

“இப்ப எல்லாம் நின்னுட்டதுபோலத் தெரியுது. நாங்க எதுக்கு இன்னும் மேசைக்குக் கீழ இருக்கணும்?” என்ற வர்ணாசி, தான் பயந்திருப்பதைக் காண அம்மா விரும்பக் கூடும் என்ற எண்ணம் தோன்றியதுமே உடனடியாக மேசைக்குக் கீழேயிருந்து ஒரு சிறுமியைப் போல வெளியே வந்தாள். வெடித்துச் சிதறியிருந்த கண்ணாடி ஜன்னல்கள் வழியே மெல்லிய வெள்ளைத் திரைச் சீலை வெளியே குதித்துக் காற்றோடும் மழையோடும் போராடி ஈரலித்துத் தோற்றுச் சுருண்டுபோயிருப்பதை அம்மாவும் மகளும் கண்டார்கள். அது விழிகள் இருட்டுக்குப் பழகிப் போனதாலா அல்லது இடையிடையே மின்னல் வெட்டியதாலா அல்லது நட்சத்திர ஒளியாலா என இருவராலும் விளங்கிக்கொள்ள முடியவில்லை.

“நான் மேல போறேன். கட்டிலுக்குக் கீழ ஃப்ளாஷ் லைட் ரெண்டிருக்கு. அதையும் என்னோட மொபைலையும் எடுத்துக் கொண்டுவாறேன். ஏதாவது உடுப்பையும் தேடியெடுத்துக் கொண்டுவரணும். விடிஞ்சதும் வெளியே போய்ப் பார்க்கணும்.”

அம்மா மகளைத் தடுத்து நிறுத்த முயற்சி செய்யவில்லை; என்றாலும் மகளைப் பின்தொடர்ந்து மாடிக்குச் சென்றாள்.

‘நான் எப்போது வேண்டுமென்றாலும் செத்துப்போய் விடுவேன். அதற்குப் பிறகு இந்தப் பிள்ளை அவனோடு தனித்து விடுவாள். எப்போதாவது இந்தப் பிள்ளையும் என்னைப் போல தனித்துவிடுவாள். என்னைப் போலவல்ல. இவளுக்கு அப்போது யாருமே இருக்க மாட்டார்கள். தோழிலொன்று கூட இல்லாமல் மிகவும் தனித்துப்போய்விடுவாள். இவள் தன்னுடைய மனதில் இருக்கும் விடயங்களை எவரிடமும் பகிர்ந்து கொள்வதுமில்லை என்பதால் வாழ்க்கையில் மிகவும் கஷ்டப்படப் போகிறாள்’ என்று ஒரு நாளைக்கு நூறு தடவையாவது தோன்றும் எண்ணம் மனோரம்யாவுக்கு அப்போதும் தோன்றி அவ்வேளையிலும் பெருமூச்சை வரவழைத்தது.

ஒரு கணத்துக்கு முன்புதான் அம்மாவின் ஆக்கிரமிப்பி லிருந்து தப்பித்துவிட வேண்டுமென்றும், அம்மாவின் பாசத்துக்கு இடமளிக்க முடியாது என்றும் பிடிவாதமாக இருந்த மகளுக்கு ஒரே தடவையில் இரண்டு, மூன்று படிகளென்று

தாவித் தாவி ஏறிய வேளையில் அந்த ஆவேசமும் படிப்படியாகக் குறைந்துகொண்டே போனது.

'பேபி, கொஞ்சம் நில்லு. மெதுவாப் போ. விழுந்துடுவாய்' என்று அம்மா எதுவும் சொல்லவில்லையென்றாலும் அம்மாவின் மனதிலிருந்த வார்த்தைகள் மகளுக்குக் கேட்டன. மகள் தன்னையறியாமலேயே நின்று திரும்பிப் பார்த்தாள். அவ்வேளையில் மின்னல் வெட்டியது. மீண்டும் பூமி அதிர்ந்தது. அம்மா தரையில் விழுந்தாள். மகள் கைப்பிடியைப் பலமாகப் பற்றிப் பிடித்துக்கொண்டாள்.

"கைப்பிடியில தொங்காதே பிள்ள. அது கழன்று விழுந்துடும். தவழ்ந்தாவது கீழே வந்துடு" என்று அம்மா கத்தினாள்.

தான் எதற்காக மாடிக்குப் போகிறேன் என்பதையும் மறக்கும் அளவுக்கு நெஞ்சு நிறைத்துப் பூரித்து வழியும் அன்பை அந்த வேளையில் மகள் உணர்ந்தாள். இருந்தாலும் கூடவே மூச்சடைப்பதுபோன்ற உணர்வும் எதனால் வருகிறது? அம்மாவின் மீதான ஆழமான பாசத்தைத் தான் உணரும்போதும் அதை ஏற்றுக்கொள்ள முடியாத அளவுக்கான உணர்வும் கூடவே தோன்றுகிறது. சாஷா மீது காட்டும் அன்பும் கூட சில வேளைகளில் அவ்வாறு மனம் பூரித்து வழியும் அளவுக்குத் தோன்றும் அல்லவா? இருந்தாலும் இவ்வாறு ஒன்றுக்கொன்று முரணான உணர்வுகளை ஒரே மாதிரி உணர்வது எதனால்? வர்ணாசியால் அந்த உணர்வை வேறுபடுத்திப் பார்க்க முடியாமல் போனாலும் அந்த உணர்வு பழகிப்போயிருந்தது. என்ன வித்தியாசமென்றால், அந்த அன்பை அவள் சாஷாவிடம் வெளிப்படுத்துவாள்; அம்மாவிடம் வெளிப்படுத்த விரும்புவதில்லை.

"கீழ விழுந்தீங்கதானே? காயம்பட்டுடுச்சா?" என்று கேட்ட மகள் அம்மாவை அணைத்துக்கொண்டாள்.

"மேசைக்குக் கீழ போயிடுவோம்... இப்படியே தரையில ஊர்ந்துக்கிட்டே போவோம்..."

தரையில் விழுந்துகிடந்த பித்தளைப் பொருட்கள் அவ்வேளையிலும் தரையில் உருண்டு புரள்வது கேட்டது. அம்மாவும் மகளும் மேசைக்குக் கீழால் முடங்கினார்கள். இருவரும் ஒன்றாகவே சுவாசித்தார்கள். அம்மாவின் மடியி லிருந்த பாதுகாப்பைக் கண்டு மகளுக்குக் கண்ணீர் வழிந்தது. சிறு வயதில் வெள்ளிக்கிழமை இரவுகளில் அம்மா வீட்டுக்கு வரும்வரை அம்மம்மாவின் கட்டிலில் படுத்துக்கொண்டிருந்த போதிலும், எவ்வேளையிலாவது அம்மா வந்து அவளைக்

கட்டியணைத்துக் கொள்ளும்போது கனவில் போலவாவது உணர்வாள். அம்மம்மா இரவில் குளிப்பதில்லை. அதனால் அம்மம்மாவுடன் படுத்துக்கொள்ளும்போது அவரிடமிருந்து மருந்து எண்ணெய், சந்தனத் திரி, வெட்டிவேர் ஆகியவற்றின் வாசனை கலந்த இதமான வெப்பத்தை உணர்வாள்; அம்மா அப்படியல்ல. கொழும்பிலிருந்து புறப்பட்டு இரவு எத்தனை மணிக்கு வீட்டுக்கு வந்து சேர்ந்தாலும், குளித்து உடல் முழுதும் பேபி பவுடரைப் பூசி, காதுகளின் பின்புறம் ஓடிக்கொலோன் தடவி, முகத்திலும் இரவில் பூசும் கிரீமைப் பூசிய பிறகுதான் படுக்கைக்கே வருவாள். அம்மா அந்தக் காலத்தில் அருமையான நறுமணம் வீசக் கூடிய ஒருவகை எண்ணெய்யைத்தான் தலையில் தேய்த்துக்கொள்வாள். எவருக்கும் பூமியதிர்ச்சியின் இடையில் தோன்ற வாய்ப்பேயில்லாத, முக்கியமேயில்லாத கேள்வியொன்று மகளின் மனதில் அப்போது தோன்றியது.

'அம்மா அந்தக் காலத்துல நீங்க பூசிய வாசனை எண்ணெய் இப்போது கிடைப்பதில்லையா?' என்ற அந்தக் கேள்வியை மகள் கேட்கவில்லை.

'நீ ஏன் என்னை மாதிரி எதையும் வெளிப்படையாப் பேசுறதில்ல? ஏன் எல்லாத்தையும் உனக்குள்ளே புதைச்சுக் கிறாய்?' என்று அம்மாவே பல தடவைகள் அவளிடம் கேட்டிருக் கிறாள். தன்னுடைய வயிற்றில் பிறந்தவளென்றாலும் நல்லது கெட்டதைத் தேர்ந்தெடுக்க முடியுமான வளர்ந்த பெண் அவள் என்பதை ஏன் இந்த அம்மா புரிந்துகொள்ளமாட்டேன் என்கிறாள்? அவளுக்கு இந்த உலகத்திலும் நாட்டிலுமுள்ள அனைத்து முக்கிய விடயங்கள் குறித்தும் ஆழமான கருத்துக் களை முன்வைத்து எழுதவும் உரையாற்றவும் தெரிந்திருந்த போதிலும், தனது மகளது இதயத் துடிப்பிலிருக்கும் மெல்லிய பாடலின் இசை கேட்பதில்லை; உணர்வதுமில்லை. பாசம் என்பது மூச்சு முட்டும் அளவுக்கு மகளைக் கட்டியணைத்துக் கொண்டிருப்பதா? சங்கிலியால் பிணைத்துவிட்டு மயிரை வாரி, நகங்களை வெட்டி, உண்ணிகளை அகற்றி, ஷாம்பூ போட்டுக் குளிப்பாட்டி, பவுடர் பூசி, வாசனை தெளித்துத் தெருவிலும் காரிலும் கூட்டிக்கொண்டு போகும் பெட்டை நாயா அவள்? வர்ணாசி இந்த எண்ணங்களை ஒருபோதும் வார்த்தைகளாக மாற்ற முயன்றதேயில்லை.

அப்போதைய பூமியதிர்வு ஐந்தாறு நிமிடங்களுக்கு மேல் இருந்திருக்காது. மகளை அரவணைத்திருக்க அம்மா விரும்பினாள். மகளின் மனதில் அம்மா குறித்துப் பெரிய பெரிய முறைப்பாடுகளெல்லாம் மலைபோலக் குவிந்திருந்த

போதிலும் மகளும் அம்மாவின் வெப்பம் தேவைப்படுவதாகவே உணர்ந்தாள். ஆனாலும் அந்தத் தேவையுடனே மகள் உள்ளுக்குள் கோபப்படவும் தொடங்கினாள். சாஷாவாவது வீட்டிலிருந்தால் ஓடிப்போய் அவனைக் கட்டியணைத்து அந்தக் கோபத்தை ஆற்றிக்கொண்டிருப்பாள்.

“பாருங்களேன் ... அம்மாவுக்குப் புதுமையானதொரு தாய்மையுணர்வு வந்து என்னை அணைச்சுக்கப் பார்க்குறாங்க.”

“சரி. அதுக்கு இடம் கொடேன். தனியாகவே வாழ்ந்து உலகத்தையே வெறுத்துப் போயுள்ள மனுஷிதானே. அவர் மேல அனுதாபம் காட்டு” என்று மாமியார் எவ்வளவுதான் மோசமான விதத்தில் சாஷாவைக் கண்டுகொள்ளாதிருந்தாலும் சாஷா கூறுவான். அவனின் மனிதாபிமானம் அது என்று வர்ணாசி நினைத்துப் பூரித்துப்போவாள்.

“அவர் என்னை அணைச்சுக்குற மாதிரியே பாசத்தோடு உங்க கைகளிரண்டையும் பிடிச்சு என்னோட மகளை உங்கக்கிட்ட ஒப்படைக்கிறேன்னு அன்பாச் சொல்லக் கத்துக்கிட்டாங்கன்னா அன்னிக்கு நானும் மாறிடுவேன்” என்று முன்பொரு நாள் வர்ணாசி அவனிடம் கூறியிருந்தாள்.

“வயசான மனுஷியோட கொடுமைகளையெல்லாம் கண்டுக்க வேணாம். இப்போ என்னையே எடுத்துக்கோ. அவர் உன்னோட அம்மாங்குறதால, அவர் என்னை ஏறெடுத்தும் பார்க்குறதில்லன்னு எனக்கு அவர்மேல கோபம் எதுவும் இல்லையே. என்னை மாதிரி அமைதியா இரு.”

“நான் ஒருவிதத்துலயும் உங்க அளவிற்கோ அம்மா அளவிற்கோ நெருங்கவே முடியாத ஒரு சாமானியப் பெண். அதனால அம்மா அளவுக்கு சுயநலமாகவோ, உங்களைப் போல உலகம் முழுவதையும் நேசிக்கவோ என்னால முடியாது.”

“நான் காதலிச்சது அந்த சாமானியப் பெண்ணைத்தான் என்பது உன்னோட அம்மாவுக்குப் புரியலங்குறதுதான் ஆச்சரியமா இருக்கு. நான் அந்த சாமானியப் பெண்ணுக்குக் காலையும் மாலையும் ஸ்தோத்திரங்கள் சொல்லி, சுவர்க்கத்திலிருந்து வந்த தேவதையென்ற அபிமானத்தோடு பாத பூஜை செய்றேன் என்பது அம்மாவுக்குப் புரியாதது நான் அவரோட எதிரி என்பதாலதான். அவரோட பொம்மையைப் பறிச்செடுத்த மோசமான பையன் நான்தான். அவர் அதுக்கு எதிரா ஒவ்வொண்ணும் செய்யுற சின்னப் பிள்ளை. இது ஒருவிதமான மனநோய். அப்படிப்பட்டவங்களுக்கு நாங்க அனுதாபம் காட்டணும் வர்ணாசி.”

அந்த நீண்ட பதில் முடியும் தறுவாயில் வர்ணாசி அம்மாவுக்காகப் பரிந்து பேசத் தொடங்கினாள்.

"அம்மாவுக்கு ஒரு மனநோயும் இல்ல. அவர் சந்திச்ச எல்லா ஆம்பளைங்களுமே பொய்யர்கள் என்பதால அவர் எந்த ஆம்பளையையும் நம்பத் தயாரா இல்ல. நீங்களும் அப்படித்தான்னு நினைக்கிறாரோன்னு தெரியாது. இப்ப நாங்க இவ்வளவு காலம் நல்லாத்தானே வாழுறோம். தான் செஞ்சது தப்புன்னு உணர அதுவே போதும்தானே அவருக்கு."

"உன்னோட அம்மா சரியான அகங்காரம் பிடிச்சவர். தான் செஞ்சது தப்புன்னு ஏத்துக்க முடியாத அளவுக்கு அகங்காரம் பிடிச்சவர்."

"அதெல்லாம் எனக்குத் தெரியாது. விடுங்க ... நாங்க வேறெதைப் பற்றியாவது பேசுவோம்."

மகள் அம்மாவை எவ்வளவுதான் திட்டினாலும் தன்னிடம் காட்டும் பாசத்துக்குச் சமமாகவோ, அதற்குச் சற்றுக் கூடுதலாகவோ அம்மாவின் மீதும் மகளுக்குப் பாசம் இருப்பதை சாஷா அறிந்திருந்தான். அதனால்தானே குறை சொல்லிக்கொண்டிருந்த மகள் திடீரென அம்மாவுக்குச் சார்பாகப் பேசினாள். அம்மாவின் முட்டாள்தனமான இந்தப் பிடிவாதத்தால் மகளின் மனமும் எப்போதாவது பாறை போலஆகிவிடும் என்றும் சில நேரங்களில் அவனுக்குத் தோன்றும். அத்தோடு அவ்வாறு நடைபெறும் நாளில் அந்த நினைப்போடு வரும் மெல்லிய கோபம் தன்னை நோக்கித் திரும்பும் என்றும் சாஷாவுக்கு விளங்கியது. மனித உள்ளங்கள் அப்படிப்பட்ட விந்தையான விதத்தில்தானே வேலை செய்கின்றன. ஒன்றிரண்டு குழந்தைகளாவது இருந்திருந்தால், வர்ணாசிக்கும் அம்மாவுக்கும் இடையிலான பிணைப்பு குழந்தைகள்மீது திரும்ப வாய்ப்பிருக்கிறது. அப்போது அம்மாவுக்கும் மருமகன் இருக்கும் நேரத்திலும் வீட்டுக்கு வராதிருக்க முடியாமல் போகும். இருந்தாலும் வர்ணாசி கர்ப்பமாக காலம் எடுக்கிறது. இருவரிடமும் எந்தப் பிரச்சினையும் இல்லையென்றுதான் வைத்தியர்கள் கூறுகிறார்கள்.

"உன்னோட அம்மா எப்போவாவது நாங்கள் பிரிஞ்சிடுவோம்னு சவால் விட்டுட்டிருக்குறதால நமக்குக் குழந்தையே பிறக்கக் கூடாதுன்னு காலையும் மாலையும் பிரார்த்திச்சிட்டிருக்கிறாரோ தெரியாது" என்று இறுதியாக வீட்டிலிருந்து புறப்படத் தயாராகும்போது சாஷா வர்ணாசியின் வயிற்றை முத்தமிட்டவாறே கூறினான்.

“ஐயோ என்னோட அம்மா ஒருநாளும் அப்படி நினைக்க மாட்டாங்க. அவருக்கு வேண்டியிருந்துச்சுன்னா என்னைக் கருவிலேயே அழிச்சிருக்கலாமே. புருஷன் இல்லாமலேயே குழந்தையைப் பெத்துக்க அவங்க பயப்படலையே. அப்படிப்பட்டவர் இப்ப அப்படி நினைப்பாரா?”

வர்ணாசி சாஷாவிடம் இப்போது அப்படிக் கூறினாலும், விபரம் தெரிந்த நாளிலிருந்தே அப்பா இல்லாதது குறித்து அம்மாவின் மீது கோபத்தைக் கொண்டிருந்தாள்.

ரமணியுடைய கணவன் வெளிநாட்டில் வைத்துச் செத்துப்போய்விட்டார் என்றுதான் வர்ணாசியுடைய அம்மம்மா ஊர்முழுதும் சொல்லிவைத்திருந்தார். மனோரம்யாவை வீட்டில் ரமணி என்றுதான் அழைத்தார்கள். ஊரில் வேறெவரும் தமது வீட்டுக் குழந்தைகளுக்கு மனோரம்யா என்று பெயர் வைத்துவிடுவார்களோ என்ற பயத்தில்தான் அம்மம்மா மனோரம்யாவை அந்தப் பெயரில் அழைத்து வந்தார். அந்த நாட்களில் அம்மாவின் உண்மையான பெயர் என்னவென்று கூட சிறுமி வர்ணாசிக்குத் தெரிந்திருக்கவில்லை. தனது பெயரையும் கூட பேபி என்றே நினைத்துக்கொண்டிருந்ததனால், பாடசாலைக்குப் போன புதிதில் யாராவது பெயரைக் கேட்டால் பேபி என்றுதான் சொல்லிக்கொண்டிருந்தாள்.

தெஹியோவிட்டவிலிருந்து தெரணியகலைக்குப் போகும் பாதையோரமாக ஐம்பத்துச் சொச்சம் ஏக்கர் பரப்பிலிருந்த இரப்பர் தோட்டத்தில்தான் அம்மம்மா வசித்து வந்தார். அவர்கள் பரம்பரைப் பணக்காரர்களல்ல என்றாலும் சுற்றிவர வசித்தவர்கள் அனைவரும் கல்வியறிவற்ற வறிய மக்கள் என்பதால் பரம்பரைப் பணக்காரர்கள்போல காட்டிக் கொள்ள முடிந்தது. அது முன்பு வெள்ளைக்கார சொய்ஸா குடும்பத்துக்குச் சொந்தமாக இருந்து பிறகு, வர்ணாசியின் தாத்தாவுக்கு எழுதிக் கொடுக்கப்பட்ட காணி. அந்தக் காணியின் ஒரு எல்லையில் அரசாங்கத்துக்குச் சொந்தமான காடு இருந்தது. காணியின் இரண்டு புறங்களிலும் மலைகள் இருந்தன. இரண்டுக்கும் நடுவிலிருந்த ஒற்றையடிப் பாதை வழியே ஏனைய தோட்டங்களுக்குச் செல்பவர்களும் நடந்து போனார்கள். சிறிய மலையோடு பாதை முடியும் ஓரிடத்தில் கால் ஏக்கர் காணி சமதளமாக இருந்தது. அன்னாசிப் புதர்கள் சிலவற்றாலும், செம்மஞ்சள் நிறப் பூக்கள் பூக்கும் சோற்றுக் கற்றாழை போன்ற கூரிய நீண்ட இலைகளைக் கொண்டிருந்த செடிகளாலும் மூடப்பட்டிருந்த கற்பாறை வீட்டின் பின்னால் இருந்தது. அதில் பாம்பிருக்கும் என்று சொல்லி அம்மம்மா வர்ணாசியை ஏற விடுவதேயில்லை. அந்தக் கற்பாறையானது,

பண்டைய காலத்து அரக்கர்கள் ஒரு கல்லின் மீது மற்றொரு கல்லை வைத்து மூடிய வட்டக் கல் பெட்டி போன்று இருப்பதனால், ஊரில் அனைவரும் அது புதையலிருக்கும் இடம் என்றுதான் நம்பிக் கொண்டிருந்தார்கள். அந்தப் பகுதியை ஒரு ஊர் என்று சொன்னாலும் கூட ஓடைக் கரைக்கும் தெருவுக்கும் இடையேயிருந்த காணிகளிலும், இரப்பர் தோட்டத்துக்கு மேலேயிருந்த காட்டைத் துப்புரவாக்கித் தமதாக்கிக் கொண்ட காணிகளிலுமே ஆங்காங்கே வீடுகளிருந்தன. இடையிடையே அந்த ஊரின் மூத்த பரம்பரைகளின் வீடுகள் பெரிய பெரிய தோட்டங்களுக்கு நடுவே இருந்தன. வெள்ளையர் தோட்டப் பயிர்களை நடுவதற்காகக் காடுகளை அழித்த காலத்தில் கரையோரப் பிரதேசங்களிலிருந்து வந்த இலங்கையர்களால்தான் அந்த வீடுகள் கட்டப்பட்டிருக்கும் என்று மனோரம்யா எப்போதும் சொல்வாள்.

மனோரம்யாவின் அப்பாவுக்குக் கிடைத்திருந்த அந்த வீடு கூட, தோட்டத்தைப் பார்வையிட அதன் உரிமையாளர் வரும் ஓரிரு நாட்களுக்கு அவரும் தங்கிச் செல்ல பயன்படுத்தும் விதமாகத்தான் கட்டப்பட்டிருந்தது. ஏனைய நாட்களில் அந்த வீட்டில் அப்பாவுடைய அம்மாவும் மாமாவும் அத்தையும்தான் அங்கு தங்கியிருந்தார்கள். மனோரம்யா இன்னும் ஏழு ஆசியப் பெண் சட்டத்தரணிகளோடு சேர்ந்து தத்தமது குடும்பங்களின் வரலாற்றையும், நாட்டின் பொதுச் சட்டத்தையும் சமூகக் குழுக்களின் சட்டங்கள் அந்தந்தக் குடும்பங்களைப் பாதித்த விதத்தையும் பற்றி ஆய்வு செய்து ஆங்கிலத்தில் ஒரு புத்தகம் எழுதியிருந்தாள். நூலின் தலைப்பை 'அநீதியின் சீரற்ற நீதி' என்றுதான் சிங்களத்தில் மொழிபெயர்த்திருந்தார்கள்.

"இங்கிலீஷுல என்ன வேணும்னாலும் எழுதட்டும்... குடும்ப விஷயங்களைச் சிங்களத்திலும் எழுதினா அவளுக்கும்தானே அவமானமா இருக்கும்? இனி நாங்க தெருவுல இறங்கி நடக்குறது எப்படி?" என்று அந்தப் புத்தகத்தைப் பார்த்து அழுதவாறே கூறினார் பாடசாலை ஆசிரியையாகவிருந்த அம்மம்மா ஜினவதி.

வர்ணாசி தனது குடும்ப வரலாற்றை வியப்போடு வாசித்துப் பார்த்தாள்.

'என்னுடைய பாட்டி, தோட்ட உரிமையாளரின் வைப்பாட்டியாக இருந்ததை நம்பாதிருக்கத்தான் நானும் விரும்புகிறேன். எனது தந்தையின் தந்தை இறந்துவிட்டார் என்று சொல்லப்படுகிறதே ஒழிய அவரின் புகைப்படமோ, வேறு அத்தாட்சி ஆவணங்களோ, உறவினர்களோ இல்லை என்பதால் அந்தக் கசப்பான உண்மையை நானும் ஏற்றுக்

கொள்ளத்தான் வேண்டியிருக்கிறது. அதைக் கசப்பான உண்மையென்று நான் சொல்வது, என் பாட்டி வைப்பாட்டியாய் இருந்ததால் அல்ல. அது கசப்பாக இருந்தது ஏனென்றால் எனது தந்தை தனது தந்தையைத் தோட்டத்து உரிமையாளராகக் கருதி 'ஐயா' என்று அழைக்க வேண்டியிருந்ததால்தான். எனது தந்தைக்கு, கொழும்பிலிருந்த அவரது தந்தையின் சட்டபூர்வமான திருமண பந்தத்தின் மூலம் பிறந்த பிள்ளைகளோடு எவ்வித சகோதர பந்தங்களும் கூட இருக்கவில்லை என்பதனால்தான். அந்தப் பிள்ளைகள் செண்ட் தோமஸ் கல்லூரியிலும், ட்ரிண்டி கல்லூரியிலும் கல்விகற்ற அதே சமயம் எனது தந்தை தல்துவைப் பாலர் பாடசாலையில் படித்து, அவிஸ்ஸாவலையில் உயர்தரம் கற்று, பேராதெனிய ஆசிரியர் கலாசாலைக்குப் போக நேர்ந்திருந்தது. ஒக்ஸ்ஃபோர்டுக்குப் படிக்கப் போன கொழும்புப் பிள்ளைகள் சொத்துக்களை அழித்து அகால மரணமடைந்த பிறகும் கூட கொழும்பு, கண்டி, குருணாகலை போன்ற பிரதேசங்களில் எஞ்சியிருந்த சொத்துகள் தோட்ட உரிமையாளரான தனது தந்தைக்கே சொந்தமாக இருந்த போதிலும், அவற்றுக்கு உரிமை கொண்டாட இந்தத் தகப்பன் பெயரறியாத மகனுக்குத் தெரிந்திருக்கவில்லை.

அவர் தனது பிறப்பு குறித்து அறிந்திருப்பார். ஆனாலும் அதைப் பற்றி வெளிப்படையாகக் கதைக்க அவருக்குத் தைரியம் இருக்கவில்லை. எனது பாட்டி எனது தாயாரை விடவும் பேரழகியாக இருந்தார். எனது தாயார் பரந்த மனப்பான்மையுடைய, தடித்த கறுப்புப் பெண்ணாக இருந்தார். ஆசிரியையான அவர் கண்டிப்பானவர் போலத் தெரிந்தாலும் குழந்தைபோன்ற அப்பாவிப் பெண்; நேர்மையானவர். எனது தந்தை ஒரு நடிகரைப்போல சிவப்பாக, உயரமாகவும் கட்டுமஸ்தான தேகம் கொண்டவராகவும் இருந்தார். அவர் சில சந்தர்ப்பங்களில் நேர்மையற்றவராகவும் நடந்துகொண்டிருக்கக் கூடும். அவர் அப்பாவிபோல இருந்தாரென்றால் அது தனது தாயாரின் முன்னிலையிலும், தனது மகளின் முன்னிலையிலும் மாத்திரம்தான்.'

"இப்படியெல்லாம் எழுதினா தன்னோட மகளுக்குத்தான் அவமானம்ங்குறது இந்தப் பிள்ளைக்குத் தெரியாதா? நான் எப்படி என்னோட சொந்தக்காரங்களுக்கு முகம் கொடுப்பேன்?" என்று அம்மம்மா அந்தக் கிழமை முழுவதும் அதையே புலம்பிக்கொண்டிருந்தார்.

அந்த வார இறுதியில் வீட்டுக்கு அம்மா எந்தக் குற்றபோதமும் இல்லாமல்தான் வந்தாள். அம்மம்மா அந்தப் புத்தகத்தைப் பற்றி ஒரு வார்த்தைகூட மகளிடம் பேசாததோடு,

‘ரமணிக்குக் கொண்டு போறதுக்கு நல்ல பலாப் பிஞ்சொன்றைப் பறிச்சுத்தா சேதிரிஸ்’ என்று பணியாளுக்கு உத்தரவும் இட்டுக் கொண்டிருந்தார். வர்ணாசியும் அம்மாவிடம் எதுவும் கூறவில்லை. அவ்வாறெல்லாம் எழுதிய மனோரம்யா தனது மகளின் காதலை இந்த அளவு பலமாக எதிர்ப்பாள் என்பதை யார் கண்டது? அப்படிப் பார்க்கும்போது மனோரம்யா அவளது அம்மா ஜினவதியை விடவும் பிற்போக்கானவளாகவும் கிராமத்தவளாகவும் இருக்கிறாளே.

பாடசாலை ஆசிரியரான மனோரம்யாவின் அப்பா டேவிட்சன் பெரேராவுக்கு அவளைக் கேகாலை கான்வென்டில் தங்க வைத்துப் படிப்பிக்க வேண்டியிருந்தது. மூன்றாம் வகுப்பிலிருந்து கேகாலை கான்வென்டில் தங்கிப் படிக்க ஆரம்பித்த மனோரம்யாவுக்கு பியானோ இசைக்கக் கற்றுக் கொடுக்குமாறு அங்கிருந்த மூத்த கன்னியாஸ்திரியிடம் சொன்னவரும் அவரேதான்.

“சிஸ்டர் எனக்கு இவளை நல்லா இங்கிலிஷ் தெரிஞ்ச, பியானோ இசைக்கத் தெரிஞ்ச, நல்லா தையல், பின்னல் கைவேலைகளையெல்லாம் தெரிஞ்ச ஒருத்தியா ஆக்கித் தாங்கோ” என்று கூறி அப்பா தன்னை அவரிடம் ஒப்படைத்தது மனோரம்யாவுக்கு இப்போதும் நன்றாக நினைவிருக்கிறது.

மனோரம்யா அந்தக் கதைகளையெல்லாம் மகளிடமும் விபரமாகச் சொல்லியிருந்ததால் மகள் அவற்றை மருமகனிடமும் பகிர்ந்துகொண்டிருந்தாள்.

“என்னோட அம்மா இங்கிலிஷும் பியானோவும் படிக்காம தையல், பின்னல் கைவேலைகளை மட்டும் படிச்சிருந்தா நல்லாயிருந்திருக்கும்னு அந்தக் காலத்துல அம்மம்மா அடிக்கடி சொல்லிட்டிருப்பார். அப்படி இருந்திருந்தா அவரும் என்னைப் போலவும், என்னோட அம்மம்மாவைப் போலவும் ஒரு நல்ல அமைதியான குடும்ப வாழ்க்கையை வாழ்ந்திருப்பார்” என்று அம்மாவின் மீது கடுமையாகக் கோபப்பட்ட நாளொன்றில் வர்ணாசி சாஷாவிடம் கூறினாள்.

“பைத்தியமா பேபி? உன்னோட அம்மா உன்னைப் போலவோ அம்மம்மாவைப் போலவோ ஒருத்தரில்ல. சில வேளை அவரோட உடம்புல இருக்குறது அந்த உறவு முறையே தெரியாத பணக்காரக் குடும்பத்தோட ஜீனாக இருக்கும்” என்று சாஷா சொன்னதிலும் உண்மையிருக்கக் கூடும்.

பூமியதிர்ச்சி நடக்கும் நேரத்தில் மரண பயம்தானே தோற்ற வேண்டும். ஆனால் வர்ணாசிக்கும் மனோரம்யாவுக்கும்

பழைய ஞாபகங்கள்தான் நினைவில் தோன்றத் தொடங்கினவே யொழிய செத்துப்போய்விடுவோம் என்று தோன்றவேயில்லை. சாவதென்றால் மகளோடே சேர்ந்து செத்துப் போவதால், அது நல்லது என்றுதான் மனோரம்யா நினைத்தாள். தப்பித் தவறியேனும் கூரை உடைந்து விழுந்தால் மகளுக்குக் காயம் ஏற்படாத வண்ணம் மகளைத் தான் அணைத்து மூடிப் பாதுகாக்க வேண்டும் என்று அம்மா தீர்மானித்திருந்தாள்.

'ஒருவிதத்தில் பார்த்தால் நான் எதற்காக இந்த அளவு பயப்பட வேண்டும்? எப்போதாவது நான் இவளுக்கு முன்பு செத்துப் போகத்தானே வேண்டும்? சாஷா ஏமாற்றினால்தான் இவள், தான் இருக்கும் கனவுலகத்திலிருந்து எழுந்து சுற்றி வரப் பார்ப்பாள். தன் நிலையையே மறந்திருக்கும் புருஷனுக்குக் கட்டுப்பட்ட நல்ல பெண்டாட்டியாகத்தானே இப்போதும் இங்கே இருக்கிறாள்' என்ற எண்ணம் அதற்கு முன்பும் பல தடவைகள் தோன்றியிருந்த போதிலும், மனோரம்யாவுக்கு மகளைக் கைவிட்டுவிட மனம் ஒப்பவேயில்லை.

"என்னமோ வாழ்நாள் முழுக்க மகளைப் பக்கத்துல இருந்தே பார்த்துக்கிட்டவர் போலத்தான் உன்னோட அம்மா இப்ப வாடகை வீட்டிலிருந்து கொண்டு மகளைப் பாதுகாக்க நினைக்கிறார்" என்று சாஷா சில நேரங்களில் கூறுவான்.

"அந்தக் காலத்துல அம்மா விருப்பத்தோடு வேணும்னே என்னைவிட்டு விலகியிருக்கலையே. அப்பா இல்லாத குறையை நான் உணராம இருக்கணும்னு என்னை நல்லாப் படிப்பிக்கத் தேவையான பணத்தை உழைக்கத்தானே அம்மா பாடுபட்டாங்க" என்று வர்ணாசி சாஷாவுக்குப் பதிலளித்தபோதிலும் அம்மா விடம் அப்படிக் கூற மாட்டாள்.

"அம்மா, நீங்க உங்களால நிறைவேற்ற முடியாமப் போன கனவுகளையெல்லாம் என் மேல திணிச்சு என் மூலமா நிறைவேற்ற நினைக்குறீங்க" என்று தொடர்ந்து படிக்க முடியாதென்று அம்மாவுடன் வாக்குவாதப்பட்ட நாளில் வர்ணாசி வழக்கம்போலவே அமைதியான தொனியில் மென்மையாகக் கூறியதும் அம்மா விம்மி விம்மி அழுதாள்.

"இப்ப எதுக்கு அழுவுறீங்க? எங்கேயும் வேலைக்குப் போக நான் விரும்பல. கல்யாணம் முடிச்சு நல்லவிதமாக் குடும்பம் நடத்துற நல்ல பெண்ணொருத்தியா இருக்கத்தான் நான் விரும்புறேன்."

அதைக் கேட்டு மனோரம்யா பைத்தியம் பிடித்தவள்போல சிரித்தாள். அம்மம்மா ஜினவதி பேத்தியின் வாயைக் கைகளால்

பொத்தினார். மகளை இழுத்துக் கொண்டு முற்றத்துக்குப் போனார். அந்த வார இறுதி நாட்களில் அம்மாவும் மகளும் பேசிக்கொள்ளவில்லை. இருந்தாலும் அதற்காக அம்மா கவலையோடு படுக்கையில் விழுந்து கிடக்கவில்லை. தனது பாரம்பரிய வீட்டைப் புகைப்படம் பிடித்தாள். அம்மம்மாவின் புகைப்படம், பால் வெட்டும் பெண்களின் புகைப்படம் ஆகியவற்றை அவள் எடுப்பதுவும் தெரிந்தது. காட்டுப் பக்கமாகப் போவதுவும் தெரிந்தது. 'நீர் நாய்கள் இருக்கான்னு பார்க்க சியதோரிஸோட குடிலுக்குப் போறேன்' என்று சொல்வதுவும் கேட்டது.

மகள் எந்த அளவு அமைதியாகிப் போனாளென்றால் அவள் அம்மம்மாவுடனும் கதைக்கவில்லை.

"மனசுல கோபம் வந்துச்சுன்னா வார்த்தைகளை வெளிப்படுத்த முன்னாடி மனசுக்குள் ஒண்ணுலருந்து நூறுவரைக்கும் எண்ண வேணும் பிள்ளை" என்று அம்மம்மா சிறு வயதிலேயே பேத்திக்குச் சொல்லிக் கொடுத்திருந்தார். குறை சொல்லக்கூடாது. பேத்தியும் அதைத் தவறாமல் பின்பற்றினாள். எவ்விதமான அடிப்படைக் காரணங்களும் இல்லாமல் அம்மா சாஷாவை வெறுக்கத் தொடங்கியதும்தான் அந்தச் செய்கை நின்று போனது. இருந்தாலும் சிதறிய ஞாபங்களைப் பொறுக்கியெடுத்துச் சேர்த்து உள்ளே வைத்துக்கொண்டு வெளியே அமைதியாக இருக்க வர்ணாசியால் முடிந்தது. தான் அம்மாவிடம் அப்படிப் பேசியது தவறு என்று மகள் உணர்ந்தாள். அம்மா நீர்நாய்களின் புகைப்படம் எடுக்கப் போனபோது அவளுடன் சேர்ந்து போக மகளுக்குத் தேவைப்பட்டது. ஏனைய நாட்களைப் போல, அம்மா காட்டுக்குப் போகும்போது அல்வாத் துண்டுகளையும் ஏழெட்டு தோடம்பழங்களையும் சாக்லெட்களையும் துணிப்பையில் போட்டு எடுத்துக்கொண்டு அம்மாவுடன் பேசிப் பேசி நடக்க வேண்டும் என்று தோன்றியது. இருந்தாலும் சாஷாவுடனான காதலை மிதித்து அடக்க முயற்சி செய்யும் அம்மாவுக்கு இடமளிக்கக் கூடாது என்ற பிடிவாதமும் உள்ளுக்குள் தோன்றியது. அம்மாவையும் நோகடிக்காமல், தன்னையும் நோகடிக்காமல், அம்மம்மாவையும் குழப்பாமல் இருப்பதென்றால் அதற்கு முழுமையான மௌனத்தைத் தவிர வேறு எந்த உபாயமும் பலனளிக்காது என்றுதான் பத்தொன்பது வயதான அந்த இளம்பெண் கருதியிருந்தாள்.

"நீ அமைதியாக இருக்குறதுதான் நல்லது. உன்னோட அம்மாவோடு ஒருநாளும் பேசித் தப்ப முடியாது. கடைசில

அவர் பேசிப் பேசியே உன்னோட மனசை மாற்றிடுவார்" என்று சாஷாவும் கூறினான்.

"இல்ல... அம்மா இல்ல, இவ்வளவு காலமும் எங்கிருந்தாவது எப்படியாவது வருவார்னு பார்த்துட்டிருந்த அப்பாவே நேரில் வந்து சொன்னாலும் நான் மாற மாட்டேன்."

அந்தத் தடவை சாஷா புன்னகைத்து அவனது பெரிய விழிகளால் வர்ணாசியை ஊடுருவிப் பார்த்து, கன்னங்கள் தொடும் அளவுக்கு நெருக்கமாக அவளது தோள்களோடு சேர்த்து அணைத்தவாறு ஐந்து நிமிடங்கள்போல அசையாதிருந்தான். வழமை போலவே வர்ணாசி அந்தப் பார்வையில் தோற்றுப்போய் அவனது நெஞ்சில் தலை சாய்த்து, ஏதோ நெஞ்சுக்குள்ளிருப்பது அவன் இல்லை என்பதுபோல இதயத் துடிப்பை மாத்திரம் கேட்டுக்கொண்டிருந்தாள். அது ஒருபோதும் மாறாதுதானே.

"நீ எனக்குக் கிடைக்கலன்னாக்கூட அதுக்கும் முகம் கொடுக்க மனசைத் தயார் பண்ணிக்கிட்டுத்தான் உன்னைக் காதலிக்கத் தொடங்கினேன். அதனால என்ன நடந்தாலும் உள்ளுக்குள்ள நான் அமைதியாகத்தான் இருப்பேன்" என்றுதான் சாஷா கூறுவான். இந்த அளவு நல்ல மனிதனை அல்லவா மனோரம்யாவால் ஏற்றுக்கொள்ள முடியாமல் போயிருக்கிறது?!

இனியும் மேசைக்குக் கீழே பதுங்கியிருக்கத் தேவையில்லை எனும் அளவுக்குப் பூமியதிர்வது நின்று போயிருந்தது. மழையும் குறைந்துகொண்டே வந்தது. இருந்தாலும் கண்களை மூடியிருந்த வர்ணாசி தன்னையறியாமலே உறங்கிப் போயிருந்ததால் மனோரம்யாவும் மகளின் அருகிலேயே சாய்ந்திருந்தாள். தான் அங்கிருந்து நகர்ந்தால் வெப்பம் மாறுபடுவதால் மகள் விழித்துக்கொள்ளக்கூடும் என்ற பயத்தில் மனோரம்யா படுக்கை விரிப்பையும் கடந்து பளிங்குத் தரையோடுகளி லிருந்து வரும் குளிரையும் பொறுத்துக்கொண்டு அங்கேயே அசையாமல் கிடந்தாள். அந்த மேசையின் கதிரைகளில் மெத்தை பொறுத்தப்பட்டிருக்கவில்லை. அது சாஷாவால் நாட்டுத் தேக்குமரத்தைக் கொண்டு விஷேடமாகச் செய்வித்து எடுக்கப்பட்ட மேசை, கதிரைகள் தொகுதி. உட்காரும் இடத்தில் பலகையை இலேசாகக் குழிவாக்கி மிருதுவாக இருக்குமாறு செய்விக்கப்பட்டிருந்த அந்தக் கதிரைகள் தரும் இதத்துக்கு மெத்தைகள் பொருத்தப்பட்ட கதிரைகளும்கூட தோற்றுப் போகும்.

'உண்மையில் அந்த நபருக்கு இந்தப் பிள்ளையோடு நிம்மதியாக வாழ இடமளித்து விட்டு ஏன் நான் வேறு எங்காவது

போகக் கூடாது? கொலைகாரன் அங்குலிமாலாவே திருந்தி துறவியாகும்போது சாஷாவும் திருந்தியிருக்க வாய்ப்பிருக் கிறதே. மகளுக்கு ஏதாவது பிரச்சினையென்றால் மாத்திரம் எங்கிருந்தாவது ஓடி வந்து உதவ என்னால் முடியும்தானே?'

மனோரம்யாவின் நெஞ்சமும் வேகமாகத் துடித்துக் கொண்டிருந்தது. அம்மா ஜினவதி மறுலோகத்திலிருந்து இறங்கி வந்து படிக்கட்டில் அமர்ந்து பார்த்துக் கொண்டிருப்பதுபோல தோன்றியது.

'அம்மா மரணமடையும்வரை என்னால் அம்மாவைப் புரிந்துகொள்ள முடியாமல் போனது. இந்தப் பிள்ளையும் அவ்வாறுதான் இருக்கிறாள். எப்போதாவது என்னை நினைத்து ஏங்குவாள்' என்று மனோரம்யா பெருமூச்சுவிட்டாள்.

அம்மா ஜினவதி ஆவியாகவாவது வந்தால் அவளைக் கட்டிப்பிடித்து அழுது, தன்னால் கூற முடியாமல் போன கவலைக்குரிய விடயங்களையெல்லாம் எடுத்துக்கூறி 'நான் என்ன செய்வது அம்மா?' என்று கேட்கலாம்.

மனோரம்யாவின் ஊரிலிருந்த பாரம்பரிய வீட்டின் நீண்ட அகலமான திண்ணை வழியே வீட்டுக்குள் நுழைய மூன்று தலைவாசல்கள் இருந்தன. அந்த வாசல்களுக்கும் மேலே சுவரில் சட்டமிடப்பட்டிருந்த புகைப்படங்கள் போலவே அம்மா ஜினவதியும் தானும் மகளும் வரிசையாகக் கொழுவப்பட்டிருக்கும் மூன்று பெரிய எண்ணெய் வர்ண ஓவியங்களாகத்தான் மனோரம்யாவுக்குத் தோன்றியது. அம்மா ஜினவதி சிறிய நீலப் பூக்கள் பரந்திருந்த சேலையை அணிந்திருந்தார். குட்டையாகவும் கறுப்பாகவும் பருமனாக வும் இருப்பவர் எனும் போது அழகு என்ற சொல் அங்கு பொருந்தாது என்றாலும் மனோரம்யாவுக்குத் தனது அம்மா பேரழகியாகத்தான் தெரிந்தார். அம்மாவின் கண்கள் பெரியவை, நீண்டவை, ஆழமானவை. இருபத்து நான்கு மணித்தியாலமும் ஊற்றெடுத்துப் பொங்கி வழிந்துகொண்டேயிருக்கும் நீரூற்றுபோல அவரிடமிருந்து கருணை ஊற்றெடுக்கும். அம்மாவுக்கு கோபம் வந்த நாளொன்றை யோசித்துக் கூட பார்க்க முடியாது. அம்மாவுக்குக் கோபம் என்றால் என்ன வென்றே தெரியாது என்றுதான் மனோரம்யா நினைத்திருந்தாள். அம்மா இறந்ததற்குப் பிறகுதான் கோபத்துக்குத் தன்னை ஆளக் கொடுக்காமல் அம்மா எவ்வளவு தூரம் அதைக் கட்டுப்படுத்தி வைத்திருந்தார் என்பதை அவள் அறிந்துகொண்டாள்.

அந்தப் பாரம்பரிய வீட்டின் திண்ணையிலிருந்த இடப்புற வாசல் வழியாக உள்ளே நுழைந்ததுமே இருப்பது ஒரு அலுவலக

அறை. கனமான ஒரு பழைய மேசையும், அதற்குப் பொருத்தமான திராட்சைக் கொடி அலங்காரம் செதுக்கப்பட்ட கதிரையொன்றும், வீட்டில் தைக்கப்பட்ட மெத்தை இடப்பட்ட சாய்மனைக் கதிரையொன்றும், புத்தக அலுமாரிக்கும் கண்ணாடி அலுமாரிக்கும் இடையில் தொங்கவிடப்பட்டிருந்த அப்பா டேவிட்சனின் கறுப்பு வெள்ளைப் புகைப்படமும் அந்த அறைக்குள் இருந்தன. மனோரம்யாவுக்கு நினைவு தெரிந்த நாள் முதல் விக்டோரியா மகாராணியின் புகைப்படமும் அங்கு சுவரில் தொங்கவிடப்பட்டிருந்தது. மனோரம்யாவின் இளம்வயதில் அதைக் கழற்றி எறியவும் அவள் முயற்சி செய்திருக்கிறாள். என்றாலும் அம்மா உயிரோடு இருக்கும்வரை, அப்பாவின் அலுவலக அறை முன்புபோலவே இருக்கட்டும் என்று பின்னர் அவளுக்குத் தோன்றியது. அம்மா மரணித்த வேளையில் அவ்வாறான பழைய புகைப்படங்களுக்கு நூதனப் பொருட்களின் பெறுமதி சேர்ந்திருந்தது. தற்போது அந்தப் புகைப்படம் சாஷாவின் புத்தக அறையில் கம்பீரமாகத் தொங்கவிடப்பட்டிருப்பதாக லினட் மூலமாகத் தெரிந்து கொண்டாள்.

"வேறு குடும்பஸ்தன் ஒருத்தன் வப்பாட்டியா வச்சிருந்த ஒருத்திதான் இந்த வீட்டில வசிச்சாங்குறதத் தெரிஞ்சிருந்தா விக்டோரியா மகாராணி இந்த ஃபோட்டோல இருந்து குதிச்சு வெளியே வந்து தன்னோட பாவாடையையும் தூக்கிக்கிட்டு எப்பவோ கொழும்புக்குத் தலைதெறிக்க ஓடியிருப்பா" என்று பல்கலைக்கழகத்தில் நுழைந்த புதிதில் ஏற்பட்டிருந்த உற்சாகத்தோடு மனோரம்யா யாரையும் வெளிப்படையாகக் குறிக்காமல் கேலி பேசத் தொடங்கியிருந்தாள்.

"மகளே, வாய் இருக்குன்னு எல்லாத்தையும் கேலி பேசவோ அவமதிக்கவோ செய்யாதே. விஜய மன்னனுக்குக் குவேனியைக் கட்டிக் கொடுத்தும், நாட்டையே கொடுத்தும் அந்த மன்னன் குவேனியைக் கைவிட்டுப்போனான். நாங்க அப்படிப்பட்ட கேவலமானவனின் வம்சத்திலிருந்து வந்தவங்கன்னு இப்ப யாருமே சொல்றதில்லையே? பேரழகி சித்ரா கல்யாணம் முடிக்காமலேயே குழந்தைப் பெத்தவள்னு இப்ப யாராவது சொல்றாங்களா? ஜனங்கள் எல்லோருமே அந்த மாதிரி விஷயங்களை மூடி மறைச்சிட்டுத்தான் வரலாற்றோட பெருமையைப் பேசிக்கிட்டுத் திரியுறாங்க. உன்னோட குடும்பத்தோட பழைய வரலாறு என்னன்னுகூட உனக்கே சரியாத் தெரியாமத்தான் நீ மேல பார்த்து எச்சில் துப்பிக்கிட்டு இருக்கிறாய். ஏன் இப்படியெல்லாம் நடந்துக்குறாய் மகளே?" என்று, மகள் என்ன நினைக்கிறாள் என்பதைப்

புரிந்துகொள்ள முடியாமல் அம்மா ஜினவதி மிகவும் சாந்தமாக அறிவுறுத்தினார்.

“அதனால எனக்கு வெட்கமாயிருக்குன்னெல்லாம் ஒருநாளும் நான் சொல்லமாட்டேன். இந்த வீட்டையும் தோட்டத்தையும் வப்பாட்டியோட மகனுக்கு எழுதிக் கொடுத்திருக்கார்னா அவர் நல்ல மனுஷன்தான். ஆனா அவராலும் ‘இது என்னோட மகன்’னு நம்ம சமூகத்துக்கு வெளிப்படையாச் சொல்ல முடியலன்னா, அப்படிப்பட்ட சமூகம் ஒண்ணுதான் இந்த மகாராணியோட அலங்காரமான இந்தப் பலகைச் சட்டத்துக்குள்ள ஒளிஞ்சிட்டிருக்கு. நம்ம சமூகம் இந்தப் பலகைச் சட்டத்துக்குள்ள இருந்துக்கிட்டு, வெள்ளைக்காரர்களோட களிசான்கள்ல புகுந்துக்கிட்டு வெள்ளைக்காரர்கள்போல வாழ முயற்சி செஞ்சுக்கிட்டுத்தான் பண்பாடு, கலாச்சாரம் பற்றியெல்லாம் பேசிட்டிருக்கு” என்ற மனோரம்யாவின் இளம் வயதுக்கேயுரிய சிரிப்புச் சத்தம் அன்று இரப்பர் தோட்டத்தின் தொலைவுவரை எதிரொலித்தது.

அந்தப் பாரம்பரிய வீட்டின் அலுவலக அறையிலிருந்து திண்ணையை நோக்கித் திறக்கும் வாசலில் இரட்டைக் கதவுகள் இருந்தன; ஒன்று கண்ணாடியாலானது; மற்றையது தேக்கில் செதுக்கப்பட்டது. அந்த இரட்டைக் கதவுகளுக்கு முற்றத்தை நோக்கித் திறக்கும் பெரிய ஜன்னல்களிலிருந்துதான் வெளிச்சம் வந்துகொண்டிருந்தது. அவ்விடத்தில் எப்போதும் சூரிய வெளிச்சம் விழும். ஆகாயத்தையும் பூமியையும் இணைக்கக் கூடியதுவும், தூசு துணிக்கைகளை அசைவிக்கக் கூடியதுவும், திடீரென வானவில்லின் வர்ணம் காட்டுவதுமான அந்த வெளிச்சக் கீற்றுகள் மனோரம்யாவின் நெஞ்சில் போலவே வர்ணாசியின் உள்ளத்திலும் ஆழமாகப் பதிந்திருந்தன. அந்த வீட்டில் கழித்த அமைதியான வாழ்க்கையோடு இப்போது எவ்விதத் தொடர்பும் இல்லையென்றாலும் அந்த வீட்டுக்கு வேயப்பட்டிருந்த நாட்டு ஓடுகளாலும் ஜன்னல்களாலும் வீட்டுக்குள் குதித்த அந்த வெளிச்சக் கீற்றுகளாலும்தான் பாரம்பரிய வீட்டின் ஞாபகச் சித்திரங்கள் முழுமையாகின்றன.

வர்ணாசியும் சாஷாவும் அவர்களுக்கான வீட்டைக் கட்டும்போது அந்தப் பாரம்பரிய வீட்டின் ஜன்னல்கள், அவற்றின் மேல் பதிக்கப்பட்டிருந்த நீலப் பூக்களுடன் நீண்ட இலைகளையும் கொண்டிருந்த கண்ணாடி அலங்காரங்கள், காற்றிடை வெளிச் சட்டங்கள், கதவுகள், பெரிய தளவாடங்கள், உறுதியான தடிகள் போன்ற கழற்றியெடுத்துக் கொண்டு வர முடியுமான பொருட்களையெல்லாம் எடுத்துக்கொண்டு

வந்திருந்தார்கள். புதிய வீட்டில் எந்தக் கதவை எந்த வாசலுக்குப் பொருத்தினார்கள் என்று மனோரம்யா மகளிடம் ஒருபோதும் விசாரித்ததில்லை.

அந்தப் பாரம்பரிய வீட்டின் விறாந்தையின் உயரமான வெண்ணிறச் சுவரில் யாரோ ஊர் பெயர் தெரியாத, பெரிய மீசையும் பாக்கு போன்ற முகத்தையும் கொண்டிருந்த, வாள் அணிந்து வீற்றிருந்த ஒருவரின் பெரிய கறுப்பு வெள்ளைப் புகைப்படமும் தொங்கவிடப்பட்டிருந்தது.

“அது அப்பாவுடைய சொந்தக்காரர் ஒருத்தர்” என்றுதான் அம்மா ஜினவதி, மகளிடம் சொல்லிவைத்திருந்தார்.

என்ன உறவு என்று தெரியாமலேயே அந்தப் பாக்கு முகத்தானையும் சாஷா தனது புதிய வீட்டுக்கு எடுத்து வந்திருந்தான். சிலவேளை அது தோட்ட உரிமையாளரின் தந்தையாகவும் இருக்கலாம்.

“தட் ஈஸ் மை வைஃப்ஸ் க்ரேட் க்ரேன்ட் ஃபாதர்ஸ் ஃபாதர்” என்று சாஷா ஒவ்வொருவரிடமும் பெருமையாகச் சொல்லிக்கொண்டிருக்கவும் கூடும்.

‘நான் சாக முன்பு எனக்குச் சொல்ல வேண்டியிருக்கும் அனைத்திலும் ஒன்றைக்கூட சொல்லக் கிடைக்காது போலிருக்கிறது’ என்ற எண்ணம் மனோரம்யாவுக்குத் தோன்றிச் சடுதியாக வந்த கோபத்தில் பற்களைக் கடித்தாள்.

‘தான் இன்னும் ஒரு கணத்தில் சாகப்போகிறேன் என்று யாருக்குத்தான் தெரியும்? செத்ததுக்குப் பிறகு இவையெவையுமே முக்கியமில்லையே’ என்று அந்தக் கோபத்தோடு, தன்னைக் குறித்துத் தோன்றியதும் அவளுக்குச் சிரிப்பு வந்தது.

‘மகளே, இனியாவது இந்தக் கோபதாபமெல்லாத்தையும் முடிச்சுக்கிட்டா நல்லதுதானே? மனுஷ வாழ்க்கை என்னன்னு புரிய வைக்க இந்தப் பூமியதிர்ச்சி போதும்தானே மகளே.’

பாரம்பரிய வீட்டின் சமையலறையிலிருந்து உணவு மேசைக்கு நடந்து வந்தவாறே அம்மா ஜினவதி மிகவும் சாந்தமாகத் தன்னிடம் கூறுவதுபோல கேட்டது. அவளுக்கு, தான் இருப்பது புதிய வீட்டிலல்ல என்றும் தோன்ற ஆரம்பித்தது. ஊரின் பாரம்பரிய வீட்டிலிருந்து எடுத்துக்கொண்டு வந்த கதவுகள், ஜன்னல்கள், தளவாடங்கள் என அனைத்தும் மீண்டும் திடீரென முன்பிருந்தது போலவே மாறி அந்தப் புதிய வீடு பாரம்பரிய வீடாக மாறுவது போன்ற மனக் குழப்பத்தோடு மனோரம்யாவின் இமைகள் மூடிக்கொண்டன.

பழைய பாரம்பரிய வீட்டின் விறாந்தையில் சாய்விருக்கை யொன்றும், முக்காலிகளிரண்டும், ஒரு தொகுதி கதிரைகளும், கைப்பின்னல் ரேந்தைத் துணியிட்டிருக்கும் சிறிய வட்ட மேசையொன்றும், நீல நிறத்தில் வீடுகள், பாலங்கள் வரையப் பட்ட வெண்களியாலான பெரிய பூச்சாடிகளிரண்டும், சுவரோடு சேர்த்து வைக்கப்பட்டிருந்த மூன்று அடுக்குகளைக் கொண்ட அலங்கார அலுமாரியொன்றும் வைக்கப்பட்டிருந்தன. அந்த இரண்டு பூச்சாடிகளில் ஒன்று வர்ணாசியின் சிறுபிராயத்தில் உடைந்துவிட்டது. மற்றையது மனோரம்யாவிடம் இருக்கிறது. ஏனைய அனைத்துப் பொருட்களையும் வர்ணாசிதான் எடுத்துக்கொண்டாள். மனோரம்யாவின் இளமைக் காலத்தில்தான் அலுமாரியின் ஆகவும் மேலேயிருந்த அடுக்கில் அப்பா டேவிட்சனும் அம்மா ஜினவதியும் இருக்கும் புகைப்படத்தைச் சட்டமிட்டு வைத்திருந்தார்கள். அதே தட்டில் மனோரம்யாவை ஒரு வயதில் எடுத்த புகைப்படமும் இருந்தது. பின் வந்த காலங்களில் வர்ணாசியின் குழந்தைப் பருவ புகைப்படமும், சிறுமியாக இருந்தபோது எடுக்கப்பட்ட புகைப்படமும், பருவமடைந்த நாளின் புகைப்படமும் அவற்றோடு சேர்ந்துகொண்டன. ஏனைய அடுக்குகள் இரண்டிலும் பித்தளையாலான ஆமைகள், வெற்றிலைத் தட்டு, குத்துவிளக்குகள், கண்ணாடியாலான விலங்குகள் போன்ற பல்வேறுவிதமான பொருட்கள் வைக்கப்பட்டிருந்தன. அம்மா ஜினவதிக்கு நன்றாக கடதாசிப் பூக்கள் செய்யத் தெரியும் என்பதால் மனோரம்யாவின் சிறு வயதில் விறாந்தை யிலிருந்த முக்காலிகளின் மீதும், வட்ட மேசையின் மீதும், கடதாசிப் பூங்கொத்துகள் தவறாமல் வைக்கப்பட்டிருந்தன. மனோரம்யாவுக்கு அந்தக் கலையைக் கற்றுக் கொடுக்க முயன்று தோற்றுப்போனதால் ஜினவதி, தான் அறிந்திருந்த கைப்பணிகள் அனைத்தையும் வர்ணாசிக்குக் கற்றுக்கொடுத்திருந்தார்.

ஒதுக்கப்படும் பெரிய துணித் துண்டுகளை மூட்டித் தலையணையின் உள்ளுறைகளைத் தைக்கவும், சிறிய துணித் துண்டுகளைக் கொண்டு மிதியடிகளைத் தைக்கவும் செய்யும் நேரங்களில் ஜினவதி பேத்தியைத் தன்னோடு கூட்டிக் கொள்ளும் போது அவள் பாலர் பாடசாலை செல்லும் வயதிலிருந்தாள்.

“இதைப் பாரேன். சின்னப் பிள்ளைன்னாலும் எவ்வளவு அழகாக இந்த சங்கிலித் தையலை நேர்த்தியாத் தச்சிருக்காள். உன்னாலதான் இன்னும் ஒழுங்கா ஒரு ரவிக்கையைக்கூட தச்சுக்க முடியல” என்று ஏதோ வர்ணாசி வேறு வீட்டுக் குழந்தைபோல மகள் வீட்டுக்கு வந்திருக்கும் சமயங்களில் பெருமையாகக் காண்பித்துச் சொல்வார். அம்மா என்ன

சொன்னாலும் மனோரம்யா கோபிக்கமாட்டாள். ஆனால் வர்ணாசி அவ்வாறில்லை. அம்மம்மாவுடன் போல அல்லாமல், அம்மாவுடன் மிகச் சிறிய விடயங்களில்கூட குறை கண்டு கோபித்துக்கொள்வாள். எதுவும் பேசாமல், முகத்தைத் தூக்கி வைத்துக்கொண்டு மௌனமாக இருப்பாள்.

இரண்டு கற்றைகளாகப் பின்னியிருந்த, பிறந்ததிலிருந்தே ஒருபோதும் வெட்டியிராத தனது நீண்ட கூந்தலை ஆட்டியாட்டிப் பாரம்பரிய வீட்டின் திண்ணையிலிருந்து வலப்புறமாகத் திறக்கும் கதவு வழியே உணவறைக்குப்போய்ப் பன்னிரண்டு பேர் சுற்றிவர அமரக் கூடிய முட்டை வடிவிலான நீண்ட மேசையைச் சுற்றி ஓடிக்கொண்டிருந்த சிறுமியொருத்தியை, மேசையின் கீழே உறங்கிக்கொண்டிருந்த வர்ணாசி கனவில் கண்டாள். தோளில் இளஞ்சிவப்பு நிறரிப்பனாலான பூக்கள் வைத்துத் தைக்கப்பட்டிருந்த, ரோஜாப் பூக்கள் நிறைந்திருந்த சீத்தை கவுனை அந்தச் சிறுமி அணிந்திருந்தாள். அவளது முகம் மிகவும் பரிச்சயமானதாக விளங்கிய போதும் அது தான்தான் என்ற உணர்வு கனவில் அவளுக்கு வரவேயில்லை. மேசைமீது சீனத்துப் பெண்களும் ஆண்களும் இருக்கும் விதத்தைப் பிரதிபலிக்கும் ஓவியத்தைக் கொண்ட நீல நிறப் பெரிய வெண்கலப் பாத்திரம் வைக்கப்பட்டிருந்தது. அதனுள்ளே அல்வா, பொரியுருண்டை, பலகாரம் போன்றவை தனித்தனியாக எண்ணெய்க் கடதாசிகளில் சுற்றிவைக்கப் பட்டிருப்பதைக் கனவில் ஓடிக்கொண்டிருந்த சிறுமி அறிந்திருந்தாள். அந்தச் சிறுமிக்கு அவற்றைச் சாப்பிடத் தோன்றவில்லை. கனவில் கூட சிறுமிக்கு அவ்வாறு பேராசை வராத அளவுக்கு அந்தச் சிறுமியின் அம்மம்மா சிறுமி விரும்பியவாறெல்லாம் தின்பண்டங்களைச் செய்து கொடுத்து வளர்த்திருந்தார். மேசையைச் சுற்றியிருந்த அலங்கார வேலைப்பாடுகள் கொண்ட சிறப்பப் பூக்கள் பூத்திருந்த கதிரைகள் கறுப்பு நிறத்திலும், அம்மம்மா ‘சைபோட்’ என்று குறிப்பிடும் பாதி அலுமாரி பழைமை படிந்த நிறத்திலும் அங்கே காணப்பட்டன. அதனுள்ளே கண்ணாடி போத்தல்களில் பால் டொஃபி, பேரீச்சம் பழங்கள், தேன், கித்துள் மா, கூகைக் கிழங்கு மா, சவ்வரிசி, ரவை ஆகியவை இட்டு வைக்கப்பட்டிருந்தன. அவற்றோடு நீலப் பூக்களிட்ட ஜோன்ஸன் தட்டுகளும் கோப்பைகளும் ரோஜாப் பூக்கள் வரையப்பட்ட வெண்ணிறத் தட்டுகளும் விளிம்பு முக்கோணம்போல கூரான தண்ணீர் ஜாடியும், கை கழுவும் பாத்திரங்கள் போன்றனவும் சீராக அடுக்கிவைக்கப்பட்டிருந்தன. அந்த அலுமாரியின் பெரிய இரண்டு இழுப்பறைகளுக்கு நடுவே சிறிய இழுப்பறையும் இருந்தது. ஒன்றில் வட்ட வடிவிலான வெள்ளி வர்ண சூப்

கரண்டிகளும் நீண்ட மேசைக் கரண்டிகளும் சோறள்ளும் கரண்டிகளும் யாருமே பயன்படுத்தாத முற்கரண்டிகளும் இருந்ததோடு சிறிய இழுப்பறையில் ஒவ்வொரு வகையான தேக்கரண்டிகளும் இருந்தன. மற்றைய இழுப்பறையில் அம்மம்மா ஒவ்வொரு வடிவத்தில் தைத்து வைத்திருந்த கைத் துடைக்கும் துணிகள் அடுக்கிவைக்கப்பட்டிருந்தன. பாத்திரங்களின் சூடு குறையாமலிருக்க சதுர வடிவான கனத்த துணிகளினுள்ளே பஞ்சை நிரப்பி அம்மம்மா தைத்து வைத்திருக்கும் கனத்த துணிப் பையினுள், ஜப்பானியப் பெண்ணின் சித்திரமுள்ள தேநீர் ஜாடி அலுமாரியின் மேலே வைக்கப்பட்டிருந்தது. அம்மம்மா எப்போதும் வெந்நீர் ஊற்றிவைத்திருக்கும் பித்தளை மூடியும் பித்தளைப் பிடியும் கொண்ட பித்தளைச் செம்பும் எப்போதும் அங்கேயேதான் இருந்தது. விருந்தினர்கள் வந்தால் பாவனைக்கு எடுக்கும் உணவுத் தட்டுகள், சோறு, கறி இடும் பாத்திரங்கள் போன்றவையும் உணவறையில்தான் ஒரு பெட்டகத்தில் வைக்கப்பட்டிருந்தன. கனவில் அவையனைத்துமே தென்படாவிட்டாலும், ஓடிக்கொண்டிருந்த சிறுமி அங்கிருந்த அனைத்தையும் குறித்து நன்றாக அறிவாள் என்ற உணர்வைக் கனவினூடும் வர்ணாசி உணர்ந்தாள். உணவறைக்கு மேலே மாத்திரமிருந்த பலகையினாலான பரணுக்கு, உணவறையின் ஒரு ஓரமாகப் பலகைகளினாலான படிக்கட்டுகள் சென்றன. சிறுமிக்கு அதில் ஏறப் பயமாக இருந்தது. பரணில் எப்போதும் பாதி இருளாக இருக்கும். வீட்டிலும் விகாரையிலும் அன்னதானங்களின்போது மாத்திரம் பயன்படுத்தக் கூடிய விதை நெல் உயர்வகை நெல் ஆகியவை இட்டு வைக்கப்பட்டிருந்த இரண்டு மூட்டைகளும், இன்னும் சில பழைய பெட்டிகளும், துருப்பிடித்த வாள்களிரண்டும் அந்தப் பரணில் இருந்தன. கனவில் ஓடிக்கொண்டிருந்த சிறுமி எவ்விதக் காரணங்களுமில்லாமல் அந்தப் படிக்கட்டில் ஏறத் தொடங்கினாள். கனவைக் கண்டு கொண்டிருந்தவள் தான் இருப்பது மேல் மாடியிலிருந்த பெரிய இரட்டைக் கட்டிலிலல்ல, அவளிருந்த அதே பழைய மேசையின் கீழால் என்பதை உணராதபோதிலும், மேல் மாடியிலிருந்த வாள்களைக் குறித்தும் அறிவாள். அந்தச் சிறுமி வாள்களை எடுத்துக்கொண்டு வரத்தான் போய்க்கொண்டிருக்கிறாள் என்பதையும் அறிவாள். நெஞ்சு படபடக்க, அவள் மேலே ஏறுவதைத் தடுக்க வேண்டும் என்று நினைத்தபோதிலும் அதைத் தடுத்து நிறுத்த முடியாத அளவுக்கு, கையறு நிலைக்குள்ளான பய உணர்வை வர்ணாசி தன் கனவின் மூலமாக உணர்ந்துகொண்டிருந்தாள். துருப்பிடித்த வாள்களிரண்டும் ஆடி அசைந்தவாறே படிக்கட்டில் இறங்கத் தொடங்கின. அவ்வேளையில் அந்தச்

சிறுமிக்கு அந்த இரண்டு வாள்களையும் ஏதாவது கல்லில் தேய்த்துத் துருவகற்றி ஒன்றோடொன்று மோதச் செய்து தீப்பொறி பறப்பதைப் பார்ப்பதே தேவையாகவிருந்தது. இருந்தாலும், அதைத் தொடவே கூடாது என்ற அபாய உணர்வையும் அவள் உணரத் தொடங்கினாள். அப்போது சடுதியாகப் படிக்கட்டு அசையத் தொடங்கியது. சிறுமி தரையில் விழுந்தாள். வாள்களிரண்டும் சிறுமியின் மீது விழுந்து நெஞ்சில் நேராகக் குத்தி நின்றன. சிறுமிக்குக் காயமேதுமில்லை என்றாலும் அந்தப் பாரம்பரிய வீட்டின் உணவு மேசை அதிர்ந்துகொண்டிருந்தது. படிக்கட்டின் பலகைகளும், பரணின் பலகைகளும் கழன்று தொங்கிக் கொண்டிருந்தன. அங்கே உணவறை நோக்கித் திறக்கும் இரண்டு கதவுகள் இருந்தன. ஒன்று அம்மம்மாவின் அறைக்குரியது; மற்றது அம்மாவின் அறைக்குரியது. ஒரே நேரத்தில் அம்மம்மா ஜினவதி தனது அறையிலிருந்தும், மற்ற அறையிலிருந்து மனோரம்யாவும் வெளிப்பட்டார்கள்.

"உலகமே தலைகீழாகப் புரண்டாலும் பதற்றப்படாதே பேபி. பூமியதிர்ச்சியே வந்தாலும் அது ஒரு பொருட்டேயில்லன்னு வேடிக்கைப் பார்த்துட்டிருக்கணும். பயப்படாதே. நீ இப்போதே சாக மாட்டாய்" என்று, அம்மம்மா மிகவும் அமைதியாக, விழுந்துகிடந்த சிறுமியைத் தூக்க ஓடி வராமல் உபதேசித்துக் கொண்டிருந்தார்.

"அப்படியே இரு. நான் கேமராவை எடுத்துட்டு வாறேன்... இந்த வாள்கள் ரெண்டும் எவ்வளவு அழகாக நெஞ்சுல குத்தி நின்னுருக்குப் பாரேன்" என்று மனோரம்யா கூறியதைக் கேட்டு, விழுந்துகிடந்த சிறுமிக்குக் கோபம் வந்தது.

"வேணாம்... வேணாம்" என்று சிறுமி கத்தினாள்.

"என்னாச்சு பேபி பயந்துட்டியா...? நான் உன் பக்கத்துலேயேதான் இருக்கேன்" என்ற அம்மாவின் குரல் நிஜமாகவே கனவில் பயந்து அலறிய சிறுமிக்கானதாக இருக்கவில்லை. தனது மனதுக்குப் பிடித்த விதத்தில் திருமணம் செய்துகொண்ட வர்ணாசிக்கானதாக இருந்தது.

"நீ பயந்து போயிருக்கியா? உடம்பெல்லாம் குளிர்ந்து போயிருக்கு..." என்று கேட்டு மனோரம்யா மகளின் தலையைத் தடவிவிட்டபோதுதான் தான் நிஜமாகவே பூமியதிர்ச்சிக்குப் பயந்து மேசைக்குக் கீழால் பதுங்கியிருக்கும் விடயம் மகளுக்கு ஞாபகம் வந்தது.

"இதுன்னா உலக அழிவுபோல பெரிய அனர்த்த மாத்தான் இருக்கும்... ஸ்ரீலங்காவுல இதுக்கு முன்னாடி ஒருபோதும்

பூமியதிர்ச்சி வந்ததேயில்லையே" என்று தன்னையறியாமலேயே மனோரம்யா சொன்னது, உண்மையில் தான் சொல்ல வந்த விடயத்தையல்ல. மேசையின் கீழே இருப்பதைக் காட்டிலும் பாதுகாப்பான இடத்தைப் பற்றித்தான் அப்போது மனோரம்யா யோசித்துக்கொண்டிருந்தாள். எப்படியாவது முற்றத்திற்குப் போய்த் தெருவிலிறங்கி நடந்தால் நூறு அடி தொலைவிலிருக்கும் கோட்டை நகர சபைக்குச் சொந்தமான மைதானத்துக்குப் போய்விடலாம். அப்போதுதான் மரங்கள் உடைந்து வீழ்வதிலிருந்தும், கூரைகள் உடைந்து வீழ்வதிலிருந்தும் தம்மால் தப்பித்துக்கொள்ளமுடியும். இருந்தாலும், ஒரே தடவையில் ஓடிப்போய் விட முடியுமா என்ன? வழியில் மரங்கள் விழுந்திருக்கலாம். மின் கம்பங்கள் விழுந்திருக்கவும் வாய்ப்பிருக்கிறது. இல்லாவிட்டால் போகும் வழியில் மரங்கள் உடைந்து தம்மீது விழவும் செய்யலாம். காற்றின் காரணமாக கூரைத் தகடுகள் வந்து உடலில் மோதவும் இடமிருக்கிறது. அப்போதென்றால் மின்னல் வெட்டுவதும் நின்று, தூறல் மழையும்கூட நின்று போயிருந்தது. வெளியே நாய்கள் குரைப்பது கேட்டது. மீண்டும் இடியோடு மின்னல் வெட்டத் தொடங்கினால் மைதானத்தில் இருப்பதுவும் அபாயகரமானது.

"சாவது ஒரு தடவைதானே. நான் சாவதற்குப் பயப்படல. இருந்தாலும் என்னோட மகளுக்கு ஒரு தாய் வேணும். அதனால, அவளால தனியாக எல்லாம் செஞ்சுக்க முடியுமான காலம் வரும்வரைக்கும் நான் உயிரோடு இருந்தால் போதும்" என்று வர்ணாசியின் சிறு வயதில், மனோரம்யா இந்தியாவில் வைத்து ஒரு ரயில் விபத்தில் சிக்கி உயிர்பிழைத்த வேளையில் த ஹிந்து பத்திரிகையாளர் ஒருவரிடம் கூறியிருந்தாள். இப்போது மீண்டும் மரணமானது தொட்டு விளையாடிக்கொண்டிருக்கும் இந்தச் சந்தர்ப்பத்திலும், மகளைப் பார்த்துக்கொள்ள நல்ல திடகாத்திரமான ஆண்மகனொருவன் இருக்கையிலும், மனோரம்யாவுக்கு அதே பதில்தான் மீண்டும் மீண்டும் மனதில் தோன்றிக்கொண்டேயிருந்தது.

'எதற்குமே ஆசைப்படாத நான் இந்தப் பிள்ளையை விட்டுச் செல்ல மாத்திரம் இந்த அளவு பேராசைப்படுவது ஏன்?' என்ற கேள்வியைத் தன்னிடமே கேட்டுக்கொள்ள வேண்டியிருந்த போதிலும், அதைக் கேட்க மனம் தயங்கியது. அம்மா ஜினவதி அந்தக் கணத்தில் மரித்தவர்களிடையே இருந்து எழுந்து வந்தாரானால், 'மகளே இந்தப் பிள்ளையைக் கவனமாகப் பார்த்துக்கொள். உனக்கு நடந்த எதுவும் அவளுக்கு நடக்க விடாதே' என்று கூற வாய்ப்பிருக்கிறது என்று மனோரம்யாவுக்குத் தோன்றியது.

"செத்தவங்களாலதான் திரும்பவும் வர முடியாதே. சாவதோடு எல்லாமே முடிஞ்சு போயிடும்" என்று தனது இளமைப் பிராயத்தில் அம்மாவோடு வாதித்திருந்தபோதிலும், வயதாகும்போது 'மரணம் என்பது முடிவல்ல, ஒரு வாசலால் நுழைந்து மற்றொரு வாசலால் வெளியேறுவது போன்ற ஒன்று' என்று எதனால் தோன்றுகிறது? அப்படியென்றால் வர்ணாசிக் காக வாழ வேண்டும் என்று தோன்றுவதில் அர்த்தமில்லையே. அவளுக்கும் விழுந்து, காயப்பட்டு, நன்றாக அடிபட்டு, மற்றொரு வாசலால் வெளியேற இடமளிப்பதேயல்லாமல், அவள் விழும்போது பற்றிப் பிடிக்க, காயங்களுக்கு மருந்திடத் தான் காத்துக்கொண்டிருப்பதில் அர்த்தமேதுமில்லையே.

அம்மாவின் அருகிலிருப்பது ஆறுதலாக இருந்தபோதிலும், அதை வாயால் சொல்ல மகளுக்கு மனம் இடமளிக்கவில்லை. மீண்டும் பூமி அதிர்ந்தது. அம்மா மகளைக் கட்டியணைத்தவாறு அழுதாள். மகளுக்கும் அழும் அளவிற்கு மிகுந்த துயரம் நெஞ்சில் அலைமோதிக் கொண்டிருந்த போதிலும் மகள் அழவேயில்லை. எதுவும் பேசவுமில்லை. கற்சிலைபோல உறைந்திருந்தாள். சாஷா வீட்டிலிருந்தானென்றால் ஒருவரை யொருவர் கட்டியணைத்தவாறே செத்துப்போயிருக்கலாம்; அது மரண பயம் அல்ல. சாஷாவுடன் சேர்ந்து ஒன்றாகச் சாகும்போது எதற்காகப் பயப்பட வேண்டும்? இருந்தாலும் அவர்கள் சாகும்போது, அம்மா வசிக்கும் அந்தப் பழைய வீடு உடைந்து விழுந்து அதற்குள் அகப்பட்டு மகளையே நினைத்தவாறு ஒரு வாய்த் தண்ணீராவது கொடுக்க யாருமேயில்லாமல் கடைசி மூச்சிழுத்துக் கொண்டிருப்பார் என்ற உணர்வால் மகள் அவ்வேளையிலும் அழுதுகொண்டிருப்பாள்.

"நான் செத்துப் போயிட்டேன்னா நீங்க திரும்ப கல்யாணம் பண்ணிப்பீங்களா?" என்று ஒரு நாள் நடந்த கார் விபத்தில் தப்பிப் பிழைத்த பல மணித்தியாலங்களுக்குப் பிறகு உறங்கப் போகும்போது வர்ணாசி கேட்டாள். விபத்தின்போது அமைதி யாக இருந்து விட்டு திடீரென்று அவள் இவ்வாறு கேட்டதும் சாஷா திகைத்துப் போனான். அவ்வேளையில் அவர்கள், பிரதமர் மாளிகையிலிருந்த வைபவமொன்றுக்குச் செல்ல இருவரும் ஒரே நிறத்தில் புதிய ஆடைகளைத் தைத்தெடுக்க வேண்டும் என்பது பற்றிக் கதைத்துக்கொண்டிருந்தார்கள். அதனிடையே சாவைப் பற்றிப் பேசுவது அவ்வளவு நல்லதில்லையே.

"என்ன நீ திடீர்னு கதைச்சுட்டிருக்குறதுக்குச் சம்பந்தமே யில்லாம ஏதோ கேட்குறாய்? பயப்படாதே. அலரி மாளிகையைப் புலிகள் தாக்கமாட்டாங்க முட்டாள் சிறுக்கியே" என்று தனது மனைவியின் தலையைத் தடவிக் கொடுத்தான்.

“இல்ல… இன்னிக்குப் பகல் கார் மோதப் பார்த்தப்ப இந்த முட்டாள் சிறுக்கிக்கு அவள் செத்துப்போயிட்டான்னா சாஷா என்ன செய்வாரோன்னு தோணுச்சு” என்று வர்ணாசியும் செல்லமாகக் கூறினாள்.

“அப்போ நானும் செத்துப் போயிடுவேன்னு சொல்றதைக் கேட்கத்தான் அந்த முட்டாள் சிறுக்கி விரும்புறாள்போல” என்று கூறிச் சிரித்தான் சாஷா.

“இல்ல… எவ்வளவுதான் முட்டாள்னாலும் அந்தச் சிறுக்கி அப்படியெல்லாம் நினைக்குற அளவுக்கு முட்டாளில்ல. உடன்கட்டை ஏறுறதையெல்லாம் பொம்பளைங்கதான் செஞ்சிருக்காங்களே ஒழிய ஆம்பளைங்க செஞ்சதில்லையே.”

“ஆனா தாஜ்மஹாலைக் கட்டியிருப்பது ஒரு ஆம்பளை தானே.”

“அதை நூர்ஜஹானுக்காகக் கட்டினாரா இல்லேன்னா தன்னோட பெருமையைப் பீற்றிக்கொள்ளக் கட்டினாரான்னு அந்த நூர்ஜஹானுக்கு மட்டும்தானே தெரியும்னு என்னோட அம்மா சொல்லியிருக்கா.”

“உன்னோட அம்மாவுக்குத்தான் எந்த நல்ல காதலையுமே பிடிக்காதே. நீயும் அம்மாபோல ஆக மாட்டேன்னு எவ்வளவுதான் சொன்னாலும், சில நேரங்கள்ல உனக்கும் அம்மாவோட குணம்தான் இருக்கு.”

“இல்ல… நான் அவருக்கு நேரெதிர். சரி… இப்ப நான் கேட்டதுக்கு இன்னும் நீங்க பதில் சொல்லலையே.”

“நான் உனக்காக ஏதாவது நல்லதைக் கட்டுவேன்.”

“எனக்காக தாஜ்மஹாலெல்லாம் கட்ட வேணாம். ஏழை எளியவங்களுக்காக ஆஸ்பத்திரியொண்ணு கட்டுங்க.”

“இப்படியெல்லாம் அசுபமாகக் கதைக்காதே சித்தேஸ்வரி” என்ற சாஷா தன் மனைவியின் நெஞ்சில் தலையை வைத்து அவளது இருதயம் துடிப்பதைக் கேட்டுக்கொண்டிருந்தான். சித்தேஸ்வரி எனப்படுபவர் இந்தியாவின் தேவதையாம். அந்தப் பெயரை சாஷா எங்கேயாவது வாசித்திருக்கக் கூடும். சாஷாவுக்குத் தன் மனைவி மீது மிகுந்த காதலை வெளிப்படுத்தத் தேவைப்பட்டால் சித்த பலமும் ஈஸ்வரக் கடவுளின் பலமும் ஒன்றாகச் சேர்ந்த கலவைதான் வர்ணாசி எனும் அர்த்தத்தில் அந்தப் பெயரைச் சொல்வான். எந்தவொரு ஆணுக்கும் தனது மனைவிக்கு அப்படியொரு பெயரைச் சூட்டத் தெரியாதிருக்கும். சாஷா கூறிய விடயங்கள் நினைவுக்கு வந்து பூமியதிர்ச்சியின்

மத்தியிலும் வர்ணாசியின் முகத்தில் புன்னகை தோன்றியது. மனோரம்யா இவை எவற்றையும் அறியாமல்தானே சாஷாமீது கோபமாக இருக்கிறாள்.

“இந்தக் கல்யாணம் ரொம்ப நாள் நிலைக்காது பேபி. அவனால ஒருத்திகூட வாழவே முடியாது” என்ற மனோரம்யா வின் எதிர்வுகூறல் பொய்யாகிப் போனது குறித்து வர்ணாசிக்குச் சிரிப்பு வந்தது. தான் மரிப்பதற்கு முன்பு அம்மாவுக்கு அந்த விடயத்தை நினைவுபடுத்த வேண்டும் என்று தோன்றிய போதிலும் வர்ணாசியால் வாயைக்கூட திறக்க முடியவில்லை.

செத்துப்போய்விட்டால் தனது வாழ்நாள் முழுவதும் செய்த செயல்கள் அனைத்தும் ஒரு திரைப்படம்போல தெரியும் என்று சொல்வார்கள், அல்லவா? சிலருக்குச் சாகும் தறுவாயிலும் அப்படி நடக்கும் என்று சொல்லியிருந்தை மனோரம்யாவும் வர்ணாசியும் எங்கோ வாசித்திருக்கிறார்கள். பூமியதிர்ச்சி என்று தான் நினைத்துக்கொண்டிருந்த போதிலும், புலிகள் ஆகாய மார்க்கமாக வந்து நினைத்துப் பார்க்கவே முடியாத விதத்திலான தாக்குதலை, அதாவது ஆப்கானிஸ்தானிலும் ஈராக்கிலும் அமெரிக்கா தாக்கியது போன்ற தாக்குதலொன்றை நிகழ்த்திக்கொண்டிருக்கிறதோ என்று தெரியாத அந்தச் சந்தர்ப்பத்தில் மனோரம்யாவுக்குத் தொடர்ச்சியாகப் பழைய நினைவுகளே மனதில் தோன்றிக் கொண்டிருந்தன. தோன்றுவது என்பது சிறிய வெளிச்சப் புள்ளிகள் ஒன்றாகச் சேர்வதும் கரைவதும் போன்ற புதியதொரு அனுபவமேயொழிய திரைப்படக்காட்சிகள் போன்ற தொடரான ஒன்றல்ல. இப்படித்தான் என்று எவராலும் வரையறுக்க முடியாத அளவுக்கு உணர்வுகளோடும் அறிவோடும் கூடிய நினைவுகளில் அனைத்தும் பதியப்பட்டிருப்பது போன்றது அது. அந்த வெளிச்சப் புள்ளிகள் அவளது தேகத்தின் அனைத்து அணுக்களிலும் இடம் பிடித்திருந்தன.

வர்ணாசியால் அவ்வாறான வெளிச்சப் புள்ளிகளால் தான் ஆக்கிரமிக்கப்படுவது போல் உணரமுடியவில்லை. இருந்தாலும், மூச்சுத் திணறச் செய்வது போன்ற ஒன்று அவளுக்குள் நிகழ்ந்தது. அம்மாமீது பெரும் கோபத்தையும், அந்தக் கோபம் ஒரு மலையளவு என்றால் இமய மலை அளவு பிரம்மாண்டமானதும் புனிதமானதுமான அழகான பாசத்தையும் ஒரே தடவையில் உணர்ந்தாள். அவ்வாறான பாசமும் கோபமும் அம்மாவுக்கும் பிள்ளைக்கும் இடையில் மாத்திரமா இருக்க முடியும்? சில வேளை ஜினவதி அம்மாவுக்கும் மனோரம்யாவுக்கும் இடையிலிருந்ததுவும் அவ்வாறான ஒன்றுதானா?

வர்ணாசிக்குத் தனது தாத்தாவான டேவிட்சனின் கறுப்பு வெள்ளைப் புகைப்படம் மனதில் தோன்றியது. வர்ணாசி பிறப்பதற்கு முன்பே தாத்தா இறந்துவிட்டிருந்தார். அம்மம்மா ஒருபோதும் வர்ணாசியிடம் தாத்தாவைக் குறை கூறியதே யில்லை. ஊராரிடமும் 'நம்ம ஸ்கூல் மாஸ்டர்' என்று மிகுந்த மரியாதையோடு தனது இறந்துபோன கணவனின் நல்ல செயல்களை மாத்திரம்தான் எடுத்துக் கூறுவாரேயொழிய மோசமாக எதையும் கூறியதேயில்லை. இருந்தாலும் அம்மம்மா ஒருபோதும் தாத்தாவின் புகைப்படத்துக்கு முன்னால் தீபமேற்றியதில்லை என்பது ஒரு நாள் மனோரம்யா எடுத்துக் கூறியதன் பிறகுதான் வர்ணாசிக்குப் புரிந்தது.

"மூடத்தனமான காரியங்களைச் செய்யாதே. நீ நல்லாப் படி. அதுக்குப் பிறகு உனக்குப் பிடிச்சிருந்தா ஒரு இல்லத்தரசி போல காலம் முழுக்க வீட்டுலயே இருந்துக்கிட்டு புருஷனுக்கு பணிவிடை செஞ்சுட்டிரு. ஆனா எப்பவும் உன்னோட சாப்பாட்டை நீயே தேடிக்குற அளவுக்கு ஒரு பின்னணியை உருவாக்கிக்கிட்டுத்தான் நீ அதைச் செய்யணும்."

அம்மாவின் அந்த அறிவுரைக்கு வர்ணாசி சிரித்தாள். பாரம்பரிய வீட்டின் உணவறையையும், களஞ்சிய அறைகள் இரண்டையும், சமையலறையையும் இணைக்கும் நிலா முற்றத்தின் இடப்புறமாக ஐந்து வட்டத் தூண்களைக் கொண்டிருந்த விறாந்தையில் வைத்துத்தான் அந்த உரையாடல் நிகழ்ந்தது. வர்ணாசி நிலாமுற்றத்துக்கு இறங்கும் மூன்று படிக்கட்டுகளில் ஆகவும் மேலேயிருந்த படிக்கட்டில் அமர்ந்திருந்தாள். நிலாமுற்றத்தில், கழுவிய சீரகத்தையும் கொத்தமல்லியையும் காய வைப்பதற்காக விரல்களால் துலாவிக் கொண்டிருந்தார் அம்மம்மா ஜினவதி. மனோரம்யாவின் பேச்சைக் கேட்டு அம்மம்மா தலைநிமிர்ந்த காரணத்தால் அம்மம்மாவின் மாலையில் கோக்கப்பட்டிருந்த சாவிக்கொத்து அசைந்த சத்தம் கேட்டது. அம்மம்மா, அம்மாவை முறைத்துப் பார்ப்பதை வர்ணாசி கண்டாள். அம்மா அந்த முறைப்பைக் கவனிக்கவில்லை.

"சின்னப்பிள்ளைக்கிட்டப்போய் என்ன சொல்லிட்டிருக்கே நீ? நல்ல தாயொருத்தி சொல்லிக் கொடுக்குற விஷயமா இதுன்னுதான் நான் கேட்குறேன்?"

ஜினவதி அம்மாவின் பேச்சைக் கேட்டு அவரது மகள் சிரிக்கத் தொடங்கியதால் பேத்தியின் சிரிப்பு உடனே நின்றது.

"உன்னோட வாழ்க்கையையும் சீரழிச்சுக்கிட்டு, என்னால தாங்க முடியாத அளவுக்கு எனக்கும் மனக்கஷ்டத்தைக்

கொடுத்துட்டு இப்ப இந்தப் பிள்ளையோட மனசையும் குழப்பப் பார்க்குறியா? படிக்கச் சொல்றது சரி. ஆனா அதுக்கு மேல வேற அதையும் இதையும் சொல்லத் தேவையில்லதானே."

கோபத் தொனியில் அல்லாமல் மகளைக் கடிந்து கொண்ட அம்மம்மா ஜினவதி நிலாமுற்றத்திலிருந்து வெளியேறிப் பகலுணவுக்குக் கீரை ஆய்ந்து வரப்போனார். அவரது சாவிக் கொத்து சிலிங் சிலிங் என்று ஓசையெழுப்பியது. கபில நிற நாயான உக்குங், வர்ணாசியருகில் வந்து வாலையாட்டி அனுமதி கேட்டுவிட்டு அம்மம்மாவின் பின்னால் ஓடியது.

சாஷா எங்கே போனாலும் கையோடு எடுத்துச் சென்று போர்வையாகவோ படுக்கை விரிப்பாகவோ பயன்படுத்தட்டும் என்ற எண்ணத்தில் அவனுக்கு அன்பளிப்பாகக் கொடுக்க வர்ணாசி படிக்கட்டில் அமர்ந்திருந்து வெள்ளைத் துணியொன்றில் பூக்களைத் தைத்துக்கொண்டிருந்தாள். அது சாஷாவுக்காக என்பதை மனோரம்யா அறிவாளென்றால், அந்தத் துணியைப் பறித்தெடுத்துத் துண்டு துண்டாகக் கிழித்தெறியவும் வாய்ப்பிருந்தது. அம்மம்மா, பேத்தியைச் சின்னப் பிள்ளை என்று சொன்னது, பேத்தி திருமணம் முடித்து இல்லத்தரசியாகி உலகிலிருக்கும் ஆகச் சிறந்த மனைவியாகும் இலக்கோடுதான் துணியில் பூக்களைத் தைத்துக்கொண்டிருக்கிறாள் என்பதை அறியாமலல்ல. சாஷாவுக்குப் பேத்தியை விடவும் பதினைந்து வயது அதிகம் என்பதல்லாமல் வேறொரு குறையுமில்லை என்றுதான் ஜினவதி அம்மம்மாவுக்குத் தோன்றியிருந்தது. மனோரம்யாவுக்கு இருந்த சந்தேகங்களெல்லாம் அம்மம்மாவுக்குத் தோன்றாதிருக்க வழியில்லையே. இருந்தாலும் மகளைப்போலவே பேத்தியும் ஆவதில் அம்மம்மாவுக்கு விருப்பம் இருக்கவில்லை. தனது அம்மா பேத்தியின் ஊடாகத் தனது மகளுக்குப் பாடம் கற்பிக்க முயற்சிசெய்கிறாள் என்றுதான் மனோரம்யா அதைப் புரிந்துகொண்டாள்.

"அம்மா பெரியதொரு பொய்க்குள்ளே வாழ்ந்துக்கிட்டு அதுதான் சரி, அதுதான் சுகம்னு உன்னோட மூளையிலும் அதை ஏத்தி விட்டிருக்காங்க. அதனாலதான் நீ இந்த அழிவைத் தேடிக்கப் பார்க்கிறாய்."

காக்கி நிறத்தில் நீண்ட காற்சட்டை அணிந்திருந்த மனோரம்யா தனது கால்களைச் சாய்கதிரையின் மேலே வைத்துக்கொண்டு தனியாகப் பேசிக்கொண்டிருந்தாள்.

"என்னோட அம்மா, அப்பாவோட ஃபோட்டோவுக்குத் தீபம் ஏத்துறதை நீ எப்பவாவது கண்டிருக்கியா? அப்பா

செத்தப்போ அம்மா கொஞ்சம் அழுதாங்கதான். அதுவும் செத்துப்போன மனுஷனுக்காக இல்லாம அவர் கல்யாணம் பண்ணப்போ இருந்த மனுஷனுக்காகத்தானிருக்கும்.”

வர்ணாசி, அம்மாவுக்கு எந்தப் பதிலும் அளிக்கவில்லை. அம்மாவுக்கு இவ்வாறு கொஞ்சம் தனியாகப் பேசிக்கொண்டிருக்க இடமளித்தால் அவளின் கோபம் படிப்படியாகக் குறைந்துவிடும் என்பதை மகள் தன் அனுபவங்கள் மூலம் அறிந்திருந்தாள்.

“அந்தக் காலத்துல அம்மாவோட அப்பாக்கிட்ட இந்த வீட்டையும் காணியையும் அடகு வச்சிருந்ததாலதான் அப்பா, அம்மாவைக் கல்யாணம் பண்ணிக்கிட்டார். இந்தத் தோட்டத்தோட சொந்தக்காரர் இதை அப்பா பேர்ல எழுதிக் கொடுத்ததுக்குப் பிறகு, அப்பாவோட மாமா ஒருத்தர் கொலை வழக்கொண்ணுல சிக்கியிருக்கார். அவரைக் காப்பாத்த ஒரு பெரிய இடதுசாரி லோயர்கிட்ட போயிருக்காங்க. அதனாலதான் அந்த மாமா தூக்குமேடைக்குப் போகாம தப்பிச்சிருக்கார். ஆனா வீடும் காணியும் அடகு வைக்கப்பட்டிருந்துச்சு. அப்போ அப்பாவும் நிறைய பொண்ணு பார்த்துப் பார்த்துச் சலிச்சுப் போயிருந்த நேரம். அப்பாவோட மனசுக்குப் பிடிச்ச மாதிரி அழகான மெழுகுச் சிலை போல நிறையப் பொண்ணுங்க இருந்தாங்களாம். ஆனா அந்தப் பொண்ணுங்களோட குடும்பங்களுகெல்லாம், அப்பாவோட குலம் கோத்திரத்தையெல்லாம் தேடிப் பார்த்ததுமே அப்பாவைப் பிடிக்காமப் போயிட்டுது. அதனாலதான் அப்பாவுக்கு அழகான பொண்ணுங்களையும் பணக்காரங்களையும் கொலை வழக்குல சிக்கின மாமாவையும் வெறுத்துப் போய், இந்த அப்பாவி ஜினவதியைக் கட்டிக்கிட்டார். எனக்குத் தெரிஞ்ச காலத்துலருந்து அப்பா ரொம்பத் திறமையான சர்வாதிகாரியொருத்தர். ஒவ்வொரு வருஷமும் சித்திரைப் புத்தாண்டுக்கு அப்பா தன்னோட வேலை பார்க்குற மொத்த ஆசிரியர் குழுவுக்கும் நம்ம வீட்டுல விருந்து கொடுப்பாரு, இல்லையா? அன்னிக்கு மட்டும்தான் அப்பா, அம்மாகூட சிரிச்சுச் சிரிச்சுப் பேசுவார். அப்பாவோட ஆழ் மனசுல புருஷன்னா இப்படித்தான் இருக்கணும்னு தீர்மானிச்சு வச்சிருக்குறதுதான் அன்னிக்கு வெளிப்படுதுன்னு நான் நினைக்குறேன். மற்ற நேரங்கள்ல சின்னச் சின்ன விஷயங்களுக்கும் கோபப்பட்டுக் கத்தக் கூடிய, அன்பாப் பேசவே தெரியாத ஒரு மனுஷன்தான் அப்பா. அந்த மனுஷன் தன்னோட அறைக்குள்ள ஜோதிடப் புத்தகங்களையும் கவிதைப் புத்தகங்களையும் இங்கிலிஷ் நாவல்களையும் சிங்களப் பத்திரிகைகளையும்

சஞ்சிகைகளையும் வச்சிக்கிட்டு தனியொரு உலகத்துல வாழ்ந்துட்டிருந்தார். வர்ணி, என்னோட மகளே ... உனக்கும் அப்படிப்பட்ட ஒரு வாழ்க்கையா தேவைப்படுது? உன்னோட அம்மா தப்பானவள்... அம்மா மாதிரி ஆகவே மாட்டேன்... நான் அம்மம்மா மாதிரிதான் இருப்பேன்னு நீ நினைச்சுட்டிருக்கியா?"

மனோரம்யா எவ்வளவுதான் கடுமையாகப் பேசினாலும், தனது குடும்ப வரலாற்றை மிக மோசமாக விமர்சனம் செய்த போதும் மகளின் மீதிருக்கும் பாசத்தின் முன்னால் அந்த உறுதியெல்லாம் நிர்க்கதி நிலைக்கு ஆளாகிவிடும். இவ்வளவு கடுமையாக அனைத்தையும் கூறிவிட்டுக் கடைசியில் அழுதது, அதனால்தான். இருந்தாலும் வர்ணாசியின் மனம் இளகவில்லை. தனக்குத் தன்னுடைய அப்பாவை இழக்கச் செய்தது குறித்து அம்மாமீது மெல்லிய கோபம் இருப்பது போலவே, அம்மா வுக்கும் தனது அப்பா ஒரு நல்ல அப்பாவாக இருக்கவில்லை என்பது குறித்துக் கோபம் இருக்கலாம் என்பதை வர்ணாசியால் புரிந்துகொள்ள முடிந்தது. இருந்தாலும் மனோரம்யா அப்பா, தனது அம்மா ஜினவதிக்கு ஒரு நல்ல கணவனாக இருக்கவில்லை என்று கூறினாளே ஒழிய, தனக்கு ஒரு நல்ல தந்தையாக இருக்கவில்லை என்று ஒருபோதும் அப்பாவைக் குறை கூறியதேயில்லை.

"வர்ணி . . . மகளே . . . நான் அப்பா மேல கோபமா இருக்கேன்னு நீ நினைக்காதே. அவர் அம்மாவைத்தான் மோசமா நடத்தினாரே ஒழிய என்னை நல்லாப் பார்த்துக்கிட்டார். கோபம் வந்தப்ப என்னையும் அடிச்சிருக்கார்தான். இருந்தாலும் அப்பா என்மேல ரொம்ப அன்பா இருந்தார். அதை என்னால புரிஞ்சுக்க முடிஞ்சுது. ஆனா, நல்லா சிரிச்சுக் கதைச்சுட்டிருக்குற அப்பா திடீர்னு பேய் மாதிரி கோபம் வந்து கத்துவார். அது ஏன்னுதான் அந்த நாட்கள்ல எனக்குப் புரியவேயில்ல."

மனோரம்யா எவ்வளவுதான் படித்திருந்த போதிலும், தனது மகளுடன் கதைக்க எதுதான் பொருத்தமான முறை என்பதைக் குறித்து ஒரு தீர்மானத்துக்கு வர அவளால் முடியவில்லை. அம்மா கூறிக்கொண்டிருந்த எதுவும் தனக்கும் சாஷாவுக்கும் இடையிலான காதல் தொடர்போடு சம்பந்தப்பட்டதல்ல என்பதை அம்மாவுக்குப் புரிய வைக்கவும் வர்ணாசி முயற்சி செய்யவில்லை.

"உன்னோட அம்மா ஏதாவது சொன்னா அமைதியாவே இரு. அப்போதான் அவரோட மனசுக்கு ஆறுதலா இருக்கும். நாங்க கல்யாணம் முடிச்சு சில நாட்கள் கழிஞ்சதும் அவரே உன்னைத் தேடி வருவார். அவர் எப்படியெல்லாம் எதிர்த்தாலும்

நாங்க கல்யாணம் முடிப்போம்னு அவர்கிட்ட சொல்லாதே. அவரோடு ஒண்ணுக்கொண்ணு பேசாம நீ உன்னோட பாட்டில இரு" என்றுதான் சாஷாவும் அறிவுரை வழங்கியிருந்தான்.

மகளுக்கு எடுத்துச் சொல்லிச் சோர்ந்து போயிருந்த மனோரம்யா அருவிக்குப் போய்க் குளித்துவிட்டு வரலாம் என்று எழுந்து கொண்ட போது, வர்ணாசியும் எழுந்து நின்றாள். சாஷாவை நேரில் சந்திக்கும் நாளில் அம்மாவுக்கு அவரைப் பிடித்துப் போகும் என்று வர்ணாசிக்குத் தோன்றியது. குளிக்கப் போனதுமே அருவி விழும் இடத்தைச் சூழவும் நீந்திக் களித்த மனோரம்யா, அந்த அறிவுரைகள், மனக் கசப்புகள் அனைத்தையும் மறந்துவிட்டவள்போலத்தான் நடந்து கொண்டாள். மகளின் முதுகு தேய்த்துவிட்டாள். தனக்குச் சிறு வயதில் நீந்தக் கற்றுக் கொடுத்தது அப்பாதான் என்று கூறியவாறே மகளையும் நீந்தச் சொல்லி உற்சாகப்படுத்தினாள். அம்மாவும் மகளும் குளித்துவிட்டுப் பசியோடு வரும்போது குடமிளகாய் போட்டுப் பொறித்த நெத்தலி மீன், பலாக்கொட்டைக் கறி, தேங்காய்ப் பாலில் சமைத்த பயற்றங்காய்க் கறி, கீரைச் சுண்டல் ஆகியவற்றோடு புதிய நெற்சோறும் சமைத்து வைத்திருந்தார் அம்மம்மா. அந்த வாசனைக்கே இன்னும் வெகுவாகப் பசியெடுத்தது. அம்மம்மாவும் மகளும் பேத்தியும் தமது பீங்கான் தட்டுகளில் சோற்றையும் கறிகளையும் போட்டு எடுத்துக்கொண்டு வந்து, காலைவேளையில் மனோரம்யா தாத்தாவைத் திட்டிக்கொண்டிருந்த அதே இடத்தில் அமர்ந்து ஒன்றாகச் சாப்பிட்டார்கள். சாய்கதிரைகள் இரண்டிற்கும் மத்தியிலிருந்த உயரமான கதிரையில் அம்மம்மா அமர்ந்திருந் தார். அம்மாவும் மகளும் கைப்பிடியுடன் கூடிய பச்சை நிறமான பலகை வாங்கில் அமர்ந்திருந்தார்கள். கூண்டிலிருந்த கிளிக்குச் சோறும் மிளகாயும் வாழைப்பழத் துண்டும் போட்டிருந்ததால் கிளி 'சோறு சாப்பிட்டேன், சோறு சாப்பிட்டேன்' என்று கத்தியவாறே சிறகடித்தது. உக்குங் நாய் அம்மம்மாவின் கதிரைக்குக் கீழே படுத்துக்கொண்டிருந்தது. கறுப்புப் பூனை சுவரோரமாகப் படுத்தவாறு பார்த்துக்கொண் டிருந்தது. எவ்வளவு அமைதியான, ரம்யமான காட்சி அது. அந்தக் குடும்பத்தில் ஆணொருவன் இல்லாமலேயே அந்த சந்தோசம் சம்பூரணமடைந்திருந்தது. அந்த வேளையில் சாஷா குறித்து அங்கு எதுவுமே பேசப்படாவிட்டாலும் கூட, மூவருமே அவனைப் பற்றித்தான் யோசித்துக்கொண்டிருந்தார்கள்.

'இந்தப் பிள்ளையோட மனசை நோவிக்காம அந்த விஷயத்தைச் செய்து கொடுத்தால் சரிதானே. இந்தப் பிள்ளை அம்மாவைவிட எவ்வளவு நல்ல பிள்ளை' என்றுதான்

அம்மம்மா நினைத்துக்கொண்டிருப்பார் என்பதை வர்ணாசி அறிந்திருந்தாள்.

‘இப்போது சாஷா இருந்திருந்தால் அவரும் இந்த வாங்கிலோ எங்காவதோ நம்மோடு அமர்ந்துகொண்டு அம்மம்மா கையாலோ, அம்மா கையாலோ ஊட்டி விடச் சொல்லிச் சோறு சாப்பிட்டிருப்பார்’ என்று வர்ணாசிக்குத் தோன்றியது.

மனோரம்யாவுக்கு சாஷா மீதிருந்த காரணமேயில்லாத அவநம்பிக்கையும் அளவுக்கதிகமாகத் தனது மகளைப் பாதுகாக்கும் நோக்கமும் இல்லாமல் அம்மா வேறெதைப் பற்றி யோசித்துக்கொண்டிருப்பாள் என்று வர்ணாசியால் தீர்மானிக்க இயலாதிருந்தது.

சாஷாவைச் சந்திக்கும்வரை அவர்கள் மூவரதும் வாழ்க்கை எவ்விதத் தடங்கலுமில்லாமல் சீராகத்தான் போய்க் கொண்டிருந்தது.

அப்பா இறந்துவிட்டார் என்றுதான் வர்ணாசியின் சிறுவயதில் அம்மம்மா அவளிடம் சொல்லிவைத்திருந்தார். என்றாலும் அப்பாவின் ஒரு புகைப்படம் கூட வீட்டில் இல்லாதது அவள் மூன்றாம் வகுப்பில் படித்த காலத்தில்தான் ஒரு கேள்விக்குறியாகவிருந்தது. வர்ணாசி ‘தெஹியோவிட்ட அட்டுளுகம மாயாதுன்ன மகா வித்தியாலய’த்துக்கு அம்மம்மாவுடன் படிக்கப் போய்க்கொண்டிருந்த நாட்கள் அவை. அப்போது மனோரம்யா பட்ட மேற்படிப்புக்காக அமெரிக்காவுக்குப் போயிருந்தாள். அம்மா, அழகான தபாலட்டைகளை அங்கிருந்து அனுப்பும்வரை வர்ணாசி ஆவலுடன் பார்த்துக்கொண்டிருப்பாள். அந்தக் காலத்தில் வீட்டில் தொலைபேசி இருக்காததால், மாதத்துக்கொரு தடவை தெஹியோவிட்ட நகரத்திலிருந்த தபாலதிபரின் வீட்டுக்குப் போய்த்தான் அம்மாவுடன் தொலைபேசியில் கதைக்க முடிந்தது. அந்தத் தபாலதிபர் அம்மம்மாவின் மாமாவின் மகன்.

“பாவம்... அவளோட வீண் பிடிவாதத்தால இந்தப் பிள்ளையோட அப்பாவைத் தொலைச்சுட்டாள். இனி வெள்ளைக்காரனொருத்தனையாவது கல்யாணம் பண்ணிக் கிட்டு குடும்பமாகிட்டாள்னா நல்லது” என்று வர்ணாசி தூங்கிப் போயிருப்பாளென்று கருதிய தபாலதிபர் அம்மம்மா விடம் சொல்லிக்கொண்டிருந்தார். அம்மா தொலைபேசி அழைப்பு எடுக்கும்வரை பார்த்துக்கொண்டிருந்து விட்டு, கண்களை மூடியவாறு தூங்குவதுபோல படுத்திருந்த வர்ணாசிக்கு அது கேட்டது.

“அவள் சொல் பேச்சுக் கேட்குறவளில்லையே. அவளோட அப்பாவைப்போலவே பிடிவாதம், தலைக்கனம் எல்லாம் அவளுக்கு இருக்கு. சொன்னால் சொன்னதுதான். தான் செஞ்சது தவறுன்னு ஏத்துக்க விரும்பவே மாட்டாள்” என்று அம்மம்மா ஜினவதி தபாலதிபரின் நீண்ட சாய்கதிரையில் படுத்திருந்த வர்ணாசியின் தலையைத் தடவியவாறு கூறினார்.

“இப்போ அந்த மனுஷனும் வேறு யாரையாவது கல்யாணம் பண்ணியிருப்பார்” என்று தபாலதிபரின் மனைவி கூறினார். வர்ணாசிக்கு அவரை மம்மா என்று அழைக்குமாறு அம்மம்மா சொல்லிக்கொடுத்திருந்தார். ‘அந்த மனுஷன்’ என்று மம்மா கூறியது யாரை என்பது வர்ணாசிக்கு ஒரே தடவையில் புரியவில்லை.

“அந்த மனுஷன் அந்தக் காலத்திலேயே வெளிநாட்டுக்குப் போயிட்டார்னு பேசிக்கிட்டாங்களே. இப்ப அவருக்கும் பிள்ளைகளிருந்தா அவங்க எல்லாரும் இந்தப் பிள்ளைக்கு தம்பிகளாவும் தங்கச்சிகளாவும் இருப்பாங்க. படங்கள்ல போல எல்லோரும் வளர்ந்து இவளைத் தேடி வரவும் வாய்ப்பிருக்கு” என்று திரைப்படப் பிரியரான தபாலதிபர் கூறினார்.

“இவள்கிட்ட எப்போதாவது உண்மை எல்லாத்தையும் சொல்லிடப் போறதாத்தான் ரமணி சொல்லிட்டிருக்காள்” என்று அம்மம்மா கூறியதைக் கேட்டு வர்ணாசி தனது அப்பா குறித்து அறிந்துகொண்டாள்.

சிறுவயதிலிருந்தே வர்ணாசி எதிலும் அவசரப்படாத பிள்ளைதானே. அதனால் உடனடியாக அம்மம்மாவிடம் எதுவும் கேட்கவில்லை. இருந்தாலும் அப்பா இன்னும் செத்துப் போயிருக்கவில்லையானால் அவர் யார், எப்படியிருப்பார் போன்ற விடயங்களை அறிந்துகொள்ளும் ஆவல் தனக்குள் மிகவும் அதிகரித்து வருவதை உணர்ந்தாள். இரண்டு கிழமைகள் போல நன்றாக யோசித்துவிட்டு அம்மம்மாவிடம் அதைக் கேட்டாள்.

“அம்மம்மா, என்னோட அப்பாவோட ஃபோட்டோ எதுவுமில்லையா? அம்மாவோட கல்யாண போட்டோ எங்க?”

அம்மம்மாவால் பேச முடியாமல் போயிற்று. எதுவுமே காதில் விழவில்லை என்பதுபோல அரிசியில் நெல் பொறுக்கிக் கொண்டிருந்தார். பொய் பேசுவது தீய பழக்கம் என்றுதான் வர்ணாசிக்கும் ஏனைய பிள்ளைகளுக்கும் அம்மம்மா சொல்லிக் கொண்டேயிருப்பார். ஆகவே அம்மம்மா பொய் சொல்லி மாட்டியிருக்கும் இந்தச் சந்தர்ப்பத்தில் அதை முகத்திலடித்தது

போலக் கேட்கப் பேத்தி தயங்கினாள். பின்னொரு காலத்தில் அந்த விடயத்தை சாஷாவிடம் கூறியபோது சாஷா 'நீ அந்த வயசிலேயே நல்ல தாய்மைக் குணத்தைக் கொண்டிருந்த பிள்ளை. அதனாலதான் அதைத் திரும்பத் திரும்பக் கேட்டு நீ அம்மம்மாவைத் தொந்தரவு செய்யல. உன்னோட அந்தக் குணத்தைத்தான் நானும் காதலிக்கிறேன் சித்தேஸ்வரி' என்று கூறி அவளது நெற்றியில் முத்தமிட்டான்.

வர்ணாசிக்குப் பத்து வயதானதும் அவளைக் கொழும்பு பாடசாலை விடுதியில் தங்கவைக்க அம்மம்மா விரும்பவே யில்லை. கிராமத்து வாழ்க்கையை நன்றாகத் தெரிந்துகொண்ட பிறகு, பெரியவளானதும் வர்ணாசி கொழும்புக்கோ கண்டிக்கோ போய்ப் படிக்கட்டும் என்றுதான் மனோரம்யாவும் நினைத்திருந்தாள். இருந்தாலும், வர்ணாசி ஐந்தாம் வகுப்பு அரசாங்கப் பரீட்சையில் சித்தியடைந்ததும் மேலே படிக்க அவளைக் கொழும்புக்கு அனுப்பலாமா என்ற எண்ணம் வந்தது.

"எங்கக்கூட அம்மாவும் கொழும்புக்கு வந்துடுங்க. நுகேகொடயில ஒரு வீட்டை வாடகைக்கு எடுத்து நாம மூணு பேரும் ஒண்ணாத் தங்கலாம். அதுவரைக்கும் இப்ப நான் தங்கியிருக்குற அறையிலேயேகூட ஒண்ணா இருந்துக்கலாம்" என்று மனோரம்யா தனது கருத்தைத் தெரிவித்தாள்.

"ஐயோ அந்த மாதிரியான இடங்கள்ல எல்லாம் போய்த் தங்க என்னால முடியாது. கொழும்புலயோ கண்டியிலயோ நல்ல ஒரு இடமாப் பார்த்து இவளைத் தங்கவைக்க உன்னால முடியும்தானே" என்று அம்மா ஜினவதி கூறினார்.

மனோரம்யாவுக்கு அடிக்கடி வெளிநாடுகளுக்கும், யாழ்ப்பாணம், மட்டக்களப்பு போன்ற தூர இடங்களுக்கும் போக வேண்டியிருந்தது. ஆகவே கொழும்பில் அம்மம்மாவும் இல்லாமல் அம்மாவுடன் எப்போதும் ஒன்றாக தங்கியிருக்க வாய்ப்பிருக்காது என்பதை வர்ணாசி அறிந்திருந்தாள். அமெரிக்காவிலிருந்து திரும்பிய புதிதில் மனோரம்யா அந்த நாட்டவர்களைப்போல எல்லாவற்றுக்குமே குடும்பக் கலந்துரையாடலை நடத்தவும் முயன்றிருந்தாள்.

"வாங்க. நாங்க இது சம்பந்தமாக் கதைப்போம்" என்று கூறியவாறே மனோரம்யா தனது அம்மாவையும் மகளையும் கைகளைப் பற்றிக் கூட்டிக்கொண்டுபோய் வீட்டின் பின்புற மாகப் போடப்பட்டிருந்த நீண்ட வாங்கில் அமர்ந்துகொண்டாள்.

"வர்ணி மகளே... நீ எங்க படிக்கப் போக விரும்புறாய்?"

“எனக்குத் தெரியல. என்னால அம்மம்மாவை விட்டுட்டு எங்கேயும் போக முடியாது” என்று கூறிய வர்ணாசி, அம்மம்மா அமர்ந்திருந்த சாய்கதிரையின் கைப்பிடியில் அமர்ந்து கொண்டாள்.

“நீ எடுத்திருக்குற புள்ளிகளுக்கு இங்க பக்கத்துல கேகாலையில இருக்குற ஸ்கூலுக்கும் போகலாம்தான். இருந்தாலும், நான் உன்னைக் கூட்டிட்டுப்போய்க் கொழும்புல இருக்குற ரெண்டு மூணு ஸ்கூலையும் காட்டுறேன். கண்டிக்கும் கூட்டிட்டுப் போய்க் காட்டுறேன். எல்லாத்தையும் பார்த்துட்டு நீ உனக்குப் பிடிச்சதச் சொல்லு. நீ விரும்புற ஸ்கூல்லயே உன்னைப் படிக்க வைக்குறேன்.”

“ஸ்கூலைத் தேர்ந்தெடுக்க இந்தப் பத்து வயசுப் பிள்ளைக்குத் தெரியுமா? இவள் வெளியே இருந்து பார்க்குறப்ப அழகாகத் தெரியுற ஸ்கூலைத் தேர்ந்தெடுப்பாள். அப்படியே இவளுக்குப் பிடிச்சிருந்தாலும் இவள் விரும்புற ஸ்கூல்ல இவளைச் சேர்த்துப்பாங்களோ இல்லையோ தெரியாது” என்றார் அம்மம்மா.

அம்மாவுடன் ஊர் சுற்றிப் பார்த்து வர வர்ணாசி விரும்பினாள். அந்தக் கலந்துரையாடல் நிகழ்ந்த அன்றிரவே அம்மா, அம்மம்மாவுடைய அறைக்கு வந்து கொஞ்சம் பேச வேண்டியிருக்கிறது என்று கூறி மகளை வெளியே அழைத்துச் சென்றாள். ஆனால் அது மகள் நினைத்திருந்தது போன்ற ஒரு விடயமல்ல.

“மகளே, இவ்வளவு நாளா உன்கிட்ட ஒரு பொய் சொல்லிட்டிருந்ததுக்கு நான் மன்னிப்பு கேட்டுக்குறேன்.”

வர்ணாசி திகைத்துப்போய்ப் பார்த்துக்கொண்டிருந்தாள். தனது நீண்ட கூந்தலை ஒற்றைப் பின்னலாக இட்டு, வெண்ணிற இரவாடையை அணிந்திருந்த மனோரம்யா கதைப் புத்தகங்களில் காணப்படும் தேவதையைப்போல தென்பட்டாள். கட்டிலருகே வைக்கப்பட்டிருந்த சிறிய சிம்னி விளக்கின் ஒளி அங்கிருந்தபோதிலும், நிலா வெளிச்சமும் அந்த அறைக்குள் விழுந்திருந்தது. ஏழிலைப் பாலைப் பூக்களினதும் அரளிப் பூக்களினதும் வாசனை பெரிய ஜன்னல்களினூடாகக் குளிர்க் காற்றுடன் கலந்து வந்தது. வர்ணாசியைக் கட்டிலில் அமரச் செய்து மகளின் நெற்றியை முத்தமிட்டாள். மகள் வெண்கலச் சிலைபோல பார்த்துக்கொண்டேயிருந்தாள்.

“மகளே, உன்னோட அப்பா செத்துப் போயிட்டார்னு நான் சொன்னது பொய். ஒரு சின்னப் பிள்ளைக்கு இதைப்

புரிஞ்சுக்கச் சிரமமா இருக்கும்னுதான் இவ்வளவு காலமும் உண்மையைச் சொல்லல."

வர்ணாசி உதடுகளை அழுத்தமாக மூடிக்கொண்டிருந்தாள். 'எனக்கு இந்த விஷயம் தெரியாதுன்னா நினைச்சுட்டிருக்கீங்க?' என்று கேட்கலாம் என்றாலும் அவ்வாறு கேட்பதில் அர்த்த மில்லையே. சின்னப் பிள்ளைகளுக்கு எதையும் புரிந்துகொள்ளும் அளவுக்கு அறிவில்லை என்று கருதுவதுதான் பெரியவர் களுக்குப் பிடிக்கும் என்றால் அது அவ்விதமே இருக்கட்டுமே. அடுத்தது, தபாலதிபரின் வீட்டில் வைத்துத் தற்செயலாகக் கேட்ட விடயம் மட்டும் இல்லையென்றால் தானும் அந்த உண்மையை அறிந்துகொள்ள வேறு வழியே இருக்கவில்லையே.

"இந்தியாவுல வாரணாசியில வச்சுத்தான் உன்னோட அப்பாவும் நானும் கல்யாணம் பண்ணிக்கத் தீர்மானிச்சோம். அதனாலதான் உனக்கு வர்ணாசின்னு பெயர் வச்சேன்."

சிறுமியின் விழிகள் பிரகாசித்தன. தனது பிறப்பின் தொடக்கம், பிரம்மதத்த மன்னனின் நகரத்தில் நிகழ்ந்திருப்பது எவ்வளவு அருமையானது?! அம்மா எப்படியும் கதை சொல்வதில் வல்லவர்.

"அந்தக் கதையைச் சொல்லுங்க" என்று மகள் அம்மாவின் கையை இறுக்கமாகப் பற்றிக்கொண்டாள்.

"அந்தக் காலத்துல ஸ்ரீலங்காவுல இருந்து வெளிநாடு களுக்குக் காசு எடுத்துட்டுப் போக முடியாது. எப்போதாவது இந்தியாவுக்குப் போகணும்னு நானும் ப்ரியா ஆன்ட்டியும் ஸ்கூலுக்குப்போன காலத்திலிருந்து உண்டியல்ல காசு சேர்க்க ஆரம்பிச்சோம். போஸ்ட் ஆபிஸ் சேமிப்புக் கணக்கிலும் அதுக்காகத்தான் காசு சேர்த்துட்டிருந்தேன். முந்தியெல்லாம் நம்ம ரப்பர் தோட்டத்துல கிடைக்கிற ஒட்டுப்பாலையெல்லாம் சேகரிச்சு வித்தா வர்ற காசையும் நான்தான் கேட்டு வாங்கிக்குவேன். அதையும் நான் சேமிப்பேன்னு தெரிஞ்சதால அம்மாவும் பயப்படாம என்கிட்ட கொடுத்துடுவாங்க. அந்தக் காலத்துல ப்ரியாவோட அண்ணாவான சுனந்தவுக்கு டெல்லிக்குப் போக ஸ்காலர்ஷிப் கிடைச்சிருந்துச்சு. அதனால அவரோட கூட்டாளி சுஜம்பதியோட எங்களையும் டெல்லிக்கு வரச் சொல்லியிருந்தார். சுஜம்பதி மெட்ராஸ் எம்பஸியில வேலை பார்த்துட்டிருந்தார். தமிழ், ஹிந்தி, தெலுங்கு, மலையாளம், சமஸ்கிருதம்னு எல்லாம் தெரிஞ்ச ஒருத்தர் அவர். அதனால நாங்களும் ரயில்ல தலைமன்னார்வரை போய் அங்கிருந்து கப்பல்ல ராமேஸ்வரத்துக்குப் போனோம். ராமேஸ்வரத்துல சுங்கப் பரிசோதனையெல்லாம் முடிச்சுட்டு

நான் வெளியே வர்றப்பதான் சுஜம்பதி அரங்தலாவையைச் சந்திச்சேன். தூரத்துல ஒரு பெரிய கோயிலுக்கு மேல இருந்த கோபுரம் தெரிஞ்சது. சுஜம்பதி நின்னுட்டிருந்த இடத்துக்குப் பக்கத்துல இருந்த தூணோட உச்சியில கபில நிறத்துல பெரிய பறவையொண்ணு நின்னுட்டிருந்துச்சு. விலங்குகாட்சிசாலை யில் கூட அப்படிப்பட்ட ஒரு பறவையை நான் அதுவரைக்கும் கண்டிருக்கல. அதனால நான் அவர்கிட்ட பேசிய முதல் வார்த்தை 'இந்தப் பறவையோட பெயரென்ன?'ன்னு கேட்டதுதான். அதுக்கு சுஜம்பதி 'இந்தப் பறவையோட விஞ்ஞானப் பெயர் என்னன்னு எனக்குத் தெரியல. ஆனா இந்தப் பக்கத்துல இருக்குற ஆட்கள் இதை கிருஷ்ணப்பருந்துன்னுதான் கூப்பிடுறாங்க. இதோட சிறகுகள் கபில நிறத்துல, இந்து ஸ்வாமிகள் உடுத்துற வேட்டிகள்போல இருந்ததால அப்படிக் கூப்பிடுறாங்கன்னு நினைக்கிறேன். இந்தப் பறவையைப் பார்ப்பதே நல்ல அதிர்ஷ்டம்னு சொல்வாங்க'ன்னு சொன்னார்."

"பறவையை விடுங்க ... என்னோட அப்பா சுஜம்பதியைப் பற்றிச் சொல்லுங்க" என்றாள் வர்ணாசி. அப்பாவுடைய பெயரை எழுத வேண்டிய இடங்களில் அந்தப் பெயரை எழுதுவதால் வர்ணாசிக்கு அப்பாவுடைய பெயர் ஏற்கெனவே தெரிந்திருந்தது. தன்னுடைய குடும்பப் பெயர், அம்மா வினதும், அம்மம்மாவினதும் குடும்பப் பெயர்களிலிருந்து வேறுபட்டிருந்ததால், அரங்தலாவை எனும் குடும்பப் பெயர் அப்பாவிடமிருந்து வந்திருக்கும் என்பதை உணர்ந்திருந்தாள்.

"சுஜம்பதி பற்றி நாங்க முன்னாடியே கேள்விப்பட்டிருந்தோம். ப்ரியா அவரை முன்பே சந்தித்தும் இருந்தாள். அவர் கொஞ்ச காலம் பௌத்த பிக்குவாக இருந்துட்டு, பிறகு காவியுடுப்பைத் துறந்தவர்ன்றதையும் அறிஞ்சிருந்தோம். என்றாலும் 'சுஜம்பதி'ன்ற பெயரைக் கிண்டல் செஞ்சு சிரிச்சிக் கொண்டுதான் நாங்க கப்பல்லருந்து இறங்கினோம்."

"அது ரொம்ப மோசம். யாரோட பேருக்கும், ஊருக்கும் சிரிக்கக்கூடாதுன்னு அம்மம்மா எப்பவும் என்கிட்ட சொல்லிட்டிருப்பாங்க. அம்மாவோட சின்ன வயசுல அதையெல்லாம் சொல்லித் தரலையா?"

மனோரம்யா ஒரு கணம் பேச்சற்றுப்போய்விட்டாள்.

"அது நாங்க கேவலமாச் சிரிச்சதில்ல மகளே. சுஜம்பதிக்கு அர்த்தம் இந்திரக்கடவுள், இல்லையா? அதனால சுவர்க்கத்தோட அதிபதியான இந்திரனே இந்த மனுஷ ஜாதியைச் சேர்ந்த ரெண்டு பொண்ணுங்களுக்கு வழிகாட்ட சுவர்க்கத்திலருந்து

ராமேஸ்வரத்துக்கு வந்திருக்காரோ என்னவோன்னு சொல்லிச் சிரிச்சிட்டிருந்தோம்.”

“ஐயோ… இந்த விஷயம் எனக்குத் தெரியாதே” என்றாள் சிறுமி. அவள் அம்மம்மாவிடமிருந்து கடவுள் இந்திரன் குறித்து எத்தனையோ கதைகளைக் கேட்டறிந்திருந்த போதிலும், ஒருபோதும் இந்தப் பெயரை அம்மம்மா சொல்லித் தந்திருக்க வில்லை. அம்மம்மாவுக்கு இந்தப் பெயர்களெல்லாம் தெரிந்திருந்தபோதிலும், தான் அப்பாவைக் குறித்து ஏதாவது கேட்டுவிடக்கூடும் என்ற எண்ணத்தில்தான் அம்மம்மா சொல்லித் தராமல் இருந்திருப்பார் என்பது சிறுமியாகவிருந் தாலும் வர்ணாசிக்குப் புரிந்தது. அவ்வாறே அப்பா குறித்துப் பேசுவது அம்மம்மாவுக்கும் அம்மாவுக்கும் கவலையைத் தரும் என்பதையும் எவருமே சொல்லித் தராமலிருந்த போதிலும் வர்ணாசி அறிந்திருந்தாள்.

“சுஜம்பதிங்குறது இந்திரனுக்குச் சொல்லப்படுற பெயர்னு அம்மாவுக்கு எப்படித் தெரியும்?”

“இந்திரனோட மனைவி பெயர் சுஜான்னு சம்யுக்த நிகாய நூல்ல இருந்துச்சு. சுஜாவுடைய பதி சுஜம்பதி. தாத்தாவுடைய புத்தக அலுமாரியில அந்த நூல் இருக்கும். எடுத்து வாசிச்சுப் பாரு.”

“ஐயோ என்னால முடியாது. எனக்குத் தாத்தாவோட புத்தகங்கள் எதுவும் புரியுதேயில்ல. ஒன்றிரண்டு பக்கங்களைச் சத்தமா வாசிச்சாலும் கூட தூக்கம் வந்துடுது.”

“நீ இப்போ பெரிய பிள்ளைதானே. நான் உன்னோட வயசுல தாத்தாவோட புத்தகங்கள் எல்லாத்தையும் வாசிச்சு முடிச்சுட்டேன். புரியலன்னா திரும்பத் திரும்ப வாசிச்சுட்டிருப்பேன்.”

“சரி… இப்ப என் அப்பாவோட கதையைச் சொல்லுங்க.”

“சுஜம்பதியோட போன அந்தப் பயணம் ரொம்ப சுவாரசியமா இருந்துச்சு. வாரணாசின்னு நாங்க நெனச்சுட் டிருந்த அந்த ஊர் ஒரு பெரிய நகரமா இல்லன்னாக் கூட இந்திரனோட கூடவே நடமாட முடியும்ங்குறதே பெரிய விஷயம்னு நாங்க எல்லாரும் சொல்லிச் சிரிச்சிட்டிருந்தோம். அவர் ரொம்ப அழகா ஹிந்திப் பாட்டெல்லாம் பாடகர் நௌஷாத் மாதிரியே பாடுவார். அவரோட அப்பா கண்டியில கண்டக்டரா இருந்தவர். தேயிலைத் தோட்டத்துல குடியிருந்துருக்காங்க. அவரோட அம்மா தமிழச்சிங்கிறதால சுஜம்பதிக்குச் சின்ன வயசுல இருந்தே தமிழ் நல்லாத்

தெரிஞ்சிருக்கு. கடுகண்ணாவையில வச்சு பஸ் புரண்டதுல அம்மா, அப்பா ரெண்டு பேருமே செத்துப் போயிட்டாங்க. அவரோட பாட்டிக்கு அவரை வளர்க்க வசதியில்லாததால பௌத்த விகாரையொண்ணுல சேர்த்து பிக்குவாக்கி யிருக்கார். இருந்தாலும் அவர் பட்டப்படிப்பை முடிச்சதுமே காவியுடுப்பைத் துறந்துட்டாராம்."

"சரி... வாரணாசி பற்றிச் சொல்லுங்க."

"வாரணாசி நகரத்துல இருக்கும் பிரம்மதத்த ராஜ மாளிகை நம்ம ஜாதகக் கதைகள்ல சொல்லப்பட்டிருப்பதுபோல இல்ல. இப்ப இருக்குற ராஜ பரம்பரை கூட அந்த பிரம்மதத்த வம்சத்தைச் சேர்ந்தவங்க இல்லயாம். அந்த பிரம்மதத்த மாளிகைக்குக் கீழ ஓடிட்டிருந்த கங்கைக்கு இறங்குற படிக்கட்டுக்குப் பக்கத்துல வச்சு சுஜம்பதி திடீர்னு அவரைக் கல்யாணம் பண்ணிக்க விருப்பமான்னு என்கிட்ட கேட்டார். அப்போ எனக்கு இளம் வயசுதானே மகளே. நானும் ரொம்ப யோசிக்கல. சரின்னுட்டேன்."

"அம்மம்மாக்கிட்ட கேட்காமலா?"

"ஆமா . . . அந்தக் கல்யாணத்துக்கு அவசரப்படாம இருந்திருக்கலாம்னு இப்போதான் தோணுது. போகப் போக நம்ம ரெண்டு பேரோட கருத்துகளும் பொருந்தாம நிறைய வாக்குவாதங்கள் உண்டாகிச்சு. நான் அவரைப் பிரிஞ்சு வர்றப்ப நீ வயித்துல வந்துட்டாய்ங்குற விஷயமே எனக்குத் தெரியல. அவர் அந்த நாட்கள்லயே பிரான்ஸுக்குப் போயிட்டார். கூடவே ப்ரியாவோட அண்ணனும் பிரான்ஸுக்குப் போயிட்டார். அதனால நீ பிறக்கப் போறாய்னு தெரிஞ்சதும் ப்ரியாவும் மற்ற கூட்டாளிகளும் 'என்ன பிரச்சினை இருந்தாலும் சரி, சுஜம்பதியோட சேர்ந்து வாழப்பார்'னு சொன்னாங்க. ப்ரியாவும் கல்யாணம் பண்ணிக்கிட்டுத் தென்னாப்பிரிக்காவுக்குப் போயிட்டாள். உன்னோட அப்பா நம்மைப் பற்றித் தேடிக் கூட பார்க்கல. நான் அவரைத் தேடிப் போக முயற்சிக்கவுமில்ல. அவருக்குப் பிரான்ஸுல வச்சு ஏதோ பிரச்சினை வந்து வேலையும் போயிடுச்சாம். பிறகு எங்க போனார்னு யாருக்குமே தெரியல. ஸ்ரீலங்காவுக்குன்னா திரும்பி வரல."

'சரி... சுனந்த அங்கிள்கிட்ட சொல்லி தேடிப் பார்த்திருக்க லாமே' என்ற கேள்வி வர்ணாசியின் மனதில் உதித்தாலும் அவள் அதை வெளியே கூறவில்லை. அம்மாவுக்குக் கவலை தோன்றக் கூடும்.

"நான் உனக்கு எந்த விதத்திலும் எந்தக் குறையும் வைக்கலையே மகளே. எப்போதாவது எங்கிருந்தாவது அவர்

வந்தார்னா அவரை இங்க கூட்டிட்டு வந்து உன்னைக் காட்டுவேன்னுதான் நினைச்சுட்டிருந்தேன். ஆனா அவருக்கு என்ன நடந்ததுன்னுதான் யாருக்குமே தெரியாமப் போயிடுச்சே."

"சுனந்த அங்கிளோட கூட்டாளிகள் யாருக்காவது என்னோட அப்பாவைப் பற்றித் தெரிஞ்சிருக்குமே."

"சுனந்த அங்கிள் கல்யாணம் பண்ணியிருக்கல. நெஞ்சு வலி வந்து அவர் திடீர்னு செத்துப் போயிட்டார். பிறகு யார்கிட்ட போய் விசாரிக்கிறது? தன்னோட அண்ணனோட கூட்டாளிகள் எங்கெங்க இருக்குறாங்கன்னு ப்ரியாவுக்குக் கூடத் தெரியலையே."

அம்மாவும் மகளும் சற்று நேரம் அமைதியாக இருந்தார்கள். உக்குங் தெருவில் திரியும் நாயொன்றைக் கண்டு குரைப்பதுவும், அம்மம்மா உக்குங்கை அடக்குவதும் கேட்டது.

"பிரான்ஸுல வச்சு சுஜம்பதியும், சுனந்தவும் எதுக்காகவோ கோவிச்சிட்டுப் பிரிஞ்சிருந்தாங்கன்னு மட்டும் தெரியும்னு ப்ரியா சொல்லியிருந்தாள்."

"சரி. அப்பாவோட சொந்தக்காரங்க யாருமே ஸ்ரீலங்காவுல இல்லையா?" என்று வர்ணாசி எவ்வித உணர்வுகளையும் வெளிக்காட்டிக் கொள்ளாமல் மிகுந்த ஆவலோடு கேட்டாள்.

"அவர் விகாரையில இருந்தப்பதான் பாட்டி செத்துப் போனாங்களாம். அதைத் தவிர வேறு எதைப் பற்றியும் எனக்குத் தெரியாது. அந்தக் காலத்துல நான் அந்த விபரங்களைத் தெரிஞ்சுக்குறதை அவர் விரும்பல. நானும் தோண்டித் துருவிக் கேட்கல. யாராவது எதையாவது சொல்ல விரும்பலைன்னா அதைத் தோண்டித் துருவிக் கேட்கக் கூடாதுன்னுதானே உன்னோட அம்மம்மா என்கிட்டயும் சொல்லிச் சொல்லி வளர்த்திருக்காங்க."

"ஆமாமா. உன்னோட அம்மா நான் சொல்றதையெல்லாம் கேட்டு நடக்குற பிள்ளைதானே" என்று கூறிச் சிரித்தவாறே அம்மம்மா தோடம்பழச் சாறு தயாரித்து எடுத்துக்கொண்டு அந்த வேளையில் அறைக்குள் நுழைந்தார். அம்மா தன் அளவுக்கு நல்ல பிள்ளையாக இருந்திருக்க மாட்டாள் என்பதை வர்ணாசி அறிந்திருந்தாள். 'பிடிவாதச் சிறுக்கி' என்றுதான் அம்மம்மா அவளை எப்போதும் சொல்வார். அத்தோடு அம்மம்மா பேத்தியைக் குறித்து 'அம்மாவைப்போல இல்ல. ரொம்ப அடக்கமான பிள்ளை' என்றுதான் எப்போதும் கூறுவார்.

அன்றைக்குப் பிறகு சாஷாவின் பிரச்சினை வந்ததன் பின்னர்தான், அம்மாவுக்கும் மகளுக்கும் அப்பாவைக் குறித்துக்

கதைக்க நேர்ந்தது. அன்று அந்த உரையாடலுக்குப் பிறகு வர்ணாசிக்குக் கேகாலைக்கோ கொழும்புக்கோ கண்டிக்கோ அம்மாவுடன் பாடசாலைத் தேடி ஊர் சுற்றித் திரிய ஆர்வமில்லாமல் போயிற்று.

“எங்காவது அம்மாவால என்னைப் பக்கத்துலயே இருந்து பார்த்துக்க முடியுமான ஸ்கூல்ல என்னை சேர்த்து விடுங்க” என்றுதான் வர்ணாசி கூறினாள். ஊரிலிருந்து போன தபாலதிபர் மாமா குடும்பம் நுகேகொட நகரத்தில் குடியேறியிருந்தது. ஆகவே வர்ணாசியும் மனோரம்யாவும் நுகேகொடையில் குடியேறினார்கள். வர்ணாசி நுகேகொட புனித ஜோசப் பெண்கள் பாடசாலையில் சேர்க்கப்பட்டாள். மனோரம்யா கொழும்பிலிருந்து வேறு நகரங்களுக்கோ வெளிநாடுகளுக்கோ பயணம் போகும்போது வர்ணாசி தபாலதிபரின் வீட்டில் தங்கினாள். ஒரு கிழமையை விடவும் அதிகமான நாட்கள் அங்கு தங்க வேண்டி வரும்போது அம்மம்மா ஜினவதி வந்து அவளுடன் தங்கினார். பாடசாலையில் விடுமுறை வழங்கப்பட்டதுமே வர்ணாசி கிராமத்திலுள்ள தனது பாரம்பரிய வீட்டுக்குப் போய்விடுவாள். மனோரம்யா மகளுடனே இருக்கத்தான் எப்போதும் முயற்சிசெய்தாள். என்றாலும், அவளது வாழ்க்கை பெரிதும் சமூகசேவைகளுடனே கட்டியெழுப்பப்பட்டிருந்தது. அவள் கொழும்பு நீதிமன்றத்தில் செய்து வந்த வேலையை விட்டுவிட்டுத் தூதுவர் காரியாலயமொன்றில் வேலை தேடிக் கொண்டாள். அங்கு எட்டு மணித்தியாலங்கள் பணிபுரிந்து விட்டு, மிச்ச நேரங்களில் மகளுடன் வீட்டில் இருக்கலாம் என்ற நிலைமை இருந்த போதிலும் மேடை நாடகங்கள் தயாரிக்க, திரைப்படங்களை இயக்க முயன்றாள். வர்ணாசி முரண்டு பிடிக்கும் பிள்ளையில்லை என்றாலும் இவ்வாறான மேலதிக வேலைகளுக்கு அம்மா போவதை எதிர்த்தாள். வர்ணாசிக்கு நடிப்பதிலோ பாடல் பாடுவதிலோ எவ்வித ஆர்வமும் இருக்கவில்லை. கண்ட கண்ட அறிவாளிகள் ஆற்றும் உரைகளைக் கேட்பதுவும் அலுப்பூட்டுவதாக அவளுக்குத் தோன்றியது. அவளின் பாடசாலையில் பெற்றோர் சமூகமளிக்க வேண்டிய ஏதாவது வைபவங்கள் இருக்கும் நாட்களில்தான் மனோரம்யாவிற்கு மேலதிக வேலைகளும் வந்திருக்கும்.

‘நாங்க இந்த லீவுக்கு நுவரெலியாவுக்குப் போவோமா, நாங்க அம்மம்மாவையும் கூட்டிக்கிட்டுக் கதிர்காமத்துக்குப் போவோமோ?’ போன்ற திட்டங்களை வர்ணாசி, அம்மாவிடம் அவ்வப்போது எடுத்துரைத்து அவை நடந்தால்கூட அவ்வாறான பயணங்களின் போதும் மனோரம்யா ஒன்றிரண்டு

புத்தகங்களையும் கூடவே எடுத்துக்கொண்டுதான் வருவாள். அப்போதெல்லாம் தனக்கு ஏன் அம்மாவின் நடவடிக்கைகள் அவ்வளவு பிடிக்காமல் போனது என்று வர்ணாசிக்குத் தெரியவில்லை. அந்த வயதில் வர்ணாசிக்கு அடிக்கடி தலைவலி, மூச்சிரைப்பு, வயிற்று வலி போன்ற வருத்தங்கள் வந்துகொண்டேயிருந்தன. சாஷாவிடம் இவையனைத்தைக் குறித்தும் பகிர்ந்துகொள்ள முடியுமாக இருந்தது. நோய்களுக்கான காரணியை அவன்தான் கண்டறிந்து கூறினான்.

"இதெல்லாம் உன்னோட மனசுல தோணுற நோய்கள். அந்த வயசுல உனக்கே தெரியாம அம்மா மேல பெரிய கோபம் உனக்குள்ள இருந்திருக்கு. அதான் அம்மாவை உன் பக்கமாத் திசை திருப்ப நீ நோயாளியாக ஆகியிருக்கே."

"எனக்குத் தெரியல. நான் நோயாளியாகவும் விரும்பல. ஆனா பெரியவளான பிறகு அப்பா இல்லாத குறை எனக்குத் தெரியத் தொடங்கிச்சு. அம்மா ஏதாவது ரொம்பச் சின்ன விஷயத்துக்கு கலவரப்பட்டுத்தான் அப்பாவைக் கை விட்டுருப்பார்னு எனக்குத் தோணுது. இருந்தாலும் அம்மாவோட அகங்காரத்தைப் பாருங்க. ஒருநாளும் அதுக்காகக் கவலைப்பட்டதேயில்ல. எல்லாத்தையும் சாதிக்குற சக்தி தனக்கிட்ட இருக்குன்னு அவர் நினைச்சுட்டிருக்கார்."

வர்ணாசியின் வாழ்வில் சாஷா வரும்வரைக்கும் வேறெவராலும் அவளை அந்த அளவு நன்றாகக் கதைக்க வைக்க முடியவில்லை. அவள், தனது உற்ற தோழி என்று கருதும் பாக்யாவிடம்கூட அவ்வளவு வெளிப்படையாகக் கதைக்க அவளால் முடியாமல் போனது. பாக்யா, மனோரம்யாவின் தோழி ப்ரியாவின் உறவினர் என்பதால்தான் அவளுடன் நட்பாக இருக்க அவளால் முடிந்தது. பாக்யா தனது குடும்பத்தோடு நுகேகொட கந்தவத்த வீதியிலிருந்த ஒரு வீட்டில் வசித்து வந்தாள். வர்ணாசியின் வாழ்வில் சாஷா வந்ததன் பிறகுதான் பாக்யாவுடன் தனது தனிப்பட்ட விடயங்களைக் கதைக்கவும் அவளால் முடிந்தது.

'ஒரு தாயைத் தவிர வேறு எவரால் தன்னுடைய மகளை நன்றாகப் புரிந்துகொள்ள முடியும்?' என்றுதான் மனோரம்யா எப்போதும் கூறுவாள். என்றாலும், அதிலும் சாஷா தனது அம்மாவைத் தோற்கடித்துவிட்டான் என்றுதான் வர்ணாசி கருதினாள். அப்படிப்பட்ட ஒரு நல்லவனைத்தான் அம்மா இந்த அளவு வெறுக்கிறாள். பாக்யாவின் அம்மாவென்றால் அதிகம் படித்திராத இல்லத்தரசி. வர்ணாசியுடைய அம்மா அப்படிப்பட்டவள் இல்லையே. கௌரவமான ஜினவதியின்

மகள் என்று வெளியே சொல்ல முடியாத அளவுக்கு, முற்போக்கான ஒருத்தி என்று தன்னைக் காட்டிக்கொள்ள முயலும், தனக்குத் தோன்றிய அனைத்தையும் செய்யும், சமூகத்துக்குப் பயப்படாத ஒருத்தி அவளது அம்மா. அப்படிப்பட்ட ஒரு தாய், எதற்காக மகள் திருமணம் முடித்து நன்றாக வாழும்போதும் மருமகனை ஏற்றுக்கொள்ளத் தயங்குகிறாள்? அது வஞ்சகம், தீய குணம், பேராசை இல்லையென்றால் வேறு என்ன?

"உன்னோட அம்மா என்கிட்ட பேசாமலிருக்குறதை நீ இவ்வளவு பெருசா எடுத்துக்காதே. நானே அதைப் பொருட்படுத்தல. நீ எதுக்காக அதைப் பற்றிக் கவலைப் படுறாய்?" என்றுதான் சாஷா எப்போதும் கூறுவான்.

"அவர் எது செஞ்சாலும் எனக்கு அவர் மேல எந்தக் கோபமுமில்ல" என்று சாஷா கூறும்போது வர்ணாசிக்கு அம்மாமீது கோபம் வரும். இருந்தாலும், அம்மாவுக்கும் மகளுக்குமிடையிலான பிணைப்பு அவ்வாறான எந்தக் கோபத்தாலும் இல்லாமல் போகும் ஒன்று இல்லை, அல்லவா?

தனது கிராமத்தில் ஒரு ஆசிரியையாகப் பணிபுரிந்தவாறு, சாதாரண வாழ்க்கையை வாழவே வர்ணாசி விரும்பினாள். பல்கலைக்கழகப் பிரவேசத்துக்கு ஒரு சில புள்ளிகளே குறைவாக எடுத்திருந்ததால், அதைச் செய்ய அவளுக்கு நன்றாக வாய்ப்புமிருந்தது.

"நீ ஊர்ல டீச்சராக விரும்பினா அதுக்கு எந்தத் தடையுமில்ல. ஆனா அதுக்கு முன்னாடி வெளிநாடுகளுக்குப்போய் இந்த உலகம் எப்படியிருக்குன்னு சுற்றிப் பார்த்துட்டு வா" என்று கூறிய மனோரம்யா கலிஃபோர்னியாவிலுள்ள பர்க்லி பல்கலைக்கழகத்தின் கோடைகாலப் பாடநெறியொன்றுக்கு அவளை வற்புறுத்தி அனுப்பிவைத்தாள். அந்தக் காலத்தில் ப்ரியா ஆன்ட்டியும் மனோரம்யாவின் இன்னும் சில நண்பர்களும் அங்கே இருந்தார்கள். பாக்யாவும் புலமைப்பரிசில் ஒன்று கிடைத்து அங்கே போயிருந்ததால்தானே ஒழிய, தனியாகவென்றால் வர்ணாசி அந்தப் பயணத்திற்கு ஒருபோதும் சம்மதித்திருக்கவே மாட்டாள்.

அங்கு வைத்துத்தான் அவள் சாஷாவைச் சந்தித்தாள். கேல் எனும் வெள்ளைக்காரியைத் திருமணம் முடித்து சாஷா அங்கு வந்திருந்தான். அவ்வேளையில் அந்தத் தம்பதி விவாகரத்து பெற்றிருக்காவிட்டாலும்கூட, திருமணப் பந்தத்தை முறித்துக் கொண்டு ஒரே வீட்டில் தங்கியிருந்தார்கள். பர்க்லி பல்கலைக் கழகத்தின் தபாலகத்தில் கடிதங்களைத் தேர்ந்தெடுக்கும் சிறிய பணியை சாஷா செய்துகொண்டிருந்தான். இரவுகளில்

பெங்க்ரொஃப்ட் வீதியிலிருந்த இந்திய உணவகத்தில் தபலா வாசித்தான். வார இறுதிகளில் நாடகக் குழுவொன்றுடன் இணைந்து செயல்பட்டான். அவளது பல்கலைக்கழகத்துக்கு நோம் சொம்ஸ்கி வந்த நாளில் கூட்டம் நிறைந்து காணப்பட்டது. அன்று பாக்யாவின் வற்புறுத்தல் காரணமாக மாணவர் சங்க மண்டபத்தின் வெளியே குளிரில் அமர்ந்திருந்து சொம்ஸ்கியின் உரையைக் கேட்டுக்கொண்டிருந்தபோதிலும், அவர் யார் என்பதைக்கூட வர்ணாசி அறிந்திருக்கவில்லை. அவர் கூறிய எவையும் வர்ணாசிக்குப் புரியவுமில்லை. இருந்தாலும், தோழிகள் இருவரும் சிங்களத்தில் உரையாடுவதைக் கேட்டுக்கொண்டிருந்த ஒருவன் 'நீங்க ஶ்ரீலங்காவுலருந்தா வந்திருக்கீங்க?' என்று சிங்களத்தில் கேட்டான். அன்று அறிமுகமான சாஷா அதற்குப் பிறகு வர்ணாசியை அடிக்கடி சந்தித்தான். வர்ணாசியைப் பல்கலைக்கழகத்தின் பின்னாலுள்ள காட்டின் நடுவேயிருந்த 'இன்ஸ்பிரேஷன் பொயின்ட்'டுக்குக் கூட்டிக்கொண்டு போனவனும் சாஷாதான். நீல மலைத் தொடர்களும் கீழே நீல நதிகளும் உள்ள ஓவியம்போல அழகான காட்சி தென்படும் ஓர் இடம் அது. அங்கு செல்லும் அனைவரும் அந்த அழகான காட்சியை அசையாமல் பார்த்துக்கொண்டிருப்பார்கள். அப்போது தாமும் அந்த ஓவியத்தின் ஓர் அங்கமாகவே மாறி விடுவார்கள்.

"வர்ணி நாங்க இங்க இந்தக் காட்டுக்குள்ள, இந்த மலைகளோட ஒரு பாகமாகவே ஆகிடுறோம்ங்குறதை உன்னால உணர முடியுதா?" என்று சாஷா கேட்டான்.

"ம்ம்."

சாஷா, வர்ணாசியின் பின்னால் நின்றுகொண்டிருந்தான். அவனின் மூச்சு அவளின் தலையைத் தொட்டது. அவனின் உடல் சூட்டைத் தனது முதுகில் உணர்ந்தாள். வர்ணாசிக்குத் தனது அம்மா நினைவுக்கு வந்தாள். மனோரம்யாவும் இவ்வாறான விடயங்களைச் சொல்பவள்தான், இல்லையா? வர்ணாசி, தான் அங்கே சந்திக்கும் இலங்கையர்களிடம் தான் யார், யாருடைய மகள் போன்ற விடயங்களைக் கூறவில்லை. அந்தக் காலகட்டத்தில் மனோரம்யா ஆவணத் திரைப்படங்கள் சிலவற்றை எடுத்திருந்தாள். மனித உரிமைகள் தொடர்பான பிரபலமான வழக்கு ஒன்றில் வாதித்திருந்தாள். ஆகவே அக் காலத்தில் அவளது பெயரைச் சொன்னதுமே கொழும்பில் இருந்தவர்கள் அவளை அறிந்திருந்தார்கள். அதனால் மனோரம்யாவின் மகள் என்று எவரிடமும் தன்னைக் காட்டிக் கொள்ள வர்ணாசி விரும்பவில்லை.

“அம்மாவோட வெளிச்சத்துல பிரகாசிக்க நான் விரும்பல. நான், மனோரம்யாவோட மகள்னு தெரிஞ்சதுமே எல்லோரும் அம்மாக்கிட்ட சொல்ல விரும்புற விஷயங்களையெல்லாம் என்கிட்ட சொல்லப் பார்க்கிறாங்க. நான் அம்மாவைப் போல இல்ல, ஒரு சாதாரணப் பொண்ணுன்னு அவங்களுக்கு விளக்கிச் சொல்ல வேண்டியிருக்கு” என்று பாக்யாவிடம் வர்ணாசி கூறியிருந்தாள்.

பாக்யா அதை ப்ரியா ஆண்ட்டியிடம் கூறினாள். பொதுவாக வெளிநாட்டில் வைத்து இலங்கையர்கள் தற்செயலாக சந்தித்துக்கொள்ள நேர்ந்தால் யார், எவர் என்றெல்லாம் விசாரிப்பார்கள்தானே? ஆனால் வர்ணாசியிடம் யாரும் அவ்வாறான விபரங்களைக் கேட்கவுமில்லை. அங்கு யாரும் வர்ணாசியின் முழுப் பெயரைச் சொல்லி அவளைக் கூப்பிடவுமில்லை. எல்லோரும் அவளை ‘வர்ணி’ என்றுதான் அழைத்தார்கள்.

“நீ திரும்பவும் ஸ்ரீலங்காவுக்குப் போயிட்டாய்னா நான்தான் ரொம்பத் தனிச்சுப் போயிடுவேன்” என்று இன்ஸ்பிரேஷன் பொயின்ட்டிலிருந்து காட்டின் நடுவே வரும்போது சாஷா, வர்ணியின் கைகளைப் பற்றி அசைத்தவாறே கூறினான்.

“அது எப்படி நடக்கும்? உங்களுக்குத்தான் இங்க ரெண்டு, மூணு வேலையிருக்கே. கேல் வீட்டிலயும் உங்களுக்கு எந்தப் பிரச்சினையும் இல்லையே. அதனால என்னைப்போல யார் வந்துட்டுத்திரும்பிப் போனாலும் உங்களுக்குள்ள எந்த மாற்றமும் ஏற்படாது. அதோ ... கீழ தெரியுற நீல மலைகளும் நீர்த்தேக்கமும் போல நீங்களும் அழகா ஆழமா அப்படியே இருப்பீங்க.”

“நீ இப்ப சொன்ன விதம் எனக்குப் பிடிச்சிருக்கு. அந்த நீர்த் தேக்கத்துக்குப் பக்கத்துல போய்ப் பார்த்தா அது இப்படி ஓவியம்போல இருக்காதுதானே? பக்கத்துல போய்ப் பார்க்குறப்பதான் கரையில மோதுற சின்னச் சின்ன அலைகளும் தென்படும். உள்ளேயிருக்குற மீன்கள் தெரியும். தண்ணீரைக் கையிலெடுத்துப் பார்த்தால் அந்த நீலநிறம் இருப்பது தண்ணீரிலல்ல, வானத்திலும் மலைகளிலும்தான் என்பதுவும் விளங்கும். பக்கத்துல இருந்து பார்க்கும்போது தெரிபவை தூரத்துல இருந்து பார்க்கும்போது தெரியாது. நானும் அப்படித்தான்” என்ற சாஷா, மலைச் சரிவினூடாக ஓடிய சிறிதான ஒரு நீரூற்று ஓரிடத்தில் சிறிய தடாகமாக உருவெடுத்திருப்பதைப் பார்த்துக்கொண்டிருந்தான். வர்ணாசி குறிப்பிட்டது, முன்பு கண்ட பெரிய நீர்த்தேக்கங்களைக் குறித்தே தவிர இவ்வாறாக மரங்களிடையே பச்சை நிறத்தில்

பிரகாசிக்கும் சிறிய தடாகத்தைக் குறித்தல்ல. இந்த இடத்தில் அம்மா இருந்திருந்தால் ஓடிப்போய்த் தண்ணீரில் குதித்து நீந்தியிருப்பாள் என்று வர்ணாசிக்குத் தோன்றியது.

"என்னோட பேத்தி, மகள்மாதிரி இருக்கிறாள். மகள், பேத்தி மாதிரி நடந்துக்கிறாள். என்னோட மகளுக்கு அவள் ஒரு பிள்ளைக்குத் தாய்ங்குற நினைப்பே இல்ல. இப்பவும் விளையாட்டுப் பிள்ளைபோலத்தான் நடந்துக்கிறாள். அவள் ஊஞ்சல் ஆடுறது விளங்குதுதானே. பேத்தி அவளோட அம்மாவோட செயல்களையெல்லாம் சின்னக் குழந்தையைப் பார்ப்பதுபோலத்தான் பார்த்துட்டிருக்காள்" என்று சித்திரைப் புத்தாண்டு தினத்தன்று அம்மம்மா ஜினவதி தனது தோழியொருவரிடம் கூறியவை நினைவில் தோன்றி வர்ணாசிக்குச் சிரிப்பு வந்தது.

"ஏன் தனியா சிரிக்கிறாய்?"

"நான் சிரிச்சேனா?"

"உதடுகள் மூடியிருந்தாலும் உன்னோட கண்கள்ல ஒரு சிரிப்பு வந்தது. சின்ன வயசுல நடந்த ஏதோவொண்ணு ஞாபகம் வந்ததுபோல, உனக்கு யார் மேல ரொம்ப பாசம் இருக்கோ அவங்க ஞாபகம் வந்ததுபோல ஒரு சிரிப்பு அது."

'உங்களால எப்படி என்னோட மனசை இவ்வளவு தெளிவா படிக்க முடிஞ்சது?' என்று வர்ணாசி வெளிப்படையாகக் கேட்கா விட்டாலும், தனது விழிகளை விரித்துப் புன்னகைத்தவாறே அவனைப் பார்த்துக்கொண்டிருந்தாள்.

"ஆழமான, அமைதியான சந்தோஷம் உனக்குள்ள இருக்கு. சரியாச் சொல்றதுன்னா சந்தன வாசனையும் மல்லிகைப் பூ வாசனையும் ஒண்ணாக் கலந்தது போன்ற ஒண்ணு அது. உன்கிட்ட ஒரு விசித்திரமான குதூகலமும் புதுமையான அடக்கமும் இருக்கு. சிலவேளை அதுக்குக் கீழ இதோ என்னைப் போல ஒரு குறும்புப் பயலும் உனக்குள்ள தூங்கிட்டிருக்கலாம். ஊசி கையில குத்தியதால தூங்கிட்டேயிருந்த இளவரசிபோல நீ இருக்கவும் வாய்ப்பிருக்கு."

அதற்குப் பதிலளிக்க வர்ணாசி அவசரப்படவில்லை. அவ்வாறான வர்ணனைகளை மனதோடு உறிஞ்சிக் கொள்வதல் லாமல் அவற்றுக்குப் பதில் கூறப்போய் அந்த வார்த்தைகளின் இனிமையான மந்திரசக்தியை ஏன் சிதைக்க வேண்டும்? அம்மா இருந்திருந்தால் 'இதெல்லாம் ஆம்பளைங்களோட பசப்பு வார்த்தைகள்' என்றுதான் சொல்லியிருப்பாள். அவை அப்படியும் இருக்கலாம்தான். இருந்தாலும் இதுவரையில்

எந்தவொரு ஆணும் தன்னிடம் அவ்வாறு எதுவும் கூறியதில்லை என்பதாலோ அல்லது இவ்வாறானதோர் அன்பை எப்போதும் வெளிப்படுத்துபவள் அம்மாதான் என்பதாலோ இருவருக்குமிடையே ஓர் ஒற்றுமையை உணர்ந்ததாலோ என்னவோ சாஷாவின் வார்த்தைகளால் மகிழ்ச்சியாக உணர்ந்தாள். வர்ணாசியின் சிறுபிராயத்தில் அம்மா வீட்டுக்கு வரும்போது அவள் விழித்திருந்தாலும்கூட சும்மா உறங்குவது போல பாவனை செய்த சந்தர்ப்பங்களும் இருந்தன. அப்போது அம்மா கட்டிலில் அமராமல், கட்டிலுக்கு அருகில் தரையில் முழந்தாளிட்டு அமர்ந்து மகளின் நீண்ட கூந்தலை முத்தமிடுவாள்.

“என்னோட மகள் நிஜமாவே தூங்குறாள்னா கால் அசையணுமே. இந்த முடியிலிருந்து மல்லிகைப் பூ வாசனை வருது. இங்க தூங்கிட்டிருக்குற இளவரசிக்கிட்ட இருந்து சந்தன வாசம் வருது. நான் தூங்குற இளவரசிக்கு வெள்ளைச் சாக்லெட் எடுத்துட்டு வந்திருக்கேன்” என்பாள்.

மூன்று வயதோ இருபது வயதோ எந்த மாற்றமுமில்லை. அம்மா தொடர்ந்தும் அப்படித்தான் நடந்துகொண்டாள். மகளும் தொடர்ந்தும் காலை அசைத்தாள் என்றாலும் அம்மாவும் மகளும் ஒருவருக்கொருவர் மிகவும் வேறுபட்டவர்கள். வர்ணாசி அந்த சாக்லெட்டைப் பத்திரமாக எடுத்து வைத்திருந்து மறுநாள் மதிய உணவையும் சாப்பிட்டு விட்டுத்தான் அதைப் பிரித்துச் சாப்பிடுவாள். மனோரம்யாவுக்கு யாராவது அவ்வாறு சாக்லெட் கொடுத்தால் அப்போதே அதைச் சாப்பிட்டு விட்டு சாக்லெட் உறையின் உட்புறத்தில் நகைச்சுவையாக நன்றி தெரிவித்தல் குறிப்பொன்றையும் எழுதி, அதைத் தந்தவரின் கட்டிலருகே வைத்துவிடுவாள். வர்ணாசிக்கு சாஷாவையும் அம்மாவையும் ஒப்பிட்டுப் பார்த்தவாறு வெகுநேரம் இருக்க அங்கு வாய்ப்பு கிடைக்கவில்லை.

“குளிப்போமா?” என்று கேட்டவாறே சாஷா வர்ணாசியையும் இழுத்துக்கொண்டு அந்த மலைச் சரிவில் ஓடினான்.

வர்ணாசிக்குத் தீர்மானிக்க நேரமிருக்கவில்லை. சரிவின் முடிவுவரை ஓடி ஒரு தடாகத்தின் அருகே போய் நின்றதும் வர்ணாசி மூச்சிறைத்தாள். நுவரெலியாவுக்குச் சுற்றுலா போகும்போது மனோரம்யாவும் இவ்வாறு இடைவழியில் திடீரென்று வாகனத்தை ஒரு அருவிக்கருகில் நிறுத்திவிட்டுக் குளித்த சந்தர்ப்பங்களும் இருந்தன. அவ்வாறான நேரங்களில் அம்மம்மா ஜினவதியும் பேத்தியும் மர நிழலில் கீழே அமர்ந்து கொண்டு அவளுக்காகக் காத்திருப்பார்கள். ஒரு தடவை ஹப்புத்தளைக்குப் போய்க்கொண்டிருந்த வழியில்,

பெலிஹுல் ஓயா விடுதிக்குச் சாப்பிடப் போயிருந்தபோது அங்கிருந்த ஒற்றையடிப் பாதை வழியாக மேலே தெரிந்த காட்டுக்குப் போக மனோரம்யாவுக்கு ஆசை வந்துவிட்டது.

"இப்ப நாங்க போயிட்டிருக்குற பயணமும் உன்னால தாமதமாகுது. அந்தக் காட்டுக்குள்ள எல்லாம் போக என்னாலன்னா முடியாது" என்று ஜினவதி தோள்களைக் குலுக்கினார். "என்னாலும் முடியாது" என்ற வர்ணாசி அம்மம்மாவுடன் இணைந்துகொண்டாள். மனோரம்யாவும், அவளுடன் வந்திருந்த கொரியப் பெண்ணும் உணவுப் பொதிகள் இரண்டை எடுத்துக்கொண்டு காட்டுக்குப் போனார்கள். தனது அம்மாவுக்கும் மகளுக்கும் அறை வாடகைக்கு எடுத்துக் கொடுத்து, சாப்பிட்டு விட்டுத் தூங்குமாறு கூறிப் புறப்பட்டிருந்தாள் மனோரம்யா.

"இப்படி ஹப்புத்தளைக்குப் போனா, போறதுக்கே ரெண்டு நாள் எடுக்கும்" என்று தூங்கியெழுந்த ஜினவதி தேநீரைப் பருகியவாறே கூறினார்.

"அம்மாவுக்கு என்கூட இருக்க நேரம் கிடைக்குறதே யில்லன்னு சொல்லித்தானே இந்தப் பயணம் வந்தோம். ஆனா இப்ப அம்மாவுக்கு அதெல்லாம் மறந்துடுச்சு. காட்டுக்குள்ள ஏதாவது குடிசை கண்ணுல பட்டா அதுல தங்கியிருந்துட்டு நாளை பகல் இங்க வரவும் வாய்ப்பிருக்கு. அம்மாவுக்குன்னா கிறுக்குதான் பிடிச்சிருக்கு" என்று வர்ணாசி அம்மாவைக் குற்றம்சாட்டியபோதிலும், அவள்மீது கோபப்படவில்லை. மனோரம்யாவும் அவளது தோழியும் குளித்து முடித்துப் பாறை மீதமர்ந்து சோறு சாப்பிட்டார்கள். பிறகு, காட்டுக்குள்ளிருந்த வீட்டில் மூலிகைத் தேநீர் பருகி, அவர்களிடம் கருப்பட்டியும் வாங்கிக்கொண்டு மாலை நான்கு மணியளவில் ஆனந்தக் களைப்புடன் சிரித்தவாறே விடுதிக்கு வந்து சேர்ந்தார்கள்.

"வாழ்க்கையை ரசிச்சு அனுபவிக்கவும் அதிர்ஷ்டம் இருக்கணும் மகளே" என்று தனது தோழிக்கும் புரியும் விதமாக மனோரம்யா ஆங்கிலத்தில் கூறினாள்.

'வாழ்க்கையை ரசிச்சு அனுபவிக்குறதுங்குறது அட்டை களுக்கு இரத்த தானம் செய்றதுவும், மலையேறிக் காலை நோவிச்சுக்குறதும்னா அப்படிப்பட்ட அனுபவங்கள் இல்லன்னாலும் பரவாயில்ல' என்று வர்ணாசிக்குப் பதில் கூறத் தோன்றிய போதிலும், எதுவும் பேசாமல் 'நீங்க இப்பவும் சின்னப் பிள்ளைதானே' என்ற பார்வையோடு புன்னகைத்தாள். வர்ணாசி இலங்கையின் அருவி குறித்த சிந்தனையில் ஆழ்ந்திருக்கையில் சாஷா தனது டீ ஷர்ட்டையும் நீண்ட

டெனிம் காற்சட்டையையும் கழற்றிவிட்டு உள்ளாடையுடன் அந்த அமெரிக்கத் தண்ணீரில் குதித்தான். வர்ணாசி தனது முதுகில் சுமந்துகொண்டிருந்த பையை மெதுவாகக் கழற்றித் கலுவாரி மரத்தடியில் வைத்துவிட்டுப் பையினுள்ளே இருந்த பே கார்டியன் பத்திரிகையின் ஒரு பகுதியை எடுத்து மரத்தடியில் விரித்தாள். மிகவும் நிதானமாகவும் அமைதியாகவும் அதன்மீது அமர்ந்து அங்கு வளர்ந்திருந்த கம்பிளிவெட்டி மரத்தை மிகவும் வியப்போடு பார்த்தாள். இலங்கையிலுள்ள கம்பிளிவெட்டி மரங்களை விடவும் அங்கிருந்த மரத்தில் பூக்கள் மிகப் பெரியவையாக இருந்தன.

இயற்கையாக உருவாகியிருந்த அந்தத் தடாகத்தில், பாதுகாப்பு எல்லையைக் குறிப்பிட கயிறு கட்டப்பட்டிருந்த பகுதி இருந்தபோதிலும் சாஷா எதையும் கண்டுகொள்ளாமல் மீனைப் போல சுதந்திரமாக நீந்திக் கொண்டிருந்தான். மேலே தெறிக்கும் நீர்த் துளிகளில் சூரிய வெளிச்சம் பட்டு வானவில் நிறங்கள் வர்ணஜாலம் காட்டின.

“வா . . . நீச்சல் கத்துக்கொடுக்குறேன்” என்று சாஷா கத்தினான். அவனது குரல் எதிரொலித்தது. தடாகத்திலிருந்து சென்ற ஓடையில் தண்ணீர் மெதுவாகவும் வேகமாகவும் வெளியேறி ஓடிக்கொண்டிருந்தது.

“குளிராயிருக்கு” என்றல்லாமல் ‘எனக்கும் நீச்சல் தெரியும்’ என்பதைக் கூற வர்ணாசி விரும்பவில்லை.

“இந்த ஜூலை ஆகஸ்ட் மாதங்கள்ல குளிச்சால்தான் உண்டு. அது கடந்தா இதுல குளிக்கவே முடியாம ரொம்ப குளிரா இருக்கும். நீ இல்லன்னா நான் அம்மணமாக் குளிச்சிருப்பேன்” என்றவாறே கரைக்கு வந்த சாஷா அவளை நோக்கிக் கையை நீட்டினான்.

‘நான் இருந்தாலென்ன? நீங்க எப்போதும் போல குளிங்க’ என்று கூறும் பார்வையை விழிகளில் நிரப்பியிருந்தும் உதடுகளைத் திறக்காமலிருக்க வர்ணாசியால் முடிந்தது.

“இப்போ உன்னோட கண்கள்ல குறும்பு தெரியுது” என்று சாஷா விளையாட்டாகக் கூறினான்.

வர்ணாசி கண்களை மூடிக்கொண்டாள். அப்போதும் சாஷாவின் நீர் வடியும் தேகம்தான் நினைவுக்கு வந்தது. கண்களை மூடியிருந்தபோதிலும், தலை நுழைத்து உள்ளே நுழையப் பார்க்கும் அந்த வித்தைக்காரனால் வர்ணாசியின் யௌவனத்தைத் திகைப்படையச் செய்ய முடிந்தது.

"அப்படியே இரு. எனக்கு உன்னை ஒரு போட்டோ எடுத்துக்கணும்" என்ற சாஷாவின் ஆழமான குரல் ஒரு கட்டளை போல ஒலித்தது. அவ்வாறான கட்டளைக்குக் கீழ்ப்படிய விரும்புவதை மனம் உணர்ந்தபோதிலும், தனக்குள்ளே மிக வேகமாக ஏதோ நிகழ்ந்துகொண்டிருப்பதால், அதனை அனுமதிக்காமல் தப்பியோட வேண்டுமென்றும் உணரத் தொடங்கினாள்.

'எங்க இந்தப் பிள்ளை? ஓடைக்குப் பக்கத்துல யாரோ ஆம்பளை குளிக்குற இடத்துல நீ என்ன பண்ணிட்டிருக்காய்?' என்று, தான் கலிஃபோர்னியாவில் இருப்பதை மறந்து அம்மம்மாவின் குரல் இப்போது கேட்டால் எவ்வளவு நன்றாக இருக்கும் என்றும் அவளுக்குத் தோன்றியது.

அதற்கிடையில் சாஷா தன்னைப் புகைப்படம் எடுக்கும் 'க்ளிக்' ஓசையையும் கடுமையாகக் குளிர்ந்து போயிருந்த விரல்களால் தனது முகத்தில் விழுந்திருந்த கூந்தல் கற்றையை ஓரமாக ஒதுக்கிவிடுவதையும் உணர்ந்தாள்.

"சரி. இப்ப கண்ணைத் திற" என்ற மிருதுவான குரலை தனது நெற்றிக்கு அருகிலிருந்து கேட்டாள்.

வர்ணாசி கண்களைத் திறக்கவில்லை. அவள் வாசித்திருந்த பத்திரிகைகளில் பிரசுரமாகும் கவிதைகளில், மனோரம்யா எடுத்துக்கொண்டு வரும் நாவல்களில் சூடான முத்தங்கள் பற்றி எழுதப்பட்டிருந்தபோதிலும், வர்ணாசிக்குக் கிடைத்த முதல் முத்தம் மிகுந்த குளிராகத்தான் இருந்தது.

"ஏன் கண்களைத் திறக்காமலிருக்கிறாய்? எனக்கு உன்னோட கண்கள்ல என்னைப் பார்க்கணும்" என்று சாஷா முணுமுணுத்தான்.

"ம்ம்" வர்ணாசி தலையசைத்தாள்.

ஆணொருவன் காதல் தொடர்பு ஏதுமில்லாமல், முகத்தில் முத்தமிட்டால் எவ்வளவு கோபம் வர வேண்டும், ஆனால் கோபமே வராதிருப்பது ஏன்? இவள் ஜினவதி அம்மம்மாவின் பேத்தியாகவோ மனோரம்யாவின் மகளாகவோ இருக்க முடியாது. இந்த இடத்தில் அம்மா இருந்திருந்தால் 'இந்த வேலையை என்கிட்ட வச்சுக்காதே. நீ என்னோட நண்பன் மட்டும்தான்' என்றுதான் அந்த ஆணிடம் கூறியிருப்பாள்.

ஒரு நட்பு, அதை மீறும் தொடர்பாக மாறுவது எப்படி? ஒருவன் நெற்றியை முத்தமிட்டுவிட்டு, இரு உதடுகளை முத்தமிட்ட பிறகும் சிலைபோல அமர்ந்திருப்பதற்கு அவனைப்

பிடித்திருக்கிறது என்றுதானே அர்த்தம். இருந்தாலும், அந்த ஆணுக்கு அது காதலாக இல்லாமல் ஒரு காம விளையாட்டாகவும் இருக்கலாம், இல்லையா?

"வா... நான் உன்னை ஞானஸ்நானம் செஞ்சுவிடுறேன்" என்று சாஷா அம்மாவைப்போலவே கூறினான்.

"நீ பைபிள் வாசிச்சிருக்கியா?" என்று கேட்டான்.

"இல்ல" என்றவாறு வர்ணாசி விழிகளைத் திறந்தாள். சாஷா கருவாலி மரத்தடியில் படுத்துக்கொண்டான். சூரிய வெளிச்சம் விழுந்ததில் அவனது தேகம் இளஞ்சிவப்பு நிறமாகத் தெரிந்தது. கறுப்பு உள்ளாடை உடலோடு ஒட்டி, பெரும் மோகமொன்று அவனுள்ளிருந்து வெளியே குதிக்கத் தயாராக இருப்பதை உணர்ந்தாள்.

"பைபிள்ல குறிப்பிட்டிருக்குற விதத்துல ஜோர்தான் ஆற்றில குளிப்பாட்டிப் பழைய பாவங்களைக் கழுவியகற்றிப் புதிய வாழ்க்கையைத் தொடங்க ஏற்பாடு செய்வார்கள். சிலவேளை யூத சம்பிரதாயத்துல அப்படியிருந்திருக்கலாம்."

சாஷா இயல்பாகப் படுத்துக்கொண்டு அந்த முத்தமிடல்கள் எவையுமே நடைபெறாததுபோல போதனைக் கதைகளைச் சொல்லத் தொடங்கியது கண்டு வர்ணாசி வியந்து போனாள். அதை விடவும் தன் மீது அவளுக்குப் பெரும் வியப்பு தோன்றியிருந்தது.

'இந்தப் போதனைக் கதைகளெல்லாம் வேணாம். குளிரா இருந்தாலும் பரவாயில்ல. திரும்பவும் என்னை முத்தமிடேன்' என்று கத்தவேண்டும்போல தோன்றியது எதனால்? அதுவென்றால் தான் அறிந்திருந்த வர்ணாசியல்ல.

"இயேசுபிரானை ஞானஸ்நானம் செஞ்சப்ப தூய ஆவியிடமிருந்து ஒரு குரல் எழுந்ததாகச் சொல்லப்படுது."

சாஷா தேவாலயத்தில் போதனை வகுப்புப் பாடம் நடத்தப் போகிறானோ?

"இப்படி நனைஞ்ச உடம்புல குளிர்க்காற்று படுறது நல்லதில்ல. நியுமோனியா வரும். சீக்கிரமாப் போய்க் குளிச்சிட்டு வாங்க" என்று அந்தத் தடவை வர்ணாசி, ஜினவதி அம்மம்மாவின் தொனியில் கூறினாள்.

"இப்படியெல்லாம் சொல்லித் தர எனக்குத்தான் அம்மா இல்லையே."

சுநேத்ரா ராஜகருணாநாயக

தனது அம்மாவைப் பற்றிய விபரங்களை அவள் கேட்பாள் என்று சாஷா எதிர்பார்த்திருப்பான். இருந்தாலும், அவனது அம்மாவைப் பற்றிக் கேட்கப்போய்த் தனது அம்மாவைப் பற்றிச் சொல்ல வேண்டி வரும் என்பதால் வர்ணாசி பேச்சை மாற்றினாள்.

“குளிர்க்காற்று படப்பட இப்படி சின்னப் பிள்ளை மாதிரி இருக்காம நான் சொல்றதைக் கேட்டு, தண்ணில இறங்கி சீக்கிரமாக் குளிச்சுட்டு வாங்க. இப்படி லேசா நனைஞ்சிருந்தா தடிமன் வந்துடும்.”

சாஷா சிரித்தான்.

“பெண்ணுக்கு முன்னால சின்னப்பிள்ளையாகத்தான் விரும்புறேன். ஆனாலும் உன்னை ஞானஸ்நானம் செய்ய வைக்கவும் விரும்புறேன்.”

“பைத்தியக்காரத்தனமாப் பேசிட்டிருக்காம குளி பையான்னு அந்தத் தூய ஆவி உங்களைக் கூப்பிட்டுச் சொல்லும்” என்று வர்ணாசி ஒருபோதும், யாரிடமும் பேசாத விதத்தில் சுதந்திரமாகப் பேசினாள்.

“உனக்குக் குழந்தைமாதிரி செல்லம் கொஞ்சவும் தெரிஞ்சிருக்கு. தாயைப்போல அன்பாத் திட்டவும் தெரிஞ்சிருக்கு. ஒருத்தனைச் சிரிப்பூட்டவும் தெரிஞ்சிருக்கு. இந்தப் பெயர் தெரியாத ஓடைக்கு நான் பர்க்லி காதல் ஓடை என்று பெயர் சூட்டுறேன். சிலவேளை கீழ இருக்குற ரோஜாப் பூந்தோட்டத்துக்குப்போற தண்ணியும் இதுல இருந்துதான் போறதா இருக்கும். நான் உன்னை இதுல ஞானஸ்நானம் செஞ்சா நாங்க திரும்பவும் சந்திக்கலைன்னாக்கூட, நாங்க சாகுறவரைக்கும் இந்தக் காதல் நிலைச்சிருக்கும்.”

சாஷா வர்ணாசியைத் தூக்கி எடுத்துக்கொண்டுபோய், அவளது முழங்கால்வரை தண்ணீரில் நனைத்துப் பின்னர் தரையில் இறக்கி விட்டுவிட்டு நீரில் குதித்து நீந்தினான். வர்ணாசி சீக்குவின்ஸ் பிடித்துத் தைத்திருந்த தனது நீண்ட இளம் கத்தரிப்பூ நிறப் பாவாடையின் தண்ணீரைப் பிழிந்தவாறு சிரித்தாள். பையில் இன்னுமொரு ஆடை இருந்திருந்தால் நீச்சல் அடித்திருக்கலாம், ஒரு ஆடையை வைத்துக் கொண்டு ‘தண்ணீர் சொட்டச் சொட்ட காட்டின் மத்தியில் நடக்கத் தன்னால் முடியாது என்று அவளுக்குத் தோன்றியது.

“எங்காவது தரையில உட்கார வேண்டி வரும்னு நினைச்சு நான் பெரிய சால்வையை எடுத்துட்டு வந்திருக்கேன். உனக்கு வேணும்னா அதை எடுத்து உடுத்துக்கிட்டுக் குளிக்க வா.”

அந்தக் கணத்தில், தான் ஏன் அந்த வார்த்தைகளுக்குக் கட்டுப்பட்டோம் என்று வர்ணாசிக்கே புரியவில்லை. கருவாலி மரத்தின் மறுபக்கம் போய் சாஷாவின் செம்மஞ்சள் நிறச் சால்வையை உடுத்துக்கொண்டு தனது ஈரப்பாவாடையை அருகில் வெண்ணிறப் பூக்கள் பூத்திருந்த புதரின் மேல் காயப் போட்டவள் சாஷாவுடன் சேர்ந்துகொண்டாள்.

"உனக்குத்தான் நீச்சல் தெரிஞ்சிருக்கே" என்று ஆனந்த மிகுதியில் சாஷா கத்தினான்.

"இந்தத் தண்ணி நுவரெலியாவுல மாதிரி ரொம்பக் குளிராயிருக்கே" என்றவாறே வர்ணாசி சிவப்பு எச்சரிக்கைக் கயிற்றின் எல்லைக்குள்ளிருந்து கொண்டு சுற்றி வர நீந்தினாள்.

சுழியிருக்கும் இடமொன்றில் வைத்து சாஷா மீண்டும் வர்ணாசியை முத்தமிட்டதும், மரத்தடியில் போல சிலையாகச் சமைந்திராமல் வர்ணாசியும் சாஷாவை நெஞ்சோடு சேர்த்து அணைத்துக்கொண்டாள்.

"வாழ்நாள் முழுக்க நான் தேடிக் கொண்டிருந்த ஒண்ணு கிடைச்சதுபோல உணர்றேன்" என்று சாஷா முணுமுணுத்தான்.

"நான் நாட்டுக்குப் போயிட்டேன்னா நீங்க என்னை மறந்துடுவீங்க."

"நீதான் மறந்துடுவே. நாட்டுல நீ வரும்வரைக்கும் யாராவது உனக்காகக் காத்துட்டிருப்பாங்கதானே."

"எனக்கு அம்மம்மாவும் அம்மாவும் மட்டும்தான். அப்பா இல்ல. என்னோட குடும்பத்துல வேறு யாருமில்ல."

"குடும்பத்து ஆட்களில்ல. பாய் ஃப்ரண்ட் யாராவது காத்துட்டிருப்பார்ல?"

தனக்கு அந்தளவு கோபம் வரும் என்பதை வர்ணாசியே கூட அறிந்திருக்கவில்லை. அவள் தனது மெலிந்த சிறிய கைகளால் சாஷாவைத் தள்ளிவிட்ட வேகத்துக்கு சாஷா சுழலுக்குள் விழாமல் தப்பித்துக்கொண்டதே ஆச்சரியம்தான்.

"பாய் ஃப்ரண்ட் இருக்குறப் பொண்ணுங்க இப்படி நடந்துக்குவாங்கன்னு நீங்க நினைச்சுட்டிருக்கீங்களா? அமெரிக்கன் பொண்ணுங்ககூட இப்படி இருக்க மாட்டாங்க. நீங்க நம்ப மாட்டீங்க. இதுவரைக்கும் எவனும் என்னைத் தொட்டு முகத்துல முத்தமிட்டதில்ல."

வர்ணாசிக்குக் கண்ணீர் வழிந்தோடியது. சாஷா திகைத்துப் போய்ப் பார்த்துக்கொண்டிருந்தான். அவள் உடனடியாகக்

கரைக்கு வந்து ஈரம் காய்ந்திராத தனது பாவாடையையும் எடுத்துக்கொண்டு கருவாலி மரத்தின் பின்புறமாகப்போய் ஆடைகளை அணிந்துகொண்டாள். அவ்வேளையில்தான் தனக்குள்ளும் அம்மம்மாவினதும் அம்மாவினதும் ஜீன்கள் இருப்பதை அவள் உணர்ந்தாள்.

சாஷா மனதுக்குள் சிரித்தவாறே, அவள் ஆடை அணிந்து கொண்டு மரத்தடியில் அமர்ந்து காத்திருப்பாள் என்ற எண்ணத்தில் நீந்திக்கொண்டேயிருந்தான். நன்றாக நீந்தி விட்டு அருகில் போய் 'ஐயோ உனக்கு நான் விளையாட்டாப் பேசியது கூடப் புரியலையே' என்று சொல்லலாம் என்று நினைத்திருந்தான். ஆனால் அவன் ஓரக்கண்ணால் அவளிருந்த இடத்தைப் பார்த்தபோதுதான் அவள் தனியாக மலையேறிப் போய்க்கொண்டிருப்பதைக் கண்டான். உடனே அவன், தான் கழற்றி வைத்திருந்த ஆடைகளையெல்லாம் வேகமாகப் பையில் திணித்துக்கொண்டு ஈர உள்ளாடையுடனே ஓடிச்சென்று வர்ணாசியையும் கடந்துபோய்த் தெருவில் நின்றுகொண்டு சிரித்தவாறே அவளைப் பார்த்துக்கொண்டிருந்தான்.

வர்ணாசியின் விழிகளில் கண்ணீர் நிறைந்திருந்தது. ஏன் அழுகிறாய் என்று அவன் கேட்கவுமில்லை; தான் சொல்லத் தீர்மானித்திருந்ததைச் சொல்லவுமில்லை.

"என்னை மன்னிச்சிடு செல்லம். நீ சொன்னது நிஜம்தான். நான் உன்னை மாதிரி பொண்ணுங்ககூட பழகியதேயில்ல. இனிமேல் ஒருபோதும் நான் அப்படி எதுவும் சொல்ல மாட்டேன்."

அவ்வேளையில் வர்ணாசி அழுதுகொண்டே புன்னகைத் தாள். சாஷா உடனடியாக அதைப் புகைப்படம் எடுத்தான். அவற்றுள் பெரிதாக்கப்பட்ட ஒரு புகைப்படம் இப்போதும் அவனின் புத்தக அலுமாரியின் மேலே சுவரில் தொங்கிக் கொண்டிருக்கிறது. அது நடந்து வெகுகாலத்திற்குப் பிறகு ஒருநாள் அவன், அவளைத் திருமணம் முடிக்க சம்மதம் கேட்ட சமயம், அந்தப் பழைய ஞாபகத்தை இருவரும் நினைவுபடுத்திக்கொண்டார்கள்.

"நான் முன்னொரு காலத்தில காதலிச்சிட்டிருந்த ஒருத்தி அந்த நேரம் எனக்கு நினைவுக்கு வந்தாள். அவள் ஒரு நாள் நான் சொன்ன ஏதோ ஒண்ணுக்கு இப்படித்தான் கோவிச்சுக்கிட்டுப் போனாள். ரொம்ப காலத்துக்கப்புறம் அவளைச் சந்திச்சப்ப 'அன்னிக்கு நீ என்கிட்ட பொய் சொன்னதை உன்னால ஒத்துக்க முடியலன்னாலும், என் மனசை நோகடிச்சதுக்கு மன்னிச்சுக்கோன்னாவது வந்து

என்கிட்ட சொல்லியிருக்கலாம்'னு சொன்னாள். பொம்பளைங்க எல்லாருமே நான் நினைக்கிறப்ப எல்லாம் எடுத்து விளையாடுற பொம்மைகள்னுதான் அப்பல்லாம் நம்பிட்டிருந்தேன். அதனால என்னோட திமிர் பிடிச்ச இந்த இதயத்துல 'மன்னிச்சுக்கோ' என்ற வார்த்தைக்கே இடமில்லாமப் போயிருந்துச்சு. அன்னிக்கு நீ மலைல ஏறுவதைக் கண்டப்ப எனக்கு உன்கிட்டத்தான் அதைச் சொல்லணும்னு தோணுச்சு."

"அப்படீன்னா நீங்க அன்னிக்கு என் முன்னாடி நின்னுக்கிட்டு என்கிட்ட இல்ல, அவகிட்டதான் மன்னிப்பு கேட்டிருக்கீங்க" என்று வர்ணாசி எவ்விதக் கோபமும் இல்லாமல் கூறினாள்.

"இருக்கலாம். ஆனா உன்னோட வாழ்க்கையோட விளையாடுறது பெரும்பாவம்னு அன்னிக்கு எனக்குப் புரிஞ்சது. உன்னைமாதிரி பொண்ணுங்க ஆம்பளைங்க கொடுக்குற ஒரேயொரு முத்தத்தாலோ வாக்குறுதியாலோ அவனோடு உடன்கட்டை ஏறும் அளவிற்குக்கூட தயாரா இருப்பீங்கன்னு அன்னிக்கு எனக்குப் புரிஞ்சுது. அதுக்குத்தான் ரொம்ப பயந்தேன்."

அன்று வர்ணாசியுடன் காட்டின் நடுவே போகும்போது அவளைச் சற்றே முன்னால் நடக்கச்சொல்லிவிட்டுத் தனது ஈர உள்ளாடையை மாற்றி வேறு ஆடையை அணிந்துகொண்டான். அங்கிருந்து நடந்து போகும்போது ஆங்காங்கே மலைச் சரிவுகளில் வீடுகள் தெரிந்தன. அவற்றின் வெளிப்புறமாக அமைக்கப்பட்டிருந்த பலகைத் திண்ணைகளில் பலகையினா லான மேசை கதிரைகள் போடப்பட்டிருப்பது தென்பட்டது. ஒரு வீட்டின் திண்ணையில் நிர்வாணமாக முகங்குப்புறப் படுத்துக்கொண்டு ஒரு ஆணும் பெண்ணும் வெயில் காய்ந்துகொண்டிருந்தார்கள். அந்த வீட்டைச் சூழவுமிருந்த ரோஜாப் பூச் செடிகளில் மஞ்சள், வெள்ளை, சிவப்பு, செம்மஞ்சள், ஊதா நிறப் பூக்கள் செறிந்திருந்தன. சாஷாவினதும் வர்ணாசியினதும் நிஜ வாழ்க்கையில் இவ்வாறெல்லாம் நடக்கச் சாத்தியமில்லாத ஒரு சூழல்தானே அது.

"நான் அந்த வீட்டுக்குப் போயிருக்கேன். அவ கேல்லோட கூட்டாளியொருத்தி" என்றான் சாஷா.

"அவங்களுக்கு இங்கிருந்து வேலைக்குப் போயிட்டு வாறது ரொம்ப தூரமா இருக்குமே."

"இல்ல. அவங்க ரெண்டு பேருமே யூனிவர்சிட்டிலதான் வேலை செய்றாங்க. சின்ன வயசுலயே ரெண்டு பேரும் அறுபத்து

நாலு நாடுகளுக்குப் போய் வந்திருக்காங்களாம். பர்க்லியில ஹிப்பி கலாச்சாரத்தோட தொடக்கக் காலத்துல வளர்ந்த பிள்ளைகள் இவங்க. ஆனா வேலைக்குப் போறப்ப மட்டும் டை கோட் எல்லாம் போட்டுக்கிட்டு வேலைக்குப் போவாங்க. இவங்களுக்கு ரொம்ப சுதந்திரமான சிறுபிராயம் இருந்திருக்கும்."

"இப்படிப்பட்ட ஒரு இடத்துல, படப் புத்தகங்கள்ல இருக்குறமாதிரி ஒரு வீட்டுல இருக்க எனக்கும் ஆசையா இருக்கு" என்று வர்ணாசி மிகவும் வெகுளித்தனமாகக் கூறினாள்.

"வேறு யாராவது இதைச் சொல்லியிருந்தா, சரி... நாங்க இங்கேயே தங்கிடுவோம், இங்கேயே வீடொண்ணு வாங்கிடலாம்னுதான் சொல்லியிருப்பேன். இருந்தாலும் உன்கிட்ட அப்படி சொல்ல எனக்குத் தோணல."

அது ஏனென்று வர்ணாசி விழிகளால்தான் கேட்டாள். அதனால் அந்தக் கேள்விக்குப் பதிலளிக்காமலிருக்க சாஷாவால் முடிந்தது. பின்னொரு காலத்தில்தான் அவன் அதற்குப் பதில் கூறினான்.

"அன்னிக்கு நான் உன்னோட மனசு நோகும்னுதான் எதுவுமே சொல்லல. அப்படிப்பட்ட நேரங்கள்ல ஆம்பளைங்க, வாக்குறுதிகளை நிறைவேத்தவே மாட்டோம்னு நல்லாத் தெரிஞ்சுக்கிட்டுத்தான் வாக்குறுதிகளை வழங்குவாங்க. உன்னைப் போல பொண்ணுங்களுக்கு மனக்கோட்டைகளைக் கட்டிக்க அப்படிப்பட்ட ஒரு வார்த்தை கூடப் போதும். உன்னை அப்படி கனவுகாணவைக்க எனக்குக் கவலையா இருந்துச்சு. பிறகு, நீ ஸ்ரீலங்காவுக்குப் போனப்புறம்கூட எனக்கு என்னை நினைச்சே வியப்பா இருந்துச்சு. அப்படிப்பட்ட சுமையை, கவலையை, பொறுப்பை எதுக்காக மனசுல சுமந்திட்டிருக்கேன்னு தெரியல. அப்படிப்பட்ட பொறுப்பை எடுத்துக்க எப்பவும் உண்மையே பேச வேண்டியதில்லன்னுதான் உன்னைச் சந்திக்குறவரைக்கும் நம்பிட்டிருந்தேன். ஆம்பளைங்க மட்டுமில்ல பொம்பளைங்ககூட சுதந்திரமா, எந்தவொரு பொறுப்பையும் மனசுல சுமந்துட்டிருக்காம எப்பவும் இருக்கணும்னுதான் நான் நெனச்சேன். அன்னிக்கு இன்ஸ்பிரேஷன் பொயின்ட்டுக்குப் போனப்ப நானும் சின்னப்பிள்ளைதான்னு உன்கிட்ட சொன்னேன், நினைவிருக்கா?"

"ம்ம்... அப்படியென்னமோ சொன்னீங்கதான். ஆனா, அங்க எல்லா இடங்கள்லயும் கனவு மாதிரி நிறையப் பூக்கள் பூத்திருந்ததால, நீங்க ஒரு பூவைப்போல சின்னப் பிள்ளைன்னு சொல்றீங்கன்னுதான் நான் நெனச்சேன்."

அன்று நீச்சலடித்து விட்டுத் திரும்பி வரும் வழியில் காட்டின் நடுவே குடை ராட்டினம் பொருத்தப்பட்டிருந்த இடத்திற்கு சாஷா அவளை அழைத்துச்சென்றான். காட்டின் நடுவே அவ்வாறான இடமொன்று இருக்கும் என்று யோசித்துக்கூடப் பார்க்க முடியாது அல்லவா? குடை ராட்டினத்துக்குத் தேவையான இடத்தில் மட்டும் மரங்களை வெட்டியகற்றி விட்டுச் சுற்றி வர மரங்களை அப்படியே விட்டு வைத்திருந்தார்கள். அவற்றின் பெயர் எதுவும் தெரியாததால், தான் கனவில் நீண்ட அழகான திரைப்படமொன்றில் நடித்துக் கொண்டிருப்பதாகத்தான் வர்ணாசிக்குத் தோன்றியது. அம்மா இருந்திருந்தால் அந்த மரங்களின் பெயர்களைக் கேட்டறிந்து குறித்துக்கொண்டிருப்பாள். இருந்தாலும் சாஷாவுக்கு அந்த இடத்தைக் குறித்துக் கூற இடமளித்துவிட்டு, மகள் அமைதியாக இருந்தாள். அவனும் அமைதியாகவே இருந்தான். காட்டின் நடுவே மலைத் தொடரைச் சுற்றிவர தார் வீதி அமைக்கப்பட்டிருப்பது இன்ஸ்பிரேஷன் பொயின்ட்டுக்கும் பூங்காவுக்கும் மலைச்சரிவுகளில் அமைக்கப்பட்டிருக்கும் பலகை வீடுகளுக்கும் செல்ல மாத்திரமல்ல என்பது அப்போதுதான் புரிந்தது.

குடை ராட்டினத்திற்கு அருகே நுழைவுச் சீட்டு விற்கும் கூடமும், ஐஸ்கிரீம் விற்பனை நிலையமும் மாத்திரமே இருந்தன. சாஷா ஐஸ்கிரீம்களைக் காட்டி விரும்பியதைத் தேர்ந்தெடுக்குமாறு சைகை செய்தான். வர்ணாசி பச்சை நிறத்தில் புதினா சுவையுடைய ஐஸ்கிரீமைச் சுட்டிக் காட்டினாள். அவனோ ரம் இட்ட பட்டர்ஸ்கொட்ச் ஐஸ்கிரீமைச் சுட்டிக் காட்டினான். அங்கு பணிபுரிந்த அமெரிக்க கறுப்பின இளம்பெண் ஆங்கிலம் தெரியாத இருவர் என்று அவர்களைப் பற்றி நினைத்திருக்கக் கூடும். அவள் குடை ராட்டினத்தைச் சுட்டிக் காட்டி அதில் போய்ச் சந்தோஷமாக அமர்ந்திருக்கு மாறு அபிநயித்துக் காட்டினாள். சாஷாவும் சைகை பாஷையில் அவளும் கூட வருவாளா என்று கேட்டான். ஐஸ்கிரீம் வாங்க பிள்ளைகள் வருவார்கள் என்பதால் தன்னால் வர முடியாது என்று அவளும் சைகை பாஷையில் பதிலளித்தாள். அந்தக் குடை ராட்டினத்தில் ஒலித்துக்கொண்டிருந்த மெல்லிசை யானது, அமைதியான நீர்த்தேக்கத்திலிருந்து வரும் தென்றலுக்கு அசையும் காட்டின் சரசர ஓசையோடு வெகுவாகப் பொருந்தியது. இலங்கையிலென்றால் இவ்வாறான ராட்டினத்தின் அருகே காதைச் செவிடாக்கும் பைலா பாடல்களைத்தான் ஒலிக்கச் செய்வார்கள் என்று எண்ணியவாறே மஞ்சள் வர்ணம் பூசப்பட்டிருந்த பலகை வாங்கில் அமர்ந்துகொண்டாள் வர்ணாசி. குளிர்க்காற்று வெயிலை நன்றாகக் குறைத்தது.

சாஷா ஐஸ்கிரீம் விற்கும் பெண்ணுடன் தொடர்ந்தும் ஏதோ கதைத்துக்கொண்டிருந்தான். வெள்ளைக்கார அம்மாக்களும் அப்பாக்களும் பாட்டிகளும் தாத்தாக்களும் பிள்ளைகளுடன் ராட்டினத்தில் சுற்றிக்கொண்டிருந்தார்கள். கறுப்புக் கண்ணாடியைத் தலையில் மாட்டியிருந்த வெண்ணிறத்தில் குட்டைக் காற்சட்டையும் பனியனும் அணிந்திருந்த கறுப்பினப் பெண்ணொருத்தி சாக்லெட் ஐஸ்கிரீமைச் சுவைத்தவாறே மர நிழலில் அமர்ந்து அதைப் பார்த்துக்கொண்டிருந்தாள்.

"வா. நாங்களும் சுற்றுவோம். உனக்கு ஸ்ரீலங்காவுக்குத் திரும்பிப் போனதுக்குப் பிறகு இந்தப் பிள்ளைகளைப்போல சந்தோஷமாகச் சுற்றினோம்ங்குறது எப்போதும் ஒரு நினைவாக இருக்கும்தானே" என்ற சாஷா குடை ராட்டினத்தின் அடுத்த சுற்றுக்கு நுழைவுச் சீட்டுகளை வாங்கி வந்திருந்தான்.

ஒரு சிறு பிள்ளைபோல ஆகவல்லாது, வளர்ந்த பெண்ணாக இருப்பதுவே வர்ணாசிக்குத் தேவையாக இருந்தது. தான் ஓடையருகேயிருந்து மேட்டில் ஓடிய விதத்தைக் கண்டு சாஷா உடனடியாகத் தன்னைச் சிறுபிள்ளையாகக் கருதியிருக்கலாம் என்று தோன்றியபோதிலும், அதை மாற்ற வேண்டும் என்று உணர்ந்தபோதிலும் அதற்காக என்ன செய்வது, என்ன சொல்வது போன்ற எதுவும் அவளுக்குத் தெரிந்திருக்கவில்லை.

"இந்த அம்மாக்களும் அப்பாக்களும் பிள்ளைகளோடு இங்கு வந்து சுற்றுவதைப் பார்க்குறப்ப உலகத்தில எங்கே இருந்தாலும் 'ஒரு குடும்பமாக ஒண்ணா இருக்கணும்'னு தோணுற உணர்வு எல்லோருக்கும் ஒண்ணுபோலத்தான் இருக்கும்னு எனக்குத் தோணுது."

அந்தப் பேச்சு வர்ணாசிக்கு எந்த அளவு பிடித்துப் போயிற்று என்றால் கற்பனையில் அவள் சாஷாவின் கழுத்தைக் கட்டிக் கொண்டு கன்னத்தில் முத்தமிட்டாள். அந்தக் கற்பனையில் இருந்ததுவும் ஒரு சிறுபிள்ளைத்தனமான தேவை மாத்திரம்தான். தாயும் தந்தையும் மகளும் மகனும் சந்தோஷமாக ஒன்றாக உணவருந்தும் மகிழ்ச்சிகரமான ஓவியமொன்றும் மனதில் தோன்றியது. மகளதும் மகனதும் தந்தையினதும் முகங்கள் தெளிவற்றவையாக இருந்தபோதிலும், அதிலிருந்த தாய் தான்தான் என்று உணர்ந்த அவள் நாணத்தால் சிவந்தாள்.

"உன்னோட கன்னங்கள் சிவந்திருக்கு ஜம்புப் பழம் போல."

"நான் அந்தளவு சிவப்பில்லையே."

"இருந்தாலும் உன்னோட முகத்துல ரத்தம் பாயும்போது அப்படித்தான் தெரியுது."

குடை ராட்டினத்தில் ஒரு சுற்று சுற்றிவிட்டு இரண்டாம் தடவையாகவும் ரம் கலந்த சாக்லெட் ஐஸ்கிரீமைச் சுவைத்த வாறு இருவரும் காட்டின் மத்தியில் நடந்து போனார்கள். சாஷா வெள்ளைக்காரர்கள் வரும் முன்பு அந்தப் பகுதியில் செவ்விந்தியர்கள்தான் இருந்தார்கள் என்று அவர்களைப் பற்றிக் கூறியவாறே நடந்தான்.

"இங்க பூமியதிர்ச்சி ஏற்படுது. தொண்ணூறுகள்ல ஒரு பூமியதிர்ச்சி ஏற்பட்ட சந்தர்ப்பத்துல கெம்பஸூல இருந்த சில கட்டிடங்கள் உடைஞ்சு விழுந்திருக்கு. கோல்டன் ப்ரிட்ஜ்ல போய்ட்டிருந்த ஒரு காரும் தண்ணில விழுந்துச்சாம். கேல் பாலத்தைக் கடந்து மற்றப் பக்கத்துக்குப் போன மறுகணமே பாலம் உடைஞ்சு விழுந்துச்சாம்" என்று சாஷா சின்னப் பிள்ளைக்குப் பாடம் நடத்துவதுபோல பூமியதிர்ச்சி குறித்துக் கூறிக்கொண்டிருந்தான். இருந்தாலும் இலங்கைக்குப் பூமியதிர்ச்சி வரும் என்றெல்லாம் அப்போது வர்ணாசிக்குத் தோன்றாததால், காலையில் வரும்போது அவனிடமிருந்த விளையாட்டுக் குணமெல்லாம் மாறி இப்போது ஆசிரியர், பெரியவர்போல ஏன் ஆனானோ என்று தோன்றியது.

சாஷா வர்ணாசியை அவளது மாணவர் விடுதிவரை கூட்டிக்கொண்டு வந்து விட்டுவிட்டு, கீழே போய் ரயிலில் வீட்டுக்குப் போவதாகச் சொன்னான். அதன் பிறகு அவள் இலங்கைக்கு வரும்வரைக்கும் அடிக்கடி தொலைபேசியில் கதைத்துக்கொண்டார்கள். அவர்களுக்கு அங்கு மீண்டும் சந்திக்க வாய்ப்புக் கிடைக்கவேயில்லை.

"சிலவேளை, இந்த வருஷம் தேர்தல் நடந்தால், நான் ஸ்ரீலங்காவுக்கு வருவேன். வந்தால் உன்கிட்ட சொல்வேன்."

பாக்யாவிடம் கூட அந்தச் சம்பவத்தைப் பகிர்ந்து கொள்ள முடியாததுபோல வர்ணாசி உணர்ந்தாள். தான் காதலென்று நம்பிய ஒன்று வெறுமனே ஒரு முட்டாள்தனமான, கீழ்த்தரமான செயலாக இருந்தது குறித்து எழும் வெட்கம், அவமானம் போன்ற ஓர் உணர்வு அது.

"ஆம்பளைங்க, பொம்பளங்கபோல இல்ல மகளே. நீ யாராவது நல்லவன் ஒருத்தனைக் காதலிச்சாலும் பரவா யில்ல. உண்மையிலேயே ஒருத்தன் ஒரு பொண்ணைக் காதலிக்கிறான்னா, அவன் அந்தப் பொண்ணைக் கண்ணியப் படுத்துவான். அப்படிப்பட்ட கண்ணியத்தை நீ ஒருத்தன்கிட்ட உணரலைன்னா, அதோட அர்த்தம், நீ அவனை நம்பவே கூடாதுங்குறதுதான்" என்று அமெரிக்காவுக்கு வரும்போது

மனோரம்யா சொன்ன அறிவுரை வர்ணாசியின் மனதில் எதிரொலித்துக்கொண்டேயிருந்தது.

'அம்மா நீங்க எல்லாத் தவறையும் செஞ்சுட்டு எனக்கு அறிவுரை சொல்ல வர்றீங்க' என்ற உணர்வோடுதான் வர்ணாசி அம்மாவின் அறிவுரையைக் கேட்டு மனதுக்குள் சிரித்தாள். ஆனால் சாஷாவுடனான அந்த நிகழ்வுக்குப் பிறகு, அம்மாவின் அறிவுரையோடு கலந்த அவளது சிரிப்பு காணாமல் போயிற்று. அம்மாவுடைய மொத்த ஜீவிதமே தொலைந்து போனதால், தனக்கும் அவ்வாறு ஆகக் கூடும் என்ற பயம் அவளுக்குள் இருக்கலாம் என்பது வர்ணாசிக்குப் புரிந்தது.

ஆறாம் வகுப்புக்குச் சித்தியடைந்த காலத்தில் அம்மா தன்னிடம் சொன்ன அவளது கதையின் பிரகாரம் அம்மாவும், அப்பாவும் திருமணம் முடித்திருப்பார்கள் என்றுதான் வர்ணாசி கருதியிருந்தாள். ஆனால் அமெரிக்காவுக்கு வருவதற்காக, பாடசாலையிலிருந்து விலகும் சான்றிதழை எடுக்கப் போன சந்தர்ப்பத்தில்தான் வர்ணாசி முதன்முதலாகத் தனது பிறப்புச் சான்றிதழைப் பார்த்தாள். அதில் பெற்றோர் – திருமணமாகாதவர்கள் என்று குறிப்பிடப்பட்டிருந்தது.

"அம்மம்மா, ஏன் அம்மாவும் அப்பாவும் கல்யாணம் பண்ணிக்கல?"

அம்மம்மா எதுவும் பேசவில்லை.

"சொல்லுங்களேன் . . . நான்தான் இப்ப சின்னப் பிள்ளையில்லையே" என்று வர்ணாசி அம்மம்மாவின் தோள்களைப் பிடித்து உலுக்கினாள்.

"இப்ப அதையெல்லாம் தெரிஞ்சுக்கிட்டு ஒண்ணும் ஆகப் போறதில்ல பிள்ள."

"இல்லாம என்ன? ஏதோ கருத்து வேறுபாட்டால அம்மா பிரிஞ்சு வந்துட்டான்னுதான் நான் நினைச்சுட்டிருந்தேன்."

"அதுதான் நடந்தது. கல்யாணமே பண்ணிக்காம ரெண்டு பேரும் கொழும்புல ஒரு வீடு எடுத்துத் தங்கியிருந்தாங்க. சுஜம்பதி கல்யாணம் பண்ணிக்கணும்னு சொல்லிட்டே யிருந்தாராம். உன்னோட அம்மாதான் ரெண்டு வருஷம் ஒரே வீட்டுல ரெண்டு பேராலயும் ஒற்றுமையா இருக்க முடிஞ்சா மட்டும்தான் கல்யாணம்னு சொன்னாளாம்."

"நீங்க திட்டலையா?"

"அவங்க ரெண்டு பேரும் ஒண்ணாத் தங்கியிருக்காங்கன்றது ஆரம்பத்துல எனக்கே தெரியாது. ஒரு நாள் நான் ஆஸ்பத்திரிக்குப் போயிட்டு தெரிஞ்ச ஒரு டீச்சரையும் பார்த்துட்டு வரலாம்னு திடீர்னு கொழும்புக்குப் போனேன். மற்ற நாட்கள்ல மகளுக்கு அறிவிச்சுட்டுத்தானே போவேன். ஆனா அன்னிக்குத் திடீர்னு விடிகாலைல அவ வீட்டுக்குப்போய்க் கதவைத் தட்டினா, சுஜம்பதி அரைகுறையா சாரத்தை மட்டும் உடுத்துக்கிட்டு வந்து கதவைத் திறந்தார். ஊர் உலகத்துல கெட்ட பெயர் எடுக்காம சீக்கிரமாக் கல்யாணத்தைப் பண்ணுங்கன்னு அவங்க ரெண்டு பேரையும் நல்லாத் திட்டினேன். நான் வீட்டுக்குள்ள கூட போகல. அன்னிக்குத்தான் அவங்க ரெண்டு பேரும் ஒண்ணா இருக்காங்கன்றது எனக்கே தெரிஞ்சது."

"அதுக்கு என்னோட அப்பா என்ன சொன்னார்?"

"'இன்னிக்குக் கல்யாணம் பண்ணிக்கவும் நான் தயார் தான்... ஆனா இவதானே ரெண்டு வருஷமாவது ஒற்றுமையா இருந்து காட்டணும்னு ஒப்பந்தம் போட்டிருக்கா'ன்னு சொல்லிச் சிரிச்சார். உன்னோட தாத்தா இருந்திருந்தா அன்னிக்கே ரெண்டு பேருக்கும் கல்யாணத்தைப் பண்ணி வச்சிருப்பார். ஒத்தைப் பொம்பளையா நான் என்ன பண்ணுவேன்? என்ன நடந்தாலும் பொறுமையா இருந்தேன்."

"அதுக்கு அம்மா ஒண்ணும் சொல்லலையா?"

"அவளைப் பற்றித் தெரியும்தானே. நான் திட்டும்போது சிரிச்சுட்டேயிருந்தாள். கடைசில நீ வயித்துல வந்துட்டாய்னு தெரிஞ்ச பிறகும் சண்டை போட்டுக்கிட்டு வந்துட்டாளே. சுஜம்பதி அவளைக் கை விடல. அவள்தான் பிடிவாதமா கோவிச்சுட்டு வந்துட்டாள்."

"எனக்காகவாவது அம்மா பிரியாம இருந்திருக்கலாம். என்னோட அப்பா யாருன்னே தெரியாம இருக்குறதுதான் அதனால நடந்திருக்கு."

"எல்லா போட்டோக்களையும்தான் எரிச்சுட்டாளே. இந்தப் பிள்ளை வளர்ந்த பிறகு அப்பாவைப் பற்றிக் கேட்டா காட்டுறதுக்கு ஒரு போட்டோவையாவது எடுத்து வச்சுக்கோன்னு அந்த நாட்கள்ல நானும் அவள்கிட்ட சொல்லிட்டேயிருந்தேன். ஆனா ஒண்ணு. நீ ஒருபோதும் அம்மாவைத் தப்பா நினைக்காதே பிள்ள. அவள் என்கிட்ட கூட சொல்லலைன்னாலும், அவளால தாங்கிக்கவே முடியாத அளவுக்கு ஏதாவது அவங்களுக்கிடையில நடந்திருக்கும்."

சுநேத்ரா ராஜகருணாநாயக

அம்மம்மா அவ்வாறு கூறிய போதிலும், வர்ணாசிக்குள் தனது அப்பா எப்படியிருப்பார் என்று அறிந்து கொள்ள மிகுந்த ஆவல் தோன்றியிருந்தது. ப்ரியா ஆன்ட்டியின் அண்ணனான சுனந்த அங்கிளுடன் இருந்தபோதோ, இந்தியாவுக்குப்போன போதோ எடுத்த புகைப்படமொன்றிலாவது அப்பா இருப்பா ரானால், அதை அனுப்பி வையுங்கள் என்று மின்னஞ்சல் அனுப்பியதும், பழைய புகைப்படங்களையெல்லாம் இலங்கையிலேயே விட்டு வந்ததனால், அவை இப்போது எங்கிருக்கின்றன என்பதே தெரியவில்லை என்று ப்ரியாவிட மிருந்து பதில் வந்தது. ஆனால் பிறகு பாக்யாவின் அம்மாவிட மிருந்ததாகச் சொல்லி சுஜம்பதியும் சுனந்தவும் இருக்கும் மங்கிப்போன புகைப்படமொன்றை அனுப்பி வைத்திருந்தார். அது அப்பா பிரான்ஸில் இருந்த காலத்தில் எடுக்கப்பட்ட புகைப்படமாக இருக்க வேண்டும். குளிராடையொன்றை அணிந்து, கட்டமிடப்பட்ட கோல்ஃப் தொப்பி போன்ற ஏதோவொன்றைத் தலையிலிட்டு சுனந்த அங்கிளின் தோளில் கை போட்டுக்கொண்டிருந்தவர் தன்னுடைய எவருமல்ல என்ற அந்நியத்தன்மையையும் வர்ணாசி உணர்ந்தாள்தான். எனினும் அவள் அந்தப் புகைப்படத்தைப் பத்திரமாகப் பாதுகாத்து வைத்தாள். அந்தக் குளிராடைக்குக் கீழேயிருந்த அவரின் இதயத்துக்குள் என்னவெல்லாம் இருந்திருக்கும்?

“ப்ரியா ஆன்ட்டியைப் பொறுத்தவரைக்கும் என்னோட அப்பா எப்படிப்பட்டவர்?” என்று அமெரிக்காவில் வைத்து ப்ரியாவின் வீட்டுக்குப் போன சந்தர்ப்பத்தில் வர்ணாசி கேட்ட கேள்விக்கு ப்ரியாவால் ஒரேயடியாக பதில் சொல்ல முடியாமல் போயிற்று.

“இப்ப அவ்வளவா ஞாபகமில்ல. நல்ல பேச்சாளர். தெரியாத விஷயமொண்ணைப் பற்றிப் பேசச் சொன்னாக்கூட நல்லாப் பேசுவார்.”

“அம்மாவும் அப்பாவும் ஒண்ணா வாழ்ந்த காலத்துல நீங்க அந்த வீட்டுக்குப் போயிருக்கீங்களா?”

“இல்ல. நான்தான் சீக்கிரமாக் கல்யாணம் பண்ணிக் கிட்டு ஆப்பிரிக்காவுக்குப் போயிட்டேனே. அவங்க ஏன் பிரிஞ்சாங்கன்னு மனோரம்யாகூட எங்கக்கிட்ட சொன்னதேயில்ல. ‘நாங்கள் சந்தித்தோம் – நாங்கள் பிரிந்து விட்டோம் – நான் கர்ப்பமாக இருக்கிறேன்’னு எழுதிய போஸ்ட் கார்டை மட்டும் எனக்கு அனுப்பி வச்சிருந்தாள். உன்னோட அம்மாவால மட்டும்தான் அவ்ளோ பெரிய விஷயத்தை இவ்வளவு சுருக்கமா எழுத முடியும்னு நினைக்கிறேன்.”

“என்னோட அப்பா பிரான்ஸுல வச்சு சுனந்த அங்கிள் கிட்ட அதைப் பத்தி என்ன சொல்லியிருக்கார்?”

“என்னோட அண்ணா ஒருபோதும் சுஜம்பதி சொல்ற விஷயங்களை என்கிட்ட சொன்னதேயில்ல. அண்ணா எப்பவும் பெரிய பெரிய கடிதங்கள் எழுதுற ஆள் இல்லையே. அவர் இப்போ உயிரோடு இருந்திருந்தா நீயே அவர்கிட்ட இதைக் கேட்டிருக்கலாம்.”

வர்ணாசி இலங்கைக்குத் திரும்ப வந்த பிறகும் கூட தனது அம்மாவிடம் அதைக் குறித்து எதுவுமே கேட்கவில்லை. இருந்தாலும், அம்மம்மாவிடம் அதைக் குறித்துக் கதைத்தாள்.

“பிள்ள . . . இப்ப அதைப் பற்றி எவ்வளவுதான் யோசிச்சாலும் ஒரு பிரயோசனமுமில்ல. ‘அவர் இனிமேல எனக்கு வேண்டவே வேண்டாம்’னு உன்னோட அம்மா நினைக்குற அளவுக்கு ஏதாவது நடந்திருக்கும், இல்லையா? இல்லேன்னா ஒரு குழந்தை வயித்துல வந்ததுக்குப் பிறகு யாரும் அதோட தந்தையோடுதான் இருக்கப் பார்ப்பாங்களே ஒழிய இப்படி அவரை விட்டுட்டு வருவாங்களா? அவர் இவளை வேணாம்னு சொல்லவே இல்லையே. உன்னோட அம்மா இப்படி எல்லாத்துலயும் பிடிவாதமா இருந்தாலும்கூட அவளுக்கு ரொம்ப இளகிய மனசுதான் இருக்கு. அதனால, அவளுக்கு அவளைப் பெத்த தாய்க்கிட்டக்கூட சொல்ல முடியாத அளவுக்குப் பெருசா ஏதாவது நடந்திருக்கும்” என்று ஜினவதி அம்மம்மா பேத்திக்கு ஆறுதல் கூறினாள்.

“இருந்தாலும், அவங்க பெத்தப் பிள்ளைக்கிட்ட, அந்தப் பிள்ளையோட அப்பாவைப் பற்றிச் சொல்லணும்னு அவங்க நடத்துற அந்த மனித உரிமை அது இதுங்குற அமைப்புகள்ல இருந்தோ, பாஸாகிய எக்ஸாம்கள்ல இருந்தோ எதுவுமே கத்துக்கலையா?”

“இப்படியெல்லாம் பேசுறதைப் பார்த்தா நீ சின்ன வயசுல இருந்து என் பின்னாலேயே ஓடி விளையாடிட்டிருந்த பிள்ளையில்ல. நீ இப்ப அம்மாவோட பிள்ளையா மாறிட்டு வாறாய்னு எனக்குத் தோணுது” என்று கூறிச் சிரித்தார் அம்மம்மா.

“இல்ல... நான் ஒருநாளும் என்னோட அம்மாவைப் போல ஆகவே மாட்டேன். நான் கல்யாணம் கட்டினா என்னோட புருஷனுக்குக் கடவுளுக்குப்போல பணிவிடை செஞ்சுக்கிட்டு, வீடு வாசலை அழகா வச்சுக்கிட்டு, நாலு குழந்தைகளையாவது பெத்துக்கிட்டு நல்ல ஒரு தாயா சந்தோஷமா இருப்பேன்.”

அம்மம்மா எதுவும் பேசவில்லை. அம்மம்மாவின் விழிகளில் கண்ணீர் துளிர்த்தது ஏனென்று பேத்திக்கு விளங்கவுமில்லை. பேத்திக்கு சாஷா நினைவுக்கு வந்தான். அவனைத் திரும்பவும் சந்திக்கவே முடியாது என்ற உணர்வு ஒரு பெருமூச்சாக மாறி இதயத்தின் மத்தியில் ஒரு மெல்லிய தீயைத் தோற்றுவித்தது.

'என்னதான் இருந்தாலும் அவர் என்னை ஏமாற்ற வில்லையே. அவருக்குத் தேவைப்பட்டிருந்தால் மிகவும் இலகுவாக என்னிடம் பொய் வாக்குறுதிகளை அளித்து என்னை ஆட்கொண்டிருக்கலாம்' என்ற எண்ணம்தான் அந்த மெல்லிய தீ உருவாகக் காரணமாக அமைந்தது.

அந்த விடயத்தைப் பாக்யாவிடம் கூறாமல் தவிர்த்தது குறித்து ஆறுதலாக உணர்ந்தாள். கூறவும் அதில் எதுவுமிருக்க வில்லையே. அதன் பிறகும் தொடர்ந்து நீடிக்கக் கூடிய ஓர் உறவாக அது இருந்திருந்தால், அந்த முதல் முத்தம் வரைக்கும் கூறியிருப்பாள். இடைவழியில் மூச்சிறைத்த விதம், கால்களில் மிதிபட்ட சரளைக் கற்கள், புற்கள் பற்றியெல்லாம் விபரமாகக் கூறிக்கொண்டே வந்து உச்ச கட்டத்தில் எதுவும் கூறாமல் விழிகளால் குறும்பாகச் சிரித்திருப்பாள். பாக்யா காதல் கதைகளை அவ்வாறுதான் கூறுவாள்.

"அவன் என்னைப் பார்த்துட்டேயிருக்கிறான்னுதான் நான் உணர்ந்தேன். நிஜமா அவனைப் பார்க்கலன்னாலும், அங்க போனதிலிருந்தே என்னமோ நடக்கப்போகுதுன்னு எனக்குத் தோணிட்டே இருந்துச்சு" என்று தொலைக்காட்சி நாடகங்களில், திரைப்படங்களில் முக்கியமான சம்பவங்களுக்கு முன்பாக ஒலிக்கச் செய்யப்படும் இசையே காட்சியின் தீவிரத்தை உணர்த்துவதுபோலத்தான் பாக்யா தனது கதைகூறலைத் தொடங்குவாள்.

"ஐயே . . . இப்பவே எனக்குக் கதையோட முடிவு புரிஞ்சிடுச்சு. இதுக்குப் பதிலா என்னோட அம்மாவைப்போல எல்லா பின்புலக் காட்சிகளையும் வர்ணிச்சுட்டுக் கதைக்கு வந்தா நல்லாருக்கும்."

"மனோ ஆன்ட்டி டொகியுமென்ட்ரீஸ் செய்யுற மாதிரி பின்புலக் காட்சிகளைக் கோர்த்து எடிட் செய்துதான் உன்கிட்ட கதைகளைச் சொல்வார். நான் அப்படியில்ல. நேராகக் கேமராவைக் கதாநாயகியோட கண்களுக்கு வைப்பேன். பசங்களும் பொண்ணுங்களும் ரொம்ப அழகழகா உடுத்துக் கிட்டு இருக்குறக் கல்யாண வீட்டுல, அப்படிப்பட்ட சூழல்ல கதாநாயகிக்கு ஒரு உணர்வு தோன்றும். ஆசுவாசமான ஓர் உணர்வு அது. உன்னால புரிஞ்சுக்க முடியுதா?"

பாடசாலைக் காலத்தில் பாக்யா நீ, வா, போ என்று ஒருமையில் வர்ணாசியை அழைத்தபோதிலும்கூட வர்ணாசி வாங்க, போங்க என்றே அவளை அழைத்து வந்தாள். பாக்யாவும் மனோரம்யாவைப்போலவேதான் இருந்தாள். அதனால்தான் இருவருமே கடலும் அலையும்போல ஒத்துப் போகிறார்கள் என்றுதான் பாடசாலையிலிருந்த வகுப்புத் தோழிகள் கருதினார்கள். இருந்தாலும் வர்ணாசி குறும்புத் தனமே செய்யாமலிருந்தபோதிலும், அவள் சக தோழிகளின் குறும்புத்தனங்களைக் கீழ்த்தரமாகப் பார்க்கவில்லை என்பதை பாக்யா அறிந்திருந்தாள். அமைதியாகவும் அடக்கமாகவுமிருக்கும் வர்ணாசி எப்போதாவது திடீரென்று பாக்யாவே எதிர்பார்த்திராத வண்ணம் நகைச்சுவைகளைக் கூறுவாள். பாடசாலையில் அடக்கமாக, அதிகம் பேசாமல் ஒதுங்கியே இருப்பதால் வர்ணாசி கர்வம் பிடித்தவள் என்றுதான் வகுப்புத் தோழிகள் சிலர் கருதினார்கள்.

"அவள்கிட்ட என் அளவுக்குக்கூட கர்வமில்ல. அவளுக்கு உங்க அளவுக்குக் கதைக்கத் தெரியாது. உங்களோட அசிங்கமான கதைகளுக்குச் சிரிக்கவும் கூச்சப்படுறாள். ஒரு விதத்துல பார்த்தா வர்ணாசிபோல ஒருத்தி நம்மகூட இருக்குறதாலதான் நம்ம குறும்புத்தனங்களும் ஒரு கட்டுப் பாட்டுல இருக்கு."

பாக்யா தன்னைப் பற்றிச் சக தோழிகளிடம் எடுத்துரைப் பதைக் கேட்டுக்கேட்டு வர்ணாசியும் தான் அடக்கமானவள் என்ற உணர்வோடுதான் எப்போதும் இருந்தாள். அமெரிக்கா வில் வைத்து சாஷாவுடனான நிகழ்வை அவளிடம் பகிர்ந்து கொள்ள வேண்டும் என்ற ஆவல் மிகைத்திருந்தபோதிலும், தான் அப்படிப்பட்ட ஒருவனுக்குக் கீழ்ப்படிந்தது மாத்திரமன்றி, அந்த நபர் மீண்டும் வருவார் என்ற எதிர்பார்ப்பும் தனக்குள் இருப்பதை வர்ணாசியாலே ஏற்றுக்கொள்ள முடியாதிருந்தது. 'இது நானில்லையே?' என்று அவளுக்குள் எழுந்த கேள்விக்கு அவளிடமே பதிலிருக்கவில்லை.

அதைக் கூறியிருந்தால், 'போடி முட்டாள் சிறுக்கி. இதெல்லாம் சாகும்வரைக்கும் நினைச்சு நினைச்சு வெட்கப்பட்டுட்டு இருக்க வேண்டிய விஷயமா?' என்று கேட்டு பாக்யா விழுந்து விழுந்து சிரித்திருப்பாள் என்பதை வர்ணாசி அறிந்திருந்தாள்.

இருந்தாலும் பின்னொரு காலத்தில் அதை அவளிடம் சொன்னதும் 'ஏன் என்கிட்ட சொல்லத் தயங்கினாய், கிறுக்கி? அப்பவே சொல்லியிருந்தாலும், உலகத்துல

சுநேத்ரா ராஜகருணாநாயக

இருக்குறப் பயங்கரமான காமக் குற்றத்துல ஒரு பங்காளியா நீ இருக்கிறாய்ன்னெல்லாம் நான் உன்னை ஒருபோதும் நினைச்சிருக்கமாட்டேன்தானே? ஒருநாள் நான் லொஸ் ஏஞ்சல்ஸ்ல வச்சு அவரை தற்செயலா சந்திச்சப்ப உன்னை சந்திச்சதாச் சொன்னார். ஆனா, நான் அவர் சொன்னதை அவ்வளவாப் பொருட்படுத்தல' என்றுதான் அவள் கூறினாள்.

வர்ணாசி அந்த விடயத்தை, தான் இலங்கைக்குத் திரும்பி வந்து ஒரு வருடமும் இரண்டு மாதங்களும் கழிந்த பின்னர்தான் பாக்யாவிடம் கூறினாள். அதுவும் சாஷாவை இரகசியமாகத் திருமணம் முடிக்கத் தீர்மானித்ததால்தான் பாக்யாவிடம் அவளால் கூற முடிந்தது.

இலங்கையில் அரசியல் மாற்றம் ஏற்பட்டபோது, வர்ணாசி இலங்கைக்கு வந்து மூன்று மாதங்கள்கூட கழிந்திருக்காது. அவ்வேளையில் தேர்தல் பணி புரிய சாஷாவும் இலங்கைக்கு வந்திருந்தான். இருந்தாலும் அவன், வர்ணாசியைத் தேடிக் கண்டுபிடிக்க எவ்வித முயற்சியை யும் மேற்கொள்ளவில்லை. வர்ணாசிக்கு அரசியல்மீது எவ்வித ஈடுபாடும் இல்லையென்ற போதிலும், தற்செயலாக தொலைக்காட்சியில் சாஷாவைக் கண்டாள். அவ்வேளையில் இலங்கையில் ஆசிரியர் நியமனங்கள் வழங்கப்படவில்லை என்பதால் அவள் கொழும்பில் அரச சார்பற்ற நிறுவன மொன்றில் ஒரு சிறிய வேலைக்கு விண்ணப்பித்திருந்தாள்.

"இந்தியாவுக்குப் போயாவது டிகிரி முடிச்சிட்டு வா. அது உனக்கு இங்க ஸ்கூலொண்ணுல படிப்பிக்கப் போனாக்கூட உதவும். அமெரிக்காவுக்குப்போய் வந்தும் உன்னோட தீர்மானத்துல எந்த மாற்றமும் இல்லையா?" என்ற மனோரம்யாவுக்குள் எப்படியாவது பட்ட மேல்படிப்பு வரைக்குமாவது மகளைப் படிப்பிக்க வேண்டும் என்ற எண்ணம் இருந்தது. என்றாலும் அதை மகளே விளங்காத விதத்தில் அவளைக் கொண்டு செய்ய வைக்க வேண்டும் என்பதை அம்மா அறிந்திருந்தாள். ஆனால் அம்மாவின் எதிர்பார்ப்பை மகள் நன்றாக அறிந்திருந்ததால், அவள் அதை விரும்பவேயில்லை.

"என்னால இனிமேலும் படிக்க முடியாது. இவ்வளவு படிச்சதே போதும்... சின்ன ஸ்கூலொண்ணுல பாலர் வகுப்புகளுக்குப் படிச்சுக் கொடுத்துக்கிட்டு அம்மம்மாவைப் போல வீட்டுல இருந்தா எனக்குப் போதும்' என்று வர்ணாசி கடுமையான தொனியில் கூறாவிட்டாலும்கூட அவளது உறுதியான தீர்மானம் அந்த வார்த்தைகளில் இருந்தது.

அந்த சமயத்தில் மனோரம்யாவுக்கு கம்போடியாவிலிருந்த ஐநா அமைப்பில் ஒரு வேலை கிடைத்திருந்தது. அதனால் சில காலத்துக்கு மகளைத் தன்னுடன் அங்கே கூட்டிச் செல்லவும், சிங்கப்பூரிலிருந்த பல்கலைக்கழகமொன்றுக்கு அவளை அனுப்பிப் படிக்கவைக்கவும் அவள் விரும்பினாள்.

"என்னால முடியாது... எனக்கு சிங்கப்பூரே பிடிக்கல."

"நான் சொல்றதுக்காகவாவது ஒண்ணு ரெண்டு செமஸ்டருக்கு அங்க போய் எப்படியிருக்குன்னு பார்த்துட்டு லீவுக்கு கம்போடியாவுக்கு வாயேன்."

"அந்த மாதிரியெல்லாம் நாடு நாடா சுத்துறப் பைத்தியம் ஒண்ணும் எனக்கில்ல. இந்தப் பழைய வீட்டுல, பழைய கட்டில்ல, அம்மம்மாவோடு படுத்துக்கிட்டு இப்படியே இருந்தாப் போதும்."

மனோரம்யா அன்பாக எடுத்துச் சொன்னபோதும், அழுதழுது சொன்னபோதும் மகள் அமைதியாக ரேந்தைப் பின்னிக்கொண்டிருந்தாள். அமெரிக்காவில் ரேந்தைக் கண்காட்சியொன்றைக் கண்டதிலிருந்து வர்ணாசிக்கு ரேந்தை பின்ன ஆசை வந்திருந்தது. அம்மம்மா ஜினவதி வர்ணாசிக்கு அவளது சிறு வயதில் ரேந்தை நூலில் பூரான் அலங்காரத்தைப் பின்ன கற்றுக்கொடுத்திருந்தார்.

"அமெரிக்காவுக்குப் போனாலாவது இவளுக்குப் பாக்யாவைப் போல மேல மேல படிக்க ஆசை வரும்னுதான் நினைச்சேன்" என்று மிகுந்த கவலையோடு தனது அம்மாவிடம் சொன்னாள் மனோரம்யா.

"சரி. வேணும்னா வெளிநாடுகள்ல இந்த மாதிரி கை வேலைகளைப் படிக்குறதுக்கான இடங்கள் இருக்குமே. அது போல ஒண்ணுல சேர்த்துட முடியாதா? இந்த மாதிரி கை வேலை அலங்காரங்களைப் படிப்பிக்கிற இடம் இந்தியாவுல இருக்குதுதானே? அதுலயும் டிகிரியெல்லாம் இருக்குமே. நம்ம மெணிக்கா மிஸ்ஸோட பேத்தியொருத்தி அப்படியொண்ணுக்குத்தானே படிக்கப் போயிருக்கா?" என்ற அம்மம்மா ஜினவதிக்குக்கூட பேத்தி கிராமத்து ஆசிரியையாக ஆகப் போவதில் விருப்பமிருக்கவில்லை. என்றாலும் தனது மகள்போல பேத்தி ஆவதையும் அவர் விரும்பவில்லை.

"மகள் உன்னால ஆர்ட் வேலைகளையெல்லாம் செய்ய முடியும்ங்குறதால உன்னை இந்தியாவுல சாந்திநிகேதனுக்கு அனுப்பி வைக்கவா? இல்லன்னா என் கூட வந்து பூனா ஃபிலிம் ஸ்கூலை ஒரு தடவை பாரு. உனக்கு அங்க ஃபிலிம் எடிட்டிங் போல ஏதாவது ஒண்ணைக் கத்துக்கலாம். உனக்குச் சம்மதமா?"

"ஸ்ரீலங்காவுல இருந்துக்கிட்டு என்ன படிக்க முடியுமோ அதைச் செய்றேன்."

கடைசியில் மனோரம்யா கம்போடியாவுக்கு வேலைக்காகப் போக முன்பு, மகளை வார இறுதி ஓவியக் கலை வகுப்பிலும், ஆபரண வடிவமைப்பு வகுப்பிலும் சேர்த்து விட்டாள். வெள்ளிக்கிழமை மாலை நுகேகொட தபாலதிபர் வீட்டுக்குப் போய்த் தங்கி, வகுப்புகளுக்குப் போய்விட்டுத் திங்கட்கிழமை காலையில் ஊருக்குத் திரும்புவதாக ஏற்பாடு. தொடக்க வகுப்புக்கு மகளோடு கூடச்செல்ல வேண்டும் என்று மனோரம்யா நினைத்திருந்த போதிலும், அதற்கும் முன்பே அவளுக்கு வெளிநாடு செல்ல நேர்ந்தது.

அந்தச் சமயத்தில் தேர்தல் சூடு பிடித்திருந்தபோதிலும் வர்ணாசிக்கு அரசியல்மீது எவ்வித ஈடுபாடும் இருக்கவில்லை. ஓவியக் கலை வகுப்பின் மீது பெரிதும் ஈடுபாடு வந்திருந்தது. அதில் ஓவியக் கலை வரலாறு குறித்தும் கற்பித்ததால், அவளுக்கு ஓரோர் நாடுகளிலுமுள்ள பழைய குகை ஓவியங்களிலும் சிதைவுற்ற கட்டடங்களிலுள்ள ஓவியங்களிலும் காணப்படும் ஆபரணங்கள் குறித்து மிகுந்த ஈடுபாடு தோன்றியது. அவற்றைப் பற்றி அம்மம்மாவுடனும் உரையாடினாள். அது ஆபரண அலங்கார வகுப்புக்கும் பயனுள்ளதாக அமைந்தது. தபாலதிபரின் மனைவிக்குத் தெரிந்த இடமொன்றில் இந்தியப் பெண்மணியொருவர் இயற்கை வர்ணங்களைத் தயாரித்து அவற்றைக் கொண்டு துணிகளுக்கு வர்ணம் தீட்டுவது தொடர்பான வகுப்பை நடத்தியதால் வர்ணாசி அந்த வகுப்பிலும் சேர்ந்துகொண்டாள். அம்மாவைப்போல பரீட்சைகளுக்கும் புத்தகங்களுக்கும் இடையே சிறைப்படாமல் வேறொரு பாதையில் செல்ல வேண்டும் என்ற உணர்வு இருந்ததால் இவ்வாறான விடயங்களைச் செய்ய விரும்பிய போதிலும் சாதாரண குடும்ப வாழ்க்கை, மகிழ்ச்சிகரமான குடும்பம் என்ற எண்ணமும் மட்டும்தான் அவளது பிரதான எதிர்கால இலட்சியமாக இருந்தது.

ஒரு திங்கட்கிழமையன்று வர்ணாசி காலை ஆறு மணிக்குத் தனது ஊருக்குப் போக நுகேகொடை பேருந்து நிலையத்தில் நின்றுகொண்டிருந்தாள். வர்ணாசியைக் கடந்து சென்ற வாகனமொன்று நின்றது. அதைச் செலுத்தி வந்தவன் தன்னையே பார்த்துக்கொண்டிருப்பதைக் கண்டபோதிலும் அந்தத் தாடிக்காரன் யார் என்று உடனடியாக அவளுக்கு உறைக்கவில்லை. எங்கேயோ பார்த்த முகம் என்பதை மட்டும் உணர்ந்தாள். அந்தச் சிவப்புக் காரிலிருந்து வெண்ணிறக் குர்தாவும் வெண்ணிறப் பருத்திக் கால்சட்டையும் அணிந்து,

கொண்டை கட்டியிருந்த சாஷா இறங்கி வந்தான். இருவரில் யார் முந்திக்கொண்டார் என்பது இருவருக்குமே நினைவில்லை. என்றாலும் நுகேகொட பேருந்து நிலையத்தில் நடக்கச் சாத்தியமற்ற ஒன்று அன்று நடந்தது. சாஷா வர்ணாசியின் இரு கரங்களையும் பற்றிப் பிடித்து அவளது நெற்றியில் முத்தமிட்டான்.

"எங்க போறாய்? வா... நான் கொண்டுபோய் விடுறேன்."

வர்ணாசி அதற்கு இணங்கினாள். அவ்வேளையில், தான் எப்போது யாரைத் திருமணம் செய்துகொண்டாலும், தனது வாழ்க்கையில் முதல் முத்தம் தந்த ஒரு வெகுளித்தனமான சந்தோஷம் தனக்கு எப்போதும் நினைவிருக்கும் என்று நினைத்தாள். அத்தோடு அம்மா வெளிக்காட்டிக் கொள்ளா விட்டாலும், அம்மாவுக்குள்ளும் சுஜம்பதி எனும் நபரின் ஞாபகம் எப்போதும் வந்துகொண்டிருக்கத்தான் செய்யும் என்றும் தோன்றியது. உலகின் எந்த மூலையிலாவது அம்மா, சுஜம்பதியைச் சந்தித்து அவரைக் கையோடு கூட்டிக் கொண்டு வந்து 'இதோ மகளே, உன்னோட அப்பாவைத் தேடிக் கண்டுபிடிச்சுக் கூட்டிட்டு வந்திருக்கேன்' என்று சொன்னால் அம்மா கூறும் எந்தப் பல்கலைக்கழகத்துக்கும் போகத் தயாராவேன் என்று நினைத்துக்கொண்டிருந்த வேளையில்தான் அந்த நடக்கச் சாத்தியமற்ற நிகழ்வு நடந்தேறியது.

"எப்படியிருக்கே? எனக்கு எப்பவும் உன்னோட ஞாபகம்தான். உன்னைத் தேடிக் கண்டுபிடிக்கணும்னும் நெனச்சேன். பாக்யாக்கிட்டக் கேட்டேன். அவ சொல்லல. 'அது ஒரு அப்பாவிப் பொண்ணு. அவளைக் கஷ்டத்துல போடாதீங்க'ன்னு சொன்னா" என்று கூறிச் சிரிக்கத் தொடங் கினான். இதைப்போல தற்செயலாகத் தனது அப்பாவையும் எப்போதாவது சந்திக்க நேரலாம் என்று வர்ணாசிக்குத் தோன்றியது. தனக்குத் தோன்றியதை வெளியே கூற அவள் விரும்பவில்லை. அத்தோடு எதுவுமே பேச முடியாத நிலைமையை அவள் உணர்ந்தாள். விசித்திரமானதோர் ஆனந்தத்தில் உள்ளம் பூரித்து முகமும் உதடுகளும் மரத்துப் போயிருந்தன.

"நான் எப்ப வந்தேன், எதுக்காக வந்திருக்கேன், என்ன பண்றேன்னு எதுவுமே என்கிட்ட கேட்கமாட்டியா?" என்று கேட்டவாறே சாஷா வர்ணாசியின் கையை எடுத்துத் தனது மடியில் வைத்துக்கொண்டான்.

அவள் மெதுவாகத் தலையை அசைத்தாள்.

"எனக்கு இந்த சைகை பாஷையெல்லாம் புரியாது. எனக்குத் தெரிஞ்சதெல்லாம் மனசால பேசுற பாஷைகள் மட்டும்தான். அப்படித் தோணுறதையெல்லாம் உன்கிட்ட

சொல்லவும் எனக்குப் பயமாயிருக்கு. பாக்யா சொல்ற விதத்துலயும் எனக்குத் தெரிஞ்ச விதத்துலயும் நீ ரொம்ப அப்பாவிதான். நான் அப்பாவி இல்லன்னாலும் உன்னைப் போல ஒரு அப்பாவியைக் கட்டியணைச்சுக்கிட்டு, உன்னைப் போலவே நானும் மாறணும்குறதுதான் என்னோட ஆசை. இருந்தாலும் எனக்குக் கவலையாவுமிருக்கு. உனக்குக் கவலை தர எனக்குக் கவலையாயிருக்கு. அதனாலதான் உன்னைத் தற்செயலா சந்திச்சா மட்டும் பேசுவேனே தவிர உன்னைத் தேடி அலையப் போறதில்லன்னு தீர்மானிச்சிருந்தேன்."

அவள் ஆழ்ந்த மௌனத்திலிருந்தாள்.

"இந்தக் கொஞ்ச காலத்துக்குள்ள உனக்குப் பேச முடியாத வியாதி எதுவும் வரலல்ல?"

அவள் தனது பெரிய விழிகளால் சிரித்தவாறு தலையை அசைத்தாள்.

"சைகை பாஷை வேணாம். வெளிநாட்டுலருந்து வர்ற ஒருத்தர்கிட்ட ஸ்ரீலங்காவுல இருக்குற எவரும் வழமையாக் கேட்குற கேள்விகளை நீ இன்னும் என்கிட்ட கேட்கவே யில்லையே?"

"நான் எதுக்குத் தனியாக் கேட்கணும்... நீங்களே கேட்டுட்டு நீங்களே அதுக்குப் பதில் சொல்லிட்டிருக்கீங்களே" என்று வர்ணாசி மிகவும் அமைதியான குரலில் பதிலளித்தாள்.

"என்கிட்ட இல்லாத ஒண்ணு உன்கிட்ட இருக்கு. லேசா கண்டுபிடிக்க முடியாத ஒண்ணு."

வர்ணாசி கேள்விக்குறியோடு பார்த்தாள். ஐந்து நிமிடமளவில் அங்கு மௌனம் நீடித்தது; என்றாலும் 'என்ன?' என்ற கேள்வி அவளிடமிருந்து வராததால் சாஷாவுக்குத்தான் கதைக்க நேரிட்டது.

"நான் சந்திம கிரிகும்புரவுக்குத் தேர்தல் வேலைகள்ல உதவுறதுக்காக வந்திருக்கேன். அவன் ஜனாதிபதித் தேர்தல்ல நிற்கப் போறதை நீ பத்திரிகைகள்ல கண்டிருப்பாய்தானே."

அது யார் என்பதையோ, அதைப் பற்றி எதையும் எங்கும் கண்டிருக்கவோ இல்லை அவள்.

"மச்சான் நீ வந்து இதைக் கரையேத்திக் கொடுன்னு சந்திம என்கிட்ட கேட்டுக்கிட்டான்."

அவ்வாறான சந்தர்ப்பத்தில் 'நீங்க ரெண்டு பேரும் ஒண்ணாப் படிச்சீங்களா? எப்படி கூட்டாளியானீங்க?' போன்ற

கேள்விகள் எழ வேண்டும், அல்லவா? ஆனால் அவ்வாறு எவற்றையும் அவள் கேட்கவில்லை.

"எனக்கும்கூட வெளிநாடு அலுத்துப்போயிருந்துச்சு. இந்தத் தேர்தல் இல்லன்னா இவ்வளவு சீக்கிரமா நடந்துமிருக் காது. நான் வர்றப்ப எயார்போர்ட்டுக்கே காரையும் அனுப்பி யிருந்தான். எனக்குத் தங்கியிருக்கவும் வேலை செய்றதுக்கும் நுகேகொடையில ஒரு வீடும் எடுத்துக் கொடுத்திருக்கான். நான் இப்போ எஹலியகொடைக்கு ஒரு வேலைக்காகப் போயிட்டிருக்கேன். ரத்தினக் கல் வியாபாரிகள் சிலரைச் சந்திக்கணும். அது முடிஞ்சதும் ருவன்வெல்லையில ஒருத்தரைச் சந்திக்கணும். அதுக்குப் பிறகு கண்டிக்குப் போகணும்."

"ஐயோ எனக்கு ஒண்ணுமே புரியல. எனக்கு இந்த அரசியல் மேல எல்லாம் ஆர்வமேயில்ல. நான் அரசியல் சம்பந்தமா எதுவும் வாசிக்கவும் மாட்டேன்."

"அது நல்லது. பொம்பளைங்க இதுல எல்லாம் ஆர்வம் காட்டினா அது ரொம்ப தொந்தரவா ஆகிடும். என்னோட வாழ்க்கையில வந்த எல்லாப் பொம்பளைங்களுமே தேவையில்லாம இதுல ரொம்பத் தூரம்போய்க் கடைசில கை விடப்பட்ட நிலைமைக்கு ஆளானவங்கதான்."

"ஆமா. அளவுக்கதிகமா மூளையைப் பாவிச்சா சாமானிய வாழ்க்கையை வாழ முடியாதுன்னு என்னோட அம்மம்மாவும் சொல்வாங்க" என்ற வர்ணாசியின் குரலில் ஏதோ ஆசுவாசம் தொனித்ததுபோல சாஷா உணர்ந்தான்.

"நீ எனக்கு உன்னைப் பத்தி எதுவுமே சொன்னதில்லையே. அம்மம்மாவோடு இருக்குறதாச் சொன்னாய். வீடு எங்க இருக்குன்னு கேட்டா நுகேகொடன்னு சொன்னாய்."

"சரிதானே அது."

"அப்போ இவ்வளவு விடிகாலைல எங்கப்போயிட்டிருக்கே?"

"நான் போக வேண்டிய இடத்தைக் கடந்துதான் நீங்க போகணும். அதனால வழியில எனக்கு இறங்கிக்கலாம்."

"ஒரு பொண்ணைக் கடத்திட்டுப்போயிட்டான்னு என் மேல குற்றச்சாட்டு ஏதாவது வந்தால்?"

"அந்தப் பொண்ணே எந்தக் கேள்வியும் கேட்காம காரில ஏறிட்டான்னு சொல்லுங்க. அந்தப் பொண்ணு கலிஃபோர்னியாவில வச்சு சொம்ஸ்கி என்றொரு அறிவாளி யோட உரையைக் கேட்கப்போனா. அந்தப் பொண்ணுக்கு

ஒரு மண்ணும் புரியலங்குறது மட்டுமில்ல... அந்த அறிவாளி யார்ன்னுகூட தெரிஞ்சிருக்கல. அதனால அந்தப் பொண்ணு தன்னோட தோழிக்கிட்ட சிங்களத்துல மூடத்தனமான கேள்விகளக் கேட்டுட்டிருந்தா" என்றவாறே வர்ணாசி சிரிக்கத் தொடங்கினாள்.

"மிச்சத்த நான் சொல்றேன். அங்க சிங்களவன் ஒருத்தன் இருந்தான். தனக்குத் தெரியாதுன்னு காட்டிக்காம பாக்யாக்கிட்ட கேள்வி கேட்டுட்டிருந்த அந்தப் பொண்ணை அவனுக்குப் பிடிச்சிருந்தது. சொம்ஸ்கி போனதுக்குப் பிறகு அவன் அந்த ரெண்டு பேரையும் காப்பி குடிக்கக் கூப்பிட்டான். அதுக்குப் பிறகு அவன் மூடத்தனமாக் கேள்விகள் கேட்ட அந்தப் பொண்ணைப் பார்க்க ஒரு மூடத்தனமான பயணம் போனான். அந்தப் பொண்ணோட நடுக்காட்டுக்குப் போனான். மிச்சக் கதையை அந்தப் பொண்ணு பூரணப்படுத்துவாள்."

இருவரும் சற்று நேரம் சிரித்துக்கொண்டேயிருந்தார்கள். வர்ணாசி சிரிப்பினூடே கதையைத் தொடர்ந்தாள்.

"அந்த முட்டாள் பொண்ணு இன்ஸ்பிரேஷன் பொயின்ட் பத்திக் கேள்விப்பட்டிருந்தாலும், யாருமே அவளை அப்படிப்பட்ட பயணத்துக்குக் கூப்பிட்டதேயில்ல. பாக்யாவுக்கும் வேலை ரொம்ப அதிகமா இருந்துச்சு. அதனால அந்தப் பொண்ணும் ஒரு முட்டாளா இருந்ததால முட்டாள்தனமான பயணம் வந்த முட்டாளோடு சேர்ந்து கொண்டு முட்டாள்தனமா நடந்து நடந்து அறிவாளிகள் நிறைஞ்சிருந்த சூழலுக்கு நடுவே வந்திருந்தாள்" என்ற வர்ணாசிக்கு இந்த அளவு தொடர்ச்சியாக அழகாக, தான் எப்படிக் கதைத்தோம் என்பதே வியப்பாக இருந்தது.

"நல்லாக் கதைக்கிறாய். இவ்வளவு நேரமும் ஏதோ பாஷை மறந்துபோனது போலதானே இருந்தாய்."

வர்ணாசி மீண்டும் மௌனமானாள். ஒரு பெண் ஒருவனை நன்றாக அறிந்துகொண்டதன் பிறகுதான் முதல் முத்தத்துக்கு இடமளிக்க வேண்டும் என்று பாக்யாவைத் திட்டிய தானே அந்தத் தவறை அதைவிடவும் மோசமாகச் செய்து விட்டோமே என்ற உணர்வால் அவளது இதயம் கனத்தது. பாக்யாவென்றால் நீண்ட தொலைபேசி அழைப்புகளுக்கும், சின்னச் சின்ன சந்திப்புகளுக்கும் பிறகுதான் அந்த முதல் அனுபவத்துக்கு முகம் கொடுத்திருந்தாள். தனக்கு அன்று என்ன நடந்தது என்று வர்ணாசிக்கே புரியவில்லை. தேவதைக் கதைகளில் வருவது போன்ற கலிஃபோர்னியாவின் அந்தச் சூழலில் சுதந்திரமும் சந்தோஷமும் முழுமையாவதற்கு,

அவளது இதயத்தில் காதல் கீதத்தோடு கலந்த ராகத்துடனான அதிர்வைக் கொண்டுவர ஒரு ஆணின் அரவணைப்பு மாத்திரமா குறைவாக இருந்தது? அவர்களது இரப்பர் தோட்டத்தில் பால்வெட்டும் பாக்கியம், குணசேன தம்பதியின் மகள் சமிலா, மோட்டார் சைக்கிள்காரன் ஒருவனோடு புதரொன்றின் மறைவிலிருந்து அகப்பட்ட நாளில் அம்மம்மா சொன்னது வர்ணாசிக்கு நினைவு வந்தது.

"பாக்கியம், இதுக்காக நீ சமிலாவைத் திட்டுறதால எந்தப் பயனுமில்ல. அவளுக்கு இப்போ ஒரு துணை தேவைப்படுற வயசு. மிருகங்கள், பாம்புகள்கூட இந்த மாதிரி உடம்புல ரத்தம் சூடாகுற காலத்துல அதுங்களுக்குத் தேவையான துணை களைத் தேடி மோப்பம் பிடிச்சுக்கிட்டு அலையும். வீட்டுக்குள்ள கட்டிப் போட்டிருக்குற நாய்கூட குரைச்சுக் குரைச்சுத் தெருவுல ஒரு போற நாயையாவது தனக்குன்னு தேடிக்கும். இப்பவே அவளுக்கு முப்பது வயசு கடந்துடுச்சு. இன்னும் நீ அவளுக்குக் கல்யாணத்தைப் பண்ணி வைக்கல. அதனால இந்த மாதிரியெல்லாம் நடக்குறதுல ஆச்சரியப்படுறதுக்கு ஒண்ணுமில்ல."

தானும் அன்று இந்த சாஷா எனும் நபருக்கு இடமளித்தது அந்தப் பத்தொன்பது வயது தனக்கு துணை தேவைப்படும் வயது என்பதாலா? வர்ணாசியின் முகம் சிவந்தது. இருந்தாலும் மெல்லிய புன்னகையொன்றும் அதில் படிந்திருந்தது.

"என்னாச்சு? திடீர்னு மௌனமாகிட்டே?" என்ற சாஷா வர்ணாசியின் கையை எடுத்து தனது உதடுகளின் மீது வைத்துக் கொண்டு ஒற்றைக் கையால் காரைச் செலுத்தினான்.

வர்ணாசி விழிகளை மூடியிருந்தாள்.

"நீ இப்போ என்ன நினைச்சுட்டிருக்காய்னு சொல் லட்டுமா?" என்ற சாஷா வர்ணாசியின் கையைக் கவனமாக எடுத்துத் தனது தொடையில் வைத்தவாறு வளைவைக் கடந்தான்.

"ம்ம்."

"நல்ல ஒரு அப்பாவிப் பொண்ணுதான் நீ. அன்னிக்கு பார்க்லியில வச்சு நீ எதுக்காக எனக்கு இடம் கொடுத்தாய்னு இப்ப உன்னால யோசிச்சுப் பார்க்க முடியல. அத நெனச்சு உனக்குள்ள இப்ப சின்னதா ஒரு வெட்கமும் இருக்கு. நீ அம்மம்மா கூடத்தான் வளர்ந்ததா சொல்லியிருக்கே இல்லையா? அதனால உன்னோட மனசுல சின்ன வயசுல இருந்து நல்ல பொண்ணுன்னா இப்படியிருக்கணும், நல்ல பையன்னா இப்படியிருக்கணும் போன்ற எண்ணக் கருக்கள் பதிஞ்சிருக்கு.

அந்த எண்ணக் கருக்களுக்குள்ள, அந்த மாதிரியான அழகான நிகழ்வுகளுக்கு இடமேயில்ல. மனசுக்குக் கீழ்ப்படியவோ இளமைக்குக் கீழ்ப்படியவோ கூடவே கூடாது. அது ஒரு பெரிய குற்றம்னு நினைக்கிறதாலதான் உன் முகம் சிவந்து போயிருக்கு. சிலவேளை உன்கூட அதுக்கு முந்தியே ஆழமான தொடர்பு எதுவும் வச்சுக்காம, அப்படியொண்ணு தற்செயலா நடந்ததால உனக்கு அப்படித் தோணியிருக்கலாம். இருந்தாலும், வீடுகள்ல பேசி நடக்குற கல்யாணங்கள்ல யாருன்னே தெரியாத பையன் கூட அப்படி நடந்திருந்தா, இப்படி குற்ற உணர்வோடு இருக்கவே மாட்டாய். அந்த மாப்பிள்ளை கல்யாணம் முடிச்சு ஒரு மாசத்துல விட்டுட்டுப் போயிட்டான்னாலும் கூட, அது ஒரு பிரச்சினையாவே இருக்காது. பொண்ணுங்களோட கௌரவம் பண்பாடு,கலாச்சாரங்களாலதான் பாதுகாக்கப்பட்டு வருது. ஒரு நாள் தற்செயலா நடந்த ஒரு விஷயத்துக்காக இந்தளவு மனசை வருத்திக்காதே."

சாஷாவால் எப்படி இவ்வளவு துல்லியமாகத் தனது மனதிலுள்ளதைக் கூற முடிந்தது? இந்த நபரை எப்படியாவது திருமணம் செய்துகொள்ள வேண்டும் என்று வர்ணாசிக்கு அன்றுதான் தோன்றியது. அம்மம்மா ஜினவதியாலும் மனோரம்யாவாலும் பாக்கியத்தாலும்கூட இந்த அளவு நன்றாகத் தனது மனதைப் புரிந்துகொள்ள முடியாமலிருக்கும் என்று வர்ணாசிக்குத் தோன்றியது. இருந்தாலும் 'நான் உங்களைத் திருமணம் செய்துகொள்ள விரும்புகிறேன்' என்று ஒரு பெண் எப்படி வெளிப்படையாகக் கூறுவாள்?

சாஷா கேல்லிடமிருந்து பிரிந்திருப்பதாகக் கூறியிருந்த போதிலும், இப்படி திருமணம் முடிக்கும் அளவுக்கு வேறு காதல் தொடர்புகளை வைத்துக்கொள்ளாத நபராகக்கூட இவர் இருக்கலாம் அல்லவா? வெளிநாடுகளில் வசிப்பவர்கள் சுதந்திரமான வாழ்க்கைக்குப் பழகியவர்கள். அடுத்தது, இவரைக் குறித்து எதுவுமே தெரியாமல், இப்படியெல்லாம் யோசிப்பது எவ்வளவு முட்டாள்தனமானது. அவிஸ்ஸாவளையில் இறங்கிக் கையசைத்து நன்றி கூறி இவரிடமிருந்து விடைபெற்றால் சரி. ஆனால் அவ்வாறு அத்தோடு இந்த உறவை முடித்துக்கொள்ளவும் விரும்பாத ஓர் உணர்வை அவள் உணரத் தொடங்கியிருந்தாள்.

"நீ அவிஸ்ஸாவளையில இறங்கி எங்கப் போவாய்?"

"வீட்டுக்கு."

"வீட்ல யாரிருக்காங்க?"

"அம்மம்மா."

"அம்மா, அப்பா?"

"ஸ்ரீலங்காவுல இல்ல."

தனது அம்மா, அப்பாவைக் குறித்து விவரிக்க வர்ணாசி விரும்பவில்லை. கலிஃபோர்னியாவில் வைத்துக்கூட அவள் எதுவும் கூறவில்லை. அவனும் கேட்கவில்லை. வீட்டுக்கு ஒரே பிள்ளை என்பதை மாத்திரம் அப்போது கூறியிருந்தாளோ என்னவோ. ஆகவே சாஷா தனது அம்மா, அப்பாவைக் குறித்து விசாரிப்பதற்கு முன்பு அவளுக்குப் பேச்சை மாற்ற வேண்டியிருந்தது.

"நான் வீக்எண்ட்ல நுகேகொடையில இருக்குற சொந்தக்காரர் ஒருத்தரோட வீட்டுக்குப் போயிடுவேன். மத்த நாட்கள்ல அம்மம்மாவோட ஊருல இருப்பேன். ஊர்ப் பாடசாலையில படிச்சுக்கொடுத்துக்கொண்டு அம்மம்மாவோட இருக்கத்தான் எனக்கு விருப்பம். இப்ப இந்த வகுப்புகளுக்குப் போகத் தொடங்கியதும்கூட என்னோட ஆசைக்காக இல்லை. வீட்டுல வற்புறுத்தியதால போயிட்டிருக்கேன். ஆனா, இப்ப எனக்கு இது பிடிச்சிருக்கு. எதிலும் அவசரமேயில்லாத, அமைதியான ஒரு வாழ்க்கையை வாழத்தான் ஆசைப்படுறேன்."

வார இறுதி வகுப்புகளில் அவள் கற்றுக்கொண்டிருக்கும் விடயங்கள் பற்றி அவன் விசாரித்தான். அவள் மிகுந்த ஆவலோடு அவை பற்றி விவரித்தாள்.

"உலகத்துல உள்ள எல்லோருமே தங்களோட மேனிகளை அலங்கரிக்க தயாரிச்ச ஆபரணங்களுக்கெல்லாம் ஒற்றுமை ஒண்ணு இருக்கு, தெரியுமா? அதை எனக்குச் சரியா விவரிக்கத் தெரியல. இருந்தாலும் ஏன் மக்களுக்குத் தங்களோட காதுமடல் களை அலங்கரிக்கணும்னு தோணுச்சு? கழுத்துல மாலை போட்டுக்க ஏன் தோணுச்சு? எனக்குத் தோணுறதையெல்லாம் பேச எனக்கு அம்மா மட்டும்தான் இருக்காங்க. அம்மம்மா ஒரு டீச்சரா இருந்தாங்கன்னாலும் கூட அவர் எப்பவும் பாலர் வகுப்புகள்ல எழுத்துச் சொல்லிக் கொடுக்குறது, பெரிய வகுப்புகள்ல தையல், பின்னல்களைச் சொல்லிக் கொடுக்குறதுன்னு இருந்ததால இது பற்றியெல்லாம் அவ்வளவா அவருக்கு யோசிக்கத் தெரியல."

"சரி. இப்ப அதுக்குத்தான் நான் இருக்கேனே. உனக்குத் தோணுறதையெல்லாம் என்கிட்ட சொல்லு. நான் உனக்கு ஆபரண வரலாறு பற்றிய புத்தகங்களைத் தேடித் தாறேன்."

"நாங்கத் திரும்ப எப்ப சந்திக்கப் போறோம்னு யாருக்குத் தெரியும்? நீங்களும் தேர்தல் முடிஞ்சதுமே அமெரிக்காவுக்குப் போயிடுவீங்க."

“சந்திம கிரிகும்புர ஏதாவது அதிர்ஷ்டத்தால தேர்தல்ல வெற்றியடைஞ்சு ஜனாதிபதியாகிட்டான்னா எனக்கு மீண்டும் போக முடியாமப் போகும். அவன் என்னைப் போக விடமாட்டான். தேர்தல்ல வெல்லுறதுபோல இல்ல. அந்த வெற்றியைப் பாதுகாக்க நெருக்கமானவங்க, புத்திசாலிங்க எப்பவும் கூடவே இருக்கணும்.”

“அப்போ நீங்க புத்திசாலியா?” என்ற வர்ணாசிக்கே அந்த அளவு பழக்கமில்லாத கேலிச் சிரிப்பொன்று அவளிடமிருந்து வெளிப்பட்டது.

“இன்னிக்குக் காலைவரை புத்திசாலியாத்தான் இருந்தேன். இப்ப என்னோட மூளை வேலை செய்யாம, மனசு வேலை செய்யத் தொடங்கியிருக்கு.”

“எனக்கும் அப்படித்தான்” என்று வர்ணாசி தன்னையறி யாமல் தனது மனதை வெளிப்படுத்தினாள்.

சாஷா காரைத் தெருவோரமாக நிறுத்தினான். அவ்விடத் தில் இரப்பர் தோட்டமொன்று இருந்ததால் நிழலாக இருந்தது. அவன் குனிந்து வர்ணாசியின் நெற்றியில் முத்தமிட்டான்.

“இவ்வளவு காலமா நான் தேடிட்டிருந்த பொண்ணு நீதான்னு நினைக்கிறேன் வர்ணி.”

வர்ணாசி எதுவும் பேசவில்லை. சாஷாவின் மேல்சட்டை நனையும்வரை அழுதாள். அது ஏன் என்பதுகூட அவளுக்குப் புரியவில்லை.

“நீ வீட்டுக்கு ஒரே பிள்ளை என்பதால உன் வீட்டுல இதுக்கு சம்மதிக்க மாட்டாங்க. இருந்தாலும் சாகும்வரைக்கும் உன்னைத்தான் காதலிச்சிட்டிருப்பேன்.”

அந்த வார்த்தைகளில் தன்னைத் திருமணம் முடிப்பதைப் பற்றி எந்தக் குறிப்பும் இல்லாவிட்டாலும் கூட வர்ணாசி அதைத் திருமண ஒப்பந்தமாகத்தான் கருதினாள்.

“என்னோட அம்மா ரொம்ப நல்லவங்க. எனக்கு எது விருப்பமோ அதைச் செய்ய அனுமதிப்பாங்க. அவங்க என்னோட வயசுல என்னைவிட நிறைய விஷயங்களை அனுமதியே கேட்காம செஞ்சிருப்பதால, அம்மம்மான்னா நான் அனுமதி கேட்டதுமே சம்மதிச்சிடுவாங்க.”

வர்ணாசியின் இந்த இளம்பருவத்தில் உருவாகும் பாரதூரம் தெரியாத எதிர்பார்ப்பு சாஷாவுக்குப் புரிந்தது. என்றாலும், திருமணமெல்லாம் அந்த அளவு முக்கியமானதல்ல என்று கூறி இந்தப் பெண்ணை வீணாக எதற்காக இப்போது

பயமுறுத்த வேண்டும் என்றும் அவனுக்குத் தோன்றியது. இளம்பெண்கள் தமது தாய்மாரின் கட்டுப்பாட்டிலிருந்து விலகி ஆணொருவனின் தீண்டலுக்குப் பழகிய பிறகு, அந்த ஆணுக்கு வேறொருத்தியைத் திருமணம் செய்ய நேர்ந்தாலும் ஒருபோதும் தமது காதல் மாறாது என்று கூறுமளவுக்குத் தமது உள்ளங்களை விசாலமாக்கிவிடுவார்கள். வர்ணாசியின் பேச்சிலும் நடவடிக்கையிலும் கட்டுப்பாடான, அடக்கமான தன்மை வெளிப்பட்ட போதிலும் ஏனைய பெண்கள் மிகவும் இலகுவாக அவ்வாறான நிலைமைகளுக்கு ஆட்படுவதை சாஷா தனது அனுபவங்களின் மூலம் அறிந்திருந்தான். வர்ணாசியை ஏமாற்றும் தேவை தனக்கு இல்லாவிட்டாலும்கூட, அவளைக் கைவிடவும் தயக்கமாக இருந்ததனால் நிறைவேற்ற முடியாத வாக்குறுதிகளை வழங்காமலேயே இந்தத் தொடர்பை தொடர்ந்தும் பேணிச் செல்ல எந்தத் தடையும் இருக்காது என்பதை சாஷா உணர்ந்தான்.

அன்றைக்குப் பிறகு, சாஷாவுக்கு எவ்வளவுதான் வேலைகள் இருந்தபோதிலும், வர்ணாசிக்குத் தொலைபேசி அழைப்பை எடுப்பதன் மூலமும் அவளது கைப்பேசிக்குக் குறுந்தகவல்கள் அனுப்புவதன் மூலமும் அவன் சந்தோஷமாக இருந்தான். வகுப்புக்குப் போவதாகத் தபாலதிபரிடம் கூறிவிட்டு சாஷா வுடன் திரைப்படம் பார்க்கவும் மேடை நாடகங்கள் பார்க்கவும் சென்ற சந்தர்ப்பங்கள் இரண்டு, மூன்று உருவாகின. இரவில் நேரம் கடந்து வீட்டுக்குப் போனதும் அம்மம்மா வாசலிலேயே காத்துக் கொண்டிருந்து 'ஏன் பிள்ளை இத்தனை தாமதம்?' என்று கேட்டதும் அம்மம்மாவின் முகத்தை ஏறிட்டுப்பார்க்காமல், அமெரிக்காவில் சந்தித்த ஒரு கூட்டாளியைக் கண்டு கதைத்துக் கொண்டிருந்ததாகக் கூறியவாறே வீட்டுக்குள் நுழைந்தாள்.

சாஷா தங்கியிருந்த வீட்டின் கீழ்த்தளத்துக்குத் தேர்தல் வேலைகளுக்காகப் பலரும் வந்து போனார்கள். மேல்மாடியில் அறை ஜனாதிபதி வேட்பாளர் சந்திமவின் ஓய்வறையாகப் பயன்படுத்தப்பட்டு வந்தது. சாஷா வேண்டுமென்றே மேல் மாடிக்கு வருவர்களை வராதிருக்கச் செய்ய வீட்டினுள்ளிருந்து மேல்மாடிக்குள் நுழையும் வாசலைத் தாழிட்டு வைத்திருந்தான். அந்தப் படிக்கட்டு முழுவதும் போஸ்டர் கட்டுகளை அடுக்கி வைத்தான். வெளியே முற்றத்திலிருந்து மேல்மாடிக்குச் செல்லும் படிக்கட்டுக்கு வாகனத் தரிப்பிடத்திலிருந்தே வர முடியும் என்பதால் கீழ்த்தளத்தில் காத்திருப்பவர்களுக்குத் தெரியாமலேயே இரகசியமாக மேல்மாடிக்குப்போய் வர அவனால் இயலுமாக இருந்தது.

அவனது எவ்வித வற்புறுத்தல்களும் இல்லாமல்தான் ஒருநாள் வர்ணாசி சாஷாவின் அறைக்குப் போனாள். சாஷா வுக்குக் காய்ச்சல் பீடித்திருந்தது. சீக்கிரம் திரும்பிப் போய் விட வேண்டும் என்ற எண்ணத்தோடுதான் வர்ணாசி நோயாளியைப் பார்த்துப் போக வந்திருந்தாள். என்றாலும், மேல்மாடியைச் சுத்தமாகக் கூட்டிப் பெருக்கியதிலும், நோயாளியின் துணி களைத் துவைத்துக் கொடுத்ததிலும், இஞ்சி கொத்தமல்லியை அவித்து அவனுக்குப் பருகக் கொடுத்ததிலும் இரண்டு, மூன்று மணிநேரம் கழிந்திருந்தது.

“நல்லாப் போர்த்திக்கிட்டு இந்தக் கொத்தமல்லி ஆவி பிடிங்க” என்றவாறே சூடான கொத்தமல்லிப் பானையை அறைக்கு எடுத்துக்கொண்டு வந்து, ஓரமாகப் போடப்பட் டிருந்த தேர்தல் போஸ்டர்கள் இரண்டிற்கு மேலே வைத்து விட்டுச் சிறு குழந்தையைப்போல சாஷாவைத் தூக்கி எழும்பச் செய்தாள். அந்தத் தடவை ஊருக்குப்போன அவளுக்கு உடனே திரும்பி வர வேண்டும்போல இருந்தது.

“என்னோட கூட்டாளிக்கு உடம்பு சரியில்ல. கூட இருந்து பார்த்துக்க யாருமேயில்ல.”

“யாரு பிள்ள அது?” என்று அம்மம்மா கேட்டார்.

“அந்த அமெரிக்கக் கூட்டாளி. இங்க பார்த்துக்க யாருமில்ல. பாவம்.”

“என்ன வருத்தம்?”

“தடிமன். காய்ச்சல். பச்சைத்தண்ணில குளிக்கிறதால வந்திருக்கும்.”

“நியூமோனியாவுக்கு மாறும். அந்தப் பிள்ளைக்கு இங்க வரச் சொல்லு. எதிரியாகவே இருந்தாலும் நோயாளி ஆகிட்டா மருந்தும் ஒரு வாய் கஞ்சியும் கொடுக்குற பழக்கம் நம்மகிட்ட இருக்கிறப்ப கூட்டாளின்னா கூடவே இருந்து பார்த்துக்கணும்.”

“அதான். நான் போய் ஒரு தடவை பார்த்துட்டு வரட்டுமா? டெலிஃபோன்ல விசாரிக்குறது மாத்திரம் போதாது.”

“அப்படீன்னா கொஞ்சம் இரு. நான் ஆடாதோடாவும் இன்னும் அஞ்சு மூலிகைகளையும் காய வச்சு நேத்துத்தான் எடுத்து வச்சேன். அதையும் எடுத்துட்டுப் போ. அந்தப் பிள்ளைக்கு தேங்காயைச் சுட்டு எடுத்துச் செஞ்ச கறுப்புச் சம்பலும் கொண்டுபோய்க் கொடு. என்னதான் இங்கிலிஷ் மாத்திரை களை விழுங்கினாலும், இப்படி நாட்டு மருந்துகளையும் குடிச்சாத்தான் சீக்கிரமா முழுசாக் குணமாகிடலாம்.”

தேவையான அனைத்தையும் அம்மம்மா தயாரித்துத் தரும் வரைக்கும் வர்ணாசி அலுமாரியில் அடுக்கிவைக்கப்பட்டிருந்த பூத்தையல் இட்ட தலையணை உறைகள் இரண்டையும், அவற்றுக்குப் பொருத்தமானப் படுக்கை விரிப்பொன்றையும் எடுத்துத் தனது பையில் வைத்துக்கொண்டாள். அவள் நுகேகொடைக்குப் போகும்வரைக்கும் சாஷா அவள் வருவதை அறிந்திருக்கவில்லை. ரயில்நிலைய வீதியிலிருந்த சலவைக் கடைக்கு வெளியே இளஞ்சிவப்பு நிறத்தினாலான ஒரு தொகைப் படுக்கை விரிப்புகளைக் காயப்போட்டிருந்தார்கள். அது காதலனுக்கு உணவு எடுத்துக்கொண்டு மிக வேகமாக நடந்து போகும் திரைப்படக் காட்சியொன்றென அவளுக்குத் தோன்றியது. சாஷா வசித்துவரும் வீட்டுக்கு முதன்முதலில் அவனுடன் காரில்தான் போனாள். அன்று இந்தத் தார் வீதிக்கும் ரயில் பாதைக்கும் இடையிலிருந்த இடத்தில் இளம் பச்சை நிறத் துணிகளைக் காயப் போட்டிருந்தார்கள்.

"இந்த இடத்தைக் கடக்குறப்பல்லாம் எனக்கு இந்தத் துணிக் கொடியை திரைப்படமெடுக்கப் பயன்படுத்தலாம்னு தோணும்."

வர்ணாசி ஏதாவது கேட்பாள் என்று அவன் எதிர்பார்ப்பது விளங்கியது. அவளுக்குத்தான் இவ்வாறான விடயங்கள் புரிவது சாத்தியமேயில்லையே; என்றாலும் அம்மாவும் இப்படியான கருத்தை முன்பே கூறியிருக்கிறாள் அல்லவா என்றும் தோன்றியது. திரைப்படத்திலுள்ள பிரதான கதாபாத்திரத்தின் உணர்வுகள் மாறுபடும்போது கொடியிலிடப்பட்டிருக்கும் துணிகளின் நிறமும் மாறுபடும் என்று அம்மா கூறியிருந்தாள். வர்ணாசி அவனிடம் அம்மா குறித்த விபரங்களையோ, குடும்ப விபரங்களையோ கூற முயலாவிட்டாலும்கூட எப்போதாவது அம்மாவும் சாஷாவும் சந்திக்க நேரும்போது இருவருமே பேசும் விதம், சிந்தனைகள் ஆகியவற்றில் ஒற்றுமைகள் இருப்பதைக் கண்டு வியந்துபோவார்கள் என்று கருதினாள். மாமியாரும் மருமகனும் நன்றாகப் பொருந்திப்போவார்கள் என்ற எதிர்பார்ப்பும் அவளுக்குள் இருந்தது. அந்த எதிர்பாராத சந்தோஷத்தை சாஷாவுக்கு வழங்கும்வரைக்கும் தனது குடும்பத்தைப் பற்றிய விபரங்களைக் கூறத் தேவையில்லை என்று வர்ணாசி பாக்யாவிற்கும் ஒரு மின்னஞ்சலை அனுப்பி வைத்திருந்தாள். 'அந்தத் துணிக் கொடிக்கு உயிர் கொடுக்க அம்மாவும் தீர்மானித்து ரொம்பக் காலமாகிறது' என்று கூறாமல் வர்ணாசி விழிகளால் புன்னகைத்தவாறு சாஷாவின் தொடையின் மீது கையை வைத்துக்கொண்டாள்.

சுநேத்ரா ராஜகருணாநாயக

“படத்துல இந்தத் துணிக்கொடியை எப்படிப் பயன்படுத்தலாம்னு சொல்லட்டுமா?” என்று அவளது அந்த மௌனத்தை ரசித்தவாறு, அவள் கேட்காத கேள்வியை அவனே கேட்டான். தான் கேள்வியொன்று கேட்டால் அதை மீண்டும் மீண்டும் கேள்விக்குட்படுத்தி அதன் ஆழமான அர்த்தத்தை விவரிக்க முனையும் அகங்காரப் பெண்களோடுதான் அதுவரையிலான தனது வாழ்நாள் முழுவதும் சாஷா பழகி யிருந்தான். வர்ணாசி அதற்கு எதிர்ப்புறத்தில் இருந்தாள். அப்படிப்பட்ட ஒரு பெண்ணின் முன்புதான் ஆணொருவன் மகாராஜாவைப்போல அதிகாரம் படைத்தவனாகத் தன்னை உணர்வான் அல்லவா? வர்ணாசி அந்தக் கேள்விக்கும் தலையை மெதுவாக அசைத்து “ம்ம்” என்று பதிலளித்தாள்.

“படத்துல நான் துணிக் கொடியையும் ரயிலையும் பயன் படுத்துவேன். ரயில்ல வேலைக்குப் போய்ட்டு வர்ற ஒருத்தன் இந்த இடத்துல சிறிய பலகை வீட்டில வசிக்குற ஒரு பொண்ணு தெனமும் ஓரோர் வேலைகளைச் செய்துகொண்டிருக்குறதைக் காணுறான். இந்தத் துணிக் கொடிகளைத் தாண்டிக் கொஞ்சம் முன்னால நடந்துபோனா ஒரு கிணறு இருக்கு, கண்டிருக்கியா? முன்னாடி இந்தத் துணிக் கொடி இருக்குற இடத்துலயும் ஒரு கிணறு இருந்தது. அது இப்பவும் இருக்கோ தெரியாது. அந்தப் பொண்ணு குளிப்பது, துணி துவைப்பது எல்லாத்தையும் அவன் தெனமும் காணுவான். அதனால அந்தப் பொண்ணை ஏதோ தனக்கு நெருக்கமானவளாவே அவன் உணர்றான். ஒவ்வொரு நாளும் ஒருத்தரையொருத்தர் கண்டு கண்டே ரெண்டு பேரும் புன்னகைக்குற அளவுக்கு நெருங்கிட்டாங்க. ஒருநாள் சிக்னல் கிடைக்காம ரயில் இந்த இடத்துல நின்னதும் அவன் இறங்குறான். அவளோட வீட்டுக்கு முன்னால சின்னதா ஒரு பெட்டிக் கடையும் இருக்கு. அவன் சிகரெட் புகைக்கமாட்டான் என்பதால அந்தக் கடையில பனடோல் மாத்திரை வாங்குறான். அந்தப் பொண்ணோட கதைக்கலாம்னு பார்த்தா அது முடியாமப் போகுது. ரவுடிபோல ஒருத்தன் அவளோட வீட்டுக்குள்ள இருந்து வெளியே வாறான்.”

தெருவில் வாகன நெருக்கடி காரணமாக வரிசையில் காத்திருந்த சமயத்திலேயே சாஷா அந்தக் கதையைக் கூறினான். தொடர்ந்து கார் முன்னால் நகர்ந்தது. கதை நின்று போனது.

“அதுக்கப்புறம் என்ன நடந்துச்சு?” என்று வர்ணாசி சிறு பிள்ளைபோலக் கேட்டாள்.

“தெரியல. இப்போதைக்கு அவ்வளவுதான்.”

"அடுத்தக் காட்சில அந்த ரெண்டு பேரையும் கதைக்க விடுங்க."

"அப்ப அது வழக்கமான காதல் கதைபோல ஆகிடும்."

"அதுக்குப் பரவாயில்ல. காதல் கதைகளைத்தான் எல்லாரும் விரும்புவாங்க. இந்தப் பகுதியில முன்னாடில்லாம் நிறைய சின்னச் சின்ன பலகை வீடுகள் இருந்துச்சு. இப்ப ஒண்ணு, ரெண்டுதான் இருக்கு. இங்க வசிக்கிறவங்க வீடுகளையும் மாத்திக்கிட்டுத் தங்களோட வாழ்க்கைகளையும் மாத்தி யிருப்பாங்க. அந்த ரயில்ல போன ஆளும் உங்களை மாதிரி இப்ப காரெல்லாம் சொந்தமா வச்சிருக்கலாம்."

"அவனைத் தொழிலாளர் சங்கம் ஒண்ணோட தலைவரா ஆக்கி, வேலையை இழக்க வச்சு, இதே தெருவுல கருவாட்டுக் கடை வைக்கிற நிலைமைக்குக் கொண்டு வரணும். பிறகு அவன் வேறு வேறு பிஸ்னஸ்களெல்லாம் செஞ்சு முன்னேறி கார் வாங்குவான். எனக்கு இந்தத் துணிக் கொடியையும் ரயிலை யும் இங்கிருக்குற சைக்கிள்களையும் ஆட்டோக்களையும் படம் முழுக்கக் கொண்டு வந்து அதுங்களையும் முக்கியமான கதாபாத்திரங்களா ஆக்குற விதமா, வித்தியாசமான சினிமாவை எடுக்க விரும்புறேன்."

சாஷாவைப் பற்றி அம்மாவிடம் கூறும் நாளில் அந்தக் கதையை அம்மாவிடம் கூறி அதை அவள் சம்பூரணமாக்கும் விதத்தைப் பார்க்க வேண்டும் என்று வர்ணாசி தீர்மானித்துக் கொண்டாள்.

"ஏன் நீ ஒரு மாதிரியா சிரிக்குறே?"

"உங்களோட இந்தக் கதையைக் கேட்டா எங்க வீட்டுல எல்லாரும் விரும்புவாங்க. எங்க வீடும் இப்படித்தான். சில நேரங்கள்ல நிறையக் கதைகளை சொல்லிட்டேயிருப்பாங்க. அம்மம்மா ஊர்க் கதைகள், பௌத்த போதனைக் கதைகளைச் சொல்லிட்டிருப்பார். அம்மா அந்தக் கதைகளைத் தனக்குத் தோணுற விதத்துல மாற்றி மாற்றிச் சொல்லி அம்மம்மாகிட்ட திட்டு வாங்கிட்டேயிருப்பார்."

சாஷா தான் தங்கியிருந்த வீட்டின் வாகன நிறுத்து மிடத்தில் வாகனத்தை நிறுத்திவிட்டு வர்ணாசிக்கு ஓசை யெழுப்பாமல் மேலே போகுமாறு சைகை செய்ததோடு அன்று அந்த உரையாடல் நடுவே நின்றுபோனது. அதனால்தான் நோயாளியைப் பார்க்கப் போகும் இந்தப் பயணத்தின் போதும் இளஞ்சிவப்புநிற ஈரத்துணிகள் கொடிகளில் காற்றுக்கு அசைவது காதலின் பின்னணிக் காட்சிபோல அவளுக்குத் தோன்றியது.

சுநேத்ரா ராஜகருணாநாயக

“நான் நோயாளியைப் பார்க்க வந்துட்டிருக்கேன். தெரு ரோஜா நிறத்துல இருக்கு” என்று வர்ணாசி சாஷாவின் கைப் பேசிக்கு அப்போதுதான் அழைப்பெடுத்துச் சொன்னாள்.

“வேணாம், இப்போ குணமாகிடுச்சு. நாளைக்குக் கண்டிக்குப் போக இருக்கேன்.”

“இப்ப பக்கத்துல வந்துட்டேனே.”

“எங்க?”

“ரெயில்வே அவென்யூ பக்கத்துல.”

“கிறுக்கி.”

தான் சிரமப்படுவதைத் தாங்கிக்கொள்ள முடியாமல்தான் சாஷா அவ்வாறு கூறினான் என்று வர்ணாசி கருதினாள். அன்று முழுதும் அவன் அவளோடு அவ்வளவாகக் கதைக்காமல் ஒருவித அசௌகரியத்தோடுதான் இருந்தான்.

“இனிமேல இப்படி சொல்லாம வராதே. இது ஒவ்வொரு மாதிரியான ஆட்களும் வந்து போற இடம். உனக்குப் புரியாது. தேர்தல்ங்குறது சாதுக்கள்கூட சண்டியர்களா ஆகுற ஒரு சந்தர்ப்பம்.”

“சரி. நான் இப்ப வர்றப்ப சாதுக்களோ, சண்டியர்களோ சண்டிய சாதுக்களோ யாருமே இருக்கலையே?”

“இல்லாம என்ன? பௌத்த பிக்குகள் ரெண்டு மூணு பேர் இப்பவும் கீழ இருப்பாங்க. என்னோட சொந்தக்காரப் பொண்ணொருத்தி வர்றான்னு சொல்லி அவங்களை இப்பதான் நான் கீழ அனுப்பி வச்சேன்.”

“சரி. நான் சீக்கிரமா போயிடுறேன். இனிமேல சொல்லாம வரமாட்டேன். சரியா?” என்ற வர்ணாசி நோயாளியின் நெற்றியில் முத்தமிட்டாள்.

“ஐயோ நெருப்புமாதிரி கொதிக்குது. இப்படியே கண்டிக்குப் போனா நல்லாத்தான் இருக்கும்.”

“சரி சரி. நான் ரெஸ்ட் எடுக்குறேன். நீ போ.”

“கொத்தமல்லி ஆவி பிடிக்க வச்சு, கஞ்சி கொஞ்சமும் குடிக்க வைக்காம போகமாட்டேன். நான் வீட்டுல இருந்து செஞ்சு எடுத்துக்கிட்டு வந்திருக்கேன். குடிச்சுப்பாருங்களேன். எங்க வீட்டுல இஞ்சி, வெள்ளைப் பூண்டு, வறுத்த கொத்த மல்லி, சொட்டுப்போல பெருங்காயமெல்லாம் போட்டுத்தான் கஞ்சி காய்ப்போம்.”

“மேடம் இன்னும் கொஞ்ச நேரத்துல எனக்கு மீட்டிங் இருக்கு.”

வர்ணாசி காதில் விழாதவள்போல அனைத்துப் பணிவிடைகளையும் செய்தாள்.

“தேர்தல் முடிஞ்சதும் நீங்க என்னோட வீட்டுக்கு வாங்க” என்றவாறே அவள் போக முற்பட்டாள்.

“வந்த பிறகு நீ வருத்தப்படுவாய்” என்று சாஷா யோசனையோடு கூறினான். இந்தப் பெண்ணை, தன்னைவிட்டுப் போக இடமளித்துவிட்டு இப்படியே பார்த்துக்கொண்டிருப்பதா என்ற கேள்வியை மிகவும் ஆழமாக உள்ளுக்குள் உணரத் தொடங்கியிருந்தான் அவன்.

“இவ்வளவு காலமும் வெள்ளைக்காரிகளை, பிலிப்பைன் பொண்ணுங்களை, தாய்லாந்து வேசைகளை, சீனப் பொம்மைகளை, இந்திய அல்வாக்களைச் சுவைச்சது போதாதா? இனியாவது இந்தப் பொண்ணைக் கல்யாணம் பண்ணிக்கிட்டு உருப்படுற வழியைப்பாரு. குடும்பத்துல ஒரே வாரிசுன்னா, அம்மாவும் வெளிநாட்டுலன்னா, நிறைய சொத்துகளும் இவள் பேருல இருக்குமே” என்று சந்திம கிரிகும்புரவும் ஆலோசனை வழங்கினார்.

“டேய்... நீ மீட்டிங்ஸ்ல சீதனத்தைத் தடை செய்யணும்னு எல்லாம் பேசுறாய்... எனக்குச் சீதனம் வாங்கச் சொல்லி உபதேசம் பண்ணுறாய்.”

“இதெல்லாம் அவங்க சந்தோஷமாக்கொடுப்பதுதானே. ஒற்றை மகளுக்குப் பெத்தவங்களோட சொத்துக்கள் உரித்தாகாம அவையெல்லாம் அரசுடைமையாகவா விட முடியும்? இந்திரா காந்திக்குக்கூட அதைச் சரியா செஞ்சுக்க முடியல.”

“எனக்குத் தெரியலடா. ரொம்ப அடக்கமான, அப்பாவியான நல்ல பொண்ணு.”

“அதனாலதான் சொல்றேன். இப்படியொரு பொண்ணு கிடைப்பது கஷ்டம் பையா.”

தனது விதியில் தீர்மானிக்கப்பட்டிருக்கும் கணவன் அவன்தான் என்ற நம்பிக்கையில் வர்ணாசி நிறையக் கனவுகளைக் கட்டியெழுப்பிக்கொண்டிருந்தாள். ஒரு காதலிக்குக் கொடுப்பதுபோல முத்தங்களை அவன் அவளுக்கு வாரி வழங்கினான். மனைவியிடம் கூறுவதைப்போல உரிமையோடு

அன்றாடப் பிரச்சினைகளை அவ்வப்போது அவளிடம் கூறினான். சிறு குழந்தையைக் கொஞ்சுவதுபோல அவளைச் செல்லம் கொஞ்சினான். அவளது நீண்ட கூந்தலைப் பின்னி அழகு பார்த்தான்.

“என்னோட வாழ்க்கையிலேயே முதல்தடவையாக ஒரு கன்னியுடைய உடம்பைப் பார்க்கப்போறேன். அதனால உன்னைக் கல்யாணம் முடிக்கிறவரைக்கும் இப்படியே இருக்க விடுறேன்” என்று சாஷா கூறிய நாளில், அதை அம்மம்மா விடம் கூற முடிந்தால் எவ்வளவு நன்றாக இருக்கும் என்று வர்ணாசிக்குத் தோன்றியது.

தேர்தல் நெருங்க நெருங்க சாஷாவுக்கு வேலை அதிக மாகியது. இருந்தாலும் அவன் எங்கிருந்தாலும் இருவரும் ஒவ்வொரு நாளும் கதைத்துக்கொண்டார்கள். அழகான குறுந்தகவல்களைப் பகிர்ந்துகொண்டார்கள். வர்ணாசி அம்மம்மாவிடம் கேட்டுக் கேட்டு, மேசை விரிப்பின் விளிம்பில் பிடித்துத் தைக்கவென மிகவும் சிரமமான ரேந்தை அலங்காரங்களைப் பின்னினாள். சூரிய ஒளியில் குளித்த ரோஜாப் பூக்களை ஓவியமாக வரைந்தாள். புற்களுக்கும், புதர்களுக்கும் இடையில் மறைந்திருந்த, ஓடைக் கரைகளில் அசைந்த காட்டுப்பூக்களைத்தூரிகைகளால் சிறைப்படுத்தினாள். அந்த ஓவியங்களை எடுத்துக்கொண்டுபோய் சாஷாவின் அறையை அலங்கரித்தாள்.

“நாட்டுல எவ்வளவோ பிரச்சினைகள் நடந்துட்டிருக்கு. குண்டுகள் வெடிச்சிட்டிருக்கு. உனக்கு அது எதுவுமே கண்ணுலபடாதா? பூக்கள் மட்டுமா தெரியுது?” என்று ஓவிய ஆசிரியர்கள் கேட்டார்கள். மற்றவர்கள் இராணுவத்தினரின் பூட் சப்பாத்துக்களை வரிசை வரிசையாக வரைந்து நிரப்பி அதிக புள்ளிகளைப் பெறும்போது அவள் பனித்துளிகள் படிந்திருக்கும் பூக்களால் ஓவியங்களைப் பூரணப்படுத்திக்கொண்டிருந்தாள்.

“அவங்க என்ன சொன்னாலும் உனக்குப் பிடிச்சதை மட்டும்வரை” என்றுதான் சாஷாவும் கூறியிருந்தான்.

வர்ணாசிக்குச் செய்வதற்கு நிறைய வேலைகள் இருந்தன. இயற்கை வர்ணங்களைத் தயாரிப்பதை மிகவும் மகிழ்ச்சிகர மான பரிசோதனை முயற்சியாக உணர்ந்தாள். சாஷாவுக்கென சாரமொன்றையும் தான் தயாரித்த இயற்கை வர்ணங்களைக் கொண்டு அலங்கரித்தாள். எவரும் சாரத்தின் விளிம்பில் செய்யாத ஒன்றைச் செய்யத் தோன்றியதால், அதன் விளிம்பில் சங்கிலித் தையலால் கார்களின் வரிசையொன்றைத் தைத்தாள்.

“கிறுக்குச் சிறுக்கி... எதுக்கு இவ்வளவு சிரமப்பட்டாய்?” என்று மகிழ்ச்சியுடன் கூறிய சாஷா அவளைத் தூக்கி ஒரு சுற்று சுற்றினான்.

ஜனாதிபதித் தேர்தலில், சந்திமவுக்கு வாக்களிக்க அம்மம்மாவைச் சம்மதிக்க வைக்க அவளால் முடியுமாக இருந்தது. என்றாலும் சந்திம தேர்தலில் வெற்றி பெறவில்லை.

“அதுக்குப் பரவாயில்ல. நான் உன்னைவிட்டு எங்கேயும் போகமாட்டேன். எனக்கு நல்ல ஒரு வாய்ப்பு வந்திருக்கு. நான் அதைப் பயன்படுத்திக்கப் போறேன்” என்று சாஷா அவளைத் தொலைபேசியில் அழைத்துச் சொன்னான்.

தேர்தல் முடிந்து இரண்டு நாட்களுக்குப் பிறகு சாஷா வர்ணாசியைத் தொலைபேசியில் அழைத்துக் காலிக்குப்போய் இரண்டு நாட்கள் ஒன்றாகத் தங்கிவிட்டு வரலாம் என்று கூறினான்.

“அது வேணாம். நான் நம்ம விஷயத்தை முதல்ல அம்மம்மாகிட்டயும் அம்மாகிட்டயும் சொல்லணும். அம்மா அடுத்த கிழமை வாறார். அஞ்சு நாள்தான் லீவ் இருக்காம். அந்த சமயத்துல நீங்களும் என்னோட வீட்டுக்கு வாங்க. அந்த அஞ்சு நாளும் நீங்களும் எங்க வீட்டுலயே தங்கிக்கலாம்.”

“இப்ப என்னோட வீடு பாழடைஞ்சதுபோல இருக்கு. நான் மட்டும்தான் இருக்கேன். அப்படீன்னா நீ இங்க வா. அம்மா வரும்போது நாங்க ரெண்டு பேரும் எயார்போட்டுக்குப்போய் அவங்களைக் கூட்டிட்டு வரலாம்” என்று சாஷா கூறினான்.

வர்ணாசியின் சிறுபிராயம் முதல் எடுக்கப்பட்டிருந்த புகைப்பட ஆல்பங்கள் இரண்டையும் எடுத்துக்கொண்டு அவள் நுகேகொடைக்குப்போனாள். அந்த அனைத்துப் புகைப்படங்களுக்கும் உரிய கதைகளையும், அப் புகைப்படங் களில் இருப்பவர்கள் பற்றியும் எடுத்துக்கூற அவள் விரும்பினாள். ஓய்வாக முழுநாளும் அவனுடன் கூடவே இருந்து தனது வாழ்க்கையின் ஒவ்வொரு புன்னகையையும், ஒவ்வொரு கண்ணீர்த் துளியையும் பற்றி எடுத்துக்கூற அவள் தேர்தல் முடியும்வரை காத்திருந்தாள். அவனின் சிறுபிராயம் பற்றிய அனைத்தையும் அறிந்துகொள்ளவும் அவள் விரும்பினாள். தான் பிறக்கும்போதே அம்மா இறந்துவிட்டதாகவும், குழந்தையாக இருந்தபோதிருந்து மாமாவிடமே வளர்ந்ததாகவும் அவன் முன்பே கூறியிருந்தான். அவனது அப்பா வேறொரு திருமணம் முடித்ததனால், அவனைத் திரும்பிக்கூடப் பார்த்ததில்லை.

மாமா கண்டிப்பானவர் என்பதால் அவன் நன்றாகப் படிக்க வேண்டியிருந்தது. ஆனால் அவன் பல்கலைக்கழகத்தில் பிரவேசித்ததற்குப் பிறகு மாமா அவனைக் கைவிட்டுவிட்டாராம்.

“மாமாவுக்குப் பிள்ளைகள் இருக்கல. பிறகு அவருக்குப் புத்தி பேதலிச்சு அத்தையை எப்பவும் சந்தேகப்படத் தொடங்கிட்டார். தெருவுல போற யாராவது அத்தையைப் பார்த்தால்கூட அத்தையைத்தான் திட்டிட்டே இருப்பார். நான் கெம்பஸுக்குப் போன காலத்துலயே கையில அகப்படுற எந்த வேலையையும் செய்யத்தொடங்கிட்டேன். சின்ன வயசுல ரொம்பக் கஷ்டப்பட்டிருக்கேன். அதையெல்லாம் பிறகொரு நாள் சொல்றேன். அந்தக் கேலைச் சந்திச்சதுகூட அவள் ஶ்ரீலங்காவுக்கு ஒரு ரிஸர்ச்சுக்காக வந்திருப்பதான்.”

சாஷாவின் தனிப்பட்ட தகவல்களைப் பகிர்ந்து கொள்ளவோ, அதற்கும் மேலதிகமாக எதுவும் தெரிந்து கொள்ளவோ அதுவரைக்கும் நேரம் கிடைத்திருக்கவில்லை. வர்ணாசியின் மனதில் பல கேள்விகள் இருந்தன.

‘உங்க சின்ன வயசு ஞாபகங்கள் என்ன?’

‘சின்ன வயசுல எதை சாப்பிடணும்னு ஆசைப்பட்டிருக்கீங்க?’

‘அந்தக் காலத்துல போன பயணங்கள் பற்றிச் சொல்லுங்க.’

‘முதன்முதலா பொண்ணுங்க மேல ஈர்ப்பு வந்தது எப்போது? யாரந்தப் பொண்ணு?’

‘ஓரோர் காலத்துலயும் உங்களோட நல்ல நண்பர்களா இருந்தவங்க யார் யார்?’

‘உங்க மாமா, அத்தை எப்படியிருப்பாங்க?’

‘எனக்கு உங்க அம்மாவோட போட்டோ ஒண்ணைக் காட்டுவீங்களா?’

இவ்வாறான நூற்றுக்கணக்கான கேள்விகள் அவளுக்குள் இருந்தன.

‘எனக்கு உங்களை நல்லாத் தெரியும்ங்குற உணர்வை நான் அடையணும்ங்குறதுக்காகத்தான் இதையெல்லாம் தெரிஞ்சுக்க விரும்புறேன். எனக்கு என்னோட அம்மாவையும் அப்பாவையும் கூட இன்னும் சரியாத் தெரியல என்பதுபோலத்தான் இப்பவும் உணர்றேன். அம்மம்மாவைப் பற்றி எனக்குத் தெரியும்னாலும், அவரைப்பற்றி எனக்குத்

தெரியாதவையும் இருக்கலாம். என்னோட ஆழ்மனசுல இருக்குற விஷயங்கள்ல இருந்து நான் லேசா உணர்ற விஷயங்கள்வரை எல்லாத்தையும் உங்கக்கிட்ட சொல்ல விரும்புறேன். நாங்க ரெண்டு பேரும் சாகும்வரைக்கும் ரெண்டு பேரா அல்லாம, ஒருத்தராத்தான் இருக்கணும்."

வர்ணாசி அந்தக் கேள்விகளை முன்வைக்க முன்பு, தான் கூற வேண்டிய வசனங்களையும் நாடகமொன்றுக்குப்போல ஒத்திகை பார்த்துக்கொண்டாள்.

"என்னதிது? ஆல்பமெல்லாம் எடுத்துட்டுப்போறாய்?" என்று நுகேகொடைக்குப் போகத் தயாராகும்போது அம்மம்மா கேட்டார்.

"அந்த அமெரிக்காவிலிருந்து வந்திருக்குறக் கூட்டாளிக்குக் காட்டணும். இன்னிக்கு அங்கேயும் போயிட்டு வரணும்."

"இன்னிக்குத்தான் வகுப்பு இல்லையே."

"இல்ல ... மிஸ்ஸை சந்திக்கணும். அவ ஒரு கண்காட்சிக்குத் தயாராகிட்டிருக்கா" என்று வர்ணாசி பட்டும்படாமல் பொய் சொல்லவும் வேண்டியிருந்தது. இருந்தாலும் தான் குற்றமிழைத்த உணர்வு அவளுக்குத் தோன்றவில்லை. அம்மம்மா இன்னும் ஏதாவது கேள்விகள் கேட்டிருந்தால் உண்மையைக் கூறிவிடவும் வாய்ப்பிருந்தது.

வர்ணாசி பெரியதொரு சோற்றுப்பார்சலையும் கட்டி எடுத்துக்கொண்டு போகும்போது சாஷா முந்தைய நாள் நன்றாக மதுவருந்திவிட்டு அந்த மயக்கத்தில் ஜன்னல்களைத் திறந்து போட்டபடியே தூங்கிக்கொண்டிருந்தான். அவள் ஓசையெழுப்பாமல் ஒரு ஜன்னல் வழியே உள்ளே நுழைந்து ஆல்பங்களையும் சோற்றுப்பார்சலையும் மேசை மீது வைத்தாள். அங்கிருந்த பொருட்களிலெல்லாம் விரலால் ஓவியம் வரையும் அளவுக்குத் தூசு படிந்திருந்தது. சமையலறையில் பாத்திரங்கள், விஸ்கிக் குவளைகள், காப்பி கோப்பைகள் போன்ற அனைத்தும் கழுவப்படாமல் நிறைந்திருந்தன. அவள் அவற்றைக் கழுவித் துடைத்து அடுக்கிவைத்துவிட்டு, தூசு தட்டி, வீட்டைப் பெருக்கும்போது சாஷா எழுந்து வந்தான்.

"ஏன் என்னை எழுப்பல?"

ஆடையெதுவும் அணியாமல் உறங்கப் பழகியிருந்த சாஷா நிர்வாணமாகத்தான் அவளருகே வந்தான். வர்ணாசி ஓடிப் போய்த் தலைவாசலையும் கீழ்த்தளத்திலிருந்து மேலே வரும் கதவையும் அடைத்தாள்.

“பயப்படாதே. யாரும் வரமாட்டாங்க.”

“இருந்தாலும் யாராவது வந்தாங்கன்னா எனக்குத்தான் அசிங்கம்.”

“நான் உன்னைக் கல்யர்ணம் பண்ணிக்கிட்டேன்னு சொல்வேன்.”

“போங்க. போய் குளிங்க. உடம்பில் விஸ்கி நாற்றம்.”

“உத்தரவு மகாராணி. ஆனா குளிக்க முன்னாடி சூடா பால் தேத்தண்ணி வேணும். குளிச்சிட்டு வந்ததுமே ஐநூற்று ஐம்பத்தோரு முத்தங்களும் வேணும்.”

“முடியாது. ஐநூறு தருவேன். ஐம்பத்தொண்ணு நாளைக்கு.”

“அப்படீன்னா இன்னிக்கு ஐம்பத்தொண்ணு. நாளைக்கு ஐநூறு.”

“ஐயோ ஒரு பைத்தியக்காரன்கிட்ட மாட்டிட்டேனே” என்று கூறிச் சிரித்தவாறு வர்ணாசி தேநீர் தயாரிக்கப்போனாள். சாஷா துண்டைக்கட்டிக்கொண்டு கதிரையில் அமர்ந்து அங்கிருந்த பத்திரிகையை மேலோட்டமாக வாசித்தான்.

சாஷா தேநீர் அருந்தும்போது வர்ணாசி அவனது அறைக்குள் நுழைந்து படுக்கை விரிப்பை அகற்றிப் புதிய படுக்கை விரிப்பு, தலையணை உறை ஆகியவற்றை இடத் தொடங்கினாள். அவள் வராவிட்டால் அவை மாற்றப்படாமல் அப்படியே கிடந்திருக்கும்.

தொலைபேசி இணைப்பைத் துண்டித்துவிட்டுத்தான் அவன் உறங்கப் போயிருந்தான். அதை இணைக்காமலிருப்பதே நல்லது. தேர்தலில் தோற்றுப் போயிருந்த போதிலும் அழைப்புகள் வந்துகொண்டேயிருக்கும். சாஷாவிடமிருந்து எந்த ஓசையும் வராததால் அவள் வெளியே எட்டிப் பார்த்தாள். அவன் உணவு மேசையருகே நின்றுகொண்டு ஆல்பத்தைப் புரட்டிப் பார்த்துக்கொண்டிருந்தான்.

“அதை இப்பவே பார்க்கக்கூடாது. நீங்க குளிச்சிட்டு வந்ததும் கட்டில்ல இருந்து ஒண்ணாப்பார்க்கலாம்” என்று அவள் செல்லம் கொஞ்சும் தொனியில் கூறினாள்.

அது காதில் விழாததுபோல ஆல்பத்தையே பார்த்துக் கொண்டிருந்தானே ஒழிய அவன் அசையவே இல்லை. தேநீர்க் கோப்பையைக் கையில் வைத்திருந்தானே தவிர அதைக் குடிக்கவுமில்லை; மேசை மீது வைக்கவுமில்லை.

“போட்டோல நான் என்னைப் போல இல்லைதானே? அப்பல்லாம் குண்டா, சீஸ் உருண்டைபோல இருப்பேன்னுதான் அம்மம்மா சொல்வாங்க.”

அவன் எதுவும் பேசாமல் குளியலறைக்குப்போய்க் கதவைத் தாழிட்டுக்கொண்டான். ஏனைய நாட்களில் கதவைக்கூட மூட மாட்டான்.

‘என்னோட முதுகைத் தேய்ச்சு விடு. தலைக்கு ஷாம்பூ போட்டு விடு’ என்று கட்டளையிட்டவாறு இளஞ்சிவப்பு நிறப் பளிங்குத் தொட்டிக்குள் சாய்ந்திருப்பான்.

‘தண்ணியில நல்லா ஊறணும். கண்களை மூடிட்டே யிருக்கணும். காட்டுக்கு மத்தியில இயற்கையான குட்டை யொண்ணுக்குள்ள இருக்கிறதா நினைச்சுக்கணும். அப்படித்தான் நிஜமான குளியலோட திருப்தியை அனுபவிக்கணும்” என்று அவன் கூறுவான்.

இவ்வாறான அவனது பேச்சுகளிலுள்ள சுவாரஸ்யம்தான் கேலை ஈர்த்திருக்கவேண்டும். வர்ணாசி முதன்முறையாக சாஷாவைச் சந்தித்த வேளையில் கேலும் அங்கேதான் இருந்தாள். அன்று, ஒரு பையனைப்போல கூந்தலைக் குட்டை யாக வெட்டிய, முடி நரைத்த, நீலக் கண்களையுடைய, மூங்கில் போல ஒல்லியாகவும், பனைமரம் போல உயரமாகவும் உள் ஒடுங்கிய மார்புகளையும் தொப்பையையும் கொண்டிருந்த, பச்சை நிறப் பின்னணியில் சீன அலங்கார ஆடையொன்றை அணிந்திருந்த கேலை வர்ணாசிக்கு நன்றாக நினைவிருந்தது. அவ்வேளையில் அவர்கள் இருவரும் தம்பதிகளாக இருந்து, பிரிந்து நண்பர்களாக நீடித்துக்கொண்டிருப்பதைப் பற்றி சாஷா எதுவும் கூறியிருக்கவுமில்லை.

சாஷா தூக்கக் கலக்கத்தில் வழக்கத்திற்கு மாறாகக் கதவை மூடியிருப்பான் என்று நினைத்த வர்ணாசி வீடு முழுவதும் நிரம்பியிருந்த விஸ்கி போத்தல்களையும் சோடா போத்தல்களையும் சேகரித்து சமையலறையிலிருந்த வெற்று அலுமாரியில் அடுக்கிவைத்தாள். குப்பைகளைக்கொண்டு செல்லும் லாரி வரும் ஓசை கேட்டதும் குப்பைகள் நிரம்பியிருந்த கறுப்புநிறப் பையை எடுத்துக்கொண்டு கீழே இறங்கிச்சென்று வெளியே வைத்தாள். அந்த வீட்டில் முன்பு குடியிருந்தவர்கள் நட்டு வைத்திருந்த மல்லிகைக் கொடியில் பூக்கள் நிறைந்திருந்தன. அந்தூரியம் செடிகளிலும் ரோஜாச் செடிகளிலும் இருந்த பூக்கள் சூரியக் கதிர்களுடனும், அவளுடனும், மேல் மாடி யிலிருந்து துடைப்பக் கட்டையால் பறிக்க முடியுமான

உயரத்திலிருந்த பப்பாளி மரத்தில் அமர்ந்திருந்த தேன்சிட்டுகளுடனும் புன்னகைத்தன. சிறிய தோடம்பழங்கள் காய்க்கும் மரத்தில் பழங்கள் தெரிந்தன. தேர்தல் போஸ்டர்கள், வாக்குறுதி துண்டுப் பத்திரிகைகள், பதாகைகள், பெரிய புகைப்படங்கள், கோப்புகள், மதுபான போத்தல்கள், சிகரட் துண்டுகள் போன்றவை நிரம்பியிருந்த கீழ்த்தளமானது, திடீரென கைவிடப் பட்டுப் போன இராணுவ அலுவலகம்போல இருப்பதாகத் தோன்றச் செய்து அவளுக்குச் சிரிப்பை வரவழைத்தது. மேசை இழுப்பறையைத் திறந்து கத்தரிக்கோயைத் தேடியெடுத்த அவள் ரோஜாப்பூக்கள், அந்தூரியம் பூக்கள், ஃபர்ன்ஸ் இலைகள் ஆகியவற்றைக் கொஞ்சம் வெட்டியெடுத்தாள். பெரிய இலையொன்றைப் பறித்து, அதில் மல்லிகைப் பூக்களைக் கொய்து சேகரித்து எடுத்துக்கொண்டு கீழ்த்தளத்தின் கதவைத் தாழிட்டுவிட்டு மேலே வந்து, தான் கொண்டு வந்தவற்றை மேசையில் வைத்தாள்.

மல்லிகைப் பூக்களை ஒரு கண்ணாடித் தட்டிலிட்டுக் கட்டிலருகில் வைத்தாள். ரோஜாப்பூக்களோடு ஃபர்ன்ஸ் இலைகளைக் கலந்து அவற்றை இட்டு வைக்கப் பொருத்தமான ஒடுங்கிய பாத்திரமொன்றைச் சமையலறையில் கண்டு பிடித்தாள். மீண்டும் கீழே இறங்கிச் சென்று ஆற்றிலிருந்து கொண்டு வரப்பட்டு முற்றத்தின் ஓர் ஓரமாகப் பரத்தப்பட்டிருந்த கூழாங்கற்களில் சிறியவற்றையும் புற்கள், பாசியிலைகள் போன்றவற்றையும் எடுத்துக்கொண்டு மேலே வந்தாள். அந்தூரியம் பூக்களை ஒரு பெரிய கண்ணாடிக் குவளையிலிட்டு உணவறையிலிருந்த முக்காலியின் மீது வைத்தாள். அந்த ஒடுங்கிய பாத்திரத்தில் தண்ணீரூற்றிக் கற்களை இட்டுப் புற்களையும் பாசியிலைகளையும் அதனுள் இட்டு, ரோஜாப் பூக்கள் நேராக நிற்குமாறு நட்டு வைத்தாள். அவை சீராக இருக்கின்றனவா என்று அழகு பார்த்தாள். சில இலைகளைக் கத்தரிக்கோலால் கத்தரித்துச் சீராக்கினாள். வீட்டுக்குள் சந்தன எண்ணெய்யின் வாசனை வீசியதும் சாஷா குளித்து முடித்து வந்துவிட்டதை உணர்ந்தாள். அவன் எந்நாளும் குளித்து முடித்ததுமே இந்திய சந்தன எண்ணெய்யின் துளிகளைக் காதுகளின் பின்புறமாகத் தடவிக்கொள்வான். அது அவனுக்கே உரித்தான வாசனை. அந்த வாசனையில் ஏதோ பழக்கப்பட்ட அன்பு இருப்பதாக உணர்ந்தாள்.

“நல்லாருக்கா ?”

“அழகாயிருக்கு. இந்த மாதிரி கைவண்ணமெல்லாம் உன்னோடு கூடவே பொறந்திருக்கு.”

சாஷா வந்ததும் தன்னைக் கட்டியணைத்து முத்தம் கொடுப்பான் என்றுதான் வர்ணாசி எதிர்பார்த்திருந்தாள். ஆனால் அவனோ அவள் கொடுத்த இயற்கை வர்ணம் பூசப்பட்ட சாரத்தை அணிந்துகொண்டு வாசலை அடைத்தவாறு ஏதோ யோசனையோடு நின்றுகொண்டிருந்தான்.

"சந்திம தோற்றதற்காகக் கவலைப்படவேணாம். நீங்க உங்களால முடிஞ்ச எல்லாத்தையும் செஞ்சு கொடுத்திருக்கீங்க தானே."

சாஷா எதுவும் பேசாமல் பார்த்திருந்தான்.

"எனக்குப் புரியுது. இன்னிக்கு உங்களுக்கு எதுவும் பேசப் பிடிக்கல. வாங்க. நான் சோறு ஊட்டி விடுறேன். அதுக்குப் பிறகு இன்னும் கொஞ்சம் தூங்குங்க. நான் உங்க பக்கத்துலயே இருந்து உங்க கால்களை மடியில வச்சு அமுத்திவிடுறேன்."

சாஷா எதுவும் பேசாமல் வயிற்றைத் தடவி தனக்குப் பசிப்பதை உணர்த்திச் சோறுண்ண அமர்ந்தான். வர்ணாசி ரோஜாப் பூ பாத்திரத்தை மேசைமீது வைத்தாள். சோற்றுப் பார்சலை ஒரு தட்டின் மீது வைத்து மெதுவாகப் பிரித்து சாஷாவுக்கு ஊட்டிவிடத் தொடங்கினாள்.

"இந்த இடிச்சத் தேங்காய்ச் சம்பலைச் சமிலாக்கிட்ட சொல்லித்தான் செஞ்செடுத்தேன். இந்த நாட்கள்ல சமிலா யார் கூடவும் கதைக்குறதில்ல. அந்த மோட்டார் சைக்கிள்காரனோட விஷயம் தன்னோட வீட்டுக்குத் தெரிய வந்ததுல இருந்து வீட்ல எல்லார் மேலயும் கோபமா இருக்காளாம். என்னோட வீட்டுக்கு வந்து என்கிட்ட மட்டும்தான் பேசுவாள். அம்மம்மா மேல அவ்ளோ பயம். ஏறெடுத்தும் பார்க்கமாட்டாள். அம்மம்மா பாக்கியத்தையும் திட்டினான்னு அவகிட்ட சொன்னேன்."

சமிலா குறித்தும், பாக்கியம் குணசேனவைத் திருமணம் முடித்தது குறித்தும், தோட்டத்தில் பணிபுரியும் ஏனைய பெண்களைக் குறித்தும் என அனைத்தையும் வர்ணாசி அவ்வப்போது சாஷாவிடம் கூறியிருந்தாள்.

"அந்தச் சமிலாவை அறிமுகப்படுத்திக்க எனக்கு ஆசையா இருக்கு" என்று ஒருநாள் சாஷா கிண்டல் செய்திருக்கிறான். என்றாலும் இப்போது அவன் அவளது பேச்சு காதில் விழவே யில்லை என்பதுபோலத்தான் சோற்றைச் சாப்பிட்டுக்கொண் டிருந்தான். ஏனைய நாட்களில் அவன்தான் அதிகமாகப் பேசிக்கொண்டேயிருப்பான். முன்பெல்லாம் இவ்வாறு

உணவை ஊட்டிவிடும்போது வேண்டுமென்றே வலிக்காமல் அவளது விரலைக் கடிப்பான். அவள் பொய்யாக அலறும்போது 'அப்படீன்னா தண்டனைக் கொடு' என்று கூறி அவளது விரல்களுக்கு முத்தம் கொடுப்பான்.

"இந்தப் பலாப்பிஞ்சை நேற்று ராத்திரி முழுசும் தணல்ல வச்சிருந்ததால நல்லா எண்ணெய் ஊறியிருக்கு. தபாலதிபர் தாத்தாக்கும் இந்தக் கறியை ஒரு போத்தல்ல போட்டு எடுத்துட்டு வந்திருக்கேன். அந்திக்கு மறக்காம கொண்டுபோய்க் கொடுக்கணும்."

சாஷா ஆழமான சிந்தனையோடு தலையாட்டினான்.

"இப்ப அவர் தோற்றுப்போனது உங்களுக்குக் கவலையா இருக்குன்னா, திரும்பவும் கலிஃபோர்னியாவுக்குப் போங்க. ஆனா என்னைக் கைவிட்டுடாதீங்க. எத்தனை வருஷமானாலும் நீங்க வரும்வரைக்கும் காத்துட்டிருப்பேன். என்னோட கிராமத்து வீட்டுலயே நாம ரெண்டு பேரும் வசிக்கலாம். நமக்கு தொழிலொண்ணு இல்லன்னாலும் இருக்குறதத் தின்னு குடிச்சு வாழ்ந்துட்டுப் போயிடலாம்."

சாஷா கண்களை மூடிக்கொண்டு சோறு சாப்பிட்டான். தனது பேச்சு அவனுக்குத் தொந்தரவாக இருக்கிறதோ என்று நினைத்த வர்ணாசி பேச்சை நிறுத்திக்கொண்டாள். அவன் சாப்பிட்டு முடித்ததும், தண்ணீர்க் குவளையை அவனது கையில் கொடுத்துவிட்டுச் சமையலறைக்குச் சென்றாள்.

"இது ஊர்ல மரத்துலயே பழுத்த வாழைப்பழம். குருவிகள் கொத்தும்வரைக்கும் அம்மம்மாவுக்கே தெரியாது. வீட்டுல ஆம்பளையொருத்தர் இல்லன்னா வாழைக்குலைய வெட்டக் கூட குணசேனவோ வேறு யாராவதோ வரும் வரைக்கும் காத்திருக்க வேண்டியிருக்குன்னு அம்மம்மா சொல்வார். அம்மா இருந்திருந்தா அவரே ஒரு பையனப்போல இதையெல்லாம் செஞ்சிடுவார். இன்னும் கொஞ்ச நாள்ல இதுக்கெல்லாம் நானே நுகேகொடையிலிருந்து ஒரு பையனைக் கூட்டிட்டு வாறேன்னு அம்மம்மாக்கிட்டச் சொன்னேன். நான் விளையாட்டாச் சொல்றேன்னு அவர் நினைச்சிட்டிருக்கார்."

வர்ணாசி இரண்டு வாழைப்பழங்களை ஒரு கோப்பையில் துண்டுத் துண்டாக வெட்டிப்போட்டு, புதினாச் சுவையுடைய பச்சை நிற ஐஸ்கிரீமை அதன் மேலே இட்டு அவனிடம் கொடுத்தாள்.

"ஊட்டி விடு" என்றான்.

"இன்னிக்கு நிஜமாவே சின்னக்குழந்தைபோல ஆகியிருக்கீங்க."

வர்ணாசி மேசைமீது அமர்ந்து ஐஸ்கிரீமை ஊட்டி விட்டாள். பிறகு சாய்வு நாற்காலியில் அமர்ந்துகொண்ட சாஷா தொலைக்காட்சியை இயக்கினான். புதிய ஜனாதிபதி யின் பதவியேற்பு வைபவத்தைச் சற்று நேரம் பார்த்துக் கொண்டிருந்து விட்டுத் தனது அறைக்குப்போனான். வர்ணாசி சாப்பிட்டுவிட்டு, பல் துலக்கி, குளித்து முடித்து சாஷாவின் அறைக்கு வந்தபோது அவன் உறங்கிவிட்டிருந்தான். ஆகவே அவள் தனியாக ஆல்பத்தைப் பார்த்துக்கொண்டிருந்தாள்.

ஆல்பத்தின் முதலாம் பக்கத்தில் மனோரம்யாவும் ஜினவதியும் டேவிட்சனும் இருக்கும் புகைப்படம் இருந்தது. அடுத்த பக்கத்தில் ஜினவதி தனது இளமைப்பருவத்தில் மணிக்கட்டுக்கு மேலே கைக்கடிகாரத்தைக் கட்டி, ஒரு பூங்கொடியருகே நின்றுகொண்டிருக்கும் புகைப்படம் இருந்தது. அதன்பிறகு மனோரம்யாவின் தவழும் புகைப்படம். முதலாம் பக்கத்தில் அம்மாவுக்கும் அப்பாவுக்கும் நடுவில் சேலை அணிந்து நின்றுகொண்டிருப்பது இதே குழந்தைதான் என்று கூறவே முடியாத விதத்தில் அந்தக் குழந்தை இருந்தது. தொடர்ந்து மனோரம்யா பாடசாலைக்குச் செல்லும் பருவத்தில் எடுக்கப்பட்ட புகைப்படம், விளையாட்டுப் போட்டிகளில் அவள் வென்ற பதக்கங்கள், விருதுகளை ஏந்திக்கொண்டு பெருமையாகப் புன்னகைக்கும் புகைப்படங்கள். விளையாட்டு களில் ஆர்வமே காட்டாத தன்னைவிடவும் அம்மா எவ்வளவு வேறுபட்டவர் என்று வர்ணாசிக்குத் தோன்றியது; தொடர்ந்து அம்மா பட்டதாரியாகிறார். தோழிகளோடு இருக்கிறார். ப்ரியா ஆன்ட்டியோடு சேர்ந்து சிரித்தவாறே துள்ளிக்குதிக்கிறார். வர்ணாசி தேர்ந்தெடுத்து ஒட்டிய புகைப்படங்கள் மாத்திரமே அந்த ஆல்பங்களில் இருந்தன. அவளது வீட்டில் இன்னும் எவ்வளவோ புகைப்படங்கள் இருந்தன. இருந்தாலும் அப்பா சுஜம்பதியுடைய ஒரு புகைப்படமாவது இல்லாமலிருப்பது எவ்வளவு மோசமானது.

வர்ணாசியின் விழிகள் கனத்தன. பல வருடங்களாக ஒன்றாகக் குடும்பம் நடத்தியது போன்ற பாதுகாப்பு உணர்வோடு சாஷாவின் அருகில் சுருண்டு படுத்துக்கொண்டாள்.

சூரிய வெளிச்சம் மங்கிக்கொண்டு வந்தபோதுதான் வர்ணாசி விழித்துக்கொண்டாள். சாஷா ஆல்பத்தைப் புரட்டிக்

கொண்டிருந்தான். தான் தீர்மானித்திருந்த விதத்தில் அவனிடம் புகைப்படங்களைக் காட்டிக் காட்டி விவரிக்கவோ, தாத்தா குறித்து அம்மா கூறும் கதைகளைக் கூறவோ, ஒவ்வொரு புகைப்படங்களுக்குமான பின்னணிகளை எடுத்துக் கூறவோ அவளுக்குச் சந்தர்ப்பமே கிடைக்கவில்லை.

"நீ மனோரம்யாவுடைய மகள்னு ஏன் என்கிட்ட முன்னாடியே சொல்லல? உன்னோட அம்மாவும் அப்பாவும் வெளிநாட்டுல இருக்காங்கன்னு மாத்திரம்தான் நீ சொல்லி யிருக்கே" என்று அவள் ஒருபோதும் எதிர்பார்த்திருக்காத ஒரு கேள்வியை சாஷா கேட்டான்.

"உங்களுக்கு என்னோட அம்மாவைத் தெரியுமா?" என்று கேட்டவாறே எழுந்துகொண்ட வர்ணாசி கட்டிலின் தலைமாட்டில் சாய்ந்து அமர்ந்துகொண்டாள். சாஷாவின் முகத்தில் அவ்வளவாக மகிழ்ச்சி தென்படவில்லை.

"கொஞ்சம் தெரியும். அவர் திரும்ப கல்யாணம் பண்ணிக்கிட்டாரா?"

"இல்ல. என்னோட அப்பா வெளிநாட்டில எங்கேயோ இருக்கார்னு நினைக்கிறேன். அதையெல்லாம் உங்கக்கிட்ட சொல்லலாம்னுதான் இருந்தேன். அப்பாவைப் பற்றிச் சொல்றது சங்கடமா இருக்கும் என்பதால நீங்க என்னோட வீட்டுக்கு வரும் நாள்ல சொல்லலாம்னு நினைச்சேன். அப்பா இல்லன்னு நீங்க என்னைத் தள்ளி வைக்க மாட்டீங்கன்னு எனக்குத் தெரியும்."

வர்ணாசியின் விழிகளிலிருந்து கண்ணீர் ஊற்றெடுத்து வழிந்துகொண்டிருந்தது.

"அழாதே. மனோரம்யாவுக்கு என் மேல நல்ல அபிப்ராயமே கிடையாது."

"உங்களுக்கு எப்படி அம்மாவைத் தெரியும்?"

"ரொம்ப காலத்துக்கு முன்னாடி நாங்க ஒரே இடத்துல வேலை பார்த்தோம். நான் அவருக்கு எதிரா சதி செஞ்சுட்டதா மனோரம்யா நினைச்சுட்டிருக்கார்."

"எப்படி?"

"நாங்க ரெண்டு பேரும் சேர்ந்து ஒரு படம் பண்ணலாம்னு தீர்மானிச்சோம். ஆனா அதுக்கு முதலீடு செய்யுறதாச் சொன்ன என்னோட கூட்டாளியொருத்தன் பின்வாங்கிட்டான். உன்னோட அம்மா, நான் அவரோட கருத்துக்களை

எடுத்துக்கிட்டு படத்தைத் தனியாக செய்றதுக்காகத்தான் அந்தக் கூட்டாளியை விலக்கிட்டேன்னு நினைச்சு என்னை நல்லாத் திட்டினார். அதுக்குப் பிறகும் ரெண்டு மூணு தடவை ஒருத்தரையொருத்தர் கண்டோம். கோபமா முகத்தைத் திருப்பிக்கிட்டார். அதெல்லாம் இப்பவும் அவருக்கு நினைவிருக்கும், இல்லையா? அதனால இந்தக் கல்யாணத்துக்கு அவர் ஒரு நாளும் சம்மதிக்கமாட்டார்" என்ற சாஷாவின் முகம் இருண்டிருந்தது.

வர்ணாசி சிரித்தாள்.

"உங்களுக்கு என்னோட அம்மாவைப் பற்றி சரியாத் தெரியாது. அவர் கோவிச்சுக்குற எல்லோர்கூடவும் சீக்கிரமே சேர்ந்துடுவார். தன்கிட்ட பொய் சொல்றா, முதுகுல குத்துறான்னெல்லாம் சொல்லிட்டிருந்த தன்னோட தோழியொருத்தியை ஒரு தடவை இந்தியாவுக்கும் கூட்டிட்டுப் போகப் பார்த்தார். கேட்டா கெட்டவங்க எல்லோருக்கும் நல்லவங்களாக மாற இடம் கொடுக்கணும்னு சொன்னார். எங்கேயோ போற பாம்பை எடுத்து எதுக்குத் தன்னோட உடுப்புக்குள்ளப் போட்டுக்கணும்னு அம்மம்மாகூட அன்னிக்கு அம்மாவைத் திட்டினார்."

"அவ்வளவு சீக்கிரமா உன்னோட அம்மா என்னை ஏத்துப்பார்னு நினைக்கல. எந்தவொரு தாயும் தன்னோட மகள் குறித்தத் தீர்மானங்களை எடுக்குறப்ப ரொம்ப சுயநலமாக வும், கட்டுக்கோப்பாகவும்தான் நடந்துப்பாங்க."

"நீங்க வேணும்னா பாருங்க. என்னோட அம்மா அப்படி யிருக்க மாட்டார்."

"இருந்தாலும், அவர்கிட்ட இருந்து திட்டு வாங்க என்னால முடியாது."

"மாமியாருக்கு ஏன் இந்தளவு பயப்படுறீங்க? உங்களுக்கு என்னோட அம்மாவைப் பற்றி நல்லாத் தெரியும்னு அம்மாக் கிட்ட சொன்னா ஆச்சரியப்படுவாங்க."

"நாங்க இந்தப் பேச்சை விடுவோம். எனக்குத் தலை வலிக்குது."

"தலைக்கு எண்ணெய் வையுங்கன்னு சொன்னா கேட்க மாட்டீங்களே."

சாஷா கண்களை மூடிக்கொண்டான். வர்ணாசி தலையைத் தடவிக்கொடுத்தாள். அவள் முன்பொரு தடவை

வரும்போது எடுத்துக்கொண்டு வந்து தொங்க விட்டிருந்த பித்தளை மணிகள் காற்றிலசைந்து இனிமையான இசையைத் தோற்றுவித்தன.

“அம்மா சம்மதிக்கலைன்னாகூட நாங்க கல்யாணம் பண்ணிக்காம இருக்கப்போறதில்லையே. நான் நாளைக்கே கல்யாணம் பண்ணிக்கிட்டு நாளன்னைக்கு அம்மாக்கு ஃபோன் பண்ணி சொன்னாக் கூட அம்மா புரிஞ்சுப்பார். அம்மம்மாதான் கவலைப்படுவார்.”

“உன்னால அப்படி செய்ய முடியுமா?”

“ஏன் முடியாது?”

“நிஜமாத்தான் சொல்றியா?”

“ஆமா. நான் அம்மாவோட மகள்தான்னு அம்மாவுக்குத் தோணும். அம்மாவும் கூட என்னோட அப்பாவோடு கல்யாணமே பண்ணாம ஒரே வீட்டுல ஒண்ணா வாழ்ந்தவதானே. அதனால அவர் எப்படி எனக்கு இதைச் செய்யாதேன்னு சொல்வார்?”

“அப்படீன்னா நாங்க நாளைக்கே கல்யாணம் பண்ணிக்க லாம்” என்று சாஷா விழிகளை மூடியவாறே கூறினான்.

“இல்ல... முதல்ல அம்மாக்கிட்ட சொல்லிப் பார்க்கலாம். அம்மா சம்மதிக்கலைன்னா கல்யாணம் பண்ணிப்போம். அம்மம்மா என்னோட கல்யாணம் பற்றி அவங்களுக்கு நெருக்கமானவங்க எல்லோர்கிட்டயும் சொல்லிச் சொல்லி சந்தோஷப்படுறதைப் பார்க்க எனக்கு ஆசையா இருக்கு.”

“அதுக்காகவெல்லாம் காத்துட்டிருந்தா இது நடக்கவே நடக்காது. அம்மா உன்னையும் கூட்டிக்கிட்டு எங்கேயாவது போயிடுவா.”

“அது எப்படி நடக்கும்? உங்களைக் கல்யாணம் பண்ணிக்க முடியலன்னா நான் வேறு யாரையும் கல்யாணம் பண்ணிக்கவும் மாட்டேன். அம்மாவோடு அதுக்குப் பிறகு கதைக்கவும் மாட்டேன்.”

“இந்தளவு மனசைக் கல்லாக்கிக்காதே. நாங்க நாளைக்கே கல்யாணம் பண்ணிப்போம். அம்மா வந்ததும் அதைச் சொல்லாமலே சம்மதத்தைக் கேட்டுப் பாரு. அவர் சம்மதிச்சா அம்மம்மா விருப்பப்படி கல்யாண விருந்தெல்லாம் கொடுத்து வைபவமா எடுக்கலாம். சம்மதிக்கலைன்னா நீ அங்கிருந்து கிளம்பி வந்து இங்க என்கூட தங்கிடு. அம்மா வெளிநாட்டுக்குப்

போன பிறகு நாங்க உன்னோட ஊருக்கும் போய் கொஞ்ச நாள் தங்கலாம்."

பூமியதிர்ச்சியின் இடையே அம்மாவுடன் மேசைக்குக் கீழே இருக்கும்போது வர்ணாசிக்கு அவையனைத்தும் நினைவுக்கு வந்து அம்மாவுடனான கோபம் மேலும் அதிகரித்தது. சாஷா கூறியது சரி. அம்மா இலங்கைக்கு வந்த நாளன்றே அம்மம்மாவும், அம்மாவும் இரவுணவை முடித்தபிறகு, வீட்டின் பின்புறத் திண்ணையில் இடப்பட்டிருந்த வாங்கில் அமர்ந்து உரையாடிக்கொண்டிருந்தார்கள். வர்ணாசி கித்துள் மா இனிப்புக் களியை ஒரு தட்டிலும், இரண்டு குவளைகளில் காப்பியையும் எடுத்துக்கொண்டு அங்கு வந்தாள். அம்மம்மா காப்பி குடிப்பதில்லையென்பதால் அவருக்காக வெந்நீர் கொண்டு வந்து கொடுத்தாள்.

"மகளே, இதுவரைக்கும் உனக்குப் பிடிச்சதையெல்லாம் நீ பண்ணியாச்சுதானே. நான் அவுஸ்திரேலியாவுல ஒரு யுனிவர்சிட்டியை உனக்காகப் பார்த்திருக்கேன்."

வர்ணாசி அம்மாவின் தலையில் முத்தமிட்டு விட்டுச் சிறிய வாங்கொன்றை அம்மம்மாவின் அருகில் எடுத்துப்போட்டு அதில் அமர்ந்துகொண்டாள்.

"அப்போ உனக்கு சம்மதம்தானே? எனக்கு அது போதும்" என்ற மனோரம்யா நிம்மதிப் பெருமூச்சுவிட்டாள்.

"இல்லம்மா... நான் முன்னாடியே சொல்லியிருக்கேன். என்னால படிக்க முடியாது. கல்யாணம் பண்ணிக்கிட்டு, அழகா வீட்டைப் பராமரிச்சுக்கிட்டு, நிறைய குழந்தைகளைப் பெத்து வளர்க்கணும் எனக்கு."

"நீ முதல்ல படிச்சு முடிச்சுட்டு அப்படியெல்லாம் இருந்துக்கோ."

"எப்போதாவது குழந்தைகளைப் பார்த்துக்கிட்டு வீட்டுலதானே இருக்கப்போறேன். அதுக்கு எதுக்கு எனக்காக அம்மாவோட காசையெல்லாம் வீணா செலவழிச்சு என்னோட மூளையையும் வீணா குழப்பிக்கணும்?"

அது பெப்ரவரி மாதம் என்பதால் இலையுதிர்ந்த இரப்பர் மரங்களின் இடையேயிருந்து நிலா காய்ந்துகொண்டிருந்தது. என்றாலும் அந்த ஒளியில் அம்மாவின் முகம் தெளிவாகத் தென்படவில்லை. இரவில் மின்விளக்கை ஒளிரச் செய்வதை அம்மா விரும்பமாட்டாள். வெளிச்சத்தைப்போலவே

இருளையும் ரசிக்கத் தெரியாவிட்டால் இரவில் உணர வேண்டிய ஓய்வை முழுமையாக உணர முடியாது என்று சொல்வாள்.

“இனி என்னோட காசு பணமெல்லாம் உனக்கில்லாமல் வேறு யாருக்கு? நீ தொடர்ந்து படிக்கிறப்ப உனக்குப் பொருத்த மானவனை நீ சந்திக்கவும் வாய்ப்பிருக்கு.”

“அப்படியொருத்தரை நான் சந்திச்சிட்டேன்.”

மனோரம்யா மின்னல் தாக்கியதைப்போல உணர்ந்தாள். ஆவி பறந்துகொண்டிருந்த காப்பி அவளது வெண்ணிற இரவாடையில் கொஞ்சம் சிதறியது. அம்மம்மா ஜினவதியென்றால் பதற்றப்படவேயில்லை. பேத்திக்கு வரும் தொலைபேசி அழைப்புகளின் எண்ணிக்கை அதிகரித்த போதே அவருக்குள் சிறிது சந்தேகம் தோன்றியிருந்தது. சோற்றுப் பார்சல்களைக் கட்டியெடுத்துக்கொண்டு, இனிப்பு களைத் தயாரித்து எடுத்துக்கொண்டு அவள் பயணம் போகும்போதெல்லாம் அதைக் குறித்து அவர் யோசித்துப் பார்க்காமல் இருந்திருப்பாரா என்ன? இருந்தாலும் மனோரம்யாவைப்போல அல்லாமல் வர்ணாசி நல்ல ஒரு துணையைத் தேர்ந்தெடுப்பாள் என்ற நம்பிக்கை இருந்ததால் அவர் பதற்றப்படவில்லை. பெண் என்பவள் வாழ்க்கையில் திருமணம் முடிக்க வேண்டும் என்ற கட்டாயம் எல்லாம் ஒன்று மில்லை என்றுதான் மனோரம்யா கூறிக்கொண்டிருப்பாள். அப்படிப்பட்டவள் ஒருபோதும் தனது மகளுக்குத் திருமணம் செய்துவைக்கமாட்டாள் என்பதில் அம்மம்மாவுக்கு நூறு சதவீதம் நம்பிக்கையிருந்தது. ஆனால் அதையெல்லாம் பேத்தியிடம் கூற முடியாது என்பதால் வகுப்புகளுக்குப் போய் வரும்போதாவது நன்றாகப் படித்த நல்லவனொருவனை அவள் சந்திக்க வேண்டும் என்ற பிரார்த்தனையும் அம்மம்மாவின் மனதுக்குள் ஒளிந்திருந்தது. அந்தப் பையன் பட்டதாரி ஆசிரியர் ஒருவராகவோ, வங்கி அதிகாரியாகவோ இருந்தால் இந்த ஊருக்கே மாற்றல் எடுக்கச் செய்து இரப்பர் தோட்டத்தையும் நிர்வகித்தவாறு இந்த வீட்டோடு மாப்பிள்ளையாக்கிக் கொள்ளலாம் என்றுதான் அவர் கருதியிருந்தார். அதைப் பேத்தியிடமும் ஒரு தடவை விளையாட்டாகக் கூறியும் இருந்தார்.

“அவர் என்ன செய்றார் பிள்ள?” என்று அம்மம்மா விசாரித்தார்.

“அம்மாவைப்போல ஒருத்தர்.”

“அப்படீன்னா?” என்று கேட்டார் அம்மம்மா.

"அவரும் கோர்ட்டுக்குப் போகாத லோயர் ஒருத்தர். அமெரிக்காவுல பாக்யாவோட ஒரு பயணம் போனப்ப சந்திச்சேன். அவர் இப்ப ஸ்ரீலங்காவுக்கு வந்திருக்கார்."

"சரி . . . ஏன் இவ்வளவு நாளா இதை எங்கக்கிட்ட சொல்லல? அவரும் நல்லாப் படிச்ச ஒருத்தர்னா நீ தொடர்ந்து படிக்குறதையும் விரும்புவார்தானே" என்று மனோரம்யா சந்தோஷமாகக் கூறினாள்.

"உங்கக்கிட்ட சொல்றதுக்கு முன்னாடி அவருக்கு என்னைக் கல்யாணம் பண்ணிக்க விருப்பமான்னு தெரிஞ்சுக்கணுமே. அதான் அவரே கேட்கும்வரைக்கும் காத்துட்டிருந்தேன்."

"அவர் மறுபடியும் அமெரிக்காவுக்குப் போகப் போறாரோ?"

"இல்ல... தேர்தல்ல சந்திமக்கு உதவுறதுக்காக வந்தவர். திரும்பப் போகப் போறதில்லயாம். கல்யாணம் பண்ணிக்கிட்டு இங்கேயே இருக்க விரும்புறார்."

"எந்த ஊர்க்காரர் பிள்ள?" என்று கேட்டவாறே பேத்தியின் தலையைத் தடவிவிட்டார் அம்மம்மா.

"அவருக்கு யாருமில்ல. மாமாதான் அவரை வளர்த் திருக்கார். அவரும் இறந்துட்டாராம்."

"சரி. அவரை எங்களுக்குப் பார்க்க ஒரு ஃபோட்டோவாவது காட்டமாட்டியா? அவரை இங்க ஒரு நாளைக்கு வரச் சொல்லேன்" என்றார் அம்மம்மா.

"வாங்க ரூமுக்குப்போவோம். ஃபோட்டோ காட்டுறேன்."

அம்மம்மாவும் அம்மாவும் அறைக்கு வந்து கட்டிலின் மீது அமர்ந்துகொண்டதும் வர்ணாசி அலுமாரியைத் திறந்து சாஷா அழகாகப் புன்னகைத்தவாறிருந்த பெரிய புகைப்பட மொன்றையெடுத்துக் கட்டிலில் வைத்தாள். அதில் சாஷாவின் உண்மையான வயது தெரியாது.

"அழகான பையன்தான்" என்று அம்மம்மா கண்ணாடிச் சட்டமிடப்பட்டிருந்த அந்தப் புகைப்படத்தை வலது கையால் எடுத்துப் பார்த்தவாறே சொன்னார்.

மனோரம்யா எதுவும் பேசவில்லை. புகைப்படத்தை நன்றாகப் பார்த்தபோதிலும் அதைக் கையால் தொடவே யில்லை.

"இந்தப் பையனோட பெயரென்ன பிள்ள?" என்று அம்மம்மா கேட்டார்.

“எல்லாரும் இவரை சாஷான்னுதான் கூப்பிடுறாங்க. ஆனா இவரோட பிறப்புச் சான்றிதழ்ல சரத் ஷாந்த அதுரலியன்னுதான் இருக்காம். சமீபத்துலதான் என்கிட்டயும் சொன்னார். அதுவரைக்கும் இவரோட நிஜப் பெயரே சாஷான்னுதான் நினைச்சுட்டிருந்தேன்.”

மனோரம்யா சட்டென்று எழுந்து நின்றாள்.

“மகள், அவனொரு ஏமாத்துக்காரன். இந்த விஷயம் சரி வராது” என்ற மனோரம்யாவின் குரல் உணர்வுபூர்வமாக ஒலித்தது.

“ஓஹ் . . . நீங்க சம்மதிக்கமாட்டீங்கன்னு அவர் சொன்னார்தான்.”

மனோரம்யாவின் விழிகள் விரிந்தன; உதடுகள் துடித்தன.

“அந்தப் பையனை உனக்குத் தெரியுமா?” என்று அம்மம்மா அமைதியாகக் கேட்டார். மனோரம்யா எதுவும் பேசவில்லை.

“அவரோட கூட்டாளியொண்ணு செஞ்ச வேலைக்காக அம்மா அவரைத் தப்பாப் புரிஞ்சுக்கிட்டுக் கோபத்துல இருக்கார்னு அவரே என்கிட்ட சொல்லியிருக்கார். என்னோட அம்மா அப்படி பழைய கோபத்தையெல்லாம் மனசுல வச்சுக்கமாட்டானு நான் சொன்னேன்.”

மனோரம்யா எதுவும் பேசாமல் மூடியிருந்த அறைக் கதவைத் திறந்து விறாந்தைக்குப்போனாள்.

“அம்மாவுக்கு இதுல விருப்பமில்லைபோலத் தெரியுதே” என்று அம்மம்மா வியப்போடு கூறினார்.

“ரொம்ப காலத்துக்கு முன்னாடி ரெண்டு பேரும் ஒரே இடத்துல வேலை பார்த்திருக்காங்களாம். நான் மனோரம்யா வோட மகள்னு இவருக்குத் தெரியாது. இப்ப சமீபத்துலதான் சொன்னேன்.”

“இந்தப் போட்டோல அவ்வளவா வயசு தெரியல. ஆனா ரொம்ப காலத்துக்கு முன்னாடி அம்மாவோட வேலை பார்த்தார்னு சொல்றாய். அந்த சமயத்துல அவர் இன்னும் சின்னப் பையனா இருந்திருப்பார், இல்லையா? அந்தக் காலத்துல அம்மா, இவ்ளோ சின்னப் பையனோட கோவிச்சுக்க வழியில்லையே? இப்ப அந்தப் பையனுக்கு என்ன வயசிருக்கும்?”

“முப்பது தாண்டிடுச்சு. அதுக்குப் பரவாயில்ல. என்னைவிட வயசுல மூத்தவரா, என்னை நல்லாப் பார்த்துக்கக் கூடியவரத்தான் எனக்குப்பிடிக்கும்.”

வர்ணாசி வேண்டுமென்றே வயதைக் கூறாமல் மறைக்கிறாள் என்பது அம்மம்மாவுக்குப் புரியாமலில்லை; என்றாலும் அம்மம்மா அதை வற்புறுத்திக் கேட்கவில்லை. வர்ணாசி மீண்டும் அம்மாவுடன் கதைக்கப்போகவில்லை. சாஷாவுக்குத் 'தூங்கப் போகிறேன்' என்று குறுஞ்செய்தி அனுப்பினாள். 'தூங்கு செல்லம்' என்று பதில் வந்தது. காலையில் அம்மா புன்னகைத்தவாறே வந்து 'உன்னோட காதல் மகராஜனுக்கு வீட்டுக்கு வரச் சொல்லு' என்று சொல்வாள் என்ற எதிர்பார்ப்போடு வர்ணாசி படுக்கையில் விழுந்தாள். அம்மாவுக்குச் சம்மதமில்லை என்பதை அவனிடம் கூற அவசரப்படக்கூடாது.

ஆனால் காலையில் அம்மாவின் முகத்தில் புன்னகையே இருக்கவில்லை. அம்மா படுக்கையில் தூங்குவதுபோலக் காணப்பட்டாலும் அவள் தூங்கவில்லை என்பது புரிந்தது. அம்மம்மா கருப்பட்டி அப்பம் தயாரித்துக்கொண்டிருந்தார். வர்ணாசிபோய் அந்தச் சமையலறையைப் பொறுப்பேற்றாள்.

"வல்லாரைக் கஞ்சியும் இருக்கு. அம்மாக்குக் கொண்டு போய்க்கொடு" என்று அம்மம்மா விளக்குமாற்றை எடுத்துக் கொண்டு முற்றத்தில் இறங்கியவாறே கூறினார்.

"அம்மா கள்ளத் தூக்கம் தூங்குறார். மருமகனைப்பற்றி இன்னும் ஒரு தீர்மானத்துக்கு வர முடியலபோலத் தெரியுது. பகலாகும்போது சரியாகிடுவார்."

சாஷா சோம்பல் காரணமாகப் பாணும் வெண்ணெய்யும் முட்டையும் சாப்பிட்டுக் கொண்டிருப்பான் என்று கருப்பட்டி அப்பத்தைத் தயாரித்துக் கொண்டிருக்கும்போது வர்ணாசிக்குத் தோன்றியது. அவள் தனது இரவாடைக்கு மேலால் அணிந்திருந்த கவுணின் பைக்குள்ளிருந்த கைப்பேசி ஒலித்தது.

சாஷா, 'கண்டிக்குப் போகிறேன். இரவு பேசுகிறேன்' என்ற குறுந்தகவலை அனுப்பியிருந்தான்.

'கருப்பட்டி அப்பம் தயாரிக்கிறேன். நீங்கள் இந்த வழியாகத்தான் போவீர்களென்றால் நகரத்துக்குக் கொண்டு வந்து தரட்டுமா?' என்று கேட்டுப் பதிலனுப்பினாள்.

'கிறுக்கி, என்னுடன் சந்திமவும் இருக்கிறான்.'

'பத்திரமாகப் போய் வாருங்கள். எனக்குச் சொந்தமான இதயத்தை யாருக்கும் தானமளித்துவிடாமல் திரும்பி வாருங்கள்.'

'அது இப்போது என்னிடம் இல்லை. அதைக் கேட்டு நிறைய விண்ணப்பங்கள் வருகின்றன. கொடுக்கத்தான் வழியில்லை.'

சுநேத்ரா ராஜகருணாநாயக

'உங்களுடைய உள்ளம் ஒரு தாமரைப் பூவைப்போல எனது நெஞ்சில் ஆழமாகப் பதிந்திருக்கிறது.'

அதற்குக் கைப்பேசியின் திரை முழுவதுமாக ஆங்கில எழுத்து 'எம்' ஐ அனுப்பியிருந்தான் சாஷா. வர்ணாசி தனியாகச் சிரித்தவாறு கருப்பட்டி அப்பத்தைத் தயாரித்தாள். பிறகு அம்மாவிற்காகக் கஞ்சிக் கோப்பையையும் கருப்பட்டித்துண்டு களையும் தண்ணீர்க் குவளையையும் ஒரு பலகைத் தட்டில் வைத்து எடுத்துக்கொண்டு அம்மாவின் அறைக்குப்போனாள்.

மனோரம்யா எதுவும் பேசாமல் வாயைக் கழுவிவிட்டு வந்து மகளை ஏறெடுத்தும் பார்க்காமல் கஞ்சியைப் பருகத் தொடங்கினாள். மகள் சிரித்தவாறே சமையலறைக்குப் போகும் போது வழியிலிருந்த களஞ்சிய அறையை எட்டிப்பார்த்தாள். இரண்டு தினங்களுக்கு முன்பு இலேசாகப் பழுத்திருந்த வாழைக்குலை நல்ல மஞ்சள் நிறத்தில் கனிந்திருந்தது. எந்நாளும் நிலாமுற்றத்துக்கு வந்து போகும் மைனா அன்றும் சுற்றிச் சுற்றி அங்கு நடமாடிக்கொண்டிருந்தது. அம்மம்மா வந்து அதற்கு ஏதாவது பழத்தைக் கொடுக்கும்வரைக்கும் அது அங்கேயேதான் சுற்றிக்கொண்டிருக்கும்.

மனோரம்யா சாஷாவைப் பற்றிப் பேசும்வரை அம்மம்மா வும் பேத்தியும் காத்திருந்தார்கள். ஆனால் அது அவள் போகும்வரை நடக்கவேயில்லை. விமான நிலையத்துக்குப் போகத் தயாரானவள், "மகளே இந்தச் சம்பந்தம் உனக்குப் பொருந்தாது. இது வேணாம். நிறுத்திடு. உனக்குக் கஷ்டமா இருக்கும்னு எனக்குப் புரியுது. ஒண்ணு, அவனுக்கு வயசு ரொம்ப அதிகம். அடுத்தது, அவன் ஏற்கெனவே ரெண்டு, மூணு கல்யாணம் கட்டியிருப்பான்" என்று கூறி நிறைய அழுதாள். வர்ணாசிக்கு அழுகை வரவேயில்லை. அம்மம்மா அழுதது, தானும் இதுபோல முன்பொரு நாள் தனது மகளுக்கு அறிவுரை கூறியது மனதில் தோன்றியதால்தானே அல்லாமல் பேத்தியின் விடயத்துக்காக அல்ல என்று மகள் போன பிறகு வர்ணாசியிடம் கூறினார்.

"நிஜம்தான். அவர் முன்பே கல்யாணம் ஆனவர்தான். அவர் கட்டிக்கிட்ட அந்தப் பொண்ணையும் நான் சந்திச்சிருக்கேன். நம்ம நாட்டு ஒருத்தியில்ல, வெள்ளைக்காரி. அவள் அவ்வளவு சரியில்லன்னு என்கிட்ட சொல்லியிருக்கார். அவர் என்கூட நல்லா இருப்பார்னு எனக்குத் தோணுது" என்று அம்மம்மாவிடம் வர்ணாசி கூறினாள்.

மனோரம்யா சாஷாவுக்குச் சம்மதிக்காததை வர்ணாசி எதிர்பார்த்திருக்கவில்லை. அத்தோடு அதை ஏற்றுக்கொள்ள

முடியுமான காரணங்களைத் தெளிவாகக் கூறவுமில்லை. ஏனைய நாட்களில் தேவைக்கும் அதிகமாகக் கதைத்துக்கொண்டே யிருக்கும் மனோரம்யா அந்த ஐந்து நாட்களும் சாஷாவைப்பற்றி மாத்திரமல்ல, வேறு விடயங்களைப்பற்றியும்கூட அதிகமாக எதுவும் கதைக்கவில்லை.

“அம்மா, நான் இந்த வருஷக் கடைசியிலதான் திரும்ப வருவேன். இந்தப் பிள்ளையால பேசாம மெடிக்கல் ஒண்ணு அனுப்பிட்டு வீட்டுல இருக்கவும் தோணுது எனக்கு.”

“அவள் இதை நிறுத்திடுவாள்னு எனக்குத் தோணல. உனக்கு அந்தளவு அந்தப் பையனைப் பிடிக்கலன்னா நானும் நல்லவிதமா சொல்லிப் பார்க்குறேன். அவளும் உன்னை மாதிரித்தானே. எனக்கு இதை விடவும் வலுவிருந்தக் காலத்துல உன்னையே என்னால தடுக்க முடியாமப்போச்சு. இப்ப இந்த இயலாத காலத்துல நான் எப்படி இவளைத் தடுத்து நிறுத்த முடியும்?”

“அம்மா இன்னும் என்மேல கோபமாத்தான் இருக்கீங்க. அவனைப் பற்றி எனக்கு நல்லாத் தெரியும்ங்குறதாலதான் நான் இது நடக்கவே கூடாதுன்னு சொல்றேன். வயசும் கூடுதலா இருக்கு. இன்னும் கொஞ்ச காலத்துல இவள்தான் அவனைப் பார்த்துக்க வேண்டியிருக்கும்.”

“நீயே ஏன் அவன்கிட்ட இதுபற்றிப் பேசக்கூடாது?”

அம்மம்மாவினதும் அம்மாவினதும் உரையாடலை வர்ணாசி கேட்டுக்கொண்டிருந்தாள். அம்மம்மாவின் கேள்விக்கு அம்மா பதிலளிக்கவில்லை; அழுதாள். இதுபோன்ற விடயத்துக் காக அம்மா அழ வேண்டிய அவசியமே இல்லையே. அம்மா சாஷாவுடன் ஒரு தடவை கதைத்தால் இந்த வெறுப்பு தானாகக் கரைந்துவிடுமென்றுதான் வர்ணாசியும் கருதினாள்.

மனோரம்யா விமான நிலையத்துக்குப் போவதற்கான வாகனம் வந்தது. அவள் எப்போதும் தனியாகத்தான் போவாள். இந்தத் தடவை அம்மாவுடன் நுகேகொடைக்குப் போக வேண்டும் என்றுதான் வர்ணாசி எண்ணியிருந்தாள். போகும்போது தபாலதிபர் வீட்டுக்குப் போக வேண்டும் என்று அம்மா கூறியிருந்தாள். அவள் வரும்போதும் அங்கு போய்ப் பரிசுகளெல்லாம் கொடுத்து விட்டுத்தான் வந்திருந்தாள். அந்த வாகனத்தில் தானும் நுகேகொடைக்குப் போக வருவதாகச் சொல்ல வர்ணாசி தயங்கினாள்.

“அவசரப்படாதே மகளே. உனக்கு இருபத்தஞ்சு வயசாகும் வரைக்கும் பொறுத்துக்கோ. அப்போ உனக்கு இன்னும் நிறைய

நல்லது, கெட்டது புரியும். அவனுக்கு நிஜமாவே உன்னைப் பிடிச்சிருந்ததுன்னா அவ்வளவு காலம் காத்திருப்பான்தானே."

வர்ணாசி எதுவும் பேசவில்லை. அந்தக் கறுப்பு நிறக் கார் இரப்பர் தோட்டத்தினூடாகச் சென்று வளைவால் திரும்பிக் காணாமல் போனதுமே அவள் வீட்டுக்குள் போய் சாஷாவைத் தொலைபேசியில் அழைத்தாள்.

"நீங்க சொன்னது சரிதான். அம்மா வித்தியாசமான ஒருத்தர். அவரைப் பொறுத்தவரைக்கும் அவர் எது செஞ்சாலும் சரி. நான் செஞ்சா தவறு. நாங்க அடுத்தக் கிழமை கல்யாணம் பண்ணிப்போம்."

"நான் இப்பவும் கண்டியில் இருக்கேன். நீ இன்னும் கொஞ்சம் நல்லா யோசிச்சுப் பார்த்து முடிவெடு. நீ மாட்டேன்னு சொன்னாலும் நான் கோவிக்கமாட்டேன்."

"அம்மா வர முன்னாடி அடுத்த நாளே கல்யாணம் பண்ணிக்கலாம்னு நீங்க போன கிழமைதான் சொன்னீங்க. இப்ப இன்னும் கொஞ்சம் யோசிச்சுப் பார்க்கச்சொல்றீங்க. எவ்வளவுதான் யோசிச்சாலும் நான் மாற மாட்டேன். உங்களுக்கு முடியாதுன்னு தோணுதுன்னா இப்பவே சொல்லுங்க. இந்த வீட்டிலிருந்து வெளியே வராம வீட்டுக்குள்ளேயே இருப்பேன்" என்று கோபமோ கண்ணீரோ இல்லாமல் மிகவும் சாந்தமான தொனியில் வர்ணாசி கூறினாள்.

"உன் மேல உள்ள பாசத்தாலதான் அப்படி யோசிச்சுப் பார்க்கச் சொன்னேன். நான் உன்னை ஏமாத்திட்டேன்னு எப்போதாவது உன்னோட அம்மா சொல்றதைக் கேட்க விரும்பல."

"நாங்க கல்யாணம் பண்ணிக்கிட்டதும் அம்மா மாறிடுவார். கல்யாணத்துக்கு முன்னாடியே கெட்டுப் போயிடுவேன்னு அவர் பயப்படுறார்னு நினைக்கிறேன்."

"நான் யாருன்னு அம்மாக்கிட்ட சொன்னியா? என்னோட பெயரைச் சொன்னியா?"

"பெயரையும் சொல்லி, ஃபோட்டோவையும் காட்டினேன்."

"என்னை நினைவிருக்குன்னு சொன்னாரா?"

"என்னென்னவோ சொன்னார். யார் அந்தப் புலம்பலை யெல்லாம் கேட்டுட்டிருப்பாங்க. அவர் சம்மதிக்கலைன்னா இதைத் தவிர எனக்கு வேறு செய்றதுக்கு எதுவுமில்ல."

"நாங்க இன்னும் ஒண்ணு ரெண்டு மாசம் காத்திருப்போம். நீ இன்னொரு தடவை சம்மதம் கேட்டுப்பாரு. உன்னோட அம்மாவோட பாசத்தை நீ என்னால இழக்குறத நான் விரும்பல."

"நான் எமனையே கல்யாணம் பண்ணிக்கிட்டாலும் அம்மா என்னை நேசிப்பார். அப்பவும் என்னை எப்படியாவது ஒரு பட்டதாரியாக்க முயற்சிப்பார். எங்களுக்கு ஏதாவது கஷ்டம்னா பணம் கொடுத்தும் உதவுவார்."

சாஷா இரண்டல்ல, மூன்று மாதங்கள்வரை காத்திருந்தான். வர்ணாசி தனது அம்மாவுக்கு நீண்ட மின்னஞ்சல் ஒன்றையும் அனுப்பினாள். அம்மாவோ இருபத்தைந்து வயதாகும்வரை காத்திருக்குமாறுதான் பதிலனுப்பியிருந்தாள். கடைசியில் ஒருநாள் இருவரும் திருமணம் முடித்தார்கள். அம்மம்மாவும் தபாலதிபரும், சாஷாவின் நண்பர்கள் சிலரும் திருமணப் பதிவுக்கு வந்தார்கள். சந்திம கிரிகும்புரவும், சாஷாவின் நண்பனான அமைச்சர் ஒருவரும் சாட்சிக் கையொப்பம் இட்டார்கள். தகவல் தெரிவிக்க அம்மாவுக்கு அனுப்பிய மின்னஞ்சலுக்கு அம்மாவிடமிருந்து பதில் வந்தது.

'கூடிய விரைவிலோ, சற்றுத் தாமதமாகவோ உனக்கு மீண்டும் படிக்கவோ, தனியாக எழுந்து நிற்கவோ வேண்டி வரும். எந்தவொரு சந்தர்ப்பத்திலும், எந்தவொரு பிரச்சினையின் போதும் உனது தாயான நான் உன்னுடனே இருப்பேன். நமக்கிடையே ஒரு தாய்க்கும் மகளுக்குமிடையேயான ஆழமான அன்பைத் தவிர வெட்கங்களோ சங்கடங்களோ இல்லை.'

சாஷாவைப்பற்றி எதுவுமே விசாரிக்காமல் அம்மா எழுதியிருப்பது, தான் வாழாவெட்டியாக மீண்டும் திரும்பி வரும்வரை காத்துக்கொண்டிருப்பதாகத்தானா? வர்ணாசி அம்மாவுக்குப் பதில் அனுப்பவில்லை. அப்படிப் பார்த்தால் அம்மம்மா எவ்வளவு நல்லவர்? சந்திம தொடங்கிய அரச சார்பற்ற நிறுவனத்தின் இயக்குநர் பதவியை சாஷாக்குக் கொடுத்தார். அவனது சம்பளம் எவ்வளவு என்று வர்ணாசி விசாரிக்கவில்லை. இருந்தாலும் அந்த நிறுவனத்தைக் குறை கூறிப் பத்திரிகையொன்றில் எழுதப்பட்டிருந்த கட்டுரையில் சாஷாவுக்கு மாதாமாதம் ஒன்றரை லட்ச ரூபாய் சம்பளமும், இன்னும் பல கொடுப்பனவுகளும், காரொன்றும் வழங்கப்படுவதாகக் குறிப்பிடப்பட்டிருந்தது.

"உன்னோட அதிர்ஷ்டம்தான். நீ விரும்பியதுபோலவே இனி நிம்மதியா வீட்டுல இருந்து குழந்தைகளைப் பார்த்துட்டு இருக்கலாம்" என்று அம்மம்மா கூறினார்.

சாஷாவுக்கு நிறைய வேலைகள் இருந்ததனால் ஒவ்வொரு கிழமையும் அம்மம்மாவைப் போய்ப் பார்த்துவிட்டு வர அவனால் முடியாமல் போனாலும்கூட வர்ணாசிக்கு ஒரு காரையும் சாரதியையும் வழங்கியிருந்ததால் அவளால் நினைத்த நேரமெல்லாம் ஊருக்குப் போய்வர முடிந்தது. அம்மம்மாவுக்குப் போகத் தேவைப்பட்ட இடங்களுக்கும் அவள் அவரைக் கூட்டிக்கொண்டு போனாள்.

சாஷா வீட்டிலிருந்து புறப்பட்டுப் போனதன் பிறகு என்ன செய்கிறான் என்பதை அறிந்துகொள்ள வர்ணாசி ஒருபோதும் முயலவேயில்லை. காலையில் அவளது கன்னத்தில் முத்தமிட்டு 'நீ எனது வாழ்க்கைக்கு நிம்மதியைத் தந்திருக்கிறாய். சந்திமவுக்குக் கூட வீட்டில் என் அளவுக்கு நிம்மதியில்லை. நான் ஒவ்வொரு நாளும் ஒரு ஆசிரமத்துக்குத் திரும்பும் மன ஆறுதலோடுதான் இரவில் வீட்டுக்கு வருகிறேன்' என்று கூறும் உத்தமனைத்தானே அம்மா சந்தேகப்படுகிறாள்.

அவன் வெளிநாட்டுக்குப் போகும்போது ஆடைகளைத் தயாராக எடுத்துவைத்து, தேவையான பரிசுப்பொருட்களைச் சுற்றிக் கொடுத்தால், 'இதுல குண்டுகள் எதுவும் இல்லைல்ல? நீ கொடுக்குற மருந்து, கசாயங்கள்ல கஞ்சா கலந்திருந்தா அவ்வளவுதான்' என்று கிண்டலடிப்பான்.

விமான நிலையத்திலிருந்தும் 'புறப்படுற நேரம் வந்தாச்சு செல்லம். நீ பத்திரமா இரு' என்று அவளிடம் கூறிவிட்டுத்தான் புறப்படுவான். போய்ச் சேர்ந்ததும் 'எந்தப் பிரச்சினையும் இல்லாம வந்து சேர்ந்துட்டேன்' என்று சொல்வதுதான் அவன் முதலில் செய்யும் காரியம். எவ்வளவு பெரிய வேலைக்குப் போயிருந்தாலும் இரவில் அவளுடன் கதைக்காமல் உறங்க மாட்டான்.

அவை அனைத்தையும் அம்மாவே நேரில் கண்டு அம்மாவும், அம்மம்மாவைப்போல 'இப்படியொரு மருமகன் கிடைக்க கொடுத்து வச்சிருக்கணும்' என்று சொல்வதைக் கேட்க வர்ணாசி ஆவலுடன் காத்திருந்தாள்.

ஆனால் அம்மா நாட்டுக்கு வரும்போது அவளுக்குத் தகவல் தெரிவிக்கவேயில்லை. 'வரும்போது தகவல் தந்தால் காரை அனுப்பி வைக்கிறேன்' என்று முன்பே கூறியிருந்தும், அந்தச் சமயத்தில் கட்டுநாயக்க சர்வதேச விமான நிலையத்துக்கு விடுதலைப் புலிகளின் தாக்குதல் நடைபெற்றிருந்த போதும் மனோரம்யா மகளிடம் உதவி கோரவேயில்லை. அவள் தபாலதிபரின் வீட்டுக்குப்போய்விட்டு அங்கிருந்து

நேராக ஊருக்குப் போனாள். அதன் பிறகு எப்போதாவது அம்மம்மாவுடன் கண்டிக்கோ அனுராதபுரத்துக்கோ யாத்திரை போய் நல்லதொரு ஹோட்டலில் தங்கிவரத் தீர்மானிக்கும் நாளில் வர்ணாசியையும் தம்முடன் வருமாறு அம்மா அழைப்பாள்.

"என்னால சாஷாவை விட்டுட்டு வர முடியாது. அவர் எனக்கு எங்கே வேணும்னாலும் போக அனுமதி கொடுப்பார் தான். ஆனா நான் இப்படி யாத்திரைகளுக்கு அவரை விட்டுட்டு தனியாப் போறது சரியில்லையே" என்று வர்ணாசி வேண்டுமென்றே அம்மாவின் மனதை நோகடிப்பாள்.

"பரவாயில்ல மகளே. என்னோட அம்மா இன்னும் எவ்வளவு நாள் இருப்பாரோ தெரியாது. என்னால முடிஞ்ச அளவுக்கு என்னோட அம்மாவை சந்தோஷமா வச்சுக்கணும். அம்மாவுக்கென்றால் அவரோட மகளோடும் பேத்தியோடும் யாத்திரைபோறது போல சந்தோஷம் வேறெதுல கிடைக்கும்?" என்று மனோரம்யா மகளின் மனதை நோகடிப்பாள்.

அந்த உரையாடலின் பிறகு அம்மா அழுது கொண்டிருப் பதாக அம்மம்மா வர்ணாசியிடம் தெரிவித்தார். ஆனால் வர்ணாசி அழவேயில்லை; மனதைக் கல்லாக்கிக்கொண்டாள். எப்போதாவது ஒரு குழந்தை பிறக்கும்போது மனோரம்யா மாறி விடுவாள் என்று தபாலதிபரும். அம்மம்மாவும், சாஷாவும் கூறினார்கள்.

அன்று பூமியதிர்ச்சியை உணர்ந்த நேரத்தில் சாஷாவுக்கு ஒரு குழந்தையைப் பெத்துக் கொடுத்துவிட்டுச் செத்துப் போனாலும் பரவாயில்லை என்றுதான் வர்ணாசிக்குத் தோன்றியது. அதைவிட மிகப்பெரிய பரிசாக அவள் அவனுக்கு வேறு எதைக் கொடுக்க முடியும்?

"உன் குழந்தையோட முகத்தைப் பார்த்துட்டுத்தான் சாகணும்" என்றுதான் அம்மம்மா எப்போதும் சொல்லிக் கொண்டிருப்பார்.

ஒரு பௌர்ணமி நாளில், பௌத்த விகாரையில் நற்போதனை கேட்டவாறேதான் அம்மம்மாவின் உயிர் பிரிந்தது. அப்போது விடுமுறைக்காக மனோரம்யா நாடு திரும்பியிருந்தது நல்லதாகப் போயிற்று.

"இப்படிப்பட்ட நல்ல சாவு வர ஜினவதியம்மா நிறைய புண்ணியம் செஞ்சிருக்கணும்" என்றுதான் ஊரிலிருந்த அனைவரும் கதைத்துக்கொண்டார்கள்.

சுநேத்ரா ராஜகருணாநாயக

அப்போது சாஷா நோர்வேக்குப் போயிருந்தான். தகவல் தெரிவித்த உடனேயே அவன் வருவதாகச் சொன்னான். இருந்தாலும் அவன் வரும்வரைக்கும் உடலை இரண்டு மூன்று நாட்கள் வைத்திருக்க மனோரம்யா விரும்பவில்லை.

"செத்துப்போனதுக்குப் பிறகு உடலை இருபத்து நாலு மணித்தியாலங்கள்கூட வச்சிருக்கத்தேவையில்ல. பிரேத பரிசோதனை முடிஞ்சதுமே எரிச்சுடணும். நேத்து முந்தாநேத்து வந்த ஒருத்தனுக்காக இதை எரிக்காம வச்சிருக்கத் தேவையில்ல. சிதையில குதிச்சு அம்மம்மாவுக்காக உயிர்த் தியாகம் செய்ற அளவுக்கு இங்க யாருமே இல்லையே."

மனோரம்யா, தபாலதிபர் தாத்தாவிடம் கூறிக்கொண்டிருந்தது வர்ணாசிக்குக் கேட்டது. சாஷா வரும்வரைக்கும் காத்திருப்போம் என்று அம்மாவிடம் எடுத்துக் கூறுமாறு தபாலதிபரிடம் அவள்தான் கேட்டுக்கொண்டாள்.

'நீங்கள் போன வேலையைப் பூர்த்தி செய்துவிட்டு ஆறுதலாகத் திரும்பி வாருங்கள். உடனே சடலத்தை எரிக்குமாறு மகாராணி கட்டளையிட்டிருக்கிறார்' என்று வர்ணாசி தனது கணவனுக்குக் குறுந்தகவல் அனுப்பினாள்.

'கவலையாக இருக்கிறது. எனக்குக் கிடைக்காத அம்மாவாகவும், அம்மம்மாவாகவும் இந்த அம்மம்மா இருந்திருக்கிறார்' என்று சாஷா பதிலனுப்பியிருந்தான்.

சாஷா நாட்டுக்குத் திரும்பி வந்தபோது ஏழு நாள் சடங்குகளும்கூட முடிந்திருந்தன. மரண வீட்டுக்கு வந்திருந்த அனைவரும் வர்ணாசியிடம் 'மாப்பிள்ளை எங்க?' என்று கேட்டார்கள். நல்ல வேளையாக அவன் நோர்வேக்குப் போன செய்தி பத்திரிகையில் வந்திருந்தது. இல்லாவிட்டால் அந்தக் கிராமத்தவர்கள் அவளது கணவன் கோபித்துக்கொண்டு போய்விட்டான் என்று நினைத்திருப்பார்கள்.

அன்றிலிருந்து பூமியதிர்ச்சி தோன்றியிருக்கும் இப்போது வரைக்கும் காலம்தான் எவ்வளவு கடந்து போயிருக்கிறது? வெளியே பெரிய மரங்கள் விழும்போதாவது, நல்ல உறுதியாகக் கட்டப்பட்ட இந்த வீடே அதிரும்போதாவது அம்மாவின் மனம் மாறும் என்று வர்ணாசிக்குத் தோன்றியது.

மரணம் தொட்டு விடும் தூரத்தில் நின்றுகொண்டிருக்கையில் அனைத்துக் கோபதாபங்களையும் முடித்துக்கொள்ள வேண்டும் என்று எவருக்கும் தோன்றாமலிருக்க வழியில்லையே? இருந்தாலும் அம்மாவின் மனதில் என்ன இருக்கிறதென்பதை யார்தான் அறிவார்?

'மனோரம்யா மேடம்னா செத்ததுக்குப் பிறகும் ஆவியாக வந்து நம்ம வீட்டு கேட்டுக்கிட்ட நின்னுக்கிட்டு நான் உன்னைக் கைவிடும்வரை காத்துட்டேயிருப்பார்' என்று ஒருநாள் சாஷாவும் கூறினான்.

'நிஜமாவே ஏனம்மா உங்களால சாஷாவை ஏத்துக்க முடியாம இருக்கு?' என்று கேட்க வர்ணாசி விரும்பினாள். ஆனால் அது அம்மாவுக்கும் மகளுக்கும் இடையில் தடை செய்யப்பட்ட பேசுபொருளாக மாறியுள்ள நிலைமையில், பூமியதிர்ச்சியின் போதுகூட அந்தக் கேள்வியை அம்மாவிடம் முன்வைப்பது எவ்வாறு?

வர்ணாசி மனதைத் திடப்படுத்திக்கொண்டாள்.

"அம்மா."

"ஆஹ் பேபி . . . நீ தூங்கிட்டாய்னு நெனச்சேன்."

"நான் பேபியில்லையே."

"உனக்கு அம்பது வயசானாலும் நீ எனக்கு பேபிதான். அம்மம்மா இருந்திருந்தா அவர் நம்ம ரெண்டு பேரையும்கூட அப்படித்தான் நினைத்திருப்பார்."

இரகசியத் தொனியில் கதைக்க வேண்டிய அவசியமே யில்லை என்றாலும் இருவரும் ஏதோ வீட்டுக்குள் திருடர்கள் நுழைந்திருப்பதுபோல இரகசியமாகத்தான் கதைத்தார்கள். பூமியதிர்ச்சியை உருவாக்கும் பிரம்மாண்ட பூதமொன்று அந்த வீட்டுக்குள் புகுந்துகொண்டு 'இந்த வீட்டுக்குள்ள மனித வாடையடிக்குது' என்று கூறிக்கொண்டே வீட்டை அசைத்துத் தூக்கி மிதிக்க முற்படும் சந்தர்ப்பத்தில் உள்ளே ஒளிந்திருக்கும் இரண்டு குழந்தைகளைப்போல இந்த இருவரும் ஏன் உணர்ந்தார்கள் என்பதை இருவருமே அறிந்திருக்க வில்லை. வர்ணாசியின் சிறுபராயத்தில் மனோரம்யா அவ்வாறான ஒரு கதையைச் சொல்லிக்கொடுத்திருந்தாள். அவ்வப்போது பூமி அதிர்ந்துகொண்டே இருந்ததனால் முதலாம் அதிர்வின் போது உணர்ந்ததை விடவும் மிகுந்த அச்சம் வீட்டுக்குள் சுழலத் தொடங்கியிருந்தது.

"இது இன்னும் எவ்வளவு நேரம் நீடிக்கும்?"

"இது கொஞ்சம் கடுமையானதுபோலத் தெரியுது. இல்லேன்னா கொஞ்ச நேரத்துல நின்னிருக்கும். சிலவேளை வெளியே வீடுகள் உடைஞ்சு, மின்கம்பங்களெல்லாம் விழுந்திருக்கும். பின்னாடியிருக்குற மதிலும் விழுந்திருக்கும்னு எனக்குத் தோணுது."

சுநேத்ரா ராஜகருணாநாயக

"அப்படீன்னா முன்னாடியிருக்குற மதிலும் விழுந் திருக்குமோ தெரியாது" என்றவர்ணாசி சிறுவயதில் அம்மாவுடன் கதைகள் பேசியதுபோல பேச விரும்பினாள். அப்போதுதான் அம்மாவாலும் வெளிப்படையாகப் பேச இயலுமாக இருக்கும்.

சாஷா தனது வாழ்வில் வரும் முன்பு தனது கிராமத்து வீட்டில் மகளுடன் எப்படிக் கதைப்பாளோ அப்படிக் கதைப்பதுவே மனோரம்யாவின் விருப்பமாகவும் இருந்தது. சிலவேளை தனது கணவனின் பெருமையைக் காப்பதற்காக இவ்வளவு காலமும் வெளிப்படுத்தாமல் தனக்குள்ளேயே புதைத்துக்கொண்டிருக்கும் கவலைகளைத் தன்னிடம் மகள் பகிர்ந்துகொள்ளவும் நினைக்கலாம். உலகத்தில் இருக்கும் ஆகச் சிறந்த கணவன் தனக்குக் கிடைத்திருப்பதுபோல அவள் காட்டிக் கொண்ட போதிலும், தேவதைக் கதைகளில் கூறப்படுவது போல 'அதன் பிறகு அவர்கள் இருவரும் எப்போதும் ஒற்றுமையாகவும் சந்தோஷமாகவும் வாழ்ந்தார்கள்' என்று முடியும் கதை நிஜ வாழ்க்கையில் எங்கே நடக்கப்போகிறது? ஒரேயொரு தடவை சுனாமி வந்து எத்தனை அப்பாவி ஜனங்களின் வாழ்க்கையையே மாற்றிவிட்டது? மகளுடன் முற்றத்துக்குப்போய் விட மனோரம்யாவுக்குத் தோன்றியது.

"நாங்க வெளியே போவோமா? இப்ப மழை விட்டிருக்கு போலத் தெரியுது."

"போலாம்.... இப்ப அதிர்வுகளுமில்ல."

அம்மாவும் மகளும் மேசைக்குக் கீழேயிருந்து வெளியே வந்ததும் கடுமையான புழுதி அவர்களது தேகங்களைத் தழுவியது. சுவர்கள் உடைந்திருக்கின்றனவா அல்லது உடைந்த கண்ணாடி ஜன்னல்களினால் வந்த புழுதியா என்று இருவராலும் யோசித்துப் பார்க்க முடியவில்லை. இருந்தாலும் அவசரமாக வெளியே போய் விட வேண்டுமென்ற உணர்வு இருவருக்குள்ளும் இருந்தது. குளிர்க்காற்று ஜன்னல்களினூடாக மாத்திரமல்ல, தலைவாசல் கதவையும் உடைத்துக்கொண்டு உள்ளே வந்து கொண்டிருப்பது அப்போதுதான் புரிந்தது.

தரையில் விரிக்கப்பட்டிருந்த துணியை எடுக்காமல்தான் அம்மாவும் மகளும் மேசைக்குக் கீழேயிருந்து வெளியே வந்திருந்தார்கள். மனோரம்யாவுக்குத் தனது வீட்டுச் சாவியை யும், கொஞ்சம் பணத்தையும், அடையாள அட்டையையும் கையோடு எடுத்துக் கொள்ளவேண்டும் என்று தோன்றிய போதிலும், அதை இப்போது தேடிக் கண்டுபிடிக்க முடியாத ஒருணர்வும் தோன்றியது. தனது உடம்பில் ஒழுங்கான ஆடை

கூட இல்லை என்பதை வர்ணாசி உணராவிட்டாலும், மனோரம்யாவுக்கு அதுவும் நினைவுக்கு வந்தது. மேசைக்குக் கீழேயிருப்பதைவிடவும் வெளியே இருப்பது ஆபத்து என்பதை உணர்த்தும் விதமாக அனைத்து ஓசைகளும் ஒவ்வொரு காற்றுத் தீண்டலும் கூட மரண ஓலங்கள் போலவே கேட்டன. யாரோ ஓலமிடுவது போன்றோ, நாய்கள் குரைப்பது போன்றோ, குழந்தைகள் அழுவது போன்றோ உண்மையிலேயே கேட்டதா அல்லது காற்று அந்த ஓசைகளைச் சித்திரிக்கிறதா என்று யோசித்துப்பார்க்க முடியவில்லை.

ஒழுங்கான ஆடையில்லாமல் அம்மாவின் பாவாடையையும் சட்டையையும் அணிந்துகொண்டிருக்கும் மகளின் உடலை மூடலாம் என்ற எண்ணத்தில்தான் மனோரம்யா மீண்டும் வந்து மேசைக்குக் கீழே விரிக்கப்பட்டிருந்த படுக்கை விரிப்பை எடுக்க முயன்றாள். தான் இருப்பதுகூட இரவாடையோடுதான் என்பது அவளுக்கு மறந்துபோயிருந்தது. அவள் கீழே குனிந்ததன் பிறகுதான் கீழே விழுந்திருந்த வெண்ணிற மேசை விரிப்பும் கண்ணில்பட்டது. அதை எடுத்து வர்ணாசியின் உடல் மேல் போர்த்திவிடும்போது மீண்டும் வீட்டுக்குள் அதிரும் ஓசை கேட்டது. அம்மாவும் மகளும் கால்களில் செருப்புகள்கூட இல்லாமல் உடைந்து விழுந்து கிடந்த கதவைத்தாண்டி வெளியே ஓடினார்கள்.

முற்றத்தில் எந்தத் திசையிலும் ஓட முடியாத அளவுக்கு எல்லா இடங்களிலும் மரங்கள் விழுந்துகிடந்தன. குருவிக் கூடு இருந்த தோடம்பழ மரமும் தரையோடு சாய்ந்திருந்தது. மனோரம்யாவின் இரவாடை தோடம்பழ மரத்தின் முட்களில் சிக்கிக்கொண்டது. அதை அகற்ற முற்பட்ட வேளையில் அவளது கைகளையும் அவை கிழித்தன.

“ஐயோ உடுப்பு முள்ளுல மாட்டிக்கிச்சு. நீ என்னைப் பார்த்துட்டிருக்காதே. எப்படியாவது மைதானத்துக்கு ஓடிடு. யாராவது வந்து உன்னைக் காப்பாத்துவாங்க. ஓடு” என்று அம்மா கூறிய போதிலும் மகள் அம்மாவைவிட்டு நகரவேயில்லை.

“நான் செத்தாலும் பரவாயில்ல... அம்மாவை விட்டுப் போகமாட்டேன்” என்ற வர்ணாசி முட்களில் சிக்கியிருந்த அம்மாவின் இரவாடையின் அந்தப் பாகத்தைக் கிழித்துவிட்டு அம்மாவின் கையைப் பிடித்துக்கொண்டு விழுந்திருந்த மரங்களூடாக நுழைவாயிலுக்குச் செல்ல முற்பட்டாள். மீண்டும் பூமியதிர்ந்தது. இந்தத் தடவை முன்பைவிடவும் கடுமையாக அதிர்ந்தது. இருவருமே கீழே விழுந்துகிடந்த மா மரத்தின்

கிளைகளுக்கிடையே ஒன்றாக விழுந்தார்கள். யாரோ ஆட்டி விடுவதைப்போல கீழே விழுந்து கிடந்த மாமரக் கிளை மேலும் கீழுமாக அசைந்தபோதெல்லாம் அம்மாவும் மகளும் மேலும் கீழுமாக அசைந்தார்கள். கை, கால்களெல்லாம் காயமான போதிலும் அவ்வேளையில் அவர்கள் அதை உணரவேயில்லை. ஏதோ நடுக்காட்டுக்குள் வழி தெரியாமல் கிடப்பதுபோல அங்கேயே கிடந்தார்கள்.

கருங்கற்பாறைகளுக்குக் குண்டு வைத்து உடைப்பதுபோல வீடுகள் உடைந்து விழும் சத்தம் கேட்டது. ஒரு கலைக்கூடம் போல, ஐந்து நட்சத்திர ஹோட்டலின் ஒரு பகுதிபோல சாஷா பார்த்துப் பார்த்துக் கட்டிய அழகான அவர்களது இரண்டு மாடி வீடு அம்மாவும் மகளும் இருந்த இடத்துக்கே செங்கற்துண்டுகளும் கருங்கற்களும் சுவரின் சிதிலங்களும் தெறித்து விழும்படியாக உடைந்து விழுந்தது. அம்மா மகளைச் சிறுபிராயத்தில் செய்ததுபோல கட்டியணைத்துக்கொண்டு மாமரக் கிளைகளிடையே மறைந்துகொள்ள முற்பட்டாள். ஒரு வகையில் அந்த மாமரக் கிளைகள் அவர்களைப் பாதுகாத்தன. அனைத்துத் திசைகளிலிருந்தும் விழும் பொருட்கள் மாமரக் கிளைகளில் பட்டு வேகம் குறைந்தன.

மரக்கிளைகளும் தரையும் ஈரமாக இருந்ததோடு, மாமரத்தின் ஈரத் தண்டை இறுகப் பற்றியவாறு சேறாகிப் போயிருந்த தரையில் அப்படியே கிடப்பதல்லாமல் வேறெதை யும் செய்ய முடியாது என்று வர்ணாசிக்குத் தோன்றியது.

“மகளே, நான் உன்னைத் தூக்கி எடுத்துக்கொண்டாவது மைதானத்துக்குக் கூட்டிப் போவேன். பயப்படாதே” என்று மனோரம்யா கூறியபோதிலும் மைதானமோ பாதையோ இப்போது எஞ்சியிருக்குமா என்ற கேள்வியும் அவளது மனதில் எழுந்தது.

யாருடையது என்றறியாத நாயொன்று நுழைவாயிலருகி லிருந்து குரைப்பதுபோலக் கேட்டது. திசைகளையறிய முடியாத அளவுக்குப் பெரிய பெரிய வீடுகளெல்லாம் தரை மட்டமாகியிருக்கையில் நாய் தப்பித்து ஓடி வந்திருக்கக்கூடும். அம்மாவும் மகளும் சறுக்கியவாறும் தவழ்ந்தும் நுழைவாயில் இருந்த இடத்தை நோக்கி நகர்ந்து வந்து பார்த்தால் நுழைவாயிலோ கருங்கல் மதிலோ அங்கிருக்கவில்லை. தார் வீதி இருந்த இடத்தில் யாருடைய வீட்டுக் கூரையிலிருந்தோ பறந்து வந்த கூரைத் தகடு கிடந்தது. தண்ணீர்க் குழாயொன்று வெடித்ததாலோ, மழை நீர் சேர்ந்ததாலோ பார்க்குமிட மெல்லாம் தண்ணீர் நிறைந்திருந்தது. யாரோ அவர்கள்மீது

டோர்ச் ஒளியைப் பாய்ச்சினார்கள். அம்மாவும் மகளும் சிலையாகச் சமைந்து நின்றார்கள். நெஞ்சுவரைக்கும் சாரமொன்றைக் கட்டியிருந்த ஒருவர் உடைந்த ஒரு வீட்டின் அருகிலிருந்து தோன்றினார்.

"அப்படியே பத்திரமா காலடியெடுத்து வச்சு இங்க வந்துடுங்க."

அந்த நபர் அக்கம்பக்கத்து ஆளொருவரா என்று அவர்களுக்குத் தெரியவில்லை. வீட்டுக்கு அருகிலிருந்த சில்லறைக் கடை முதலாளியையும் காலையில் அந்தப் பாதையால் நடைப்பயணம் செல்பவர்களையும் தவிர அங்கு வசிப்பவர்கள் எவரையும் இருவரும் அறிந்திருக்கவில்லை. அங்கிருந்த எல்லா வீடுகளைச் சுற்றியும் கோட்டைகள்போல பெரிய மதில்கள் இருந்ததனால் யாருக்கும் யாரையும் அறிமுகமிருக்கவில்லை.

"பயப்படாதீங்க... நான் ராணுவத்திலிருந்தவன். எனக்கு ஒரு கால் இல்ல. இல்லன்னா காயப்பட்டவங்களைத் தூக்கிட்டு வரப் போயிருப்பேன்" என்று சத்தமாகக் கூறியவாறே அவர் நாலாபக்கமும் டோர்ச் அடித்துப்பார்த்தார்.

சுனாமி சமயத்தில் நடந்தவை நினைவுக்கு வந்து மனோரம்யா நன்றாகப் பயந்து போனாள். தரை ஈரமாக இருந்த போதிலும், காற்றில் புழுதியும் கலந்திருந்தது.

"உன்னோட மாலையைக் கழற்றி சட்டைப் பையில போட்டுக்கோ" என்று மகளிடம் இரகசியமாகக் கூறினாள் மனோரம்யா.

சேறு படிந்து, ஈரத்தில் ஊறியிருந்த மேசைத் துணி மகளின் தலையை நன்றாக மூடியிருக்கிறதா என்று உன்னிப்பாகப் பார்த்தவாறுதான் அதைக் கூறினாள் அவள்.

"மைதானத்துக்குப் போக வழியில்லையா?"

"அதுதான் நானும் யோசிச்சேன். சுத்திப் போகாம அந்த முன்னாடியிருக்குற வீட்டுத் தோட்டம் வழியாப்போனால் சீக்கிரம் போயிடலாம். அந்தப் பக்க மதிலும் உடைஞ்சுதான் இருக்கும்."

மற்றுமொரு குட்டைக் கால்சட்டைக்காரன் எங்கிருந்தோ தோன்றினான். கழுத்தில் சங்கிலியோடு வந்திருந்த நாயொன்று வர்ணாசியின் அருகில் வந்து முனகியது. தனது வீடும் உடைந்திருந்தால் மினிஸ்டரும் ருச்சிராணியும் நன்றாகப் பயந்து போயிருக்கும் என்று கூற வேண்டும்போல இருந்த

போதிலும், மனோரம்யாவால் பேச முடியாத அளவுக்கு நாசியைப் புழுதி அடைத்துக்கொண்டது. அம்மாவும் மகளும் இருமத் தொடங்கினார்கள்.

“யாராவது இருந்தா வெளியே வாங்க” என்று காலில்லை என்று கூறிய அந்த நபர் கத்தினார்.

“நீங்க ரெண்டு பேரும் டோர்ச்சை எடுத்துக்கிட்டு முன்னாடி போங்க. நாங்க உங்களைத் தொடர்ந்து வாறோம்” என்றாள் மனோரம்யா.

ஒரு வீடு உடைந்து வீழ்ந்திருந்தபோதிலும், அதன் முன்மாடத்தின் கீழ் ஒரு கார் பத்திரமாக அப்படியே நின்றது. இராணுவத்திலிருந்தவர் அந்தக் காரின் கதவை எதைக் கொண்டோ அடித்துத் திறந்தார். சுற்றி வர அனைத்தும் சிதிலங்களாக இருக்கையில் காரை வைத்துக்கொண்டு என்னதான் செய்வது? சுனாமி சம்பவங்கள் நினைவுக்கு வந்ததில் மனோரம்யாவின் உடல் சிலிர்த்துப்போனது.

“அம்மை நோயாளியோடு இருக்கிறேன்.”

அம்மா என்ன உளறுகிறாள் என்று வர்ணாசிக்குப் புரியவில்லை. இங்கு நடந்திருப்பதையெல்லாம் கண்டு அம்மாவுக்குப் புத்திபேதலித்துவிட்டதோ?

“அம்மா... நான் பக்கத்துலதான் இருக்கேன்” என்ற வர்ணாசி அம்மாவின் கையை இறுக்கமாகப் பற்றிக்கொண்டாள்.

“அம்மை நோயாளியைப்போல காட்டிக்கோ” என்று அம்மா இரகசியமாகக் கூறினாள். ஆணும் பெண்ணுமாக ஆங்காங்கேயிருந்து இன்னும் சிலர் தோன்றினார்கள். கதவு திறக்கப்பட்ட காரின் மின்குமிழ்கள் ஒளிர்ந்தன. எங்கும் சிதிலங்களே நிறைந்திருந்தன. குழந்தைகள் வீறிட்டழுவது கேட்டது.

“மகளே உன்னைக் கூட்டிட்டுப்போய் மைதானத்துல விட்டுட்டு நான் திரும்ப வரணும். குழந்தைகளெல்லாம் அழுறது கேட்குது” என்று மனோரம்யா புலம்பினாள்.

“இந்தப் பிரதேசம் மட்டும்தான் பாதிக்கப்பட்டிருக்குன்னா உதவிக்கு இப்ப ஆர்மியிலிருந்தோ ஏர்ஃபோர்ஸ்ல இருந்தோ ஆட்கள் வருவாங்க. நாடு முழுக்க இதே கதின்னா இந்தியாவிலிருந்தாவது யாராவது வரும்வரைக்கும் காத்துட்டிருக்க வேண்டியிருக்கும்” என்று சாரம் அணிந்திருந்த நபர் கூறினார்.

“இப்ப மைதானத்துக்குப் போனாலும் அது பள்ளம் என்பதால தண்ணி நிறைஞ்சிருக்குமோ தெரியாது” என்று யாரோ ஒரு பெண் ஆங்கிலத்தில் கூறுவது கேட்டது.

அனைவரும் சிதிலங்களைத் தாண்டிக் கடந்து மைதானத்துக்குத்தான் போகப் பார்த்தார்கள். ஒரு காலில்லை என்று கூறிய போதிலும், இராணுவத்திலிருந்த அவர்தான் நடப்பதில் முந்திக்கொண்டார்.

வர்ணாசியின் வீட்டுக்கு முன்னாலிருந்த வீட்டின் ஒருபுறம் உடைந்து வீழ்ந்து பச்சை நிறப் பளிங்குக் கற்கள் பதிக்கப்பட்டிருந்த குளியலறையும் வெளியே தெரிந்தது. அந்த வீட்டிலிருந்தவர்கள் சிதைவுகளுக்குள் அகப்பட்டிருப்பார்களோ? யாரோ முனகுவது கேட்டது.

“யாரோ முனகுறாங்க. யாராவது கொஞ்சம் தேடிப் பாருங்களேன்” என்று வர்ணாசி கத்தினாள்.

எவருக்கும் நின்று நின்று தேடிப் பார்க்க பொறுமையிருக்க வில்லை. மீண்டும் பூமி அதிர்ந்தால் இடிந்து விழும் சுவருக்கோ மதிலுக்கோ அகப்பட வேண்டி வருமோ என்ற பயம் எல்லோருக்குள்ளும் இருந்தது.

குழந்தைகள், பெண்கள், ஆண்கள், நாய்கள், பூனைகள் என அனைத்து இனங்களும் நன்றாகச் சகதிக் குட்டையாகிப் போயிருந்த மைதானத்தில் ஒன்று சேர்ந்தன. ஆண்கள் உடைந்து வீழ்ந்திருந்த இரண்டு மரங்களுக்குப் பெற்றோல் ஊற்றி எரியச் செய்தார்கள்.

“நான் கர்னல் சுபாஷ். யாரும் பதற்றப்பட வேணாம். விடியப் போகுது. கூடிய சீக்கிரம் எங்கிருந்தாவது உதவி கிடைக்கும். இப்ப சுற்றி வர இருக்குற வீடுகள்ல இருந்து தப்பிச்சவங்க முன்னால வாங்க. ரப்பர்ஷீட்ஸ், குஷன், கதிரைகள், மெத்தைகள்னு உங்களால தூக்கிட்டு வர முடியுமான எல்லாத்தையும் இங்க கொண்டு வந்து குழந்தைகளுக்கும் வயசானவங்களுக்கும் உட்காந்திருக்க உதவணும். இங்க இருக்குறவங்க இந்த நெருப்பு மேலும் பரவாம பாத்துக்குங்க.”

மனோரம்யாவும் வர்ணாசியும் ஒருவரையொருவர் அரவணைத்தவாறே இருந்தார்கள். அவர்கள் முதலில் சந்தித்த அந்த நபர் எல்லாவற்றுக்கும் தலைமை தாங்கிக்கொண் டிருந்தார். தீச்சுவாலையிலிருந்து நன்றாக வெளிச்சம் வந்து கொண்டிருந்ததனால் மெல்லிய இரவாடைகளை அணிந்திருந்த பெண்கள் இருளில் மறைந்துகொள்ளப் பார்த்தார்கள்.

சாம்பல் நிற வானத்தின் கிழக்கு திசையில் அம்பெய்தது போல பொன்னிறக் கதிர்கள் தோன்றின. அவை அனைத்து இடங்களுக்கும் பரவ அதிக நேரம் எடுக்கவில்லை. ஆண்கள் சேற்றினூடே நடந்துசென்று மெத்தைகள், உடைந்த கதவுகள், கதிரைகள் போன்றவற்றை எடுத்துக்கொண்டு வந்து மைதானத்தில் இட்டிருந்ததால் பெண்கள் அவற்றில் அமர்ந்திருந்தார்கள்.

"நான் போய் வீடுகளுக்குள்ள அகப்பட்டிருக்குறவங்களைக் காப்பாத்தணும். இப்படி உட்காந்திருந்தா சரி வராது" என்று உடைந்த சீமெந்துப் படிக்கட்டின் மீது பலகைத் துண்டொன்றை வைத்து அமர்ந்திருந்த மனோரம்யா இருப்புக்கொள்ளாமல் புலம்பினாள்.

"பைத்தியமா உங்களுக்கு? உங்க கவுணும் கிழிஞ்சிருக்கு அம்மா" என்ற வர்ணாசி அம்மாவின் கையை இறுகப் பற்றியிருந்தாள்.

"இந்த நேரத்துல யாரு என்னோட கவுண் கிழிஞ்சிருக்கா சேறு பட்டிருக்கான்னு பார்க்கப் போறாங்க? மனுஷ உயிர்னா அவ்வளவு லேசாப் போச்சா உனக்கு?"

"அப்போ நானும் வாறேன். இல்லேன்னா நீங்க எங்கே யாவது சுவருக்குள்ள அகப்பட்டாக்கூட எனக்குத் தெரியாமப் போயிடும்."

"வேணாம் வேணாம்... உனக்கு இதையெல்லாம் தாங்கிக்குற சக்தியில்ல பேபி."

"அதெப்படி? நான் மனோரம்யாவோட மகள்" என்று அம்மாவும் மகளும் வாதிட்டுக்கொண்டிருக்கும்போது இந்திய ஹெலிகொப்டரொன்று வானத்தில் வட்டமிட்டது. சிவப்புத் தலைப்பாகை அணிந்திருந்த சீக்கிய படையினர் தண்ணீர் போத்தல்களையும் பிஸ்கட் பெட்டிகளையும் கீழே போட்டார்கள்.

"யாரும் அவசரப்பட வேணாம். எல்லோருக்கும் எல்லாம் சமமாப் பிரிச்சுக் கொடுக்கப்படும்" என்று கர்னல் சுபாஷ் கத்தினார். அவர் இந்தியப் படையினரை நோக்கிக் கையசைத்து ஏதோ சொன்னார்.

"காயமானவங்க இருக்காங்கன்னு சொல்றார் போல" என்று மனோரம்யா கூறினாள்.

கடும் தாகமாக உணர்ந்தபோதிலும் அதைப் பொருட்படுத்தாமல் அவள் தன் தண்ணீர் போத்தல்களைப் பங்கிடத் தொடங்கினாள். பகிர்ந்து முடித்ததும் எஞ்சியிருந்த ஒரு தண்ணீர்

போத்தலின் மூடியைத் திறந்து தான் பருகாமல் மகளிடம் நீட்டினாள்.

"நான் குடிச்சிட்டேன். அம்மா குடிங்க."

வர்ணாசிக்குத் தனது வீட்டைவிட்டு வெளியே வந்ததன் பிறகு அப்போதுதான் சாஷாவின் நினைவு வந்தது. கடந்த ஏழு வருடங்களாக இப்படி ஒருபோதும் நடந்ததில்லை. அவளாக யோசித்துப்பார்க்காவிட்டாலும்கூட அவன் எல்லாக் கணங்களிலும் அவளது மனதிலேயே இருந்தான். அவள் அனைத்தையும் செய்ததுகூட அவனுக்காக அல்லாமல் தனக்காக அல்லவே. என்றாலும், முற்றத்திலிருந்து மைதானத்துக்கு வந்த வழியில் அம்மா மீதிருந்த கோபதாபங்கள் அனைத்தும் பூமிக்குக் கீழே புதையுண்டு போனதுபோல உணர்ந்தாள். வர்ணாசியால் கதைக்கக்கூட முடியாமலிருந்தது.

மனோரம்யா அநாதரவான கைக்குழந்தையொன்றைத் தேடி எடுத்துக்கொண்டு வந்து வர்ணாசியிடம் கொடுத்து வெதுவெதுப்பாக அரவணைத்திருக்குமாறு கூறிவிட்டு, "தாய்ப்பால் கொடுக்கக் கூடிய யாராவது இருந்தா இந்தக் குழந்தைக்குக் கொஞ்சம் பால் கொடுங்க" என்று கத்தினாள்.

ஆனால் அங்கு அவ்வாறு யாரும் இருக்கவில்லை. குழந்தை உதடுகளைக் கூர்மையாக்கிக்கொண்டு வர்ணாசியின் மார்பைத் தேடியது. அவள் போத்தல் மூடிக்குக் கொஞ்சம் தண்ணீர் எடுத்துக் குழந்தைக்குப் பருக்கிவிட்டாள். சிலர் தமது வீடுகள் இருந்த இடங்களுக்குப் போய்த் தமது குடும்பத்தினரைத் தேடத் தொடங்கினார்கள். சிலர் கண்களை விரித்து வெறித்துப் பார்த்தவாறும், பெருமூச்சு விட்டவாறும், முனகியவாறும் இருந்தார்கள். சிலர் தத்தமது குடும்பத்தினரோடு கதைக்கவும் முடியாத அளவுக்கு ஊமைகளாகிவிட்டவர்கள்போல காணப்பட்டார்கள்.

"இப்படி சும்மா உட்காந்திருக்காம ஏதாவது செய்ய வேணும்" என்று தனியாகப் புலம்பியவாறு சுற்றிவரப்பார்த்தாள் மனோரம்யா.

ஆனால் என்னதான் செய்வது? பகலாகும்போது வெயில் அதிகரிக்கும் என்பதற்காக இப்போது நிழலான இடங்களை புதிதாக உருவாக்கவா முடியும்? முந்தைய இரவில் பூமி அதிர்ந்த போது, ஒப்பாரி வைத்து அழுத ஆகாயம் மேகங்களின்றி நீல நிறத்தில் பிரகாசிக்கத் தொடங்கியிருந்தது.

சுநேத்ரா ராஜகருணாநாயக

"நானிருந்த வீடு இருக்கோ இல்லையோ தெரியாது. மாயாவையும் இங்கு காணல. வீட்டுல இருப்பாள். வா ... நாங்க போய்ப் பார்ப்போம்."

மனோரம்யா மைதானத்தின் மதில் உடைந்திருந்த இடத்தால் வெளியே வந்தாள். வர்ணாசியும் அம்மாவைப் பின்தொடர்ந்து நடந்தாள். குழந்தை தனது விரல்களைச் சூப்பியவாறிருந்தது. ஒரு வீட்டின் நீலக்கூரை தெருவின் குறுக்கே விழுந்திருந்த பலா மரத்தின் மீதிருந்தது. திரைச்சீலையோடு ஒரு ஜன்னல் மாத்திரம் எஞ்சியிருந்த வெண்சுவரொன்று தனித்திருந்தது. அது சோகத்தினாலல்லாமல், ஏதோ சுதந்திர மாகவும் நிம்மதியாகவும் இருப்பதுபோலத் தென்பட்டது. மனோரம்யா ஒரு கணம் நின்று அதைப்பார்த்தாள். அதன் மெல்லிய திரைச்சீலை 'அனைத்தும் இருக்கும். இல்லாமல் போகும். காற்றும்கூட இப்போது இருந்தது. இல்லாமல் போனது. மழை வரும். போகும். மனிதர்களும் வருவார்கள். போவார்கள். மண்ணிலிருந்துவந்தவை அனைத்தும் மண்ணோடு மண்ணாகின. நான் ஜன்னல் திரைச்சீலையாக ஆவதற்கு வெகுகாலத்திற்கு முன்பு பருத்திப் பூவாக இருந்தேன்' என்று கூறுவது போல காற்றில் அசைந்துகொண்டிருந்தது. சிதிலங்களிடையே சிறு பிள்ளைகள் பயன்படுத்தும் சிவப்பு நிற சைக்கிளொன்று தென்பட்டது.

சேறு படிந்து கிழிந்த இரவாடையுடனிருந்த குழந்தையின் தாய் எங்கிருந்தோ ஓடி வந்து, ஏதோ தனது குழந்தையை வர்ணாசி திருடி எடுத்துக்கொண்டு போவதுபோல கருதி அவளின் கையிலிருந்து குழந்தையைப் பறித்தெடுத்தாள். மனோரம்யாவும் வர்ணாசியும் அதிர்ச்சியில் சிலையாகச் சமைந்துபோனார்கள். அந்தத் தாய் குழந்தையை இறுக அணைத்தவாறு அழுதாள். குழந்தையும் அழத்தொடங்கியது.

"நாங்க போவோம்" என்ற மனோரம்யா மகளையும் கூட்டிக்கொண்டு தெருவில் விழுந்திருந்த மரத்தைத் தவிர்த்துவிட்டு மதில் உடைந்திருந்த தோட்டத்தினூடாக நடந்தாள். அவர்களது தேகங்களில் தோல் கிழிந்த, காயமடைந்த இடங்களில் வலி தோன்றத் தொடங்கியிருந்தது.

மனோரம்யா வாடகைக்கு எடுத்து வசித்துவந்த அந்த வீட்டின் பகுதியிலும், மொத்த வீட்டிலும் கூரையோடுகள் உடைந்து தெறித்து விழுந்திருந்தபோதிலும், சுவர்கள் அப்படியே எஞ்சியிருந்தமை வியப்பூட்டியது. அந்தப் பகுதியிலிருந்த பழைய வீடுகள் பலவும் அவ்வாறு தப்பித்திருந்தபோதிலும், சில இடங்களில் மாத்திரம் சுவர் வெடித்துக் கதவு, ஜன்னல்கள்

கழன்று விழுந்திருந்தன. சில மதில்கள் யாரோ கத்தியால் வெட்டிய கேக் துண்டுகள்போல அப்படியே தரையில் சாய்ந்திருந்தன. அழகுக்காக வளர்க்கப்படும் குட்டைப் பன்னத் தாவரம் மனோரம்யாவின் வீட்டுக் கூரையில்போய் நின்றிருந்தது. தலைவாசல் கதவு தரையில் விழுந்து படிக்கட்டால் இறங்கி முற்றத்தின் நடுவே போய் விழுந்திருந்தது. வீட்டு உரிமையாளரான மாயா சேனாநாயக்க மனோரம்யாவைக் கண்டதுமே அழுதவாறு ஓடி வந்து கட்டியணைத்துக் கொண்டாள்.

"மனோ நீயும் நானும் ரெண்டு பேருமே தப்பிச்சிட்டோம். வீட்டுல புதுசாக் கட்டிய பாத்ரூம்ஸ் மட்டும்தான் முழுசா சேதமாகியிருக்கு."

மினிஸ்டரைக் காணவில்லை. ருச்சிராணி ஓடிவந்து மனோரம்யாவின் காலைச் சுற்றியது.

"அந்தக் காலத்துல இந்த வீட்டைக் கட்டுறப்ப சீமெந்து மண் கலவையோடு கரும்புச் சாறெல்லாம் கலந்துதான் கட்டினாங்களாம். நீ தூங்குற அறையிலதான் என்னோட தாத்தா இருந்திருக்கார். அந்த அறைக்கு இரட்டைச் சுவர் வச்சுக் கட்டி சுவர்களுக்கிடையிலும் மணல் நிரப்பியிருக்காங்களாம். இந்தச் சுவர்கள் அசிங்கமா இருக்குன்னு என்னோட பிள்ளைகள் இதை உடைக்கப் பார்த்தாங்க. நான் செத்ததுக்குப் பிறகு வேண்டியதைப் பண்ணிக்குங்கன்னு அவங்களை மிரட்டி வச்சிருக்கேன். அவங்க ஸ்ரீலங்கால இருந்திருந்தா எப்பவோ இதை உடைச்சிருப்பாங்க."

"ஊர்ல என்னோட பாரம்பரிய வீடு இருந்திருந்தா அதுவும் இந்த பூமியதிர்ச்சிக்கு எதுவும் ஆகாம தப்பிச்சிருக்கும். அதைப் பாதுகாக்காம, உடைச்சுத் தரைமட்டமாக்கும் வரைக்கும் சிலருக்கு நிம்மதியில்லாம இருந்துச்சே."

மனோரம்யா மகளைக் குற்றம் சொல்கிறாள் என்பதை உணர்ந்ததும் மாயா பேச்சை மாற்றினாள்.

"உள்ளே போய்ப்பாரு. மழையால எல்லாம் சேறாகிடுச்சு. சாமான்களெல்லாம் அங்கயும் இங்கயும் சிதறியிருக்கே தவிர மத்தவங்க அளவுக்கு நமக்கு எந்த சேதமுமில்ல. இப்பவும் உள்ளே ரப்பர்ஷீட்டால மறைச்சுக்கிட்டாவது இருந்துக்க முடியும்."

வர்ணாசி கிணற்றை எட்டிப் பார்த்தாள். கிணற்றுத் தண்ணீர், சேற்று நீராகக் கிணற்றின் சுவரைத்தாண்டி வெளியே வழிந்து கொண்டிருந்தது.

“எனக்குத் தெரிஞ்ச காலத்திலிருந்து எவ்வளவு பெரிய மழை வந்தாலும் இந்தக் கிணறு இந்தளவு பொங்கி வழிஞ்சதேயில்ல. புதுசா ஏதாவது ஊற்று தோன்றியிருக்கோ என்னவோ” என்ற மாயா கிணற்றில் கையை விட்டுத் தண்ணீரை ஏந்திக் கால்களில் ஊற்றி அதில் படிந்திருந்த சகதியைக் கழுவினாள்.

மனோரம்யா கதவில்லாத வீட்டுக்குள் போனாள். எல்லா இடங்களும் நனைந்து, சருகுகளும் கூரையோடுகளும் எங்கும் பரந்திருந்ததோடு சூரிய ஒளி வீட்டுக்குள் புகுந்து நனைந்திருந்த பொருட்களின் ஈரத்தை உறிஞ்சிக்கொண்டிருந்தது. மின் சாதனப் பொருட்கள், சுவர்க் கடிகாரங்கள், ஒவ்வொரு நாட்டிலிருந்தும் எடுத்து வந்திருந்த புத்தரின் புகைப்படங்கள் என அனைத்தும் நிலத்தில் விழுந்திருந்தன. மனோரம்யா நேபாளம், சீனா, இந்தியா ஆகிய நாடுகளிலிருந்து வாங்கிக் கொண்டுவந்திருந்த பித்தளை புத்தர் சிலைகளைப் பொறுக்கி வெடித்திருந்த ஜன்னல் படியில் வைத்தாள். பளிங்கினாலும் களிமண்ணாலும் ஆன சிலைகள் துண்டு துண்டாகிப்போயிருந்தன. பழைய அலுமாரி முகங்குப்புறத் தரையில் விழுந்துகிடந்தது.

மனோரம்யா அலுமாரியை மறுபுறமாகத் திருப்ப முயன்றாள். அது சிரமமாக இருந்ததால் அலுமாரியின் பின்புறப் பலகையை உடைத்து உள்ளேயிருந்த சில துணிகளை இழுத்தெடுத்தாள். கலங்கியிருந்த கிணற்றுத் தண்ணீரைக் கொண்டு கை கால் முகம் கழுவி ஆடை மாற்றிக்கொண்டாள். அலுமாரிக்குள் பொலிதீன் உறைச் சுற்றப்பட்டிருந்ததால் ஈரமாகாமல் இருந்த புதிய நீண்ட பெரிய கவுணொன்றை வர்ணாசி அணிந்துகொண்டாள்.

“இது எனக்கு தாய்லாந்துல வச்சு பரிசாகக் கிடைச்ச கவுணொன்னு. லினட்டுக்கு நத்தார் பரிசாகக் கொடுக்கலாம்னு எடுத்து வச்சிருந்தேன்” என்றாள் மனோரம்யா.

“மற்ற எல்லா உடுப்புகளும் ஈரமாகியிருக்கு” என்றவாறே வர்ணாசி தான் அணிய விரும்பாத கடுஞ்சிவப்பு நிறத்திலிருந்த அந்த கவுணின் இரண்டு பக்கங்களையும் இழுத்துத் தனக்கு அது எவ்வளவு பெரிதாக இருக்கிறது என்று பார்த்தவாறு அந்தப் படுக்கையறையின் நடுவே நின்றுகொண்டிருந்தாள்.

“நாங்க எப்படியாவது இந்த அலுமாரியை மற்றப்பக்கம் புரட்டியோ இல்லேன்னா இந்தப் பலகைகளைக் கழற்றியோ உள்ள இருக்குற எல்லாத்தையும் வெளியே எடுத்துக் காய வைக்கணும்” என்ற மனோரம்யா தனியாக அலுமாரியின் பின்பக்கப் பலகையை இழுத்து உடைக்க முயன்றாள்.

“காயங்கள்ல பூசிக்குறதுக்கு மருந்தொண்ணும் இல்லையா?” என்று கேட்ட வர்ணாசி சேதமாகாமல் தப்பித்திருந்தப் பிரம்புக் கட்டிலின் ஓர் ஓரமாக அமர்ந்து உள்ளங்காலைப் பரிசோதித்தாள்.

“வெட்டிடுச்சு இல்லையா? கண்ணாடித் துண்டாயிருக்கும். காயத்துக்குள்ளச் சேறு போயிருக்கும்” என்ற மனோரம்யா பளிங்குக் கற்கள் உடைந்துபோயிருந்த குளியலறையை எட்டிப் பார்த்தாள். அதனுள்ளே கொங்கிறீட்டும் உடைந்து விழுந்திருந்தது. முதலுதவிப் பெட்டியைத் தேடியெடுத்தால்கூட உள்ளே அனைத்தும் அப்படியே இருக்கும் என்பது என்ன நிச்சயம்?

“ஃபெரொக்ஸைட்டோ, டெட்டோலோ இருந்தாலாவது சமாளிக்கலாம்.”

அந்தக் காயத்தினூடாக ஏதாவது வியாதிகள் தொற்றிவிடக் கூடும் என்று மனோரம்யா பயந்தாள். இருந்தாலும் அந்தப் பயத்தை வெளியே கூறி வர்ணாசியையும் எதற்காகப் பயமுறுத்த வேண்டும் என்றும் அவளுக்குத் தோன்றியது.

“நீ அங்கேயும் இங்கேயும் நடக்காம அப்படியே இரு. இல்லேன்னா காயத்துக்குள்ள கிருமிகள் போயிடும். இவ்வளவு நேரமும் உனக்கு வலியே தெரியாம இருந்ததுதான் வியப்பாயிருக்கு.”

“இல்ல . . . கால் வலிச்சதுதான். செருப்பில்லாம செங்கல்லயும் கருங்கல்லயும் நடந்ததால இருக்கும்னு நினைச்சுட்டிருந்தேன்.”

அம்மா அந்தப் பிரம்புக் கட்டிலின் மேலே ஈரமாகிப் போயிருந்த பாயை எடுத்துக்கொண்டுபோய்த் தரையோடு சாய்ந்திருந்த பற்றையின் மீது காயப்போட்டுவிட்டு வந்து தன்னந்தனியாக மெத்தையைத் தூக்கப் பாடுபடுவதை மகள் பார்த்துக்கொண்டிருந்தாள். அம்மா மெத்தையின் மேல் ஒரு பாயை விரித்துத்தான் படுத்துக்கொள்கிறாள் என்று லினட் முன்பே அவளிடம் கூறியிருந்தாள். இவ்வளவு அகலமான பன்பாய் எங்கும் விற்பனைக்கு இருக்காது. சாஷா அவற்றை நெய்யச்சொல்லி வாங்கும் இடத்திலேயேதான் அம்மாவும் வாங்கியிருக்கக்கூடும். ஆனால் அந்தக் கேள்வியைக் கேட்பது இப்போது மாத்திரமல்ல எப்போதுமே உசிதமல்ல. பாய் தொடர்பாகவாவது சாஷா பற்றித் தான் ஏதேனும் கூறிவிட்டால் அம்மாவின் காது கேளாமல் போய்விட வாய்ப்பிருந்தது. இவ்வளவு காலமாக சாஷா சம்பந்தமாக அம்மா அவ்வாறு

செவிடாக இருக்கவும், மகள் ஊமையாக இருக்கவும் நன்றாகக் கற்றுக்கொண்டிருந்தார்கள். தவறியேனும் சாஷாவின் பெயர் குறிப்பிடப்பட்டால் ஒரு மோசமான அமைதி அவ்விடத்தில் உருவாகிவிடும். அந்த அமைதியின் ஆழத்தில் இருப்பது, இரவின் அந்தகாரத்தில் ஓர் அருவியின் அருகில் உணரக்கூடிய விதத்திலான மெல்லிய பயத்துடன் கலந்த ஓர் ஓலம். இருந்தாலும் விடியலில் அருவியானது பேரெழிலோடு வெள்ளி நீரோட்டமாகப் பாய்ந்தோடும். சூரியக் கதிர்களோடு விளையாடி வானவில்லைத் தோற்றுவிக்கும். இதுவும் அவ்வாறான வானவில் தோன்றக்கூடிய நேரமென்பதால் மனோரம்யா தனியாக மெத்தையைத் தூக்கிக்கொண்டு வெளியே போனாள். கட்டிலிருந்த பலகைகளில் ஒன்றிரண்டு நனையாமல் இருந்தன.

"ஈரமில்லாத இடத்தைப் பார்த்து அதுல பேசாம அப்படியே உட்காந்திருக்கணும்" என்று அம்மா படிக்கட்டின் மீது மெத்தையைக் காயப்போட்டுவிட்டு வர்ணாசியின் சிறுபராயத்தில் கூறுவதுபோல ஓர் அன்பான கட்டளையை இட்டாள்.

மகள் கட்டிலில் அமர்ந்தவாறே உள்ளங்கால்களிலும், இன்னும் ஏனைய இடங்களிலுமிருந்த காயங்களைப் பரிசோதித்துக்கொண்டிருந்தாள்.

சமையலறையில் தட்டுகள், கோப்பைகள், பாத்திரங்கள் மேலடுக்கிலிருந்து கீழே விழுந்து உடைந்திருந்தன. கூரையிலிருந்தும் உடைந்த கதவு வழியாகவும் ஒரு கொக்கியால் தொங்கும் விதமாகத் திறக்கப்படும் நீல நிற ஜன்னலினூடாகவும் வீட்டுக்குள் விழுந்திருந்த சருகுகளுக்கும் தூசுக்கும் இடையில் நின்றுகொண்டு மனோரம்யா சுற்றிவரப் பார்த்தாள். களிமண் பாத்திரங்கள் அடுக்கப்பட்டிருந்த அடுக்கு அப்படியே கீழே விழுந்து அனைத்தும் உடைந்து போயிருந்தன. அந்தப் பாத்திரங்களுக்குள் அலுமினியத் தாளில் சுற்றியே உப்பு, குடம்புளி, புளி போன்றவை இடப்பட்டிருந்தால் அவை பத்திரமாக இருந்தன. தரையில் விழுந்து கிடந்த பிளாஸ்டிக் போத்தலிலிருந்த குடிநீரைச் சூடாக்கிக்கொள்ளும் அளவுக்காவது எரிவாயு அடுப்பு பத்திரமாக இருந்தது ஆச்சரியம்தான். மஞ்சளைப் போட்டு வைத்திருந்த வெண்ணிற பிளாஸ்டிக் ஜாடி அவளது காலில் இடறுண்டது. மனோரம்யா மஞ்சளிட்டுத் தண்ணீரைக் கொதிக்க வைத்து எடுத்துக்கொண்டுபோய் இரண்டங்குல நீளத்தில் மகளின் காலிலிருந்த காயத்தை அந்த நீரால் கழுவித் துடைத்து அவ்விடத்தில் புளியைப் பூசிவிட்டாள்.

“முதல்ல எப்படியாவது காயங்களைச் சுத்தமாக்கிடணும்” என்றவாறே அடுத்து என்ன செய்யலாம் என்று யோசித்தாள் மனோரம்யா.

“அப்படியே அசையாம இருக்கணும்” என்று தாயொருத்தியால் மாத்திரம் இடமுடியுமான அன்பான கட்டளையை இட்ட மனோரம்யா உடைந்து விழுந்திருந்த கொடிவேலியைக் குதித்துக் கடந்து மாயா இருந்த இடத்துக்குப் போனாள்.

“உன்கிட்ட ஏதாவது மருந்து இருக்கா? பிள்ளைட கால் கண்ணாடித் துண்டுக்கோ எதுக்கோ வெட்டுடுச்சு. மர மஞ்சள் துண்டொண்ணும் வேணும்.”

மாயாவின் பழங்கால நாட்டு மருந்து அடுக்கு கீழே விழுந்து மருந்துகளெல்லாம் தரையில் சிதறியிருந்தன. அவளிடம் காலாவதியாகியிருந்த பூசு மருந்தொன்றும் இருந்தது. அவற்றை எடுத்துக்கொண்டு முற்றத்திலிறங்கித் தனது வீட்டுக்கு வரத் தயாரானபோதுதான், மாயாவும் பின்னால் வந்துகொண்டிருப்பதை உணர்ந்தாள்.

“கொத்தமல்லி இருக்கு. இந்தப் புதர்கள்ல இஞ்சியிருக்கு. கூடவே மரமஞ்சளையும் போட்டு உன்கிட்ட இருக்குற பெரிய பானைல அவிப்போமா? விறகுக்குத் தெருவுல கிடக்குற மரத்துண்டுகள், டயர் துண்டுகளைப் போட்டா சீக்கிரம் தண்ணி கொதிச்சிடும். உன்னோட கிச்சன்ல சிரட்டைகளும் இருக்கும்தானே.”

“நிஜம்தான்” என்ற மாயாவின் விழிகள் ஒளிர்ந்தன.

“வர்ணிக்கு இந்த மருந்தைப் பூசிட்டு ஓடி வர்றேன்.”

கட்டிலில் அமர்ந்திருந்த வர்ணாசி கூரையில் ஆங்காங்கே உடைந்திருந்த ஓடுகளிடையேயிருந்து தரையில் விழுந்துகொண்டிருந்த ஒளிவட்டங்களில் நடனமாடிய தூசு துணிக்கைகளைப் பார்த்துக்கொண்டிருந்தாள். ஊரில் தனது பாரம்பரிய வீட்டில் சிறுவயதில் அவ்வாறான ஒளிவட்டங்களை எத்தனை தடவைகள் பார்த்துக்கொண்டே இருந்திருக்கிறாள்? அந்த நாட்களில் அவற்றை வானத்தையும் பூமியையும் இணைக்கும் ஒன்றாகத்தான் கருதினாள். ஒளியில் நடனமாடுவது தூசு துணிக்கைகள் என்பதுகூடத் தெரியாமல் இருந்ததனால் அதிலேதோ மாய அழகும் இருந்தது. காலில் காயமிருக்கிறது கூடத் தெரியாமல் செருப்புமில்லாமல் சிதிலங்களிடையே நடந்து வந்தவளை அம்மா மீண்டும் சிறுபிள்ளையாக ஆக்கியதை உணர்ந்தபோதிலும், அதிலிருந்து தப்பிக்க முயலாமல் வர்ணாசி அப்படியே பார்த்துக்கொண்டிருந்தாள்.

அம்மா மகளின் காயத்துக்கு மருந்து பூசிவிட்டு இஞ்சி, மர மஞ்சள், கொத்தமல்லி இட்டு அவித்த தண்ணீரைக் குடிக்கக் கொடுத்து, அவளும் ஒரு கோப்பை குடித்து, மாயாவுக்கும் ஒரு கோப்பையை எடுத்துக்கொண்டு போகும்வரைக்கும் கடந்த இரவு பூமியதிர்ச்சி ஏற்பட்டது கனவிலா என்று யோசித்தவாறு மகள் அமைதியாக இருந்தாள். இவ்வளவு வலியோடு தான் இருப்பது ஒரு கனவாக இருக்கச் சாத்தியமில்லையே. அவ்விடத்தில் அம்மம்மா இல்லாதிருப்பதைத்தான் ஒரு குறையாக உணர்ந்தாள். இந்தச் சிதிலங்களிடையேயிருந்து அம்மம்மா திடீரென்று தோன்றி 'நேத்து ராத்திரி உறங்காம முழிச்சிருந்து ஓய்வேயில்லாம நல்லா நனைஞ்சுபோய்க் காய்ச்சலைத் தேடிக்கப்போறியோ? வா. வந்து கட்டில்ல இந்தப் பிள்ளையோடு படுத்துக் கொஞ்சம் தூங்கியெழும்பு' என்று அம்மாவுக்குக் கட்டளையிட்டால் அந்தச் சித்திரம் மேலும் அழகாகும் என்று தோன்றியது. அதன் பிறகு சாஷா மருந்துகளோடு, உணவுகளையும் குடிநீரையும் எடுத்துக் கொண்டு வந்தால், இந்த அகால மரணங்களின் முன்பாக அம்மாவின் பிடிவாதம் கரைந்துபோயிருந்தால், வர்ணாசிக்கு வேறு எதுவுமே தேவையில்லை. தனது அழகான வீடு அழிந்து போனதற்குக்கூட அவள் கவலைப்பட மாட்டாள். அதன் பிறகு குழந்தையொன்றையும் பெற்றெடுத்தால் அவளது வாழ்க்கை முழுமையாகி விடும். இந்தப் பூமியதிர்ச்சிக்குப் பிறகாவது அம்மாவின் மனதில் கருணை தோன்றினால் போதும்.

மாயாவின் மருந்து அடுக்கிலிருந்த பழைய தகரப் பேணியொன்றுக்குள் தேற்றாங்கொட்டைகள் இருந்தன. அந்தத் தகரப்பேணி உருண்டு வந்து முற்றத்தில் விழுந்து கிடந்ததால் அவள் சும்மா அதைத் திறந்து பார்த்தாள். அதனுள் காணப்பட்ட தேற்றாங்கொட்டைகள் பத்து வருடங்களுக்கும் முன்பு யாரோ அனுராதபுர கிராமமொன்றிலிருந்து கொண்டு வந்து கொடுத்தவை என்பது அப்போதுதான் அவளுக்கு நினைவு வந்தது. மனோரம்யாவும் மாயாவும் பெரிய சிவப்பு வாளியொன்றில் கிணற்றின் சேற்று நீரை அள்ளியெடுத்து அதனுள் தேற்றாங்கொட்டைகளை இட்டு வைத்தார்கள். வாளியின் அடியில் சேறு படிந்து மேலே தண்ணீர் தெளியும் வரைக்கும் இருவரும் மதிலின் உடைந்த கற்களைக்கொண்டு தெருவோரமாக ஓர் அடுப்பைச் செய்தார்கள்.

ஆட்கள் ட்ரான்ஸிஸ்டர் வானொலியைக் காதோரமாக வைத்துக்கொண்டு மைதானத்தை நோக்கி நடந்து போனார்கள். வானொலியை வைத்திருப்பவர்களைச் சுற்றி இன்னும் ஆட்கள் சேர்ந்துகொண்டார்கள். என்றாலும்

வானொலி வைத்திருந்தவர்கள் தொடர்ச்சியாக அதை இயக்க விரும்பவில்லை.

"பேட்டரி தீர்ந்துடுச்சுன்னா எல்லாம் முடிஞ்சுடும்" என்றவாறே நடந்தார்கள். பிபிசி, வொய்ஸ் ஒஃப் அமெரிக்கா போன்ற சொற்கள் இடையிடையே காதில் விழுந்தன.

"கொழும்பு முழுசா அழிஞ்சிடுச்சாம். ஸ்ரீலங்காவே முழுமையா மாறிடுச்சாம். கடலுக்குள்ள இருந்து தீவுகள், மலைகளெல்லாம் தோன்றியிருக்காம். ராமேஸ்வரத்துக்கும் மன்னாருக்குமிடையிலான தூரம் இன்னும் அதிகமாயிடுச்சாம்."

"திருகோணமலை, மட்டக்களப்பு பகுதிகள்ல ஸ்ரீலங்கா இன்னும் நீண்டிருக்காம். யாழ்ப்பாணம் அகலமாகியிருக்காம்."

ஒவ்வொருவரும் இவ்வாறான கதைகளைப் பேசியவாறே நடந்துகொண்டிருந்தார்கள். இனந்தெரியாதவர்களும் ஆங்காங்கே நின்று தகவல்களைப் பகிர்ந்துகொண்டிருந்தார்கள். அங்கிருந்தவர்களின் தகவல்களைச் சேகரித்தார்கள். ஹெலிகொப்டர் வரும் என்ற எதிர்பார்ப்பில் சிலர் காயமடைந்தவர்களை மைதானத்துக்கு எடுத்துச் சென்று கொண்டிருந்தார்கள்.

"டொக்டர்ஸ், நர்ஸ்மார் யாராவது இருந்தா க்ரவுண்டுக்கு வந்து உதவி செய்ங்க" என்று கத்தியவாறே இளைஞர்கள் நால்வர் சிதிலங்களிடையே நடந்தார்கள்.

"ஆன்ட்டிக்கு விறகு வெட்டித் தரட்டுமா?" என்று கேட்ட இளைஞன் மாயாவிடமிருந்த கோடரியை வாங்கி மரமொன்றின் கிளைகளைத் தரித்துக்கொடுத்தான். உடைந்த காரிலிருந்த டயரையும் அவன் கொண்டுவந்து கொடுத்த போதிலும், அதை எரியச் செய்ய மண்ணெண்ணெய் இருக்க வில்லை. மருத்துவர்களைத் தேடிக்கொண்டிருந்த குழுவில் ஒருவன் எங்கேயோ போய் உடைந்த காரிலிருந்து கொஞ்சம் பெற்றோலை எடுத்துக்கொண்டு வந்து அடுப்பைப் பற்ற வைத்தான்.

"கொத்தமல்லி தீர்ந்துபோனால் மர மஞ்சள் அவித்து எல்லோருக்கும் கொடுப்போம். அதுவரைக்கும் நீங்க போய்க் கூட்டுறவுச் சங்கக் கடையில ஏதாவது இருக்கான்னு பாருங்க" என்றாள் மனோரம்யா.

"அதுக்குக் கொஞ்சம் பேர் போயிருக்காங்க. அந்த ஒரு காலில்லாத கர்னல் அதையெல்லாம் சரியாப் பார்த்துப் பார்த்து செய்றார். சில வீடுகள்ல ஏதாவது பானை, ப்ளேட்களாவது

எஞ்சியிருக்கும். இதுவும் ஏதோ யுத்தம் நடந்ததுபோலத்தான் இருக்கு" என்றவாறே கொத்தமல்லி பானம் பருக நின்ற இளைஞனொருவன் அவளுக்குத் தண்ணீர் வாளியைத் தூக்கவும் உதவி செய்தான்.

அனைவருக்கும் மூக்கடைத்திருந்தன. எல்லோருமே அவ்வப்போது தும்மிக்கொண்டிருந்தார்கள். வீடுகளில் அகப்பட்டிருப்பவர்களைத் தேடும் இடங்களுக்குக் கொத்தமல்லித் தண்ணீரைக் கொண்டு போய்க் கொடுக்க அங்கிருந்த இளைஞர்கள் முன்வந்தார்கள். ஹெலிகொப்டரொன்று மைதானம் பக்கமாகப் போவதைக் கண்டதால் பெரும்பாலானோர் மைதானம் பக்கம் நகரத் தொடங்கினார்கள்.

மனோரம்யா கூரையற்ற சமையலறைக்குச் சென்று மைலோ பானத்தைத் தயாரித்து வர்ணாசிக்குப் பருகக் கொடுத்தாள். தரையில் விழுந்து கிடந்த குளிர்சாதனப்பெட்டியினுள்ளே வெண்ணெய்யும் மீனும் காய்கறிகளும் இருந்தன.

"மின்சாரம் எப்ப வருமோ தெரியாது" என்றவாறே மனோரம்யா அவையனைத்தையும் வெளியே எடுத்தாள். விறாந்தையிலிருந்த பிரம்பு சோபாவின் ஈரத்தை நன்றாகத் துடைத்து மகள் உறங்குவதற்காக ஓர் இடத்தை ஏற்பாடு செய்து கொடுத்த அம்மா மாயாவுக்கும் சேர்த்துச் சோறு சமைக்கத் தொடங்கினாள்.

"இவ்வளவு நடந்தும் நாங்க இப்படியாவது உயிர் பிழைச்சது போதும்" என்று தனக்குத்தானே கூறிக் கொண்டு மனோரம்யா சமைத்துக்கொண்டிருக்கும்போது மாயாவும் அங்கு வந்தாள். அதற்கும் முன்பு அவள் அவ்வாறு சமையலறைக்கு ஒருபோதும் வந்ததில்லை.

"ஹெலிகொப்டர்ஸ்கள்ல சாப்பாடு கொண்டு வந்து கொடுக்குறாங்களாம். நீர்கொழும்புல இருந்து ஹம்பந்தோட்டை வரைக்கும் மொத்த கடற்கரையுமே மாறியிருக்காம். இவ்வளவு அழிவு நடந்த பிறகும் ஆட்கள் அதை வேடிக்கைப் பார்க்கப் போறாங்களாம். நாளைக்கு, நாளன்னைக்கு இன்னும் என்னவெல்லாம் நடக்குமோ தெரியாது."

"யார் சொன்னாங்க?" என்று கேட்டாள் மனோரம்யா.

"பிபிசியில சொன்னாங்களாம். ரேடியோ நம்மக்கிட்ட இல்லையே. இந்த டீவி எப்ப வேலை செய்யுமோ தெரியாது."

"நுவரெலியாவுல மலைகள் மண்சரிவுக்குள்ளாகியிருக்காம். அங்கிருந்த டீவி டவர்ஸ் எல்லாம் விழுந்து கிடக்காம்."

மனோரம்யாவுக்குத் திடீரென்று தலை சுற்றத் தொடங்கியது. இது எப்படிச் சாத்தியம்? இந்தளவு அழிவு நடந்திருக்கும் வேளையில் மூன்றுபேருக்கு மாத்திரம் எதற்காகச் சமைக்க வேண்டும்?

மனோரம்யா உட்கார வாகாக சமையலறையில் இடமேதுமிருக்கவில்லை. அவள் வெளியே சென்று வாந்தி யெடுத்தாள்.

"உனக்கும் உடம்பு சரியில்லபோலத் தெரியுது. நீயும் அந்த சாய்கதிரையில கொஞ்சம் தூங்கியெழும்பு. நானும் வீட்டுக்குப் போய் சோபாவுல கொஞ்சம் படுத்துக்குறேன். என்னோட மெத்தைகளெல்லாம் இன்னும் ஈரமாக் கிடக்கு. வீடு முழுக்க சேறு வேற."

மனோரம்யா தலையசைத்தாள். கழுவியெடுத்த மீனையும், அரிசியையும் ஒன்றாகப் பானையிலிட்டு அதற்குள் சரக்குத்தூளையும், மஞ்சளையும், மிளகுத் தூளையும், உப்பையும் போட்டாள். அதற்கு மேலதிகமாக எதுவும் சமைக்க இயலாத அளவுக்குத் தான் பலவீனமாக இருப்பதாக உணர்ந்தாள். முழு இரவும் உறங்காமல் விழித்திருந்ததன் வருத்தம் அவ்வளவு நேரமாக உள்ளுக்குள் அடங்கியிருந்துவிட்டு வெளியே குதித்தது போல உடல் நோவெடுக்கத் தொடங்கியது. இப்போது வர்ணாசி மட்டும் இல்லையென்றால் சோறுகூட சமைக்காமல் அப்படியே எங்காவது படுத்துக்கிடந்திருக்கலாம்.

மனோரம்யா நனையாமலிருந்த ஒரு சிறிய மெத்தையையும் அலுமாரியிலிருந்து எடுத்த படுக்கை விரிப்பையும் வெளியே எடுத்து விறாந்தைக்குக் கொண்டுபோய் ஈரம் காய்ந்திருந்த ஓர் இடத்தில் விரித்தாள். அதில் சற்று நேரம் அமர்ந்திருந்துவிட்டு எழுந்தபோது வெயில் கடுமையாக அடிக்கத் தொடங்கியிருந்தது. சோற்றுப் பானையிலிருந்து தீயும் வாடை வந்தது. அதை மறந்துபோய்த் தூங்கியிருந்தால் என்னவாகியிருக்கும். மீண்டும் எப்போது எரிவாயு கிடைக்குமோ தெரியாதே.

வர்ணாசி உறங்கிப் போயிருந்தாள். வெயில் அவளின் மேல் விழுந்துகொண்டிருந்தது. மனோரம்யா இள நீலநிறப் பழைய சேலையொன்றைக் கிழித்து படுக்கை விரிப்போடு சேர்த்து முடிச்சிட்டு அதை ஜன்னல் கம்பிகளிடையே கட்டி மகளுக்கு வெயில் படாத வண்ணம் பாதுகாத்தாள். சிறுவயதில் விளையாட்டுக்காக வீடு கட்டுவதைப் போலிருந்தது அது. வர்ணாசியின் குழந்தைப் பராயத்தில் நீலநிறச் சேலையை அவள் 'கடல்' என்றுதான் கூறுவாள். அம்மம்மா அந்தச்

சுநேத்ரா ராஜகருணாநாயக

சேலையைக் கட்டும் நாட்களில் பேத்தி அருகில் போய் 'அம்மம்மா இன்று கடலாகிட்டா' என்று குதூகலித்தவாறே அதன் முனையில் தன்னைச் சுற்றிக்கொள்வாள். அதைக் கழுவிக் கொடியில் காயப்போட்டிருக்கும்போது கடலில் குளிப்பதாகக் கூறியவாறு சேலையின் ஈரத்தை முகத்திலும் கைகளிலும் ஒற்றிக்கொள்வாள்.

நீலச் சேலையில் கடலைக் கண்ட சிறுமிக்கு ஓவியர்களின் பார்வைதான் அப்போதே இருந்திருக்க வேண்டும். ஆனால் அந்தத் திறமையால்கூட இந்தப் பிள்ளை முழுப் பயனை அடையவில்லையே. மனோரம்யாவுக்கு உறங்கிக்கொண் டிருந்த மகளின் நெற்றியில் முத்தமிட வேண்டும் போலிருந்தது. பூமியதிர்ச்சி வரும்வரைக்கும் ஏழாண்டுகளாக அம்மாவும் மகளும் கட்டியணைத்து முத்தமிட்டுக் கொள்ளவேயில்லை. அது தனக்குப்போலவே வர்ணாசிக்கும் கவலையைத் தந்திருக்கக் கூடுமோ?

மனோரம்யா மகளின் அருகிலேயே காய்ந்துகிடந்த தரையில் படுக்கை விரிப்பை விரித்துப் படுத்துக்கொண்டாள். கூரையுமில்லாமல் கதவு ஜன்னல்களும் விழுந்துகிடக்கும் நிலைமையிலும் மனோரம்யா சீக்கிரமாக உறங்கிப்போனாள். மதில்கள்கூட இல்லாமல் போர்க்களம் போன்ற அந்தச் சூழலில் ஹெலிகொப்டர் இரைச்சலுக்கு மத்தியில் அவ்வேளையில் உறக்கத்துக்கு மேலதிகமாக வேறு எதுவும் அவளுக்குத் தேவைப்படவில்லை. படுத்ததுமே உறங்கிப்போக முடிவது கூட எவ்வளவு பெரிய வரம்? அவ்வேளையில் வீட்டிலிருந்தவற்றை யாராவது எடுத்துக்கொண்டுபோனாலும் எதுவும் செய்ய முடியாது.

வர்ணாசி விழித்துக்கொள்ளும்போதும் அம்மா உறக்கத்தில் இருந்தாள். தனக்கு மேலே நீல நிறத்தில் சட்டங்களிடப்பட்ட துணியொன்று இருப்பது எவ்வாறு என்பதைச் சட்டென்று யோசிக்கக் கூட அவளால் முடிய வில்லை. தான் இருப்பது அம்மா வாடகைக்குக் குடியிருக்கும் வீட்டில் என்பதுவும் உடனடியாக ஞாபகத்துக்கு வரவில்லை. தான் கண்ட நீண்டதும் தீயதுமான கனவொன்றில் பூமியதிர்ச்சி இருந்ததா? தான் இருப்பது எங்கே?

அம்மா தரையில் படுத்திருந்தாள். அம்மாவின் கூந்தல் நரைத்துக்கொண்டு வருகிறது. அம்மாதான் இந்த துணிப் பந்தலைக் கட்டியிருக்க வேண்டும். அம்மாவின் உறக்கத்தைக் கெடுக்காமல், வர்ணாசி மெதுவாக எழுந்து வெளியே சென்றாள். ஜனங்கள் தண்ணீர் போத்தல்களையும் உணவுப்

பொதிகளையும் எடுத்துக்கொண்டு தெருவில் விழுந்துகிடந்த மரங்களைத் தாண்டிக் குதித்துப்போய்க் கொண்டிருந்தார்கள். வெளிநாட்டவர்கள் உடைந்த வீடுகளைத் தேடி நடந்து கொண்டிருந்தார்கள். காயமடைந்தவர்களைச் சுமந்தவர்கள் மைதானத்துக்குப் போய்க்கொண்டிருந்தார்கள். இனந்தெரியாத ஒருவன் வந்து கிணற்றை எட்டிப்பார்த்தான்.

“கலங்கிய தண்ணின்னாலும் இப்படியாவது ஒரு கிணறு இருப்பதே போதும். காலையிலிருந்து செத்தவங்களையும் காயப்பட்டவங்களையும் தூக்கிச் சுமந்ததால சாப்பிட முடியல. அதுக்கு முந்திக் குளிக்கணும். இதுல குளிச்சா பரவாயில்லைதானே” என்றவாறே தண்ணீரள்ளிக் குளிக்கத் தொடங்கினான்.

பூமியதிர்ச்சியின் பிறகு கிணற்றைவிட்டுக் கட்டில், கதிரையொன்றையாவது இது என்னுடையது என்று யாரால் உரிமை கொண்டாட முடியும்? சாஷா வந்து வீட்டைப் பார்த்தால் அவனது நெஞ்சு வெடித்துவிடும். அவன் நீச்சல் தடாகம் ஒன்றையும் அமைக்க வேண்டும் என்று எப்போதும் கூறிக் கொண்டிருந்தான்.

அந்த அந்நியனுக்குச் சவர்க்காரமும் துடைக்கத் துண்டும் வேண்டுமா என்று கேட்கத் தோன்றியபோதிலும், அவ்விடத்துக்குப் போக முடியாததுபோல உணர்ந்தாள். அவனுக்குக் குளித்துவிட்டு உடுத்துக்கொள்ளவாவது எதுவும் கொடுக்காமல் இருந்தால் எப்படி? வர்ணாசி தரையில் விழுந்துகிடந்த அலுமாரியிலிருந்து டீ சர்ட் ஒன்றையும் கட்டில் விரிப்பொன்றையும் தேடியெடுத்தாள். இவ்வளவு நடந்ததற்குப் பிறகு எதற்காகக் கூச்சப்பட வேண்டும்? அவள் சவர்க்காரத்தையும் துண்டையும் ஆடைகளையும் எடுத்துக்கொண்டு கிணற்றினருகே போனாள்.

“சாரம் இல்ல. இங்க அம்மா மட்டும்தானே இருந்தார். குளிச்சிட்டு இதையாவது உடுத்துக்குங்க” என்றாள்.

“என்னோட வீடு மொத்தமா உடைஞ்சு விழுந்துடுச்சு மிஸ். நானும் அம்மாவும் உயிர் தப்பியதே அபூர்வம்.”

“குளிச்சிட்டு வாங்க... தேநீர் ஊற்றிவைக்கிறேன்.”

அம்மா சோறு சமைத்து வைத்திருந்ததால் அதையும் கொடுக்கத் தயாரானபோது, உணவுப் பொதி கிடைத்த தாகவும், தனது தாய் இருக்கும் இடத்துக்குப்போய் ஒன்றாகச் சாப்பிட வேண்டும் என்றும் கூறிய அவன் கிளம்பிவிட்டான்.

அனைவருமே தாம் உயிர் பிழைத்த கதைகளை எவரிடமும் கூறத் தயாராகத் தெருவில் நின்றுகொண்டிருந்தார்கள்.

"வெடித்திருக்கும் சுவர்கள், மதில்கள், கூரைகள் இருப்பதால் வீடுகளுக்குள் இருக்காமல் எல்லோரும் திறந்த வெளிக்கு வாருங்கள். மைதானத்துக்கு வந்து ஒவ்வொருவரும் உங்களதும் உங்கள் வீட்டினரதும் தகவல்களைப் பதிவு செய்யுங்கள். கூடாரங்கள், பாய்கள், தண்ணீர், உணவுப் பொதிகளைப் பெற்றுக்கொள்ளுங்கள். மருத்துவ முகாமொன்று ஆரம்பிக்கப் போகிறது. தெருவில் மரங்களை அகற்றும் பணிகளில் சுயமாக ஈடுபட விரும்புபவர்கள் வாருங்கள். எஞ்சியிருக்கும் வீடுகளிலுள்ள கயிறுகள், கத்திகள், கோடரிகள், மண்வெட்டிகள் போன்றவற்றை எடுத்துக்கொண்டு வாருங்கள்."

இருவர் தெருவில் கிடந்த மரங்களைத் தாண்டிக் குதித்தவாறு ஒலிபெருக்கியில் அறிவித்துக்கொண்டு போனார்கள். மாயா சேனாநாயக்க வெளியில் வருவதை வர்ணாசி கண்டாள்.

"அம்மா எங்க? நாங்களும் க்ரவுண்டுக்குப் போனா நல்லதுன்னு நினைக்கிறேன். இல்லன்னா குடிக்கக்கூட தண்ணி இல்லாமப் போயிடும். தண்ணீர்த் தொட்டியும் வெடிச்சிருக்காம்."

"அம்மா தூங்கிட்டிருக்கா. நாங்க ரெண்டுபேரும் போவோம் ஆன்ட்டி" என்ற வர்ணாசி தான் அணிந்திருந்த பெரிய கவுணுடனே இரப்பர் செருப்புகளைப் போட்டுக் கொண்டு மாயாவுடன் மரங்களுக்கு மேலால் தாண்டிக் குதித்து நடக்கத் தொடங்கினாள். பொருத்தமில்லாத ஆடை, ஒழுங்காகச் சீவப்படாத கூந்தல் போன்ற எவையும் அவளுக்கு முக்கியமானதாகப் படவில்லை. ஜனங்கள் தத்தமது வீடுகளின் சிதைவுகளிலிருந்து எடுக்க முடியுமானவற்றைச் சேகரித்துக் கொண்டிருந்தார்கள். ஒரு வீட்டில் உடைந்து பாதியாக நின்றுகொண்டிருந்த மதிலைக் கீழே சாய்க்க இரண்டு முதிய பெண்கள் பாடுபட்டுக் கொண்டிருந்தார்கள்.

"என்ன நடக்குது சந்திரா?" என்று கேட்டவாறே அந்த இடத்தில் நின்றாள் மாயா.

"இதைத் தானா விழுறதுக்கு முன்னாடி கீழே தள்ளிட்டா இந்த இடத்துல ஒரு டென்ட் அடிச்சி இன்னிக்கு ராத்திரிக்கு இருந்துக்கலாம். இந்த மரத் துண்டுகளைப் போட்டு இந்த இடத்துல நெருப்பும் மூட்டிக்கலாம்."

"அந்தக் காலத்துல கைடிங் செய்றப்ப இப்படிப்பட்ட டெண்ட்டுக்குள்ள வசிக்க வேண்டி வரும்னு நாங்க நினைச்சுக்

கூடப் பார்த்ததில்லையே. உனக்கு நினைவிருக்கா மாயா? நாங்க ரெண்டு பேரும் ஒரு டெண்ட்டுல இருந்திருக்கோம்" என்று அப்போதும் இரவாடையுடனே இருந்த சந்திரா மண்வெட்டியை உயர்த்தியவாறே கேட்டாள்.

அங்கு சிவப்புச் செங்கற்களால் கட்டப்பட்ட வீட்டின் நாட்டு ஓடுகள் வேயப்பட்ட கூரை ஒரு புறமாகச் சரிந்திருப்பது தென்பட்டது. மறுபுறத்தில் கூரையே இல்லை. அவர்கள் இருவரும் இரவில் தங்குவதற்கு வீட்டைத் தயார்ப்படுத்தாமல் மதிலருகே இருந்த புல்வெளியைத் தயார்ப்படுத்திக் கொண்டிருப்பது அப்போதுதான் புரிந்தது. அந்த வீட்டில் வசிப்பவர்கள் பற்றிய தகவல் எதையும் வர்ணாசி அறிந்திருக்காவிட்டாலும் கூட வண்ண வண்ணப் பூக்கள் நிறைந்த அந்த வீட்டு முற்றத்தை அவள் எத்தனையோ தடவை பார்த்து ரசித்திருக்கிறாள். அந்த முதிய பெண் மஞ்சள் நிறத் தண்ணீர்க் குழாயைப் பிடித்துச் செடிகளுக்குத் தண்ணீரூற்றிக் கொண்டிருப்பதை அந்த வழியால் போகும்போது கண்டிருக்கிறாள்.

"ரெஜிஸ்டர் பண்ணிட்டு வரக் ரவுண்டுக்குப் போகலையா?"

"நாங்க அதை முடிச்சிட்டு வந்துட்டோம். கொழும்பே அழிஞ்சிடுச்சாம். இன்னும் எவ்வளவு நாள் இப்படியிருக்க வேண்டி வருமோ தெரியாது."

"சரி. நாங்க போயிட்டு வாறோம்."

இருவர் தெருவின் நடுவே விழுந்துகிடந்த பலா மரத்தை வெட்டிக்கொண்டிருந்தார்கள். சிறுவர்கள் இருவர் கூரையற்ற ஒரு பழைய வீட்டின் படிக்கட்டில் நீல நிறக் கோடுகளிட்ட பிஜாமா ஆடைகளோடு அமர்ந்திருந்தார்கள்.

"அம்மா எங்க பிள்ள?" என்று மாயா கேட்டாள்.

"ரெஜிஸ்டர் பண்ணப் போயிருக்காங்க."

"அப்படீன்னா அம்மா வரும்வரைக்கும் இப்படியே அசையாம இருக்கணும், சரியா?" என்றவாறே பெரிய கூரைத்தகடு விழுந்திருந்த ஒரு வீட்டின் முற்றம் வழியே இருவரும் நடந்து போனார்கள்.

"ரெண்டாம் உலக மகா யுத்த சமயத்துல ஜெர்மனியும் இப்படித்தான் இருந்திருக்கும், இல்லையா?" என்று மாயா கேட்டாள்.

சுநேத்ரா ராஜகருணாநாயக

"ஏன் யாழ்ப்பாணம், கிளிநொச்சியும்கூட இப்படித்தான் இருந்திருக்கும்."

"இப்படி இருந்திருக்காது. அங்கெல்லாம் இந்தளவுக்கு அழிவு வரச் சாத்தியமில்ல. உனக்கு ஒண்ணு தெரியுமா? அந்த மதிலுடைச்சுட்டிருந்த மனுஷி முன்னாடி நல்லா ஸ்போர்ட்ஸ் எல்லாம் செஞ்சவள். கைடிங்ல குவீன்ஸ் மெடல் எடுத்தவள். உன்னோட அம்மாவுக்கும் அவவுக்கும்தான் முன்னாடி எப்பவும் போட்டி."

"அந்த ஆன்ட்டிக்கு அம்மாவைவிட வயசு கூடவா இருக்கும்னு நான் நினைச்சேன்."

"இல்ல... அந்தக் காலத்துலயே அவளுக்கு இள நரை காரணமா முடியெல்லாம் நரைச்சிருக்கு. ஸ்கூலுக்குப் போற காலத்துலயே அவளோட முடியெல்லாம் நரைக்கத் தொடங்கிடுச்சு. ஒருநாளும் டை பூசிக்க மாட்டாள்."

"நான் இங்கதான் இருந்தாலும் எனக்கு யாரையுமே பழக்கமில்ல ஆன்ட்டி."

"எங்களுக்கும்கூட இங்க வாடகைக்கு இருக்குற ஆட்கள் யாரையுமே தெரியல. இங்க இப்ப பழைய ஊராட்கள் கொஞ்சம்பேர்தான் எஞ்சியிருக்காங்க."

ஒரு வீட்டின் கூரையும் சுவரும் ஒரு புதிய பிராடோ வாகனத்தின் மீது விழுந்திருந்தது. அது போதாதென்று ஈரப்பலா மரமொன்றும் வாகனத்தின் மேல் வேரோடு சாய்ந்திருந்தது.

"நாங்க இப்படியாவது உயிர் பிழைச்சது போதும்" என்ற மாயா சேலைத் தலைப்பால் கண்ணீரைத் துடைத்துக் கொண்டாள்.

வர்ணாசி தலையசைத்தாள்.

மைதானத்தில் மரங்களையும் சிதைவுகளையும் அகற்றி மருத்துவ முகாமைத் தொடங்கியிருந்தார்கள். செஞ்சிலுவை கூடாரத்துக்குள் காயமடைந்தவர்கள் பிளாஸ்டிக் பாய்களில் அமர்ந்தும் படுத்துக்கொண்டும் இருந்தார்கள். வெளிநாட்டு மருத்துவர்களிடையே இரவாடையுடனே நோயாளிகளைப் பரிசோதித்துக்கொண்டிருந்த இலங்கைப் பெண் மருத்துவரும் இருந்தார். கர்னல் சுபாஷைத் தாம் முதன்முதலில் காணும்போது அணிந்திருந்த அதே சாரத்துடன் அவர் வரிசையை ஒழுங்கு படுத்திக்கொண்டிருந்தார். அவரது உடல் முழுவதும் சேறு

படிந்திருந்தது. மைதானத்தின் அந்தப் பகுதியில் வரிசையாகச் சடலங்களை அடுக்கிவைத்திருந்தார்கள்.

"ஐயோ... நான் நம்ம வீட்டுக்குப் போய்த் தேடிப் பார்த்துட்டும் வந்தேன்" என்று கூறியவாறே எங்கிருந்தோ தோன்றிய லினட் ஓடி வந்து கட்டியணைத்தாள்.

"பெரிய மிஸ் எங்க?"

"பத்திரமா இருக்காங்க. சின்னக் காயங்கள்தான்."

"நானும் என்னோட வீட்டுல இருந்திருந்தேன்னா அவ்வளவுதான். என்னோட வீடு இருந்த இடத்துல ஒரு வீடாவது மிச்சமில்ல. என் வீட்டுக்காரரோட ஆபிஸ் பெரியவர் வீட்டுப் பார்ட்டில வேலை செய்றதுக்காக நேத்து ராத்திரி நாங்க அங்க போயிருந்தோம். இது நடந்தப்ப அங்க எல்லாரும் நல்லா ஆடிட்டிருந்தாங்க. திடீர்னு லைட் போனதுமே யாரோ விளையாட்டுக்காகப் பண்றாங்கன்னுதான் நினைச்சேன். பார்த்தா ஆடிட்டிருந்தவங்க மேல கூரையும் மாமரமும் விழுந்துச்சு. போதாததுக்கு மழை வேற. அங்க எத்தனை பேர் உயிர் பிழைச்சாங்கன்னு இன்னும்கூட தெரியல" என்ற லினட் அழவில்லை; என்றாலும் வெகுநேரம் அழுது கொண்டிருந்திருப்பாள் என்பது தெளிவாகத் தெரிந்தது. அவளது தொண்டை கம்மியிருந்தது. விழிகள் புடைத்துச் சிவந்திருந்தன. கால்கள் வீக்கம் கண்டிருந்தன. வர்ணாசிக்கும் தொண்டையடைத்தது; இருமல் வந்தது; விழிகள் எரிச்சலை உணர்ந்தன.

"ரெஜிஸ்டர் பண்ணிட்டு வாங்க. ஏதாவது மருந்தையும் வாங்கிக்கொண்டு, இங்க கொடுக்குறதெல்லாம் எடுத்துக் கொண்டு வீட்டுக்குப் போவோம். மிஸ்ஸுக்கு இதையெல்லாம் தனியாத் தூக்கிட்டுப் போக முடியாது. நானும் வாறேன். பெரிய மிஸ்ஸைப் பார்க்கணும்."

வர்ணாசி நீண்ட வரிசையில் நின்றுகொண்டாள். காலையில் குடித்த மைலோவுக்குப் பிறகு, குளிக்க வந்தவனுக்குத் தேநீர் ஊற்றியபோது கொஞ்சம் தேநீர் அருந்தியது மாத்திரம்தான் வயிற்றிலிருக்கிறது என்பது அப்போதுதான் அவளுக்கு நினைவு வந்தது. அவளைக் கடுமையான வெயிலும் சோர்வடையச் செய்தது. ஹெலிகொப்டரொன்று தாழ்ந்துவர வான்படையினர் அதிலிருந்து கீழே குதித்துக்கொண்டிருந்தார்கள்.

இது கனவா நிஜமா திரைப்படக் காட்சியா என்றுதான் இப்போது அனைவரும் யோசித்துக்கொண்டிருப்பார்கள் என்று வர்ணாசிக்குத் தோன்றியது. செஞ்சிலுவைச் சங்கத்திடம்

கூறி, தான் உயிரோடு இருப்பதை சாஷாவுக்கு அறியத் தர முடியுமா என்று கேட்க நினைத்த போதிலும் இங்கிருப்பவை அதை விடவும் பாரதூரமான பிரச்சினைகள் என்றும் அவளுக்குத் தோன்றியது. இங்கிருக்கும் ஏனையவர்களுக்கும் அவ்வாறு தகவல்களைத் தெரிவிக்கவும், தமது உறவுகள் உயிரோடு இருக்கிறார்களா என்று தேடிப் பார்க்கவும் என எவ்வளவு தேவைகளிருக்கும்?

வர்ணாசிக்குத் தலைசுற்றியது. ஹெலிகொப்டர் தனது தலையின் மீது விழுவது போன்ற பேரோசையோடு அனைத்தும் இருண்டது. 'அம்மா அம்மா' என்று அரற்றினாள். உடைந்த வீட்டுக்குள் அம்மா உறங்கிக்கொண்டிருக்கிறாள் என்பது மறந்து போனது. வெகுநேரம் கழிய முன்பே தான் சுவாசித்துக் கொண்டிருப்பதை உணர்ந்தாள். யாரோ காற்று விசிறிக் கொண்டிருந்தார்கள்; முகத்தில் தண்ணீர் தெளித்தார்கள். தனது கையைப் பற்றிப் பிடித்துக்கொண்டிருப்பது யார்? உடல் பலவீனமாக இருந்தபோதிலும், விழிகளைத் திறக்கச் சிரமமாக இருந்தபோதிலும், கையைப் பற்றியிருப்பது அம்மாவல்ல என்று அவள் உணர்ந்தாள். அம்மாவின் கைச்சூட்டைக் கனவில்கூட அவளால் இனங்காண முடியும்.

சிறுபிராயத்தில் அம்மாவைக் கட்டியணைத்துச் சுருண்டு படுத்துக்கொள்வதுதான் அந்தக் கணத்தில் அவளுக்குத் தேவை யாக இருந்தது. சிறு வயதில் நடந்தவைகளும், கடந்த இரவு பூமியதிர்ச்சியின்போது நடந்தவைகளும் ஏதோ கனவுபோல அவளுக்குள் தோன்றிக்கொண்டேயிருந்தன.

வர்ணாசி கண்களைத் திறந்தாள். நீலக் கண்களையும் பொன்னிறத் தலைமுடியையும் கொண்டிருந்த வெளிநாட்டுப் பெண் மருத்துவர் ஒருவர் அவளது நாடியைப் பரிசோதித்துக் கொண்டிருந்தார்.

"இப்போது எல்லாம் சரிதானே? சாப்பிடாமல் இருந்தீர் களோ?" என்று அவர் ஆங்கிலத்தில் கேட்டார்.

தான் எங்கே இருக்கிறோம் என்று வர்ணாசி சுற்றிவரப் பார்த்தாள். பெரியதொரு கூடாரமொன்றுக்குள் பத்துக் கட்டில்கள் இடப்பட்டிருந்தன. கை கால்கள் வெண்ணிறத் துணிகளால் சுற்றிக் கட்டப்பட்டவர்கள் அவற்றில் படுத்திருந்தார்கள். வர்ணாசியின் அருகில் வலப்புறத்தில் யாரோ முனகுவது கேட்டது.

"பயப்பட வேண்டாம்" என்று கூறியவாறே மருத்துவர் அவ்விடத்துக்குப் போனார். சற்று நேரத்தில் குழந்தையொன்று

அழுவது கேட்டது. வர்ணாசிக்கு அந்தக் குழந்தையைப் பிரசவித்த தாயின் முகம் மாத்திரமே தென்பட்டது. அந்த முகத்தில் கண்ணீருக்கு மத்தியிலும் ஒரு புன்னகை தோன்றி யிருந்தது. வர்ணாசியும் புன்னகைத்தாள்.

வர்ணாசி மைதானத்துக்குப்போய் அண்ணளவாகப் பத்து நிமிடங்கள் கழிந்ததற்குப் பிறகுதான் மனோரம்யாவுக்கு விழிப்பு வந்தது. கண்களைத் திறக்காமலேயே சற்று நேரம் அப்படியே கிடந்தவள் மெதுவாகக் கையை நீட்டி சோபாவைத் தொட்டுப் பார்த்தாள்.

“மகள் எங்கேயிருக்கிறாய் நீ?”

பரிச்சயமற்ற குரல்கள், ஹெலிகொப்டரின் இரைச்சல், யாரோ மரம் தரிப்பது போன்ற ஓசைகள் அல்லாமல் வர்ணாசியின் குரல் கேட்கவேயில்லை. எழுந்து சோபாவில் அமர்ந்துகொண்டாள்; மூக்கடைத்திருந்தது. உடலிலிருந்த காயங்களிலிருந்து வலியை உணர்ந்தாள்; கால்கள் வீங்கியிருந்தன. காலையில் வீட்டைக் கழுவும்போது தனக்குள்ளிருந்த பலம், நசுங்கிச் சுருண்டு போயிருப்பதை உணர்ந்தாள். தான் சமைத்து வைத்திருக்கும் சோற்றைச் சாப்பிட வேண்டும் என்று தோன்றிய போதிலும், பசியைவிடவும் தாகமே அதிகமாக இருந்தது.

வர்ணாசி எங்கே போனாள்? யாருக்கோ தேநீர் ஊற்றிய அடையாளம் தெரிந்தது. கோப்பையில் ஆறிய தேநீர் கொஞ்சம் இருந்தது. மனோரம்யா ஆறிய தேநீரில் ஓரிரு மிடறுகள் அருந்திவிட்டுத் தண்ணீரை நிறையக் குடித்தாள். ஜனங்கள் தண்ணீர் போத்தல்களையும் பிளாஸ்டிக் பைகளையும் எடுத்துக்கொண்டு போவது தெரிந்தது. மாயா கழன்ற கதவைச் சுவரோடு சேர்த்து வாசலை மூடிவைத்திருந்தாள். இருவரும் சேர்ந்து மைதானத்துக்குப் போயிருப்பார்கள் என்பது புரிந்தது. இல்லாவிட்டால் உடைந்த வீட்டைப் பார்க்கப் போயிருக்கலாம். மனோரம்யா தனக்குக் காய்ச்சல் பீடித்திருப்பதுபோலவும், முழங்கால்கள் பலவீனமாக இருப்பதுபோலவும் உணர்ந்தாள்.

வர்ணாசி சோறு சாப்பிட்டதுபோலத் தெரியவில்லை. மனோரம்யா இரண்டு கரண்டிச் சோற்றைத் தட்டிலிட்டுக் கரண்டியாலே சாப்பிட முனைந்தும் அவளுக்குச் சாப்பிடத் தோன்றவில்லை. உணவில் எந்தச் சுவையையும் தன்னால் உணர முடியாதுள்ளது ஏன்? தட்டை மூடிவைத்துவிட்டு பிளாஸ்டிக் தண்ணீர் போத்தலிலிருந்த இறுதி மிடறுகள் இரண்டு மூன்றையும் வாயில் ஊற்றிக்கொண்டு, சோபாவில் படுத்துக்கொண்டாள். அவளது பாரம்பரிய வீட்டிலிருந்த

பொருட்களில் அவளுக்கென்று மிஞ்சியிருந்தது அந்த சோபாவும் பிரம்புக் கட்டிலும் அலுமாரியும் மாத்திரம்தான். அம்மா ஜினவதி தனது பாரம்பரிய வீட்டை வர்ணாசிக்குத் தான் எழுதிக் கொடுத்திருந்தார். அதை அறிந்துகொண்ட வேளையில் மனோரம்யா தனது தலையில் இடி விழுந்ததைப் போல உணர்ந்தாள். அது சொத்தின் மீதிருந்த ஆசையாலல்ல. அந்த உயில் விவகாரத்தைக்கூட அம்மாவின் மரணத்திற்குப் பிறகுதான் அவள் அறிந்துகொண்டாள். வீட்டிலிருந்த சட்டத்தரணியான மகளிடமே அதைக் கூறாமல் அம்மா கரவனெல்லயில் ஒரு வழக்கறிஞரைப் பிடித்து அந்த உயிலை எழுதியிருந்தார்.

'மகளுக்கு எழுதிக் கொடுத்தாலும் எப்போதாவது அவர் பேத்திக்குத்தானே கொடுப்பார்' என்றுதான் அந்த வழக்கறிஞரும் அறிவுரை கூறினாராம். மகளுக்குச் சொத்துகள் கொடுக்கப்பட்டது மனோரம்யாவுக்கு ஒரு பிரச்சினை யாகவே இருக்கவில்லை. பிரச்சினையெல்லாம் சாஷாவுடன் கதைப்பதற்குத் தான் ஒருபோதும் விரும்பாதது மாத்திரம்தான்.

தனது ஊருக்குப் போய்த் தனது பாரம்பரிய வீட்டில் ஓய்வாக இருக்க வேண்டும் என்றுதான் மனோரம்யா எண்ணியிருந்தாள். அவளுக்கு ஓய்வு என்பதுவும் வீட்டிலிருந்து கொண்டு வேலை செய்வதுதான். அவள் வீட்டிலிருந்தாலும் சட்டரீதியான ஆவணங்களைத் தொகுப்பது போன்ற வேலைகள் அவளுக்கு வந்துகொண்டேயிருக்கும். ஆகவே அந்த அருமையான நிழலில் இருந்துகொண்டு சில்லென்ற தண்ணீரில் நீராடி, தோட்டத்தில் விளையும் காய்கறி, பழங் களைச் சாப்பிட்டுக்கொண்டு வீட்டையும் தோட்டத்தையும் பாதுகாத்தவாறு சாகும்வரைக்கும் அங்கேயே வாழ்ந்திருக்கலாம். தனக்கு இயலாத காலத்தில் தன்னைக் கூடவே இருந்து பார்த்துக்கொள்ளவும் ஊரில் ஓரிரு பெண்களைத் தேடிக் கொள்ளலாம். அம்மா ஜினவதி வெந்நீரில் குளிக்க வசதியாக அதற்குரிய கருவி பொருத்திய குளியலறையொன்றையும் அவள் கட்டிக்கொடுத்திருந்தாள்.

"மகளே ... நீ எப்ப வேணும்னாலும் இந்த வீட்டுக்குக் குடியிருக்க வா. எப்பவாவது இந்த வீடு உனக்குத்தான் உரித்தாகும்" என்று அம்மா தன்னிடம் கூறும்வரைக்கும் மனோரம்யா காத்திருந்தாள். அப்போதுதான் அந்த அழைப்பில் சாஷாவுக்கு இடமில்லை என்பதைத் தனது மகள் புரிந்து கொள்வாள். ஆனால் அம்மா ஜினவதி செய்திருந்த காரியம், தனது இளமைக் காலம் தொட்டு அவரது பேச்சைக் கேட்காமல்

நடந்துகொண்ட அவரது மகளுக்கு நல்லதொரு பாடத்தைக் கற்பிக்க வேண்டும் என்று செய்ததுபோல இருந்தது. இருந்தாலும் அவர் அப்படி நினைத்து அதைச் செய்திருக்க மாட்டார் என்பதுவும் மனோரம்யாவுக்குப் புரிந்தது.

மனோரம்யா கிராமத்து வீட்டில் எப்போதும் தங்கி யிருப்பாள், இரப்பர் தோட்டத்தைப் பராமரித்துக் கொள்வாள் என்றெல்லாம் அவர் ஒருபோதும் உறுதியாக நம்பியிருக்க மாட்டார். சாஷாவென்றால் வீட்டையும் தோட்டத்தையும் நன்றாகப் பராமரிப்பான். குடும்பத்திலுள்ள மூவரும் ஒற்றுமையாகிவிடுவார்கள். மனோரம்யாவுக்குத் தான் மரிக்கும்வரைக்கும் அங்கேயே விழுந்து கிடக்க இடம் கிடைக்கும் என்ற எதிர்பார்ப்போடுதான் அம்மா அந்தத் தீர்மானத்தை எடுத்திருக்கக் கூடும்.

“அம்மா வீட்டை அவங்களுக்கு எழுதிக் கொடுத்ததால இனிமேல எனக்கு அங்கு இருக்க முடியாதுதானே. அதனால நான் நுகேகொடையில ஒரு வீட்டை வாடகைக்கு எடுக்கலாம்னு இருக்கேன்” என்று மனோரம்யா தபாலதிபரிடம் கூறிய வேளையில் அவருக்குக்கூட அது குழப்பமாகவே இருந்தது. அவர்தான் உயில் எழுதும்போது சாட்சிக் கையொப்பம் இட்டிருந்தார்.

“சரி. உனக்கு அந்த வீட்டில இருக்க எந்தத் தடையு மில்லையே. அவங்க யாரும் உன்னை விரட்டப் போறாங்களா? வேணும்னா மாசத்துக்கு ஒரு தடவை அவங்க வந்துட்டுப் போவாங்க.”

“என்னால முடியாது மாமா. மகளோட கட்டுப்பாட்டுல இருக்க நான் விரும்பல. எனக்குச் சொந்தமில்லாத இடத்துல நான் எதுக்கு இருக்கணும்?”

“அக்கா உயில் எழுதுறப்ப உன்னோட நல்லதுக்குத்தான் இப்படி எழுதுறேன்னு சொன்னாங்க. சாஷா நம்ம குடும்பத்துல சேர்ந்த நாள்ல இருந்து இப்பவரைக்கும் அக்காவோடு மட்டு மில்ல எங்களோடும் நல்ல மரியாதையாத்தானே நடந்துக்குறார்.”

‘அட... மாமாவையும் சாஷா பேச்சில் மயக்கிவிட்டான்’ என்று கத்தும் அளவுக்கு ஆவேசம் வந்தபோதிலும் மனோரம்யா வேகமாக மூச்சு வாங்கி அமைதியானாள்.

“அதைத்தான் நானும் சொல்றேன். இனிமேலாவது இந்தக் கோபதாபங்களை விட்டொழி. ரெண்டுபேரும்தான் நல்லா சந்தோஷமா ஒற்றுமையா இருக்காங்களே. அவரும் ஒரு

அப்பாவைப்போல அவளைப் பார்த்துக்குறார். அவளுக்கு எந்தக் குறையும் வைக்கல. உன்கிட்டயும் சொல்லியிருப்பாள். இந்தத் தடவை வெட்டிங் எனிவஸரிக்கு நிறைய செலவழிச்சு அவளை ரோமுக்கும் கூட்டிட்டுப் போனாராம். யாரு அப்படியெல்லாம் செய்வாங்க? நல்ல புருஷனுக்கு அதுதான் அடையாளம். அவங்களுக்குத்தான் பொண்டாட்டிக்கு நல்லா அன்பு காட்டவும் பத்திரமாப் பார்த்துக்கவும் தெரிஞ்சிருக்கு" என்று அத்தை சொன்னது மனோரம்யாவுக்கு மாத்திரமல்லாமல் மாமாவுக்கும் சேர்த்துத்தான் என்பது புரிந்தது.

"காசிருந்தா லண்டன், ரோம், பாரிஸ், பர்லின்னு எல்லா இடங்களுக்கும் கூட்டிட்டுப் போக எங்களுக்கும் முடியாதா என்ன? எல்லாம் வர்ணாசியோட அதிர்ஷ்டம்தான்."

மனோரம்யா எதுவும் பேசவில்லை. மகள் அந்தப் பயண விபரங்களை அவளிடம் தெரிவித்திருக்கவுமில்லை. சாஷா வற்புறுத்திக் கூட்டிக்கொண்டு போகிறார் என்று மாத்திரம் கம்போடியாவிலிருக்கும்போது ஒரு மின்னஞ்சலை அனுப்பி யிருந்தாள்.

'அவன் என்னோட மகளை ஏமாற்றி இந்தச் சொத்துக்களை யெல்லாம் வித்துடுவான்' என்று கூறினாலும் யாரும் நம்பாத அளவுக்கு நிலைமை ஆகியிருந்தது.

கடைசியில் அவன் அந்த வீட்டையும் தோட்டத்தையும் விற்றுக் கட்டிய மாளிகை ஓரிரவில் அழிந்துபோயிற்று.

"நீங்களும் அங்க குடியிருக்கப்போறதில்ல. அந்த வீட்டைப் பார்க்கப்போய் வர சாஷாவுக்கும் நேரமில்ல. பழைய ரப்பர் மரங்களைப் பிடுங்கிட்டுப் புதிய கன்றுகளை நட்டு வளர்க்குறதை விட அந்தத் தோட்டத்தை வித்துடுறது நல்லதுதானே அம்மா. நாங்களும் இங்க எதுக்காக சும்மா வாடகை வீடுகளுக்குக் கூலி கொடுத்துட்டிருக்கணும்?"

வர்ணாசி தொலைபேசியில் அழைத்துத்தான் இதைச் சொன்னாள். மனோரம்யா பதிலளிக்காமல் தொலைபேசியைத் துண்டித்துவிட்டு உடனே தபாலதிபர் மாமாவுக்கு அழைப்பை எடுத்தாள்.

"என்ன நடக்கப் போகுதுன்னு உங்களுக்குத் தெரியுமா மாமா? அம்மா அதை வர்ணாசிக்கு எழுதிக்கொடுக்குறப்ப அவளோட பிள்ளைகளும் அந்தத் தோட்டத்து மரங்கள்ல பழங்கள்பறிச்சுச் சாப்பிடுவாங்கன்னு நம்பித்தான் எழுதிக் கொடுத்திருப்பார், இல்லையா?"

"நான்கூட இப்படி நடக்கணும்னு எதிர்பார்க்கவேயில்ல."

"நீங்கதானே சாட்சிக் கையெழுத்து போட்டிருக்கீங்க, மாமா. இது அம்மம்மாவுக்குச் செய்ற பெரிய நம்பிக்கைத் துரோகம்னு அவங்களுக்கு எடுத்துச் சொல்லுங்க."

"நானும் நிறைய விஷயங்களை அவங்களுக்கு எடுத்துச் சொல்லிட்டேன். கொழும்பு கோட்டை பகுதியில பெரிய வீடொண்ணைக் கட்டிப் பக்கத்துலயே உனக்கும் ஒரு அனெக்ஸைக் கட்டித் தர்றதா அவங்கச் சொல்றாங்க."

"நான் முதியோர் இல்லத்துல செத்துப்போனாலும் போவேனே தவிர அந்த அனெக்ஸுல தங்கமாட்டேன்னுதான் எல்லாருக்கும் தெரியுமே."

அந்தச் சந்தர்ப்பத்தில் அவளது பரம்பரைக் காணியை விற்பதைத் தடுப்பதற்கு மனோரம்யாவுக்கு எதையும் செய்யுமளவுக்குத் தைரியம் வந்த போதிலும், சட்டரீதியாக எதுவும் செய்ய வழியிருக்கவில்லை.

கடந்த இரவில் மனோரம்யா தனது உயிருக்கு என்ன நேர்ந்தாலும், மகளின் உயிரைப் பாதுகாக்க வேண்டும் என்ற பொறுப்பை ஏற்றுக்கொண்டு மேசைக்குக் கீழிருந்த காலம் முழுவதும் அந்தப் பழைய சம்பவங்கள் அவளின் மனதில் நிழலாடிக்கொண்டேயிருந்தன.

மகளிடம் கூற முடியாத அந்தக் கதை கிட்டத்தட்ட மகளின் மூன்று வயதில் நிகழ்ந்தது. அந்தச் சமயத்தில் மனோரம்யா சர்வதேச தொழிலாளர் சங்கத்தில் பணிபுரிந்து வந்தாள். சாஷாவுக்கு நிரந்தரமான ஒரு தொழில் இருக்கவில்லை. ஓரோர் இடத்திலும் ஓரோர் வேலைகளைச் செய்து வந்தான். ஒரு இடத்தில் ஆய்வு வேலை; மற்றுமொரு இடத்தில் தொழிலாளர்களுக்கு அவர்களது உரிமைகளை அறிவுறுத்தும் வேலை; இன்னுமொரு இடத்தில் மேடை நாடகம்; பிறிதொரு இடத்தில் சினிமா பத்திரிகை. சினிமா பத்திரிகையில் எழுதுவதைச் சற்று கீழ்த்தரமாக அவன் உணர்ந்ததால், அவன் தனது பெயரை அதில் பயன்படுத்தவில்லை. மாற்று அரசியல் பத்திரிகையின் ஒரு பக்கத்துக்காகவும் அவன் பணிபுரிந்தான். ஆகவே சினிமா பத்திரிகையில் திலீப் குமார் என்ற பெயரில் எழுதியவன், அரசியல் பத்திரிகையில் லியோன் ரங்வல என்ற பெயரில் எழுதினான். அந்தக் காலகட்டத்தில் அவனிடம் லியோன் ரங்வல என்ற பெயரில் ஊடக அடையாள அட்டையும் கூட இருந்தது.

சுநேத்ரா ராஜகருணாநாயக

அந்த நாட்களில் செய்தியாளர், சிறப்பு ஆசிரியர், பிரதேச செய்தியாளர், பிரதி ஆசிரியர், செய்தித் தொகுப்பாளர், பிரதான பிரதி ஆசிரியர், செய்தி ஆசிரியர், இணை ஆசிரியர், ஆசிரியர் என்று படிப்படியாக பதவி உயரும் வழிமுறை இருந்ததே ஒழிய ஊடகவியலாளர்கள் என்று ஒரு பிரிவு இருக்கவில்லை. லியோன் ரங்வல அல்லது சரத் ஷாந்த அல்லது திலீப் குமார் சிறப்பு ஆசிரியராக இருந்தான்.

தொழிலாளர் உரிமைகள் பற்றி எவருமே தொட்டிராத நடவடிக்கைகளை மேற்கொள்வதே மனோரம்யாவின் எண்ணமாக இருந்தது. என்றாலும், அவற்றுக்காக உயிரைத் தியாகம் செய்யுமளவுக்குத் தனக்கு ஈடுபாடில்லை என்றும் அவள் அவனிடம் வெளிப்படையாகக் கூறியிருந்தாள். அந்தக் காலத்தில் லியோன் மாத்திரமல்லாமல் இலங்கையிலிருந்த பத்திரிகையாளர்களில் பெரும்பாலானோர் செய்தித் தட்டுப் பாட்டில்தான் இருந்தார்கள். பிரபலமான சஞ்சிகைகள், ரோய்ட்டர் போன்ற தளங்கள் ஆகியவற்றிலிருந்து கிடைக்கும் செய்திகள் மாத்திரமே பிரதான வளங்களாக இருந்தன. ஏனைய அனேகரைப்போலவே லியோன் ரங்வலைக்கும் தொலைபேசியோ, கொழும்புக்கு அருகில் வீடோ இருக்கவில்லை. அதனால் மனோரம்யாவினூடாகக் கிடைத்த தகவல்கள் அவனது பக்கத்தை நிரப்பப் போதுமானவையாக இருந்தமை அவனுக்கு மிகச் சிறந்த அதிர்ஷ்டமாக அமைந்தது. அவனது அறிமுகம் ஒரு கருத்தரங்கின்போது கிடைத்திருந்தது. நல்ல உயரமும் கட்டுமஸ்தான தோற்றமும் வயதை மீறிய பேச்சாற்றலும் கொண்டிருந்த அந்த இளைஞன் மனோரம்யாவின் ஞாபகத்தில் நிலைத்திருந்தான்.

"நான் ஒரு மேடை நாடகம் செஞ்சிட்டிருக்கேன். ஒத்திகை பார்க்க வாங்க" என்று ஒருநாள் லியோன் அவளை அழைத்தான்.

"நானும் ஒண்ணு செய்ய நினைச்சிட்டிருக்கேன். அதனால வாறேன்" என்றாள் மனோரம்யா.

அந்த நாடகமானது, தொழிலொன்றைத் தேடிக்கொள்ள முடியாமல், கொழும்பில் தங்குமிடம்கூட இல்லாமல் அலைக்கழியும் பட்டதாரிகள் இருவர் கொழும்பில் வசிப்பதற்கும், தொழிலைத் தேடிக் கொள்ளவும் படும்பாட்டை எடுத்துக் கூறியிருந்தபோதிலும், அது அளவுக்கதிகமான அரசியல் போராட்டக் கருத்துகளோடு கூறப்பட்டிருப்பதாக மனோரம்யாவுக்குத் தோன்றியது. பிலியந்தலை பகுதியிலிருந்த சிறிய விகாரையொன்றின் போதனை மண்டபத்தில் நாடகத்துக்கான பயிற்சியை மேற்கொள்ளவும், செலவுக்கான

பணத்தையும் சந்திம கிரிகும்புற ஏற்பாடு செய்திருந்தான். அவன்தான் பிரதான கதாபாத்திரத்தை ஏற்று நடித்தான். லியோனுக்கும் அதற்குச் சமமான கதாபாத்திரம் வழங்கப் பட்டிருந்தது. நடிக்கத் தெரியாவிட்டாலும்கூட மிக அழகான இளம்பெண்ணொருத்தியும், இளைஞனொருவனும் நாடகத்தில் தோன்றினார்கள். நிஜத்தில் சந்திமவின் காதலியும் அவளது தம்பியும்தான் அவர்கள். நாடகத்திலும் அவள் சந்திமவின் காதலியாகவே நடித்தாள்.

"நாங்கள் சீக்கிரம் திருமணம் செய்துகொள்வோம். சோறும் தேங்காய்த் துவையலும் மாத்திரம் சாப்பிட்டாலும் உங்களுடனே வாழ முடிந்தால் அதுவே போதும்" என்றாள் காதலி.

காதலனோ துவையல் செய்ய ஆகும் செலவையும் அரிசிக் கான செலவையும் கணக்கிட்டுக்கூறி, தொழிலில்லாதவனை விட்டு தொழிலுள்ள ஒருவனுக்குக் கூட தேங்காய் என்பது உயர்தர உணவாக ஆகியுள்ளதை விளக்கினான்.

"நீ உனது வீட்டிலிருந்து எடுத்துக்கொண்டுவரும் உணவைத்தான் நாங்கள் பகலில் சாப்பிடுகிறோம். இரவில் நுகேகொட நகரத்தில் யாசகர்கள் மத்தியில் சாரத்தை அணிந்துகொண்டு உட்காந்திருப்பேன். அப்போது மரித்தவர்கள் பெயரில் அன்னதானம் கொடுப்பவர்கள் வந்து சோற்றுப் பார்சல்களைத் தருவார்கள். இல்லாவிட்டால் இரவில் பௌத்த விகாரைக்கு நடந்து போவேன். அங்கு காலையிலும் அன்னதானம் கிடைக்கும்."

காதலியால் எதுவும் பேச முடியவில்லை.

"ஆகவே இவ்வாறான நிலைமையில் நம்மால் திருமணம் முடிக்க முடியாது, அல்லவா? நீ உனது வீட்டில் பார்த்திருக்கும் தொப்பை பெருத்த அமைச்சரைத் திருமணம் செய்துகொள். அவரால் எமக்குத் தொழில்களைத் தேடித் தரவும் முடியுமாக இருக்கும். தினமும் நல்ல சோற்றுப் பார்சல்களிரண்டு கிடைக்கவும் வழி செய்வார்" என்று பிரதான கதாபாத்திரம் கூறியது.

"அதன் பிறகாவது நாம் திருமணம் முடிக்கலாமா?"

"உண்மையில் இந்தப் பெண்களுக்குத் திருமணம் முடிப்பது நாட்டிலுள்ள தேசியப் பிரச்சினைகளை விடவும் பெரிய பிரச்சினையாக இருக்கிறது. திருமணம் முடிப்பது போன்ற தனிப்பட்ட சிறிய விடயங்களைப் பற்றி யோசிக்காமல் பெரிய பெரிய செயல்கள் பற்றி நீ யோசிக்க வேண்டும்."

சுநேத்ரா ராஜகருணாநாயக

"தொப்பை பெருத்த அமைச்சருக்குச் சம்மதிப்பது போன்றதா?" என்று காதலி கேட்டாள்.

"இல்லை. தொப்பை பெருத்த அமைச்சரை உனக்குக் கீழடங்கச் செய்வது."

"அதை நீ இவ்வாறுதான் செய்ய வேண்டும். அமைச்சர் ஊழல் செய்வதற்கு நீ ஊக்கமளிக்க வேண்டும். அவருக்குப் பன்றியை விடவும் அதிகமான மூளை இருப்பதாகவும், எப்போதாவது அவரால் இந்த நாட்டின் ஜனாதிபதியாகவும் ஆகிவிடலாம் என்றும் அவரிடம் அடிக்கடி எடுத்துக்கூறி அவரை நம்பச் செய்ய வேண்டும்" என்று உப பிரதான கதாபாத்திரம் கூறியது.

"அவ்வாறு செய்தால் என்ன நடக்கும்?"

"இப்போதிருக்கும் அமைச்சர்களால் உரையாற்ற முடியாத அளவுக்குப் புரட்சிகரமான உரைகளை நீ அவருக்குள்ளிருந்து வெளிக்கொணர வேண்டும். நாங்கள் அவற்றை உன்னிடம் தயாரித்துக் கொடுப்போம். அவற்றை நீ தயாரித்தது போல அவரிடம் கொடுக்க வேண்டும். உனது தோற்றம் அழகாக இருப்பதோடு உனது அரசியல் அறிவும் கூர்மையானது என்று அந்தத் தொப்பை பெருத்த அமைச்சருக்குத் தோன்ற இடமளிக்க வேண்டும்."

"அவர் நான் கூறுவதைக் கேட்பாரா?"

"எனது அன்பே... உனக்கு என்னைத் திருமணம் முடிக்க வேண்டுமென்றால் நீ அந்தத் தொப்பை பெருத்த அமைச்சரை முட்டாளாக்கி அரசாங்கத்தை இரண்டாக உடையச்செய்து, அந்தத் திறமையைக் கொண்டு எதிர்க்கட்சியையும் நான்காக உடையச் செய்ய வேண்டும். முட்டாள்தனமான கருத்துகளை அப்பம்போல அவருக்கு ஊட்ட வேண்டும்."

"அவர்களுக்குப் புரிந்து என்னைக் கொன்றுவிட்டால்?"

"அவர்கள் அழகான பெண்களைக் கொல்லமாட்டார்கள். அழகான இளைஞர்களைக்கூட தம்முடனே வைத்துக் கொள்வார்கள். பொம்மைகள்போல அவற்றைக் கொஞ்சுவார்கள். கார், பார் எல்லாம் கொடுப்பார்கள்' என்று உப பிரதான கதாபாத்திரம் கூறியது.

"யாரைக் கொல்ல வேண்டும்?"

"எவரையுமல்ல. நாட்டுக்காக, இனத்துக்காக உயிர்த் தியாகம் செய்யத் தயாராக உள்ளவர்களுக்கு உதவுவதைத்தான் நாம் செய்கிறோம். அவர்களை வீரர்களாக ஆக்க உதவுகிறோம்."

லியோனின் திறமை பிரதியிலும், நாடகத்தின் சில இடங்களிலும் வெளிப்பட்ட போதிலும், காட்சிகள் முறையாக ஒழுங்கமைக்கப்பட்டிருக்கவில்லை. என்றாலும், அந்த நாடகம் மனோரம்யாவின் மனதைக் கவர்ந்தது.

ஒத்திகை முடிந்ததும் சந்திமவும் காதலியும் அவனது மோட்டார் சைக்கிளில் புறப்பட்டுப்போனார்கள். ஏனையவர்களும் கலைந்து போனார்கள். லியோனும் மனோரம்யாவும் பிலியந்தலை சந்திவரை நாடகத்தின் குறைநிறைகளைக் கலந்தாலோசித்தவாறு நடந்து வந்தார்கள்.

“நீங்க சொல்றது எனக்குப் புரியுது. இருந்தாலும் இதை மேடையேற்றக் கிடைக்குமோ என்னவோ?” என்ற லியோனின் கையறு நிலைக்குள்ளான, அப்பாவித்தனமான, நேர்மையான, கலைத்துவம் வாய்ந்த குரலில் மனோரம்யாவின் இளம் மனது உருகிப்போனது.

“மனசைத் தளர விடாதீங்க. நான் அதுக்கு ஏதாவது செய்யப் பார்க்குறேன்.”

“செய்ய முடியலைன்னாக்கூட உங்க வார்த்தைகள் ரொம்ப தைரியம் தருது.”

“தொழிலாளர் உரிமை பற்றிச் சின்னச் சின்ன நாடகங்கள் கொஞ்சம் இயக்க நினைச்சுட்டிருக்கேன். ஆபிஸ்கள்ல, தொழிற்சாலைகள்ல அரங்கேற்றக் கூடியதா இருக்கணும். ப்ரபோசலை அனுப்பியிருக்கேன். என்னோட முதலாளி ப்ரண்டன் மெக்லியோட் சம்மதிச்சுட்டார். உங்களுக்கு விருப்பம்னா அடுத்தக் கிழமை அவரோட ஒரு மீட்டிங்குக்கு உங்களைக் கூப்பிடுறேன். அதுல கிடைக்குற காசைக் கொண்டு இந்த நாடகத்தை மேடையேத்துங்க.”

“இது பஸ் ஹால்ட்டா இல்லன்னா நான் உங்களைத் தூக்கி ஒரு சுற்றுச் சுற்றி என் தோள்ல வச்சுக்கிட்டுப் பாட்டுப் பாடி ஆடுவேன்.”

“உங்க ஒல்லி தேகத்துல என்னைத் தூக்கி வச்சுட்டு, கீழ விழாம, முதுகெலும்பை முறிச்சுக்காம அந்த மீட்டிங்குக்கு உங்களால வர முடியும்னு உங்களுக்கு நிச்சயமாத் தெரியுமா? என்று கேட்டவாறே மனோரம்யா சிரித்தாள்.

“எப்படியோ ஒரு பட்டப்படிப்பை நான் முடிச்சாச்சு. சட்டம், சமூக விஞ்ஞானம் துறைகள்ல எம்.ஏ.ன்னு என் பெயரோட சேர்த்துக்கிட்டு எழுதுற பத்திகளுக்கும், சின்னக் கட்டுரைகளுக்கும் ஆத்மாவை விற்று, அதைச் சரிக்கட்ட

நாடகங்களை மேடையேத்திக்கிட்டு இருக்குற சின்னப் பையன் நான் என்றாலும் இந்த ஒல்லியான இளைஞனுக்குள்ள ஒரு தேவ தூதனோட தைரியம் இருக்கு."

தனக்கும் இந்த இளைஞனுக்கும் இடையில் ஏதேனும் உருவாக சாத்தியம் இருப்பதை மனோரம்யா உணர்ந்தாள். ஆகவே அதற்கு ஆதரவளிக்காமல் தொழில்ரீதியாக மாத்திரம் அவனுடன் பழக்கத்தை வைத்துக்கொள்ள வேண்டும் என்ற எச்சரிக்கையுணர்வு அவளுக்குள் கொழுந்துவிட்டு எரியத் தொடங்கியது.

"அப்படீன்னா தேவதூதனே... நான் அடுத்ததா வரப் போற பஸ்ஸுல நுகேகொடைக்குப் போகப் போறேன்."

மனோரம்யா லியோனுடன் உணவருந்தப் போக இருந்த தனது எண்ணத்தை மாற்றிக்கொண்டு பஸ்ஸில் ஏறினாள். தானும் பத்தரமுல்லைக்குப் போவதாகக் கூறிய லியோன் அதே பஸ்ஸில் ஏறிக்கொண்டான். என்றாலும், இருவரும் நின்றுகொண்டு பயணித்ததால் கதைக்க முடியவில்லை. மனோரம்யாவுக்கு சுஜம்பதியை நினைவு வந்தது. அவனும் வசியப் பேச்சில் வல்லவனாக இருந்தான்.

அந்தக் காலகட்டத்தில் திருமணம் முடிக்காமலேயே சுஜம்பதியோடு ஒன்றாக வசித்தது ராஜகுற்றம் போன்ற ஒன்றுதான். சுஜம்பதியும்கூட அவளுக்காக எவ்வளவு கவிதைகள், பாடல்களை இசைத்திருப்பான்?!

'ராஜ நீதியைப் பொருட்படுத்தாத மனோரம்யா
மனதின் சட்டத்துக்குள் இப்போதும் சந்தேகங்களா?
எனக்கு வேறு பெண்களில்லை உன்னைத் தவிர.
பெண்களின் காதலுக்கு நான் அந்நியன் என்றாலும் உனது
காதலனாக
கணவனாக
நிஜ சுஜம்பதியாக
ஆகும் எனது கனவு மிகவும் பழையது'

அந்தக் காலத்தில் சுஜம்பதியும் இவ்வாறு கிறுக்குத்தன மான உளறல்களோடு அவளையே சுற்றி வந்தான். அவனுக்கு நல்ல சுவையாக சமைக்கத் தெரிந்திருந்தது. அதனால் விடுமுறை தினங்களில் அவன் சமைத்தான். பௌர்ணமி தினங்களில் அவனே தயாரித்து எடுத்து வரும் கைத்தடியோடு அவர்கள் இருவரும் கல்கிஸ்ஸ அல்லது தெஹிவளைக் கடற்கரைக்குப் போவார்கள். கைத்தடியைக் கொண்டு அவன் கடற்கரையில் கவிதைகளை எழுதுவான். அவற்றையெல்லாம் சேகரித்திருந்தால் ஒரு புத்தகத்தையே வெளியிட்டிருக்கலாம்.

'இந்தக் கைத்தடி ஊன்றுகோல் அல்ல
இது எனது பேனை
இது எனது உறுப்பு
இந்தக் கரையில் அலையாலும் காற்றாலும் மனிதத் தடங்களாலும்
இல்லாதழியப் போகும்
இம் மணலில் கவிதைகளை எழுதுவது எதற்காக?
இது கவிதையெழுதுவதல்ல
இது எனது ஆலிங்கனம்
இந்த பூலோகமும் கடலும்
இந்த மணல் வெளியும் அந்தப் பௌர்ணமியும்
இருளில் மின்னும் தாரகைகளும் மனோரம்யாவைப்போலவே
இதயங்கவர்ந்த எனது மனைவிகளாவர்
இன்றே சொல் தேவதையே கோபமில்லை அவர்களுடனென்று
இவர்களையும் உன்னைப்போலவே காதலிப்பதற்கு'

சுஜம்பதியைத் தொட்ட காற்றுகூட தன்னைத் தீண்டக் கூடாது என்ற தீர்மானத்துக்கு வந்து பல வருடங்கள் கழிந்த பிறகும்கூட அந்தக் கவிதைகளுக்காக அவள் எவ்வளவு அழுதிருப்பாள்? ஏன் அந்தக் கவிதைகளாக ஆக சுஜம்பதியால் முடியாமல் போனது? தான் அவனுக்கு ஊன்றுகோலாக இருந்தது போதாதா? அவனது பிரச்சினைகளைப் புரிந்து கொண்டு பொறுமையாகக் காத்திருக்க தன்னால்தான் முடியாமல் போனதா? இந்தக் கேள்விகளுக்குப் பதில்கள் இருக்க வில்லை.

மனோரம்யா லியோனுக்குத் தனது செயற்திட்டம் மூலம் வருமானம் ஈட்ட வழிசெய்து கொடுத்ததோடு சர்வதேசத் தொடர்பாடல் அதிகாரி தோமஸ் மரேக்கும் அவனை அறிமுகப்படுத்தி வைத்தாள். திறமையான நபருக்கு வாழ வழிகாட்ட வேண்டும் என்ற எண்ணம், சுஜம்பதிக்கு அவ்வாறான சந்தர்ப்பத்தைத் தன்னால் வழங்க முடியாமல்போன கவலை எஞ்சியிருக்கும் நிலையில்தான் அவளுக்குத் தோன்றியது; அது குற்றவுணர்ச்சியல்ல. என்றாலும் எந்த மனிதனும் சம்பூரணமானவனல்ல என்ற உணர்வும் உள்ளுக்குள் தோன்றி மறைந்துகொண்டேயிருந்தது.

"மனோரம் எனக்கு ஒரு ஆம்பளையாக இருக்க இடம் கொடு. மனிதாபிமானம்னு சொல்றது அதுதான். எனக்கு நடந்த எதுவுமே என்னோட தேவைக்காக நடந்ததில்ல. நானும் அதெல்லாத்தையும் அப்படியே நீந்திக் கடந்து வந்துட்டேன். தெருவுல ஒரு பிச்சைக்காரனா இருக்காம படிச்சு நல்லா வாழத்தான் நானும் ஆசைப்பட்டேன். நல்ல வாழ்க்கையைத்

தேடி ஓடிய அந்தப் பயணத்துல நடந்தவை எதுவும் எனக்கும் பிடிக்கலதான். ஆனா ஒண்ணு, ஒரு குற்றத்துக்கு மரண தண்டனையும் கொடுத்துட்டு, நரகத்துக்கும் அனுப்புறது பெரிய தவறு."

சுஜம்பதி மனோரம்யாவைத்தான் மனோரம் என்று அழைத்தான். அவ்வாறு அவளுக்கு அவன் பல பெயர்களைச் சூட்டியிருந்தான். லியோனும்கூட சுஜம்பதியைப்போலவே நடந்துகொண்டதால் அவன் மீது ஒருவிதமான ஈர்ப்பும் பயமும் சந்தேகமும் அவளுக்குள் தோன்றியிருந்தது.

அந்தப் பயம், தன்னையே நோவித்துக் கொள்வது குறித்தது. அந்தச் சந்தேகம், அழகான வர்ணனைகளைக் கூறிப் பெண்களை ஏமாற்றுவதில் திறமையான கபடதாரி ஆண்கள் இருக்கிறார்கள் என்ற அனுபவம் தந்த பாடம். அந்த ஈர்ப்பு, துணையாக ஆணொருவன் இல்லாத பெண்ணின் தனிமையெனும் வெற்று பூமியில் எப்போதும் ரோஜாப்பூக்கள் பற்றிய எதிர்பார்ப்புகள் எஞ்சியிருப்பது.

லியோனுக்கு அந்த நாடகங்களைத் தயாரிக்கும் வாய்ப்பு கிடைத்தது. வாகன வசதியோடு நல்ல ஊதியமும் கிடைத்தது. ஒருநாள் அனுராதபுரத்துக்குப் பயிற்சிப் பட்டறைக்குப் போய்க் கரையோர ஹோட்டலொன்றில் இரண்டு இரவுகள் தங்கியிருந்தார்கள். ஓர் இரவுணவின் பின்னர் திஸ்ஸ வாவியின் கரையில் மனோரம்யா நடந்துகொண்டிருக்கையில் லியோன் திடீரென்று அவளை முத்தமிட்டான்.

'என்ன பைத்தியமா உனக்கு?' என்று திட்டிவிட்டுத் திரும்பவும் ஹோட்டலுக்கு ஓடிவந்து அறைக்குள் புகுந்து தாழிட்டுக் கொள்ள வேண்டும் என்று அவளுக்குத் தோன்றியது. என்றாலும் அவள் சிலையாகச் சமைந்து பார்த்திருந்தாள்.

"இப்ப உங்க மனசு என்கிட்ட இருந்து தப்பிச்சுப் போகணும்னு சொல்லிட்டிருக்கும். அது உங்க உண்மையான மனசு இல்ல. வெள்ளைக்காரர்களுடைய சட்டதிட்டங்களுக் கேற்ப பலதார மணம்கூட தவறானதுன்னு சொல்லப்படுற ஒரு சூழல்லதான் நீங்களும் நானும் வாழ்ந்துட்டிருக்கோம். மனுஷங்களோட உணவு, பானங்கள், ஆடையணிகள், மதங்கள், பேசுற மொழிகள் மட்டுமில்லாம கனவுகள்கூட அவங்களோட ஆதிக்கத்துக்கு ஆட்பட்டிருக்கு. இப்ப உங்களுக்கு உங்க மனசோட குரல் மாதிரி கேட்பது அந்தக் குரல்தான்."

"எனக்குத் தெரியாது. நான் போறேன்" என்ற மனோரம்யா வேகமாகப் போகத் திரும்பினாள். அதை எதிர்பார்த்திருந்த

லியோன் ஒரு கராத்தே வீரன்போல அவளின் கையை இறுகப் பற்றி அவளைத் தடுத்தான்.

“அங்க பாருங்க. நீங்க செய்யப் போறது இந்த அனுராதபுரத்துல ராஜாக்களும் ராணிகளும் இளவரசிகளும் செஞ்ச அதே காரியத்தைத்தானே தவிர வித்தியாசமா ஒண்ணுமில்லன்னு சொல்ற மாதிரி நிலாவும் மேகத்துக்குள்ள ஒளிஞ்சாச்சு. பண்டைய காலத்துல சாலிய இளவரசன் மாத்திர மில்ல அவனோட தகப்பனும் காதலிக்கத் தெரிஞ்சிருந்தாருன்னு இந்தக் குளமும் சாட்சி சொல்லும்” என்ற லியோன் மனோரம்யாவின் உச்சந்தலையில் முத்தமிட்டான்.

மனோரம்யாவும் நன்றாகக் கதைக்கக் கூடியவள் என்றாலும், சுஜம்பதியும் அவளது வாழ்க்கைக்குள் அவ்வாறுதான் நுழைந்தான் என்பதால்தான் அவனது பேச்சைக் கேட்டு எதுவும் பேசாமல் அமைதியாக இருந்தாள். அன்று பட்டப்பகலில் கங்கை நதிக்கு அருகிலும், இன்று பிறை நிலாவும் நட்சத்திரங் களும் மின்னும் இரவில் திஸ்ஸ வாவியின் கரையிலுமாக நிகழ்வது மாத்திரம்தான் வேறுபாடு. சுஜம்பதியைவிட்டுப் பிரிந்து வந்தபோது, தான் கருத்தரித்திருப்பது குறித்து அவள் அறிந்திருக்கவில்லை. என்றாலும் அதை அறிந்துகொண்ட பிறகு திரும்பவும் அவனுடன் இணைய வேண்டும் என்ற எண்ணமும் அவளுக்கு வரவில்லை. சுஜம்பதியிடமிருந்து பிரிந்தது குறித்து எந்தக் கவலையுமில்லாமல் இருப்பதுபோல அவள் காட்டிக்கொண்ட போதிலும், அவள் அவனை வெகுவாக நேசித்தாள். யாரிடமும் சொல்ல முடியாத அளவுக்கு விசாலமான காதலுக்கும் அதேயளவு விசாலமான கோபத்துக்கும் மத்தியில்தான் அவள் கர்ப்பத்தைச் சுமந்து கொண்டிருந்தாள். அழகான மென்மையான குரலில் கதைத்த கவிஞன் போன்ற நபரைத்தான் அவள் காதலித்தாள். சுஜம்பதிக்கே சிக்கிக்கொள்ளாத விதத்தில் அவனுள்ளே இருந்த வேறொரு நபரைத்தான் அவள் வெறுத்தாள். அவள் அறியாத அந்த அந்நியனிடமிருந்துதான் அவள் பிரிந்து வந்திருந்தாள். அதை அவள் ப்ரியாவிடம்கூட கூறவேயில்லை. அவளது அண்ணனான சுனந்த இதில் சம்பந்தப்பட்டிருந்தான். சுனந்தவும்கூட ப்ரியா அறிந்திருந்த ஏற்றுக்கொள்ளப்பட்ட சட்டத்துக்குள் அடங்கியிருந்த ஒரு அண்ணனாக இருந்தான். அவன் அவ்வாறு இல்லாமல் கேவலமான ஒருவனாக இருப்பது ப்ரியாவுக்கு ஒரு பிரச்சினையாக இருக்கும் என்ற பரந்த எண்ணம் மனோரம்யாவுக்கு இருந்தது. எவ்வளவுதான் காரண காரியங்கள் தெளிவானபோதிலும் ஏமாந்து போனது, தவறாகிப் போனது, முட்டாளாகிப் போனது போன்ற

ஓரோர் வாக்கியங்களால் அறிமுகப்படுத்த முடியுமான சுயகழிவிரக்கத்திடமிருந்து தப்பிக்க அவளால் முடியாமல் போனது.

அந்தக் கழிவிரக்கமானது மிகவும் கையறு நிலைக்காளான பலவீன உணர்ச்சி என்றபோதிலும் அதுதான் அன்றைய இரவில் லியோனுடன் ஒரே படுக்கையைப் பகிர்ந்துகொள்ள விடாமல் அவளைப் பாதுகாத்தது. லியோனின் அழகான வார்த்தைகளில் ஏதோ போலித்தனமும் பாசாங்குத் தொனியும் இருக்கிறது என்று சுஜம்பதியால் காயப்பட்டிருந்த அவளது மனதுதான் அவளை எச்சரித்தது.

அன்று அவ்வாறு நடந்ததென்று லியோன் அவளை விட்டும் விலகிப்போகவில்லை. தன்னைக் குறித்த அனைத்தையும் அவனிடம் கூற வேண்டும் என்றும்கூட அவளுக்கு தோன்றியது வும் அதற்குப் பொருத்தமான காலம் வரும்வரைக்கும் காத்திருக்க வேண்டும் என்ற உணர்வினாலே தவிர லியோனை நெருங்கக்கூடாது என்ற உணர்வினால் அல்ல. அவனை நம்பாவிட்டாலும்கூட, நம்ப வேண்டும் என்று நினைத்தாள். அவனைக் காதலிப்பதாக வாயால் சொல்லாவிட்டாலும்கூட, அவனைக் காதலிக்க விரும்பினாள். அவன் முத்தமிட்டதை வரவேற்றதுபோல காட்டிக் கொள்ளாவிட்டாலும், மீண்டும் அவ்வாறான ஒருநாள் வரும்வரைக்கும் அவள் காத்திருந்தாள்.

வார இறுதிகளில் ஊருக்குப்போவது, தனக்கு ஒரு குழந்தை இருப்பது, சட்டரீதியாக தான் திருமணம் முடித்தவளில்லை என்பதுபோன்ற தன்னைப் பற்றிய தனிப்பட்ட விபரங்கள் எவற்றையும் அவனிடம் கூறாவிட்டாலும்கூட அவனுடன் நாடகங்கள் பார்க்கப்போவது, புத்தகங்களைப் பரிமாறிக் கொள்வது, நாடகப் பயிற்சிப் பட்டறைகளில் உதவுவது ஆகியவற்றுக்கு மேலதிகமாக லியோனுக்கு ஆங்கிலத்தில் பத்திக் கட்டுரைகளை எழுத உதவுவதையும் அவள் செய்து வந்தாள். அந்தப் பத்திக் கட்டுரை திரைப்படங்கள், நாடகக் கலை, புத்தகங்கள் பற்றிய கட்டுரைத் தொடராக இருந்தது.

“வேறொரு பெயர்லதான் இதை எழுதணும். இல்லன்னா வாசகர்கள் கோவிச்சுப்பாங்க” என்றான் லியோன்.

“நான் உங்களுக்கொரு பெயர் வைக்கிறேன்… சாஷான்னு எழுதுங்க” என்றாள் மனோரம்யா.

“சாஷா… ரஷ்யன் பெயர்போல இருக்கு. மோசமில்ல” என்ற லியோன் சாஷாவானான். பொதுவாக ஆங்கிலப் பத்திரிகைகள் பிரசுரிக்காத அதாவது சிங்கள நாடகங்கள்

குறித்தும், திரைப்படங்கள் குறித்தும், கலைஞர்கள் பற்றியும், அரசியல் சம்பவங்களும்கூட அந்த ஆங்கிலக் கட்டுரைத் தொடரில் இடம்பெற்றன. ஒவ்வொரு கிழமையும் திங்கட்கிழமை மாலையில் அவன் மனோரம்யாவின் அலுவலகத்துக்கு வந்து விடுவான். தான் சிங்களத்தில் எழுதி எடுத்துக்கொண்டு வரும் கட்டுரையைப் பார்த்து அவள் அதை ஆங்கிலத்தில் சொல்லச் சொல்ல சாஷா எழுதிக் கொண்டான். அந்த வேலை முடிந்ததும் க்ரீன்லேண்ட்ஸ் உணவகத்துக்கு இருவருமாகப் போய்த் தோசை சாப்பிட்டுவிட்டு, நாடகமோ திரைப்படமோ பார்க்கச் செல்லும் பழக்கம் உருவானது.

அந்தக் காலங்களில் தோமஸ் மரே வைத்த மதுபான விருந்துகளுக்கும், இரவுணவுகளுக்கும்கூட சாஷாவுக்கும் அழைப்பு வரத் தொடங்கியது. அந்த ஆங்கிலம் பேசும் சமூகத்தில் அவன் தன்னை சாஷா என்றுதான் அறிமுகப்படுத்திக் கொண்டான். மரே மூலமாக நாடகக் கருத்தரங்குகளுக்கு மாத்திரமல்லாமல் வேறு கருத்தரங்குகளுக்காக ஜெர்மனிக்கும் இந்தியாவுக்கும் போகும் வாய்ப்புகளும் அவனுக்குக் கிடைத்தன. அந்தக் காலகட்டத்தில் மனோரம்யா கொஹுவளையில் ஒரு வீட்டை வாடகைக்கு எடுத்துத் தங்கியிருந்தாள். சில நாட்களில் சாஷா அந்த வீட்டுக்குத் தங்கிப் போக வரத் தொடங்கினான். என்றாலும் அவள், அவனுக்கு அந்த வீட்டின் விறாந்தை யிலிருந்த நீண்ட சோபாவில் படுத்துக்கொள்ள இடமளித்தாளே ஒழிய தனது படுக்கையறைக்குள் அவனை அண்ட விடவில்லை. அந்த விறாந்தை அந்த நீண்ட கதிரைக்கும், சிறிய இரண்டு கதிரைகளுக்கும், புத்தக அலுமாரிக்கும் மாத்திரமே போதுமான ஒரு சிறிய விறாந்தை. அவளது அறையிலும் அலுமாரி, கட்டில், மேசையென ஒவ்வொன்றுக்கும் மாத்திரம் இடமிருந்ததே ஒழிய, அவளுக்குத் திரும்பக்கூட இடமிருக்கவில்லை. சமையலறை மாத்திரம் மிகவும் பெரியதாக இருந்தது.

"என்னை உங்க ரூம்ல தூங்க அனுமதிக்க உங்களுக்குப் பயமாயிருக்கா?" என்று சாஷா கிண்டலாகக் கேட்பதுபோல கிண்டல் அல்லாத ஒரு கேள்வியைக் கேட்டான்.

"இப்போ நடு ஜாமங்குறதால உங்களைத் தங்கிப் போகச் சொன்னேனே தவிர, உங்களைத் தங்க வைக்குற எண்ணமே எனக்கில்ல ஹலோ" என்று மனோரம்யாவும் கண்டிப்பும் இல்லாத, கிண்டலுமில்லாதவாறு பதிலளித்தாள்.

எந்த நேரத்திலும் தனது மனம் பலவீனமடைந்துவிடக் கூடும் என்பதை மனோரம்யா அறிந்தே இருந்தாள். சாஷாவுட னான தொடர்பின் இனிமையை அனுபவிக்கத் தேவைப்படும்

சுநேத்ரா ராஜகருணாநாயக

அளவுக்குப் பெருந் தனிமையும் அவளுடனே இருந்தது. என்றாலும் அது காதல் தொடர்பாக மாற இடமளிக்கக் கூடாது என்ற தீர்மானத்தையும் பேணிக் காக்க அவள் உறுதி பூண்டிருந்தாள்.

அவர்களிடையே ஏதேனும் விசேடமான தொடர்பு இருக்கக் கூடும் என்றுதான் சந்திம கிரிகும்புறவும் நினைத்தான். அவ்வாறான ஒரு தொடர்பை உருவாக்கிக்கொள்ள சாஷா தயாராகவே இருந்தான். மனோரம்யா அதற்குப் பின்வாங்கி னாலும் கூட அவளுடனான நட்பைக் கைவிட அவன் விரும்பவில்லை. இவ்வாறாக கிட்டத்தட்ட ஒரு வருடம் கழிந்தது.

சாஷாவின் நாடகங்கள் பெரிதாக வரவேற்பைப் பெறவில்லை. இருந்தாலும் அவளின் அலுவலகத்துக்கு ஆவணப்படங்கள் எடுக்கும் வேலைகள் தொடர்ந்தும் வந்து கொண்டேயிருந்தன. அவள் அவற்றுக்குத் தனது ஆலோசனை களை வழங்கினாள். திரைக்கதைகளைத் திருத்திக் கொடுத்தாள். காட்சிகளைத் தொகுத்து ஒழுங்குபடுத்துபவரின் அருகிலேயே இருந்து தூக்கம் விழித்து தேவையான காட்சிகளைத் தொகுத்துக் கொடுத்தாள். இருந்தாலும் அந்த வேலைகளில் தனது பெயரை முன்னிலைப்படுத்திக்கொள்ள அவளுக்கு ஆர்வம் இருக்கவில்லை. அந்த வேலைகளைத் தனது கடமையாகவே கருதினாள். மனோரம்யாதான் நிறைய வேலைகளைச் செய்கிறாள் என்பதை மரே அறிந்தே இருந்தார். இருந்தாலும் எல்லா பாராட்டுகளும் சாஷாவுக்கே கிடைத்தன. ஒரு ஆவணத் திரைப்படத்துக்குச் சர்வதேச விருதுகூட கிடைத்தது.

“என்னோட பெருங்கடலே... நாங்க இப்படியே பிரியாமலே இருப்போம். நாங்க ரெண்டுபேரும் சேர்ந்து எப்போதாவது அழகான திரைப்படமொண்ணையும் எடுக்கலாம்” என்று கூறியவாறே சாஷா மனோரம்யாவைத் தனது இரண்டு கரங்களிலும் ஏந்தி ஒரு சுற்றுச் சுற்றி மகிழ்ச்சியைக் கொண்டாடி னான். அந்த நாட்களில் அவன் மனோரம்யாவைப் பெருங்கடல் என்றுதான் அழைத்து வந்தான். அதாவது ஒருபோதும் வற்றாத படைப்பு நீரூற்றாம் அவள்.

அவளை அவனின் பேச்சு ஈர்த்தது என்றாலும் அவன் மீது முழு நம்பிக்கை வைத்து அவளைப் பற்றிய அனைத்தையும் அவனிடம் கூற அவள் முன்வரவில்லை.

“என்னோட வாழ்க்கைல ஒரு பாகம் உடைஞ்சு நொறுங்கிட்டுது. அதைப்பற்றிக் கேட்க வேணாம்” என்று மாத்திரம் கூறியிருந்தாள்.

சாஷாவின் உலகிலிருந்த ஒரேயொரு பெண் மனோரம்யா இல்லை என்பதால் அவனும் அவளது தனிப்பட்ட விடயங் களைக் குறித்து யோசிக்கவேயில்லை.

"அந்தப் பொம்பளை நிஜமாவே உனக்கொரு லாட்டரிதான்" என்றுதான் சந்திம கிரிகும்புறவும் கூறினான்.

இந்தியாவிலிருந்து தேச எல்லையைக் கடந்து பாகிஸ்தானுக்குப் போகும் சமாதான யாத்திரையில் கலந்து கொள்ளும் வாய்ப்பு அந்தச் சமயத்தில் மனோரம்யாவுக்குக் கிடைத்திருந்தது. அவள் தங்கியிருந்த வீட்டின் உரிமையாளர் களும் வெளிநாட்டுக்குப் போயிருந்ததால், சாஷாவிடம் தனது வீட்டில் இரவில் தங்குமாறு கூறிச் சாவியைக் கொடுத்துவிட்டுப் புறப்பட்டாள். விமான நிலையத்துக்குப் போகும்வழியில்தான் அந்த யாத்திரை எதிர்பாராவிதமாக ரத்து செய்யப்பட்டதை அறிந்துகொண்டாள். அதனால் மீண்டும் திரும்பி வீட்டுக்கு வந்தாள். திரும்பி வருவதாக அவள் அவனுக்குத் தகவல் தெரிவிக்கவுமில்லை. எப்படியும் அவன் இரவில் நேரம் கழித்துத்தான் உறங்குவான் என்பதை அவள் அறிந்திருந்தாள்.

அவளது படுக்கையறையிலிருந்து கசிந்த வெளிச்சம் மதிலோரமாகத் தரையில் விழுந்திருந்தது. அவள் பையையும் முதுகில் சுமந்தவாறு மதிலோரமாக நடந்துசென்று அந்தக் குறுகிய ஒழுங்கை வழியாக வீட்டுக்குள் நுழைய முற்பட்டது உண்மையிலேயே சாஷாவை வியப்பூட்டுவதற்காகவா அல்லது பழைய அனுபவத்தினூடாக வந்த சந்தேகத்தினாலா என்பதை அந்தப் பூமியதிர்ச்சி இரவிலும்கூட மனோரம்யாவால் யோசித்துப் பார்க்க முடியவில்லை.

அறையின் அருகிலேயே உயரமான மதில் இருப்பதனால் அறைக்குள் நடப்பவை எவையும் தெருவுக்குத் தென்படுவதில்லை. ஆகவே அவளும்கூட வெப்பம் மிகுந்த நாட்களில் ஜன்னலைத் திறந்துவைத்தவாறே உறங்கிய சந்தர்ப்பங்களும் இருந்தன. சாஷாவென்றால் ஜன்னலைத் திறந்துவைத்து, ஜன்னல் கம்பியில் காலை வைத்தவாறு கட்டிலில் படுத்துக்கொண்டு புத்தகம் வாசித்துக்கொண்டிருப்பான் என்ற எண்ணம்தான் அவளுக்குள் இருந்தது.

ஆனால் ஜன்னல் கம்பியின் மீதிருக்கும் காலில் ஒரு விரலைத்தொட்டு அவனைத் திடுக்கிடச் செய்ய அவளுக்கு வாய்க்கவில்லை. அவளுக்குத்தான் திடுக்கிட நேர்ந்தது.

அவளது படுக்கையின் மீது நிர்வாணமாக சாஷாவும் நடுத்தர வயதுப் பெண்ணொருத்தியும் சல்லாபித்துக்

கொண்டிருந்தார்கள். அந்தப் பெண் யார் என்பதை அவளால் சட்டென்று இனங்காண முடியவில்லை. அவள் ஓசையெழுப் பாமல் பின்னால் நகர்ந்து வாசலுக்கு வந்து சிறிய நுழைவாயிலின் தாழ்ப்பாளைச் சிறிதும் ஓசையெழாமல் நீக்கினாள். இது அவள், இவ்வாறான சந்தர்ப்பத்துக்கு முகம் கொடுத்த முதற்தடவை அல்லவே. முதற்தடவை அவள் அழுது தீர்த்தாள்; திட்டினாள்; சண்டை பிடித்தாள். சுஜம்பதியினதும் சுனந்தவினதும் ஆடைகளை வீசியெறிந்தாள். என்றாலும் இந்தச் சந்தர்ப்பத்தில் அமைதியாக இருந்த அவள் தலைவாசலுக்கருகே போய் அங்கிருந்த படிக்கட்டின் மீது அமர்ந்துகொண்டாள்.

சுஜம்பதியின் மீது கோபப்பட தனக்கு உரிமையிருந்த போதிலும், சாஷாவின் மீது கோபப்பட அவளுக்கு எவ்வித உரிமையும் இல்லையே. அவர்களிடையே திருமண ஒப்பந்தம் இருக்கவில்லை; காதல் தொடர்புகூட இல்லை. ஆணொருவன் மீதான ஈர்ப்போடு ஒரு வித்தியாசமான நட்பு மாத்திரம்தானே அவனோடு இருந்தது. பிரம்மச்சாரியொருவனிடம் தனது வீட்டை ஒப்படைக்கும்போது அவன் இரவுக்குத் துணையாக பெண்ணொருத்தியைக் கூட்டிக்கொண்டு வர வாய்ப்பிருக்கிறது என்பதை அவள்தான் முன்பே யோசித்திருக்க வேண்டும்.

மனோரம்யா தனது முதுகில் சுமந்துகொண்டிருந்த பையைப் பூச்செடிகளிடையே மறைவாக வைத்துவிட்டு ஓசையெழாமல் நுழைவாயிலைத் திறந்து தெருவிலிறங்கி நடந்துபோய் கொஹுவளைச் சந்தியிலிருந்த கடையொன்றி லிருந்து அவளது வீட்டுத் தொலைபேசிக்கு அழைப்பை எடுத்தாள். அந்த சமயத்தில் எல்லோரிடமும் கைப்பேசி இருக்க வில்லை.

"நான் இப்ப திரும்பி வந்துட்டிருக்கேன். இன்னும் கொஞ்ச நேரத்துல வீட்டுக்கு வந்துடுவேன்."

"நீங்க இன்னிக்கே வரமாட்டீங்கன்னுதானே சொன்னீங்க."

"இப்போ வரேன். கொஹுவளைக்கு வந்துட்டேன்" என்று கூறிவிட்டுத் தொலைபேசியைத் துண்டித்தாள்.

சாஷா நுழைவாயிலின் அருகே நின்றுகொண்டிருந்தான். எந்த வித்தியாசமுமில்லாமல் அவன் புன்னகைத்துக்கொண் டிருப்பான் என்பதை மனோரம்யா எதிர்பார்த்திருக்கவில்லை. அந்தப் பெண்ணைக் காணவில்லை. 'அறையிலிருந்த ஆன்ட்டி எங்கே?' என்றா கேட்க முடியும்?!

"ஏன் அவசரமா திரும்பி வந்தீங்க? உங்க பை எங்கே?"

அவள் அமைதியாக உள்ளே சென்றாள். படுக்கை விரிப்பை வாரியெடுத்துச் சுருட்டித் தரையில் எறிந்தாள். தலையணை உறைகள் இரண்டையும் அகற்றினாள். அவன் திகைப்போடு பார்த்துக்கொண்டிருந்தான். அவனை அப்படியே இருக்க விட்டுவிட்டுப் பின்வாசல் கதவைத் திறந்துகொண்டு போய்ப் பூச்செடிகளிடையே மறைத்து வைத்திருந்த பையை எடுத்துக்கொண்டு உள்ளே வந்தாள். அவன் ஒன்றும் முட்டாள் இல்லையே. அவனுக்கு அளவுக்கதிகமான மூளையிருப்பதுதானே பிரச்சினை. அவன் எதுவும் பேசாமல் ஆடைகளை அணிந்து கொண்டான்.

"நீ இவ்வளவு மோசமான பொம்பளைன்னு நான் நினைக்கல."

மனோரம்யாவின் உடல் நடுங்கத் தொடங்கியது; என்றாலும், அவள் சத்தமாகச் சிரித்தாள்.

"நீ என்கிட்ட பொய் சொல்லிட்டு என்னோட களவைப் பிடிக்கத்தான் முன்னாடியே வந்தியோ? இப்ப களவைப் பிடிச்சிட்டியோ? உனக்காக வீட்டைப் பத்திரமாப் பார்த்துக் கிட்டதுக்கு நீ காட்டுற நன்றி, ரொம்பக் கேவலமா இருக்கு."

அவள், தான் கூடிய விரைவில் அழ வேண்டியிருக்கும் என்பதை நன்றாகத் தெரிந்திருந்தும் முன்பை விடவும் சத்தமாகச் சிரிக்கத் தொடங்கினாள். என்றாலும் சாஷா எனப்படும், லியோன் எனப்பட்ட சரத் ஷாந்தவுக்கு அந்தச் சந்தோஷத்தை அனுபவிக்க ஏன் இடமளிக்க வேண்டும்? தான் நேரில் கண்டதை எடுத்துச் சொன்னாலும்கூட 'நீ தவறாப் புரிஞ்சிட்டிருக்கே. அப்படி ஏதாவது நடந்திருந்தா அந்தக் கணமே நீ என்கிட்ட கேட்டிருக்கலாமே' போன்ற ஏதாவதைக் கூறி சமாளிப்பான் என்பது புரிந்தது. இனிமேல் சாஷாவிடம் பேச எதுவுமில்லை. என்றாலும் அந்த நள்ளிரவில் அவனை வீட்டை விட்டுப் போகச் சொல்ல முடியுமா என்ன? அவனுக்குள்ளும்கூட தன்னைக் கட்டுப்படுத்திக்கொள்ள முடியாத அளவுக்கு ஒரு மனநிலையும் தனிமையும் இருக்கக் கூடுமோ? சற்று நேரம் அமைதியாக இருந்து விட்டு, மனம் சாந்தமானதும் அவனுடன் பேசலாம் என்று அவளுக்குத் தோன்றியது.

"நீங்க உடுத்துத் தயாரானது புறப்படுறதுக்கா?"

"இல்லாம உன்கிட்ட கால்ல விழுந்து பாவ மன்னிப்புக் கோருவேன்னு எதிர்பார்த்தியா?"

சுநேத்ரா ராஜகருணாநாயக

அவள் இந்தியாவுக்குப்போக புறப்படுவதற்கு முன்பு அவன் கூறியவை அவளுக்கு ஞாபகம் வந்தது.

"நீங்க என்கிட்ட வீட்டை ஒப்படைக்குற அளவுக்கு என் மேல நம்பிக்கை வச்சிருக்கீங்கன்னாலும், உங்க வாழ்க்கையை என்கிட்ட ஒப்படைக்குற அளவுக்கு என்மேல ஏன் நம்பிக்கை வைக்க மாட்டேங்குறீங்க? இந்தத் தடவை நீங்க திரும்பி வந்ததும் நாம ரெண்டு பேரும் கொஞ்சம் நம்மைப் பற்றிப் பேசுவோம்."

அவள் கொழும்புக்கு அருகில் ஒரு வீட்டைப் பணம் கொடுத்துச் சொந்தமாக வாங்க உத்தேசித்திருந்ததால்தான் அவன் அவ்வாறு கூறினான். அந்த வீட்டில் ஒரு அறையை அவனுக்காக ஒதுக்க வேண்டும் என்றும் அவன் கேட்டுக் கொண்டான். அதற்கு அவள் பதிலளிக்காததால் 'உங்களுக்கு என்மேல நம்பிக்கையே இல்ல. எப்பவும் என்னை ஒதுக்கத்தான் பார்க்குறீங்க' என்று குறைகூறிக்கொண்டிருந்தான். அவன் அவ்வாறு எப்பொழுதும் கொழும்பிலேயே வசிக்கப் பொருத்தமான ஆட்களைத் தந்திரமாகத் தேடிக்கொண்டிருந்திருப்பானோ?

"இருங்க. நான் கெப் ஒண்ணுக்குக் கோல் பண்றேன்" என்று மனோரம்யா அமைதியான தொனியில் கூறினாள்.

"தேவையில்ல. தெருவுல ஆட்டோக்கள் இருக்கு. இருட்டுலயும் எனக்குக் கண் நல்லாத் தெரியுது."

கோபம் தலைக்கேறியதுபோல அவன் கத்திப் பேசிய போதிலும், அது அவன் தனது வெட்கக்கேட்டை மறைக்க எடுத்துக்கொள்ளும் பிரயத்தனம் என்பதை அவள் உணர்ந்தாள். அதனால் கோபத்துக்குக் கோபமாகவே பதிலளிக்காமல் சோகமான புன்னகையோடு விறாந்தையின் நடுவே நின்று பார்த்துக்கொண்டிருக்க அவளால் முடிந்தது. அவன் எந்த அளவு தெளிவான மனப்பான்மையோடு இருந்தான் என்றால், தனது துணிமணிகளை எடுத்துக் கட்டிலின் மீது வைத்து ஒழுங்காக மடித்துத்தான் தனது பைக்குள் வைத்தான். குளியலறை யிலிருந்த, பச்சைப்பிடியில் வெண்ணிறப் பற்களிரண்டைக் காட்டிக்கொண்டிருந்த முயல்குட்டியுடனான தனது பற்தூரிகையையும் எடுத்துக்கொண்டு வந்தான். இன்னும் ஏதாவதை மறந்துவிட்டோமோ என்று பார்க்க மீண்டும் ஒரு தடவை குளியலறைக்குப் போய் ஆராய்ந்தான்.

அன்று அவன் திரும்பிப் பார்க்காமலேயே வெளியேறி னான். அவள் அவனைத் தொடர்ந்துபோய் அவன் வெளியேறியதுமே நுழைவாயிலைத் தாழிட்டாள்.

'குட்நைட்' என்று கூற முடியுமா?

'தேங்க் யூ' என்றுதான் கூற முடியுமா?

அவள் வீட்டுக்குள் வந்து தரையில் கிடந்த படுக்கை விரிப்பையும் தலையணை உறைகளையும் கைகளால் தொடாமல் தும்புத்தடியால் வெளியே தள்ளிக்கொண்டு வந்து திண்ணையில் போட்டாள். சற்று நேரம் அதையே பார்த்துக் கொண்டிருந்து விட்டு, நுழைவாயிலுக்கு வெளியே அவற்றைத் தூக்கியெறிந்தாள். அப்போதும் கண்ணீர் வழிந்துகொண்டுதான் இருந்தது. என்றாலும், அவள் மனதைத் திடப்படுத்திக் கொண்டு வீட்டை ஒழுங்குபடுத்தத் தொடங்கினாள்.

சமையலறையிலிருந்த சிறிய மேசையின் மீது சாஷா தேநீர் அருந்தும் நீலக் கோடிட்ட கோப்பையும், மனோரம்யா சிங்கப்பூரிலிருந்து வாங்கிவந்த சீன வரைபடம் கொண்ட வெண்ணிறக் கோப்பையும் இருந்தன. அந்தக் கோப்பை மீது சீனக் கவிதையொன்றும் அச்சிடப்பட்டிருந்தது. சீனத் தோழிக்கு அதைப் பிரதியெடுத்து அனுப்பி அர்த்தம் கேட்க வேண்டும் என்று அவள் சாஷாவிடமும் கூறியிருந்தாள். அந்தக் கோப்பையின் விளிம்பில் கபில நிறத்துக்கு இசைவான சிவப்பு உதட்டுச் சாயம் படிந்திருந்தது. மேசை மீது ஒரு தட்டும் இருந்தது. இருவரும் அந்தத் தட்டில் எதையோ ஒன்றாகச் சாப்பிட்டிருப்பது புரிந்தது. மனோரம்யா குப்பைக் கூடையைத் திறந்து பார்த்தாள். 'ஃபுட்வேவ்ஸ்' என்று குறிப்பிடப்பட்ட பொலிதீன் உறையும் காகித அட்டைப் பெட்டியும் அதனுள்ளிருந்தன.

அவள் அதிக விலை கொடுத்து வாங்கிய அந்தக் கோப்பையையும் நீலக் கோடிட்ட கோப்பையையும் எடுத்துக் கொண்டுபோய் நுழைவாயில் தூணின் மீது வைத்தாள். முன்பு சாஷா வரும் நாட்களில் அவன் அந்தக் கோப்பையிலிருக்கும் கவிதையைக் கூறுகிறேன் பேர்வழி என்று எதையெதையோ கூறி அவளை எத்தனையோ தடவைகள் சிரிப்பூட்டியிருக்கிறான்.

"இந்த மலைக்கு ஏற முடியாவிட்டாலும் நதி கங்கையையும் ஊடறுத்துச் சென்று கடலைச் சேருகிறது. மலை தன்னையறியாமலேயே நதியைத் தொடர்கிறதுன்னுதான் இதில எழுதியிருக்கும்" என்று அவன் கூறிய நாளில் அவள் அந்தக் கோப்பையைப் பறித்தெடுத்து அந்த வரிகளை அவனை விடவும் நன்றாக வாசிக்க முயற்சிசெய்தாள்.

"இல்லல்ல . . . தேயிலைச் செடிகள் – அருவிகள் – குளிர்ச்சியான மலை – தேயிலைச் செடிகள் குளிர் காய்கின்றன மலையில் என்றுதான் இதில் எழுதியிருக்கும்."

"இல்ல … மலையிலேறப் பாதை தெரியவில்லை என்று இரவுதோறும் அழுகிறது நதி. சூரியன் உதித்ததும் நதியால் மலையைக் கடந்து ஆகாயத்துக்கே செல்ல முடியுமென்று மலை சொல்கிறது. அதுதான் இதில் இருக்கிறது" என்று கோப்பையைப் பறித்தெடுத்த அவன் மற்றுமோர் அர்த்தத்தைக் கூறினான்.

அந்தப் பெண்ணுக்குத் தேநீர் கொடுக்க ஏன் அந்தக் கோப்பையை எடுத்தாயென்று அவனிடம் கேட்க முடியாமல் போய்விட்டது. கேட்டிருந்தாலும் அதில் பயனேதுமிருக்குமா?

'உனக்கென்ன பைத்தியமா? இங்க ஒரு பொம்பளையும் இருக்கல. நீ கற்பனை பண்ணிக்கிட்டது அதெல்லாம்' என்று கூறக் கூடியவன் அவன்.

செத்துப்போன எலிகளிரண்டைக் கொண்டுபோய்ப் போடுவது போலத்தான் மனோரம்யா கோப்பைகள் இரண்டையும் இடுக்கியால் பிடித்துக் கொண்டுபோய் நுழைவாயில் தூணின் மீது வைத்தாள்; என்றாலும் மறுநாள் மாலை வேளையாகியும் யாரும் அதை எடுத்துக்கொண்டு போயிருக்கவில்லை. குப்பை லாரி வந்ததும் அந்தக் கோப்பை களை எடுத்துக்கொண்டு போகுமாறு கத்தியவள் அவர்கள் அவற்றை எடுக்கும்வரை அங்கு காத்திருக்கவுமில்லை.

சாஷாவைப் பற்றி அம்மாவிடம் கூறவோ, வேறு நண்பர் களைக் கூட்டிக்கொண்டு போவதுபோல தனது ஊருக்கு அழைத்துச்செல்லவோ நடவடிக்கை எடுக்காதது மனோரம்யா வுக்குச் சற்று ஆறுதலாக இருந்தது. சுஜம்பதியுடனான நிகழ்வுக்குப் பிறகு கடுந்துயருற்று எவரையும் நம்ப முடியாத மனநிலையிலேயே அவள் இருந்ததால்தான் அவ்வாறு செய்ய அவள் அவசரப்படவில்லை. இன்னும் இரண்டு மூன்று மாதங்கள் கழிந்திருந்தால் அதுவும் நடந்திருக்கும்தான். அவளின் மனதில் எப்போதும் ஏதோ ஒரு தயக்கம் இருந்தது. சாஷாவை அவளுக்கு எவ்வளவுதான் பிடித்திருந்தபோதிலும், அவன் ஏதோ முகமூடி போட்டிருக்கிறான் என்ற உணர்வும் கடுகளவாவது அவளுக்குள் எப்போதும் இருந்துகொண்டேயிருந்தது.

"மனுஷங்களை நம்பப் பழகுங்க. ஒருத்தரை நேசிப்பதுங்குறதுதான் நற்குணத்தோடு செயல்படுவதற்கான அடையாளம்" என்று சாஷா அடிக்கடி அவளிடம் கூறினான்.

"அந்த நற்குணத்தோடுதான் வேலை செய்ற இடத்துக்கும் உங்களைக் கூட்டிட்டுப் போய் அறிமுகப்படுத்தி வச்சிருக்கேன்."

"அதெல்லாம் சரிதான். ஆனா உங்க ஆழ்மனசுல ஏதோ ஒரு சந்தேகம் இருந்துட்டேயிருக்கு. அது என்னைப் பற்றியல்ல.

உங்களோட வாழ்க்கையில வந்த ஆம்பளைகள்ல கடைசியா வந்த ஆம்பளையைப் பற்றியதா இருக்கும். ஆனா ஒருத்தன் செஞ்ச தவறுக்கு எல்லா ஆம்பளைகளையும் தண்டிப்பது தவறு."

"பன்மையில சொல்லாதீங்க. இதுவரைக்கும் நான் ஒருத்தன் கூடத்தான் பழகியிருக்கேன். அந்தக் கதையை உங்கக்கிட்ட சொல்ல விரும்பல. அந்த வரலாறால இப்ப ஒரு பிரயோசனமும் இல்ல."

சாஷா அந்தப் பதிலில் திருப்தியடைந்தானேயொழிய யார் எவர் என்றெல்லாம் குறுக்குக் கேள்விகளைக்கேட்க வில்லை. வர்ணாசியின் குழந்தைப் பருவப் புகைப்படமும் அம்மாவினதும் அப்பாவினதும் புகைப்படங்களும் மனோரம்யாவுடனேயே எப்போதும் இருந்ததனால் அவர்கள்தான் அவளது குடும்பத்தவர்கள் என்பதை அவன் அறிந்திருந்தபோதிலும் அதைப்பற்றியும் அவன் எதுவும் கேட்கவில்லை. அதற்குக் காரணம் அதைப்பற்றி அவள் ஒருநாள் சொல்வாள் என்ற நம்பிக்கையா அல்லது அதனால் அவனுக்கு ஒரு பயனும் இல்லை என்பதாலா என்று யோசிக்க அவளால் முடியாமலிருந்தது. அவனும்கூட தனது வரலாற்றைக் கூற முன்வராத காரணத்தால் அவனுக்கு ஏனையவர்களது தனிப்பட்ட தகவல்களை ஆழமாக அறிந்துகொள்ளவும் வாய்ப்பிருக்கவில்லை.

சாஷா மீண்டும் தொலைபேசியில் அழைக்கவேயில்லை. மனோரம்யா ஊருக்குப்போய் அம்மாவுடனும் மகளுடனும் ஓய்வாக இருந்தாள். தனக்குக் காய்ச்சல் கண்டிருப்பதாக அலுவலகத்துக்கு அறிவித்தாள். அந்த சமயத்தில் அவளது கிராமத்து வீட்டில் தொலைபேசி இருக்கவில்லை. இலங்கையில் சாமானிய மனிதரிடையே கைப்பேசி பாவனையில் இல்லாத காலம் அது.

சாஷாவின் மீது எந்தத் தவறும் இல்லை என்றும் மனோரம்யாவுக்குத் தோன்றத் தொடங்கியது. தனக்கு அந்த அளவு கவலையும் கோபமும் வந்ததுகூட தான் அவனுக்குச் சம்மதம் தெரிவிக்கத் தயாராக இருந்ததால்தான் என்ற வெட்கத்தையும் அவள் உணர்ந்தாள்.

மனோரம்யா ஒரு கிழமைக்குப் பிறகுதான் மீண்டும் அலுவலகத்துக்குப் போனாள். சாஷாவை நிரந்தரமாகப் பணியில் சேர்த்துக்கொள்வோம் என்று மரே தெரிவித்தார். அதுவரைக்கும் அவனைப் பற்றிய நல்லவற்றையே எடுத்துக்

கூறிக்கொண்டிருந்தவள் அவனுடன் பணி புரிய தனக்கு விருப்பமில்லை என்றா கூற முடியும்?

அந்த நாட்களில் இங்கிலாந்திலிருந்து ஒரு ஆய்வு வேலைக்காக வந்திருந்த ப்ளொஸம் எடம்ஸுடன் சாஷா நெருங்கிய தொடர்பினைப் பேணி வருகிறான் என்ற தகவல் வந்தது. பெயருக்கேற்ப பூ மொட்டு மாதிரியிருந்த இளம்பெண் அவள். அன்றிரவு தனது படுக்கையறையில் தான் கண்ட பெண் யார் என்பதை மனோரம்யா ஒருபோதும் அறிந்து கொள்ளவேயில்லை.

'கட்டுரை எழுத வர்றீங்களா?' என்று மனோரம்யா அவனிடம் கேட்கவேயில்லை. அந்தக் கால கட்டத்தில் தனது உடைந்த ஆங்கிலத்தில் எழுதும் கட்டுரையை ப்ளொஸமிடம் கொடுத்துத் திருத்திக் கொள்ள அவனால் முடிந்திருக்கும் என்று அவளுக்குத் தோன்றியது.

சாஷா எவ்வித வேறுபாடும் இல்லாமல் தொழில்ரீதியாக அவளுடன் கதைத்தபோதிலும், இருவரும் தனியே சந்திக்க நேர்ந்த சந்தர்ப்பங்களில் மௌனமாகவே இருந்தார்கள். உணவறையிலும் கூட அவனுடன் தனித்திருக்காமல் இருக்கவே மனோரம்யா முயன்றாள்.

"நாங்க இந்த நாடக வேலைகள், ரேடியோ நிகழ்ச்சிகள் அனைத்தையும் சாஷாவிடமே ஒப்படைப்போம், இல்லையா?" என்று மாதாந்தக் கூட்டத்தில் வைத்து மரே கேட்டார். தான் ஆசையாகவும் வெற்றிகரமாகவும் செய்துவந்த வேலைகளைத் தன்னிடமிருந்து பறித்தெடுப்பதுபோலத்தான் மனோரம்யா அதை உணர்ந்தாள். இருந்தாலும், கூட்டத்தில் வைத்து அவள் தனது எதிர்ப்பினைத் தெரிவிக்கவில்லை.

"நான் அந்தக் குழுவுலருந்து விலகுறேன்" என்று அவள் ஒரு கிழமைக்குப் பிறகு கூறினாள்.

"நீங்க இல்லாம எப்படி? சாஷாவுக்கு அந்த வேலைகளுக்காக நிதி திரட்டத் தெரியாது" என்றார் மரே.

"அவர் அதையெல்லாம் கத்துப்பார்" என்ற மனோரம்யா ஒரே தீர்மானத்துடன் இருந்தாள்.

அதன் பிறகு சாஷா இந்த வேலைத்திட்டங்களுக்காகத் திரட்டப்படும் நிதியை வேறு நாடகங்களுக்காகப் பயன்படுத்துகிறான் என்ற குற்றச்சாட்டு எழத்தொடங்கியது. மனோரம்யா அதில் தலையிடவேயில்லை. சாஷாவுக்கும் மரேக்கும் இடையில் கூட ஏதோ தவறான தொடர்பு

இருப்பதாகத் தகவல்கள் வந்தன. மனோரம்யா அவற்றை நம்ப விரும்பவில்லை என்றாலும், நம்பாதிருக்க விடாத அளவுக்கு சாஷா அந்த அலுவலகத்தில் பெரிய ஆளாகத் தொடங்கியிருந்தான்.

'சாஷா கோள் மூட்டறதையெல்லாம் மரே நம்புறார்.'

'சாஷாவுடைய அறிவுரைக்கேற்றமாதிரிதான் மரே நடந்துக்குறார்' என்றெல்லாம் உணவறையில் பேசப்படுவது அவளது காதுகளுக்கும் எட்டின.

வேறொருவர் செல்ல இருந்த சர்வதேசக் கருத்தரங்கு ஒன்றுக்கு சாஷாவை அனுப்ப மரே தீர்மானித்த பொழுதில் மனோரம்யா அதைப் பகிரங்கமாக எதிர்த்தாள். அங்கு நிறையப் பேர் அதே கருத்தோடு இருந்ததனால், சாஷாவால் அதற்குப்போக முடியாமல் போனது.

"முதலை கடிக்குறதைத் தாங்கிப்பாங்களாம், நாணலோட முள் குத்துறதைத் தாங்கிக்கமாட்டாங்களாம்" என்று சாஷா மனோரம்யாவை நெருங்கி இரகசியமாகக் கூறியபோது அவனுக்குள்ளே அவள் மீதிருக்கும் பயங்கரமான கோபத்தை அந்தக் குத்தல் பேச்சின் மூலம் அவளால் உணர முடிந்தது.

"சரியான ஒண்ணுக்காகப் பேசுறப்ப நட்பையெல்லாம் பார்க்க முடியாது" என்று மனோரம்யா அவனது கண்களை நேராகப் பார்த்துக் கூறினாள்.

"உன்னோட கண்கள்ல நெருப்பிருக்கு" என்று சாஷா சிரிக்க முயற்சிசெய்தான்.

"வெளிப்படையாகத் தெரியுற நெருப்பு அழகானது– நீருக்கடியில நெருப்பைக் கொண்டுபோறதுதான் அசிங்க மானது" என்று மனோரம்யாவும் வரவழைத்துக்கொண்ட புன்னகையோடு கூறினாள்.

"நீ நல்ல மூட்ல இல்ல. நான் பின்வாங்குறேன். என் மேல உள்ள குற்றச்சாட்டுகளுக்கு நான் எதிர்ப்பு தெரிவிக்கிறேன்" என்றவாறே சாஷா மரேயின் அறைக்குள் புகுந்துகொண்டான்.

வேறு தொழில் வாய்ப்புகளை மனோரம்யா பத்திரிகை களில் தேடத் தொடங்கியிருந்தாள்.

அந்தச் சமயத்தில் சாஷாவும் சந்திம கிரிகும்புறவும் ஒரு மேடை நாடகத்தைத் தயாரித்து நடித்தார்கள். அதில் சாஷா அமைச்சரொருவரின் ஆலோசகராக நடித்தான்.

“எனக்கே என்னை வேண்டாம் என்று ஆகி ரொம்பக் காலம் ஆகிறது. இருந்தாலும் இந்த ஜனநாயகம் எனும் படகை ஓட்டும் வேலையைக் கைவிட முடியாது. கைவிட்டால் நானே மூழ்கிப்போய்விடுவேன்” என்று ஆலோசகர் கதாபாத்திரம் பத்திரிகையாளரிடம் கூறியது.

“அவ்வாறென்றால் அதைக் கைவிட்டுவிட்டுக் கரைக்கு நீந்திப்போய், நடந்து போங்களேன்” என்று பத்திரிகையாளன் ஆலோசனை கூறினான்.

“நடக்க முடியாது. நான் கடந்து வந்த பாதை முழுவதும் அசிங்கங்களாலும் விந்துகளாலும்தான் நிரம்பியிருக்கிறது. நமது பாராளுமன்றம் இருக்கும் தியவன்னாவை வாவியிலேயே தத்தளிச்சு நீந்திட்டிருப்பதல்லாமல் வேறு வழியில் எப்படி வாழ்வது என்பதுகூட இப்போது எனக்குக் கொஞ்சம்கூட நினைவில்லை.”

“எதுக்காக நடந்துபோகிறீர்கள்? பஸ்ஸிலோ ரயில்லயோ போகலாமே.”

“நமது அமைச்சர் பாராளுமன்றத்துக்குத் தெரிவானதன் பிறகு எங்களால் ஆசைக்குக் கூட பஸ்ஸிலோ ரயில்லயோ போக முடியவில்லையே” என்று ஆலோசகர் கதாபாத்திரம் கூறியது.

அலுவலகத்தில் ஒன்றாகப் பணிபுரிபவர்கள் அந்த நாடகத்தைப் பார்த்துவிட்டு, ‘சாஷா நாடகத்தில் மாத்திரமாவது உண்மை பேசுகிறான்’ என்றுதான் கூறினார்கள். அழைப்பிதழ் கிடைத்தும் முதல் நாள் நாடகத்துக்குப் போகாத மனோரம்யாவுக்குக்கூட அதைக் கேட்டு அந்த நாடகத்தைப் பார்க்க ஆசை வந்தது.

அதன் ஒரு காட்சியில் சாஷா பூ அலங்காரங்களைக் கொண்ட கோவணமொன்றையும், இளஞ்சிவப்பு நிற டையொன்றையும் அணிந்து, மேடை மீது அமைக்கப்பட்டிருந்த ஒரு பலகைக் குடிலுக்குள் இருந்தவாறு கத்துகிறான்.

“இந்த ரோஜாப்பூ கோவணம் எனக்குப் பிடிக்கவில்லை. எனக்குத் தைரியமான ஒரு ஆம்பளையாக வேண்டும். ஒரு தலைவனாகி யானை மேல் ஏறி ஊர்வலம் போக வேண்டும். மனதையும் மூளையையும் மட்டுமே பாவிக்கக்கூடிய ஒரு நிஜ வீரனாக ஆக வேண்டும்.”

அந்தக் காட்சியின் முடிவில் மனோரம்யா எழுந்து வெளியே வந்தாள். சுஜம்பதியின் கடைசி வேண்டுகோள்தான் அந்தக் கணத்தில் அவளுக்கு நினைவு வந்தது.

"இனிமே ஒருபோதும் இப்படி நடக்காது. எனக்கு ஒரு ஆம்பளையாக, சாதாரண வாழ்க்கை வாழ இடம் கொடு" என்று சுஜம்பதி தன்னிடம் கெஞ்சிய வேளையிலும் அதற்குக் செவிமடுக்க முடியாத அளவுக்குத் தான் கோபப்பட்டிருந்த விதத்தைப் பூமியதிர்ச்சி தோன்றிய இரவிலும்கூட அவள் மறந்துவிடவில்லை.

அந்தக் காயம் ஆறியிருக்காததால்தான் 'உங்க குழந்தையைப் பார்க்க வாங்க' என்று பிரான்ஸுக்கு ஒரு கடிதம் அனுப்பக் கூட அவளுக்குத் தோன்றவில்லை. சாஷாவின் நாடகத்தைப் பார்த்து விட்டு வந்து சுஜம்பதிக்காகத்தான் மனோரம்யா அழுதாள். இருந்தாலும் அவன் இருக்கும் இடத்தைத் தேடிக் கண்டுபிடித்து அவனோடு மீண்டும் சேர்ந்து வாழ வேண்டும் என்ற எண்ணம் அவளுக்கு வரவேயில்லை. தான் நாடகம் பார்க்க வந்திருந்ததை அவள் சாஷாவிடம் கூறவேயில்லை.

தொழில்ரீதியாக அல்லாமல் வேறு எந்த உரையாடலும் இல்லாத அளவுக்கு சாஷாவும் மனோரம்யாவும் தொலைவாகியிருந்தார்கள். இதனிடையே சாஷா ஒரு ஜெர்மன் அமைப்பிடமிருந்து பணம் வாங்கிக்கொண்டு மக்கள் நம்பிக்கைகள் குறித்து ஆய்வொன்றைச் செய்துகொண் டிருப்பதாகக் கேள்விப்பட்டாள். மனோரம்யாதான் அந்த ஆய்வு குறித்த எண்ணக் கருவை அவனிடம் முதன்முதலில் எடுத்துக் கூறியிருந்தாள். இருவரும் ஒன்றாக சேர்ந்து செய்யத் தீர்மானித்திருந்த அந்த வேலைக்கானச் செயல்திட்டத்தை இருவரது பெயரிலும்தான் எழுதிக் கொடுத்திருந்தாள். இருந்தாலும் அவன் அதைத்தனது தனிப்பட்ட எண்ணக்கருவாக மாற்றி அனுப்பியது குறித்து ஹங்சினி மாலகமுவ மூலமாகத் தெரிந்து கொண்டாள். அவனைப் பாராட்டியவாறுதான் ஹங்சினி அதை அவளிடம் கூறியிருந்தாள்.

அன்றைக்குப் பிறகு மனோரம்யா சாஷாவின் முகத்தை ஏறிட்டுப் பார்ப்பதைக்கூட தவிர்த்து வந்தாள். 'நாங்க சாகும் வரைக்கும் இப்படியே ஒண்ணா இருப்போம். உங்களையும் உங்க வாழ்க்கையையும் என்கிட்ட ஒப்படைக்க உங்களுக்கு பயமா இருக்குன்னா நாங்க ரெண்டு பேரும் சுக துக்கங்களைப் பகிர்ந்துக்கிட்டு ஒரே வீட்டுல ஒண்ணா இருப்போம்' என்று கூறிக் கொண்டிருந்தவன் சாதாரண ஆய்வு விடயத்திலேயே இந்த அளவு வஞ்சகமாக நடந்துகொண்டதற்காகப் பதற்றப்படு வதில் பயனில்லையே. ப்ரியா விடுமுறைக்காக இலங்கை வந்தபோது மனோரம்யா அந்த விடயத்தை ப்ரியாவிடம் பகிர்ந்துகொண்டாள்.

“அவன் என்ன ஆட்டம் வேணும்னாலும் போடட்டும்னு நீ அங்கிருந்து விலகி வேறு வேலையைத்தேடிக்கோ” என்றுதான் ப்ரியா அறிவுரை கூறினாள்.

“இது ஏதோ கூடாரத்துக்குள்ள ஒட்டகத்துக்கு இடம் கொடுத்த கதைபோல ஆகிட்டுது.”

“அது அப்படித்தான். ஐ.நா.சபைலகூட இப்படித்தான் நடந்துட்டிருக்கு. சிலவேளை அவன் மரேயோட காதலி, ஹங்சினியோட காதலன், ப்ளொஸம்மோட படுக்கைத் தோழன்னு பல கதாபாத்திரங்களை வெற்றிகரமா நடிச்சிட்டிருக்கானோ என்னமோ...”

ப்ரியா இவ்வாறு இயல்பாகக் கூறிவிட்டு ஊருக்கே கேட்கப்போல சிரித்தபோதிலும், சாஷா அவ்வாறான இக்கட்டான நிலைமையில் இருக்கிறான் என்றால் அதிலிருந்து மீள அவனுக்குத் தன்னால் உதவ முடியாதா என்றுதான் மனோரம்யாவுக்குத் தோன்றியது; என்றாலும், அவன் இருக்கும் நிலையில் யாருடனும் வெளிப்படையாகக் கதைக்க அவனால் முடியாமல் இருக்கும் என்றும்கூட அவளுக்குத் தோன்றியது. அவனின் சிறுபிராயம் குறித்தோ, இளமைப் பருவத்தில் மாமாவின் வீட்டில் தங்கியிருந்தது பற்றியோ எந்தத் தகவலையும் அவளிடம் அவன் பகிர்ந்துகொள்ளாத தற்குக் காரணம், அவன் இந்த அளவு உயரத்தை அடைந்தது இவ்வாறு ஒவ்வொரு வேளை உணவுக்காகவும், ஒவ்வொரு பரீட்சைக்காகவும் தனது உடலை விற்றதாலாக இருக்கலாம் என்பது யாருக்குத்தான் தெரியும்.

“அவன் எவ்வளவுதான் மோசமானவனாக இருந்தாலும், அதுக்குக் கீழே அவனாலேகூட தீர்க்க முடியாத அளவுக்கு ஏதாவது பிரச்சினை இருக்கும்னு எனக்குத் தோணுது. எல்லோருமே அவனைப் பயன்படுத்திக்கிறாங்கபோல. அப்படி நடந்தாத்தான் ஒருத்தனால எல்லாரையும் தன்னோட லாபத்துக்குப் பயன்படுத்திக்கவும், மனசாட்சி பற்றியெல்லாம் யோசிக்காம அடுத்தவங்களை மிதிச்சு மேல வரவும் கத்துக்க முடியும்” என்று மனோரம்யா சாஷாவுக்கு எதிராகக் கதைத்த வாயாலே அவனுக்காகவும் கதைக்க முற்பட்டாள்.

“நீ சொல்றது சரியாகவும் இருக்கலாம். நீ சொன்ன அந்தக் கூட்டத்துக்குள்ள ஒருத்தியாத்தான் நீயும்கூட அவனுக்குத் தெரிஞ்சிருக்கலாம்” என்ற ப்ரியாவின் பதிலில் மனோரம்யாவின் மனம் மேலும் நொந்தது. என்றாலும், சாஷா கூறியிருந்த ஒரு விடயம் அவளுக்கு நினைவு வந்தது.

"உங்களைப்போல இல்ல. நான் கெம்பஸுக்கு வந்த நாள் தொடக்கம் காசு சம்பாதிக்குறது எப்படின்னு தேடத் தொடங்கிட்டேன். எனக்கு பார்ட் டைம் வேலையொண்ணு கிடைச்சது. ப்ளாஸ்டிக் தண்ணீர்த் தாங்கி விற்குற வேலை. ஒரு அமைச்சர்கிட்ட போனேன். அவர் ரெண்டு தண்ணீர்த் தாங்கிகளை வாங்கினார். இன்னும் பத்து அரசாங்க இடங்களுக்கு தண்ணீர்த் தாங்கிகளை விற்க நான் சந்திக்க வேண்டிய ஆட்களைப் பற்றிய விபரங்களைத் தந்தார். அவங்களை அவரே தொடர்புகொண்டு இந்தப் பையனுக்கு உதவுங்கோன்னு சொன்னார். அவங்ககிட்ட அவர் அதுக்கான விலையை ரொம்ப அதிகமாத்தான் சொன்னார். அதனால அவர் வாங்கிய தண்ணீர்த் தாங்கிகள் ரெண்டுமே அவருக்குச் சும்மா கிடைச்சதுபோல ஆச்சு. அவர் வாங்கிய தண்ணீர்த் தாங்கிகள் ரெண்டுக்கும் அப்பவே கையில காசு தந்துட்டுத்தான் அதைச் செஞ்சார். அமைச்சர் ஒருத்தர் இப்படி சின்ன விஷயத்துல 'லாபம் வச்சுக்கிட்டு விப்பார்'னு எல்லாம் யார்தான் யோசிப்பாங்க? ஆனா என்னைப்போல ஒரு பையன், பணக்காரனா ஆக நினைக்கிறப்ப இதுபோல நல்ல அனுபவங்கள்தான் நிறைய விஷயங்களைக் கத்துக் கொடுக்கும்."

"எவ்வளவுதான் மோசமானவங்களோடு ஒண்ணா வேலை செய்ய நேர்ந்தாலும், நீங்க கெட்டுப்போகாதீங்க. அப்படிப்பட்டவங்களோடு வேலை செய்றப்ப உங்களோட சுயகௌரவமும் அழிஞ்சுபோயிட்டிருக்குன்னு நீங்க உணர்ந்தா எவ்வளவுதான் காசோ, பலமோ, அதிகாரமோ, புகழோ கிடைச்சாலும் அந்த வேலையை உடனடியாக் கைவிடக் கூடிய தைரியம் இருக்குற அளவுக்கு உங்களுக்கு நீங்க நேர்மையாக இருக்கப் பாருங்க" என்றுதான் அவன் அதைக் கூறிய வேளையில் மனோரம்யா அவனுக்கு அறிவுரை கூறினாள்.

அவ்வாறான விடயங்களை அவள் எப்போதும்போலத் தான் கூறினாள் என்றாலும், அவனது நாடகங்களில் அவளது கருத்துகள் வெளிப்பட்டன. ஆனாலும் உண்மையில் அந்த நாடகங்கள் எழுதப்பட்டிருப்பது, அவனுக்கு உயர்ந்த பதவியொன்றை வழங்கவிருக்கும் நபரின் எண்ணங்களுக் கேற்பவே அல்லாமல் கொழும்பின் மேல்மட்ட சமூகத்தில் தன்னைக் காட்டிக் கொள்ளப்போய் முதுகெலும்பை உடைத்துக் கொண்ட ஒருவனைப்பற்றி இருக்காதுதானே.

எல்லோரையும் எல்லாவற்றையும் கூர்ந்து ஆராய்ந்து பார்த்துக்கொண்டிருந்தால் சாதாரண வாழ்க்கையைக்கூட வாழ முடியாது என்பதை மனோரம்யா அறிந்தே இருந்தாள்.

சுநேத்ரா ராஜகருணாநாயக

சுஜம்பதி அவளது வாழ்வில் வர முன்பே அவளிடம் அந்தப் பழக்கம் இருந்தது. அது பிறப்பிலிருந்தே அவளுக்கு உரித்தானதோ? ஆனால் வர்ணாசி அதற்கு மறுபுறத்தில் இருந்தாள். அதனால்தான் அம்மாவுக்குப் பெரும் புதிராக இருந்த நபரைக் கடவுளாகக் கருதிப் பூஜித்துக் கொண்டிருக்கிறாள். தான் சரியா அல்லது மகள் சரியா என்பது குறித்து அவளால் யோசித்துக் கூடப் பார்க்க முடியாத அளவுக்கு அனைத்தும் பூமியதிர்ச்சியோடு குழம்பிப் போய்விட்டது. மகளும் அம்மாவைப் போல மாற வேண்டும் என்றுதானா அவள் அவ்வளவு காலமும் காத்திருந்தாள்?

அவள் செய்யக் கூடிய சிறந்த காரியம் மகளுக்கு சாஷாவுடனல்ல எந்த எமனுடனாவது அவளுக்குப் பிடித்த விதத்தில் வாழ இடமளித்து விட்டுத் தனது காவல் சேவையிலிருந்து ஒதுங்கி வேறெங்காவதுபோய் வாழ்வதுதான், இல்லையா? அவளது கிராமத்து வீடு அவளுக்கென இருந்திருந்தால் அதுதானே நடந்திருக்கும்? பாரம்பரிய வீட்டில் வைத்து மகள் சாஷாவின் புகைப்படத்தைக் கட்டில்மீது எடுத்து வைத்த வேளையில் மனோரம்யா தனது தலை வெடிக்கப்போவது போல உணர்ந்தாள். சாஷா அமெரிக்காவில் இருக்கிறான் என்றுதான் அவள் நினைத்துக்கொண்டிருந்தாள். ப்ரியா அங்கு வைத்து அவனைச் சந்தித்தபோது அவள் நினைத்திருந்ததை விடவும் அவன் நல்லவனாக இருக்கிறான் என்று கூறியிருந்ததும் நினைவுக்கு வந்தது. சாஷா இலங்கையிலிருந்து கிளம்பும் முன்புதானே அவளது வாழ்க்கையிலிருந்து நீங்கிப் போனான். அவனே நீண்ட காலத்திற்குப் பிறகு இவ்வாறு வந்து நிற்பான் என்று யார் கண்டது?

மகள் தேடிக் கண்டுபிடித்த காதலனை ஏன் தனக்குப் பிடிக்கவில்லை என்பதற்கான காரணத்தை எவ்வாறு அவளால் வெளிப்படையாகக் கூற முடியும்? அவள் ப்ரியாவைத் தொலைபேசியில் அழைத்து விபரத்தைச் சொன்னாள். வர்ணாசிக்கு சாஷாவுடன் அவ்வளவு நெருங்கிய தொடர்பு ஏற்பட்டிருப்பதை அவளும் அறிந்திருக்கவில்லை.

"எனக்கு கேலைத் தெரியும். கல்யாணம் முடிச்சு ஒண்ணா இருக்கவும், தன்னோட குழந்தைகளுக்குத் தகப்பனா இருக்கவும் அவன் சரிவர மாட்டான்னு புரிஞ்சதுன்னு அவ சொல்றா. அப்படிப்பட்ட ஒருத்தனை திடீர்னு வீட்டை விட்டுத் துரத்த முடியாதுங்குறதால கூடவே தங்க வச்சுக்கிட்டாளாம். வேறு ஆம்பளையையோ, பொம்பளையையோ தன்னோட வீட்டுக்குக் கூட்டிட்டு வரக்கூடாதுன்னு அவள் உத்தர

விட்டிருந்தாளாம். ஆனா அதை அவன் மீறுறதைக் கண்டிருக்கிறாள். அதைப்பற்றி விசாரிக்கப்போனா பெரிய பிரச்சினை வரும்னு அவனை வெளியே அனுப்பலாம்னு யோசிச்சிட்டிருந்தப்பதானாம் அவன் ஸ்ரீலங்காவுக்குத் திரும்பிப் போக முடிவெடுத்திருக்கான். கேல் ரொம்ப சந்தோஷமாத்தான் ஏர்போர்ட் வரைக்கும் கூட்டிப் போய் விட்டிருக்கிறாள். அவள் இப்ப தன்னோட வீட்டையே மாத்திட்டு சென் ஜோஸ்ல இருக்கிறாளாம். அவன் திரும்பி வந்தா அவளோட வீட்டுக்கு அவனை எடுக்கவேமாட்டாளாம். வர்ணாசியையும் பாக்யாவையும் சந்திச்சதையும் சொன்னாள். வர்ணாசி தன் மேல பைத்தியமா இருக்கிறாள்னு சாஷா கேலுக்கும் எழுதியனுப்பி யிருந்தானாம்."

ப்ரியாவின் நீண்ட பதிலைக்கேட்டு மனோரம்யா மேலும் பதற்றமடைந்துவிட்டாள். அந்தச் சமயத்தில் அவள் கய் ரோட்ஸ் எனும் வெளிநாட்டவர் ஒருவரோடு பணிபுரிந்து கொண்டிருந்தாள். ஒருநாள் மனோரம்யாவின் விழிகளில் கண்ணீரைக் கண்ட கய் ஏதாவது பிரச்சினையா என்று கேட்டார். அவரிடம் நடந்ததைச் சொன்னாள். அவர் வெளிநாட்டவர் என்பதால்தான் எல்லாவற்றையும் அவளால் கூற முடிந்தது. அவர் இலங்கையராக இருந்திருந்தால் இவ்வளவு வெளிப்படையாக எல்லாவற்றையும் கூறிவிட முடியாது, இல்லையா?

"சரி... மகளிடம் ஏன் உண்மையைச் சொல்லாம இருக்கீங்க?"

"உங்களுக்குப் புரியாது. எங்க நாட்டுல அம்மா, அப்பா பிள்ளைகளோடு கதைக்குறதுக்குன்னு ஒரு ஒழுங்கு இருக்கு."

"உங்க மகளுக்குப் பதினெட்டு வயசு கடந்துடுச்சுதானே? அவளைப் பெரியவங்களைப் போலக் கருதி உங்களுக்கு ஏன் இந்தச் சம்பந்தம் பிடிக்கலைன்னு தெளிவா எடுத்துச் சொல்லுங்க."

ஆனால் மனோரம்யா கூறுவதைக் கேட்க மகள் தயாராக இருக்கவில்லை. தனது இளமைக் காலத்தில் சாஷாவினால் ஒரு தொழிலைக் கைவிட்ட மனோரம்யா, தனது நடுத்தர வயதில் சாஷாவிடமிருந்து மகளைப் பாதுகாக்க மற்றுமொரு தொழிலையும் கைவிட்டுவிட்டு இலங்கையிலேயே தங்கிவிடத் தீர்மானித்து, ஒரு கிழமை நேபாளத்துக்குப் போயிருந்த வேளையில் மகள் திருமணமும் முடித்திருந்தாள்.

"அதைத் தடுத்து நிறுத்த உங்களாலயும் முடியலையா அம்மா?" என்று மனோரம்யா, தனது அம்மாவிடம் கேட்டாள்.

“என்னால உன்னையே ஒழுங்கா வளர்க்க முடியல. இந்த நிலைமைல நான் எப்படி உன்னோட மகளைக் கட்டுப்படுத்த முடியும்?”

“நீங்க எனக்கு எதிரா என்னோட மகளைத் தூண்டிவிட்டு என்னை நோகடிக்கப் பார்க்குறீங்க, அம்மா.”

“ஒரு தாயோட மனசுல இருக்குற பாரத்தையும் கவலையை யும் புரிஞ்சுக்கணும்னா மகளும் ஒரு தாயா மாறணும். இப்போ நாங்க அந்தப் பிள்ளைகளை எதிர்க்காம அவங்களுக்கு ஏதாவது உதவி செய்யப் பார்க்கணும். மாப்பிள்ளைக்கு வயசு கொஞ்சம் கூடத்தான்னாலும் வேறு குறையொண்ணும் எனக்குத் தெரியல. குருவி ஜோடிகள்போல ரெண்டு பேரும் நல்ல ஒற்றுமையா இருக்காங்க.”

மனோரம்யா வேறு எதுவும் பேசவில்லை.

“மாமா நீங்களும்கூட நான் இல்லாத நேரம் பார்த்து கல்யாண விருந்தெல்லாம் போட்டதுதான் எனக்குக் கவலையாயிருக்கு” என்று மனோரம்யா தனது தபாலதிபர் மாமாவையும் குறை கூறினாள்.

“யாருமேயில்லாத அநாதைகள்போல தன்னந்தனியாப் போய்க் கல்யாணம் பண்ணிக்கத் தயாரானப்ப முகூர்த்த நேரம் பார்த்து, ஏதாவது சாப்பிட்டுட்டு ஒண்ணாப் புறப்படுவோம்னு நான்தான் சொன்னேன். அக்காவும் அதுக்காகத்தான் ஊருலருந்து வந்தாங்க. இனியாவது மனசை சரிப்படுத்திக்கோ. அவளைத் தனியாக்கிடாதே. அவளுக்கு ஏதாவது மன வருத்தம் இருந்தாக்கூட வந்து சொல்ல ஆளிருக்கணுமே.”

“அப்படீன்னா எல்லோருமா சேர்ந்து அவளோட கல்யாணத்தைத் தொடர்ந்து நீடிக்கச் செய்யுங்க. நான் இன்னிக்கும் சரி , நாளைக்கும் சரி அவங்களை எட்டிக்கூட பார்க்க மாட்டேன்” என்றவாறே மனோரம்யா அங்கிருந்து வெளியேறினாள்.

தனது பாரம்பரிய வீட்டையும் காணியையும் சாஷா விற்கப்போவது குறித்து அறிந்துகொண்டதுமே மனோரம்யா தனது வைராக்கியத்தையும் கவலையையும் தனக்குள்ளேயே அடக்கிக்கொண்டு அவனின் அலுவலகத்துக்குப் போகத் தீர்மானித்தாள். மகளுடன் கதைக்காமல் இருக்க முடியவில்லை என்றாலும், மகளின் வீட்டுக்குக்கூட அதுவரை காலடி எடுத்து வைத்திருக்காதவளுக்கு அந்தப் பயணம் ஒரு இலகுவான

தீர்மானமாக இருக்கவில்லைதான். சாஷா குறித்து மகள் எவ்வளவுதான் எடுத்துக் கூறிய போதிலும், காது கேளாதவள் போல எப்போதும் பேச்சை மாற்றியவள் எவ்வாறு அவனின் காலடிக்குப் போவாள்?

கொழும்பு ஏழில் ஒரு பெரிய வீட்டில் அமைக்கப்பட்டிருந்த சாஷாவின் அலுவலகத்துக்கு முன்கூட்டியே அறிவித்து ஒரு நேரத்தை ஒதுக்கிக்கொள்ளாமல்தான் அவள் போனாள். சாஷா ஒரு பொதுக்கூட்டத்தில் இருப்பதாகக் கூறிய அவனது காரியதரிசி அவள் வந்த காரணத்தைக் கேட்டாள்.

"மனோரம்யா வந்திருப்பதாகச் சொல்லுங்க" என்று கூறினாளே தவிர அவனுடனான தனது உறவுமுறையைக் குறிப்பிட அவள் விரும்பவில்லை. அதைத் தனது வாயால் எப்படிக் கூறுவாள்? மனோரம்யாவை உடனடியாக உள்ளே அனுப்பிவைக்குமாறு பதில் வந்தது. பொதுக்கூட்டத்தை உடனடியாக நிறுத்த முடியாது. அது அந்தக் காரியதரிசி எல்லோரிடமும் கூறக் கூடிய பொய்யாகக்கூட இருக்கலாம்.

மேல் மாடியிலிருந்த ஒரு பெரிய அறைக்குள் இரண்டு தொலைபேசிகளும் இன்டர்கொம்மும் மாத்திரம் வைக்கப்பட்டிருந்த பில்லியட் மேசையளவு பரந்த பெரிய மேசையின் ஒரு மூலையில் சாஷா அமர்ந்திருந்தான். சிலவேளை அது அவனது சந்திப்பு அறையாகவும் தனிப்பட்ட அலுவலக அறையாகவும் இல்லாமல் இருக்கலாம். வர்ணாசி எண்ணெய் வர்ணத்தால் வரைந்த புத்தரின் ஓவியமொன்று, மேசையின் பின்புறத்திலிருந்த வெண்ணிறச் சுவரை அலங்கரித்துக் கொண்டிருந்தது. அது பழம்பெரும் பௌத்த விகாரையான முதியங்கனை ரஜ மஹா விகாரையில் வைக்கப்பட்டிருந்த பழைய புத்தர் சிலையை ஒத்திருந்தது. அந்தப் புத்தரைப் பார்க்கும்போது அவரிடம் கூட எதுவும் கூற முடியும்; நகைச்சுவைகளுக்கு அவர் சிரிப்பார், வயலுக்கோ, சேனைக்கோ வரச்சொன்னால்கூட நடந்தே வரக் கூடுமான சாதாரண மனிதர் அவர் என்ற ஒரு உணர்வு தோன்றும். சாஷா அந்த ஓவியத்தை, புதியவர்களின் மனதில், தான் ஒரு தர்மசீலன், நேர்மையான உத்தம புருஷன் என்று காட்டிக்கொள்ள அங்கே தொங்கவிட்டிருக்கக் கூடும்.

"நீங்க எப்போதாவது என்னை சந்திக்க வருவீங்கன்னு எனக்குத் தெரியும்" என்று அவ்வாறான சந்தர்ப்பமொன்றுக்கு எப்போதோ ஒத்திகை பார்த்திருந்ததுபோல சாஷா எழுந்து தனதிரு கரங்களையும் நீட்டி அவளை அணைத்துக் கொள்ளப்போல முன்னால் வந்தான்.

அவனது தோற்றத்தில் இளமைக் காலத்தைவிட பெரிதாக எவ்வித மாற்றமும் இருக்கவில்லை. வர்ணாசி அவனிடம் சிக்கிக் கொண்டதில் ஆச்சரியப்பட ஏதுமில்லை. மனோரம்யா தனது இரண்டு கைகளாலும் அவனைத் தவிர்த்துவிட்டுப் பின்னால் நகர்ந்தாள். அவளது விழிகளில் கோபமும் கவலையும் அருவருப்பும் தேங்கியிருந்தன. அவன் அதை உணராதிருக்க வழியில்லை; என்றாலும், இறுதி வெற்றியாளன் தான்தான் என்பதுபோல அவன் பெருமையாகச் சிரித்தான்.

"பயப்படாதீங்க. நான் உங்களை ஒரு பொம்பளைன்னு நினைச்சுக் கட்டிப்பிடிக்க வரல. ஒரு சொந்தக்காரனா, மனிதாபிமானத்தோடு உங்களை வரவேற்க நினைச்சேன்."

ரோஜாப் பூ மொட்டுகள் பரந்திருந்த சிறிய மெத்தைகள் இடப்பட்ட விலையுயர்ந்த மலேசியப் பிரம்புக் கதிரைகளைச் சுட்டிக் காட்டிய அவன், அவளை அமருமாறு சைகை செய்தான். கண்ணாடி இடப்பட்டிருந்த சிறிய தேநீர் மேசை மீது புதிய ரோஜாப் பூக்கள் வைக்கப்பட்டிருந்தன. அதனருகில் பச்சை நிற ஜேட் கல்லினாலான சாம்பல் கிண்ணமொன்றும், இலங்கையின் பௌத்த விகாரை ஓவியங்கள் அச்சிடப்பட்டிருந்த நூலொன்றும் இருந்தன. அதற்கு நேராக இருந்த சுவரில் அகதி முகாமிலிருக்கும் தமிழ்ச் சிறுவர்கள் தரையில் மணலில் அமர்ந்திருந்து உணவருந்தும் கறுப்பு வெள்ளைப் புகைப்படம் தொங்கவிடப்பட்டிருந்தது. இந்த விலைமதிப்பற்ற கதிரைகள் தொகுதியை இந்தப் பிள்ளைகளுக்காகக் கிடைத்த பணத்திலா வாங்கினாய் என்று கேட்கத் தோன்றிய போதும், தான் வந்திருப்பது வேறு எதைப் பற்றியும் கதைக்கவல்ல என்பது அவளுக்கு நினைவு வந்தது.

"நான் இந்த மேசையோரமாவே இருந்துக்குறேன்" என்ற மனோரம்யா கதிரைகளைப் புறக்கணித்துவிட்டு மேசையின் வலது மூலையில் அமர்ந்துகொண்டாள்.

"என்கிட்ட இருந்து உங்களுக்கு ஒரு பாதுகாப்பான இடைவெளியைப் பேணனும்னு தோணுச்சுன்னா அது அப்படியே ஆகட்டும்" என்றவாறே சாஷா, தான் இருந்த இடது மூலைக்குத் திரும்பச் சென்று கதிரையில் அமர்ந்துகொண்டான். அவள் அதற்குப் பதிலளிக்காமல் மனதை சாந்தப்படுத்திக் கொள்ள முயன்றாள்.

"இந்தப் புத்தரோட ஓவியம் அழகாயிருக்கு, இல்லையா?" என்று சாஷா கேட்டான்.

“ம்ம். எழுபத்தேழுல ஜே.ஆர். ஜெயவர்தன வெல்லுறப்பவும் தொடர்ந்தும் பௌத்த போதனைகளைத்தான் எங்கும் இசைக்கச் செய்தாராம்.”

“இன்னும் எதுக்காக என் மேல இவ்வளவு கோபத்தோடு இருக்கணும்?”

மனோரம்யா பதில் பேசாமல் அமைதியாக இருந்தாள். அவனது முகத்தில் தோன்றிய புன்னகைக்கும், விழிகளின் பிரகாசத்துக்கும் தான் ஏன் இந்தளவு கோபப்பட வேண்டும்? அவள் அவனின் முகத்தைத் தவிர்த்துவிட்டு அகதிப் பிள்ளைகளின் புகைப்படத்தைப் பார்த்துக்கொண்டிருந்தாள். இடம்பெயர்ந்திருக்கும் பெண்ணொருத்தியைப்போல கையறு நிலையை உணர்ந்தாள்.

“நான் அதை மன்னாரில பேசாலை முகாம்ல வச்சு எடுத்தேன். இந்த ஃபோட்டோ நோர்வே, ஸ்வீடன், பெல்ஜியம், ஜெர்மன்னு எக்ஸ்பிஷன் எல்லாத்துக்கும் போயிருக்கு” என்று சாஷா வேறொரு கோணத்திலிருந்து பேச்சைத் தொடங்க முற்பட்டான்.

அந்தப் புகைப்படம் நன்றாக இருப்பதாகப் பாராட்டவோ, அவனது வீண்பெருமைப் புராணங்களைக் கேட்கவோ, இருவருக்குமிடையே சமாதானத்தை நிலைநாட்டவோ வேண்டிய அவசியம் அவளுக்கிருக்கவில்லை.

‘என்னோட மகளை ஏமாத்தி என்கிட்ட இருந்து பறிச்சுக்கிட்டது போதாதுன்னா என்னோட அம்மாவுடைய சொத்துக்களையும் உன்னோட பேருல எழுதிக்கிட்டாய்?’ என்றா கேட்க முடியும்?

‘நான் பிறந்து வளர்ந்த வீட்டையும் எனக்கு இல்லாமச் செய்யப்போறது ஏன்? அம்மா அதைப் பாதுகாக்கச் சொல்லித்தான் வர்ணாசிக்கு எழுதிக் கொடுத்தாரே ஒழிய, விக்குறதுக்காக இல்ல’ என்றா சொல்ல முடியும்?

‘இன்னிக்கு நீ இருக்குற இந்தப் பெரிய இடத்துக்கு நீ வர வழிகாட்டியதுக்கு எனக்கு நன்றி தெரிவிக்கத்தானா என்னோட மகளையும் என்கிட்ட இருந்து பறிச்சுக்கிட்டு, இப்போ நான் பிறந்து வளர்ந்த வீட்டையும் அழிக்கப்பார்க்கிறாய்?’ என்ற கேள்வி டீ56 துப்பாக்கியிலிருந்து ரவை விடுபடுவதுபோல வேகமாக மனதுக்குள் உதித்து மனதினுள்ளேயே வெடித்து அவளது வாயை மூடி மௌனமாக இருக்குமாறு செய்து, அவளது இரத்த ஓட்டத்தை வேகப்படுத்தியது. நீதிமன்றத்தில்

உணர்ச்சிகளுக்கு ஆட்படாமல் வழக்குகளை விசாரிக்க வேண்டும் என்பதுபோல, உரிய இலக்கை நோக்கி நன்றாக யோசித்துக் கேள்வி எழுப்ப வேண்டுமே தவிர பழைய நிகழ்வு களின் காயங்கள் அவ்விடத்துக்குப் பொருந்தாது என்ற தனது தீர்மானத்தைக் காத்துக்கொள்ள அவள் முயற்சிசெய்தாள்.

"ஏன் வீட்டை விற்கப்போறீங்க?" என்ற கேள்வி அவளிட மிருந்து வெளியே குதித்தது.

"அந்த வீட்டோட சுவர்களையெல்லாம் கரையான் அரிக்குதாம். வீட்டையும் தோட்டத்தையும் பார்த்துக்குற குணசேன திருடுறானாம்."

"இருந்தாலும் வர்ணாசிக்கு ஒரு நிரந்தர வருமானம் கிடைக்கட்டும்னுதான் அம்மா அதை அவளுக்குக் கொடுத்தார்" என்ற மனோரம்யாவின் தொனி உலர்ந்திருந்தது.

"நான் உழைக்கிறதே வர்ணாசிக்குப்போதும்" என்று சாஷா வும் அதே தொனியில் கூறினான்.

"அவளுக்குன்னு தனியா ஒரு வருமானம் இருக்கணும்."

"அவளுக்கு நான் அழகான ஒரு மாளிகையைக் கட்டிக் கொடுப்பேன். அவளோட பிள்ளைகளுக்கு மனம்போன போக்குல விளையாட ஒரு நல்ல சூழல் வேணும்."

"அதுவும் ஊருல இருக்குற வீட்டை விக்குறதுவும் ஒண்ணல்ல."

இருவரும் இருவரினதும் கண்களைப் பார்ப்பதைத் தவிர்த்தவாறுதான் உரையாடினார்கள்.

"நீங்க ஏன் அதை உங்க மகள்கிட்ட சொல்லக்கூடாது? அவள் சொன்னாள்னா, ஊரில இருக்குற வீட்டை நாங்களே வச்சுக்குவோம்னு சொன்னாள்னா கரையான் அரிச்சு அதுவா விழும்வரைக்கும் அப்படியே வச்சுக்கலாம். நீங்க உங்க அகங்காரத்தை ஒதுக்கி வச்சுட்டு அந்த வீட்டுல வசிக்கப் போறதா மகள்கிட்ட சொல்லுங்க. நாங்களும் அப்பப்ப வந்து பார்த்துட்டுப் போறோம்" என்ற சாஷா இறுதி வாக்கியங்களைக் கூறும்போது அவனது தொனி மென்மையாக மாறியிருந்தது.

"நான் முதியோர் இல்லத்துலகூட இருந்துக்குவேன். என்னோட மகளுக்கு அந்த வீடு இருக்கணும்னுதான் நான் சொல்ல வர்றேன். நீங்க தோட்டத்தை இன்னும் நல்லாப் பார்த்துக்கிடுவீங்கன்னுதான் அம்மா எதிர்பார்த்தார்."

“நாங்க கட்டப்போற வீட்டுல உங்களுக்குன்னு ஒரு அனெக்ஸும் கட்டித் தருவோம்.”

“தேவையில்ல. நான் அங்கெல்லாம் வந்து தங்கப் போறதில்ல.”

“நீங்க உங்களுக்கு வேண்டியதைச் சொல்லுங்க. மனசுக்குத் தோணுற மாதிரியெல்லாம் திட்டுங்க. நான் கேட்டுட்டிருக்கேன். அப்ப உங்க மனசுக்கும் கொஞ்சம் ஆறுதலா இருக்கும்ல?”

“இதுக்கு மேல எனக்கு சொல்றதுக்கு எதுவுமில்ல. நீங்க வீட்டை விற்குறதுல எனக்கு துளியும் இஷ்டமில்லன்னு சொல்லிட்டுப் போகத்தான் வந்தேன். நான் வந்ததை வர்ணாசிக்கிட்ட சொல்லத் தேவையில்ல. காரணம், என்னோட பிள்ளைக்கிட்ட நம்ம பழைய கதையெல்லாம் சொல்லி அவளோட மனசை நோகடிக்க நான் விரும்பல.”

“நமக்கிடையில முன்னாடியே அறிமுகமிருக்குன்னு அவள்கிட்ட சொல்லியிருக்கோமே.”

“அவ்வளவுதான் அவளுக்குத் தெரியும். அதுக்கு மேல எதுவும் சொல்லத் தேவையில்ல. அது அப்படியே இருக்கட்டும். உண்மையைத் தெரிஞ்சுக்கிட்டாள்னா அவளோட நெஞ்சு வெடிச்சிடும்.”

“நீங்க சொல்ல வேணாம்னு சொல்றீங்கன்னா, நான் அதை மதிக்கணும். கோபத்துடனாவது நீங்க என்கிட்ட வந்தது எனக்கு சந்தோஷமாயிருக்கு. யுத்தம் செய்றவங்ககூட சமாதானம் ஆகிடுறாங்க. எப்போதாவது நமக்கும் ஒரே வீட்டுல ஒண்ணா வசிக்கலாம்னு நினைக்கிறேன்.”

‘என்னோட நாய்கூட உன்கூட வசிக்க வராது’ என்று சொல்லத் தோன்றியபோதிலும், மனோரம்யா அதை அடக்கிக் கொண்டாள். ஒரு கணம் அங்கு அமைதி நிலவியது.

‘மனோ நீங்க இப்பவும் மனசுல அந்தப் பழைய கோபத்தை சுமந்திட்டிருக்கீங்களா?’ என்ற கேள்வியை அவன் கேட்பான் என்று அவள் பயந்தாள். அவன் மீதிருந்த பெருங்கோபத்தினாலும், அந்தக் கோபத்துக்குக் கீழேயிருந்த விந்தையான ஈர்ப்பினாலும்தான் அந்த நாட்களில் அவள் தொழிலைக் கைவிட்டுச் சென்றாள். அது அவளாலே புரிந்துகொள்ள முடியாத மனநிலையாக இருந்தது.

“பழசையெல்லாம் மறந்துட்டு நாங்க மீண்டும் நண்பர்களாக இருக்கணும் மனோ. நமக்கிடையேயான இந்தப்

புதிய உறவுமுறையை உங்களாலும் என்னாலும்கூட ஏத்துக்க முடியாதுங்குறது எனக்குப் புரியுது. அவள் உங்க மகள்னு தெரிய வந்தப்ப காலம் ரொம்ப கடந்திருந்துச்சு. அப்போ நான் விலகிப் போயிருந்தா வர்ணாசிக்குப் பைத்தியமே பிடிச்சிருக்கும். அவள் அந்தளவுக்கு என்னை நேசிக்கிறாள். ஏதோ தன்பாட்டில மிதந்துட்டிருக்குற ஒரு ஓடம் போலத்தானே நான். அவள் என்னோட வாழ்க்கையை நிரப்பினாள். அவளுக்கு அரசியலும் தெரியாது. எனக்குத் தெரிஞ்ச நிறைய விஷயங்கள் அவளுக்குத் தெரியாது. அப்படிப்பட்ட அப்பாவியான, வெள்ளந்தியான பொண்டாட்டி ஒருத்தி வீட்டுல இருந்தாத்தான் ஒரு கணவன் வீட்டுக்குப் போனதுமே தன்னை ராஜா மாதிரி உணர்வான். நான் அவளை ஒருபோதும் மோசமா நடத்தமாட்டேன்."

மனோரம்யா எதுவும் பேசாமல் எழுந்துகொண்டாள்.

"நீங்க கொஞ்சம் பருமனாகிட்டீங்க. மூக்குக் கண்ணாடி போடலைன்னா அப்போ இருந்த மாதிரியே இன்னும் அழகா இருப்பீங்க. இனியும் தனியா இருக்காம யாரையாவது கல்யாணம் பண்ணிக்கிட்டீங்கன்னா உங்களோட வாழ்க்கையும் மாறிடும்" என்ற சாஷாவின் குரலில் நட்புணர்வு தொனித்தது.

"ரொம்ப நன்றி. தன்னோட லாபத்துக்காக எல்லோரோடும் படுக்கக்கூடிய ஆம்பளையைச் சந்திச்சிருக்கேனே ஒழிய, ஒழுங்கான நல்ல ஆம்பளையை இன்னும் நான் சந்திக்கல. தனியா வாழுற இந்த வாழ்க்கை ஒரு அதிர்ஷ்டம். எப்போதாவது, எந்த நேரத்திலாவது என்னோட மகளுக்கு நான் தேவைப்படுற சந்தர்ப்பம் வரும்" என்று மனோரம்யா கண்டிக்கும் தொனியில் கூறினாள்.

"இப்பவும்கூட எனக்கும் அவளுக்கும் நீங்க வேணும். தனியா இருக்காம நாங்க வீடு கட்டின பிறகு அந்த வீட்டுக்கு வந்துடுங்க. என்கூட பேசலைன்னாலும் பரவாயில்லை. நீங்க சந்தோஷமா இருந்தா எனக்கும் சந்தோஷம்தான்" என்று சாஷா மிருதுவான தொனிக்கு மாறினான்.

"என்னோட சந்தோஷம் துக்கம் பற்றியெல்லாம் கவலைப்பட்டிருந்தீங்கன்னா இப்படி என்னோட வீட்டை வித்துருக்க மாட்டீங்களே."

"நீங்க இப்பவும் என்மேல கோபமாத்தான் இருக்கீங்க. அதை மறந்துட்டு இந்தப் பிரச்சினை பற்றி நடுநிலையா யோசிச்சுப் பாருங்க. அப்போதான் எங்க தீர்மானம் சரின்னு உங்களுக்குப் புரியும். நீங்க முன்பும் தனியா யோசிச்சு தனியாவே ஒரு முடிவுக்கு வந்துடுவீங்க. குற்றம் சாட்டப்பட்டவருக்குத்

தன்னோட கருத்தைச் சொல்ல இடம்கொடுக்க மாட்டீங்க. இப்பவும் அப்படியேதான் இருக்கீங்க."

"நான் சொல்ல வேண்டியதையெல்லாம் சொல்லிட்டேன். நான் போறேன்."

"இன்னும் நீங்க மாறவேயில்ல. பரவாயில்ல. இப்படியாவது என்னைப் பார்க்க வந்தீங்களே. என்கிட்ட அப்பப்பப் பேசுங்க. நாங்க இனியும் ஏன் கோவிச்சுக்கிட்டு இருக்கணும்?"

'உன்கூட பேசுறதுக்கு இனி ஒண்ணுமேயில்ல' என்று அந்தப் பெரிய வீடு இடியும் அளவுக்குச் சத்தமாகக் கூறத் தோன்றிய மனதை பாடுபட்டு அடக்கியவாறு மனோரம்யா வேகமாகப் படிக்கட்டுகளில் இறங்கினாள். சாஷாவின் பேச்சில் மோகம் கலந்திருந்ததை அவள் உணர்ந்ததால்தான் அவளுக்கு அந்த அளவு கோபம் வந்தது.

மனோரம்யா அன்று பகலுணவுக்குத் திம்பிரிகஸ்யாயவில் இருந்த கய் ரோட்ஸின் வீட்டுக்கு வருவதாகக் கூறியிருந்தாள். அதனால் அதே கோபத்தோடு முச்சக்கர வண்டியொன்றில் ஏறி அங்கு போனாள். சமைக்கவும் வீட்டைப் பார்த்துக் கொள்ளவும் அவளே தேடிக் கொடுத்த, தோட்ட பங்களாவில் பணி புரிந்த அனுபவம் கொண்ட ஜேசுதாசன் அங்கிருந்தான். அவன் எலுமிச்சம் பழச் சாறு பிழிந்து அவளுக்குக் கொடுத்தான்.

"மிஸ்ஸுக்கு ஏதோ உடம்பு சரியில்லபோலத் தெரியுது."

"ஆமா ஜேசுதாசன். கய் ஐயாக்கிட்ட முன்னாடியே சொல்லியிருந்ததால வந்தேன். என்னால சாப்பிடக்கூட முடியாதுன்னுதான் தோணுது."

"மிஸ் முன்னால இருக்குற ரூம்ல இத்தாலி மிஸ் ஒருத்தர் தங்கியிருந்துட்டு கிளிநொச்சி போயிருக்கார். இப்போ அதுல யாருமில்ல. நீங்க அங்க போய் தூங்கி ஓய்வெடுங்க. நான் ஐயா வந்ததும் கூப்பிடுறேன்."

அந்த அறைக்குள் நுழைந்து குளிரூட்டியை முடுக்கிவிட்டுக் கட்டிலில் படுத்துக்கொண்டது மட்டும்தான் அவளுக்கு நினைவிருந்தது. அப்போது நேரம் பதினொரு மணியளவில் இருந்திருக்கும். கய் வந்து ஒன்றரை மணிக்குப்போல அவளைக் கூப்பிடும்போது வயிறு வலிப்பது போல உணர்ந்தாள்.

"நீங்க சாப்பிடுங்க. நான் ரசம் கொஞ்சம் செஞ்சு தரச் சொல்லி ஜேசுதாசன்கிட்ட சொல்றேன்" என்ற மனோரம்யா முகம் கழுவிக் கொண்டு வந்து உணவு மேசையருகில் அமர்ந்தாள்.

அந்த அறையும் குளிரூட்டப்பட்டிருந்தபோதிலும் மனோரம்யாவுக்குக் கடுமையாக வியர்த்தது. இடது கையும் வலிக்கத் தொடங்கியது. கய் சாப்பிட்டு முடிக்கும்வரை மனோரம்யா பொறுமையோடு காத்திருந்தாள்.

“உங்களுக்கு ரொம்ப உடம்புக்கு முடியலன்னு தோணுது. இதைப் பார்த்துட்டிருக்கக் கூடாது” என்று கூறிய கய் அவளை ஆசிரி தனியார் மருத்துவமனைக்குக் கூட்டிக்கொண்டுபோனார்.

அங்கு மனோரம்யாவை அவசர சிகிச்சைப் பிரிவில் அனுமதித்தார்கள்.

“உங்க வீட்டுக்குச் சொல்லணுமே” என்று கய் மகளின் தொலைபேசி இலக்கத்தைக் கேட்டார்.

“நான் தனியாத்தான் இருக்கேன்னு உங்களுக்குத் தெரியும்தானே. யார்கிட்டயும் சொல்லாம இருக்குறதுதான் நீங்க எனக்குச் செய்ற பெரிய உதவி.”

“அது சரியில்ல. நானும் இன்னும் கொஞ்ச நேரத்துல வவுனியாவுக்குப் போயிடுவேன். உங்களை வந்து பார்த்துக்கச் சொல்லி நான் ஜேசுதாசன்கிட்ட சொல்றேன்.”

“சரி... சரி... நீங்க போயிட்டு வாங்க. நானே வீட்டுல சொல்லிக்குறேன்” என்று கூறியபோதிலும், அவள் யாருக்கும் தகவல் தெரிவிக்கவேயில்லை.

வந்திருப்பது மாரடைப்பு என்பதால் நன்றாக ஓய்வெடுக்குமாறு வைத்தியர் கொன்ஸ்டன்ஸ் அறிவுறுத்தினார். விடயத்தை அறிந்துகொண்டால், வர்ணாசியும், சாஷாவும் தன்னைப் பார்க்க வருவார்கள் என்ற காரணத்தால் தபாலதிபர் மாமாவுக்குக்கூட அவள் தகவல் தெரிவிக்கவில்லை. ஜேசுதாசன் மட்டும்தான் அவளைப் பார்க்க வந்து போனான்.

“ஜேசுதாசன் உன்னோட தங்கச்சிக்கிட்ட இந்த லிஸ்டைக் கொடுத்து எனக்கு ஒரு சில உடுப்புகளை வாங்கிட்டு வந்து தரச் சொல்றியா?” என்று கேட்டாள்.

கொழும்பிலிருந்த வெளிநாட்டுப் பெண்மணியொருவரிடம் ஜேசுதாசனின் தங்கை பணிபுரிந்துவருவதால் மனோரம்யாவுக்குப் பொருத்தமான ஆடம்பரமற்ற பருத்தியாடைகளைத் தேர்ந்தெடுக்க அவளுக்குத் தெரிந்திருந்தது.

அந்த வாரம் முழுவதும் ஆசிரி மருத்துவமனையில் தங்கியிருந்தபோது மனோரம்யாவுக்குத் தான் மனோரம்யா எனப்படுபவள் அல்லாமல் வேறு யாரோ ஒருத்திபோலத்

தோன்றியது. தனது வாழ்வில் தான் மிக முக்கியமான நிகழ்வுகள் எனக் கருதியிருந்த அனைத்தும் முக்கியமற்றவை போல தோன்றத் தொடங்கின. சாஷா மீதுள்ள கோபமும் மகளின் மீதுள்ள பாசமும் தன்னைக் கடந்துபோன உணர்வு களாகத் தோன்றின. அவ்வாறென்றால் அங்கு கட்டிலில் படுத்திருந்தது, ஒவ்வொரு பரிசோதனைக்கும் முகம் கொடுத்தது, தாதிகள் வந்து மாத்திரைகளை வாயில் ஊட்டிவிட்டது, காய்ச்சல் பார்த்தது, நாடி பார்த்தது எல்லாம் யாருடைய தேகத்தில்? அந்தத் தேகத்துக்குச் சொந்தமான அனைத்தையும் கைவிட்டுப் போக வேண்டியிருக்கிறது என்றால் அப்படிப் போவது யார்? சுயநினைவு இருந்தபோதும், சுவாசிக்கச் சிரமப்பட்ட போதும் அதை அவள் உணர்ந்தாள். ஆனால் அதையும் வேறு யாருடைய உடலுக்கோ உரிய பிரச்சினைகள்போல தொலைவாகவே உணர்ந்தாள். வர்ணாசியைக் கைவிட்டுச் செல்வதுகூட அவ்வளவு சிரமமாக இருக்காது என்பதை உணரத் தொடங்கினாள். தான் இந்த உலகுக்கு வரும்போது வர்ணாசி என்ற ஒருத்தியே இருக்க வில்லையே. ஆகவே அவளது பாதுகாப்பு குறித்தும், எதிர்காலம் குறித்தும் தான் ஏன் இந்த அளவு கவலைப்பட வேண்டும்? தான் துயரப்பட்ட சமயங்களிலெல்லாம் தைரியமாக அதற்கு முகம் கொடுத்தேனே தவிர தற்கொலைசெய்துகொள்ளவில்லையே. அவ்வாறு, மகளும் கூட அந்தந்த நேரத்துக்குப் பொருத்தமான தீர்மானங்களை எடுப்பாள் அல்லவா?

ஒரு கிழமைக்குப் பிறகு மனோரம்யா, கய்யுடன் தனது வீட்டுக்குப் போனாள். அங்கு போனபிறகும் கிட்டத்தட்ட மூன்று மணித்தியாலங்கள் கழித்தே மகளைத் தொலைபேசியில் அழைத்து “நான் வீட்டுக்கு வந்துட்டேன். லினட்டை அனுப்பி வை” என்றாள்.

“எங்கப் போயிருந்தீங்க? லினட் வீட்டைப் பெருக்க அங்க வந்து, யாருமில்லன்னு திரும்பி வந்தா.”

“ஒரு பயணம் போயிருந்தேன்.”

“தபால் தாத்தாவுக்கும் தெரியல. நான் மனசுடைஞ்சு போயிருந்தேன். மற்ற நாட்கள்ல எங்க போனாலும் சொல்லிட்டுப் போவீங்களே.”

“இதைப் பெருசா எடுக்காதே. நான் அவ்வளவு யோசிக்கல. செத்தாலும் ஒரு தடவைதானே சாகுறது.”

“இப்படிச் செத்துப்போனா எங்களுக்குக்கூட தகவல் தெரியாமப் போயிடும்.”

மகள் அம்மாவைத் திட்டும்போது அம்மா புன்னகைத்துக் கொண்டிருந்தாள். அன்று மாலைவேளை வர்ணாசி அம்மாவைப் பார்க்க வந்தாள். அம்மா உடனடியாகக் கையில் சேலைன் ஏற்றப்பட்ட தடம் தெரியாமல் இருக்க கை நீண்ட குர்தாவை அணிந்துகொண்டாள்.

வர்ணாசி வரும் நாட்களில் பொதுவாக ப்ரியாவைப் பற்றி, பாக்யாவைப் பற்றி, தபாலதிபர் மாமாவைப் பற்றி, சாப்பாடுகள்பற்றி, ஆடை அலங்காரங்கள்பற்றி, இருவருக்கும் தெரிந்தவர்கள்பற்றித் தெரிந்துகொண்ட, தகவல்களை யெல்லாம் இருவரும் பகிர்ந்துகொள்வார்கள். என்றாலும், இருவரும் முக்கியமாகக் கலந்துரையாட வேண்டியது அவற்றைப்பற்றியல்ல என்பதை இருவருமே அறிந்திருந்தார்கள். அம்மா மகளுக்குத் தெரியாமல் தனது மருந்து மாத்திரைகளை இழுப்பறையில் இட்டு மறைத்து வைத்தாள். தான் திடீரென்று செத்துப்போனால் சாஷாவை ஏன் அந்த அளவு வெறுத்தேன் என்ற புதிர் மிஞ்சியிருக்கும் என்று மருத்துவமனை நாட்களில் மனோரம்யாவுக்குத் தோன்றியது. எப்போதாவது மகள் சாஷாவைக் கைவிட்டு வந்த பிறகு அதைத் தெரிந்துகொண்டால் பரவாயில்லை. அப்போதுதான் சாஷா என்பவனின் நிஜ சுயரூபம் அதுவல்ல என்று அவளுக்குத் தெரியவந்து திரும்பவும் மனம் மாறி அவனிடமே மீண்டும் தஞ்சமடையாதிருப்பாள். தான் இறந்ததற்குப் பிறகு மகள் அவையனைத்தையும் தெரிந்துகொண்டால் சாஷாவை இப்படி குருட்டுத்தனமாக நம்பமாட்டாள். அதன் பிறகு அவனுடனே வாழ்ந்தாலும்கூட அவன் கூறும் அனைத்துக்கும் ‘ஆமாம் சாமி’ போடமாட்டாள்.

அந்த நாட்களில் மனோரம்யா எந்த வேலையும் செய்யாமல் வீட்டுக்குள்ளேயே ஓய்வாக இருந்தாள். வெகுகால மாக வாசிக்க முடியாமல்போன நாவல்களை, கவிதைத் தொகுப்புகளை வாசித்தாள். சுஜம்பதி தொடக்கம் தனக்கு நேர்ந்த அனைத்தையும் ஆங்கிலத்தில் எழுதி வைக்கத் தொடங்கினாள். சிங்களத்தில் எழுதினால் லினட் பார்த்துவிடக் கூடும் என்பதால் அவள் அவற்றை ஆங்கிலத்தில் எழுதினாள். அவ்வாறு எழுதுபவற்றை என்ன செய்வது என்பதை அறியவில்லையென்றாலும் அவ்வாறு எழுதுவதில் அவள் மிகுந்த ஆறுதலை உணர்ந்தாள். எப்போதாவது அதை மகளிடம் கொடுக்கவும் என்று கூறி அதை பாக்யாவிடமும் ஒப்படைக்க முடியாது. தான் இறந்ததுக்குப் பிறகு அவை மகளின் கண்ணில் படும்படியாக, முக்கியமான பத்திரங்களோடு வைத்தால் சரி. அவள் மகளின் பெயரில் ஒரு தொகைப்

பணத்தை வங்கியில் சேமித்து வைத்திருந்தாள். எப்போதாவது மகள் தனியாகவாழத் தொடங்கினால் அந்தப் பணம் அவளுக்குக் கை கொடுக்கும் என்ற எண்ணத்தை அவளது மனதிலிருந்து அகற்ற முடியாதிருந்தது. மகள் வாழாவெட்டியாகத் திரும்ப வேண்டும் என்று எந்தத் தாயும் பிரார்த்திப்பதில்லையே. இருந்தாலும் மனோரம்யாவால் அந்த எண்ணத்திலிருந்து விடுபட முடியவேயில்லை. அவள் தனது மனதிலிருந்த இரகசியங்கள் அனைத்தையும் எழுதிக் கட்டிலின் அருகேயிருந்த சிறிய அலுமாரியில் பத்திரமாக வைத்தாள். அவை ஒரு ஒழுங்கில் எழுதப்பட்டிருக்கவில்லை. அவ்வப்போது மனதில் தோன்றியவற்றை எழுதிவைத்தாள். அவற்றை எரித்துவிட வேண்டும் என்ற எண்ணமும் எப்போதாவது வராமலில்லை. இருந்தாலும் தனக்கு நெஞ்சு வலி வந்ததுகூட அனைத்தையும் மனதில் பூட்டி அடக்கி வைத்திருந்ததால்தான் என்றும் மனோரம்யாவுக்குத் தோன்றியது. அதனால் அவ்வாறு எழுதுவது கூட ஒருவிதத்தில் அவளுக்கு ஒரு சிகிச்சை போலத்தான் இருந்தது.

சாஷா மிரிஹானையில் ஒரு காணியை வாங்கி வீடு கட்டினான். புதுமனை புகுவிழாவுக்கு இலங்கையிலுள்ள அனைத்துக் கலைஞர்களையும் அரசியல்வாதிகளையும் அழைத்திருந்தான் என்று பத்திரிகைகளில் பிரசுரமாகியிருந்தது. வர்ணாசி வந்து மனோரம்யாவையும் வருமாறு அழைத்தாள்.

"நான் அந்த மனுஷன் இல்லாத நாள் பார்த்து உன்னோட வீட்டைப் பார்க்க வாறேன். ஆனா அந்த வீட்டை உன்னோட பணத்துலதான் கட்டியிருக்குறதால அந்த வீடு உன் பெயர்லதான் இருக்க வேணும். எப்போதாவது அவன் உன்னை நடுத்தெருவுல தள்ளிட்டு எல்லாத்தையும் எடுத்துக்கப் பார்ப்பான்."

"அம்மாவுக்கு என்னாச்சு? நாங்க கல்யாணம் கட்டி சந்தோஷமா இருக்குறது உங்களுக்குத் தெரியலயா? கல்யாணம் முடிச்சதுக்குப் பிறகு அவரோடது, என்னோடதுன்னு எதுக்குப் பிரிச்சுப் பார்க்கணும்? அவர் என்னைத் தெருவுல தள்ளினாலும் பரவாயில்ல. இப்படிப்பட்ட தங்கமான மனுஷன் ஒருத்தர் உலகத்துல எங்கேயும் இருக்கமாட்டார்" என்ற வர்ணாசியின் குரலில் ஒருபோதும் இல்லாத விதத்தில் கோபம் படிந்திருந்தது. மனோரம்யா சத்தமாகச் சிரித்தாள்.

"தங்கமான மனுஷன் ஒரு நாள் பித்தளையாக மாறலைன்னா நான் என்னோட காதை வெட்டிப்பேன்."

சுநேத்ரா ராஜகருணாநாயக

"சரி... நான் இப்பவே டாக்டர்கிட்ட அதுக்கு அப்பாயின்மென்ட் வாங்கி வைக்குறேன்" என்று முதன்முறையாக அம்மாவை எதிர்த்துப் பேசிய மகள் வந்த வழியே திரும்பிப் போனாள்.

மனோரம்யா சற்று நேரம் அழுதாள். பிறகு கண்ணீர் வழிந்துகொண்டிருக்கும்போதே சிரித்தாள். வர்ணாசிக்குக் கூட இப்படி எதிர்த்துப் பேசத் தெரிந்திருப்பது நல்லதுதான். அதே வாயால் அவள் சாஷாவையும் ஒருநாள் திட்டுவாள்.

"இதுக்கு என்ன அர்த்தம் ரமணி? நீ இப்போ பழசு எதையும் மனசுல வச்சுக்காம அந்தப் பிள்ளைகளோட வீட்டுக்குப் போய் அவங்ககூட சந்தோஷத்தைப் பகிர்ந்துக்கணும், இல்லையா?" என்று தபாலதிபர் மாமாவும் அத்தையும் வந்து அம்மா ஜினவதி கூறுவதைப்போலவே அவளுக்கு எடுத்துக் கூறினார்கள். தபாலதிபர் மாமாவும் அம்மாவைப்போலவே கறுப்பு நிறமானவர்; குள்ளமானவர்; அவர் அம்மாவின் உறவினர் மகன் என்றாலும், ஒரே தாய்க்குப் பிறந்தவர்கள்போல அம்மாவைப் போலவே இருந்தார். மாமாவுக்கும் அத்தைக்கும் பிள்ளைகள் இருக்காததால், மனோரம்யாவைக் குழந்தைப் பிராயம் தொட்டுத் தமது மகளென்றும், வர்ணாசியைத் தமது சொந்தப் பேத்தியென்றும்தான் அந்தத் தம்பதியினர் கருதினார்கள்.

"எங்களுக்குப் பிள்ளையில்லன்னு நாங்க கவலைப்படுறோம். நீ பிள்ளையிருந்தும், அந்தப் பிள்ளையோட வாழ்க்கையில ஒரு முக்கியமான விஷயம் நடக்குறப்ப அதுல கலந்துக்காம இருக்குறது ரொம்ப மோசம்" என்று மனோரம்யாவுக்கு அறிவுரை கூற முன்வராத அத்தையே வர்ணாசிக்காகக் கதைத்தார்.

"நீங்க அந்த வீட்டுக்குப்போய்ட்டு வாங்க. நான் இன்னொரு நாள் போய்ப் பார்க்கிறேன். எப்படியும் எனக்கு பார்ட்டிகளுக்குப் போறது அவ்வளவாப் பிடிக்காது."

மனோரம்யா புதுமனை புகுவிழாவுக்குப் போகாவிட்டாலும் கூட லினட் வந்து அங்கு நடந்த அனைத்தையும் அவளுடன் பகிர்ந்துகொண்டாள். மகள் அம்மாவிற்குச் சாப்பாட்டை அனுப்பிவைத்திருந்தாள். அம்மா அவற்றை மாயாவுக்கும் மினிஸ்டருக்கும் ருச்சிராணிக்கும் கொடுத்து விட்டாள்.

தபாலதிபர் மாமாவும் அத்தையும் சந்திம கிரிகும்புறவின் மக்கள் உரிமைக் கட்சிக்கு எதிராக இருந்த அமைச்சர்கள்

கூட சாஷாவின் வீட்டுக்கு வந்திருந்ததைக் கண்டு வியந்து போனார்கள்.

"இப்படியே போனா நம்ம மாப்பிள்ளையும் எப்பவாவது பொலிடிக்ஸ்ல இறங்கிடுவார்போலிருக்கு. அவர்தான் சந்திமவோட வலது கைன்னு சந்திமவே சொன்னார்" என்று வைபவம் முடிந்து இரண்டு நாட்களின் பிறகு ஒரு மாலைவேளையில் மனோரம்யாவைப் பார்க்க வந்த தபாலதிபர் மாமா கூறினார்.

"நான் ஏதோ பார்ட்டின்னு நினைச்சேன். பார்த்தா ஒருபொலிடிக்கல் மீட்டிங்தானே அங்க நடந்திருக்கு" என்று மனோரம்யா கிண்டலாகக் கூறினாள்.

"வீடுன்னா எல்லாருமே போய்ப் பார்க்க வேண்டிய பெறுமதியான அரண்மனை வீடு அது. சாஷாவோட மூளைதான் மூளை. பழைய போஸ்ட் மாஸ்டர் ஜெனரல், ட்ரஷரியில இருந்த செகட்ரி ஒருத்தர், பழைய ஆடிட்டர் ஜெனரல்னு பழைய ஆட்களையெல்லாம் கூப்பிட்டிருந்தார். சந்திம பத்திரிகையொண்ணும் டீ வி சேனலொண்ணும் தொடங்கப்போறாராம். அவர் பழைய ஆட்களுக்குத்தான் முக்கியமான பதவிகளைக் கொடுக்கப் போறாராம்."

தபாலதிபர் மாமா தனது சம வயது பழைய தோழர்களுடன் ஒன்றாகக் குடித்துக் களித்து, வர்ணாசி தனது பேத்தியென்று கூறிக் கிடைத்தப் பெருமையால் மிகுந்த உற்சாகத்தோடு கூறிக் கொண்டிருந்தார்.

"பார்ப்போம் . . . பார்ப்போம். இந்த ஸ்ரீலங்காவுல பிரதமர் பதவி அளவுக்குக் கேடு கெட்டுப்போன வேறு பதவியேதும் இல்லாததால எப்போதாவது அந்த சந்திம ஜனாதிபதியானா, சாஷா பிரதமராகவும் வாய்ப்பிருக்கு. அப்படி ஏதாவது நடந்தா சந்திமவோட கழுத்தறுக்கப்போறவனும் அந்த சாஷாவாகத்தான் இருப்பான்."

தபாலதிபர் மாமாவும், அத்தையும் எதுவுமே பேசாமல் எழுந்துபோனார்கள். அவர்கள் தன்னை மிகவும் தவறாக நினைத்திருப்பார்கள் என்று மனோரம்யாவுக்குக் கவலை தோன்றியது. இருந்தாலும், தனக்குரிய சந்தர்ப்பம் வரும்வரை காத்திருப்பதல்லாமல் செய்வதற்கு வேறு எதுவுமில்லை. அது நடந்து ஒரு மாதத்துக்குப் பிறகு சாஷா ஜப்பானுக்குப் போனதும் மகள் இரவில் தனக்குத் துணையாகத் தங்க வருமாறு அம்மாவை அழைத்தாள்.

“பார்க்கலாம்” என்றுதான் மனோரம்யா பதிலளித்தாளே தவிர, உறுதியான முடிவைச் சொல்லவில்லை.

இருந்தாலும் அன்று மாலை செய்தியறிக்கையில் நாவலை பிரதேசத்திலிருந்த ஒரு வீட்டில் இரண்டு குழந்தைகளோடு இருந்த இளம் தாயொருத்தியை யாரோ கொன்று அவளது பத்து வயது மகளைப் பாலியல் வன்முறை செய்திருக்கும் செய்தியைப் பார்த்த பின்பு மனோரம்யாவின் உடல் சிலிர்த்துப்போனது.

“நான் இங்கேயே சாப்பிட்டுட்டு ராத்திரி தூங்குறதுக்கு அங்க வர்றேன்” என்று மகளைத் தொலைபேசியில் அழைத்துச் சொன்னாள் அவள்.

அந்தத் தடவை ஒரு கிழமை மகளுக்குத் துணையாக அங்கு இருந்தாள். ஓர் அருங்காட்சியகம்போல அந்த வீடு இருந்தபோதிலும் மனோரம்யா அதைச் சுற்றிப்பார்க்கக் கூட விரும்பவில்லை. இரண்டு படுக்கையறைகளோடு மனோரம்யாவுக்காகக் கட்டப்பட்ட சிறிய வீடு பிரதான வீட்டிலிருந்து நீண்டதொரு தடாகத்தால் பிரிக்கப்பட்டிருந்தது. அந்தத் தடாகம்கூட செவ்வக வடிவில் இருக்கவில்லை. இயற்கையான தடாகம்போல ஒரு ஒழுங்கற்ற வடிவத்தில் இருந்த அந்தத் தடாகத்தைச் சுற்றி வர யாரும் அமர்ந்திருக்கக் கூடிய விதத்தில் இயற்கையான கற்பாறைகள் பதிக்கப் பட்டிருந்தன. தூக்கணாங்குருவிக் கூடொன்று தொங்கிக் கொண்டிருந்த தோடம்பழ மரம் வீட்டுக்குக் குடிபுகும்போதே இப்படிக் காய்த்துக் குலுங்குவது எவ்வாறு?

“இந்த வீட்டைக் கட்டுறதுக்கு முந்தியே எல்லாக் கற்களையும், மரங்களையும் திட்டம் போட்டு சேமிச்சார்” என்று வர்ணாசி அம்மாவின் மனதைப் படித்து விளக்கமளிக்க முற்பட்டதும் மனோரம்யா எந்தக் கேள்வியும் கேட்கவில்லை.

“பாருங்க. அம்மம்மாவோட ஒரு கதவையாவது ஜன்னலையாவது நாங்க வீணாக்கல” என்று வர்ணாசி விறாந்தையிலிருந்த கதவைத் தொட்டுக் காட்டிக் கூறினாள்.

“நீங்க குடியிருக்க வந்தாலும் வரலைன்னாலும் இந்த அனெக்ஸ் உங்களுக்காகவே எப்பவும் திறந்திருக்கும்னு அவர் சொல்லியிருக்கார்.”

“எனக்காக எதையும் வச்சிருக்க வேண்டிய அவசியமில்ல. இதை வெள்ளைக்காரனொருத்தனுக்காவது வாடகைக்குக் கொடுத்துக் கிடைக்குற பணத்தை உன்னோட சேமிப்புக் கணக்குல போட்டு வச்சுக்கோ.”

வர்ணாசி சிரித்தாள்.

"சாஷாவுடைய வாழ்க்கை அம்மாக்குப் புரியல. அவருக்கு இந்த வாடகைகள் எதுவும் இல்லாமலே செல்வச் செழிப்போடு என்னைப் பார்த்துக்க முடியும். அவருக்கு ஒரு அமைதியான வீடுதான் தேவை. இந்த வீட்டுக்குப் பின்னாடி இருக்குற வீட்டை விற்பாங்கன்னா அந்த இடத்துல ஒரு ஸ்விம்மிங் பூலைக் கட்டுறதா சொல்லிட்டிருக்கார்."

"அந்த வீட்டை விற்கப் போறாங்களா?"

"இல்ல. சாதாரண எளிய வீடுதானே அது. எப்பவாவது வித்துட்டு வேறெங்காவது போயிடுவாங்கன்னு இந்த வீட்டைக் கட்டினவரும் சொன்னார்."

மகளின் பேச்சைக் கேட்டு அம்மா சிரித்தாள்.

"பங்களா மாதிரி பெரிய வீடொண்ணைக் கட்டிட்டா சுற்றியிருக்குற ஏழை பாழைங்க எல்லாத்தையும் விட்டுட்டு ஓடிடுவாங்கன்னு ஏன் நினைக்குறீங்க? வீட்டைக் கட்டினவர் என்ன சொன்னாலும் படிச்ச மனுஷங்க அடுத்தவங்களோட சொத்துக்கு ஆசைப்பட்டுக் கனவு காண்றதெல்லாம் அவ்வளவு நல்லதில்ல. இந்த மாதிரி பேராசையெல்லாம் பெரிய புற்றுநோய் மாதிரிதான்."

மகளின் முகம் வாடிப்போனது. அதன் பிறகு இடை யிடையே அம்மா மகளின் தனிமைக்குத் துணையாக அந்த வீட்டுக்கு உறங்கப்போனபோதிலும், ஒருபோதும் முழுமை யாக அந்த வீட்டைச் சுற்றிப் பார்த்ததோ, மேல் மாடிக்குப் போனதோகூட இல்லை.

"அம்மம்மா இருந்திருந்தா இந்தப் பூஜையறையைத்தான் அவருக்கு ரொம்பப் பிடிச்சிருக்கும்" என்று மகள் கூறிய போதிலும், அதைக்கூடப் போய்ப் பார்க்காமல் இருந்தது மகளுக்குள் பெரிய கோபத்தை உருவாக்கியிருந்தது. கடைசியில் அந்த வீட்டைச் சுற்றிப் பார்க்காததுகூட முக்கியமில்லை என்பதைப் போல பூமியதிர்ச்சி அதை முழுமையாகச் சிதைத்து விட்டதல்லவா என்ற யோசனையோடு மனோரம்யா சற்று நேரம் தெருவையே பார்த்துக்கொண்டிருந்தாள். ஜனங்கள் விழுந்து கிடந்த மரங்களுக்கு மேலாலும், மின்கம்பங்களைத் தாண்டிக் குதித்தும் தண்ணீர் போத்தல்களை எடுத்துக்கொண்டு நடந்தார்கள்.

கிணறு வற்றாமல் ஊற்றெடுத்து வழிந்து சிறிய நீரோடையை உருவாக்கியிருந்தபோதிலும், அவளுக்குக் குளிக்கத் தோன்ற

சுநேத்ரா ராஜகருணாநாயக

வில்லை. வீட்டில் குடிநீர் தீர்ந்துவிட்டிருந்ததால் ஒரு தகரக் கோப்பையை எடுத்துக்கொண்டு தெருவோரமாகப் போய் நின்று யாரோ ஒருவரிடமிருந்து கொஞ்சம் குடிநீரைக் கேட்டு வாங்கிக்கொண்டாள். எவ்வளவுதான் தண்ணீர் குடித்தாலும் போதாது எனும் அளவுக்குத் தாகமாக உணர்ந்தாள்.

அப்போது வீட்டுக்குள் தரை உலர்ந்திருந்ததால், இரவில் மழை பெய்யாவிட்டால் எந்தப் பிரச்சினையும் இல்லாமல் வீட்டுக்குள்ளேயே உறங்க முடியுமாக இருக்கும் என்ற எண்ணம் வந்ததோடு, உடனே கூட்டிப் பெருக்க துடைப்பத்தை எடுத்த போதிலும், அதைச் செய்ய மனம் வராதது போலவும் உணர்ந்தாள்.

அவள் மாயாவின் வீட்டையும் முற்றத்தையும் போய்ப் பார்த்தாள். அங்கிருந்த இரண்டு கழிப்பறைகளுமே உடைந்து விழுந்திருந்தன. அவை ஒற்றைச் செங்கல்லால் கட்டப்பட்ட புதிய சுவர்களைக் கொண்டவை. தான் எப்படிப் போனாலும் வர்ணாசி ஒதுங்குவதற்காகவாவது ஒரு இடத்தைச் செய்து கொடுக்க வேண்டும். லினட்டின் கணவனாவது இந்தப் பக்கம் வந்தால் உதவிக்குக் கூப்பிடலாம். தெருவோரமாக விழுந்து கிடக்கும் தகரத்துண்டுகளைக் கொண்டு வந்து வைத்தால் அதற்கு உபயோகமாகும் என்றும் அவள் நினைத்தாள். என்றாலும், இரவு முழுவதும் தூக்கம் விழித்துவிட்டுக் காலையிலிருந்த சக்தியையும் இழந்து, உடல் வலியோடு காய்ச்சலையும் அவள் உணரத் தொடங்கியிருந்தாள்.

தான் காலையில் காயப் போட்ட மெத்தையைத் தூக்கி உள்ளே வைக்கக்கூட முடியாத அளவுக்கு உடலில் வலுவில்லை என்பதை அவள் உணர்ந்தாள். வியர்த்து வழியத் தொடங்கியதால் அவள் விறாந்தையின் தரையில் அப்படியே படுத்துக் கொண்டாள்.

"ஆன்ட்டி நாங்க குளிச்சிக்குறோம்" என்று இளைஞர் குழுவொன்று கிணற்றைச் சுற்றியிருந்து பிளாஸ்டிக் கோப்பைகளாலும், வாளிகளாலும் தொட்டியிலிருந்து தண்ணீரள்ளிக் குளிப்பதுபோல கிணற்றிலிருந்து அள்ளியள்ளிக் குளிக்கத் தொடங்கினார்கள்.

"ஆன்ட்டி சோப் இருக்கா?" என்று ஒருவன் அருகில் வந்து கேட்டான்.

"வீட்டுக்குள்ள இருந்தா தேடி எடுத்துக்குங்க" என்றவாறே அவள் வெறித்துப் பார்த்துக்கொண்டிருந்தாள்.

இவ்வளவு அழிவுகள் நடந்திருக்கும்போது வீட்டுக்குள் இருப்பவற்றை யார் எடுத்துக்கொண்டு போனால்தான் என்ன? தனக்கென இருந்த மிகப் பெறுமதியான சொத்தை சாஷா களவாடிச் சென்றதன் பிறகு வேறு என்னதான் மீதமிருந்தாலும் அதனால் பயனில்லையே. அவன் செய்தது திருட்டா? அது மகளின் முதற்காதல் என்பதை ஏற்றுக்கொள்ளத் தன்னால் முடியாமல் இருப்பது ஏன்? முதற்காதல் என்பதற்கு அநாவசிய முக்கியத்துவம் கொடுப்பதுகூட எந்த அளவு முட்டாள்தனமானது? ஆண்கள் கூறும் எந்த தேவதைக் கதைக்கும் ஏமாறக் கூடிய, தியாக மனப்பான்மை பொங்கி வழியக் கூடிய முதற்காதல் எனும் அபத்தம் இளகிய மனதின் ஒரு மாயைதான் இல்லையா? அதில் வெற்றிபெற்றதாக நினைத்துக்கொண்டிருக்கும் எத்தனை பேர் அதில் தாம் வெற்றி பெறவில்லை என்பதை அறிந்திருப்பார்கள்? சிலவேளை அறிந்திருந்தும், அறியாததுபோல இருக்கிறார்களாக இருக்கும்.

ப்ரியாவுக்கும் அதுதானே நடந்தது. சமூகப் பின்னணி, கல்வி, பணம் என அனைத்திலும் அவளுக்குப் பொருந்திப் போகக் கூடிய செழிப்பான முதல் காதலன் வெளிநாட்டு வேலைக்குத் தெரிவு செய்யப்பட்டதும் ப்ரியாவுடன் ஒன்றாகப் படித்த அனைவருமே ப்ரியா வாழ்க்கையில் வெற்றியடைந்து விட்டாள் என்றுதான் கருதினார்கள். ஓபரோய் ஹோட்டலில் நடந்த திருமண வைபவத்தின்போது வைன் கிண்ணத்தை உயர்த்திப் புதிய மணமக்களை வாழ்த்திய பிரதமரின் செயலாளரான வின்டன் வீரரத்னகூட 'ஒருபோதும் இறவாக் காதலை வாழ்த்துகிறேன்' என்றுதானே வாழ்த்தினார். ப்ரியாவின் அந்த இறவாக் காதலுக்கு முதல் சவாலாக அமைந்தவள் தென்னாப்பிரிக்காவில் கொக்கோ தோட்டமொன்றுக்குச் சொந்தக்காரியாகவிருந்த ஒரு வெள்ளைக்காரி. அதை அறிந்ததும் குழந்தையையும் எடுத்துக்கொண்டு இலங்கைக்கு வர, ப்ரியா விரும்பவில்லை. அங்கிருந்த வசதியான வாழ்க்கையை அனுபவித்துக்கொண்டே கணவனின் எதையும் கண்டும் காணாமலிருக்க அவள் தீர்மானித்தாள். இலங்கையை சுனாமி தாக்கிய வேளையில், ஐ.நா.சபையில் ஒரு பெரிய பதவி கிடைத்ததற்காகப் பெரிய விருந்து அளித்துவிட்டு அந்தத் தம்பதி நியூயோர்க்கில் உறக்கத்திலிருந்தார்கள்.

"மனோ எனக்குத் தோணுது. பழைய சீனா, ஜப்பான், முஸ்லிம் நாடுகள், ஆப்பிரிக்கால எல்லாம் ஒருத்தனுக்கு இன்னுமொருத்தியைக் கல்யாணம் பண்ணிக்கத் தோணினா அவனோட முதல் பொண்டாட்டிக்குத் தேவையான எல்லாத்தையும் கொடுக்கணும்னு ஒரு ஏற்பாடு இருக்குது,

இல்லையா? அதெல்லாம் அப்படியே நடக்குறதும் இல்லாததும் அந்தந்த மனுஷங்களைப் பொறுத்ததுதான். ஆனா அப்படி யொரு பாரம்பரிய வழக்கம் இருக்குற சமூகத்துல கூட என்னதான் முதல் மனைவிக்கு மன வருத்தம் இருந்தாலும், ஒரு ஆண் அவளுக்குக் கட்டாயம் செய்ய வேண்டிய கடமைன்னு ஒண்ணு இருக்கு. அவன் அந்த விஷயத்துல முதல் மனைவிக் கிட்ட பொய் சொல்ல மாட்டான். இப்ப என்னோட கணவன் என்கிட்ட பொய் சொல்றப்ப எல்லாம் எனக்கு மனசுக்குள்ள நல்லா சிரிப்புத்தான் வருது. நான் உன்னைப் போல இல்ல. நான் சோம்பேறிதான். அதனால அந்த சோம்பேறித்தனத்துக்கு இந்தப் பொய்க்காரன்தான் ரொம்பப் பொருத்தமா இருப்பான். இவன் என்கிட்டயும் பொய் சொல்லிக்கிட்டு, இவனோட அந்தப்புரத்திலும் பொய் சொல்லிக்கிட்டு, ஸ்ரீலங்கா அரசாங்கத்துக்கும் பொய் சொல்லிக்கிட்டு, ஐநா சபைக்குள்ள இருக்குற பெரிய பொய்க்குள்ள ரொம்ப வசதியா நடிச்சிட்டிருக்கான்.”

ஒரு நாள் ப்ரியா கடுங்கோபமுற்றிருந்த நேரத்தில் மேற்படி மின்னஞ்சலை அனுப்பிவைத்திருந்தாள். இல்லாவிட்டால் அவள் எப்போதும் உல்லாசமாக, சந்தோஷமாக இருப்பவள். அவளுடைய சொந்தங்களுக்கெல்லாம் உதவி உபகாரங்கள் செய்வாள். அவள் இத்தாலியில் இருந்த காலப் பகுதியில் ஒருவனுடன் அவளுக்கொரு தொடர்பும் இருந்தது.

“யாரையாவது காதலிக்க வேணும். அப்பதான் வாழ்க்கை லேசாகும்” என்றுதான் அந்த நாட்களில் சொல்லிக்கொண் டிருந்தாள். இருந்தாலும், மனோரம்யாவுக்குள் எந்த ஆணையும் நம்ப முடியாத ஓர் உணர்வு இருந்தது. சாஷாவின் நிகழ்வுக்குப் பிறகு மனோரம்யா எந்தவொரு தொடர்பையும் உருவாக்கிக் கொள்ளவில்லை. ஆனால் ப்ரியா கூட அதை நம்ப முடிய வில்லையே என்றாள்.

“என்னோட மகளை நல்லாப் படிக்க வச்சு, நல்லவன் ஒருத்தனோட அவள் நல்லவிதமாகக் குடும்பம் நடத்துறதைப் பார்க்க முடிஞ்சா எனக்கு அதுபோதும்” என்றுதான் மனோரம்யா ரோமுக்குப் போயிருந்த வேளையில் கொலோசியம் சிதைவுகளிடையே நடந்தவாறு ப்ரியாவிடம் கூறியிருந்தாள்.

“இங்க பாரு. இந்த ரோம் சாம்ராஜ்யம்கூட ஒருநாள்ல கட்டியெழுப்பப்படலை. ஒரே நாள்ல அழியவுமில்ல. இப்ப நாங்க நின்னுட்டிருக்குற இந்த இடத்துல எத்தனையெத்தனை மோசமான விஷயங்களெல்லாம் நடந்திருக்கும்? அதுபோல

இதே இடத்துல எத்தனை பேர் காதலர்களாகியிருப்பாங்க? எத்தனை காதலர்கள் சந்திச்சிருப்பாங்க? ஆனா இன்னிக்கு இத்தாலியில ஃபியட் கம்பனியில இருக்குற ஒருத்தர் இந்த வரலாற்றையெல்லாம் யோசிச்சிட்டிருக்கப் போறதில்லையே. அவர் புதிய காரொண்ணைத் தயாரிக்குறப்ப ரோம சாம்ராஜ்யத்தோட அழிவுக்காகக் கவலைப்பட்டுட்டிருந்தா அவரால் தன்னோட வேலையை ஒழுங்கா செய்ய முடியாம லிருக்கும்."

"எனக்குப் புரியல. நீ இப்ப சுற்றி வளைச்சு என்ன சொல்ல வர்றாய்?" என்று மனோரம்யா கேட்டாள்.

"திரும்பவும் வாழ்க்கையை அனுபவிக்கத் தொடங்குன்னு சொல்ல வர்றேன்."

"அதைச் சொல்றதுக்கு இதை விட நல்ல இடமொண்ணைத் தேடிக் கண்டுபிடிக்க வேண்டியிருக்கும்" என்று கூறிச் சிரித்தாள் மனோரம்யா.

"பொம்பெயிக்குப் போறப்ப சுவர்கள்ல பளிங்குக் கற்கள் மாத்திரம் எஞ்சியிருக்குற விபச்சார விடுதியோட சிதைவுகளுக்கு மத்தியில நின்னு சொல்றேன்" என்று ப்ரியா ஒன்றிரண்டு இத்தாலிச் சொற்களையும் கலந்து ஆங்கிலத்தில் கூறினாள்.

"ஏனது? அப்படிப்பட்ட இடம் எனக்குப் பொருத்தமா இருக்காதே."

"பொம்பெயில அந்த மாபெரும் எரிமலை வெடிக்குறதுக்கு முன்னாடி அந்த இடங்களுக்குப் போன எல்லா ஆம்பளை களும் அந்த இடங்கள்ல உடம்பை விற்றுக்கொண்டிருந்த பொம்பளைகளும் தனக்குத் தேவை அதுவல்ல என்பதை அறிந்திருப்பாங்க. நீ சொல்ற மாதிரி அந்த ஆம்பளைகளுக்கு நேர்மையான காதலோடு ஒரு துணை தேவைப்பட்டிருக்கும்."

"ப்ரியா ... பொம்பெய் எரிமலைல சிக்கியவங்களுக்கும் ஸ்ரீலங்காவுல இருக்குறவங்களுக்கும்னு அந்தத் தேவை வித்தியாசமா இருக்காது. அந்தத் தேவையையும் எனக்குத் தெரிஞ்சவங்களோட வாழ்க்கை சீரழிஞ்சுபோனதையும் என்னோட இளம்பிராயத்திலேயே நல்லா கூர்ந்து கவனிச்சதாலதான் நான் சுஜம்பதியைக் கல்யாணம் பண்ணிக்க தாமதிச்சேன்."

"அப்படி செஞ்சுதான் நீ அந்த அப்பாவிப் பொண்ணுக்கு தகப்பனை இல்லாமலாக்கினாய்."

"நிஜமா என்ன நடந்துச்சுன்னு உனக்குத் தெரியாது ப்ரியா."

"நீதான் என்கிட்ட அதைப் பற்றி எதுவுமே சொன்ன தில்லையே."

"நாங்க வேறு எதைப் பற்றியாவது பேசலாம்" என்று மனோரம்யா அந்த உரையாடலுக்கு முற்றுப்புள்ளி வைத்தாள்.

சுஜம்பதி குறித்த சம்பவத்தை முழுமையாக சாஷா வுடனான நிகழ்வுக்குப் பின்னர்தான் அவளால் ப்ரியாவிடம் பகிர்ந்துகொள்ள முடிந்தது. அனைத்தையும் கேட்ட பிறகும், வர்ணாசி சாஷாவைத் திருமணம் செய்துகொண்டதை அறிந்ததுமே ப்ரியா சாஷாவுக்குச் சார்பாகத்தான் கதைத்தாள்.

"அவங்களை வாழ விடு மனோ... சாஷா இளம்வயசுல எப்படி இருந்தாலும், இப்ப அவனுக்கும் நீ சொல்ற மாதிரியான நேர்மையான குடும்ப ஜீவிதம் தேவைப்பட்டிருக்கலாமே."

"அதுக்கு என்னோட மகளைத் தேர்ந்தெடுத்ததைத்தான் என்னால தாங்கிக்க முடியாமலிருக்கு."

"வரலாறு முழுக்க அப்படியெல்லாம் நடந்துதான் இருக்கு. நீ மகளுக்குத் தனியா வாழ்க்கைக்கு முகம் கொடுக்க இடம் கொடுத்துட்டுத் தூரமாகிடு. உன்னால சாஷாவை மருமகனா ஏத்துக்க முடியலன்னா ஒரு நண்பனாகவாவது நினைக்கப் பாரு."

"என் மூலமா தொழிலையும் பெற்றுக் கொண்டு என்னையே ஒதுக்கப் பார்த்த அந்தப் பொய்க்காரனோடு எப்படி நட்பாக இருக்க முடியும்?"

"அப்படீன்னா தூரமா விலகியிரு. இல்லன்னா அந்தக் கோப நெருப்புல நீயேதான் எரிஞ்சிடுவாய். இந்த உலகத்துல இருக்குற ஆகவும் மோசமான மனுஷன் சாஷா இல்லையே. அவனை விட மோசமானவங்க ஐநா சபைல நிறையப் பேர் இருக்காங்க."

"இதுல வர்ணாசி சம்பந்தப்படலைன்னா சிலவேளை நான் அவனை மன்னிச்சு கருணையோடு பார்த்திருப்பேன்."

"வர்ணாசிங்குறது உன்னோட பேராசை. உன்னோட ஒண்ணு, ரெண்டு அனுபவங்களுக்குப் பிறகு இந்த உலகத்துல எல்லாமே அந்நியம், சுயநலம்னு நினைக்குற உனக்காக எஞ்சி யிருப்பது வர்ணாசி மட்டும்தானே. அதனால, அவள் இப்ப உனக்குச் சொந்தமானவளில்லன்னு உன்னால ஏத்துக்க முடியாம இருப்பதுதான் பிரச்சினை."

ப்ரியா கூறிய விடயங்கள் உண்மைதான் என்றாலும் வர்ணாசி வீடு கட்டியிருந்த இடத்துக்கு அண்மையிலிருந்த மாயா சேனாநாயக்கவின் வீட்டுக்கு வாடகைக்கு வந்து, வர்ணாசிக்குப் பாதுகாப்பு வளையம் அமைத்துக் கொடுத்து அவளைக் காவல் காத்துக்கொண்டிருப்பதைத்தான் மனோரம்யா செய்தாள். சாஷா வெளிநாடுகளுக்குப் போன சந்தர்ப்பங்களில் மகளின் தனிமைக்குத்துணையாக இருப்பதற்கு மேலதிகமாக இரகசிய வேலையும் அவளுக்கு இருந்தது.

சாஷா பணிபுரிந்துவந்த சர்வதேச அமைப்பானது மனித உரிமைகளைப் பாதுகாக்கும் செயற்பாடுகள், வழக்குகள், எதிர்ப்பு ஆர்ப்பாட்டங்கள் போன்ற வேலைகளைச் செய்து வந்ததோடு ஆய்வுகள், கருத்தரங்குகளுக்கு நிதியுதவிகளையும் வழங்கியது; பத்திரிகைகள், சஞ்சிகைகளையும் வெளியிட்டது. அந்த அனைத்து நடவடிக்கைகளின் மூலம் சந்திம கிரிகும்புறவின் அரசியல் நிகழ்ச்சி நிரல்களைப் பலப்படுத்தத் தேவையான பணமும் கிடைத்துக்கொண்டிருந்தது. வெள்ளந்தியான, நேர்மையான ஜனங்களைப் போலவே தத்தமது நிகழ்ச்சி நிரல்களைத் தனியாகக் கொண்டிருந்தவர்களும் அந்த நடவடிக்கைகளில் இணைந்திருந்தார்கள். காலனித்துவப் பொருளாதாரத்தோடு சில சொத்தைகள் தலைவர்களாக ஆனதுபோலவே, திறந்த பொருளாதாரத்தோடு வந்த உள்நாட்டுப் போராலும், ஏனைய கலவரங்களாலும் மேலும் பல சொத்தைகள் பெரும்புள்ளிகளாகத் தொடங்கினார்கள். அவ்வாறான பெரும்புள்ளிகளிடையே சாஷா தனித்துத் தெரிந்தான். அவனுக்கு எதிராகத் தான் என்ன சொன்னாலும் அதைப் பலரும் ஏற்றுக்கொள்ளமாட்டார்கள் என்பதை மனோரம்யா அறிந்தேயிருந்தாள்.

சாஷா இடக்கரத்தால் திருடுவதை அவனது வலக்கரம் கூட அறிந்திருக்காது என்று சாஷாவின் கீழ் பணிபுரிந்து பிறகு வேலையை இழந்த ஒருத்தி மனோரம்யாவிடம் கூறியிருந்தாள். ப்ரியா அவளைத் தொலைபேசியில் தொடர்புகொண்ட ஒரு நாளில் இதை அவளிடம் கூறிய வேளையில், அந்தப் பெண் கோபத்தில் பொய் சொல்கிறவளாக இருக்கும் என்றுதான் ப்ரியா கூறினாள்.

"இதெல்லாம் வெளியே தெரிய வந்தால் என்னோட மகள்தான் நீதிமன்றங்களுக்கு அலைய வேண்டியிருக்கும்."

"நீ நினைக்குற மாதிரி அப்படியெல்லாம் நடக்காது. எல்லா இடங்கள்லயும் அப்படித்தான் நடந்துட்டிருக்கு. எல்லாரும் கண்டும் காணாததுபோல இருக்காங்க. எப்போதாவது

சந்திமவுடைய பரம எதிரி ஜனாதிபதியா ஆனாலும், அந்த எதிரியோடும் உத்தியோகபூர்வமற்ற உடன்பாட்டுக்கு வந்துடுவாங்க.”

“அப்போ தப்பு செய்றவங்களுக்குத் தண்டனையே கிடையாதா?”

அதைக் கேட்டு ப்ரியா சத்தமாகச் சிரித்தாள்.

“ஒருத்தன் தப்பு செய்றது அதுக்குரிய சூழல் இருப்பதாலதானே? யார் அந்தச் சூழலை உருவாக்கியது? அது எப்படி உருவானது?”

“எனக்கு இந்தத் தர்க்கங்களால ஒரு பயனுமில்ல. என்னோட மகள் சாஷாவைக் கடவுள்னு நினைச்சிட்டிருக்கா. எப்போதாவது அவனோட முகமூடி கழன்று விழுறப்ப அவளுக்குப் பைத்தியம் பிடிச்சிடும்.”

வியர்த்து வழிய இடது கையைத் தூக்க முடியாமல், வலது கையை நெஞ்சில் வைத்துப் படுத்துக்கொண்டிருக்கையில் மனோரம்யாவுக்கு அந்த உரையாடல்கள் நினைவுக்கு வந்தன. நெஞ்சு வலியும் மகள் குறித்த கவலைகளும் இரண்டாக அல்லாமல் ஒன்றாக மாறியிருந்தன.

‘பேபி எங்கிருக்கே நீ?’ என்று உள்ளம் கேட்ட போதிலும், வாயிலிருந்து அந்த வார்த்தைகள் வரவில்லையென்பதை அவள் உணரவில்லை. நெஞ்சு வலிக்கு மேலதிகமாக அனைத்தையும் எழுதி வைத்த பழைய நாட்குறிப்பேடுகள் இரண்டு வீட்டுக்குள் இருக்கிறதல்லவா என்ற யோசனையும் பெரும் பயத்தோடு அவளது மனதைத் துளைத்துக்கொண்டிருந்தது.

‘வர்ணாசிக்கு அவளோட வாழ்க்கையை அவளுக்குப் பிடிச்ச விதத்துல வாழ இடம் கொடுத்துட்டு நீ நிம்மதியா ஓரமாகிடு. இல்லேன்னா உன்னால ஒருபோதும் நிம்மதியாச் சாகக் கூட முடியாமலிருக்கும்’ என்று ப்ரியா தனது காதில் இரகசியமாகக் கூறுவதைப்போலக் கேட்டாலும் அந்தக் கணத்தில் ப்ரியா அங்கிருக்க வழியில்லை என்ற உணர்வும் அவளுக்குள் மிச்சமிருந்தது.

மனோரம்யா எத்தனை மணி நேரம் அப்படியே படுத்துக் கிடந்திருப்பாள் என்பதை அறியாத போதும், தூக்கத்திலிருந்து விழிப்பவள்போல மெல்லிய ஓசைகளைச் செவிமடுக்கக் கூடிய தெளிவு அவளுக்கு வந்திருந்தது. அந்த மெல்லிய ஓசைகள் வெளியேயிருந்து கேட்கும் ஓசைகளல்லாமல், வலது

காதில் யாரோ ஊதுவதுபோல உணர்ந்தாள். அதனூடு தான் சுவாசித்துக் கொண்டிருப்பதையும் உணர்ந்தாள். சுவரிலிருந்து மணற்துகள்கள் விழுவது போன்ற ஓசையைக் கேட்டாள். சரசரவென்று இலைகள் அசையும் ஓசை கேட்க வழியில்லை என்றாலும் காற்று தனது உடலைத் தொட்டுக் கொண்டிருப்பதை உணர்ந்தாள். ஓசையற்ற ஓசையில் காற்று அவளது தேகத்தைத் தொடும்போது, தான் இன்னும் சாகவில்லை என்ற ஆறுதல் உணர்வு வருவதும் போவதுமாக இருந்தது. நிமிஷத்துக்கு இருபது தடவைகள் அளவு சுவாசிக்க முடியுமாக இருந்த சந்தர்ப்பத்தில்தான் தனது மரணம் தனக்கு ஒரு ஆறுதலாக இருக்க வேண்டுமென்றால் வர்ணாசிக்கென்று ஒரு வீடோ, வருமானமோ, தொழில்கல்வியோ, பாக்யாவைத் தவிர வேறு ஒரு நல்ல தோழமையோ, நன்றாக வயது முதிர்ந்திருந்த தபாலதிபர் மாமா, அத்தையைத் தவிர வேறு நெருங்கிய சொந்தங்களோ இல்லாமலிருக்கும் நிலையில் தனது மரணம் நிகழக் கூடாது என்று அவளுக்குத் தோன்றியது.

மனோரம்யா தன்னால் எழுந்து நிற்க முடியும் என்று உணர்ந்ததுமே, தாகம் கடுமையாகத் தோன்றியபோதிலும், அந்தப் பழைய நாட்குறிப்பேடுகள் இருந்த சிறிய மேசையருகில் போனாள். அது சிறிய மேசை போலத் தோன்றினாலும் அதன் மேல் பலகையை உயர்த்தித் திறக்க முடியும். பூமியதிர்ச்சி நிகழ்ந்த இரவில் அதன் மேலே பதிக்கப்பட்டிருந்த கண்ணாடி உடைந்திருந்ததால் அதில் பல முகங்கள் தெரிந்தன. அந்த மேசையினுள்ளே வர்ணாசியின் புகைப்படங்களும், அம்மா ஜினவதி பயன்படுத்திய மூக்குக் கண்ணாடியும், அவர் வீட்டிலிருக்கும்போது அணிந்திருந்த செப்பு வளையல்களிரண்டும், வர்ணாசியின் குழந்தைப் பருவத்தில் அவளுக்கு அணிவித்த கவுணொன்றும், அவள் கழுத்தில் இட்டிருந்த பஞ்சாயுத பதக்கமும், மனோரம்யாவின் வங்கிக் கணக்குப் புத்தகமும், வர்ணாசியின் பெயரில் அவள் சேமித்து வந்த நிலையான வைப்புக் கணக்கின் ஆவணங்களும், வர்ணாசிக்கு முதன்முதலில் காது குத்தியபோது அவளுக்கு இட்ட கம்பி வளையங்களும், மனோரம்யாவின் இளமைப் பருவத்தில் எடுக்கப்பட்ட புகைப்படங்களும், அவளது துயரத்தைக் கரைக்க உதவிய அந்த இரண்டு நாட்குறிப்பேடு களும் இருந்தன. அந்த மேசைக்குள்ளும் மழை நீர் சேகரமாகி யிருந்ததால், அவற்றைத் திண்ணையில் கொண்டு போய் வைத்துக் காய வைக்கக்கூட அவளுக்கு வலுவிருக்கவில்லை. ஏதோ பெரியதொரு வேலையைச் செய்து முடித்ததுபோல அவள் களைத்துப்போயிருந்தாள்.

மகள் தனது உடைந்த வீட்டைப் பார்க்கவோ, மைதானத்துக்கோ போயிருப்பாள் என்றுதான் மனோரம்யாவுக்குத் தோன்றியது. மகள் வர முன்பு நாட்குறிப்பேடுகள் இரண்டையும் எரித்துவிட முடியாதிருக்கும் என்ற விடயம் அந்தளவு பயப்பட வேண்டிய ஒன்றல்ல என்றாலும் அவளின் நெஞ்சம் வேகமாக அடித்துக்கொள்ளத் துவங்கியது. அந்த நாட்குறிப்புகளைச் சுற்றியிருந்த பொலிதீன் உறைகளை அகற்றிவிட்டு எரிவாயு அடுப்பின் மீது வைத்து எரித்துவிட்டால் என்ன? திரும்ப எப்போது எரிவாயு கிடைக்கும் என்பது தெரியாமல் இருக்கும் இந்தச் சமயத்தில் எரிவாயுவை இப்படி வீணாக்க வேண்டுமா? இந்த நாட்குறிப்பேடுகளைக் கிணற்றில் போட்டுவிட்டால் என்ன? இவை கிணற்றினடியில் போய்த் தேங்கும். எப்போதாவது கிணற்றை இறைக்கும் நாளில் இவை உக்கிக் கரைந்துபோயிருக்கும். இல்லாவிட்டாலும், இவை சேறு படிந்து யாராலும் வாசிக்க முடியாத அளவுக்குச் சேதமடைந்திருக்கும்.

மனோரம்யா அதில் கடைசியாகத் தான் எழுதியிருப்பதை வாசித்துப் பார்த்தாள்.

'எஸ் கிளிநொச்சிக்குப் போயிருப்பதால் என்னை அங்கு வருமாறு வர்ணாசி கேட்டுக்கொண்டாள். கிளிநொச்சிக்குப் போவதாகச் சொல்லிவிட்டு வேறு எங்கேயாவதும் அவன் போயிருக்கக்கூடும். இருவரும் நல்ல ஒற்றுமையாக குருவி ஜோடிகள்போல இருப்பதாகத்தான் லினட் கூறுகிறாள். இந்த முட்டாள் சிறுக்கியும் அவன் கூறும் எல்லாவற்றுக்கும் தலையாட்டுபவளாக இருக்கக்கூடும். இருந்தாலும் ஏன் நான் இன்னும் எனது பிள்ளையின் எதிர்காலம் குறித்து இவ்வளவு பயப்படுகிறேன்? ஒருவனால் நல்லவனாக மாறவே முடியாதா? அவன் நல்லவனாக மாற முயற்சிசெய்வதாகவும் இருக்கலாமே? ஆனால் நாய் வாலை நிமிர்த்த முடியுமா?

மனித உயிர், நாய் வாலை விடவும் பெறுமதியானது, அல்லவா? அவனால் தீய பழக்கங்களைக் கைவிட முடியாமல் இருந்தாலும், நல்லது கெட்டது அவனுக்கும் தெரியாமலிருக்க வாய்ப்பில்லை. இருந்தாலும் தீயவை என்று நான் காண்பவை அவனைப் பொருத்தவரையில் சாதாரணமானவையாக, உலக நடப்புக்கேற்றவையாகத் தெரிகின்றனவோ, தெரியாது. அவ்வாறானவர்கள் நிறைந்த ஒரு சமூகத்தில் நல்லவை தீயவையாகவும், முட்டாள்தனமானவையாகவும், தீயவை விவேகமானவையாகவும், யதார்த்தமானவையாகவும் மாறக் கூடும் அல்லவா? எப்போதாவது எனது மகள் தாயானால்,

அவன் வீட்டிலிருக்கிறான் என்று அந்த வீட்டுக்குப் போகாமலிருக்க என்னால் முடியுமா? அவ்வாறான சந்தர்ப்பத்துக்கு நான் எவ்வாறு முகம் கொடுப்பேன்? இது மகளின் எதிர்காலத்தைக் குறித்த பயமல்ல, உனது கடந்த காலம் குறித்த பயம் என்று ப்ரியாவும் ஒரு நாள் கூறினாள். அது உண்மையா? அனைத்து யுத்தங்களும் நீண்டு கொண்டே போவது கடந்தகாலப் பிரச்சினைகளை அடிப்படையாகக் கொண்டுதான் என்று ஒரு தடவை நான் கம்போடியாவில் உரையாற்றியிருக்கிறேன். இதுவுமொரு யுத்தம்தான், இல்லையா? இது இரு தரப்பு யுத்தம். இரண்டு குழுக்களுக்கிடையிலான யுத்தத்தின்போதுகூட இவ்வாறு வெளியே தெரியும் பிரச்சினை, வெளியே தெரியாத பிரச்சினை அதாவது கடந்த கால விடயங்கள், தற்பெருமை, அதிகாரம், பேராசை போன்ற பிற காரணங்கள் பலவும் பிணைந்திருக்கும்.

எனது மகளுக்கு அவளது கணவனோடு விரும்பிய விதத்தில் வாழ இடமளித்துவிட்டு நான் ஏன் தொலைவாகக் கூடாது? அவ்வாறு செய்தால் மகள் கவலைப்படுவாள். அம்மாவுக்குத் தன் மீது பாசமேயில்லை என்று நினைப்பாள். அவள் சந்தோஷமாக இருக்க வேண்டுமென்றால் நான் சாஷாவுடன் கதைக்கவும், அந்த வீட்டில் நடக்கும் வைபவங்களில் கலந்துகொள்ளவும் வேண்டும். நான் அவனுடன் என்னதான் கதைப்பது?'

சாஷா கட்டிய வீடும் உடைந்ததன் பிறகு, சிறிய வானொலிப் பெட்டிகளைக் காதோரம் வைத்துக் கேட்பவர்கள் கூறும் விதத்தில் இலங்கையின் வரைபடமே மாறியிருக்கும் நிலையில், இந்தப் பழைய நாட்குறிப்பேடுகளில் எழுதப்பட்டிருப்பவை இனியும் எதற்கு? தவறுதலாக, இவை வர்ணாசியின் கையிலோ, வேறு யாருடைய கையிலோ சிக்கினால் எவருக்கும் இது நல்லதாக அமையாது. அடுத்தது இந்த அளவு அழிவுகள் நிகழ்ந்திருக்கும் இந்த நேரத்தில் சாஷா வந்தால் 'என்னோட வீட்டுக்குள்ள அடியெடுத்து வைக்காதே. நீயொரு பொய்க்காரன்' என்று கத்தவா முடியும்? அவர்களிருவருக்கும் இந்த உடைந்த கூரையின் கீழ் எப்படியாவது இருந்து கொள்ளுங்கள் என்று கூறி விட்டு அவள் தன் திண்ணையிலோ, மாயாவின் வீட்டு விறாந்தையிலோ தூங்க வேண்டியிருக்குமே.

சாஷா கிளிநொச்சிக்குப் போகவிருந்த சமயம், சாஷாவுடன் முன்பு தொடர்பினைக் கொண்டிருந்து பிறகு அவனது பரம எதிரியாகிப்போன ஒருத்தி சட்டம் தொடர்பான

பட்டப்படிப்பைப் பூர்த்தி செய்ததாகக் கூறும் சாஷாவின் சான்றிதழ் போலியானது என்று மனோரம்யாவிடம் கூறினாள்.

“அவன் என்ன வேணும்னாலும் செஞ்சுக்கட்டும்” என்று மனோரம்யா அந்த உரையாடலைத் தவிர்த்தாள்; என்றாலும் அவள் கூறியது உண்மையாகவும் இருக்கலாம் என்றும் யோசிக்கத் தொடங்கினாள். சாஷா ஒருபோதும் நீதிமன்றத்தில் ஆஜராகியோ, சட்டத்தரணியாகக் கடமையாற்றியதோ இல்லை என்ற எண்ணம் மனதில் தோன்றியதுமே மனோரம்யா கொழும்பு பல்கலைக்கழகத்தில் அவனைப் பற்றிய தகவல்களைத் தேடிப் பார்த்தாள். அவனுக்கு வெளிவாரி பட்டப்படிப்பு இருந்தது. இருந்தாலும் சமூக விஞ்ஞானத்திலோ, சட்டம் தொடர்பாகவோ பட்டப்படிப்பேதும் இருக்கவில்லை. ஆனால் அந்த உண்மையை எடுத்துக்கூறி வர்ணாசியைப் பெரியதொரு குழப்பத்துக்குள் தள்ள முடியாது என்பதால் அவள் அமைதியாக இருந்தாள். அவள் அறிந்திருந்த அனேக மானவர்கள் அவ்வாறு பட்டப்படிப்பு குறித்த போலிச் சான்றிதழ் பெற்று அரச சார்பற்ற நிறுவனங்களில் தொழில்களைப் பெற்றிருந்தார்கள். அவ்வாறான நிலைமையில் சாஷாவை மாத்திரம் காட்டிக் கொடுப்பது சரியில்லை. அடுத்தது, சண்டியர்களுக்கும்கூட கௌரவப் பட்டம் வழங்கும், அரசியல் கட்சிகளுடன் தொடர்புடையவர்களுக்கு சாகித்திய சூரி, சாகித்திய ரத்னம் போன்ற பட்டங்களை வழங்கும் சூழலில் சாஷா இவ்வாறு ஒரு போலிச் சான்றிதழைப் பெற்றிருப்பது நல்ல தொழிலைத் தேடிக் கொள்ளத்தான், அல்லவா? வர்ணாசியிடம் இதைக் கூறினால்கூட அவள் நம்பப் போவதில்லை என்பது உறுதி. சாஷாவைப் பற்றிய இந்தத் தகவலைச் சொன்ன பெண்மணிகூட போலியான ஒரு அமைப்பை உருவாக்கி சர்வதேச அமைப்புகளிலிருந்து நிதி திரட்டியவள் என்பதை எல்லோருமே அறிந்திருந்தார்கள்.

பூமியதிர்ச்சிக்கு ஏழெட்டு மணித்தியாலங்களுக்கு முன்பும் கூட மனோரம்யா, சாஷாவின் பொய்யானது பெரும்பொய்யினுள்ளே உருவாகக்கூடிய இயற்கையான ஒன்று என்றுதான் கருதினாள்.

திண்ணையிலிருந்து வெறித்துப் பார்த்துக்கொண்டிருக்காமல், அந்த நாட்குறிப்பேடுகளை அழித்துவிட வேண்டும் என்ற உணர்வு அவளுக்குள் ஆழமாக எழத் தொடங்கியது. அத்தோடு கிணறு ஊற்றெடுத்து வழிந்து கொண்டேயிருப்பது குறித்துப் பயமாகவும் இருந்தது. முன்பு இருக்காத ஊற்றொன்று உள்ளே உருவாகியிருக்கக் கூடுமோ? இல்லாவிட்டால்

பூமிக்குக் கீழே ஓடும் நீரோடையின் பாதை மாறியிருக்குமோ? அவ்வாறிருப்பின் பூமியதிர்ச்சியிலிருந்து தப்பித்த வீட்டின் பழைய சுவர்கள் திடீரென்று சரிந்து விழ வாய்ப்பிருக்கிறது. இரவில் இந்த வீட்டில் தங்குவதும் ஆபத்தானது.

கிணற்றில் குளிக்க வந்த இளைஞர்கள் "நாங்க போறோம் ஆன்ட்டி" என்று கூறியவாறே தெருவுக்குப் போனார்கள்.

'பிள்ளைகளே என்னோட மகளைக் கண்டா சீக்கிரமா வரச் சொல்லுங்க' என்று கூற வாயைத் திறந்தபோதிலும், வார்த்தைகள் வெளிப்படவில்லை.

செங்கல்கள் உடைந்து மேற்பூச்சு சிதைந்திருந்த வட்டத் தூணைப் பிடிக்க அவள் கையை நீட்டிய போதும் தூண் கைக்கு அகப்படவில்லை. தரையோடு சேர்ந்து தான் கீழே புதையுண்டு போவதுபோலவும் திடீரென மேலே தூக்கியெறியப்படுவது போலவும் அவள் உணர்ந்தாள்.

'மகளே வர்ணாசி!' என்று கத்த வேண்டும் போலத் தோன்றினாலும் தொண்டை அடைத்துக்கொண்டதுபோல உணர்ந்தாள்.

மனோரம்யா கீழே விழுந்தாளா அல்லது தரையில் படுத்துக் கொண்டாளா என்பதை அவளே அறியவில்லை. அவளது ஒரு கையிலிருந்த பெரிய நாட்குறிப்பேடுகளும் தண்ணீரில் விழுந்தனவா என்றும்கூட அவளுக்கு நினைவில்லை. அவள் அவை இருக்கின்றனவா என்று பார்க்க கையால் துழாவிய போதிலும் கையும் தன்னுடையதல்ல என்பதாக உணர்ந்தாள்.

அவளது உள்ளங்கால்கள் குளிர்ந்திருந்தன. அது அச்சத்தைத் தோற்றுவிக்கக்கூடிய குளிர்ச்சியல்ல. வாழ்நாள் முழுவதுமான களைப்பு, பிரச்சினைகள் என அனைத்தையும் போர்த்தி மூடிய குளிர்ச்சி. அந்தக் குளிர்ச்சியில் மூழ்கிப் போகத் தோன்றியதேயொழிய அதிலிருந்து தப்பிக்கத் தோன்றவில்லை.

"மகளே வர்ணாசி!" என்ற வார்த்தை அவளது உள்ளங்காலிலிருந்து மேலே உந்தப்பட்டு வந்து முள்ளந்தண்டைக் கடந்து வந்த வலிமையோடு அவளிலிருந்து வெளிப்பட்டது.

கிணற்றில் குளிக்க வந்த கர்னல் சுபாஷ்தான் அவள் திண்ணையில் வித்தியாசமாகக் கிடக்கிறாள் என்பதைக் கண்டு அருகில் வந்து பார்த்தார்.

"மகளே வர்ணாசி!" என்று அவள் இரண்டாவது தடவையாகக் கூறியது மட்டுமே அவருக்குக் கேட்டது. அவளின்

தலை ஒரு பக்கமாகச் சரிந்தது. கர்னல் சுபாஷ் தெருவில் போய்க் கொண்டிருந்தவர்களைக் கூப்பிட்டு அவளை மைதானத்தில் இருந்த மருத்துவ முகாமுக்கு அனுப்ப ஏற்பாடு செய்தார். செஞ்சிலுவைச் சங்கத்திலிருந்து நோயாளிகளைச் சுமந்து செல்லும் தட்டை எடுத்துக்கொண்டு வரும்போதே அவளின் கால்கள் சில்லிட்டிருந்தன.

அவ்வேளையில் வர்ணாசியும்கூட மருத்துவ முகாமில்தான் இருந்தாள். இருந்தாலும் மனோரம்யாவையும் அங்கே கொண்டு வந்திருக்கிறார்கள் என்பதை எவரும் அவளிடம் கூறவில்லை. அது அவளின் தாய் என்பது அங்கிருந்த யாருக்கும் தெரியாமலும் இருந்திருக்கக்கூடும்.

வர்ணாசியும் மாயாவும் வீட்டுக்குத் திரும்பி வந்த போது மனோரம்யாவை வீட்டில் காணவில்லை. அம்மா மைதானத்துக்குப் போயிருப்பார் என்றுதான் வர்ணாசி நினைத்தாள். மைதானத்தில் வழங்கப்பட்ட பொதியிலிருந்த மெழுகுவத்தியை ஏற்றிவைக்க முன்பே திண்ணையிலிருந்த பழைய நாட்குறிப்பேடுகளிரண்டும் அவளது காலில் இடறின.

அவள் மெழுகுவத்தியை ஏற்றி, அம்மாவின் வெள்ளி நிறத்தினாலான மெழுகுவத்தி நிறுத்தியில் அதை வைத்துக் காற்றடிப்பதிலிருந்து பாதுகாக்க தரையில் வைத்தாள். திண்ணையிலிருந்த நாட்குறிப்பேடுகளை எடுத்து சோபாவின் மீது வைத்துவிட்டு மைதானத்தில் தந்த பொதியில் என்ன இருக்கிறதெனப் பார்க்க முற்பட்டபோது லினட் அழுது கொண்டே ஓடி வந்தாள்.

"என்னாச்சு லினட்?" என்ற வர்ணாசி லினட்டின் குடும்பத்தில் யாருக்கோ ஏதாவது ஆகிவிட்டதென்றுதான் நினைத்தாள்.

"பெரிய மிஸ்."

"பெரிய மிஸ் வீட்ல இல்ல லினட். க்ரவுண்டுக்கோ எங்கேயோ போயிருக்கார் போல."

லினட் வர்ணாசியைக் கட்டியணைத்து அழத் தொடங்கினாள்.

வர்ணாசியின் எண்ணவோட்டங்கள்

அம்மா மரணித்தது அவளது வாடகை வீட்டில் வைத்தா, மைதானத்துக்குக் கொண்டு போகும்போதா அல்லது மருத்துவ முகாமிலா என்பது குறித்து அறிந்துகொண்டது எனக்கு நினைவில்லை. கடந்த நாளின் இரவில் நாங்கள் உயிர் தப்பிய விதமும், காலையில் அம்மா குடியிருந்த வீட்டுக்கு வந்ததுவும் நினைவிருந்தது. அதன் பிறகு குரல்கள், முகங்கள், ஹெலிகொப்டர் இரைச்சல்கள், செஞ்சிலுவைச் சின்னம், மருந்து வாசனை போன்றவற்றோடு அம்மாவின் சடலம் புற்களின் மீது விரிக்கப்பட்டிருந்த பிளாஸ்டிக் பாயில் கிடத்தப்பட்டிருப்பதைக் கண்டேன். அந்தக் களேபரத்துக்கு மத்தியிலும் குத்துவிளக்குகளை எங்கிருந்து தேடியெடுத்தார்களோ தெரியாது. அம்மாவினதும், மேலும் இனந்தெரியாத பிள்ளைகள் இருவரினதும் சடலங்கள் அருகருகே கிடத்தப்பட்டிருந்தன. அந்த மூவருக்கும் சேர்த்து இரண்டு குத்துவிளக்குகள் ஏற்றப்பட்டிருந்தன. அம்மா உறங்கிக்கொண்டிருப்பதுபோலத் தோன்றியதால் நான் அவளது கையைத் தொட்டேன். கை சில்லிட்டிருந்தது.

எனதுமூன்றுவயதிலிருந்தான ஞாபகங்கள்தான் எனக்கு என்னைக் குறித்து இருக்கின்றன. தலையின் எல்லா இடங்களிலும் வண்ண வண்ண

சுநேத்ரா ராஜகருணாநாயக

ரிப்பன்களைக் கட்டி, வெள்ளைப் பூனை அலங்காரம் தைக்கப்பட்ட சிவப்பு சன்சூட் ஒன்றை அணிந்துகொண்டு அம்மாவிடம் ஓடுவது நினைவிருக்கிறது. அம்மா கையிலிருந்த பயணப் பையைக் கீழே வைத்துவிட்டு என்னைத் தூக்கி ஒரு சுற்று சுற்றுவதையும், அப்போது அம்மாவின் சிரிப்பையும், 'குழந்தையைக் கீழே போட்டுடப் போறாய்' எனும் அம்மம்மவின் குரலையும் எந்த வேளையிலும் கண்களை மூடிக்கொண்டு கேட்கவும் அனுபவிக்கவும் என்னால் முடியும். அம்மாவை நெஞ்சோடு சேர்த்து அணைத்துக்கொண்டு 'டிக்... டிக்... டிக்...' என்று கடிகாரத்தின் ஓசை போன்ற சத்தத்தை கேட்டவாறே காலைவேளைகளில் கண்களை மூடிக்கொண்டு படுத்திருப்பேன்.

"இந்தக் கள்ளப் பூனைகள் ரெண்டும் இன்னும் எழும்பலையா?" என்று அம்மம்மா இரண்டு மூன்று தடவைகள் வந்து கேட்கும்வரைக்கும் நாங்கள் அப்படியே சுருண்டு படுத்துக் கொண்டிருப்போம்.

"அம்மா வந்தால் போதும். உனக்கு நான் தேவையில்ல" என்று அப்போது அம்மம்மா குறை சொல்வார். என்றாலும், அம்மம்மா என்னை விடவும் அதிகமாக அம்மாவைத்தான் நேசிக்கிறார் என்று எனக்கு அடிக்கடி தோன்றும். அம்மா திங்கட்கிழமையிலிருந்து வெள்ளிக்கிழமைவரைக்கும் வீட்டிலிருக்க மாட்டாள். அந்தக் காலப்பகுதியில் அம்மம்மா வுக்கு ஏதேனும் தீன்பண்டம் கிடைத்தால் 'ரமணி மெனிக்கே வந்தாப் பிறகு ஒண்ணாச் சாப்பிடுறேன்' என்று கூறி எடுத்து வைப்பார். அம்மாவை மனோரம்யா என்று அழைக்க அம்மம்மா விரும்பவில்லை. அந்தப் பெயரை ஊரிலுள்ள ஏனையவர்களும் தமது பிள்ளைகளுக்கு வைப்பார்கள் என்ற பயத்தில்தான் வேறு பெயர் சொல்லி அவர் அம்மாவை அழைத்து வந்தார் என்பதை பெரியவளான பிறகுதான் நானே அறிந்துகொண்டேன்.

நான் மிகவும் நேசிப்பது அம்மம்மாவையா, அம்மாவையா என்று யாரேனும் கேட்டுவிட்டால் என்னால் ஒருபோதும் சரியான பதிலை யோசித்துப் பார்க்கக்கூட முடியாம லிருந்தது. அம்மாவின் வாசனையையும் அம்மம்மாவின் வாசனையையும் உணர முடியாத வண்ணம் மூக்கில் பிளாஸ்டரை ஒட்டிக்கொண்டு, கண்களையும் மூடிக் கொண்டால்கூட அவர்களிருவரதும் கைகளைத் தொட்டே அவர்களை இனங்கண்டுகொள்ள நான் அறிந்திருந்தேன். அது அம்மம்மாவின் கைகள் சொரசொரப்பாகவும், அம்மாவின் கைகள் மென்மையாகவும் இருப்பதனால் அல்ல. உறங்கும்போது

அம்மாவின் முதுகோ காலோ என்மீது பட்டாலும்கூட அது அம்மாதான் என்பதை உறுதியாகக் கூற என்னால் எப்படி முடிந்தது என்று எனக்குத் தெரியவில்லை.

அம்மாவின் உடல் சூட்டையும் இதயத் துடிப்புகளையும் அம்மாவின் கால் சுண்டுவிரலைத் தொட்டால் கூட என்னால் இனங்காண முடிந்தது. எனக்குப் பத்து வயதாகும்வரைக்கும் அம்மா வீட்டுக்கு வந்திருக்கும் நாட்களில் நான் அவளது நகங்களுக்குச் சாயம் பூசி விடுவேன். அப்போது அம்மா கண்களை மூடிக் கொண்டிருப்பாள். நான் அவளது ஓரோர் நகங்களுக்கும் ஓரோர் வர்ணங்களைப் பூசி விடுவேன்.

"என்னதிது? பலி கொடுக்கப்போறது மாதிரி எல்லாக் கலர்களையும் பூசி வச்சிருக்காய்? ஏதாவது ஒரு கலரைப் பூசு" என்று அம்மம்மா கூறுவார்.

"அவள் விரும்பியதைச் செய்யட்டும் அம்மா. அவளோட ஆசைதானே" என்று அம்மா எனக்கு இடமளிப்பாள்.

வெள்ளிக்கிழமைகளில் அம்மா வீட்டுக்கு வந்து சேர நள்ளிரவாகும் என்பதனால், அம்மம்மா எனக்கு உணவூட்டி, பல் விளக்கச் செய்து, வெந்நீரால் உடல் கழுவி, உடல் முழுதும் பேபி பவுடர் பூசி, இளஞ்சிவப்பு நிற பிஜாமா ஆடையை அணிவித்து நேர காலத்தோடு உறங்கச் செய்வார்.

நானும் உறங்கி விடுவேன்தான். என்றாலும், எவ்வளவுதான் ஆழ்ந்த நித்திரையில் இருந்தாலும் அம்மா வந்து எனது பாதங்களை முத்தமிடும்போது அதை உணர்வேன். அம்மா பாதங்களிலுள்ள ஓரோர் விரல்களையும் தனித்தனியாக முத்தமிடுவாள்.

"என்னோட செல்லக்குட்டிக்கு ஒரு முத்தம்."

"என்னோட தங்கக்குட்டிக்கு ரெண்டு முத்தம்."

"என்னோட பட்டுக் குட்டிக்கு மூணு முத்தம்."

"என்னோட முயல் குட்டிக்கு நாலு முத்தம்."

"என்னோட மான்குட்டிக்கு அஞ்சு முத்தம்."

இவ்வாறு செல்லம் கொஞ்சிக் கொஞ்சி அம்மா முத்தமிடும்போது எனதுள்ளம் ஒரு பலூனைப்போல ஊதிப் பருத்துவிடும். அது அன்பினால்தான் என்பதை எவரும் சொல்லித் தந்திருக்கவில்லை என்றாலும், அதுதான் அன்பு என்று அறிந்திருந்தேன்.

அன்று பூமியதிர்ச்சி வேளையில் திடீரென்று நான் குழந்தையாகிவிட்டதைப்போலத்தான் உணர்ந்தேன். சிறு குழந்தைகளுக்குச் செய்ய முடிந்தவற்றை வளர்ந்த பெண்ணொருத்தியால் செய்ய முடியாது, இல்லையா? அம்மாவின் கழுத்தில் தொங்கி 'அந்த வானம் அளவுக்கு நான் உங்களை நேசிக்கிறேன்' என்று சிறுபிராயத்தில் கூறுவது போல செல்லமாகக் கூற என்னால் முடியாமல் போனது. இருந்தாலும், அன்றிரவு இலங்கையின் வடிவமே மாறிக்கொண் டிருந்தபோதும் அம்மாவுடைய பாசத்தின் வடிவமோ, எமது பந்தத்தின் வடிவமோ மாறவேயில்லை என்பதை என்னால் நன்றாக உணர முடிந்தது. என்றாலும், அதை வார்த்தைகளில் வெளிப்படுத்தத் தயங்கினேன்.

'உங்களிடம் தெரிவிக்க கவலை தரக் கூடிய தகவலொன்று இருக்கிறது. கேட்டு பதற்றப்படாதீர்கள். உங்களுடைய தாயார் உயிருடன் இல்லை' என்று யார் என்னிடம் கூறியது என்பது நினைவில்லை. எனினும், எவரோ அதை என்னிடம் ஆங்கிலத்தில்தான் கூறியிருந்தார். 'யுவர் மதர் ஹேஸ் பாஸ்ட் அவே. இட் மே பீ அ ஹார்ட் அட்டாக்' என்று கூறுவதும் கேட்டது. அந்தக் கணத்தில் கண்ணீர் நிரம்பியிருந்த ஒரு சிறுமியாகத்தான் நான் என்னைக் கண்டேன். யாரும் நம்பாத விந்தையான விடயம் அங்கு நடந்தது. பெயரற்ற, உருவமற்ற நபராக நான் மாறி வர்ணாசி எனப்படுபவளையே பார்த்துக் கொண்டிருப்பதுபோல உணர்ந்தேன். அவள் தனது தாயுடைய சடலத்தின் கைகளைத் தொட்டு அசைத்துப்பார்க்கிறாள்; நெஞ்சில் கை வைத்துப்பார்க்கிறாள். அதன் பிறகு அழாமல், கதறாமல் யாரோ கொண்டு வந்து கொடுத்த பச்சை நிற கேன்வஸ் துணியிட்ட மடக்கு நாற்காலியில் அமர்ந்து அம்மாவைப் பார்த்துக்கொண்டேயிருக்கிறாள்.

"இவரோட ஹஸ்பண்ட் கிளிநொச்சிக்குப் போயிருக் கிறார்" என்று கூறியது அம்மாவின் வீட்டு உரிமையாளரான மாயா ஆன்ட்டியாக இருக்கக்கூடும். அவ்வாறு கூறியவர் இருளில் இருந்தார். இன்னும் சிலர் இருளிலேயே நின்று கொண்டு எனது தோளில் ஆறுதலாகக் கை வைத்திருப்பதை உணர்ந்தேன். என்னைத் தனது பருத்த உடலோடு சேர்த்து அணைத்திருந்தவள் லினட்டாக இருக்கக்கூடும்.

"கிளிநொச்சியை இந்தப் பூமியதிர்ச்சி கடுமையாத் தாக்கியிருக்காம். இங்க நடக்குறதுக்கு இருபது நிமிஷம் முன்னாடியே அங்க பூமியதிர்ச்சி தொடங்கிட்டுதாம். இதெல்லாம் ஏதோ ஒரு புதிய விதத்துலதானே நடந்திருக்கு."

கரடுமுரடான குரலில் ஒரு ஆண் சொன்னது எனது காதில் விழுந்தபோதிலும், அது எனது மூளையில் உறைக்க மேலும் ஐந்து நிமிடங்களாவது சென்றிருக்கக் கூடும்.

'சாஷா' என்று கத்தியழ வாயைத் திறந்தேன். வார்த்தைகள் வெளியே வரவில்லை; அழுகையும் வரவில்லை.

நான் எழுந்து சென்று அம்மாவின் சடலத்தைக் கட்டி யணைத்துக் கொள்வதை உணர்ந்தேன். எனக்கு நன்கு பரிச்சயமான உடல் சூட்டையோ, கனவிலும்கூட இனங்கண்டு கொள்ள முடியுமான இதயத் துடிப்பு ஓசையையோ என்னால் உணர முடியவில்லை. அம்மாவால் இப்படிச் செத்துப்போக முடியுமா? தாயானவள் இறக்கமாட்டாள் என்று நான் கூற வரவில்லை. எனது தாய் இறந்ததை ஏற்றுக்கொள்ள எனக்குச் சிரமமாக இருக்கிறது என்று கூறுகிறேன். அம்மா என் அருகிலேயே எப்போதும் இருக்கிறாள் என்று உணர்கிறேன். அந்த உயிரற்ற, சில்லிட்ட சடலம் எனது அம்மாவல்ல. என்னுடைய அம்மா எப்போதும் சுறுசுறுப்பாக இருப்பவள். அம்மாவின் சுறுசுறுப்பும் புன்னகையும் என் அருகிலேயே இருக்கின்றன. எவரிடமும் வெளிப்படையாகக் கூறக்கூடிய விடயமல்ல இது. நான் கூறவிழைவது, அம்மா ஆவியாகி என்னருகில் இருக்கிறாள் என்பதல்ல. அம்மம்மாவைப்போல தலைவிதியை ஏற்றுக்கொண்டு மரணத்தைத் தலைவணங்கிக் காத்திருந்தவள் அல்ல எனது அம்மா.

நானும் அம்மாவும் ஒரு நாடகத்தைப் பார்த்துக் கொண்டிருப்பதுபோலத்தான் உணர்ந்தேன். சாஷா செத்துப் போயிருக்கமாட்டார் என்பதையும் உணர்ந்தேன். சாஷா குறித்து எனக்குப் பயம் தோன்றவில்லை. அவர் ஒற்றைக் காலுடனாவது உயிர் பிழைத்து நான் இருக்கும் இடத்தைத் தேடி வருவார் என்பதை அறிந்திருந்தேன். அம்மாவின் சடலத்தைக் கண் முன்னால் வைத்துக்கொண்டே அம்மா சாக மாட்டார் என்று தோன்றியது. சாஷாவைக் குறித்தும் எனக்கு அப்படித்தான் தோன்றியிருக்கக் கூடும். என்றாலும், எனது ஆழ்மனது சாஷா, தனது உடலை விட்டும் பிரிந்திருக்க மாட்டார் என்றே தோன்றியது. எனினும், நானும் வர்ணாசியும் பிரிந்திருக்கிறோமா இல்லையா என்பதுவும் தோன்றி மறைந்துகொண்டேயிருந்தது.

"இதை நல்லபடியா செஞ்சு முடிங்க" என்று நான் உத்தரவிட்டது, யாரையும் நோக்கியல்ல. வெறுமனே இருளில் கூறி விட்டிருந்தேன்.

மைதானத்தில் தொலைவாக ஆங்காங்கே தீ மூட்டப்பட்டிருந்தது. ஜனங்கள் இருண்ட நிழல்கள்போல அங்குமிங்குமாக நடந்துகொண்டிருந்தார்கள்.

"உங்க ஹஸ்பண்ட் வரும்வரைக்கும் இந்தச் சடலத்தை வச்சுட்டிருக்கிறதுல அர்த்தமில்ல. கிளிநொச்சியில இருந்து அவர் வரும்வரைக்கும் இதை வச்சிட்டிருக்க வழியுமில்லையே" என்று யாரோ ஒரு ஆண் எனது முகத்தை ஏறிட்டுப் பார்த்துக் கூறினார்.

"நல்லபடியா ஏதாவது செய்ங்க. இது எதுவுமே எனக்குப் புரியல."

"இன்னும் யாருக்காவது அறியத் தரணுமா?"

"யாருமில்ல. நுகேகொடையில சொந்தக்காரக் குடும்பம் ஒண்ணு இருக்கு. அவங்க எல்லோரும் சில நாட்களுக்கு முன்னாடி கண்டிக்குப் போயிட்டாங்க."

"கண்டிக்கு ஒரு சேதமுமில்ல. சடலத்தைக் கண்டிக்குக் கொண்டு போகணுமா?"

"வேணாம்... அவங்க சும்மா பயணம் போயிருக்காங்க. நான் மட்டும்தான் இங்கிருக்கேன். எங்களுக்கு வேறு யாருமில்ல."

"பயப்படாதீங்க. நான் கர்னல் சுபாஷ். எனக்கு உங்க ஹஸ்பண்டைத் தெரியும். இன்னிக்குக் காலைல கூட உங்களையும் அம்மாவையும் நான்தான் க்ரவுண்டுக்குக் கூட்டிட்டு வந்தேன். பயப்படாதீங்க."

பூமியதிர்ச்சியால் எனது வீடு முழுவதுமாக உடைந்து விழுந்து உயிர் மாத்திரம் எஞ்சியிருக்கும் வேளையில் இன்னும் எதற்காகத்தான் பயப்படுவது? அவர் எனக்கு உதவி செய்ய முன்வந்திருப்பதற்காக நான் நன்றி தெரிவிக்க வேண்டும் என்றாலும் வெறுமனே வெறித்துப் பார்த்துக்கொண்டிருந்தேன்.

"இப்ப பிரேத பரிசோதனை முடிஞ்சதுமே இன்னிக்கு ராத்திரியே இறுதிச் சடங்குகளை முடிச்சிட்டா நல்லது. இந்த சந்தர்ப்பத்துல இதை இங்கேயே வச்சுட்டிருக்குறதுல அர்த்தமில்ல. இருந்தாலும் உங்க விருப்பத்தைச் சொல்லுங்க. நாளைக்கு வெள்ளிக்கிழமை. இன்னிக்கு முடிக்கலைன்னா நாளன்னைக்கு வரைக்கும் காத்திருக்க வேண்டியிருக்கும்."

"எது சரின்னு படுதோ அதைச் செய்ங்க" என்று கூறி விட்டுக் கண்களை மூடிக்கொண்டேன்.

“நான் செத்துட்டா இருபத்து நாலு மணித்தியாலம்கூட சடலத்தை வச்சிருக்க வேணாம்” என்று அம்மா ஒருநாள் என்னிடம் கூறியிருந்தாள்.

“யாரும் எனக்காக சிரமப்படத் தேவையில்ல. மெடிகல் காலேஜுக்குக் கொடுத்துடுங்க. நான் என்னோட சவப்பெட்டிக்கு ரேமன்ட்ஸ்க்கு ஏற்கெனவே காசு கொடுத்திருக்கேன்” என்று அம்மம்மா இறந்த புதிதில் அம்மா கூறினாள். அந்த நாட்களில் அம்மா கோபத்தோடு இருந்தாள். அது எனக்கு வீட்டை எழுதிக் கொடுத்ததால் அல்ல என்பதை அறிவேன். அம்மா ஒருபோதும் சொத்துக்கள்மீது பேராசை கொண்டவள் அல்லவே. சாஷா எல்லாவற்றையும் வீணாக்கி அழித்துவிட்டு என்னை நடுத் தெருவில் தள்ளிவிடுவார் என்றுதான் அவள் கருதினாள்.

சாஷா தனது சாவுக்கு வருவதைக்கூட அம்மா விரும்ப வில்லை என்பதை நான் அறிவேன். மரணத்தைத் தனக்கு வேண்டிய விதத்தில் இயக்க முடியாது என்று அம்மா நினைத்திருக்கமாட்டாள். பூமியதிர்ச்சி நிகழ்ந்த சந்தர்ப்பத்தில் சாஷா வீட்டில் இருந்திருந்தால், அவருக்குத் தேசிய மட்டத்தில் தீர்மானங்களை எடுக்க, நிதியுதவிகளைச் சேகரிக்க என்று எத்தனை வேலைகள் வந்திருக்கும்? இருந்தாலும் எத்தனை வேலைகள் வந்திருந்தாலும் சொந்த மாமியாரின் இறுதிச் சடங்குகளைச் சிறப்பாகச் செய்யாமலிருப்பது எனக்கு நல்லதல்ல என்பதால் எல்லாவற்றையும் தானே பொறுப்பேற்றுச் செய்து முடித்திருப்பார் என்பது நிச்சயம். ஒருவேளை அம்மா உயிரோடு இருந்து சாஷா மரித்துவிட்டிருந் தால், அம்மா சாஷாவின் சாவுக்கு வராமலிருப்பாளா?

என்ன இது? நான் என்ன யோசித்துக்கொண்டிருக்கிறேன்? என்மீது அளவு கடந்த காதலை வைத்திருக்கும் கணவனின் இறப்பைக் குறித்து ஏன் யோசித்துக்கொண்டிருக்கிறேன்?

“எப்போதாவது உனக்கு முன்னால நான் செத்துடுவேன்ல. அன்னிக்கு அழாதே. ‘ஜனநாயகத்துக்காகவும் நீதிக்காகவும் நேர்மைக்காகவும் சமாதானத்துக்காகவும் பாடுபட்ட அருமையான மனிதர் இங்கே உறங்குகிறார். அவரது பிள்ளைகள் நல்லதோர் உலகை உருவாக்கப் பாடுபட்டுக் கொண்டிருக்கிறார்கள்’னு என்னோட கல்லறையில நீ செதுக்கணும்.”

“பிள்ளைகள்னு சொல்றீங்க. நாம இன்னும் தலைப்பிள்ளையைக்கூட காணலையே” என்று நான் உள்ளம் நொறுங்கும் அளவு கவலையோடு கூறினேன்.

"நீ கவலைப்படாதே தங்கமே. நான் பிள்ளைகள்னு சொன்னது என்னைப்போல இந்த யுத்தத்தை நிறுத்திக் சமாதானத்தைக் கொண்டுவரப் பாடுபடுற எல்லாப் பிள்ளைகளையும்தான்."

"இருந்தாலும் நீங்க சாவைப் பற்றிப் பேசுறப்ப எனக்குக் கவலையாயிருக்கு. உங்களுக்கு முன்னாடியே செத்துப் போயிடணும்ங்குறதுதான் என்னோட விருப்பம்."

"அது நடக்காது. அப்படி நடந்தா உன்னை ஏறெடுத்துக் கூட பார்க்க மாட்டேன். எனக்கு நீ இப்ப இருக்குற மாதிரியே எப்பவும் என்கூடவே இருக்கணும். நீ பெட்டியில கிடக்குறதை யெல்லாம் என்னால பார்க்க முடியாது."

"உங்களுக்கே அப்படியிருக்குன்னா நான் எப்படி அப்படிப்பட்ட ஒண்ணுக்கு முகம்கொடுப்பேன்? நுகேகொடை சந்தியில நடந்த குண்டுவெடிப்புல ஒண்ணா செத்துப்போய் ஒண்ணாவே புதைக்கப்பட்ட அந்தக் காதல் ஜோடிகளைப் போல நாமளும் எப்போவாவது ஒண்ணாச் செத்துப்போய் ஒண்ணாவே புதைக்கப்படணும்ங்குறதுதான் என்னோட விருப்பம்."

"அந்த ஜோடி கல்யாணம் கட்டியிருக்கலையே. நாங்க ரெண்டு பேரும் கல்யாணம் கட்டியிருக்கிறோம்ன்றதால நான் செத்துப் போனா என் பேர்ல நீ ஏதாவது கட்டணும். 'சாஷா நினைவு அரங்கு' இப்படி ஏதாவது."

அன்று நான் பெரியதொரு பிளாஸ்டரை வெட்டி எடுத்துக்கொண்டுவந்து சாஷாவின் வாயில் ஒட்டிவிட்டேன். அதற்குச் சற்று நேரத்தின் பிறகு சந்திம கிரிகும்புர வந்தார். நான் சமையலறையில் வேலையாக இருந்தேன். சாஷா பிளாஸ்டரோடு போய்க் கதவைத் திறந்து தனது சாவின் கதையை அவரிடம் கூறத் தொடங்கினார்.

"நான் விளையாட்டுக்குத்தான் இப்படி செஞ்சேன். இனி சாகும்வரைக்கும் இதை சொல்லிக் காட்டிட்டே இருப்பார்" என்று கூறினேன்.

"இல்லல்ல ... நான் வேறு பொண்ணுங்களோடு பேசிடுவேனோன்னு பயத்துலதான் இவ இப்படி செஞ்சிருக்கா. நான் டீவியில பெண்ணுரிமை பற்றிப் பேசுறேன். இந்த வீட்டு இல்லத்தரசி என்னோட அடிப்படை உரிமைகளைப் பறிச்சிட்டிருக்கா. நான் இவளுக்குப் பயப்படுறேன்."

சாஷா அவ்வாறு கூறியது விளையாட்டுக்காகத்தான் என்பதை எல்லோரும் அறிவார்கள். அன்று லினட் வந்திருந்தாள். இதையும் அவள் போய் அம்மாவிடம் தெரிவிப்பாள் என்பதை அறிவேன். சாஷா என்று ஒருவரே இல்லை என்பதைப்போல அம்மா காட்டிக்கொண்டாலும் எமது வீட்டில் ஏதாவது சண்டை சச்சரவுகள் நடக்கிறதா என்று அறிந்துகொள்ளும் ஆவலும் அவளுக்கிருந்தது என்பதை நாங்கள் அறிந்திருந்தோம்.

"சடலத்தை எங்கே புதைக்கணும்? உங்களுக்குன்னு குடும்பக் கல்லறை ஏதாவது இருக்கா?" என்று ப்ளாஸ்டிக் குவளையொன்றில் நெஸ்கஃபேயை எடுத்துக்கொண்டு வந்து என்னிடம் தந்து விட்டு யோசிக்க வேண்டிய கேள்வியை முன் வைத்தார் கர்னல் சுபாஷ்.

அம்மம்மாவின் கல்லறை பாரம்பரிய வீடிருந்த தெஹியோவிட்ட தோட்டத்தில் இருந்தது. தாத்தாவினதும் முன்னோரினதும் கல்லறைகளும் அங்கேயே இருந்ததால் அந்தத் தோட்டத்தை விற்கும்போது 'எப்போதாவது நானும் அங்குதான் புதைக்கப்பட வேண்டும்' என்று தபாலதிபர் தாத்தா கேட்டுக்கொண்டதற்கிணங்க அந்த இடத்தை மாத்திரம் வைத்துக்கொண்டார்கள். இருந்தாலும், காணியை வாங்கியவர்கள் அந்தக் கல்லறைகளுக்கு எந்த சேதங்களையும் தாம் விளைவிக்கமாட்டோம் என்ற உத்தரவாதமளித்து அந்த பத்து பர்ச்சஸ் காணியையும் தமக்கே எழுதித் தரச் சொன்னார்கள். அந்தக் காணியில் அம்மாவைப் புதைக்கலா மென்றாலும் இந்த வேளையில் தெஹியோவிட்டக்குப் போவதற்குத் தேவையான வாகனத்தை எங்கிருந்து பெற்றுக் கொள்வது?

"அம்மா மெடிகல் கொலேஜுக்குக் கொடுக்க சொல்லி யிருக்கார்."

"இப்ப மெடிகல் கொலேஜ் சடலங்களைப் பாரமெடுக்குற தில்ல. இன்னிக்குக் காலைல கூட்டுப் புதைகுழிகள் ரெண்டை நாங்கதான் தோண்டினோம்" என்று அருகில் நின்றுகொண் டிருந்த ஒருவர் கூறினார்.

"அப்படீன்னா என்னோட வீட்டு முற்றத்துலயே தெருவோரமா ஒரு குழியைத் தோண்டுங்க."

அந்தத் தீர்மானத்தை எடுத்தது நானல்ல, வேறொருவர் என்பதுபோலத்தான் எனக்குத் தோன்றியது. எனது வீட்டுக்குக் குடியிருக்கவர விரும்பாத அம்மா எனது வீட்டு முற்றத்திலிருக்கும்

கல்லறையை விரும்புவாரா? ஆனால், பூமியதிர்ச்சிக்குப் பிறகு எதுவும் மாற வாய்ப்பிருக்கிறதே. இப்போது சாஷா வந்தால், அம்மாவும் உயிரோடு இருந்திருந்தால் இருவரும் கதைத்துக் கொள்ளாமலா இருப்பார்கள்? அம்மா அவரைத் தனது வீட்டுக்குக் கூப்பிடாமல் இருக்கமாட்டாளே.

“எரிக்கவும் வாய்ப்பில்லையே. இல்லன்னா எரிச்சுட்டு அஸ்தியை ஊருக்கு எடுத்துப் போயிருக்கலாம்” என்று மாயா ஆன்ட்டி என்னைத் தேற்ற முற்பட்டார்.

கல்லறை தோண்டியது யார், அதெல்லாம் எவ்வாறு நடந்தது என்பதெல்லாம் எனக்குத் தெரியவில்லை. எனினும் அன்றிரவே அம்மாவின் சடலம் எனது வீட்டு முற்றத்தில் அடக்கம் செய்யப்பட்டது. யாரோ அருகில் மூட்டியிருந்த தீச்சுவாலைகளின் வெளிச்சத்தில் எனது வீட்டின் கூரை, சுவர்கள் அனைத்தும் உடைந்து விழுந்திருப்பதைக் கண்டேன். பௌத்த பிக்கு ஒருவர் வந்து இறுதிக் கருமங்களைச் செய்தார். எனினும் பிக்குவுக்குக் காவியுடுப்பையாவது தானமளிக்க வழியிருக்கவில்லை.

இரவு விடியும்வரைக்கும் நான் மருத்துவ முகாமிலேயே இருந்தேன். யாரோ எனக்கு உறக்கம் வருவதற்காக ஊசி மருந்தேற்றினார்கள் என்று நினைக்கிறேன். மறுநாள் மாயா ஆன்ட்டியும் லினட்டும் வந்து எனது கைகளிரண்டையும் இரண்டு பேருமாகப் பிடித்து வீட்டுக்குக் கூட்டிக்கொண்டு போனார்கள். நான் அம்மாவின் கட்டிலில் அமர்ந்திருந்து வெறித்துப் பார்த்துக்கொண்டிருந்தேன். கூரையில் ஓடுகள் உடைந்து விசிறுண்டு கிடந்ததால் ஆங்காங்கேயிருந்த ஓட்டைகள் வழியாக சூரிய வெளிச்சம் உள்ளே வந்துகொண்டிருந்தது.

“கடைசி நேரத்திலும் உங்களுக்குன்னு சோறு சமைச்சு வச்சிருக்கார் பாருங்க” என்று கூறியவாறே லினட் பழைய தாகிப் போன சோறிருந்தப் பானையைத் தூக்கிக் கொண்டு வந்து காட்டி அழுதாள்.

செஞ்சிலுவைச் சங்கமாவது சாஷா பற்றிய ஏதாவது தகவலைக் கொண்டு வருமென்று காத்திருந்தேன். அம்மாவின் படுக்கையின் மீது கிட்டத்தட்ட இரண்டு தினங்கள் அவ்வாறு வெறித்துப் பார்த்துக்கொண்டிருந்திருப்பேன். பி.பி.சி.யிலிருந்து வந்த ஒரு வெள்ளைக்காரர் என்னென்னவோ கேட்டார். நான் ஆங்கிலம் தெரியாதவள்போல பேசாமலேயிருந்தேன். அம்மா இறந்த விதத்தை அவர்களிடம் எவ்வளவுதான் விவரித்தாலும் என்ன ஆகப்போகிறது? கண்ணுக்குத் தெரியாவிட்டாலும்

கூட அம்மாவும் இதே படுக்கையில் அமர்ந்துகொண்டு 'பேபி, அழாதே மகளே' என்று கூறுவதுபோலத்தான் எனக்கு எப்போதும் தோன்றிக்கொண்டேயிருந்தது. கண்ணீர் வெளியேறாமல் கண்கள் பாரமாக இருப்பதுபோல உணர்ந்த போதிலும், எனது உள்ளத்தில் கண்ணீர்க் கடலே உருவாகி யிருந்தது.

'அம்மா, நாங்க சந்தோஷமாத்தான் இருக்கோம்' என்று கூறுவதற்குப் பதிலாக நானும் அம்மாவைக் குறை கூறிக் குத்திக் காட்டியிருக்கிறேன்தான். உண்மையில் அவையெவையும் வேண்டுமென்றே செய்தவையல்ல. அம்மாவால் எனது மனம் நொந்ததால், நானும் அம்மாவை நோவிக்க முற்பட்டேன். அம்மாவும் அதைத்தான் செய்திருப்பாள். சாஷா இவையெதிலும் தலையிடாமல் இருந்தது ஏன்?

அம்மாவின் மனதில் என்னவெல்லாம் இருந்திருக்கும்? தனது எண்ணம் தவறானது என்பதை ஏற்றுக்கொள்வது வெட்கம் என்று நினைத்து, தொடர்ந்தும் கோபத்தைப் பேணியிருப்பாரோ?

எனக்குள் இருக்கும் கேள்விகளைப் பற்றி யோசித்துக் கொண்டிருப்பது பயனற்றது என்பதை அறிந்திருந்தும் அவ்வாறு செய்யாதிருக்கவும் முடியாமல் இருந்தது. வேறு என்னதான் செய்வது? லினட் எனக்கு நேரத்துக்குச் சாப்பாடு கொண்டுவந்து கொடுத்தாள். ஆட்கள் வந்து கிணற்றில் குளிப்பது கேட்டது. மாயா ஆன்ட்டியும் லினட்டும் இன்னும் சிலரும் பூமியதிர்ச்சி சம்பவங்களைப் பகிர்ந்துகொண்டார்கள். அவற்றுள் பலவும் திகிலூட்டும் திரைப்படங்களைப் போன்றிருந்தன.

"பாராளுமன்றம் தியவன்னாவ வாவியில மூழ்கிடுச்சாம். தியவன்னாவ வாவியும் அகலமாகியிருக்காம். நாளைக்குப் பார்க்கப் போறோம். வாறீங்களா?" என்று லினட் கேட்டாள்.

"நீங்க போயிட்டு வாங்க" என்று கூறினேனே தவிர எனக்கு நடக்கத் தோன்றவில்லை. கூடாரங்களில் இருக்க முடியாத சிலர் வந்து நானிருந்த இடத்தில் தரையில் படுத்துக் கொண்டார்கள். யாருடைய பிள்ளை என்று தெரியாத ஒரு சிறுமியின் கையைப் பிடித்துக் கூட்டிக்கொண்டு வந்த கர்னல் சுபாஷ் "இந்தப் பிள்ளையையும் பக்கத்துலயே படுக்க வச்சிக்குங்க" என்று கூறினார். நீண்ட கூந்தலையும் பெரிய கருவிழிகளையும் கொண்டிருந்த அந்தச் சிறுமி பேசவில்லை.

சுநேத்ரா ராஜகருணாநாயக

"பிள்ளை பயந்து போயிருக்கா. அதனாலதான் பேச முடியாமப் போயிருக்கும். விடிஞ்சதும் மெடிக்கல் கேம்புக்குக் கூட்டிட்டு வாங்க. இப்ப தூக்கம் வாறதுக்கு மருந்து கொடுத்திருக்காங்க" என்றவர் தனது செயற்கைக் காலையும் இழுத்து இழுத்து நடந்தவாறு திரும்பிப் போனார்.

"பிள்ளைட பெயரென்ன?" என்று நானும் மாயா ஆன்ட்டியும் அங்கு உறங்க வந்திருந்தவர்களும் கேட்டுப் பார்த்தோம். அந்தச் சிறுமியோ அங்கு யாருமே இல்லை என்பதுபோல எதுவும் பேசாமல் பெரிய விழிகளால் வெறித்துப் பார்த்துக்கொண்டிருந்தாள்.

"சிலவேளை மொத்தக் குடும்பமும் அழிஞ்சு போயிருக்கும்" என்று லினட் எனது காதில் இரகசியமாகக் கூறினாள்.

கைகளிலும் கால்களிலும் ஆங்காங்கே பிளாஸ்டர் இட்டிருந்தபோதிலும், அந்தச் சிறுமிக்குப் பெரிதாக எந்தக் காயங்களும் இருக்கவில்லை. தலைமயிர் சிக்குண்டிருந்ததால் அந்தச் சிறுமியைக் கட்டிலில் அமரச்செய்து தலைவாரி, இறுக்கமாகப் பின்னி, அம்மா எனக்குப் படுக்க கூடாரம் போல அமைத்திருந்த, சேலையின் ஓர் ஓரத்தைக் கிழித்தெடுத்து அந்தப் பின்னலில் முடிச்சிட்டேன்.

"நீங்க இங்க படுத்துக்குங்க" என்று நான் எனது படுக்கையின் சுவரோரமாக இருந்த பக்கத்தைக் காட்டியதுதான் தாமதம், சிறுமி அங்கு படுத்துக்கொண்டு அசையாமல் ஆழ்ந்த உறக்கத்தில் வீழ்ந்தாள்.

"சிலவேளை இன்னும் பெரிய பிள்ளையாகியிருக்காது. உடம்பு வளர்ச்சில தெரியுதே" என்று தரையில் துணியை விரித்து அமர்ந்திருந்த பெண்ணொருத்தி கூறினாள்.

திண்ணை நெடுகவும் படுத்துக்கொள்ள இன்னும் சிலர் வந்தார்கள். சிலர் கிணற்றைக் கண்டதும் குளிக்கப்போனார்கள். யாரோ முற்றத்தில் தீ மூட்டியிருந்தார்கள். வருபவர்கள் அதை அணையவிடாமல் அவ்வப்போது எதையாவது அதில் போட்டுக்கொண்டிருந்தார்கள். யாரோ டயரொன்றையும் போட்டிருந்தார்கள்.

"இவ்வளவு அழிவு வந்தும் இந்த நுளம்புகள் அழியலையே."

"இன்னிக்குத் தூங்கக் கிடைக்காதுபோல இருக்கு. விடியும் வரைக்கும் நுளம்புகளை அடிச்சிட்டிருக்க வேண்டியிருக்கும்."

பெண்கள் பட்பட்டென்று நுளம்புகளை அடிப்பது கேட்டது. உடைந்த வீடுகள், எஞ்சியுள்ள வீடுகள் பற்றிய உரையாடலில் எல்லோரும் இணைந்துகொண்டார்கள். அந்த உரையாடல் எனது காதிலும் விழுந்தபோதிலும் அதில் இணைந்துகொள்ள எனக்குத் தோன்றவில்லை.

"இந்தப் புதினத்தைக் கேளுங்களேன். நம்ம பழைய பார்லிமென்ட்டுக்கு எதுவுமே ஆகாம அப்படியே மிஞ்சி யிருக்காம்" என்று யாரோ கூறியது கேட்டது.

கிளிநொச்சியில் பூமியதிர்ச்சி ஏற்பட்ட தகவல் தனக்கு வவுனியாவிலிருந்து தொலைபேசி மூலமாக வந்ததாக பெண் ஒரு கூறிக்கொண்டிருந்தாள். 'இதுலயாவது புலிகள் எல்லாம் அழிஞ்சுபோகட்டும்' என்று அவள் கூற நினைத்ததைக் கூறக் கிடைக்கவில்லையாம். அதற்குள் காலடியில் நிலம் அதிரத் தொடங்கிவிட்டதாம். அதன் பிறகு தொலைபேசியிலிருந்தும் எவ்வித ஓசையும் கேட்கவில்லையாம்.

"எதிரிக்கு ஆபத்து நேரும்போதுகூட அது நல்லதுன்னு நினைக்கக்கூடாதுங்குற பாடத்தை நான் இதுலருந்து கத்துக்கிட்டேன்" என்று அந்தப் பெண் உடைந்த குரலில் கூறிக் கொண்டிருந்தாள்.

அரசியல், போதனைகள், தனிப்பட்ட புலம்பல்கள் என்று அந்த உரையாடல்கள் அங்குமிங்குமாக அலைபாய்ந்து கொண்டிருந்தன.

"இதுபோல படுத்துத் தூங்கக் கூடிய அளவுக்கு நல்லா யிருக்குற வீடுகளோட கூரைகளைப் பொலிதீன் போட்டாவது மூடித் தரச் சொல்லி நாளைக்கு செஞ்சிலுவைக்கிட்ட சொல்லணும்."

"தென்னந்தோட்டங்கள் நிறைய இருக்குற குருணாகலைப் பகுதிக்கு எதுவும் ஆகலையாமே. தென்னோலைகளையாவது அங்கிருந்து கொண்டுவந்து, நமக்குத் தங்கிக்க ஒரு நிழலை யாவது அமைச்சுத் தந்தாக்கூட போதும்."

உரையாடல்கள் குறைந்து குறட்டையொலிகள் எழத் தொடங்கியிருந்தன. கதவுகளையோ ஜன்னல்களையோ மூடாமல் மேலே பார்க்கும்போது கூரையிலிருந்த இடைவெளி களின் வழியே அந்தகார வானில் நட்சத்திரங்கள் தென்பட்ட அந்த இரவில் அம்மம்மாவின் கட்டிலில் ஊர் பேரறியாத ஒரு சிறுமியுடன் படுத்துக்கொண்டிருப்பது ஒரு கனவுபோலத்

தோன்றியது. பூமியதிர்ச்சி தோன்றியதிலிருந்து தொடர்ச்சியாக நடந்தவை ஒரு திரைப்படம்போல நிஜ வாழ்க்கையில் தோன்றுவதெப்படி? திண்ணையிலிருந்த பெண் மெல்லிய குரலில் விசும்பிக் கொண்டிருந்தது கேட்டது. யாரோ கிணற்றில் குளிக்கும் ஓசையோடு பெரியதொரு டோர்ச் வெளிச்சம் வீட்டுக்குள்ளே பாய்ந்தது. நான் அசையாமல் படுத்திருந்தேன். எவரும் வந்து எதை வேண்டுமென்றாலும் எடுத்துக்கொண்டு போகட்டும் என்று தோன்றியது.

“இந்த சகோதரிகள் எங்களை மன்னிக்க வேண்டும். சீ.என்.என். இல் இருந்து ரிப்போர்ட்டர் வந்திருக்கிறேன்” என்று ஆண்குரல் கேட்டது.

நான் தூங்குவது போல அப்படியே கிடந்தேன். ஏனையவர்கள் விருப்பத்தோடு கதைப்பது கேட்டது. நாங்கள் உறங்குவதையும் கூட கேமராவில் பதிவு செய்திருப்பார்கள் என்று நினைக்கிறேன்.

மூன்றாம் நாள் சந்திம கிரிகும்புரவும் இன்னும் சிலரும் வந்தார்கள். அவர்கள் ஒன்றும் என்னைப் பார்க்க வரவில்லை. அது அரசியல் பச்சாதாபத்தைப் பதிவு செய்யும் அவர்களது யாத்திரையாக இருக்கலாம்.

“ஐயோ வர்ணாசி தங்கச்சி... நீங்க உயிர் பிழைச்சிட்டீங்கன்னு கேள்விப்பட்டேன்” என்றவாறே சந்திம நெருங்கி வந்து என்னை அணைத்துக்கொண்டார். முந்தைய நாளின் இரவில் வந்த சிறுமியை அவர் கட்டியணைத்துக்கொள்ள முற்பட்ட போது அந்தச் சிறுமி அழத் தொடங்கினாள். அவரை விலக்கிவிட்டுத் தரையோடு ஒதுங்கிச் சுருண்டுகொண்டாள்.

“அவள் ஏதோ பெரியொரு ஷாக்ல இருக்காள்” என்று யாரோ கூறினார்கள்.

“சாஷா பற்றி எந்தத் தகவலுமில்ல. இப்ப கிளிநொச்சியில உயிர் தப்பியிருக்குற ஐ.என்.ஜீ.ஓ ஆட்களை ஹெலிகொப்டர் மூலமா இந்திய மெடிக்கல் ஷிப்புக்கு அனுப்பிட்டிருக்காங்க. அந்தக் கப்பல் கொச்சினுக்குப் போகுதாம். சாஷா பற்றி ஏதாவது தகவல் கிடைச்சதுன்னா நான் தகவல் தாறேன்.”

அவ்வாறு எனக்கு ஆறுதல் தெரிவிக்க வந்தவர்களுக்கு நான் நன்றி கூற வேண்டும்தான். இருந்தாலும் நான் ‘என்னோட அம்மா இறந்துட்டார்’ என்று கூட கூறாமல் வெறித்துப் பார்த்துக்கொண்டிருந்தேன்.

"வர்ணாசி தங்கச்சி எப்பவுமே அதிகமாக் கதைக்குற ஆள் இல்லையே. இவரை நல்லாக் கவனிச்சுக்குங்க" என்று சந்திம தன்னைச் சுற்றிவர இருந்தவர்களிடம் கூறினார்.

சிறுமி மைதானத்துக்குப் போகாமல் சுவரோடு ஒண்டிக் கிடந்தாள். லினட் போய் வரிசையில் நின்று கர்னல் சுபாஷிடம் கூறி எமக்காக பாணும் தண்ணீர் போத்தலும் வாங்கிக் கொண்டு வந்திருந்தாள். கடும்பசியை உணர்ந்தபோதிலும் நான் சாப்பிட்ட அனைத்தும் வாந்தியாகப் போயிற்று. சிறுமி உணவருந்திவிட்டு வந்து கட்டிலில் படுத்துக்கொண்டாள்.

"வாங்க... குளிக்கப் போகலாம்" என்று நான் கூறியதுமே எழுந்து வந்தாள்.

கிணற்றில் தண்ணீர் ஊற்றெடுத்து வழிவதைக் கண்டதுமே சிறுமியின் முகத்தில் புன்னகை தோன்றா விட்டாலும்கூட தண்ணீருக்குள் கையை விட்டு விரல்களால் அளைந்துகொண்டிருந்தாள். சிலர் பாராளுமன்றம் தியவன்னாவை வாவிக்குள் மூழ்கிப் போயிருப்பதைப் பார்க்கப் போனார்கள். எனக்குப் போக மனமிருக்கவில்லை.

கிணற்றுத் தண்ணீரில் கலங்கல் தன்மை இல்லாமல் போயிருந்தது. தண்ணீர் இளஞ்சூடாக இருந்தது. நாங்கள் குளித்து முடித்து வெளியேற முன்பே இன்னும் பலரும் அதில் குளிக்க வந்திருந்தார்கள்.

"இனி இது பழகிப் போயிடும்" என்று மாயா ஆன்ட்டி அவரையறியாமலே சலித்துக்கொள்வது கேட்டது.

பூமியதிர்ச்சிக்குப் பிறகு கிணறல்ல, வீட்டைக்கூட தனதென்று உரிமை கொண்டாட உங்களுக்கு எப்படி மனம் வருகின்றதென்று கேட்டு அவரை எதற்காகக் கோபப்படுத்த வேண்டும்?

"உங்க பெயரென்ன பிள்ளை?" என்று அந்தச் சிறுமியின் ஈரக் கூந்தலைத் துடைத்துவிடும்போது நான் கேட்டது அவளுக்குப் புரிந்தது தென்பட்டது. பெயரை யோசிப்பது போல அவள் எனது முகத்தையே பார்த்துக்கொண்டிருந்தாள்.

"உங்களுக்குப் பெயர் நினைவில்லையா? சரி. அப்படீன்னா உங்களோட பெயர் தெரியுறவரைக்கும் உங்களுக்கு வேறொரு அழகான பெயரை வைப்போமா? உங்களுக்குப் பிடிச்ச பெயரைச் சொல்லுங்க பார்ப்போம்."

கூற வேண்டும் என்ற ஆர்வம் அந்தச் சிறுமியின் கண்களில் தெரிந்தது. என்றாலும் சிறுமி பேசவில்லை.

அமெரிக்கத் தன்னார்வலர் குழுவொன்று வந்து சாக்லெட், துணி பொம்மை, கதைப் புத்தகம், இளஞ்சிவப்பு நிற பிஜாமா ஆடை, பற்தூரிகை, பற்பசை, பவுடர், ஓடிக்கொலோன் அடங்கிய பையொன்றைத் தந்தது. 'நிக்கி' எனத் தன்னை அறிமுகப்படுத்திக்கொண்ட, பொன் நிறக் கூந்தலைக் கொண்டிருந்த மருத்துவ மாணவி பேச இயலாத சிறுமியோடு விளையாடுவதற்காகச் சற்று நேரம் அங்கேயே தங்கியிருந்தாள். அவள் அந்தச் சிறுமியைத் தனது மடியில் அமர்த்திப் பாடல்கள் பாடினாள். சிறுமி ஏதோ அவள் தானல்ல என்பதைப்போலவே காணப்பட்டாள்.

எனக்கும் கூட இது நானல்ல என்றுதான் தோன்றியது. அம்மா கண்ணில் படாதிருந்தபோதிலும், அம்மா அருகிலேயே இருக்கிறாள் என்று உணர்வதுவும், சாஷாவைப் பற்றி எந்தத் தகவலும் இல்லாதபோதும் அவர் சாகவில்லை என்று உணர்வதுவும் வர்ணாசி அல்ல வேறொருத்தி என்பது போல ஆகிவிட்டிருந்தது. கதைக்காத அம்மாவும், சாஷாவின் தோன்றலும் இல்லாத இடத்தில் வர்ணாசி என்றொருத்தி இருக்கமாட்டாள் என்பது போன்ற விந்தையான உணர்வு அது.

செய்வதற்கு வேறு வேலைகள் எதுவுமில்லை என்று தோன்றியதால் அந்த வீட்டைத் தூசுதட்டிப் பெருக்கத் தொடங்கிய வேளையில், எனக்கு அம்மாவின் பழைய நாட்குறிப்பேடுகளிரண்டும் கிடைத்தன. அவை அந்தந்த வருடங்களுக்கேற்ப எழுதப்பட்ட நாட்குறிப்புகளல்ல. இடையிடையே அவளது மனதிலிருப்பவற்றை எழுதி வைத்தவை.

'எப்போதாவது ஒருநாளில் எனது செல்ல மகள் வர்ணாசிக்கு இந்த அனைத்துப் புதிர்களையும் விடுவித்துக் கொள்ள முடியுமான விதத்தில் இவையனைத்தையும் எழுதி வைக்க வேண்டும் என்று தோன்றுகிறது. சிலவேளை வருங்காலத்தில் இதை நான் அழித்து விடவும் வாய்ப்பிருக்கிறது. நெஞ்சுவலி தாக்கி மருத்துவமனையிலிருந்து வீட்டுக்கு வந்து ஒரு வாரத்தில்தான் இதை எழுதத் தொடங்குகிறேன். போன இடத்தைச் சொல்லிவிட்டுப் போகவில்லை என்று வர்ணாசி என்னைக் கடிந்துகொண்டாள். இருந்தாலும், நான் குறும்புத்தனம் செய்த பிள்ளையைப்போல அப்போது சிரித்துக்கொண்டிருந்தேன். நான் நோயாளியாகிப் படுத்த படுக்கையிலிருக்கும்போது சாஷா என்னைப் பார்க்க வந்தால், என்னுடைய நோய் மேலும் அதிகரிக்கவே வாய்ப்பிருக்கிறது. கை கால்கள் செயலிழந்து, பேசவும் முடியாமல் போனால் வர்ணாசி என்னைத் தனது வீட்டுக்குக்கூட்டிக்கொண்டு

போவாள் என்றுதான் நான் பயந்திருந்தேன். இவையனைத்தையும் மனதிலேயே போட்டுப் பூட்டிவைக்காமல் இவ்வாறு எழுதுவதன் மூலமாக மிகுந்த ஆறுதலை உணர்கிறேன். எந்த வேளையிலாவது நான் மரணிக்க நேர்ந்தால், வர்ணாசி நிரந்தரமாக சாஷாவின் தாசியாகவோ சிறைக்கைதியாகவோ ஆகி விடுவாள். அவனது சுயரூபத்தை அறிந்துகொள்ளும் நாளில் எனது அப்பாவி மகளின் நெஞ்சம் வெடித்துவிடக் கூடும்.

நான் நினைப்பது தவறாகவும் வாய்ப்பிருக்கிறது. எந்தவொரு தீய மனிதனினதும் நிஜ இயல்பின் கருவானது நல்லதாகத்தான் இருக்க வேண்டும். வர்ணாசியின் திருமணத்துக்குப் பிறகு நான் அதிகமதிகமாக தத்துவ நூல்களில் மூழ்கிப்போனமையால், தீயவை என்பன புறத்தே ஒட்டிக் கொள்ளும் தூசு துகள்கள் மாத்திரம்தான் என்று என்னால் நன்றாகத் தர்க்கம் செய்ய முடியும். அதற்காக உப நிஷதம் தொடக்கம் பௌத்த தர்மம், அதிலிருந்து சங்கராச்சாரியார் கடந்து இன்றுவரையுள்ள தர்ம சாஸ்திர கிரந்தங்கள் பலவற்றையும் எடுத்துக்கூற எனக்குத் தெரியும். இருந்தாலும் அவை எவற்றைக் கொண்டும் சாஷா மீதுள்ள வெறுப்போ அவநம்பிக்கையோ அழிந்துபோகாது. அவ்வாறு அழிந்து போனால் அது நல்லதுதான். என்றாலும் சாஷா சாஷாவேதான். அவன் எனது மனதில் பழைய கோபத்தின் துயர் மிகுந்த ஞாபகமாக ஒரு கரும் புள்ளியாகத்தான் இருந்தான். பிறகு எனது மகளால் அவன் எனது மனதின் மையத்தில் இன்று பெருங்காடாகச் செழித்து வளர்ந்திருக்கிறான். நான் எனது மனதை வெல்ல வேண்டும்.

பிரபாகரன் தர்மோபதேசம் செய்கிறார் என்று தெற்கிலுள்ள சமாதானச் செயற்பாட்டாளர்கள்கூட கனவிலும் நினைக்கமாட்டார்கள். ஏதேனும் அதிசயம் நிகழ்ந்து அவர் துறவியாக இல்லாவிட்டால் இந்து யோகியாக மாற வாய்ப்பிருக்கிறதா? கொடூரமான குற்றவாளியொருவர்கூட தர்ம மார்க்கத்தில், ஆன்மீகத்தில் நுழைந்து முற்றுமுழுதாக மாறிவிட வாய்ப்பிருக்கிறது. தெற்கில் எழுந்த இளைஞர் கிளர்ச்சியை அடக்க, குரூரமாகச் செயலாற்றிய இராணுவ அதிகாரியொருவர் பின்னாட்களில் பௌத்த பிக்குவாக ஆனதாகக் கேள்விப்பட்டிருக்கிறேன். அவ்வாறெனில் 2500 வருட காலமாகப் பௌத்த தர்மத்தைப் பாதுகாத்து வரும் நாட்டில் சாஷா நல்லவனாக மாறவும் இடமிருக்கிறது. பிரபாகரன் அளவுக்கு சாஷா ஒன்றும் மோசமானவன் அல்ல.'

சுநேத்ரா ராஜகருணாநாயக

அம்மா இறக்கும் தருவாயில் இந்த நாட்குறிப்பேடுகள் இரண்டும்தான் அவளருகில் இருந்திருக்கின்றன. சிலவேளை அம்மா இவற்றை அழிக்க முற்பட்டிருப்பாளோ? இல்லா விட்டால் கடைசிக் கணத்திலும் ஏதாவது எழுதியிருப்பாளோ? அவ்வாறெனில் இரண்டு குறிப்பேடுகளும் அருகருகேயிருக்க வாய்ப்பில்லையே. நான் அவையிரண்டையும் வாசித்துப் பார்த்தேன். முதல்தடவை நெஞ்சம் வேகமாக அடித்துக் கொள்ள அவையிரண்டையும் வேகமாக வாசித்தேன்.

“சாக்லெட் சாப்பிடுங்க” என்று அமெரிக்க இளம்பெண் சாக்லெட் ஒன்றை நீட்டினாள்.

வேண்டாம் என்று நான் தலையசைத்தேன். அவள் அதை எனது கட்டிலின் மீது வைத்துவிட்டு, பேச இயலாத சிறுமியுடன் மைதானத்துக்குப் போவதாகக் கூறி விட்டுப் போனாள்.

இரண்டாவது தடவை அந்த நாட்குறிப்பேடுகளைக் கண்ணீரோடும் பெருமூச்சோடும் மெதுவாக வாசித்தேன்.

பிறகு அந்த நாட்குறிப்பேடுகளை எனது தலையணைக்குக் கீழே வைத்துவிட்டுக் கட்டிலில் படுத்துக் கொண்டேன். லினட் வந்து ஏதோ கேட்டாள். நான் பதிலளிக்காமல் எதையோ வெறித்துப் பார்த்துக்கொண்டிருந்தேன்.

ஏதோ நீண்ட உறக்கத்திலிருந்து விழித்துக்கொண்டது போல அல்லவா ஆகியிருக்கிறது. எனக்கு முதலில் கடுங்கோபம்தான் வந்தது. அதற்கு முன்பு ஒருபோதும் நான் இந்த அளவு கோபத்தை உணர்ந்திருக்கவேயில்லை. மனிதர்களுக்குக் கடுங்கோபம் வந்தால் உடல் படபடக்கும் என்று கேள்விப்பட்டிருந்தாலும் அதை நான் அதுவரையில் அனுபவித்திருக்கவேயில்லை. அந்த நேரத்தில் நிஜமாக எனது தேகம் மலேரியா நோயாளியைப்போல நடுங்கத் தொடங்கியிருந்தது. அம்மாவோ சாஷாவோ அந்தக் கணத்தில் என் முன்னால் வந்து நின்றால் குதித்தெழுந்து பளாரென்று அவர்களது கன்னத்தில் அறைய வாய்ப்பிருந்தது. உடல் பதறுவது மாத்திரமல்லாமல் முதுகுப்புறம் முழுவதும் எரிவதுபோலவும் உணர்ந்தேன். அப்படியே இரண்டு மணித்தியாலங்களாவது கிடந்திருப்பேன்.

“என்னாச்சு? உடம்பு சரியில்லையா? முகமும் வாடிப் போயிருக்கு” என்றவாறே லினட் எனது நெற்றியில் கை வைத்துப் பார்த்தாள்.

நான் அமைதியாக அசையாமல் அப்படியே கிடந்தேன்.

"இருங்க. நான் மாயா மிஸ்ஸைக் கூட்டிட்டு வாறேன். இதெல்லாம் பார்த்துட்டிருக்கக் கூடாது. இப்படி ஏதாவது தெய்வ கோபம் வந்து ஊரே அழிஞ்சுச்சுன்னா புதிய புதிய வியாதியெல்லாம் பரவத் தொடங்கிடுமாம்னு எல்லோரும் பேசிக்குறாங்க. உங்க உடம்பும் நடுங்கிட்டிருக்கு."

நான் பேய் பிடித்தவள்போல எழுந்தேன்.

"என்னை என்னோட பாட்டுல இருக்க விட்டுட்டு எங்கேயாவது தொலைஞ்சு போங்க. எனக்கு ஒரு நோயும் கிடையாது... கிடையாது... கிடையாது"

அந்த அளவு சத்தமாக ஏன் கத்தினேன் என்று எனக்கே தெரியவில்லை. லினட் பயந்துபோய்ப் பின்னால் நகர்ந்தாள். தன்னம்பிக்கை பூச்சியமாகிப் போனால் இப்படிக் கத்த முடியுமாகி விடுமோ? லினட் மாத்திரமல்ல, நானும்தான் என்னைக் கண்டே பயந்து போனேன். நான் பைத்தியமாகிக் கொண்டு வருகிறேனோ?

அந்த வேளையில் நான் அழத் தொடங்கினேன். கிணறு ஊற்றெடுப்பதைப்போல கண்ணீர் ஊற்றெடுத்து வழிந்து கொண்டிருந்தது. அழவோ பெருமூச்சு விடவோ சக்தியற்றுப் போனதும் யாரோ எனக்குச் சூடான தேநீர்க் கோப்பையைக் கொண்டுவந்து தந்தார்கள்.

"எழும்புங்க. இந்தத் தேத்தண்ணியைக் குடிங்க. அம்மா இல்லாமப்போனாலும் உங்களுக்காக உங்க கணவர் பிழைச்சிருப்பார்" என்று ஆண்குரல் சொல்வது கேட்டது.

நான் கட்டிலில் அமர்ந்திருந்து கண்களை மூடிக் கொண்டு தேநீரைக் குடித்தேன். அந்த நேரத்தில் அது ஒரு மருந்தாகி என்னைக் குணமாக்குவதுபோன்ற ஒருணர்வை எனக்குள் ஏற்படுத்தியது.

"அம்மாவோட சாவைப் பற்றித் தெரிஞ்சுக்கிட்டதிலருந்து பாறை மாதிரித்தானே இருந்தாங்க. இப்போதான் அவங்களோட கவலையெல்லாம் வெளியாகிட்டிருக்கு. நல்லா அழ விடுங்கோ. அதுதான் நல்லது."

"ஐயோ சார், நான் நல்லாப் பயந்துட்டேன். நம்ம மிஸ் சின்னக் குழந்தைபோலத்தானே எப்பவும் இருப்பாங்க" என்றது லினட்டின் குரல்.

"ஏதாவது வித்தியாசமாத் தெரிஞ்சதுன்னா யாரையாவது மெடிக்கல் கேம்புக்கு அனுப்புங்க. நான் க்ரவுண்ட்லதான் இருப்பேன்."

அது கர்னல் சுபாஷாக இருக்கும் என்று எனக்குத் தோன்றியது.

"ஆளைத் தனியா விட வேணாம். அவ தென்படுற இடத்துல யாராவது இருந்துட்டே இருங்க" என்று கூறுவதும் கேட்டது.

அன்று நாள் முழுவதும் என்னால் சாப்பிட முடியவே யில்லை. கட்டிலின் மீதிருந்த சாக்லெட்டைப் பேச இயலாத சிறுமிக்குக் கொடுத்தேன். அந்தச் சிறுமி கட்டிலில் எனதருகில் அமர்ந்துகொண்டு எனது தலையைத் தடவிக் கொடுத்தாள். அவளது சிறிய மென்மையான கைகளால் எனது கண்ணீரைத் துடைத்துவிட்டாள். அம்மா சிறுமியாக வந்திருப்பதுபோலத் தோன்றியது. அம்மா சாஷாவை அந்த அளவு வெறுத்ததற்கான காரணத்தை முழுமையாக அறிந்துகொண்டதனால், அவ்வளவு காலமும் நான் என்று நம்பியிருந்தவள் திடீரென்று பலவீனமான ஒரு நோயாளிப் பெண்ணாக ஆகிவிட்டிருப் பதைப் போல உணர்ந்தேன்.

சாஷாவுக்கும் அம்மாவுக்கும் இடையில் ஒரு ஆணுக்கும் பெண்ணுக்கும் இடையில் ஏற்படக்கூடிய தொடர்பு ஏற்படாவிட்டாலும் அதற்குரிய சூழல் அமைந்திருந்தது. அம்மா இந்தியாவுக்குப் போகப் போய், திடீரென திரும்பி வராதிருந்தால் அவர்களது அடுத்த கட்ட நடவடிக்கை அதுவாகத்தான் இருந்திருக்கும் என்ற உணர்வு மிகவும் திகிலூட்டக் கூடிய விதத்தில் எனது நெஞ்சின் நடுவே கத்தியால் குத்தியது. அவ்வாறு ஏதும் நடந்திருந்தால், எப்போதாவது இருவரும் பிரிவதையும் தடுக்க முடியாதே. சாஷாவுக்கு அந்த நாட்களிலும் ஒரு வெள்ளைக்காரியுடன் தொடர்பிருந்ததாக எழுதப் பட்டிருந்தது. அவ்வாறென்றால் அந்த மரே எனும் ஆணுடன் அவனுக்கிருந்த தொடர்பு குறித்து எழுதப்பட்டிருப்பவை எவையும் உண்மையாக இருக்க சாத்தியமில்லையே. சாஷாகூட அந்தப் பழைய உற்ற சிநேகிதன் குறித்து எதுவுமே என்னிடம் கூறியதில்லையே.

நான் மனோரம்யாவின் மகள் என்பதை அவர் தெரிந்து கொண்ட நாளில் அவரது நடவடிக்கையில் மாற்றம் தென்பட்டது உண்மை. அவரது சட்டக் கல்வி தொடர்பான பட்டப்படிப்புச் சான்றிதழ் உண்மையானதா என்பதை

எப்போதாவது கொழும்பு பல்கலைக்கழகத்தில் தெரிந்து கொள்ளலாம்.

இருந்தாலும், அவற்றையெல்லாம் இப்போது தோண்டித் துருவுவதால் எனக்கென்ன பயனிருக்கப்போகிறது? அம்மா எழுதியிருப்பவை அனைத்தும் உண்மையாகக்கூட இருக்கலாம். இருந்தாலும், அவையனைத்தும் சாஷா குறித்த அம்மாவின் அனுபவங்களேயல்லாமல் எனது அனுபவங்கள் இல்லையே.

'ஒருவர் பொய்க்காரர் என்பதை அறிந்து கொண்டதன் பிறகு அந்த உண்மையை நிரூபணம் செய்வதற்காக மீண்டும் மீண்டும் தேடிப் பார்ப்பதன் மூலம் அதில் எரியப் போவது தானேதான். பொய்க்காரர்களுக்குச் சமூகம் குறித்த, தனிப்பட்ட தொடர்புகள் குறித்த பொறுப்புகளோ பாரங்களோ கிடையாது' என்று அம்மாவின் குறிப்பேட்டின் ஓரிடத்தில் எழுதப்பட்டிருந்தது.

இப்போது அம்மா இல்லை. கண்களை மூடியதும் நினைவில் தோன்றும் ஊரிலிருந்த வீடும் இப்போது இல்லை. அந்த வீட்டின் பலகைகள், ஜன்னல்கள், ஓடுகள், கண்ணாடி களைப் பயன்படுத்தி சாஷா கட்டிய வீடும் உடைந்து விழுந்தாயிற்று. சிலர் அவ்வாறான வீடுகளின் சிதிலங்களுக்குள் தேடித் தேடிக் கையில் அகப்படுபவற்றையெல்லாம் எடுத்துக் கொண்டுபோவதாக மாயா கூறினார். அதற்காக அங்கேயே காவல் காத்துக்கொண்டு அமர்ந்திருக்க முடியுமா என்ன? நான் நிலைபெற்றிருந்த வீடு எனது இளம்வயதிலேயே இல்லாமல் போய்விட்டிருக்கிறது என்பதுதானே இதன் அர்த்தம். இப்போது எஞ்சியிருப்பது சாஷாவின் மனைவி என்ற அறிமுகம் மாத்திரம்தான். அதை அவ்விதமே ஏற்றுக் கொண்டு பிரச்சினைகளுக்குத் தீர்வு காண்பதல்லாமல், அம்மா எழுதியிருக்கும் விடயங்களால் பற்றியெரியத் தொடங்கி னால், நான் சாகும்வரைக்கும் அதில் எரிந்துகொண்டேதான் இருக்க வேண்டியிருக்கும்.

இந்தளவு விடயங்களை அறிந்திருந்தும் சாஷா ஏன் என்னிடம் எதையும் கூறாமலிருந்தார்? அந்தக் கேள்விக்குப் பதிலைக் கண்டுபிடிப்பதில் சிரமமிருக்கவில்லை. சாஷாவுக்குள் பழையவை அனைத்தையும் மறந்துவிட்டுப் புதியதொரு வாழ்க்கையைத் தொடங்கும் தேவை இருந்திருக்கும். ஆரம்பத்திலேயே அம்மா என்னிடம் உண்மையைக் கூறியிருந் தால், எனது தீர்மானம் மாறியிருக்க வாய்ப்பிருந்ததா? அந்த நாட்களில் சாஷா என்னிடம் 'அதெல்லாம் உன்னோட

சுநேத்ரா ராஜகருணாநாயக

அம்மாவோட பொய்கள்' என்று கூறியிருந்தால் அவர் கூறுவதைத்தான் நம்பியிருப்பேன்.

சாஷா திருமணம் முடித்த பிறகும்கூட அவருக்கு வேறு வேறு தொடர்புகளிருப்பதைத் தான் கேள்விப்பட்டதாக அம்மா எழுதியிருக்கிறாள். அவை எனக்கு, சிலவேளை அவருக்கும் புரியாத ஏதோவொரு காரணத்தால் உருவாகியிருக்கலாம், அல்லவா? சரியாகச் சொன்னால் அதுவும் கூட இந்தப் பேச இயலாத சிறுமியின் பிரச்சினைபோல இருக்கலாம், இல்லையா?

தற்செயலாக என்னிடம் வந்து சேர்ந்திருக்கும் இந்தப் பேச இயலாத சிறுமி ஊமையாகவிருக்க வாய்ப்பில்லை. அவளுக்குக் காது கேட்கிறது. அவளுக்கு ஆங்கிலத்தில் கதைகள் சொன்னபோது தலையாட்டிக் கேட்டாள். யோசனை மிகுந்த விழிகளால் பார்த்திருந்தாள். இந்தப் பிள்ளை பேசாமலிருப்ப தற்குக் காரணம் பூமியதிர்ச்சி என்று தோன்றினாலும், அதுவல்லாமல் வேறு காரணங்களும் இருக்க வாய்ப்பிருக்கிறது.

நான் அமைதியாக இருக்கும்போது, அழும்போது அம்மாவின் மரணம், வீடு அழிந்துபோயிருத்தல், சாஷாவைப் பற்றி எந்தத் தகவலும் இல்லாமை போன்ற காரணங்கள்தான் இருக்கும் என்றுதான் அனைவரும் கருதுவார்கள். இருந்தாலும் அந்தக் கவலைகளுக்கு மேலதிகமாக இந்தக் குறிப்பேடுகளின் பாரமும் எனது நெஞ்சை அழுத்திக்கொண்டிருக்கும் காரணத்தினால்தான் எனக்கு எவரிடமும் பேசத் தோன்றவே யில்லை.

அம்மா எந்த ஆணையும் நம்பாமல் இருக்கும் நிலைமைக்கு வந்தது எனது அப்பாவால் மாத்திரமல்ல, சாஷாவும் அதற்குக் காரணம். அதன் அர்த்தம் மனிதர்கள் ஒவ்வொரு கணமும் ஏதேனும் துயரத்தினதோ, சந்தோஷத்தினதோ பெறுபேறாக மாறுகிறார்கள் என்பதுவா? 'என்னோட தலை நரைச்சது சும்மாவல்ல. எத்தனையோ விஷயங்களைக் கேட்டும், பார்த்தும் நானும் நல்லாப் பதப்பட்டிருக்கேன்' என்று முன்பு அம்மம்மா கூறுவார்.

அவ்வாறென்றால், சாஷா அனைத்து சமூகத் தொடர்பு களையும் பொறுப்பேதுமற்றுத் தனது சுயநலத்துக்காகப் பயன்படுத்திக்கொள்கிறார் என்பது உண்மையானால், அதற்கு ஏதாவது காரணம் இருக்கத்தானே செய்யும்? அவர் அடுத்தவர்களைப் பயன்படுத்திக்கொள்ள நினைப்பதுவும், அவரை யாராவது பயன்படுத்தியதால் ஆகவும் இருக்கலாம்,

இல்லையா? அவரது சிறுவயது புகைப்படம் ஒன்றுகூட இல்லையே.

அவர் உலகத்திலுள்ள ஏனைய அனைவரிடமும் பொய்களைக் கூறியிருக்கலாம். அம்மா கூறுவதுபோல சமாதானத்தையும் விற்றுத் தின்றிருக்கவும் வாய்ப்பிருக்கிறது. ஒருவருடன் எவ்வளவுதான் நெருங்கிய தொடர்பு இருந்தாலும், அவருடன் தனக்கு எவ்வித ஒட்டுதலும் இருக்காது என்று அவர் என்னிடம் கூறியிருக்கிறார். அவர் பாடசாலைக்குப்போன காலத்தில்கூட அவருக்கு நண்பர்கள் என்று யாரும் இல்லாதது குறித்து அம்மாவின் குறிப்பேடுகளை வாசித்த பிறகுதான் எனக்கே ஞாபகம் வந்தது.

அம்மா அளவிற்கு நான் படித்தவளோ, சட்டப் பரீட்சைகளுக்குத் தோற்றியவளோ, நீதிமன்ற விவகாரங்களை அறிந்தவளோ இல்லை. நான் ஒரு சாமானியப் பெண் என்றாலும் இந்தப் பிரச்சினையைச் சிக்கலாக்கிக்கொண்டால், நானும் அம்மாவைப்போல அந்தச் சிக்கலுக்குள்ளேயே அகப்பட்டு விடுவேன் என்பது புரிந்தது.

சாஷாவுக்கு என் மீது ஏதேனும் பாசம் இருக்கிறதா? அதை இல்லை என்று நிரூபிக்க அம்மாவால்கூட முடியாமல் போனது. அப்படியென்றால் இனி நான் என்ன செய்ய வேண்டும்? ஏன் என்னிடம் உண்மையைக் கூறவில்லை என்று கேட்க உகந்த சந்தர்ப்பமொன்று வரும்வரைக்கும் காத்திருப்பதல்லாமல் அடுத்த கட்ட நடவடிக்கையைத் தீர்மானிப்பது எவ்வாறு? பதறாத காரியம் சிதறாது என்று அம்மம்மா அடிக்கடி கூறுவது வெறுமனே இல்லையே.

வாழ்க்கையில், வருவதற்கு முகம் கொடுப்பதுதான் முக்கியம். இனிமேல் சாஷா கூறும் அனைத்துக்கும் தான் தலையாட்டிக் கொண்டிருக்கும் பழக்கம் இதன் பிறகு மாறி விடக் கூடும் என்பது புரிந்தது. அவருக்கு வேறு தொடர்பு இருக்குமானால் அதற்காக அவருடன் சண்டை போடாமல் அந்தப் பெண்ணுடன் நன்றாக வாழுங்கள் என்று கூறி விட்டு ஒதுங்கிவிட முடியாதா என்ன? அவ்வாறு யோசித்துப் பார்க்கும் போதே பொங்கி வழியத் தொடங்கிய கண்ணீரை என்னால் தடுக்கவே முடியவில்லை. அதன் அர்த்தம் எனது மனதில் இப்போதும் அவர் மீது ஒரு பிரியம் இருக்கிறது என்பதுதானே.

வீடு எழுதப்பட்டிருப்பது சாஷாவின் பெயரில் என்பதால் எப்போதாவது ஒருநாள் நான் அவரை எதிர்த்துக் கேள்வி கேட்டால் வெறுங்கையோடு தெருவில் நிற்க வேண்டி வரும்

சுநேத்ரா ராஜகருணாநாயக

என்று அம்மா எழுதியிருக்கிறாள். எமது பாரம்பரிய வீடு எனது பெயரில் இருந்ததற்கும் அதை விற்றதற்குமான அத்தாட்சிகளையும் அவளின் தங்க நகைகளையும் ஒரு வங்கி லாக்கரில் வைத்திருக்கிறாள் என்றும் எழுதியிருக்கிறாள். அவற்றின் பிரதிகளை ப்ரியா ஆன்ட்டிக்கும் அனுப்பியிருக்கிறாளாம். இருந்தாலும், பூமியதிர்ச்சிக்கு முகம் கொடுத்த பிறகு அவை எவற்றின் மீதும் ஆசை எஞ்சியிருக்குமா என்ன?

எந்தக் கணத்திலாவது சாஷா வந்தால், இனிமேல் என்னால் எவ்வித வித்தியாசமுமற்று அவரை அணைத்துக் கொண்டு தூங்க முடியுமா? அந்தக் கேள்விக்கான பதிலை யோசித்துக் கூட பார்க்க முடியவில்லை. ஒருவிதத்தில் பார்த்தால், எனக்கு இந்தக் குறிப்பேடுகள் இரண்டும் கிடைத்திராவிட்டால் இந்த யோசனைகள் எதுவுமில்லையே. தபாலதிபர் தாத்தா பூமியதிர்ச்சி நிகழ்ந்து நான்கு நாட்களுக்குப் பிறகுதான் என்னைத் தேடிக்கொண்டு கண்டியிலிருந்து வந்தார். இராணுவத்தால் தெருக்கள் மூடப்பட்டிருந்ததாம். அந்தத் தம்பதி வந்து என்னைக் கட்டியணைத்துக்கொள்ளும் வரைக்கும் எனக்குத் தெரியவில்லை. அந்தக் கணத்திலும் அம்மாவின் குறிப்பேடுகளிரண்டும் எனது மடியில்தான் கிடந்தன. தபாலதிபர் தாத்தா அதை எடுத்துப் பார்த்து விடுவாரோ என்று நான் பயந்தேன். அவற்றின் மீது அவர்களின் அவதானம் திரும்புமோ என்ற பயத்தில் அவற்றைத் தலையணையின் கீழ் மறைக்கவும் நான் துணியவில்லை.

"நீயாவது உயிர் பிழைச்சது போதும்" என்று கூறிச் சற்று நேரம் அழுதவர்கள் "நாங்க ரமணி மெனிக்கேயுடைய கல்லறைக்குப் போகணும்" என்றார்கள்.

நான் லினட்டை ஏறிட்டேன்.

"நான் எல்லாத்தையும் சொல்லிட்டேன் மிஸ். இப்ப அந்த வீட்டுக்கிட்ட யாரையாவது தங்க வைக்கணும்னுதான் நான் இந்த சார்கிட்ட சொல்லிட்டே வந்தேன். எத்தனையெத்தனை சாமான்கள் இருக்குற வீடு அது."

அந்த வேளையில் என்னால் கதைக்கவே முடியாமல் போயிருந்தது. எனக்குக் கல்லறைக்கருகில் போகவோ, வீட்டுச் சாமான்கள் பற்றி யோசித்து மனம் நோகவோ தேவையில்லை.

'எனக்கு உடம்பு சரியில்லை. நீங்க போயிட்டு வாங்க' என்று தாத்தாவின் சட்டைப் பையிலிருந்து பேனையை எடுத்து ஒரு தாளில் எழுதிக் கொடுத்தேன்.

"இதைத்தான் சொன்னேன், சார். சின்ன மிஸ் சாப்பாட்டு வரிசைக்காவது போறதில்ல. நான் சாப்பாடு கொண்டு வந்து கொடுத்தாக் கூட, நானே வற்புறுத்தி அவரோட மடியில அதை வைக்குறவரைக்கும் அதைத் தொடக்கூட மாட்டார்."

"லினட் இவளை நல்லாப் பார்த்துக்கணும். நாங்க போய் நம்ம வீட்டையும் பார்த்துட்டு வாறோம்" என்று மம்மா கூறினார்.

அவர்கள் அன்று திரும்பி வரவில்லை.

பூமியதிர்ச்சி நடந்து ஐந்து நாட்கள் கடந்து செஞ்சிலுவை இயக்கத்திடமிருந்து, சாஷா உயிருடன் இருப்பதாக ஒரு தகவல் வந்தது. அவர் காயமடைந்து இருப்பதால், இந்தியக் கப்பலொன்றுக்கு அவரைக் கொண்டுபோய் அங்கிருந்து பெங்களூருக்கு அனுப்பியிருப்பதாக எழுதப்பட்டிருந்தது. மறுநாள் சந்திம, பிபிஸி ஊடகவியலாளர் ஒருவருடன் அந்தத் தகவலை என்னிடம் எடுத்து வந்திருந்தார். நான் எதுவும் பேசாமல் வெறித்துப்பார்த்திருந்தேன். உண்மையிலேயே எனக்குக் கூற எதுவுமிருக்கவில்லை.

"ஏதாவது சந்தர்ப்பம் கிடைச்சதுமே உங்களையும் அவர்கிட்ட அனுப்பப்பார்க்கிறேன்" என்று கூறிய போது என்னால் தலையைக்கூட அசைக்க முடியவில்லை.

அதற்கு இரண்டு நாட்களுக்குப் பிறகு எனக்கு வாந்தியும் தலைச் சுற்றலும் ஏற்பட்டதால் தபாலதிபர் தாத்தா அமெரிக்கப் பெண் மருத்துவர் ஒருவரைக் கையோடு கூட்டி வந்தார்.

எனது குருதி, சிறுநீர் ஆகியவற்றைப் பரிசோதித்தார்கள். நான் அவருடனும் கதைக்கவில்லை. அவர் கேட்ட கேள்விகளுக்கான பதிலைச் சுருக்கமாக எழுதிக்காண்பித்தேன். நீள நீளமாகப் பதில் சொல்வதைக் காட்டிலும் அவ்வாறு சுருக்கமாக எழுதிக் காண்பிப்பது ஆறுதலாக இருந்தது. அந்தப் பெண் மருத்துவரோடு கதைத்தால் ஏனையவர்களுடனும் கதைக்க வேண்டியிருக்கும் என்றும் தோன்றியது.

அவரிடமிருந்து உடனே பதில் வந்தது.

"கங்க்ராஜுலேஷன்ஸ்! யூ ஆர் ப்ரெக்னன்ட்."

மருத்துவர் புன்னகையோடு கையை நீட்டினார்; என்றாலும் என்னால் கையை அசைக்கக் கூட முடியவில்லை. சிலையாகச் சமைந்திருந்தேன்.

அந்தக் குறிப்பேடுகளிரண்டையும் வாசிப்பதற்கு முன்பு இதைத் தெரிந்துகொண்டிருந்தால், இந்த மாதிரியான

சந்தர்ப்பத்தில் உருவாகக் கூடிய பூரிப்பு எப்படியிருக்கும் என்பதை அறிந்துகொள்ள வாய்ப்பிருக்கிறது. பூமியதிர்ச்சிக்கு முன்பு, சாஷா கிளிநொச்சிக்குப்போக ஒரு கணத்துக்காவது முன்பு இதைத் தெரிந்துகொண்டிருந்தால் அவர் 'என்னோட சித்தேஸ்வரி' என்று கூறி முழந்தாளிட்டு எனது வயிற்றை முத்தமிடுவது நிச்சயம்.

அந்த எண்ணத்தோடு, ஏதோ இருண்ட ஓவிய மொன்றுக்குத் திடீரென வெளிச்சம் பாய்ந்ததுபோல, அவரது இவ்வாறான நாடகத்தனமான நடவடிக்கைகள்தானே எனக்கு அவரை அந்த அளவு பிடிக்கக் காரணம் என்பது எனக்குள்ளே தெளிவாகத் தொடங்கியது.

தபாலதிபர் தாத்தா, மம்மா, லினட், பெண் மருத்துவர், அவருடன் வந்த தன்னார்வலர் குழுவில் ஒருவர் என அனைவரும் ஏதேதோ கூறுவதுபோலத் தென்பட்டபோதிலும் எனக்கு அவையெவையும் கேட்காமல் போயின. நான் வயிற்றில் உருவானபோது என்னுடைய அம்மாவும் இதற்குச் சமமான சந்தர்ப்பத்துக்குத்தானே முகம் கொடுத்திருப்பாள்? அவ்வளவு நேரமும் இனிமேலுள்ள வாழ்க்கைக்கு முகம் கொடுப்பது பற்றி யோசித்துக்கொண்டிருந்தபோதிலும், அந்தக் கணத்தில் என்னுடைய குழந்தையின் தந்தைக்கு அந்தத் தகவலைத் தெரிவிக்கும் தேவை முழுவதுமாக எனக்குள் இல்லாமல் போயிருந்தது. அதைத் தெரிவிக்கும் அளவுக்குக் கணவர் கண்ணியமானவரல்ல எனத் தெரிந்தபிறகு ஒரு பெண்ணால் அதை மறைத்து வைக்க முடியும் என்பதைப் புரிந்துகொள்ள ஒரு பூமியதிர்ச்சி தேவைப்பட்டிருக்கிறது.

அன்றிரவுக்குள் தன்னார்வலர் குழுவொன்று வந்து மாயாவினதும், எனதும் கழிவறைச் சுவர்களைக் கட்டி யெழுப்பியிருந்தார்கள். அந்தப் பகுதியிலிருந்த சிதிலங்களை அப்புறப்படுத்திக் கொடுத்தார்கள். உறங்கும் அறையிலிருந்த கூரைக்குப் பலகைச் சட்டங்களைப் பொருத்திப் பொலித்தீனும் அடித்துத் தந்தார்கள்.

"ஒவ்வொரு நாடுகள்ல இருந்தும் உதவிக் கப்பல்கள் வந்துட்டேயிருக்கு" என்று லினட் கூறினாள்.

பாதிக்கப்பட்டவர்களுக்கு உணவுகள், மருந்துகள், ஆடைகள் வழங்கப்பட்டன. என்றாலும் நானும் பேச இயலாத சிறுமியும் அவற்றை வாங்கப்போகவில்லை. கர்னல் சுபாஷ் எமக்குத் தேவையானவற்றை அனுப்பிவைத்திருந்தார். ஆனால் அவர் என்னைப் பார்க்க வந்தபோது கூட நான் அமைதியாகத் தரையைப் பார்த்திருந்தேன்.

எனது குழந்தைக்கு ஒரு தகப்பன் வேண்டும், அல்லவா? என்னதான் எனக்கு அவர் புதிராகத் தெரிந்தாலும்கூட குழந்தைக்கு அப்பன் என்று காட்ட ஒருவர் வேண்டுமே. இல்லாவிட்டால் என்னைப் போலவே எனது பிள்ளையும் தந்தை யாரெனத் தெரியாமல் என்னுடன் கோபித்துக்கொள்ளும். எனது அம்மாவைப் போலவே என்னாலும், அந்தக் குழந்தையின் அப்பாவுடனான பிரிவுக்கான காரணத்தைக் கூற முடியாமல் போய்விடும்.

அந்த நாட்களில் என்னைச் சூழவும் பல விடயங்கள் நடைபெற்றன. உடைந்த வீடுகளைக் கட்டிக்கொடுக்க ஒவ்வொரு நாடுகளிலிருந்தும் ஆண்களும் பெண்களுமாக வெளிநாட்டவர்கள் வந்தார்கள். மாயா ஆன்ட்டி வசித்து வந்த பகுதியை வாடகைக்குப் பெற்றுக்கொள்ள ஜெர்மன் அமைப்பொன்று முன் வந்தது. அந்தப் பகுதியைச் சீரமைக்க முன்பே நானிருந்த பகுதியைச் சீரமைத்திருந்தார்கள். மாயா ஆன்ட்டியும் நானிருந்த பகுதியில் தங்கியிருந்தார்.

“உங்க வீட்டைக் கட்டிப் பாவிக்க அமெரிக்கன் ஆர்கனைசேஷனொண்ணு தயாரா இருக்கு. என்ன சொல்றீங்க?” என்று ஒரு நாள் கர்னல் சுபாஷ் இன்னும் சிலரோடு வந்து சுற்றி வளைக்காமல் நேரடியாகக்கேட்ட போது எதுவும் பதிலளிக்க முடியாமல் வெறித்துப் பார்த்துக்கொண்டிருந்தேன்.

“சம்மதம்னு சொல்லு பிள்ளை. உன்னோட சாஷா எப்ப இங்க வருவார், நீ எப்ப அவரைப் பார்க்கப் போவாய்னு எதுவுமே தெரியலயே” என்றவாறே மாயா ஆன்ட்டி என்னுடைய தோளை அழுத்தினார்.

“பயப்படாதீங்க. அவங்க இன்னும் பத்துவீடுகள்போல பார்த்தாங்க. உங்க வீட்டைத்தான் பாவிக்க முடியுமாம். சுவரெல்லாம் கருங்கல்லால கட்டப்பட்டிருக்குன்றதால உறுதியா இருக்காம். நிறைய பலகைகளையும் திரும்ப பாவிக்க முடியுமாம். சில இடங்கள்தான் புதைஞ்சு போயிருக்காம். சுவர்களுக்குக் குறுக்கே வெடிப்பு விழுந்திருக்குற இடங்கள்ல கொங்க்றீட் போட்டுச் சரி செய்யலாமாம். கூரைக்கு ஓடு போட மாட்டாங்க. கூரைத் தகடுதான் போடுவாங்க. இதெல்லாம் செய்றதோடு நீங்களும் சாஷாவும் தங்குறதுக்கு ஒரு அனெக்ஸையும் கட்டிக் கொடுப்பாங்க. இதெல்லாம் செஞ்சு தாறதால, ஒரு வருஷம் வாடகை தர மாட்டாங்க. அதுக்கு மேல தங்கியிருந்தாங்கன்னா வாடகை கொடுப்பாங்க.”

இவ்வாறான பெரிய வேலைகள் குறித்த தீர்மானங்களை நான் வாழ்வில் ஒருபோதும் எடுத்ததில்லை என்று ஏன் கூற

வேண்டும்? 'சாஷாவிடம் கேட்டுச் சொல்கிறேன்' என்றா கூற முடியும்?

'நல்லது. எனக்குச் சம்மதம்' என்று அம்மாவின் பழைய புத்தகமொன்றில் எழுதிக் காண்பித்தேன்.

அதே ஆட்கள் மறுநாளே வந்து ஒரு ஒப்பந்தத்தில் கையொப்பத்தை வாங்கிக்கொண்டார்கள்.

பாராளுமன்றமானது, பழைய பாராளுமன்றக் கட்டடத்திலேயே கூடுவதாகக் கேள்விப்பட்டேன். சில அமைச்சர்கள் காயங்களோடு உயிர் பிழைத்திருந்தார்கள். சிலர் காலமாகிவிட்டதாக மாயா ஆன்ட்டி கூறினார்; இருந்தாலும் எனக்கு அவற்றைப் பற்றி விசாரிக்க ஆர்வமிருக்கவில்லை.

பேச இயலாத சிறுமி என்னுடனேயே எப்போதும் இருந்தாள். ஒருநாள் சந்திம வந்து சாஷா இருக்குமிடத்துக்கு என்னை அனுப்பிவைக்க ஏற்பாடுகள் நடந்துகொண்டிருப்பதாகத் தெரிவித்தார்.

"நாளன்னைக்குப் போகலாம். இப்ப ஏர்போர்ட் திறந்திருக்குதானே" என்று கூறிய போதிலும், எனக்குள் அந்தப் பயணம் போக ஆர்வம் தோன்றவில்லை. மாயா ஆன்ட்டி சந்திமவின் கையைப்பிடித்து அழைத்து வெளியே கூட்டிப் போனார்.

சாஷாவிடம் கொடுக்கக் கடிதமொன்றாவது எழுதித் தருமாறு சந்திம கேட்டார். நான் இருக்கும் நிலைமையில் பயணம் செய்யக் கூடாது என்பதால் அதற்குப் பதிலாக அவர் போவதாகக் கூறியதும் ஆறுதலாக உணர்ந்தேன்; என்றாலும் கடிதத்தில் என்னதான் எழுதுவது? 'உங்களைப் பற்றி நீங்கள் கூறாத விடயங்களை அறிந்துகொண்டேன்' என்றா எழுத முடியும்? இருந்தாலும், கால் உடைந்து காயமடைந்த நிலைமையிலிருக்கும் ஒருவருக்குக் கடிதம் எழுதித் தர முடியாது என்று எப்படிக் கூற முடியும்?

'அன்பின் சாஷாவுக்கு' என்று தொடங்கி, 'என்றும் அன்புடன் வர்ணாசி' என்று முடிப்பது சிரமம் எனத் தோன்றியது. அந்த உணர்வை விவரிப்பது கடினம். அம்மா எதிர்க்கையில் நானாக விரும்பித் திருமணம் செய்துகொண்ட கணவன் மீதிருந்த காதலை முற்றுமுழுதாக இல்லாமலாக்க அந்தக் குறிப்பேடுகளிலிருந்த விடயங்களால் முடியாமலிருந்தன; என்றாலும் எனக்கு அவருடன் கதைக்கவோ, அவருக்கு முகங்கொடுக்கவோ இயலாமலிருந்தது.

"நான் போறதுக்கு முன்னாடி எழுதிக் கொடுத்துடுங்க" என்ற சந்திம எமது வீடு கட்டிக்கொண்டிருப்பதைப் பார்க்கப் போனார்.

'எனக்கு ஒரு பிரச்சினையும் இல்லை. அம்மாவின் இழப்பு பெரியதொரு இடைவெளியை ஏற்படுத்திவிட்டதுபோல உள்ளது. அம்மா கடைசித் தருவாயிலும் என்னுடைய பெயரைக் கூறியதாக கர்னல் சுபாஷ் கூறினார். அம்மாவின் மனதில் என்ன இருந்திருக்கும்? வெளியே சொல்ல முடியாத அளவுக்குக் கனமான கவலையேதும் மனதில் இருந்திருக்குமோ என்று தோன்றுகிறது. நீங்கள் விரைவில் குணமாக வாழ்த்துகிறேன். இப்படிக்கு வர்ணாசி.'

இவற்றைத் தவிர வேறு எதுவும் எழுதத் தோன்றவில்லை. சந்திம என்னிடமிருந்து கடிதத்தை வாங்கிக் கொண்டு வருமாறு ஒருவரை அனுப்பியிருந்தார்.

நான் அம்மாவின் புத்தகங்களிடையே இன்னும் ஏதாவது எழுதி வைத்திருப்பாளோ என்று தேடிப்பார்த்தேன். ஆனால் தொலைபேசி இலக்கங்கள், வெளிநாடுகளிலுள்ள நண்பர்களின் முகவரிகள் எழுதப்பட்டிருந்த குறிப்புகள் மாத்திரம்தான் கிடைத்தன.

"பிள்ளை . . . இப்படிக் கிடந்து எதையெதையோ யோசிச்சுக் கொண்டிருக்காம அம்மா சேர்த்து வச்சிருக்குற புத்தகங்களையாவது எடுத்து வாசிச்சுப் பாரேன்" என்று தபாலதிபர் மாமா இரண்டு, மூன்று தடவைகளாவது சொல்லி யிருப்பார்.

நான் ஓரோர் புத்தகங்களைப் புரட்டிப் புரட்டி வாசிக்க முயன்றேன். பெரும்பாலானவை தத்துவ நூல்களாக இருந்தன. அனைத்து நூல்களிலும் வாங்கிய திகதியும் இடமும் குறிப்பிடப்பட்டிருந்தமையால், அவரது கடைசி காலத்தில் வாங்கப்பட்டிருந்த புத்தகங்கள் யாவுமே வாழ்க்கை யைப் புரிந்துகொள்ளவும், கோபத்தையும் பேராசையையும் இல்லாதொழிக்க எடுத்த முயற்சிகள் என்பதை எடுத்துக் காட்டின.

பேச இயலாத சிறுமி அந்தப் புத்தகங்களைக் கட்டிலின் மீது ஒவ்வொரு வடிவத்திலும் பரப்பி விளையாடிக்கொண் டிருந்தாள். பௌத்தக் குறியீடுகள், புத்தர் தொடர்பான நூல்கள், தர்ம பதங்கள், தர்மத்தைப் போதிக்கும் மஹாயான நூல்கள், ஜென் குருக்களின் நூல்கள், இந்து யோகிகளின் நூல்கள் எனப் பலவற்றை அம்மா சேகரித்து வைத்திருந்தாள். என்றாலும் அவள் சாகும்வரைக்கும் அந்த நூல்களை ஆதாரமாகக்

கொண்டாவது கவலையிலிருந்தும் சந்தேகங்களிலிருந்தும் என்மீதிருந்த அதீத அன்பிலிருந்தும் கடந்த கால ஞாபகங்கள் எழுப்பிய கோபங்களிலிருந்தும் அவளால் மீள முடியாமல் போய்விட்டது, இல்லையா? ஆகவே அந்தப் புத்தகக் குவியலைப் படித்துக் கரைத்துக் குடித்தாலும் அதனால் எனக்கும்கூட எந்தப் பயனும் இருக்காது என்றுதான் எனக்குத் தோன்றியது. பாவம் எனது அம்மா. தன்னைக் குணப்படுத்திக்கொள்ள எவ்வளவு பாடுபட்டிருக்கிறாள் என்றும் தோன்றத் தொடங்கியது. அந்தப் புத்தகங்களிலிருந்து அம்மா ஏதாவது அறிந்துகொண்டிருப்பாள். அம்மம்மா இருந்திருந்தால், அம்மா அவற்றைக் குறித்து அவரிடம் எடுத்துக் கூறியிருப்பாள்.

"ஐயே உனக்கும் எனக்கும் தெரிஞ்ச போதனைக் கதைகள்" என்று அம்மம்மா ஆரம்பத்தில் விளையாட்டாகக் கூறினாலும், அம்மா தான் வாசிக்கும் புத்தகங்களி லிருப்பவற்றைக் கூறும்போது அமைதியாகக் கேட்டுக்கொண் டிருப்பார். முன்பெல்லாம் அம்மா அந்தந்தக் காலத்தில் வாசிக்கும் நாவல்களில் இருக்கும் கதையை எம்மிடம் கூறுவார். சாஷா எனது வாழ்வில் வரும்வரைக்கும் எமது வீட்டில் அவ்வாறானதோர் சூழல்தான் இருந்தது. அந்த நாட்களில் அம்மா தொடர்ச்சியாக இரண்டு, மூன்று கிழமைகள் வீட்டுக்கு வராதிருக்கும் போது எனக்குள் பெரும் கோபத்தை உணர்வேன். அவ்வாறு வராமலிருந்து விட்டு வந்து அவர் போயிருந்த நாட்டின் விபரங்களையோ, புத்தகங்களையோ கூற முற்படும்போது நான் அங்கிருந்து எழுந்துபோய்விட்ட சந்தர்ப்பங்களும் இருந்தன.

"ஏன் கோபப்படுறாய் செல்ல மகளே? உன்னை நல்ல யூனிவர்சிட்டிக்கு அனுப்பணும் என்றுதானே நான் இப்படி யெல்லாம் பாடுபடுறேன்?" என்று அம்மா அப்போது கூறுவது அவளது மனதிலிருக்கும் பெருங்கவலையோடுதான் என்று எனக்குப் புரியாமல் இல்லை. இருந்தாலும் நான் அதைப் புரிந்துகொண்டதைப்போல காட்டிக்கொள்ளமாட்டேன்.

"நான் கோபமா இருக்கேன்னு நீங்க எப்படி சொல்வீங்க? நான் ஏதாவது சொன்னேனா?"

"உன்னோட சின்ன வயசுல என்கிட்ட பூனைக் குட்டி மாதிரி சுருண்டுக்கிட்டுக் கதை கேட்பாய். நீ இப்படி எழுந்து போறது நான் சொல்றதைக் கேட்க ஆசையில்லாம இல்ல. நான் வீட்டுல இருக்கலன்னு கோபத்தோடுதான்."

"நான் காற்று வாங்கத்தான் அங்கிருந்து எழும்பி வந்தேன்" என்று நானும் பிடிவாதமாகக் கூறுவேன்.

"இந்தத் தாயும் மகளும் சண்டை போட்டுக்கக் காரணம் இல்லாம காரணத்தை உருவாக்கிக்குறாங்க" என்று அம்மம்மா எம் இருவரது தலைகளையும் முத்தமிடுவார்.

அம்மாவுக்கு அப்படிச் செய்வது பாவம் என்று எனக்குத் தோன்றியதால், எனக்கு எவ்வளவுதான் கோபம் வந்தாலும் மௌனமாக இருக்க மாத்திரமல்லாமல் ஓரிடத்தில் அடங்கியிருக்கவும் நான் பழகிக் கொண்டேன். நான் திருமணம் முடித்ததற்குப் பிறகு அம்மாவின் புத்தகங்களைப் பற்றிய விவரிப்பு முழுமையாக நின்று போனது. நானும் அம்மாவிடம் அவளது பயணங்கள், வாசிக்கும் புத்தகங்கள், பார்க்கும் திரைப்படங்கள், தொழில் போன்ற எதையும் கேட்கவேயில்லை. இருந்தாலும் ஒரு தாய்க்கும் மகளுக்கும் இடையில் எஞ்சக் கூடிய அளவற்ற பாசம் என் தரப்பிலும் எஞ்சியிருந்தது.

"அம்மா என்ன சாப்பிடுறாங்க லினட்? நீங்க போறப்ப அம்மாக்குக் கீரையும் பலாப் பிஞ்சுக் கறியும் கொண்டு போய்க் கொடுங்க" என்று கூறுவேன்.

"இப்பல்லாம் பெரிய மிஸ் கொஞ்சமாத்தான் சாப்பிடுறாங்க" என்றதும் எனக்கு அம்மா குறித்துப் பயம் தோன்றியது.

"இதெல்லாம் நான் என்னோட பெயின்டிங்ஸை வித்த காசுல வாங்கியது" என்று கூறி அம்மாவுக்கு நெய், வெண்ணெய், பால், கேக், பிஸ்கட், ரவை, சவ்வரிசி, ஆப்பிள் போன்றவற்றை வாங்கிக்கொண்டுபோய்க் கொடுத்தேன். ஆனாலும் அவற்றை அவள் வேறு ஆட்களுக்குத் தானமளித்து விடுகிறாள் என்று ஒரு நாள் சூப்பர் மார்க்கெட்டில் வைத்துச் சந்தித்த மாயா ஆன்ட்டி கூறினார். அதனால் சில நாட்கள் நான் எதுவும் கொடுக்காமல் இருந்துவிட்டுப் பிறகு தினந்தோறும் சிறிய அளவில் அவளுக்கென்று எதையாவது சமைத்து அனுப்பத் தொடங்கினேன். அவற்றை அவள் லினட்டுக்கே திருப்பிக் கொடுத்திருக்கவும் கூடும். இருந்தாலும் அது அவளுடைய விருப்பம்தானே. அவள் என்ன செய்தாலும், நான் என்னுடைய கடமையை நிறைவேற்ற வேண்டும் என்றுதான் எனக்குத் தோன்றியது.

அம்மாவுடன் நான் இன்னும் அதிகமாகக் கதைத்திருக்க வேண்டும். ஓரிரு தடவைகள் அம்மா என்னை ரோமுக்கும் இந்தியாவுக்கும் போய் வர அழைத்திருந்தாள்.

"சாஷா இல்லாம நான் சுவர்க்கத்துக்குக் கூட வர மாட்டேன்" என்று நான் கூறியதும் அம்மா எதுவும் பேசவில்லை.

சாஷாவுக்கும் அம்மாவுக்கும் இடையிலான பிரச்சினையைத் தீர்க்க காலத்துக்கு இடமளித்துவிட்டு அம்மாவுடன் அந்தப் பயணங்களை நான் போயிருக்கலாம். அவ்வாறு செய்திருந்தால், முன்புபோலவே அவர்கள் இருவரும் இயல்பாகக் கதைத்துக் கொள்ளும் நிலைமை உருவாகியிருக்க வாய்ப்பிருக்கிறது. சாஷா எனப்படும் தடை செய்யப்பட்ட தலைப்பைக் கைவிட்டுவிட்டு, எவ்வளவோ விடயங்கள் பற்றி நான் அவருடன் கலந்துரையாடியிருக்கலாம். அவ்வாறு கதைத்திருந்தால், அம்மா சேகரித்து வைத்திருக்கும் புத்தகங்களை வாசிக்கவும் எனக்கு ஏதாவது ஈர்ப்பு வந்திருக்கக் கூடும்.

பேச இயலாத சிறுமிக்கு முகம் கழுவிவிடும்போதும், கூந்தலைப் பின்னிவிடும்போதும் எனக்கு அது நானும், அம்மாவும் போலவே தோன்றியது. சிறுமி என்னுடன் புன்னகைத்தாள்; என்னைக் கட்டியணைத்துக்கொண்டாள். சில வேளைகளில் சிறுமியின் இதயம் வேகமாக அடித்துக்கொள்ளும்.

“இதுக்குள்ளயே அடைபட்டிருக்காம அந்தப் பிள்ளையையும் கூட்டிக்கொண்டு கொஞ்சம் வெளியே போய் அங்க இங்கன்னு நடந்துட்டு வந்தா நல்லதில்லையா?” என்று மாயா ஆன்ட்டி அடிக்கடி கேட்டுக்கொண்டிருந்தார். இருந்தாலும் எனக்கு அதில் ஆர்வம் இருக்கவில்லை.

அம்மாவின் புத்தகங்களிடையே சமஸ்கிருதம், இந்தி, தமிழ், வங்காளம், நேபாளம், ஃப்ரஞ்ச், ஜெர்மன் ஆகிய மொழிகளுக்கான அகராதிகள் இருந்தன. அவள் அந்த மொழிகளை அறியாமலிருந்திருக்கக் கூடும். இருப்பினும் அனைத்தையும் கற்றுக்கொள்ளும் ஆவலுடன் கொஞ்சம் கொஞ்சமாக முயற்சிசெய்துகொண்டிருந்தாளோ தெரியாது. நான் திருமணம் முடிக்க முன்பு என்னிடம் தமிழ் கற்றுக் கொள்ள வகுப்பொன்றுக்குச் செல்ல வேண்டும் என்று கூறிக்கொண்டிருந்தாள். அதற்கு என்ன நடந்தது என்று கூட என்னால் கேட்க முடியாமல் போய்விட்டது.

நான் அகராதிகளிலிருந்த சேற்றுக் கறைகளை ஈரத் துணியால் துடைத்து அவற்றை முற்றத்தில் காய வைத்தேன். அவை பயன்படக் கூடிய எவருக்கேனும் அவற்றைக் கொடுத்து விடலாம். நான் கட்டிலின் மீது வெகுநேரம் அமர்ந்து கொண்டிருந்து விட்டுத் தற்செயலாக ஜன்னல் வழியே வெளியே பார்த்தபோதுதான், பேச இயலாத சிறுமி அந்த அகராதிகளைப் பார்த்தவாறு வெயிலில் நின்றுகொண்டிருப்பதைக் கண்டேன். அவளைக் காலை வேளையில் குளிப்பாட்டி விட்டிருந்ததால் ஏதாவது நிழலில் இருப்பாள் என்றுதான் நினைத்திருந்தேன்.

நான் அவளருகில்போய்த் தலையைத் தடவிப் பார்த்தபோது தலை நெருப்புபோல கொதித்துக்கொண்டிருந்தது.

"பேபி வெயில்ல நிற்க வேணாம். புத்தகங்களும் இப்ப காய்ஞ்சிருக்கும். வாங்க. உள்ள வந்து புத்தகங்களை வச்சு விளையாடுங்க" என்று கூறி அவளை வீட்டுக்குள் அழைத்து வந்தேன்.

அதற்கு முந்தைய தினம்தான் எமது வீட்டை மீண்டும் நிர்மாணித்து வரும் வெளிநாட்டவர்கள் இருவர் வந்து தோடம்பழச்சாறு அடங்கிய சிறிய தகரப் பேணிகள் பன்னிரண்டைத் தந்துவிட்டுப் போயிருந்தார்கள். நான் அவற்றிலொன்றை உடைத்துக் கோப்பையில் ஊற்றிச் சிறுமியிடம் கொடுத்துவிட்டுப் பேணியில் எஞ்சியிருந்ததைப் பருகினேன். சிறுமி புன்னகைசெய்தாள். வளர்ந்தவர்களின் கண்களில் இருப்பதைப் போன்ற யோசனைமிகுந்த பார்வையே அவளது கண்களிலும் இருந்தது. பேச இயலா விட்டாலும் மனதினுள்ளே பெரிய கதையொன்று அடைபட் டிருப்பதைப்போல தென்பட்டது.

"நீங்களும் நானும் ரெண்டுபேருமே ஒண்ணுபோலத்தான் பிள்ள. உங்களாலதான், இப்படி பேசாமலே இருக்கலாம்னு எனக்கும் தோணுச்சு."

சிறுமி ஏதோ கூறவிழைவதைப்போல தெரிந்தது. என்றாலும், திடீரென்று மனதை மாற்றிக்கொண்டதுபோல உதடுகளை இறுக்கமாக மூடிக்கொண்டாள்.

சாஷாவுக்கு மற்றுமொரு சத்திரசிகிச்சையைச் செய்ய திகதி நிர்ணயிக்கப்பட்டிருப்பதாகச் செஞ்சிலுவைச் சங்கம் அறியத் தந்தது. அவ்வேளையில் தொலைபேசி இணைப்பு களைச் சரிசெய்திருந்தார்கள். பொதுத் தொலைபேசி வசதி களும் ஏற்பாடு செய்யப்பட்டிருந்தன. கைப்பேசிகளும் வேலை செய்தன. சாஷா தபாலதிபர் தாத்தாவுடனும் மாயா ஆன்ட்டியுடனும் தொலைபேசி வழியே உரையாடியதோடு எனக்கும் குறுந்தகவல்களை அனுப்பிக்கொண்டிருந்தார். அவற்றிலிருந்த கற்கண்டே, தேனே போன்ற வார்த்தைகள் இந்த அளவு விரைவாக எனக்குக் கசந்துபோனது ஏன்?

'என்னுடைய சித்தேஸ்வரி... நான் இங்கிருந்தாலும் என்னுடைய உயிர் எப்போதும் உன்னிடம்தான் இருக்கிறது. நான் உயிர் பிழைத்ததுவும் அதனாலாகத்தான் இருக்கும்' என்று குறிப்பிடப்பட்டிருந்ததைப் பார்த்து, பதிலேதும்

சுநேத்ரா ராஜகருணாநாயக

அனுப்பாமலேயே நானே அதை அழித்துவிட்டுக் கைப்பேசியை சந்திமவிடம் திருப்பிக்கொடுத்தேன். பெண்ணொருத்தியிடம் இந்த அளவு காதல் வசனங்களைக் கூறும் ஒரே ஆண் அவராகத்தான் இருக்கக் கூடும். என்னை சித்தேஸ்வரி ஆக்கியதுபோல எனது அம்மாவையும் சரஸ்வதி தேவி, பார்வதி தேவி மாத்திரமல்லாமல் விஷ்ணுக் கடவுள், சிவன் கடவுள் என்றெல்லாம் அழைத்திருக்கக் கூடும். இன்னும் வெள்ளைக்காரிகளை எப்படியெல்லாம் அழைத்திருப்பாரோ தெரியாது. 'மை மூன் கோட்', 'மை சன் கோட்', 'மை கோட் ஒஃப் கோட்' என்றெல்லாம் கூறியிருப்பார். இவ்வாறான வித்தியாசமான உவமைகளுக்குப் பெண்கள் மயங்கி விடுவார்கள்தானே. ஐயோ... நானும் ஏன் எனது அம்மாவைப் போல சாஷாவின் பிழைகளைத் தேடிக்கொண்டிருக்கிறேன்? அவர் அந்த அனைத்துப் பெண்களையும் அவருக்குத் தெரிந்த விதத்தில் இவ்வாறுதான் காதலித்திருக்கக் கூடும். அவர் என்னிடம் பொய் கூறியதில்லையே. அந்தக் காதல்கள் உண்மையாக இருந்திருந்தால் அவருக்கு என்னைத் திருமணம் முடிக்காமலே இருந்திருக்கலாமே.

'எனக்கு உன்னோட வெள்ளந்தித்தனத்தையும் நேர்மையையும் கற்றுக் கொடு என்னோட சித்தேஸ்வரி' என்று நாங்கள் திருமணம் முடித்த அன்று அவர் என்னை அணைத்தவாறே கூறியது நடிப்பாக இருக்க முடியாது. இப்போது அம்மா கல்லறையிலிருந்து எழுந்துவந்து கேட்டாலும் அவருடைய அன்பு நடிப்பல்ல என்றுதான் கூறுவேன். அவ்வாறென்றால் எனக்குள் ஏன் அவர் குறித்து அருவருப்பு போன்ற ஒன்றையும் நான் உணர்ந்துகொண்டிருக்கிறேன்? அதற்குச் சமமான பாசமும் கருணையும்கூட அவர்மீது இல்லாமல் இல்லையே.

அவரது தீய நடத்தைகளைத் தவிர்த்துவிட்டு அவரது நல்லவற்றைப் பற்றி மாத்திரம்தான் நான் யோசிக்க வேண்டும். அவரை முற்றுமுழுதாகக் கைவிட்டுவிடவோ, அவ்வளவு காலமும் குடும்பம் நடத்தியதுபோல அவரைக் கடவுளாகக் கருதிப் பக்தியோடு நடத்தவோ முடியாத நிலைமையில் நானிருந்தேன்.

அந்த நாட்களில் அனர்த்தங்களுக்கு முகங்கொடுத்தவர்களுக்கான மன நல அறிவுரை முகாம்கள், தியான நிகழ்ச்சிகள், தர்ம போதனைகள், பௌத்த பூஜைகள், சர்வ மத மன அமைதிப்படுத்தும் சடங்குகள் போன்ற பலவற்றை அடிக்கடி நடத்தி வந்தார்கள்.

'எனது வெறுப்புகள் இல்லாதொழியட்டும்' என்று உச்சரித்துக்கொண்டேயிருக்குமாறு மாயா ஆன்ட்டிக்கு யாரோ ஒரு நல்லுபதேசி கற்றுக்கொடுத்திருந்தார். இரவில் உறங்க வரும் பெண்கள் வட்டமாக அமர்ந்திருந்து மன அமைதிக்கான பிரார்த்தனைகள் பலவற்றை உச்சரித்துக் கொண்டிருப்பார்கள். நானும் அவற்றை மனதால் கூற முயற்சிசெய்தேன். இருந்தாலும் எனது மனதிலிருந்த கோபமோ கவலையோ முற்றுமுழுதாக நீங்கிவிடவில்லை. பேச இயலாத சிறுமியும் அந்தப் பெண்களின் அருகிலேயே அமர்ந்துகொண்டிருந்தாள். சிலவேளை அவளும் கூட அவற்றை மனதால் கூற முயன்றிருக்கக் கூடும்.

அந்தப் பெண்கள் பற்றிய விபரங்களை அறிந்துகொள்ள நான் முயற்சிசெய்யாவிட்டாலும் கூட, அவர்கள் ஒருவரை யொருவர் அழைக்கும் பெயர்கள் எனக்குக் கேட்டன. மிஸஸ் மாயாதுன்ன, மிஸஸ் ரன்வல, மிஸஸ் பெரேரா, மிஸஸ் நாகந்தல, மிஸஸ் பண்டார போன்ற பெயர்களைக் கூறி ஒருவரை யொருவர் மரியாதையாக அழைத்துக்கொண்டிருந்தவர்கள் சில நாட்களிலேயே நந்தா, ராணி, சுபத்ரா, நயனா, கீதா போன்ற அவர்களது பெயரையே கூறி அழைத்து இயல்பாக உரையாடத் தொடங்கியிருந்தார்கள்.

ராணி ரன்வலவின் கூந்தல் நரைத்து வயதாகிப் போயிருந்த போதிலும், விளையாட்டு ஆலோசகர்போல எப்போதும் தோளை விரைப்பாக வைத்துக்கொண்டு நடமாடியது, இளம் வயதில் அழகாகவும் நல்ல உடற்கட்டோடுமிருந்த என்னையே நான் பார்ப்பது போல இருந்தது. தியானம் என்று கூறி மனஅமைதிக்கான பிரார்த்தனைகள் அடங்கிய தாள்களை எல்லோரிடமும் பகிர்ந்தவரும் அவர்தான். என்றாலும் எந்நாளும் அவர் படுத்துறங்கப் பழகியிருந்த எனது அம்மாவின் சோபாவில் திருமதி பெரேரா சாய்ந்திருப்பதைக் கண்ட நாளில் அவர் அமைதியிழந்து காணப்பட்டார்.

"இது நான் தூங்குற இடம்" என்று இரண்டு மூன்று தடவைகள் அங்குமிங்குமாக நடந்தவாறே சுபத்ரா பெரேராவிடம் அவர் கூறினார்.

சுபத்ராவுக்குக் கிட்டத்தட்ட நாற்பது வயதுகள்தான் இருக்கும். அவரது இரண்டு குழந்தைகளும் வீட்டுக்குள் அகப்பட்டு இறந்துபோய்விட்டதாகவும், அவரது கணவரின் கால் உடைந்து செஞ்சிலுவைச் சங்கத்தின் மருத்துவ முகாமி லிருந்து இப்போது மீளத் திறக்கப்பட்டிருக்கும் களுபோவில

வைத்தியசாலைக்கு அனுப்பிவைக்கப்பட்டுள்ளதாகவும் கேள்விப்பட்டிருந்தேன்.

"நான் இன்னும் கொஞ்ச நேரம் உட்காந்திருந்துட்டுத் தாறேன். உடம்பெல்லாம் சில்லிட்டுப்போய் காய்ச்சலடிக்குற மாதிரியிருக்கு. ரொம்பக் கஷ்டமாயிருக்கு" என்று சுபத்ரா கூறினார்.

லினட், பேச இயலாத சிறுமியுடன் போய் வரிசையில் காத்திருந்து எடுத்துக்கொண்டு வந்து தந்ததில் கொத்தமல்லி பாக்கெட் இருந்ததால், அவருக்குக் கொஞ்சம் கொத்தமல்லி யாவது அவித்துக் கொடுக்க வேண்டும் என்று எனக்குத் தோன்றியது.

அப்போது எரிவாயு வினியோகம் முறையாக நடைபெறாததால், நான் எரிவாயு அடுப்பை மிகவும் சிக்கனமாகத்தான் பயன்படுத்தினேன். பூமியதிர்ச்சியின் போது எரிவாயுத் தாங்கியொன்று வெடித்துப் பெரிய சேதங்கள் ஏற்பட்டிருந்தன. நிறையப் பேர் எங்கேயாவது விறகுத் துண்டைக் கண்டால் அதையெடுத்துக்கொண்டு வந்தார்கள். உடைந்த வீடுகளிலிருக்கும் கூரைத் தடிகள், ஓடுகளைக்கூட ஜனங்கள் திருடிச் செல்வதாக கர்னல் சுபாஷ் மாயா ஆன்ட்டியிடம் கூறியிருந்தார். நான் வீட்டினுள்ளேயே அடைபட்டிருந்ததால், வெளியே நடந்துகொண்டிருந்த அசம்பாவிதங்கள் எவற்றையும் நான் காணவில்லை.

ஆனால் அன்று ராணி ரன்வல தான் சோபாவை இழந்துவிடக் கூடும் என்ற பதற்றத்தோடு மெல்லிய கோபமும் கொண்டிருந்த விதம் அவர் சமையலறைக்கு வந்து கூறிய விதத்தில் வெளிப்பட்டது.

"சீமெந்துத் தரைல உட்காரக்கூட வேணாம்னுதான் டாக்டர் எனக்கு சொல்லியிருக்கார். சுபத்ரா இப்பவும் சின்னப் பொண்ணுதானே. நான்தான் வயசானவள். என்னோட இந்த வயசான காலத்துல இப்படி நடந்ததுக்குப் பிறகு எப்பவும் தரை பிளந்துடுமோன்னு பயம் வந்துட்டேயிருக்கு" என்று அவர் கூறிய தொனியில் கொஞ்சம்கூட மென்மையிருக்க வில்லை.

நான் கதைக்க மாட்டேன் என்பதை நன்றாகத் தெரிந்திருந்தும் அவர் என்னிடம் தனது உடைந்த வீட்டின் விசாலத்தையும் தனது கட்டில் மலேசியாவிலிருந்து கொண்டு வரப்பட்டது என்பதையும் விவரித்துக்கொண்டிருந்தார்.

சிலவேளை அவர் எனது வீட்டின் பிரமாண்டத்தையும் ஏனைய விவரங்களையும் அறியாமலிருக்கக் கூடும். அவருக்கு சோபாவைக் கொடுத்துவிட்டு, அந்த நோயாளிப் பெண்ணை எனது கட்டிலில் உறங்கச் சொல்லலாம் என்று தோன்றிய போதிலும், பேச இயலாத சிறுமியைத் தரையில் படுக்கவிட்டால் அவளுக்கு ஜலதோஷம் பீடிக்கக் கூடும் என்ற யோசனையும் வந்தது. அதனூடு, ராணி ரன்வல சோபாவிலேயே உறங்க வேண்டும் என்று அடம்பிடிப்பதைக் குறித்து மெல்லிய கோபமும் எனக்குள் தோன்றத் தொடங்கியது. நோயாளிக்குக் கொத்தமல்லி அவித்துக் கொடுக்கும் அளவுக்குக் கருணை தோன்றியிருந்தபோதிலும்கூட, அவருக்குக் கட்டிலைக் கொடுக்க முன்வராத குற்றவுணர்வோடு நான் படுக்கையில் விழுந்தேன். எனது மனதும் இந்த அளவுக்குக் குழம்பியிருக்கும் போது ராணியின் சுயநலம் குறித்து எதற்காக வெறுப்பைத் தேக்கிவைத்துக்கொள்ள வேண்டும்?

அனர்த்தங்களின்போது ஒரு கணத்தில் தோன்றும் பரோபகாரம் ஏன் அதிக நேரம் நீடித்திருப்பதில்லை? அதைக் குறித்துப் பேச அம்மாவும் அம்மம்மாவும் இருந்திருந்தால் எவ்வளவு நன்றாக இருக்கும் என்ற உணர்வில் பிறந்த பெருமூச்சோடு எனக்கு அழுகை வந்தது.

சிறுமி பூவிதழ்கள் போன்றிருந்த தனது விரல்களால் எனது முகத்தைத் தடவிப் பார்த்து சர்வதேச அமைப்பால் தனக்கு வழங்கப்பட்டிருந்த பிஜாமா குளிராடையால் எனது முகத்தைத் துடைத்துவிட்டாள். எமது தேசத்தின் இரவு வெப்பநிலைக்குப் பொருந்தாத அந்த ஆடையை அணிய முடியாதபோதும், இளஞ்சிவப்பு நிறப் பின்னணியில் சிறிய மஞ்சள் பூ அலங்காரங்கள் செய்யப்பட்டிருந்த அதை இரவில் தனது தலையணைக்குக் கீழே பத்திரமாக வைத்துக்கொண்டு உறக்கம் வரும்வரைக்கும் அதன் முனையொன்றைத் தடவிக் கொடுத்துக்கொண்டேயிருப்பாள் சிறுமி. அவள் என்மீதிருக்கும் தனது அளவு கடந்த அன்பை அவ்வாறுதான் காட்டினாள். அந்த ஆடையின் விளிம்பு நனையும் வரைக்கும் அழுது தீர்த்தேன். தரையில் படுத்திருந்த சுபத்ராவும் முனகியது கேட்டது. எனது விம்மலை அடக்க முற்பட்ட போதிலும், அது வெளிப்பட்டது. ராணி ரன்வலவும் உறக்கமற்றிருந்தார். அவர் இடையிடையே எழுந்து தண்ணீர் குடித்தார்.

“கவலைப்படாதே பிள்ள; என்றாலும் அழுவது நல்லதுதான். நானெல்லாம் அழுதழுது இப்பல்லாம் எனக்கு அழவே பயமாயிருக்கு. ரொம்ப அழுதேன்னா நெஞ்சு வேகமா

படபடக்கும். பார்த்துக்க யாருமே இல்லாத நிலைமைல நோயாளியாகிட்டா எப்படி? மனுஷங்க நோயாளியாக ஆகக் கூட யாருடைய அன்போ பாசமோ கூடவே இருக்கணும்” என்று ராணி தனியாகப் புலம்பிக்கொண்டிருந்தார்.

சிலவேளை அவர் புலம்புவது அவருக்கே தெரியாமல் கூட இருக்கலாம். அழுகையும் முனகலும் கேட்டமையால் உறக்கமற்றிருந்த ஏனையவர்களிடமிருந்தும் மெல்லிய விசும்பல்கள் இடையிடையே கேட்டவாறிருந்தன. விடிகாலையில் பெருமழை பெய்யத்தொடங்கியது. அந்த வீட்டுக்குள்ளிருந்தவர்களின் துயரங்களுக்கு வானமும் சேர்ந்து அழுவதாகவே எனக்கு முதலில் தோன்றியது. இருந்தாலும், ‘வானமும் அழுகிறது’ என்பது நான் இயற்கை நிகழ்வொன்றுக்குக் கொடுத்திருக்கும் அர்த்தம் மாத்திரம் அல்லவா என்றும் எனக்கு உடனடியாகத் தோன்றியது.

எனக்குள்ளே என்ன நடக்கிறது என்று எனக்கே தெரிய வில்லை. பூமியதிர்ச்சிக்கு முன்பிருந்த நான், பூமியதிர்ச்சிக்குப் பிறகு அதே நானாக இருக்கவில்லையே. அணுவளவேனும் என்னில் மாற்றம் இருந்தது, இல்லையா? அம்மாவின் மரணத்துக்குப் பிறகு ‘நான்’ வேறொரு ‘நான்’ ஆக மாறி யிருக்கிறேனே. அதுவும்கூட சிறியதொரு மாற்றம்தான். அம்மாவின் மீதிருந்த பாசம் நெஞ்சைப் பிளந்துகொண்டு வெளிப்படுவதைப் போன்றது அது. நாட்குறிப்பேடுகள் இரண்டையும் வாசித்த பிறகு அந்த ‘நான்’ கூட வேறொரு ‘நான்’ ஆக மாறிவிட்டிருக்கிறது.

இவ்வாறு உறக்கமற்றுக் கண்ணீர் சிந்திக்கொண்டிருக்கும் ‘நான்’, அந்தக் குறிப்பேடுகளை வாசித்த நானும் அல்லவே. ஒரே இரவில் எத்தனை மனதுகள் எனக்கு? மாறிக்கொண்டே யிருக்கும் நான் யார் என்பதுதான் அந்தக் கணத்தில் நானே அறியாமல் என்னிடம் கேள்வியாக எழுந்துகொண்டிருந்தது.

கண்ணீரையும் மழையையும் சோகத்தின் குறியீடுகளாகக் கருதாமல் சந்தோஷத்தின் குறியீடுகளாக எடுத்துக்கொண்ட கணங்கள் நினைவுக்கு வந்தன. ஒருநாள் பெரும்மழை பெய்து கொண்டிருந்த வேளையில், என்னுடன் சேர்ந்து அதில் நனைய வேண்டும் என்று சாஷாவுக்கு ஆசை வந்துவிட்டது. நாங்கள் முற்றத்தில் இறங்கினோம். மழையில் ஒருவரையொருவர் கட்டியணைத்துக்கொண்டோம். சாஷா என்னைத் தூக்கி ஓரிரண்டு தடவைகள் சுற்றினார்.

‘பெருமழையும் முத்த மழையும்’ என்று கூறி எனது உச்சி முதல் பாதம்வரை முத்தமிட்டார்.

அவ்வேளையில் ஏற்பட்ட பெருமிதத்தால் என்னிடமிருந்து கண்ணீர் வழிகையில், "பெருமழையும் – முத்த மழையும் – நெஞ்சைப் பிளந்துகொண்டு வெளிப்படும் கண்ணீர் ஊற்றும்" என்று பலமாகக் கத்தினார். "வானத்துக்கே கேட்கட்டும் என்றுதான் கத்தினேன்" என்றும் கூறினார்.

அன்றைய மழையில் நனைந்தபோதும் கூட எமக்கு ஜலதோஷம் வரவில்லை. வீட்டுக்குள் வந்ததும் ஆடை மாற்றிவிட்டு ப்ராண்டி இட்ட சூடான கோப்பிக் கோப்பைகள் இரண்டை எடுத்துக்கொண்டு வந்து அருந்தியவாறே எமது படுக்கையின் மீது அமர்ந்திருந்த வேளையில் எமக்கிடையே அளவற்ற மகிழ்ச்சியும் வாழ்க்கையை வென்றுவிட்டோம் என்ற உணர்வும்தான் இருந்தனவே ஒழிய அம்மாவின் கோபம் தொடர்பான எந்தக் கவலையும் இருக்கவில்லையே. நாங்கள் அவ்வாறிருந்த வேளையில் சாஷாவின் கைப்பேசிக்கு யாரிடமிருந்தோ ஒரு அழைப்பு வந்தது.

"நான் கொழும்புக்கு வெளியே இருக்கேன்" என்று திடீரெனக் கூறியவர் தொடர்ந்து "அப்படியே ஆகட்டும் ஸ்வாமி" என்று பதிலளிக்கத் தொடங்கினார்.

"ஸ்வாமிகள்கிட்ட ஏன் பொய் சொல்றீங்க? வீட்டுல இருக்கேன்னு சொல்ல வேண்டியதுதானே" என்று அந்த உரையாடல் முடிந்ததும் கூறினேன்.

"வீட்ல இருக்கேன்னு சொன்னா எனக்கு வரச் சொல்லி யிருப்பார். இது உன்னோட நேரம். ஸ்வாமியோட நேரமில்ல."

அன்று அந்தப் பதிலைக் கேட்டுச் சிரித்த எனக்கு, இந்த மழையும் கூட கவலையோடு இணைந்துகொள்வதாகத் தோன்றிய இந்த இரவில் திடீரென 'அன்று கதைத்தது உண்மை யிலேயே ஸ்வாமியா இல்லாவிட்டால் பெண்ணொருத்தியா?' என்ற சந்தேகம் வந்தது. அந்தச் சந்தேகமும் கவலையைத் தந்தது. எதற்காக இப்படி கவலைகளைச் சேகரித்துக்கொள்கிறேன்? சந்தேகங்களைக் கிளப்பிவிடும் மழையையும் கண்ணீரையும் சோகத்தினதோ சந்தோஷத்தினதோ குறியீடுகளாக அர்த்தப் படுத்தும் 'நான்' யார் என்று தோன்றத் தொடங்கியது. கவலைப்படும் அல்லது சந்தோஷப்படும் நான் அல்லாமல் அந்த உணர்வுகளைக் கேள்வியெழுப்பும் 'நான்' என்று ஒருத்தி இருப்பது சாத்தியமில்லையே? அந்த 'நான்' யார்?

விடியும்போதுதான் நான் உறங்கிவிட்டிருந்தேன். பாக்யாவினதும் ப்ரியா ஆன்ட்டியினதும் குரல்கள் கேட்டுத்தான்

விழித்துக்கொண்டேன். முதலில் அது கனவென்றுதான் நினைத்தேன்.

“நேத்து ராத்திரி முழுக்க அழுதுட்டேயிருந்தாள். இப்படி அமைதியாயிருந்தாலும், அவளோட நெஞ்சுல ஏதோ பெருங் கவலை இருக்கு” என்று ராணி ரன்வல கூறுவது கேட்டது.

நான் மெதுவாகக் கண் திறந்து பார்த்தேன். பாக்யா என்னைக் கட்டிப்பிடித்து அழுதாள். ப்ரியா ஆன்ட்டியும் கண்ணீர் வழிய எனது கைகளைப் பிடித்துக் கொண்டிருந்தார். என்றாலும் எனக்கு அவ்வேளையில் அழுகை வரவேயில்லை. நான் ஏதோ வேறொரு உலகத்திலிருந்து வந்தவள்போல பார்த்துக்கொண்டேயிருந்தேன்.

“இதைத்தான் நான் சொல்லிட்டிருந்தேன். திடீர்னு பேச முடியாமப் போயிடுச்சு” என்று மாயா ஆன்ட்டி கூறினார்.

“நீ ஏன் இங்க இருக்கணும்? கண்டிக்குப்போய் ஒரு ஹோட்டல்லயாவது தங்கியிருக்கலாம்ல? கண்டிக்குத்தான் எதுவும் ஆகலையே. சந்திமவுக்காவது உன்னை வேறு எங்காவது கூட்டிட்டுப்போய்த் தங்க வைக்கணும்னு தோணலையா?” என்று ப்ரியா ஆன்ட்டி கேட்கும்வரைக்கும் எனக்குக்கூட அவ்வாறு எதுவும் தோன்றியிருக்கவில்லை. வேறு பிரதேசங்களில் சொந்தங்களும் நட்புகளும் இருப்பவர்கள் தமது குடும்பத்து ஆண்களை உடைந்த வீடுகளுக்குக் காவல்வைத்துவிட்டு அந்தந்தப் பிரதேசங்களுக்குப் போயிருப்பதாக ஒரு நாள் மாயா ஆன்ட்டி கூறியிருந்தார்.

‘நான் முகம் கழுவிவிட்டு வருகிறேன்’ என்று ஒரு துண்டுக் காகிதத்தில் எழுதிக் கொடுத்துவிட்டுக் கிணற்றருகே போனபோது, அங்கு ஆண்கள் சிலர் குளித்துக்கொண் டிருந்தார்கள். நான் ஒரு வாளித் தண்ணீரைக் கேட்டு வாங்கிக் கொண்டு வீட்டின் பின்புறமாகப் போய் முகம், வாயைக் கழுவிக்கொண்டேன். மிகுந்த கவலையோடு ஜன்னல் வழியாக பாக்யா என்னையே பார்த்துக்கொண்டிருப்பதைக் கண்டேன்.

இவர்களால் இலங்கைக்கு வர முடியுமென்றால், சாஷாவாலும் வர முடியுமாக இருக்குமோ? எனது இருதயம் நின்றுபோனது. நான் எப்படி அவருடன் துண்டுக் காகிதங் களில் எழுதி உரையாட முடியும்? யாராவது அவரைப் பார்க்கப் போனால்தான் அவர் குறுந்தகவல்களையும் அனுப்பி வைப்பார். இப்போதுகூட அவரது ஒரு கை தொங்கவிடப்பட்டிருக்கிறது. ஒரு காலும் தூக்கிக்கட்டப்பட்டிருக்கிறது. இருந்தாலும்

பயப்பட ஒன்றுமில்லை என்றுதான் தகவல் அனுப்பியிருந்தார். இவ்வாறான நிலைமையில் அவரை அனுப்பமாட்டார்கள். பேச இயலாத சிறுமி அருகில் வந்தாள். அவள் தனியாகவே முகம் கழுவி ஆடை மாற்றியிருந்தாள். இருந்தாலும் கூந்தலை வாரியிருக்கவில்லை.

"உடுப்பை மாத்திட்டு வா. நாங்க கண்டிக்குப் போவோம். இப்படியே இருந்தா பைத்தியம்தான் பிடிக்கும்" என்ற பாக்யா எனது கையைப் பிடித்து இழுத்துக்கொண்டுபோய்த் தான் கொண்டுவந்திருந்த ஆடைகளடங்கிய பையைத் திறந்தாள். நான் ஆடையைத் தேர்ந்தெடுக்காமல் சிறுமியின் கூந்தலை வாரத் தொடங்கினேன்.

"இந்தப் பிள்ளை யாரோடது?" என்று ப்ரியா ஆன்ட்டி கேட்டார். அங்கிருந்தவர்கள் பதிலளிக்க முன் வந்தார்கள்.

'இவளை இங்கே விட்டுவிட்டுப் போனால் இவள் நோயாளியாகி விடுவாள். இவள் எப்போதும் என்னுடன்தான் இருக்கிறாள்' என்று நான் ஒரு துண்டுக் காகிதத்தில் எழுதிக் கொடுத்தேன்.

"நான் செஞ்சிலுவைக்கிட்டயும், மத்தவங்கக்கிட்டயும் பேசுறேன். இவளையும் கூட்டிட்டுப் போவோம்" என்று ப்ரியா ஆன்ட்டி அந்தக் கணமே அவர்களுடன் பேசத் தயாரானார்.

"ஆன்ட்டி யூ.என்.செகரெட்ரிக்கிட்ட பேசியாவது இந்தப் பிள்ளையைக் கண்டிக்குக் கூட்டிட்டு போயிடுவா" என்று கூறிய பாக்யா அங்கிருந்தவர்களுக்குத் தான் கொண்டு வந்திருந்த உணவுப் பொருட்களைப் பகிரத் தொடங்கினாள்.

சிறுமிக்குப் பெரிய சாக்லெட்டும் கபில நிறத்தில் கரடிப் பொம்மையும் கிடைத்தன. அவள் புன்னகைத்தாள். அன்று நாங்கள் அம்மாவின் கல்லறைக்கும் போனோம். எமது வீட்டில் வெளிநாட்டுப் பொறியியலாளர் ஒருவரும், வெளிநாட்டுப் பெண்ணொருவரும், இலங்கையைச் சேர்ந்த தன்னார்வலர் குழுவொன்றும் வேலை செய்துகொண்டிருந்தார்கள். உடைந்து நொறுங்கிய பொருட்களையெல்லாம் ஒரு குவியலாகவும், நல்ல நிலைமையிலிருந்த பொருட்களையெல்லாம் ஒரு குவியலாகவும் தபாலதிபர் தாத்தாவும் சாரணர்கள் இரண்டு, மூன்று பேரும் சேர்ந்து பிரித்துக்கொண்டிருந்தார்கள்.

ப்ரியா ஆன்ட்டி எங்கிருந்தோ அலரிப் பூக்கள் சிலவற்றைத் தேடியெடுத்துக்கொண்டு வந்து அம்மாவின் கல்லறைமீது

வைத்தார். அந்த வீடும்கூட ஊரிலிருந்த பாரம்பரிய வீட்டைப் போல பழைய இனிய ஞாபகங்களாக மாத்திரம் எஞ்சியிருந்தது. அந்த வீட்டின் இல்லத்தரசியாக இருந்த வர்ணாசி எனது யாருமல்ல என்று தோன்றியது.

அவ்வாறென்றால், அந்த வர்ணாசியும் இந்தப் பேச இயலாத சிறுமியின் கையைப் பிடித்துக்கொண்டு அவளின் பாதுகாப்புக்குப் பொறுப்பேற்று நாளுக்கு நாள் சிறுமியோடு நெருக்கமாகிக் கொண்டேயிருக்கும் வர்ணாசியும் யார்?

"இப்படியே இருந்தால் சரியாகுமா? டாக்டர் ஒருத்தரைப் பார்க்கணும். ஏதாவது ஷாக்குலதான் இப்படிப் பேச முடியாமப் போயிருக்கும்" என்று கண்டிக்குப் போகும் வழியில் ப்ரியா ஆன்ட்டி கூறினார். அவர் சிறுமியைக் கூட்டிக் கொண்டு போக அனுமதி வாங்கியது எப்படி, யாரிடமிருந்து என்பன போன்ற விடயங்களைக் கேட்டறிந்துகொள்ள நான் ஆர்வம் காட்டவில்லை.

அன்றிரவு கண்டியிலிருந்த பழைய அரண்மனை போன்ற வீட்டின் பெரிய அறையொன்றுக்குள்ளிருந்த விசாலமான கட்டிலில் சுகமாகப் படுத்துறங்கிய வேளையில், எனக்குக் கொஞ்சம் கொஞ்சமாகக் குருதி கசியத் தொடங்கியிருந்தது. விடிகாலையாகும்போது அது அதிகரித்தது. வயிறு வலிக்கத் தொடங்கியது. காய்ச்சலும் உடல் நடுக்கமும் தோன்றியது. பாக்யாவும் ப்ரியா ஆன்ட்டியும் என்னை மருத்துவமனைக்கு அழைத்துப்போனார்கள். அன்றே எனது கரு கலைந்து போயிற்று. மறுநாள் வயிறு கழுவினார்கள். மேலும் இருபத்து நான்கு மணித்தியாலங்கள் மருத்துவமனையிலேயே என்னைத் தங்க வைத்தது ப்ரியா ஆன்ட்டியின் தொடர்புகள் மூலமாக இருக்கலாம்.

பாக்யா மீண்டும் அழுதாள்.

"பயப்படாதே. உனக்கு இன்னும் நிறையக் குழந்தைகள் கிடைக்கும். இவ்வளவு காலமும் குழந்தையே பிறக்காதுன்னு தானே நீ பயந்துட்டிருந்தாய். அப்படி ஒரு பிரச்சினையுமில்லன்னு இப்ப தெரிய வந்தாச்சு, இல்லையா?" என்று பாக்யா அழுதழுதே ஆறுதல் கூறினாள்.

அவ்வளவு காலமும் குழந்தையொன்றைப் பெற்றெடுக்க மிகுந்த ஆர்வம் கொண்டிருந்த எனக்கு, கரு கலைந்ததற்கான கவலை தோன்றாதது ஏன்? ஒரு துளிக் கண்ணீர்கூட வரவில்லையே? ஏதோ திரைப்படக் கதாபாத்திரத்தைப் பார்த்துக்கொண்டிருப்பதைப் போல நான் அனைத்தையும்

பார்த்துக்கொண்டிருக்கிறேனே தவிர அந்தக் கதாபாத்திரமே நான்தான் என்ற உணர்வே எனக்கு வரவில்லை.

'இந்த விடயத்தை சாஷாவுக்குத் தெரிவிக்க வேண்டாம்' என்று எழுதிக் கொடுத்தது, உடனடியாக இந்தியாவுக்குப் போக வேண்டி வரும் என்ற பயத்தில்தானே தவிர, அவருக்குக் கவலையளிக்கக் கூடாது என்பதற்காகவல்ல; என்றாலும் பாக்யாவும் ப்ரியா ஆன்ட்டியும் அவ்வாறுதான் நினைத்தார்கள்.

'நீ குணமாகு. நாங்கள் ஒருவரையொருவர் நேரில் காணும் நாளில், உனது இதழ்களிலிருந்து என்னுடைய சாஷா என்னை எவ்வளவு காதலிக்கிறார் என்று செல்லமாகக் கேட்பதை நான் செவிமடுக்க வேண்டும்' என்று சாஷா குறுந்தகவலொன்றை அனுப்பியிருந்தார்.

"இதுக்குப் பதிலனுப்ப மாட்டியா?" என்று அதைக் கண்ட பாக்யா கேட்டாள்.

நான் எதுவும் பேசாமல் கண்களை மூடிக்கொண்டேன்.

பாக்யா அழுதாள் என்று நினைக்கிறேன். பாக்யாவின் கையைப் பிடித்தவாறு பயந்துபோய்ப் பார்த்துக்கொண்டிருந்த சிறுமி எனது தலையைத் தடவிவிட்டாள்; நெற்றியை முத்தமிட்டாள். அவள், தனது தாயை என்னிடம் உணர்ந்தாள்.

நூற்றாண்டுகள் பாரம்பரியம்மிக்க அந்தக் கண்டி அரண்மனையின் ஒரு பகுதியை ப்ரியா ஆன்ட்டிக்கு நியூயோர்க்கிலிருந்த ஒருவர் இலவசமாக வழங்கியிருந்தார். மற்ற பகுதியில் அந்த அரண்மனைக்குச் சொந்தக்காரியான வயதான சீமாட்டி வசித்து வந்தார். அவர் ப்ரியா ஆன்ட்டியின் நண்பரின் தாயார். எப்போதும் மெதுவாக நடைபோடும், சாந்தமாகக் கதைக்கும், நாள் முழுவதும் பௌத்த நற்போதனைகளைச் செவிமடுத்துக்கொண்டிருக்கும் ஒருவர் அவர்.

"அந்த சித்ரகலா சீமாட்டியோட புருஷன் ரொம்ப மோசமாத்தான் அவரை நடத்துவாராம். என்னோட கூட்டாளியோட சின்ன வயசுல அப்பா எப்பவும் குடிச்சிட்டு வந்து பீங்கான் கோப்பையையெல்லாம் தரையில எறிஞ்சு அம்மாவை அடிப்பாராம். இன்னும் நிறைய மோசமான கொடுமைகளையெல்லாம் இந்தம்மாவுக்குச் செஞ்சவராம் அந்தச் சீமான். அப்படிப்பட்டவர் வேறொரு இடத்துல இன்னொருத்தியையும் வச்சுட்டிருந்திருக்கார். அவங்க ரெண்டு பேரும் ஒரு பயணம் போறப்ப ஆக்சிடெண்ட் ஆனதும் இந்தச் சீமாட்டிதான் அவங்க ரெண்டு பேரையும் இந்த வீட்டுக்குக் கூட்டிட்டு வந்து அக்கறையோடு சிகிச்சை

செஞ்சு பராமரிச்சுப் பார்த்துட்டிருக்கார். கடைசில அந்தக் கூத்தியாள் பிழைச்சிருக்கா. சீமான் செத்துட்டார். அந்தப் பொம்பளைக்கு ஏற்கெனவே ரெண்டு பெண் குழந்தைகள் இருந்ததால அவ குணமாகுறவரைக்கும் அந்தக்குழந்தைகளையும் இந்த சீமாட்டி இங்கேயே தங்க வச்சு பார்த்துட்டிருந்திருக்கா. இப்ப அவங்க யாருமே இவரைத் திரும்பிக் கூடப் பார்க்குறதில்லன்னாலும் இந்த மனுஷி அவங்களுக்கும் காணி, சொத்தெல்லாம் எழுதிக் கொடுத்துத்தான் இருக்கார்" என்று ப்ரியா ஆன்ட்டி கூறியதைக் கேட்டதன் பிறகு நானென்றால் இந்தளவு கருணை மனம் படைத்தவளாக இருக்க மாட்டேன் என்று எனக்குத் தோன்றியது.

"இந்த மனுஷியோட பிள்ளைகள் அதுக்காகக் கோபப்பட் டிருப்பாங்களே."

"அதெல்லாம் இல்ல. இதையெல்லாம் இவரோட மகன்தான் சொன்னார். அந்தச் சமயத்துல அப்பாவோட கை உடைஞ்சிருந்ததக்கூட வழுக்கி விழுந்து உடைஞ்சதாத்தான் இந்த மனுஷி தன்னோட பிள்ளைகள்கிட்ட சொல்லி வச்சிருக்கார். இப்ப எல்லாருமே வெளிநாடுகள்ல இருக்காங்க. அவங்க இனிமே இங்க குடியிருக்க வரமாட்டாங்க. இவர் அப்பப்பப் பிள்ளைகளைப் பார்த்துட்டு வர அங்க போய் வருவார். இப்பல்லாம் பிள்ளைகள் மேல இருக்குற பற்றை இல்லாமலாக்கிக்கணும்னுதான் இவர் சொல்லிட்டிருக்காராம்."

பாக்யா என்னுடனே தங்கிவிட்டாள். ப்ரியா ஆன்ட்டி மாத்திரம் அனர்த்தங்களில் சிக்கியவர்களுக்கு உதவுவதற்காக திரும்பிப்போய் விட்டார். கரையோரப் பிரதேசங்களில் அந்தளவு அழிவெதுவும் நேரவேயில்லை என்பதைப்போல கண்டி மலைகள் அமைதியாகக் காணப்பட்டன. இருந்தாலும் எவ்வேளையிலாவது அவையும் தரையோடு சரிந்துவிடும் என்ற உணர்வு எனது மனதைக் கலவரப்படுத்திக்கொண்டே யிருந்தது.

நூற்றாண்டுகளுக்கு முன்பு எப்படியிருந்ததோ அவ்வாறே இப்போதும் முன்னால் மிக விசாலமான திண்ணையை யும் திண்ணையைச் சுற்றிவர பாதிச் சுவர்களெழுப்பிப் பலகையினாலான நுழைவாயிலையும் அந்த அரண்மனை கொண்டிருந்தது. அகலமானதொரு விறாந்தையையும் விசாலமான படுக்கையறைகளையும் சிறியதொரு அறையையும் உணவறைகள் இரண்டையும், பின்புறத் திண்ணையையும் கொண்டிருந்த அந்த அரண்மனையில் பழைய தண்டனைக் கட்டையொன்று இப்போதும்

எஞ்சியிருந்தது. ஆங்கில எழுத்து எல் வடிவத்தில் ஒதுக்குப்புறமாக இருந்த திண்ணையுடன் கூடிய சமையலறை, களஞ்சிய அறை, ஓர் உணவறை, ஆயுதங்கள் வைக்கப்பட்டிருக்கும் அறை ஆகியவை பெரிய தூண்களிருந்த ஒடுங்கிய நடைபாதை மூலமாக பிரதான வீட்டோடு இணைந்தன.

நவீன வசதிகளுடன் கூடிய பெரியதொரு அறையும் சிறிய சமையலறையொன்றும், வெளியே இருந்து உள்நுழைய முடியுமான விதத்தில் அமைக்கப்பட்டிருந்த புதிய திண்ணை யுடன் கூடிய பகுதிதான் எமக்கு வழங்கப்பட்டிருந்தது. கண்டியில் பணிபுரிந்த வெளிநாட்டவர் ஒருவர் அதில் முன்பு தங்கியிருந்தாராம்.

அந்த அரண்மனையைச் சுற்றியிருந்த தோட்டத்தின் பரப்பளவு ஒரு ஏக்கரையும்விட அதிகமாக இருக்கலாம். ஒருபுறம் முழுவதும் கனி வர்க்கங்களைத் தரும் மரங்கள் செழித்து வளர்ந்திருந்தன. முன்னாலிருந்த வேலியோரம் நெடுகவும் வெள்ளைப் பூக்கள் பூக்கும் காடினியாச் செடிகள் நடப்பட்டிருந்ததோடு, தோட்டத்தின் சரிவான இடங்களில் கற்கள் பதிக்கப்பட்டிருந்தன. காக்கி நிறத்தில் குட்டைக் காற்சட்டை அணிந்திருந்த வயதான நபரொருவர் நாள் முழுதும் அந்தத் தோட்டத்தில் வேலைசெய்துகொண்டிருந்தார். அதனால் தோட்டத்தில் ஒரு களைச்செடி கூட இருக்க வில்லை. கற்கள் பதிக்கப்பட்டிருந்த இடத்தின் இடைவெளிகளில் வகை வகையான பூச்செடிகள் இருந்ததால், ஓரோர் அளவுகளில் அழகழகான வண்ண வண்ணப் பூக்கள் பூத்திருந்தன.

"சித்திரப் புத்தகங்கள்ல இருப்பதுபோல இவ்வளவு அழகா இந்தத் தோட்டத்தை எப்படி செஞ்சீங்க?" என்று பாக்யா கேட்டாள்.

சித்ரலதா சீமாட்டி விழிகளால் புன்னகைசெய்தவாறே பார்த்துக்கொண்டிருந்துவிட்டு மிகவும் மெல்லிய குரலில் பதிலளித்தார்.

"நான் பூச்செடிகளோட விதைகளைச் சேகரித்து வச்சிருந்து அந்த மாதிரி இடைவெளிகள்ல வீசிடுவேன். மழையில்லாத காலத்துலதான் அப்படி செய்வேன். இல்லேன்னா மழைக்கு அதெல்லாம் தண்ணியோடு கீழே போயிடும். அதெல்லாம் முளைச்சுத்தான் இப்படி இயற்கையா வளர்ந்ததுபோல அழகா ஆகியிருக்கு. இந்தக் கூட்டாளியையும் கூட்டிக்கிட்டு இந்தத் தோட்டத்துல நடந்துட்டு வாங்க. விரும்பியதையெல்லாம் பறிச்சு சாப்பிடுங்க. அந்தியாகி தலதா மாளிகைக்கோ ஏதாவது

சுநேத்ரா ராஜகருணாநாயக

விகாரைக்கோ கோயிலுக்கோ போயிட்டு வாங்க. அப்படி ஒய்வா இருந்தா இவங்க கதைச்சிடுவாங்க" என்ற சித்ரலதா சீமாட்டி எனக்குத் தர்ம போதனைகளைப் போதிக்க முயலாதது பெரும் ஆறுதலைத் தந்தது.

தோட்டத்தின் வலப்புறமாக ஒரு குன்று இருந்தது. அதன் உச்சிக்கு ஏற சிறிய படிக்கட்டுகளைச் செதுக்கியது சித்ரலதா சீமாட்டியின் தந்தையாம். அந்தக் குன்றின் மீது சிறிய புத்தர் பீடத்தையும் தனது கைகளாலே கட்டினார் என்று அந்தத் தோட்டத்தைப் பராமரிக்கும் நபர் பாக்யாவிடம் கூறினார். அந்த புத்தர் பீடத்துக்குக் கீழே மிகவும் மிருதுவாக இருந்த இடத்தில்தானாம் சீமாட்டியின் தந்தை தனது கடைசி காலத்தை அதிகமாகக் கழித்திருக்கிறார். சித்ரலதா சீமாட்டி காலைவேளையில் மாத்திரம்தான் அங்கே போய் வருவார். இருப்பினும், போகும்போது அவர் பூக்களைப் பறித்துக் கொண்டு போகவில்லை. ஒரு நாள் நாங்களும் அவரைப் பின் தொடர்ந்து போனோம். அங்கு வட்ட வடிவத்தில் இருந்த, வெள்ளைச் சுண்ணாம்பு பூசப்பட்டிருந்த அந்தப் பூஜையறைக்குக் கண்ணாடிக் கதவொன்றுதான் இருந்தது. உள்ளே புத்தரின் பெரியதொரு சிலை இருக்கும் என்றுதான் நினைத்தேன். ஆனால் உள்ளே சுவர் முழுவதுமாகச் சின்னச் சின்ன புத்த ரூபங்கள் வரையப்பட்டிருந்தன. பூஜையறையின் மத்தியில் வெளிச்சம் விழட்டும் எனக் கூரையில் கண்ணாடி ஓடு பதிக்கப்பட்டிருந்தது. அந்தப் பூஜையறை வட்டமானது என்பதால் சுவரில் அரை வட்டத்தில் கண்ணாடி ஜன்னலொன்றும் இருந்தது. அதன் வழியே ஹந்தானை மலைத் தொடர் தெரிந்தது.

"அப்பா அவரோட கடைசிக் காலத்துல ராத்திரி தூங்குறதுக்காக மட்டும்தான் வீட்டுக்கு வருவார். புத்தரோட இந்த ரூபங்களை வரைஞ்சது அவர்தான். அந்தக் காலத்துல சித்தரநய்தே என்ற வயசான ஒரு ஓவியரும் இருந்தார். அவரைக் கூடவச்சுக்கிட்டுத் தேவையான வண்ண வண்ணச் சாயங்களையும் அவரே தயாரிச்சுக்கிட்டார்."

"ஏன் ஆன்ட்டி இதுக்குள்ள ஒரு புத்தர் சிலை கூட இல்ல?" என்று பாக்யா கேட்டாள். சிறுமி ஓவியங்களைத் தடவிப் பார்த்தாள்.

"அப்பா இங்க சூரிய வெளிச்சம் விழுற இடத்துல, சரியா நடுவுல ஒரு பென்னாம்பெரிய பளிங்குக் கல்லை வச்சிருந்தார். இப்போ காலம் மோசம்ங்குறதால நான் அதைக் கொஞ்ச காலம் வீட்டுக்குள்ள எடுத்து வச்சிருந்துட்டு, பௌத்த

விகாரையொண்ணுக்குப் பளிங்குக் கல் தேவைப்படுதுன்னு சொன்னதும் தேவைப்படுற மாதிரி வெட்டி எடுத்துக்குங்கன்னு சொல்லி தானமாக் கொடுத்துட்டேன்."

"அப்படீன்னா இயற்கையான கல்லாவா இருந்துச்சு?"

"ஆமா. கூம்பு வடிவத்துல இருந்த பெரிய கல் அது. கடைசி அஞ்சாறு வருஷமா அப்பா தேவைக்கு மட்டும்தான் பேசினார். அந்தக் காலகட்டத்துல என்னோட பிள்ளைகளும் குழந்தைகள்தானே. அதனால இங்க என்ன நடக்குதுன்னு தேடிப் பார்க்க எனக்குக்கூட நேரமிருக்கல. பூஜையறை கட்டணும்னு இதைக் கட்டுறதுக்கு முன்னாடியிருந்தே என்கிட்ட சொல்லிட்டேயிருப்பார். அப்பா ஒருநாளும் பூக்களைப் பறிச்சுப் பூஜை செஞ்சதேயில்ல. ஆனா பௌத்த பிக்குகளைவிட நல்லா பௌத்த பதங்களையும், போதனைகளையும் அறிஞ்சிருந்தார். எங்க சின்ன வயசுல எப்பவும் சுலோகங்களைச் சொல்லிட்டேயிருப்பார். கவிதைகள் இயற்றுவார். அவர் நிறைய ஓலைச் சுவடிகளையும் வச்சிருந்தார். அதையெல்லாம் பிள்ளைகள் வெளிநாட்டுக்கு எடுத்துட்டுப் போயிட்டாங்க. அவங்க அதை வச்சுக்கிட்டு என்ன பண்றாங்களோ தெரியாது."

"ரொம்ப ஆச்சரியமாயிருக்கு. அவர் சொந்தமா ஏதாவது எழுதி வச்சிருப்பாரே?"

"நிறைய எழுதினார்தான். என்னோட வீட்டுக்காரர் அதையெல்லாம் யாருக்கோ கொடுத்துட்டார். அதனால, கடைசி காலத்துல அப்பா என்கூடவும் பேசவேயில்ல. அவரோட கால்ல விழுந்து வணங்கினா தலையைத் தொட்டு ஆசிர்வதிப்பார், அவ்வளவுதான். தடுமன், காய்ச்சல்னு வந்தாக்கூட இஞ்சி, கொத்தமல்லி அவிச்சுத் தரச் சொல்லிக்கூட என்கிட்ட சொல்ல மாட்டார். நானா புரிஞ்சுக்கிட்டு அவிச்சுக் கொடுத்தா குடிப்பார்."

சித்ரலதா சீமாட்டி பூஜையறையின் உள்ளேயும் வெளியேயும் கூட்டிப் பெருக்கத் தொடங்கியதும், நானே தும்புத் தடியை அவரிடமிருந்து வாங்கி அதைச் செய்யத் தொடங்கினேன். அவர் பூஜையறையின் மத்தியில் நின்று வணங்கிவிட்டு "நீங்க இங்க எவ்வளவு நேரம்னாலும் இருந்துட்டு மெதுவா வாங்க. வரும்போது கதவை மூடிட்டு வாங்க. இல்லேன்னா வௌவால்கள் உள்ளே புகுந்துடும்" என்று கூறியவாறே மெதுவாக நடந்தார்.

பாக்யா சற்று நேரம் கற்பாறையின் மீது நடந்தாள். பிறகு மலைத் தொடரைப் பார்த்திருந்தாள். சிறுமி தண்ணீர்

சேர்ந்திருந்த சிறிய கற்குழியை எட்டிப் பார்த்து அதில் தனது முகத்தைப் பார்க்க முயன்றுக்கொண்டிருந்தாள். சித்ரகலா சீமாட்டிக்குக் கூட தனது அப்பாவுடன் கதைக்க முடியுமான காலத்தில் அறிந்துகொள்ள வேண்டிய பலவும் அறிய முடியாமல் போயிருக்கிறது. அதற்காக அவர் கவலைப்படுகிறாரோ என்று தெரியவில்லை என்று நான் சிறிய படிக்கட்டில் அமர்ந்திருந்து யோசித்துக்கொண்டிருந்தேன்.

பாக்யா மெதுமெதுவாக எனதருகில் வந்தமர்ந்து எனது கைகளைப் பிடித்துக்கொண்டு கண்களைக் கூர்ந்து பார்த்துக்கொண்டிருந்தாள்.

"வர்ணி, நீ பேசாம இருக்குறது பேச இயலாம இல்ல. சின்ன வயசுல இருந்து எனக்கு உன்னோட கண்களை நல்லாத் தெரியும். நீ எங்களைப்போல வாயாடியாவோ, சத்தம் போடுறவளாகவோ, குறும்புத்தனம் பண்றவளாகவோ இருக்கலைன்னாக்கூட உன்னோட கண்கள் எப்பவும் பேசிட்டேதான் இருக்கும். அந்தக் கண்கள்ல நம்ம குறும்புத்தனம் அப்படியே இருக்கும். இந்த நாட்கள்ல உன்னைத்தான் நல்லாக் கவனிச்சுப் பார்த்துட்டிருக்கேன். நான் உனக்கு இவ்வளவு நெருக்கமா இருந்தும் என்கிட்ட பேச மாட்டேங்குறே? உனக்கு அம்மா, அம்மம்மா, சாஷாவுக்குப் பிறகு நெருங்கிய சொந்தமா, தோழியா நான்தான் இருக்கேன்னு நம்பிட்டிருக்கேன். இப்ப அம்மாவும் அம்மம்மாவும் இல்லங்குறதால அவங்க ரெண்டு பேராகவும் நான்தான் இருக்கணும். என்னால இங்க தொடர்ந்தும் இருக்க முடியாது. அடுத்த கிழமை திரும்பப் போகணும். நான் நிம்மதியாப் போகணும்னா நீ பேசணும்."

பாக்யா இதை ஆங்கிலத்தில்தான் கூறினாள். சிறுமியும் வந்து எனது மடியில் அமர்ந்துகொண்டாள். அவ்வேளையில் ஏதாவது பேச வேண்டும் என்று எனக்கும் தேவைப்பட்டதுதான். இருந்தாலும், எந்த அளவு கதைக்காமலே இருக்கப் பழகி யிருந்தேன் என்றால், எனது தொண்டையில் காற்று அடைபட்டு உள்ளேயிருந்து வரும் வசனங்களைத் தடுப்பதுபோலவே எப்போதும் உணர்ந்தேன். அது ஏதோ மூச்சுத் திணறல்போல மிகச் சிரமமான ஒன்றல்ல. நான் அறிந்துகொண்டவற்றை, நான் நினைப்பவற்றை பாக்யாவிடம் கூறுவதால் பயனேதுமில்லை என்று நெஞ்சில் எழுந்த உணர்வோடு வந்த நெருக்கடி போன்ற ஏதோ ஒன்று அது.

"நீ ஏன் சாஷாவைப் பார்க்கப் போகக் கூடாது? இப்ப நீ அங்க போனா அவரைக் கண்டதுமே பேசிடுவாய். நீ ஏதோ என்கிட்ட இருந்து மறைக்கிறாய். பூமியதிர்ச்சிக்கு முன்னாடி

உனக்கும் சாஷாவுக்குமிடையில ஏதாவது பிரச்சினை இருந்துச்சா?"

நான் இல்லையென்று தலையசைத்தேன்.

"பூமியதிர்ச்சிக்குப் பிறகும், மனோ ஆன்ட்டியோட மரணத்துக்குப் பிறகும் கூட நீ கதைச்சுட்டிருந்தாய்னுதான் மாயா ஆன்ட்டி சொன்னாங்க. அப்படீன்னா திடீர்னு என்ன நடந்துச்சு? இந்த மாதிரி நெருக்கடியான சமயங்கள்ல பொம்பளையாப் பிறந்தவங்களுக்கு வேறு அசம்பாவிதங்களும் நடக்கும்தான். இந்த நாட்கள்ல அப்படியான விஷயங்கள் பலதைக் கேள்விப்பட்டுட்டிருக்கோம். நாங்க இங்க வர்றதுக்கு முன்னாடிகூட அப்படியான விஷயங்கள் வெப்சைட்கள்ல பிரசுரமாகியிருந்துச்சு. உனக்கு என்கிட்ட சொல்ல முடியாமன்னு எதுவுமேயில்லையே. சாஷாக்கிட்ட சொல்ல முடியாத விஷயங்களைக்கூட உன்னால என்கிட்ட சொல்ல முடியும்தானே."

அவள் சுற்றி வளைத்துக் கேட்டது என்னவென்று எனக்குப் புரிந்தது. பூமியதிர்ச்சிக்குப் பிறகு சில சிறு குழந்தைகள்கூட பாலியல் வல்லுறவுகளுக்கு ஆளாகியிருந்தார்கள். உறங்குவதற்காக வந்த பெண்கள் சொன்ன கதைகளைக் கேட்டதன் பிறகுதான் நான் இந்தச் சிறுமியையும் மிகுந்த கவனத்துடன் பார்த்துக்கொள்ளத் தொடங்கியிருந்தேன். கிணற்றில் குளிக்கவென்று யார் யாரோவெல்லாம் வந்து போய்க் கொண்டிருந்தார்கள்தானே? எனக்கு அப்படியேதேனும் நடந்திருப்பதால்தான், நான் யாரிடமும் அதைக் கூற முடியாமல், சாஷாவின் முகத்தைப் பார்க்க முடியாமல் கவலையோடும் வெட்கத்தோடும் கோபத்தோடும் பொறுமையாக இருக்கிறேன் என்று பாக்யா நினைத்துக்கொண்டிருக்கக் கூடும். அவ்வாறு எதுவும் நடக்கவில்லை என்று கண்களால் தெரிவித்தவாறு தலையசைத்தேன்.

"நான் எப்படியாவது பாக்யாவோடு கதைச்சிடுவேன்னு இன்னிக்கு நாள் முழுக்க நல்லா யோசிச்சு ஒரு தீர்மானத்துக்கு வா. சிலவேளை நீ பேசத் தொடங்கினா, இந்தப் பிள்ளையும் பேசிடுவாள். உன்கிட்ட வர்றதுக்கு முன்னாடி இந்தப் பிள்ளைக்கும் அப்படியேதாவது நடந்துதான் பேச முடியாமப் போயிருக்குமோன்னு எனக்குத் தோணுது."

நான் சிறுமியை இறுக அணைத்துக்கொண்டேன்.

"இவளுக்குன்னா இவளோட குடும்பத்துல யாரையும் இன்னும் சந்திக்கலன்றதாலயும், தான் இருந்த இடம்

திடீர்னு உடைஞ்சு விழுந்ததாலயும் வந்த அதிர்ச்சியாகக் கூட இருக்கலாம். ஆனா நீ உன்னோட வீட்டைக்கூட சுத்திப் பார்க்காம, ஏதோ அந்நியன்போல வெறிச்சுப் பார்த்துட்டிருந்ததுதான் எனக்குப் பயத்தைத் தந்துச்சு. நீயும் சாஷாவும் எவ்வளவு சந்தோஷமா அந்த வீட்டோட ப்ளானை என்கிட்டக் காட்டினீங்க. நான் முதன்முதலா உன்னோட புதிய வீட்டுக்கு வந்த நாள்ல நீ என்னோட கையைப் பிடிச்சுக்கிட்டு ஒரு மகாராணி தன்னோட மாளிகையைச் சுத்திக் காட்டுற மாதிரி எல்லா இடத்தையும் சுத்திக் காட்டினாய். அந்த வீட்டுல எஞ்சியிருக்குற சாமான்களைப் பற்றியாவது நீ அக்கறை காட்டாமலிருக்குறது ஏன்? எனக்குத் தெரிஞ்ச வர்ணாசி யில்லயே இது?"

அந்த வீட்டிலிருந்த வர்ணாசி பூமியதிர்ச்சியிலிருந்து தப்பிய போதிலும், அம்மாவின் மரணத்துக்கு இரண்டு நாட்களின் பிறகு அவளும் செத்துப்போய்விட்டாள் என்றா இவளிடம் கூற முடியும்? அந்த வீட்டிலிருந்த எதையும் கண்டிக்கு எடுத்துக்கொண்டு வர விருப்பமிருக்கவில்லை என்றாலும் அந்த நாட்குறிப்பேடுகளைக் கையோடு கொண்டு வர வேண்டும் என்பதற்காகவே இன்னும் சில புத்தகங்களையும், அம்மாவின் சில ஆடைகளையும் எடுத்துக்கொண்டு வந்திருந்தேன். அந்த நாட்குறிப்பேடுகளை ஆடைகளிடையே மறைத்துவைத்துவிட்டு ஏனைய புத்தகங்களை மாத்திரம் ஜன்னல் கட்டில் அடுக்கிவைத்தேன். அந்த நாட்குறிப்பேடு களை பாக்யாவுக்கு வாசித்துப் பார்க்கக் கொடுத்தால் அவள் எனது மௌனத்தைப் புரிந்துகொள்வாள். அப்போதுதான் எனது காயத்தை மேலும் தோண்டாமல் ஆறுதல் கூற அவளால் முடியும் என்பதை நன்றாக அறிந்திருந்தேன். இருந்தாலும் அவள் அவற்றை வாசித்தால் என்னை விடவும் பதற்றமடைவாள் என்பதையும் அறிவேன்.

'நீயொரு கேடு கெட்ட மிருகம்' என்று சாஷாவின் முகத்துக்கு நேராகவே அவள் கூறி விடவும் வாய்ப்பிருக்கிறது.

ஆகவே அதை பாக்யாவிடம் கூறி அவளுக்குள் அநாவசிய மான கோபத்தையும் அருவருப்பையும் ஏன் உருவாக்க வேண்டும்? சாஷா போலிப் பட்டப்படிப்புச் சான்றிதழைப் பெற்றது போலவே என்னிடமும் வேறு ஆட்களிடமும் பொய் கூறியிருக்கலாம். ஆனால், அவர் எவ்வளவுதான் மோசமான ஒருவராக இருந்தபோதிலும், என்னைக் காதலித்தது பொய்யாகவல்ல என்பதுவும் எனது ஆழ்மனதில் இருந்தது. சிலவேளை தொடக்கத்தில் என்னிடம் பொய்யாக நடித்திருக்கக்

கூடும். ஆனால் பிறகு அவருக்கு எனது பெருங்காதலின் முன்னால் உண்மையாகக் காதலிக்காதிருக்க முடியாமல் போயிருக்கலாம், இல்லையா? ஒருவரால் ஏழு வருடங்கள் தொடர்ச்சியாக நடிக்க முடியுமா என்ன? அவர் எவ்வளவோ நடித்திருக்கலாம்தான். அதெல்லாம் நடந்தது, என்னுடைய அம்மாவால்கூட கண்டுபிடிக்க முடியாத ஏதோவொரு காரணத்தினால் இருக்கலாம், அல்லவா?

நான் பாக்யாவின் கைகளிரண்டையும் எடுத்து எனது கன்னங்களில் வைத்துக்கொண்டேன். சிறு வயதிலிருந்தே நாமிருவரும் ஒன்றாக இருக்கும் வேளைகளில் தீர்மானங்களை எடுத்தவளும், எனது பாதுகாவலராக இருந்தவளும் இந்த பாக்யாதான். தோற்றத்திலும் நல்ல உயரமாகவும் பருமனாகவும் இருப்பாள். என்றாலும், எனது கவலைகளையெல்லாம் அவளுக்கும் கொடுத்து அவளையும் திணறச் செய்வதில்லை என்றுதான் அந்த வேளையில் எனக்குத் தோன்றியது.

சாஷாவுடன் எப்படி வாழ்வது என்பதற்கான பதிலைக் கண்டடையவும் என்னால் மாத்திரம்தானே முடியும்? அவரைக் கைவிடத் தோன்றியபோதிலும், அதன் ஆழத்தில் அவரில்லாமல் வாழ முடியாத அளவுக்குக் காதலும் எனக்குள்ளே இருப்பது எனக்கு நன்றாகப் புரிந்தது. என்றாலும், அவரிடம் அந்தப் பழைய கதையைப் பற்றியும், அதை ஏன் என்னிடம் முன்பே கூறவில்லை என்றும் கேட்டுவிட்டு, இப்போதும் வேறு பெண்களுடன் தொடர்பு இருந்தால், அவர்களுடனே போய் வாழச்சொல்லிவிட்டு, எனக்கு விலகிப் போக இடமளிக்கச் சொல்லவும் விரும்பினேன்.

'நீ எதுக்கு விலகிப் போகணும்? அதெல்லாம் ஏதோ தெருவோரத் தண்ணீர்க் குழாய்கள் மாதிரிதான். தாகமே இல்லன்னாலும் விடலைப் பசங்க குடிச்சுப் பார்ப்பாங்களே. அதுபோலத்தான்" என்று அவர் சொல்லிச் சிரிக்கவும் வாய்ப்பிருக்கிறது.

நானும்கூட அவ்வாறானதொரு பதிலைத்தான் எதிர்பார்க்கிறேன் என்று எனக்குத் தோன்றுகிறது. சிலவேளை அவ்வாறு பட்டும்படாமல் பதில் சொல்லாமல், மிகவும் அன்பான முறையில் அதைத் தீர்த்துக்கொள்ளாமல், தன்னுடைய வெட்கக் கேட்டை மறைக்க பெருங்கோபத்தைக் காட்டவும் வாய்ப்பிருக்கிறது. என்னுடைய அம்மாவுக்கு அவர் அப்படித்தானே பதிலளித்திருக்கிறார். என்னிடம் இதுவரை பெரிய அளவில் கோபத்தைக் காட்டியிருக்கா விட்டாலும், ஏதாவது சிறிய விடயமொன்றிலாவது அவரது

கருத்துக்கு மாற்றுக் கருத்தைத் தெரிவித்துவிட்டால் திடீரென அவர் குரலுயர்த்திப் பேசிய சந்தர்ப்பங்களும் இருந்தன. அவ்வாறான சமயங்களில் அவர் மீதிருந்த அளவற்ற பாசத்தால்தானே புன்னகைத்துவிட்டு அமைதியாக இருக்க என்னால் முடிந்தது. அவர் வேறு ஆட்களிடம் தொலைபேசி வழியாகக் கத்திக் கூச்சலிட்டு எரிந்துவிழும்போது நான்தான் அவரது முதுகைத் தடவிக் கொடுத்து 'கூலாகுங்க' என்பேன்.

'உனக்குப் புரியாது. இவங்க நான் சொல்றதைக் கேட்காம என்கிட்டயே எதிர்த்துப் பேசப் பார்க்குறாங்க' என்று சற்று நேரம் வரைக்கும் கோபத்தோடு புறுபுறுத்துக்கொண்டே யிருப்பார். அப்போது அவரது நெஞ்சைத் தடவிக் கொடுத்து அதன் மத்தியில் முத்தமிட்டுச் சிரிப்பூட்டுவேன்.

அந்த எரிந்து விழும் பழக்கம் எப்போதாவது என்மீதும் திரும்ப வாய்ப்பிருக்கிறது, இல்லையா? எப்போதாவது நான் அவரது பொய்களுக்குச் சவால்விட்டால், அவ்வாறும் நடக்கலாம்தானே. அவ்வேளையில் அவரது முதுகைத் தடவிக் கொடுத்து கூலாகச் சொல்வதை எப்படி என்னால் செய்ய முடியும்? நெஞ்சின் மத்தியில் முத்தமிடவும் முடியாமல் போகலாம். அவரிடம் எதையும் விசாரிக்காமல், ப்ரியா ஆன்ட்டியைப்போல மொத்த வாழ்க்கையையும் நடிப்பிலேயே கழிப்பது எனக்குச் சிரமமானது. என்ன ஏதென்று விசாரித்து அவருடைய கருத்தைக் கூறவும் இடமளிக்க வேண்டும், அல்லவா? நான் எதற்காக அம்மாவைப்போல நடந்துகொள்ள வேண்டும்? அவரது பதில் எதுவாக இருப்பினும், அதற்கு முகம்கொடுக்க நான் எனது மனதைத் தைரியப்படுத்திக் கொள்ள வேண்டும். ஆனால் ஒருவர் கையறு நிலையில் கை கால்கள் உடைந்திருக்கும் நிலையில் இவற்றையெல்லாம் அவரிடம் விசாரிக்க முடியாது. எப்போதாவது அவர் பூரண குணமடைந்து ஒரு சாமானியனாக, அன்றாட வாழ்க்கையை வாழத் தொடங்கிய பிறகுதானே கேட்க முடியும். அந்தக் காலம் வரும்போது, இவையெல்லாவற்றையும் குறித்து விசாரிப்பதற்கான அவசியம் கூட இல்லாமல் போயிருக்க வாய்ப்பிருக்கிறது. ஒரு கணம் அத்தியாவசியமாகத் தோன்றும் ஒன்று ஓரிரு வாரங்களில் இரண்டாம், மூன்றாம் நிலைக்குத் தள்ளப்படுவது சாத்தியம்தானே.

நான் மௌனமாகவே இருந்ததால், பாக்யா சிறுமியின் கையைப் பிடித்துக்கொண்டு தோட்டத்தில் வெகுதூரம் நடந்தாள். புத்தர் சிலையில்லாத பூஜையறைக்குள் நுழைந்து சுவர்களிலிருந்த புத்தரின் ஓவியங்களைப் பார்த்தேன். அப்போதுதான் கீழ் வரிசையில் வரையப்பட்டிருப்பவை

புத்தரின் ரூபங்களல்ல என்பதுவும் அவை ஓரோர் வேலைகளைச் செய்துகொண்டிருக்கும் சாமானிய மனிதர்கள் என்பதுவும் புலப்பட்டது. அவ்வாறென்றால் சிறுமி தரையில் தவழ்ந்து தவழ்ந்து இதைத்தான் பார்த்திருப்பாள். நானும் தரையில் அமர்ந்துகொண்டேன். ஆகவும் கீழ் வரிசையில் இருந்த விவசாயி இரண்டாம் வரிசையில் ஒரு துறவியாக இருந்தார். காவியுடையணிந்து மண்வெட்டியின் பிடியில் சாய்ந்து அமர்ந்திருந்தார். அதற்கு மேலேயிருந்த வரிசையில் காணப்பட்ட அதே துறவியின் முகம் மிகவும் சாந்தமாகத் தென்பட்டது; முகமும் பிரகாசமாக இருந்தது. அதற்கும் மேலிருந்த வரிசையில் அவர் பத்மாசனத்தில் அமர்ந்திருந்தார்; விழிகள் மூடியிருந்தன; அவரைச் சூழவும் சிறிய தாமரைப் பூக்கள் பரந்திருந்தன. இவ்வாறாக ஓரோர் தொழிலில் ஈடுபடுபவர்கள் ஐந்தாம் வரிசையில் முழுமையான புத்தத் துறவிகளாக ஆகியிருந்தார்கள். அதற்கு மேலிருந்த வரிசைகளில் புத்த துறவிகளிருந்த ஓவியங்களும், இல்லாத ஓவியங்களும் காணப்பட்டன. மனித ரூபங்கள் இல்லாத இடங்களில் வெளிச்ச வட்டங்கள், தாமரைப் பூக்கள், மல்லிகைப் பூக்கள் போன்றவை வரையப்பட்டிருந்தன. பூஜையறையின் உள்ளே நுழைந்ததுமே ஏதோ நிறைய புத்தரின் உருவங்கள் வரையப்பட்டிருப்பதுபோலத் தென்பட்ட போதிலும், ஒவ்வொன்றாகக் கூர்ந்துபார்க்கும்போதுதான் இரண்டு, மூன்று மணித்தியாலங்களுக்கு மேலே பார்த்துக் கொண்டேயிருக்க வேண்டிய விஷயங்கள் அவற்றில் இருப்பது புலப்பட்டன. ஒவ்வொருவரினதும் முகங்களில் காணப்படும் உணர்வுகள் ஒன்றுக்கொன்று வேறு வேறாக இருந்தன. ஒவ்வொரு வரிசையிலும் ஒன்றின் கீழ் ஒன்றாகக் காணப்படுபவர்கள் அதே நபர்கள் என்பதை இனங்காண முடியும் என்றபோதிலும், அந்த முகங்களிலுள்ள உணர்வு வேறுபாட்டைத் தெளிவாகக் காண முடிந்தது. இவையெல்லாம் ஏதோவொரு சாதாரண ஓவியரால் வரைய முடியாதவை. அதுவும் ஒவ்வொரு உருவமும் மூன்று அங்குலத்தை விடவும் குறைந்த அளவைக் கொண்டவை. ஆனால் அவற்றைக் கூர்ந்து பார்த்துக்கொண்டிருக்கும்போது உயிருள்ளவர்களைப் பார்த்துக் கொண்டிருப்பது போலத்தான் தோன்றத் தொடங்கும். சித்ரகலா சீமாட்டி இவற்றையெல்லாம் அவதானிக்காமல் இருந்திருக்க வாய்ப்பில்லை. அப்படியானால், இதைப் பற்றி வேண்டுமென்றேதான் எதுவும் கூறாமல் இருந்தாரா? இப்படிப்பட்ட ஒன்றை வேறொருவர் விரலால் சுட்டிக் காட்டித் தெளிவுபடுத்துவதைக் காட்டிலும், தானே பார்த்துப் புரிந்துகொள்வதுதான் பெறுமதி வாய்ந்தது, இல்லையா?

சுநேத்ரா ராஜகருணாநாயக

நான் மூன்று மணித்தியாலங்கள்போல அந்தப் பூஜையறை யிலேயே இருந்தேன். சூரிய வெளிச்ச வட்டம் பூஜையறையின் நடுமத்தியில் இயற்கையான கற்கள் பொலிவாக்கப்பட்டிருந்த தரையில் விழுந்தது. அந்த இடத்தில் ஒரு பளிங்குக் கல் வைக்கப்பட்டிருந்தபோது, அதிலிருந்து வானவில் வர்ணங்கள் வெளிப்பட்டிருக்குமோ? அந்தப் பெரியவர் பளிங்குக் கல்லை அவ்விடத்தில் வைத்திருந்ததற்கும் ஏதாவது காரணம் இருந்திருக்கும், இல்லையா?

சாஷாவும்கூட, அம்மா அறிந்த நபராகவோ, நான் அறிந்த நபராகவோ இல்லாமல் வேறொரு நபராக இருக்கவும் வாய்ப்பிருக்கிறதே. நானும் கூட அம்மம்மாவோ அம்மாவோ அறிந்திருந்த மகளாகவோ, சாஷா அறிந்திருக்கும் மனைவி யாகவோ, பாக்யா அறிந்திருக்கும் தோழியாகவோ இல்லாமல் இருக்க வாய்ப்பிருக்கிறது, இல்லையா?

அந்தப் பூஜையறைக்குள் ஏதாவது ஆன்மீகப் பலம் செயற்படுகிறதா என்றெல்லாம் யோசிக்க விரும்பவில்லை. இருந்தாலும், புத்தர் சிலையென்று கருதித் தொட்டுப் பார்க்கவோ, மலர்ப் பூஜை செய்யவோ, அன்னதானம் வைக்கவோ யாருமில்லாத போதும், புத்தரின் நற்பண்புகள் எவையென்று யோசிக்கத்தூண்டும் ஏதோவொன்று அதனுள்ளே இருந்தது.

“இவள் இவ்வளவு நேரமும் இதற்குள்ளேதான் இருந்திருக்கிறாள். வாயேன். கையால அள்ளிக் குளிக்க முடியுமான கிணறொண்ணு இருக்கு. அப்படியொரு கிணத்துல குளிச்சு ரொம்பக் காலம் ஆகிடுச்சு. நாங்க குளிப்போமா?”

எனது மனதுக்குள் அலைமோதிக்கொண்டிருந்த விஷ வாயு சட்டென்று எரிந்து காணாமல் போனது போல தொண்டை அடைப்பு, நெஞ்சின் இறுக்கமெல்லாம் காணாமலாகிச் சிரித்தேன்.

“சரி . . . நாங்க குளிப்போம்” என்ற வார்த்தைகள் என்னிலிருந்து வெளிவரும்வரை நானே அறிந்திருக்கவில்லை.

பாக்யாவின் விழிகளிலிருந்து கண்ணீர் வழிந்தது. பாடசாலைக்குப்போன காலத்திலிருந்த அதே துடிப்போடு மறுகணம் அவள் என்னையும் இழுத்துக்கொண்டு கற்பாறை வழியே பள்ளம் நோக்கி ஓடினாள்.

“ஐயோ கதவை மூடல” என்று நான் ஞாபகப்படுத்தியதும் அவள் மீண்டும் அதே விளையாட்டுத் துடிப்போடு மேலே ஏறினாள்.

'ஏன் அவ்வளவு காலமும் கதைக்காமலிருந்தாய்?' என்றோ, 'சாஷாவைப் பார்க்க எப்போது போகிறாய்?' என்றோ அவள் கேட்கவேயில்லை.

நாங்கள் வீட்டுக்குள் நுழையும்போது சிறுமி வர்ணப்பெட்டி யொன்றை வைத்துக்கொண்டு பெரியதொரு வெள்ளைத் தாளில் ஓவியம் வரைந்துகொண்டிருந்தாள். அவ்வளவு காலமும் அவளுக்கு அதைக் கொடுத்தபோதெல்லாம் அவள் கபில நிறத்திலும் கறுப்பு நிறத்திலும் வீடுகளைத்தான் வரைந்துகொண்டிருந்தாள். ஆனால் இன்றோ அவள் ஒரு சிறுமியை வரைந்து அதற்குத் தமிழில் பெயரெழுதி அதற்கு மேல் சிவப்பு நிறத்தைத் தீட்டிக்கொண்டிருந்தாள். அந்தத் தமிழ் எழுத்துக்களை நானும் பாக்யாவும் பார்த்துவிட்டோம். பாக்யாவுக்குத் தமிழ் தெரியும் என்பது கூட எனக்கு நினைவு வரவில்லை. "உன்னோட பேரென்ன?" என்று பாக்யா கேட்டதும் சிறுமி வேகமாக அந்த எழுத்துக்களை சிவப்பு நிறத்தைப் பூசி மறைத்தாள்.

நாங்கள் சிறுமியைக் கட்டியணைத்து அவளின் தலையில் முத்தமிட்டோம்.

"இவள் தமிழ்ப் பிள்ளை. அதனாலதான் பயந்துபோய் பேசாம இருந்திருப்பாள். இன்னிக்கு நல்ல நாள். உன்னைப் பேச வச்சதுபோல இவளையும் பேச வைக்கணும்" என்றவள் சிறுமியோடு தமிழில் உரையாடத் தொடங்கினாள்.

"செல்லப் பிள்ளை பயப்பட வேணாம். எங்களுக்கு தமிழ் நண்பர்கள் நிறையப் பேர் இருக்காங்க. எனக்கு தமிழ் சொந்தக்காரங்ககூட இருக்காங்க. என்னோட அண்ணாவொருத்தர் யாழ்ப்பாண யூனிவர்சிட்டில படிச்சிட்டிருந்த ஒரு தமிழ்ப் பெண்ணைத்தான் கல்யாணம் கட்டியிருக்கார். நீ இவ்ளோ நாளா சிங்களம் தெரியாததாலதான் கதைக்காம இருந்தியா? பாரு. நாங்க எல்லோரும் உன்மேல எவ்ளோ அன்பா இருக்கோம்? இந்த ஆன்ட்டியோட பெயர் வர்ணாசி. என்னோட பெயர் பாக்யா. நாங்க சின்ன வயசுல இருந்தே உற்ற தோழிகள். இவள் உன்னோட வயசுலதான் கொழும்புக்கு வந்தாள். அதுக்கு முன்னாடியே என்னோட சித்தியும் இவளோட அம்மாவும் நல்ல தோழிகள்ன்றதால விடுமுறைக் காலங்கள்ல இவளோட வீட்டுக்குத்தான் போயிடுவோம். அங்க சின்னதா வீடு கட்டி விளையாடுவோம்; ஊஞ்சலாடுவோம். இரு. அந்தத் தோட்டக்கார மாமாக்கிட்ட சொல்லி உனக்கும் ஊஞ்சலொண்ணு கட்டித் தாறேன்."

சுநேத்ரா ராஜகருணாநாயக

பாக்யா சிறுமியிடம் கூறியவற்றை என்னிடம் சிங்களத்திலும் கூறினாள். சிறுமி எதுவும் பேசாமல் பார்த்துக் கொண்டிருந்த போதிலும், அவளது முகத்தில் பெரியவர்களைப் போன்ற யோசனையொன்று தேங்கியிருந்தது.

"உன்னோட வீடு எங்கேயிருந்துச்சு? எங்களுக்கு உன்னோட சொந்தக்காரர்களோட பெயர்களாவது தெரியும்னா அவங்க இருக்குற இடங்களைத் தேடிக் கண்டு பிடிச்சிடலாம். உன்னோட பெயர், அம்மா அப்பாவோட பெயரையாவது சொன்னாக் கூட யாரையாவது தேடிக் கண்டுபிடிக்க முடியாமப் போகாது" என்று பாக்யா எனக்கும் மொழிபெயர்த்துச் சொன்னவாறே தொடர்ந்தும் கூறினாள்.

சிறுமி அழத் தொடங்கினாள். நான் அவளைக் கட்டி யணைத்துக் கண்ணீரைத் துடைத்துவிட்டேன்.

"அப்படியில்ல பாக்யா. சொந்தக்காரங்களை சந்திச்சாக்கூட நான் இவளை என்னோட மகளா நினைச்சு தொடர்ந்தும் பார்த்துக்குவேன்னு இவள்கிட்ட சொல்லு. அவங்க யாரையும் தேடிக் கண்டுபிடிக்கத் தேவையில்லன்னு இவள் நினைக்கிறாள்னா தேடாமலே இருக்கலாம்னு சொல்லு. இவளோட கதைக்குறதுக்காகவே நானும் தமிழைக் கத்துக்குறேன்னு சொல்லு."

பாக்யா அவற்றைக் கூறிவிட்டு, "பாரு . . இந்த ஆன்ட்டி யோட அம்மா பூமியதிர்ச்சில செத்துப்போன கவலைல இவளுக்கு இவ்வளவு நாளா கதைக்க முடியாம இருந்து இன்னிக்கு இவளாலயும் கதைக்க முடியுமாகியிருக்கு. அதனால நீயும் இன்னிக்குக் கதைச்சுட்டாய்னா வர்ணாசி ஆன்ட்டியோட மனசுல இருக்குற கவலைகள் எல்லாமே இல்லாமப் போயிடும். அவள் உன்னை இங்க கூட்டிட்டு வர அனுமதி வாங்கியதுபோல அவ போற இடமெல்லாம் உன்னையும் கூட்டிட்டுப் போவாள்."

சிறுமி அழுகையை நிறுத்தினாள்; ஆனால் கதைக்க வில்லை.

"நீ அமெரிக்காவுல இருப்பதையும் இவள்கிட்ட சொல்லு. இவள் கதைச்சாள்னா எப்பவாவது எனக்கும் இவளுக்கும் அமெரிக்காவுக்குக்கூட போகலாம்னு சொல்லு. நமக்கு இந்தியாவுக்குக்கூட லேசா போய் வரலாம்னு சொல்லு."

பாக்யா இவையனைத்தையும், இன்னும் பலதையும் சிறுமியிடம் கூறினாள். சிறுமி தரையில் படுத்துக்கொண்டு,

தரையில் அமர்ந்திருந்த எனது மடியில் தலைசாய்த்துக் கண்களை மூடிக்கொண்டாள்.

“இவளைத் தொந்தரவு பண்ணாதே. எப்போதாவது இவள் கதைப்பாள்” என்று கூறி அவளது தலையைத் தடவிக் கொடுத்தேன்.

இந்த நிகழ்வுகளைச் சித்ரகலா சீமாட்டியிடம் கூறாதிருக்க நாங்கள் தீர்மானித்தோம். சமைப்பதற்கு இருவருக்குமே சோம்பலாக இருந்ததால், கண்டி நகரத்துக்குப்போய்ச் சாப்பிட்டுவிட்டு, தலதா மாளிகையையும் தரிசித்துவிட்டு, தெப்பக் குளத்தைச் சுற்றி நடந்துவிட்டு வரலாம் என்று பாக்யா கூறினாள்.

“அப்போ கிணத்துல குளிக்குற எண்ணம் இல்லையோ?”

“அதை நாளைக்குப் பார்த்துக்கலாம். யாராவது கிணற்றைத் தூக்கிட்டுப் போயிடப் போறாங்களா என்ன? இன்னிக்கு வெளியே போய் நல்லா சாப்பிட்டுட்டு, வேணும்னா ஒரு படத்தையும் பார்த்துட்டு இந்தப் பிள்ளையோட மனசு சந்தோஷப்படுற மாதிரி ஏதாவது பண்ணிட்டு வருவோம்.”

“நான் போக விரும்பல. நீங்க ரெண்டுபேரும் போய்ட்டு, வரும்போது எனக்கும் ஏதாவது எடுத்துட்டு வாங்க. காலைல கொண்டு வந்த இடியப்பம் இன்னும் மிஞ்சியிருக்கு. நான் அதைச் சாப்பிடுறேன். நீங்க ரெண்டு பேரும் நல்லா நேரமெடுத்து இருந்துட்டு ஆறுதலா வாங்க.”

“இந்தப் பிள்ளைக்காகவாவது வாயேன்” என்று அவள் கூறியதும் கட்டிலில் படுத்துக்கொண்டேன். அது மிகவும் பழைய கட்டில். கட்டிலின் தலைமாட்டிலிருந்த உறுதியான பலகையில் மயிலொன்று செதுக்கப்பட்டிருந்தது. சித்ரலதா சீமாட்டி ப்ரியா ஆன்ட்டியிடம் அது தனது அப்பாவுடைய கட்டிலென்று கூறியிருந்தார்.

சிறுமி கூறினால் மாத்திரம் நல்ல ஒரு ஹோட்டலுக்குப் போய் சுவையா சோறு, ஐஸ்கிரீம், வட்டிலாப்பம் எல்லாம் சாப்பிட்டுவிட்டு வரலாம் என்று பாக்யா சிறுமியிடம் தமிழில் கூறினாள். சிறுமியோ கட்டிலில் ஏறி என்னருகில் சுருண்டு படுத்துக்கொண்டாள்.

“இந்த வர்ணாசி ஆன்ட்டியோட கவலையெல்லாம் நீங்கி டவுனுக்குப் போறதுக்கு நீதான் நல்ல பிள்ளை மாதிரி உதவி செய்யணும். நீ சொன்னா அவள் கட்டாயம் வருவாள்” என்று பாக்யா சிறுமியின் முதுகைத் தடவிக் கொடுத்தவாறே கூறினாள்.

"இந்தப் பிள்ளைக்கு இவ்ளோ கஷ்டமான கண்டிஷன்ஸ் எல்லாம் போடாதே. நாங்க அந்தியாகி கொஞ்சம் நடந்துட்டு வரப் போவோம்."

எனது கருத்தை பாக்யா ஏற்றுக்கொண்டாள். அவள் அருகிலிருந்த ஹோட்டலொன்றுக்குப்போய் மூன்று சோற்றுப் பார்சல்களை வாங்கிக்கொண்டு வந்தாள். சிறுமி எனது நெஞ்சில் தலைசாய்த்திருந்தாள்.

"இப்ப போய்க் கிணத்துல குளிச்சிட்டு வரலாம்" என்று கூறியவாறே நான் எழுந்தேன்.

அரண்மனைக்குப் பின்புறமாக இருந்த சரிவு ஒரு சமவெளியில் போய் முடிந்தது. அந்த இடத்தில் காய்கறிகள் நடப்பட்டிருந்தன. அதைக் கடந்ததும் சிறிது தூரத்தில் மீண்டுமொரு மலைக் குன்று. அதைத் தாண்டியதும் மேலும் மலைகள். பச்சை நிற மலைகளுக்குப் பின்னால் நீல நிற மலைத் தொடர்கள் எவ்வளவு அழகாக இருக்கின்றன என்று பாக்யா தமிழில் கூறினாள். சுற்றி வர சீமெந்தால் கட்டப்பட்டிருந்த நீரூற்றில் தண்ணீர் ஊற்றெடுத்து வழிந்துகொண்டேயிருந்தது. நாங்கள் சிறுமியைச் சீமெந்துக் கட்டில் அமரவைத்துக் குளிப்பாட்டினோம். சிறுமியின் முகத்தில் புன்னகை விரிந்தது. பாக்யா தொடர்ந்தும் தமிழிலேயே கதைத்துக்கொண்டிருந்தாள்.

"நீ தப்புத் தப்பாத் தமிழைப் பேசுறப்பதான் இவளுக்குச் சிரிப்பு வருதுன்னு நினைக்கிறேன்."

"நான் பேசுறது சுத்தத் தமிழில்ல. ஆனா எனக்கு ஓரளவுக்குக் கதைக்க மட்டுமில்ல, தமிழை எழுதவும் தெரியும். தமிழ்மொழியில இருக்குற சமஸ்கிருதச் சொற்களைத் தனியாப் பிரிச்சு ஒரு புத்தகமே எழுதியிருக்கேன். தென்னாசிய மொழிகளிலிருக்கும் பொதுச் சொற்களைப் பற்றி இன்னொரு புத்தகத்தையும் எழுதிட்டிருக்கேன்."

"தமிழைக் கத்துக்கோன்னு முன்னாடில்லாம் அம்மா சொல்லிட்டேயிருப்பா. சொன்னது அம்மாங்குறதாலதான் நான் அதைக் கத்துக்கவேயில்ல."

"நாலு மொழிகளைக் கத்துக்கும்வரைக்கும்தான் எந்தவொரு மொழியையும் புதுசாக் கத்துக்க சிரமமா இருக்கும். அதுக்குப் பிறகு மொழிகள் உடையுற, சேர்ற விதங்களெல்லாம் பிடிபடத் தொடங்கிடும். ஒரு வசனத்தோட தொடக்கம் புரிஞ்சிடும். அதோட கடைசிலயும் நடுவுலயும் சேர்ந்துக்குற பாகங்கள் விளங்கிடும். ஆஹ்... உன்கிட்ட

சொல்ல மறந்துட்டேனே. முப்பத்துச் சொச்சம் மொழிகள் தெரிஞ்ச புரொபசர் ஒருத்தர் இருக்கார், தெரியுமா?"

"அவ்வளவு மொழிகளையும் எப்படிக் கத்துக்கிட்டார்?"

"அவரொரு கத்தோலிக்க ஃபாதரா இருந்திருக்கார். அதனால செமனேரிலருந்து வெளியேறப்பவே கிரீக், லத்தீன், இங்க்லிஷ், ஃப்ரென்ச் தெரியுமாம். அவரோட அம்மா வெனிஸ்யூலா. அதனால சின்ன வயசுலருந்து ஸ்பானிஷ் பேசினாராம். அப்பா போர்த்துக்கேயர்ன்றதால அதுவும் தெரிஞ்சிருக்கு. பிறகு சமகால மதங்களைப் பற்றிப் படிக்கப் போய் பௌத்த மதத்தைப் பற்றித் தெரிஞ்சுக்கிட்டாராம். ஹவாய்ல பௌத்த மதத்துல டொக்டரேட் செய்யணும்னா ஜெர்மனும் கத்துக்கணுமாம். அதனால சமஸ்கிருதம், பாலி, ஜெர்மன் மொழிகளைக் கத்துக்கிட்டாராம். பிறகு இந்தியாவுக்குப்போய் இந்தி கத்துக்கிட்டிருக்கார். பிறகு பாகிஸ்தான் தேவாலயமொண்ணுக்குப் போறதுக்காக உருதுவையும் கத்துக்கிட்டாராம். ஹிந்தி, சமஸ்கிருதத்தை உருதுல இருந்து நீக்கினா அதுல பர்ஷியன், புஷ்து சொற்கள்தானே எஞ்சியிருக்கும். அதனால பர்ஷியனைத் தானாவே கத்துக்கிட்டாராம். பிறகு திரும்ப இந்தியாவுக்குப் போனப்ப மற்ற இந்திய மொழிகள், பிராந்திய மொழிகளைக் கத்துக்க ரொம்ப லேசா இருந்துச்சாம்" என்ற பாக்யா, அந்த நபர் கத்தோலிக்க மதத்தை விட்டுவிட்டு இந்து மதத்தைப் பற்றிக் கற்றறிந்து இந்தியாவிலேயே குடியேறினாராம், ஒவ்வொரு வருடமும் ஆறு மாதங்கள் அமெரிக்காவில் பாடம் நடத்துவாராம் என்றும் கூறினாள்.

"நீயும் தமிழைக் கத்துக்கோ. மனோ ஆன்ட்டியோட ஆசையை அவங்க இறந்ததுக்குப் பிறகாவது நிறைவேத்து. அது எப்போதாவது உனக்குப் பயன்படும்."

பூமியதிர்ச்சிக்கு முன்பு அவள் இதைக் கூறியிருந்தால் 'எனக்கு இனி எதுமே படிக்கத் தேவையில்ல. என்னோட சாஷா எல்லாத்தையும் படிக்கட்டும். நான் சாஷாவோட மனைவியா அவரை நல்லாப் பார்த்துப்பேன். அதுதான் என்னோட வேலை' என்றுதான் கூறியிருப்பேன். ஆனால் இன்றோ 'கத்துப்பேன்' என்றுதான் கூறினேன். அந்தப் பதில் தானாக என்னிடமிருந்து வந்தது, சாஷாவின் மனைவி என்ற பதவிக்கு மேலதிகமாக, எவராலும் என்னிடமிருந்து பறிக்க முடியாத, அழிக்க முடியாத ஏதாவதொன்று எனக்குத் தேவைப்பட்டுக் கொண்டிருப்பதால் ஆக இருக்குமோ?

நாங்கள் குளித்துவிட்டு வரும்போது சித்ரலதா சீமாட்டி அவித்த பலாக்காய் நிறைந்த தட்டைத் தந்தார். சாஷா, பூமியதிர்ச்சி இவையனைத்துமே வேறு யாருக்கோ நிகழ்ந்த ஒன்றா? ஏதோ நான் பிறந்து வளர்ந்ததெல்லாம் இங்கேதான் என்று எனக்குத் தோன்றத் தொடங்கியது. பலாக்காய்த் தட்டொன்று எவ்வாறு இவ்வாறெல்லாம் செய்ய முடியும்? இது அம்மம்மாவின் அடையாளங்களில் ஒன்றா? அவ்வாறென்றால் பலா மரங்கள், அந்தத் தெளிந்த நீர் ஊற்றெடுத்து வழியும் கிணறு, இந்தத் தோட்டம் முழுதும் பூத்துப் பரந்திருக்கும் பூக்கள் அனைத்தும் எவற்றின் அடையாளங்கள்?

அப்படியென்றால் நான்?

சாஷா?

பேச இயலாத சிறுமி?

சித்ரலதா சீமாட்டி?

பாக்யா?

தோட்டத்தில் வேலைசெய்துகொண்டிருக்கும் அந்த நபர்?

சித்ரலதா சீமாட்டியின் அரண்மனைச் சமையலறையில் மாத்திரம் தென்படும் அந்த மூதாட்டி?

அரண்மனையைக் கூட்டிப் பெருக்க, துணி துவைக்க வந்து போகும் நடுத்தர வயதுப் பெண்கள்?

இவ்வாறு எனக்கு பெயர் தெரிந்தவர்களும் பெயர் தெரியாதவர்களும் என எல்லோருமே என்னால் புரிந்து கொள்ள முடியாத ஏதோவொன்றின் அடையாளங்களென்றால், அந்தப் பெயர்களால் குறிப்பிடப்படுவது என்ன? அரசாங்க வர்த்தமானி அறிவித்தல் மூலம் ரோஜாப் பூவுக்கு தொட்டாற்சிணுங்கிப் பூ என்றோ, பலா மரத்துக்கு ஈரப் பலா மரம் என்றோ பெயர் மாற்றிச் சட்டபூர்வமாக்கினால் நடைபெறச் சாத்தியமாக இருப்பது போன்ற ஒன்றா அது? சாஷாவுக்கு அந்தப் பெயரை வைத்ததுகூட எனது அம்மாதானே? கேல் அவருக்கு வைத்த பெயர் வேறு எதுவாகவோ கூட இருக்கலாம். நான் அவரைக் காதலோடு 'ஷா' என்றுதான் அழைப்பேன். அந்த ஷா எனும் ஒற்றைச் சொல் எனது பெருங்காதலின் அடையாளம்தானே. அவ்வாறென்றால் சொற்கள் உணர்வுகளின் அடையாளங்களா? எல்லாச் சொற்களுமே அவ்வாறு ஆவது எப்படி? அந்தப் பெயர்களை நீக்கிவிட்டால் அவற்றுக்குச் சொந்தமானவர்கள் யார்?

பெயர்களே இல்லாமல்கூட உடல்கள் இருக்கின்றனவே. அந்த உடல்கள் யார், எவருடையவை?

என்ன நான் யோசித்துக்கொண்டிருக்கிறேன்? இவை யனைத்தையும் பாக்யாவிடம் கூறினால் அவள் பயப்படுவாளோ? அம்மாவின் வாக்குமூலத்தில் இவ்வாறு எழுதப்பட்டிருந்தது.

'வர்ணாசியால் தனக்குள்ளே கேள்விகளை எழுப்ப முடியாதிருப்பது அவளது அதீத நேர்மையாலும் வெள்ளந்தித்தனத்தாலும் இருக்கலாம். அவளுக்கு எதன் மீதும் கேள்வியெழுப்பத் தெரியவில்லை. அது என்னுடைய தவறா? நானும் அம்மாவும் அவளை வளர்த்த விதத்தில் பிழையிருக்கிறதா?'

அம்மா கூறுவது உண்மைதான். நான் எவரையும் சந்தேகிக்க அறிந்திருக்கவில்லை. எல்லோருமே என்னைப் போலத்தான் இருக்கிறார்கள் என்றே நான் நம்பியிருந்தேன். ஆனால் இப்போது எனக்கு என்ன நடந்திருக்கிறது? அளவுக்கதிகமாகக் கேள்வியெழுப்பிக் கொண்டிருக்கிறேனா?

மரங்களிடையே சாரைப் பாம்பொன்று ஊர்ந்து சென்றது. சிறுமி பயந்துபோய் என்னோடு ஒட்டிக்கொண்டாள்.

"பயப்பட வேணாம் பிள்ள. சாரைப் பாம்பு ஒரு அப்பாவி ஜீவன்" என்று சிங்களத்தில் கூறினேன்.

சாரைப்பாம்புக்குரிய சரியான தமிழ்ச் சொல்லை மறந்து போயிருந்ததால், பாக்யாவால் சிறுமியிடம் ஒழுங்காகக் கூற முடியவில்லை.

"இது சரி வராது. நாங்க இந்தப் பிள்ளைக்கு இங்க்லிஷ், சிங்களம் ரெண்டையும் கத்துக் கொடுக்கணும். இவள் பேசவே யில்லன்னாக் கூட நாங்க எல்லாத்துக்குமுரிய சொற்களைச் சொல்லிக் கொடுக்கணும்" என்ற பாக்யா அப்போதிலிருந்தே சிங்களத்தில் அந்தப் பணியைத் தொடங்கினாள்.

"அது சாரைப் பாம்பு."

"இது அந்தூரியம் பூ."

"நான் பாக்யா ஆன்ட்டி. இது வர்ணாசி ஆன்ட்டி. அதோ படியில இறங்கிட்டிருப்பது சித்ரலதா அம்மா" என்று பாக்யா தொடர்ந்தும் கூறிக்கொண்டே போனாள். நான் சிறுமியின் முகத்தையே பார்த்துக்கொண்டிருந்தேன். அது இப்போது வெற்றுத்தாள்போல இருக்கவில்லை. எதையோ கிரகித்துக்

சுநேத்ரா ராஜகருணாநாயக

கொள்வது அந்தக் கண்களிலும் முகத்திலும் வெளிப்பட்டது. அன்று மாலை பாக்யா சிறுமியோடு தலதா மாளிகைக்குப் போனாள்.

"நாங்க தெப்பக்குளத்தைச் சுற்றி நடந்து, அங்கிருக்குற மீன்களுக்குப் பொரி போட்டு, எங்கேயாவது சாக்லெட் கேக், ஐஸ்கிரீம் எல்லாம் சாப்பிட்டுட்டு மெதுவா நடந்துட்டு வரலாம்னு போறோம். உன்னோட மனசு மாறினா அந்தப் பக்கமா வா. இப்படியே வீட்டுக்குள்ள எதுக்கு நீ அடைபட்டு இருக்கணும்?"

புறப்பட்டுப்போன பாக்யா மீண்டும் திரும்பி வந்து என்னையும் தன்னோடு கூட்டிக்கொண்டுபோக கடைசித் தடவையாக முயற்சிசெய்தாள். இருந்தாலும், நான் எந்தப் பதிலையும் அளிக்காமல் ஜன்னலருகில் நின்றுகொண்டு, வெளியே ரோஜாப்பூச்செடிகளிடையே வலைபின்னிக்கொண் டிருந்த சிலந்தியைப் பார்த்துக்கொண்டிருந்தேன். அது இவ்வளவு பாடுபட்டு வலையைப் பின்னுவது இன்றைய நாளின் உணவைத் தேடிக்கொள்ளத்தானே. இன்று தனது தேவைக்கும் அதிகமாக இரைகள் சிக்கினால், நாளைக்கு உண்ணலாம் என்று வைத்துக்கொள்ளுமோ, தெரியாது.

எவ்வளவுதான் செல்வந்தர்களாக இருந்தபோதிலும், மனிதர்களுக்கு உண்ணவும் பருகவும் ஒரு அளவு இருக்கிறது, இல்லையா? அந்த அளவுக்குள் சுவையையும் குணத்தையும் அதிகரிக்க முயலும்போது வேறு பலவற்றையும் தயாரிக்க வேண்டி நேருகிறது. அந்தத் தயாரிப்புகளிலும் வேறுபாடுகளை உருவாக்கத் தோன்றுகிறது. எமது தேவைகள் 'எளிமை' என்பதைத் தாண்டிச் செல்லும்போது எமக்கே தெரியாமல் நாங்கள் வலைகளைப் பின்னத்தொடங்கிவிடுகிறோம். அவற்றில் சிக்கிக்கொள்ளும் பிரதான இரைகளாகவும் நாங்களேதான் இருக்கிறோம்.

நான் வேறு யாரோ ஒருவரைப்போலத்தானே சிந்தித்துக் கொண்டிருக்கிறேன்? வழமையாக இவ்வாறான கருத்துகளைச் சொல்லிக்கொண்டிருப்பவர்கள் அம்மாவும் சாஷாவும்தானே? ஆனால் அம்மா அனைத்தைக் குறித்தும் எவ்வளவு நன்றாக விவரித்தபோதிலும், வலையிலிருந்து தப்பித்துக்கொள்ள அவள் அறிந்திருக்கவில்லை. என் மீதிருந்த அளவற்ற பாசத்தினால்தானே அம்மாவின் வலை அதிகமான செல்வத்தைத் தேடுவதாக அமைந்தது? நாங்கள் எமது பிள்ளைகள்மீது மிகுந்த பாசம் வைத்திருக்கிறோம் என்பது எம் மீதே உள்ள

பாசத்தின் பிரதிபலிப்பா? இல்லாவிட்டால், அந்தப் பாசத்தின் மீதே அனைத்தையும் கட்டியெழுப்ப நாங்கள் முயல்வது ஏன்?

நான் எனது அம்மாவின் மகளாக இல்லாமல், அவளின் அம்மாவாக இருந்திருந்தால் நான் மனோரம்யாவைப்போலவே சாஷாவையும் எனது பிள்ளையாகத்தானே உணர்ந்திருப்பேன்? அவ்வாறு நடந்திருந்தால், இவ்வாறான சந்தர்ப்பத்தில் சாஷாவின் அருகிலேயே இருந்து அவருக்குப் பணிவிடை செய்துகொண்டிருக்கவும் சாத்தியமிருக்கிறது. பெண்ணொருத்தி மனைவி, காதலி ஆகிய பதவிகளிலிருந்து விலகிவிட்டால் எந்தவொரு கொடியவனையும் தனது பிள்ளையைப்போல பார்த்துக்கொள்ள முடியுமாக இருக்குமா?

நான் தரையில் அமர்ந்துகொண்டு சிறுமிக்குப் பரிசாகக் கிடைத்திருந்த கார்களை வைத்து விளையாடினேன். சிறுபிராயத்தில்கூட கார்களை வைத்து விளையாடியிருக்காத நான் அதன் மூலமாக மகிழ்ச்சியடைந்தேன். இப்போது சித்ரலதா சீமாட்டி வந்தால் இதைக் கண்டு பயப்படக் கூடும். பச்சை நிறக் கார்கள் இரண்டையும், சிவப்பு நிறக் கார் ஒன்றையும் வைத்துக்கொண்டு விளையாடிக்கொண்டிருக்க வளர்ந்த பெண்ணொருத்திக்குத் தோன்றுமானால் இது ஏதாவது மனோவியாதியாக இருக்குமோ?

மனோவியாதி அல்ல. சிறுபிள்ளையாக மாறும் வெகுளித்தனமான சந்தோஷம்கூட ஒரு விதத்தில் சிகிச்சைதான் அல்லவா? கொடிய தந்தையையும் நேசிக்கும் தேவையைப் பிள்ளை உணரும். மோசமான பிள்ளையைக்கூட தாயொருத்தி நேசிப்பாள். தீய கணவனுடன் வாழ வேண்டுமென்றால், ஒரு மனைவிக்குச் சிலவேளை அவனது பிள்ளையாகவும் தாயாகவும் மாற வேண்டி நேருமோ?

சாஷா பல குறுந்தகவல்களை அனுப்பிக்கொண்டேயிருந்தார். அவையனைத்திலும் 'உன்னைக் காதலிக்கிறேன். பத்திரமாக இரு' என்றிருந்தன. நான் அவற்றுக்குப் பதில்களை அனுப்புவதாகத்தான் பாக்யா நினைத்துக்கொண்டிருக்கிறாள்.

'நீங்க பத்திரமா இருங்க. கண்டிக்கு வந்தபிறகு எனக்குப் பயமில்ல' என்றாவது பதிலை அனுப்பிவைக்க எனது மனதைத் தயார்படுத்திக்கொள்ள என்னால் முடியாமல் போனது. ஒரு சிவப்புக் கார் படியிலிருந்து தவறி வெளியே விழுந்தது. அப்போது சாஷா குறுந்தகவலை அனுப்பிவைத்திருந்தார்.

'என்னோட சித்தேஷ்வரி பத்திரமாக இருந்து எமது ஈஸ்வரனையும் பத்திரமாகப் பார்த்துக்கொள்ளவும்' என்றிருந்தது.

'எமது ஈஸ்வரன் எனது வயிற்றை விட்டுப் போய் விட்டான். அப்போது என்னால் அழக்கூட முடியவில்லை' என்று எவ்வாறு பதிலனுப்ப முடியும்? நான் கதவைக்கூட மூடாமல் முற்றத்திலிறங்கிச் சிறிய குன்றின் மீதிருந்த பூஜையறைக்குப் போனேன். மாமரக் கிளையொன்றில் அமர்ந்திருந்த மூன்று கிளிகள், நான் மெதுவாகக் கற்படிக்கட்டுகளில் ஏறுவதைப் பார்த்துக்கொண்டிருந்தன.

எனது உயிர், கிளிகளின் உயிர் என்று வேறுபாடு எதுவும் இல்லையே. கிளிகளுக்கும் எனக்கும் பொதுவானவை எவ்வளவோ இருக்கின்றன, இல்லையா? அந்தப் பொதுக் காரணிகளுக்குள், பொதுக் காரணிகளில் பெரியது எது? அம்மம்மா கணிதப் பாடத்தைக் கற்றுக்கொடுப்பதுபோல இதில் கணித வாய்ப்பாடு இல்லாவிட்டாலும் கூட உயிர் என்பதுதான் அந்தப் பொதுக் காரணிகளில் பெரியது என்று எனக்குத் தோன்றத்தொடங்கியது.

பூஜையறைக்கு வெளியேயிருந்த மிருதுவான கல் ஆசனத்தில் சாய்ந்திருந்து, மாலை வானத்தின் இளஞ்சிவப்பு நிற, பொன் நிற மேகங்களைப் பார்த்துக்கொண்டிருக்கையில் கிளிகளைப் பற்றிய நினைவுகள் மங்கிப்போயின. நான் 'உயிர்' என்று நினைத்துக்கொண்டிருப்பது ஆகாயத்திலும் இருப்பதுபோல உணர்ந்தேன். மேகங்களில் மனிதர்கள், குதிரைகள், கன்றுக் குட்டிகள், மாட்டுவண்டிகள் போன்ற உருவங்கள் தோன்றிச் சட்டென அவை மறைந்து வேறு உருவம் கொள்ளத்தொடங்கின. குதிரைகள் மனிதர்களாவதையும் மனிதர்கள் குதிரைகளாவதையும் எவ்வளவு நேரமும் பார்த்துக்கொண்டேயிருக்கலாம். சிறுபிராயத்தில் அம்மா கொண்டுவந்து கொடுத்திருந்த எழுத்தாளர் சிபில் அவர்களின் சிறுவர் நூலில் அவரது கிராமத்து வீட்டின் முற்றத்தை வரைந்திருந்தார். ஒரு பிள்ளைக்கு அந்த ஓவியத்தை எவ்வளவு நேரமும் பார்த்துக்கொண்டேயிருக்கலாம்; அவ்வாறு பார்த்துக் கொண்டிருக்கும்போது அதிலிருக்கும் தென்னை மரங்கள், பலா மரங்கள், பூ மரங்களின் அருகே தானே இருப்பதுபோல அந்தப் பிள்ளை உணரும். அந்த மாலை நேரத்திலும் ஆகாயத்தில், மேகங்களிடையே இருக்கும் சிறுமியொருத்தி யாகத்தான் என்னை உணர்ந்தேன். அவ்வேளையில் சாஷாவோ அம்மாவோ பூமியதிர்ச்சியோ எனது நினைவுக்கு வரவில்லை. ஆகாயமும் நானும் ஒன்றாக சுவாசிப்பதுபோல உணர்ந்தேன். ஆகாயமும் நானும் சுவாசிக்கும்போதுதான் இளஞ்சிவப்பு நிறமும் பொன் நிறமும் கொண்ட மேகத் துண்டுகள் விசிறப்படுகின்றன என்றும் உணரத்தொடங்கினேன்.

நான், எனது அம்மாவைப்போல பெரியளவில் படித்து பரீட்சைகளெல்லாம் எழுதியவளில்லை என்பதாலும், அவ்வளவாக சமூக வாழ்க்கைக்குப் பழகியவள் இல்லை என்பதாலும்தான் என்னால் இந்த அளவு விரைவாக சிறுமியாக ஆக முடிந்திருக்கலாம். தேவதைக் கதைகளிலிருக்கும் சூனியக்காரக் கிழவியைப்போல மூக்கு நீண்ட உருவத்தைத் தோற்றுவித்திருந்த மேகமொன்று ஒரு நிமிடத்தில் அந்த மூக்கை அழித்துவிட்டுத் தாடியுடன் கூடிய துறவியொன்றின் உருவத்தைத் தோற்றுவித்தது. எனது சுவாசம் ஆகாயத்தில் ஓவியங்களை வரைவதைப்போலத் தோன்றியது.

ஆகாயமும் நானும் காற்றும் ஒன்றாகக் கலந்திருந்தோம். எவ்வளவு நேரம் அப்படியே இருந்திருப்பேன் என்று எனக்குத் தெரியவில்லை. ஆகாயத்திலிருந்த ஓவியங்கள் மறைந்து இருண்ட வர்ணம் எங்கும் பூசப்பட்டிருந்தது. எனது சுவாசம் அதனோடும் கலந்து போயிருந்தது. ஆகாயத் திரை திடீரென மாற்றப்பட்டதுபோல சட்டென்று நட்சத்திரங்கள் மின்னத்தொடங்கின.

பகலிலும் ஆகாயத்தில் நட்சத்திரங்கள் இருந்தபோதிலும், அவை நமக்குத் தென்படுவதில்லை என்று ஒருநாள் சாஷா கூறியிருந்தார். அவ்வாறென்றால் ஆகாயம் மாறுவதில்லை. நட்சத்திரங்களைக் காட்டுவதையும் காட்டாதிருப்பதையும் செய்வது பூமியின் சுழற்சிதானா? அப்படியென்றால் நாம் காண்பது எங்கிருந்து தோன்றுகிறது? கண்களிருந்த போதிலும், எமக்கு எவ்வளவு விடயங்கள் தென்படாதிருக்கின்றன? எவ்வளவு விடயங்களை நாங்கள் காணாமலே இருக்கிறோம்? கண்களில் பார்வையும் நெஞ்சில் தீட்சண்யமான அறிவும் எங்கிருந்து வருகின்றன?

நுளம்புகள் என்னைச் சூழத்தொடங்கின. ஒரு நுளம்பு காதருகே சுற்றிக்கொண்டிருந்தது, நாசியில் நுழையப் பார்த்தது. நான் அவ்வாறுதான் நினைத்தபோதிலும், சுவாசத்தின்போது உள்ளே இழுத்த காற்றோடு நுளம்பும் உள்ளே இழுபட்டு வந்திருக்கக்கூடும். நுளம்புகள் என்னைப் பூஜையறைக்குள் தள்ளி விட்டன.

உள்ளே சுவரைத்தடவி மின் விசைகளைக் கண்டுபிடித்தேன். சுவரில் பொருத்தப்பட்டிருந்த மின் விசிறிகளிரண்டையும் சுழலச் செய்துவிட்டு மின் விளக்கை அணைத்துவிட்டேன். அறையின் ஒரு மூலையிலிருந்த கல் ஆசனத்தின் மீது அமர்ந்து வெளியிலிருந்து வந்த காற்றின் ஓசையைக் கேட்டிருந்தேன். காற்றில் இசையிருப்பதாக முன்பு அம்மா சொல்லிக்

கொண்டிருப்பாள். எமது பாரம்பரிய வீட்டில் இரவுகளில் நாங்கள் அந்த இசையைக் கேட்டுக்கொண்டிருப்போம்.

"காற்று இரப்பர் மரங்களோடு பாடல் பாடுகிறது" என்று அம்மா ஜன்னலருகே போய் நின்று இருளையே பார்த்துக் கொண்டு கூறுவதை இங்கும் கேட்பதாக உணர்ந்தேன்.

இந்தக் கண்டித் தோட்டத்தில் இரப்பர் மரங்களோ அம்மாவோ இல்லையென்றாலும் காற்று நிஜமாகவே பாடல் பாடியது. மனதில் வேறு எதுவுமற்று, காற்றை மட்டுமே நினைத்தவாறு காற்று, காற்று என்று மனம் கூறத் தொடங்கியது ஏனென்று எனக்கே தெரியவில்லை. என்றாலும், காற்றைப் புரிந்துகொள்ள எனக்குத் தேவைப்பட்டது. எனக்குக் காற்றின் மொழியை இனங்கண்டுகொள்ள வேண்டுமாக இருந்தது. இவை யாவும் எனது கருத்தல்ல. அம்மா காலத்துக்குக் காலம் கூறியவைகளுக்கு நான் தாமதமாக பதிலளிப்பது மாத்திரம்தான்.

சித்ரலதா சீமாட்டியின் அப்பாவும்கூட இந்தப் பூஜை யறைக்குள் இருந்து இவ்வாறானவற்றைத்தான் செய்திருப்பார். இதற்குள்ளே ஏதோ விந்தையான சக்தியொன்று சுழன்று கொண்டிருப்பதுபோல உணர்ந்தேன். சிலவேளை இந்தக் கட்டடம் கட்டப்பட்டிருக்கும் தொழில்நுட்பம் காரணமாக அவ்வாறான உணர்வு தோன்றுவதாகவும் இருக்கலாம்.

தனிமை ஒரு துயரமாக அல்லாமல் சுகமாக மாறிக் கொண்டிருந்தது.

"ஐயோ நீ இங்க தனியா என்ன செய்றாய்? கதவையும் மூட மறந்துபோய் டவுணுக்குப் போயிருப்பாய்னு நினைச்சேன்."

பாக்யாவின் குரல் வேறொரு உலகத்திலிருந்து கேட்பது போல காதில் விழுந்தது. மின் விளக்கின் பிரகாசம் எங்கும் பரவுவதை உணர்ந்தேன். கண்களை மூடிக்கொண்டிருந்ததால், திடீரெனக் கண்களைத் திறக்க முடியாமல் விரல்களால் கண்களைப் பொத்திக்கொண்டேன். சிறுமி ஓடிவந்து எனது மடியில் அமர்ந்து என்னைக் கட்டிக்கொண்டு அழுதாள். எனது விரல்களைக் கண்களிலிருந்து அகற்றினாள்.

"இதோட லைட் எரிஞ்சுட்டு அணையுறதக் காணலன்னா நாங்க இப்பவும் பயந்துட்டுத்தான் இருந்திருப்போம். சித்ரலதாம்மாக்கிட்ட கூட இதைச் சொல்ல முடியாது. அவரும் பயப்படுவார்தானே."

சிறுமி திடீரென தமிழில் ஏதோ சொன்னாள். அது ஒருபோதும் எதிர்பார்த்திராத ஒன்று என்பதால் பாக்யாவுக்குக் கூட அவள் என்ன சொன்னாள் என்று புரியவில்லை.

"என்ன பிள்ளை? என்ன சொன்னாய்?" என்று கேட்டாள்.

சிறுமி மீண்டும் அதைக் கூறினாள்.

"இவள் கதைக்காததால கோபம் வந்து இவளோட சிவப்புக் காரை வெளியே தூக்கியெறிஞ்சிட்டு இங்க வந்துட்டியான்னு இவள் கேட்கிறாள். டவுனுக்குப்போய்க் குண்டுல அகப்பட்டுச் செத்துப் போயிட்டியோன்னுகூட இவளுக்குத் தோணுச்சாம்."

பாக்யா கண்களிலிருந்தும் கண்ணீர் வழிந்தது. அழுதவாறே நாங்கள் மூவரும் ஒரு கணம் எதுவும் பேசாமல் மௌனமாக இருந்தோம். பாக்யாவும் என்னருகில் அமர்ந்துகொண்டாள்.

"பெயரென்ன பிள்ள?" என்று பாக்யா சிங்களத்திலும் ஆங்கிலத்திலும் தமிழிலும் கேட்டாள்.

"பரமேஸ்வரி."

"எதுக்கும் பயப்பட வேணாம். நாங்க இவளை உயிருக்கு உயிரா நேசிக்கிறோம்னு இவள்கிட்ட சொல்லு."

சிறுமி என்னைக் கட்டிப்பிடித்து அழுதவாறே அவளது கதையைக் கூறினாள்.

"நாங்க கிளிநொச்சியில இருந்தம். என்ட அண்ணன்மார் மூணுபேருமே செத்துப்போயிட்டினம். மூத்த அண்ணன் எல்.டீ.டீ.ஈயில இருந்து தப்பிச்சுப் போயிட்டதாச் சொல்லி ரெண்டாவது அண்ணனைக் கூட்டிட்டுப் போனவங்கள். மூத்த அண்ணனை யாரோ கொன்னு போட்டிருந்தினம். ராணுவம்தான் கொன்னதாச் சொன்னவங்கள். ரெண்டாவது அண்ணன் போர்ல குண்டு பட்டுச் செத்துப் போயிட்டார். மூண்டாவது அண்ணன் கண்ணிவெடி தோண்டுற வேலைக்குப் போனவர் திரும்பி வரவேயில்ல. அவர் பாம்பு கொத்திச் செத்துப்போயிட்டாராம். சித்தியோடு கொழும்புக்குப் போய் எப்படியாவது இந்தியாவுக்குப் போயிடு என்டு அம்மா என்னட்டச் சொன்னவர். சித்திக்கு சிங்களம் தெரியும். இங்கிலீஷும் தெரியும். சித்தியும் நானும் கொழும்புக்கு வந்து வெள்ளவத்தை எண்ட இடத்துல தங்கியிருந்தம். சித்தி கம்ப்யூட்டர் வகுப்புக்குப்போய் வருவா. என்னை அறைக்குள் வச்சுப் பூட்டிட்டுத்தான் போவா. அந்த வீட்டுல இன்னும் நிறையப் பேர் இருந்திச்சினம். என்னை ஸ்கூல்ல போடப் போறதாவும் சொன்னவங்கள். பிறகு இந்தியாவுக்குப் போறதுக்கு சீல் அடிக்கப் போனம். வரிசையில காத்திருந்தம். சீல்

அடிக்கேல்ல. வீடெல்லாம் உடைஞ்ச நாள்ல சித்திக்குத் தெரிஞ்ச செல்வன் என்ட ஒரு ஆள் இருந்த இடத்துக்குப் போயிருந்தம். அங்க தூங்கிட்டிருந்தப்பதான் அந்த வீடெல்லாம் உடைஞ்சது. நான் முழிச்சிக் கொண்டன். பங்கருக்குக் கூட்டிக் கொண்டு போங்கோ என்டு கத்தினனான். சித்தியையும் செல்வனையும் காணேல்ல. சுவரொண்டு உடைஞ்சு விழுந்ததும் அந்த வழியா வெளியே வந்தனான். விடிஞ்சதும் அங்கிருந்த சனங்களையெல்லாம் கண்டு நல்லாப் பயந்து போனன். நான் தமிழச்சி என்டு தெரிஞ்சால் அவையள் என்னைக் கொன்னு போடுவாங்களோ என்டு நல்லாப் பயந்து போயிருந்தன். ராத்திரி ஏதோ போர் நடந்து சித்தியும் செல்வனும் அதுக்குப் போயிருப்பாங்களோ என்டும் நெனச்சனான். நான் அந்த வீட்டுக்குப் பக்கத்துல நிக்காம வேறொரு வீட்டுக்குப் பக்கத்துல போய் இருந்தன். ஊமை மாதிரி இருக்கலன்டா என்னைக் கொன்னு போட்டுடுவாங்களோ என்டு பயந்து போயிருந்தனான். பிறகு நடக்கத் தொடங்கினேன். யாரோ குடிக்கத் தண்ணி கொடுத்தாங்க. இன்னும் கொஞ்ச தூரம் நடந்து பகலானதும் சனங்கள் இருந்த ஒரு இடத்துக்குப் போனப்ப சாப்பாடு கிடைச்சது. வரிசையில நின்னு அங்க கொடுத்த அரிசியையும் வாங்கினனான். உடைஞ்ச வீடொண்ணுக்குள்ள அரிசியை ஒளிச்சு வச்சிருந்து பசிக்கேக்க சாப்பிடலாம் என்டு நினைச்சனான். பிறகுதான் கர்னல் சுபாஷ் மாமாவைச் சந்திச்சன். அவர் தமிழ்லயும் விசாரிச்சவர். நான் விளங்காததுபோல இருந்ததால இந்த வர்ணாசி ஆன்ட்டிக்கிட்ட கூட்டிட்டு வந்தார்.”

பரமேஸ்வரி தனது கதையை இவ்வாறு ஒரே மூச்சில் தொடர்ந்து கூறவில்லை. பாக்யா மிகுந்த பாசத்தோடு கேள்விகள் கேட்டு விசாரித்து அறிந்துகொண்ட கதை இது.

“நாங்க உன்னை ரொம்ப நேசிக்கிறோம்” என்று நாங்கள் இருவருமே அவளிடம் கூறினோம்.

“என்னை யாருட்டயும் கொடுக்காதீங்க” என்ற சிறுமி என்னை இறுக அணைத்துக்கொண்டாள்.

“கிளிநொச்சியில இருக்குற அம்மா, அப்பாக்கிட்ட போக விருப்பமா?” என்று பாக்யா கேட்டாள்.

“அந்த அம்மா என்ட சொந்த அம்மா இல்ல. என்ட அம்மாட சொந்தக்காரர் ஒருத்தர். என்ட அம்மா என்ட சின்ன வயசுலயே கொழும்புக்கு வந்து செத்துப்போயிட்டா.”

அவள் சிங்களத்தைக் கற்றுக்கொள்ளும்வரைக்கும் இவ்வாறு பேச இயலாததுபோலவே இருக்குமாறு நாங்கள் சிறுமியிடம் கூறினோம்.

"நாங்க உனக்கொரு பெயர் வைக்கிறோம்" என்று பாக்யா கூறினாள்.

"உன்னை மேதான்னு கூப்பிடுறோம். இனி நீ மேதா பெரேரா."

நான் வைத்த பெரேரா என்ற குடும்பப் பெயரை பாக்யா விரும்பவில்லை. பெரேரா என்ற குடும்பப் பெயர்தான் எங்கும் பாதுகாப்பானது என்று நான் எடுத்துக் கூறியதும் அவளும் அதற்குச் சம்மதித்தாள். என்றாலும், சிறுமி வேறு ஆட்களோடு பேசத் தொடங்கும்வரைக்கும் அவள் அந்தப் பெயரைப் பயன்படுத்த முடியாது, அல்லவா?

"அவளுக்கு நாங்க சிங்கள அரிச்சுவடியைக் கத்துக் கொடுக்குறதுக்கு முன்னாடி, மேதா பெரேரான்னு எப்படி எழுதுறதுன்னு சொல்லிக் கொடுப்போம்" என்ற பாக்யா அன்றிரவே அந்தப் பெயரை எழுதக் கற்றுக்கொடுத்தாள். மேதா என்று எழுதிய வெள்ளைக் கடதாசியைத் தனது தலையணையின் கீழ் வைத்துக்கொண்டேதான் சிறுமி உறங்கிப் போயிருந்தாள்.

மேதா உறங்கியதற்குப் பிறகு நாங்களிருவரும் வெகுநேரம் மௌனமாகவே இருந்தோம். இந்தச் சிறுமியைக் கொழும்புக்குக் கூட்டிக்கொண்டு வந்ததுவும் இவளது சொந்த சித்தி இல்லையே. எதற்காகக் கூட்டி வந்திருப்பார்கள்? சிறுமியைக் குண்டு வைக்கப் பயன்படுத்தப் பார்த்திருப்பார்களோ? போர்ச் சூழலில் வளரும் பிள்ளைகள் விரைவில் மனதளவில் முதிர்ச்சியடைந்துவிடுவார்கள்தானே. அதனால் எம்மிடம் கூறாத எதையாவது இவள் தனக்குள் மறைத்துவைத்திருக்கவும் கூடும். இருப்பினும், எப்போதாவது இவள் மாறிவிடச் சாத்தியமும் இருக்கிறது, இல்லையா? அடுத்தது, இவ்வாறான சிறுமியொருத்தியின் உண்மைக் கதையை மறைத்து வைப்பதுவும் மிகவும் பாரதூரமான ஒரு விடயம்தானே.

"என்னை விட்டுப் போயிட வேணாம்" என்றுதான் சிறுமி தூங்க முன்பும் கூறியிருந்தாள்.

அவள் தன்னைப் பற்றிக் கூறியதுகூட, அவளிடம் அன்பு காட்டிய நானும் இல்லாமல் போய்விடுவேன் என்ற பயத்தில்தானே. இந்தப் பிள்ளையை போலிஸிடமோ இராணுவத்திடமோ ஒப்படைக்க முடியாது. செஞ்சிலுவைச்

சுநேத்ரா ராஜகருணாநாயக

சங்கத்துக்கோ யுனிசெப்புக்கோ தெரிவித்தாலும் அவர்களும் அநாதை இல்லமொன்றுக்குத்தான் இவளை அனுப்பி வைப்பார்கள். ஆகவே சிறுமியை என்னுடனே வைத்துக் கொள்ள நான் தீர்மானித்திருப்பது தவறா?

எம் இருவரது மனதிலும் இருப்பது ஒன்றேதான் என்பதை நாம் இருவருமே அறிந்திருந்தோம். சிறுபிராயத்தில் பாக்யா எமது வீட்டுக்கு வந்தால் அம்மம்மாவும் நானும் அவளும் திண்ணையில் அமர்ந்திருந்து மனதில் இருப்பவற்றைக் கூறும் விளையாட்டை ஒவ்வொருவரது கண்களையும் கூர்ந்து பார்த்தவாறு விளையாடிக் கொண்டிருப்போம். அன்று தரையைக் குனிந்து பார்த்தவாறு நாங்கள் ஒரே விடயத்தை யோசித்திருந்தோம்.

"இந்தப் பிள்ளை இந்தச் சின்ன வயசுலயே இந்தளவு யோசனையோடு நடந்திருக்கிறாள்னா, பெரியவளான பிறகு இன்னும் என்னென்ன செய்வாளோ யாருக்குத் தெரியும்?" என்று பாக்யா மிகுந்த மனக்குமுறலோடு கேள்வியை எழுப்பினாள்.

"இவள் வளர்ற வரைக்குமே இந்த யுத்தம் நிற்காமல் நீடிச்சிருக்குமா என்ன? இப்போ போர் நிறுத்தமும் சமாதானப் பேச்சுவார்த்தையும் தொடர்ச்சியா நடந்துட்டிருக்குறதால இந்தத் தடவை அந்தப் பிரச்சினை முடிஞ்சு சமாதானம் வந்துடும், இல்லையா?"

"சுனாமி வந்தப்பவும் மக்கள் அப்படித்தானே நினைச்சாங்க."

"இந்தத் தடவை யுத்தம் எதுவும் இல்லாமலே ரெண்டு தரப்பும் வீழ்ச்சி கண்டிருக்கே. இது போதாதா?"

"இப்படியே சமாதானம் வந்துடணும்னுதான் நானும் விரும்புறேன். எல்லாம் நல்லபடியா நடக்கும்னு நல்ல விதமாவே நினைப்போம்."

"நாங்க இவளை மீண்டும் ஒரு பிள்ளையா மாத்துவோம். இவள் தற்கொலை குண்டுதாரியாக ஆகுறதுக்கு இருந்தவள்னா, இவளை மறுபடியும் ஒரு பிள்ளையா மாத்த நாங்க நிறைய அன்பு காட்ட வேண்டியிருக்கும். என்னோட அம்மம்மாவும் அம்மாவும் என் மேல அன்பு செலுத்தியதைப்போல இவளுக்கு அன்பு செலுத்த என்னால முடியும்."

தான் மிகவும் உடல் நலமற்றிருப்பதாகவும், பாக்யாவுடன் கதைக்க வேண்டும் என்றும் சாஷா அன்றிரவு ஒரு குறுந்தகவலை அனுப்பியிருந்தார். ஆனால் நான் அதை பாக்யாவிடம் காட்டவில்லை.

‘ஏன் அவள் உங்களுடன் பேசுவதில்லை?’ என்று மாத்திரம் அல்லாமல், ‘வர்ணி திரும்பக் கதைக்கத் தொடங்கியது பெரிய விஷயம்’ என்றும் அவள் அவரிடம் கூறி விட வாய்ப்பிருக்கிறது, இல்லையா?

‘என்ன வருத்தம்?’ என்று கேட்டு நான் பதிலனுப்பினேன்.

‘அப்பாடா. உன்னிடமிருந்து பதில் வந்துவிட்டது. நான் உன்னை நினைத்துப் பயந்து போயிருந்தேன். இப்படியே ஒரு நாள் உன்னால் கதைக்கவும் முடியுமாயிடும். என்னோட சிறுநீரகம் ரெண்டுமே பழுதடைஞ்சிட்டுதாம். மாற்றணுமாம். காசு கொடுத்தாவது ஒண்ணைத் தேடிக்கணும். பாக்யாக்கிட்டயும் ப்ரியாக்கிட்டயும் சொல்லிடு. சந்திமக்கிட்டயும் சொல்லியிருக்கேன். அவனும் தேடிட்டிருக்கான். நீ பயப்படாதே. நான் சாக மாட்டேன்.’

இதை எப்படி பாக்யாவிடம் காண்பிக்காமல் இருக்க முடியும்? இதை இப்போதே காட்டினாலும் அவளால் இந்தக் கணமே சிறுநீரகத் தேடிக் கண்டுபிடித்து விட முடியுமா என்ன? ஆகவே இதை விடிந்ததும் காட்டிக்கொள்ளலாம் என்று தீர்மானித்து கட்டிலில் படுத்துக்கொண்டேன்.

சாஷா மிகுந்த கையறு நிலையிலிருக்கும்போது அவரை எவ்வாறு மறுதலிக்க முடியும்? பரமேஸ்வரியை, மேதா பெரேராவாக்கிப் பார்த்துக்கொள்ளத் தோன்றுகின்ற தென்றால் அதே பாசத்தையும் கருணையையும் ஏன் என்னால் சாஷாவுக்கு வழங்க முடியாதிருக்கிறது?

கணவன், காதலன், நண்பன் மாத்திரமல்ல சகோதரன் போல அவரைக் கருதினால்கூட என் மனதில் கசடொன்று எஞ்சியிருக்கத்தான் செய்யும். ஆனால் அம்மா என்மீது அன்பு காட்டியதுபோல நான் யார் மீதாவது அன்பு காட்டினேன் என்றால், மனதில் அந்தக் கசடேதும் இல்லாமல், பழைய வற்றைத் தலையில் நிரப்பிக் கொள்ளாமல் அவருடன் ஒன்றாக வாழ்வதை நீட்டிக்க முடியாதா?

மேதாவைப்போலவே சாஷாவையும் ஒரு பிள்ளையாகக் கருதி என்னால் பணிவிடை செய்ய முடியாதா?

அவருடன் சாகும் வரைக்கும் ஒன்றாகச் சேர்ந்து வாழும் எந்த எதிர்பார்ப்பும் எனக்கு இல்லை. என்றாலும் அவருக்கு ஒரு சிறுநீரகத்தைத் தானமாகக் கொடுக்க ஏன் என்னால் முடியாது? ஒரு தடவை நாங்கள் இருவருமே இரத்த தானம் செய்த வேளையில், நாங்கள் இரண்டும் பேருமே ஓ பாசிட்டிவ் குருப் என்று அவர் கூறினார். ஒரு ஊசி போட்டுக்கொள்வதற்கே

பயப்படும் நான் எவ்வாறு ஆரம்ப கட்டப் பரிசோதனைகளுக்கு முகம்கொடுப்பேன்?

நான் ஏன் வலிகளுக்குப் பயப்பட வேண்டும்? பூமியதிர்ச்சிக்குப் பிறகு வலிகளை அனுபவித்துக்கொண்டிருக்கும் எத்தனை மனிதர்களைக் கண்டிருக்கிறேன். பேரன்போடு எதையேனும் தியாகம் செய்யும்போது வலியையும் வேதனையையும் தாங்கிக் கொள்ளவும் புதியதொரு சக்தியொன்று எனக்குள்ளே தோன்ற வேண்டும், இல்லையா?

அம்மாவின் குறிப்பேடுகளைப் படித்த பிறகு என்னை இந்த அளவு மாற்றியதுவும், எவரிடமும் கதைக்காமலிருக்கச் செய்ததுவும்கூட வலி என்ற ஒன்றுதானே. அது என்னைச் சடுதியாக முதிர்ச்சியானவளாக்கி, முதிர்ந்த சிந்தனைகளைத் தரத் தொடங்கிவிட்டிருந்தது, இல்லையா?

அப்படிப் பார்க்கும்போது வலி எனப்படுவது தனது மனதை வென்றெடுக்க வழிகாட்டும் ஒரு அழுத்தம் அல்லவா?

மன அழுத்தம்? அந்தச் சொல் கூட அம்மாவின் குறிப்பேடுகளிலிருந்து பொறுக்கியெடுத்த ஒன்றுதான். அதை முன்பே அறிந்திருக்காமலில்லை. ஆனாலும் அவ்வாறான சொற்பதங்களைக் குறித்து அதன் பிறகுதான் யோசிக்கத் தொடங்கியிருந்தேன்.

சாஷா எனக்குக் கணவனாக இருப்பது நான் அவரைக் கண்ணியப்படுத்தும் வரைக்கும்தான், அல்லவா? பெண்ணொருத்தியிடம் கணவன் மீதான அந்தக் கௌரவம் இல்லாமல் போனால், அவளால் அவனுடன் படுப்பது சிரமமாக இருக்கும். அவனைச் செல்லம் கொஞ்சுவதுகூட கஷ்டமாக இருக்கும். அவன் மீதான அன்பு முற்றுமுழுதாக இல்லாமல் போகாவிட்டாலும் கூட அது முன்பிருந்த அதே கண்மூடித்தனமான காதலாக இருக்காது, இல்லையா?

'நான் ஒரு சிறுநீரகத்தைத் தருகிறேன்' என்ற தகவலை அவருக்கு அனுப்பும் அளவுக்கு அவர்மீது எனக்கு அன்பிருப்பது எவ்வாறு என்று எனக்குத் தெரியவில்லை. அந்தப் பொய்க்காரனுக்கு, கணவருக்குப்போல அல்லாமல் ஒரு குழந்தைக்குப் போல அன்பு காட்ட என்னால் முடியும் என்று எனக்குத் தோன்றத் தொடங்கியிருந்தது.

அந்தத் தாய்மையுணர்வுதான் உடனடியாக ஒரு பெண்ணை முதிர்ந்தவளாக்கும், பலப்படுத்தும். எனது உடல் முழுவதும் மின்சாரம் பாய்வதுபோல உணர்ந்தேன்.

எனது அம்மா அறிந்திருக்காத ஒன்றை, அந்த விடிகாலை நேரத்தில் அறிந்துகொண்டேன். தீயவன் ஒருவனுக்கு, பொய்க்காரன் ஒருவனுக்கு மேலேயிருந்து அவன்மீதான அன்பால் இதயத்தை நிரப்பிக்கொள்ளவேண்டுமென்றால் அவனது தீமைகளுக்குக் கருணையையும், அவனது பொய்களுக்கு உண்மையையும், அவனது பேராசைகளுக்குத் தியாகங்களையும் மாற்றீடு செய்ய வேண்டும் என்ற சூத்திரத்தை உருவாக்க வேண்டியிருக்கும்.

எனது அம்மா வெறுப்போடும் கோபத்தோடும் மரணித்தது சாஷா போன்ற ஒருவருக்கு முகங்கொடுக்க எது சிறந்த வழிமுறை என்பதை அறியாதிருந்ததால் ஆகும்.

நான் அவ்வாறு மரணிக்க வேண்டியதில்லை. ப்ரியா ஆன்ட்டியைப்போல, பெரும் பொய்க்குள் ஒரு மாயையாக என்னால் நடிக்கவும் முடியாது. எனினும், நான் உண்மையாகக் காதலித்த ஒருவருக்கு என்னால் சிறுநீரகமொன்றை வழங்க முடியும். ஆனால் அவருக்கு மனைவியாக நீடிக்க இனியும் என்னால் முடியாமல் இருக்கும்.

அவர்தான் ஒரு டசின் துணைகளையாவது இலகுவாகத் தேடிக்கொள்ள மாட்டாரா என்ன?

'ஐயோ! ஐயோ! வர்ணாசி. நீ இப்படி ஒரு கிட்னியைத் தியாகம் செய்ய நினைக்குறது சாஷா மேல இருக்குற அன்பினால இல்ல. உன்னோட மனச்சாட்சியைச் சாந்தப்படுத்திக் கொள்ளத்தான் நீ இந்த மூடத்தனமான சிகிச்சையைத் தேர்ந்தெடுத்திருக்கிறாய்' என்று யாரோ இருளுக்குள் இருந்து கூறுவதுபோல கேட்டது.

பூமியதிர்ச்சிக்குப் பிறகு சாஷாவும் திருந்தியிருக்க வாய்ப்பிருக்கிறது, இல்லையா? சாவுக்கு முகம்கொடுத்த மனிதர்கள் திருந்திவிடுவார்கள்தானே. அந்தப் பூஜையறையில் வரையப்பட்டிருந்த ஓவியங்களிலிருந்த மனிதர்களைப்போல அவரும் மாறிவிட வாய்ப்பிருக்கிறதே.

நானே நேற்றைக்கு முந்தைய நாள் இருந்த நானோ, நேற்றிருந்த நானோ, சாஷாவை அவசரமாகத் திருமணம் முடித்த அப்பாவியான முட்டாள் பெண்ணோ இல்லையே. நேற்று காலையிலிருந்த நானும், பகலிலிருந்த நானும், சாஷாவுக்குத் தனது உடலில் ஒரு அங்கத்தை வழங்கும் அளவுக்குத் தியாக மனப்பான்மை கொண்டிருந்தவள் அல்லவே.

மேதாவைத் தனியே விட்டுச் செல்வது எவ்வாறு? அவளை இந்தியாவுக்குக் கூட்டிக்கொண்டுபோக ஒரு வழியை

சுநேத்ரா ராஜகருணாநாயக

ஏற்படுத்தித் தர ப்ரியா ஆன்ட்டியால் முடியுமாக இருக்கும். கருணா அம்மானால் அரசாங்க இராஜதந்திரக் கடவுச் சீட்டைப் பெற்று லண்டனுக்குப் போக முடிகிறதென்றால், என்னால் ஏன் இந்தச் சிறுமியைக் கூட்டிக் கொண்டு போக ஒரு வழிமுறையைக் கண்டறிய முடியாது? பூமியதிர்ச்சியின் காரணமாக அனைத்து ஆவணங்களும் அழிந்துபோயிருப்பதை நல்ல காரணமாகக் காட்ட முடியும், அல்லவா?

எப்போதாவது சாஷா முழுமையாகக் குணமடைந்ததும், அவருக்கு அந்த நாட்குறிப்பேடுகளிரண்டையும் காட்ட வேண்டும். அவரைப் பற்றி எல்லாவற்றையும் அறிந்துகொண்டு அறியாதவள்போல இனியும் என்னால் நடிக்க முடியாது என்று அப்போது அவரிடம் கூறுவேன்.

சிறு வயதிலிருந்தே எல்லோரும் என்னை அம்மாவை விட வித்தியாசமானவள் என்றுதான் கூறுவார்கள். அவ்வாறு எந்த வேறுபாடும் இல்லாமல் நான் அம்மாவின் மகளேதான் என்று இப்போது எனக்குத் தோன்றுகிறது. தீர்மானம் எடுக்கவும், உண்மைக்கு முகம்கொடுக்கவும் எனக்குப் பயமற்றுப் போயிருக்கிறது. அத்தோடு நான் அம்மாவின் மகள் என்பதால் அம்மாவுக்கு மேலேயிருந்து கொண்டு வாழ்க்கையை ஏறிட்டுப் பார்த்து எடைபோட என்னால் முடியுமாக இருக்கிறது.

காலையில் பாக்யா எழுந்து கொள்ளும் போது முகம் கழுவி, புதிய ஆடைகளையும் அணிந்து புத்துணர்ச்சியோடிருந்தேன்.

“சாஷா அனுப்பியிருந்த எஸ்.எம்.எஸ்ஸைப் பாரேன்” என்று கூறிக் கைப்பேசியை பாக்யாவிடம் கொடுத்துவிட்டு, சிறுமிக்குப் பால் காய்ச்சப் போனேன். இரவு முழுவதும் உறங்காமல் விழித்திருந்த களைப்பை நான் உணரவேயில்லை.

“இனி என்ன செய்றது?” என்று கேட்டவாறே பாக்யா சமையலறைக்குள் எட்டிப் பார்த்தாள்.

“நான் ஒரு கிட்னியைக் கொடுக்கப்போறேன். அதுக்குன்னு இப்ப யாரையும் தேடிட்டிருக்கத் தேவையில்ல.”

“நீ இதை அவர்கிட்ட சொல்லிட்டியா?”

“இல்ல.”

“ஏன்?”

நான் ஒளித்துவைத்திருந்த நாட்குறிப்பேடுகளை எடுத்துக்கொண்டு வந்து அவளிடம் கொடுத்துவிட்டு, ‘கூடிய

விரைவில் அங்கு வந்து விடுவேன்' என்று சாஷாவுக்குக் குறுந்தகவலொன்றை அனுப்பினேன்.

பாக்யா அந்த நாட்குறிப்பேடுகளை வாசிக்கும்வரை பூஜையறைக்குள் போய் அமர்ந்திருந்தேன். சிறுமிக்குத் தேவையான ஆவணங்களைச் செய்து தருமாறு ப்ரியா ஆன்ட்டியிடம் தெரிவித்தேன். அவரிடம் சிறுமியின் கதையைக் கூறவில்லை. காரணம் அவரது இனப்பற்று அவ்வளவு பிரபலமானது.

சிறுமி குளித்து, சாப்பிட்டுவிட்டு பேனையொன்றையும் தாள்களையும் எடுத்துக்கொண்டு என்னிடம் வந்தாள். 'அம்மா' என்று எழுதிக் கொடுத்தேன். எனது நெஞ்சில் கை வைத்து 'நான் உன்னுடைய அம்மா' என்றேன்.

'நான் மேதா' என்று சிறுமியும் நெஞ்சில் கை வைத்துச் சொன்னாள்.

நான் அதையும் எழுதிக்கொடுத்தேன்.

அவள் அந்த வாக்கியங்கள் இரண்டையும் எழுதினாள்.

"மை நேம் இஸ் மேதா" என்று நான் சொல்லிக் கொடுக்காமலேயே அவள் ஆங்கிலத்தில் கூறினாள். ஒரு வேளை அந்தச் சித்தி அதைக் கற்றுக் கொடுத்திருக்கக் கூடும். சிலவேளை அந்தப் பெண் தற்கொலைக் குண்டுதாரியாக இல்லாமல் அங்கிருந்து உயிர்பிழைத்து ஓடிவந்து நாட்டை விட்டுத் தப்பிச் செல்ல முற்பட்டவளாகவும் இருக்கலாம், இல்லையா? கூடவே ஒரு பிள்ளை இருப்பது பாதுகாப்புதானே? கூட ஒரு பிள்ளை இருக்கும்போது யாரும் சந்தேகக் கண்கொண்டு பார்ப்பதில்லையே.

பகலானதும் நான் மேதாவையும் கூட்டிக்கொண்டு கண்டி நகரத்துக்குப்போய் தலதா மாளிகையில் மலர்ப் பூஜை செய்துவிட்டு உணவும் வாங்கிக்கொண்டு வந்தேன். தலதா மாளிகையில் வைத்து நாங்கள் ஒரு முதிய பிக்குவைக் கண்டு காலில் விழுந்து வணங்கினோம். சிறுமியின் கண்களிலிருந்து கண்ணீர் வழியத் தொடங்கியது, பிக்கு 'நல்லதே நடக்கும்' என்று அவளது தலையில் தடவி ஆசிர்வதித்ததாலாக இருக்கும். அந்தச் சிங்கள வசனங்களின் அர்த்தம் அவளுக்குப் புரியாவிட்டாலும்கூட பிக்குவின் காருண்யத்தை அவள் உணர்ந்திருப்பாள், அல்லவா?

"ஏன் இந்தப் பிள்ளை அழுவுது?" என்று அவர் கேட்டார்.

"பூமியதிர்ச்சிக்குப் பிறகு இவளால பேச முடியல. இப்படித்தான் அழுவுறா."

பிக்கு, மந்திரித்த ஒரு நூலைத் தந்தார். நான் அதை மேதாவின் கையில் கட்டி விட்டேன். வீட்டுக்கு வரும் வழியில் மேதாவுக்கு மலர்ப் பூஜை செய்யும் சுலோகங்களையும் கற்றுக் கொடுத்தேன்.

வீட்டுக்கு வந்ததும் சாப்பிட்டுவிட்டு பாக்யாவைத் தொந்தரவு செய்யாமல் படுத்துக்கொண்ட நான் இருள் சூழ்ந்ததற்குப் பிறகே விழித்தெழுந்தேன். கட்டிலின் மீது அமர்ந்திருந்த பாக்யா என்னையே பரிதாபமாக;ப பார்த்துக் கொண்டிருந்தாள்.

"டீ ஊற்றி எடுத்துட்டு வரட்டுமா?" என்று கேட்டாள்.

"வேணாம். நீ என்னை இப்படிப் பார்க்காதே. ஏதோ நான் செத்துட்டதுபோல பார்த்துட்டிருக்கே நீ."

சற்று நேரம் எதுவும் பேசாமலிருந்த பாக்யா, சிறு வயதில் மோசமான பிள்ளைகள் என்னைத் துன்புறுத்தியதும் 'நீ பயப்படாதே' என்று ஆறுதல் கூறுவதைப்போலவே எனது கைகளை ஆறுதலாகப் பற்றிக்கொண்டாள்.

"என்ன செய்யணும் உனக்கு? நான் அடுத்த கிழமை அமெரிக்காவுக்குப்போகல. உனக்கு எல்லாம் சரியாகும் வரைக்கும் கூடவே இருக்கப் போறேன்."

"நான் சாஷாவுக்கு உதவணும். அவரோட உயிரைக் காப்பாத்தணும்."

"என்னாலன்னா இப்படியெல்லாம் செய்ய முடியாம இருக்கும். நீ எப்படி மனசைத் தேத்திக்கிட்டாய்?"

"மனசு இன்னும் தேறல. ரொம்ப நொந்து போயிருக்கேன். எனக்குள்ள இருக்குற இந்த நோவு இல்லாமப் போகணும்னா அவருக்கு இந்த மாதிரி யாராலும் கொடுக்க முடியாத ஒரு பரிசைக் கொடுத்த பிறகுதான் அடுத்ததா என்ன செய்றதுன்னு யோசிக்கணும். இவ்வளவு நாளா நான் அவர்கிட்ட பேசவே யில்ல, பாக்யா. நான் அவர்கூட பேசிட்டிருக்கேன்னு நீ நினைச்சிட்டிருக்கேதானே?"

அவள் எதுவும் பேசாமல் என்னையே பார்த்துக் கொண்டிருந்தாள்.

"இந்தியாவுக்குப்போன பிறகும் இப்படியே பேச முடியாதது போலவே இருக்கப் போறேன். நானும், மேதாவும் ஊமைகளைப் போலவே தொடர்ந்தும் இருக்கவேண்டியிருக்கும். ஆனாலும் அவருக்குக் கொடுக்க நினைச்சதைக் கொடுப்பேன்."

"அதுக்குப் பிறகு?"

"அதைப் பிறகு பார்ப்போம்."

"இப்படிப்பட்ட ஒருத்தனுக்கு இப்படியெல்லாம் நல்லது செஞ்சாலும் அவனோட நடத்தையை மாத்த முடியாமத்தான் இருக்கும். நாய் வாலை நிமிர்த்த முடியாது."

"அது என்னோட வேலையில்ல. நான் அவர்கிட்ட இருந்து எதையும் எதிர்பார்க்க மாட்டேன். இந்தப் பரிசைக் கொடுத்துட்டு எதுவும் பேசாமலேயே திரும்பி வந்துடுவேன். அப்பதான் என்னோட மனசை எப்படியாவது தேத்திக்க இடமிருக்கு. அவரும் திருந்த சந்தர்ப்பம் கிடைக்கும்."

"அப்ப஡ன்னா உன்னோட ஆழ்மனசுல அவரோட மீண்டும் சேர்ந்து வாழுற எண்ணமிருக்கு?"

"எனக்குத் தெரியல. கொலைகாரன் அங்குலிமாலா கூட ஒரு நாள் திருந்தினான்தானேன்னு மனசுல ஆழமாப் பதிஞ்சிருக்குறது புரியுது. எனக்காக இல்லாம அவர் தனக்காகவே திருந்தவும் வாய்ப்பிருக்கு, இல்லையா?"

"அதை நீ வற்புறுத்திச் செய்ய முடியாதுங்குறது உனக்குப் புரியலையா?"

"எனக்குப் புரியுது. வாக்குறுதி தரச் சொல்லியோ, சத்தியம் பண்ணச் சொல்லியோ அவரை அதைச் செய்ய வைக்குறதுல எந்தப் பயனும் இல்ல. அவரே உணர்ந்து மனசாரத் திருந்தணும்."

"சரி. அதுக்கு அவனோட சிலுவையை அவனே சுமந்துட்டுத் திரிய இடம் கொடு. நீ கிட்னியைக் கொடுத்தாலும் அவனோட மனசு மாறாமலே இருக்க வாய்ப்பிருக்கு."

"உண்மையைச் சொன்னா நான் இதைச் செய்றது அவருக்காக இல்ல. எனக்காகத்தான்."

"இந்தளவு பெரிய தியாகத்தைச் செய்றது உன்னோட சுயநலத்துக்காகத்தான்னு சொல்லி இந்தத் தியாகத்தையே கேவலப்படுத்தாதே. இந்த ஆபரேஷனோட சிக்கல்களெல்லாம் இன்னும் உனக்குப் புரியல. நீ ஹாஸ்பிடல்ல இருந்ததில்ல. என்னைப்போல குறும்புத்தனம் செய்யப் போய் காயமாகி மருந்தோ, தையலோ உனக்குப் போட்டதேயில்ல. இது குழந்தையைப் பிரசவிக்குறதக்காட்டிலும் கஷ்டமா இருக்கும்."

"அவர் மேல கோபமே இல்லாத ஒருத்தியா மாறுறது எனக்குக் கஷ்டமாயிருக்கு. அதுக்கு இதுதான் நல்ல வழி.

இதை என்னோட அம்மாவுக்கோ அம்மம்மாவுக்கோ கொடுக்குறதுன்னாக்கூட அதுல எந்த விஷேசமும் இருக்காது; கஷ்டமாவும் இருக்காது. ஆனா என்னை ஏமாத்தினவர்கிட்ட, என்கிட்ட பொய் சொன்னவர்கிட்ட கோபப்படாம இந்த மாதிரியொண்ணைச் செய்ய மனசைத் தயார்படுத்திக்கிட்டதும்தான் எனக்கு ரொம்பப் பெரிய ஆறுதல் தோணுது."

"இடது கன்னத்தில அடிச்சா வலது கன்னத்தைக் காட்டணும்னெல்லாம் சொல்றது இப்படிப்பட்ட விஷயங்களுக்காகவிருக்கும்."

"எனக்குத் தெரியல. இந்தத் தியாகத்துக்காக என்னால சந்தோஷப்பட முடியாது. காரணம் மனசுல இன்னும் காயம் இருக்கு. அதோட வலியை ஒவ்வொரு நரம்பிலும் உணர்ந்துட்டுத்தான் இருக்கேன்."

"இதுக்காக இந்தியாவுக்குப் போனா அவரும், நீயும் ஒரே அறையில தங்க வேண்டியிருக்கும்."

"இல்ல. எனக்கும் மேதாவுக்கும் தனியறை வேணும்னு நான் ஒரு தாள்ல எழுதிக் காட்டுவேன். சில நேரம் அங்க போறப்ப என்னோட மனசு மாறியிருக்கலாம்.ஒரு பிள்ளைக்கிட்ட அன்பு காட்டுறதைப்போல சாஷாவுக்கும் அன்பு காட்ட கத்துட்டிருப்பேன்."

"என்னாலன்னா இந்தளவு நல்லவளாக இருக்க முடியாது. அப்படியிருக்கவும் தேவையில்ல. என்ன நடந்தாலும், இந்தப் பிரச்சினையில உன் கூடவே இருப்பேன்."

"நான் அந்தளவு நல்லவளில்ல, பாக்யா. இது என்கூடவே நான் போட்டுக்குற சமாதான உடன்படிக்கை."

"நீ ரொம்ப மாறிட்டாய். மனோ ஆன்ட்டியைப்போலவே பேசத் தொடங்கிட்டாய்."

"அம்மா, பேச்சில் மட்டும்தானே. நான் அதை இந்தக் கஷ்டமான செயல்லயும் காட்டப் போறேன்."

முடிவுரை

இலங்கையில் அந்த அளவு பயங்கரமான பூமியதிர்ச்சி ஏற்படவில்லை, அல்லவா? அதனால் பாராளுமன்றம் புதையுண்டு போகவுமில்லை. சாஷாவின் கால்கள் இரண்டும் இப்போதும் நல்ல நிலையில்தான் இருக்கின்றன. என்னுடைய அம்மா மனோரம்யாவும் அம்மம்மா ஜினவதியும் நலமாகவே இருக்கிறார்கள். அவ்வப்போது தொந்தரவு செய்யும் வாதம், சளித் தொந்தரவு ஆகியவற்றைத் தவிர வேறு எந்தப் பிரச்சினையும் அவர்களுக்கு இல்லை. என்றாலும், இருவருக்கும் ஒரேயொரு கவலையும் பயமும் இருக்கிறது. நான் சாஷாவிடம் ஏமாந்துவிடுவேன் என்பதுதான் அது.

இந்தக் கதையில் வரும் ஏனையவற்றைப் போலவேதான் எனக்கும் சாஷாவுக்குமிடையில் திருமணம் நடக்கவுமில்லை. அம்மா தன்னைச் சாகடித்துப் பூமியதிர்ச்சிக் கதைவரை எழுதிக் கொடுத்தாள். சாஷாவின் கடந்த காலம், பட்டப் படிப்பு, அரசியல் நடவடிக்கைகள் ஆகியவற்றைக் குறித்துத் தீர விசாரித்தறிந்துதான் நான் இந்தக் கதையின் இறுதிப் பாகத்தை எழுதினேன். அதனால் இந்தக் கதையில் வரும் இளம் மனைவிபோல நான் இல்லை. எனது கல்வியை முழுவதுமாகப் பூர்த்தி செய்தேன். வேலைக்குப் போகிறேன். அவ்வாறு கிளிநொச்சிக்குப்போன சந்தர்ப்பத்தில்தான் நான் இந்தக் கதைக்குப் புதியதொரு தொடக்கத்தைக் கொடுத்தேன். எனது அம்மாவைப்போல சாஷா

சுநேத்ரா ராஜகருணாநாயக

மீது நான் முற்று முழுதாகக் கோபம் கொண்டிருக்காததால் எனக்குள் அவர்மீதான அன்பு அப்படியே எஞ்சியிருக்கிறது. அவ்வாறே இப்போது எனது சிறுநீரகங்கள் இரண்டும் கூட என்னுள்ளே எஞ்சியிருக்கின்றன.

எனக்கு அழவும் உறங்கவும் செல்லம் கொஞ்சவும் தோன்றினால் ஓடிப் போக, எமது பாரம்பரிய வீடும் இப்போதும் இருக்கிறது. அம்மா எழுதியவற்றைத்தான் அம்மம்மா முதலில் வாசித்துப் பார்த்தார். பிறகு நான் சேர்த்த பாகங்களைப் பல தடவைகள் வாசித்துவிட்டுக் கண்ணீரோடு புன்னகைத்தார்.

"என்னதான் இருந்தாலும் எனக்கு சாஷாவை நினைச்சா கவலையாயிருக்கு பிள்ள" என்று அம்மம்மா கூறிய வேளையில் அம்மா கோபத்தால் புறுபுறுத்தாள்.

"அம்மா, நீங்க இந்தப் பிள்ளையோட மனசைக் குழப்பப் பார்க்குறீங்க."

"இல்லல்ல... உங்க ரெண்டுபேரோட சுபாவங்கள் வேறுபட்டாலும்கூட ரெண்டு பேருமே ஒண்ணுதான். நான்தான் பேரப் பிள்ளைகளைக் காணாமலே செத்துப் போகப் போறேன்."

'இல்ல அம்மம்மா. வேணும்னா நான் சாஷாக்கிட்ட சொல்லி ஒரு பிள்ளையைப் பெத்துப்போடுறேன். எந்தப் பொறுப்பையும் பந்தத்தையும் ஏற்படுத்திக்காம இதைச் செய்ய அவனும் சம்மதிப்பான்' என்று நான் கூறவில்லை. என்றாலும், நான் கூற முற்பட்டது அவ்வாறான ஒன்றைத்தான் என்பதை அந்த இருவரும் எனது முகத்திலிருந்து அறிந்துகொண் டிருப்பார்கள்.

அம்மாவின் மனதை நோகடிக்க நான் விரும்பவில்லை. அம்மா எனக்காக இந்தக் கதையை எழுதவும் மிகவும் பாடுபட்டு மனதைத் தேற்றிக்கொண்டிருப்பாள். கதைக்குப் பதிலாக, அறிவுரைகளும் ஒப்பாரிகளும் புலம்பல்களும் நிறைந்த கடிதமொன்றை அவள் எனக்கு எழுதியிருந்தால் நான் அதைக் கண்டுகொள்ளாமல் இருந்திருக்கவும் வாய்ப்பிருக்கிறது.

நான் இந்தக் கதையை சாஷாவுக்கு வாசிக்கக் கொடுத்தேன். அவனுடனான தொடர்பு குறித்த விடயங்களை அம்மா சுருக்கமாகவே எழுதியுள்ளதால் அதிலுள்ள இடைவெளிகளை நிரப்பிக் கொடுக்க தன்னால் முடியும் என்று சாஷா கூறுகிறான். அதில் உண்மையும் இருக்கலாம்; கோபமும் இருக்கலாம். எனக்கு அவற்றைத் தெரிந்துகொள்ளத் தேவையில்லை என்று அவனிடம் கூறினேன். எனக்குக் கோபம் எல்லாம் அம்மா மீதல்ல, என்மீதுதான். அவன் விகாரைக்குச் செல்வதற்கு முன்பு

கடற்கரைப் பையனாக இருந்து ஸ்விஸ்காரன் ஒருவனுடன் சேர்ந்து வாழ்ந்ததை அவள் கண்டுபிடித்திருப்பாள் என்பதை அவனிடம் தெரிவிக்கவில்லை. அதில் அவனைக் குற்றம் சாட்டவும் முடியாது. அப்போது அவன் சிறுவன். இலங்கை சுற்றுலாத் துறைக்கு அகப்பட்ட ஒரு அப்பாவி இரை.

அதன் பிறகுதான் பிரபலமான கலைஞர் ஒருவரின் கண்ணில் பட்டு அவரது வீட்டுக்குப் போயிருக்கிறான். அங்கிருந்து கட்டுமஸ்தான இளைஞனாக வளர்ந்து வந்த வேளையில் அந்தக் கலைஞரின் பெண் தொடர்புகள் குறித்து அவரது மனைவியிடம் கோள் மூட்டியதன் காரணமாக அங்கிருந்து துரத்தப்பட்டான் என்று திரைப்படத் தயாரிப்பாளர் ஒருவர் கூறினார். அவன் அந்தக் கலைஞரின் மனைவியோடு ஏற்படுத்திக்கொண்ட கள்ளத் தொடர்பு அகப்பட்டதால் அங்கிருந்து துரத்தப்பட்டான் என்றுதான் பத்திரிகை ஆசிரியர் ஒருவர் கூறினார். நானென்றால் அந்த விடயங்க ளெல்லாம் எனக்குத் தெரியும் என்பதுபோல அவனிடம் காட்டிக்கொள்ளவேயில்லை. அப்போதும் கூட அவ்ன் இளம்பிராயத்தினன்தானே. அவன் அத்தை, மாமா என்று அந்தத் தம்பதிகளைத்தான் சொல்கிறான்.

ஆனால் திருமணம் முடிக்காமல் என்னுடன் ஒரே வீட்டில் வசிக்கும்போதே வேறு பெண்களோடும் அவன் தொடர்புகளை ஏற்படுத்திக்கொண்டுள்ளதை அறிவேன் என்பதை அவனிடம் முகத்துக்கு நேராகவே கூறிவிட்டேன். அதனால் அவன் மிகவும் கோபமடைந்திருக்கிறான். அவனது முகமூடியை நான் கழற்றிவிட்டதை அவன் விரும்பவில்லை. அதற்காக நாங்கள் ஒருவரோடு ஒருவர் பேசாமலிருக்கும் நிலைமை இன்னும் வரவில்லை. அவன் பாராளுமன்றத்துக்குப் போக முயற்சிக்காமல் அவனுக்குப் பயனளிக்கக் கூடிய, அவனால் அடக்கியாள முடியுமான ஆட்களைப் பாராளுமன்றத்துக்கு அனுப்பிவைக்கக் கூடிய, நடைமுறைக்கேற்ற காரியஸ்தனாக அவன் செழிப்பாகவே இருக்கிறான்.

உண்மையில் இப்போது நான் அவன்மீதுள்ள அனைத்து எதிர்பார்ப்புகளையும் கை விட்டிருக்க வேண்டும், அல்லவா? ஆனால், பொறுப்புணர்வுடன் கூடிய நேர்மையான மனிதனாக மாறும் விருப்பம் அவனது ஆழ்மனதில் இருக்கக்கூடும் என்ற நம்பிக்கையில்தான் நான் இப்போதும் இருக்கிறேன்.

அவனுக்குள்ளே இருக்கும் உண்மையான நபர் ஒரு காட்டு விலங்காக இருக்க வழியில்லையே. ஆகவே அந்த நபர் வெளித்தோன்ற வாய்ப்பிருக்கிறது. ஏழு ஜென்மத்தில்

எப்போதாவது அது நடந்தே தீரும்தான். ஆனால் யாருக்காவது உண்மையிலேயே தேவைப்பட்டு தான் யார், தான் மற்றவருக்குச் செய்யும் தீங்கை யாராவது தனக்குச் செய்வதை, தான் விரும்புவேனா என்று தன்னையே கேள்வி கேட்கத் தொடங்கினால், இந்த ஜென்மத்திலேயே பெரும் மாற்றமொன்று ஏற்படவும் கூடும். அதற்குத் தேவையான ஞானம் அவனிடம் இருக்கிறது. எமது பாராளுமன்றத்தில் இருக்கும் சாமானியர்கள் நிறையப் பேரிடம் அந்த ஞானம் ஒருதுளிகூட இல்லை. சாஷாவைப் போலவே சாமானியர்கள் அனைவருமே மயக்கத்தில்தானே இருக்கிறார்கள்.

ஆகவே, எனது சிறுநீரகம்?

ஒருபோதும் அது போன்ற பூமியதிர்ச்சி வரவே கூடாது. அவனுக்கும் கூட அவ்வாறான நோய்களோ விபத்துக்களோ வரவே கூடாது. இருந்தாலும், தேவையேற்படின் சாஷாவிடமிருந்து எதுவுமே எதிர்பார்க்காமல், அவனுக்காகச் சிறுநீரகத்தைத் தானம் செய்ய என்னால் முடியும். அம்மாவும் அம்மம்மாவும் அதற்காகத்தான் பயப்படுகிறார்கள்.

எனக்கு இதுவரை வேறு எவரோடும் காதல் தோன்றியதில்லை. அவ்வாறான பூமியதிர்ச்சி அனுபவம் வாழ்க்கையையே புரட்டிப் போடும், அல்லவா? தலைகீழாகப் புரட்டிப் போடும் என்று கூற நான் விரும்பவில்லை. நல்ல பக்கத்துக்குப் புரட்டிப் போடும் என்றுதான் நான் உணர்கிறேன்.

அவ்வாறென்றால், மேதா?

அவ்வாறான பெண் குழந்தையொன்று எனது வாழ்வில் சேர வேண்டுமென்ற ஆசை எனக்கிருக்கிறது. சிலவேளை அதனால்தானோ என்னவோ அவ்வாறானதோர் கதாபாத்திரம் இந்தக் கதையில் சேர்க்கப்பட்டிருக்கிறது. பெண்களின் மனங்களில் எப்போதும் ஒரு தாய்மையுணர்வு இருக்கிறதென்றே நான் கருதுகிறேன். அதனால்தான் சாஷாவைக் கூட ஒரு குழந்தையைப் போல நேசிக்க என்னால் முடிந்திருக்கிறது.

அந்த மன அதிர்வுக்குப் பிறகு நான் வெகுவிரைவில் எனது அம்மாவை விடவும், அம்மம்மாவை விடவும் வயதில் முதிர்ந்து விட்டவளாகத்தான் எனக்குத் தோன்றுகிறது. யாராவது என்னிடம் வயதைக் கேட்டால், இருநூற்று ஒன்றரை வருடங்கள் என்றுதான் கூறுவேன். ஆகவே உலகத்திலுள்ள அனைத்து ஆண்களும் பெண்களும் அம்மாவும் அம்மம்மாவும் கூட எனது பிள்ளைகளாக ஆகிவிடுவார்கள், அல்லவா?

எனது நெஞ்சு பூரிக்கிறது. கருணை ஊற்றெடுக்கிறது.

நல்லவர்களுக்குப்போலவே தீயவர்கள் மீதான நேசத்தினால் எனதுள்ளம் துடிக்கிறது.

காதலனுக்காகவல்லாமல் பரிச்சயமே இல்லாத விளையாட்டுத்தனமான பிள்ளைகளுக்காகவும், கொலைகளைச் செய்யும் பிள்ளைகளுக்காகவும், வங்கிகளை உடைத்துப் போடுவதைப்போல இதயங்களைக் கொள்ளையடித்து உடைத்து விடும் பிள்ளைகளுக்காகவும் எனது கண்ணீர் ஊற்றெடுத்து வழிகிறது.

எனது வயிற்றிலிருந்து இதுவரை ஒரு குழந்தையைப் பிரசவிக்காத போதிலும், தாயொருத்தியாக மாறி விட்டிருக்கிறேன். மேதா போன்ற ஒரு சிறுமியை நான் வளர்க்காத போதிலும், பிரபாகரன்கூட எனது பிள்ளையாக எப்போதோ மாறியாயிற்று. ஆனால் இவ்வாறானதொரு பாசத்தைப் புரிந்துகொள்ள பாராளுமன்றத்திலிருக்கும் பிள்ளைகளால் ஒருபோதும் முடியாது என்பதை நினைக்கவே கவலையாக இருக்கிறது. பேராதெனிய, கொழும்பு, களனி, ஜயவர்தனபுர, ரஜரட, சபரகமுவ பல்கலைக்கழகங்களில் படிக்கும் பிள்ளைகளுக்கு இவ்வாறான காதல் கதைகள் புதிதாகவும் பரிச்சயமற்றதாகவும் இருக்கலாம். ஆகவே அவர்களுக்கும் இது புரியாமலிருக்க வாய்ப்பிருக்கிறது. ஆனால் நான் உங்கள் அனைவரையும் நேசிக்கிறேன். பூமியதிர்ச்சியொன்றின் பிறகு இந்தத் தாய்மையுணர்வானது எந்தவொரு ஆணினதும் மனதிலும்கூட தோன்ற வாய்ப்பிருக்கிறது. அவ்வாறு ஒவ்வொரு சாமானியனும் தாயாக மாறத்தொடங்கினால் அவனும் அபராஜிதன் ஆவதோடு சுனாமி, பூமியதிர்ச்சி, வெள்ளம், புயலுக்குப் பதிலாக எமக்கிடையே எப்போதும் பூ மழைதான் பொழியும்!

சுநேத்ரா ராஜகருணாநாயக

ஊஞ்சல் தேநீர்
யுகபாரதி

நேர்நிரை

விலை: ரூ. 400/-
ISBN : 978 978 978 824 8

ஊஞ்சல் தேநீர்
© யுகபாரதி

* முதல் பதிப்பு: பிப்ரவரி 2019
வெளியீடு : **நேர்நிரை**, 181, இரண்டாம் தளம், சி.வி.ராமன் தெரு, ராமகிருஷ்ணா நகர், வளசரவாக்கம், சென்னை - 600087. அலைபேசி : 98411 57958 * பக்கம் : 408, முகப்பு ஓவியம்: செந்தில், பின் அட்டை ஒளிப்படம் : காளிமுத்து, வடிவமைப்பு : தமிழ் அலை, சென்னை - 600 086.

Unjal Theneer
© yugabharathi
* First Edition: February 2019
* Published by **Nehrnirai**, Second Floor, 181, C.V.Raman Street, Ramakrishna Nagar, Chennai - 87. Cell: 9841157958 * E-mail: yugabhaarathi@gmail.com, *Pages: 408, Price : Rs.400/- Cover Painting : Senthil, Back Wrapper Photo: Kalimuthu, Designs : Tamil Alai, Chennai - 86

யுகபாரதி

யுகபாரதி, தஞ்சாவூரைப் பூர்வீகமாகக் கொண்டவர். கணையாழி, படித்துறை ஆகிய இதழ்களின் ஆசிரியக் குழுவில் ஆறு ஆண்டுகளுக்கு மேல் இலக்கியப் பங்களிப்புச் செய்தவர். தொடர்ந்து இரண்டு முறை சிறந்த கவிதை நூலுக்கான தமிழக அரசின் விருதைப் பெற்றவர்.

இதுவரை பத்து கவிதைத் தொகுப்புகளும் ஒன்பது கட்டுரைத் தொகுப்புகளும் தன்வரலாற்று நூல் ஒன்றும் எழுதியுள்ளார். இந்நூல், இவருடைய பத்தாவது கட்டுரைத் தொகுப்பு.

வெகுசனத் தளத்திலும் தீவிர இலக்கியத் தளத்திலும் ஒருசேர இயங்கிவரும் இவருடைய திரை உரையாடல்கள் குறிப்பிட்டுச் சொல்லத்தக்க கவனத்தைப் பெற்று வருகின்றன.

திரைமொழியையும் மக்கள் மொழியையும் நன்கு உணர்ந்த இவர், ஏறக்குறைய ஆயிரம் திரைப் பாடல்களுக்குமேல் எழுதியிருக்கிறார். இவரே இன்றைய தமிழ் சினிமாவின் முன்னணிப் பாடலாசிரியர்.

சொல்லியும் அடங்காத நினைவுகள்
யுகபாரதி

ஊஞ்சல் தேநீர் என்னும் தலைப்பில் குங்குமம் வார இதழில் தொடராக வெளிவந்த இக்கட்டுரைகள், வியப்பளிக்கும் ஆளுமைகள் பற்றி நானெழுதிய நினைவுக் குறிப்புகள். ஆளுமைகளின் நினைவுகளே நம்மை வழி நடத்துகின்றன. புதிய வழியை நோக்கிய நம்முடைய பயணத்திற்கு, அவர்களின் காலடிச் சுவடுகளே துணை. வானத்திலிருந்து இறங்கக்கூடிய வசனங்களைப் பெற்று, சமூகத்திற்கு வழங்கும் பேற்றை நாம் பெறவில்லை. எனவேதான், வாழ்விலிருந்து சிலவற்றைத் தேடிக்கொள்கிறோம். நம்மையும் நம் வாழ்வையும் நமக்கு முன்னே இருந்த ஆளுமைகளே வடிவமைக்கிறார்கள். ஊக்கமும் நம்பிக்கையும் அல்லாமல் ஒருநாளையேனும் நம்மால் கடக்க முடிவதில்லை. அத்தகைய ஊக்கத்தையும் நம்பிக்கையையும் பிறருடைய வாழ்விலிருந்து பெற்றுக்கொள்ளக் கடமைப்பட்டிருக்கிறோம். நமக்குக் கிடைத்துள்ள சொற்ப அனுபவங்கள்கூட, அவர்களால் கிடைத்தவையே. யார்மாதிரி நாம் இருக்கிறோம்? அல்லது எவர்மாதிரி நாம் இருக்க விரும்புகிறோம்? என்பதை ஆராய்ந்து பார்ப்பதில்தான் வாழ்வைப் புரிந்துகொள்ள முடியும். முன்மாதிரிகளால் உருவாக்கப்பட்ட நாமும், ஒருகட்டத்தில் அம்மாதிரி ஆக விரும்புகிறோம்.

தொடர் வாசிப்பின் பலன்களே இக்கட்டுரைகள். வாழ்வின் ஏதோ ஒரு நல்ல சந்தர்ப்பத்தில் இக்கட்டுரைகளில்

இடம்பெற்றுள்ள ஆளுமைகளை நான் சந்தித்திருக்கிறேன். அவர்கள் என்மீது காட்டிய அன்பையும் அக்கறைகளையும் பதிவு செய்யும் பொருட்டே இக்கட்டுரைகளை எழுதினேன். திரைப்படப் பாடலாசிரியனாக என்னை நான் ஆக்கிக்கொண்ட இடைக்காலத்தில், இலக்கியம் தொடர்பாகவும் இன்னபிற துறைகள் குறித்தும் அறிந்துகொள்ளும் ஆர்வத்துடனே இருந்திருக்கிறேன் என்பதையே இக்கட்டுரைகள் காட்டுகின்றன. துறைசார்ந்த தெளிவைப் பெற, நான் வாசித்த நூல்களைக் காட்டிலும் துறைதோறும் எனக்குள்ள ஈடுபாடுகளை இக்கட்டுரைகளில் பார்க்கலாம்.

நதியின் மேல் விழுந்த இலை, நீரோடும் திசைவழியே பயணிப்பது எப்படித் தவிர்க்கமுடியாததோ அப்படியே என் பயணமும் அமைந்திருக்கிறது. காலகதியில், இவ்வாளுமைகள் எனக்களித்த அறிவுரைகளும் ஆலோசனைகளும் எனக்கு மட்டுமே உரியவை அல்ல. பொதுத்தளத்தில் இயங்கக்கூடிய எல்லோருக்குமானதே என்பதால் இவற்றைத் தொகுத்திருக்கிறேன். இந்நூலில் இடம்பெற்றுள்ள இவர்கள், முழுக்க முழுக்க என்பார்வையிலிருந்து பார்க்கப்பட்டிருக்கிறார்கள். காய்தல் உவத்தலுக்கு அப்பாற்பட்டு, அவர்களைப் பற்றிய என் உள்ளார்ந்த மதிப்பீடுகளே இவை. மதிப்பீடுகள் எனும் சொல், அதீதமாகப்படுவதால் மரியாதை என்று வைத்துக்கொள்ளலாம். ஏனெனில், அவர்களை மதிப்பீடு செய்யும் தகுதி எனக்கில்லை. மக்கள் மத்தியில் பரவலான தாக்கத்தை ஏற்படுத்திய இவர்களெல்லாம், தனிப்பட்ட முறையில் எனக்கு எப்படிப் படுகிறார்கள் எனும் விதத்திலேயே இக்கட்டுரைகளை எழுத நேர்ந்தது.

ஏறக்குறைய இருபத்து ஐந்து ஆண்டுகளாக, இவர்களை நானறிவேன். நல்லதாகவும் கெட்டதாகவும் சமூகம் அவர்கள்மீது கொண்டுள்ள அபிப்ராயங்களைக் களைந்த, எளிய ஒருவனின் சாட்சியங்கள் இவை. இவர்களையெல்லாம் நான் ஏன் இவ்விதத்தில் பார்த்திருக்கிறேன் என்பதற்கான பின்புலம் கவனிக்கத்தக்கது. என்னுடைய ஆரம்பகால கலை இலக்கியச் செயல்பாடுகளின் வழியே கண்டடைந்த உண்மைகளின் தொகுப்பாகவும் இது வந்திருக்கிறது. ஒருவகையில்

கருத்துத்தளத்திலும் அனுபவத்திலும் அவர்கள் எனக்குக் கடத்திய உணர்வுகளைத் தயக்கமின்றிப் பகிர்ந்திருக்கிறேன். சிலர் இவ்வுணர்வுகளை ஏற்கலாம். ஏற்காமலும் போகலாம். பல்வேறு துறைசார்ந்த இவ்வாளுமைகளை அவரவரும் அவரவர் கோணத்தில் பார்க்கும் வாய்ப்புள்ளதால், என் கோணத்தில் உள்ள மறைபகுதிகளை அவர்கள் சுட்டியும் காட்டலாம். எனக்குக் கிடைத்த தரவுகளின் அடிப்படையிலும் தார்மீக அன்பின் அடிப்படையிலுமே இக்கட்டுரைகளை முன் வைத்திருக்கிறேன். மற்றபடி, வேறெந்த உள்நோக்கமும் இவ்வெழுத்துக்களுக்கு இல்லை.

பெருக்கெடுத்த மனஆவேசத்தில் இக்கட்டுரைகளை எழுதிய நாள்களில் என்னை நான் முழுமையாக உணர்ந்தேன். ஒருவரைப் பற்றிய கட்டுரையை எழுதிமுடித்து, பத்திரிகைக்கு அனுப்பும்வரை என்னுள் குடிகொண்ட தீவிரத்தன்மைகள், இதற்குமுன் நான் எப்போதும் பெறாதவை. மிகை உணர்ச்சிக்கு ஆட்படாமல் இக்கட்டுரைகளை எழுதிச்செல்வதில் சிரமமிருந்தது. காரணம், இவர்கள் ஒவ்வொருவருடனும், எனக்குள்ள தனிப்பட்ட தொடர்பு. நானாக ஒன்றை நினைத்துக்கொண்டிருந்ததற்கு மாறாக அவர்கள் இருந்தார்கள். என் முன்தீர்மானங்களை முறியடிக்கும் ஆற்றல் அவர்களிடமிருந்ததை ஒளிவு மறைவில்லாமல் ஒத்துக்கொள்கிறேன். அன்பினால் அவர்கள் என்னைத் தோற்கடித்தவர்கள். தோல்வியடைந்த நான், அவர்கள் என்னை எப்படியெல்லாம் தோற்கடித்தார்கள் என்பதை சந்தோஷத்துடன் சமர்ப்பித்திருக்கிறேன்.

ஒருமுறைக்குப் பலமுறை யோசித்தே தொடருக்கான ஆளுமைகளைத் தேர்ந்துகொண்டேன். இவர்களில் யாருமே தெரியாதவர்கள் இல்லை. இவர்களைப் பற்றி வேறு சிலரும் எழுதியிருக்கிறார்கள். பிறருடைய விமர்சனங்களையோ வியந்தோதலையோ பின்பற்றி நான் எழுதவில்லை. எனக்குத் தோன்றியதை, என்னால் உணரப்பட்டதை மட்டுமே விவரித்திருக்கிறேன். நேரடியாக என்னுடன் அவர்கள் பழகியிருக்கவேண்டும் என்கிற எல்லையைக் கடந்துமிருக்கிறேன். குறிப்பாக, ஓமந்தூரார், சுவரெழுத்து சுப்பையா, கோமல் சுவாமிநாதன் போன்றோருடன் எனக்கு

நேரடித் தொடர்போ நெருக்கமோ இல்லை. என்றாலும், அவர்கள் ஆற்றிய பங்களிப்புகளைக் கேட்டும் வாசித்தும் இருந்ததால் அவ்வாளுமைகள் குறித்து எழுதுவதில் சிக்கல் எழவில்லை.

பல்வேறு தருணங்களில் கேட்டறிந்த செய்திகளும் சம்பவங்களும் இக்கட்டுரைகளை எழுதத் தூண்டின. வாசித்த விஷயங்களை மற்றவருடன் பகிர்ந்துகொள்ளத் தயங்காத மனமே, இவ்வெழுத்துக்களுக்கு வழியையும் வடிவையும் அமைத்துக் கொடுத்தது. பதின்மூன்று வாரங்கள் எழுதலாம் எனத் திட்டமிட்டு, எழுபத்து ஐந்து வாரங்கள் இக்கட்டுரைகளைச் சோர்வில்லாமல் எழுத முடிந்திருக்கிறது. இவ்வளவு விஷயங்கள் என்னிடம் சொல்லப்படாமல் இருந்ததா? எனும் கேள்விக்குப் பதிலில்லை. கடந்துபோகிற ஒவ்வொரு கணத்திலும் யாரோ ஓர் ஆளுமையால் நாம் ஆட்கொள்ளப்படுகிறோம். தெரிந்தும் தெரியாமலும் அவ்வாளுமைகளே நம்மைத் தங்கள் தோள்களில் சுமக்கிறார்கள். பிரமிக்கத்தக்க நேர்மையுடனும் பிரதிபலன் கருதாமல் அவர்கள் செய்துவந்த காரியங்களே நம்மைத் திரும்பத் திரும்பக் காப்பாற்றுகின்றன. நினைவுகளின் குறிப்புகளாக இக்கட்டுரைகளைக் கொண்டாலும், இந்நினைவுகள் தற்செயலாக வந்தவை அல்ல. சலித்துச் சலித்துத் தங்கள் வாழ்வைத் தார்மீக நெறியுடன் வாழத் தளைப்பட்டவர்களின் வரலாறுகளே அவை.

எனக்குக் கிடைத்துள்ள சிறிய அடையாளமும் இவர்களால் விளைந்ததே. இவர்களை மேலும் மேலும் நெருங்க விரும்பியே இக்கட்டுரைகளை எழுதியிருக்கிறேன். ஏனெனில், இவர்களை நெருங்குவதும் உண்மையை நெருங்குவதும் ஒன்றுதான், இவர்கள் உண்மைக்குப் பக்கத்தில் இருக்கிறார்கள் என்று சொல்ல மாட்டேன். என்வரையில், உண்மையாகவே இருக்கிறார்கள். இவ்வாளுமைகளில் ஒருசிலரின் ஸ்தூல உடல் இப்போது இல்லை. ஆனால், அதைவிட அதிகமான நினைவுகள் இருக்கின்றன. சமூகம் சார்ந்த சிந்தனைகளில் இவர்களுக்கிருந்த தெளிவுகள் போற்றத்தக்கவை. இப்படியும் சிலர் இருந்திருக்கிறார்கள் என்பதை அறியும் ஆவலில் எழுதத்தொடங்கிய எனக்கு, இவர்கள் மீதூறிய அன்புக்கு

அளவில்லை. இன்றும்கூட இவ்வாளுமைகளில் சிலரின் கருத்துக்களில் எனக்கு உடன்பாடில்லை. கட்சி சார்ந்தும் கொள்கை சார்ந்தும் அவர்கள் மேற்கொண்ட நடவடிக்கைகளில் விமர்சனம் உண்டு. ஆனாலும்கூட, என்னையும் என் வாழ்வையும் அடுத்தக் கட்டத்திற்கு நகர்த்தியவர்களாக இவர்களையே கருதுகிறேன்.

கருத்துமுரண்பாடுகளால் ஒருவரை நிராகரிக்கவோ புறக்கணிக்கவோ கூடாதென்பது என் எண்ணம். நம்மிடம் அவர்கள் முரண்பட்டாலும், அவர்கள் நம்பிய கருத்துக்கும் கொள்கைக்கும் உண்மையாயிருந்தார்களா என்பதுதான் முக்கியம். இவர்களில் யார் சரி? அல்லது யார் தவறு? என்பதைத் தீர்மானிப்பது என் வேலையும் அல்ல. திராவிட மற்றும் இடதுசாரிப் பின்புலத்தில் இருந்தே இவ்வாளுமைகளை என்னால் பார்க்க முடிந்திருக்கிறது. தொண்ணூறுகளுக்குப் பின் தீவிரமாக எழுதவந்த எவருடைய பார்வையும் அவ்விதமே அமையக்கூடும். இவர்களை இன்னும் கூடுதலாகச் சொல்லியிருக்கலாம் என்று இப்போது தோன்றுகிறது. எழுதும்போது எனக்குள் எழுந்த கொந்தளிப்பில், சில விஷயங்களை விட்டிருக்கிறேன். ஒரு வாசகனாக இவற்றையெல்லாம் திரும்ப வாசிக்கும்பொழுது விடுபட்ட விஷயங்கள் பிடிபடுகின்றன. விட்டதை மீளவும் எழுதுவது சரிவராது என்பதால் அப்படியே தந்திருக்கிறேன். கவனத்திற்கு வந்த ஓரிரு தகவல் பிழைகளைச் சரிசெய்திருக்கிறேன். ஓராண்டுக்கும் மேலாக இத்தொடர் கட்டுரைகளை வெளியிட்ட குங்குமம் இதழுக்கும், அதன் ஆசிரியர் குழுவிற்கும் நன்றிக்கடன் பட்டிருக்கிறேன்.

சொந்தப் பத்திரிகையில் எழுதுவது போன்ற சுதந்திரத்தையும் உற்சாகத்தையும் வழங்கிய, குங்குமம் வார இதழின் இந்நாள் ஆசிரியர் கே. என். சிவராமன் என்னிடமிருந்த என்னை வெளிக்கொண்டு வந்திருக்கிறார். ஆரம்ப காலந்தொட்டு என்னை அறிந்தவர் என்பதால், என் வாக்கியங்களில் இருந்த உண்மைகளை உணர்ந்துகொண்டார். மேலும் மேலும் அவர் அளித்த உத்வேகத்தை வெறும் வார்த்தைகளால் விவரிக்க முடியாது. தொடர் எழுத என்னை உந்தித் தள்ளிய அண்ணன் நா.கதிர்வேலனுக்கும் இதழாசிரியர் தி. மா. முருகனுக்கும் என்

தனிப்பட்ட நன்றிகள். நன்றியைத் தவிரவும் அவர்களுடைய அன்புக்கு நியாயம் செய்யும் நிலையை அடைவேனென எண்ணுகிறேன். திரைப்பாடலாசிரியனாக மட்டுமே என் முகம் தெரிந்துவிடக்கூடாதென்னும் அக்கறையினால் அவர்கள் எடுத்த முயற்சியே இந்நூல். இந்த வாரம் எந்த ஆளுமையை எழுதவிருக்கிறேன் என்பதை அறிந்ததுமே, அழகழகான கோட்டுச் சித்திரங்களை வரைந்தளித்த ஓவியர் மனோகர், இத்தொடரின் பாரிய கவனத்திற்குப் பாத்திரமானவர். கட்டுரையின் மைய இழையைச் சரியாக உள்வாங்கி, அதற்கேற்ப ஓவியங்களை வரைந்துகொடுத்தவர் அவரே.

வாரப் பத்திரிகையில் தொடர் எழுதிய அனுபவமிருந்தாலும்கூட, இத்தொடரை எழுதிய காலங்களில் மிகுந்த உற்சாகத்தையும் உணர்வெழுச்சியையும் பெற்றிருந்தேன். தேடிய நூல்கள் உடனுக்குடன் கிடைத்தன. தெளிவு பெறவேண்டிய செய்திகளை, வலியவந்து நண்பர்கள் வழங்கினார்கள். நூலின் செழுமைக்கு உழைத்த இசாக், மெய்ப்புத் திருத்திய சக்தி, பா.இரவிக்குமார், சித்ரா பாலசுப்ரமணியன் எனப் பலபேர் இந்நூலுக்குப் பின்னே இருக்கிறார்கள். மெய்ப்புப் பணியை இறுதிசெய்த புதுவை. சீனு. தமிழ்மணியின் அன்புக்கு நன்றி ஈடாகாது. ஒரு புத்தகம், அதை எழுதுபவனால் மட்டுமே உருவாகிவிடுவதில்லை.

கடந்த இரண்டாண்டுகளாக இவ்வாளுமைகளின் நினைவுகளில் நீந்தியிருக்கிறேன். அப்துல்ரகுமான், வீர. சந்தானம், இன்குலாப் போன்றோரின் மரணம் ஏற்படுத்திய வெற்றிடத்தையும் நினைவுகளே நிரப்பின. இருப்புக்கான தேவை முடிந்துவிடுகையில் மரணம் சம்பவிக்கிறது என்ற வேதகால நம்பிக்கையைத் தொடர்வோமேயானால் நினைவுகள் பெரிதில்லை. நினைவுகளே பெரிதென்பவர்க்கு வேதங்களைவிடவும் மனிதமும் ஜீவராசிகளும் முக்கியம். காரண காரியங்களை முன்வைத்து, அன்பை வழங்குபவர்கள் கவனிக்கப்படுவதில்லை. படைப்பூக்கச் சக்தியினாலும் பண்பு நலன்களாலும் தங்களை மேன்மைப்படுத்திய இவ்வாளுமைகள் காலச் சக்கரத்தின் அச்சாணியை ஒத்தவர்கள். ஒரு மனிதனின் முழுமையை அவனேகூட அறிவதில்லை எனும் பட்சத்தில், இவர்களை நான் முழுமையாகக் காட்டியிருக்கிறேன்

எனச் சொல்வதற்கில்லை. உண்மையில், காலம் எனக்கு வழங்கிய நினைவுகளை, உங்கள் நினைவுகளுக்கு மடைமாற்றியிருக்கிறேன். அவ்வளவே.

இக்கட்டுரைகளை எழுதும் நேரங்களில் செயலூக்கம் பெற்ற மனநிலையைக் கொண்டிருந்தேன். சாளரத்தைத் திறந்த அதிகாலைப் பொழுதில், அச்சமோ துக்கமோ இல்லாமல் பரவுகிற வெயிலைப்போல இவர்கள் என்னையும் என் சூழலையும் வெளிச்சப்படுத்தினார்கள். அதே வெளிச்சம் உங்கள்மீதும் படுவதற்கான முயற்சியாகவும் இக்கட்டுரைகளைக் கருதலாம். வேறு சில ஆளுமைகள் குறித்தும் எழுதும் எண்ணமிருக்கிறது. காலமும் சூழலும் வாய்க்கும்பொழுது அவசியம் எழுதுவேன். இக்கட்டுரைகளை வாரந்தவறாமல் வாசித்து, கருத்துக்களைப் பகிர்ந்துகொண்ட அத்தனைபேருக்கும் வந்தனங்கள். இதயத்தின் இயக்கம் நினைவுகளால் மட்டுமே சாத்தியப்படுகிறது. ஒரு தேநீர் இடைவேளையில் ஊஞ்சலில் ஆடியபடி, இந்நூலில் இடம்பெற்றுள்ள ஆளுமைகளை நீங்களும் நினைவு கூரலாம். நினைவுகளைக் கழித்துவிட்டால் வேறென்ன இருக்கிறது வாழ்க்கையில்?

நிறைய பிரியமுடன்,
யுகபாரதி
98411 57958
yugabhaarathi@gmail.com

உள்ளே

சுவரெழுத்து சுப்பையா / 17

நல்லகண்ணு / 26

ஜெயகாந்தன் / 56

வீர.சந்தானம் / 67

கோமல் சுவாமிநாதன் / 87

இன்குலாப் / 102

தேனிசை செல்லப்பா / 114

ஓமந்தூரார் / 125

தம்பி ராமையா / 141

பொ.ஐங்கரநேசன் / 153

வெங்கட்சாமிநாதன் / 170

இராசேந்திரசோழன் / 185

தேனுகா / 208

நாகூர் சலீம் / 224

இளவேனில் / 234

கே.ஏ.குணசேகரன் / 248

பெரியார்தாசன் / 263

கவிக்கோ / 279

வாலி / 299

தஞ்சை ப்ரகாஷ் / 324

சின்னகுத்தூசி / 348

ஈரோடு தமிழன்பன் / 376

ஆளுமையாக அவதானித்த
அத்தனைபேருக்கும்
―――――――――――――

சுவரெழுத்து சுப்பையா

தயாராயிருங்கள் காம்ரேட். நாளையோ நாளை மறுநாளோ புரட்சி வந்துவிடும். கவலைகள் மடியப் போகின்றன. இழிவுகளும் கேடுகளும் தங்கள் மூட்டைகளைக் கட்டிக்கொண்டு கிளம்பக் காத்திருக்கின்றன. காலம் நம்மை நோக்கி வருகிறது. கவனமாயிருங்கள் என யாரோ சிலபேர் லட்சிய விதைகளை, நமக்குள் விதைத்துக்கொண்டே இருக்கிறார்கள். தொடர்ந்து அப்படிச் சிலபேர் விதைத்துக்கொண்டிருப்பதால்தான், ஓரளவாவது உயிர்ப்போடு இருக்கும் இன்றைய வாழ்வைச் சூனியம் கவ்வாதிருக்கிறது. சொந்த நலனை விட்டொழித்துத் தம்முடைய அந்திமக் காலம்வரை உழைக்கும் அந்த ஒரு சிலரே வரலாறுகளையும் உருவாக்குகிறார்கள். ஆனாலும், உலக வரலாறுகள் முழுக்கத் தவறாகவே எழுதப்படுகின்றன. தங்களை உருவாக்க உதவியவர்களை உழைத்தவர்களை அது ஒருபோதும் உண்மையாகக் குறித்து வைப்பதில்லை.

ஏழாம் வகுப்பு இறுதித்தேர்வு விடுமுறையில் எனக்கும் புரட்சி செய்து வரலாறாகும் எண்ணம் இருந்தது. அப்போது தஞ்சாவூர்ப் பூக்காரத் தெருவிலுள்ள சுப்பிரமணியசுவாமி திருக்கோவிலுக்குத் தட்டிபோர்டு எழுதுபவனாக நானிருந்தேன். தட்டிபோர்டு எழுதுதல் என்றால் ஒன்றுமில்லை.

யுகபாரதி □ 17

கோவிலில் நிகழ்வுறும் விழாக்களைப் பற்றிக் குறிப்பெழுதி விளம்பரப்படுத்தும் வேலை. சதுரமாகவோ வட்டமாகவோ அல்லது நீள்சதுரமாகவோ தட்டியைத் தயாரித்து, வெள்ளைக் காகிதங்களை ஒட்டி, அதன்மேல் அவர்கள் தரும் குறிப்புகளை எழுதித்தர வேண்டும். இன்று லட்சார்ச்சனை விழா, விநாயகர் சதுர்த்தி சிறப்புப் பூஜை, தைப்பூசத் திருநாளை முன்னிட்டு பக்தர்கள் பால் காவடி, சந்தனக்காப்பு, பிரதோஷ சிறப்பு வழிபாடு என எதையாவது அந்தக் கோவில் குருக்களோ, ஈ.ஓ.வோ தரும் அறிவுரைப்படி எழுதித்தர வேண்டும்.

அதற்கென்றே கலர் மாத்திரைகள் என்னும் பேரில் கலர் வில்லைகள் ஸ்டேசனரிகளில் விற்பார்கள். ஒரு தட்டி எழுத குறைந்தது பத்து வில்லைகள் தேவைப்படும். அரக்குக்கலர் வில்லைகளும் பச்சைநிற வில்லைகளும் கூடுதல் விலை. அரக்கு வில்லைகளை இந்து மதத்தினரும் பச்சைநிற வில்லைகளை இஸ்லாமிய அன்பர்களும் வாங்கிப் பயன்படுத்துவார்கள். மதநம்பிக்கைகள்கூட வண்ணங்களால்தான் கட்டமைக்கப்பட்டுள்ளன. எனக்கு அந்த வேலையைச் செய்வதில் அலாதிப் பிரியம் இருந்தது. ஓவியனாகும் வெறியில் அலைந்துகொண்டிருந்த காலம் அது. அந்த வேலையைத் திறம்படச் செய்வதற்காகவே எழுத்துருக்களை வெவ்வேறு வகையில் எழுதிப் பழகினேன். சுவர் விளம்பரங்களில் எழுதப்பட்டிருக்கும் எழுத்துருக்களைக் காப்பி செய்தோ உள்வாங்கிக்கொண்டோ நானும் அதைப்போலவே எழுதிப் பார்ப்பேன். எழுதிப் பழகிய எழுத்துருக்களைத் தட்டி போர்டுகளில் செப்பமாகக் கொண்டுவர முயற்சி செய்வேன். போர்டைப் பார்ப்பவர்கள் வியக்க வேண்டும் என்பதற்காகவே நீட்டியும் குறுக்கியும் எழுத்துருக்களை நான் படுத்தியபாடு கொஞ்ச நஞ்சமல்ல.

சுப்பிரமணியசுவாமி கோவில் குருக்கள் கல்யாணராமன் என் அப்பாவின் அன்புக்குப் பாத்திரமானவர். அதன் காரணமாகவே அந்த வேலையை எனக்குக் கொடுத்தார்கள். அந்த வேலைக்குச் சொற்பச் சம்பளமும் உண்டு. தவிர, பூஜை அன்று விசேஷ மரியாதையும் கூடுதல் பிரசாதமும் கிடைக்கும். படித்துக்கொண்டே வேலையும் செய்து வந்த

என்னை அச்செயலுக்காகப் பலரும் பாராட்டுவார்கள். என்னை உற்சாகப்படுத்த அவர்கள் பாராட்டுவதைப் பெரிய விஷயமாக எடுத்துக்கொண்டு, போனவார பிரதோசத்திற்குக் கூட்டம் வந்ததே என்னால்தான் என்பதுபோல பிகு செய்வேன். பக்குவப்படாதபோது கிடைக்கிற பாராட்டு பரிகாசத்துக்குரியது என்று இப்போது புரிகிறது.

அது என் பிரதான வேலை இல்லை என்றபோதும் அதை மிகச் சிரத்தையோடு செய்துவந்தேன். முதல் நாள் தெரிவித்தால் மறுநாளே தட்டியைத் தயாரித்துத் தருவேன். விழாக்காலங்களில் இன்னும் விரைவாக. ஒருமுறை அவசரகதியில் விழா ஏற்பாடு செய்யப்பட்டது. என்னையும் அவர்கள் அவசரப்படுத்த லட்சார்ச்சனை என்பதற்குப் பதில் லட்சியார்ச்சனை என்று எழுதிவிட்டேன். கல்யாணராமனும் கவனிக்காமல் தட்டியைக் கோவில் முகப்பில் கட்டிவிட்டார். அவ்வளவுதான். ஒரே களேபரமாகிவிட்டது. பக்தகோடிகளின் இதயம் புண்ணாகும்படி எழுதிவிட்டதாகப் புகார் கிளம்பியது. உடனே, அவ்வேலையில் இருந்து என்னைத் தூக்கிவிட்டார்கள். அதைவிடக் கம்யூனிஸ்ட்காரரின் பையன் என்பதால் வேண்டுமென்றே லட்சார்ச்சனையை லட்சியார்ச்சனையென்று எழுதிவிட்டதாகப் புரளியைக் கிளப்பினார்கள். வேண்டுமென்றே நான் அப்படி எழுதவில்லை என்று சொல்லியும் அவர்கள் நம்பவில்லை. என் ஓவியக் கனவுகள் அந்தச் சம்பவத்திலிருந்து பாழ்படத் தொடங்கின. ஆனாலும், நான் விடவில்லை.

ஓவியங்களை வரைய முறையாகப் பயில எவ்வளவோ முயற்சியெடுத்தேன். அன்று நவீன ஓவியத்தில் தேசிய விருது பெற்றிருந்த தும்பத்திக்கோட்டை ஓவியர்.புகழேந்தியிடம் போய் ஓவியம் கற்றுத்தர இயலுமா? என்றும் கேட்டிருக்கிறேன். நீங்களாக வரைந்து உருவாகவேண்டியதுதான். ஓரளவு வரைந்து தேர்ச்சி பெற்றபின் அதற்கென்றிருக்கும் கவின் கலைக் கல்லூரியில் சேருங்கள் என்றார். அந்த வார்த்தையைப் பின்பற்றிக் கொஞ்சகாலம் வரைந்து வந்தேன். சுவர் விளம்பரம் செய்துவந்த பலரையும் சந்தித்து என் ஆசையை வெளிப்படுத்தி என்னையும் வேலையில் சேர்த்துக்கொள்ளக்

கேட்டேன். பலரும் பலவித காரணங்களைச் சொல்லித் திருப்பி அனுப்பினார்கள். நானாகச் சில ஓவியங்களைக் கிறுக்கினேன். என்றாலும், விவேகானந்தரை வ. உ. சியைப் போலவும் காரல்மார்க்ஸை ஏங்கல்ஸை போலவும்தான் வரைய முடிந்தது. எப்படியாவது எம்.எப். உசேனாகும் தீவிரத்திலிருந்த என் ஆர்வத்தைப் பொருட்படுத்தி, என்னைத் தம்பியாக்கிக் கொண்ட அண்ணன்கள்தான் வீரமணியும் நீலமேகமும். இரண்டுபேருமே கட்சி மாநாடுகளுக்குச் சுவர் விளம்பரம் எழுதுபவர்கள். அந்தக் காலத்தில் புகழ்பெற்றிருந்த தரணி சிமெண்ட் விளம்பரத்தை ஊர்தோறும் எழுதியவர்தான் நீலமேகம் அண்ணன். இரவு நேரங்களில்தான் அவர்களின் பணி தொடங்கும். வண்ணக்கலவைகளை வாளியில் கரைத்துக்கொண்டு தெருத் தெருவாகத் தோழர்கள் துணையோடு புரட்சிகரக் கருத்துகளை எழுதுவார்கள். நானும் அவர்களுடன் வாளி தூக்கவோ தூரிகையைக் கழுவித் தரவோ கிளம்புவேன். ஆளும் அரசைக் கண்டித்து அவர்கள் எழுதும்போது காவல்துறையினர் வந்துவிடுவார்கள். இப்படியெல்லாம் எழுதக்கூடாது. கைது செய்வோம் என்பார்கள். சரி, எழுதவில்லை என்று சொல்லி, போக்குக்காட்டிவிட்டு வேறொரு சுவரில்போய் காவல்துறையின் அடக்குமுறைக்கு சவால்விடும் வாசகங்களை எழுதுவார்கள். அப்படித் தெருத் தெருவாகச் சுற்றிய காலத்தில்தான் சுவரெழுத்து சுப்பையாவைப் பற்றித் தெரிந்துகொள்ள முடிந்தது.

தீவிரத் திராவிடர்க் கழகத் தொண்டரான சுவரெழுத்து சுப்பையா செய்துவிட்டுப் போயிருக்கும் காரியங்கள் போற்றுதலுக்குரியன. தனி ஒரு மனிதனாகத் தமிழகத் தெருக்கள் முழுக்கப் பகுத்தறிவுப் பிரச்சாரம் செய்திருக்கிறார். கடவுளை மற, மனிதனை நினை என்ற வாசகம் நமக்குள் பதிய அவரே காரணம். நெற்றியில் திருமண், நெஞ்சிலே களிமண் என்றும் விஞ்ஞானி கண்டது விரைவு ராக்கெட், அஞ்ஞானி கண்டது விபூதி பாக்கெட் என்றும் அவரே சுயமாக முழக்கங்களை உருவாக்கினார். அவர், கலர் வில்லைகளைப் பயன்படுத்தவில்லை. நெடுஞ் சாலைகளில் உருகும் தாரையே மண்ணெண்ணையைக் கலந்து மையாக்கியிருக்கிறார். தூரிகையைத் தேடவில்லை.

தன் கைவிரலில் துணியைக் கட்டிக்கொண்டு சுவர்களில் எழுத்துருக்களைக் கொண்டுவந்திருக்கிறார்.

பெரியார் ஒரு கூட்டத்தில் கலந்துகொள்கிறார் என்றால் முதல்நாளே அந்த ஊருக்குப் போய்த் தெருமுழுக்க எழுதியும் மெகாபோன் மூலமும் விளம்பரப்படுத்தியிருக்கிறார். மக்கள் பெருமளவு கூட்டத்தில் கலந்துகொண்டால் நேற்று சுப்பையா வந்தாரா என்று பெரியாரே கேட்கும் அளவுக்கு அவரின் விளரம்பரம் ஆகச்சிறப்பாக அமைந்திருக்கிறது. சுப்பையா பள்ளிப் படிப்பைக்கூடத் தாண்டாதவர். ஆனாலும், அறிவாயுதத்தின் வீரியம் அவருக்குத் தெரிந்திருக்கிறது. மயிலாடுதுறையில் வசித்துவந்தாலும் அவருக்கென்று வீடோ குடும்பமோ இருக்கவில்லை. கழகத் தொண்டர் ரெங்கசாமியின் டீக்கடையில் தங்கிக்கொண்டு அங்கே கிடைப்பதை உண்டு வாழ்ந்திருக்கிறார்.

சதா சர்வ காலமும் சுயமரியாதைக் கொள்கையை நெஞ்சில் தாங்கிக்கொண்டு, தன்னைப் பற்றிய எந்தச் சிந்தனையும் இல்லாமல் இருந்திருக்கிறார். உடனிருந்த தோழர்கள் எவ்வளவோ வற்புறுத்தியும்கூட திருமணத்திற்கு அவர் சம்மதிக்கவில்லை. யார் சொல்லுக்கும் கட்டுப்படாத சுப்பையா, எம்.ஆர்.ராதா மீது நன்மதிப்பு கொண்டவர். எனவே, அவர் சொல்லுக்குக் கட்டுப்படுவார் என்பதால் அவர் மூலமும் பேட்டை தானா என்றழைக்கப்பட்ட முத்துப்பேட்டை தருமலிங்கத்தின் மூலமும் கல்யாணப் பேச்சை ஆரம்பித்திருக்கிறார்கள். இந்தப் பேட்டை தானாதான் ஒருகாலத்தில் மணலி கந்தசாமி போன்ற கம்யூனிஸ்ட் தோழர்களின் தலைமறைவு வாழ்க்கைக்கு உதவிபுரிந்தவர். அரசின் கெடுபிடிகளுக்கு இரையாகாமால் அவர்களின் புரட்சிகர வாழ்வுக்குத் துணைபுரிந்தவர். அவருடைய பேச்சுக்கும் எம்.ஆர்.ராதாவின் பேச்சுக்கும் இசைவார் எனத் தோழர்கள் கருதியதுபோலவே சுப்பையாவும் ஒருகட்டத்தில் திருமணத்திற்கு ஒப்புதல் தந்திருந்தார். தோழர்களும் அவருக்காக நிதி திரட்டியிருக்கிறார்கள். கூரைவீடு, கொஞ்சம் தட்டுமுட்டுச் சாமான்கள் வாங்க அந்நிதியைப் பயன்படுத்தச் சொல்லி வசூலான நிதியைத் தந்திருக்கிறார்கள்.

ஆனால், சுப்பையாவோ அந்தத் தொகை முழுவதையும் பிரச்சாரத்திற்குச் செலவழித்துவிட்டு, கல்யாணத்திற்குக் கல்தா கொடுத்திருக்கிறார்.

அவர் சுவரில் எழுதிக்கொண்டிருக்கையில் என்ன நடந்தாலும் கண்டுகொள்ளமாட்டாராம். அவரை அடிக்க வந்தால்கூட அடியை வாங்கிக்கொண்டே எழுத நினைத்ததை எழுதி முடிப்பாராம். ஒருமுறை ஒரு பிராமணர் வீட்டுச் சுவரில் எழுதிக்கொண்டு இருந்திருக்கிறார். அந்த வீட்டுக்காரர் குச்சியால் தட்டி யாரைக்கேட்டு என் வீட்டுச் சுவரில் எழுதுகிறாய் எனக்கேட்க, "யாரைக் கேட்டுடா ராமானுஜர் பிரசாரம் செய்தார்?" என்றிருக்கிறார். பிறிதொருமுறை நாகை புராட்டஸ்டண்ட் தேவாலயச் சுவரில், தேவனின் ஆலயத்தை வியாபார ஸ்தலமாக்காதே என்ற பைபிள் வாசகத்தை ஒருபக்கமும் கோவில் திருடர்களின் குகை என்ற காந்தியின் வாசகத்தை இன்னொரு பக்கமும் எழுதிவைத்துவிட்டுப் போயிருக்கிறார். விஷயமறிந்த வைதீகர்கள் கொதித்தெழ, பிரச்சனை பெரிதாகிவிட்டதாம். பைபிளில் சொல்லியிருப்பதுதானே, காந்தியால் எழுதப்பட்ட வாசகந்தானே என்று விவாதப்புரட்சி செய்து கழகத் தோழர்கள் அவரைக் காப்பாற்றியிருக்கிறார்கள்.

மூடநம்பிக்கைகளில் இருந்து மக்கள் முற்றாக வெளியேற பெரியார் நடத்திவந்த கருத்துப்புரட்சிக்குச் சுப்பையா போன்றோர் உதவியிருக்கிறார்கள். குப்பைத் தொட்டியைக் காட்டி, இதிலே எதையாவது எழுதுங்கள் என்றால் புராணங்களை இதிலே போடு என்று எழுதும் நெஞ் சுரத்தோடு சுப்பையா செயல்பட்டிருக்கிறார். எது பக்தி? எது பித்து? என்பதை உணர்ந்தவராக அவர் இருந்ததால்தான் கண்மூடிப்பழக்கமெல்லாம் மண்மூடிப்போக என்ற இராமலிங்கசாமிகளை ஆதரித்திருக்கிறார்.

பார்ப்பானே வெளியேறு என்று ஒருமுறை இவர் எழுதப்போக, எங்கே போவார்கள் அவர்கள் என யாரோ ஒருவர் அதன் கீழே எழுதியிருக்கிறார். மறுநாள் இதைப்பார்த்த சுப்பையா, மேலே ஏழுலோகம் கீழே ஏழுலோகம் என்கிறார்களே பார்ப்பனர்கள் அங்கே போகட்டும் என

எழுதியிருக்கிறார். பகுத்தறிவின் நோக்கம், வெறுமனே அடுத்தவரைக் கோபமூட்டி ரசிப்பதல்ல என சுப்பையாவுக்குத் தெரிந்திருக்கிறது. தர்க்க நியாயங்களோடு யார் விவாதித்தாலும் அதற்குப் பதில் சொல்லத் தயங்காமல் இருந்திருக்கிறார். அன்றைய காங்கிரஸ் பேச்சாளர்களில் சிலர் பெரியாரைத் தரக்குறைவாகப் பேசியபொழுது அவரால் பொறுத்துக்கொள்ள முடியாமல் விவாதிக்கக் கூப்பிட்டிருக்கிறார். முடியாது என்று முரண்டு பிடித்தவர்களை மோதவும் துணிந்திருக்கிறார். இன்றைக்குக்கூட நாம் தலைவர்கள் கொள்கையோடும் தொண்டர்கள் கொள்கைக்காகவும் வாழவேண்டும் என விரும்புகிறோம். அவ்வகையில், வரித்துக்கொண்ட கொள்கைக்காக வாழ்வதே வாழ்க்கையின் நோக்கம் என்று எத்தனையோ சுப்பையாக்கள் தங்களை இழந்திருக்கிறார்கள். தியாகவாழ்வை மேற்கொண்ட அவர்களுக்கு மணி மண்டபங்களோ மகுடாபிஷேகங்களோ தேவையில்லை. குறைந்தபட்ச நினைவுகூரல். அதுகூடக் கிடைப்பதில்லை என்பதுதான் சோகம்.

பெருமுயற்சி எடுத்துப் பெரியார் திராவிடக் கழகத் தோழர். வெ.ஆறுச்சாமி அவரைப்பற்றிய நூல் ஒன்றைக் கொண்டுவந்திருக்கிறார். சுப்பையாவுடன் பழகிய தோழர்களின் நினைவுகளுடன் அவர் கைப்பட டைரிக் குறிப்புகளாக எழுதி வைத்திருந்த சிந்தனைகளும் ஆவணமாக்கப்பட்டிருக்கிறது. சுப்பையா தன் வாழ்வையே சுவர் எழுத்துக்காக அர்ப்பணித்தவர். புகைப்படம் எடுக்கக்கூட விரும்பாதவர். எதற்குப் புகைப்படம் பின்னால் மாலை போடவா எனக் கேட்டு முகங்காட்ட மறுத்திருக்கிறார். உயரமான சுவர்களில் ஒற்றையாளாக ஏறி ஏணியிலிருந்து எத்தனையோ முறை கவிழ்ந்திருக்கிறார். யாரையாவது உதவிக்கு வைத்துக்கொள்ளக் கூடாதா என்று தோழர்கள் கேட்டதற்கு, ஆளுக்கொரு வேலை செய்தால்தான் அதிக வேலை செய்ய முடியும் என்றிருக்கிறார்.

அப்படித்தான் சென்னையில் ஒருமுறை சுவர் விளம்பரம் செய்துகொண்டிருக்கையில் காவல் துறையினர் வந்திருக்கிறார்கள். யாரோ ஒருவர் கொடுத்த புகாரின் பேரில் அவரைக் கைது செய்தவர்கள் விசாரிக்காமல்

தார்ச்சட்டியைத் தலையில் கவிழ்த்திருக்கிறார்கள். யாரிடமும் எந்த உதவியும் கோர விரும்பாத சுப்பையா அமைதியாக இருந்திருக்கிறார். அதன் விளைவாக அவர் கண்பார்வை மங்கி இறுதியில் பார்வையே போய்விட்டது. அப்போதும்கூட ஒற்றைக் கண்ணால் தன்னுடைய சுவர் விளம்பரத்தைத் தொடர்ந்திருக்கிறார். பெரியார்மீது அவர் கொண்டிருந்த மரியாதையும் மக்களை அறியாமை அழுக்கிலிருந்து மீட்டெடுக்க அவர் கொண்டிருந்த ஆவேசமும் அளப்பரியன.

ஏன் இத்தனைப் பாடுகளையும் ஒருவர் இயல்பாக ஏற்றுக்கொள்கிறார்? எல்லோரையும் போல வாழ எண்ணாமல் எதையாவது சமூகத்திற்குச் செய்யவேண்டும் என எண்ணுகிறார்? பெரியாரின் தத்துவார்த்தக் கொள்கைகளைப் பிரச்சாரம் செய்வதே தன் வாழ்நாள் கடமையாகக் கருத அவரை எது உந்தித் தள்ளியது? இருக்கும் வரை பிறருக்கு உதவியாகவும் இறந்த பிறகு காக்கைக் குருவிக்கு இரையாகவும் இருங்கள் என்றார் பெரியார். அதை அட்சரம் பிசகாமல் செய்ய நினைத்தவர் சுப்பையா. அதனால்தான், மயிலாடுதுறை ரயில்பாதையில் மரித்துக்கிடந்த அவர் உடலை காக்கைக் குருவிகள் கொத்தித் தின்றன. கழகத் தோழர்களுக்குக்கூட அவர் இறப்புச் செய்தி தாமதமாகவே தெரிந்திருக்கிறது. தோழர்கள் தகவலறிந்து போவதற்குள் ரயில்வே நிர்வாகமே அவரை அடக்கம் செய்துவிட்டதாகச் சொல்கிறார்கள்.

ஒரு கொள்கையைப் பற்றிக்கொண்டு உழைப்பவர், அந்தக் கொள்கை வெற்றி அடைகிறபோது அதற்கான பலனை எதிர்பார்ப்பது இயல்பு. பதவியாகவோ பட்டமாகவோ அந்தப் பலனைப் பெறுவதில் தவறில்லை. ஆனால், பலனே தேவையில்லை என்று சொல்வதற்குச் சிலரால்தான் முடியும். அவர்களே புரட்சியாளர்களாகக் கருதப்படுகிறார்கள். தமிழகத்தின் உட்கிராமங்களில் இன்னமும் சுவரெழுத்து சுப்பையாக்கள் இருக்கிறார்கள். கட்சி மாநாடு என்று அறிவித்ததும் வண்ணக் கரைசலை தூக்குவாளியில் எடுத்துக்கொண்டு தெருத் தெருவாகத் தலைவர்களின் படங்களை வரைந்து வருகிறார்கள். சமுதாயமே எழுக, சரித்திரமே வருக என்றெல்லாம் அவர்கள் எழுதுவதை

எத்தனைத் தலைவர்கள் கண்கொண்டு பார்க்கிறார்கள் எனத் தெரியவில்லை.

எட்டாம் வகுப்பிற்குப் போக இருந்த எனக்குள் சுப்பையாவைப் பற்றிச் சொன்னவர்கள் அண்ணன்கள்தான். வண்ண வண்ண வில்லைகளைப் பயன்படுத்தி ஓவியனாகும் வெறியோடு இருந்த எனக்குக் கருப்பு நிறத்தின் தேவையை உணர்த்தியவர்கள் அவர்களே. அவர்கள் இடைவிடாமல் சொல்வதைக் கேட்டு நானும் சுப்பையாவாக ஆவதற்கான சந்தர்ப்பங்கள் நிறைய இருந்தன. ஆயுதம் தாங்கிப் போராடுவது மட்டுமல்ல புரட்சி. அறிவாயுத நெருப்பை ஏந்திப் பிரச்சாரம் செய்வதும் புரட்சிதான். சைக்கிள் ஓட்டும் பெண்கள், செந்தமிழ்நாட்டின் கண்கள் என்று 1960இல் சுப்பையா, பெண்கள் பள்ளிக்கூட வாசல்களில் எழுதினார். பெண்களைத் தீய வழிகளில் செல்லத் தூண்டும் இத்தகைய வரிகளை எழுதக்கூடாது என அன்றைக்கு அவருக்கு எதிராக எழுந்தவர்கள் கற்பனையாவது செய்து பார்த்திருப்பார்களா கல்பனா சாவ்லாக்களை.

தோழர்கள் தரும் பழைய டைரிகளில் தனக்கு அவ்வப்போது தோன்றும் சிந்தனைகளைக் குறித்துவைத்த சுப்பையா, அதை வாகான சுவர் கிடைக்கும்போதெல்லாம் தீட்டத் துணிந்திருக்கிறார். இறுதிவரை அவர் ஒரே வண்ணத்தையும் ஒரே எண்ணத்தையும் கொண்டவராக வாழ்ந்திருக்கிறார். எங்கேயும் எழுதப்பட்ட சிந்தனைக்குக் கீழே தன் பெயரை அவர் எழுதவில்லை. அவருடையதாக அவர் எதையுமே உரிமை கொண்டாடவில்லை. அவரைக்கூட அவர் பொதுச்சொத்து போலவே கருதியிருக்கிறார். சமூகத்திற்கான நம்பிக்கைகளை விதைப்பதொன்றே வேலை என்றிருந்த அவர் பெயரை வரலாறு தவறவிட்டிருக்கலாம். தவிர்க்க வாய்ப்பில்லை. நம்புவோம். நாளையோ நாளை மறுநாளோ புரட்சி வருவதற்காக மேலும், சில சுப்பையாக்கள் சுவர்களிலும் காகிதங்களிலும் எழுதிக்கொண்டே இருப்பார்கள்.

◆◆◆◆◆

நல்லகண்ணு

தனிநபரைப் போற்றுவதோ அல்லது அவரை முன்வைத்து முழக்கங்களை எழுப்புவதோ இடதுசாரிகளுக்கு ஏற்படையதல்ல. எதையும் கொள்கை அடிப்படையில் அணுகிப் பார்ப்பவர்களே அவர்கள். தனிநபர் சாகசங்களை நம்பியோ தற்குறித்தனமான வாக்குறுதிகளை வழங்கியோ தங்களை உயர்த்திக்கொள்ள அவர்கள் உத்தேசிப்பதில்லை. மக்கள் மத்தியில் செல்வாக்கைப் பெற, கற்பனைப் பிம்பங்களைக் காட்டவோ கட்டியமைக்கவோ எண்ணுவதில்லை... அவர்களைப் பொதுசமூகம் எப்படி வேண்டுமானாலும் புரிந்துவைத்திருக்கலாம். அதிகாரத்தைக் கைப்பற்றும் அக்கறையில்லாதவர்கள் என்றோ பதவிக்கு வரவே லாயக்கில்லாதவர்கள் என்றோ விமர்சிக்கவும் செய்யலாம். ஆனால், அந்த விமர்சனங்களை எல்லாம் ஓரத்தில் ஒதுக்கிவிட்டுப் பார்த்தால், அவர்களுக்கு மட்டுமே போராட்ட வாழ்வை எதிர்கொள்ளும் சக்தியிருக்கிறது. இலட்சிய வாழ்வின் இலட்சணங்களைப் பெற்றிருக்கும் அவர்களின் தகுதி குறித்தும், திறமை குறித்தும், சந்தேகிக்க இடமே இல்லை. தற்போதைய தமிழ்நில இடதுசாரிகளின் ஒற்றை உதாரணம், இரா.நல்லகண்ணு.

தலைமைப் பொறுப்புக்கு வரக்கூடிய ஒருவர், கடைப்பிடிக்கவேண்டிய அத்தனை அம்சங்களையும் கருத்திற்கொண்டு செயல்படுவதில் இடதுசாரிகளுக்கு நிகர் இடதுசாரிகளே. கூட்டுத் தலைமையின் கீழ் செயல்படும் அவர்கள் ஒழுக்கம், நேர்மை, எளிமை, சுயசார்பற்ற தன்மை எனப் பல விஷயங்களை எப்படிப்பட்ட இக்கட்டிலும் விட்டுக்கொடுப்பதில்லை. ஒருவகையில் அதுவே அவர்களின் அடையாளம். பணமே பிரதானம் என்றாகிவிட்ட இன்றைய அரசியல் சூழலிலும், உண்டியல்குலுக்கி, கட்சிக்கான நிதியைத் திரட்டுபவர்கள் அவர்களே. கார்ப்பரேட்டுகளின் நன்கொடையில் ஆட்சியையும் அதிகாரத்தையும் கைப்பற்றிவிடத் துடிக்கும் எத்தனையோ கட்சிகளுக்கு மத்தியில், இன்னமும் கண்ணியத்தையும் கட்டுப்பாட்டையும் கற்பிப்பவர்களாகக் காம்ரேட்டுகள் மட்டுமே இருக்கிறார்கள். போராடுவதே வாழ்வென்று புரிந்து, அதற்கேற்ப நாள்களை நகர்த்திச்செல்லாமல், வாழ்வையே போராட்டமாக்கிக் கொள்ள அவர்கள் தயங்கியதுமில்லை. தயங்கப் போவதுமில்லை.

தொண்ணூறுகளின் இறுதியில் கணையாழி எனும் இலக்கியச் சிறுபத்திரிகையில் உதவி ஆசிரியனாக வேலைக்குச் சேர்ந்திருந்தேன். ஏதோ ஒரு வேலையைப் பார்த்துக்கொண்டு, இலக்கியத்தில் எனக்கிருந்த ஆர்வத்தை மேம்படுத்த முனைந்திருந்த தருணம் அது. கணையாழியில் சேரும்வரை ராஜரிஷி எனும் அரசியல் வார ஏட்டில் செய்திக் கட்டுரைகளை எழுதுபவனாக இருந்தேன். ஒரு கவிஞனாக அரசியல் பத்திரிகையில் என்னுடைய இடமென்பது எனக்கே திருப்தியளிக்கும் விதத்தில் இல்லை. என் இயல்புக்கும் தகுதிக்கும் கணையாழியே வழியமைத்தது.

இலக்கியப் புரிதல்களைத் தீவிரமாக்கிக் கொள்ளவும் என்னை நானே கண்டடைந்து கொள்ளவும் கணையாழி செய்த உதவியை காலம் உள்ளளவும் மறப்பதற்கில்லை. மாத இதழ் என்பதால் வேலை அதிகமில்லை. கணையாழிக்கு வரக்கூடிய கதை, கவிதை, கட்டுரைகளை வாசித்து, பிரசுரத்திற்கு ஏற்படையதைத் தேர்ந்தெடுக்கும் பணியே என்னுடையது. தேர்ந்தெடுத்த படைப்புகளைக் கணையாழியின்

ஆலோசனைக் குழுவிலிருக்கும் ஒருவரிடமோ இருவரிடமோ காட்டி ஒப்புதல் பெற வேண்டும். ஒப்புதல் பெறப்பட்ட படைப்புகளை வடிவமைத்து, மெய்ப்புத் திருத்தி அச்சுக்கு அனுப்புவதோடு என் வேலை முடிந்துவிடும். அதன்பின், அதைச் சந்தாதாரர்களுக்கும் கடைகளுக்கும் விநியோகிக்கும் பொறுப்பை மேலாளர் விஸ்வநாதன் கவனித்துக் கொள்வார்.

விஸ்வநாதன், சுபமங்களாவில் பணியாற்றிய அனுபவம் உள்ளவர். அவ்வப்போது சுபமங்களாவின் ஆசிரியராயிருந்த கோமல் சுவாமிநாதன் பற்றியும் இன்னபிற படைப்பாளர்கள் பற்றியும் அவர் பகிர்ந்துகொண்டதைத் தனிப் புத்தகமாக எழுதலாம். படைப்பாளர்களின் மனத்தையும் குணத்தையும் அறிந்து வைத்திருந்த விஸ்வநாதன், மாதத்தின் இறுதி நாள்களில் மட்டுமே அலுவலகம் வருவார். மெய்ப்புத் திருத்தும் பணியில் எனக்கு உதவியாயிருந்த சேது, அலுவலகம் வருவதில்லை. அலுவலகப் பணிக்காக அமர்த்தப்பட்டிருந்த குமாரும் நானும் மட்டுமே தினசரி கணையாழி இருக்கையில் அமர்ந்திருப்போம்.

முதலிரு மாதங்களிலேயே கணையாழியின் வேலைத் தன்மை விளங்கிவிட்டது. எந்தத் தேதிவரை படைப்புகளை தேர்ந்தெடுக்கலாம், எதிலிருந்து எதுவரை வடிவமைப்பு, மெய்ப்புத்திருத்த எத்தனை நாள், அச்சகப் பணிக்கான அவகாசம் எவ்வளவு என எல்லாவற்றையும் திட்டமிட்டுச் செயல்படுவதில் எந்தச் சிக்கலும் இருக்கவில்லை. தலையங்கமும் கடைசிப் பக்கமும் வந்துவிட்டால் இதழ் தயாராகிவிடும். எழுத்தாளர் சுஜாதா கடைசிப் பக்கத்தை எழுதிவந்தார். திரைப்படங்களுக்குக் கதை வசனமும், வெகுசன இதழ்களில் தொடர்கட்டுரைகளும் எழுதிவந்த அவர், அத்தனைப் பரபரப்பிலும் கணையாழிக்கு எழுதுவதைப் பிரத்யேகமாக வைத்திருந்தார். கணையாழி அலுவலகத்திற்கு அருகில்தான் இந்தியக் கம்யூனிஸ்ட் கட்சியின் தலைமை அலுவலகமான பாலன் இல்லம் அமைந்திருந்தது. அங்கிருந்து வெளிவந்த தாமரை இதழை அண்ணன் கவிதாபாரதி கவனித்துவந்தார். இடதுசாரிப் பத்திரிகையான தாமரையும் வலதுசாரிச் சிந்தனைகளை அனுமதித்த கணையாழியும்

அருகருகே இருந்தாலும், அவை இரண்டும் தத்தமது நிலைகளிலிருந்து இடம்பெயர எண்ணியதில்லை.

இரண்டு பத்திரிகைகளுக்கும் முகப்பைத் தயாரித்துத் தருபவராக ஓவியர் மருது இருந்துவந்தார். நானும் கவிதாபாரதியும் ஒரே வாகனத்தில் கிளம்பிப்போய் கணையாழிக்கும் தாமரைக்கும் மருது வரைந்து வைத்திருக்கும் முகப்புஅட்டைகளை வாங்கி வந்திருக்கிறோம். என் கவிதைகள் தாமரையிலும் கவிதாபாரதியின் கவிதைகள் கணையாழியிலும் பிரசுரமாகியுள்ளன. ஒத்த கருத்துடைய இரண்டு பேர் பணி நிமித்தம் வெவ்வேறு பத்திரிகைகளைக் கவனிக்க நேர்ந்தது. இரண்டுபேரும் இணைந்தே செயலாற்றிய அக்காலங்களில், அன்பையும் நட்பையும் பகிர்ந்துகொள்ளும் இடமாகப் பாலன் இல்லம் இருந்தது. எங்களுக்கு எழும் இலக்கிய மற்றும் அரசியல் சந்தேகங்களைத் தீர்த்து வைப்பவராகத் தோழர் நல்லகண்ணு இருந்தார். தமிழக அரசியலில் நேர்மைக்கும் தூய்மைக்கும் உதாரணமாகக் காட்ட, நல்லகண்ணுவைத் தவிர ஒருவரில்லை.

என் வாழ்வில் அற்புதமான தரிசனங்களையும் தருணங்களையும் கொண்ட நாள்கள் அவை. இலக்கியமென்பது நுகர்வல்ல. அரசியலென்று அறிந்துகொள்ள, காலம் வழங்கிய சந்தர்ப்பம் என்றே அந்நாள்களைக் கருதுகிறேன். கணையாழியில் வேலை செய்கிறேன் என்பதைவிட, நல்லகண்ணுவை தினமும் சந்தித்து உரையாடுகிறேன் என்பதே மகிழ்வைக் கொடுத்தது. அப்போது "போத்தியம்மன்" என்னும் தலைப்பில் என்னுடைய கவிதை ஒன்று தாமரையில் வெளிவந்திருந்தது. அதைப் படித்திருந்த நல்லகண்ணு, "நெல்லைச் சீமையிலுள்ள சிறுதெய்வம் குறித்து, தஞ்சை மாவட்டத்து ஆசாமியான உங்களுக்கு எப்படித் தெரியும்?" எனக் கேட்டார். இடதுசாரிகள் கடவுள் மறுப்புக் கொள்கையுடையவர்கள். ஆனாலும், நல்லகண்ணு சிறுதெய்வங்களைப் பற்றித் தெரிந்து வைத்திருந்தது திகைப்பூட்டியது. அந்தச் சந்திப்பில் அவர், ஜெயமோகனின் விஷ்ணுபுரம் நாவலை வாசித்துக்கொண்டிருந்தார். சில பக்கங்கள் மட்டுமே விஷ்ணுபுரத்தை வாசித்திருந்த

என்னிடம், முழுதாக நாவலை வாசித்ததும் சொல்லுங்கள். விவாதிக்கலாம்'' என்றார்.

என் வயதையோ வாசிப்பையோ முக்கியமாகக் கருதாமல், என்னுடன் விவாதிக்க விரும்பிய அவர், அதன்பின் எத்தனையோ நாவல்கள் குறித்தும் உலக இலக்கியங்கள் குறித்தும் விவாதித்திருக்கிறார். விவாதமென்றால் இரண்டுபேரால் நடத்தப்படுவது. உண்மையில், அவருடன் நான் எதையுமே விவாதித்ததில்லை. தவிர, அவருடன் விவாதிக்கும் அளவுக்கான அறிவை அப்போது நான் பெற்றிருக்கவில்லை. எனக்குத் தெரிந்த விஷயங்களை மட்டுமே அவருடன் பேசியிருக்கிறேன். என் பேச்சில் தவறிருந்தால் அவர் திருத்துவார். ஒரு விஷயத்தை அவர் சொல்லத் தொடங்கினால் அதில் விவாதிக்கவே ஒன்றுமிருக்காது. அத்தனைத் தெளிவுடனும் அத்தனைச் சிரத்தையுடனும் அதை அவரே விளக்கிவிடுவார். விவாதிக்கவே தேவையில்லாதபடி பேசும்முறையே அவருடையது. எளிய உவமைகளால் வரலாற்றையும் இலக்கியத்தையும் புரியவைக்கும் சாமர்த்தியம் அவரிடம் உண்டு.

எது மக்களுக்கானதாக அமைகிறதோ அதுவே இலக்கியமென்றும் மக்கள் இலக்கியத்தை நோக்கி நகர்வதே படைப்பாளிகளின் தகுதியென்றும் அவர் சொல்லாமல் இருந்திருந்தால், நானுமே செளந்தர்ய உபாசகர்களின் சங்கத்தில் சங்கமித்திருப்பேன். கட்சி அரசியலுக்கு அப்பாற்பட்டவர்களாலும், அவர் இன்று கொண்டாடப்படுவதற்கு அதுவே காரணம். யாரையும் நேசத்துடன் ஏந்திக்கொள்ளும் அவருடைய புன்னகையில், களங்கமோ கறைகளோ இருந்ததில்லை. தெளிந்த நீரோடையின் மேல் நின்று பார்க்கையில், உருண்டோடும் கூழாங்கற்கள் தெரிவதுபோல, நிதானத்துடன் அவர் உதிர்க்கும் சொற்களில் காரல்மார்க்ஸும் ஜீவானந்தமும் கண்முன்னே தெரிவார்கள். உடலாலும் மனதாலும் தியாகத் தழும்புகளைத் தாங்கிய அவர், சுதந்திர இந்தியக் கனவுகளுடன் பொதுவாழ்வுக்கு வந்தவர்.

ஸ்ரீவைகுண்டம் காரனேஷன் உயர்நிலைப் பள்ளியில்

படித்துக்கொண்டிருக்கும்பொழுதே தேச விடுதலைக்கு உழைக்க வேண்டுமெனும் உறுதியைப் பெற்றிருக்கிறார். தேசபக்த நூல்களில் ஈடுபாடு காட்டிவந்த அவருக்கு, மார்க்சிய நூல்களை அறிமுகப்படுத்தியவர் அவருடைய இந்தி ஆசிரியர் சு.பலவேசம் செட்டியார். அவரே, நல்லகண்ணுவின் அனைத்திந்தியப் பற்றை அகில உலகப் பற்றாக மாற்றியவர். "கலைத் தொண்டர் கழகம்" என்னும் பெயரில் சமூகக் கலை இலக்கியப் பணியை மேற்கொண்டிருந்த நல்லகண்ணுவை, பொதுவுடைமைச் சிந்தனைக்கு உந்தித் தள்ளியதில் புத்தகங்கள் பெரும் பங்காற்றியுள்ளன. நூல்களின் வாயிலாக இடதுசாரிப் பற்றாளராக மாறிய நல்லகண்ணு, கல்லூரிக் காலங்களில் இடதுசாரித் தலைவர்களுடன் பழகியிருக்கிறார்.

சமூக மாற்றத்திற்காகத் தங்களை வருத்திக்கொள்ளும் அவர்களைப் பார்க்கும்தோறும், தாமும் அவர்கள்போல ஆக வேண்டுமென எண்ணியிருக்கிறார். அதன் விளைவாக, முதல் முதலாக ஸ்ரீவைகுண்டத்தில் உருவாக்கப்பட்ட இந்திய கம்யூனிஸ்ட் கட்சியின் கிளையில் இணைந்திருக்கிறார். தமிழகத்தின் தென்கோடியில் இருந்த ஓர் ஊரின் கிளைச் செயலாளராக அரசியல் வாழ்வைத் தொடங்கிய அவர், நான்குமுறை தொடர்ச்சியாக அக்கட்சியின் மாநிலச் செயலாளர் என்னும் பொறுப்பை வகித்திருக்கிறார். தகுதியால் பொறுப்புக்கு வந்த அவர், தன்னுடைய செயல்களால் அப்பொறுப்புக்கு ஏற்படுத்திக்கொடுத்த கௌரவத்தால் இன்றளவும் மதிக்கப்படுகிறார்.

கம்யூனிஸ்ட் கட்சியின் ஸ்தாபன விதிகளுக்கு உட்பட்டு வாழ்வதே சிரமம் என்னும் பட்சத்தில், தன்னை வருத்தி அவர் அடைந்த உயரமென்பது வேறு எவரும் எட்ட முடியாதது. சாதி, மதம், பணம், சந்தர்ப்பவாதம் என்று தறிகெட்டுப்போன இன்றையத் தேர்தல் அரசியலுக்கு, நல்லகண்ணுவின் தியாக வாழ்வைத் திரும்பிப்பார்க்கவும் நேரமில்லை என்பதுதான் வருத்தத்துக்குரியது. இப்பொழுதும் நம்முடைய ஊடகங்கள் தோழர் நல்லகண்ணுவைத் தோற்றுவிட்ட அரசியல் ஆளுமையாகக் காட்டுவதையே வாடிக்கையாக வைத்திருக்கின்றன. அவர் எங்கேயும் எப்போதும்

தோற்கவில்லை. தவிர, அவருடைய அரசியல் நெறிகள் ஒருபோதும் அஸ்தமனமாகக்கூடியதும் அல்ல. தனிநபரைப் போற்றுவதோ அவரை முன்வைத்து முழக்கங்களை எழுப்புவதோ இடதுசாரிகளுக்கு வழக்கமில்லை. என்றாலும், நல்லகண்ணுவைச் சொல்லவேண்டியதும் அவரை முன்வைத்து விவாதங்களை எழுப்புவதும் அவசியமே. தனி நபர் துதியாக அதை எடுத்துக்கொள்ளாமல், ஓர் இடதுசாரியின் பண்பு நலன்களைச் சீர்தூக்கிப் பார்ப்பது காலத்தின் தேவையாகிறது.

பணமும் படாடோபமுமே அரசியல் என்பதாகப் போய்க்கொண்டிருக்கும் இக்காலத்திய அறப் பிறழ்வுகளை அறிந்துகொள்வதற்கு, நல்லகண்ணு போன்றோரின் வாழ்க்கைப் பதிவுகள் நேர்மறை அரசியலின் நியாயங்களைப் பேசக்கூடியவை. இடதுசாரிகள்மீது வைக்கப்படும் விமர்சனங்கள், கொள்கை சார்ந்ததாக இருக்கிறதே ஒழிய, ஒருபோதும் அது அவர்களின் நேர்மையைப் பரிசோதிப்பதாக இருந்ததில்லை. அவதூறுகளையும் பொய்ப்பிரச்சாரங்களையும் அவர்களுக்கு எதிராகப் பரப்பிவருபவர்கள்கூட இத்தனை ஆண்டுகளில் ஒரு குற்றச்சாட்டுக்கும் ஆளாகாத இடதுசாரிகளின் கை சுத்தத்தில் கறையோ குறையோ கண்டதில்லை.

இந்தியா சுதந்திரம் அடைந்தவுடன் ஆட்சிக்கும் அதிகாரத்துக்கும் வந்த காங்கிரஸின் முதல் குறிக்கோள் கம்யூனிஸ்டுகளை அடக்கி, ஒடுக்கி, அழிப்பதாக இருந்திருக்கிறது. பொய்வழக்குகளைப் போட்டு உள்ளே தள்ளுவது, கிடைத்தவர்களைத் துப்பாக்கிக் குண்டுக்கு இரையாக்குவது, சிறையிலிட்டுச் சித்ரவதை செய்வது, சிறைக் கொட்டடியிலேயே சிலரைக் கொன்றுவிடுவது எனத் தீர்மானித்த காங்கிரஸின் தொடர் கொடுமைகளுக்குக் கம்யூனிஸ்டுகள் பலியான அக்காலத்தில், தோழர் ஜீவானந்தத்தின் புரட்சிகர பேச்சினால் நல்லகண்ணு ஈர்க்கப்பட்டிருக்கிறார். ஜீவாவின் இலக்கியப் பேச்சினால் கம்பனும் பாரதியும் புதிய கவனத்தைப் பெற்றது குறிப்பிடத்தக்கது.

தேசம் விடுதலை அடைந்துவிட்டால் சுபிட்சம் வந்துவிடுமென்று எண்ணிய கம்யூனிஸ்டுகளுக்கு, காங்கிரஸின் இந்த அடாத செயல்கள் அதிருப்தியையே தந்திருக்கின்றன.

சென்னை சதி வழக்கு, மதுரை சதி வழக்கு, நெல்லை சதி வழக்கு, ராமநாதபுரம் சதி வழக்கு என வழக்குக்குமேல் வழக்காகப் போட்டு கம்யூனிஸ்டுகளை ஒடுக்கிய காங்கிரஸ், ஒரு கட்டத்தில் கம்யூனிஸ்ட் கட்சியைத் தடைசெய்தது. ஆங்கிலேயே ஆட்சியை அப்புறப்படுத்த தங்களுக்குச் சமமாக உழைத்த கம்யூனிஸ்டுகளைக் காங்கிரஸ் விரோதிகளாகப் பார்த்திருக்கிறது. கம்யூனிஸ்டுகள், தேசத் துரோகச் செயல்களில் ஈடுபடுவதாகவும் மக்களைக் கிளர்ச்சிக்குத் தூண்டுவதாகவும் காங்கிரஸின் பதவி சுகத்தை அனுபவித்தவர்கள் வதந்திகளைப் பரப்பியிருக்கிறார்கள். விவசாயத் தொழிலாளர்களுக்குச் சங்கம் ஏற்படுத்தி அதன் மூலம் அவர்களின் உரிமைக்குப் போராடிய கம்யூனிஸ்டுகளைக் காங்கிரஸுக்குப் பிடிக்கவில்லை. ஆனால், மக்களோ அலை அலையாகக் கம்யூனிஸ்டுகளின் பின்னே அணிதிரண்டிருக்கிறார்கள்.

அதிகாரத்திலிருந்த காங்கிரஸுக்கு இந்த அணிசேர்க்கை அச்சத்தை உண்டாக்க, தீவிர வேட்டையில் ஈடுபட்டிருக்கிறது. 1948இல் காங்கிரஸ் பிறப்பித்த தடை உத்தரவை அடுத்து, ஓராண்டுக்காலம் நல்லகண்ணுவும் தலைமறைவாக வாழ வேண்டிய சூழலுக்குத் தள்ளப்பட்டிருக்கிறார். நாங்குனேரி தாலுக்காவில் புலியூர்க்குறிச்சி எனும் கிராமத்தில் தாழ்த்தப்பட்ட தோழர் ஒருவரின் வீட்டில் தலைமறைவாகத் தங்கியிருந்த நல்லகண்ணுவை, காங்கிரஸ் அரசு கைதுசெய்து, கடும் சித்ரவதைக்கு உள்ளாக்கியிருக்கிறது. உண்மையை வரவழைக்க விசாரணை என்னும் பெயரில் நல்லகண்ணுவின் மீசையை ஒரு காவல்துறை ஆய்வாளர் சிகரெட்டால் பொசுக்கியிருக்கிறார். அன்றுமுதல் மீசையே வைப்பதில்லை என முடிவெடுத்த நல்லகண்ணு, புரட்சிகர வாழ்விலிருந்து பின் வாங்கவோ அச்சுறுத்தலுக்குப் பயந்து கம்யூனிஸ்டுகளைக் காட்டிக்கொடுக்கவோ நினைக்கவில்லை.

அவரைக் கைது செய்து சிறையில் அடைத்த காங்கிரஸ் அரசு, கைது செய்யும்போது நல்லகண்ணு, வெடிகுண்டு வைத்திருந்ததாக பொய்வழக்குப் போட்டு நீதிமன்றத்தில் நிறுத்தியிருக்கிறது. அரசின் நீதி, போராளிகள் பக்கம் ஒருபோதும் சாய்ந்ததில்லை என்பதால், அரசின் விருப்பப்படியே ஆயுள்

தண்டனையை நல்லகண்ணு பெற்றிருக்கிறார். ஏழாண்டுகால சிறைவாழ்வுக்குப்பின் வெளியே வந்த அவர், அதிக ஈடுபாட்டுடன் கட்சிப் பணியைத் தொடர்ந்திருக்கிறார். அதன்பின்னும், வீரம் செறிந்த அவர் எத்தனையோ போராட்டங்களை அரசுக்கு எதிராக நடத்தியிருக்கிறார். சிறை அவருடைய போராடும் வெறியை அதிகரிக்கச் செய்ததே தவிர, மட்டுப்படுத்தவில்லை. ஏனெனில், ஆர்வ மிகுதியில் அவர் போராடக் கிளம்பவில்லை. அர்த்தத்தோடும் ஆத்ம சுத்தியோடுமே அவருடைய இலட்சியப் பயணம் தொடங்கியிருக்கிறது. அவர், தலைமை தாங்கி நடத்திய பல போராட்டங்கள் கோரிக்கைகளை வென்றிருக்கின்றன. விவசாயப் போராட்டத்திலிருந்து அணு உலை எதிர்ப்புப் போராட்டம் வரை, தயக்கமில்லாமல் மக்களுடன் களத்தில் நிற்கும் அவருடைய போராட்டக் குணத்தைப் பிரதிபலிக்கும் சம்பவங்கள் அநேகமுண்டு. குறிப்பாக, ஆதிக்கச் சக்திகளை அசைக்க தலித்துகளுக்கும் பெண்களுக்கும் ஆதரவாக நடந்த ஸ்ரீவைகுண்ட கோட்டைத் தகர்ப்புப் போராட்டத்தைச் சொல்லலாம். அதுவே தோழர் நல்லகண்ணு முன்நின்று வெற்றி சாதித்த முதல் களப்போராட்டமென எழுத்தாளர் பொன்னீலன் ஒரு கட்டுரையில் எழுதியிருக்கிறார்.

கோட்டைகள் என்றால் மன்னர்கள் வாழும் இடமென்று அர்த்தமல்ல. கோட்டைப் பிள்ளைமார் சமூகத்தைச் சேர்ந்தவர்கள், தங்கள் குலப்பெண்களை யார் கண்ணிலும் படாமல் பாதுகாக்கக் கட்டிய கோட்டை ஒன்று ஸ்ரீவைகுண்டம் பகுதியில் இருந்திருக்கிறது. சுமார் 450 அடி சுற்றளவும் 10 அடி உயரமும் கொண்ட அக்கோட்டை மண்ணால் கட்டப்பட்டது. மூன்று நூற்றாண்டுகளாக அக்கோட்டையைப் பராமரித்து, தங்கள் குலப்பெண்களை வெளியுலகையோ வெயிலையோ பார்க்காதவாறு ஆண் ஆதிக்கச் சமூகம் அடிமைப்படுத்தியிருக்கிறது. கோட்டையைச் செப்பனிட ஆண்டுதோறும் தலித்துகள் அழைக்கப்பட்டாலும், அப்பணியில் ஈடுபடுபவர்களுக்குக் குறைந்த கூலியே கொடுக்கப்பட்டிருக்கிறது. கூடவே தீண்டாமைக் கொடுமைகளும் நிகழ்ந்திருக்கின்றன. பொறுத்துப் பொறுத்துப் பார்த்து, கொதிப்படைந்த தலித்துகள், ஒருகட்டத்தில் பலநூறு

ஆண்டுகளாக நிலவிவிரும் ஆதிக்கத்தை வேரோடும் வேரடி மண்ணோடும் வீழ்த்த எண்ணியிருக்கிறார்கள்.

கூலி உயர்வுக்கென்று தொடங்கிய அப்போராட்டம், கோட்டை பிள்ளைமார் சமூகப் பெண்களை விடுவிக்கும் போராட்டமாகவும் மாறியிருக்கிறது. வாழவல்லான் ந.ஜெயபாண்டியன், சிவகளை கந்தப்பா செட்டியார் உள்ளிட்டோரின் உறுதுணையுடன் பெரும் எழுச்சியோடு நடந்த அப்போராட்டம், மக்கள் மத்தியில் புரட்சிகர நம்பிக்கைகளை விதைத்திருக்கிறது. கடும் சாதீயக் கட்டுமானத்தையும் நிலப்பிரபுத்துவ நடைமுறையையும் தகர்க்க எண்ணிய நல்லகண்ணு, பெருந்திரளான மக்களுடன் கோட்டையைத் தகர்த்தெறிந்திருக்கிறார்.

சொந்த சாதி அபிமானத்தை விட்டொழித்து, தலித்துகளுக்காக போராடிய அவரை, கட்சித் தோழர்களில் சிலர் தலித்தென்றே நினைத்துமிருக்கிறார்கள். பாவனையில் பழக்கத்தில் எங்கேயும் அவரிடம் சாதியின் சாயலைப் பார்க்கமுடியாது. 1999இல் மாஞ்சோலைத் தோட்டத் தொழிலாளர்கள் தங்கள் கோரிக்கையை முன்வைத்து, மாவட்ட ஆட்சியரிடம் மனு கொடுக்கப் போனபோது நிகழ்ந்த கொடூர சம்பவம் நினைவுக்கு வருகிறது.

தாமிரபரணி கரையில் அமைந்திருந்த ஆட்சியர் அலுவலகத்தைத் தொழிலாளர்கள் நெருங்கவும் அனுமதிக்காத அன்றைய அரசு, பலரைப் படுகாயப்படுத்தியதுடன் பதினேழுபேரைச் சுட்டுக்கொன்றது. அந்தக் கோரச் சம்பவத்தை எதிர்த்துத் தமிழகமெங்கும் போராட்டங்கள் வெடித்தன. இந்தியக் கம்யூனிஸ்டு கட்சியோ இன்னும் ஒருபடி மேலே போய், கொடூரத்தைக் கண்டித்து ஒலிநாடா ஒன்றை வெளியிட விரும்பியது. இசைப் பாடல்களை எழுதித்தரும்படி என்னிடமும் கேட்கப்பட்டது. “மனுநீதி சோழன் ஆட்சி / மக்கி மக்கி இத்துப்போச்சு / மனு கொடுக்கப் போன பசு / மணி விழுந்து செத்துப் போச்சு” என்று நான் எழுதிக்கொடுத்தேன். நண்பர் இலக்கியன் அப்பாடலுக்கான இசையை அமைத்திருந்தார். தேர்க்காலில் அடிபட்ட கன்றுக்காக, நீதிகேட்ட பசுவின் கதையைக்

குறியீடாக வைத்து, நான் எழுதிய அப்பாடல் பெரும் வரவேற்பைப் பெற்றது.

தேர்தல் சமயமென்பதால் பிரச்சாரக் கூட்டங்களில் தொடர்ந்து ஒலித்த அப்பாடலைக் கேட்ட நல்லகண்ணு, தனிப்பட்ட முறையில் என் எழுத்திலிருந்த கோபத்தை உணர்ந்து பாராட்டினார். அதுமுதல் என் எழுத்து முயற்சிகள் எதுவானாலும், கவனித்துக் கருத்துக்களைச் சொல்லுவார். ஆழ்ந்த இலக்கியப் பரிச்சயமுடைய அவர், சொற்களுக்கு இடையேயுள்ள மௌனங்களையும் புரிந்துகொள்பவர். அதிகாலையிலேயே பத்திரிகைகளை வாசித்து, அதில் என் பெயர் வந்திருந்தால் தொலைபேசியில் அழைத்து வாழ்த்தைத் தெரிவிப்பார். எனக்கு மட்டுமல்ல, என்போன்ற பல இளம் படைப்பாளர்கள் அவருடைய வாழ்த்துக்களால் வளர்ந்திருக்கிறார்கள்.

"வணக்கம் காம்ரேட்" என்றொரு கவிதை. அக்கவிதையில் இடதுசாரிகளின் புரட்சிகர எண்ணங்களை எள்ளலுடன் எழுதிவிட்டேன். புரட்சி வரும் என்கிற கம்யூனிஸ்டுகளின் முழக்கத்திற்கும், ஏசு வருகிறார் என்கிற கிறிஸ்தவர்களின் நம்பிக்கைக்கும் அதிக வித்தியாசமில்லை என்பதுபோல அமைந்த கவிதை அது. இடதுசாரிகளை விமர்சித்த அக்கவிதை, அப்போதைய என்னுடைய அரசியல் போதாமையினால் எழுதப்பட்டது. சொன்ன தேதியில் வருவதற்குப் புரட்சி ஒன்றும் பால்பாக்கெட் இல்லையென்பது அந்நாளில் எனக்குத் தெரிந்திருக்கவில்லை.

இருபத்தி இரண்டாவது நாள் அடை வைத்த முட்டைக் குஞ்சு பொறிக்கவில்லையென்றால், அது கூமுட்டை என்பதாக விமர்சித்த நான், எதார்த்தத்தை எழுதுகிறேன் என்னும் பேரில் எதை எதையோ எழுதியிருக்கிறேன். இடதுசாரி குடும்பப் பின்னணியுடைய நானே, கம்யூனிஸ்டுகளை அவ்வாறு எழுதியது நல்லகண்ணுவுக்கு அதிருப்தியைத் தந்திருக்கிறது. ஆனால், அதை அவர் வெகுகாலம்வரை வெளிப்படுத்தவில்லை. ஆண்டுகள் செல்லச் செல்ல, சரியான தடத்தையும் புரிதலையும் நான் அடைந்த பிறகே, உள்ளத்தில் இருந்ததை மெலிதாக உணர்த்தினார். சமூகத்தில் நிகழும்

எந்தப் பிரச்சனைக்கும் குரல் கொடுக்காமல், எல்லாப் பிரச்சனைகளுக்கும் களத்தில் நின்று போராடுபவர்களை, கிண்டலடித்துக் கவிதை எழுதியது இரக்கமற்ற செயலென்று இப்போது படுகிறது.

மாற்றுக்கருத்தே ஆனாலும், அதை அக்கறையுடன் எதிர்கொள்பவர்களைக் காயப்படுத்திய என்செயல் கண்டிக்கத்தக்கது. தோழர் நல்லகண்ணு, ஒரே வார்த்தையில் என் கவிதைக்கும் அறியாமைக்கும் பதிலடியைத் தந்திருக்க முடியும். ஆனால், அவர் அப்படியெல்லாம் செய்யவில்லை. எதிர் முகாமிற்குப் போன எனக்கு எப்போது முதிர்ச்சி வருகிறதோ, அப்போது சொல்லிக் கொள்ளலாம் என்றே இருந்திருக்கிறார். காலம் சிலவற்றை மாற்றும். மாற்றாத பட்சத்தில் பார்த்துக்கொள்ளலாம் எனவும் எண்ணியிருக்கலாம். மார்க்சியம் என்பது படிப்பல்ல. படிப்பினால் வரும் அறிவுமல்ல. அது ஒரு பக்குவம். அந்தப் பக்குவத்தைப் பெற, இருப்பதை எல்லாம் இழக்கவேண்டும். இல்லாதவர்களின் கண்களிலிருந்து உலகத்தை அளக்க வேண்டும். வயதினால் வருவதே பக்குவமென்று பலபேர் நினைத்திருக்கிறோம். உண்மையில், கொள்கையாலும் கொண்டிருக்கும் நம்பிக்கையாலும் விளைவதே அது.

"வணக்கம் காம்ரேட்" கவிதைக்கு மறுப்புக் கட்டுரை எழுத எத்தனையோ முறை நினைத்ததாகவும் நாமே நம்முடைய பிள்ளைக்கு மறுப்பு எழுதுவதா? எனத் தயங்கியதாகவும் பதினேழு ஆண்டுகளுக்குப் பிறகு, என் நூல் வெளியீட்டில் நெகிழ்வுடன் பகிர்ந்துகொண்டார். நீண்ட காத்திருப்பு. ஆனாலும், அவருடைய நம்பிக்கை என் விஷயத்திலும் நல்ல பலனையே தந்திருக்கிறது. உடனே அவர் தன்னுடைய மறுப்பையோ விமர்சனத்தையோ தெரிவித்திருந்தால், அப்போதிருந்த என் மனநிலை அதை ஏற்றிருக்க வாய்ப்பில்லை.

நூல் வெளியீட்டில் பேசிய அவர் "இனி மறுப்பே எழுதவேண்டியதில்லை. சரியான திசைக்கு வந்துவிட்டீர்கள்" என மகிழ்ச்சியைத் தெரிவித்தார். பதினேழு ஆண்டு கழித்து அவரிடமிருந்து அப்படி ஒரு வார்த்தை வருமென்று நான்

எதிர்பார்க்கவில்லை. அரங்கே கைதட்டி ஆரவாரம் செய்த நொடியில், குற்றமிழைத்த நான் குறுகுறுப்பை அடைய நேர்ந்தது. என்மீது அவருக்கிருந்த மெல்லிய அதிருப்தியைக்கூட வெளிப்படுத்தாமல், அதே புன்னகையுடனும் அதே அன்புடனும் அவரால் எப்படிப் பழக முடிந்தது? என்பதுதான் ஆச்சர்யம். கருப்பு அவர் வண்ணமானாலும், சிவப்பே சித்தாந்தமெனப் பல சந்தர்ப்பங்களில் உணர்த்தியிருக்கிறார்.

கணையாழியில் பணியாற்றிக்கொண்டே அவரிடம் தினமும் பாடம் கேட்கப் போய்விடுவேன். ஒருநாள் இருநாள் அல்ல, ஆறு ஆண்டுகள் ஒவ்வொருநாளும் பாலன் இல்லத்தில் அமைந்திருந்த நூலகத்தில் கழிந்த நாள்கள் மறக்கமுடியாதவை. கட்சித் தோழர்களுக்குப் பாலன் இல்லத்திலேயே மதிய உணவைச் சமைப்பார்கள். வரிசையாக ஒவ்வொருவரும் நின்று, உணவை தாமே எடுத்துத் தட்டில் போட்டுக்கொள்ள வேண்டும். பலநாள் அந்த வரிசையில், கடைசி ஆளாக தோழர் நல்லகண்ணு நிற்பதைப் பார்த்திருக்கிறேன். ஒரு அகில இந்தியக் கட்சியின் மாநிலச் செயலாளர் என்னும் எண்ணமே அவரிடம் இருந்ததில்லை. அதே வரிசையில் தோழர். கே. டி. கே. தங்கமணியும் சி. மகேந்திரனும் ஏ. கே. கோபுவும் இன்னபிறரும் நின்றிருக்கிறார்கள். இலட்சியவாதம் பொய்த்துவிட்டது, இனி இடதுசாரிகள் எழவே வாய்ப்பில்லை என்பவர்களுக்கு, இந்தக் காட்சியைக் காணும் சந்தர்ப்பம் கிடைத்திருக்காது.

பாலன் இல்ல நூலகத்தில், பழந்தமிழ் இலக்கிய நூல்கள் இருந்தன. தொ.மு.சி. ரகுநாதனின் "பாரதி காலமும் கருத்தும்" என்ற நூலை அங்கிருந்தே நான் வாசித்தேன். வானமாமலை தொகுத்த "நாட்டார் பாடல் தொகுப்பு, மார்ச்சிய, பௌத்தத் தத்துவ நூல்கள்" என எண்ணிகையில் அடங்காத எத்தனையோ நூல்கள் அங்கிருந்தன. வாசித்த நூல்களில் எழும் சந்தேகங்களைத் தீர்க்க முன்னறையில் தோழர் நல்லகண்ணு அமர்ந்திருப்பார். எது குறித்தும் அவரிடம் இயல்பாகக் கேட்கலாம். இளவயது முதலே பாரதி என்றால் அவருக்கு உயிர். பாரதி மணி மண்டபம் கட்ட நிதி திரட்டிக் கொடுத்தவர்களில் அவர் முக்கியமானவர்.

பொதுவாகக் கம்யூனிஸ்ட் கட்சியில் முழுநேர ஊழியர்களாக இருப்பவர்கள், கட்சிதரும் சொற்பப் பணத்தில்தான் தங்கள் தேவைகளைப் பூர்த்தி செய்துகொள்ளவேண்டும். வருமானத்திற்கு வேறு வழியில்லை. ஊர்தோறும் கட்சித் தோழர்கள் வசூலித்துத் தரும் பணத்தில்தான் அவர்கள் வண்டி ஓடும். அதிலும் மிச்சம் பிடித்து, வெளியூரிலிருந்து வரும் கட்சித் தோழர்களின் வழிச்செலவுக்குப் பணம் கொடுப்பவரே நல்லகண்ணு.

ஒருமுறை மணப்பாறையில், ஆர்வமுடைய கட்சித் தோழர்கள் பொதுக்கூட்டத்திற்கு நல்லகண்ணுவை அழைத்திருக்கிறார்கள். போனால், ஊரே திருவிழாக் கோலம் பூண்டிருக்கிறது. வீதியெங்கும் குழல் விளக்குகள். அலங்கரிக்கப்பட்ட மேடை. தர்பார் நாற்காலி எனத் தடபுடலாக ஏற்பாடு செய்திருக்கிறார்கள். தலைவரை மகிழ்விக்க கட்சித் தொண்டர்கள் இப்படியெல்லாம் செய்வது வழக்கம்தான். ஆனால், தோழருக்கோ முகம் சுருங்கிவிட்டது. “நாட்டுக் கஷ்டத்தை இத்தனை விளக்குப் போட்டா விளக்குவது” எனக் கேட்டிருக்கிறார். “ஆதாயத்துக்காகச் செய்யப்படும் அரசியலுக்குதான் விளம்பரம் தேவை. நாமோ, அன்றாடங் காய்ச்சிகளின் வாழ்வுக்குப் போராடுபவர்கள். இதற்குச் செலவழித்த காசை கட்சி நிதியாகக் கொடுத்திருந்தால் தேர்தல் செலவுக்கு ஆகியிருக்குமே” எனவும் சொல்லியிருக்கிறார்.

பட்டினப்பாக்கத்தில் இருந்து பாலன் இல்லம் அமைந்திருந்த தியாகராய நகருக்கு, கட்சி கொடுத்த வாகனத்தில் வந்துகொண்டிருந்த அவர், திருமுல்லைவாயிலுக்குக் குடிபெயர்ந்ததும் பெட்ரோல் செலவு அதிகமாகும் எனச்சொல்லி, மாநகரப் பேருந்தைப் பயன்படுத்தியதை நானறிவேன். கட்சிதானே பெட்ரோலுக்குச் செலவழிக்கிறது நமக்கென்ன கவலை? என அவர் இருந்துவிடவில்லை. ஏழை எளிய மக்கள் வசூலித்துத் தரும் பணத்தின் மதிப்பையும், அதன் வேர்வை வாசத்தையும் விளங்கிக்கொண்டவரே நல்லகண்ணு. அகில இந்தியாவிலும் நல்லகண்ணுவைத் தவிர, மகளின் திருமணத்திற்கு ஐநூறு ரூபாயோடு போன ஒரு கட்சித் தலைவரைக் காட்டுவதற்கு வழியில்லை.

கூட்டம் நடத்திய கட்சித் தோழர்களின் சிரமத்தை உணர்ந்து, விடுதிகளில் தங்காமல், பேருந்து நிலையத்திலேயே படுத்துறங்கிய அவரையே, வியாபார ஊடகங்கள் தோற்ற அரசியல் ஆளுமையாகச் சித்திரிக்கின்றன.

அவருடைய நெடிய அரசியல் வாழ்வில், எத்தனையோ கட்சித் தோழர்களுக்கு அவர் தலைமையில் திருமணம் நடந்திருக்கிறது. தஞ்சை மாவட்டத்தைச் சேர்ந்த கட்சித்தோழர் ஒருவர், தன் மகளின் திருமணத்தை நல்லகண்ணு தலைமையில் நடத்த பிடிவாதம் பிடித்திருக்கிறார். "கட்சிப் பணிகள் அதிகமிருந்ததால் வேறு யாரையாவது தலைமை தாங்க அழையுங்களேன்" என்றிருக்கிறார் நல்லகண்ணு. தோழரோ விடுவதாயில்லை. காத்திருந்து தேதி வாங்கி திருமணத்தை நடத்தியிருக்கிறார். திருமணத்தை நடத்தி வைத்துவிட்டு வற்புறுத்திய தோழரிடம், சொல்லலாமே என்றிருக்கிறார். நடத்தி வைக்க நல்லகண்ணுவை வற்புறுத்தி அழைத்திருக்கிறார். அத்திருமணத்தை நடத்தி வைத்துவிட்டு வற்புறுத்திய தோழரிடம் நல்லகண்ணு, "கட்சியில் பலபேர் இருக்கையில், நானே வரவேண்டுமென ஏன் வற்புறுத்தினீர்கள்" எனக் கேட்டிருக்கிறார். "அது வந்து தோழர்.. என் மகளின் திருமணம், ஒரு தலித் தலைவர் தலைமையில்தான் நடக்கவேண்டும் என எண்ணினேன், அதனால்தான் உங்களை விடாமல் வற்புறுத்தினேன்" என்றிருக்கிறார் அத்தோழர்.

இடதுசாரிகள் சாதி பார்ப்பதில்லை. அப்படியே பார்த்தாலும், எந்தச் சாதியையும் அவர்களுக்குத் தாழ்வாகப் பார்க்கத் தெரியாது. எந்த மாவட்டத்தில் எந்தச் சமூகம் அதிக எண்ணிகையில் இருக்கிறதோ அந்தச் சமூகத்தைச் சேர்ந்த ஒருவருக்கு மாவட்டச் செயலாளர் பதவி கொடுக்கும் பழக்கமும் இடதுசாரிகளின் மரபில்லை. யாராயிருந்தாலும் கட்சியின் விதிகளுக்கு உட்பட்டு, மக்களை வழிநடத்தும் ஆளுமை பெற்றிருந்தால் போதும். சாதி என்பது தமிழ் மண்ணுக்கே உரிய மோசமான குணக்கேடு. இந்தக் குணக்கேட்டை இடதுசாரிகளிலும் ஒருசிலர் கொண்டிருப்பது நல்லகண்ணுக்குக் கவலையளித்திருக்கிறது. என்றாலும், திருமணத்திற்கு வற்புறுத்தி அழைத்த அத்தோழர், என்ன

சாதியைச் சேர்ந்தவர் என்று நல்லகண்ணு விசாரிக்கவில்லை. "அப்படியா சேதி" என்று சிரித்துவிட்டு அவரைக் கடந்திருக்கிறார். "தவறாக நினைத்து அழைத்துவிட்டீர்களே" என்றோ "நான் தலித்தில்லையே" என்றோ சொல்லவில்லை. தன்னைத் தலித்தாக நம்பி, தலைமையேற்க அழைத்ததற்கு மகிழ்ந்திருக்கிறார். தலித்துகள் தலைமைக்கு வரவேண்டுமெனப் பள்ளிப் பருவம் முதற்கொண்டு பாடுபடுபவரே நல்லகண்ணு.

உலகமகா யுத்தத்தின்போது உணவுக் கமிட்டி ஒன்றை அரசு அமைத்திருக்கிறது. அந்தக் கமிட்டியில் வசதி படைத்த மிராசுதாரர்களுடன் பள்ளி மாணவராயிருந்த நல்லகண்ணுவும் பெரிய குடும்பன் என்ற தாழ்த்தப்பட்ட தோழரும் இருந்திருக்கிறார்கள். தங்களுக்குச் சமமாகத் தாழ்த்தப்பட்ட பெரிய குடும்பன் அமர்வதை விரும்பாத மிராசுதாரர்கள், கமிட்டிக் கூட்டத்திற்குப் பெரிய குடும்பனை அழைக்காமல் தவிர்த்திருக்கிறார்கள். கமிட்டியில் கலந்துகொண்டதாகக் கையொப்பத்தையும் மட்டும் பெற்றுக்கொண்டு, பெரிய குடும்பனை ஒதுக்கியிருக்கிறார்கள்.

கண்ணெதிரே நடந்த சாதியக் கொடுமையைப் பொறுக்காத நல்லகண்ணு, அந்த வயதிலேயே அவர்களுடன் சண்டையிட்டு, பெரிய குடும்பனை அழைத்துப் போய் கமிட்டிக் கூட்டத்தில் அமர வைத்திருக்கிறார். பெரிய குடும்பன் சமமாக அமர்ந்த ஒரே காரணத்திற்காகக் கமிட்டி கலைக்கப்பட்டிருக்கிறது. தன்னை யார் எப்படிக் கருதுகிறார்கள் என்பது பற்றிய அக்கறையின்றி, சக மனிதன் மீது அன்பு செலுத்தும் குணம் நல்லகண்ணுவினுடையது.

சுயமரியாதை முறைப்படிதான் என்னுடைய திருமணமும் நடந்தது. திருமணத்திற்கு யார் தலைமை என்றதும், அப்பாவிடம் நான் சட்டென்று சொன்ன பெயர் நல்லகண்ணு. அப்பா மார்க்சிஸ்ட் கட்சியில் பொறுப்பிலிருந்தாலும், என் விருப்பத்தைத் தட்டிக்கழிக்காமல் ஏற்றுக்கொண்டார். மார்க்சிஸ்ட்டான அவர், இந்தியக் கம்யூனிஸ்ட்டான நல்லகண்ணுவைத் தயக்கமில்லாமல் தலைமையேற்க அனுமதித்தது வியப்பல்ல. தோழர் நல்லகண்ணுவை அழைக்க, நானும் அறிவுமதி அண்ணனும் போயிருந்தோம். "நாங்கள்

யுகபாரதி ▢ 41

அழைக்க வந்தது உங்களை அல்ல. அம்மாவை" என்றதும் நல்லகண்ணு அதிர்ந்து சிரித்தார். "அவர்களை எந்தவிழாவுக்கும் அழைத்துப் போனதில்லையே, வருவார்களா? தெரியாதே" என்றவர், "இரண்டொரு நாளில் கேட்டுவிட்டுச் சொல்கிறேன்" என்று வழியனுப்பினார். சொன்னதுபோலவே இரண்டாவது நாளில், "யார் திருமணத்திற்கும் வராதவர்கள், உங்கள் திருமணத்திற்கு என்றதும் முந்திக்கொண்டு கிளம்புகிறார்கள்" என்று மீண்டுமொரு அதிர்ந்த சிரிப்புடன் முகமளித்தார்.

ரஞ்சிதம் அம்மாளை அழைக்கப் போகும்வரை இதுதான் அவர்கள் இணைந்து கலந்துகொள்ளும் முதல் திருமணவிழாவென்று எனக்கோ அண்ணன் அறிவுமதிக்கோ தெரியாது. "முதல் முறையாக ஒங்க திருமணத்துக்குத்தான் ஒண்ணா வந்து வாழ்த்துறோம்" என்று அவர் பெருமிதத்துடன் சொன்ன காட்சி, நெஞ்சில் படமாக ஓடுகிறது. என் திருமணத்திற்குப் பிறகும் அவர்கள் இருவரும் இணைந்து வேறொரு திருமணத்திற்குச் செல்லவில்லை என்பதையும், நூல் வெளியீட்டில்தான் நல்லகண்ணு வெளிப்படுத்தினார். ரஞ்சிதம் அம்மாவுடன் இணைந்து அவர் கலந்துகொண்ட ஒரே திருமணம் என்னுடையதே என்ற செய்தியை, வெறும் செய்தியாக எடுத்துக்கொள்ள இயலவில்லை.

மணமேடையில் நான், "தாலி கட்ட மாட்டேன். பெரியவர்கள் முன்னிலையில், உறுதிமொழியை மட்டுந்தான் வாசிப்பேன்" என்றேன். தலைமை தாங்கிய நல்லகண்ணு, "நீங்கள் முற்போக்குக் குடும்பத்தைச் சேர்ந்ததால் இப்படிச் சொல்கிறீர்கள். ஆனால், பெண் வீட்டார் அப்படியில்லையே. தாலி இத்யாதிமீது நம்பிக்கைகள் உடையவர்களாயிற்றே. உங்கள் விருப்பத்திற்கு செய்வது சரியா" என்றார். அப்போதுதான் எனக்கு என் தவறு புரிந்தது. பெண் வீட்டைக் கலந்துகொள்ளாமல் முடிவெடுப்பதும் ஆதிக்கமே என்றவர், என் நெற்றியிலும் என் மனைவி நெற்றியிலும் பொட்டிட்டு வாழ்த்தினார். ரஞ்சிதம் அம்மாள், ஊரிலிருந்து பிரத்யேகமாக எடுத்து வந்திருந்த குங்குமக் கவரைக் கொடுத்து ஆசீர்வதித்தார். சிறுவயதிலேயே தந்தையை இழந்த என் மனைவி, அன்றுமுதல் அப்பா என்று அழைப்பது

நல்லகண்ணுவைத்தான். வீட்டில் ஒருவராக மாறிவிடக்கூடிய அவர், ரஞ்சிதம் அம்மாளின் பூர்வீக வீட்டை விற்றுத்தான் தன் இரண்டு மகள்களுக்கும் திருமணம் நடத்தி வைத்திருக்கிறார்.

தோழர் நல்லகண்ணுவின் எளிமையைப் பாராட்டாதவர்கள் இல்லை. கொள்கைப் பிடிப்பிலும் கோட்பாட்டு அறிவிலும் தலைமைப் பண்பிலும் தனித்து விளங்கும் அவரை, எளிமையின் அடையாளமாக மட்டுமே உயர்த்திப் பார்ப்பது ஏன்? என விளங்கவில்லை. இந்திய அரசியல் வரலாற்றை எடுத்துக்கொண்டால், எத்தனையோ தலைவர்கள் எளிமையில் சிறந்திருக்கிறார்கள். ஆனால், அவர்களிடம் இருந்தது, எப்படிப்பட்ட எளிமை? என்பதுதான் கேள்வி. காமராஜரும் கக்கனும் கடைபிடித்த எளிமை வேறு. ஜீவானந்தமும் நல்லகண்ணுவும் வரித்துக்கொண்ட எளிமை வேறு. காமராஜரும் கக்கனும் மந்திரி சபையில் இருந்தும் எளிமையாக இருந்ததாக நினைப்பவர்கள், அதே தராசில்தான் ஜீவாவையும் நல்லகண்ணுவையும் அளக்கிறார்களா? என்பது அவர்களுக்கே வெளிச்சம். ஆட்சியில் இருந்தவர்களும் ஆட்சிக்கு எதிராகப் போராடுகிறவர்களும் ஒரே மாதிரிதான் என்பதுகூட மேம்போக்கான பார்வையே. வேண்டுமானால், இருந்ததைக் கொடுக்க அவர்களும் இழந்ததை மீட்க இவர்களும் எளிமையைக் கைகொண்டதாகக் கருதிக்கொள்ளலாம்.

தினம் ஒரு போராட்டம். வருடத்தில் சிலநாள் சிறை என்னும் நடைமுறைக்குத் தன்னைத் தயார்படுத்திக்கொண்ட நல்லகண்ணு, சிறையிலிருந்து எழுதிய கட்டுரைகளை இளசை மணியன் தொகுத்துப் புத்தகமாக்கியிருக்கிறார். “சமுதாய நீரோட்டம், சிறையிலிருந்து ஓர் இசை” எனும் தலைப்புகளில் வெளிவந்துள்ள அந்நூல்களில் பல முக்கியமான கட்டுரைகள் இடம்பெற்றுள்ளன. அவை தமிழகத்தில் அவ்வப்போது நடந்த போராட்டக் குறிப்புகளில்லை. வரலாற்றையும் இலக்கியத்தையும் நடைமுறை வாழ்வையும் கலந்துகட்டி எழுதப்பட்ட கருத்துக் குவியல்கள். அஜாய்குமார்கோஷ், அம்பேத்கர், திரு.வி.க, ஹோ சி மின், ஜீவா ஆகியோரைப் பற்றிய நினைவுக் குறிப்புகளை அந்நூல்களில் தந்திருக்கிறார். “வேதம் பரப்பிய பாதுஷா” என்றொரு கட்டுரை.

இஸ்லாமியர்களுக்கு எதிராக இந்துத்துவ அமைப்புகள் இன்று தொடுத்துவரும் தாக்குதலுக்கெல்லாம் பதிலாக அக்கட்டுரை அமைந்துள்ளது.

ஔரங்கசீப்பின் மூத்த அண்ணன் தாராஷுகோ காசி மண்டலத்தை ஆட்சி செய்தபோது, அவரைச் சந்தித்த குமரகுருபரர் சைவ சித்தாந்தத்தையும் மத நல்லிணக்கத்தையும் விளக்கிப் பேசியதை அக்கட்டுரையில் விவரித்திருக்கிறார். குமரகுருபரரின் தத்துவச் சிறப்பையும் விவாதத் திறனையும் கேட்ட தாராஷுகோ, அனைத்து மதத்தினரையும் அழைத்து மாநாடு நடத்தியிருக்கிறார். அது மட்டுமல்ல, காசியில் குமாரசாமி மடத்தை நிறுவ நில மானியமும் நன்கொடையும் வழங்கியிருக்கிறார். இந்தத் தகவல்களை அக்கட்டுரையில் பகிர்ந்துகொள்ளும் நல்லகண்ணு, கட்டுரையின் இறுதியில் "வரலாற்றில் இரு பக்கங்கள் உள்ளன. இந்துக்களுக்கு எதிரான முகலாய மன்னர்கள் சிலரின் நடவடிக்கைகளுக்கு பழிவாங்க முயற்சித்தால் மனிதகுல வரலாற்றில் ரத்தக் களறிதான் மிஞ்சும்" என்றிருக்கிறார். ஔரங்கசீப்பையும் தாராஷுகோவையும் வேதம் பரப்பிய பாதுஷாக்களாக சொல்லவந்த அவர், ஏனைய முகலாய பாதுஷாக்கள் இந்துமத எதிர்ப்பு நடவடிக்கையில் ஈடுபட்டதை ஆதரித்துவிடவில்லை என்பது குறிப்பிடத்தக்கது.

காசியில் கம்யூனிஸ்டு கட்சியின் பன்னிரெண்டாவது மாநாடு நடந்தபோது அதில் கலந்துகொள்ளச் சென்றிருந்த நல்லகண்ணு, கட்சிப் பணிக்கு இடையிலேயும் காசியில் பாரதி வாழ்ந்த பகுதியைப் போய்ப் பார்த்திருக்கிறார். "காசியில் பாரதி தரிசனம்" என்னும் கட்டுரையில் பாரதியின் சித்திரத்தைப் புதுவிதமாகத் தீட்டியிருக்கிறார். இலக்கியத்தையும் வரலாற்றையும் இணைத்து எழுதும் வழக்கம் ஜீவாவிடமிருந்து அவருக்கு வந்திருக்கலாம். தெளிவுறத் தெரியாத எதைப்பற்றியும் அவர் எழுதுவதில்லை. தோழர் பாலனுக்கும் பேத்தி சண்முக பாரதிக்கும் அவர் எழுதியுள்ள உருக்கமான கடித வரிகள் கண்ணீரைத் தருவன.

கடவுள் மறுப்புக் கொள்கையுடைய அவர், தமிழகத்திலுள்ள பல கோயில்களின் ஸ்தல புராணங்களைத் தெரிந்துகொள்ளும்

ஆர்வத்துடன் இருந்திருக்கிறார். சைவ வைணவ பெயர்களின் வழியே அவ்வூரின் தோற்றத்தை அவரால் யூகிக்க முடிந்திருக்கிறது. ஒருமுறை தஞ்சை மாவட்டம் திருக்கண்ணபுரத்திற்குச் சென்றபோது "முனியோதனம்" என்ற சொல்லைக் கேட்டிருக்கிறார். திருக்கண்ணபுரம் கோயிலில் இரவு பூசை முடித்துக் கொடுக்கப்படும் பொங்கலின் பெயரே முனியோதனம். தோழர் ஒருவர் மூலம் முனியோதனத்தைத் தெரிந்துகொண்ட அவர், திருகண்ணபுரம் ஆழ்வார்கள் ஸ்தலமாயிற்றே, அங்கே எப்படி முனி என்ற சைவப் பெயர் வருமென்று ஆராய்ந்திருக்கிறார். வீரசோழ பூபாலன் என்னும் சோழமன்னன் ஆண்டு வந்த காலத்தில். திருக்கண்ணபுரம் உள்ளிட்ட இருபது ஊர்களுக்குத் தண்டல் வசூலிக்கும் பணியை முனியன் என்பவன் பார்த்துவந்திருக்கிறான். முனியன், கோதிலன். அதாவது குணம் உள்ளவன். மன்னனுக்கும் மக்களுக்கும் விசுவாசமாயிருந்த முனியன், துளசிமாலையும் பூமாலையும் சாத்தி கண்ணபுரப் பெருமாளுக்குக் கடமையாற்றியிருக்கிறான். சைவனான அவன், ஒருகட்டத்தில் வைணவப் பக்தனாக மாறிவிடுகிறான். தண்டல் வசூலித்து வந்த முனியன், அப்பகுதியில் ஏற்பட்ட விவசாயப் பஞ்சத்தை அடுத்து, மன்னனுக்குச் செலுத்த வேண்டிய வசூல் பணத்தை மக்களுக்குச் செலவழித்திருக்கிறான்.

மக்களிடத்தில் செல்வாக்கையும் நற்பெயரையும் பெற்ற முனியனை, அவ்வூரில் இருந்த பணக்காரர்களுக்குப் பிடிக்காமல் போகிறது. மக்கள் செல்வாக்கை மன்னனே அடைந்தாலும், பணக்காரர்களுக்குப் பிடிக்காதென்பதுதானே வரலாறு. இது ஒருபுறமிருக்க, பெயரும் புகழும் ஓங்கிய திருக்கண்ணபுர பெருமாள் கோயிலில் பணிபுரிய தேவதாசிகள் அமர்த்தப்படுகிறார்கள். மாடவீதியில் குடியிருந்து கோயில் பணிகளைக் கவனிக்க வந்த தேவதாசிகளை, ஆதிக்கக்காரர்கள் தங்கள் ஆசைநாயகிகளாக ஆக்கியிருக்கிறார்கள். அந்தச் சூழலில், முனியனுக்கும் ஒரு பெண்மீது காதல் வந்துவிடுகிறது. தண்டல் வசூலிப்பவனுக்குக் காதலா? என்று ஆத்திரமடைந்த ஆதிக்கக்காரர்கள், மன்னனிடம் முனியனைப் பற்றி இல்லாததும் பொல்லாததும் சொல்லிவிடுகின்றனர்.

எந்த மன்னன் எளியவனின் காதலுக்கு மதிப்பளித்திருக்கிறான்? நியாயத்தைக் கேட்டிருக்கிறான்? பணக்காரர்கள் பக்கமிருந்த வீரசோழ மன்னனும், ஆதிக்கக்காரர்களின் வார்த்தைகளைக் கேட்டு, முனியனின் ஒற்றைக் காலை மடக்கிக்கட்டி, வெயிலில் நிற்கவைத்து, நெற்றியில் கல்லேற்றியிருக்கிறான். கிட்டியால் உடலை நெரித்து, குறடுகளால் துடைகளை இறுக்கித் துன்புறுத்தியிருக்கிறான். வசூல் பணத்தை மன்னன் அனுமதியில்லாமல் செலவழித்த குற்றத்தைவிட, தன்னைவிட தாழ்ந்த ஒருவன் காதலித்தான் என்பதே கடும் குற்றமாகப் பார்க்கப்பட்டிருக்கிறது. காதலன் துயருற்ற சேதி கேட்ட காதலி, உள்நிறை அன்பு பூண்டு உறுபொருள் கொடுத்த காதலனுக்காகப் பெருமாளிடம் வேண்டியிருக்கிறாள்.

“சீதையையும் திரௌபதையையும் காத்த பெருமாளே, என்னையும் காப்பாற்று” என்று இறைஞ்சியிருக்கிறாள். “வேசி என என்னை விட்டுவிடாதே. அவ்வாறு நீ என்னை விட்டுவிட்டால், தீயில் விழுந்து உயிரை மாய்த்துக்கொள்வேன்” என்றும் எச்சரித்திருக்கிறாள். காதலியின் வேண்டுதலைப் பொருட்படுத்திய பெருமாள், மன்னனின் கனவில் தோன்றி முனியனை விடுவிக்கச் சொல்லியிருக்கிறார். தீக்குளிக்க இருந்த காதலியிடம் காதலனை ஒப்படைத்த மன்னன், ஊர்க் காவலர்கள் முன்னிலையில் முனியனின் காலில் விழுந்து வணங்கியிருக்கிறான். இது நடந்தது நள்ளிரவில்.

மறுநாள் காலை அந்தணர் ஒருவர், மூலவருக்கு அர்ச்சனை செய்ய கருவறைக்குள் நுழைந்திருக்கிறார். அப்போது பார்த்தால் பெருமாள் மேனி முழுதும் பொங்கல் சிதறியிருக்கிறது. அந்தப் பொங்கலின் பெயரே முனியோதனம் என நிலைத்ததாக அக்கட்டுரையை நல்லகண்ணு முடித்திருந்தால், அதிலொன்றும் சிறப்பில்லை. இந்தக் கதையைச் சொல்லிவிட்டு, “பக்தி இலக்கியங்களிலும் மக்கள் இயக்கங்கள் மறைமுகமாகக் குறிப்பிடப்பட்டுள்ளன” என்கிறார். மக்கள் செல்வாக்கும் காதலும் பெற்ற ஒருவனுக்கு, தெய்வமே துணையிருக்கும் என்று கதைக்குப் புதுவிளக்கம் தரும் இடத்தில்தான் நல்லகண்ணு மிளிர்கிறார்.

ஒரு சொல்லுக்குப் பின்னே உள்ள கதையை ஆராய்ந்து, அக்கதையைப் புரட்சிகரச் சிந்தனைக்கு மடைமாற்றும் ஆற்றல் அவரது தனித்துவம். பக்தி இலக்கியங்கள் புரட்சிகர எண்ணங்களுக்கு மாறுபாடு உடையன என விட்டுவிடாமல், அதிலிருந்தும் மக்களை கிளர்ச்சிக்குத் தூண்டலாம் என்பதே அவருடைய எழுத்துமுறை. பாரதி, பாரதிதாசன், தமிழ் ஒளி என்று நீளும் வரிசையில், இடதுசாரிக் கவிஞராக அறியப்பட்ட தமிழ் ஒளி, போதிய அளவு போற்றப்படவில்லை எனும் வருத்தம் நல்லகண்ணுவுக்கு உண்டு. "சரித்திரத்தை மாற்றியது மனித சக்தி, சாத்திரத்தை மாற்றியது மனித சக்தி" என்று நிலவில் மனிதன் கால்வைத்த செய்தியறிந்து, கவிதை எழுதியவர் தமிழ் ஒளி. தமிழ் ஒளிப் படைப்புக்களை ஆவணப்படுத்தியதில் பேராசிரியர் செ.து. சஞ்சீவிக்குப் பெரும் பாத்தியமுண்டு. பேராசிரியர் சஞ்சீவி, தமிழ்ப்பல்கலைக்கழகத்தின் தமிழ்த்துறைத் தலைவராக இருந்தபொழுது, பட்டுக்கோட்டை அறக்கட்டளை சார்பாக ஒரு விழாவை ஏற்பாடு செய்திருக்கிறார். "பாட்டாளிகளைப் பாடிய பாவலர்கள்" எனும் தலைப்பில் நல்லகண்ணு அவ்விழாவில் பேசியிருக்கிறார். முதல் பாவலர் தமிழ் ஒளி, இரண்டாவது பாவலர் திருமூர்த்தி, மூன்றாவது பாவலர் வரதராஜன் என்பதாக அமைந்த அப்பேச்சில், இலக்கியத்தை எந்த அளவுகோலால் தான் அளக்கிறேன் என்பதையும் தெரிவித்திருக்கிறார்.

அதேபோல, தமிழ் ஒளிக்கு சஞ்சீவி எடுத்த வைரவிழாவிலும் கலந்துகொண்டு சிறப்பித்திருக்கிறார். அவ்விழாவில். பேராசிரியர் இளவரசு, தமிழ் ஒளியை இடதுசாரிகளே மறந்துவிட்டார்கள் எனும் பொருள்படும்படி பேசியிருக்கிறார். தலித் என்பதால் தமிழ்ஒளி மறக்கடிக்கப்பட்டதாக, அவ்விழாவில் வேறொருவர் பேசியிருக்கிறார். உண்மையில், ஆதாரமில்லாமல் சொல்லப்படும் இப்படியான குற்றச்சாட்டுகளை அவ்விழாவிலேயே மறுத்த நல்லகண்ணு, மிக நீண்ட உரையை ஆற்றியிருக்கிறார். தமிழ் அறிஞர்களும் ஆய்வாளர்களும் நிறைந்த அவ்வரங்கில் கையில் குறிப்பேதும் இல்லாமல் நினைவிலிருந்தே பல பாடல்களைச் சொல்லியிருக்கிறார். ஆழ்ந்து படித்திராமல்,

மனனம் செய்திராமல் அப்படியான உரையை நிகழ்த்துவது சாத்தியமில்லை.

வர்க்கப் போராட்டமும் வர்ணாசிரமப் போராட்டமும் சம அளவில் நிகழ்த்தப்பட வேண்டும் எனக் குறிப்பிட்டு, இலக்கியத்தையும் இலக்கியவாதிகளையும் இடதுசாரிகள் எப்படிப் பார்க்கிறார்கள் என்பதை அவ்விழாவில் புரிய வைத்திருக்கிறார். "பெரியார் பக்தி இலக்கியத்தை மறுத்தபோதும், ஜீவா அவ்விலக்கியத்தில் இருந்த நயங்களைச் சொல்லத் தயங்கவில்லையே" என்றது குறிப்பிடத்தக்கது. இலக்கிய அவதூறுகளால் இடதுசாரிகளைக் காயப்படுத்த யார் துணிந்தாலும், அதை நல்லகண்ணு பொறுத்துக் கொண்டதில்லை. கலை இலக்கிய மேடைகளில், கருத்துக்கு எதிர்க்கருத்து வைக்கக்கூடிய தரவுகளோடுதான் அவர் எப்போதும் இருந்துவருகிறார். தயாரித்துக் கொண்டுபோய் பேசும் வழக்கம் அவரிடமில்லை. அனுபவத்திலிருந்தும் ஆழ்ந்த வாசிப்பிலிருந்தும் பதிலளித்து, எந்த மேடையையும் தனதாக்கிவிடும் தனித்துவம் அவருடையது. எனவேதான், எளிமை மட்டுமே அவர் அடையாளம் என்று சொல்வதை ஏற்க முடியாமல் போகிறது.

திராவிட இயக்கத்தையும் பொதுவுடைமை இயக்கத்தையும் புரிந்த கொள்ளாத தமிழறிஞர்கள் சிலர், அவை இரண்டுக்கும் சிண்டு முடியும் வேலையைத் தொடர்ந்து செய்திருக்கிறார்கள். சோறா? மானமா? என்று வந்தால் பொதுவுடைமைக் காரர்கள் சோற்றையும் திராவிட இயக்கத்தவர்கள் மானத்தையும் முதன்மையாகக் கொள்வார்கள் என அமைச்சர் தமிழ்க்குடிமகன் ஒருமுறை பேசியிருக்கிறார். இரண்டுமே முக்கியமென்று விளக்கமளித்த நல்லகண்ணு, "சோற்றுக்காக மானத்தையும் மானத்துக்காகச் சோற்றையும் இழக்கவேண்டியதில்லை" என்றிருக்கிறார். "மானமே முக்கியமென்பவர்கள் சாப்பிடவே மாட்டார்களா?" என்ற கேள்வியில் அரங்கம் அதிர்ந்திருக்கிறது. மூலதன மீட்பும் மூடத்தன எதிர்ப்பும் ஒருங்கே நடைபெற்றதால்தான் மக்கள் நல்வாழ்வு பெறுவார்களே அன்றி, ஒன்றை விடுத்து ஒன்று முதன்மைப்படுத்துவதால் இரண்டுமே வீணாகும் என்பதே அவர் எண்ணம்.

அறுபதுகளில் வெளிவந்த சாந்தி பத்திரிகையில் நல்லகண்ணு பல அற்புதமான கட்டுரைகளை எழுதியிருக்கிறார். ஆண்டான் கவிராயன் எனும் பெயரில் வசைகவி ஒருவன் அக்காலத்தில் வாழ்ந்து வந்திருக்கிறான். தன் தோதுக்கு வராத எவர்மீதும் வசைபாடுவதை வழக்கமாக வைத்திருந்த அந்தக் கவிராயனின் வார்த்தைகள் அப்படியே பலிப்பதாக ஐதீகமும் இருந்திருக்கிறது. பலித்ததோ இல்லையோ மக்களைப் பயமுறுத்தி, ஆண்டான் கவிராயன் ராஜவாழ்வை வாழ்ந்திருக்கிறான். எந்த ஊருக்குப் போனாலும், அந்த ஊரிலுள்ள சாதிக் கட்டுமானத்தை வசைபாடிவந்த அவன், தன் பசிக்கு உணவிடாதவர்களை உண்டு இல்லை என்று பண்ணியிருக்கிறான். ஏழைக்கு உணவிட எண்ணாதவர்கள், கோயிலிலும் பூசையிலும் செலுத்திவரும் கவனத்தைக் கேள்வி கேட்டிருக்கிறான். ஒருகட்டத்தில் பெருமாளையும் முருகனையுமே வசைபாடிய அவனை, நல்லகண்ணு பார்த்தவிதம் பரவசத்தில் ஆழ்த்திவிடுகிறது. கவிராயனின் பாடல்களைச் சொல்லி, கீழே அதன் விளக்கத்தையும் தந்திருக்கிறார். ஆண்டாளைப் பேசிய கவிராயர் ஒருவரின் சர்ச்சைகள் ஓடிக்கொண்டிருக்கும் நிலையில், ஆண்டான் கவிராயனின் வசைப்பாடல் விளக்கங்கள் ஏனோ நினைவுக்கு வந்தன.

பொதுவாகக் கவிஞர்களே முற்காலங்களில் வசைபாடும் வல்லமை படைத்தவர்கள். ஆனால், தற்போதோ கவிஞர்களை வசைபாடி, அரசியல் ஆதாயங்களைத் தேட மத அமைப்புகள் முயன்று வருகின்றன. ஒருவரின் தகுதியையும் திறமையையும் பிறப்பை வைத்து அளவிடுவது சமூக நீதிக்கு எதிரானது என்னும்போது, ஆண்டாளின் பிறப்புக் குறித்து ஆராய்ச்சி செய்வதும் அநாவசியம் என்றே தோன்றுகிறது. தோழர் நல்லகண்ணுவிற்கு இரண்டு மகள்கள். ஒருவரின் பெயர் ஆண்டாள். இன்னொருவர் பெயர் காசிபாரதி.

1995இல் நெல்லைப் பகுதியில் நடந்த சாதிக் கலவரத்தை விட்டுவிட்டு நல்லகண்ணுவின் நிதானத்தை நினைத்துப்பார்க்க முடியாது. அந்தக் கொடூரக் கலவரத்தில்தான், இடதுசாரிப் போராளியான தன் மாமனார் அ.க. அன்னசாமியை அவர்

இழக்க நேர்ந்தது. வெட்டுப்பட்டுச் சரிந்த அன்னசாமி, யார் வெட்டினார்களோ அவர்களுக்காகப் பாடுபட்டவர். சாதி இழிவை நீக்கவும் சமத்துவத்தைப் பேணவும் முனைந்த அவரைக் கலவரக் கத்திகள் கண்டந் துண்டமாக்கின. அந்த நிலையிலும் உணர்ச்சிவசப்படாமல் "நம்மிடம் நல்லிணக்கம் வேண்டும். பழிவெறியோ, பகைவெறியோ நம் இலட்சியங்களைச் சின்னாபின்னமாக்கிவிடும். சகோதர உறவுகளைப் பேணுங்கள். அன்பைப் பெருக்கி சாந்தம் அடையுங்கள்" என்றவர்தான் நல்லகண்ணு. "இத்தனை ஆண்டுகளாக உங்களுக்காக உழைத்தவரை உணர்ந்துகொள்ளாமல் வெட்டிச் சாய்த்துவிட்டீர்களே பாவிகளே" என வெகுண்டு எழவில்லை. துக்கத்திலும் கோபத்திலும் நிதானமிழக்காத அவர், "பி. சீனிவாசராவ் வாழ்க்கை வரலாறு, விடுதலைப் போரில் விடிவெள்ளிகள், கங்கை காவிரி இணைப்பு, பாட்டாளிகளைப் பாடிய பாவலர்கள், கிழக்கு ஜெர்மனியில் கண்டதும் கேட்டதும், வீணாதி வீணன் கதை, விவசாயிகளின் பேரெழுச்சி" ஆகிய நூல்கள் எழுதியிருக்கிறார். ஒரு சிறுகதையையும் சில கவிதைகளையும் சேர்த்துக் கொள்ளலாம்

"டாலர் தேசத்து அனுபவங்கள்" என்னும் தலைப்பில் வெளிவந்துள்ள அவருடைய அமெரிக்கப் பயணக் கட்டுரை நூலும் குறிப்பிடத்தக்கது. அடிநாள் தொட்டே அமெரிக்க எதிர்ப்பாளரான அவர், அந்த மண்ணில் பார்த்த காட்சிகளையும் கட்டடங்களையும் வியப்பில்லாமல் விவரித்திருக்கிறார். அமெரிக்க ஐக்கிய நாடுகளில் இருபது நாள்கள் பயணம் மேற்கொண்டிருக்கிறார். அப்பயணத்தில் நிகழ்ந்த சம்பவங்களையெல்லாம் உணர்வுபூர்வமாக அந்நூலில் குறிப்பிட்டிருக்கிறார். அமெரிக்கக் கம்யூனிஸ்டுக் கட்சியின் அதிகாரப்பூர்வ நாளேடான "பீப்பிள்ஸ் வேல்டு" அச்சடிக்கப்படும் சிகாகோ நகரில் நின்று, மேதினத் தியாகிகளுக்கு அஞ்சலி செலுத்தியிருக்கிறார். அட்லாண்டாவில் அமைந்துள்ள மார்ட்டின் லூதர் கிங்கின் நினைவிடத்திற்குச் சென்ற அவர், கறுப்பின மக்களின் விடுதலைப் போராட்டத்தை நினைத்துக்கொண்டே அவ்விடத்தில் நின்றதாகத் தெரிவித்திருக்கிறார்.

நூலின் இறுதியில், "நான் ஒரு கனவு கண்டேன்" என்னும் தலைப்பில் அமைந்த மார்ட்டின் லூதர் கிங்கின் புகழ்பெற்ற சொற்பொழிவையும் இணைத்திருக்கிறார். "ஒவ்வொரு பள்ளத்தாக்கும் உயர்ந்து நிற்கும், ஒவ்வொரு மலையும் குன்றும் பள்ளமாக்கப்பட்டுவிடும் என்று நான் கனவு கண்டேன். கரடுமுரடான இடங்கள் சமதளமாகவும் வளைந்து காணப்படும் இடங்கள் நேரானதாகவும் ஆக்கப்பட்டுவிடுமென்று நான் கனவு கண்டேன்" என்பதாகப் போகும் அச்சொற்பொழிவு, விடுதலைக் கனவுடைய எவரையும் ஈர்த்துவிடக் கூடியது.

ஒருபக்கம், வாஷிங்டன் நதிக்கரையில் மார்ட்டின் லூதர் கிங்கிற்கு முழு உருவச்சிலை. இன்னொரு பக்கம், வியட்நாம் மக்களைக் கொன்று குவித்த அமெரிக்கப் படைவீரர்களின் சாகசத்தைப் பாராட்டிய வாசகங்கள். ஒன்றுக்கு ஒன்று முரண்பட்டது. ஏனெனில், அப்பாவி வியட்நாம் போராளிகளைக் கொன்று குவிக்க, அமெரிக்கா படையனுப்பியதற்கு எதிர்ப்பைத் தெரிவித்தவர் மார்ட்டின் லூதர் கிங். ஆனால், அவருக்கும் சிலையை நிறுவிவிட்டு, அவர் எதிர்த்த அமெரிக்கப் படைவீரர்களையும் அமெரிக்கா சிறப்பித்திருப்பதை நல்லகண்ணு அந்நூலில் விமர்சித்திருக்கிறார். முரண்பாடுகளின் முழுவடிவம் அமெரிக்கா என்பதைப் புரிந்துகொள்ள, இது ஒன்றே போதும் என்றிருக்கிறார். உலகமயமாக்கல் மூலம் உலக ஆதிக்கத்தைப் கைப்பற்றும் சூழ்ச்சிகளை வரலாற்றுப் பின்னணியுடன் உள்வாங்கிக் கொண்ட அவர், ஓர் இடத்தில்கூட அமெரிக்காவை அந்நூலில் பிரமிக்கவில்லை.

அழகர்சாமியின் குதிரை எனும் தலைப்பில் எழுத்தாளர் பாஸ்கர் சக்தி எழுதிய கதை, அதே தலைப்பில் சுசீந்திரனால் படமாக்கப்பட்டது. மூட நம்பிக்கையால் எளிய மனிதன் ஒருவன், என்னவிதப் பாடுகளுக்கு உள்ளாகிறான் என்பதே கதையின் சாரம். அப்படம் தயாரிக்கப்பட்டு வெளிவரும் நிலையில், அதைத் தோழர் நல்லகண்ணு பார்த்து கருத்துத் தெரிவிக்க வேண்டுமென்று படக்குழுவினர் விரும்பினர். தோழரைத் தொடர்பு கொண்டு நான்தான் பிரத்யேகக் காட்சிக்கு அழைத்துப்போனேன். அப்படத்தைப் பார்த்த

அவர், "மூட நம்பிக்கையைவிட, எளிய மக்களின் சூழ்ச்சிகளே பிரதானப்பட்டுவிட்டது" என்றார்.

ஒரு கதையையோ ஒரு திரைப்படத்தையோ பார்த்துவிட்டு அவர் உதிர்க்கும் சொற்கள், நெஞ்சின் அடியாழத்திலிருந்து பிறப்பவை. ராஜுமுருகனின் ஜோக்கர் திரைப்பட விழாவில் அவர் ஆற்றிய உரையும் அத்தகையதே. முற்போக்குப் படைப்பாளரும் திரை எழுத்தாளருமான கே.ஏ. அப்பாஸைப் பற்றி அவ்விழாவில் நினைவுகூர்ந்தார். "எதார்த்தப் படங்களைப் பார்க்கும்போதெல்லாம் இதைத்தானே தினமும் தெருவில் பார்க்கிறோம். இதைத் திரையில் வேறு பார்க்க வேண்டுமா? என்று தோன்றும். ஆனால், என் இளவயதில் அப்பாஸின் படங்களையும் நாவல்களையும் படித்த பிறகுதான் மக்கள் பிரச்சனைகளை மக்களிடம் கொண்டு செல்வதற்கு இப்படியான படங்களும் படைப்புகளும் தேவை என்பதை உணர்ந்தேன்" என்றார். சேர்ந்து செய்ய வேண்டியதைத் தனித்தும், தனித்துச் செய்ய வேண்டியதைச் சேர்ந்தும் செய்யக்கூடிய சமூகமாக இந்தியச் சமூகம் இருப்பதை நேரு தன் டிஸ்கவரி ஆப் இந்தியாவில் எழுதியிருக்கிறார். அதைக் குறிப்பிட்டுப் பேசிய நல்லகண்ணு, இயற்கைக் கடனைக் கழிக்கக்கூட வசதிசெய்து தராத நாடு ஒரு நாடா எனவும் குரல் உயர்த்தினார்.

தனித்துச் செல்ல வேண்டிய கழிப்பிடத்திற்கும் வசதியில்லாததால், நம்முடைய கிராமப் பெண்கள், காட்டுக்கும் மேட்டுக்கும் கூட்டாகச் செல்லவேண்டிய நிலையை நேருவின் மேற்கோளில் கொண்டுவந்து முடித்தார். தீவிர வாசிப்புப் பழக்கமுடைய நல்லகண்ணு பல நூல்களுக்கு முன்னுரைகளும் அணிந்துரைகளும் எழுதியிருக்கிறார். குறிப்பாக, வீரத் தியாகி தூக்குமேடை பாலு என்னும் ஐ. மாயாண்டி பாரதியின் நூலுக்கு அவர் எழுதிய முன்னுரை கவனத்துக்குரியது. ஐம்பதுகளில் காங்கிரஸ் அரசால் கைது செய்யப்பட்ட தோழர் பாலு, மக்களை நேசித்த ஒரே குற்றத்திற்காகத் தூக்கிலிடப்பட்டிருக்கிறார்.

பஞ்சாலைத் தொழிலாளியான பாலு, வேலை நிறுத்தப் போராட்டங்களில் கலந்துகொண்டதனால் பணியிலிருந்து

நீக்கப்படுகிறார். நீக்கப்பட்ட அவர் சிறிது காலம் கழித்து, காவல் துறையில் பணிக்குச் சேர்கிறார். பணியில் சேர்ந்த அவர், தெலுங்கானாவில் விவசாயிகளை ஒடுக்குவதற்கு அரசால் அனுப்பப்படுகிறார். அடிப்படையில் கம்யூனிஸ்ட்டான பாலு காவல்துறையின் கொலைவெறிச் செயல்களுக்கு உடன்பட மறுக்கிறார்.

அரசு வேலையில் இருந்துகொண்டே, அரசுக்கு எதிரான நடவடிக்கையில் ஈடுபட்டதாகப் பொய்வழக்கில் கைது செய்யப்படுகிறார். ஒரு குற்றமும் இழைக்காத அவருக்கு, நீதிமன்றம் மரண தண்டனையைத் தீர்ப்பாக வழங்குகிறது. விவசாயிகளைச் சுட மறுத்ததற்காகத் தனக்கு மரண தண்டனை விதித்தாலும், மகிழ்ச்சியே என்ற பாலு சிறையில் இருந்தபோது அதே சிறையில் நல்லகண்ணுவும் இருந்திருக்கிறார். தூக்கிடப்படும் நாளில்கூட அச்சமோ துக்கமோ இல்லாமல், அனைவருடனும் சகஜமான மனநிலையில் இருந்த பாலுவின் நினைவுகளை நல்லகண்ணு உணர்வுப்பூர்வமாக எழுதியிருக்கிறார்.

முன்னுரையிலேயே முழுப் புத்தகத்தையும் படித்த நிறைவு வந்துவிடுகிறது. மதில் சுவருக்கு அப்பால் தூக்கிலிடப்பட்ட பாலு, "புரட்சி ஓங்குக, செங்கொடி வாழ்க" என முழக்கமிட்டபடியே மரித்திருக்கிறார். மதில் சுவருக்கு எதிரே இருந்த தோழர் நல்லகண்ணு உள்ளிட்ட தோழர்கள், "தோழர் பாலு நாமம் வாழ்க, புரட்சி ஓங்குக" என வீரவணக்கம் செலுத்தியிருக்கிறார்கள். நினைத்தாலே நெஞ்சு கனத்துவிடும் அச்சம்பவத்தை உணர்வு உந்த எழுதிய மாயாண்டி பாரதியின் தியாக வாழ்வையும், அம்முன்னுரையில் நல்லகண்ணு பகிர்ந்திருக்கிறார்.

இடதுசாரிகள் இத்தனை ஆண்டுகளாக இந்த மண்ணை உழுது நட்ட, புரட்சிப் பயிர் முளைக்கவில்லையே என்கிற மாயத் தோற்றத்தை ஊடகங்களும் சமூக வலைத் தளங்களும் உண்டாக்கி வருகின்றன. ஆறுகள் பாழ்பட்டுவிட்டன; நீர் ஆதாரங்கள் நிலைகுலைந்து கிடக்கின்றன; கனிம வளம், காட்டுவளம், மலை வளம் எல்லாமும் தனியார் நிறுவனங்களின் ஏகபோகச் சுரண்டலுக்கு ஆளும் அரசுகளால் கிரயம் செய்து

தரப்பட்டுவிட்டன; கூடங்குளமும் கதிராமங்கலமும் நெடுவாசலும் மக்களை பீதி கொள்ள வைத்திருக்கின்றன. இந்த நிலைகளையெல்லாம் கணக்கிலெடுத்துக்கொண்டு, கடந்த எண்பது ஆண்டுகளாய்ப் பொதுவாழ்வுக்கென்று வாழ்வை ஒப்புக்கொடுத்த நல்லகண்ணு போராடி வருகிறார். இந்தப் போராட்ட வாழ்வுக்கு நடுவில், மகளுடைய காதுகுத்து நிகழ்வுக்குக்கூட அவரால் கவரிங் தோடுதான் வாங்கிக்கொண்டு போக முடிந்திருக்கிறது.

பொருளாதார ரீதியில் அவருக்கு எதையாவது செய்ய வேண்டுமென விரும்பிய கட்சித் தோழர்கள், அவரது 80ஆவது பிறந்த நாளை முன்னிட்டு ஒருகோடி ரூபாயை வசூலித்துக் கொடுத்திருக்கிறார்கள். வெகு விமர்சையாக நடந்த அவ்விழாவில், பரிசுத் தொகையைப் பெற்றுக்கொள்ள மேடையேறிய நல்லகண்ணு, அதே மேடையிலேயே அப்பணத்தைக் கட்சிக்கான வளர்ச்சி நிதியாக வைத்துக்கொள்ளச் சொல்லிவிட்டு, துண்டை உதறித் தோளில் போட்டபடி கீழே இறங்கியிருக்கிறார். அதைவிட, “இவ்வளவு ரூபாயை வைத்துக்கொண்டு நானென்ன செய்யப் போகிறேன் என்றதுதான்” விசேஷம்.

தமிழக அரசு அவருக்கு அம்பேத்கர் விருது வழங்கி, ஒரு லட்சம் ரூபாயைப் பரிசளித்தபோதும் அதேகதைதான். பரிசுத் தொகையை இரண்டாகப் பிரித்து, ஒரு பங்கைக் கட்சிக்கும் இன்னொரு பங்கை விவசாயச் சங்கத்திற்கும் வழங்கியிருக்கிறார். பண மதிப்பிழப்பு நடவடிக்கையை வெகுகாலத்திற்கு முன்பே ஆரம்பித்தவர் நல்லகண்ணுதான். எதற்கும் ஒரு விலையுண்டு என்று தத்துவம் பேசுபவர்கள், அவருடைய வாழ்வை அறிய நேர்ந்தால் அவ்விதம் சொல்லத் தயங்குவர். இலட்சியத்தில் நம்பிக்கையும் பற்றும் உடையவர்கள் நல்லகண்ணுவிடம் கற்றுக்கொள்ள நிறைய இருக்கிறது.

சுற்றுச்சூழலில் மிகுந்த அக்கறை கொண்ட அவர் எழுதிய ஒரு கட்டுரை, குற்றால அருவிக்கு அருகே அமையவிருந்த ரேஸ் கோர்ஸ் முயற்சியைத் தடுத்திருக்கிறது. தாமிரபரணி ஆற்றில் நடைபெற்றுவந்த மணற்கொள்ளையைத் தடுக்க,

அவரே மதுரை உயர்நீதிமன்றத்தில் வாதாடி தடை வாங்கியிருக்கிறார். இன்னமும் அவருடைய போராட்ட இதயத்தின் வீரியம் குறையவில்லை. மதவாதத்திற்கு எதிராகவும் மக்கள் பிரச்சனைகளுக்கு ஆதரவாகவும் களத்தில் நிற்கிறார்.

அதிகாரக் கண்களுக்கு அவர் சாதாரணமானவர்; ஊடகங்களுக்கு எளிமையானவர்; ஊழல் அரசியல்வாதிகளுக்குப் பிழைக்கத் தெரியாதவர்; இயற்கையைச் சுரண்டுபவர்களுக்கு எதிரானவர்; எவருடைய கண்களிலிருந்து பார்த்தாலும், ஏழைகளுக்கும் எளியவர்களுக்கும் மட்டுமே அவர் தோழர். வேட்பாளராகத் தோற்றிருக்கலாம். ஒருபோதும் தோழராக அவர் தோற்கப்போவதில்லை.

ஜெயகாந்தன்

தமிழைத் தங்கள் பெருமைகளில் ஒன்றாகக் கருதக்கூடிய தமிழர்கள், தங்கள் காலைத் தாமே நக்கிக்கொள்ளும் நாய்கள். எழுத்தாளர் ஜெயகாந்தன் இப்படியொரு வாக்கியத்தை ஒரு மேடையில் பேசப்போக, தமிழ்நாடே கொந்தளித்தது. அவர் பேசிய மேடை, தமிழ் மேடை அல்ல. சமஸ்கிருத மேடை. சமஸ்கிருதத்தைத் தூக்கிப்பிடிக்கவும் தமிழைத் தாழ்த்திப்பேசவும் அவர் துணிந்ததை ஒருவர்கூட ஆதரிக்கவில்லை. சமஸ்கிருத சேவா சமிதியில் தனக்காக ஏற்பாடு செய்யப்பட்ட பாராட்டு விழாவில்தான் அப்படிப் பேசினார். 2005ஆம் ஆண்டு என்று நினைவு. அப்போதுதான் அவருக்குப் பத்மபூஷன் விருது கிடைத்திருந்தது. அவர், அந்த மேடையில் நிறைய சர்ச்சைகளைக் கிளப்பினார். வர்ணவேறுபாடுகள் இருக்க வேண்டும் என்றும் அது இருந்தால்தான் வாழ்க்கை சுவாரஸ்யமாக இருக்கும் என்றும் பேசினார். இதெல்லாம் நல்ல புத்தியுடைய ஒரு தமிழ் எழுத்தாளன் பேசக்கூடியதா? என விவாதம் தொடங்கியது. எப்போதும் ஜெயகாந்தன் இப்படித்தான், அதிரடியாகப் பேசி தன் இருப்பைத் தக்கவைத்துக்கொள்கிறார் என்றும் சிலர் பேசிக்கொண்டனர்.

எழுத்தையும் இலக்கியத்தையும் தீவிரமாகக் கொண்ட என் தலைமுறையைச் சேர்ந்தவர்களுக்கு ஜெயகாந்தனைத் தெரியும். ஆனால், அவருடைய எழுத்துமுறையையும் சிந்தனை வார்ப்புகளையும் விளங்கிக்கொள்ள முடியாது. நாங்கள் இலக்கியத்தைப் பயிலத் தொடங்கிய காலத்தில் அவர் எழுதுவதை அறவே நிறுத்திவிட்டார். 2002இல் அவர் எழுதிய 'ஹர ஹர சங்கரா' என்னும் சிறுநூலைத் தவிர, அவர் வேறு எதையுமே புதிதாகப் படைக்கவில்லை. இருந்தபோதிலும் வாழ்நாள் சாதனையாளராக மதிப்பிட்டு இந்தியாவின் ஒரே உயரிய விருதான ஞானபீடம் விருது அவருக்கு வழங்கப்பட்டது. அதைக்கூட ஞானபீட விருதுக்காகவே அவர் சிறுநூலை எழுதியதாகச் சிலர் பழித்தார்கள். விருதுக்காக எழுதக்கூடிய எழுத்தாளராக அவர் என்றைக்குமே இருந்ததில்லை. ஞானபீட விருது குறித்து சொல்லும்போது, 'ஞானத்தையே பீடமாகக் கொண்ட எனக்கு பீடமெதற்கு? ஞானமென்பது கிரீடம். பீடமல்ல' என்றுதான் கருத்துத் தெரிவித்தார்.

ஜெயகாந்தன் அப்படி என்னத்தை எழுதிக் கிழித்துவிட்டார் என ஆவேசப்படும் சிறுபத்திரிகைக்காரர்கள் எங்களை ரொம்பவே குழப்பிக்கொண்டிருந்தார்கள். அவர் எழுதியதில் ஒன்றுகூட கதையம்சம் உடையன அல்ல. அத்தனையும் வெற்றுக்கூச்சல். கலாபூர்வமான சங்கதிகள் அவர் படைப்புகளில் எங்கேயும் தென்படவில்லை என்பதுவரை அவரைக் கட்டுடைத்துக் கொண்டிருந்தார்கள். ஓர் எழுத்தாளன் தான் எழுதியது போதும் என்று நிறுத்திக் கொண்டதையும் எழுத எதுவும் இல்லாமல் நிறுத்திக்கொண்டார் என்றுதான் விமர்சித்தார்கள்.

ஜெயகாந்தன் எழுத்து அறிமுகமாவதற்கு முன்பே அவருடைய மேடைப் பேச்சுகள் என்னைக் கவர்ந்துவிட்டன. பாரதி பற்றி அவர் ஆற்றிய சொற்பொழிவைக் கேட்டு, பாரதியை இவரிடமிருந்தே கற்கவேண்டும் எனத் தோன்றிற்று. காத்திரமான பேச்சு அவருடையது. முகம் கோணாமல் கருத்துகளை வைக்கவேண்டும் என்னும் அவை நாகரீகத்திற்கு எல்லாம் அப்பாற்பட்டதே அவர் பேச்சுமுறை. எத்தனை

மணிநேரம் பேசினாலும் அதைக் கேட்டுக்கொண்டே இருக்கலாம். அவருக்குப் பட்டதைத் தர்க்க நியாயங்களோடு விளக்க முற்படுவார்.

ஒருமுறை இளையராஜாவின் சகோதரர் பாவலர் வரதராஜனின் நூல் வெளியீட்டு விழா. திரைத்துறையைச் சேர்ந்த முன்னணிப் பாடலாசிரியர்கள் எல்லாம் கலந்துகொள்கிறார்கள். அந்த விழாவில், 'வரதராஜன் வைத்திருந்த ஹார்மோனியப் பெட்டியை, இளையராஜா கல்லாப்பெட்டியாக்கிவிட்டான்' என்றிருக்கிறார். விழாவை ஏற்பாடு செய்தவர்களுக்கு என்ன செய்வதென்று தெரியவில்லை. அதுமட்டுமல்லாமல், 'இந்த மேடையில் அமர்ந்திருப்பவன் எவனும் கவிஞனில்லை. இவனெல்லாம் இளையராஜாவை நக்கிப் பிழைக்கிறவன்' என்றும் சொல்லியிருக்கிறார். மக்களுக்காகப் பாடுபவனே கவிஞன். மக்களை முன்னோக்கி அழைத்துப்போக எண்ணாமல் அவர்களைப் பின்னுக்கு இழுக்கிறவர்களை எப்படிக் கவிஞர்களாகக் கருதமுடியும்? இவர்கள் பின்னுக்கு இழுப்பவர்கள் என்று சொல்லிக்கொண்டிருக்கையில் மேடையில் அமர்ந்திருந்த பாடலாசிரியர்கள் ஒவ்வொருவராக கீழே இறங்கியிருக்கிறார்கள். மறுநாள் தங்கள் கண்டனங்களையும் தெரிவித்திருக்கிறார்கள். புதுச் செருப்பு கடிக்கும் என்ற ஜெயகாந்தனின் கதைத் தலைப்பை வைத்து, புதுச்செருப்பு அடிக்கும் என்று புலவர் புலமைப்பித்தன் எழுதிய பதிவு அவற்றில் முக்கியமானது.

மொத்த அரங்கையும் தம் பக்கம் இழுத்துக்கொள்ளும் சாமர்த்தியத்தை அவர் பேச்சு கொண்டிருக்கும். முதல் வாக்கியத்தில் இருந்தே ரசிக்கவைப்பார். எஸ். ராமகிருஷ்ணனின் உலக சினிமா நூல் வெளியீட்டில், 'உலக சினிமா என்பது வேறு. சினிமா உலகம் என்பது வேறு' என்று ஆரம்பித்து, எது சினிமா என்று சொல்லி முடிக்கையில் அரங்கமே உறைந்திருந்தது. சினிமா, அரசியல், பத்திரிகை என்று சகல துறைகள் பற்றியும் அவரால் பேச முடிந்தது. இலக்கியத்தில் அரசியலையும் ஆன்மிகத்தையும் கலந்த அபூர்வ ரசவாதியாக அவரை வியந்துகொண்டே இருக்கலாம். ஜெயகாந்தனின் எழுத்துகளை வியப்பதில் உள்ள சிக்கல், அவர் அவ்வப்போது

வெளிப்படுத்திவிடுகிற கருத்துகள். எழுத்தில் உள்ளதைத்தான் பேச வேண்டுமென்றோ பேசியவர் கருத்தைப் பின்வாங்கிக் கொள்ளவேண்டுமென்றோ அவர் நினைப்பதில்லை. அவர் மேடையில் பேசிவிட்டுப் போனபிறகு அவரைப் பற்றி மட்டுமே பேசும்படியான நிலையை ஏற்படுத்திவிடுவார். இதை அவர் திட்டமிடுவதில்லை. இயல்பாக அவருடைய சிந்தனைகள் அப்படித்தான் அமையும். தத்துவார்த்த பலத்தில்தான் ஒரு எழுத்தாளன் நெடுநாளைக்கு ஜீவித்திருக்க முடியும் என்பார்கள். ஜெயகாந்தன் என்கிற ஜெ.கே. வுக்கோ அந்தத் தத்துவத்தையே மறுவிசாரணைக்கு உட்படுத்தும் ஆற்றலிருந்தது.

ஜெயமோகனின் விஷ்ணுபுர நாவலோ பின் தொடரும் நிழலின் குரல் நாவலோ சரியாக நினைவில்லை. அதிகப் பக்கங்கள் கொண்ட அந்த நாவலைப் பற்றிப் பேச வருகையில் இந்த நூலை என்னால் வாசிக்க முடியவில்லை. இந்த நூல் தன்னைத் தானே மூடிக்கொள்கிறது என்றார். மறைத்துப் பேசவோ மேலோட்டமாக ஒன்றைப் புகழவோ அவர் விரும்பியதில்லை. கதைகளின் வாயிலாகவும் அவர் மனித சமூகத்தின் மீது தனக்குள்ள விமர்சனங்களையே முன்வைத்தார். அதனால்தான் அவர் கதாபாத்திரங்கள் லாரி டிரைவராய் இருந்தாலும் ரிக்ஷாவாலாவாய் இருந்தாலும் அவரைப் போலவே பேசின. கம்பனில், பாரதியில், புதுமைப்பித்தனில் இருந்து அவர் தன்னை உருவாக்கிக் கொண்டவர். அல்லது நிறுவிக்கொண்டவர். அவர் காலத்தில் அவரைப் போல எந்த எழுத்தாளரும் கொண்டாடப்படவில்லை. மற்றவரைவிட, அவருக்கு ஒரு ரூபாயாவது அதிக சன்மானம் தர விகடன் போன்ற முன்னணிப் பத்திரிகைகளே விரும்பின.

எத்தனையோ பத்திரிகைகள் அவர் கதைகளைப் பிரசுரிப்பதைத் தங்களுக்கான கௌரவமாகக் கருதியிருக்கின்றன. சொல்வதை நிறுத்தி நிதானமாகக் கிளிப்பிள்ளைக்குச் சொல்வதைப் போலச் சொல்லுவார். இப்படியும் இருக்கிறதுதானே இதையேன் பார்க்கவில்லை என்பார். ஒருகாலத்தில் சொல்லிய கருத்தை மாற்றி தற்போது வேறு மாதிரி பேசுகிறீர்களே என்றால் அதுதான் வளர்ச்சி

என்பார். சொன்னதையே சொல்ல வேண்டும் என்கிற அவசியம் என்ன இருக்கிறது? என்பார். அதன் காரணமாகவே ஆரம்பத்தில் இடதுசாரியாக இருந்த அவர், அதன்பின் அதற்கு நேர்முரணான இந்துத்துவாவைக் கையிலெடுத்தார். அவரை விமர்சிப்பவர்களும் அவரைப் பொறுத்துக்கொள்ளவே செய்தார்கள். அவர் பேச்சைக் கேட்டவர்கள், அவர் படைப்புகளை வாசித்தவர்கள், ஒருமுறையாவது அவரை நேரில் சந்தித்துப் பேச விரும்புவார்கள். எனக்கு ஜெ.கே. என்றால் அப்படியொரு ஆசை. அவர் படைப்புகளை வாசிக்கையில் மிகுந்தெழுந்த பிரியத்தின் நீளத்தை அளவிடமுடியாது. அவர் மேடையில் நின்றுபேசும் கம்பீரம், முறுக்கிய மீசை, கேள்விகளைக் கேட்டு அவரே பதிலளிக்கும் முறை என நிறையச் சொல்லலாம். அப்படியாகப்பட்ட ஜெ.கே. வை நேரில் சந்திக்கும் வாய்ப்புக்காக ஏங்கிக்கொண்டிருந்தேன். அப்போது நான் கணையாழியில் உதவி ஆசிரியர்.

ஜெ.கே. வை அட்டைப்படமாகக் கொண்டு ஒரு சிறப்பிதழ் தயாரிக்கலாம் என ஆசிரியர் குழுவில் முடிவெடுத்தார்கள். அதற்கான முழுப் பொறுப்பும் என்னிடம் தரப்பட்டது. ஓவியர் ஆதிமூலம் அட்டைப்படம் வரைவதாக ஒப்புக்கொண்டார். சிறப்பிதழ் என்பதால் அவ்விதழில் ஜெ.கே. வின் நேர்காணல் அவசியம் இடம்பெற வேண்டும் என்று ஆசிரியர் ம.ரா. பிரியப்பட்டார். கேள்விகளை நீங்களே தயார் செய்யுங்கள் என்றும் சொல்லியிருந்தார். நெடுநாள் ஆசை நிறைவேறப் போகிறது என்னும் ஆவலில் பதினைந்து வருடங்களாக ஜெ.கே. விடம் கேட்க நினைத்த கேள்விகளையெல்லாம் தொகுத்துக்கொண்டேன். அவரை எனக்கு அறிமுகமில்லையே என்றபொழுதுதான் ராஜ்கண்ணனைத் தொடர்பு கொள்ளுங்கள் என்று ம.ரா. அறிவுறுத்தினார்.

அந்த ராஜ்கண்ணன், ஜெ.கே. வை நிரம்பப் படித்தவர். பல ஆண்டுகளாக ஜெ.கே. யுடன் நெருங்கிப் பழகியவர். ஜெ.கே. யின் படைப்புகளை வரிசைக் கிரமமாகச் சொல்லவும் அதன் நுட்பங்களை உணர்த்தவும் கூடியவர். அவரைத் தொடர்பு கொண்டதும் நிச்சயமாகச் செய்யலாம் என்றார். கேள்விகளை அவரிடமும் ஒருதரம் வாசிக்கக்

கொடுத்தேன். அவரும் வாசித்துவிட்டுக் கேட்கவேண்டிய கேள்விகள்தான் என்றார். அத்தோடு ஜெ.கே. இந்தக் கேள்வியை இப்படி அணுகுவார், அந்தக் கேள்விக்கு அப்படி பதில் சொல்வார் என யூகித்தார். கடைசியில் பார்த்தால் ராஜ்கண்ணன் சொன்னதுபோலவேதான் ஜெ.கே. வின் பதில்கள் அமைந்திருந்தன. ஒருவகையில் ஜெயகாந்தனின் வெற்றியாக அதைப் பார்க்கலாம். தன்னை வாசிப்பவர்களையும் தன் தரத்திற்கு மேம்படுத்திவிடக் கூடிய எழுத்து அவருடையது. ஒரு மதியப் பொழுதில் ராஜ்கண்ணனிடமிருந்து அழைப்பு வந்தது. ஜெ.கே. கேள்விகளை அனுப்பச் சொன்னதாகவும் அடுத்தவார இறுதிக்குள் பதில்களைத் தந்துவிடுவதாகவும் சொல்லியதாகத் தகவலைப் பகிர்ந்துகொண்டார். எனக்கோ கையும் ஓடவில்லை. காலும் ஓடவில்லை. எழுதி வைத்திருக்கும் கேள்விகளில் எழுத்துப்பிழை வந்துவிடக் கூடாது என்பதற்காக ஒருமுறைக்குப் பத்துமுறை சரிபார்த்து அனுப்பிவைத்தேன். இடையில், ராஜ்கண்ணனின் இல்ல விழாவுக்கு ஜெ.கே. வந்திருந்தார். நானும் போயிருந்தேன். பரஸ்பர அறிமுகத்தில் இவர்தான் கேள்விகளைத் தயாரித்த யுகபாரதி எனவும் ராஜ்கண்ணன் சொல்லத் தவறவில்லை. ஓ, அப்படியா என்று என்னைப்பார்த்துச் சிரித்தார். நான் நமஸ்கரித்துக்கொண்டேன். அவரைப்பற்றி எழுதுவதால் வணக்கம்கூட நமஸ்காரம் என்றே வருகிறது.

சொன்னதுபோலவே சொன்ன தேதியில் பதில்கள் தயாராயிருப்பதாய் ஜெ. கே. வின் வீட்டிலிருந்து தொலைபேசி வந்தது. வழக்கம்போல அலுவலகப் பையனை அனுப்பாமல் நானே போய் வாங்கிவரலாம் என எண்ணினேன். அப்படிப் போவதன் மூலம் ஜெ.கே. வை மீண்டும் ஒருமுறை நேரில் தரிசிக்கலாம் என்னும் அற்ப ஆசை. கே.கே. நகரில் அவர் வீடு. வீட்டுக்குப் போய் அழைப்புமணியை அடித்தேன். ஜெ. கே. வே வந்து கதவைத் திறந்தார். எத்தனை பெரிய எழுத்தாளர், கதவைத் தானே வந்து திறக்கிறாரே என்றுபட்டது. அவரிடம் கேட்டிருந்தால், என் வீட்டுக் கதவை வேறு எவன் வந்து திறக்கவேண்டும் என எதிர்பார்க்கிறாய் என்றிருப்பார். நான் எதையும் கேட்கவில்லை. அவரே தொடர்ந்தார். பாரதி, பதில்களைத் தட்டச்சு செய்து எடுத்துவா. நானே பிழைகளைத்

திருத்தித் தருகிறேன். அதன்பிறகு அச்சுக்குப் போகட்டும் என்றார். என்னால் நம்பவே முடியவில்லை. ஒரே ஒரு முறை ராஜ்கண்ணன் வீட்டு விசேசத்தில் அறிமுகமான என்னையும் என் பெயரையும் அவர் எப்படி மறக்காமல் வைத்திருக்கிறார். அந்த ஆச்சரியத்தில் எதையுமே என்னால் பேசமுடியவில்லை. சரி, ஜெ.கே என்றேன். பார்க்கலாம் எனச் சொல்லிவிட்டு வீட்டுக்குள் போய்விட்டார்.

அவர் வீட்டைவிட்டு வெளியே வந்ததும் அந்தப் பதில்களை உடனே வாசிக்கும் ஆர்வமேற்பட்டது. தமிழ்நாட்டின் வியக்கத்தக்க ஒரு ஆளுமை, என் கேள்விகளை எப்படி எதிர்கொண்டிருக்கிறார் எனப் பார்க்கும் ஆர்வமே அது. பக்கத்தைப் புரட்டினால் எல்லாக் கேள்விகளுக்கும் பதிலளித்திருந்தார். சமஸ்கிருத சமிதியில் அவர் பேசியது தொடர்பாகவும் ஒரு கேள்வியிருந்தது. அந்தக் கேள்விக்கு, ஆமாம் அப்படித்தான் சொன்னேன் என்றுமட்டும் எழுதியிருந்தார். பிறகு பிழை திருத்தும்போது அந்தக் கேள்வியைக் குறியிட்டு அது வேண்டுமா? பாருங்கள் என்று எழுதியிருந்தார். ஆசிரியர் குழு அந்தக் கேள்வியையும் பதிலையும் நீக்கிவிடச் சொன்னது. அவ்விதமே அடிபணிவதுதான் உதவி ஆசிரியனின் வேலை.

சமஸ்கிருத சமிதியில் அவர் பேசியது, அவரைப் பின் தொடர்ந்து கொண்டே இருந்தது. மறுப்போ மன்னிப்போ அவரிடமிருந்து வருமென்று எல்லோரும் எதிர்பார்த்தார்கள். அந்நாளில், மயிலாப்பூர் சீனிவாசா அரங்கத்தில் தி.க.சி. க்காக ஒரு விழா எடுக்கப்பட்டது. அந்த விழாவில், எந்த நாய் காலை நக்குகிறது. காலை நக்கக்கூடிய பிராணி பூனையே அல்லாமல் நாய் அல்ல. தமிழை தமிழனை நாயாகக் கருதிய பீடாதிபதி பதில்சொல்ல வேண்டும் என கோவி. லெனின் நேரடியாகக் கேட்டார். லெனினின் அன்றையப் பேச்சு தமிழ் இன உணர்வாளர்களின் உள்ளத்தைப் பிரதிபலிப்பதாக அமைந்தது. கைத்தட்டல் வேறு. இறுதியாகப் பேசவந்தார் ஜெ.கே. சிங்கத்தைப் போல செருமிக்கொண்டார். என்ன இப்போ, நான் அதற்குப் பதில் சொல்ல விரும்பவில்லை என்று ஆரம்பித்த ஜெ.கே. வின் அன்றையப் பேச்சு முழுவதும்

அதைப்பற்றியே இருந்தது. நாயென்று சொன்னதுதான் உன் பிரச்சனையா? அப்படியென்றால் தன் காலைத் தானே நக்கிக்கொள்ளும் சிங்கம், முயல், கரடி என்று வச்சுக்கோ என்றார். ஜெ.கே. கொஞ்சத்திலும் கொஞ்சமாக இறங்கிவந்த இடம் அதுவாக இருக்கலாம்.

ஜெ.கே. என்றால் சபை அனுபவங்கள் இல்லாமலா? அவருடையச் சபையைப்பற்றி ஓரளவு தெரியும். என்றாலும், கலந்துகொண்டதில்லை. எழுத்தாளர் சா.கந்தசாமி அப்போது ஜெ.கே.வை ஓர் ஆவணப் படமெடுக்கும் தயாரிப்பில் இருந்தார். அது நிமித்தம் ஜெ.கே. வைச் சந்திக்கும் வாய்ப்பு இருந்தது. என்னை ம.ரா.வும் ஓவியர் ஆதிமூலமும் அழைத்துக்கொண்டு போனார்கள். இருப்பதிலேயே நல்ல சட்டையை அணிந்து வகிடெடுத்துத் தலைவாரி இருந்தேன். அன்றுதான் சா.கந்தசாமி, ஜெயகாந்தனைப் பற்றிய ஆவணப்படத்தின் இறுதிப் படப்பிடிப்பை முடித்திருந்தார். அடடே, சபைக்கா.. வருகிறோம். வருகிறோம் என்று வேறு சிலரும் எங்களுடன் வந்திருந்திருந்தார்கள். அவர் வீடுவரும்வரை எல்லோரும் எதை எதையோ பேசிக்கொண்டு வந்தார்கள். அவர் வீட்டைக் கார் அடைந்ததும் ஆளுக்கொரு சால்வையைத் தங்கள் தோள்களில் அணிந்துகொண்டார்கள். எனக்கு ஒன்றும் புரியவில்லை.

ஒருவேளை ஜெ.கே. வின் சபைக்குப் போவதென்றால் சால்வையோடுதான் போக வேண்டுமோ? எனத் தோன்றியது. ஏற்கெனவே சொல்லியிருந்தால் நானும் சால்வையோடு வந்திருப்பேனே என்பதுபோல பார்த்தேன். அதுமட்டுமல்லாமல் ஒருவரைப் பார்க்கப் போவதென்று வைத்துக்கொள்ளுங்கள். சம்பந்தப்பட்டவருக்குத்தானே சால்வையைப் போர்த்துவார்கள். இவர்கள் அவருக்குப் போர்த்தாமல் தங்களுக்குத் தாங்களே போர்த்திக்கொள்கிறார்களே எனவும் பட்டது. ஜெ.கே. வின் சந்திப்பில் நிகழப்போகும் ஆச்சர்யங்களில் இதுவும் சேர்ந்ததுதானோ? என அமைதியாயிருந்தேன். மாடிப்படிகளில் ஏறி ஒவ்வொருவராக உள்ளே போனார்கள். இறுதியாக நான். உள்ளே ஜெ. கே. வெறும் பனியனோடு தலையில் முண்டாசுக் கட்டிக்கொண்டு உட்கார்ந்திருந்தார். வா, பாரதி. எதிரே

உட்கார் என்றார். எல்லோரும் அவரவர்க்குப் பிடித்தமாதிரி உட்கார்ந்துகொண்டார்கள். அதன்பிறகு ஒவ்வொருவரும் சால்வையை விலக்கி சால்வைக்குள்ளிருந்த மதுபாட்டில்களைப் மேசையில் பரப்பினார்கள். சால்வைகள் அவர்கள் தோளை மறைக்க அல்ல. பாட்டிலை மறைக்கவே அணிந்த கதை எனக்கு அப்போதுதான் பிடிபட்டது. மூலையில் ஒருவர். துணியில் வைத்து எதையோ புகையாக்கிக்கொண்டிருந்தார்.

கோப்பைகள் பரப்பப்பட்டன. எல்லாக் கோப்பையிலும் மது ஊற்றப்பட்டது. என் முன்னாலிருந்த கோப்பையிலும். எனக்கு நடுக்கமும் பதட்டமும் ஏற்பட ஜெ.கே. வைப் பார்த்தேன். பரவாயில்லை. எடுங்கள் என்பதுபோல அவர் பாவனை இருந்தது. நான் தயங்கினேன். ‘இதற்குமுன் பழகியிருந்தால் என் முன் தொடர்வதில் தவறில்லை. பழக்கமில்லையென்றால் விட்டுவிடுங்கள். இங்கே தொடங்காதீர்கள்’ என்றார். உடனே, ஓரத்திலிருந்து ஒரு குரல். அது எப்படி ஜெ.கே. சபை ஒருவருக்கு மட்டும் விலக்கு அளிக்க முடியும் என்றது அந்தக்குரல். அப்போது ஜெ.கே. இதமாக இரண்டு மிடறு கோப்பையை உறிஞ்சியிருந்தார். ‘அது ஒன்றுமில்லை. ஏற்கெனவே பழகியிருந்தால் பிரச்சனையில்லை. இங்கு முதலில் ஆரம்பித்தால் பிறகு எப்போது அருந்தினாலும் என்னைத் திட்டும்படி ஆகிவிடும். இப்பொழுதும் என்னை முதலில் குடிக்கவைத்தவனை நான் திட்டுகிறேனில்லையா. அதுபோல அந்தச் சாபம் என்னையும் சேர வேண்டாமே’ என்றுதான் சொன்னேன் என்றதும் எல்லோரும் சிரித்தார்கள். என் கோப்பையை யாரோ ஒருவர் எடுத்து வேறு இடத்தில் வைத்தார். அதற்கிடையிலேயே சித்த வஸ்து சுழற்சி தொடங்கியது. ஒவ்வொருவராக உள்ளிழுத்து அறையைப் புகையால் நிரப்பினார்கள்.

ஜெ.கே. வின் கண்கள் சிவக்கத் தொடங்கின. பற்கள் நறநறத்தன. பேசத் தொடங்கினார். நாக்கு தடிமனான நிலையில், ‘பாரதி ஏன் தேசாபிமானம் பாஷாபிமானம் என்று சொன்னான். தேசப்பற்று, மொழிப்பற்று என்று சொல்லியிருக்கலாமே. அபிமானம் என்ற சொல், சமஸ்கிருதமென்று அவனுக்குத் தெரியாதா. பாஷை, தேஸம் என்று சொல்ல வேண்டிய

அவசியமென்ன?' சொல்லுங்கள். தமிழ் வளர்ச்சித்துறை இயக்குநரே என்று ம.ரா. வைப் பார்த்துக் கேட்டார். அடுத்து சா.கந்தசாமி. ஆதிமூலம் என்று ஒவ்வொருவராகப் பதில் சொல்ல முனைந்தார்கள். யாருடைய பதிலையும் அவர் ஏற்கவில்லை. பதில்களுக்கெல்லாம் குறுக்குக் கேள்விகளைப் போட்டுக்கொண்டே வந்தவர், நான் சொல்கிறேன் என மீசையை நீவிக்கொண்டு பேசத்தொடங்கினார். இரண்டுமணி நேரம். பாரதியின் பாடல்களைக் குறுக்கும் நெடுக்குமாகச் சொல்லிச் சொல்லி அவனே மகாகவி என்று முடித்தார். பற்று என்ற சொல்லுக்குப் பற்று அற்ற என்ற நிலை இருக்கிறது. மொழியின் மீதோ தேசத்தின் மீதோ ஒருபோதும் பற்று அறக்கூடாது. பற்று கூடிக்கொண்டே இருக்கவேண்டும். அபிமானத்திற்குப் பொருத்தமான தமிழ்ச் சொல் எங்கேயிருக்கிறது காட்டுங்கள் பார்ப்போம் என்றார். அவர் மதுவை அருந்தியிருந்தாலும் எனக்குத் தலை சுற்றியது. இப்படிக்கூட பாரதியை அலசவும் பேசவும் முடியுமா? என்றிருந்தது. ஒரு குறிப்போ ஒரு தயாரிப்போ இல்லாமல் இரண்டு மணிநேரமும் வார்த்தைகளில் சிலம்பம் ஆடிவிட்டார். மொழி குறித்தும் திராவிட இயக்கம் குறித்தும் அவர் கொண்டிருந்த பார்வைகள் சிக்கலானவை. ஆன்மாவின் அடியாழத்திலிருந்துதான் அவர் எல்லாவற்றையும் அணுகினாரா? என்பது விவாதத்துக்குரியது.

அவர் எழுதிய சிறுகதைகள், நாவல்கள், கட்டுரைகள் அனைத்திலும் அவருடைய சிக்கலான இக்கருத்துகளே சக்தியாகவும் சவாலாகவும் அமைந்திருக்கின்றன. அதன் விளைவாகவே அண்ணாவையும் பெரியாரையும் பார்க்காமல் போயிருந்தால் நான் கம்யூனிஸ்டாகியிருப்பேன் என்று கலைஞர் சொல்லியிருக்கிறாரே என்று கேட்டதற்கு, அவர்களைப் பார்த்ததால்தான் நான் கம்யூனிஸ்டானேன் என்று ரவிசுப்ரமணியன் தயாரித்த ஆவணப்படத்தில் பதிலளிக்கிறார். கணையாழி தயாரித்த சிறப்பிதழில் ஜெ.கே. பத்திரிகையாளராக இருந்து கலைஞரை எடுத்த கல்பனா இதழ் பேட்டியும் வந்திருந்தது. பதில்களைவிட கேள்விகளே நீளமான அந்தப் பேட்டியில் ஜெ.கே.யின் தத்துவார்த்தப் புரிதல்கள் பதிவாகியுள்ளன. நாத்திகம் பற்றிய கேள்வியில் முதலில் நான் ஆத்திகம்பற்றியும் என்னைப்பற்றியும்

விளக்கிவிடுகிறேன் என்கிறார். ஒரு பத்திரிகையாளன், தன்னைப் பற்றிச் சொல்லவேண்டியதில்லை. ஆனாலும், ஜெயகாந்தன் சொல்கிறார். ஏனென்றால், அவர் ஜெயகாந்தன்.

ஒருமுறை சர்.பிட்டி தியாகராய அரங்கில் மேலாண்மை பொன்னுசாமி நூல் வெளியீட்டுவிழா. விழா தாமதமாகத் தொடங்கியது. சால்வை அணிவிப்பது பற்றி ஜெ.கே ஏதோ எழுத்தாளர் பிரபஞ்சனிடம் கமெண்ட் அடித்தார். கூட்டத்திலிருப்பவர்களுக்கு அவர்கள் இருவரும் எதையோ தீவிரமாகப் பேசுவதாகப்பட்டது. பிரபஞ்சன் பேச எழுந்தார். உடனே விழாக் குழுவினர் ஓடிவந்து அவருக்கு சால்வை போர்த்தினர். பிரபஞ்சன் சால்வையைப் பெற்றுக்கொண்டு, 'ஆகவே நண்பர்களே, எனக்கும் அந்த அசம்பாவிதம் நடந்தது. இந்தச் சால்வையை வைத்துக்கொண்டு என்ன செய்வது? கட்டிக்கொண்டு குளிக்க முடியுமா? உடுத்திக்கொண்டு வெளியே போகமுடியுமா? என்று சொல்லி ஒன்றுக்கும் பிரயோசனமில்லாத சால்வைக்குப் பதில் புத்தகமோ பணமோ தரக்கூடாதா' என்று முடித்தார். அரங்கம் அதிர கைத்தட்டு. அடுத்து, ஜெ.கே. 'என்னயிது, நாகரீகமில்லாமல். ஒருவர் அன்போடு கொடுத்தால் அதை நிராகரிப்பதா? விஷமே ஆனாலும், குடிப்பதுதானே பண்பு' என்று பிளேட்டைத் திருப்பி அடித்தார். பிரபஞ்சனுக்குத் தட்டிய அதே கைகள் ஜெயகாந்தனுக்கும் தட்டின.

விழா முடிந்தது. எல்லோரும் கலைந்துபோய்க் கொண்டிருந்தனர். ஓரத்தில் பிரபஞ்சன் நின்று புகைத்துக்கொண்டிருந்தார். என்ன சார், என்றேன். 'நான் மேடையில் பேசிய அவ்வளவும் அவர் என்னிடம் உடனிருந்து மேடையில் பேசிக் கொண்டிருந்ததுதான்' என்றார். ஜெயகாந்தனையும் அவர் எழுத்தையும் தெள்ளத் தெளிவாகப் புரிந்துகொண்டவர்கள் யாருமில்லை என்றுதான் சொல்லவேண்டியிருக்கிறது.

வீர.சந்தானம்

வண்ணங்களின் பின்னணியில்தான் இந்திய அரசியல் கட்டமைக்கப்பட்டிருக்கிறது. வெள்ளைக்கு எதிராகக் காவியை முன்நிறுத்திய திலகருக்கோ காவிக்கு எதிராகக் கறுப்பை முன்நிறுத்திய பெரியாருக்கோ அவை வெறும் வண்ணங்களல்ல. தாங்கள் கொண்டிருந்த அரசியலின் வெளிப்பாடுகள் அல்லது குறியீடுகள். கருப்பு, சிவப்பு, வெள்ளை, பச்சை, காவி, நீலம் என்பவை வண்ணங்களின் பெயர்கள் என ஒருவர் சொல்வாரேயானால் அவருக்கு இந்தியச் சமூகத்தின் மதஅரசியலோ சாதிஅரசியலோ தெரியவில்லை என்பதை எளிதாக யூகித்துவிடலாம். ஏனெனில், நிற அடிப்படையிலான வேறுபாடுகளிலிருந்து நம்முடைய சமூகம் இன்னும் வெளியேறவில்லை.

வெள்ளையாயிருப்பவன் பொய் சொல்ல மாட்டான் என்பதும் கருப்பாயிருப்பவன் சகல பாவங்களையும் செய்யக்கூடியவன் என்பதும் நம்முடைய புத்திக்குள் யாராலோ திணிக்கப்பட்டிருக்கிறது. இந்தத் திணிப்பைப் புரிந்துகொள்வதில்தான் இந்திய அரசியலுக்கான விமோசனம் இருக்கிறது. இன்றைக்குக்கூட வெள்ளைப் புரட்சி, நீலப் புரட்சி, பச்சைப் புரட்சி என்று நம்முடைய ஆட்சியாளர்கள்

தங்கள் ஊழல் திட்டங்களுக்கு வண்ணங்களின் பெயர்களையே வைத்துக்கொண்டிருக்கிறார்கள். இன்றில்லை என்றாலும், என்றாவது ஒருநாள் அவர்கள் அடித்துக்கொண்டிருக்கும் சாயங்கள் வெளுக்கத்தான் போகின்றன. மேலோட்டமாக அல்லாமல் மிக ஆழமாக வண்ணங்களுக்குப் பின்னேயுள்ள அரசியலை விளங்கிக்கொண்டு, அதையே தன் ஓவியங்களின் அடையாளமாக ஆக்கிக்காட்டியவர் அண்ணன் வீர.சந்தானம். ஒரு வண்ணம் இன்னொரு வண்ணத்தின்மீது ஆதிக்கம் செலுத்துவதை அவரால் பொறுத்துக்கொள்ள முடிந்ததில்லை.

இந்தியா முழுக்கக் காவியைப் பரப்பும் வேலையில் ஆளும் மத்திய அரசு ஈடுபட்டுள்ள இந்த நேரத்தில், கறுப்பும், சிவப்பும் என்ன செய்யக் காத்திருக்கின்றன என்பதுதான் நம்முன் உள்ள கேள்வி. அரசியலுக்கு வண்ணமுண்டு எனப் புரிந்துகொள்ள முடிந்த நம்மால் வண்ணங்களில் அரசியலை முன் வைத்த அண்ணன் வீர.சந்தானத்தைப் புரிந்தகொள்ள முடிந்ததா? என்றால், ஓரளவு முடிந்தது எனலாம். திராவிட அரசியலின் அடுத்த பாய்ச்சலாக அவர் தமிழ்த்தேசிய அரசியலை நம்பினார். அவர் முன்வைத்த அரசியலை விமர்சிப்பவர்களும் ஆதரிப்பவர்களும்கூட அப்பழுக்கற்ற அவருடைய மாந்தநேயத்தைச் சந்தேகித்ததில்லை. ஓவியத்துறையில் தனித்து விளங்கிய அவர், தமிழக அரசியல் களத்திற்குத் தன்னால் இயன்ற பங்களிப்புகளை இறுதிவரை செய்திருக்கிறார். மரபு ஓவியத்திலிருந்து நவீன ஓவியங்களைக் கண்டடைந்த அவர், ஓர் ஆளுமையாக வளர்ந்ததற்கு அவருடைய அரசியல் பார்வையே காரணமென்பதை ஓவிய விமர்சகர்களும் மறுக்கமாட்டார்கள்.

தனக்கு முன்னே இருந்த வழிகளையெல்லாம் உற்றுணர்ந்து, அவ்வழியே புதிய புதிய கிளை வழிகளை ஏற்படுத்தியவர் அவரே. ஓவியமென்பதும் கிளர்ச்சியைத் தூண்டக்கூடிய முரசம்தான் என்பதை அவருக்கு முன்னால் வேறு யாரும் அறிவிக்கத் துணியவில்லை. கலையைப் பிரச்சாரமாக்கக் கூடாது என்னும் கருதுகோளை வைத்திருந்த தன் முன்னோர்களிடமிருந்து அவர் வேறுபட்டதாகச் சொல்ல முடியாது. அவர்களிடமிருந்து பெற்ற உரத்தினால்தான் புதிது செய்யும் எண்ணமே அவருக்கு உதித்திருக்கிறது.

தம்முடைய வாழ்விலிருந்தே படைப்புகளை உருவாக்கும் பயிற்சியை அவர் மேற்கொண்டிருக்கிறார். கும்பகோணத்தை அடுத்த உப்பிலியப்பன்கோயில் ஊர் சந்நிதானத்தில் தன் இளமைக்காலத்தை வறுமையோடு கழித்த அவர், அக்கோயிலிலிருந்த தெய்வத்திடம் பிரார்த்தனைகளுக்குப் பதிலாக ஓவியங்களை வைத்திருக்கிறார். வாலிப வயதுவரை அவருடைய வயிறு, கோயிலில் வழங்கப்படும் பிரசாதங்களை உண்டே நிறைந்திருக்கிறது.

தெய்வத்திடம் முறையிட்டால் வறுமை நீங்கிவிடுமென்றோ வசந்தகாலம் பூத்துவிடுமென்றோ அவர் ஏனோ நம்பாதவராய் இருந்திருக்கிறார். அதைவிட, கோயில் பணியில் ஈடுபட்டிருந்த தன் தாயும் தந்தையும் கர்ம சிரத்தையோடு செய்துவந்த தெய்வக் காரியங்களால்தான் தனக்கு ஓவிய சக்தி கிடைத்ததென்றும் அவர் எங்கேயும் சொல்லியதில்லை. மாறாக, தெய்வங்களையே கேள்விகேட்கும் குரலைத்தான் அவருடைய ஓவியங்கள் கொண்டிருந்தன. ஆனாலும்கூட, அவர் ஓவியங்கள் நம்முடைய புராதனக் கோடுகளையும் சிற்பங்களையும் அடிப்படையாகக் கொண்டவையே. காமதேனு, செங்கோட்டு யாழ், சிறுதெய்வச் சிலைகள், கற்பக விருட்சம் என அவர் திரும்பத் திரும்ப நம்முடைய தொன்மங்களிலிருந்தே ஓவியங்களை மீட்டுக்கொண்டிருந்தார். புராண இதிகாசக் குறியீடுகளை மறுப்பவராயிருந்தாலும் அவருக்குள்ளே பதிந்திருந்த அக்குறியீடுகளைக் கொண்டே அவற்றுக்கு எதிரான திசையில் பயணித்திருக்கிறார்.

கும்பகோணத்தில் எந்தத் திசையில் நடந்தாலும் நாலைந்து கோயில்களைக் கண்ணில் கண்டுவிடலாம். உலாத்தவும் உறங்கவும் ஓய்வெடுக்கவும் கோயில்களைத் தேர்ந்தெடுத்த அண்ணன் வீர.சந்தானத்திற்கு அக்கோயில்களிலிருந்த சிலைகளை ஓவியப் பிரதியெடுக்கும் ஆவல் ஏற்பட்டிருக்கிறது. அதேபோல் எம்.ஜி.ஆராக ஆகவேண்டும் எனவும் தோன்றியிருக்கிறது. ஏதோ ஒரு திரைப்படத்தில் எம்.ஜி.ஆர். பேருந்து நடத்துநராயிருந்து டிக்கட் பரிசோதகராகப் பதவி உயர்வு பெறுவார். எனவே, தாமும் நடத்துநராக வேலையில் சேர்ந்து எம்.ஜி.ஆர். ஆகிவிடலாம் என எண்ணியிருக்கிறார். நடத்துநர் பணி கிடைக்காமல் போகவே தன்னால்

யுகபாரதி □ 69

எம்.ஜி.ஆராக முடியாது என்று புரிந்துகொண்டு, ஓவியனாக மாற உத்தேசித்திருக்கிறார். அவர் எண்ணம் ஈடேறுவதற்கு வாய்ப்பாக அமைந்தது கும்பகோணம் ஓவியக் கல்லூரி. உப்பிலியப்பன் கோயில் கிராமத்திலிருந்து நடந்துபோகும் தூரமே கல்லூரி அமைந்திருந்ததால் பொருளாதாரத் தேவைகளால் தடைபடாமல் அவருடைய கல்லூரிப் படிப்புத் தொடர்ந்திருக்கிறது.

இந்தியா சுதந்திரமடைவதற்கு ஐந்துநாள்முன் பிறந்த அவர், சுதந்திர இந்தியாவின் கொடுமைகளுக்கு எதிராகத் தன் தூரிகையைத் தூக்கிப்பிடித்த களப்போராளியாக அறியப்படுகிறார். கும்பகோணம் ஓவியக் கல்லூரியில் படித்த அவர், மேற்படிப்புக்காகச் சென்னை ஓவியக் கல்லூரிக்கு வருகிறார். அங்கேதான் அவருக்குள் புதைந்திருந்த தனித்த ஆற்றல்கள் வெளிப்படுகின்றன. புகழ்பெற்ற ஓவியர் தனபாலின் மாணவராக ஆகிறார். கலைகளின் சகல நுணுக்கங்களையும் கற்றுத்தேர ஆசிரியர் தனபால் எல்லாவிதத்திலும் உதவுகிறார். ஓவியத்தில் மட்டுமே கவனம் செலுத்திக்கொண்டிருந்த அவரைப் புடைப்புச் சிற்பத்திற்கு மடைமாற்றிய பெருமை ஆசிரியர் தனபாலுக்குரியது. அவரே, வறிய குடும்பப் பின்னணியில் இருந்து வந்த வீர.சந்தானத்தை மகனாகப் பாவித்து, தன் வீட்டிலேயே தங்கவைத்து வளர்த்தெடுத்திருக்கிறார்.

திராவிட இயக்க அரசியல் சார்பு கொண்டிருந்த ஓவியரும் சிற்பியுமான தனபாலைத் தவிர்த்துவிட்டுத் தமிழக ஓவிய வரலாற்றை எழுத முடியாது. 1958ஆம் ஆண்டிலேயே பெரியாரைச் சிற்பமாக்கி ஓவியப் பதிவை ஏற்படுத்தியவராகத் தனபால் அறியப்படுகிறார். பெரியாருடன் மட்டுமல்ல பாரதிதாசன், ஜீவானந்தம், கலைவாணர் எனப் பலருடனும் நெருங்கிப் பழகிய தனபால், ஜீவாவின் தலைமறைவு வாழ்க்கைக்கு உதவிபுரிந்தவர். கலைவாணரின் வேண்டுகோளுக்கு இணங்க, ஜீவா தலைமறைவாக இருந்ததே தனபாலின் வீட்டில்தான். அந்த வீட்டில் இருந்துதான் வீர.சந்தானமும் தன் மேற்படிப்பு வாழ்க்கையை மேற்கொள்கிறார். மாணவர்களையும் மகன்களாக, மகள்களாகக் கருதும் தனபாலின் குடும்ப உறுப்பினர்களில்

ஒருவராக வீர.சந்தானம் வாழ்ந்திருக்கிறார். ஆசிரியர் தனபாலின் மனைவியான மீனாட்சியம்மா உருட்டி உருட்டி உள்ளங்கையில் வைத்த கவளத்திலிருந்து உருவானதே இந்த உடம்பு என எத்தனையோ சந்தர்ப்பங்களில் அண்ணன் வீர.சந்தானம் நெக்குருகியிருக்கிறார்.

அங்கேதான் ஓவியர் ஆதிமூலத்தின் அறிமுகமும் ஓவியத்தின் அத்தனைப் பரிமாணங்களும் அவருக்குப் பிடிபடுகிறது. வழக்கமான ஓவியர்களிடமிருந்து வித்தியாசப்படவும் தனித்த அடையாளத்தை உருவாக்கவும் உதவிய அந்தக் காலங்களை மயக்கமே மகிழ்ச்சியாகவும் மகிழ்ச்சியே மயக்கமாகவும் ஒன்று கலந்த உற்சாகமான பொழுதுகள் அவை என்று சொல்லியிருக்கிறார். "அண்ணன் ஆதிமூலமும் தனபால் சாரும் இல்லையென்றால் என் காதல் மனைவியை நான் கைப்பிடித்திருக்க முடியாது" என்றிருக்கிறார். "என் வீட்டுச் சார்பாக அவர்கள் வீட்டில் போய்ப் பெண் கேட்டதும் அவர்கள் ஆரம்பத்தில் மறுத்து, பின் ஒப்புக்கொள்ள ஜவாப்தாரி போட்டதும் அவர்கள்தான். திருமணம் முடித்துச் சொந்த ஊரான உப்பிலியப்பன் கோயிலுக்கு மனைவியைக் கூட்டிக்கொண்டு போனேன். அங்கே என்னைப் பெற்ற அம்மா, தன் மருமகளிடம் "எம் மவன் எவ்வளவு பவுனு போட்டான் என்கிறார். நானோ அரைப் பவுன் தாலிமட்டுமே வாங்கிக் கொடுத்திருந்தேன். அதைச் சொன்னதும் என்னுடைய அம்மா தன் கழுத்தில் கிடந்த சங்கிலியைக் கழற்றிப் போட்டார்". இயலாமையிலும் வறுமையிலும் நம்முடைய குடும்பங்கள் பரிமாறிக் கொள்ளும் அன்புக்கு இணையே இல்லை என்று அவர் வாழ்வில் நடந்த சம்பவங்களைக்கூட பகடியோடும் பாசத்தோடும் பகிர்ந்துகொள்வார்.

என்னுடைய முதல் மூன்று கவிதைத் தொகுப்புகளுக்கான முகப்பை அவர்தான் வரைந்துகொடுத்தார். அய்யனார், நிசும்பசூதனி, வீரனார் என அவர் வரைந்துகொடுத்த ஓவியங்களைத் தாங்கிய என்னுடைய மூன்று கவிதைத் தொகுப்புகளும் தஞ்சை மாவட்டத்து அரசியலையும் எதார்த்த வாழ்வையும் பேசின. காவிரிப் பாசனம் பொய்த்துப்போன சோகங்களை நானறிந்த மொழியில் வலியோடு அந்நூல்களில் எழுதியிருந்தேன். "விட்டுடாத, இந்த நெருப்ப அணைக்காம

வச்சிக்கிட்டா பொழச்சிக்கிடலாம். பஞ்சம் பொழைக்க எதை எதையோ செய்றாங்க, நீ எழுத வந்திருக்க. ஒன்ன எழுத்தும் எழுத்த நீயும் காப்பத்திக்கணும்'' என்றார். முதல் அறிமுகத்திலேயே அவர் எனக்கு அண்ணனாகிவிட்டார். கோணலான கோடுகளைச் சமூக நிமிர்வுக்காக வரைந்து வந்த அவர், தட்டிக்கொடுத்ததில் என் முதுகுத் தண்டும் முறுக்கேறியது.

எழுத்தாளர்களும் ஓவியர்களும் இணைந்து பணியாற்ற வேண்டிய தேவைகளை அவர் அவ்வப்போது உணர்த்திக்கொண்டிருந்தார். கவிதை நூல்களுக்கோ இலக்கியப் பத்திரிகைகளுக்கோ அவர் வரைந்துகொடுக்கும் ஓவியங்களுக்கு விலையையோ சன்மானத்தையோ எதிர்பார்த்ததில்லை. நவீன இலக்கியப் படைப்பாளர்கள் பலருக்கும் அவர் பெரும் உந்துவிசையாக இருந்திருக்கிறார். அட்டை வடிவமைப்பில் கவனத்தை ஏற்படுத்தி, நூலின் தகுதியைக் கூட்டிக்காட்டியதில் அவருடைய ஓவியங்களுக்கு முக்கியப் பங்குண்டு. அப்படித்தான் ஆரம்பகால என்னுடைய கவிதை நூல்கள் அரசியல் தளத்திலும் விமர்சனத் தளத்திலும் வெகுவான கவனத்தை ஈர்த்தன. அண்ணன் வீர. சந்தானம், என் முதல் இரண்டு தொகுப்புகளில் இடம்பெற்றிருந்த அரசியல் கவிதைகளை ஆவேசத்தோடு பல மேடைகளில் சொல்லிக்காட்டி உற்சாகப்படுத்தியிருக்கிறார்.

கவிதைகளில் வெளிப்பட்ட அரசியலை வண்ணங்களின் வாயிலாகவும் கோடுகளின் வாயிலாகவும் உரக்கப் பேசுவதற்கு அவர் ஓவியங்கள் உதவின. தஞ்சை மாவட்டத்து நிலப்பரப்பை அவர் நன்கு உள்வாங்கியவர் என்பதால், வண்டல்மண் அரசியலை பொதுவெளியில் அவரால் தயக்கமில்லாமல் சொல்ல முடிந்தது. ஒருபக்கம் திராவிட இயக்கமும் இன்னொரு பக்கம் இடதுசாரி இயக்கங்களும் வேரூன்றிக் கிளைபரப்பி நின்றபோதும், வேளாண்மையை மீட்டெடுக்க முடியாமல் போன துக்கத்தை அவர் ஓவியங்கள் வெளிப்படுத்தின. பேராசிரியரும் கவிஞருமான த.பழமலய், அண்ணன் வீர.சந்தானத்தின் ஓவியக்கூடத்தில் அமர்ந்து எழுதிய ''குரோட்டன்சுகளுடன் கொஞ்சம் நேரம்'' என்னும் கவிதை நூல் குறிப்பிடப்பட வேண்டியது. அந்நூலுக்கு

அண்ணன் வரைந்திருந்த ஓவியங்கள் அசாத்தியப் பொலிவைச் சேர்த்திருந்தது. அதற்கு முன் கவிஞர் பழமலய் எழுதிய சனங்களின் கதை என்னும் கவிதை நூல், அதுவரை இருந்த கவிதை மரபுகளையெல்லாம் புரட்டிப்போட்டது.

வட்டாரச் சொற்களை மிகுதியாகக் கையாண்ட அந்நூல் வெளிவந்த பிறகுதான், எளிய சொற்களின் வழியே கவிதை எழுதக்கூடிய பெரும் பட்டாளம் ஒன்று உருவானது. "பாடுகளைப் பாடுதல்" என்னும் நிலையில் என்போன்றோர்க்கு பழமலயின் கவிதைகளே மாதிரிகளை வழங்கின. கலைகள் முழுவதுமே மக்களுக்கானவை என்னும் புரிதலிலிருந்த கவிஞர் பழமலயும் அண்ணன் வீர.சந்தானமும் எக்கலையாயினும் அதை மக்கள் மொழியிலேயே வெளிப்படுத்த முனைந்தது முக்கியமான காலகட்டம். திராவிட இயக்கத்தின் பின்புலத்தில் வளர்ந்திருந்தாலும் அவர்கள் இருவருமே தமிழ்த்தேசிய அடையாளத்தைக் கலைகளில் கட்டியெழுப்ப விரும்பினார்கள். குறிப்பாக, அண்ணன் வீர.சந்தானம் அவ்வரசியலில் சாதியத்தைத் தூக்கிப்பிடிக்காமல் பொதுவுடைமைச் சார்பாளராக இறுதிவரை இருந்தார். இடதுசாரித் தமிழ்த்தேசியம் என்பதுதான் அவர் கொண்டிருந்த அல்லது பற்றியிருந்த கொள்கை என நான் புரிந்துகொள்கிறேன்.

மிகச் சமீபத்தில் வெளியான என்னுடைய நான்கு நூல்கள் வெளியீட்டு விழாவில், அவர் நம்பிக்கையோடு பேசிய உரையை நான் என் வாழ்நாள் பெருமிதங்களில் ஒன்றாகக் கருத இடமிருக்கிறது. "என் தம்பிகள் ஒருபோதும் தோற்கமாட்டார்கள். தோற்பவர்களை நான் தம்பிகளாகப் பெறவில்லை" என்று கணீர்க் குரலில் அவர் பேசிய பேச்சைக் கேட்டவர்கள், அடுத்த சில வாரங்களில் அவர் இல்லாமல் போவார் என எண்ணியிருக்க மாட்டார்கள். அவ்விழாவில் ஐந்து தேசிய விருதுகளை வாங்கிய இயக்குநர் பாலுமகேந்திரா, அவ்விருதுகளைப் பாதுகாக்காமல் தவறவிட்ட துயரத்தைப் பகிர்ந்துகொண்டார். விருதுகளை வாங்குவதைவிட அதைக் காப்பது பெரிது என்று கூறிய அவர், "கலைகளில் ஜெயிப்பவர்கள் வாழ்க்கையில் தோற்றுவிடுகிறார்கள். நாம் கலையிலும் தோற்கக்கூடாது.

வாழ்க்கையிலும் தோற்கக்கூடாது" என்றபோது அனுபவ வார்த்தைகளின் திரட்சியில் அரங்கம் உறைந்திருந்தது. பெரிய பின்புலமோ வசதி வாய்ப்புகளோ இல்லாமல் தொண்ணூறுகளின் பிற்பகுதியில் சென்னைக்கு வந்த எனக்கு, அவர் அவ்வப்போது கொடுத்துவந்த நம்பிக்கைக்கு அளவில்லை. சோர்ந்துபோன வேளைகளில் அவரிடமிருந்து வரும் ஒரு தொலைபேசி, வாழ்வதற்கான கச்சாப்பொருளைச் சொற்களின் வழியே வழங்கிவிடும். எழுந்து நிற்பதற்கான சக்தியை யார் வேண்டுமானாலும் தந்துவிடலாம். ஆனால், எழுந்து நிற்பதற்கான அரசியலை அவர் போன்றவர்களால்தான் தரமுடியும்.

அண்ணன் வீர.சந்தானம் ஓவியத்தின் மூலம் தன்னுடைய அரசியலை நிறுவிய அதே சமயத்தில் அரசியல் மேடைகளை ஒரு கலைஞன் எப்படிப் பயன்படுத்திக்கொள்ள வேண்டும் எனவும் கற்பித்திருக்கிறார். ஒருமுறை ஓர் அரசு பங்களாவில் நடந்த ஓவியப்பட்டறையில் அவருடைய ஓவியங்களும் பங்கெடுத்தன. அப்போது எதிர்பாராதவிதமாக அல்ல, எதிர்பார்த்தவிதமாக ஓர் அமைச்சரின் வருகையால் அவ்வோவியங்கள் அங்கிருந்து அகற்றப்படுகின்றன.

ஆட்சியிலிருப்பவர்களும் அதிகாரத்திலிருப்பவர்களும் கலைகளைக் கையாளும் விதத்தைப் பார்த்து அவரால் சும்மா இருக்க முடியவில்லை. தன்னுடைய எதிர்வினையை வார்த்தையாக வெளிப்படுத்தாமல், "உடைந்து நொறுங்கும் நாற்காலிகள்" என்னும் தலைப்பில் தொடர் ஓவியங்களைத் தீட்டி அதனைக் காட்சிப்படுத்தினார். அதிகாரத்திற்கு எதிராக முஷ்டியை உயர்த்திய அவருடைய ஓவியங்கள் கலகக் குரலுடையன. முற்று முழுக்கச் சிதிலமடைந்த நாற்காலிகளை வெவ்வேறு வகைகளில் வரைந்து, நாற்காலிகளையும் அதில் அமர்ந்திருப்பவர்களையும் கோபமடைய வைத்திருக்கிறார். பதவியிலிருப்பவர்கள் கலைஞர்களைக் கௌரவிக்கத் தவறுகிற போதெல்லாம் அவருடைய தூரிகைக்குக் கோபம் வந்துவிடும். அதே போன்று வடக்கிலும் விவான் சுந்தரம் என்னும் ஓவியர், நாற்காலி வரிசையை வரைந்து அதிகாரப் பீடங்களை அசைக்க முயன்ற தகவலைக் கலை விமர்சகர் இந்திரன், தம்முடைய கட்டுரை ஒன்றில் குறிப்பிட்டிருக்கிறார்.

பேசக்கூடிய ஓவியங்களையே அவர் விரும்பினார். கவிஞர் காசி ஆனந்தன், “மோனோலிசா ஓவியம் தனக்குப் புரியவில்லை. ஓவியராக உங்களுக்கு ஏதாவது புரிகிறதா” என்றபோது, “எனக்கும் அந்த ஓவியம் என்ன சொல்ல வருகிறது என்பது புரியவில்லை” என்றுதான் சொல்லியிருக்கிறார். விசேஷ காரணங்களையும் வியக்கத்தக்க விவரங்களையும் அவரால் தந்திருக்க முடியும். என்றாலும், எந்தப் பாசாங்குமில்லாமல் மனதில் பட்டதை அப்படியே ஒப்புக்கொள்ளும் தன்மையே அவரிடம் இருந்திருக்கிறது. கலைகள் மக்களுக்கு ஏன் புரியவேண்டும். கலா ரசிகர்களின் பசிக்குத் தீனியானால் போதாதா? என்றெல்லாம் கேட்கக்கூடிய நிலையில், மக்களுக்குப் புரியும் மொழியில் ஆக்கப்படுவதே கலை என்னும் உறுதியைக் கொண்டிருந்தவர் அவர். தமிழகச் சூழலில் அண்ணன் வீர.சந்தானம் ஒருவர்தான் உலகம் முழுக்க நிலவிவந்த அரசியல் மாற்றங்களையும் எழுச்சிகளையும் ஓவியக் கித்தானில் சொல்ல விழைந்தவர்.

மத்திய அரசின் நெசவாளர் சேவை மையத்தில் உயர் பதவியில் இருந்தபோதும்கூட, அவர் எண்ணங்களும் செயல்பாடுகளும் மக்களை நோக்கியே அமைந்திருந்தன. துறைசார்ந்த பங்களிப்பில் இரண்டு முறை தேசிய விருது பெற்றிருக்கிறார். பல்வேறு அரசியல் நெருக்கடிகள் காரணமாக இந்தியாவின் பல பகுதிகளுக்கு அவர் பந்தாடப்பட்டிருக்கிறார். ஈழ விடுதலையை முன்வைத்த அவர் ஆற்றிவந்த காரியங்களுக்காக அரசு அவருடைய பெயரைக் கண்காணிப்புப் பட்டியலில் வைத்திருந்தது. பணிநிமித்தம் தன் இரண்டு மகள்களிடமிருந்தும் மனைவியிடமிருந்தும் பிரிய நேர்ந்திருக்கிறது. என்றாலும், மக்களிடமிருந்து அவர் ஒருநாளும் பிரிந்ததில்லை. ஓவியத்தின்மீது தான் கொண்டிருந்த தீவிரமான ஈடுபாட்டால், தன் மனைவிக்குப் பல ஆண்டுகளாகத் தனிமையைப் பரிசளிக்க நேர்ந்ததைக் கவலையோடும் விரக்தியோடும் வெளிப்படுத்தியிருக்கிறார். மனைவிக்கு மனநிலை பிறழ்ந்ததே தன்னால்தானென்ற குற்ற உணர்வை ஒளிவு மறைவில்லாமல் தன்னைப் பற்றிய ஆவணப் படத்தில் ஒப்புக்கொண்டிருக்கிறார். பேரக்குழந்தைகளைக் கொஞ்சுவதுபோலவே குழந்தையான என் மனைவியையும்

இப்போதும் கொஞ்சிக் கொண்டிருக்கிறேன் எனச் சொல்லி, ஆறாகப் பெருக்கெடுக்கும் கண்களை அலட்சியத்துடன் துடைத்திருக்கிறார்.

மக்களை நேசிக்கக்கூடிய கலைஞனுக்கு இப்படியான இக்கட்டுகளும் இடர்ப்பாடுகளும் வேதனைக்குப் பதிலாக வேகத்தையே கொடுக்கின்றன. முன்னிலும் தீவிரமாகச் செயல்படும் மூர்க்கத்தையும் தாக்கத்தையும் அத்தகைய சூழல்கள் அமைத்துத் தருகின்றன. எண்பதுகளின் பிற்பகுதியில் ஈழப் போராட்டத்தின் விதைகள் தமிழக மண்ணிலும் தூவப்பட்டன. மதம், கட்சி, சாதிப் பாகுபாடின்றித் தமிழ்ச் சமூகமே ஈழத்துக்கான ஆதரவு நிலையை அப்போது எடுத்திருந்தது. அப்பாவித் தமிழர்கள் சிங்களப் படையினரால் கொல்லப்பட்டது போதாதென்று, இந்தியாவும் அமைதிப்படை என்னும் பேரால் தமிழர்களைக் கொன்று குவித்தது. இந்திராகாந்திக்குப் பிறகு இனப்படுகொலை என்னும் சொல்லைப் பயன்படுத்திய அண்ணன் வீர.சந்தானம், சிங்கள அரசுக்கும் இந்திய அரசுக்கும் எதிரான ஓவியங்களைத் தீட்டிக் காட்சிப்படுத்தினார். அதன் விளைவாக வெவ்வேறு குழுக்களாகத் தமிழகத்தில் உலவிவந்த ஈழ விடுதலை அமைப்புகள் பலவற்றுடனும் அவருக்குத் தொடர்பு ஏற்பட்டது. அதன் காரணமாகவே "முகில்களின் மீது நெருப்பு" என்னும் ஓவிய நூலும் வெளிவந்தது.

கவிஞர் சேரனின் கவிதை வரியைத் தலைப்பாகக் கொண்டு வெளிவந்த அந்த ஓவிய நூல், அரசியல் தளத்திலும் பொதுமக்கள் மத்தியிலும் மிகக் காத்திரமான விவாதத்தைத் தொடங்கிவைத்தது. இராசகிளி பதிப்பகத்தால் வெளியிடப்பட்ட அந்நூலே தமிழில் வெளிவந்த முதல் ஓவிய நூல். ஈழத்தில் விடுதலைப் போராளி குட்டிமணியின் கண்கள் சிங்களப் படையினரால் பிடுங்கி எறியப்பட்டதைக் கண்டித்து அண்ணன் வீர.சந்தானம் வரைந்த ஓவியங்கள், இனப்படுகொலையின் கோரத் தாண்டவத்தை இப்போதும் எச்சரித்துக் கொண்டிருக்கின்றன. மொழியால் மட்டுமே ஓர் இனம் மூச்சுவிடும் என்பதை அவர் அறிந்துவைத்திருந்தார். எனவேதான், தன் ஓவியங்களை அவர் தமிழ்பேசும் ஓவியங்களாகத் தகவமைத்தார். அவருடைய ஓவியங்களில்

மிகுதியாக ஒடுக்கப்பட்ட மக்களின் முகங்களே வெளிப்பட்டன. புனரமைக்கப்படாத ஓர் ஆதி இனத்தின் அவலக் குரலை அவருடைய கோடுகள் பிரதிபலித்தன.

முதல் சந்திப்பிலேயே பிடித்துவிடக்கூடிய முகவெட்டும் தாடியும் கம்பீரமும் அவருடையது. வாக்கியங்களை விட்டுவிட்டு உதிர்த்தாலும் அவற்றுக்கு இடையே விரவிவரும் கவிநயம் யாரையும் வசீகரித்துவிடும். இயக்குநர் பாலுமகேந்திரா அந்த வசீகரத்தால்தான் 'சந்தியாராக'த்தில் அவரை நடிக்கவைத்தார். அவரைத் தொடர்ந்து பல இயக்குநர்கள் தங்கள் படங்களில் அவரைப் பயன்படுத்தியிருக்கிறார்கள். இளவயதில் எம்.ஜி.ஆர். ஆகவேண்டும் என ஆசை கொண்டிருந்தாலும், அவர் நடிக்க வந்தபோது அந்த ஆசையிலிருந்து வெகுதூரம் விலகியிருந்தார். எந்தப் பாத்திரமானாலும் ஏற்று நடிக்கும் ஆவலை அவர் அறவே தவிர்த்திருந்தார். முழுநேர நடிகனாகத் தன்னை நிறுவிக்கொள்ள அவரால் முடிந்திருக்கும். என்றாலும், வர்த்தக சினிமா வலையில் சிக்கிக்கொள்ள அவர் துளியும் விரும்பவில்லை. எத்தனையோபேர் வற்புறுத்திக் கேட்டபொழுதும்கூட எண்ணிச் சொல்லும்படியான படங்களில் மட்டுமே நடித்திருக்கிறார். அவர் நடிக்க ஒப்புக்கொண்ட படங்கள், ஓரளவுக்காவது தமிழ் வாழ்வியலைச் சொல்லும்படியான படங்களாக இருந்தன.

இயக்குநர் வ.கௌதமன் இயக்கிய மகிழ்ச்சி திரைப்படத்திலும் அவர் நடித்திருக்கிறார். எழுத்தாளர் நீல.பத்மநாபனின் தலைமுறைகள் நாவலைத் தழுவி எடுக்கப்பட்ட அப்படத்தில் நடிக்க வேண்டுமென கௌதமன் கோரிக்கை வைத்தபோது, "அன்புகொண்ட உனக்காகத் தொழுநோயாளியாகவும் நடிக்கத் தயார்" என்றிருக்கிறார். கௌதமன் கேட்கப்போனதும் அப்படியான கதாபாத்திரத்திற்காகத்தான். சொல்லத் தயங்கிக்கொண்டிருந்த வேளையில், அவராகவே அப்படிச் சொன்னதை ஆச்சர்யத்தோடு அப்படம் வெளிவந்த சமயத்திலேயே ஒரு நேர்காணலில் கௌதமன் நெகிழ்வோடு பகிர்ந்துகொண்டிருக்கிறார்.

தொழுநோயாளி கதாபாத்திரத்தில் நடிக்க, வீட்டிலிருந்தே அந்த வேசத்தைப் போட்டுக்கொண்டு படப்பிடிப்புத்

தளத்திற்குப் போயிருக்கிறார். கிழிந்த அழுக்கான பார்க்கவே சகியாத கோலத்தில் படப்பிடிப்புக்குப்போன அவர், தன்னை யாரென்று காட்டிக்கொள்ளாமல் வி.எஸ். ராகவனின் அருகில் போடப்பட்டிருந்த நாற்காலியில் போய் அமர்ந்திருக்கிறார். தொழுநோயாளி வேடத்திலிருந்தாலும் திமிரும் செருக்கும் நிரம்பிய அவருடைய உடல்மொழி யாரையும் அச்சுறுத்தும். தனது அருகில் வந்து அமர்ந்திருக்கும் தொழுநோயாளியைப் பார்த்த பழம்பெரும் நடிகரான வி.எஸ்.ராகவனுக்கோ அந்தக் கோலமும் அவர் செய்கைகளும் அசூயையாகப் பட்டுவிட்டன. உடனே, தனக்கு அருகில் யாரோ ஒரு பிச்சைக்காரன் வந்து அமர்ந்திருக்கிறான் என குய்யோ முறையோ எனச் சத்தம் போட்டிருக்கிறார். அப்போதும் வீர. சந்தானம் தன்னை யாரென்றே சொல்லாமல் பராக்குப் பார்த்தபடி அமர்ந்திருக்கிறார். "முதலில் இந்த ஆளை வெளியே அனுப்புங்கள்; இல்லையென்றால் நான் நடிக்க மாட்டேன்" எனவும் ராகவன் ஆதங்கப்பட்டிருக்கிறார். அதன்பிறகு இயக்குநர். கௌதமன் வந்து விவரத்தை விளக்கிய பிறகுதான் படப்பிடிப்பு அமைதியாகத் தொடர்ந்திருக்கிறது.

வேசம் எதுவென்றாலும் பொருந்திப்போகக்கூடிய சாயலை அவர் முகம் கொண்டிருந்தது. எதையும் உள்வாங்கிக்கொண்டால் அதுவாகவே மாறிவிடும் அற்புதமான கலைஞராகவும் அவரிருந்தார். அவர் நடிகராக வேசமேற்றப் பல படங்களுக்கு நான் பாடல் எழுதியிருக்கிறேன். ஒலிநாடா வெளியீட்டு விழாக்களில் சந்திக்கும்போது, "கேட்டேன், நல்லா இருந்துச்சு" என இறுக அணைத்துக்கொள்வார். "நீ வருவேன்னு தெரியும். ஆனா ஊடக அரசியலையும் திரைத்துறைச் சவால்களையும் எதிர்கொண்டு நீச்சலடிக்கிறியே அதுதான் பெரிய சாதனை" என உச்சிமோந்து அவர் நெற்றியில் இட்ட முத்தக் கறைகளை, தற்போதைய மரணக் கண்ணீர் வந்து அழித்துக்கொண்டிருக்கிறது.

அண்ணன் வீர.சந்தானம் நடிப்பிற்கான தேசிய விருதையும் ஒருமுறை பெற்றிருக்கிறார். அரிதாரம் பூசிக்கொண்டு திரையில் தோன்றுவதன் மூலம் அதிகமான மக்களிடம் தம்முடைய குரலும் ஓவியங்களும் பரவும் என்பதற்காகவே நடிக்க ஒப்புக்கொண்டதாக ஒரு நேர்காணலில் சொல்லியிருக்கிறார்.

இயக்குநர் மீராகதிரவனின் "அவள் பெயர் தமிழரசி" என்னும் திரைப்படத்தில் தோற்பாவைக் கூத்துக் கலைஞராக நடித்திருக்கிறார். இயல்பிலேயே அண்ணன் வீர. சந்தானம் தோற்பாவைகளின் வண்ணங்களையும் வடிவங்களையும் உட்செறித்தவர். இன்னும் சொல்லப்போனால், தோற்பாவைகளை நவீன ஓவிய மரபாக்கிய பெருமையும் அவருக்குண்டு. பீட்சா, கத்தி, என அவர் பல படங்களில் நடித்திருந்தாலும் சந்தியாராகத்திற்குப் பிறகு மனதில் பதிந்த கதாபாத்திரமாக அதைத்தான் சொல்லமுடியும். நலிந்த கூத்துக்கலைஞனின் குரலை மீராகதிரவன் மிக நேர்த்தியாகப் பதிவு செய்திருப்பார். படம் வெகுவாகச் சிலாகிக்கப்படவில்லை. என்றாலும், அண்ணன் வீர. சந்தானத்தின் நடிப்பு பலருக்கும் பிடித்திருந்தது. அவர் நடிக்கவில்லை, அப்படியே வாழ்ந்திருக்கிறார் எனவும் சில பத்திரிகைகள் குறிப்பிட்டிருந்தன. உண்மையிலேயே அவர் கூத்துக் கலையை உள்வாங்கியவர் என்பது பலருக்குத் தெரியாது.

கே.சி.எஸ். பணிக்கர், எஸ். தனபால், ஏ.பி.சந்தானராஜ் ஆகிய ஓவிய, சிற்ப மேதைகளை ஆசியராகக் கொண்டிருந்த அவர், தனக்கான ஓவியப்பாணியைத் தஞ்சாவூர் மரபு ஓவியங்களிலிருந்து உருவாக்கிக் கொண்டதாகக் கருத இடமுண்டு. பிற்காலச் சோழர்களால் உருவாக்கப்பட்ட தஞ் சாவூர் ஓவிய மரபு, நாயக்கர், மராட்டியர் வருகைக்குப்பின் உச்சத்தை அடைந்தது. சிற்பக்கலை, கட்டடக்கலை உள்ளிட்ட பல்வேறு கலை வடிவங்கள் ஒன்றிணைந்த மரபே தஞ்சாவூர்ப் பாணி ஓவிய மரபு. தஞ்சாவூர்ப் பாணி என்பது தனித்தத் தன்மையுடையதல்ல. அது ஏனைய கலை வடிவங்களின் கூட்டுக் கலவையே. தோற்பாவைகள், திரைச்சீலைகள், சுதைச் சிற்பங்கள், வெண்கலம் சார்ந்த தஞ்சாவூர்த் தட்டுக்கள், சுவரோவியங்கள் ஆகியவற்றையே தஞ்சாவூர்ப் பாணி என்கிறோம்.

அண்ணன் வீர.சந்தானம், தென்னிந்தியத் தோற்பாவை மரபையும் பாரம்பரிய வண்ண மரபையும் சுவரோவியக் கோடுகளையும் தன்னுடைய ஓவியங்களில் கொண்டுவந்தவர். நம்முடைய பெண்கள் வாசலில் இடும் கோலங்களையும்

மரச்சிற்பங்களில் பதியப்படும் பல்வேறு விதமான உருவங்களையும் இணைத்து ஒரு புதிய மரபை உருவாக்கிக் காட்டியவர். சின்னதும் பெரியதுமாக நீளும் அவருடைய கோடுகள், உருவத்திலிருந்து அரூபங்களைச் சமைத்தன. அதனால்தான் வீர.சந்தானத்தின் ஓவியங்கள் “உள் மனதில் தாக்கங்களை நிகழ்த்தும் மந்திர சக்தி மிக்கவை” எனப் பேராசிரியர் வீ. அரசு எழுதியிருக்கிறார். தாந்திரிக மரபையும் கலை கலைக்காக என்னும் பார்வையையும் ஆரம்பத்தில் கொண்டிருந்த அண்ணன் வீர.சந்தானம், ஒரு காலத்திற்குப் பிறகே தன்னுடைய பாதை எதுவென்று வரையறுத்திருக்கிறார்.

“ஒரு நடன மாதுவையோ, ஒரு தெய்வத்தின் நிலையையோ அல்லது இயற்கை எழிலையோ வரைந்தால் ஓவியமென்று கொண்டாடுபவர்கள் தன் சகல பலத்தையும் ஒன்று திரட்டி, கழுத்து நரம்பு புடைக்க ரிக்‌ஷா இழுப்பவனை வரைந்தால் ஓவியமில்லை என்கிறார்களே” என வருந்திய அவர், வாழ்க்கைக்கும் ஓவியத்திற்குமுள்ள இடைவெளியைக் குறைக்க விரும்பினார். குறைக்க விரும்பினார் என்பதுகூட சரியில்லை. இடைவெளியே இருக்கக்கூடாது என்பதுதான் அவர் எண்ணமாயிருந்தது. ஈழத்தில் தொடங்கிய இனப்படுகொலைக்கு எதிராக ஆரம்பித்த அவருடைய ஓவியப் பயணம், முள்ளிவாய்க்கால் நினைவு முற்றத்தில், அப்போரின் அவலங்களைக் கல்லில் சிற்பங்களாக வடிக்கும்வரை நீண்டது. தஞ்சையை அடுத்த விளாரில், அப்பணியில் அவர் ஈடுபட்டிருந்த நேரத்தில் ஒருமுறை அவரைப் பார்க்கப் போயிருந்தேன். கனல் கக்கும் கண்களுடன் இரவுபகலாக அப்பணியை அவர் செய்துகொண்டிருந்தார்.

“சோழர் காலக் கல்வெட்டுக்களில் தமிழனின் வீரத்தைக் காண்கிறோம். இதோ நான் செய்து கொண்டிருக்கும் இந்தக் கல்வெட்டுக்கள், தமிழனின் சோகத்தைச் சொல்லப் போகின்றன” என வானத்தைப் பார்த்துக் கையுயர்த்தினார். ஈழம் விடுதலை அடைவதைப் பார்க்காமல் நான் கண்மூட மாட்டேனெனச் சொல்லிக்கொண்டிருந்தார். அதையே என் நூல்கள் வெளியீட்டிலும் பேசினார். நம்பிக்கைப் பொய்த்துப் போவதில்லை என எத்தனையோ பேர் எழுதியிருக்கிறார்கள். ஆனாலும், நிஜம் எப்போதும் நம்பிக்கையின் எதிர்த்

திசையைத்தான் கலைஞர்களுக்குக் காட்டுகிறது. உலகமே கூடி நின்று ஓர் இனத்தை அழித்தொழிக்கும் காரியத்தில் ஈடுபடுகையில் அதை எதிர் கொள்ள ஆயுதங்களாலேயே முடியாதபோது, காகிதங்களாலும் தூரிகைகளாலும் என்ன செய்துவிட முடியும்? தோற்கக்கூடியவர்களை நான் தம்பிகளாகப் பெறவில்லை என மேடைதோறும் அவர் முழங்கிவந்தாலும், காலத்தால் தோற்கடிக்கப்பட்ட அண்ணனுக்காக அவருடைய தம்பிகள் கண்ணீர் வடிக்கும் நிலையே ஏற்பட்டிருக்கிறது.

அண்ணன் வீர.சந்தானம், அமைப்புகளின் அளவைப் பார்க்காமல் தன்மையைப் பார்த்தே ஆதரவளிப்பவர். லட்சம்பேர் கூடியிருக்கும் மேடையானாலும் பத்துபேர் மட்டுமே கூடி ஆலோசிக்கும் அரங்கமானாலும் தன்னுடைய பங்களிப்பைத் தமிழ்த்தேசிய நலனுக்காகச் செய்து கொண்டிருந்தவர். ஓவியம்மூலம் அவர் ஈட்டிய தொகையைப் பல சிற்றதழ்களுக்குக் கொடையாகக் கொடுத்தவர். அரங்கேற்றம், இனி, தோழமை, நந்தன், தமிழர் கண்ணோட்டம் ஆகிய இதழ்களில் அவர் தொடர்ந்து ஓவியங்களை வரைந்துகொண்டிருந்தார். ஓவியர் ஆதிமூலம் சோழ மண்டல ஓவிய கிராமத்தை உருவாக்கியதைப் போல தாமும் தாம்பரத்தை அடுத்த படப்பையில் ஓவிய கிராமம் ஒன்றை உருவாக்கத் திட்டமிட்டார். எழுத்தாளர்களும் ஓவியர்களும் ஒன்றிணைந்து செயலாற்றும் தளமாக ஓர் இடத்தை உருவாக்கும் முயற்சியில் ஈடுபட்டு ஓரளவு சாத்தியப்படுத்தினார். மனைகளை வாங்கி மிகக் குறைந்த விலைக்குப் பகிர்ந்தளித்தார். இப்போதும் ஓவியர் விஸ்வம், நெடுஞ்செழியன், ராமன் போன்றவர்கள் அங்கிருந்தே தங்களது ஆக்கங்களை உருவாக்கி வருகிறார்கள்.

மிகமிகக் குறைந்த விலைதான் என்றபோதும் வயிற்றுப்பாட்டுக்கே வழியில்லாமல் இருந்த அந்தக் காலத்தில் அண்ணனின் விருப்பத்திற்கு என்னால் இசைவு தெரிவிக்க முடியாமல் போனது. சில ஆண்டுகளுக்கு முன்பு ஒருமுறை படப்பைக்கு வருகிறேன் என்றதும் "வேண்டுமானால் நான் கட்டியிருக்கும் வீட்டில் தங்கிக்கொள்ளேன்" என்றார். எழுத்து, படைப்பு எல்லாவற்றையும் தாண்டி தாயுள்ளத்தோடு

அவர் சொல்லிய அந்த வார்த்தைகளில் பொதிந்திருந்த அன்புக்கு ஈடாக எதுவுமே இல்லை. எதையுமே அவருக்கு மறைத்துவைத்துப் பழக்கமில்லை. நண்பர்களோடு இணைந்து எப்போதாவது குடியைக் கொண்டாடுவார். சதா கைகளில் புகையும் சிகரெட்டை "விட்டுடலாமே அண்ணா" என்றேன். "கோவிந்தசாமியை விட்டாலும் இவனை விட முடியவில்லையே" என்றார்.

அது யார் கோவிந்தசாமி என்றதும், "ஒருமுறை நண்பர்கள் தொந்தரவு தாங்காமல் குடிக்க நேர்ந்தது. குடி சும்மா இருக்குமா, நேரம் போனதே தெரியவில்லை. அப்போ ஒங்க அண்ணி மட்டுந்தான் வீட்டுல. நான் நண்பர்களோடு பேசிவிட்டு வீட்டுக்குப் போகத் தாமதமாகிவிட்டது. வீட்டுக்குப் போனதும் குடிக்கப் போனேன் என்றால் தவறாகிவிடுமேன்னு கோவிந்தசாமியைப் பாக்கப் போயிருந்தேன் எனக் கதைவிட்டேன். அதிலிருந்து எப்போது குடிக்க நேர்ந்தாலும் கோவிந்தசாமியைப் பார்க்கப் போனதாகச் சொல்லத் தொடங்கினேன். ஒருகட்டத்தில், ஒங்க அண்ணியே கோவிந்தசாமியப் பாக்கப் போயிட்டீங்களான்னு கேட்கத் தொடங்கினா. யாருன்னே தெரியாத கோவிந்தசாமி பலதடவ என்னக் காப்பாத்தியிருக்கான்" என்று சொல்லிவிட்டு "அந்த கோவிந்தசாமிப் பயல நீ பாத்துடாத" எனவும் எச்சரித்தார்.

அவர் வீட்டுக்குப் போனால் வீடு நிரம்ப அடுக்கிவைக்கப்பட்டிருக்கும் ஓவியங்களை வரிசையாகக் காட்டுவார். "இது போனவாரம் காவிரிப் பிரச்சனைக்காக வரைந்தது. இது முல்லைப் பெரியாறுக்கு, அதோ அது இருக்கிறதே அது மீனவர்கள் சுட்டுக்கொல்லப்பட்டதை முன்னிட்டு" எனத் தமிழர்களின் ஜீவாதாரப் பிரச்சனைகளுக்கு எப்போதெல்லாம் சிக்கல் ஏற்படுகிறதோ அப்போதெல்லாம் ஓவியத்தால் எதிர்வினையாற்றினார். பெரும்பாலும் தமிழகத்தில் காணக்கிடைக்கும் பண்டைய ஓவியங்கள் கடவுளோடும் மதங்களோடும் சம்பந்தமுடையவை. ஆனால், உலகியல் சார்ந்த ஓவியமரபு தமிழர்களுக்கு இருந்துள்ளது. அதற்கான சான்றுகளை நம்முடைய பழைய இலக்கியங்கள் வழங்குகின்றன. அது பற்றிய விரிவான ஆய்வு தேவை எனத் தமிழறிஞரும் பேராசிரியருமான கா.சிவத்தம்பி

சொல்லியிருக்கிறார். அந்தப் பணியை மேற்கொள்ளத் தகுதியடையவராக இருந்தவர்களில் வீர.சந்தானமும் ஒருவரென்று ஆய்வாளர் எஸ்.வி.ராஜதுரை தம்முடைய கட்டுரையில் குறிப்பிட்டிருக்கிறார்.

ஆய்வுப்பணியை மேற்கொள்வது ஒருபுறமிருக்க, தன்னுடைய கலையாற்றலைக்கூட முழுமையாக வெளிப்படுத்தாமல், ஒரு முழு நேர தமிழ்த்தேசியப் போராளியாக வாழ்ந்து மறைந்திருக்கிறார் எனவும் அக்கட்டுரையில் எஸ்.வி. ஆர். வருந்தியிருக்கிறார். அண்ணன் வீர.சந்தானத்தைப் பொறுத்தவரை எந்த விளம்பரத்தையும் எந்த விமர்சனத்தையும் பொருட்படுத்தியதில்லை. மாறாக, போராட்டக்களத்தில் இறங்கி முழக்கமிடுவதிலும் சிறை செல்லுவதிலும்தான் குறியாயிருந்தார். அரசின் அடக்குமுறைக்கும் ஒடுக்குமுறைக்கும் அஞ்சாதவராகச் செயல்பட்டார். கலைஞர்களோ எழுத்தாளர்களோ பெரிதில்லை. களத்தில் நின்று போராடுபவர்களே பெரியவர்கள் என அவர் கருதினார். தமிழகத்தில் இன்றுள்ள எல்லா அரசியல் தலைவர்களோடும் அவருக்கு நெருக்கமான தொடர்புண்டு. என்றாலும், அவர்களில் யார் ஒருவர் மக்கள் விரோதச் செயலில் ஈடுபட்டாலும் அதை அவர் ஏற்றுக்கொண்டதில்லை. முகத்திற்கு நேரே விமர்சித்து வெளியேறிவிடுவார்.

ஓட்டு அரசியலைவிட்டு மக்கள் அரசியலுக்கு வாருங்கள் என்றுதான் ஒவ்வொரு அரசியல்வாதிகளையும் அவர் கேட்டுக்கொண்டிருந்தார். “தமிழ்ப் பாதுகாப்பு இயக்கம்” என்னும் பெயரில் தொல்.திருமாவளவனும் மருத்துவர் ராமதாஸும் கைகோர்க்கக் காரணமாயிருந்தவர்களில் முதன்மையானவர் வீர.சந்தானமே. தமிழ்ப் பாதுகாப்பு இயக்கத்தின் மூலம் உதிரி உதிரியாயிருந்த தமிழ் அமைப்புகளை ஒன்றுசேர்த்து மாலையாகத் தொடுக்கும் ஆர்வம் அவருக்கிருந்தது. என்றாலும், பல்வேறு காரணங்களால் அவருடைய முயற்சிகள் பின்னடைவைக் கண்டன. தமிழ் இணைப்பு மூலம் சாதியத்தை வேரோடும் வேரடி மண்ணோடும் பிடுங்கி எறிய அவர் எடுத்துக்கொண்ட சங்கல்பம், பொய்யாய்ப் பழங்கதையாய்ப் போனது. இனத்தையும் மொழியையும் சாதி விழுங்கி ஏப்பம்விடும்

என்பதைப் பின்னால்தான் அவருமே புரிந்துகொண்டார்.

அவர் ஆசை ஆசையாகத் தஞ்சையில் நிறுவிய முள்ளிவாய்க்கால் முற்றத்திற்கு ஆளும் அரசால் ஆபத்து நேரவிருந்த சமயத்தில் குரல் தழுதழுக்க அவர் உரையாடிய உஷ்ணத்தை அவ்வளவு எளிதாக என்னால் கடந்துவிடமுடியாது. பத்திரிகையாளரும் என் நண்பருமான டி. அருள்எழிலன் எழுதி இயக்கிய "கள்ளத்தோணி" குறும்படத்தில் வயதான ஈழ அகதியாகத் தோன்றுவார். பேத்திக்கும் தாத்தாவுக்குமான உரையாடல்கள், அச்சு அசலான உண்மைத்தன்மையோடு வெளிவர அவருடைய உடல்மொழி உதவியிருக்கிறது. போர் என்றால் என்னவென்று கேட்கும் பேத்திக்கு வேதனையோடு அவர் விளக்கிக்காட்டுவார். அப்போது உடல் நடுங்கிக் குரல் சிறுத்து அவரே வேறு ஒருவராய்த் தெரிவார். அவர் அக்குறும்படத்தில் வெளிப்படுத்திய உணர்வுகள், கல்லான ஒருவரையும் கண்ணீர்க் கடலுக்குள் தள்ளிவிடும். அதேபோல லயோலா கல்லூரியின் ஊடகப் பிரிவினர் தயாரித்த வேட்டியிலும் அவருடைய நடிப்பு குறிப்பிட்டுச் சொல்லும்படி அமைந்திருந்தது. இறுதிக் காட்சியில் 'தூ' எனக் காறித்துப்பும்போது திருந்தாத சமூகத்தின் மீது மொத்தக் கோபத்தையும் கொட்டியிருப்பார்.

"ரொம்ப அருமையா துப்பியிருக்கீங்கண்ணே" என்றபோது, பாரதி ஒனக்குத் தெரியுமா என்னுடைய காதலே காறித் துப்பிய காதல்தான்" என்றார். "என்னாண்ணே சொல்றீங்க" என்றதும், "நான் வேலை பார்த்து வந்த நெசவாளர் சேவை மையத்திற்கு அருகில்தான் சாந்தா வீடிருந்தது. நான் வந்துவிட்டதைத் தெரிவிக்க மூன்றுமுறை காறித்துப்புவேன். உடனே, சாந்தா வெளியே வந்து பார்த்துச் சிரிக்கும். உலகமே காதலைக் காறித் துப்பிக்கொண்டிருந்த காலத்தில் நானும் சாந்தாவும் காறித் துப்பித்தான் காதலை வளர்த்தோம்" என்று சொல்லி சிரித்துக்கொண்டார். இதே சம்பவத்தை மருத்துவமனையில் பலரிடமும் சொல்லிச் சொல்லி மகிழ்ந்திருக்கிறார். சூழலின் இறுக்கத்தைத் தளர்த்த அவர் கையாளும் உத்திகளில் இதுவும் ஒன்று.

நெருப்புக் கக்கும் ஓவியங்களை ஒரு பக்கம்

நீட்டிக்கொண்டே, எதார்த்த வாழ்வின் சுவாரஸ்யங்களை அவர் சுகிக்கத் தெரிந்தவர். ஒரு சம்பவத்தையோ சூழலையோ விவரிக்கும்பொழுது, பெரும்பாலும் அவர் ஒரு நாடகக்காரனாக அவதாரம் எடுத்துவிடுவார். சொல்லவந்த விஷயத்தைச் சுவைபடக் கூறுவதில் அவருக்கிருந்த பேரார்வம் ஒரு தேர்ந்த எழுத்தாளனைத் தோற்கடித்துவிடக் கூடியது. ஈழத்தில் நிகழ்ந்த இறுதிப் போரை விவரிக்கையில், "காந்திதேசம் கொடுத்தது, புத்த தேசம் கொன்னது" என ரத்தினச் சுருக்கமாய் ஒரு மேடையில் பேசினார். நீட்டி முழக்காமல் நேரடியாகச் சொல்லிவிடக் கூடிய ஆற்றல் அவருடையது. தனக்கு நெருக்கமானவர்கள் கருத்துரீதியாக வேறுபட்டாலும் அரசியல்ரீதியாக மாறுபட்டாலும் அதை அவர்களிடமே தைரியத்தோடு விவாதிப்பார். தமிழ்ப் பாதுகாப்பு இயக்கம் சிதைவுண்ட பொழுதும் இறுதி யுத்தத்தில் தமிழர்கள் கொல்லப்பட்டபொழுதும் அதற்குக் காரணமானவர்களை அவர் கண்டிக்கத் தவறியதில்லை.

ஈழப் பிரச்சனையில் ஈடுபாடு கொண்டிருந்த வைகோவிடமும் பழ.நெடுமாறனிடமும் அவர் வைத்திருந்த மதிப்பும் மரியாதையும் அதிகம். தமிழர்கள் ஒன்றிணையாமல் பங்காளிச் சண்டைகளைப் போட்டுக் கொண்டிருப்பதால்தான் எதிரிகள் நம்முடைய நிலத்தையும் வளத்தையும் அபகரித்துக்கொண்டிருக்கிறார்கள் என்று ஒவ்வொரு மேடையிலும் சொல்லிக்கொண்டிருந்தார். சர்வதேசச் சமூகத்திடம் சுட்டுவிரல் நீட்டி அவர் அறைகூவல் விடுத்தக் காணொளி இப்போதும் இணையத்தில் கிடைக்கிறது. "தமிழர்கள் தனிநாடு கண்டுவிடக் கூடாதெனக் கங்கணம் கட்டியிருக்கும் இந்தியாவின் வேலைத் திட்டத்திற்கு ஒத்தூதும் சர்வதேசச் சமூகமே, ஒருநாள் எங்கள் கனவும் உறுதியும் பலிக்கத்தான் போகிறது. உலக வரலாற்றில் எந்த ஒரு இனமும் விடுதலைக் கனவை விலக்கிக்கொண்டதில்லை. எண்ணிக்கையிலும் அளவிலும் சிறியதாக உள்ள இனம்கூட விடுதலை பெற்றிருக்கையில் எங்கள் தாயகக் கனவை நாங்கள் ஒருபோதும் ஒதுக்க மாட்டோம். மேலும் போராடுவோம்" என்று அவர் தன்னிச்சையாகப் பேசி வெளியிட்ட பதிவிலிருந்தே அவருடைய உள்ளக் கிடக்கையை உணர்ந்துகொள்ள முடியும்.

சென்னை ஓவியக் கல்லூரிக்கு நூறாண்டுக்கும் மேலான பாரம்பர்யம் உண்டு. அந்தப் பாரம்பர்யத்தின் முதல் கண்ணியாக தனபால், முருகேசன், கே.எம். ஆதிமூலம், தட்சிணாமூர்த்தி, ஆர்.டி.பாஸ்கர் ஆகிய ஓவியர்கள் இருந்திருக்கிறார்கள். அடுத்த கண்ணியாக வீர.சந்தானம், ட்ராட்ஸ்கி மருது உள்ளிட்டவர்கள் வருகிறார்கள். அரசியல் புரிதலையும் ஓவிய மரபையும் உள்வாங்கிக்கொண்ட அவர்கள் ஒரே நேரத்தில் பத்திரிகை, அரசியல், சினிமா ஆகிய மூன்று தளத்திலும் இயங்கியிருக்கிறார்கள். ஒன்றோடொன்று பின்னிப் பிணைந்திருக்கிறது. மூன்று தளங்களுமே வண்ணங்களையே பிரதானமாகக் கொண்டிருக்கின்றன. மக்களுக்கு யார் புதிய வண்ணங்களைத் தரப்போகிறார்களோ அவர்களே வெல்வார்கள்.

அண்ணன் வீர.சந்தானம் ஓவியராக இருந்தாலும் வண்ணங்களைவிட எண்ணங்களை விதைப்பதிலேயே விருப்பம் காட்டியவர். அவர் வரைந்து முடியாமல் வைத்திருக்கும் ஓவியத்தை யார் வந்து முடிக்கப் போகிறார்களோ? தெரியவில்லை. அதேபோல வண்ணங்களின் அரசியலை புரிந்துகொண்டு, இறுதியாக யார் வந்து இந்த ஏமாற்றுப் பேர்வழிகளின் முகத்தில் கரியைப் பூசப் போகிறார்களோ? அதுவும் தெரியவில்லை.

◆◆◆◆◆

கோமல் சுவாமிநாதன்

நாடகக்கலையிலும் சினிமாத்துறையிலும் மிகுந்த ஈடுபாடு கொண்டிருந்த ஒருவர், கலை இலக்கியப் பத்திரிகையின் அகத்தையும் முகத்தையும் அழகாக மாற்றுவதில் அக்கறை கொண்டிருந்தார். அந்த அவர் வேறு யாருமல்லர். கோமல் சுவாமிநாதன். அதுவரை கலை இலக்கியப் பத்திரிகைகளில் நிலவிவந்த குழு மனப்பான்மையை அவரால் ஏற்றுக்கொள்ள இயலவில்லை. எழுத்துகளின் வகைகளுக்கேற்ப எழுத்தாளர்களும் பிரிந்துகிடந்தார்கள். எதார்த்த இலக்கியமென்றும் எதிர்கால இலக்கியமென்றும் ஏதேதோ பெயர்களில் இயங்கிவந்த அவர்களை, சுபமங்களா என்னும் இலக்கிய இதழ்மூலம் அவரால்தான் ஒன்றிணைக்க முடிந்தது. யாருடைய கருத்துகளும் புறந்தள்ளக் கூடியதல்ல என்பதால், அவரவர் தங்கள் கருத்துகளைப் பேசும் பொதுமேடையாக சுபமங்களாவை உருவாக்கியதில் அவர் பங்கு மிகுதி.

இடது, வலது, மேல், கீழ், உள், வெளி என்ற பாகுபாட்டையெல்லாம் அவர் ஒவ்வொரு இதழிலும் உடைத்தெறிந்தார். அப்படி உடைத்தெறிய இரண்டு பக்கத்திலும் உள்ள நியாயங்கள் அவருக்குத் தெரிந்திருந்தன. எது சரி,

எது தவறு என்னும் தராசில் அவர் எந்தப் படைப்பையும் படைப்பாளனையும் எடைபோட விரும்பவில்லை. காலம் செய்யவேண்டிய காரியம் அதுவென்று ஒதுங்கியே நின்றார். என்றாலும், அவருக்கென்று சில சார்புகளும் கொள்கைகளும் இருந்தன. காங்கிரஸ்காரராக வாழ்வைத் தொடங்கிய அவர், இறுதிக் காலங்களில் தன்னை ஒரு கம்யூனிஸ்டாக அறிவித்துக்கொண்டார். கோமல்சுவாமிநாதன் ஆசிரியப் பொறுப்பேற்கும்வரை சுபமங்களாவின் முகம், பெண்கள் பத்திரிகையின் முகமாக இருந்தது. பெரிய கவனத்தையோ அதிகமான வாசகர்களையோ கொண்டிராத அப்பத்திரிகையை, கலை இலக்கிய வரலாற்றை முன்னெடுத்தப் பத்திரிகையாக மாற்றிய பெருமை அவருக்கே உரியது.

கலை இலக்கியத் துறையில் அவருக்கிருந்த பரிச்சயத்தைவிட, கலை இலக்கியம் கற்றுக்கொடுத்த பண்பாட்டைக் கடைசிவரை அவர் காப்பாற்றினார். யாரோடும் சுமூகமான ஸ்நேகமான அன்பை அவர் கொண்டிருந்தார். தமிழ்ப் படைப்பாளர்கள் அத்தனைபேரும் ஒரு குடையின் கீழ் நின்று நிழல்பெறவும் நிலைபெறவும் அவர் விரும்பினார். கலை இலக்கியப் பத்திரிகையுலகில் அவருக்கு முன்பும் அவருக்குப் பின்பும் அப்படி ஒருவர் இருந்திருக்கிறாரா? என்னும் கேள்விக்கு, அவரே தீபம் நா.பார்த்தசாரதி இருந்ததாகக் குறிப்பிட்டிருக்கிறார். கோமல் சுவாமிநாதன் என்றதும் சட்டென்று நம்முடைய நினைவுக்கு வருவது அவருடைய "தண்ணீர் தண்ணீர்" நாடகம்தான். நாடகமென்றால் நகைச்சுவைத் துணுக்குகளின் குவியல் என்றிருந்த காலத்தில், அதை ஒரு சமூக ஆயுதமாக நிறுவியவர் அவரே.

இன்றைக்கும் குடிநீர் கேட்டுப் போராடும் தாய்க்குலங்கள், காலிக் குடங்களைச் சாலையில் இருத்திப் போராடும் வடிவ உத்தியை அவர்தான் வழங்கினார். தேர்தல் புறக்கணிப்பு என்னும் சொல்லை, அதற்குமுன் எந்த ஒரு நாடகப்பிரதியும் கொண்டிருக்கவில்லை. அரசர்களின் வரலாற்று நாடகங்களை மட்டுமே கண்டுவந்த நம்முடைய மக்களுக்கு, சமூக வரலாற்றைக் கற்பிக்கும் நாடக ஆக்கங்களை அவர் எழுதினார்.

போராட்டங்களைத் தூண்டுவதாக அவர் நாடகங்கள் பலமுறை காவல் துறையால் தடைசெய்யப்பட்டிருக்கிறது. எழுபதுகளில் தமிழகத்தில் பரவலாக இயங்கிவந்த நக்ஸலைட்டுகளுக்கு ஆதரவான குரல் அவருடையது. என்றாலும், தனி மனித பயங்கரவாதத்துக்கு அவர் ஒருபோதும் ஒத்துழைப்புக் கொடுத்ததில்லை. அவருடைய "அனல்காற்று" திரைப்படம், தனி மனிதப் பயங்கரவாதத்தை விமர்சித்தே எடுக்கப்பட்டது. மக்கள் சக்தியே விடுதலையைப் பெறும் வழியென்று மிகத் தீவிரமாக அவர் நம்பினார். அத்திரைப்படத்தில் இடம்பெறும் வசனங்கள், வடகிழக்கு மாநிலங்களில் இன்று போராடிவரும் மாவோயிஸ்டுகள் மீதான விமர்சனங்களையும் உள்ளடக்கியவை.

எதற்குப் போராடுகிறோம் என்பதும் எப்படிப் போராடுகிறோம் என்பதும் ஒரு போராளிக்குத் தெரியவில்லை என்றால், அந்தப் போராட்டமே பாழ்பட்டுவிடும் என்றுதான் அத்திரைப்படத்தில் சொல்லியிருப்பார். ஆளும் ஆதிக்கச் சக்திகளை முறியடிக்க, அப்பாவிகளைக் கொல்வது ஒரு புரட்சிக்காரனுக்கு எந்தவிதத்திலும் பெருமை சேர்க்காது என்பதை அத்திரைப்படத்தில் மிக நேர்த்தியாக வடித்திருப்பார். வனாந்தரங்களிலும் மலைக்குகைகளிலிலும் ஒளிந்துகொண்டு மக்களுக்காகப் போராடுகிறோம் என்பவர்கள், அதே மக்களால் புறக்கணிக்கப்படுவார்கள் என்பதை அதைவிட காத்திரமாகச் சொல்லிய படம் ஒன்றில்லை. மக்களால் முன்னெடுக்கப்படும் போராட்டங்களே விடுதலையைப் பெற்றுத்தரும் என்னும் தெளிவை அவருடைய நாடகங்களும் திரையாக்கங்களும் முன்மொழிந்தன

"ஓர் இந்தியக் கனவு" என்னும் திரைப்படத்தில் மலைவாழ் மக்களின் அவலங்களையும் அவர்களுக்கு இழைக்கப்பட்டுவரும் அநீதிகளையும் பேசியிருப்பார். அத்திரைப்படத்தில் கதாநாயகிமூலம் அவர்களுக்கான உரிமைகள் பேசப்பட்டிருப்பது குறிப்பிடத்தக்கது. அவருடைய எல்லா படைப்புகளுமே இடதுசாரி மனநிலையில் இருந்துதான் எழுதப்பட்டிருக்கின்றன. அவர் காங்கிரஸ்காரராக இருந்த காலத்திலும்கூட அவருடைய படைப்புகள், முற்போக்குச்

சாயத்தையே பூசிக்கொண்டன. இன்றைக்கு மத்தியில் ஆண்டுவரும் பாரதீய ஜனதா கட்சி, வெகுவிரைவில் காங்கிரஸ்காரர்களையும் சிவப்புச் சட்டை போட வைத்துவிடும் என்றுதான் தோன்றுகிறது. மதவாத இனவாத சாதிவாத போக்குகளைக் கண்டிக்கும் திராணியுடைய எழுத்து ஆளுமையாகக் கோமல் இருந்திருக்கிறார். அவர் படைப்புகளின் வாயிலாக மக்களிடம் விதைக்க விரும்பிய புரட்சிகரக் கருத்துகள், முளைவிட்டுக் கிளைவிட்டு முழு மரமாகும் சாத்தியமுடையன.

முப்பதுகளில் பிறந்த கோமல் சுவாமிநாதன், தன்னுடைய பதினேழாவது வயதிலிருந்தே அரசியல் ஈடுபாடுடையவர். ஒன்றாயிருந்த காங்கிரஸ் பேரியக்கத்தின் மேடைகளில் அவர் சொற்பொழிவாளராக சிலகாலம் தோன்றியிருக்கிறார். இடிமுழங்குவதுபோல் பேசிவந்த அவரைக் "கோடையிடி கோமல்" என்றே அழைத்திருக்கிறார்கள். ஒருகட்டத்தில் அரசியலிலிருந்து அவர் பார்வை நாடகக்கலைப் பக்கம் திரும்பியது. 1936இல் காங்கிரஸ் பிளவுபட்டபோது "இதயத்துடிப்பு" என்னும் நாடகத்தை அரங்கேற்றிய அவர், அதன்பின் முழுநேர அரசியலில் இருந்து தன்னை விடுவித்துக்கொண்டார். நாடகத்துறையில் அவர் கால்பதிக்க, எஸ்.வி.சகஸ்ரநாமம், பி.எஸ்.ராமையா, முத்துராமன், மேஜர் சுந்தர்ராஜன், கு.அழகிரிசாமி உள்ளிட்டோர் உதவியிருக்கிறார்கள். சகஸ்ரநாமம் நடத்திவந்த "சேவா ஸ்டேஜ்" நாடகக்குழுவுக்கு அவர் எழுதியளித்த "புதியபாதை, மின்னல்காலம், தில்லைநாயகம்" ஆகிய நாடகங்கள், குடும்பம் சார்ந்த கதையோட்டத்தில் நுட்பமானச் சமூக விமர்சனங்களைக் கொண்டிருந்தன.

மேஜர் சுந்தர்ராஜனுக்காக அவர் எழுதிய "அவன் பார்த்துப்பான், டில்லி மாமியார், அப்பாவி" முதலிய நாடகங்களும் நடிகை மனோரமாவுக்காக அவர் எழுதிய "என் வீடு, என் கணவன், என் குழந்தை", என்ற நாடகமும் பின்னர் தொலைக்காட்சித் தொடர்களாக வெளிவந்து மக்களின் ஏகோபித்த பாராட்டுகளைப் பெற்றன. "தண்ணீர் தண்ணீர்" நாடகத்தைப்படமாக்குவதே தன்

இலட்சியம் என்று கூறிய கே.பாலச்சந்தர், அந்நாடகத்தைத் திரையாக்குவதில் எடுத்துக்கொண்ட சிரத்தையிலிருந்து நாடகத்திற்கும் திரைக்குமான இடைவெளியைக் கோமல் புரிந்துகொண்டிருக்கிறார். குடிநீர் பஞ்சத்தை முன்வைத்து ஒரு திரைப்படம் என்ற அளவில் இல்லாமல், அத்திரைப்படம் சமூகத் தளத்தில் ஏற்படுத்திய அதிர்வலைகள் அதிகம். அத்திரைப்படத்தை வெளியிடக்கூடாதென்று எம்.ஜி.ஆர்.ஆட்சி காலத்தில் குரல் கொடுத்தவர்களில் அமைச்சர் ஆர்.எம்.வீ.யும் ஒருவர். அவரே திரைப்படத் தயாரிப்பாளராக இருந்தபோதும், ஒரு திரைப்படம் வெளிவர அவர் ஏன் தயக்கம் காட்டினார் என்பதுதான் "தண்ணீர் தண்ணீர்" பேசிய அரசியல்.

பெரியாரின் சீடர்களாகத் தங்களைச் சொல்லிக்கொண்டவர்களும் அத்திரைப்படம் பேசிய கருத்துகளை உள்வாங்கிக்கொண்டு எதிர்வினையாற்ற எண்ணவில்லை. மாறாக, அரசுக்கு எதிரான படம்போல அதைச் சித்திரித்துவிடுவதில்தான் அவர்கள் அக்கறைகள் இருந்தன. அதன் விளைவாக வெற்றி படமாகியிருக்க வேண்டிய அத்திரைப்படம், பெருவெற்றிப் படமாக அமைய நேர்ந்தது. எதிர்ப்பினால் கோரிக்கைகளைப் பெறலாம் என்று சொல்லித்தந்த அந்தத் திரைப்படமும் எதிர்ப்பினால்தான் பெருவெற்றி பெற்றது என்பதை மாற்று சினிமாக்காரர்கள் ஒத்துக்கொள்ள மாட்டார்கள்.

தமிழ்ச்சூழலில் 'தண்ணீர் தண்ணீர்' திரைப்படத்திற்குப் பிறகுதான் கோமலைக் கூர்ந்து கவனிக்கும் நிலை ஏற்பட்டது. அதற்கு முன்பே அவர் தனது நண்பர்களின் உதவியுடன் ஆரம்பித்த ஸ்டேஜ் பிரண்ட்ஸ் என்னும் நாடகக்குழு அரங்கேற்றிய, "நவாப் நாற்காலி, சந்நிதி தெரு, பட்டணம் பறிபோகிறது, வாழ்வின் வாசல், யுத்த காண்டம், அஞ்சு புலி ஒரு பெண், கூடு இல்லா கோலங்கள், ஆட்சி மாற்றம், ராஜ பரம்பரை" போன்ற நாடகங்கள், தண்ணீர் தண்ணீர் திரைப்படத்தின் வெற்றியால் மீண்டும் மீண்டும் மேடையேறின. ஒவ்வொரு நாடகமும் பலமுறை மேடையேறும் வாய்ப்பைப் பெற்றன. கருத்தும் செறிவும் நிறைந்த அவருடைய நாடகப் பிரதிகளைக் காலத்தின் கையேடுகள் என்றும் கூறலாம்.

அவ்வப்போதைய சமூகப் பிரச்சனைகளை முன்வைத்து, அவரால் எழுதப்பட்ட நாடகங்களை நவீன நாடகங்களின் தோற்றுவாயாகக் கருத இடமுண்டு.

நவீன நாடகங்கள் என்னும் பெயரில் நிகழ்த்தப்பட்டுவந்த கூத்துக்களை அவர் ஒருபோதும் ஆதரித்ததில்லை. நாடகம் குறித்த உலகளாவிய பார்வை அவரிடமிருந்தது. அரங்க அமைப்பிலும் கதாபாத்திரத் தெரிவிலும் அவருடைய தனித்துவங்கள் வெளிப்பட்டன. கேரளத்திலும் வங்கத்திலும் நிகழ்த்தப்படுவதைப்போல தமிழகத்திலும் மக்களின் குரலையும் மக்களுக்கான குரலையும் நாடகங்கள் கொடுக்க வேண்டும் என அவர் விரும்பினார்.

கோமல் தம்முடைய நாடகங்களுக்குப் பெயரிடுவதில்கூட விசேஷக் கவனத்தை எடுத்துக்கொண்டவர். குறிப்பாக, “சுல்தான் ஏகாதசி, செக்கு மாடுகள், மனிதன் என்னும் தீவு, கல்யாண சூப்பர் மார்க்கெட், நள்ளிரவில் பெற்றோம்” ஆகியன நாடகத்தின் உட்கருவை மிகச் சரியாகப் பிரதிபலிப்பவை. அரசியல் சமூகப் பிரச்சனைகளை நாடகங்களாக ஆக்கி, அதை மேடையேற்றுவதில் ஆர்வமுடைய அவர், சக நாடகக் கலைஞர்களுடன் சுமூகமான உறவைக் கொண்டிருந்தவர். ஒருகாலம்வரை அவர் நாடகங்களைப் பார்ப்பதற்கென்றே தனிக்கூட்டம் கூடியிருக்கிறது. தோழர். ஜீவாவும் வி. பி. சிந்தனும் தன்னுடைய நாடகங்களைப் பார்க்க வந்ததை, அவர் எழுதிய “பறந்துபோன பக்கங்கள்” நூலில் பதிவு செய்திருக்கிறார். சக நாடகாசிரியர்களுடன் அவருக்கிருந்த நல்லுறவினால்தான் வெற்றிகரமான நாடக விழாக்களைச் சென்னையிலும் மதுரையிலும் அவரால் நடத்த முடிந்தது.

தில்லியில் பிரசித்தி பெற்ற யதார்த்தா நாடகக்குழுவைத் தமிழகத்திற்கு அறிமுகப்படுத்தியவரும் அவரே. யதார்த்தா நாடகக்குழுவினர் நிகழ்த்திவந்த சி.சு.செல்லப்பாவின் “முறைப்பெண்” நாடகத்தின் சிறப்பை அவர் பலமுறை குறிப்பிட்டிருக்கிறார். எதார்த்தா நாடகக்குழுவைத் தமிழகத்திற்கு அறிமுகப்படுத்தியதுடன், அந்நாடகத்தை எழுதிய செல்லப்பாவையும் அவர்தான் பெருமைப்படுத்தினார். ஒரு நாடக ஆசிரியனுக்கு ஏற்படும் நியாயமான கோபங்களைப்

பொருட்படுத்தி, அவனைச் சாந்தப்படுத்தும் ஆற்றலைக் கோமல் பெற்றிருந்தார். நிஜநாடகக் குழுவைச் சேர்ந்த மு.ராமசாமியின் ஒத்துழைப்பிலும் ஒருங்கிணைப்பிலும் நிகழ்ந்த மதுரை நாடகவிழாவைக் கோமல் தன் சொந்தவிழா போலவும் வீட்டு விசேஷம் போலவும் நடத்திக் காட்டினார். நாடகக் கலைஞர்கள் அத்தனைப்பேரையும் அரவணைத்து அவர்களின் தேவைகளை உணர்ந்து செயல்படும் பக்குவமுடையவராக அவர் இருந்திருக்கிறார். ஆரம்பத்தில் தன் நாடகத்தைப் பார்க்கவும் வரமறுத்த செல்லப்பாவை, கோமலின் அன்புதான் கூட்டிவந்ததென யதார்த்தா பென்னேஸ்வரன் எழுதியிருக்கிறார். சக நாடக ஆசிரியர்கள் மீது கோமல் சுவாமிநாதன் கொண்டிருந்த மதிப்பும் மரியாதையும் அளவிட முடியாதது. யாரையும் தன்வயப்படுத்தும் தகுதியை அவர் எழுத்துகளும் அணுகுமுறைகளும் கொண்டிருந்தன. என்றாலும், தன்னுடைய கருத்துகளைத் திணிக்கும் காரியத்தை அவர் எங்கேயும் எப்போதும் செய்ததில்லை. ஒருவரை அதே பலத்தோடும் அதே பலவீனத்தோடும் அங்கீகரித்துப் பழகியவர் அவர்.

நாடகக் கதாசிரியர், இயக்குநர், எழுத்தாளர், பத்திரிகையாளர், மேடைப் பேச்சாளர் எனப் பன்முக அடையாளங்களைக் கொண்டிருந்த அவர், தேசிய விருதுக் குழுவிலும் இடம்பெறும் வாய்ப்பைப் பெற்றிருக்கிறார். இந்தியாவின் உயரிய விருதான தேசிய விருது, யாருக்கு எப்படி வழங்கப்படுகிறது என்னும் வேடிக்கைகளை அவர் ஒருவர்தான் வெளி உலகுகிற்கு வெளிச்சம்போட்டுக் காட்டியவர். அவர் நடுவர் குழுவில் பங்குவகித்த ஆண்டில்தான் பாரதிராஜா இயக்கிய ‘முதல் மரியாதை’ திரைப்படம் தேசிய விருதுக்குப் பரிந்துரைக்கப்பட்டது. அப்படத்தில் சிறப்பாக நடித்ததற்காக சிவாஜிகணேசனுக்கு விருது வழங்கப்படும் வாய்ப்பிருந்திருக்கிறது. முப்பது நாற்பது ஆண்டுகளாக நடிப்புலகில் தனக்கான இடத்தை அகில இந்திய அளவில் சிவாஜிகணேசன் பெற்றிருந்த போதிலும், அந்த ஆண்டு அவருக்கு அவ்விருது வழங்கப்படவில்லை. ஏதேதோ காரணங்களைச் சொல்லி, சிவாஜிகணேசனுக்கான விருதை சசிகபூருக்கு அறிவித்தார்கள். ஜெயாபச்சனின் தலைமையில்

இயங்கிய நடுவர் குழு, சிவாஜிகணேசன் காங்கிரஸ் கட்சியில் இருப்பதால், சிறந்த நடிகராக அவரைத் தேர்ந்தெடுத்தால், காங்கிரஸ் கட்சியின் சலுகையினால் அவருக்கு விருது வழங்கப்பட்டதாக எதிர்க்கட்சிகள் புரளியைக் கிளப்பும் என்று புதுக்கரடியை அவிழ்த்துவிட்டதாகக் கோமல் குமைந்திருக்கிறார்.

"ஒருவருடைய அரசியல் செயல்பாடுகளை வைத்து அவருடைய கலைச் செயல்பாடுகளைக் கணக்கிடுவது சரியா" எனக் கோமல் கேட்டிருக்கிறார். உடனே, அவர்கள் "சிவாஜிகணேசன் குண்டாயிருக்கிறார்" என்றிருக்கிறார்கள். "கிராம மக்களின் மரியாதைக்குரிய ஒரு குணச்சித்திரக் கதாபாத்திரம் குண்டாயிருந்தால் என்ன" என்று திரும்பவும் கோமல் கேட்டிருக்கிறார். "அதுவும் சரிதான். ஆனால், நாங்கள் எல்லோரும் சசிகபூரைச் சிறந்த நடிகராகத் தேர்ந்தெடுக்க விரும்புகிறோம்" என்றிருக்கிறார்கள். ஏற்கெனவே எடுக்கப்பட்ட முடிவுகளின் அடிப்படையில்தான் தேசிய விருதுகள் அறிவிக்கப்படுகின்றன. அந்த ஆண்டும் தேசிய விருது பெறுவதற்குரிய தகுதியிருந்தும் சிவாஜிகணேசன் தமிழனாகப் பிறந்ததால் விருது மறுக்கப்பட்டதாகக் கோமல் குறிப்பிட்டிருக்கிறார்.

அதே ஆண்டு சிறந்த நடிகைக்கான விருதைச் சிந்து பைரவியில் நடித்த சுஹாசினியும் சிறந்த பாடலாசிரியருக்கான விருதை வைரமுத்துவும் பெற்றார்கள். தகுதி ஒருபுறம் இருந்தாலும் அதைப் பெற்றுத்தருவதில் கோமல் கொண்டிருந்த போர்க்குணம் குறிப்பிடத்தக்கது. சிவாஜிக்கு மறுக்கப்பட்ட விருதை எப்படியாவது பிறிதிருவர்க்குப் பெறும் நோக்கில் சுஹாசினிக்காகவும் வைரமுத்துக்காகவும் அவர் போரிட்டிருக்கிறார். அவரே, "பாரதிக்குப் பிறகு வைரமுத்துதான் என இருபது நிமிடங்களுக்குமேல் என்னென்னவோ விவாதித்துதான் வைரமுத்துவுக்கான முதல் தேசிய விருதைப் பெற்றேன்" என சுபமங்களாவில் எழுதியிருக்கிறார். எத்தனைத் தகுதிகளைக் கொண்டிருந்தாலும் அத்தகுதிகளை எடுத்துச் சொல்லவும் அதுவே உயர்ந்ததென்று அழுத்திச் சொல்லவும் ஒருவர் தேவைப்படுகிறார். ஒருவராவது

தேவைப்படுகிறார் என்பது இன்னும் பொருத்தம்.

கோமல் சுவாமிநாதனின் தந்தை அஞ்சல் துறையில் பணியாற்றியவர். அதனால் தமிழகத்தின் பலபகுதிகளிலும் அவருடைய வாசம் இருந்திருக்கிறது. பணிமாற்றலாகி ஒவ்வொரு ஊருக்குப் போகும்போதும் அந்த ஊரிலுள்ள இலக்கிய நாடகக்காரர்களை ஸ்நேகித்திருக்கிறார். மிகச் சிறிய வயதிலிருந்தே எழுத்துகளை வாசிப்பதில் அவருக்கிருந்த அலாதியான ஆர்வம், நல்ல எழுத்துகளை நோக்கி நகரவும் எழுத்தாளர்கள் மீதான நேசத்தை வளர்த்துக்கொள்ளவும் உதவியிருக்கிறது. தன்னுடைய கால்சட்டைப் பருவத்தில் தோழர் ஜீவாவை ரயில்பயணத்தில் சந்தித்திருக்கிறார். 1956இல் கால்சிராயோடு தினமும் தன்னுடன் பயணிக்கும் அந்தப் பெரியவர்தான் ஜீவா எனத் தெரிந்து, எப்படியாவது அவரிடம் பேசிவிட வேண்டுமென ஏங்கியிருக்கிறார். அதற்காகவே ஒரு கேள்வியையும் தயாரித்துக்கொண்டு ஜீவாவிடம் அக்கேள்வியைக் கேட்டிருக்கிறார். “புரட்சிக்குப் பின்னான சோவியத் ரஷ்ய எழுத்தாளர்கள், புரட்சிக்கு முன்னிருந்த டால்ஸ்டாய், தஸ்தயெல்ஸ்கி, செகாவ், துர்கனேவ் போல மாபெரும் இலக்கிய கர்த்தாக்கள் உருவாகவில்லையே. அப்படியானால் அது சோவியத் ரஷ்யாவின் தோல்விதானே” என்றிருக்கிறார். கேள்வியைக் கூர்ந்து கவனித்த ஜீவா, சிறுவனாயிருந்த கோமலைத் தட்டிக்கொடுத்துவிட்டு, “புரட்சிக்குப் பின்வந்த ரஷ்ய எழுத்தாளர்கள் யாரையாவது படித்திருக்கிறீர்களா” என்றிருக்கிறார். இல்லை என்றதும் அவரே “ஷோலக்கோவ்வைப் படியுங்கள்” என்றிருக்கிறார்.

“உங்கள் கேள்விக்கான பதில் மிக விரிவானது. குறிப்பாக இலக்கியத்தின் வளர்ச்சி இரண்டுவிதத்தில் இருக்கிறது. பெர்பெண்டிக்குலர் குரோத், ஹரிசாண்டல் குரோத் என்று சொல்வார்கள். சீரழிந்த ரஷ்யாவின் இலக்கிய வளர்ச்சி பெர்பெண்டிக்குலர் வளர்ச்சியை ஒத்தது. புரட்சி மலர்ந்த ரஷ்யாவின் வளர்ச்சி ஹரிசாண்டல் வளர்ச்சியைப் பெற்று வருகிறது” எனப் பொறுமையாக விளக்கியிருக்கிறார். இலக்கிய வளர்ச்சியின் நீளத்தையும் அகலத்தையும் விளக்கிக்கொண்டே வந்த ஜீவா, கோமலுக்காக முந்தைய

நிறுத்தத்திலேயே இறங்கி சிலமணிநேரம் அவருக்காகச் செலவழித்திருக்கிறார். "ஹரிசாண்டல் வளர்ச்சியைப் பொறுத்தவரை மிக நிதானமாகத்தான் நடைபெறும் என்பதால் தற்போதைய மாற்றங்களை உங்களால் யூகிக்க முடியவில்லை. யூகிக்க முடியாததைத் தோல்வி என்று சொல்ல முடியுமா" என்றிருக்கிறார். ஒரு மாபெரும் தலைவர், தன் முன்னால் வைக்கப்பட்ட சிறுவனின் கேள்விக்குக் கொடுத்த முக்கியத்துவத்தை எண்ணி எண்ணி கோமல் சுவாமிநாதன் சிலாகித்திருக்கிறார்.

அதைப்போலவே காமராஜரும் பேர் சொல்லி அழைக்கும் இடத்தில் கோமல் இருந்திருக்கிறார். காங்கிரஸ் கட்சியில் தீவிரமாகச் செயல்பட்டுவந்த காலத்தில், காமராஜர் கேட்டுக்கொண்டதற்கு இணங்கியே கதராடைக்கு மாறியிருக்கிறார். காமராஜரைப் பொறுத்தவரை யாரையும் ஒன்றுபோல நடத்தக்கூடியவர். ஒருமுறை மதுரை மாவட்டத்தில் ஒரு சின்னக் கிராமத்தில் கூட்டம். ராஜாஜி மந்திரிசபை நடந்துகொண்டிருந்த காலம். அக்கூட்டத்தில் கலந்துகொள்ள காமராஜர் வருவதாக ஒப்புக்கொள்கிறார். காமராஜர் வருகிறார் என்றதும் ஊர்க்காரர்களுக்கு ஏக குஷி. தடபுடலாக விருந்துக்கு ஏற்பாடு செய்கிறார்கள். அவ்வூரில் முஸ்லிம் சகோதரர்கள் அதிகம் என்பதால் பறப்பன, மிதப்பன, ஊர்வன, உதைப்பன எல்லாம் உணவாகத் தயாராகியிருக்கிறது. தலைவர் வரும்வரை அக்கூட்டத்தைக் கட்டுக்குள் வைக்க, கோமல் உள்ளிட்ட பிரமுகர்களும் மாவட்ட நகரக் கழக முன்னோடிகளும் அழைக்கப்பட்டிருக்கிறார்கள்.

தலைவர் வந்தவுடன் உணவருந்தலாம் என்றிருந்த நிலையில், வெவ்வேறு ஊர்களில் கூட்டத்தை முடித்துக்கொண்டு காமராஜர் வருகிறார். விருந்து ஏற்பாட்டாளர்கள் இலைவிரிக்கலாமா? எனக் கேட்டிகிறார்கள். அவர்கள் கேள்வியை முடிப்பதற்குள், காமராஜர் சட்டென்று அடுக்களைக்குள் தலையை நீட்டி, சைவமா? அசைவமா? எனக் கேட்கிறார். விருந்து ஏற்பாட்டாளர்கள் மிகுந்த சந்தோசத்தில் அசைவ உணவுதான் என்கிறார்கள். தலைவரின் பாராட்டைப் பெறப்போகிறோம் எனும் தொனியில் அவர்கள் சொல்லத் தொடங்குகிறார்கள்.

"அதுசரி சைவ உணவு சாப்பிடுகிறவர்களுக்கு என்ன இருக்கிறது" என்கிறார். "வெள்ளை சாதமும் ரசமும் இருக்கிறது" என்கிறார்கள். "அது மட்டும்தான் இருக்கிறதா" எனக் கேட்ட காமராஜருக்குக் கோபம் வந்துவிடுகிறது. "என்னைப்போலவே ஊர் ஊராகக் காங்கிரஸுக்காக சுற்றிவரும் இவர்களுக்கு வெள்ளை சாதமும் வெறும் ரசமும் போதுமா, அப்படியானால் இவர்கள் ஒசத்தியில்லையா. உடனே, மாமிசம் சாப்பிடாதவர்களுக்குக் கறிகாய்களைக் கொண்டுவந்து சமையுங்கள். அதன்பின் உணவு உண்ணலாம்" என்று கடிந்துகொள்கிறார்.

அதுவரை அசைவ உணவென்றால் என்னவென்றே தெரியாத கோமலுக்கும் இன்னபிறருக்கும், தாங்கள் சொல்லாமலே தங்களுக்குச் சார்பாகப் பேசிய காமராஜரைப் பிடித்துவிடுகிறது. அடுத்தவர்களின் வயிறையும் இதயத்தால் பார்க்கத் தெரிந்த காமராஜர், அந்நிகழ்ச்சியில் சைவ உணவு தயாராகும்வரை சாப்பிடாமல் காத்திருந்திருக்கிறார். இதை ஏதோ சாப்பாட்டுப் பிரச்சனை என்பதாகப் பார்க்க முடியவில்லை. தகுதி வாய்ந்த தலைவர் ஒருவரின் தகைமையைக் காட்டக்கூடிய ஒரு சோற்றுப்பதமாகவே பார்க்கத் தோன்றுகிறது. தன்னைப் போலவே பிறரும் கவனிக்கப்பட வேண்டும், மதிக்கப்பட வேண்டும் என எண்ணிய காமராஜரைக் கோமல், தன் தலைவர்களில் ஒருவராகக் கருதியதில் வியப்பில்லை.

கோமல் சுவாமிநாதனின் திரைத்துறை அனுபவங்களைச் சொல்லத் தொடங்கினால் சொல்லிக்கொண்டே இருக்கலாம். சுவையும் சுவாரஸ்யமும் நிரம்பிய அவருடைய அனுபவங்கள் பிரபல இயக்குநர். கே.எஸ்.கோபாலகிருஷ்ணனிடமிருந்து தொடங்குகிறது. கே.எஸ். ஜீயிடம் உதவி இயக்குநராகக் கோமல் பணிபுரிந்த காலத்தில், சினிமாவின் இயல்புகள் முற்றிலும் வேறுமாதிரி இருந்தன. படக் கம்பெனிகள் முழுக்கவும் ஜோதிடத்தை நம்பிக்கொண்டிருந்தன. ஒரு கதையைச் சொன்னால், அக்கதையைச் சொல்லியவரின் ஜாதகத்தை வைத்துதான் அக்கதையைப் படமெடுக்கலாமா, வேண்டாமா? என முடிவெடுத்திருக்கிறார்கள். கோமல்

சொல்லிய ஒரு கதை கே.எஸ்.ஜிக்கும் அதைத் தயாரிக்க விரும்பிய வி.கே. ராமசாமிக்கும் பிடித்துவிடுகிறது. ஆனால், அப்படக் கம்பெனியை நிர்வகித்து வந்த வி.கே.ராமசாமியின் சகோதரர் முத்துராமலிங்கமோ ஜோசியக் குறிப்பை வைத்து முடிவெடுப்பவர். அதன்படி அவர், மேற்கு மாம்பலத்தில் வசித்துவந்த காகபுசுண்டரிடம் அழைத்துப்போய் கோமலின் நாடி ஜோதிடத்தைக் கணித்திருக்கிறார். காகபுசுண்டருக்கு ஆயிரம் ரூபாயில் பிராயச்சித்தம் செய்தால் கதையைப் படமாக்கலாம் எனக் காகபுசுண்டரின் மறு அவதாரம் சொல்லிவிடுகிறது. அதன்பிறகு அப்படியெல்லாம் ஒரு கதையைப் படமாக்கத் தேவையில்லை என்று முத்துராமலிங்கம், கோமலுக்கு டாட்டா காட்டிவிடுகிறார். காரல்மார்க்ஸைப் படித்த ஒருவர், சினிமாவுக்கு வந்துவிட்டால் காகபுசுண்டரின் காலையும் பிடிக்க வேண்டிய நிலை எற்பட்டுவிடுவதைக் கவலையோடு "காகபுசுண்டரும் கார்ல்மார்க்ஸும்" கட்டுரையில் பதிந்திருக்கிறார். என்றாலும், கோமலுக்கும் இறுதிக்காலத்தில் ஜோதிடத்தில் நம்பிக்கை வந்ததை அறியமுடிகிறது. ஒன்றைத் தெரிந்துகொள்வதில் அவருக்கிருந்த தாகம், சித்த மருத்துவத்தையும் ஜோதிடத்தையும் கற்க வைத்தது.

கே.எஸ். கோபாலகிருஷ்ணனின் கற்பகம், கைகொடுத்த தெய்வம், பேசும் தெய்வம், போன்ற படங்களில் வசன உதவியாளராகப் பணிபுரிந்த கோமல், பாலூட்டி வளர்த்த கிளி, பெருமாளே சாட்சி, நவாப் நாற்காலி போன்ற படங்களுக்குக் கதை வசனம் எழுதியிருக்கிறார். அப்படங்கள் போதிய கவனத்தைப் பெறவில்லை. என்றாலும், அவர் எழுத்து முயற்சிகள் எங்கேயும் தடைபடவில்லை. நாடகங்களாகப் பெரு வெற்றிப் பெற்ற அவருடைய கதைகள், திரைப்படமாக எடுக்கப்படுகையில் ஏனோ மக்களால் கொண்டாடப்படவில்லை. அவரே இயக்கிய யுத்தகாண்டம் திரைப்படமும் ரசிகர்களால் கண்டுகொள்ளப்படாதது துக்கமே. கே.எஸ்.கோபாலகிருஷ்ணனோடு பணியாற்றியதால்தான் குருதத்தின் அறிமுகம் கோமலுக்குக் கிடைக்கிறது. கே.எஸ்.ஜி. இயக்கிய சாரதா என்னும் தமிழ்த் திரைப்படம் வெற்றி அடைந்ததைத் தொடர்ந்து, கே. எஸ். ஜி. இயக்கிய மற்றொரு

வெற்றித் திரைப்படமான ''கை கொடுத்த தெய்வம்'' என்னும் திரைப்படத்தை இந்தியில் தயாரிக்க ஏ. எல். சீனிவாசன் விரும்புகிறார். தமிழில் அப்படத்தை எம். எஸ். வேலப்பன் தயாரித்திருந்தார். அப்போது இந்தி சினிமாவின் நம்பிக்கை நட்சத்திரமாக குருதத் ஒளிவீசிக்கொண்டிருந்தார். பியாசா, காகஸ் கிஃபூல், சாஹிப் பீபி அவர் குலாம் போன்ற படங்கள் வெளிவந்திருந்தன. ஓர் ஆண்மீது இரண்டு பெண்கள் காதல்வயப்படுவதை மையமாகக் கொண்ட அக்கதைகளை இந்திய ரசிகர்கள் வரவேற்றார்கள். அதைப்போலவே குருதத்தின் வாழ்வும் அமைந்திருந்ததை அவர்கள் அறிந்திருக்கவில்லை.

அசலான கலைஞனாக அறியப்பட்ட குருதத்தின் இயற்பெயர் சிவசங்கர் படுகோன். கர்நாடகத்தைப் பூர்வீகமாகக் கொண்ட அவர், காதலின் சோகத்தைத் தத்ரூபமாக வெளிப்படுத்தக் கூடியவர். சொந்த வாழ்வில் எத்தனையோ சறுக்கல்களையும் சிக்கல்களையும் சந்தித்த அவரை இந்தித் திரையுலகம் கைவிடாத காலம் அது. அவர் நடித்த, இயக்கிய, தயாரித்த அத்தனைப் படங்களுமே கிளாசிக் என்று சொல்லத் தக்கவை. அப்படியான ஒருவரைத் தங்களுடைய படத்தில் நடிக்க வைக்க சாரதா படக்குழுவினர் மும்பைக்குப் போயிருக்கிறார்கள். அந்தப் பயணத்தில்தான் முதன்முதலாகக் கோமல் சுவாமிநாதன் விமானத்தில் பயணிக்கிறார். ஒருபக்கம் குருதத்தைச் சந்திக்கும் மகிழ்ச்சி. இன்னொரு பக்கம் விமானப் பயணம். இரண்டுமே பதட்டம் நிறைந்ததாக அவருக்கு இருந்திருக்கிறது.

மிகுந்த நம்பிக்கையோடு போன சாரதா படக்குழுவினரிடம் குருதத் சொல்கிறார். "சிவாஜி கணேசன் நடிப்புச் சக்ரவர்த்தி. அவர் போல என்னால் நடிக்க இயலாது. அவர் நடித்திருப்பதில் கால் பங்கைக்கூட நான் தாண்டமாட்டேன். ஒரு மாபெரும் கலைஞன் நடித்த பாத்திரத்தில் என்னை நீங்கள் நினைத்துப்பார்த்தது மகிழ்ச்சி. ஆனால், அந்த ரோலுக்கு என்னைக்காட்டிலும் ராஜ்கபூர்தான் பொருத்தமாயிருப்பார். வேண்டுமானால் நானே பேசி கால்ஷீட் வாங்கித் தருகிறேன். இதற்குப் பிறகும் இந்தப் படத்தில் நான் இருக்க வேண்டும்

என்று நீங்கள் விரும்பினால் எஸ். எஸ். ஆர். செய்த ரோலை நான் செய்கிறேன்" என்றிருக்கிறார். குருதத் போன்றவர்களே வியந்த அப்படியான சிவாஜிக்கு இறுதிவரை சிறந்த நடிகருக்கான தேசிய விருது வழங்கப்படவேயில்லை. தான் நடுவர் குழுவில் இருந்தும்கூட அவ்விருதை சிவாஜிக்குப் பெற்றுத் தர இயலவில்லை என்னும் வருத்தம் கோமலுக்கு கடைசிவரை இருந்தது. கோமல் சுவாமிநாதன், வியாபார சினிமாவில் பணியாற்றிக் கொண்டே மாற்று சினிமாவைப் பற்றிய கனவிலிருந்தவர். சத்யஜித்ரேயின் பதேர் பாஞ் சாலியைப் போல தமிழிலும் சினிமாக்கள் வரவேண்டும் என விரும்பியவர். "பதேர் பாஞ்சாலியை ஒவ்வொருமுறை பார்க்கும்போதும் ஒவ்வொரு மாதிரியான அர்த்தங்களைக் கொடுக்கிறது. முப்பதாண்டுகளாக அப்படத்தை அவ்வப்போது பார்த்துவருகிறேன். என்றாலும், அப்படத்தின் முழு அர்த்தத்தையும் நான் விளங்கிக்கொண்டேனா எனத் தெரியவில்லை" என்றிருக்கிறார்.

காலங்கடந்த படைப்புகளை உருவாக்கக்கூடிய கலைஞன், ஒருகட்டத்தில் தன்னை ரசிப்பவர்களையும் கலைஞனாக்கி விடுகிறான். அவனுக்கு வேறு எதுவுமே முக்கியமில்லை. சோறோ, சுகமோ, கொள்கையோ, கோட்பாடோ அவனுக்குக் குறுக்கே நிற்பதில்லை. அவன் கண்டதைப் பகிர்ந்துகொள்ள விரும்புகிறான். பகிர்ந்து கொள்வதன்மூலம் மேலும் சில படைப்புகள் உருவாகும் என நம்புகிறான். கோமல் சுவாமிநாதனும் அவ்விதமே இருந்திருக்கிறார். பல்வேறு அடையாளங்களைப் பெற்றிருந்தபொழுதிலும் இலக்கியவாதிகளோடு அவர் ஏற்படுத்திக்கொண்ட பத்திரிகை அடையாளமே தனித்துத் தெரிவது.

தி.ஜானகிராமன், க.நா.சுப்ரமணியம், திருலோக சீதாராம், ஜெயகாந்தன், கி.ராஜநாராயணன், ப.சிங்காரம், சுந்தரராமசாமி, சண்முகசுந்தரம், விக்ரமாதித்தியன், கலாப்ரியா, வண்ணதாசன், சி.எம்.முத்து, இராஜேந்திர சோழன் என அவர் பழகாத எழுத்தாளர்களே தமிழில் இல்லை எனலாம். நீண்ட வாசிப்பையும் நெடிய தொடர்புகளையும் பேணிவந்த அவர், யார் ஒருவர் குறித்தும் புகாரோ புலம்பலோ கொள்ளவில்லை

என்பதுதான் விசேஷம். தன்னை உணர்ந்தவர்கள் அகத்தையும் முகத்தையும் அழகாக வைத்திருக்கிறார்கள். கோமல் சுவாமிநாதனைப் போன்றவர்கள், அடுத்தவர்களின் அகத்தையும் முகத்தையும்கூட அழகாக்கிவிடுகிறார்கள். சுபமங்களாவின் ஆசிரியப் பொறுப்பேற்கும்வரை அப்பத்திரிகை சனாதனமாக, சமஸ்கிருதமாக, பெண்கள் பத்திரிகைபோல இருக்கிறதேயென்ற அதே கோமல்தான், அப்பத்திரிகையைக் கலை இலக்கியத்தை முன்னெடுக்கும் முன் மாதிரிப் பத்திரிகையாக உருவாக்கினார். அதிருப்தியில் இருந்துதான் அரிது உண்டாகிறது. இப்போதைய சிறுபத்திரிகைச் சூழலிலும் ஒரு கோமலின் தேவை இருக்கிறது

இன்குலாப்

நாயகன், தளபதி ஆகிய திரைப்படங்கள் மூலம் மக்கள் மத்தியில் நன்மதிப்பைப் பெற்ற மணிரத்னம், பம்பாய் திரைப்படத்தை அடுத்து இயக்கிய திரைப்படம் இருவர். திராவிட அரசியலை முன்வைத்து எடுப்பதாகச் சொல்லப்பட்ட இருவர் திரைப்படம், எப்படி இருக்குமோ? என்னும் ஆவலை எல்லோருமே கொண்டிருந்தார்கள். பேசிப்பேசியே வளர்ந்த திராவிட இயக்கத்தை ஒருவரிக்குமேல் வசனங்களை அனுமதிக்காத மணிரத்னம் எடுக்கிறார் என்றால் சாதாரண விஷயமா என்ன? இருவர் திரைப்படத்தைப் பொறுத்தவரை அது ஆரம்பிக்கப்பட்டதிலிருந்தே விசேஷ கவனிப்புக்கு உள்ளானது. கடந்த ஐம்பது ஆண்டுகளாகப் பொதுவெளியிலும் அரசியல் களத்திலும் தவிர்க்கமுடியாத சக்திகளாக வளர்ந்திருந்த இருவரைப் பற்றிய படம் என்பதால், அனைத்துத் தரப்பு மக்களும் அத்திரைப்படத்தைக் கூர்ந்து கவனித்து அதன் வருகைக்காகக் காத்துக்கிடந்தார்கள். படமும் வெளிவந்தது. படம் வெளிவந்த அன்று அதை உடனே பார்த்துவிடக் கூடிய கூட்டம், அதற்குமுன் வெளிவந்த அவருடைய எந்தப் படங்களுக்கும் நிகழாத ஆச்சர்யம்.

இரண்டு பெரும் ஆளுமைகளைச் சித்திரிக்கும் படம்

என்பதால் அரசியல் நோக்கர்களும் திரைவிமர்சகர்களும்கூட இருவர் திரைப்படத்தை மற்ற படங்களைப்போல எளிதாகக் கடந்துவிட எண்ணவில்லை. இருவர் என்று தலைப்பிடப்பட்டிருப்பதால் அது பெரியார், அண்ணா என்ற இருவரா? இல்லை கருணாநிதி, எம்.ஜி.ஆர் என்ற இருவரா? என்னும் சந்தேகமிருந்தது. ஒருவழியாகப் படமும் வெளிவந்து பலராலும் பார்க்கப்பட்டது. ஆனால், அதீதமாக எதிர்பார்க்கப்படும் திரைப்படங்களுக்கு என்ன கதி நேருமோ அதுதான் இருவர் திரைப்படத்திற்கும் நேர்ந்தது. இரண்டு பெரும் ஆளுமைகளில் யாரைப் பிரதானப்படுத்துவது என்னும் சிக்கலில் இரண்டு பேரையுமே மணிரத்னத்தால் சரியாக வடிவமைக்க முடியவில்லை. அதைவிட, அத்திரைப்படம் திராவிட அரசியலைத் துளிகூடச் சொல்லவில்லை. இரண்டு ஆளுமைகளின் போட்டிகளையும் பொறாமைகளையும் திராவிட அரசியலாக அவர் புரிந்துகொண்டவிதம் சர்ச்சையை மட்டுமே கிளப்பியது. நானறிய ஒரு திரைப்பட இயக்குநர், அதற்கு முன்பும் சரி அதற்குப் பின்பும் சரி அதுமாதிரியான கண்டனங்களை எதிர்கொள்ளவில்லை. திராவிட இயக்க வரலாற்றை யாருடைய கண்களால் பார்க்கப்பட வேண்டும் என்பதிலும், யாருடைய உதடுகளால் சொல்லப்பட வேண்டுமென்பதிலும் மணிரத்னம் தோல்வியைத் தழுவினார். நான் தோல்வி என்று சொல்வது வணிகரீதியிலான தோல்வியை அல்ல.

இருவர் திரைப்படத்தை விமர்சித்துப் பத்திரிகைகள் பலவும் பத்திகளை வெளியிட்டன. திராவிடச் சிந்தனையில் ஊறித் திளைத்த கழகத்தோழர்கள் அத்திரைப்படத்தை முற்று முழுதாக நிராகரித்தனர். இன்னும் சிலர் ஒருபடி மேலேபோய் மணிரத்னத்தின் சிந்தனைகள் முழுக்கவும் திராவிடச் சமூகத்திற்கு எதிரானவை என வாதிட்டனர். மணிரத்னத்திற்கு எதற்கிந்த வேலை என்றும் அரசியல் போதாமையோடு திராவிட அரசியலைப் பார்த்திருக்கிறார் என்றும் கூக்குரலிட்டனர். அதற்குமுன் அவர் வாங்கிக் குவித்திருந்த பாராட்டுகள் மறுபரிசீலனைக்கு உள்ளாகின. அச்சமயத்தில் நான், ராஜரிஷி என்னும் அரசியல் வார ஏட்டில் உதவி ஆசிரியராகப் பணிபுரிந்துகொண்டிருந்தேன். எல்லா

மட்டத்திலும் இருவர் திரைப்படத்திற்கு எழுந்த எதிர்ப்பை ஒட்டி, ராஜரிஷி பத்திரிகையிலும் இருவர் திரைப்படம் குறித்து எழுதவேண்டும் என ஆசிரியர் துரை விரும்பினார்.

பத்திரிகையையோ சினிமாவையோ சாராத ஒருவர் அத்திரைப்படம் குறித்து எழுதினால் சிறப்பாக இருக்கும் என அவர் எண்ணியதற்கு ஏற்ப, மக்கள் கவிஞராக அறியப்பட்ட இன்குலாப்பிடம் கட்டுரை கேளுங்களேன், என்றார். திராவிட அரசியல் மீது மாற்றுக்கருத்து உள்ளவர்கள் எப்படி அத்திரைப்படத்தை அணுகுகிறார்கள் என்பதை அறியும் திட்டமாகவும் அது இருந்தது. நக்சல்பாரி இயக்கச் செயல்பாடுகளில் தன்னை ஈடுபடுத்திக்கொண்டிருந்த இன்குலாப், அதற்குமுன் தராசு இதழிலும் உங்கள் விசிட்டர் இதழிலும் திரைப்படங்கள் குறித்து எழுதிய கட்டுரைகள் முக்கியமானவை. இன்குலாப்பைச் சந்தித்துக் கட்டுரை வாங்கிவர வேண்டிய பொறுப்பு எனக்களிக்கப்பட்டது. இன்குலாப்பின் கவிதைகள் மீதும் இன்குலாப் என்ற கவிஞர் மீதும் நான் கொண்டிருந்த அளவில்லாத அன்பின் பரிசாகவே அவ்வாய்ப்பைப் பெற்றதாகக் கருதுகிறேன். அப்போது இன்குலாப் புதுக்கல்லூரியில் பேராசிரியராகப் பணியாற்றிக்கொண்டிருந்தார்.

இன்குலாப் என்ற கவிஞர், எந்த நேரத்திலும் கொண்ட கொள்கையிலிருந்து வழுவாதவர். சொல்லுக்கும் செயலுக்கும் முனையளவுகூட வித்தியாசமில்லாதவர். எளிய மக்களின் துயரங்களை எழுத்துகள் வாயிலாகவும் களப் போராட்டங்கள் வாயிலாகவும் எதிர்க்க வேண்டுமென்னும் எண்ணமுடையவர். அரசுக்கும் அதிகாரமையத்திற்கும் சிம்ம சொப்பனமாக விளங்கியவர். எத்தனையோ நள்ளிரவுக் கைதுகளால் அவரும் அவருடைய குடும்ப உறுப்பினர்களும் ஆளும் வர்க்கத்தால் அச்சுறுத்தப்பட்டிருக்கிறார்கள். பாரதி, பாரதிதாசனுக்குப் பிறகு கவிதையின் தீவிரத்தைச் சமூக வெளிக்குக் கடத்தியதில் அவருக்குப் பெரும் பங்குண்டு. அதுவரை அவரை நான் நேரில் சந்தித்ததில்லை. ஆனால், அவரைப் பற்றி என்னுடைய பள்ளிப் பருவத்திலிருந்து தொடர்ச்சியாகக் கேட்டு வந்திருக்கிறேன்.

அவருடைய 'வெள்ளை இருட்டு, சூரியனைச் சுமப்பவர்கள்' ஆகிய நூல்கள் அவரை மகாகவி என்றே சொல்ல வைத்தன. தமிழர்கள் தங்கள் பெருமைக்குரிய அரசனாகச் சொல்லிக்கொள்ளும் ராஜராஜசோழனை அவர்போல தோலுரித்துக் காட்டியவர்கள் எவருமில்லை. சோழ ஆட்சியில் மக்கள் எவ்வாறு நடத்தப்பட்டார்கள் என்பதையும் அதைக் கொண்டாடத் துடிக்கும் திராவிட முன்னேற்றக் கழக ஆட்சி எத்தகையது என்பதையும் எந்தத் தாட்சண்யமும் இல்லாமல் அவர் எழுதியிருக்கிறார்.

தி. மு. க. ஆட்சிக் காலத்தில் தஞ்சாவூரில் ராஜராஜசோழனுக்குச் சிலை நிறுவும் பணி தொடங்கப்பட்ட சூழலில் தோழர். அ. மார்க்ஸ் போன்றோர் கவிஞர். இன்குலாப்பின் ராஜராஜேஸ்வரியம் கவிதையைத் துண்டுப் பிரசுரமாக வெளியிட்டார்கள். சோழ ஆட்சியின் கேடுகளையும் எளிய மக்கள் அவ்வாட்சியில் எவ்வாறெல்லாம் துன்பப்பட்டார்கள் என்பதையும் மேடைதோறும் விளக்கினார்கள். அரைக்கால் டவுசரணிந்த பள்ளி மாணவனாக இருந்த நான், அவர்கள் கருத்துகளை உள்வாங்கும் திராணியைப் பெற்றிருக்கவில்லை. ஏதோ சொல்கிறார்கள், எதற்கோ எதிர்ப்புத் தெரிவிக்கிறார்கள் என்று மட்டுமே புரிந்துகொண்டேன். ஆனால், அதற்குச் சான்றாக அவர்கள் வெளியிட்ட கவிதையை எழுதியவர் இன்குலாப் என்பதையும் அவர் வீரம்மிக்க கவிதைக்காரர் என்பதையும் விளங்கிக்கொள்ள முடிந்தது. சிறு பொறியாக என்னுள் விழுந்த இன்குலாப் என்னும் பெயர் அதன்பின் தீப்பந்தமாகக் கொழுந்துவிட்டெரிந்தது. சமகாலத்தில் ஆவேச நெருப்புடைய கவிஞராக அவரை நான் உணர்ந்திருந்தேன். சமரசங்களுக்கோ சகாயங்களுக்கோ ஆட்படாத இன்குலாப்பும் அவருடைய கவிதைகளும் என்னைப் பற்றிக்கொண்டது அப்படித்தான்.

அதே காலகட்டத்தில்தான் அவருடைய கவிதை நூல் ஒன்று, சட்டமன்றத்தில் சர்ச்சையைக் கிளப்பிப் பாடத் திட்டத்திலிருந்து நீக்கப்பட்டது. மக்களால் தேர்ந்தெடுக்கப்பட்ட ஓர் அரசாங்க அவையில், மக்கள் கவிஞராக அறியப்படும் ஒருவருடைய கவிதை நூலைப் பாடத் திட்டத்திலிருந்து

நீக்கிய காரியம் விநோதமாயிருந்தது. எல்லா நினைவுகளையும் உட்செறித்துக்கொண்டு 1998ஆம் ஆண்டு ஒரு மதிய வேளையில், புதுக்கல்லூரிக்குப் போயிருந்தேன். இன்குலாப்பைச் சந்தித்து, இருவர் திரைப்படம் குறித்து எழுதச் சொல்வதற்காக. அதுவரை அரசுக்குச் சவால்விடக்கூடிய ஒரு கவிஞர் எப்படி இருப்பாரென்று நான் கற்பனை செய்துவைத்திருந்தேனோ அதற்கு நேர் மாறாக அவர் இருந்தார். மிக முக்கியமாக ஆவேச நெருப்புடைய இன்குலாப், குழந்தைபோல சிரித்து என்னை வரவேற்றார். புஜபலமிக்கவராக நான் கருதியிருந்ததற்குக் கொஞ்சமும் சம்பந்தமில்லாமல் பூஞ்சையான தேகத்தோடு அவர் இருந்தார். வார்த்தைக்கு வார்த்தை அன்பும் கனிவும் வெளிப்பட்டன. மதிய வேளை என்பதால் உணவு சாப்பிட்டீர்களா? என்றுதான் உரையாடலை ஆரம்பித்தார்.

வந்த விஷயத்தைச் சொல்வதற்கு முன்பாக அவரைப்பற்றி புகழத்தொடங்கியதும் தீட்சண்யமிக்க கண்களால் அதை விரும்பாதத் தொனியை வெளிப்படுத்தினார். சிறுவயது முதலே உங்களைப் பார்க்கவேண்டும் என்றிருந்தேன். இப்போதுதான் சந்தர்ப்பம் வாய்த்திருக்கிறது என்றதும் மெல்லிய புன்முறுவலால் குழைவாகப் பேசத் தொடங்கினார். இவருக்கெல்லாம் கோபமே வராது என்பதுபோல்தான் அவர் குரலிருந்தது. மெதுவாக நான் சொல்வதையெல்லாம் கேட்டுக்கொண்டபின், நானும் இருவர் படம் குறித்துக் கேள்விப்பட்டேன். ஆனாலும், இன்னும் அப்படத்தைப் பார்க்கவில்லை. பார்த்ததற்குப் பின்புதான் கருத்துச்சொல்லமுடியும் என்றார். இந்த வாரம் முழுக்க வெளியூர் பயணமிருக்கிறது. எனவே, இருவர் திரைப்படம் குறித்துத் தற்போது எழுதும் வாய்ப்பில்லையே. தர்மபுரியை அடுத்த சிற்றூரில் கூட்டமிருப்பதால் உடனடியாகப் படத்தைப் பார்த்துக் கட்டுரை எழுதித்தர இயலாதே என்று வருத்தப்பட்டார். இல்லை நீங்கள் எழுதியே ஆக வேண்டும் என அடம்பிடித்ததற்குக் கட்டுரையைவிட களப்பணி முக்கியமில்லையா என்றார். சுளீரென்றிருந்தது. கவிஞனுடைய சமூகச் செயல்பாடு எழுத்து மட்டுமில்லை. அதைத்தாண்டியும் அவன் செய்ய வேண்டியவை நிறைய உள்ளன என்பதை இதைவிட எப்படிச் சொல்ல முடியும்? அதன்பின் பல சந்தர்ப்பங்களில் அவரைச் சந்திக்கும் வாய்ப்புக் கிடைத்தது.

தன்னைப் பிரதானப்படுத்துவதைவிடத் தன்னுடைய படைப்புகள் பிரதானப்பட வேண்டுமென அவர் விரும்பினார். தனக்குக் கிடைத்திருக்கும் பெயரையோ புகழையோ அவர் எந்த நேரத்திலும் சொந்தங்கொண்டாட விரும்பியதில்லை. சாட்சி சொல்ல ஒரு மரம் என்ற நூலில் ஆய்வியல் அறிஞர் எஸ்.வி. ராஜதுரை சொல்வதைப்போல நெஞ்சுரம்மிக்க இன்குலாப்பின் புன்னகை வெறும் புன்னகையல்ல, அவருக்குப் பின்னே எழுத வந்த அத்தனைபேருக்குமான மோகனப்புன்னகை. விசாரணை என்னும் பேரில் தன்னைக் கைதுசெய்து, காவல்துறை படுத்தியபாட்டை அக்கட்டுரையில் விவரித்திருக்கும் எஸ்.வி.ஆர்., இதே மாதிரியான அடக்குமுறைக்கும் நெருக்கடிக்கும் ஆளான இன்குலாப்பின் கண்களிலிருந்தும் புன்னகையிலிருந்தும் சக்தியைப் பெற்றேன் என்கிறார்.

ஒருமுறை அவரைச் சந்திக்க வீட்டுக்குப் போயிருந்தபோது, இன்குலாப் சப்பாத்திக்கு மாவு பிசைந்துக் கொண்டிருந்தார் என பேராசிரியர் சரஸ்வதி சொல்லுவார். மனைவிக்கு உதவியாக மாவு பிசைந்து தரக்கூடிய ஒருவர்தான் மகாகவியாகவும் இருக்க முடிந்திருக்கிறது. மனைவி இரவலாக வாங்கிவந்த அரிசியைக் காக்கைக்கு வாரி இறைத்த பாரதி மகாகவி என்றால் மனைவிக்கு உதவி புரிய யோசிக்காத இன்குலாப்பும் மகாகவிதான். சொல்லுக்கும் செயலுக்கும் இடைவெளியில்லாமல் அவர் இயங்க முடிந்ததால்தான் கீழக்கரை சாகுல்ஹமீது மக்கள் கவிஞராகப் போற்றப்படுகிறார். இடதுசாரித் தமிழ்த் தேசியம் என்பதில் இறுதிவரை இன்குலாப் கவனமாயிருந்தார். இந்தி எதிர்ப்புப் போராட்ட காலத்தில் மாணவராக இருந்த இன்குலாப், அதில் ஈடுபட்டுச் சிறைவாழ்வை மேற்கொண்டிருந்தாலும் காலஓட்டத்தில் தன்னை ஒரு மார்க்சியக் கவியாகவே அறிவித்துக்கொண்டார். ஈழப் போராட்டம் உச்சம்பெற்றிருந்த வேளையில், தனக்கு வழங்கப்பட்டக் கலைமாமணி விருதை ஏற்க மனமில்லையென்று திருப்பி அனுப்பினார். விருது பெறுவதற்காகவே ஆட்சியையும் ஆட்சியாளர்களையும் புகழக்கூடிய எழுத்தாளர்கள் மிகுந்துவிட்ட இதே சமூகத்தில்தான் விருதைத் திருப்பி அனுப்பும் இன்குலாப்பும் வாழ்ந்துவிட்டுப் போயிருக்கிறார்.

இன்குலாப், சகலக் கட்டுக்களையும் அறுத்தெறியும் துணிவைக் கொண்டிருந்தார். தமிழ்க் கவிஞர்களில் பாரதிக்குப் பிறகு அவருக்கு மட்டுமே சர்வதேசப் பார்வையிருந்தது. ஒடுக்கப்படும் தேசிய இனங்களின் விடுதலைக்காக அவர் கடைசி வரை பாடிக்கொண்டே இருந்தார். ஔவை, குறிஞ் சிப்பாட்டு, துடி, மணிமேகலை போன்ற நாடக ஆக்கங்களிலும் அவர் மக்களின் குரலையே வெளிப்படுத்தினார். இருக்க இடமில்லாமல் உலகமெங்கும் புலம்பெயர்ந்துகொண்டிருந்த ஈழத் தமிழர்களின் அவலங்களை அவர் அவ்வப்போது சொல்லிக்கொண்டிருந்தார். அவருடைய 'மனுசங்கடா நாங்க மனுசங்கடா' என்னும் பாடலை முழங்காத கட்சி மேடைகளே இல்லை எனலாம். நாட்டுப்புறப் பாடல் ஆய்வாளரும் பேராசிரியருமான கே.ஏ.குணசேகரன், அப்பாடலை மேடையில் பாடும்போது உணர்வால் மொத்தக் கூட்டமும் உடைந்து அழத்தொடங்கும். வெண்மணித் தியாகிகளுக்கான தேசிய கீதம்போல இன்றுவரை இசைக்கப்படுகிற அப்பாடலின் வீரியத்தை விஞ்சக்கூடிய மற்றொரு பாடலை வேறு யாருமே எழுதவில்லை.

சத்தியத்தின் ஒளியில் மக்களைக் காட்டிய இன்குலாப்பைப்போல கொஞ்சம் முயற்சி செய்தால் எழுதிவிடலாம். ஆனால், எவ்வளவு முயற்சி செய்தாலும் அவர் வாழ்வை இன்னொருவர் வாழ முடியாது. அவருடைய வீடு, ஒரு பேராசிரியரின் வீடுபோல இருக்காது. வசதி குறைந்த நிலையில்தான் அவர் வாழ்ந்துவந்தார். மேல் தளத்தில் குடியிருந்த அவர், எத்தனையோ சமயங்களில் விருந்தினரை அமர வைத்துவிட்டுக் கீழ் தளத்திலுள்ள தண்ணீரைச் சுமந்துவர ஓடியிருக்கிறார். ஏன் தோழர், உங்கள் வருமானத்திற்கு இதைவிட நல்ல வீட்டில் வசிக்கலாமே? என்றால் இதுவே போதும்தானே, என்பார். எளிய வாழ்வை வாழப் பழகிக்கொள்வது நல்லதுதானே, என்பார். தவிர, நான் எப்போது வேண்டுமானாலும் கைது செய்யப்படலாம். உள்ளே போனால் மீண்டும் வருவேனோ மாட்டேனோ தெரியவில்லை. அப்படியிருக்கையில் என் பிள்ளைகள் பெரிய வீட்டில் வசித்துப் பழகிவிட்டால் நானில்லாத சமயத்தில் என்ன செய்வார்கள்? என் ஒருத்தனின் வருமானத்தில்

நடந்துவரும் என்வீடு, நானில்லாத போதிலும் வசிக்கத்தக்கது இதுதான் என்பதால் இங்கேயே இருக்கிறோம் என்பார்.

வாழ்வைத் தெளிந்த புரிதலோடு வைத்திருந்த இன்குலாப்பை வியந்துகொண்டே இருக்கலாம். அச்சப்படத்தக்க ஆபத்து நிறைந்த தருணங்கள் அவர் வாழ்வில் நிகழ்ந்துகொண்டே இருந்தன. என்றாலும், அவர் எல்லாவற்றையும் எதிர்கொள்ளத் தயாராயிருந்தார். தலித் அரசியல், பெண்ணியம் குறித்த அவருடைய பார்வைகள் காத்திரமான தளத்தில் வைத்து பேசப்பட வேண்டியவை. அவர் ஒவ்வொரு கட்டத்திலும் தான் சார்ந்திருந்த இயக்கத் தோழர்களால் விமர்சனத்திற்கு ஆளாகியிருக்கிறார். அதே சமயம், அந்த விமர்சனங்களை நேர்மையோடு ஏற்று எதிர்வினையும் ஆற்றியிருக்கிறார். பொருட்படுத்தத்தக்க விமர்சனமாக இல்லாதபட்சத்தில் அதைப் புன்னகையால் கடந்துபோகவும் அவரால் முடிந்திருக்கிறது.

சில வருடங்களுக்கு முன்பு என்னுடைய நண்பர் பா. இரவிக்குமாரின் அம்மாவுக்கு உடல்நிலை சரியில்லாமல் மருத்துவமனையில் சேர்க்கப்பட்டார். இன்குலாப்பிற்கும் ரவியைத் தெரியும். என்றாலும், அவர் அம்மாவை அதற்குமுன் பார்த்ததுகூட இல்லை. அம்மாவின் உடல்நிலை மிக மோசமான நிலைக்குப் போய்க்கொண்டிருந்தது. ஒருகட்டத்தில் அறுவை சிகிச்சையைத் தவிர வேறு வழியே இல்லையென்று மருத்துவர்கள் சொல்லிவிட்டார்கள். அம்மாவோ அறுவை சிகிச்சைக்கு ஒத்துக்கொள்ள மறுக்கிறார். எவ்வளவோ எடுத்துச்சொல்லியும் எங்களால் அம்மாவைச் சம்மதிக்க வைக்கமுடியவில்லை. என்ன செய்வதென்றும் விளங்கவில்லை. அந்தச் சந்தர்ப்பத்தில்தான் இன்குலாப் மருத்துவமனைக்கு வருவதாகத் தொலைபேசினார். அம்மாவைப் பார்க்க இன்குலாப் வருவது மகிழ்ச்சிதான் என்றாலும், சூழல் சரியில்லையே என இரவி, தயங்கியும் தவிர்த்தும்கூட இன்குலாப் மருத்துவமனைக்கு வந்துவிட்டார். நான் உட்பட எல்லோரையும் வெளியே இருக்கும்படி சொல்லிவிட்டு அம்மாவுடன் அரைமணி நேரத்திற்கு மேலாகப் பேசிவிட்டு வெளியே வந்தார்.

அவர் என்னபேசினார் என்று எங்களுக்குத் தெரியவில்லை.

ஆனால், அறுவைச் சிகிச்சைக்கு அம்மா ஒப்புக்கொண்டார். எங்களுக்கோ ஏதோ மாயம் நடந்தது போலிருந்தது. இத்தனை நாட்களாக மறுத்துவந்த அம்மாவை இன்குலாப் எப்படி சம்மதிக்க வைத்தார் என்பது ஆச்சர்யமாயிருந்தது. 'என்ன தோழர், அம்மா திடீரென்று உங்களிடம் பேசியதும் சம்மதம் சொல்கிறார். அப்படி என்ன சொன்னீர்கள்' என்று கேட்டோம். நான் எதையும் சொல்லவில்லை. எனக்கும் அறுவைச் சிகிச்சை செய்திருக்கிறார்கள். பாருங்கள், இரண்டு ஆண்டுகளாக எந்தத் தொந்தரவும் இல்லாமல் நலமாக இருக்கிறேன் என்று தழும்பைக் காட்டினேன், அவ்வளவுதான் என்றார். இன்குலாப் ஒருவர்தான், தன்னுடைய தழும்பிலிருந்து இன்னொருவருக்குத் தைரியமூட்டுபவர். அறிமுகமில்லாதவர்கள் அல்லல்படுவதையே பொறுத்துக்கொள்ள முடியாத அவர், அருகில் இருப்பவர் மீது அன்பு பாராட்டுவதில் என்ன வியப்பு இருக்கிறது?

எழுத்திலும் மேடையிலும் அவர் எப்படியோ அப்படித்தான் கல்லூரியிலும் நடந்துகொண்டிருக்கிறார். வழக்கமான பேராசிரிய முகத்தை அவர் பொருத்திக் கொள்வதில்லை. மாணவர்கள் தன்னைப் பேராசிரியராகப் பார்ப்பதைவிட சகோதரனாக சக தோழனாகப் பார்ப்பதையே விரும்பியிருக்கிறார். மாணவர்களும் அவரை அவ்விதமே சுவீகரித்தார்கள். 'மழைவந்து / நனைப்பதற்குள் / பார்க்க வேண்டும் / அவள் போட்ட கோலம்' என்று ஒரு மாணவன் கவிதை எழுத, இன்னொரு மாணவன் அதே கவிதையை வேறு ஒரு மாதிரி எழுதினான். இரண்டாவதாக எழுதியவனுக்கு அக்கவிதையை இன்குலாப்பிடம் காட்டத் தயக்கம். பெண்ணுரிமையைப் பேசக்கூடிய ஒரு பேராசிரியரிடம் அக்கவிதையைக் காட்டினால் என்ன நினைப்பாரோ? என்னும் தயக்கம்தான். தயங்காமல் நீ எழுதியதைக் காட்டு, என்கிறார் இன்குலாப். 'மழைவந்து / நனைத்த பின் / பார்க்க வேண்டும் / அவள் கோலம்' என்கிறான் அவன். இதுவும் சிறப்புதானே; இதற்கு ஏன் தயங்கினாய் என்று அவனை சகஜமாக்கிய செய்தியை அதே கல்லூரியில் மாணவனாக இருந்த ஹாஜாக்கனி சொல்லக் கேட்டிருக்கிறேன். அரும்புப் பருவத்தில் அப்படித்தான் தோன்றும். காலம் செல்லச்

செல்ல எல்லாம் மாறிவிடும் என்றிருக்கிறார். அதோடு பெண்ணை உடலாக மட்டுமே பார்க்கக்கூடாது எனவும் சொல்லியிருக்கிறார். கருத்துரீதியான வேற்றுமைகளையும் கனிந்த அன்பினால் வெல்லமுடியும் என்றே அவர் நம்பினார். வயதில் மாணவர்களுக்கு ஏற்படக்கூடிய தடுமாற்றங்களை எப்படிக் கையாள்வது என அவருக்குத் தெரிந்திருக்கிறது. வகுப்பறைகளில் பாடங்களைத் தாண்டியும் மாணவர்களுக்குச் சொல்லித்தர அவரிடம் ஏராளமிருந்தன.

தனக்குச் சரியென்றுப் பட்டதை இன்குலாப் எந்த மேடையிலும் சொல்லத் தயங்கியதில்லை. பின்விளைவுகள் குறித்தோ தனக்கு நேரக்கூடிய பாதிப்புகள் குறித்தோ அவர் ஒருபோதும் அஞ்சியதில்லை. இன்னுமே சொல்வதென்றால், அவர் தன்னுடைய கருத்துகளில் தவறு நேர்ந்துவிட்டால் அதைத் திருத்திக்கொள்ளவும் மன்னிப்புக் கோரவும் தவறியதில்லை. தலித்துகளைப் பற்றித் தலித்துகளே எழுதுவார்கள். நீங்கள் எழுதவேண்டியதில்லை என்று சொன்னபோது ஆம், சரிதான் என்றவர் அவர். ஈழத்தில் அமைதிப் பேச்சு வார்த்தை அமலில் இருந்தபோது விடுதலைப்புலிகள் தலைவர் பிரபாகரன் சந்திக்க விரும்பிய தமிழகக் கவிஞர் இன்குலாப்பே என்பது எத்தனைப் பேருக்குத் தெரியும்? இன்குலாப்பைக் கட்டியணைத்துப் புகைப்படம் எடுத்துக்கொண்டபோது ஒரு துப்பாக்கி, ஒரு பேனா என்று பிரபாகரன் சொல்லியதை உடனிருந்த ஓவியர் மருது சொல்கையில் கண்களில் நீர் கட்டிக்கொள்கிறது.

பாரதி, இந்த அரசாங்கம், கவிஞர்களைக் கண்ணியப்படுத்தும், வாழ்ந்து பிணமானால், உன் போன்றோரை, பிணமாக வாழ்ந்தால், என்போன்றோரை என்று ஒரு கவியரங்கில் இன்குலாப் கவிதை வாசித்தார். பேரமைதி நிலவிய அந்த அரங்கம் அதன்பின் கைதட்டல்களால் இன்குலாப்பைக் கௌரவித்த காட்சியை இப்போது நினைத்தாலும் பெருமையாயிருக்கிறது. எஸ்தடிக் என்று சொல்லக்கூடிய அழகியல் உணர்வுகளைவிட ஆவேசம் பெருகிவழியும் அவருடைய கவிதைகளை எழுத்தை வணிகமாகப் பார்க்கிறவர்களால் ஏற்றுக்கொள்ள இயலாது. இன்குலாப்பின் ஒருவரிகூட என்னை ஈர்க்கவில்லை என்று எழுத்தாளர் ஜெயமோகன் எழுதப்போக, ஜெயமோகனுக்குப்

பிடிக்குமாறு எழுதினால் அது எப்படி என்னுடைய எழுத்தாக இருக்கும் என்று இன்குலாப் கேட்டார். தன்னுடைய எழுத்து எதை நோக்கி அமைய வேண்டும் என்பதைச் சம்பந்தப்பட்ட எழுத்தாளனே தீர்மானிக்க வேண்டும். தான் வகுத்து வைத்திருக்கும் சட்டகத்திற்குள் இன்னாருடைய எழுத்து பொருந்தவில்லை என்பது போன்ற விமர்சனங்கள் புறந்தள்ளப்பட வேண்டியவை.

எத்தனையோ மேடைகளில் இன்குலாப்புடன் இணைந்து அமர்ந்திருக்கிறேன். பள்ளிப் பருவத்தில் எனக்குள் வந்த அவர், இதயத்திலிருந்து ஒருமுறைகூட வெளியே செல்லவில்லை. பழகுவதிலும் பாராட்டுவதிலும் அவரை மிஞ்ச முடியாது. கீழக்கரை தர்காவில், பேய் ஓட்டுவதற்குப் பெண்களைக் குச்சியால் அடித்த கொடுமையை எதிர்த்துத் தன் முதல் கவிதையை எழுதத் தொடங்கிய இன்குலாப்பைத் திரும்பத் திரும்ப இந்த அரசும் அதிகார மையங்களும் அடித்துக்கொண்டே இருந்தன. ஒருநாள்கூட நிம்மதியான வாழ்வை அவர் வாழ்ந்துவிடக்கூடாதென்று துரத்திக்கொண்டே இருந்தன. ஊரப்பாக்கத்தில் உள் ஒடுக்கிய பகுதியில் நோய்மையினால் காலை இழந்த இன்குலாப், அப்போதும் மக்களை நோக்கியே ஓடிக்கொண்டிருந்தார். சிறுகதை, கவிதை , கட்டுரை, மேடைச் சொற்பொழிவு, நாடகம் என எல்லாவற்றிலும் மண்ணையும் மக்களையும் சிந்தித்தவராகத் தெரிகிறார்.

கடுமையான நோயின் வாதையிலும் மனிதத்தின் பாதைகளில் அவர் பயணம் தொடர்ந்துகொண்டிருந்தது. ஒவ்வொரு புல்லையும் நேசிக்கத் தெரிந்த அவர் இதயம், தனக்காக எதையுமே தேடவில்லை. சேர்க்கவில்லை. பட்டமோ பதவியோ விருதுகளோ முக்கியமில்லை. இடையறாமல் மக்களுக்குப் பணியாற்றுவதே தன் கடமை எனச் செயலாற்றினார். கவிதை எழுதக்கூடியவர்கள் தங்களுக்குள் யார் பெரியவர் என்னும் போட்டியில் இறங்குகிற போதெல்லாம் அந்நிய சக்திகள் மக்களைப் போட்டிபோட்டுக் கொல்வதை எண்ணாமல் எதற்கு நமக்குள் போட்டியென்றே எச்சரித்திருக்கிறார். புரட்சி ஒன்றை மட்டுமே நோக்கிப் போய்க்கொண்டிருந்த அவர், இப்போது பூமியை விட்டே போய்விட்டார். இன்னும் அவருடைய கனல் கக்கும் பேச்சைக்

கேட்கும் ஆவலில், பாட்டாளி வர்க்கத் தோழர்கள் அவர் சவப்பெட்டியைச் சுற்றிக் குழுமியிருக்கிறார்கள். இனி அவர் பேசப்போவதில்லை. அவரைப்பற்றி நாம்தாம் பேசவேண்டும்.

எல்லா முற்போக்குச் சக்திகளோடும் உறவு பாராட்டிய அவர், வாழுங் காலத்திலேயே தன்னை வலுவாக நிறுவியவர். மக்களை ஏமாற்றும் அரசியல் சக்திகளை அண்டிப்பிழைக்கும் அநாகரிகத்தை அவர் ஒருநாளும் நெருங்கியதில்லை. விருதுப் பட்டியலில் இருந்து தன்னையும் தன்பெயரையும் தாமாகவே விலக்கிக்கொண்டவர். இன்குலாப் ஜிந்தாபாத் என்றால் புரட்சி வாழ்க என்று பொருள். போராடினால் வெற்றி பெறலாம். இன்குலாப் போராடினார். நாம் வெற்றி பெறுவோம். அல்லது இன்குலாப்புகள் போராடினால் எளிய மனிதர்கள் வெற்றி பெறுவார்கள். இன்குலாப்பின் மரணச்செய்தி செவியை எட்டியபோது இதயமே தூர்ந்துவிடும் போலிருந்தது. எளிய வாழ்விலிருந்து ஏகாதிபத்தியத்தை எதிர்த்த ஒரு மகாகவி, இனி ஒருபோதும் வரப்போவதில்லை. இனிமேல் யார் எழுதித் தருவார்கள், துண்டுப் பிரசுரங்களில் மக்களுக்கான முழக்கங்களை?

இன்குலாப், இருக்கும்வரை மட்டுமல்ல இறந்த பிறகும் பிறருக்கே தான் என்பதைச் சொல்லும்விதமாகத் தன் உடலை மருத்துவ மாணவர்களுக்குத் தரச் சொல்லிவிட்டுப் போயிருக்கிறார். வீர வணக்கத்துக்குரிய ஒரு மகாகவியை தமிழ்ச் சமூகம் இழந்து நிற்கிறது. தர்மபுரியை அடுத்த சிற்றூரில் கூட்டமிருப்பதால் இருவர் திரைப்படம் குறித்த கட்டுரையை எழுதித்தர வாய்ப்பில்லை என்றவரின் இரங்கல் கட்டுரையை எழுதிக்கொண்டிருக்கிறேன். இப்போது என் சிந்தையில் இருவராகப் பாரதியும் இன்குலாப்பும் வந்துவந்து போகிறார்கள்.

விடாது பெய்துகொண்டிருந்த மழை, பெரு மழையாகக் கொட்டத் தொடங்குகிறது. இன்குலாப் உயிரோடு இருந்திருந்தால் என்ன சொல்லுவார்? தோழர்களே, மழையில் நனையாதீர்கள். நாளை போராட்டமிருக்கிறது.

தேனிசை செல்லப்பா

தொண்ணூறுகளின் இறுதியில் நானும் சரவணனும் சென்னைக்கு வந்துவிட்டோம். சினிமா, பத்திரிகை, அரசியல், இலக்கியம் என அலைந்துகொண்டிருந்த எங்களை, விஞ்சுவதற்கு ஆளே இல்லை என்பதுபோல உள்ளூர்த் தோழர்களில் சிலர் உசுப்பிவிட்டிருந்தார்கள். ஆகப்பெரும் திறமைசாலிகளாக இருக்கும் நீங்கள் தஞ்சாவூரில் இருந்து என்னதான் செய்ய முடியும்? உங்களுக்கான களம் சென்னை மாநகரே. சிறப்பாகச் செயல்படவும் செழித்தோங்கவும் சென்னைக்குக் கிளம்புங்கள். மேலே கூறிய துறைகளில் போதாமை நிலவுகிறது. அந்தப் போதாமைகளைப் போக்கும் திறன் உங்களிடமிருக்கிறது. உடனே கிளம்புங்கள். நம்முடைய அடுத்தச் சந்திப்பு சென்னையில் அமையட்டும் என்பார்கள்.

அவர்கள் சொல்லியதுபோல நாங்களும் எங்களை, சகல துறைகளையும் மேம்படுத்தும் பராக்கிரமசாலிகளாக நம்பினோம். ஒருகட்டத்தில் சென்னைக்கு விஜயமாவது என்றும் முடிவெடுத்தோம். அம்முடிவு, அவர்களின் வார்த்தைகளை மெய்ப்பிக்க அல்ல. வாரி வாரிப் புகழ்ந்த அவர்களின் தொந்தரவிலிருந்து தப்பிக்க. மேலும் சிலநாள் நாங்கள் தஞ்சாவூரில் இருந்திருந்தால் அவர்கள் எங்களைச்

சிதையிலோ சிலுவையிலோ அறைந்திருப்பார்கள். எங்கள் மீதுள்ள அக்கறையினால் அவ்வார்த்தைகளை அவர்கள் உதிர்த்தார்களா? இல்லை. எங்கள் நச்சரிப்புப் பொறுக்காமல் நாடு கடத்தினார்களா? என இன்றுவரைகூட யூகிக்கமுடியில்லை.

சென்னையில் எங்களுக்கு யாரையுமே தெரிந்திருக்கவில்லை. இன்னும் சொல்லப்போனால் சென்னை தமிழ்நாட்டின் தலைநகர் என்பதைத்தாண்டி ஒன்றுமே தெரியாது. பழகிய சிலபேர் கொளுத்திப்போட்டதில் பற்றிக்கொண்ட நாங்கள், கும்பி நெருப்பெரிய சென்னையில் வந்து விழுந்தோம். அழகழகான கட்டடங்கள் நிரம்பிய சென்னைத் தெருக்கள் அப்போதும் அழுக்குகளையே சுமந்திருந்தன. அதுவரை சாக்கடையாக ஒரு ஆறு ஓடும் என்று கனவில்கூட நாங்கள் நினைத்திருக்கவில்லை. பெரிய பெரிய பிஸ்தாக்கள் வாழும் சென்னை மா பட்டிணத்தில் பிச்சைக்காரர்களும் பிழைக்க வழியில்லாதவர்களும் அதிக எண்ணிக்கையில் இருப்பதைப் பார்த்த எங்களுக்கு அதிர்ச்சியாயிருந்தது. பரவாயில்லை. இதையெல்லாம் சரி செய்வதற்கே யாம் வந்திருக்கிறோம். இரண்டு பேரும் முன்நின்று இக்கேடுகளை நீக்கவும் சோம்பிக்கிடக்கும் சென்னையைச் சொர்க்கபுரியாக்கவும் தீர்மானித்தோம்.

சென்னை மாநகரைத் திருத்த வந்திருக்கும் எங்களை ஒரு ஈ, காக்கைகூட ஏறெடுத்துப் பார்க்கவில்லை. அந்த ஈயும் காக்கையும் அலுத்துச் சலித்து அடுத்த மாத இ.எம்.ஐக்காக ஆலாய்ப் பறந்துகொண்டிருந்தன. எல்லாக் காலத்திலும் சமூக மீட்பர்களுக்கு நேர்ந்த கதிதான். மனுஷ்யபுத்திரன் அவ்வப்போது எழுதுவதுபோல என்ன மாதிரியான சமூகத்தில் நாமிருக்கிறோம்? தங்களுக்காக உழைக்க வந்திருக்கும் இரண்டு பெரும் ஆகிருதிகளை அடையாளம் காணக்கூட இந்தச் சமூகத்திற்கு முடியாமல் போகிறதே. தங்களைக் கைதூக்கிவிட வந்திருப்பவர்களைப் பாராட்ட மனமில்லை என்றாலும், ஒருவேளை பட்டை சோற்றுக்காவது வழி செய்யக் கூடாதா?

குடத்தைக் குப்புற கவிழ்த்ததுபோல் கொண்டு வந்த

பணமெல்லாம் தீர்த்துவிட்டது. ஊருக்கே திரும்பிவிடவும் யோசனைதான். ஆனாலும், எங்களைவிட்டால் சென்னையை யார் செப்பனிடுவது? வாய்க்கும் வயித்துக்கும் வழியில்லை எனினும், அவ்வளவு எளிதாக ஒரு வரலாறு வந்தவழியில் திரும்பிவிடுமா என்ன? மூன்று வேளை உணவில்லையென்பது குறையில்லை, ஒருவேளை உணவுகூட இல்லாமல் நம்முடைய முன்னோர்கள் ஊருக்கு உழைத்திருக்கிறார்களே. சரவணன், எதார்த்தத்தை மீறி இப்படி எதையாவது பேசிக்கொண்டிருப்பான். சென்னைக்கு வர எனக்கும் சேர்த்து அவனே பிரயாண டிக்கெட்டெடுத்தவன் என்பதால் அவனைமீறி எந்த முடிவையும் என்னால் எடுக்க முடியாது. சரிதான் நண்பா, உன் சித்தம் எப்படியோ அப்படியே நடப்போம் என்றுதான் சொல்ல முடியும்.

பசி, அடிவயிற்றைக் கவ்விக்கொண்டு அகல மறுக்கும். ஈவு இரக்கமில்லாமல் எதைச்செய்யவும் தூண்டும். நாங்கள் வந்திருந்த தொண்ணூறுகளின் இறுதியில்தான் தண்ணீரைக்கூட பாக்கெட்டில் விற்பனை செய்யும் விபரீதம் தொடங்கியது. பணமில்லாமல் பசியோடு சென்னையிலிருப்பது, இறந்துபோனவரிடம் நலம் விசாரிப்பது போன்றதுதான். ஆனாலும், அப்போதைய எங்கள் பசியைப் போக்க சில அரங்கங்கள் உதவின. கம்பன் கழகமும் தமிழ்ச் சான்றோர் பேரவையும் புதுக்கல்லூரி இஸ்லாமிய மாநாடுகளும் எங்களுக்கான அரிசியை, உணவாகச் சமைத்துப் பரிமாறின. விழாவில் பங்கெடுக்கப் பிரத்யேகமாக வந்தவர்களைப் போல அவ்வரங்கங்களில் சாப்பிடுவதற்காகவே கலந்துகொள்வோம். சமூகம், எங்களை அடையாளம் காணவில்லையே என்று ஆரம்பத்தில் துக்கப்பட்ட நாங்கள், அப்புறம் யாருமே எங்களை அடையாளம் காணாத வகையில் நடந்துகொண்டோம். தெரிந்தால் விரட்டிவிடுவார்களோ? என்னும் அச்சத்தில் தலையைக் குனிந்துகொண்டே சாப்பிட்டு எழுவோம்.

ஒருமுறை அப்படித்தான் ஜெர்மன் ஹாலில் தமிழ்ச் சான்றோர் பேரவை விழா. மதிய உணவு ஏற்பாட்டுடன் தடபுடலாக விழாவை நடத்தினார்கள். மாணவர் நகலக அதிபர் அருணாச்சலம் அந்நிகழ்வுகளைப் பின்னிருந்து

இயக்கினார். உதிரி உதிரியாய்ப் பிரிந்திருந்த தமிழ் அமைப்புகளை ஒன்றிணைக்கும் முயற்சியில் அவர் அப்போது ஈடுபட்டிருந்தார். இறுதியில் அவராலும் தமிழின உணர்வாளர்களை ஒரு வட்டத்திற்குள் கொண்டுவர முடியவில்லை. அந்த விழா மூன்று அமர்வுகளைக் கொண்டிருந்தது. இயல், இசை, நாடகம். மூன்றிலும் சிறந்து விளங்கியவர்கள் பங்கெடுத்துக்கொண்டார்கள். காலையில் இருந்து மதியம்வரை ஒரு அமர்வு. அந்த அமர்வு எங்களைப் பெரிதாகக் கவரவில்லை. மதிய உணவு உண்டென்று சொல்லியிருந்தால் ஒருவேளை பிடித்திருக்கலாம். சும்மா சொல்லக்கூடாது. மதிய உணவை ஜமாய்த்துவிட்டார்கள். இரவுக்கும் இதுபோல ஏற்பாடு செய்திருப்பார்களா? என ஏங்கும் அளவுக்கு மதிய உணவின் மகிமை அமைந்தது. எதிர்பார்ப்பில்லாமல் யார்தான் இருக்கிறார்கள்? நாங்களும் அன்று அங்கேயே பொழுதைக் கழிக்க முடிவு செய்தோம். இரவு உணவை உத்தேசித்து அல்ல. விழா ஏற்படுத்திய விநோதப் பரவசம், மாலைவரை எங்களை அங்கே இருக்கவைத்தது. இருள் மெல்லக் கவிந்த பின்மாலையில்தான் அந்த அதிசயமும் நிகழ்ந்தது. அரங்கிற்கு வெளியே ஊசிமழை.

யாரோ ஒரு பெரியவர் மேடையேறினார். தபேலா, ஹார்மேனியத்துடன் மேலும் சிலர். கச்சேரி ஆரம்பமானது. அழகான அந்தப் பனைமரம் அடிக்கடி நினைவில்வரும் என்ற காசிஆனந்தனின் பாடலை அவர் பாடினார். அதுவரை அந்தப் பாடலை நாங்கள் கேட்டதில்லை. அதற்கு முன்னாலும் அதற்குப் பின்னாலும்கூட அப்படியொரு குரலை நாங்கள் கேட்டதில்லை. அதைக் குரல் என்று சொல்லமுடியாது. உயிரை உருக்கிப்பிழியும் வஸ்து. தமிழனின் செங்கோட்டு யாழ். தமிழ்த்தேசிய அடையாளத்தைப் பிரதிபலித்த சிதம்பரம் ஜெயராமனின் சீர்காழி கோவிந்தராஜனின் குரலை ஒத்திருந்தது அந்தக்குரல். கருத்த முகம். தோளில் நீலநிற ஜரிகை சால்வை. வயதின் காரணமாக அவ்வப்போது சுருதி சேராவிட்டாலும் உணர்ச்சியின் பாவத்தை அவர் உதடுகள் கொப்பளித்தன. மின்சாரம் உடலெங்கும் ஊடுருவியது போலிருந்தது. இன மீட்பு, மொழிப் பற்று, திராவிட அரசியல் விமர்சனம் என்று அவர் பாடிய பாடல் ஒவ்வொன்றும் உள்ளத்தைக் கடைந்தன.

மேலும் கீழும் அபிநயம் பிடித்ததில் அவ்வப்போது அவர் விரலில் அணிந்திருந்த மோதிரத்தின் ஒளி, குழல் விளக்கில் பட்டுத்தெறித்தது.

உச்சஸ்தாயி. எட்டுக்கட்டைக்கும் மேல்கூட அவர் அனாயசமாகப் போவார் போல. உச்சரிப்பில் தெளிவு. உந்திவரும் கருத்துக்களில் ஒன்றுகூட சோடையில்லை. அவர் முழங்கிக்கொண்டே இருந்தார். முதுகுத் தண்டில் மின்னல் வெட்டிக்கொண்டே இருந்தது. அந்தப் பாடகரின் பெயரை அருகிலிருப்பவரிடம் கேட்டுத் தெரிந்துகொண்டோம். அவர்தான் தேனிசை செல்லப்பா.

சி.பா.ஆதித்தனாரின் நாம் தமிழர் காலத்திலிருந்து பாடிவரும் அவர், தமிழ் ஈழ விடுதலைப்புலிகளின் தலைவர் பிரபாகரனுக்குப் பிடித்தமான பாடகர். 1987இல் பன்னிரெண்டு நாள் உண்ணாவிரதமிருந்து மரணத்தைத் தழுவிய போராளி திலீபன், தன்னுடைய கடைசி ஆசையாக அய்யாவின் பாடலையே கேட்க விரும்பினான் என்றார்கள். ஒரு போராளி தன் இறுதி ஆசையாகக் கேட்கத்தக்க குரல்தான் அது. எத்தனை உணர்ச்சிக் கொந்தளிப்பு. இசைக்கு மொழியில்லை. இசைக்கு இனமில்லை என்று சொன்னாலும், மொழியையும் இனத்தையும் அவர் பாடல்களிலிருந்தே அறிந்துகொள்ள முடிந்தது. திராவிடத்தின் மூத்த மொழியான தமிழின் இசைவடிவை அவர் நேர்த்தியாகக் கற்றிருந்தார். தமிழிசை அவரிமிடருந்து தனக்குரிய பங்கைப் பெற்றிருக்கிறது.

நடிகவேள் எம்.ஆர்.ராதாவின் நாடகங்களில் பாடிவந்த அவரை, ஒருகாலம்வரை ஆகர்ஷித்து ஆதரித்தவர் சி.பா. ஆதித்தனார். நாம் தமிழர் இயக்கப் பொதுச்செயலாளர். சி. ஆர். வரதராஜனின் அறிமுகத்திற்குப் பிறகு தன்னை மக்கள் பாடகராக மாற்றிக்கொண்டிருக்கிறார். 1958இல் மன்னார்குடியில் நிகழ்ந்த தனித் தமிழ் மாநாட்டில் பாரதிதாசனின் பாடலைப் பாடுவதற்காக அழைக்கப்பட்டிருக்கிறார். அதன்பின், தமிழ்த்தேசியக் கொள்கைகளை மேடைகளில் முழங்குவது ஒன்றே தன் வாழ்நாள் லட்சியமாகக் கொண்டுவிட்டார். பாரதிதாசனின் பல பாடல்கள் ஸ்வரக் கட்டுமானத்திற்கு உட்படுவதல்ல. ஆவேசத் தொனியைக் கொண்டிருப்பவை.

அவருடைய விருத்தப்பாக்களைப் பதம் பிரித்து வாசிப்பதே தனிக்கலை என்றிருக்கையில், அதற்கு மெட்டமைப்பது சாதாரண காரியமில்லை. ஆதித்தனார், திருக்குறள் முனுசாமி, சின்னச்சாமி போன்றோர் அக்காரியத்தில் தனக்கு உதவி புரிந்ததாகத் தேனிசை செல்லப்பா ஒரு நேர்காணலில் தெரிவித்திருக்கிறார்.

முன்னாள் அமைச்சர் திருச்சி சௌந்தர்ராஜனும் பழம்பெரும் நடன இயக்குநர் புலியூர் சரோஜாவும் இணைந்து நடித்த 'பேராசை பிடித்த பெரியார்' என்னும் நாடகத்தைத் திராவிட இயக்கத்தவர்கள் மறந்துவிடமாட்டார்கள். அந்த நாடகத்தின் வாயிலாகப் பெரியாரின் கொள்கைகள் நாடெங்கும் பிரகடனப்படுத்தப்பட்டு வந்தன. சுயமரியாதை இயக்கத்தின் நோக்கமும் பயணமும் எதைச் சொல்ல வந்ததோ அதைச் சொல்லிக்காட்டுவதற்காகவே நிகழ்த்தப்பட்ட அந்நாடகப் பாடல்களைப் பாடியவரே தேனிசை செல்லப்பா. அதற்காக, பெரியார் நூறு ரூபாய் பரிசளித்திருக்கிறார். ஒரு ரூபாய் செலவு செய்வது என்றாலும், கோடிமுறை யோசிக்கும் பெரியாரிடம், ஒருவர் நூறு ரூபாய் பெறுவது பத்து லட்சம் கோடிக்குச் சமம். பணத்தைப் பரிசளிக்கும் போது பெரியார், 'மறுக்கக்கூடாதுங்க... எங்க பாடினாலும் யாருக்குப் பாடினாலும் எவ்வளவு தருவீங்கன்னு கேட்டுட்டுதான் பாடணும்' என்றிருக்கிறார். கொள்கையை முன்னிறுத்திச் செயல்பட வேண்டும். பணம் பொருளைப் பெரிதாகக் கருதக்கூடாது என சொல்ல வேண்டிய ஒரு தலைவர், பணம் பெறாமல் எங்கேயும் பாடாதே என்றது கவனிக்கத்தக்கது.

தேனிசை செல்லப்பாவின் குரல், கூட்டத்தைக் கட்டிப்போட்டுவிடும். அவர் கச்சேரிக்குப் பிறகு எத்தனைப் பெரிய சொற்பொழிவாளர்கள் வந்தாலும் அவர்கள் பேச்சு எடுபடாது. அரங்கு முழுவதையும் பறித்துக்கொண்டு போய்விடுவார். இன உணர்வையும் மொழி உணர்வையும் கொதிநிலைக்குக் கொண்டுவந்து நிறுத்துவார். இப்பொழுதே கிளம்பிப்போய் துப்பாக்கிக்கு இரையாகத் தோன்றும். எனக்கும் சரவணனுக்கும் அந்தநாள் மிகமிக முக்கியத்துவம் வாய்ந்தது. தேனிசைத் தென்றல் தேவாவை மட்டுமே

அறிந்திருந்த எங்களுக்குத் தேனிசை செல்லப்பா என்ற பெயரும் அவரின் அசாதாரண இசை அர்ப்பணிப்பும் அன்றுதான் புரிந்தது. உலகநாடுகள் முழுக்க அவர் பாடலால் அறியப்பட்டிருக்கிறார். குறிப்பாக, ஈழத் தமிழர்கள் அவர் பாடலுக்காகத் தவம் கிடக்கிறார்கள். அவர் ஒரு மேடையில் பாடுகிறார் என்றால் அது அவர்களுக்கு மேடை அல்ல. போர்க்களம். இன்றும் அவரால் பாடப்பட்ட சந்தனப் பேழையில் என்று ஆரம்பிக்கும் புதுவை ரத்தினதுரையின் பாடலைத்தான் மாவீரர் நாளில் இசைக்கிறார்கள். மெழுகுவர்த்தி ஏந்தி அவர்கள் அப்பாடலை இசைக்கும்போது கண்ணீர் பெருகுவதைக் கட்டுப்படுத்தமுடியாது.

தமிழிசைக்கு நெடிய வரலாறு உண்டு. ஆபிரகாம் பண்டிதரின் கருணாமிருத சாகரத்திலிருந்து அவ்வரலாறு தொடங்குகிறது எனச் சிலர் சொன்னாலும், அதற்கு முன்பிருந்தே அதாவது, சங்க இலக்கிய காலத்திலேயே அதன் வேர் இருப்பதாக இன்னும் சிலர் ஆய்ந்திருக்கிறார்கள். தேனிசை செல்லப்பா அந்த வேரின் கிளைமரமாகவே கிளைத்திருக்கிறார். இல்லையென்றால், அவர் பாடலைக் கேட்டு ஆஸ்திரேலியாவில் ஒரு பெண்மணி தாலிக்கொடியை, வளையலை, காது கம்மலை, இன்னபிற ஆபரணங்களைக் கழற்றி, ஈழப் போருக்கு நிதியாகக் கொடுத்திருக்க மாட்டார். 'எப்படித் தாங்குவது, எப்படித் தாங்குவது, ஈழ தேசம் எதிரி கையில் எப்படித் தாங்குவது' என்று அவர் மேடையில் பாடப்பாடக் கண்ணீர் உகுத்த அப்பெண்மணி தாமாகவே மேடைக்குவந்து தன்னிடமிருந்த நகைகளை நிதியளிப்புப் பெட்டியில் போட்டிருக்கிறார். கொடுமுடி கோகிலம் என்றழைக்கப்பட்ட கே.பி. சுந்தராம்பாள், இந்திய விடுதலைக்கு நிதி வசூல் செய்து கொடுத்ததைப் போல தேனிசை செல்லப்பாவும் ஈழ விடுதலைக்குத் தன்னால் இயன்றதைச் செய்திருக்கிறார். இதயத்தின் ஆழத்திலிருந்து பாடும் பாடகர்களால் மட்டுந்தான் அப்படியான வரலாறுகளை உருவாக்க முடியும். தேனிசை செல்லப்பா தமிழின வரலாற்றில் தவிர்க்கமுடியாத இசை அத்தியாயம்.

ஒருமுறை நார்வேயில் தேனிசை செல்லப்பாவின் இசைக்

கச்சேரி. அரங்கு நிறைந்த கூட்டம். அந்தக் கச்சேரியில் தம்பிராஜா என்ற ஈழத்தமிழர் கலந்துகொள்கிறார். அதுவரை அப்படியோரு கச்சேரி நிகழ்ந்ததில்லை என்பதால் சிலிர்க்கிறார். அதன் காரணமாக அடுத்த ஆண்டும் செல்லப்பாவின் கச்சேரியில் கலந்துகொள்ள எண்ணுகிறார். என்றாலும், நோய் அவரை வரமுடியாதவாறு படுத்தப் படுக்கையாக்கிவிடுகிறது. ஒருகட்டத்தில் நோய்முற்றி, இனி பிழைக்க வழியில்லை என மருத்துவர்களும் சொல்லிவிடுகிறார்கள். அந்த அடாத சோகத்திலும் அவர் வருத்தப்பட்டது செல்லப்பாவின் கச்சேரியைக் கேட்க முடியாமல் போய்விட்டதே என்றுதான். வருத்தப்பட்டவர், அத்தோடு நில்லாமல் தன் விரலில் அணிந்திருந்த மோதிரத்தைக் கழற்றி, இந்த ஆண்டு அய்யா வந்து மேடையில் பாடும்போது என் வருத்தத்தைத் தெரிவித்து இதை அவர் விரலில் அணிவியுங்கள், என்றிருக்கிறார். மனைவியும் மகளும் அந்தச் சம்பவத்தைச் சொல்லி அதுபடியே மோதிரத்தை அணிவித்திருக்கிறார்கள். அந்த மோதிரத்தை அய்யா தன் இறுதி காலம்வரை அணிந்திருக்க வேண்டும் என்பது தம்பிராஜாவின் விருப்பம். தமிழ்ச் சான்றோர் பேரவை விழாவில், குழல் விளக்கில் பட்டுத்தெறித்த மோதிரத்தின் ஒளிக்குப் பின்னே இப்படியொரு செய்தியிருப்பது நெடுநாள் கழித்தே எனக்கும் சரவணனுக்கும் தெரிய வந்தது.

தேனிசை செல்லப்பாவைப் புலம்பெயர்ந்த தமிழர்கள் கொண்டாடிய அளவுக்குத் தமிழகம் கொண்டாடவில்லை. இங்கே இருக்கும் ஒருசில தமிழ் அமைப்புகளின் மேடைகளில் அவர் இன்றும் பாடி வருகிறார். பாரதிதாசன், பெருஞ் சித்திரனார், புதுவை ரத்தினதுரை, காசி ஆனந்தன், கவியன்பன் பாடல்களை அவர் பாடும்பொழுது நம்மையுமறியாமல் உணர்வுத் தளத்தில் சஞ்சரிக்கத் தொடங்குவோம். இசைக் கச்சேரி என்பதிலும் பார்க்க, தமிழிசை மீட்பையே அவர் ஒவ்வொரு மேடையிலும் செய்துவருகிறார். 1990இல் யாழ்ப்பாண முற்றவெளி மைதானத்தில் ஐந்துலட்சம்பேர் கூடி, அவர் கச்சேரியைக் கௌரவித்ததை வீரகேசரி தலைப்புச் செய்தியாக வெளியிட்டது. 1996இல் லண்டன் லம்போர்ட் ஸ்டேடியத்தில் இருபதாயிரம்பேர். பதினெட்டாயிரம் பேர் மட்டுமே அமர முடியும் என்ற நிலையில் இரண்டாயிரம்பேர்

திருப்பி அனுப்பப்படுகிறார்கள். அனுமதி மறுக்கப்பட்ட அவர்களுக்காக அடுத்த சிலநாட்களும் கச்சேரியைத் தொடர்ந்திருக்கிறார்கள்

தற்போது சென்னைப் புறநகரை அடுத்த படப்பையில் வசித்துவருகிறார். இரண்டாயிரம் பாடல்கள். ஏராளமான இசைத் தட்டுகள். ஆயிரக்கணக்கான மேடைகள் எனத் தமிழர்கள் வாழும் நிலப்பரப்பெங்கும் அவர் பயணித்திருக்கிறார். லண்டனில் மைக்கேல் ஜாக்ஸனுக்குப் பிறகு அதிகமான ரசிகர்களை ஈர்த்தவராக தேனிசை செல்லப்பாவைச் சொல்கிறார்கள். ஆனால், உள்ளூர் மேடைகளோ அவரை ஒதுக்கி வைத்திருக்கின்றன. இசை விழாக்களிலோ ஊடகங்களிலோ அவர் முகம் தென்படுவதில்லை. நானும் தம்பி ஆரோக்கியதாஸூம் அவரை '49ஓ' திரைப்படத்தில் 'இன்னும் எத்தனை காலம் வரை' என்னும் பாடலைப் பாடவைத்தோம். சமூக மாறுதலுக்கான சிந்தனைகளை உள்ளடக்கிய அப்பாடலை எத்தனைபேர் கேட்டிருப்பார்கள் எனத் தெரியவில்லை. பாடல் வெளியீட்டு விழாவுக்கு வந்திருந்த நடிகர் சத்யராஜ் அவரைப்பற்றிச் சொன்னபோதுதான் அந்தப் படக்குழுவினருக்கே அவரைப்பற்றித் தெரிந்தது. தோளில் நீலத்துண்டு, சட்டைப் பையில் திருக்குறள் புத்தகம். இதுவே தமிழன் தன்னைத் தமிழனாக அறிவிக்கும் அடையாளம் என்றார் ஆதித்தனார். அந்த அடையாளத்தை தேனிசை செல்லப்பா இழக்க விரும்புவதில்லை.

ஒருவரை யார் என்று அறிந்துகொள்வதும் அவரைப் பின் தொடர்வதும் அவசியம். ஒருவரையும் தெரிந்துகொள்வதில்லை. தெரிந்தாலும் சொல்வதில்லை என்பதே இன்றைய தமிழ் இசை விமர்சகர்களின் போக்காக இருக்கிறது. ஒரு மேடையில் தேனிசை செல்லப்பா பாடுகிறார் என்றால் அந்தக் கச்சேரியைக் கேட்பது கடமை என்று ஈழத்தமிழர்கள் கருதுகிறார்கள். நாமோ அவர் யாரென்றுகூட அறியாமலிருக்கிறோம். உணவுக்காக ஒரு கூட்டத்தில் கலந்துகொள்ளப்போய் உணர்வு வயப்படுப்பட்டுவிட்ட நாங்கள் அதன்பின் சோம்பிக் கிடந்த சென்னையைச் சொர்க்கபுரியாக்கும் சிந்தனைகளுக்கு இடமளிக்கவில்லை. சோற்றுக்கு வழிதேடி, சொந்த ஊருக்குப்

போகாமலிருக்கும் காரியங்களில் ஈடுபடுகிறோம்.

சென்னைதான் உங்களுக்கான களம் என்று சொல்லி, எங்களை வலுக்கட்டாயமாக வெளியேற்றிய தோழர்களுக்கு எங்களை ஆளாக்கிப் பார்க்கவேண்டும் என்னும் ஆசையிருந்தது. இலக்கியம், சினிமா, அரசியல், பத்திரிகை எனப் பொதுசனத்தோடு தொடர்புடைய ஏதோ ஒரு துறையில், செயலில் நாங்கள் ஈடுபடவேண்டும் என்று அவர்கள் விரும்பினார்கள். அதற்காகவே அவ்வப்போது அவர்கள் எங்கள் கொம்புகளைச் சீவி, ஜரிகை ரிப்பன்களைக் கட்டிவிட்டார்கள். அதுபுரியாமல் ஆரம்ப காலங்களில், சமூகத்தை முட்டிமோதி வீழ்த்திவிடலாம் என்னும் மூர்க்கத்தோடு சுற்றிக்கொண்டிருந்தோம். ஒவ்வொரு நாளின் முடிவும் இன்னொரு நாளின் தொடக்கத்தை அல்லாமல் அனுபவங்களையே வழங்குகின்றன. அநேகமாக, தொண்ணூறுகளில் சென்னை நகரில் நடந்த அத்தனை விழாக்களிலும் நாங்கள் கலந்துகொண்டிருக்கிறோம். மதிய உணவோடு கூடிய விழாவென்றால் முதல்நாளே பவுடரடித்துக் கிளம்பியிருக்கிறோம்.

வறுமை சோபித்திருக்கும் காலங்களில் பாடல்களும் கவிதைகளும் அதீத நம்பிக்கையை ஏற்படுத்தும். லட்சிய வாழ்வை நோக்கி நகர்வதற்கும் லட்சோப லட்ச மக்களை அடைவதற்குமான வழியைக் காண்பிக்கும். திலீபனுக்கும் அப்படித்தான் தேனிசை செல்லப்பாவின் குரலில் தோய்ந்திருந்த உண்மை பிடிபட்டிருக்கும். எந்த மக்களுக்காகப் போராடுகிறோமோ அந்த மக்களின் தொன்மங்கள்மீது ஒரு போராளி தன் பார்வையைச் செலுத்த இலக்கியங்களே உதவுகின்றன. இசைப்பாடல்கள் துணைபுரிகின்றன.

கண்பார்வையில்லாத இந்தி இசையமைப்பாளர் ரவீந்திர ஜெயினின் அதிகமான பாடல்களை கே.ஜே. யேசுதாஸே பாடியிருக்கிறார். யேசுதாஸ் பாடிய கோரி தேரா போன்ற எண்ணற்ற வெற்றிப் பாடல்களை ரவீந்திரன் ஜெயினின் இசையில் கேட்பது தனி அனுபவம். ஒருமுறை ரவீந்திரன் ஜெயினிடம் ஒரு பத்திரிகையாளர் கேட்டார், கண் பார்வையில்லாத உங்களுக்குப் பார்வை வந்தால் யாரை

முதலில் பார்க்க விரும்புவீர்கள்? எனக்கேட்க, ரவீந்திரஜெயின் வழக்கமான தன் புன்னகை இழையோட 'யேசுதாஸைப் பார்க்கவே விரும்புவேன். அரூபத்திலிருந்து இசையைக் கொண்டுவந்து என் ரூப லட்சணங்களை உலகமறியச் செய்தவர் அவரல்லவா? அவரில்லாமல் நானில்லையே. என்னை அவர் பிரதிபலித்திருக்கிறார். சுருதிகளாகவும் ஸ்வரங்களாகவும் மட்டுமே ரூபங்களை அறிந்துவந்த எனக்கு அவரைத்தாண்டி யாரை முதலில் பார்க்கப் பிடிக்கும்' என்றிருக்கிறார்

தேனிசை செல்லப்பாவும் அத்தகைய சிறப்புடையவரே. இன்றைக்கு உலகமெங்கும் புலம்பெயர்ந்திருக்கும் தமிழர்கள் அவருடைய குரலிலிருந்தே தங்களைப் பார்க்கிறார்கள். மரபார்ந்த தங்கள் இசையின் மூல வடிவை நோக்கிய அவர்களின் தேடலுக்கு தேனிசை செல்லப்பா உதவி வருகிறார். இதுதான் தமிழனின் இசை என்பதுபோல எண்பது வயதிலும் அந்தக்குரல் போராளிகளுக்காக ஓங்கி ஒலித்துக்கொண்டிருக்கிறது. எங்கு பாடினாலும் தனக்கு எவ்வளவு தருவீர்கள் என்று பெரியாரே அவரைக் கேட்கச் சொல்லியிருக்கிறார். ஆனாலும், அவர் எந்த இடத்திலும் பணத்துக்காகப் பாடுவதில்லை. இனத்துக்காகவே பாடிவருகிறார். போதாமையைப் போக்கக் கிளம்பிய நானும் சரவணனும் செல்லப்பா போன்றோருக்குக் கிடைக்காத அங்கீகாரத்தைத் தேடித்தான் இப்போதும் அலைந்துகொண்டிருக்கிறோம்.

ஓமந்தூரார்

மக்களால் தேர்ந்தெடுக்கப்படும் சட்டமன்ற உறுப்பினர்கள் யாரைத் தங்கள் தலைவராகத் தேர்ந்தெடுக்கிறார்களோ அவரே முதல்வராகும் தகுதியுடையவர். இதுவே, இந்திய ஜனநாயகத்தின் நடைமுறை என்று சட்டம் சொல்கிறது. மக்களால் தேர்ந்தெடுக்கப்படும் சட்டமன்ற உறுப்பினர்கள் எப்படிப்பட்டவர்களாக இருக்கவேண்டும் என்றோ தேர்ந்தெடுக்கப்பட்டபின் அவர்களின் சுயரூபம் தெரியவந்தால் அவர்களைத் திரும்ப அழைத்துக்கொள்ளலாம் என்றோ அது சொல்லவில்லை. இதன் காரணமாக யார் யாரோ முதல்வர் ஆகும் தகுதியைப் பெற்றுவிடுகிறார்கள். யார் வேண்டுமானாலும் முதல்வராகலாம் என்பது ஜனநாயகத்தின் சிறப்பாகக் கருதப்படும் அதே வேளையில், ஜனநாயகத்தின் சிக்கலாகவும் அதுவே அமைந்திருப்பது விவாதத்துக்குரியது.

இதுவரை இந்திய ஜனநாயகத்தின் மீது கேள்வி எழுப்பாத தமிழர்கள் சமீபகாலங்களில் அதுகுறித்து ஆழ்ந்து சிந்தித்து விவாதிக்கத் தொடங்கியிருக்கிறார்கள். நாங்கள் யாரை முன்னிறுத்தி வாக்களித்தோமோ அவர் மரணமடைந்துவிட்டால் உருவாக்கப்பட்ட ஆட்சியைக் கலைத்துவிடவேண்டும் என்று கூக்குரலிடுகிறார்கள்.

முன்னெப்போதையும்விட தற்போதைய தமிழக அரசியல் களத்தில் நிகழ்ந்துவரும் மாற்றங்கள் அவர்களுக்கு அளவில்லாத அச்சத்தையும் நிலையற்ற தன்மையையும் ஏற்படுத்திக்கொண்டிருக்கின்றன. மக்கள் ஒருமுறை விரும்பி வாக்களித்துவிட்டால் அதன்பின் ஐந்தாண்டுகளுக்குக் கேள்வியே கேட்கமுடியாது என்னும் நிலை ஜனநாயகத்தின் சாதகமா? பாதகமா? என்று யூகிக்க முடியவில்லை. ஏழு மாதத்தில் மூன்று முதல்வர்கள். இந்த நிலையில் தற்போது அமைக்கப்பட்டிருக்கும் அமைச்சரவை எத்தனைக் காலத்திற்குத் தாக்குப்பிடிக்கும் எனச் சொல்வதற்கில்லை. ஆட்சியைக் கைப்பற்றியிருக்கும் கட்சியின் பொதுச்செயலாளர் சிறையிலிருக்கிறார். சிறையிலிருக்கும் பொதுச்செயலாளரின் ஆலோசனைப்படி ஆட்சி நடக்கிறது. அவர் சிறையில் இருப்பது தேச நலனுக்காக நடத்திய போராட்டத்திற்காக அல்ல. வருமானத்திற்கு அதிகமாக முந்தைய ஆட்சியில் சொத்து சேர்த்ததற்காக. அமைச்சரவை ஜனநாயக நடைமுறைப்படி ஆட்சிக்கட்டிலில் ஏறியிருந்தாலும், எப்போது இறங்குமோ என்னும் அச்சம் மக்களிடம் பற்றிக்கொண்டிருக்கிறது. இந்த அச்சத்தையும் அதிருப்தியையும் போக்கக்கூடிய வழிகள் சட்டத்தில் இருப்பதாகத் தெரியவில்லை.

கட்சியை வழிநடத்தும் பொறுப்பை வகித்த ஒருவரே ஆட்சியை வழிநடத்தும் அருகதையுடையவர் என மக்கள் நம்புகிறார்கள். நிர்வாகம் என்பது கோப்புகளில் கையெழுத்து போடுவது மட்டுமில்லை. ஒரு முதல்வர், விரைந்து முடிவெடுத்து, சகல துறைகளையும் செயல்படவைக்கும் செயல் ஊக்கியாக இருக்கவேண்டும் என அவர்கள் விரும்புகிறார்கள். தங்களால் தேர்ந்தெடுக்கப்பட்ட சட்டமன்ற உறுப்பினர்களைக் கேள்விகேட்கும் அதிகாரமுடையவராக முதல்வர் இருக்கவேண்டும் என நினைக்கிறார்கள். அது சட்டத்தால் வரையறுக்கப்படவில்லை. முதல்வரின் வேலை என்ன என்பதை மக்களாகப் புரிந்துகொண்டதிலிருந்து உருவான சித்திரம். இந்தச் சித்திரத்தை ஏற்கெனவே முதல்வர்களாக இருந்தவர்களே அவர்களுக்கு வடித்துக்கொடுத்தார்கள்.

ஒருவர் போல் இன்னொருவர் இல்லை என்றாலும்கூட

தனித்தன்மை வாய்ந்தவர்களாக நம்முடைய முந்தைய முதல்வர்கள் இருந்திருக்கிறார்கள். ஓ.பன்னீர்செல்வம் நீங்கலாக நம்முடைய முதல்வர்கள் அத்தகைய ஆளுமை பொருந்தியவர்களாக இருந்திருக்கிறார்கள். அகில இந்திய அளவில் தங்கள் ஆளுமையினால் ஆதிக்கம் செலுத்தக்கூடியவர்களாக அறியப்பட்டிருக்கிறார்கள். சித்தாந்த ரீதியிலும் செயல்பாட்டிலும் அவர்கள் உருவாக்கித் தந்த சித்திரத்தை இழக்க மக்களுக்கு மனமில்லை. ஏற்கெனவே இருந்த தலைவர்களும் முதல்வர்களும் கட்சியாலும் கொள்கையாலும் வேறுபட்டு இருந்தாலும் அவர்கள் தங்கள் தகுதிகளைத் தக்கச் சமயத்தில் நிரூபித்துக்காட்டியிருக்கிறார்கள்.

திராவிட முன்னேற்றக் கழகத்தைத் தோற்றுவித்த சி.என். அண்ணாதுரை ஆட்சிப் பொறுப்பேற்று ஐம்பதாண்டுகள் ஆகும் இத்தருணத்தில், ஒரு முதல்வர் எப்படி இருக்கவேண்டும் என எண்ணும் துர்ப்பாக்கிய நிலைக்குத் தமிழர்களாகிய நாம் தள்ளப்பட்டிருக்கிறோம். இக்காலகட்டத்தைத் திராவிடக் கட்சிகளின் வீழ்ச்சி என்றும் ஊழல்வாதிகளின் கையில் ஆட்சியும் அதிகாரமும் சிக்குண்டுக் கிடக்கின்றன என்றும் பலரும் பலவாறாகப் பேசிக்கொண்டிருக்கிறார்கள். இதில் என்ன வேடிக்கை என்றால் நம்முடைய தலைவர்களிலும் முதல்வர்களிலும் முன்மாதிரிகளாக அநேகம்பேர் இருந்திருக்கிறார்கள் என்பதுதான். இவ்வளவு பெருந்தகைகள் இருந்தும்கூட நம்மால் இன்றைக்கு நிகழ்ந்து கொண்டிருக்கும் சர்ச்சைகளுக்கு முடிவுகட்ட இயலவில்லை. எல்லாத் தகுதிகளையும் பெற்ற ஒருவர்தான் முதல்வராக முடியும் என்று சட்டமோ மரபோ வரையறுக்கவில்லை. ஆனால், நம்முடைய எதிர்பார்ப்புகள் சட்டத்தையும் மரபையும் மீறியதாக இருக்கின்றன. காரணம், யார் யாரெல்லாம் அமர்ந்திருந்த இருக்கை என்று சிலாகிக்கும் அளவுக்கு நம்முடைய முந்தைய முதல்வர்கள் இருந்திருக்கிறார்கள். குறிப்பாக, ஓமந்தூரார்.

சுதந்திர இந்தியாவின் முதல் சென்னை மாகாண முதல்வராகப் பதவி வகித்த ஓ.பி.ராமசாமி ரெட்டியார், ஓமந்தூரார் என்றே அறியப்படுகிறார். எளிய விவசாயக் குடும்பத்தில் பிறந்த

அவர் முதல்வராகப் பதவியேற்ற பிற்பாடும்கூடத் தன்னை ஒரு விவசாயியாகக் காட்டிக்கொள்ளவே விருப்பப்பட்டிருக்கிறார். இறுதிவரை எளிமையும் நேர்மையுமாகக் காட்சியளித்த அவர், ஆட்சிபுரிந்தது வெறும் இரண்டே இரண்டு ஆண்டுகள்தான். ஆனால், அந்த இரண்டு ஆண்டுகளை விட்டுவிட்டுத் தமிழக அரசியலை எழுதமுடியாது என்னும் நிலையை அவர் ஏற்படுத்தியிருக்கிறார். மறைந்த முன்னாள் முதல்வர் ஜெ. ஜெயலலிதா மருத்துவமனையில் அனுமதிக்கப்பட்டது முதல் அவருக்கு உலகத்தரம் வாய்ந்த சிகிச்சைகள் அளிக்கப்படுகின்றனவா? எனும் ஐயம் எல்லாமட்டத்தினராலும் எழுப்பப்பட்டது. அவர் மறைந்துவிட்டாலும்கூட, அவருக்கு அளிக்கப்பட்ட சிகிச்சையில் சிக்கல் இருப்பதாக அவரால் அடையாளங்காட்டப்பட்டவர்களே சொல்லிவருகிறார்கள். உண்மையை அறிய விசாரணைக் கமிஷன் அமைக்கப்பட வேண்டும் என்பதுவரை அவ்விவாதம் போய்க்கொண்டிருக்கிறது. ஆனால், அதே முதல்வர் பதவியை வகித்த ஓமந்தூரார் உடல் சுகமில்லாமல் மருத்துவமனையில் அனுமதிக்கப்பட்டபோது தனக்கு எந்தவிதமான சிறப்புச் சிகிச்சையும் அளிக்கப்படக்கூடாது என்று சொல்லியிருக்கிறார்.

உடல் நலமில்லாமல் சென்னைப் பொதுமருத்துவமனையில் சேர்க்கப்பட்ட அவர், மருத்துவர்களுக்கு இரண்டு நிபந்தனைகளை விதித்திருக்கிறார். முதலாவது நிபந்தனை, எல்லா மக்களுக்கும் கொடுக்கப்படுகின்ற மருந்துகளும் கவனிப்பு முறைகளும்தான் தனக்கும் கொடுக்கப்பட வேண்டும். எனக்கென்று தனியாக மருந்துகளோ கவனிப்புகளோ வெளிநாட்டிலிருந்து மருத்துகளோ மருத்துவர்களோ வரவழைக்கக்கூடாது. இரண்டாவது நிபந்தனை, எனக்குச் சிகிச்சையளிக்கும் மருத்துவர்கள் சிகிச்சை முடிந்தபிறகு என்னிடம் வந்து எந்தச் சலுகையும் கேட்கக்கூடாது. இரண்டு நிபந்தனைகளுக்கும் மருத்துவக்குழு ஒப்புதல் அளித்தபிறகே மருத்துவமனையில் சேர சம்மதித்திருக்கிறார். தான் மக்களிடமிருந்து எந்தவிதத்திலும் தனிமைப்பட்டுவிடக் கூடாது என்னும் எண்ணமுடையவராக அவர் இருந்திருக்கிறார். பொது மக்களுக்கு அளிக்கப்படும் சிகிச்சை முறையினால்தான் தானும் கவனிக்கப்படவேண்டும் என அவர் விரும்பியிருக்கிறார்.

மக்கள் பிரதிநிதியாகத் தன்னை வரித்துக்கொண்ட ஒருவர், மக்களில் ஒருவராகத் தன்னையும் கருதிக்கொள்வதில் உள்ள மகோன்னதத்தை உணர்ந்தவராக அவர் இருந்திருக்கிறார். தவிர, நம்முடைய அரசுப் பொதுமருத்துவமனைகளின் சிகிச்சைமுறைகளில் நம்பிக்கையுடையவராகவும் அவர் இருந்திருக்கிறார். அதிகாரமிருக்கிறது என்பதற்காகவோ பணமிருக்கிறது என்பதற்காகவோ தான் ஒரு விசேஷ ஜந்து என்று அவர் தன்னைக் கருதிக்கொள்ளவில்லை.

இன்றைக்குச் செய்தித்தாளைப் பிரித்தால் தமிழக மீனவர்கள் இலங்கைக் கடற்படையினரால் கைது செய்யப்படுவதும் சுட்டுக்கொல்லப்படுவதும் தலைப்புச் செய்தியாக இருக்கிறது. கேள்விகேட்க நாதியற்றவர்களாகத் தமிழக மீனவர்கள் நிறுத்தப்படுகிறார்கள். கடலுக்கு மீன்பிடிக்கச் செல்லும் அவர்கள், வீடு திரும்புவார்களா? என்பதற்கு உத்தரவாதமில்லை. மீனை அவர்கள் பிடிப்பார்களா இல்லை இலங்கைக் கடற்படை அவர்களைப் பிடித்துப்போகுமா என்னும் நிலைதான் நிலவுகிறது. மீன்வளத்துறை அதிகாரிகளோ மந்திரிகளோ இந்த அசம்பாவிதங்களை தடுக்கக்கூடியவர்களாக இல்லை. மாறாக, நம்முடைய மீனவர்கள் எல்லைதாண்டிப் போய் மீன்பிடிப்பதால்தான் இப்படியெல்லாம் நடக்கின்றன என்கிறார்கள். மீனவர்களைக் கேட்டால் மீன் இருக்கும் இடத்தில்தானே வலையை வீசமுடியும் எனப் பதிலளிக்கிறார்கள். ஓமந்தூரார் காலத்திலும் மீன் வளத்துறையைச் சேர்ந்த அதிகாரிகள் இப்படித்தான் இருந்திருக்கிறார்கள்.

உணவுப் பற்றாக்குறை நிலவிக்கொண்டிருந்த அச்சூழலில், கடலில் மீன்வளத்தைப் பெருக்க வேண்டும் என அதிகாரிகளை அழைத்து ஓமந்தூரார் கோரிக்கை வைக்கிறார். கடல் வளத்தைப் பன்மடங்காக்க, “ப்ளூ ரெவல்யூசனை” உருவாக்க வேண்டும் என்பது அவர் திட்டமாயிருக்கிறது. அதுகுறித்து அதிகாரிகளுடன் தீவிர ஆலோசனையில் ஈடுபடுகிறார். அப்போது மீன்வளத்துறை இயக்குநராக இருந்த அப்பாஸ் கலிலீ, “அது அவ்வளவு எளிதன்று. கடல் என்றால் அதில் எல்லா இடங்களிலும் மீன் கிடைத்துவிடாது”

என அலட்சியமாக மறுத்துவிடுகிறார். “ஆம், கடலிலும் ‘காண்டினண்டல் ஷெல்ப்’ என்று குறிக்கப்படும் பகுதிகள் மட்டும்தான் மீன்பிடிக்க ஏற்றன. அதற்கும் நார்வே போன்ற நாடுகளில் பல புதிய முறைகளைக் கையாளுகிறார்கள்” என ஓமந்தூரார் சொல்லியதும் கலிலீ வாயடைத்துப்போயிருக்கிறார். சைவ உணவை மட்டுமே உட்கொண்ட ஓமந்தூரார், அசைவ உணவு மூலமாவது மக்களின் உணவுப் பற்றாக்குறையைத் தீர்க்க முயன்றிருக்கிறார். ஐ.சி.எஸ் படித்த அதிகாரிகளால் யோசிக்க முடியாதவற்றைக்கூட பட்டிக்காட்டு முதலமைச்சர் என்று சொல்லக்கூடிய ஓமந்தூரார் யோசித்திருக்கிறார்.

அப்போதெல்லாம் பண்ணைகளில் உபயோகிக்க ஆயில் எஞ்சின்களை அரசாங்கமே வாடகைக்குக் கொடுத்துவந்தது. வேளாண்மைத் துறையிடம் பெயரைப் பதிந்துவிட்டுவந்தால் வரிசைக்கிரமமாக ஆயில் எஞ்சின்கள் வாடகைக்கு வழங்கப்படும். எண்ணிக்கையில் குறைந்த அளவே ஆயில் எஞ்சின்கள் இருந்ததால் உடனுக்குடன் கிடைக்கக்கூடிய சூழல் இல்லை. காத்திருந்துதான் ஆயில் எஞ்சின்களை பெறவேண்டியிருந்தது. அப்படியான சூழலில், ஓமந்தூராரின் சகோதரர் லெட்சுமண ரெட்டியார் வேளாண்மைத்துறைக்கு ஆயில் எஞ்சின் வேண்டி விண்ணப்பிக்கிறார். முதல்வரின் தம்பி என்பதால் அவ்விண்ணப்பம் உடனே பரிசீலிக்கப்பட்டு, ஆயில் எஞ்சின் அனுப்பப்படுகிறது. தகவல் அறிந்த ஓமந்தூரார், தன்னுடைய தம்பி என்பதால் உடனே வழங்க அனுமதியளித்த அதிகாரிகளைக் கடிந்துகொள்கிறார். “ஐநூறுபேர் காத்திருக்கும்போது முதலமைச்சரின் தம்பி என்பதால் நீங்கள் உடனே வழங்கியிருப்பது ஊழலுக்கு வழிவகுக்கும். யாராக இருந்தாலும் காத்திருந்து பெறுவதுதான் நடைமுறை என்றிருக்கும்பொழுது, என்னுடைய தம்பிக்கு நீங்கள் காட்டிய சலுகை அதிகாரத் துஷ்பிரயோகம்” என்று கூறி ஆணையை ரத்து செய்திருக்கிறார்.

ஒரு முன்னாள் முதல்வருடன் உடனிருந்தேன் என்பதால் எனக்கும் முதல்வராகும் தகுதியிருக்கிறது என வாதிடும் இக்காலகட்டத்தில், சொந்தச் சகோதரன் தன்னுடைய பெயரைப் பயன்படுத்தி ஆயில் எஞ்சினைக்கூட வாடகைக்கு

எடுக்க முடியாதென்னும் கண்டிப்புடன் ஓமந்தூரார் வாழ்ந்திருக்கிறார். ஒருமுறை ஓமந்தூராரின் உறவினரும் இளமை முதலே அவருடன் தொடர்பு கொண்டிருந்தவருமான ரெட்டணை சுப்பராம ரெட்டியார் ஓமந்தூராரைச் சந்திக்கக் கூவம் மாளிகைக்கு வந்திருக்கிறார். அப்போது கூவம் மாளிகை சமையல்காரர் அவரிடம் சர்க்கரை தீர்ந்துவிட்டது என்றிருக்கிறார். உடனே ரெட்டணை சுப்பராமன் சர்க்கரை அனுப்பும்படி ரேஷன் கடைக்குப் போன் செய்திருக்கிறார். போன் செய்த சில நிமிடங்களில் லாரியில் ஒருமூட்டை சர்க்கரை வந்து இறங்குகிறது. பணம் எதுவும் பெறவில்லை. இதுநடந்த கொஞ்ச நேரத்தில் ஓமந்தூரார் வழக்கம்போல் கோட்டையிலிருந்து கூவம் மாளிகைக்கு வருகிறார். இதுவரை இல்லாத புதுமூட்டை ஒன்று வந்திருக்கிறதே இது என்ன என்று சுப்புராமனைக் கேட்கிறார். அவர் நடந்த விஷயங்களைச் சொல்கிறார். உடனே, ஓமந்தூராருக்குக் கோபம் கொப்பளிக்கிறது. உடனே கடைக்காரருக்குப் போன் செய்து "என் கோட்டாவுக்கு ரேஷன் கார்டில் உள்ள பதினைந்து வீசை சர்க்கரையையும் பில்லையும் அனுப்பிவிட்டு, மூட்டையைத் தூக்கிக்கொண்டு போ" எனக் கட்டளையிடுகிறார். அத்தோடு நில்லாமல் தன் இளவயதுமுதலே தனக்கு நெருக்கமாயிருந்த சுப்பராமனை ஊருக்கு அனுப்பிவிடுகிறார். "நீ என் உடனிருந்தால் எனக்கு மட்டுமல்ல, ஆட்சிக்கே கெட்டப் பெயரை ஏற்படுத்திவிடுவாய்" எனச் சொல்லி "சர்க்கரை மூட்டையை எடுப்பதற்குள் நீ உன் மூட்டையைக் கட்டிக்கொண்டு கிளம்பு" என்றிருக்கிறார்.

தனிமனித ஒழுக்கமும் நேர்மையும் ஆட்சியதிகாரங்களில் இருப்பவர்களுக்கு அவசியம். அதைவிட அவசியம், அதே ஒழுக்கமும் நேர்மையும் தன்னை ஒத்தவர்களிடமும் தன்னைச் சார்ந்தவர்களிடமும் இருக்கிறதா எனப் பரிசோதிக்க வேண்டியது. நீ எக்கேடு கெட்டிருந்தாலும் பரவாயில்லை. என்னிடம் ஒழுக்கமாகவும் நேர்மையாகவும் நடந்துகொண்டால் போதுமென்பது நல்ல தலைமைக்கு அழகல்ல. ஆனால், கடந்த நாற்பது ஆண்டுகளாக நம்முடைய அரசியல் களத்தில் தனிமனித ஒழுக்கத்திலோ நேர்மையிலோ சந்தேகத்திற்கு இடமுள்ளவர்களே பதவிகளைப் பற்றிக்கொண்டிருக்கிறார்கள், ஓரிருவரைத் தவிர.

பதவியைப் பெறுவதற்காக அவர்கள் எந்தக் கேட்டையும் செய்யத் துணிகிறார்கள். மக்கள் விரோத நடவடிக்கைகளில் ஈடுபடும் ஒருவரே மக்கள் பிரதிநிதியாக வலம்வரும் கேவலம்தான் அரங்கேறிக்கொண்டிருக்கிறது. பதவிக்கு வரக்கூடிய வாய்ப்பிருந்தால் ஒருவர் எப்படி வேண்டுமானாலும் நடந்துகொள்ளலாம் என்னும் நிலையே நீடிக்கிறது. இந்தக் கேவலங்களைக் கண்டும் காணாமல் இருக்கக்கூடிய தலைமைகளே மாறி மாறி ஆட்சியையும் அதிகாரத்தையும் கைப்பற்றும் இடத்தில் இருக்கின்றன. கொள்கைகளையும் கோட்பாடுகளையும் விட்டுவிட்டுப் பார்த்தால்கூட, எந்தத் தகுதியுமே இல்லாதவர்கள் நம்மை நிர்வகிக்கும் நிலையை ஜனநாயக நடைமுறையாகச் சொல்லிக்கொண்டிருக்கிறோம். தகுதியை எதை வைத்து அளவிடுவது என்பது இன்னொரு பிரச்சனை.

இனாம்களை அல்லது இலவசங்களை மக்களுக்கு வழங்குவதாக வாக்குறுதியளித்து, வெற்றிபெறக்கூடிய நிகழ்வுகளை நான் விமர்சிக்க விரும்பவில்லை. நலத்திட்டங்களின் வாயிலாகவாவது நம்முடைய ஏழை எளிய மக்களுக்குக் கால்வயிறோ அரைவயிறோ நிரம்புகிறதே என்றுதான் எண்ணுகிறேன். அதுவும் தமிழகம் போன்ற சமூக நீதியில் பின்தங்கியுள்ள பிராந்தியங்களில் அத்தகைய நலத்திட்டங்களே ஆட்சியையும் அதிகாரத்தையும் உயிர்ப்போடு வைத்திருக்கின்றன. இந்த இடத்தில்தான் ஓமந்தூரார் கொண்டுவந்த இனாம் ஒழிப்புச் சட்டத்தை நினைத்துப் பார்க்கவேண்டி வருகிறது. அரசுமூலம் சில தனியார் நிறுவனங்களும் ஆதீனங்களும் பெற்றுவந்த சலுகைகளை ஒழிக்க வேண்டுமென ஓமந்தூரார் விரும்புகிறார். அரசின் செலவினங்களில் பெரும்பகுதி இந்த இனாம்களுக்குப் போய்விடுவதால் மக்களுக்குச் செய்ய வேண்டிய உதவிகளையும் காரியங்களையும் அரசால் செய்யமுடியாமல் போகிறது என எண்ணியதன் விளைவாக இனாம் ஒழிப்புச் சட்டத்தைக் கொண்டுவர முடிவெடுக்கிறார்.

அந்தச் சந்தர்ப்பத்தில் வட்டார வளர்ச்சிப் பணிகளைக் கவனித்துவந்த வினாயகம்பிள்ளை, நிர்மாணப் பணிகளில்

ஈடுபட்டுள்ள ஊழியர்களுக்கு ஒரு பயிற்சி முகாமை நடத்தத் திட்டமிடுகிறார். அந்த முகாமிற்குச் சிறப்பு விருந்தினராக வந்திருந்து ஊழியர்களைக் கௌரவிக்க வரவேண்டுமென ஓமந்தூராரைக் கேட்டுக்கொள்கிறார். முகாம் ஏற்பாடு செய்யப்பட்டிருக்கும் இடம் திருவாவடுதுறை ஆதீனத்தைச் சேர்ந்த ஒரு சிற்றூர். விவரத்தைக் கேட்டுக்கொண்ட ஓமந்தூரார், வினாயகம்பிள்ளைமீது நன்மதிப்புக் கொண்டவர் என்றபோதிலும், ஓமந்தூரார் அம்முகாமில் கலந்துகொள்ள மறுத்துவிடுகிறார். காரணம், இனாம் ஒழிப்புச் சட்டத்தினால் அதிகப் பாதிப்புக்கு ஆளாகப்போவது ஆதீனங்கள்தான். அப்படியிருக்கையில், முகாமிற்கு வரும் தம்மிடம் ஆதீனக் கர்த்தாக்களில் ஒருசிலர், இனாம் ஒழிப்புச் சட்டத்தில் ஒருசில திருத்தங்களை அல்லது மாறுதல்களைக் கோர வாய்ப்பிருக்கிறது. என்னுடைய விஜயத்தினால் எதைக் கொண்டுவர அரசு முனைப்போடு செயல்படுகிறதோ அதை நிறைவேற்ற முடியாமல் போய்விடக்கூடும். எனவே, எனக்குப் பதிலாக அமைச்சர் டி.எஸ்.எஸ். ராஜனை அனுப்பிவைக்கிறேன் என்கிறார். சொன்னதுபோலவே முகாமில் அமைச்சரைக் கலந்துகொள்ளச் செய்த அவர், ஆதீனகர்த்தாக்கள் விருந்துக்கு அழைத்தால் அன்போடு தவிர்த்துவிடுங்கள் என்றும் எச்சரித்திருக்கிறார்.

பதவிக்காக எதைவேண்டுமானாலும் செய்யக்கூடியவர்களாக இன்றைய அரசியல்வாதிகள் இருக்கிறார்கள். அரசியல்வாதிகள் அப்படி இருப்பதைக்கூடப் பொறுத்துக்கொள்ளலாம். ஆனால், அதிகாரிகளும் கல்வியாளர்களும் எழுத்தாளர்களும்கூட அதே செயலைக் கூச்ச நாச்சமில்லாமல் செய்யத் துணிகிறார்களே அதுதான் வேதனையளிக்கிறது. தம்முடைய அமைச்சரவையில் தேசபக்தரும் பத்திரிகையாசிரியருமான கல்கியை சேர்த்துக்கொள்ள ஓமந்தூரார் பிரியப்படுகிறார். இருபத்தி நான்குமணி நேரத்திற்குள் தங்கள் முடிவைத் தெரிவியுங்கள் என்றும் கல்கிக்குக் கடிதம் எழுதுகிறார். கல்கியோ ரசிகமணி டி.கே.சி.யை நாடி அறிவுரை கேட்கிறார். அவரும் "அமைச்சர் பதவி என்பது இரண்டு அல்லது மூன்று ஆண்டுகளுக்கு மட்டுமே இருக்கும். ஆனால், நீங்கள் வகித்துவரும் பத்திரிகையாசிரியர் பதவியோ வாழ்நாள்

யுகபாரதி □ 133

முழுவதும் இருக்கும். வந்துபோகிற பதவியைவிட வாழ்நாள் பதவியே முக்கியம்" என்கிறார். அறிவுரையைப் பெற்ற கல்கி, அமைச்சரவையில் பங்குபெற விருப்பமில்லை எனத் தெரிவித்துவிடுகிறார். இதைக்கேட்ட ஓமந்தூரார் "மந்திரி வேலை கொடு என்று பலபேர் என்னைத் தொந்தரவு செய்கிறார்கள். மந்திரி உத்தியோகம் கிடைக்காவிட்டால் கடலிலே விழுந்து செத்துவிடுவேன் என்றுகூட சிலர் மிரட்டுகிறார்கள். அப்படியிருக்கையில், பதவியே வேண்டாம் என்று சொல்லும் உங்களை மதிக்கிறேன். ஏற்கெனவே உங்கள் மீது மதிப்பும் மரியாதையும் கொண்டிருந்த நான், உங்கள் மறுப்பினால் உங்கள் மீது கூடுதலான மதிப்பையும் மரியாதையும் கொள்கிறேன். மந்திரியாக இல்லாவிட்டலும் தமிழ் வளர்ச்சிக்குத் தேவையான ஆலோசனைகளைத் தங்களிடம் எதிர்பார்க்கிறேன்" என்றிருக்கிறார். அதன் விளைவாக, தமிழ் வளர்ச்சிக் கழகத்தின் செயலாளராகக் கல்கி நியமிக்கப்படுகிறார்.

பதவிக்குத் தகுதியானவர்கள் வெளியே இருந்தாலும் தம்மோடு இணைத்துக்கொள்ள வேண்டும் என எண்ணிய ஓமந்தூரார் வாழ்ந்த தமிழகத்தில்தான் பதவிக்காகக் கூட இருந்தவர்களை வெளியே அனுப்பும் விபரீதமும் நடந்துகொண்டிருக்கிறது. விசுவாசமில்லாதவர்களைச் சந்தேகி என்பதும் சந்தேகப்படாதவாறு விசுவாசம் காட்டுபவர்களை பதவியில் அமர்த்து என்பதும் இன்றைய அரசியலாக மாறியிருக்கிறது. எப்படியாவது பதவியைப் பெற்றுவிடுவதில் குறியாயிருப்பவர்கள், குற்றவாளிகளாக நீதிமன்றத்தால் தண்டிக்கப்பட்டவர்களிடமும் அறியவே சாத்தியமில்லாத ஆத்மாக்களிடமும் தங்கள் விசுவாசத்திற்கான வெகுமதியைக் கோரிக்கொண்டிருக்கிறார்கள். தங்களிடமுள்ள குறைகளை மறைத்துக்கொண்டு தங்களை நல்லவர்களாகவும் வல்லவர்களாகவும் நிறுவிக்கொள்ள முயல்கிறார்கள். ஆனால், ஓமந்தூரார் தன்னுடைய குறையை மறைத்துக்கொள்ள ஒருபோதும் எண்ணியதில்லை. குறையைத் திருத்திக்கொள்ளவே முயன்றிருக்கிறார்.

ஆங்கிலத்தில் அவ்வளவு புலமையில்லாத ஓமந்தூரார்,

அதற்காகக் கூச்சமோ வருத்தமோ படவில்லை. ஒருமுறை மத்திய அரசு ஒரு பிரச்சனை குறித்து முதலமைச்சர் ஓ.பி.ஆரிடம் கருத்துக் கேட்கிறது. அலுவல் தொடர்பான அவ்விஷயத்தில் கருத்துச்சொல்ல விழைந்த அவர், "இன் மை ஒப்பீனியன்" என்று ஒரு கடிதத்தை எழுத முற்படுகிறார். அவர், எழுதிய அக்கடிதத்தில் எழுத்துப்பிழைகள் மிகுந்திருக்கின்றன. அதைக் கண்ட அவருடைய நேர்முக உதவியாளர். பி.வி. கிருஷ்ணய்யா, "உங்கள் கடிதத்தில் பிழைகள் இருக்கின்றன. குறிப்பாக ஒப்பீனியன் என்ற வார்த்தையில் ஸ்பெல்லிங் தப்பாக இருக்கிறது. மாற்றிவிடட்டுமா" எனக்கேட்கிறார். "பரவாயில்லை. நான் எழுதியபடியே டைப்படித்து அனுப்பிவிடு. அவர்கள் என்னுடைய ஒப்பீனியனைத் தானே கேட்கிறார்கள். ஒப்பீனியன் என்பதற்கு எனக்கு ஸ்பெல்லிங் தெரியுமா? என்று கேட்கவில்லையே" என்றிருக்கிறார். முதலமைச்சராக இருக்கக்கூடிய ஒருவர், தன்னுடைய உதவியாளர் சொல்லியும் தவறான தன்னுடைய ஆங்கிலப் பிரயோகத்தை ஏன் மாற்ற வேண்டாமெனச் சொன்னார் என்பதிலுள்ள மர்மத்தைப் புரிந்துகொள்ளமுடியவில்லை. தான் தவறாக எழுதியிருக்கிறோம் எனத் தெரிந்திருந்தும் திருத்திக்கொள்ள ஏன் ஒப்புக்கொள்ளவில்லையோ? ஒருவேளை ஆங்கிலப் புலமைமிக்கத் தன்னுடைய உதவியாளர், இதையே காரணமாகக் காட்டி தன்னுடைய இதர வேலைகளிலும் குறுக்கீடு செய்யக்கூடும் எனக் கருதியிருக்கலாம்.

தமிழகத்தின் அடிப்படைக் கட்டுமானங்கள் குறித்து அதிகம் சிந்தித்தவராகக் காமராஜர் அறியப்படுகிறார். அவருக்கு முன்பாகவே ஓமந்தூரார் அவ்வழியே பயணப்பட்டிருக்கிறார். ஏரி, குளங்களை ஏற்படுத்துவதிலும் ஆறுகளை அகலப்படுத்துவதிலும் நீர்த்தேக்கங்களை உண்டாக்குவதிலும் உறுதியோடு இருந்திருக்கிறார். என்ன கொடுமையென்றால், காமராஜரும் ஓமந்தூராரும் ஏற்படுத்திய ஆறு குளங்களிலிருந்துதான் இன்றைய ஆட்சியாளர்கள் மணலைக் கொள்ளையடித்துக்கொண்டிருக்கிறார்கள். லோடுலாரிகளில் மணலை ஏற்றிக்கொண்டிருந்தவர்கள், தற்போது அதே லாரிகளில் ஆறுகளையும் ஏற்றுமதிசெய்துவிடலாமா என ஆலோசித்துக்கொண்டிருக்கிறார்கள். மணலை அள்ளுவதில்

யுகபாரதி □ 135

என்ன தவறு, மணலை அள்ளுவதால் ஆறு ஆழப்படுகிறதே, அதனால் தண்ணீரை அதிகமாகத் தேக்கமுடியுமே என்று பொதுப்பணித்துறை அமைச்சரே கேட்டதாக "பூவுலகின் நண்பர்கள்" அமைப்பைச் சேர்ந்த கோ.சுந்தர்ராஜன் ஒரு விழாவில் பகிர்ந்துகொண்டார். நம்முடைய பொதுப்பணித்துறை அமைச்சர்கள் பொதுஅறிவு எந்த அளவுக்கு இருக்கிறது எனப் பார்த்துக்கொள்ளுங்கள். ஓமந்தூரார் ஒருவர்தான், நீர்நிலைகள் மீது அக்கறையில்லாத அரசால் விவசாயத்தைப் பெருக்கவோ பஞ்சத்தைக் குறைக்கவோ முடியாதென்று திடமாக நம்பியவர்.

நீர் நிலைகளைப் பராமரிக்கவும் மராமத்துச் செய்யவும் பொது நிதியிலிருந்து ஒதுக்கீடு செய்தவர். அதே சமயத்தில் புதிய கிணறுகளை வெட்டும்படி விவசாயிகளை ஊக்குவித்தவர். ஒரு கிணறுவெட்ட ரூபாய் இரண்டாயிரம் செலவாகிறது என்றால் அரசு ஐந்நூறு ரூபாயை மானியமாக வழங்கும் என்றார். மீதமுள்ள ஆயிரத்தி ஐநூறு ரூபாயைப் பத்து ஆண்டுகளில் விவசாயிகள் கட்டினால் போதுமென்றும் அறிவித்து ஆணை பிறப்பித்தார். அதன் விளைவாகவே ஊர்தோறும் கிணறுகள் வெட்டப்பட்டன. ஒரே ஆண்டில் ஒரு லட்சம் கிணறுகள் தமிழகமெங்கும் தோண்டப்பட்டன. ஏறக்குறைய நான்கு லட்சம் ஏக்கர் நிலங்கள் நீர் வளம் பெற்றன. ஆற்றுப்பாசனம் ஏரிப் பாசனம் இவற்றுடன் நிலத்தடி நீரையும் விவசாயத்திற்குப் பயன்படுத்தும்படி விவசாயிகளை ஓமந்தூரார் கேட்டுக்கொண்டார். ஆனால், இன்றைக்கோ மத்திய மாநில அரசுகள் மீத்தேன் வாயு எடுக்கவும் ஹைட்ரோகார்பன் எடுக்கவும் தனியார் பெருமுதலாளிகளுக்குக் கிணறுவெட்டும் வாய்ப்பை வழங்கிக்கொண்டிருக்கின்றன. கிணறுவெட்ட பூதம் கிளம்பும் என்னும் பழமொழி வழக்கொழிந்து ஊர்தோறும் பன்னாட்டு நிறுவனங்கள் கிணறுகளை வெட்ட மக்கள் புரட்சிகள் வெடித்துக்கொண்டிருக்கிறது. நிலவளம், நீர் வளம் இரண்டையும் சூறையாடித் தங்கள் வாழ்வையும் வசதியையும் உயர்த்திக்கொள்ள எண்ணுபவர்களுக்கு ஓமந்தூரார் போன்றவர்கள் உட்கார்ந்திருந்த நாற்காலிக்குத்தான் நாமெல்லாம் அடித்துக்கொள்கிறோம் என்பதாவது தெரியுமா?

எந்தத்துறையை எடுத்தாலும் அந்தத் துறையின் ஆரம்பக்கட்ட

வேலைகளை அவரே ஆரம்பித்துவைத்திருக்கிறார். ஒரு தலைவர் எனப்படுபவர் கைச் சுத்தம், வாய்ச் சுத்தம், கௌபீனச் சுத்தம் கொண்டிருக்கவேண்டும் என அவர் கருதியிருக்கிறார். தன் கை மட்டுமல்ல, தன்னை நம்பியிருக்கும் மக்களின் கைகளும் சுத்தமாக இருக்க வேண்டும் எனவும் கருதியிருக்கிறார். இல்லையென்றால், இந்தியாவிலேயே முதல்முறையாகக் தொழுநோய் நிவாரண நிலையத்தை அவரால் ஆரம்பித்திருக்க முடியாது. வள்ளலாரைப் பின்பற்றிய ஓமந்தூரரார் ரமண மகரிஷியின் பக்தராகவும் இருந்திருக்கிறார். தனக்கு முதலமைச்சர் பதவி கிடைக்க இருக்கும் செய்தியறிந்த அவர், தொடக்கத்தில் தயங்கியிருக்கிறார். ரமணரின் ஒப்புதல் கிட்டிய பிறகே பதவியை ஏற்றுக்கொண்டிருக்கிறார். பதவியை ஏற்றுக்கொள்வதில் தயங்கிய அவர், அப்பதவியைக் கௌரவப்படுத்தும்விதமாகச் செயல்பட்டிருப்பது குறிப்பிடத்தக்கது. எந்தத் துறையிலும் தயக்கத்தோடு அடியெடுத்து வைப்பவர்களே பின்னாட்களில் அத்துறையில் தனித்துத் தெரிகிறார்கள்.

ஓமந்தூராரை நான் வியந்தபடியே இருக்க இன்னுமொரு காரணம், அவரே பாரதியின் பாடல்களை நாட்டுடைமையாக்கியவர். பாரதி விடுதலைக் கழகம் என்னும் அமைப்பு 1948இல் கவிஞர். ச.து.சு. யோகியார் தலைமையில் ஒரு மாநாட்டை நடத்தியது. அந்த மாநாட்டின் வாயிலாகத்தான் எழுத்தாளர் வ.ரா., நாரண துரைக்கண்ணன், அ. சீனிவாசராகவன், திருலோக சீத்தாராம், வல்லிக்கண்ணன் போன்றோர் பாரதியின் பாடல்களை நாட்டுடைமையாக்கும் கோரிக்கையை முன்வைத்தனர். சுதந்திரக் கவியாகச் சுற்றிவந்த பாரதியின் பாடல்கள் அப்போது ஏ. வி. மெய்யப்பச் செட்டியாரிடம் சிறைப்பட்டிருந்தது. அன்று புகழ்பெற்றிருந்த நாடக நடிகர் டி.கே.சண்முகம் இவ்விஷயத்தில் முழு மூச்சுடன் ஈடுபட்டதை மறப்பதற்கில்லை. தன்னுடைய நாடகங்களில் பாரதியின் பாடல்களைப் பயன்படுத்த முடியாமலிருந்த துக்கத்தை ‘எனது நாடக வாழ்க்கை’ என்னும் நூலில் குறிப்பிட்டிருக்கிறார். அதுவரை பாரதியின் பாடல்களை ஒலிபரப்புவதற்கும் அச்சிடுவதற்குமான உரிமையை ஏ.வி.மெய்யப்பச் செட்டியாரே வைத்திருந்தார். அவர் அவ்வுரிமையை ரூபாய் இருபத்தைந்தாயிரத்துக்குப்

பாரதியின் குடும்ப உறுப்பினர்களிடம் இருந்து பெற்றிருந்தார். என்றாலும், அரசு ஆர்வம் காட்டியதை அடுத்துத் தனக்கு எந்த தொகையும் திருப்பித்தரத் தேவையில்லை என்று ஏ.வி.எம். செட்டியார் காமராஜர் மூலம் அரசுக்குத் தெரிவிக்கிறார். உரிய தஸ்தாவேஜுகள் நாரண துரைக்கண்ணன் மூலம் அரசுக்கு அனுப்பப்பட்டன. அதன்பின்பு எல்லா இடத்திலும் பற்றிப்பரவும் தீயாக, பாரதியின் பாடல்கள் பெருகின. இன்றைக்குப் பாரதியின் பாடல்கள் உலகமயமாகக் காரணம் ஓமந்தூராரே என்பதுதான் வரலாறு. பாரதி தன் பாடல்களால் வாழ்கிறான் என்றால் அப்பாடல்களை நாட்டுடைமையாக்கியதால் ஓமந்தூராரும் அப்பாடல்களில் வாழ்கிறார் என்று விளங்கிக்கொள்ளலாம்.

அதேபோல அரசவைக் கவிஞர் என்னும் பதவியும் அவர்காலத்தில்தான் ஏற்படுத்தப்பட்டது. தமிழ் வளர்ச்சிக் கழகத்தினரால் முன்மொழியப்பட்ட நாமக்கல் ராமலிங்கம்பிள்ளை அரசவைக் கவிஞராக நியமிக்கப்பட்டார். அன்றைக்குச் சென்னை மாகாணத்தோடு இணைந்திருந்த பகுதிகளில் பல்வேறு மொழிகள் பேசப்பட்டு வந்தன. எனவே, சட்ட ஆலோசகர்களின் கருத்துக்களுக்கு இணங்க, அந்தந்த மொழிகளில் யார் யாரை அரசவைக் கவிஞராக நியமிப்பது என்னும் முடிவு எடுக்கப்பட்டிருக்கிறது. இத்தனைக்கும் ரெட்டியார் தெலுங்கைத் தாய்மொழியாகக் கொண்டவர் என்றே விமர்சிக்கப்பட்டார். அவர் தமிழரில்லை. தமிழ் மொழியைக் காக்கக் கூடியவரில்லை என்னும் கருத்துகள் தமிழ்த் தேசியவாதிகளால் பரப்பப்பட்டன. அதையெல்லாம் அவர் ஒரு பொருட்டாகவே எடுத்துக்கொள்ளவில்லை. சமயம் வரும்பொழுது பதில் சொல்லலாம் என்று காத்திருந்தார்.

அதற்கேற்ப ஒருமுறை திருப்பதிமலைக்குச் சென்ற ஓமந்தூரார் பிரார்த்தனை முடித்துத் திருமலையிலிருந்து கீழே இறங்குகிறார். இவ்வளவு தூரம் வந்த நாம், நகரியிலுள்ள ஓலைச் சுவடி நிலையத்தைப் பார்வையிடலாமே எனச் செல்லுகிறார். போனால், கூடியிருந்தவர்கள் ஓமந்தூராரைச் சொற்பொழிவாற்றச் சொல்லுகிறார்கள். சரியென்று அவர் தமிழில் பேச ஆரம்பிக்கிறார். உடனே கூடியிருந்தவர்கள்

தெலுங்கில் பேசுங்கள் எனக் கத்துகிறார்கள். “நான் தமிழன். தமிழில் மட்டுமே என்னால் பேசமுடியும். தெலுங்கில் ஏதோ சில வார்த்தைகள் தெரியும் என்பதற்காக நான் தெலுங்கனாகிவிடமாட்டேன். என் அம்மாவுக்கு முந்நூறு அல்லது நானூறு கொச்சையான தெலுங்குச் சொற்கள் தெரியும். அதனால், அவர் பெற்ற பிள்ளையான நான், என்னுடைய தாய்மொழி தெலுங்கென்று சொல்லிக்கொள்ள மாட்டேன். என் மொழி தமிழ் என்பதையும் நான் தமிழன் என்பதையும் தெளிவாகச் சொல்லிக்கொள்ள விரும்புகிறேன்” என்று அக்கூட்டத்தில் பேசி, தன்மீது பரப்பப்பட்டு வந்த அவதூறுக்கு முற்றுப்புள்ளி வைத்திருக்கிறார்.

பதவியில் இருக்கும் பொழுது மட்டுமில்லை. பதவியில் இருந்து விலகி ஊருக்குக் கிளம்பும் கடைசி நொடிவரை ஓமந்தூரார் நேர்மைக்கு இலக்கணமாகத் திகழ்ந்திருக்கிறார். பதவியை இழந்தவுடனேயே தான் தங்கியிருந்த கூவம் மாளிகையை அவர் பிற்பகலுக்குள் காலி செய்து கொடுக்கிறார். வங்கியில் சேர்த்துவைத்திருந்த தன் சொந்தப் பணமான ஆயிரத்தி நூறு ரூபாயை எடுத்துவரச் சொல்லி, தமக்குக் கார் ஓட்டியவருக்கும் சமைத்தவருக்கும் மற்ற பணியாளர்களுக்கும் திரிபுரா முதல்வராக இருந்த மாணிக் சர்க்காரைப் போல பிரித்துக்கொடுக்கிறார். கலங்கிய கண்களோடு ஊழியர்கள் பார்த்துக்கொண்டிருக்கிறார்கள். ஓமந்தூரார் சிரித்துக்கொண்டே விடைபெறுகிறார்.

அதுவரை தான் பயன்படுத்தி வந்த பொருட்களை எல்லாம் சொந்த ஊருக்கு எடுத்துப்போக அவருக்குக் கார் தேவைப்படுகிறது. அரசாங்கக் காரை இனியும் பயன்படுத்தக்கூடாது என எண்ணிய அவர், தன்னுடைய நண்பரான முலசூர் மாதவ ரெட்டியார் மூலம் புதிதாக பதவியேற்றிருக்கும் முதல்வர் குமாரசாமிராஜாவைச் சந்தித்து ஊர்வரை காரை எடுத்துச்செல்ல அனுமதி கேட்கச் சொல்கிறார். நண்பரும் புதிய முதல்வரிடம் உதவிகேட்கிறார். புதிய முதல்வரோ பதறிப்போய் “இதென்ன பைத்தியகாரத்தனமாக இருக்கிறது. அவர் அரசாங்கக் காரை ஒருமாத காலம்வரை வைத்துக்கொண்டு திருப்பித்தரலாம்.

எந்தத் தடையுமில்லை" என்கிறார். கார் கிளம்புகிறது. அப்படிக் கிளம்பிய கார் மறுநாளே உரிய வாடகையுடன் அரசாங்கத்திடம் ஒப்படைக்கப்படுகிறது. இப்படியான முதல்வரைக் கொண்டிருந்த தமிழ்நாடுதான் நம்முடையது என்று சொன்னால், இப்போதைய நிலைமையை யோசித்து நீங்களும் நானும் சிரித்துக்கொள்ள வேண்டியிருக்கும்.

தம்பி ராமையா

அவர் அந்தப் பாத்திரத்திற்குப் பொருந்துவாரா? என்னும் தயக்கம், என்னுட்பட எல்லோருக்கும் இருந்தது. தேசிய விருது பெறத்தக்க ஒரு நடிகர் மீது ஆரம்பத்தில் இப்படியொரு தயக்கம் இருந்தது என்பது இன்றைக்கு நகைச்சுவையாகப் பார்க்கப்படலாம். ஆனால், அதுதான் உண்மை. நடிகர் வடிவேலுவின் நகைச்சுவைக் காட்சிகளில் அவ்வப்போது துண்டுப் பாத்திரங்களில் தலைகாட்டிக் கொண்டிருந்த ஒருவர், படம் நெடுக வரக்கூடிய பாத்திரத்திற்குப் பொருந்துவார் என எதை வைத்துச் சொல்லமுடியும்? மைனா திரைப்படத்தால் நிகழ்ந்த பல ஆச்சர்யங்களில் ஒன்றுதான், தம்பி ராமையாவும். அதுவரை அவருக்குள்ளிருந்த நடிகன் வெளிப்பட வாய்ப்பில்லாமல் இருந்தது. மனுநீதி, இந்திரலோகத்தில் நா.அழகப்பன் ஆகிய திரைப்படங்களின் இயக்குநராக மட்டுமே அறியப்பட்டிருந்த தம்பி ராமையா, மைனாவின் பெருவெற்றிக்குப்பின் தமிழ்ச் சினிமாவின் தவிர்க்க முடியாத குணச்சித்திர நடிகர்களில் ஒருவராக மாறியிருக்கிறார்.

மைனா திரைப்படம் சிறிய பட்ஜெட்டில் எடுக்கப்பட்ட படமல்ல. பட்ஜெட்டே இல்லாமல் எடுக்கப்பட்ட

படம். அதாவது, பணமே இல்லாமல் எடுக்கப்பட்ட படமென்றும் சொல்லலாம். காலம் தனக்கு வழங்கிய ஐந்து வாய்ப்புகளையும் சரியாகப் பயன்படுத்த விரும்பிய பிரபுசாலமன், ஐந்துமுறையும் வெற்றியை நூலிழையில் தவறவிட்டிருந்தார். ஆக்கத்திலும் தொழில்நுட்பத்திலும் மிகச்சிறப்பாக இருந்த அவருடைய திரைப்படங்கள் ஏன் ஐந்துமுறையும் பெரிய கவனத்தைப் பெறவில்லை என்பதைப் போகிறபோக்கில் புரிந்துகொள்ள இயலாது. ஏதோ ஒருகுறை. அந்தக்குறையை எப்படி நிவர்த்தி செய்வது என அவருமே அறிந்திருக்கவில்லை. கலைப்படைப்புகளிலுள்ள சுவாரஸ்யமே அதுதான். படைத்தவனைப் பார்வையாளனும் பார்வையாளனைப் படைப்பாளனும் நேர்க்கோட்டில் சந்தித்துத் திருப்தியுறுவது அவ்வளவு எளிதல்லவே.

பிரபுசாலமன் உழைக்கத் தயங்காதவர். எதையும் நம்பிக்கையோடு எதிர்கொள்ளக் கூடியவரும்கூட. ஒரு தோல்வியில் கிடைக்கும் பாடங்களை அடுத்த படைப்புகளின் வாயிலாகச் சரிசெய்ய எண்ணுபவர். நானறிந்தவரையில் அவர் சோர்ந்து சுருங்கிய சந்தர்ப்பங்கள் மிகக்குறைவு. இயல்பிலேயே நகைச்சுவை உணர்வு உள்ளவர் என்பதால் தடைகளைக் கடந்துவிடுவதில் அவருக்குச் சிரமமில்லை. 'கொக்கி' என்ற திரைப்படத்தில் அவருக்குக் கிடைத்த படிப்பினையை 'லீ' மற்றும் 'லாடம்' திரைப்படங்களில் பயன்படுத்தினார். ஆனாலும், தோல்விதான். என்ன செய்வதென்றே புரியாத நிலையில், சொந்தப்படம் எடுக்கப்போவதாக அவர் எங்களிடம் பகிர்ந்துகொண்டபோது நானும் இமானும் மௌனத்தை மட்டுமே பதிலாகத் தந்தோம். தன்னை நம்பக்கூடிய ஒருவர், மௌனங்களைச் சம்மதம் என்றே அர்த்தப்படுத்திக்கொள்வார். பிரபுசாலமனும் அவ்விதமே அர்த்தப்படுத்திக்கொண்டு 'மைனா' திரைப்படத்திற்கான ஆரம்பகட்ட வேலைகளில் ஈடுபடத் தொடங்கினார்.

கதை முழுமையடையவில்லை. என்றாலும், கதையின் போக்கு ஓரளவு பிடிபட்டிருந்ததால் நடிகர்களைத் தேர்வு செய்யும் பணி ஆரம்பமானது. கதையின் முக்கிய கதாபாத்திரங்கள் நான்கு. சுருளி, மைனா, சேது, ராமையா. இந்த நால்வருக்குள்

மட்டுமே சுழலும் கதை என்பதால் இந்தப் பாத்திரங்களை ஏற்று நடிக்கும் நடிகர்கள் அனுபவம்மிக்க நடிகர்களாக இருந்தால் தேவலாம் என்று தோன்றியது. அனுபவம் மிக்க நடிகர்கள் என்றால் அவர்கள் கேட்கக்கூடிய சம்பளத்தைத் தரவேண்டுமே, அதற்கும் வழியில்லை. ஆசை ஆகாயத்தை நோக்கியும் எதார்த்தம் தரைக்குக் கீழேயும் இருக்கும்பட்சத்தில் அதைச் சாமர்த்தியமாகச் சமாளிப்பதில்தான் வாழ்க்கை இருக்கிறது எனச் சொல்வார்கள். நாடோடிகள் திரைப்படத்தில் நடித்திருந்த பரணியும் சிந்துசமவெளியில் ஒப்பந்தமாகியிருந்த அமலாபாலும் பிரதானப் பாத்திரங்களில் நடிக்கத் தேர்வு செய்யப்பட்டார்கள். இதில், பரணியின் போதாத காலம். அவரால் மைனாவின் நாயகனாக மாற முடியாமல் போனது. ரமேஷ் என்ற இயற்பெயரையுடைய விதார்த் அகஸ்மாத்தாக அந்த வாய்ப்பைப் பெற்றுக்கொண்டார். ராமையா கதாபாத்திரத்திற்கு ஆதவன் அழைக்கப்பட்டிருந்தார். ஏதேதோ காரணங்களால் அவரும் விலகிக்கொள்ள, அண்ணன் தம்பி ராமையா வந்து சேர்ந்தார்.

ஐந்துமுறை எண்ணியிருந்த இலக்கை எட்டமுடியாதபோதும் அதே உற்சாகத்தோடு அடுத்த முயற்சியை ஒருவர் தொடங்கமுடியுமா? முடியும் என்ற நம்பிக்கையில் பிரபுசாலமன், மைனா திரைப்படத்தின் கதை குறித்தும் பாடல் குறித்தும் பேச அலுவலகத்திற்கு அழைத்திருந்தார். அலுவலகம் அமைந்திருந்த இடம் கண்ணம்மாப்பேட்டை. கண்ணம்மாப்பேட்டை என்றதும் சுடுகாடு நினைவுக்கு வருவதால் அலுவலகப் பையன் தொலைபேசியில் அலுவலக முகவரியைக் கேட்பவர்க்கு, தி. நகருக்குப் பக்கத்தில் என்றோ நந்தனத்திற்கு அருகில் என்றோ சொல்லிக்கொண்டிருப்பான். 'ஷாலோம் ஸ்டுடியோஸ்' என்று வெள்ளைக் காகிதத்தில் பென்சிலால் கிறுக்கி, கதவில் ஒட்டியிருந்தார்கள். அலுவலகம் விசாலமாயிருந்தது. அங்கேயே சமைத்துக்கொள்ளவும் உதவி இயக்குநர்கள் தங்கிக்கொள்ளவும் ஏற்பாடாகியிருந்தன. பிரபுசாலமனின் பால்ய கால நண்பர் ஜான்மேக்ஸ் நிர்வாகப் பொறுப்புகளை ஏற்றிருந்தார். நிர்வாகம் என்றால் வேறு ஒன்றும் இல்லை. எங்கேயாவது பணத்தைப் புரட்டிவந்து அலுவலக வாடகையைக் கொடுக்கும்

பொறுப்பு என்று வைத்துக்கொள்ளலாம். முதல்முறை அலுவலகத்திற்கு வந்துவிட்டுப் போகிறவர்கள் நிச்சயம் இந்தப்படம் எடுக்கப்படாது என்று சொல்லும்விதமாகச் சூழல் இருந்தது. அந்த இக்கட்டான சூழ்நிலையில்தான் தம்பி ராமையாவைப் பிரபுசாலமன் எனக்கு அறிமுகப்படுத்தினார். அதற்குமுன் அவரைப்பற்றிக் கேள்விப்பட்டிருக்கிறேன். நேரடி அறிமுகம் இல்லை என்றாலும், அவ்வப்போது அவருடைய முகம் பரிச்சயப்பட்டிருந்தது. சட்டென்று இதயத்தைக் கவ்விக்கொள்ளும் அவருடையப் பேச்சும் உடல்மொழியும் யாரையும் முதல் சந்திப்பிலேயே கவரக்கூடியன. ராமையா பாத்திரத்திற்கு இவரா? என்று எனக்குள்ளிருந்த தயக்கத்தை ஒரு மணிநேர உரையாடலில் இவரைத் தவிர வேறு யாரும் இந்தப் பாத்திரத்திற்குப் பொருந்தமாட்டார் எனச் சொல்லவைத்தார். ஒருவிதத்தில் எங்களுக்கு இருந்த அதே தயக்கம், அண்ணன் ராமையாவுக்கும் இருந்ததன் விளைவே அவர் அப்பாத்திரத்தைச் சிறப்பாகச் செய்ய முனைந்தார் எனவும் கொள்ளலாம். தன்னை நிலைநிறுத்த காலம் அவருக்கு வழங்கிய எத்தனையோ சந்தர்ப்பங்களில் மைனா முக்கியமானது. முதன்மையானது.

தீர்க்கமாக இதுதான், இப்படித்தான் நானென்று உலகிற்குத் தன்னுடைய முகத்தைக்காட்டி, அந்த முகத்தைப் பிரகாசப்படுத்துவது இயல்பு. ஆனால், அண்ணன் தம்பி ராமையாவுக்கோ இதற்குமுன் நீங்கள் பார்த்த முகம் என்னுடையதில்லை எனச் சொல்லவேண்டியிருந்தது. தன்னால் வரையப்பட்ட ஓவியத்தின் கோடுகளை, தானே அழித்து, புதிய கோடுகளைப் போடவேண்டிய கட்டாயம் அவருக்கு நேர்ந்தது. சினிமா என்னும் பெருங்கோட்டையை வசப்படுத்த அவர் நிகழ்த்திய தாக்குதலில் எத்தனையோ முறை அவரே காயப்பட்டுக் கீழே சரிந்த கதைகள் ஒன்றிரண்டு அல்ல.

காரைக்குடியை அடுத்த சிற்றூரில் பிறந்த ஒருவர் தேசிய அளவில் புகழப்பட, பாதைகளை, பருவங்களை மட்டும் கடந்தால் போதாது. அதற்கு மேலேயும் கடக்கவேண்டி காரியங்கள் அநேகமுண்டு. ரஜினிகாந்த், கமலஹாசன்,

தனுஷ் போன்றோர் தேசியவிருது பெறுகிறபோது கிடைக்கிற ஊடகக் கைதட்டும் கவனமும் தம்பி ராமையா, அப்புக்குட்டி, சமுத்திரக்கனி போன்றோர்க்குக் கிடைப்பதில்லை. உண்மையில், முதல் வரிசையைவிட இரண்டாவது வரிசை நடிகர்களுக்கே கைதட்டல்களும் கௌரவங்களும் அவசியம். மிகச்சிறிய புள்ளியிலிருந்து தங்கள் கோலத்தை ஆரம்பித்த இவர்கள் வந்து சேர்ந்திருக்கும் இடம் பாராட்டுக்குரியது. தம்பி ராமையாவைப் பிரபுசாலமன் அறிமுகம் செய்து வைத்தபோது நானுமேகூட அவருடைய தகுதி குறித்துக் குறைத்தே மதிப்பிட்டிருந்தேன். அந்த மதிப்பு அவருடனான உரையாடலைத் தொடங்கும்வரைதான் என்பது குறிப்பிடத்தக்கது.

சினிமாவில் பாட்டெழுதவும் இசையமைக்கவும் பிரியப்பட்டே சென்னைக்கு வந்ததாக அவர் தொடங்கிய அந்த உரையாடலில், அதுவரை அவர் பட்டுவந்த பாடுகளைப் பற்றிப் பகிர்ந்துகொண்டார். எழும்பூரில் புகழ்பெற்றிருந்த ஒரு ஹோட்டலில் மேலாளராக அவருடைய வாழ்க்கை தொடங்கியிருக்கிறது. இரண்டு குழந்தைகளுக்குத் தகப்பனாகக் கடமையாற்றவேண்டிய பொறுப்பிருந்தும் அது பற்றியெல்லாம் அக்கறையில்லாமல் அவர் சினிமாவிற்கு முயற்சிக்கவில்லை. எந்த நேரத்திலும் குடும்பத்தைத் தவிக்கவிட்டுவிட்டு சினிமா வாய்ப்புகளைத் தேடக்கூடாது என்றே எண்ணியிருக்கிறார். ஒரு பக்கம் குடும்பத்தைக் கவனித்துக்கொண்டே சினிமாவையும் சிநேகித்திருக்கிறார். பல உதவி இயக்குநர்கள் அந்தக் காலத்தில் அவருக்கு உதவுவதாக வாக்களித்து ஏமாற்றியிருக்கிறார்கள். ஏமாற்று என்ற சொல் கடுமையாயிருக்கலாம். ஆனால், அண்ணன் ராமையா அதைச் சிரித்தபடியே விவரிக்கையில் அவர் கண்கள் கசிந்ததை என்னால் கவனிக்க முடிந்தது. எல்லோரையும் சிரிக்கவைத்து சந்தோசத்தை ஊட்டிக்கொண்டிருக்கும் அவர் உடைந்தழுத பொழுதுகள் எண்ணிலடங்காதவை.

மைனா, அவர் வாழ்வு முற்றிலும் மாறுவதற்கு உதவியிருக்கிறது. அதேபோல மைனாவும் அவர் வருகைக்குப் பின்னர் அடைந்த நல்ல மாற்றங்களை நான் அறிவேன்.

யுகபாரதி ☐ 145

அதுவரை அந்தக் கதாபாத்திரத்திற்கு அவ்வளவு அடர்த்தி சேர்க்கப்படவில்லை. மேலெழுந்தவாரியாக ஒரு காவலர் என்பதாகவே இருந்தது. அந்தக் கதாபாத்திரத்தின் குணாதிசயங்கள் தனித்துத் தெரிய அவரும் ஒரு காரணம். அவரிடம் பெறத்தக்க அம்சங்கள் எவையெவை உள்ளனவோ அதையெல்லாம் பயன்படுத்திக் கொள்ள பிரபுசாலமன் விரும்பினார். இயல்பாக ஒருவருக்கு ஒருவர் கதைபற்றியும் கதாபாத்திரங்கள் பற்றியும் விவாதித்துக்கொண்டோம். பொருளாதாரச் சிக்கலால் அவ்வப்போது படத்தைத் தொடரமுடியாமல் இடைவெளிகள் ஏற்பட்டதுகூட, படம் செழுமையாக வெளிவர உதவின எனலாம். கதை நால்வரைச் சுற்றி. அந்த நால்வரில் அண்ணன் ராமையா மட்டுமே மூத்தவர். மைனா திரைப்படத்தைப் பொறுத்தவரை அது வளர வளர அருகிருந்து பார்க்கும் வாய்ப்பு எனக்குக் கிடைத்தது, போலவே அண்ணன் தம்பி ராமையாவின் வளர்ச்சியும்.

அந்தக் காலத்தில் மைனா படக்குழுவினர் எல்லோருக்கும் ஒரே மாதிரியான வேட்கைகள் இருந்தன. அப்படத்தில் பணிபுரிந்த அனைவருமே போதிய வெளிச்சமில்லாமல் திரைத்துறையில் இயங்கிக்கொண்டிருந்தோம். குறிப்பாக, நானும் இமானும் பத்து வருடங்களுக்குமேல் அசராமல் பணியாற்றி வந்தாலும், தனி அடையாளத்தோடு காணப்படவில்லை. வெற்றிப் பாடல்களை இருவருமே தந்திருக்கிறோம் என்றாலும், குறிப்பிட்டு எங்கள் பெயர்களை யாருமே சொல்லவில்லை. எல்லோருமே வெற்றிக்காக ஏங்கிக்கொண்டிருந்தோம். வெற்றி என்பது சொல்லிக்கொண்டு வருவதில்லை. எங்களுக்கோ சொல்லிக்கொண்டு வந்தாலும் அது வெற்றியாக அமையவில்லை. ஒளிப்பதிவாளர் சுகுமார், கலை இயக்குநர் வைரபாலன், படத்தொகுப்பாளர் எல்.வி.கே.தாஸ், தம்பி ராமையா, விதார்த் என ஒவ்வொருவரும் மைனாவை இதயக்கூட்டில் அடைகாக்க ஆரம்பித்தோம். கதையில் செய்திருக்கும் மாற்றங்களை அவ்வப்போது பிரபுசாலமன் எங்களுடன் பகிர்ந்து விவாதங்களை ஏற்றுக்கொள்வார். அப்படத்தின் வெற்றிக்காக உழைத்தவர்களில் உணவு பரிமாறிய பையனும் சேர்ந்திருக்கிறான் என்பதுதான் செய்தி. ஒரு படைப்பாளன், காதுகளைத் திறந்து வைக்கத் துணியும்

அந்தக் கணத்திலிருந்தே வெற்றியின் வாசல் அவனுக்குத் திறந்து கொள்கிறது.

இளவயது முதலே தெருக்கூத்திலும் மேடைப்பேச்சிலும் ஆர்வம் கொண்டிருந்த அண்ணன், தம்பி ராமையா மைனா மூலமே தன் மொத்தத் திறனையும் உலகுக்குத் தெரிவிக்கக் காத்திருந்தார். தன்னைத் தானே செதுக்கிக்கொள்ளும் உளி அவருக்குக் கிடைத்தது. ஆனாலும், கடந்துவந்த காலங்களில் அவர் கல்லாயிருக்கவில்லை. வெவ்வேறு வகைகளில் தன்னைச் செதுக்கிக்கொண்டிருந்தார். எதுவாக என்பதில் அவருக்குக் குழப்பம் இருந்திருக்கலாம். தாமதப்பட்டாலும் இலக்கை அடைந்திருக்கிறார் என்றே சொல்ல வேண்டும். மைனாவின் ஆகச்சிறந்த பெருமைகளில் ஒன்று தம்பி ராமையா. அவர் ஏற்று நடித்த பாத்திர வடிவமைப்பு விசேஷமானது. கிளைச்சிறைக் காவலர்களின் மனக்கொதிப்பையும் கொந்தளிப்பையும் அதற்குமுன் வெளிவந்த எந்தப் படங்களும் இத்தனை நேர்த்தியுடன் சொல்லவில்லை. அப்பாத்திரத்தில் அவரைத் தவிர வேறுயாருமே பொருந்தியிருக்கமாட்டார்கள் என்று இப்போது நம்பலாம். உண்மையில், செந்தாமரை என்ற கதாபாத்திரம் திரையில் காட்டப்படவே இல்லை. ஆனாலும், அண்ணன், தம்பி ராமையா உதிர்க்கும் சொற்களின் வாயிலாக, அப்படி ஒருவரை நம்மால் உருவகிக்க முடிந்தது. வாழ்வின் அனுபவங்களிலிருந்து உரம்பெற்ற ஒருவர் வெளிப்படுத்தும் அற்புதமான உணர்வுகளை வெகு இயல்பாக அவர் காட்டியிருந்தார்

அண்ணன், தம்பி ராமையா எப்போதும் கதைகளோடு இருப்பவர். சொல்வதற்கு அவரிடம் ஏராளமான செய்திகளிருக்கும். ஒருமுறை இப்படித்தான் தம்பி என்று அவர் ஆரம்பித்தால் அதைவைத்து நாலைந்து திரைப்படங்கள் எடுக்கத்தக்க சம்பவங்களைப் பெற்றுக்கொள்ளலாம். அவர் ஓர் இடத்தில் அமர்ந்திருந்தால் அந்த இடமே கதைகளால் நிரம்பி வழியும். அவருக்கே உரிய கலகலப்புடன் ஒரு விஷயத்தைச் சொல்ல ஆரம்பித்து, நவரசங்களையும் கொட்டிவிடுவார். அவர் உரையாடலில் மிகுதியும் வாழ்வு குறித்த கேள்வியிருக்கும். கொஞ்ச காலம் சிறையிலும்

இருந்த அனுபவம் அவருக்குண்டு. அதுகுறித்தும் அதிலிருந்து அவர் மீண்டது குறித்தும் எந்தத் தயக்கமும் இல்லாமல் எங்களுடன் பகிர்ந்துகொண்டிருக்கிறார். சொல்லப்போனால் அவர் வாழ்வை மிகப் பூரணமாக உணர்ந்த தருணங்களாக அவற்றைக் கருதுவார். மாட்சிமை தாங்கிய நீதித்துறையைத் தாண்டி ஒருவர் வெளியே வர, நிறைய உண்மையும் மனோதிடமும் தேவையென்பதைச் சொல்லியிருக்கிறார். நடிப்பார்வத்தோடு ஒருவர் சென்னைக்கு வருவதும் வாய்ப்புப் பெற்று நட்சத்திரமாவதும் பெரிய விஷயமில்லை. வெவ்வேறு வேலை செய்து, வாழ்வொன்றும் கனவொன்றுமாக இருந்து வெளிச்சம் பெறுவதுதான் அரிது.

ஒருகாலம்வரை அவர் பரபரப்பான மேடைப் பேச்சாளர். எவ்வளவு பேருக்குத் தெரியுமோ தெரியவில்லை. மறுமலர்ச்சி திராவிட முன்னேற்றக் கழக மேடையில் அவர் சிறப்புரையாளராகத் தமிழகத்தின் பல ஊர்களுக்குப் பயணித்திருக்கிறார். அடுக்கடுக்காக அவர் பேசும் அரசியல் விஷயங்கள் வேறு எந்தக் கழகப் பேச்சாளர்களுக்கும் குறைந்ததில்லை. எல்லாமே அனுபவந்தான் தம்பி என்று அவர் வார்த்தைக்கு வார்த்தை சொல்லும்போது ஒரு மூத்த சகோதரனுக்கு உரிய அக்கறையிருக்கும். புகாரில்லாமல் வாழ்வை எதிர்கொள்ளும் ஒருவரால்தான் அனுபவங்களைப் பெறமுடியும். அந்த விதத்தில் அண்ணன், தம்பி ராமையா அதிர்ஷ்டசாலி என்றே சொல்லலாம். ஹோட்டல் மேலாளர், உதவி இயக்குநர், கதை வசனகர்த்தா, பாடலாசிரியர், இசையமைப்பாளர், இயக்குநர் எனப் பல அவதாரங்களை அவர் எடுத்திருந்தாலும் இறுதியில் நின்று நிலைபெற்றிருப்பது நடிப்பில்.

முதலிலேயே நடிப்புத்துறையைத் தேர்ந்தெடுத்திருக்கலாமே எனக்கேட்டால், எனக்குக் காலம்கடந்துதானே எல்லாமே கிடைத்தன என்பார். மைனா திரைப்பட வேலை மும்முரமாக நடந்துகொண்டிருந்தபொழுது மாதத்தில் ஒருமுறையோ இருமுறையோ அவரைச் சந்தித்து அளவளாவும் வாய்ப்பிருந்தது. நம்முடைய நாட்டார் கதைகளைப் பற்றி அவருடன் பேசத்தொடங்கினால் நேரம் போவதே தெரியாது. அவராகவே

சில சிலேடைகளை உருவாக்குவார். அடிப்படைத் தமிழர் மரபு குறித்த தெளிவோடு எதையும் அணுகக்கூடிய அவரது அரசியல் பகடிகள் அபாரமானவை. சின்னச் சின்னக் கதாபாத்திரங்களில் நடித்துக்கொண்டிருந்தபோது வடிவேலுவுக்கும் அவருக்குமான உரையாடல்கள் பாதுகாப்புக்குரியன. உலகமே இன்றைக்கு பகடிசெய்து சந்தோசப்படும் பல வசனங்கள், எளிய மனிதர்களிடமிருந்து எப்படி எடுத்தாளப்பட்டன என்பதை ஒளிவு மறைவு இல்லாமல் ஒத்துக்கொள்வார்.

டணால் தங்கவேலு, பாலையா, நாகேஷ், சந்திரபாபு என அக்காலத்திய நகைச்சுவை நடிகர்களின் சாராம்சங்களை ஒரு ரசிகராக அவர் வியந்து பேசுவது குறிப்பிடத்தக்கது. கலைவாணர் என்.எஸ்.கே.யின் கலைப்பங்களிப்பையும் கருத்துச்செறிவையும் அவர்போல உள்வாங்கிக் கொண்ட இன்னொரு நடிகரைக் காண முடியாது. இன்றைக்கு வெளிவரும் பல படங்களில் கதாநாயகனுக்கோ கதாநாயகிக்கோ தந்தையாக நடிக்கிறார். இயக்குநர்கள் விரும்பித்தரும் எந்தப் பாத்திரத்தையும் ஏந்திக்கொள்பவராக இருக்கிறார். ஆனால், மைனா சமயத்தில் அப்படியில்லை. அதற்குமுன் வெளி உலகுக்கு அவர் அவ்வளவாக அறியப்படவில்லை. மலபார் போலீஸ் என்னும் திரைப்படத்தில் முதல்முதலாக சிறிய பாத்திரமேற்று நடித்தபொழுது அவரே இத்துறையில் இத்தனை உயரத்திற்கு வருவோமென்று எண்ணவில்லை என்றிருக்கிறார். மைனா திரைப்படத்தில் இடம்பெற்ற ஜிங்கி ஜிங்கி என்னும் பாடலைப் பிரபுசாலமன் தவிர்க்கலாம் என்றபோது படத்தின் வியாபாரத்திற்கு உதவுமென்று ஓங்கிச்சொன்னவர்களில் அண்ணன், தம்பி ராமையாவும் ஒருவர்.

மைனா திரைப்படத்தில் பேருந்து கவிழும் காட்சியை யாரும் மறந்திருக்கமாட்டார்கள். அந்தக் காட்சியில் உயிரைப் பணயம்வைத்து அவர் நடித்துக் கொடுத்ததைப் பிரபுசாலமன் பெருமைபடக் கூறாமல் இருப்பதில்லை. போதிய பாதுகாப்பு வசதிகளை ஏற்படுத்திக்கொள்ள பொருளாதாரப் பலமில்லாத சிறிய படமொன்றில் ஆபத்து நேர்ந்துவிட்டால் அதன்பின் அந்தப் படக்குழுவினர் தலையெடுக்க முடியுமா? எது நடந்தாலும் பரவாயில்லை எனத் துணிந்த அந்தத் துணிச்சலால்தான்

அண்ணன், தம்பி ராமையா இன்று பாராட்டப்படுகிறார். கும்கியிலும்கூட இப்படியான சவால்களை அவர் எதிர்கொள்ள நேர்ந்தன. கோமாளி யானையைக் கும்கி யானையென்று பொய்சொல்லி ஊருக்குள் தங்கிவிட்ட நிலையில், உண்மை வெளிப்படாதிருக்க அவர் செய்யும் சேஷ்டைகளை ரசிகர்கள் வரவேற்றார்கள். மதங்கொண்ட யானையை அடக்குவதற்காகக் கும்கி யானை பயன்படுத்தப்படும். கும்கி யானை என்றால் பயிற்சிப்படுத்தப்பட்ட யானை என்ற தெளிவை பலருக்கும் அத்திரைப்படமே ஏற்படுத்தியது. நாங்கள் கும்கி திரைப்படத்தில் காட்டிய கோமாளி யானைக்கும் படப்பிடிப்பு நிகழ்ந்துகொண்டிருக்கையில் மதம் பிடித்தது. யானைக்கு மதம்பிடிப்பது தவிர்க்கமுடியாதது. அது கோயில் யானையாயிருந்தாலும் சரி காட்டு யானையாயிருந்தாலும் சரி. வருடத்தில் மூன்று மாதங்கள் எல்லா யானைகளுக்கும் மதம் அல்லது மஸ்து ஏற்படும். அந்த நேரத்தில் அது பாகனென்றோ பார்வையாளனென்றோ பார்க்காது. யாராயிருந்தாலும் முட்டித்தள்ளி ஒருவழி பண்ணிவிடும்.

ஏறக்குறைய படப்பிடிப்பு முடிவடையும் தருவாயில் மாணிக்கம் என்ற பெயருடைய படப்பிடிப்பு யானைக்கும் மஸ்து ஏற்பட்டது. மஸ்து ஏற்பட்டுவிட்டது என்பதால் படப்பிடிப்பை ரத்துசெய்யவும் இயலாது. ஓரிரு காட்சிகள் பாக்கியிருப்பதால் படப்பிடிப்பை நடத்தியே ஆகவேண்டிய நிலை. ஒருமுறை படப்பிடிப்புக்கு யானையை அழைத்துவருவதென்றால் மூன்று மாநிலங்களில் அனுமதி பெறவேண்டும். விலங்குகள் நலவாரிய அனுமதியைப் பற்றி உங்களுக்குச் சொல்ல வேண்டியதில்லை. யானையை சமாளிப்பதைவிட அவர்களைச் சமாளிப்பதுதான் கஷ்டத்திலும் கஷ்டம். படப்பிடிப்பு தொடர்ந்தது. மாணிக்கம் எப்போது வேண்டுமானாலும் சீறலாம். மஸ்து ஏற்பட்ட யானைக்கு அருகில் போவதே ஆபத்து. அப்படியிருக்கையில், அதில் அமர்ந்து நடிப்பதென்றால் அதுவும் நகைச்சுவையை வரவழைக்க வேண்டுமென்றால் எத்தகைய சவாலென்று யோசித்துக்கொள்ளுங்கள். ஆனால், தம்பி ராமையா அதை அநாயசமாகச் செய்துகாட்டினார். பிரபுசாலமன் முதல் படத்தில் வாழ்வைக் கொடுத்துவிட்டு அடுத்த படத்தில்

அதைப் பறித்துக்கொள்ள எண்ணுகிறாரா? என ஹாஸ்யமாகப் படப்பிடிப்புத் தளத்தில் அண்ணன் தம்பி ராமையா உதிர்த்த சொற்கள் நகைச்சுவையல்ல. சாட்டை, கழுகு, கதை திரைக்கதை வசனம் இயக்கம் ஆகிய திரைப்படங்களிலும் தனக்கு அளிக்கப்பட்ட பாத்திரத்தை மிகச் சிறப்பாகவே செய்திருப்பார். கும்கி திரைப்படப் பத்திரிகையாளர் சந்திப்பில், நடிக்க நீங்கள் பட்ட கஷ்டங்களைப் பற்றிக் கூறுங்கள் என்றதும் படவேண்டிய கஷ்டத்தையெல்லாம் நான் நடிப்பதற்கு முன்பே பட்டுவிட்டேன் என்று அவர் பகிர்ந்துகொண்டது பக்குவத்தின் திரட்சி.

ஏன்? தமிழ் சினிமாவில் குணச்சித்திர நடிகர்கள், மலையாளத்தைப் போலவோ வங்காளத்தைப் போலவோ கொண்டாடப்படுவதில்லை. நாயக வழிபாட்டைத் திரையிலும் அரசியலிலும் விரும்பக்கூடிய நாம், இரண்டாம்கட்ட மூன்றாம்கட்ட பங்கேற்பாளர்களை அவ்வளவாக ஆராதிக்க விரும்புவதில்லை. ஒருவர் தன்னிடமுள்ள திறமையை ஆற்றலைத் தயக்கமில்லாமல் வெளிப்படுத்தினாலும் அதை உரியவிதத்தில் கௌரவிக்கவோ மதிப்பளிக்கவோ தயங்குகிறோம். ஒரு திரைப்படத்தில் குணச்சித்திர நடிகர் தனித்துத் தெரிந்தாலும் அந்தப்படம் அதில் பிரதான வேடமேற்ற நடிகனுடைய படமாகவே பார்க்கப்படுகிறது. பாலையாவையும் நாகேஷையும் விட்டுவிட்டால் காதலிக்க நேரமில்லை திரைப்படம் இல்லை. ஆனால், அத்திரைப்படத்தை நாம் ரவிச்சந்திரன் நடித்த படமாகவோ ஸ்ரீதர் இயக்கிய படமாகவோ பார்க்கிறோமே தவிர நாகேஷின் படமாகப் பார்ப்பதில்லை. நம்முடைய பார்வைப் பிழையினால் நாம் தவறவிட்ட இன்னொரு முக்கியமான நடிகை மனோரமா. ஆயிரம் படங்களுக்குமேல் அவர் நடித்திருக்கிறார். சினிமாவின் ஆரம்ப சகாப்தத்திலிருந்து அவருடைய பங்களிப்பு இருந்துவந்திருக்கிறது. என்றாலும், அவர் பெற்றிருக்கும் பெருமையும் அடையாளமும் குறைவுதான்.

அந்தப் பாத்திரத்திற்கு அவர் பொருந்துவாரா? என மைனா சமயத்தில் யோசிக்க வைத்த அதே அண்ணன், தம்பி

ராமையா, எந்தப் பாத்திரத்திற்கும் பொருந்தக்கூடியவராகத் தன்னை நிரூபித்திருக்கிறார். இன்றைக்கு வெளிவரும் பல படங்களில் அவர் முக்கியப் பாத்திரங்களை ஏற்றுவருகிறார். பிரதான நடிகர்களும் இயக்குநர்களும் விரும்பக்கூடிய ஒருவராக மாறியிருக்கிறார். இந்த மாற்றம் ஒரே நாளில் நிகழ்ந்ததல்ல. காலமும் வயதும் கடந்துகொண்டிருந்தாலும் அதைப்பற்றியெல்லாம் கவலை கொள்ளாமல் இயங்கியதால் விளைந்தது. தேசியவிருதுப் பட்டியலில் இன்னும் சிலமுறையாவது அவர் பெயர் இடம்பெறும் வாய்ப்பிருப்பதாகவே எனக்குப் படுகிறது. மலையாள நடிகர்களான திலகனையும் நெடுமுடி வேணுவையும் நினைவூட்டக்கூடிய அண்ணன், தம்பி ராமையாவை இப்போதைய தமிழ் சினிமாவும் இயக்குநர்களும் கூடுதல் கவனத்தோடு கையாள வேண்டும் என எண்ணுகிறேன். தன்னிடமுள்ள திறனையெல்லாம் அவர் காட்டிவிட்டார். ஆனாலும்கூட, அவரை இன்னும் இரட்டை அர்த்த வசனங்களைப் பேசும் நகைச்சுவை நடிகராகவே பயன்படுத்திக் கொண்டிருக்கிறோம்.

சந்தர்ப்பத்திற்காகக் காத்திருந்த அண்ணனும் தனக்குப் பெருமை சேர்க்காத வேடங்களைத் தவிர்க்கலாம். அவரே ஒருமுறை சொன்னதுதான். ஒரு கலைஞன் வேண்டும் என்பதைவிட வேண்டாம் என்பதில் குறியாயிருக்க வேண்டும். பொருந்துகின்றன என்பதால் எல்லா வேடங்களையும் ஒருவர் ஏற்கத் துணிந்தால் அவர் யார் என்னும் அடையாளம் அடிபட்டுவிடும். தம்பிக்கு முரட்டு வணக்கம் என்று உரையாடலை ஆரம்பிக்கும் அண்ணனுக்கு, எளிய இப்பதிவைப் பதில் வணக்கமாகச் செலுத்துவதும் அன்புதான். பாகனின் வருடலில்தான் யானையின் பலமிருக்கிறது. நான் பாகன்.

பொ. ஐங்கரநேசன்

இந்தியத் தமிழர்களைவிட மண்பற்று மிக்கவர்கள் ஈழத்தமிழர்களே என்பதை அவர்கள் முன்னெடுத்த விடுதலைப் போராட்டத்தின் வாயிலாக உணர்ந்துகொண்டிருக்கிறோம். உண்மையில், மண்பற்று என்பது இனத்தையும் மொழியையும் கடந்த ஒன்று எனக் கருதுபவர் அண்ணன் பொ.ஐங்கரநேசன். தம்முடைய சூழலியல் கட்டுரைகள் மூலம் அவர் எத்தனையோ விஷயங்களைச் சுட்டிக்காட்டி இருக்கிறார். இன உரிமையை மீட்பது போலவே இயற்கையை மீட்பதும் அவசியம் என்பதுதான் அவர் தொடர்ந்து முன்வைத்து வருவது.

பிரபஞ்சத்தின் ஏக எஜமானர்களாகத் தங்களைக் கருதிக்கொள்ளும் மனிதர்கள், ஏனைய உயிரினங்கள் வாழ அனுமதிக்காத அவலத்தை அவர்போல் இன்னொருவர் தமிழில் எழுதியதாகத் தகவல் இல்லை. இன்று சூழலியல் குறித்து வெளிவரும் பல நூல்களுக்கு ஆதாரமாக விளங்குபவை அவருடைய "ஏழாவது ஊழி" கட்டுரைகளே. இயற்கையோடு இயைந்த வாழ்வைக் கொண்டிருந்த தொல்குடி சமூகம், விஞ்ஞானச் சாதனங்களின் உற்பத்திப் பெருக்கத்திற்கு எந்தெந்த விதத்தில் பலியாகிறது என்பதை அவர் ஒருவரே

புள்ளிவிபரங்களுடன் புரிய வைப்பவர். அந்நூலில் அவர் ஆகாயத்திற்கு மேலும் கீழும் உள்ள அத்தனை விஷயங்களையும் அலசியிருக்கிறார். கொதிக்கும் பூகோளத்திலிருந்து விடுதலைச் சூழலியல்வரை அவரால் எழுதப்பட்டுள்ள கட்டுரைகள் அடர்த்தியும் ஆழமும் நிறைந்தவை. நுனிப்புல் மேய்தலோ பதிவிறக்கப்பட்ட தகவல்களோ அந்நூலில் எதுவுமே இல்லை. முற்று முழுக்க நிரூபிக்கப்பட்ட ஆய்வுகளின் அடிப்படையில் எழுதப்பட்ட நூல் அது. இன்னும் சொல்லப்போனால், சூழலியல் குறித்து உலகமெங்கும் எழுதிவரும் அறிஞர்களின் பட்டியலில் இடம்பெறத்தக்க பெயரே அவருடையதும்.

'காக்கை குருவி எங்கள் ஜாதி, நீள் கடலும் மலையும் எங்கள் கூட்டம்' என்று பாரதி எழுதியதை அன்பின் வெளிப்பாடாக எண்ணிக்கொண்டிருந்த என் போன்றோர்க்கு அது, அன்பு சார்ந்த பதிவு அல்ல. அறிவியல் சார்ந்த கூற்று என விளக்கப்படுத்தியவர் அவர்தான். பல பத்தாண்டுகளாக யாழ்ப்பாணத்திலிருந்து வெளிவந்த இருமாத சஞ்சிகையான 'நங்கூரம்' பத்திரிகையில் அவர் எழுதிய அறிவியல் கட்டுரைகள் குறிப்பிடத்தக்கன. மக்கள், தங்கள் நிலத்துக்கான போராட்டத்தைக் கையிலெடுக்கும் அதே வேளையில், பூச்சிகொல்லிகளால் பாழ்பட்ட நிலத்தின் மீதான கரிசனமே அவருடைய சூழலியல் குறிப்புகள். இடதுசாரிப் பார்வையிலிருந்து ஈழப் போராட்டத்தை அணுகக்கூடிய ஒருவர், பன்னாட்டு நிறுவனங்களின் சூழ்ச்சிகளையும் சர்வதேச அரசியல் அழுத்தங்களையும் ஒருசேரக் கணக்கிலெடுத்துக்கொள்ளும் தன்மையை அவர் எழுத்துக்களில் காணலாம். 'நுகர்வென்னும் பெரும்பசி' என்னும் நூலில் ராமச்சந்திர குஹா சொல்லியிருப்பதைப் போல மனிதர்கள் தங்களுக்கு ஏற்பட்டுள்ள பெரும்பசிக்கு இயற்கையை இரையாக்கிக் கொண்டிருக்கிறார்கள் என்பதை அண்ணன் ஐங்கரநேசன், வேறு ஒரு அரசியலிலிருந்து சொல்லியிருக்கிறார். 'மென்பானங்களின் வன்முறைகள்' என்னும் கட்டுரையும் 'நீர்ப் போர் மூளுமா' என்னும் கட்டுரையும் குறிப்பிடத்தக்கவை.

இரண்டாயிரமாவது ஆண்டின் முற்பகுதியில் அவர்

எனக்கு அறிமுகம். அவ்வப்போது அவருடைய கட்டுரைகளை இணையத்திலும் இதழ்களிலும் வாசித்திருந்த எனக்கு, அவரை நேரில் சந்திக்கும் வாய்ப்பை ஏற்படுத்திக்கொடுத்தவர் அண்ணன் அறிவுமதிதான். 73, அபிபுல்லா சாலை அலுவலகத்தில்தான் முதல்முதலாக அவரைச் சந்தித்தேன். அந்த நாளை அவருமே மறக்க வாய்ப்பில்லை. எப்படியெனில், அன்றுதான் அண்ணன் ஐங்கரநேசனுக்கு அவர் பார்த்துவந்த பத்திரிகைப் பணி பறிபோயிருந்தது. அடுத்து என்ன செய்வதென்ற யோசனையில் அண்ணன் அறிவுமதியைச் சந்தித்து ஆலோசிக்க அவர் வந்திருந்தார். அவருடைய சூழலைப் புரிந்துகொள்ளாமல் அவர் எழுதிய சூழலியல் கட்டுரைகள் குறித்து அப்போது நான் சிலாகிக்கத் தொடங்கியதை நினைத்தால் இப்போது சிரிப்பு வருகிறது. ஒருவர் என்ன சூழலில் இருக்கிறார் என்பதைப் புரிந்துகொள்ளாமல் பேசிவிடக் கூடிய விடலைத்தனம் அப்போதும் என்னிடமிருந்தது ஆச்சர்யமில்லை. என்றாலும், என் கேள்விகள் எதையுமே அவர் தவிர்க்கவில்லை. மாறாத புன்னகையும் மறுக்காத அன்பையுமே அவர் என்னிடம் பகிர்ந்துகொண்டார். ஈழமக்கள் புரட்சிகர முன்னணியில் தீவிரமாக இயங்கிவந்த அவர், அந்தச் சந்திப்பிலிருந்து எனக்கு உணர்த்திவரும் நட்பின் கனம் மிகுதியானது.

சுற்றுச்சூழல் குறித்துத் தமிழில் வெளிவந்துள்ள மிக முக்கியமான நூலான 'ஏழாவது ஊழி' அப்போது வெளிவந்திருக்கவில்லை. யாழ்ப்பாணத்திலிருந்து வெளிவந்த நங்கூரம் இதழிலும் இன்னபிற இதழ்களிலும் அவர் எழுதிய கட்டுரைகளின் தொகுப்பே ஏழாவது ஊழி. நாற்பத்தியொரு கட்டுரைகள் அடங்கிய அந்நூலில் அவர் எழுதாத சூழலியல் கருத்துக்களே இல்லை. பொதுவாக அறிவியல் கட்டுரைகளோ சூழலியல் கட்டுரைகளோ எழுதுபவர்களின் மொழி, ஈர்ப்புடைய மொழிநடையைக் கொண்டிருக்காது. புள்ளிவிபரங்களை விட்டுவிடக் கூடாதே என்னும் கவலையில் இயல்பிலிருந்து வேறுபட்டு எழுதுவார்கள். கணதியான செய்திகளைச் சொல்லவேண்டியிருப்பதால் அவர்களின் மொழிநடை பொருத்தமற்ற வேதிப்பொருட்களின் சேர்க்கை போலிருக்கும். உச்சரிக்கச் சிரமமான அறிவியல் பெயர்களை வலுக்கட்டாயமாகத் திணித்திருப்பார்கள். ஆனால், அண்ணன்

ஐங்கரநேசனின் எழுத்திலோ எந்தச் சிக்கலும் இருப்பதில்லை. வாசிப்பனுபவத்தை முதன்மையாகக் கொண்டே அவர் எழுதுவார். தன்னுடைய அறிவை வெளிப்படுத்துவதைவிட வாசிப்பவரின் மனநிலையை உள்வாங்கியே பதங்களைப் பிரயோகிப்பார்.

சிலந்திகளைப் பற்றி அவர் எழுதினால்கூட அதை ஒரு கதையிலிருந்துதான் ஆரம்பிப்பார். அரக்னி என்ற நெசவுப் பெண்மணி, தையற் கலையில் தனக்கிருந்த தேர்ச்சியாலும் இறுமாப்பினாலும் கிரேக்கக் கடவுளான ஏதினாவுக்கு சவால்விடுகிறாள். உன்னைப் படைத்த என்னிடமே சவாலா என்று கடவுளுக்குக் கோபம் வந்துவிடுகிறது. என்ன திறமையிருந்தாலும் கடவுளிடம் மனிதன் தோற்றுவிடுவதுதானே பொதுவிதி. அந்த விதியினால் அரக்னியும் ஒருகட்டத்தில் கடவுளிடம் தோற்றுவிடுகிறாள். இதுவரை யாரிடமும் தோற்காத தாம் கடவுளிடம் தோற்றுவிட்டோமே என்னும் அவமானம் தாங்கமுடியாமல் அரக்னி தற்கொலை செய்துகொள்கிறாள். கடவுளுக்கோ இப்போது கோபம் இரண்டு மடங்காகிவிடுகிறது. தோல்வியை ஏற்கக்கூட மனமில்லாத அளவுக்குக் கர்வமா உனக்கென்று கண்டிக்கிறார். கண்டித்ததோடு மட்டுமல்லாமல் மீண்டும் அரக்னியை உயிர்ப்பித்து, கர்வமுடைய அனைவருக்கும் உன் வாழ்க்கை பாடமாக அமையட்டுமென்று அரக்னியின் சந்ததிகளைச் சிலந்திகளாகச் சபித்துவிடுகிறார். அந்தச் சாபத்தின் காரணமாகவே சிலந்திகள் வாழ்நாள் பூராவும் தொங்கிக்கொண்டிருக்கின்றன. இது, கிரேக்கத்தில் இன்றளவும் சொல்லப்பட்டுவரும் ஐதிகக் கதை. இந்தக் கதையின் சரடுபிடித்துச் சிலந்திகளை அவர் விளக்கத் தொடங்குவார்.

சிலந்தி இழைகளின் பிரத்யேகமான இயல்புகளை விவரிக்கையில், அதிலிருந்து மனிதகுலம் பாராசூட்டையும் குண்டு துளைக்காத உடைகளையும் எப்படித் தயாரித்தன என்பதை அவரால் சொல்ல முடியும். அத்தோடு நில்லாமல், பேராதனைப் பல்கலைக்கழகத்தைச் சேர்ந்த ஜெயந்தி எதிரிசிங்க என்பவர் 98ஆம் வருடம் செய்த சிலந்திகள் பற்றிய ஆய்வைக் குறிப்பிடுவார். இயற்கை வழங்கிய

அற்புதமான பூச்சிக்கொல்லிகளான சிலந்திகளால் நெற்பயிரைத் தாக்குகின்ற பூச்சிகள் கட்டுக்குள் இருந்ததை ஆதாரத்தோடு நிரூபிக்க முயல்வார். ஓட்டடைகளென்றோ நூலாம் படைகளென்றோ துடைத்தெறியும் சிலந்திகளின் நன்மைகளைப் பட்டியலிடும் அவர் சிலந்திகளின் நச்சுத்தன்மை எத்தகையன என்பதையும் விவரிப்பார். பயத்தின் காரணமாகச் சிலந்திகளை விட்டு எட்டிநிற்கும் நம்மை அதன் சாதக அம்சங்களைத் தொட்டுக்காட்டிப் பராமரிக்கச் சொல்லுவார். பிற உயிர்களிடத்தில் அன்பு செய்யாவிட்டால் மனித உயிர்கள் மதிப்பிழந்து போகும் என்பதைச் சூழலியல் சார்ந்து அவர் எழுதும் எல்லாக் கட்டுரையிலும் பதிவு செய்திருக்கிறார்.

நம்முடைய மரபை நாம் எப்போது கைவிடத் தொடங்கினோமோ அப்போது இருந்துதான் நோயைச் சுவீகரிக்கும் நிலை ஏற்பட்டதென்று சொல்லும் அவர், பழமைக்குத் திரும்புவோம் என்று எங்கேயும் எழுதியதில்லை. மரபுக்குத் திரும்புவோம் என்றுதான் எழுதுவார். பழமைக்குத் திரும்புவதிலும் மரபுக்குத் திரும்புவதிலும் உள்ள வேறுபாட்டை அவருடைய எழுத்துக்கள் உணர்த்துபவை. புழக்கத்திலுள்ள தமிழ்மரபு சார்ந்த சொற்றொடர்களை அதிகமாகக் கையாளும் அவர், நுணலும் தன் வாயால் கெடும் என்னும் பழமொழியை வைத்துக்கொண்டு செல்லிடப் பேசியின் ஆபத்துகளைச் சொல்லிவிடுவார். விஞ்ஞான சாதனங்கள் இயற்கைக்கு ஊறு விளைவிக்கின்றன என்பதற்காக முற்றாக விஞ்ஞானமே வேண்டாம் என்னும் குரலில் அவர் பேசுவதில்லை. தேவைதான் ஒன்றைத் தீர்மானிக்கின்றன என்பதால் அந்தத் தேவையின் நீள அகலங்கள் குறித்த தெளிவுகளை ஏற்படுத்துவதில் அவருடைய எழுத்துக்கள் முக்கியப் பங்காற்றும்.

ஈழத் தமிழர்கள் தங்களுடைய தேசிய மலராகக் கார்த்திகைப் பூவைக் கொள்ளவேண்டுமென விடுதலைப் புலிகள் அறிவித்த போது, அதை வழிமொழிந்து அண்ணன் ஐங்கரநேசன் எழுதிய கட்டுரை கவனிக்கத்தக்கது. அவர் அக்கட்டுரையை எழுதும்வரை கார்த்திகை மலர்தான் காந்தள் மலர் என்று பலருக்குத் தெரியாமலிருந்தது. தமிழரின் வாழ்வியலோடு

நெருக்கமான காந்தள் மலர் தனித்த இயல்புகளையும் தன்மைகளையும் கொண்டது. சிவப்பும் மஞ்சளும் கலந்த அம்மலர், கார்த்திகை மாதத்தில் பூக்கத் தொடங்குவதால் கார்த்திகைப் பூ என்று ஈழத் தமிழர்கள் அழைக்கிறார்கள். வெளிர்ப் பச்சையிலிருந்து பாதி சிவப்பும் பாதி மஞ்சளுமாக மலரும் அம்மலர், இறுதியில் குருதிச் சிவப்பில் வசீகரிக்கும். கார்த்திகை மலரின் அழகையும் வாசத்தையும் குறிப்பிட்டு எழுதிய அக்கட்டுரையில் ஒரு தேசம் தன்னுடைய அடையாளமாகப் பறவையையும் விலங்கையும் மலரையும் ஏன் கொள்கிறது என்பதை அரசியலோடு முன்வைத்திருப்பார். காந்தள் மலருக்கு வாசமில்லை என்றாலும், தேசிய மலராக அறிவிக்கப்பட்டிருப்பதால் தேசிய வாசம் வீசுகிறது என்றிருப்பார்.

இந்தியா தாமரையையும் இலங்கை நீலோற்பலத்தையும் ஐக்கிய அமெரிக்கா ரோஜாவையும் தங்களுடைய தேசிய மலராக அறிவித்துக்கொண்டதைப் போல ஈழத் தமிழ்த்தேசம் கார்த்திகைப் பூவைத் தேசிய மலராக அறிவித்ததிலுள்ள பண்பாட்டுச் சான்றுகளைச் சங்க இலக்கியத்திலிருந்து கொடுத்திருப்பார். "காந்தளங் கண்ணிச் செழுங்குடிச் செல்வர்" என்ற பதிற்றுப்பத்துப் பாடலையும் "மரகதமணி தாள்செறிந்த மணிக் காந்தண் மென்விரல்கள்" என்ற சிலப்பதிகாரச் செய்யுளையும் எடுத்தாளும் திறம் அவருடையது. "சோலை அடுக்கத்துச் சுரும்பு உண விரிந்த கடவுட் காந்தளுள்ளும்" என அகநானூறை ஆய்ந்தெழுதும் அவர், "வெறியறி சிறப்பின் வெவ்வாய் வேலன், வெறியாட்டு அயர்ந்த காந்தளும்" என்ற தொல்காப்பியத்தையும் அக்கட்டுரையில் துணைக்கு அழைத்திருப்பார்.

விஞ்ஞான அறிவு இலக்கியத்திற்கு விரோதமானதென்னும் மாயையைப் போலவே இலக்கிய அறிவும் விஞ்ஞானத்திற்கு விரோதமானதென்னும் மாயை நிலவுகின்றது. ஆனால், அண்ணன் ஐங்கரநேசன் போன்றவர்கள் விஞ்ஞானத்தைக்கூட இலக்கிய அறிவிலிருந்து பார்க்கப் பயின்றிருப்பது வியப்பளிக்கிறது. இனம், மொழி, பண்பாடு, கலாசாரம், உரிமை இவற்றின் ஊடாகவே அறிவியலை அணுகவேண்டும்

என்பதுதான் அவருடைய எண்ணங்களும் பார்வைகளும். அறிவியல் என்பது அறத்தின் பாற்பட்டுச் செயல்படும்வரை சிக்கலில்லை. அதே அறிவியல் அறத்திற்கு எதிராகப் போகும்போதுதான் சங்கடம் ஏற்படுகிறது. அந்தச் சங்கடத்தின் விலை, ஜப்பானின் கியூஷூ தீவிலுள்ள மினமாட்டாவாகவும் இந்தியாவின் மத்தியப் பிரதேசத்திலுள்ள போபாலாகவும் ஆகிவிடுகிறது. விலை உயிரென்றால் விஞ்ஞானம் ஏன் என்ற கேள்வியைத்தான் உலகெங்கிலுமுள்ள சூழலியவாதிகள் எழுப்புகிறார்கள்.

வளர்ச்சி என்னும் பெயரில் பெருமுதலாளிகளின் பேராசைகளுக்கு வளைந்துகொடுக்கும் அரசுகளை அவர்களால் ஒருபோதும் ஆதரிக்க முடிவதில்லை. இழப்பீடுகளாலும் இன்னபிற நிவாரணங்களாலும் ஒரு மனித உயிரைக்கூட மரணத்திலிருந்து காப்பாற்ற முடியாதபோது விஷப்பரீட்சையான விஞ்ஞானத்தை வைத்துக்கொண்டு விளையாடாதீர்கள் என்றே அவர்கள் கெஞ்சுகிறார்கள். அரச பயங்கரவாதமென்பது ஆயுதங்களால் மட்டுமல்ல, அடிப்படை ஜீவாதாரப் பிரச்சனைகளில் ஏற்படுத்தும் அச்சுறுத்தலே என்றுதான் அவர்கள் சொல்கிறார்கள். ஒரு நாடு தன்னுடைய மக்களுக்கு விசுவாசமில்லாமல் வியாபாரிகளுக்கும் பெருமுதலாளிகளுக்கும் விசுவாசமாயிருந்தால் என்ன நேரும் என்பதைத்தான் இப்போது பார்த்து வருகிறோம். பசுவைக் காப்பதற்காக மனிதர்களை கொல்கிறார்கள். மனிதர்களைக் காப்பதாகச் சொல்லிக்கொண்டு பூசாரிகளையும் சாமியார்களையும் ஆட்சிக் கட்டிலில் அமர்த்துகிறார்கள். அண்ணன் ஐங்கரநேசனின் கட்டுரைகளின் வாயிலாக அறிவியலை எந்த அளவுக்குப் புரிந்துகொள்கிறோமோ அதே அளவுக்கு அரசியலைப் புரிந்துகொள்ளலாம். சிங்களப் பேரினவாதத்தை எதிர்த்து அவர் எழுதிய எழுத்துக்கள் புத்த மதத்தின் மீது வைத்த கேள்விகளாகவும் பார்க்கப்படுகின்றன.

“புலிகள் அழியலாமா” என்னும் கட்டுரையில், காட்டு ராஜாவாகக் கர்ஜித்துக் கொண்டிருந்த சிங்கத்தை அழிவின் குகைக்குள் அடைத்துவிட்டு, புலியைத் தேசிய விலங்காக முடிசூடி அழகு பார்த்துக்கொண்டிருக்கும் இந்தியா,

விரைவிலேயே புலியையும் அழிவின் குகைக்குள் தள்ளிவிடும் எனத் தெரிகிறது என எழுதியிருப்பார். உண்மையில், இக்கட்டுரையை வாசிக்கத் தொடங்கியபோது சிங்கத்தைத் தேசிய விலங்காகக் கொண்ட ஒரு நாட்டுக்கும் புலியைத் தேசிய விலங்காகக் கொண்ட இன்னொரு நாட்டுக்கும் இடையே நிகழ்ந்துவரும் வல்லாதிக்கப் போட்டியைக் குறிப்பதாகப்படும். இரண்டு குறியீடுகள் வழியே அரசியலை முன் வைக்கிறாரோ என நினைத்து அக்கட்டுரையை வாசிக்கத் தொடங்கினால் அது முழுக்க முழுக்கக் காட்டுயிர்கள் பற்றிய கவலையாயிருக்கும்.

இந்தியக் கானகங்களில் வாழுகின்ற புலிகள் பற்றிய அண்மைக்காலக் கணக்கெடுப்புகளைப் பார்த்தால், புலிகளுக்கு ராஜயோகம் இருப்பதாகத் தெரியவில்லை. உலகிலுள்ள ஆறாயிரம் புலிகளில் மூவாயிரத்து எழுநூறு புலிகள் இந்தியக் கானகங்களில் இருப்பதாக இந்தியா பெருமைப்பட்டுக் கொண்டிருந்தது. ஆனால், இந்தியக் காட்டுயிர் நிறுவனம் தனது ஆய்வறிக்கையில் ஆயிரத்து ஐந்நூறுக்கும் குறைவான புலிகளே இருப்பதாக அறிவித்திருக்கிறது எனக் கட்டுரையை வளர்த்துக்கொண்டு போவார். ஆரம்பப் புள்ளியிலிருந்து இறுதிவரை அந்தக் கட்டுரை எதைக் குறித்து எழுதப்பட்டது என்பதைப் பூடகமாகச் சொல்லிக்கொண்டு போய், புலிகளின் ராஜாங்கம் என்று நம்பப்படும் இந்தியாவிலேயே அதன் இருப்பு கேள்விக்குறியாகி வருவதை ஆய்வறிக்கை வெளிச்சத்துக்குக் கொண்டுவந்துள்ளது என முடிந்திருப்பார். அக்கட்டுரை வெளிவந்த காலத்தில் விடுதலைப் புலிகளையும் விடுதலைப்புலிகள் ஆதரவாளர்களையும் இந்திய அரசும் தமிழக அரசும் சேர்ந்து ஒடுக்கிக்கொண்டிருந்தது. எனவே, எதார்த்த அரசியலுக்கு நெருக்கமான அக்கட்டுரை சூழலியல் கட்டுரை என்பதை இன்றுவரைகூட என்னால் நம்ப முடியவில்லை.

Project tiger என்னும் புலிகள் பாதுகாப்புத் திட்டத்தை எழுபதுகளிலிருந்து இந்திராகாந்தி தொடங்கியதிலிருந்து சமீப காலம்வரை புலிகளின் நிலை என்னவாக இருக்கிறது என்பதை அக்கட்டுரை பேசும். அழிந்துவரும் புலிகள்

குறித்துத் தீவிர அக்கறை காட்டிய உலகத் தலைவர்களில் முதன்மையானவர் இந்திராகாந்தியே என்றிருப்பார். 1978இல் ஆயிரத்து எண்ணூறாக இருந்த புலிகளின் எண்ணிக்கை, இந்திராகாந்தியின் விசேஷ கவனத்தாலும் செயற்கரிய திட்டத்தாலும் 1988இல் நான்காயிரத்து ஐந்நூறாகப் பெருகிய புள்ளிவிபரத்தைச் சொல்லியிருப்பார். அதே சமயம், 1984இல் இந்திராகாந்தியின் படுகொலை புலிகளுக்குப் பெரும் பின்னடைவாக அமைந்ததென்றும் கூறியிருப்பார்.

ஆரம்ப காலங்களில் இந்திராகாந்தி நிபந்தனையற்று விடுதலைப் புலிகளை ஆதரித்து வந்தார். அவர் ஆதரவுக்குப் பின்னிருந்தது அரசியல் என்றாலும் அது, தமிழர்களின் நலன் சார்ந்த அரசியலாகப் பார்க்கப்பட்டது. இந்திராகாந்தியின் கூட்டணியிலிருந்த எம். ஜி. ஆருக்கும் கருணாநிதி எதிர்ப்பு அரசியலைத் தூக்கிப்பிடிக்க விடுதலைப் புலிகள் உதவினார்கள். மலையாளியாயிருந்த போதும் தமிழினத்தைக் காக்க எம். ஜி.ஆர். துணை நின்றார். ஆயுதம் வாங்கப் பணம் கொடுத்தார். எம்.ஜி.ஆர். அளவுக்குக் கருணாநிதி ஈழத் தமிழர்களுக்கு எதுவும் செய்யவில்லை என இன்றளவும் பரப்பப்படும் கருத்துக்களுக்குக் காரணமாயிருப்பது இந்திராகாந்தியின் புலி ஆதரவுக் கொள்கைதான். ஆனால், இந்திராகாந்தியின் மறைவுக்குப்பின் இந்தியா தன் புலி ஆதரவுக் கொள்கையை முற்றிலுமாகக் கைவிட்டது.

ராஜீவ்காந்தியின் வருகைப் பிறகு விடுதலைப் புலிகள் ஆதரவுக் கொள்கை என்பது புலிகள் எதிர்ப்பாக உருவெடுத்தது. அமைதிப்படை என்னும் பேரில் இந்திய ராணுவம் இலங்கைக்குச்சென்று செய்த அட்டூழியங்களை நாமறிவோம். இந்தப் பின்னணியிலிருந்து 'புலிகள் அழியலாமா' கட்டுரையை வாசித்தால் அக்கட்டுரை காட்டுப் புலிகளைப் பற்றியதா, நாட்டுப் புலிகளைப் பற்றியதா என்று எளிதாக விளங்கிக்கொள்வதில் சிரமமேற்படும். நானறிந்தவரை சூழலியல் குறித்து எழுதியவர்களில் அரசியலை உட்செறித்து எழுதியவர் அண்ணன் ஐங்கரநேசன் மட்டுமே. இலங்கையின் களஅரசியல் நிலவரமும் இந்தியாவின் அரசியல் கள அணுகுமுறையையும் நன்கு அறிந்திருந்த அவர், அவற்றின்

ஊடாக எழுதிய அத்தனைச் சூழலியல் கட்டுரைகளும் குறிப்பிட்டுச் சொல்லத் தக்கனவே. யாழ்ப்பாணம் இந்துக் கல்லூரியிலும் சென்னைக் கிறித்தவக் கல்லூரியிலும் கல்வி பயின்றவர் என்பதால் தமிழர்கள் வாழும் இரண்டு முக்கியப் பிரதேசங்கள் குறித்தும் அவரால் சிந்திக்க முடிந்திருக்கிறது.

உயிர்வாழ்தலில் "உண்ணுவதும் உணவாவதும், வலிந்தவை பிழைப்பதும் நலிந்தவை அழிவதும்" இயற்கையின் நியதி என்பதால் பரிணாமப் பாதையெங்கும் இனங்களின் மறைவும் தவிர்க்கமுடியாதது என ஏழாவது ஊழியில் எழுதியிருப்பார். காலம் நெடுகிலும் புவியியல் சரித்திரம், ஒரு மில்லியன் ஆண்டுவரைதான் ஓர் இனம் வாழ்ந்துள்ளது எனக் குறித்திருக்கிறது அல்லது ஓர் ஆண்டில் மில்லியனில் ஓர் இனத்தைக் காலம் களையெடுக்கிறது. இந்தக் களையெடுப்பிலிருந்து தப்பிக்கவே ஒவ்வோர் இனமும் போராடி வருகிறது. அறிவியலாலும் அரசியலாலும் தங்களைத் தற்காத்துக்கொள்ள நிகழ்த்திவரும் போராட்டமே வாழ்க்கை. இந்த வாழ்க்கையில் பழையன கழிதலும் புதியன புகுதலும் பூமியின் சமநிலையைப் பேணி வருகிறது. தற்போது தரையில் வாழும் எந்தப் பெரிய விலங்கைவிடவும் மனிதர்கள் நூறு மடங்கு பெருகியிருக்கிறார்கள். புதிய உயிரினங்கள் வாழவும் பெருகவும் வழிவிடாத மனிதர்கள், காலத்தின் களையெடுப்பைத் தடுத்துக்கொண்டிருக்கிறார்கள். அதன் விளைவே இயற்கையில் ஏற்பட்டுவரும் மாற்றங்கள். இந்த இயற்கையை ஒருகாலம்வரைதான் தடுத்தாட்கொள்ள முடியும், ஒரேயடியாகத் தடுத்தால் உலகத்திலுள்ள அத்தனை இனங்களும் தரைமட்டமாகிவிடும் என்பதுதான் சூழலியலாளர்கள் சொல்லி வருவது.

கூடங்குளம், கதிராமங்கலம், நெடுவாசல் என்று தமிழகத்தில் தற்போது எழுந்துள்ள சூழலியல் பிரச்சனைகள் அனைத்தையுமே இந்த விதத்தில்தான் அணுகவேண்டியுள்ளது. பன்னாட்டு நிறுவனங்களுக்கான எதிர்ப்பாகவோ அரசின் வளர்ச்சித் திட்டங்களுக்கான முட்டுக்கட்டையாகவோ ஆட்சியாளர்களும் ஆளும் அரசின் ஆதரவாளர்களும் கொடிபிடித்தாலும்கூட இந்தப் போராட்டங்கள் ஓய்ந்துவிடக்

கூடாது என்பதே என் விருப்பம். இனமும் மொழியும் ஓர் மனிதனின் அடையாளமென்றால், இயற்கையே ஆதாரம். ஆதாரத்தை அழிக்கக்கூடிய அரசையும் நிறுவனங்களையும் அனுமதிக்க ஆரம்பித்தால் வாழ முடியாது என்பதல்ல பிரச்சனை. பூமியே இல்லாமல் போகும் என்பதுதான் நிதர்சனம். அண்ணன் ஐங்கரநேசன் போன்றவர்கள் அதை வலியுறுத்தவே தங்களை வருத்திக்கொள்கிறார்கள். “கேட்குமா தவளைச் சத்தம், வாழைகள் வாழுமா, நீல நஞ்சு, முற்றுகையில் மழைக்காடுகள், காணாமல் போகும் கடற்குதிரைகள், தந்திர விதைகளும் தற்கொலை விவசாயிகளும்” என அவர் எழுதிய அத்தனைக் கட்டுரைகளுமே உயிர் நேசத்தையும் மானுட விடுதலையையும் கோருகின்றன.

பத்திரிகையாளராகப் பணிபுரிந்த காலத்தில் அண்ணன் ஐங்கரநேசன் எடுத்த நேர்காணல்களை “வேர் முகங்கள்” என்னும் தலைப்பில் சாளரம் வெளியிட்டிருக்கிறது. ஈழத்திலும் தமிழகத்திலும் உள்ள கலை இலக்கிய ஆளுமைகளோடு அவர் நடந்திய உரையாடல்கள் ‘ஏழாவது ஊழி’ நூலுக்குச் சற்றும் சளைத்ததல்ல. ஓர் ஆளுமையிடம் உரையாடுவதற்கு அந்த ஆளுமை குறித்த தகவல்களை அனைத்து மட்டத்திலிருந்தும் சேகரித்திருக்கிறார். நாளதுவரை அந்த ஆளுமையின் நடவடிக்கைகளையும் ஏற்கெனவே அந்த ஆளுமை அளித்த நேர்காணல்களையும் தேடித்தேடிக் கண்டடைந்து வாசித்த பிறகே கேள்விகளைத் தயாரித்திருக்கிறார். இல்லையென்றால், எப்போதோ ஒருமுறை சத்யஜித்ரேயின் படங்கள் கட்டுரையைப் போல இலக்கணமாக இருக்கின்றன என்ற பாரதிராஜாவிடம், கலைப் படங்களுக்கான உங்கள் வரையறை என்னவென்று கேட்டிருக்க முடியாது. பாரதிராஜாவும் கலைப் படங்களுக்கான வரையறையாகச் சாந்தாராமின் படங்களை உதாரணமாகச் சொல்லியிருக்க வாய்ப்பில்லை.

பாலச்சந்தரைவிட சினிமா மொழியை நன்கு புரிந்துகொண்ட நீங்கள், ஏன் பாலசந்தர் அளவுக்குக் பல்வேறுபட்ட கதைகளை கையாளவில்லை எனக் கேட்கவும் அதற்குப் பாரதிராஜா, “அடிமட்ட வாழ்விலிருந்து வந்த நான், ஒரே பாய்ச்சலில் மேலே வந்துவிட்டேன். எனவே, இடைப்பட்ட நடுத்தர

வர்க்கத்து வாழ்வை என்னால் தொட முடியவில்லை" எனப் பகிர்ந்துகொள்ளும் சூழல் ஏற்பட்டிருக்காது. ஓர் ஆளுமை குறித்து வாசகர்கள் அறிந்துகொள்வதைவிட அந்த ஆளுமையே அறிந்துகொள்ளத்தக்க கருத்துக்களை உள்ளடக்கியுள்ள அவருடைய நேர்காணல்கள் பத்திரப்படுத்தத் தக்கவை. குறிப்பாக, ஈழப் போராட்டக் களத்தில் ஒரு கையில் எழுதுகோலும் மறுகையில் துப்பாக்கியுமாயிருந்த புதுவை இரத்தினதுரையிடம் அவர் நடத்திய நேர்காணல் நெகிழ்வானது. பொதுவாகப் போராட்டக் களத்திலிருந்து வெளிப்படும் கவிதைகள் கவிதைகளே அல்ல என்று தமிழ்நாட்டுச் சிறுபத்திரிகைகள் கூறுவது குறித்து என்ன நினைக்கிறீர்கள் என்ற கேள்விக்கு, இரத்தினதுரை அளித்திருந்த பதில் கண்ணீர்விட வைத்தது.

"புலிகள் அமைப்பில் புது அங்கத்தினராகத் தரப்படும் படிவத்தில் போராட உங்களைத் தூண்டியது எது என்னும் கேள்வி இருக்கும். அந்தக் கேள்விக்குப் பல இளைஞர்கள் இரத்தினதுரை அண்ணனின் கவிதைகள் என்று சொல்லியிருக்கிறார்கள். அப்படியிருக்க, நாட்டை மீட்கவும் உரிமைக்குப் போராடவும் தூண்டுபவை கவிதைகள் இல்லையென்றால் வேறு எது கவிதைகள்" என்று கேட்டிருப்பார்.

"கவிதைக்கான அளவுகோல் ஆளாளுக்குச் சூழலுக்குச் சூழல் மாறுபாடுடையது. எனக்கு எது கவிதை என்று படுகிறதோ அது இன்னொருவருக்குக் கவிதையாகாமல் போகலாம். ஆனாலும், கவிதைகளின் உச்சமான பணியாக நான் கருதுவது இதைத்தான்" என்றிருக்கிறார். அதைவிட இன்னொரு சம்பவம், "புதுக்குடியிருப்பில் ஒன்பது வயதுப் பெண் பிள்ளை ஒன்று கிணற்றில் விழுந்துவிடுகிறது. மயக்க நிலையில் அந்தப் பெண் பிள்ளையை மருத்துவமனைக்குத் தூக்கிச் செல்கையில், எதிரிகளின் பாசறையைத் தேடிப்போகிறோம், தமிழீழ மண்ணை மீட்க ஓடிப்போகிறோம் என்று பாடியதாகப் பத்திரிகையில் செய்தி வந்ததே, அதுதான் ஒரு கவிஞனின் முழுத் திருப்தி" எனவும் சொல்லியிருப்பார். மண்ணையும் மக்களையும் நேசிக்கக்கூடிய படைப்பாளிக்கு இலக்கிய

அங்கீகாரம் இரண்டாம் பட்சம்தான். மக்கள் அதிகாரமே முதன்மையானது. முக்கியமானது.

அண்ணன் ஐங்கரநேசன் அளந்து அளந்து காலடியை எடுத்துவைப்பவர். எதைச் செய்தாலும் நேர்த்தியும் உண்மையும் அவரை நிழலாகத் தொடர்ந்துவரும். வேர் முகங்கள் தொகுப்பில் அவர் நேர்காணத் தேர்ந்தெடுத்த நபர்கள் பலதரப்பட்டவர்கள். சி. மௌனகுரு, மணவை முஸ்தபா, இ.பத்மநாப ஐயர், த.ஜெயகாந்தன், நா.சுப்ரமணியன், பரமு. புஷ்பரட்ணம், ஞானரதன், சுஜாதா, டிராட்ஸ்கி மருது எனச் சகல துறையினரையும் நேர்கண்டு எழுதியிருக்கிறார். யார் எந்த விதத்தில் சிறப்பு என்பதும் யாரிடம் என்ன கேள்வியை முன்வைக்க வேண்டுமெனவும் அவருக்குத் தெரிந்திருக்கிறது. சூழலியலில் ஆர்வமுடையவர் என்பதால் அதுபற்றி மட்டுமே எழுதுபவராக அவர் தன்னை வெளிப்படுத்திக்கொள்ளவில்லை. அடிப்படையில் பத்திரிகையாளராக இருந்ததால் யாரை எதிர்கொள்வதிலும் அவருக்குச் சிக்கல் ஏற்படவில்லை.

யாழ்ப்பாணத்தில் வெகுகாலம் தனியார் பயிற்சி வகுப்புகள் நடத்தியதன் மூலம் ஆசிரியராகவும் அறியப்பட்ட அவரைப் பின் தொடர்ந்து வர ஓர் இளைஞர் பட்டாளமே காத்திருக்கிறது. அதன் காரணமாகவே போருக்குப் பிந்தையத் தேர்தலில் தமிழ்த்தேசியக் கூட்டமைப்பின் வேட்பாளராக அவர் நிறுத்தப்பட்டார். மக்களின் ஏகோபித்த ஆதரவைப் பெற்று வெற்றியும் கண்டார். சூழலியல் சார்ந்து பேசியும் எழுதியும் வந்த அவரை, வட மாகாண முதல்வர் க.வி. விக்னேஸ்வரன் வேளாண்மை, கால்நடை, நீர்ப்பாசனம், சூழல் ஆகிய துறைகளுக்கான அமைச்சராக்கினார். அமைச்சர் என்றால் தமிழ்நாட்டு அமைச்சரைப் போல தண்ணீர் ஆவியாகாமல் இருக்க தெர்மாக்கோலைப் போர்வையாக்கி மூடுபவராக அவர் இல்லை. துறைசார்ந்த தேர்ச்சியும் தெளிவும் மிக்கவராக அவர் செயல்பட்டார். அரசு சார்பில் நடத்தப்பட்ட மரம் நடும் விழாவையும் மாவீரர் மரம் நடு விழாவாகவே அறிவித்தார். காணொளி மூலம் அவர் ஆற்றியிருக்கும் பணிகள் பற்றிய தகவல்கள் இணையத்தில் கிடைக்கின்றன.

அவர் பொறுப்பேற்றதிலிருந்து உரங்களைத் தெளித்து வயலையும் வயிறையும் புண்ணாக்காத இயற்கை வேளாண்மைக்கு மக்களைப் பழக்கினார். அவர் விரும்பி அழைத்ததால் ஒரே ஒருமுறை யாழ்ப்பாணம் செல்லும் வாய்ப்பு எனக்குக் கிடைத்தது. வேளாண்மைத் திருவிழாவாக கொண்டாடப்பட்ட அவ்விழாவில் என் தலைமையில் கவியரங்கத்திற்கு ஏற்பாடு செய்திருந்தார். அவர் நோக்கம் கவியரங்கை நடத்தி என்னை சிறப்பிப்பது மட்டுமல்ல. போரின் சாட்சிகளாகச் சிதிலமடைந்து கிடக்கும் தன்னுடைய ஊரையும் உறவையும் எனக்குக் காட்டுவதே. தமிழகத்தில் இருந்துகொண்டு தங்களையும் தங்கள் அரசியல் முன்னெடுப்புகளையும் விமர்சித்துக் கொண்டிருப்பவர்கள் அங்குள்ள நிலைமையைப் புரிந்துகொள்ள வேண்டும் என்பதே அவர் பெரு விருப்பமாக இருந்தது. ஒருவார காலம் அங்கிருந்தேன். அந்த ஒருவார காலத்தில் அவர் என்னை இரண்டுமுறைதான் சந்தித்தார். கிளிநொச்சியில் கவியரங்கம். கவியரங்கில் கலந்துகொண்ட அத்தனைபேருமே வெகு சிறப்பாக கவிதை வாசித்தார்கள். இரண்டாவது நாளிலிருந்து என்னோடு சில இளைஞர்கள் சேர்ந்துகொண்டார்கள்.

"அரசியல் மாச்சர்யங்கள் கொண்ட இந்த இளைஞர்கள், உனக்கு யாழ்ப்பாணத்தின் அத்தனை திக்குகளையும் காட்டுவார்கள். நீ எந்த அரசியலோடு ஈழத்தை பார்க்கிறாயோ அதே அரசியலோடு பார்த்துவிட்டுப் போ. உண்மை ஒன்றாகவும் உலகம் ஒன்றாகவும் சொல்வதை உணர்வுப் பூர்வமாக நீயும் விளங்கிக்கொள்ள வேண்டும் என்பதற்காகவே இந்த ஏற்பாடு" என்று சொல்லிவிட்டு அந்த இளைஞர்களின் கையில் என்னை ஒப்படைத்தார்.

அந்த இளைஞர்களில் ஒருவர் ஏற்கெனவே எனக்கு தமிழகத்தில் அறிமுகமாகியிருந்த கவிஞர் செல்வம். அறிவுமதி அண்ணன் அலுவலகத்தில் சில ஆண்டுகள் தங்கியிருந்த அவரைத் தவிர, ஏனைய இளைஞர்கள் எல்லோருமே எனக்குப் புதியவர்கள். விடுதலைப் புலிகள் குறித்த மாற்று அபிப்ராயம் கொண்டிருந்தவர்களும் அந்தக் குழுவில் இடம் பெற்றிருந்தார்கள். அத்தனை இளைஞர்களுமே

போராட்டத்தின் வலிகளையும் தோல்வியின் கசப்புகளையும் என்னோடு பகிர்ந்துகொண்டார்கள். போர்க்காலத்தில் புலிகள் ஊடகப் பிரிவில் புகைப்படக் கலைஞராகப் பணியாற்றிய ரமணனால் அரைமணி நேரத்திற்கு ஒருமுறை அழாமல் என்னிடம் பேச முடியவில்லை. கொலையுண்டு கிடக்கும் குழந்தைகளின் சடலத்தின்மீது நடந்துபோய் பெரியவர்களைப் படம்பிடித்த காட்சியை அவர் விவரிக்கையில் நெஞ்சே அடைத்துவிடும் போலிருந்தது. பக்கத்து வீட்டுக் குடும்பமே பலியுண்டு கிடக்கையில், உயிருக்குப் போராடிக் கொண்டிருந்த ஒருவர் அவர்கள் வீட்டில் வைத்திருந்த அரிசிப் பானையைத் துழாவிய கொடூர சூழலை அவர் அழாமல் சொல்ல வேண்டுமென்று நான் எதிர்பார்த்தது எத்தனை பெரிய வன்முறை என என்னை நானே நொந்துகொள்கிறேன்.

ஈழத்து வீதிகளிலும் முல்லைத்தீவின் ஓரங்களிலும் போரின் சுவடுகள் நான் போயிருந்த வருடத்தில் கழுவப்படாமல் இருந்தன. ஒல்லாந்தர் கோட்டைச் சுவர் முழுக்கப் பட்டுத் தெறித்திருந்த குண்டுகளின் வார்ப்படங்கள் துயர ஓவியத்தின் வண்ணங்களைப் பூசிக்கொண்டிருந்தன. அம்மைத் தழும்புகளைப் போல மதில் சுவர்கள் நெடுகத் தோட்டாக்கள் துளைத்த வடுக்கள் துருத்திக்கொண்டிருந்தன. முள்ளிவாய்க்கால் பிரதேசங்களில் என்னுடைய கால்கள் நடந்தபோது, காலையிழந்தும் கையையிழந்தும் ஒரு பெரியவர் போய்க் கொண்டிருந்தார். வன்னிக் காடுகளிலும் வடமராச்சியிலும் பாதி கருகிய நிலையில் பனைமரங்கள் நின்றுகொண்டிருந்தன.

நல்லூர் கந்தசாமி கோயிலில் வழக்கம்போல தீபாராதனைகள் நடந்தன. திலீபனின் நினைவுத்தூணை இலங்கை ராணுவம் சிதைத்திருந்தது. புனரமைக்கப்பட்ட யாழ் நூலகத்தில் என்னுடைய கைகளில் தட்டுப்பட்ட கவிதை நூலை எழுதியவர் நீலாவாணன் என்னும் பெயரைத் தாங்கியிருந்தார். கடல்வழியே கடந்தால் சில கிலோ மீட்டர் தொலைவே உள்ள ஒரு நாட்டில் அத்தனை அழிவுகள்

நடந்தபோது, எந்தக் கவலையுமில்லாமல் போராட்டம் குறித்துப் பொறுப்பற்று பேசிய தமிழகத்தில் பிறந்ததற்காக அப்போது வெட்கமாயிருந்தது. அந்த நெருக்கடியான சூழலிலும் என்னை அடையாளம் கண்டுகொண்ட ஒரு பெண்மணி, என்னுடைய சினிமாப் பாடலை மெச்சினார்.

"காற்று வழியாக உங்களைப் பார்த்துக்கொண்டிருக்கிறோம். ராணுவ முகாம்களை அச்சத்தோடு கடக்கிற பொழுதெல்லாம் தூரத்திலிருந்து கேட்கும் ஏதோ ஒரு பாடல் எங்களுக்குத் தைரியமூட்டுகிறது. அந்தப் பாடல்கள் எங்கள் தனிமையை, விரக்தியை அனைத்தையும் இழந்த அவல நிலையை ஓரளவு மறக்கடிக்கிறது. என்றோ ஒருநாள் உங்கள் கைகள் எங்களை ஏந்திக்கொள்ளும்" என்றார். அந்தப் பெண்மணியைப் பொறுத்தவரை அதிகம் படித்தவராகவோ அரசியல் மதிநுட்பம் நிறைந்தவராகவோ தென்படவில்லை. என்னைப் பார்த்ததும் அவருக்குச் சொல்லத் தோன்றியதைச் சொல்லிவிட்டு நகர்ந்துவிட்டார். என்னால்தான் அதன்பின் ஒரு அடிகூட எடுத்துவைக்க முடியாமல் போனது. உடனிருந்த இளைஞர்கள் என்னை சகஜமாக்குவதற்காக ஏதேதோ பகடி செய்தார்கள். இப்படித்தான் ஒருமுறை என்று அவர்கள் சொல்லத்தொடங்கிய எந்தக் கதைகளும் அதன்பிறகு என் செவிகளுக்கு எட்டவில்லை. பக்கத்திலிருந்தும் பார்க்காமல் விட்டுவிட்டோமே என்னும் துக்கம் தொண்டையை நெறித்தது.

ஒருவாரம் அங்குமிங்கும் அழைத்துச்சென்ற இளைஞர்கள், வாரக்கடைசியில் என்னை வழியனுப்ப வந்திருந்த அண்ணன் ஐங்கரநேசனிடம் ஒப்படைத்தார்கள். "பயணம் எப்படியிருந்தது" என்றார். "வலி நிறைந்த இந்தப் பயணத்தில் நீங்கள் எப்படி வாழ்வை நடத்துகிறீர்கள்" என்றேன். "வாழ்வே வலி நிறைந்ததுதான் என்று புரிந்துகொண்டால் எந்தப் பயணமும் சிரமமில்லை" எனச் சொல்லி வழக்கம்போல் சிரித்தார். இப்போது அவர் வகித்துவந்த அமைச்சர் பதவியை அரசியல் காழ்ப்பு காரணமாக அவரே ராஜினாமா செய்யும் நிலை ஏற்பட்டிருக்கிறது. "நீதிமன்றத்தை நாடுகிறார் அமைச்சர் ஐங்கரநேசன்" என்னும் தலைப்பில் பிரபல இணையப் பத்திரிகை ஒன்று செய்தி வெளியிட்டிருக்கிறது.

வாழ்வே வலி நிறைந்ததுதான் எனப் புரிந்து கொண்ட அண்ணன் ஐங்கரநேசன், புதிய வலியைத் தாங்கிக்கொள்ளும் பயணத்தை மேற்கொண்டிருக்கிறார்.

எளிய வாழ்விலிருந்து அரசாங்கத்தின் அமைச்சர் பதவிவரை எட்டமுடிந்த அவருக்குச் சூழலியலின் சகல சூட்சுமங்களையும் காலம் கற்பித்திருக்கும். எந்த இக்கட்டான நிலையிலும் அறத்தைத் தழுவி நிற்பவர்களை ஊழியால் ஒன்றும் செய்ய முடியாது. அதே நம்பிக்கையோடும் அதே உண்மையோடும் அவர் தன்மீது சுமத்தப்பட்டிருக்கும் குற்றச்சாட்டுக்களையும் தார்மீக நெறியோடு எதிர்கொண்டு சாதிப்பார் என்றே தோன்றுகிறது. “பார்த்தீனியத்தை ஒடுக்குவதற்கு எம்முன்னால் உள்ள ஓரே தீர்வு, அவை பெரும் எடுப்பில் சூழ்ந்துகொள்வதற்கு முன்னால் கைகளினால் பிடுங்கி அழிப்பதுதான்” எனப் படையெடுக்கும் பார்த்தீனியம் என்னும் கட்டுரையில் எழுதியிருப்பார். தற்போதும் அவர் தன்னைச் சுற்றி மண்டிக்கிடக்கும் அரசியல் பார்த்தீனியத்தைப் பிடுங்கி எறியும் பணியில்தான் இறங்கியிருக்கிறார்.

◆◆◆◆◆

வெங்கட்சாமிநாதன்

பெரும்பாலான நேரங்களில் அரைக்கால் டிராயரணிந்து இலக்கியக் கூட்டத்திற்கு வரும் பையனாக அறியப்பட்டிருந்த நான், வயது வித்தியாசமில்லாமல் எல்லா இலக்கியவாதிகளிடமும் பழகிக்கொண்டிருந்தேன். நான் அவர்களுடன் பழகிக்கொண்டிருந்தேன் என்பதைவிட அவர்கள் என்னைப் பழக அனுமதித்தார்கள் என்பதுதான் விசேஷம். இந்தப் பையனுக்கு என்ன தெரியும் என்று அவர்கள் ஒதுக்கவில்லை. வேலை இருக்கிறது. பிறகு பார்க்கலாம் எனத் தட்டிக்கழிக்கவில்லை. தங்கள் படைப்புகளைப் படிக்கக் கூடியவனும் தங்களுக்கு நிகரானவனே என அவர்கள் நம்பினார்கள். அதன் பொருட்டே அவர்கள் என்னிடம் இலக்கியம் குறித்து ஆசையாகவும் அன்பாகவும் பகிர்ந்துகொண்டார்கள். அவர்களில் ஒருசிலர் இன்னும் ஒருபடி மேலேபோய் நீங்கள் இதுகுறித்து என்ன நினைக்கிறீர்கள் என்றும் கேட்டிருக்கிறார்கள். எதுகுறித்தும் அறிந்திராத எனக்கு அவர்கள் அப்படிக் கேட்பதும் அதற்கு நான் பதில்போல எதையாவது சொல்வதும் தொடர்ந்து கொண்டிருந்தது.

பதின்மூன்று பதினான்கு வயதில் இலக்கியமாகப்பட்டது என்னையும் பொதுவெளியில் ஓர் ஆளாக எண்ண வைத்தது.

நாளை வந்துவிடுங்கள் என்று யாராவது துண்டுப்பிரசுரம் கொடுத்தால் அங்கே ஆஜராகிவிடுவேன். அது, அரசியல் கூட்டமா இலக்கியக் கூட்டமா என்றெல்லாம் பார்த்துக்கொண்டிருக்க மாட்டேன். அழைத்தால் கிளம்புவேன். அலுப்பூட்டினால் திரும்புவேன். அவ்வளவுதான். அதன் விளைவாக என்ன நிகழ்ந்ததென்றால் எழுத்தாளர் அசோகமித்ரனில் ஆரம்பித்து எங்களூர் இலக்கியச்செம்மல் சிவக்கொழுந்துவரை என் உறவு நீண்டிருந்தது. வயதுக்கு மீறிய பழக்கத்தினால் வழி தவறிவிடுவேனோ என வீட்டில் உள்ளவர்கள் பதறிக் கொண்டிருந்தார்கள். ஆனால், அதுபற்றியெல்லாம் நான் கவலைப்படாமல் எழுதுகிற எல்லோரையுமே எழுத்தாளர் என்று நம்பி, பத்திர எழுத்தரிடமும் பாசத்தோடு பழகிய காலம் அது. ஒருகட்டத்திற்குப் பிறகுதான் இவர் வேறு அவர் வேறு என்று புரிந்தது. இன்னின்னார் இன்னின்ன நூல்களை எழுதியிருக்கிறார்கள் என அறியவும் தெரியவும் நூல்களை வாசிக்கத் தொடங்கினேன். அந்நூல்களில் அவர்கள் என்ன எழுதியிருக்கிறார்கள் என்றோ எதுகுறித்து விவாதிக்கிறார்கள் என்றோ புரியாத பருவத்தில் வாசிப்பு தரும் மயக்கம் கள்வெறிக்கு ஒத்ததுதான். நாமும் அறிவுத் தளத்தில் இயங்குகிறோம் என்ற மயக்கம் இருக்கிறதே அதற்கு இணையாக ஒன்றைச் சொல்ல முடியாது.

நூலிலுள்ள விஷயங்களே தெளிவாகப் புரியாத தருணத்தில் அந்நூல்கள் குறித்த விமர்சனங்களை என்னோடு பகிர்ந்துகொள்பவராக எழுத்தாளர் சுகன் இருந்தார். என்னிடம் பகிர்ந்துகொள்ளும் அளவுக்கு நான் என்னை அறிவாளியாக அவரிடம் காட்டிக்கொண்டிருக்கிறேன். உண்மையில், அவர் நம்பும் அளவுக்குப் படித்திருக்கிறேன் என்பதைவிட நடித்திருக்கிறேன் என்பதுதான் இதிலுள்ள சுவாரஸ்யம். சுகன்தான் முதன்முதலில் வெ.சா.வைப்பற்றி எனக்குச் சொல்லியவர். வெ.சா. என்றால் வெங்கட் சாமிநாதன். அவரே தமிழ் நவீனத்துவத்தின் முகமாக மிளிர்கிறார். கடந்த அரை நூற்றாண்டுக்கு மேலாகத் தனிக்குரலாகவும் எதிர்க்குரலாகவும் ஒலித்த குரல் அவருடையது. கலை இலக்கியத்தின் தகுதிப்பாடுகளை தனக்கே உரிய மூர்க்கத்தோடும் முனை மழுங்காத ஆதங்கத்தோடும் வெளிப்படுத்திய அவர் கலை

இலக்கிய விமர்சனத்துறை முன்னோடிகளில் ஒருவர். க.நா.சுவைத் தொடர்ந்து விமர்சனத்துறையில் குறிப்பிடத்தக்க திசைவழியை ஏற்படுத்தியவர். இன்னும் சொல்லப்போனால் தமிழ்க் கலை இலக்கியத்தின் அடிப்படைக் கேள்விகளை அவர் ஒருவர்தான் தொடர்ந்து எழுப்பிக் கொண்டிருந்தவர். இலக்கியப் படைப்புகளில் எது தக்கன, எது தகாதன என வரையறுத்துச் சொல்லக்கூடியவராக அவர் தன்னை வடிவமைத்துச் செயல்பட்டார். தன்னை மிஞ்சி எவருமே எழுத இல்லை என்பவர்களைக்கூட அவருடைய விமர்சனத் தராசு நிறுக்காமல் விட்டதில்லை.

ஓசையை வைத்துக்கொண்டு கவிதையென்று வாதிடுபவர்களை அவரால் பொறுத்துக்கொள்ள முடிந்ததில்லை. எழுத்து என்னும் பேரால் வெளிவரும் இலக்கியக் குப்பைகளை அவர் அப்புறப்படுத்த விரும்பினார். அவருடைய விமர்சனத்தை எதிர்கொள்ள முடியாமல் அவர் விமர்சகரே இல்லை என்று பலரும் விளாசித் தள்ளினார்கள். அப்பொழுதும் அவர் தன்மீது வைக்கப்பட்ட விமர்சனங்களை எந்தத் தயக்கமும் இல்லாமல் ஏற்றுக்கொண்டார். எதன் பொருட்டும் அவர் தன்னுடைய கொள்கைகளிலிருந்தும் கோட்பாடுகளிலிருந்தும் விலகாமல் நடைபோட்டார். தமிழுக்குச் சிந்தனை மரபு இல்லை. ஆராய்ந்து பார்க்கும் மரபு இல்லை. நம்பிக்கை அடிப்படையிலான பார்வை மட்டுமே இருக்கிறது என்று அவர் எழுதப்போக, பண்டித சிகாமணிகள் அவரை உண்டு இல்லை என்று பண்ணிவிட்டார்கள். அதுசரி, உங்கள் விமர்சன அளவுகோல்தான் என்ன என்று வெ.சா. விடம் கேட்டதற்கு என் சுய அனுபவம்தான் என் விமர்சன அளவுகோல் என்றிருக்கிறார்.

வெ.சா. கொள்கை சார்ந்து எழுதுபவர்களை ஏற்பதில்லை. அவருடைய கொள்கைகளும் கோட்பாடுகளும் நிறுவனமயமான கொள்கைகளுக்கும் கோட்பாடுகளுக்கும் எதிரானவை. குறிப்பாகச் சொல்ல வேண்டுமானால் கட்சி சார்ந்த கோஷங்களையோ முழக்கங்களையோ அவர் இலக்கியப் படைப்புகளாக ஒப்புக்கொள்வதில்லை. சுகன் நடத்தி வந்த சுந்தர சுகன் இதழில் வெ.சா.வைப் போல பல

இலக்கிய ஆளுமைகள் எழுதிவந்தது குறிப்பிடத்தக்கது. சில நூறு பிரதிகள் மட்டுமே அச்சாகும் அவ்விதழ்கள் மூலம் இந்த இலக்கிய ஆளுமைகள் தங்களையும் தங்கள் கருத்துகளையும் வெளிப்படுத்தி வந்ததும் வருவதும் வியப்புக்குரியதுதான். எண்ணிக்கை முக்கியமில்லை என்பதால்தான் அவர்களால் அச்சிறு இதழ்களிலும் தொடர்ந்து எழுத முடிகிறது. பெரு வணிக ஏடுகளால் எட்டமுடியாத பல நுணுக்கமான புரிதல்களையும் எழுச்சிகளையும் அவ்விலக்கிய ஏடுகளே உருவாக்குகின்றன.

சி.சு.செல்லப்பாவின் எழுத்து இதழில் வெளிவந்த 'பாலையும் வாழையும்' என்ற வெ.சா.வின் கட்டுரையை வாசித்திருக்கிறீர்களா? எனச் சுகன் கேட்டபோதுதான் அப்படியொரு கட்டுரையும் நூலும் வந்திருக்கும் தகவலே எனக்குத்தெரிய வந்தது. அறுபதுகளில் வெளிவந்த அக்கட்டுரையை எழுபதுகளுக்குப் பிறகு பிறந்த எனக்குத் தெரியப்படுத்தும் நோக்கில்தான் அவர் அவ்வாறு கேட்டார். அதுவரை வெங்கட்சாமிநாதன் என்பவர் நாவலோ சிறுகதையோ எழுதுபவர் என்றுதான் எண்ணியிருந்தேன். படைப்பிலக்கியத்தை உருவாக்குபவர்களே இலக்கியவாதிகள் என்றும் விமர்சனக் கட்டுரைகள் எழுதுபவர்கள் படைப்பாளர்களே இல்லை என்றும் கருதியிருந்தேன். என் கருதுகோள்களிலிருந்த பிழையை உணர்த்தி, இலக்கியமும் விமர்சனமும் எத்தகையன என்பதை எனக்கு விளங்கப்படுத்தியதில் சுகனின் அன்புக்குப் பெரும்பங்குண்டு.

பாலையும் வாழையும் என்ற கட்டுரையை வாசித்தால் அது ஒருவருடைய முதல் கட்டுரை என்று சொல்லமுடியாது. அந்த அளவுக்குத் தீவிரமான இலக்கியப் பார்வையுடைய கட்டுரை அது. நம்முடைய பன்னெடுங்கால இலக்கியப் பாரம்பர்யத்தை மீட்டெடுக்கும் சத்தியக் குரல் அக்கட்டுரையில் ஒலிக்கும். கேள்வியும் பதிலும் ஆவேசமும் பின்னிப்பிணைந்த அக்கட்டுரைகள் எழுப்பிய கேள்விகள் இன்றும் அப்படியேதான் இருக்கின்றன. அதற்கு விடைகாணும் முயற்சியில் ஒவ்வொரு படைப்பாளரும் எழுதித் தோற்கிறார்கள் அல்லது தோற்று எழுதுகிறார்கள். ஒருவர் நல்ல இலக்கியத்தைத் தேர்ந்துகொள்ள

அக்கட்டுரையை மட்டும் வாசித்தாலே போதுமானது. இலக்கிய வளர்ச்சிக்கு எவையெவை உதவுகின்றன. எவையெவை தடையாக இருக்கின்றன என்பதை அக்கட்டுரையில் சொல்லியிருக்கிறார். தனக்கு முன்பிருந்த கலை இலக்கிய விமர்சகர்களிடமிருந்து வேறுபட்டு, வெ.சா. தனித்து தெரியவும் அதுவே காரணமாயிருக்கிறது. வளர்ச்சியை நோக்க வேண்டுமானால் சிறந்ததைக் கண்டடைய வேண்டும் என்பதில் அவர் தெளிவோடு இருந்திருந்தார். அதன் பொருட்டே அவர் நம்முடைய பழந்தமிழ் இலக்கியங்களில் உள்ள நல்லனவவற்றைப் பட்டியிலிடுகிறார். அது அவர் உருவாக்கிய பட்டியல், அதை எப்படி நல்லதாக ஏற்க முடியும் என்றவர்களைத் தாண்டிச்செல்லவும் அவர் தயங்கியதில்லை.

வெங்கட் சாமிநாதன் பழக எளியவரல்லர். எந்த நேரத்திலும் சட்டென்று பிணங்கிக்கொள்வார். ஒரு மாமத யானையைக் கையாள்வதைவிடக் கடினமானது அவரையும் அவர் எழுத்துகளையும் விளங்கிக்கொள்வது என்றுதான் பலரும் எனக்குச் சொல்லியிருந்தார்கள். ஒருவர் அறிமுகமாவதற்கு முன்பே அவரைப் பற்றிய கற்பிதங்களால் நான் கதிகலங்கிப் போயிருந்தேன். விமர்சகர் என்றால் அவரிடமிருந்து பத்தடியாவது தள்ளியிருக்க வேண்டும் என என் நெருங்கிய இலக்கிய நண்பர்களால் அறிவுறுத்தப்பட்டிருந்தேன். அந்த சமயத்தில்தான் எழுத்தாளர் தஞ்சை.ப்ரகாஷ் "வெ.சா. எழுத்து" என்றொரு மாத இதழைத் தொடங்கினார். முழுக்க முழுக்க வெங்கட்சாமிநாதனின் எழுத்துக்கள் மட்டுமே இடம்பெற்று வெளிவந்த இதழ் அது. பழுப்புத்தாள்களில் அச்சிடப்பட்ட அவ்விதழ்களே எழுத்தின் மெய்யான நிறத்தை வெளிக்கொண்டு வந்தன.

வெங்கட்சாமிநாதன், கொள்கை சார்ந்து எழுதக்கூடியவர்களை ஒருபோதும் ஏற்காதவர். அதைவிட, கொள்கை சார்ந்து எழுதுவதன் மூலம் அவர்கள் தங்கள் கோஷங்களை முன்வைக்கிறார்கள் என்பதுதான் அவர் கருத்தாக இருந்தது. அவர் எந்த இடத்திலும் தான் கொண்டிருந்த கருத்துகளுக்கான தர்க்க நியாயங்களை நிறுவாமல் இருந்ததில்லை. போகிற போக்கில் எழுத்தையும் எழுத்தாளர்களையும் அடித்து

நொறுக்குவதாகத் தன் விமர்சனம் அமைந்துவிடக்கூடாது என்பதில் அவர் கறாராகவே இருந்திருக்கிறார். "மார்க்சின் கல்லறையிலிருந்து ஒரு குரல்" "இலக்கிய ஊழல்கள்" ஆகிய நூல்களில் அந்தக் கறார்த்தன்மையைக் கவனிக்கலாம். நீதியைப் பறைசாற்ற எழுதப்படும் இலக்கிய எழுத்துகள் அதே நீதியோடு இருக்கவேண்டும் என்றே அவர் எண்ணினார். ஆனால், அவருடைய நீதி என்பது ஆரிய நீதியாகவும் மார்க்சியத்துக்கு எதிரான நீதியாகவுமே புரிந்துகொள்ளப்பட்டன.

ஒரு நல்ல படைப்பைக்கூட எழுதாத வெங்கட்சாமிநாதனுக்கு படைப்பிலக்கியத்தைப் பற்றிக் கருத்துச் சொல்ல என்ன தகுதி இருக்கிறது என்றுதான் அவருக்கு எதிரானவர்கள் அவர்மீது விமர்சனம் வைத்தார்கள். விமர்சனத்தை எழுதக்கூடிய அவர் தன்மீது வைக்கப்பட்ட எந்த விமர்சனத்தாலும் காயப்படவில்லை என்பது முக்கியமானது. தன் கருத்துக்கு எதிரானவர்களைத் தன் நூலுக்கு முன்னுரை எழுதித்தரும்படி கேட்டு, அம்முன்னுரையை அச்சரம் பிசகாமல் பிரசுரிக்கும் துணிச்சல் அவருக்கிருந்தது. தன்மீது விமர்சனம் வைப்பவர்களை, தான் எப்படி எடுத்துக்கொள்கிறேனோ அதுமாதிரியே தன்னையும் தன்னுடைய விமர்சனத்தைப் பிறர் எடுத்துக்கொள்ள வேண்டும் என்று அவர் விரும்பினார். Poetic reality மற்றும் analytical reality இரண்டின் ஊடாகவே அவர் தன் விமர்சனத்தைக் கட்டமைத்தார். 'கவித்துவப் போஷாக்கு' என்ற பதம் அவர் கட்டுரைகளில் இருந்து நான் தேர்ந்துகொண்டது.

அரைக்கால் டிராயரணிந்து இலக்கியக் கூட்டத்திற்குப் போய்வந்த நான், முழுக்கால் சட்டையணியும் பருவத்தில்தான் அவரை முழுமையாகப் புரிந்துகொள்ள முடிந்தது. அவருடைய விமர்சனக் கட்டுரைகளை ஊன்றிப் படித்ததன் விளைவாக நல்ல இலக்கியம் பிடிபட்டது. அவர் நல்ல இலக்கியம் என்று நிறுவ முயல்வது மக்களுக்கு எதிரானது என இடதுசாரிகள் கட்சி கட்டினாலும் மக்களைப் புறந்தள்ளியதே நல்ல இலக்கியம் என்று அவர் எங்கேயும் எழுதியதாகத் தெரியவில்லை. ஒருவேளை அதைத் தெரிந்துகொள்ளும் அளவுக்கு என் இலக்கிய அறிவு விசாலமடையவில்லையோ

என்னவோ. அவர், ஒவ்வொரு கட்டுரையிலும் வெகுமக்களை இலக்கியம் என்ற பேரால் ஏமாற்றாதீர்கள் என்றுதான் எழுதியிருக்கிறார். சிறுகதை, கவிதை, நாவல், ஓவியம், நாடகம், இசை, சிற்பம், கூத்து, திரைப்படம் என அத்தனைத் துறைகள் சார்ந்தும் அவர் எழுதியிருக்கிறார். பாலையும் வாழையும் என்ற கட்டுரையில் வடிவமைத்த அதே சட்டகத்தை வைத்துத்தான் பின்வந்த ஐம்பது ஆண்டுகளும் இலக்கியத்தை அவர் அளந்தாரா என்றால் இல்லை என்றுதான் சொல்லவேண்டும். காலஓட்டத்திற்கு ஏற்ப அவருமே சில மனத்தடைகளைக் கடந்திருக்கிறார். தன்னுடைய கருத்துகளில் பார்க்கத் தவறிய பகுதிகளை மீளவும் எழுதித் தன்னைப் புதுப்பித்திருக்கிறார்.

வெ. சா. வை வாசிக்கத் தொடங்கி அவரை முழுமையாக உள்வாங்கிக் கொண்ட சந்தர்ப்பத்தில்தான் கணையாழியில் பணியாற்றும் வாய்ப்பு வந்தது. அவர் எழுத்துகளை வாசித்து இருந்தாலும் அவருடனான அறிமுகமென்பது தாமதமாகத்தான் கிடைத்தது. அப்போது அவர் டில்லியில் இருந்தார். ராணுவப் பாதுகாப்புத் துறையில் பணியாற்றியதாகக் கேள்வி. என்னுடைய மனப்பத்தாயம், பஞ்சாரம் ஆகிய நூல்களுக்கு அவர் எழுதிய விமர்சனக்கடிதம்தான் அவருக்கும் எனக்குமான அறிமுகத்தை ஏற்படுத்திக் கொடுத்தது. எழுத்தாளர் தஞ்சை ப்ரகாஷின் வாயிலாக நூல்களைப் பெற்றதாகவும் எழுதத் தோன்றியதால் விமர்சனம் எழுதியதாகவும் அக்கடிதத்தில் அவர் குறிப்பிட்டிருந்தார். அக்கடிதம் என் கைக்குக் கிடைக்கும்வரை அவர் என்னுடைய கவிதைகளை முற்றாக நிராகரிப்பார் என்றுதான் நினைத்திருந்தேன். அடர்த்தியும் ஆழமும் நிறைந்த அவருடைய விமர்சனக் கட்டுரைகளை வாசித்த யார் ஒருவரும் அப்படித்தான் கருதுவார்கள். இலக்கிய ஜாம்பவான்களாக அறியப்படும் பலரையும் கேலியும் கிண்டலுமாக விமர்சிக்கக் கூடிய வெங்கட்சாமிநாதன், என்னைப் பற்றியெல்லாம் எழுதுவார் என்று யூகிக்க வாய்ப்பில்லை. ஆனால், அவர் எழுதியிருந்தார். அந்த விமர்சனக் கடிதம் வியப்பு கலந்த பரசவத்தை என்னுள் பரவவிட்டது.

நான் சற்றும் எதிர்பாராத விதத்தில் அவருடைய

விமர்சனம் அமைந்திருந்தது. "பல நேரங்களில் யுகபாரதி எனக்குப் புதுமைப்பித்தனையும் பிச்சமூர்த்தியையும் நினைவுபடுத்துகிறார். ஒருவரிடத்தில் கேலியும் மற்றவரிடத்தில் விடம்பனமும். இரண்டிலும் சமூக விமர்சனம். இருவரிடமும் கவிதை யாப்பை, சந்தத்தை, முற்றாக ஒதுக்கியதாகச் சொல்ல முடியாது. அதற்காக அதையே கட்டியழுது, கருத்தையும் கவிதையையும் கோட்டைவிட்டவர்களும் இல்லை" என்று நீளும் அந்த விமர்சனக் கட்டுரை, என் பார்வையில் கவிதைகள் என்னும் நூலில் இடம்பெற்றிருக்கிறது. அந்நூலில் என்னுள்பட பல இளம் கவிஞர்களின் கவிதைகள் குறித்து வெ.சா. எழுதியிருக்கிறார். **1960**இல் எழுதத்தொடங்கிய அவர் இரண்டாயிரத்துச் சொச்சம்வரை வெளிவந்த படைப்புகளை விமர்சித்திருக்கிறார். ஒரு விமர்சகர், இவ்வளவு நீண்ட காலம் விமர்சனத் துறையில் பங்களிப்புச் செய்ததில்லை. எதிர்க் குரலாகவும் தனிக்குரலாகவும் அவர் சதா தன் வழியில் பயணப்பட்டிருக்கிறார். அந்தப் பயணத்தில் அவருக்கு எந்த ஆதாயமும் கிடைத்துவிடவில்லை. தமிழ், தன்னுடைய இலக்கியச் செழுமையை அவர் மூலம் கண்டடைந்தது.

அவர் வெற்றுக் கூச்சலில் இருந்து நல்ல சங்கீதத்தைத் தரம் பிரித்தார். மோசமான சேஷ்டைகளில் இருந்து அரிய அபிநயங்களை நாடகங்களுக்குக் கடத்தினார். அக்ரஹாரத்தில் கழுதை என்னும் ஜான் அபிரஹாமின் திரைப்படத்திற்கு மரியாதை செய்தார். நல்ல இலக்கியத்தை வரும் காலத்திற்குக் காட்டிச்செல்வதே அவர் வாழ்வாக இருந்திருக்கிறது. எனினும், கனடா இலக்கியத்தோட்ட அமைப்பு வழங்கிய இயல் விருதைத் தவிர அவர் எழுத்துகளுக்கு எவ்வித கௌரவமும் அந்தஸ்தும் அளிக்கப்படவில்லை. சிறு சிறு பத்திரிகைகளில் அவர் ஓயாமல் எழுதிக்கொண்டே இருந்தார். கண்ணில் படும் நல்ல சிறுகதையை, கவிதையை மெச்சினார். கவிதைபோல ஏமாற்று செய்தால் கண்டித்தார். ஒரு பத்திரிகை எத்தனைப் பிரதிகள் விற்கும் என்று கேட்டுக்கொண்டு அவர் எழுதியதில்லை. பரவலாக அறியப்படாத பல சிற்றதழ்களில் அவர் எழுதியிருக்கிறார். எதன் மூலமும் தன் விவாதத்திற்கு வலுசேர்க்க முடியும் என அவர் நம்பினார். அதிகாரமோ கூட்டமோ அவருடைய விமர்சனத்தைத் தீர்மானிக்கவில்லை.

கடைசிவரை தன்னுடைய இருப்பு குறித்த இலட்சியம் இல்லாமல்தான் அவர் செயல்பட்டிருக்கிறார்.

மார்க்சீய மறுப்பாளராகவும் திராவிட இயக்க எதிர்ப்பாளராகவும் புரிந்துகொள்ளப்பட்ட அவர், ஒரு சமயத்தில் கலைஞர் கருணாநிதியின் படைப்புகளையும் திராவிட இயக்கக் கருத்துகளையும் விமர்சித்துக் காத்திரமாக எழுதுகிறார். அதே சமயத்தில் அவருடைய மகளான கனிமொழியின் கவிதைகளில் உள்ள உண்மையைத் தொட்டுக்காட்டுகிறார். இந்த முரணிலிருந்துதான் அவருடைய எழுத்து ஜீவிதத்தை அல்லது சத்தியத்தைச் சந்தேகிக்க முடியாமல் போகிறது. ஒரு பெருங்கூட்டம் தன்னுடைய கருத்துக்கு எதிர்ப்புத் தெரிவித்துத் தாக்கக்கூடும் என அவர் அஞ்சியதில்லை. மனதில் பட்டதை எந்த முகமூடியும் அணியாமல் வெளிப்படுத்துபவராக இருந்திருக்கிறார். எத்தனைபேர் தன்னுடைய எழுத்துகளையும் கருத்துகளையும் ஏற்றுக்கொள்கிறார்கள் என்னும் எதிர்பார்ப்பு அவருக்கு இருந்ததாகத் தெரியவில்லை.

ஆற்றொழுக்காக அவர் எழுதிச்செல்லும் நடை, எதிரே இருப்பவருடன் உரையாடுவது போலிருக்கும். பெரிய பெரிய தர்க்கங்களைக்கூட வெகு எதார்த்தமான மொழியில்தான் எழுதிச்செல்கிறார். தன்னுடைய கருத்துக்கு வலுசேர்க்கும் மேற்கோள்கள் அவருடைய எழுத்து நடையின் இயல்பிலேயே வந்து சேர்ந்துகொள்கின்றன. அங்கீகாரங்களுக்காகவோ கௌரவங்களுக்காகவோ அவர் எழுதியதில்லை. மாறாக, தங்கள் படைப்பு குறித்து அவர் எழுதினால் அதுவே இலக்கிய அங்கீகாரம் என்று எண்ணும் நிலையை அவர் ஏற்படுத்தினார். அப்படிப்பட்ட வெங்கட்சாமிநாதன் என் கவிதைகள் குறித்து எழுதியதும் எனக்குத் தலைகால் புரியவில்லை. என்னைச் சந்திக்க வருபவர்களிடமெல்லாம் அக்கடிதத்தைக் காட்டிப் பெருமிதப்பட்டுக்கொண்டேன். “வெ.சா.வே உன்னைப் புகழ்ந்திருக்கிறார் என்றால் நீ பெரிய ஆள்தான்” என்றார்கள். “புதுமைப்பித்தனும் பிச்சமூர்த்தியும் உன் கவிதைகள் மூலம் நினைவுக்கு வருகிறார்கள் என்றால், அது சாதாரண வார்த்தையில்லை. அவருக்கு நன்றிக் கடிதம் எழுது”

என்றார்கள். எனக்கோ நன்றி சொல்லி எழுத மனமில்லை. ஆதலால், கடிதம் கிடைத்தது. மகிழ்ச்சி என்று மட்டும் பதினைந்து பைசா போஸ்ட் கார்டை அனுப்பிவைத்தேன்.

வரும்வாரம் சென்னை வர வாய்ப்பிருக்கிறது. முடிந்தால் சந்திக்கலாம் என்று அவரும் பதில் எழுதினார். சொன்னதுபோலவே சென்னை வந்ததும் என்னைத் தொடர்பு கொண்டார். அவர் தொடர்பு கொண்ட அன்று மாக்ஸ்முல்லர் பவனில் ஏதோ ஒரு நாடகம் அரங்கேற்றம் நிகழ்ந்ததாக நினைவு. அங்குதான் அவரைச் சந்தித்தேன். ஆரத்தழுவிக்கொண்டார். "நீர் இவ்ளோ சின்னப் பொடியன்னு நெனைக்கலேய்யா. நல்லா எழுதுறீர். இன்னும் நல்லா தொடர்ந்து எழுதும். என்ன செஞ்சிக்கிட்டு இருக்கிறீர். பிரகாச பாத்தீங்களா" என்று ஆரம்பித்த அந்த உரையாடல் மூன்று மணிநேரம் நீடித்தது. அவரிடமிருந்து வெளிப்பட்ட வாஞ்சை, அவர் எழுத்தில் வெளிப்படும் மூர்க்கத்திற்குச் சம்பந்தமில்லாமல் இருந்தது. "ஒங்க எழுத்துக்கள படிச்சிருக்கேன். எல்லாத்தயும் அடிச்சி நொறுக்குறீங்களே" என்றேன். "அடிச்சி நொறுக்குற அளவுக்கு நம்மிடம் பலமில்லய்யா.. பட்டதச் சொல்றேன், அது உமக்கு அடிச்சி நொறுக்குறாப்புல இருக்குது" என்றார்.

காவி நிற ஜிப்பாவில் சோடாபுட்டிக் கண்ணாடியுடன் ஒரு தமிழ்பேசும் டில்லிவாலாவாக அவரிருந்தார். அந்தச் சித்திரமே இன்றும் என் நெஞ்சில் நிழலாடுகிறது. கீழ்ப் பகுதி முழுக்கச் சுருக்கமான அவருடைய ஜிப்பாவில் அவ்வப்போது கண்ணாடியைத் துடைத்துக்கொண்டார். "காஃபி சாப்புடுவோமா" என்றார். "டிகிரி காஃபி இருந்தால் பிரமாதமாயிருக்கும்" என்றார். அங்கிருந்து ஆட்டோ பிடித்து பாண்டிபஜாரிலுள்ள கீதா கஃபேவுக்கு வந்தோம். நல்ல காஃபிக்காக எவ்வளவு தூரம் வேண்டுமானாலும் பிரயாணம் செய்ய அவர் தயாராயிருந்தார். நல்ல எழுத்துக்காக அதைவிட அதிக தூரம் பயணிக்கும் மனம் எனக்கிருந்தது. கிளிப்பிள்ளைக்குச் சொல்லுவதைப்போல படிக்க வேண்டிய நூல்களைப் பட்டியலிட்டார்.

அந்தச் சந்திப்புக்குப் பின் சிலகாலம் டில்லியிருந்து அவ்வப்போது கடிதம் எழுதினார். என்னை நேரில் சந்தித்த

பிறகும் அவர் என்னைச் சின்னப் பொடியனாக எண்ணாமல்தான் கடிதம் எழுதினார். ஓராண்டு இடைவெளியில் பணி ஓய்வு பெற்றுச் சென்னைக்கே வந்துவிட்டார். தூரத்தில் இருந்தே தூண்டிக்கொண்டிருந்த அவர் அருகில் வந்ததும் அடிக்கொருதரம் அவரைப் பார்க்கவும் பேசவும் முடிந்தது. மடிப்பாக்கத்தில் அமைந்திருந்த அவர் வீட்டிற்கு என்னுடன் பல இலக்கியத் தோழர்கள் வந்திருக்கிறார்கள். யாரை அழைத்துப்போனாலும் முகம் கோணாமல் பேசிக்கொண்டிருப்பார். "எப்பவுமே ஒம்ம சுத்தி ஆள் இருக்கு, அப்பறம் எப்படிய்யா எழுதுறீர்" என்பார். "எழுதறப்போ யாரும் இருக்கிறதில்ல" என்றால் சிரித்துக்கொள்வார். "நம்புறேன் நம்புறேன்" என்பார். தமிழ் இலக்கியத்தின் மூத்த விமர்சகர் அல்லது விமர்சன முன்னோடி ஒருவருடன் பழகுகிறோம் என்ற எண்ணத்தை அவர் எப்போதும் ஏற்படுத்தியதில்லை.

அவர் எழுதிய கட்டுரைகளைக் கொடுத்து "என்ன நினைக்கிறீர் இதுபற்றி" என்பார். "நீங்களே பெரிய கருத்து கந்தசாமி, ஒங்கக் கட்டுரைக்கு நாங் கருத்து சொல்றதா" என்று கலாய்ப்பேன். சிரித்துக்கொண்டே வழியனுப்புவார். அவர் பழக எளியவரல்லர். சட்டென்று பிணங்கிக்கொள்வார் என்ற கூற்று என் விஷயத்தில் பொய்த்துப்போனது. உரிமையோடு அவருடன் பழக முடிந்தது. அவரைப் போல அவர் மனைவியான சரோஜா அம்மா, நான் போனதும் டபரா செட்டில் நுரைபொங்க டிகிரி காஃபியால் அன்பைப் பொழிவார். தஞ்சாவூர்க்காரங்களுக்கு காஃபியும் இலக்கியமும் இருந்தால் போதும், பேசிக்கொண்டே இருப்பீர்கள் என்பார். இந்த நினைவுகள் எல்லாம் பத்துப் பன்னிரெண்டு ஆண்டுகளுக்கு முந்தியவை.

பராமரிக்கப்படாத ஒரு பழைய சைக்கிளில் கொட்டிவாக்கத்திற்கும் மடிப்பாக்கத்திற்கும் அலைந்து திரிந்த காலத்தில் விளைந்தவை. ஒரு சிறுபத்திரிகையில் உதவி ஆசிரியர் என்னும் பதவி உடலையும் உள்ளத்தையும் வருத்தக்கூடியதென்னும் தெளிவை அப்போது நான் பெற்றிருக்கவில்லை. அங்கும் இங்கும் தனிஆளாக சைக்கிளில் பறந்து பறந்து வாழ்வையும் இலக்கியத்தையும்

தேடிக்கொண்டிருந்தேன். எழுத்தாளர் சுஜாதாவின் வீடு அமைந்திருந்த ஆழ்வார்பேட்டைக்குக் கடைசிப்பக்கக் கட்டுரை வாங்கக் கால்கடுக்கக் காத்திருக்கிறேன். எதிரே அமைந்திருந்த எழுத்தாளர் இந்திரா பார்த்தசாரதி வீட்டில் தாகம் எடுக்கும் போதெல்லாம் தண்ணீர் குடித்திருக்கிறேன். என்னவாகப் போகிறோம் என்ற தெளிவில்லாமல் சென்னைக்கு வந்திருந்தாலும் ஏதோ ஒன்றாக ஆகிவிடுவோம் என்ற நம்பிக்கை இருந்தது. வெ. சா. வேறு புதுமைப்பித்தனையும் பிச்சமூர்த்தியையும் ஒப்பிட்டுச் சொல்லிவிட்டதால் அவர்கள் இருவரில் ஒருவராக ஆகியே தீருவதென்ற ஏக்கம் என்னைத் துரத்திக்கொண்டிருந்தது. அது அவ்வளவு எளிதான காரியமில்லை என்று நான் சந்தித்த எந்த எழுத்தாளரும் எனக்குச் சொல்லவில்லை. வெ.சா. மாதிரி வேறு யாரோ ஒருவர் பாரதிக்கும் மௌனிக்கும் இணையாக வருவீர்கள் என்று அவர்களைச் சொல்லியிருக்கலாம்.

சிறிது காலம் கணையாழி பத்திரிகையோடு பிணக்குற்றிருந்த வெ.சா. என் மீதுள்ள அன்பினால் கணையாழியில் எழுதச் சம்மதித்தார். தொடர் கட்டுரைகளாக நிறைய எழுதினார். சொன்ன தேதியில் கட்டுரைகளைத் தந்துவிடுவார். அடித்தல் திருத்தல் இல்லாமல் வெகு அழகாக அவர் எழுத்திருக்கும். குண்டு குண்டான எழுத்துகளில் வாக்கியங்களையும் பத்திகளையும் நேர்த்தியாகப் பிரித்திருப்பார். இடையில் எதையாவது சேர்க்க வேண்டுமானால் கடைசிப்பக்கத்தில் சிவப்பு மையினால் எழுதி, இந்த இடத்தில் இதைச் சேர்த்துக்கொள் என்று அம்புக் குறியிட்டு அனுப்புவார். அப்போது கணையாழியில் இலக்கிய ஆளுமைகள் குறித்துத் தனித் தனிச் சிறப்பிதழ் வெளியிடலாம் என ஆசிரியர்குழு முடிவெடுத்தது. ஆசிரியர் குழு என்றால் ஆசிரியர்தான். அவரைத்தாண்டி அங்கே குழுவெல்லாம் ஒன்றுமில்லை. ஆலோசனைக் குழுவென்று சிலபெயர்கள் அச்சாகியிருக்கும். அங்கு பணியாற்றிய ஆறு ஆண்டுகாலத்தில் அந்த ஆலோசனைக் குழுவில் இடம்பெற்றிருந்த பலரை நானே சந்திக்கவில்லை என்றால் பார்த்துக்கொள்ளுங்கள். அந்த அளவுக்குத்தான் குழுக்களின் செயல்பாடுகள். எனவே, ஆசிரியரின் முடிவே இறுதியானது.

முதலில் கலைஞர் சிறப்பிதழ் கொண்டுவரலாம் என்றதும் எனக்குத் திக்கென்றிருந்தது. இலக்கியவாதிகள் அதுவும், கணையாழியைத் தொடர்ந்து வாசிக்கும் தீவிர இலக்கியவாதிகள் கலைஞரை இலக்கியவாதியாக ஒப்புக்கொள்ளாத நிலையில், இப்படியொரு சிறப்பிதழ் என்றால் எப்படி எடுத்துக்கொள்வார்கள் என்றேன். என்ன சொல்கிறார்கள் என்று பார்ப்போம். வெங்கட்சாமிநாதனிடம் கட்டுரை கேளுங்கள் என்றார் ஆசிரியர். ஏற்கெனவே வெங்கட்சாமிநாதன் திராவிட இலக்கியங்களைத் திட்டித் தீர்த்திருக்கிறார். இந்த நிலையில் கலைஞரைப் பற்றி எழுதச் சொன்னால் என்ன சொல்வாரோ என்று தயக்கத்தோடு கேட்டுப்பார்க்கிறேன் என்றேன். என்னுடைய தயக்கத்திலுள்ள நியாயத்தைப் புரிந்துகொண்ட ஆசிரியர், நீங்கள் சொல்வதும் சரிதான். கேட்டுப்பாருங்கள். தவிர்த்தால் விட்டுவிடலாம். வேறு யாரிடமாவது வாங்கிக்கொள்ளலாம் என்றார்.

அன்று மாலையே சைக்கிளை எடுத்துக்கொண்டு வெ.சா.வைப் பார்க்க மடிப்பாக்கம் கிளம்பினேன். "வாருமய்யா என்ன விசேஷம்" என்றார். ஆசிரியர் விருப்பத்தைத் தெரிவித்தேன். "நீ சொன்னா எழுதுறேன்ய்யா. அவரு எழுதின மொத்த புஸ்தகத்தையும் வாங்கிட்டு வா, படிச்சிப் பார்த்துட்டுச் சொல்றேன். ஆனா ஒண்ணு, எனக்குப் புடிக்கலன்னா... வற்புறுத்தக்கூடாது சரியா, என்றார். இரண்டொரு நாளில் மொத்தப் புத்தகங்களையும் வாங்கிக்கொண்டுபோய் வெ.சா.விடம் கொடுத்தேன். "இவ்வளோவாய்யா அவரு எழுதியிருக்காரு" என்றார். இரண்டு மூன்று நூல் அச்சிலிருக்கிறதாம் என்றதும் பெருமூச்சுவிட்டார். புத்தகங்களைக் கொடுத்த இரண்டாவது வாரத்தில் மிக நீளமான கட்டுரை ஒன்றை எழுதிக்கொடுத்தார். சிறப்பிதழுக்குப் போதுமான கட்டுரை அது. கலைஞரின் மொத்தப் படைப்புகளையும் வரிவிடாமல் குறிப்பிட்டிருந்தார். ஒருவர் தன் ஆயுள் காலத்தில் இவ்வளவு எழுதியிருக்கிறார் என்பதற்காகவே பாராட்டப் பெறுவார் என்று கட்டுரையை முடித்திருந்தார்.

எங்கேயும் இலக்கிய நயத்தையோ இதுபோல்

இலக்கியத்தில் எழுதப்பெறவே இல்லை என்றோ சிலாகிக்கவில்லை. தொடர்ந்து எழுதுவதே பெரும்சாதனை என்பதோடு நிறுத்திக்கொண்டார். சிறப்பிதழ் வெளிவந்தது. பெரும் பரபரப்புக்கு உள்ளான அக்கட்டுரை கலைஞராலும் வாசிக்கப்பட்டது. வெ. சா. வுக்கு என்ன ஆயிற்று கலைஞரைப் பற்றியெல்லாம் எழுதுகிறாரே என்று பிற சிற்றிதழ்கள் விமர்சித்தன. தன்னை நேசிக்கும் ஒருவன் கேட்டதற்காக எழுதினேன் என்று அவர் எங்கேயும் இறுதிவரை சொல்லவில்லை. தன்னுடைய தராசு நிலை தாழ அவர் அக்கட்டுரையை எழுதவில்லை. மிக ஜாக்கிரதையாகவே எழுதியிருந்தார். என்றாலும், அக்கட்டுரையை எழுத வேண்டிய அவசியம் என்மீது வைத்திருந்த அன்பினால் நேர்ந்தது என்பது குறிப்பிடத்தக்கது. விருப்பமில்லாமல் செய்ததாக அவர் நேர்ப்பேச்சிலோ கட்டுரையிலோ வெளிப்படுத்தவில்லை. உண்மை விபரீதமானதே அய்யா என்றுதான் அங்கலாய்த்தார். நான் எழுதுவதில் கசப்பு ஏற்பட்டால் உமக்கும் ஆசிரியருக்கும் பங்கம் வருமே என்றுதான் வருத்தப்பட்டார்.

அதன்பின் திரைத்துறையில் நான் பாடலாசிரியனாக மாறினேன். என்னுடைய பாடல்களைக் கேட்டுவிட்டு அவ்வப்போது தொலைபேசியில் வாழ்த்துவார். "சிநேகா என்னய்யா சொல்றாங்க" என்பார். "மீரா ஜாஸ்மின் மலையாளப் பெண் தானே அதையேன் பிசாசு என்று வர்ணித்து இருக்கிறீர்" என்பார். "கேரள நாட்டிளம் பெண்களுடனேன்னு அந்தப் பாரதி எழுதினத நீர் படிச்சதில்லையோ" "இன்னும் உயரம் போகணும்மய்யா, எடுத்ததில் பின் வாங்காதே, என்ன இருக்குதுன்னு பாரு, கம்பதாசனப் பத்தி க. நா. சு. சொல்லியிருக்கிறார் தெரியுமோ" என்பார். தீவிர இலக்கியத்தில் இருந்து வெகு மக்களை நோக்கி நகர்ந்துவிட்ட பிற்பாடும் அதே அன்போடுதான் அவர் என்னிடம் நடந்துகொண்டார். "சினிமா சினிமான்னு இலக்கியத்த விட்டுடாத ஓய்" என்று எச்சரித்தார். அவரை எண்ணவும் சொல்லவும் எவ்வளவோ இருக்கின்றன.

அரை நூற்றாண்டு இலக்கியத்திற்காக உழைத்த அவருடைய அன்பு இலக்கியக் கருதுகோள்களுக்கு அப்பாற்பட்டது.

யுகபாரதி ☐ 183

திடீரென்று ஒருநாள் மதியம் அவரிடமிருந்து தொலைபேசி வந்தது. என்னுடைய கட்டுரைகளை எல்லாம் தொகுத்து முழு புத்தகமாகப் போடவேண்டும். உனக்குத் தெரிந்த பதிப்பகம் இருந்தால் சொல்லேன் என்றார். நிச்சயமாகச் சொல்கிறேன் அல்லது நாமே பதிப்பிக்கலாம் என்றேன். அதுதான் அவரும் நானும் கடைசியாக உரையாடியது. தொகுத்துவிட்டுக் கூப்பிடுவதாகத் தொலைபேசியைத் துண்டித்தார். அது, கடைசி உரையாடலாக, கடைசித் துண்டிப்பாக இருக்கும் என்று நான் அறிந்திருக்கவில்லை.

கிராமத்திலிருந்து பஞ்சம் பிழைக்க வந்து, பல்வேறு வேலைகளைச் செய்து, கொஞ்சம் கவிதைகளையும் எழுதி, இறுதியில் பாடலாசிரியனாக அறியப்படும் நான், வயது வித்தியாசமில்லாமல் எல்லா இலக்கியவாதிகளிடமும் பழகிக்கொண்டிருக்கிறேன். நான் அவர்களுடன் பழகிக்கொண்டிருக்கிறேன் என்பதைவிட அவர்கள் என்னை அனுமதிக்கிறார்கள் என்பதுதான் விசேஷம். ஒருவர் மீது அன்பு செலுத்த இலக்கியத் தகுதிகளோ இன்னபிற காரணங்களோ அவசியப்படுவதில்லை. வெ.சா. தன்னுடைய காலத்தில் கண்டடைந்த உண்மையாக என்னிடம் பகிர்ந்துகொண்டதும் அதுதான். சத்தியத்தை விமர்சிக்க வாய்ப்பில்லை. காரணம், விமர்சனத்திற்கு அப்பாற்பட்டதே சத்தியமும்.

இராசேந்திரசோழன்

ஒரு படைப்பாளனுக்குப் பாட்டாளி வர்க்கச் சிந்தனை இருக்க வேண்டுமா? வேண்டாமா? என்பது இப்போது பிரச்சனையே இல்லை. எப்படியும் எழுதலாம். எதையும் எழுதலாம். எழுதுபவனின் அனுபவத்தை, அதை வாசிப்பவன் உள்வாங்கிக்கொண்டால் போதும். அதைவிட, ஒருபடி மேலேபோய் அவன் உள்வாங்கிக் கொண்டானா? இல்லையா? என்றுகூடப் படைப்பாளன் கவலைப்பட வேண்டியதில்லை. அது வாசிப்பவனின் அறிவுசார்ந்த, அனுபவம் சார்ந்த எல்லையாக இன்றைக்குப் பார்க்கப்படுகிறது. ஒரு படைப்பு வாசிப்பவனுக்குப் புரியவில்லை என்றாலோ அல்லது பிடிக்கவில்லை என்றாலோ அது அவனுடைய தலைவிதியுடன் சம்பந்தப்பட்டதாகச் சொல்லிப் படைப்பாளன் தப்பித்துக்கொள்ளலாம். என்னுடைய படைப்புகளைப் புரிந்துகொள்ள வாசகனுக்கு வக்கில்லை என்றும் வாதிடலாம். ஆனால், எழுபதுகளில் எழுதவந்த படைப்பாளர்களுக்கு இந்தச் சுதந்திரம் இருக்கவில்லை.

ஏதாவது ஒரு சிந்தனையுடன் தங்களை ஐக்கியப்படுத்தி எழுத வேண்டிய கட்டாயமிருந்தது. திராவிடமோ, தேசியமோ, மார்க்சியமோ அவர்கள் கைக்கொள்ள வேண்டிய

சிந்தாந்தங்களாக முன் வைக்கப்பட்டன. எதையேனும் ஒன்றை பற்றித்தான் அவர்கள் எழுதவேண்டி இருந்தது. குறைந்தபட்சம் அறம் சார்ந்தாவது அவர்கள் எழுத வேண்டுமெனப் பொதுச் சமூகம் எதிர்பார்த்தது. ஒரு படைப்பாளன் சமூகத்தில் மதிக்கத்தக்க கருத்துக்களைச் சொல்பவனாகக் கருதப்பட்டான். மனிதகுலத்தின் மேன்மைகளைப் போற்றுபவனாக அல்லது மனிதகுலத்தை மேன்மையோடு பார்க்கப் பழகியவனாகத் தரிசிக்கப்பட்டான். குறிப்பிட்ட சித்தாந்தத்தில் அவனுக்கு ஏற்போ மறுப்போ இருக்கலாம். ஆனாலும், அவன் அந்த வட்டத்திலிருந்து வெளியேறிவிட முடியாது. முழு வீச்சோடு இலக்கியம் இயங்கி வந்த அந்தக் காலத்தில் எழுத வந்தவர்களில் முக்கியமானவர் எழுத்தாளர் இராசேந்திர சோழன்.

இன்றைய வட தமிழக எழுத்தாளர்கள் பலருக்கும் அவரே முன்னத்தி ஏராகச் சொல்லப்படுகிறார். நடுநாட்டுச் சொல்லகராதியை உருவாக்கிய கண்மணி குணசேகரனும் வட்டார நாவல்களில் பெண்ணியத்தைப் பிரதானப்படுத்தும் ச.தமிழ்ச்செல்வியும் தங்கள் ஊற்றுக்கண்ணாக இராசேந்திரசோழனைப் பார்க்கிறார்கள். இமையத்தின் கதைகளும்கூட அப்படியானதாகத்தான் எனக்குப் படுகிறது. எட்டுக்கதைகள் என்னும் சிறுகதைத் தொகுப்புமூலம் எழுத்துலகிற்கு எழுபதுகளில் அறிமுகமான இராசேந்திரசோழன், இடதுசாரி முகாமைச் சேர்ந்தவராகத் தன்னைக் காட்டிக்கொண்டவர். காட்டிக்கொண்டது மட்டுமல்ல, அக்கொள்கைகளைத் தன் படைப்புகள் மூலம் வெளிப்படுத்தியும் வந்தவர். எழுதுபவர்கள் எல்லோருமே இடதுசாரியாகத்தான் இருக்க முடியும் என்று கருதுகிறவர்கள் உண்டு. ஆனால், அது எந்த அளவுக்கு உண்மை என்பதும் பொருத்தம் என்பதும் விவாதத்துக்குரியன. கருத்துத்தளத்தில் நின்றுகொண்டு கலை செய்வதை இன்றையப் படைப்பாளர்கள் வேடிக்கை என்கிறார்கள். முன்யோசனையுடனும் முன் தயாரிப்புடனும் படைக்கப்படுவது படைப்புகளே இல்லை என்றும் எண்ணுகிறார்கள். எழுத்தை விமர்சகர்கள் அளவிட்டுக்

கொண்டிருந்த காலம்போய், எழுத்தாளர்களே தங்கள் சக படைப்பாளர்களின் எழுத்துகளை அளவிடும் அவலமான காலத்தில் நாமிருக்கிறோம்.

இராசேந்திரசோழனின் எட்டுக்கதைகளை இன்றைக்கு வாசித்தாலும் அதன் இறுக்கமும் அடர்த்தியும் குலையாமல் இருப்பதை உணரமுடியும். புற்றில் உறையும் பாம்புகள், தனபாக்கியத்தோட ரவ நேரம், வினை, இச்சை, பரிணாமச் சுவடுகள், கோணல் வடிவங்கள், சிதைவுகள் போன்ற கதைகள் இருபது வருடமாகியும் என் நினைவிலிருந்து அகலாததற்கு அதுவே காரணம். ஒரு கதை, அது சொல்லவந்த கருத்தால் நிற்கிறதா இல்லை எழுதப்பட்ட நேர்த்தியால் நிற்கிறதா என்று கேள்வி எழுப்பினால், இரண்டுமே தேவை என்றுதான் சொல்லுவோம். அதற்கான உதாரணங்களைக் காட்ட இராசேந்திர சோழனின் பல கதைகள் உதவக்கூடும். தமிழினி பதிப்பக வெளியீடாக வந்துள்ள இராசேந்திர சோழன் கதைகள் தொகுப்பில் மொத்தம் எழுபத்தி ஏழு கதைகள் அடங்கியுள்ளன. அடங்கியுள்ளன என்ற சொற்களைவிட இடம்பெற்றுள்ளன என்பதே சரி. அடங்கிப் போனவை கதைகளாகவே முடியாது என்பது என் எண்ணம். அடங்கிக்கிடக்கும் உணர்வுகளைத் தட்டியெழுப்பக்கூடிய கதைகளே அவை.

எல்லாமே ரத்தினங்கள் என்று சொல்வதற்கில்லை. பொக்குகளும் புழுதிகளும் உண்டுதான். என்றாலும், மிகுதியைக் கணக்கிட்டே அபிப்பிராயங்கள் அரும்புகின்றன. புற்றில் உறையும் பாம்புகள் கதையின் இறுதி வாக்கியம் அக்கதையை மறக்க முடியாத கதையாக மாற்றிவிடும். என்னமோ கற்பு கற்பு என்று கதைக்கிறீர்களே அய்யா இதுதானய்யா கற்பு என்று புதுமைப்பித்தன் பொன்னகரத்தில் எழுதியிருப்பார். 1934இல் வெளிவந்த அக்கதை அப்போதைய மதராஸில் வறிய பெண் ஒருத்தி தன் கணவனைக் காப்பாற்றுவதற்காகப் பாலியல் தொழிலில் ஈடுபட்டதை நியாயப்படுத்தியது. அக்கதை வெளிவந்த சமயத்தில் எழுந்த எதிர்வினைகள் கற்பு குறித்த பார்வைகளை அகலச் செய்தன.

அதற்கும் நாற்பது ஆண்டுகள் கழித்து எழுதவந்த

இராசேந்திரசோழன், தன் கதையின் இறுதி வாக்கியத்தை இப்படி முடிக்கிறார். "போமே சரிதான், இப்பத்தான் ஓரேடியா காட்டிக்கிறா பெரிய பத்தினியாட்டம்". புதுமைப்பித்தனுக்கும் இராசேந்திரசோழனுக்கும் உள்ள கால இடைவெளியைக் கருத்திற்கொள்வதை விடுத்துக் கதையாக வாசித்தால் இரண்டுமே அதனதன் அம்சத்தில் சிறப்பானவை. மதராஸில் வாழ்ந்த பெண்ணுக்கான கற்பிலக்கணமும் வட ஆற்காடு மாவட்டத்தில் வாழ்ந்த பெண்ணுக்கான கற்பிலக்கணமும் வெவ்வேறாகவே இருந்திருக்கின்றன. மட்டுப்படாத காமத்தோடு ஒருபெண், எதிர்வீட்டு இளைஞன் குறித்துப் பேசிக்கொண்டிருப்பதை விளங்கிக்கொள்கிறான் கணவன். தன் மனைவியை அடக்கவும் அதட்டவும் அவனுக்குப் பத்தினி எனும் சொல் பயன்படுகிறது.

பெண் ஆணையும் ஆண் பெண்ணையும் அளவிடும் சொல்லாகக் கற்பு இருப்பதை மறுப்பதற்கில்லை. காலங்கள் கடந்தாலும்கூட, கற்பின் கட்டுமானங்கள் அசைவதில்லை. ஒரு பெண்ணைக் கேவலப்படுத்த அல்லது கேள்விக்குள்ளாக்க இன்றும் இல்லாத கற்புதான் ஏதுவாக இருக்கிறது. இராசேந்திரசோழனின் இந்தக் கதையைப் பெண்ணியவாதிகளால் ஏற்க இயலாது. இவரெப்படி இடதுசாரிப் படைப்பாளராகவும் முற்போக்கு எழுத்தாளராகவும் அறியப்படுகிறார் எனக் கேட்கலாம்.

பெண்ணைக் கற்பு சார்ந்து கொச்சைப்படுத்தும் ஒருவனுடைய குரலைப் பதிவு செய்ததன் மூலம் ஆணாதிக்கம் அல்லவா வெளிப்படுகிறது எனவும் சொல்லலாம். உண்மை அதுவே ஆயினும், அவருடைய கதைகளின் அசல் தன்மையே அதுதான். கருத்துக்காகவும் கொள்கைக்காகவும் எதார்த்தத்தை மீறி அவரால் எதையுமே எழுத முடிந்ததில்லை. கொள்கைகளும் கோஷங்களும் தேவைதான் என்றாலும், அதையே கட்டிக்கொண்டு அழவேண்டியதில்லை என்பதுதான் அவருடைய எண்ணமாக இருந்திருக்கிறது. உள்ளதை உள்ளபடியே சொல்வதில்தானே இலக்கியமிருக்கிறது என்று அவரே ஒரு காலத்தில் சொல்லியிருக்கிறார்.

உள்ளதை உள்ளபடியே சொல்லக்கூடிய ஒருவர்,

இடதுசாரியாகவும் முற்போக்கு எழுத்தாளராகவும் இருக்கமுடியாது என அவர் சார்ந்திருந்த இடதுசாரி இயக்கமே அவர்மீது விமர்சனம் வைத்தது. மே தின மலருக்குக் கதை கேட்ட கட்சிப் பத்திரிகை, அவர் எழுதி அனுப்பிய சிறகுகள் முளைத்து என்னும் குறுநாவலைப் பிரசுரிக்க மறுத்துவிடுகிறது. கட்சியின் கட்டுத் திட்டங்களுக்கு விரோதமானதாக அக்கதை பார்க்கப்பட்டுப் பிரசுரத் தகுதியிழந்த அக்குறுநாவலே இராசேந்திரசோழனின் எழுத்து குறித்த சிந்தனைகளுக்கு வித்திட்டன.

ஒரு படைப்பாளன் புரட்சி குறித்தும் மக்கள் எழுச்சி குறித்தும் மட்டுமேதான் எழுதவேண்டுமா, கட்சிக் கட்டுப்பாடு அல்லது ஸ்தாபன விதிகளுக்கு உட்படாத எழுத்துகள் எழுத்துகளே இல்லையா என்னும் கேள்வியோடு முற்போக்கு எழுத்தாளர் சங்கத்திலிருந்து வெளியேறுகிறார். வெளியேறிய பிறகு வெகுகாலம் அவரால் படைப்பிலக்கியத்தில் ஈடுபடமுடியாமல் போய்விடுகிறது. விமர்சனங்களைத் தாண்டிச்செல்வது ஒருவகை. வைக்கப்பட்ட விமர்சனங்களுக்கு எதிர்வினையாற்றத் தன்னைத் தயார்ப்படுத்துவது இன்னொருவகை.

இராசேந்திரசோழன் இரண்டாவது வகையைச் சேர்ந்தவர். என்னென்ன விமர்சனங்கள் அவர்மீது வைக்கப்பட்டதோ அதையெல்லாம் தர்க்க ரீதியாக எதிர்கொள்ள முனைந்திருக்கிறார். இடதுசாரியாக அறியப்பட்ட அவர், இடதுசாரி இலக்கியத்தின் மீது முன்வைத்த விமர்சனங்கள் முக்கியமானவை. என்றாலும், அவருடைய விமர்சனங்கள் எதுவும் எதிர்த் தரப்பினருக்குச் சாதகமானதாக அமையவில்லை. வீட்டுக்குள் இருக்கும் ஒட்டடைகளை அடிக்க வீட்டைக் கொளுத்துவதல்ல வழியென்று அவருக்குத் தெரிந்திருக்கிறது. ஆகவே, அவர் மார்க்சியக் கத்தியைப் போலி மார்க்சிஸ்டுகளுக்கு எதிராகத் திருப்பினாரே தவிர மார்க்சியத்துக்கு எதிராகத் திருப்பவில்லை.

இராசேந்திரசோழனை வெறும் கதாசிரியராக, நாவலாசிரியராகப் பார்ப்பதற்கில்லை. நான் அவரை அறிந்தபோது அவர் தமிழ்த்தேசப் பொதுவுடைமைக் கட்சியில் தன்னை இணைத்துக்கொண்டிருந்தார். அதே கட்சியில் நகரப்

பொறுப்பு வகித்து வந்த என் அப்பாவின் தோழராக அவர் இருந்தார். திண்டிவனத்தை அடுத்த மயிலத்தை வாழிடமாகக் கொண்டிருந்த அவர் அவ்வப்போது தஞ்சாவூர் வருவது வழக்கமாயிருந்தது. கட்சிப் பணிகள் தொடர்பாகவும் கட்சி ஏற்பாடு செய்யும் கூட்டங்களில் பங்கேற்கவும் அவர் வருகிற போதெல்லாம் அவரைச் சந்தித்திருக்கிறேன். அஸ்வகோஷ் என்னும் பெயரில் எழுதுபவரும் அவரே என்பதை அப்பா சொல்லித்தான் அறிந்துகொண்டேன். கடவுள் என்பது என்ன, சொர்க்கம் எங்கே இருக்கிறது, சொர்க்கத்துக்குப் போவது எப்படி போன்ற அவருடைய மார்க்சிய மெய்யியல் நூல்கள் அப்போது எனக்குப் புரியவே இல்லை. கதையோ கவிதையோ எழுதுகிறவர்கள் இதையெல்லாம் ஏன் படிக்கவேண்டும் என்றுதான் தோன்றியது. அதைவிட மார்க்சிய மெய்யியல் நூலை எழுதக்கூடிய ஒருவர் நல்ல கவிதையோ கதையோ எழுத வாய்ப்பில்லை என்றே நினைத்தேன். அதுமட்டுமல்ல, அவர் மேடையில் பேசும்போது ஒருமுறைகூட நான் கைதட்டியதில்லை. என்ன இந்த அஸ்வகோஷ் மாமா இப்படி அறுக்கிறார் என்றே அப்பாவிடம் குறைபட்டுக்கொள்வேன். அடே அவரு பேசுறது பெரிய விஷயம்டா, அதத் தெரிஞ்சுக்க நீ இன்னும் நிறைய படிக்கணும் என்பார். ம்கூம் இவரு பேசறதயே புரிஞ்சிக்க முடியலையாம். இதுல படிச்சிட்டு வேற புரிஞ்சிக்கணுமா என நக்கலடிப்பேன்.

நான் அப்படிக் கருதினாலும் அப்பாவும் அப்பாவை ஒத்த தோழர்களும் அவருடைய நூல்களை ஆழ்ந்து படிப்பார்கள். அவர் நூல்களை அவர்கள் விவாதிப்பது ஆச்சர்யமளிக்கும். அண்டத்துக்குக் கீழுள்ள அத்தனை விஷயங்களையும் அலசக்கூடியவர் என்பதான தோற்றத்தை அவரும் அவருடைய நூல்களும் ஏற்படுத்தின. கைத்தறி ஜிப்பாவும் தோள் பையுமாக வளையவந்த அவர், கதாசிரியர் என்பதைவிட அறிவுஜீவி என்கிற பிம்பத்திற்குப் பொருத்தமாயிருந்தார். அவர் அணிந்துவரும் ஜிப்பாவை அவரே அவர் கைப்பட தைத்துக்கொள்வது என்று அப்பா சொன்ன நாளில், வரும் தீபாவளிக்கு அப்பா துணியெடுத்துத் தரமாட்டாரோ என்னும் அச்சம் கவ்வியது.

ஒருவரைப் பார்த்தவுடன் பிடிப்பது வேறு. பார்க்கப் பார்க்கப் பிடிப்பது வேறு என்பதுபோல அஸ்வகோஷ் என்கிற இராசேந்திரசோழன் மாமா, பார்க்கப் பார்க்க அல்ல. படிக்கப் படிக்கப் பிடித்துப்போனார். முதலிலேயே அவருடைய கட்டுரை நூல்களைப் படிக்காமல் கதைத் தொகுப்பை வாசித்திருந்தால் ஆரம்பத்திலேயே பிடித்துப் போயிருப்பாரோ என்னவோ. அவருடைய கதைகள் இறுக்கமும் அடர்த்தியும் கொண்டவை என்று முன்பே சொல்லியிருக்கிறேன். ஆனாலும், கதாபாத்திரங்களின் குரலாக அவை அமைந்திருந்ததால் அவருடைய கட்டுரை நூல்களைவிட கதைத் தொகுதிகள் எளிய புரிதலுக்கு ஏற்புடையதாக இருந்தன. புற்றில் உறையும் பாம்புகளையோ கோணல் வடிவங்களையோ இன்றையப் புரிதலில் வேறாக அர்த்தப்படுத்திக்கொண்டாலும், அன்றைக்கும் அவை ஏதோ ஒருவிதத்தில் புரிந்திருக்கும் என்றே நம்புகிறேன். இப்போதுகூட அவருடைய நூல்களின் தலைப்பைச் சொன்னால் தலை சுற்றுகிறது.

‘மிதிபடும் மானுடம் மீட்பின் மனவலி, பின் நவீனத்துவம் பித்தும் தெளிவும், இந்தியம் திராவிடம் தமிழ்த்தேசியம், சாதியம் தீண்டாமை தமிழர் ஒற்றுமை, அணுசக்தி மர்மம் தெரிந்ததும் தெரியாததும், அணுஆற்றலும் மானுட வாழ்க்கையும்’ போன்ற நூல்களின் தலைப்பை வாசித்தாலே அவர் எவை எவை குறித்தெல்லாம் சிந்தித்திருக்கிறார் என யூகிக்கலாம். அவர் எழுதியவை அத்தனையுமே அவசியமானவைதான். ஆனாலும், ஒரு நல்ல சிறுகதை எழுத்தாளர் ஏன் இதையெல்லாம் எழுதப் புகுந்தார் என்பதுதான் யோசனைக்குரியது. உலகையும் அரசியலையும் உள்வாங்கிக்கொள்ளாமல் எழுதக்கூடிய எந்த எழுத்துமே ஜீவனற்றவை எனச் சொல்லவே அவர் இவ்வளவையும் எழுதியிருக்கிறார்.

இத்தனை ஆண்டுகளாக அவர் காலத்தை விரயம் செய்து எழுதிய நூல்களின் வாயிலாக அவருடைய எழுத்தாளர் அடையாளம் பின்னுக்குத் தள்ளப்பட்டிருக்கிறது. இராசேந்திரசோழன் இலக்கியத்திற்கு அளித்த பங்களிப்பைவிடவும் இதர சிந்தனைப் போக்குகளுக்குச் செய்த

பங்களிப்பே அதிகம் என்பதாக ஆகிவிட்டது. உண்மையில், அதுகுறித்தெல்லாம் அவருக்கு எந்த விசனமும் இல்லை. இதையே தன்னுடைய பரிதாப எழுத்தாளர் திருவாளர் பரதேசியார் பண்டித புராணத்தில் சுய எள்ளலாகவும் வெளிப்படுத்தியிருக்கிறார்.

ஒருகாலத்தில் ஒரு லட்சிய வேகத்தில் காலராக் கண்டவன் பேதி மாதிரி நமது பண்டிதரிடமிருந்து தொடர்ந்து வெளிப்பட்டுக்கொண்டிருந்த எழுத்துகள் கொஞ் சநாள், மலச்சிக்கல் கண்ட மாதிரி இறுகி இடைப்பட்டு ஓர் இடைவெளிவிட்டுப் போயிருந்ததில் முன்னே மாதிரி இப்போது தனக்கு எழுதவருமா என்பது அவருக்கே சந்தேகமாயிருந்திருக்கிறது. எழுதியே தீருவது என்றோ அல்லது சும்மாவாது எதையாவது எழுதிப் பார்க்கலாமே என்றோ உட்கார்ந்தால்கூட அன்னாருக்கு முன்னே மாதிரி எழுத வருவதில்லை என்று தெரிகிறது என்று அக்குறுநாவலில் அவரே அவரைச் சுயஎள்ளல் செய்திருப்பார். திடீரென்று எழுத்து வறண்டு போனாலோ அல்லது எழுத முடியாத அளவுக்கு மெண்டல் பிளாக் வந்தாலோ இப்போது நான் எடுத்து வாசிக்கும் குறுநாவல் அது. ஒரு எழுத்தாளனின் அக மற்றும் புறச் சிக்கல்களை அத்தனைப் பகடியுடன் விவரித்த வேறு ஒரு படைப்பு இதுவரை எனக்குக் கிடைக்கவில்லை. விழுந்து விழுந்து சிரித்தேன் என்போமே அப்படியான சிரிப்பை வரவழைக்கக்கூடிய குறுநாவல் அதுவே.

அந்தக் குறுநாவலைப் படிக்கும்போது சிரிப்பு வரவேண்டுமானால் கொஞ்சமாவது உங்களுக்கும் எழுத்து குறித்தோ எழுத முடியாமல் போகும் சிக்கல் குறித்தோ தெரிந்திருக்க வேண்டும். குடும்பஸ்தனாகிவிட்ட ஓர் எழுத்தாளன், தன் கதையையோ காவியத்தையோ எழுத என்ன பாடுபடுகிறான் என்பதே அக்குறுநாவலின் மையம். அதுவும் அவன் கொள்கைக் கோமானாகத் தன்னை நிறுவிக்கொள்ள ஆசைப்படுபவனாக இருந்துவிட்டால் அவ்வளவுதான். ஒருவரிகூட எழுத முடியாமல் தவிக்கும் நிலையில் அவன் ஏற்கெனவே வாங்கிவைத்த பெயருக்குக் களங்கம் வராதிருக்க என்னென்ன செய்கிறான் என்பதே விசேஷம்.

எழுதவரவில்லை என்பதையே எழுத்தாக்கிய அக்குறுநாவல் வெளிவந்தது, தொண்ணூறுகளின் பிற்பகுதி என்று நினைவு. அப்போது வெளிவந்த புதிய பார்வை இதழில் அக்குறுநாவல் குறித்துக் கவிஞர்.கல்யாணராமன் எழுதியிருந்தார். அதன்பின் கல்யாணராமனும் பேராசிரியராகி அவருமே தொடர்ந்து எழுதாதவராகப் போனாரென்பது பிற்சேர்க்கையாகச் சொல்லப்படவேண்டியது.

இராசேந்திரசோழன் எழுத்தின் பல தளங்களிலும் இயங்கியவர். ஆசிரியர் பணியின் ஊடே இலக்கிய ஈடுபாடும் அரசியல் ஈடுபாடும் கொண்டிருந்த அவர், 1970 முதல் 1985 வரை ஒரு பதினைந்து ஆண்டுகாலம் மார்க்சிஸ்ட் கட்சியின் ஆதரவாளராக இருந்தவர். அதன் பிறகு அக்கட்சியின் போக்குகள் மற்றும் நிலைப்பாடுகள் பிடிக்காமல் ஒத்தக் கருத்துடைய தோழர்களுடன் விலகி, தமிழ்த்தேசப் பொதுவுடைமைக் கட்சி என்கிற அமைப்பில் தன்னை இணைத்துக் கொள்கிறார். இதில் ஓர் இருபதாண்டு காலம். பிறகு அக்கட்சியிலிருந்தும் வெளியேற வேண்டிய நிலை. பொதுவாகத் தலைமையின் ஜனநாயகமற்ற சர்வாதிகாரப் போக்குகளை அவரால் எந்தக் கட்டத்திலும் ஏற்க முடிந்ததில்லை. அவர் தன்னைச் சுதந்திர எழுத்தாளராக எப்போதுமே கருதியதில்லை. கொள்கைகளைப் பற்றுக்கோடாக வைத்துக்கொண்டே பயணித்திருக்கிறார். ஆனாலும், அந்தப் பற்று வெறும் கோடாகத் தெரியும் தருணங்களில் அவரால் அதை ஏற்கவோ ஜீரணிக்கவோ முடியாமல் போய்விடுகிறது.

சிறுகதை, நாவல், குறுநாவல் என்பதுடன் ஒருகட்டத்தில் அவர் எழுதியளித்த நாடக ஆக்கங்களை, அஸ்வகோஷ் நாடகங்கள் என்னும் தலைப்பில் மங்கை பதிப்பகம் வெளியிட்டிருக்கிறது. அவரே சொல்வதுபோல, நாடகம் என்பது நடிக்கப்படுவதற்காக எழுதப்படுகிறதே தவிர படிக்கப்படுவதற்காக எழுதப்படுவதில்லை. நடிப்பதற்கான பிரதி, படித்து நுகர்வதோடு மட்டுமே நின்றுவிடுமானால் அதற்கு இலக்கியத் தகுதி கிட்டுமே தவிர நிகழ்த்துக்கலைக்கான தகுதி கிடைக்காதுதான். என்றாலும், அந்நாடகங்களை நிகழ்த்திக் காட்டிய காலத்தை இப்போது நினைத்து மட்டுமே பார்க்கமுடிகிறது.

1978இல் தமிழ்நாடு முற்போக்கு எழுத்தாளர் சங்கம் நடத்திய இரண்டாவது மாநாட்டில், நண்பகல் இடைவேளையில் சகஸ்மாலா என்னும் நாடகம் நடத்தப்பட்டிருக்கிறது. புறச்சாதனங்கள் ஏதுமன்றி ஒரு பத்து நடிகர்கள் தங்கள் குரல் மற்றும் உடல் அசைவுகளை வைத்துக்கொண்டு உலகை உலுக்கிய சுரங்க விபத்தை அதிர்ச்சியூட்டும்விதத்தில் சித்திரித்திருக்கிறார்கள். அந்தச் சித்திரிப்பை உள்வாங்கிக்கொண்ட நொடியிலிருந்து தானுமே அப்படியான ஆக்கங்களை உருவாக்க எண்ணியிருக்கிறார். அதுமட்டுமல்ல, அவருடைய கதைகளில் மிகுதியாக வெளிப்பட்டவை உரையாடல் தொனி என்பதால் நாடகப் பிரதிகளை உருவாக்குவதில் அவருக்கு எந்தச் சிரமமும் இருக்கவில்லை. அத்தோடு அதே ஆண்டு திண்டுக்கல்லை அடுத்த காந்திகிராமத்தில் தில்லி தேசிய நாடகப்பள்ளி நடத்திய பத்து வார கால தீவிரப் பயிற்சிப் பட்டறையிலும் தன்னை ஈடுபடுத்திக்கொண்டுள்ளார்.

Theatre என்னும் ஆங்கிலச் சொல்லுக்கு நேரடியான தமிழ்ச்சொல்லாக அரங்க ஆட்டம் என்னும் சொல்லைத் தேர்ந்தெடுத்துக் கொடுத்தவர் அஸ்வகோஷ். நிகழ்த்துக் கலை குறித்து அவர் எழுதியுள்ள அரங்க ஆட்டம் என்னும் நூலை நாடகக் கலைஞர்கள் தங்கள் கையேடாகக் கருதலாம். உலகப் புகழ்பெற்ற நாடகப் பிரதிகள் தமிழில் எத்தனையோ மொழிபெயர்க்கப்பட்டுள்ளன. என்றாலும், நாடகத் தோற்றம் குறித்தோ நாடக சாஸ்திரம் குறித்தோ வெளிவந்ததில்லை.

வங்கம், மராத்தி, இந்தி, தெலுங்கு, கன்னடம் ஆகிய மொழிகளிலுள்ள நாடகங்களை ஒப்பிட்டு அதிலிருந்து தமிழ் நாடக முறைகள் எந்தெந்த விதத்தில் ஒத்தும் முரண்பட்டும் நிற்கின்றன என்பதை மிக விரிவாகவே எழுதியிருக்கிறார். அந்நூலில் எழுபதுகளில் அறிமுகமான நவீன நாடகப் போக்குகள் தமிழ்ச் சூழலில் எப்படியான தாக்கங்களை ஏற்படுத்தின என்பதை விவரித்திருக்கிறார். குறிப்பாக ந. முத்துசாமியின் கூத்துப்பட்டறை, அ. மங்கையின் மௌனக்குரல், இளைய பத்மநாபன், வீ. அரசுவின் பல்கலை அரங்கு, பிரளயனின் சென்னைக் கலைக்குழு, பத்திரிகையாளர்

ஞாநியின் பரீக்ஷா, கே.ஏ.குணசேகரனின் தன்னானே, மு.ராமசாமியின் நிஜ நாடகக்குழு ஆகியவற்றை அந்நூலில் குறிப்பிட்டிருக்கிறார். அதே போல புதுவையை மையமாக வைத்து இயங்கிவரும் ஆறுமுகம், ராஜு, வேலுசரவணன் பற்றியும் தஞ்சைத் தமிழ்ப்பல்கலைக்கழகத்தைச் சேர்ந்த நாடகத்துறைப் பேராசிரியர் சே.இராமானுஜம் பற்றியும் பதிவு செய்திருக்கிறார். அரங்க ஆட்டம் நூல் எத்தகைய தனித்துவமுடையது என்பதைத் திரைக் கலைஞர்கள் பலருக்குப் பயிற்சியளித்துவரும் தம்பிச்சோழன் என்னைவிட நேர்த்தியாக விளக்குவார்.

இராசேந்திரசோழனின் எழுத்துகளில் உள்ள முக்கிய அம்சம் என்னவென்றால், அவரே அவர் எழுத்துகள் குறித்து நூலின் முன்னும் பின்னும் எழுதிவிடுவதுதான். இது முழுமையாக வந்திருக்கிறது, இதை நான் இன்னும் சிறப்பாகச் செய்திருக்கலாம் என அவரே வாக்குமூலம் கொடுத்துவிடுவார். சிலசமயத்தில் அந்த வாக்குமூலத்திலிருந்து நாம் வேறுபடலாம். அல்லது மாறுபடலாம். ஏறக்குறைய பன்னிரெண்டு நாடகப் பிரதியை வழங்கியுள்ள அவர், தன்னுடைய நாடகங்களில் விசாரணை மற்றும் வட்டங்கள் முழு நிறைவை அளித்ததாகச் சொல்லியிருக்கிறார். அந்நாடகங்கள் கட்டமைப்பிலும் வெளிப்பாட்டிலும் தீவிரமுடையவை எனச் சொல்லும் அவர், ஏனைய நாடகங்கள் அந்தந்த நேரம் சார்ந்தும் பயன் சார்ந்தும் எழுதப்பட்டவை என்கிறார். என்னளவில், இந்தத் தீர்மானங்களையும் முடிவுகளையும் அவர் அறிவிக்க வேண்டியதில்லை என்றே தோன்றுகிறது.

கதையானாலும் கட்டுரையானாலும் அவர் சொல்லியதற்கு அப்பாலும் விடுபட்டுப் போனவற்றை நேர்மையாகச் சொல்லிவிட எத்தனிக்கிறார். ஒரே நேரத்தில் எழுத்தாளனும் விமர்சகனும் அவரை உண்டு இல்லை எனப் பண்ணிவிடுகிறார்கள். அறிவை ஜனநாயகப்படுத்துவதொன்றே அதிகாரத்தை முறியடிக்கும் என நம்பும் அவர், தன்னுடைய படைப்புகளில் வெளிப்படும் அதிகாரத்தையும் விமர்சனத்தால் வெளியேற்றிவிட விரும்புகிறார். படைப்பை அனுபவப் பாத்திகளில் நடாமல் விவாதத்தளத்தில் வைப்பதிலேயே

குறியாக இருந்திருக்கிறார். கிணற்றில் வீசியக் கல்லாகச் சிற்றலைகளைச் சிலநிமிடம் ஏற்படுத்திவிட்டுப் பின் அமைதியாவதை படைப்பென்று கருதக்கூடிய மனநிலை அவருக்கு வாய்க்கவில்லை. அதே சமயத்தில் அவருடைய படைப்புகள் குறித்த பெருமிதங்களும் அவருக்கு இல்லாமல் இல்லை. அவ்வப்போது தனக்குத் திருப்தியும் நிறைவுமளித்த ஆக்கங்களை அவர் தொட்டுக்காட்டியிருக்கிறார். முழுத் தொகுப்பாக வெளிவந்துள்ள அவருடைய சிறுகதைகளில் தென்படும் ஏற்ற இறக்கங்கள் பற்றி அவரே பின்னுரையாக எழுதியிருக்கிறார்.

படைப்பூக்கம் மிகுதியாகக் காணப்பட்ட காலங்களில் எழுதப்பட்ட கதைகளையும் படைப்பூக்கம் ஓரளவு மட்டுப்பட்டிருந்த காலங்களில் எழுதப்பட்ட கதைகளையும் வகுத்தும் தொகுத்தும் அவர் அலசியிருப்பது குறிப்பிடத்தக்கது. அரசியல் செயல்பாட்டாளராக அவர் ஆனதற்குப் பிறகு அவரிடமிருந்து வெளிப்பட்ட கதைகள் தரவரிசையில் பின்னாலிருப்பது கவனிக்கத்தக்கது. இக்கருத்தை வேறு யாராவது விவாதித்தால் அப்படியில்லை. அவர் எப்போதுமே ஒரே தரத்தில்தான் எழுதிக்கொண்டிருந்தார் எனலாம். ஆனால், அப்படியில்லாமல் அவரே சொல்லும்போது அதை நம்மால் மறுக்கவோ எதிர்விவாதம் செய்யவோ வழியில்லாமல் போய்விடுகிறது.

தன்னுடைய படைப்புகளே சிறப்பானவை என்று அங்கிருந்தும் இங்கிருந்தும் மேற்கோள்களைக் காட்டி முட்டுக்கொடுப்பவர்களை நாம் பார்த்திருக்கிறோம். ஆனால், என்னுடையதில் இவை இவை போதாமையுடையன என விட்டுக்கொடுப்பதை இராசேந்திரசோழனிடம் மட்டுமே காணமுடியும். சொல்லப்பட்ட செய்தியிலும் செய்நேர்த்தியிலும் தட்டித்தட்டிப் பொறுக்கிப் பார்த்து கனக்கச்சிதமாகச் செதுக்கப்பட்ட நெத்துப் பயிறுகள் எனச் சில கதைகளைப் பட்டியிலிட்டிருக்கிறார்.

அந்த விதத்தில் அவர் ஓர் இருபது கதைகளை மட்டுமே ஆகச்சிறந்த கதைகளாக அறிவிக்கிறார். மீதமுள்ள கதைகளில் சில இன்னும் சிறப்பாக வந்திருக்க வேண்டியவை

என்றும் வலுவாகச் சொல்லியிருக்க வேண்டியவையில் வேக்காடு குறைந்துவிட்டதாகவும் குறைப்பட்டிருக்கிறார். நன்னிப்பயிறாக சில கதைகளைக் குறிப்பிட்டுவிட்டு, நன்னிப்பயிறுகள் விதைக்கு உதவாது. என்றாலும், தின்பதற்கு ருசி என்று சொல்லியிருக்கிறார். கதைகள் இலக்கிய ருசியோடும் இலக்கியச் சாரத்தோடும் அமையப்பெறும் அதே வேளையில், பொதுவெளியிலும் அறிவுத் தளத்திலும் விவாதங்களை ஏற்படுத்தவேண்டுமென அவர் சிந்தித்திருக்கிறார். 77 கதைகளில் நான்கோ ஐந்தோ கதைகள்தான் தொழில்முறை விலைமாதர்கள் பற்றியவை. அப்படியிருந்தும் யாரோ ஒரு விமர்சகர், தன்னை அவர் தேவடியாள் பற்றி பாம்ப்லெட் போடுகிற எழுத்தாளர் என்றதை மறைக்காமல் சொல்கிறார். தன்னை ஒருவர் தரந்தாழ்ந்து விமர்சித்தார் என்பதைக்கூட வெளிப்படையாக எதிர்கொள்ளும் இராசேந்திரசோழன், தன்னைப் புகழ்பவர்களையும் சந்தேகத்துடனே அங்கீகரிக்கிறார். என்னைப்பற்றித்தான் எனக்கே தெரியுமே நீங்கள் சொல்வதற்கு என்ன இருக்கிறது என்பதே அவருடைய படைப்பு மனம்.

என்னுடைய முதல் கவிதைத் தொகுப்பான மனப்பத்தாயத்திற்கு யார் யாரிடம் அணிந்துரை வாங்குவது என்று யோசித்தபொழுது இரண்டு பெயர்களை என்னால் தவிர்க்கமுடியவில்லை. கருத்துரீதியாக ஞானக்கூத்தனிடம் எனக்கு மாறுபாடு உண்டென்றாலும் அவரையும் இராசேந்திரசோழனையும் என்னால் தவிர்க்க இயலவில்லை. கருத்துரீதியாக என்னை அப்போது ரொம்பவும் கவர்ந்திருந்த எழுத்தாளராக இராசேந்திரசோழனே முன்னிருந்தார். அப்பாவின் தோழர் என்பது கூடுதல் காரணமாயிருக்கலாம். அக்காலத்தில் தமிழர் கண்ணோட்டம் என்னும் இதழில் அவர் தொடர்ச்சியாக எழுதி வந்த கட்டுரைகளின் வழியேதான் அரசியல் பாடங்களைக் கற்றுக்கொண்டிருந்தேன். அந்தப் பாடத்தையும் நான் முழுதாகக் கற்கவில்லை என்பது வேறு விஷயம்.

ஒருவேளை முழுதாகக் கற்றிருந்தால் நானுமே படைப்பூக்கத்திலிருந்து வேறு வேறு அரசியல் செயல்பாட்டில் இறங்கியிருப்பேனோ என்னவோ. எல்லா நன்மையிலும்

தீமையுண்டு என்பதைப்போல எல்லா தீமையிலும் நன்மை இருக்கிறது. தனக்கு நன்மையும் சமூகத்திற்குத் தீமையும் விளையக்கூடிய ஒன்றை மட்டும் எந்நாளிலும் செய்துவிடக்கூடாது.

முதல் கவிதைத் தொகுப்புக்கான வேலைகள் மும்முரமாகத் தொடங்கியபோது, ராஜரிஷி என்னும் அரசியல் வார ஏட்டில் உதவி ஆசிரியனாகப் பணிபுரிந்துகொண்டிருந்தேன். கவிதைகள் என்று நான் நம்பி வைத்திருந்த காகிதங்களில் இது இது மட்டுமே கவிதை எனத் தேர்ந்தெடுத்துக் கொடுத்த பெருமை வித்யாஷங்கருக்குரியது. நக்கீரன் துரை என்று அழைக்கப்பட்ட அவர், வித்யாஷங்கர் என்னும் பெயரில் கவிதைகள் எழுதிக்கொண்டிருந்தார். சந்நதம் என்னும் தலைப்பில் வெளிவந்த அவருடைய கவிதைத் தொகுப்பு அப்போதும் என் அபிமானத்துக்குரிய கவிதைகளைக் கொண்டிருந்தன. மனப்பாடம் செய்து அக்கவிதைகளை அவரிடம் சொல்லி நன்மதிப்பைப் பெற்றிருந்தேன். இராசேந்திரசோழனிடம் அணிந்துரை பெறலாம் என எண்ணியதை அப்பாவிடமும் ஆசிரியர் துரையிடமும் பகிர்ந்துகொண்டேன். இருவருமே ஏக பெருமிதத்துடன் என் விருப்பத்தை வழிமொழிந்தார்கள்.

மின்னஞ்சல் வசதியெல்லாம் அப்போது கிடையாது. எது ஒன்றையும் தபால் மூலமோ தந்தி மூலமோதான் தெரிவிக்கவேண்டும். இராசேந்திரசோழனிடம் என் தொகுப்பு குறித்த விவரங்களைச் சொன்னதும் அவரும் அகம் மகிழ்ந்து அணிந்துரை தர ஒப்புக்கொண்டதை அப்பாவே தொலைபேசியில் தெரிவித்தார். மயிலம் முகவரிக்குக் கவிதைகளை அஞ்சல் செய்யச் சொன்னதாக அப்பா சொன்னபோதும் எனக்கென்னவோ அது அவ்வளவு சரியாகப்படவில்லை. நானே அவரை நேரில் பார்த்துக் கவிதைகளைத் தந்துவிடுவதாகச் சொல்லி, திண்டிவனத்திற்கு பஸ் ஏறினேன்.

திண்டிவனத்தைத் தாண்டித்தான் மயிலம் இருக்கிறது. என்றாலும், திண்டிவனத்திலிருந்து மயிலம் கிழக்கில் இருக்கிறதா மேற்கில் இருக்கிறதா எனத் தெரியவில்லை. ஒருவழியாகக் கண்டுபிடித்து அவர் வீட்டுக்கு நான்

போனபோது வெயில் கொளுத்திக்கொண்டிருந்தது. கதைகளில் நான் படித்திருந்த மயிலம் நேரிலும் அப்படியே தானிருந்தது. இராசேந்திரசோழனின் கதைகளை ஊன்றிப் படித்தால் மயிலத்தின் வரைபடம் கண்முன்னே விரியும். தி.ஜானகிராமனை வாசிக்கையில் எப்படிக் கும்பகோணத்தின் சுற்றுவட்ட ஊர்கள் விரியுமோ அப்படிக் காவிரிக்கரையும் அக்ரகாரத் தெருக்களும் அச்சரம் பிசகாமல் தி.ஜா.வின் எழுத்துகளில் தென்படுவதைப்போலவே வட ஆற்காடு மற்றும் தென்னாற்காடு மாவட்டத்தின் தெருக்களையும் மனிதர்களையும் இராசேந்திரசோழனின் கதைகளில் காணலாம். நடுநாட்டு இலக்கியக் கர்த்தா ஒருவரைச் சந்திக்கப் பயணிக்கிறோம் என்ற கெக்களிப்பில் வெயிலும் வேர்வையும் ஒருபொருட்டே இல்லையென்று வீடு சேர்ந்த என்னை அவர் புன்முறுவலோடு வரவேற்றார். அப்பா தொலைபேசியதையும் தொகுப்புத் தயாராவது குறித்த மகிழ்ச்சியையும் பகிர்ந்துகொண்டார். இரண்டொரு நாளில் எழுதி அனுப்புகிறேன் என்றார்.

சொன்னதுபோலவே நான்காவது நாள் அவருடைய அணிந்துரை தபாலில் வந்து சேர்ந்தது. கூட்டை உடைத்துக்கொண்டு என்னும் தலைப்பில் அவர் எழுதி அனுப்பிய அணிந்துரை உண்மையாக, என் எழுத்துலக விஜயத்திற்கு அணி செய்வதாக அமைந்தது. சிறுவயது முதலே என் எழுத்து முயற்சிகளைக் கண்ணுற்றிருந்த அவர், கவிதையுலகில் தனக்கென ஓர் அடையாளத்தைப் பதிக்கவும், அதன்வழி அவ்வுலகில் தன்னுடைய பயணத்தைத் தொடரவும் விழையும் ஒரு படைப்பாளியின் நம்பிக்கை மிகுந்த வெளிப்பாடுகளாகவே இக்கவிதைகள் தென்படுகின்றன. இவ்வெளிப்பாட்டின் பக்குவப்பட்ட சொல்லாட்சியே இவைகளைக் கவிதைகளாகவும் ஆக்குகின்றன என்று எழுதியிருந்தார்.

அணிந்துரை வரிகளை அப்பாவுக்குத் தொலைபேசியில் வாசித்துக்காட்டினேன். அவருமே அகம் மகிழ்ந்துபோனார். உயிர்த்துடிப்பற்ற யந்திரத்தனமான கட்சி வாழ்க்கையில் தந்தையின் பங்குபற்றி ஏற்பட்ட விரக்தியின் வெளிப்பாடாக

வணக்கம் காம்ரேட் கவிதை வந்திருக்கிறது எனவும் அவ்வணிந்துரையில் எழுதியிருந்தார். அக்கவிதை குறித்து மிக மென்மையாக அப்பாவிடம் கோபித்துக்கொண்ட தோழர்கள் என் நடவடிக்கையில் அச்சம் கொண்டிருந்ததை நூல்வெளியீட்டில் வெளிப்படுத்தினார்கள்.

அப்பாவைப் பற்றிய என்னுடைய விமர்சனம், அப்பா அப்போது சார்ந்திருந்த கட்சித் தோழர்கள் மீது நான் வீசிய கணையாகவும் பார்க்கப்பட்டது. சுதந்திரச் சிந்தனைகளோடு வளரக்கூடிய ஒருவனின் செயலூக்கமுள்ள கவிதையாக அவர்கள் அக்கவிதையைப் பார்க்கவில்லை. புரட்சிக்கு எதிரான மனமுடைய ஒருவனைத் தோழர் மகனாகப் பெற்றுவிட்டார் என அப்பா மீது அனுதாபப்பட்டார்கள். வேறு வழியே இல்லாமல் அவரும் அதை ஏற்கவேண்டியதாயிற்று. இத்தனை ஆண்டுகள் கழித்து மீண்டும் இராசேந்திரசோழனை வாசிக்கும்போது, சிறிய அளவில் எனக்கேற்பட்ட சம்பவங்கள் அவருக்கும் ஆரம்பகாலத்தில் ஏற்பட்டதை அறியமுடிகிறது. எதிர் விவாதம் செய்யக்கூடிய அறிவோ ஆற்றலோ அப்போது எனக்கில்லை என்பதால் நான் என்மீது வைக்கப்பட்ட விமர்சனங்களை எளிதாகக் கடந்துவிட்டேன். ஆனால், இராசேந்திரசோழனோ தன்மீது வைக்கப்பட்ட விமர்சனங்களைத் தர்க்கத்தோடும் நியாயத்தோடும் தகர்த்தெறிய உழைத்தவர்.

போலி இலக்கிய, அரசியல் விமர்சனங்களை அவரால் ஒருபோதும் ஒப்புக்கொள்ள முடிந்ததில்லை. புரட்சி என்னும் சொல்லும் வறட்டுத்தனமாகப் பயன்படுத்திய மார்க்சியவாதிகள் மீது அவருக்கு ஏற்பட்டது அளப்பரிய வருத்தம். அந்த வருத்தத்தின் விளைவே அவரை இத்தனை நூல் எழுத வைத்தது. திராவிடம், தமிழ்த் தேசியம், மார்க்சியம் என்னும் நூலில் மூன்றுக்குமுள்ள பொருத்தப்பாடுகளை அவர்போல் இன்னொருவர் எளிதாக விளக்கியதில்லை.

அம்பேத்கரின் 'சாதி ஒழிப்பு சில சிந்தனைகள்' என்னும் நூலில் அம்பேத்கர் புத்த மதத்தைத் தழுவியது ஏன் என்னும் கேள்வியை எழுப்பியிருக்கிறார். மதமே சாதியை நிலைத்திருக்க வைக்கிறது என்பது உண்மையெனில், அதை விட்டொழிக்க அல்லது விலகியிருக்க எண்ணாமல் இன்னொரு மதத்தைத்

தழுவிக்கொள்வது எப்படிச் சரியாகும் எனக் கேட்டிருக்கிறார். இந்து மதத்திற்கு எதிராகப் புத்த மதத்தைத் தழுவுவதைவிட இந்து மதத்திலேயே இருந்துகொண்டு இந்துமதத்திலுள்ள சிக்கலைகளைக் களையவேண்டும் என்கிறார். அதுமட்டுமல்ல, மதங்களிலேயே ஜனநாயமுடைய மதமாக அவர் இந்து மதத்தைத்தான் பார்க்கிறார். தாழ்த்தப்பட்டவர்கள் அதிலிருந்து வெளியேறினால் அதைவிட ஜனநாயகமுடைய மதம் என்ன இருக்கிறது என்பது அவருடைய கேள்வி. கரணம் தப்பினால் மரணம் என்பதுபோல மிக ஜாக்கிரதையாக அவ்விஷயத்தை அவர் கையாண்டிருக்கிறார். மார்க்சியவாதியாகத் தன்னைப் பிரகடனப்படுத்திக்கொண்ட ஒருவர், இந்துமதச் சார்பு நிலையை எடுப்பதிலுள்ள சங்கடங்களையும் அந்நூலில் சொல்லாமல் இல்லை. இடையிடையே இப்படி நினைக்கக்கூடாது அப்படி நினைக்கக்கூடாது என அவரே அணையையும் கட்டிவிடுகிறார். அந்நூலை வாசிக்கும்போது இவர் சொல்வது சரிதானே என்பதுபோல் இருந்தாலும், புத்தகத்தைக் கீழே வைத்ததும் ஏதோ நெருடுகிறது.

மதமே கூடாது என்று சொன்னால் அப்படிச் சொல்பவர்கள் எல்லாம் ஒன்று சேர, மற்றொரு மதம் உருவாகும் வாய்ப்பிருக்கிறதே என்கிறார். இந்து மதத்திற்கு மாற்றாக புத்தமதம் இருந்திருந்தால் அது இத்தனை ஆண்டுகளில் இந்தியா முழுக்கவே பரவி இருக்காதா எனக் கேட்கிறார். இன்றைய இந்தியாவில், குறிப்பாகப் பாரதீய ஜனதாவின் ஆட்சிக்குப் பிறகும் அவரால் இப்படி எழுத முடிவது வியப்பளிக்கிறது. இந்து மதம் பிரச்சனையில்லை. இந்துத்துவவாதிகளே பிரச்சனை என்கிறார். தலித் விடுதலை என்பது சனாதன தர்மத்துக்கு வெளியே இல்லை. உள்ளேதான் இருக்கிறது. வெளியே போய் மல்லுக்கட்டுவதைவிட உள்ளே இருந்து தூய்மை செய்யலாமே என்கிறார். இந்துமதத்தைத் தூய்மைப்படுத்துவதோ இன்னபிற மதங்களைத் தழுவிக்கொள்வதோ அவரவர் விருப்பம் சார்ந்தது. அம்பேத்கர் தான் கண்டடைந்த வழியைக் காட்டியிருக்கிறார். அதில் ஏற்பும் இருக்கலாம். மறுப்பும் இருக்கலாம்.

இராசேந்திரசோழன் ஏற்கும்படியான விதத்தில் விவாதிக்கிறார். ஆனால், நிகழும் சமூக அவலத்தை

முன்வைத்து யோசிக்கும்பொழுது எல்லா விவாதங்களும் அடிபட்டுப்போகிறது. முற்று முழுக்கச் சாதியச் சமூகமாக மாறிவிட்ட இந்தியச் சூழலில், சாதிக்கான மாற்றைத் தேடுவதே வீண் வேலை என்பதுதான் அவர் சொல்லவருவது.

மார்க்சியத்தைக் கற்றறிந்த அவர், முன்வைக்கும் வாதங்கள் மண்ணுக்கு ஏற்றவையாக இல்லை என்று தள்ளிவிட வேண்டியதில்லை. இன்னும் சிலகாலம் கழித்து அவரே வேறு ஒரு மாற்றைச் சொல்லக்கூடும். சொல்லுவார். அம்பேத்கரின் சிந்தனைகளைக் கேள்விக்குள்ளாக்குவதா, அவரது கருத்துகளுக்கே மறுப்பா என்கிற உணர்ச்சிவசப் படல்களுக்கு ஆளாகாமல் நிதானத்துடனும் பொறுப்புடனும் நூலை விவாதித்துச் செயல்படும்படி முன்னுரையில் வேண்டுகோள் விடுத்திருக்கிறார். அவர் என்ன வேண்டுகோளை வைத்தாலும் மதமாற்றமே தீர்வு என எண்ணுபவர்கள் அல்லது புரிந்துகொண்டவர்கள் உணர்ச்சிவசப்படாதிருக்க வாய்ப்பில்லை. மிக எளிதாக இராசேந்திரசோழனை அவர்கள் கூண்டிலேற்றலாம்.

ஒரு தலித்தாக இருந்து அனுபவித்துப் பார்த்தால்தான் இந்துமதத்தின் நெருக்கடிகளை உணரமுடியும். போகிற போக்கில் சாதி சமத்துவத்தைப் பேசிவிட முடியாதே. வேதங்களிலும் சாத்திரங்களிலும் சொல்லப்பட்டதைத்தான் இந்துத்துவவாதிகள் கையிலெடுக்கிறார்கள். அப்படியிருக்க, இந்துமதத்தைவிட்டு ஏன் வெளியேற வேண்டும் என்பது தப்பிக்க நினைப்பவனை தலையைப் பிடித்ததுமுக்கி மீண்டும் தண்ணீரிலேயே மூழ்கடிப்பதற்கு சமம் என்றே கருதுவார்கள். இராசேந்திரசோழனைப் பொறுத்தவரை விவாதங்களுக்கான வித்தை ஊன்றுவதையே தன் வேலையாகக் கொண்டவர். மறுப்பும் ஏற்பும் எப்படியானாலும் அதை நிதானமாக எதிர்கொள்ளப் பழகியவர். தன்னுடைய வாதமே சரியென்று பக்கவாதமோ முடக்குவாதமோ செய்பவர் அல்லர்.

தமிழ்த்தேச மார்க்சிய கட்சி என்னும் அமைப்பைத் தொடங்கி அதன்மூலம் மண்மொழி என்னும் தமிழ்த்தேசிய விழிப்புணர்வு இதழைத் தற்போது நடத்தி வருகிறார். பகுத்தறிவின் மூட நம்பிக்கைகள் என்னும்

தலைப்பில் அவ்விதழ் வெளியிட்டுள்ள சிறு கையேடை சில நாள்களுக்கு முன் வாசிக்க நேர்ந்தது. சாங்கியன் என்னும் பெயரில் வெளிவந்துள்ள அச்சிறு கையேடு, இந்துமதத்திலுள்ள மூடநம்பிக்கைகளை விமர்சிப்பவர்கள் ஏன் ஏனைய மதங்களிலுள்ள மூடநம்பிக்கைகளை விமர்சிப்பதில்லை என்கிறது. மூடநம்பிக்கை எல்லா மதத்திலும் இருக்கின்றபொழுது இந்துமதத்தை மட்டும் குறிவைத்துத் தாக்குவது, குழப்பத்தை விளைவிப்பதாகக் கூறுகிறது. சந்தர்ப்பவாத நாற்காலிக் கட்சிகள், எந்தப் பிரச்சனையிலும் அடியோட்டமாக எதைச் செய்யவேண்டுமோ அதைச் செய்யாமல் மேலோட்டமான படாடோபமான போலித்தனமான காரியங்களில் ஈடுபடுவதாகக் குற்றம் சாட்டுகிறது. எது மேலோட்டம், எது அடியோட்டம் என்பதைப் பகுத்தறிவின் துணையுடன் பார்க்கவேண்டுமே அல்லாது, எடுத்தேன் கவிழ்த்தேன் என்னும் நிலை மாற்றங்களுக்கு உதவாது என அச்சிறு வாசகங்கள் நமக்கு உணர்த்துகின்றன.

இராசேந்திரசோழனின் கதைகளில் வரும் பெண்கள் சமகாலப் பெண்களைப் போல புரட்சியோ கலகமோ செய்பவர்கள் இல்லை. கணவனே மாதர் சங்கக் கூட்டங்களுக்கு அனுப்பினாலும் அங்கேயும் செல்ல அவர்களுக்கு நகை நட்டு தேவைப்படுகிறது. ஊர்வலத்திலும் ஆர்ப்பாட்டத்திலும் கலந்துகொள்ளும் மாதர் சங்க உறுப்பினர்களும் பிரதிநிதிகளும் கழுத்து நிரம்பப் போட்டுவரும் நகைகளைக் கண்டு தனக்கு ஏன் இதெல்லாம் கிடைக்கவில்லை என ஏங்கக்கூடியவர்களாக இருக்கிறார்கள். ஆனால், அவருடைய கட்டுரைகளோ பெண்கள் சமூகம் மதிப்பீடுகள் குறித்து விவாதிக்கின்றன. பெண்ணுக்கான பொருளியல் சுதந்திரத்தையும் பாலியல் சுதந்திரத்தையும் பேசுகின்றன.

எது சர்வாதிகாரம், எது ஜனநாயகம் என்பதைப் பெண்களின் கண்கொண்டு பார்க்கின்றன. புரட்சி, முற்போக்கு என்பதெல்லாம் தொழிற்சங்க அரங்கில் ஊக்கத்தொகை, பஞ் சப்படி சார்ந்து சுருங்கிப் போகிறதே தவிர, மற்றபடி பாலுறவு சார்ந்த, பெண் சார்ந்த சிந்தனைகளில் இவர்களிடம் எவ்வித

முற்போக்கும் புரட்சியும் இல்லை என்கிறார். பொதுச் சமூகத்திடமிருந்து கற்பிதங்களை உள்வாங்கிக்கொண்ட புரட்சிக்காரர்கள், தன்னளவில் செய்துகொள்ள வேண்டிய சோதனைகள் எவை எவை என்பதையும் அந்நூலில் குறித்திருக்கிறார். பண்பாட்டுக் கட்டமைப்பையே அசைத்துவிடும் ஆபத்து நிறைந்ததாக அக்கட்டுரைகளைச் சிலர் கருதலாம். ஆனால், அவருடைய விருப்பமே அதுதான் என்பதை மறுப்பதற்கில்லை.

இந்தியா என்பது தேசமே அல்ல. அது, பல தேசங்களின் ஒன்றியம் என்பதைச் சின்னவயதில் அவர் பேசக் கேட்டிருக்கிறேன். பிரிந்துபோகும் உரிமையுடன் கூடிய சுயநிர்ணய உரிமையே நாம் கோருவது என, அவர் அடித்தொண்டை வறள முழங்கிய காலங்களாகத் தொண்ணூறுகள் இருந்தன. மாநில சுயாட்சி, முதலாளி வர்க்கத்தைக் காக்கும் பாசிச அரசு என அவர் அப்போது உதிர்த்த சொற்களின் அர்த்தங்கள் எல்லாம் இப்போதுதான் புரிகின்றன. இருபத்தைந்து வயதில் எழுதத் தொடங்கியவர் எழுபதுகளின் பிற்பகுதிவரை என்னென்ன எழுதியிருக்கிறார் என்பதை ஆய்ந்துசொல்லும் பக்குவம் எனக்கில்லை. ஆனால், அவர் எழுதியதை எல்லாம் ஆவேசத்தோடு படித்துவந்திருக்கிறேன். மாறுபாடுடைய கருத்துகளை அவர் எழுதினாலும்கூட அதை அக்கறையோடு புரிந்துகொள்ள ஆர்வப்படுகிறேன். கற்பனைகளில் சஞ்சரிப்பவனே எழுத்தாளன் என்னும் பிம்பத்தை உடைத்தெறிந்த எத்தனையோ பேரில் அவரும் ஒருவர். என் வருத்தம், அவர் படைப்பிலக்கியத்தில் இன்னும் கொஞ்சம் கூடுதலாகக் கவனம் செலுத்தியிருக்கலாம் என்பதே.

வாசகனை நேரே நிறுத்திக் கதை சொல்லும் அவருடைய பாணி தனித்துவமானது. காட்சிபூர்வமான விவரணைகளை எந்த இடத்திலும் அவர் தவிர்ப்பதில்லை. உரையாடலை மிகுதியாகப் பயன்படுத்தினாலும்கூட தேவைக்கு அதிகமாக அக்கதாபாத்திரங்கள் பேசுவதில்லை. உட்கார்ந்து ஒரே மூச்சில் எழுதப்பட்ட கதைகளைப் போலவே எல்லாமும் இருக்கின்றன. ஆவேசப் பெருக்கோடு படைப்பை அணுகக்கூடிய தருணங்களை அவருடைய படைப்புகள்

நமக்கு வழங்குகின்றன. இவ்வளவு நேர்த்தியான கதைசொல்லி எழுபத்தி ஏழு சிறுகதைகள் மட்டுமே எழுதியிருக்கிறார் என்பதுதான் என் வருத்தம். என் வருத்தம் மட்டுமல்ல, அவரை வாசித்த அனைவரின் வருத்தமும் அதுவாகத்தானிருக்கும். கட்சி நடவடிக்கைகளில் தன்னை ஈடுபடுத்திக்கொள்ளும் படைப்பாளன், படைப்பிலக்கியத்திலிருந்து வெகுதூரம் விலகிச் சென்றுவிடக்கூடிய அபாயத்தின் சாட்சியாக அவர் இருக்கிறார். என்றாலும், வெறுமனே அவர் பொழுதை போக்கிக்கொண்டிராமல் இயங்கியிருக்கிறார். தனக்கு வழங்கப்பட்ட சமூகப் பொறுப்பிலிருந்தும் சமூக அக்கறையிலிருந்தும் நொடிப்பொழுதுகூட அவர் சும்மா இருக்க எண்ணவில்லை என்பதையே அவருடைய எழுத்துகள் சொல்கின்றன.

மிகக் குறிப்பாக என்னைக் கவர்ந்த அவருடைய முக்கியமான நூல், 'பாட்டாளி வர்க்கச் சர்வாதிகாரம் தேவை தானா?' என்பது. அந்நூலில் அவர் அடுக்கி அடுக்கிக் கருத்துகளை விவாதிக்கும் விதம் அற்புதமானது. புரட்சிக்குப் பிறகான பாட்டாளி வர்க்கம் இடைக்காலத்தில் சர்வாதிகாரத்தைத் தன் பாதையாகக் கொள்ளலாமே தவிர, அதுவே நிலையாகிவிடக் கூடாது. அதிகாரத்தைக் கைப்பற்றி ஆட்சி மாற்றத்தை ஏற்படுத்துவதல்ல புரட்சியின் வேலை. எனவே, முதலாளி வர்க்கச் சர்வாதிகாரத்தை வீழ்த்தி, பாட்டாளி வர்க்க ஜனநாயகத்தை ஏற்படுத்த வேண்டும் என்றிருப்பார். மார்க்ஸ், ஏங்கெல்ஸ், லெனின், ஸ்டாலின் ஆகியோரின் கூற்றுக்களிலிருந்தே அவ்விவாதத்தை அவர் நடத்திச்செல்வது ஆரோக்கியமான புரிதலை நமக்குள் ஏற்படுத்தும்.

சமூகத்தின்மேல் இதுவரை செல்வாக்கு செலுத்திவந்துள்ள தத்துவங்களில் மனிதகுலத்தை வதைக்கும் ஒடுக்கு முறைகளிலிருந்தும் அடிமைத்தளைகளிலிருந்தும் விடுவிக்க அறிவியல்பூர்வமாக வழிகாட்டும் ஒரே மகத்தான தத்துவம் மார்க்சியம் மட்டுமே என்றிருப்பார். ஏனெனில், மார்க்சியம் என்பது இயற்கை, பேரண்டம், சமூகம் பற்றிய, அதன் இயக்கம் பற்றிய புரிதலுக்கான ஓர் அறிவியல் பூர்வமான

அணுகுமுறை எனவும் சொல்லியிருப்பார். சோவியத்தின் வீழ்ச்சியை மார்க்சியத்தின் வீழ்ச்சியாகச் சொல்பவர்கள் உண்டு. அப்படிச் சொல்கிறவர்களை மார்க்சிய விரோதிகளாகப் பார்க்காமல் அவர்கள் புரிதலில் ஏற்பட்டுள்ள கோளாறை நிவர்த்தி செய்யும் விதத்தில்தான் அந்நூலை எழுதியிருப்பார்.

ஒரு படைப்பாளனுக்குப் பாட்டாளி வர்க்கச் சிந்தனை இருக்க வேண்டுமா? வேண்டாமா? என்பது இப்போது ஒரு பிரச்சனையே இல்லை என்ற நிலையில்தான் இராசேந்திரசோழனின் படைப்புகள் அதிகமும் கவனம் பெறுகின்றன. நவீனத் தமிழ் இலக்கிய வரலாற்றுச் சூழலைப் பத்துப் பத்து ஆண்டுகளாகப் பிரித்துக்கொண்டால் எழுபதுகளில் எழுதத் தொடங்கியவர்களில் பலர் இன்று என்ன ஆனார்கள் என்றே தெரியவில்லை. வெவ்வேறு சிந்தனைப் போக்குடைய அவர்கள் கட்சி அரசியலுக்கும் களஅரசியலுக்கும் போனதால் தங்கள் படைப்பின் ஆதார சுருதிகளை இழந்தவர்களானார்கள். எண்பது தொண்ணாறுகளில் எழுத வந்தவர்கள் தத்துவங்களிலிருந்து விலகித் தன்னுணர்வுகளில் விழுந்தார்கள்.

இரண்டாயிரத்தைச் சொல்லவே வேண்டியதில்லை. அவர்கள் எங்கே விழுவது எனத் தெரியாத இடத்திலெல்லாம் விழுந்துகொண்டிருக்கிறார்கள். உலகமயமாக்கலுக்குப் பின் சந்தைகள் பெருகிவிட்டன. வணிகமும் நுகர்வும் மலிந்துவிட்டன. எதைத் தின்றால் பித்தம் தெளியும் எனத் தெரியாமல் இந்த வணிகத்திலும் நுகர்விலும் படைப்புலகமும் பயணித்துக்கொண்டிருக்கிறது. எழுத்து என்பது காகிதத்திலிருந்து கணினிக்கு இடம்பெயர்ந்தது போலவே சிந்தனைகளும் அவசரகாலச் சந்தைக்குச் சரக்குகளாக உற்பத்தி செய்யப்படுகின்றன. வாழ்க்கையைக் கற்பனை மயமான புத்தகங்களில் படித்துப் பிரேமை கொண்டிருந்த ஒரு சமூகம், கள எதார்த்தத்தை இப்போதுதான் சந்திக்கிறது. இந்தச் சந்திப்பில் எழுதினால் என்ன வரும், எவ்வளவு தேறும் என்பது பிரதானக் கேள்வியாக வைக்கப்படுகிறது.

எதையும் தருவதல்ல எழுத்து. எல்லாவற்றையும் சிந்திப்பதற்கான சக்தியை ஏற்படுத்துவதே எழுத்தின்

அடிப்படை. எப்படிச் சொல்கிறீர்கள் என்றால், ஒரே ஒரு வாக்கியத்தில் விடையளிப்பேன். எல்லோரும் இராசேந்திரசோழனின் நூல்களை ஒரே ஒருமுறை வாசியுங்கள். அவரை எனக்குத் தெரியும் என்பதால் அல்ல. எல்லோரையும் அவருக்குத் தெரிந்திருக்கிறது என்பதால்.

தேனுகா

தன் வாழ்நாள் முழுவதையும் கலை இலக்கிய ரசனைக்கு ஒப்புக்கொடுத்தவர் தேனுகா. ஆனால், அவரைப்பற்றி எத்தனைப் பேருக்குத் தெரியும்? இலக்கிய விமர்சனத்தைவிட கலை விமர்சனமே தகுதிவாய்ந்த ஒன்றென்பது என் எண்ணம். காரணம், காகிதத்தில் எழுதப்படும் இலக்கியத்தை, ஓரளவு எழுதவும் படிக்கவும் தெரிந்தவர்கள்கூட கொஞ்சம் முயன்றால் உணர்ந்துகொள்ளலாம். கலை விமர்சனம் என்பது அப்படியல்ல. கலை என்றால் சிற்பம், ஓவியம், இசை. சிற்பத்தையோ ஓவியத்தையோ பார்க்கக்கூடிய ஒருவர், அதன் உட்பொருளைப் போதிய பயிற்சியில்லாமல் கிரகித்துக்கொள்ள முடிவதில்லை.

கண்ணிருப்பதால் பார்க்கிறோம் என்பதோடு ஓர் ஓவியத்தையும் சிற்பத்தையும் நாம் கடந்துவிடுகிறோம். உண்மையில், அதன் வரையறைகள் பற்றியோ வார்ப்புமுறைகள் பற்றியோ யாராலும் நமக்குச் சொல்லித் தரப்படவில்லை அல்லது நாமுமே அப்படியான அக்கறைகளை அக்கலைகள் மீது கொண்டிருக்கவில்லை. ஓவியம் என்றால் வரையப்படுவது. சிற்பம் என்றால் செதுக்கப்படுவது என்பதோடு நிறுத்திக்கொள்கிறோம். எது சிறந்த ஓவியம்? எது

சிறந்த சிற்பம் என்பதை அறிந்துகொள்ளவும் அறிவுறுத்தவும் முனைந்தவர்களில் தேனுகா முக்கியமானவர். எதன் அடிப்படையில் ஒரு சிற்பம் வடிக்கப்படுகிறது என்பதையும் எந்த வரையறைக்குள் ஓர் ஓவியம் தீட்டப்படுகிறது என்பதையும் அவர் போல இன்னொருவர் சொல்ல நான் கேட்டதில்லை.

தமிழ்ச் சூழலில் நிலவிவந்த கலை இலக்கிய விமர்சன வெறுமையைப் போக்கியதில் அவருக்குப் பெரும் பங்குண்டு. இன்றைக்குக் கலை இலக்கியப் பாரம்பர்யமிக்கவர்களாகத் தமிழர்கள் தங்களைக் காட்டிக்கொள்ள போதிய தரவுகளை ஏற்படுத்திக்கொடுத்தவர் அவரே. தேனுகா, கும்பகோணத்தை அடுத்த சுவாமிமலையைப் பூர்வீகமாகக் கொண்டவர். வண்ணங்கள் வடிவங்கள் என்னும் நூல் வாயிலாகக் கலை இலக்கிய விமர்சனத்துறைக்கு அறிமுகமானவர். தன்னுடைய செயற்கரிய ஆய்வுகளால் தமிழ்க் கலைகளுக்கும் முதுகெலும்பு உண்டென்று நிரூபித்தவர். சோழர் காலத்திலேயே அதிக அளவு சிற்பிகள் வாழ்ந்த ஊராகக் கருதப்படும் சுவாமிமலை, முருகனின் ஆறுபடை வீடுகளில் ஒன்று. அங்கிருந்துதான் நடராஜர், விநாயகர், ரிஷபதேவர், அர்த்தநாரீஸ்வரர், மாரியம்மன் என விதவிதமான விக்கிரகங்கள் ஏனைய ஊர்களுக்கு வருவிக்கப்பட்டன. சிற்பக்கலையில் புகழ்வாய்ந்த அண்ணாசாமி ஸ்தபதி, தேவசேனா ஸ்தபதி, மூர்த்தி ஸ்தபதி, வைத்தியநாத ஸ்தபதி எனத் தேசிய விருது பெற்ற எத்தனையோ ஸ்தபதிகள் அவ்வூரிலிருந்துதான் தங்கள் ஆளுமைமிக்க படைப்புகளை உலகுக்கு ஆக்கியளித்தார்கள்.

அவர்கள் வாழ்ந்துவந்த அதே ராஜவீதியில்தான் தேனுகாவின் பூர்வீக வீடும் அமைந்திருந்தது. எனவே, சதா விக்ரகங்களை வார்ப்பதும் செதுக்குவதுமான ஒலிகள் அவர் காதில் கேட்டுக்கொண்டே இருந்திருக்கிறது. அதன்மூலம் அவர் தெய்வச் சிலைகளை வடிப்பதற்கான இலக்கணங்களை மிக இளவயதிலேயே கற்றிருக்கிறார். உத்தம தாளம், மத்திம தாளம் என்ற அளவுகளோடு வடிக்கப்பட்ட கோவில் சிற்பங்களை நாள்தோறும் பார்த்துப் பழகிய அவர், அது குறித்துப் பேசவும் எழுதவும் தொடங்கியிருக்கிறார்.

சிவபெருமானைத் தச தாளத்திலும் அம்பாளை நவ தாளத்திலும் விநாயகரைப் பஞ்ச தாளத்திலும் வடிப்பார்கள் என்னும் தகவலே அவர் எழுதும்வரை என் போன்றோர்க்குத் தெரியாது.

சீனிவாசன் என்னும் இயற்பெயரை உடைய தேனுகா, வித்யாஷங்கரின் சிற்பமொழி, மைக்கேலேஞ் சலோ, லியனார்டோ டாவின்சி, பியத்மோந்திரியானின் நியாபிளாஸ்டிசம், ஓவியர் வான்கோ, பழகத் தெரிய வேண்டும், ஆல்பர் காம்யூவிற்கு என் அஞ்சலி ஆகிய நூல்களை எழுதியிருக்கிறார். விமர்சனத்துறையில் மிகத் தீவிரமாக இயங்கிய அவருடைய படைப்புகள் அவருடைய பெயரைப் போலவே தனித்த கவனத்தைப் பெறுபவை. கும்பகோணத்தில் வங்கி ஊழியராக இருந்துவந்த அவர், அவ்வப்போது எழுத்தாளர் ப்ரகாஷைப் பார்க்கத் தஞ்சாவூருக்கு வருவார். அவர் தஞ்சைக்கு விஜயம் செய்யும் போதெல்லாம், அதைப் பயன்படுத்திக்கொள்ளும் விதமாகக் கலை இலக்கியத் தோழர்கள் அவரை முன்வைத்து, கூட்டத்திற்கு ஏற்பாடு செய்வார்கள். மேடையோ ஒலிபெருக்கியோ இல்லாமல் அக்கூட்டம் சோழன் சிலைக்கு அருகே அமைந்துள்ள அகலமான நடைபாதையில் நடைபெறும். நாங்கள் எல்லோரும் வட்டமாக அமர்ந்துகொண்டு அவரை நடுநாயகமாக இருத்தி, அவர் பேசுவதைக் கேட்டுக்கொண்டிருப்போம். மெல்லிய குரலில் அவர் பேசத் தொடங்குவார். முதல் கால்மணிநேரம் மிதமாகவும் அடுத்த அரைமணி நேரம் அடர்த்தியாகவும் அவருடைய பேச்சுகள் அமையும். உலகத்தின் பல பகுதிகளிலும் அன்றைக்கு நிலவிவந்த கலை இலக்கியப் போக்குகளை அவர் விரல்நுனியில் வைத்திருப்பார்.

அலெக்சாண்டர் கால்டரின் நகரும் சிற்பங்கள் பற்றியும் ஓவியர் தியோபான்தஸ்பர்க்கின் எலிமெண்டரிசம் பற்றியும் அப்படித்தான் எங்களுக்குத் தெரிய வந்தன. நடைபாதையில் அமர்ந்து பேசிக்கொண்டிருக்கிறோம் என்ற எண்ணமே இல்லாமல் உலகளாவிய விஷயங்களை வெகு சாதாரணமாகச் சொல்லிச் செல்வார். அவருடைய ஒவ்வொரு பேச்சின் இறுதியிலும் அதுவரை திறக்கப்படாதிருந்த

கலை இலக்கியக் கதவுகள் தங்களைத் தாங்களே திறந்து கொள்ளும். ஓர் அதிசயத்தைக் கண்ணுற்றதைப்போல அவரை நாங்கள் பார்த்துக் கொண்டிருப்போம். ஒரே தாளத்தில் இசைக்கப்படும் மெல்லிய இசையைப் போல அவர் பேச்சின் அடவுகள் அமைந்திருக்கும். எதிரே அமர்ந்திருப்பவர்களின் முகபாவத்திற்கு ஏற்ப அவருடைய உடல்மொழிகள் உணர்ச்சிகளைக் கொப்பளிக்கும்.

தத்துவவிசாரங்களில் அவருக்கிருந்த ஈடுபாட்டில் சற்றும் குறைவில்லாத ஈடுபாட்டை இசையிலும் அவர் கொண்டிருந்தார். அதிலும் எம்.எஸ். சுப்புலட்சுமியைப் பற்றியோ நாதஸ்வரச் சக்ரவர்த்தி திருவாவடுதுறை ராஜரத்தினத்தைப் பற்றியோ கேட்டுவிட்டால் அவ்வளவுதான். அன்றைய பொழுது முழுக்க அவர்களின் சிறப்புகளைப் பாடிப்பாடி உற்சாகப்படுத்துவார். சுப்ரபாதம் ரெக்காடுகள் மூலம் கிடைத்த அளப்பரிய செல்வத்தையெல்லாம் திருப்பதி தேவஸ்தானத்துக்கும் தொண்டு நிறுவனங்களுக்கும் வழங்கிய எம். எஸ். எஸ்.ஸை தபஸ்வி என்றுதான் குறிப்பிடுவார். நான் சொல்வது சற்றேறக் குறைய இருபது ஆண்டுகளுக்குமுன். அப்போது இசங்கள் குறித்தும் இசை குறித்தும் கலை இலக்கிய விமர்சனம் குறித்தும் இப்போதும்போல யாருமே எழுதியிருக்கவில்லை. அன்றைக்கு யாருமே இல்லாத அல்லது யாருமே முன் வராத விமர்சனக் காட்டுக்குள் ஒற்றைச் சிங்கமாக அவர் உலவி வந்த கம்பீரம் அசாத்தியமானது. க.நா.சு., வெங்கட்சாமிநாதன் ஆகியோருக்குப் பிறகு தேனுகாவின் பங்களிப்புகளே ஸ்திரமானவை. உதிரிகளாக ஒருசிலர் அத்துறையில் இயங்கியிருந்தாலும் தேனுகா அளவுக்குத் தொடர்ச்சியாக அத்துறையில் யாருமே பங்களிப்புச் செய்யவில்லை.

மேற்கில் மட்டுமே இருந்துவந்த கலை இலக்கியக் கோட்பாடுகளையெல்லாம் தமிழில் பிரபல்யப்படுத்த, அவர் இடையறாமல் உழைத்துக் கொண்டிருந்தார். என்னுடைய பதின்ம வயதில்தான் தேனுகா என்னும் பெயரை முதன்முதலில் கேட்டேன். பெயரைக் கேட்ட மாத்திரத்தில் அப்பெயருக்கு உரிய நபர் பெண்ணாக இருக்கக்கூடும் என்றே

நானும் எண்ணினேன். ரேணுகா மாதிரி தேனுகா என எண்ணி அவர்மீது காதல் மீதூறியக் காலம் அது. என்போலவே தேனுகாவைப் பெண்ணென்று நம்பிப் பிரியம் வைத்த இன்னொருவர் கவிஞர் புத்தகன். அவ்வப்போது நானும் புத்தகனும் "இந்த தேனுகா பெரிய அறிவாளியா இருப்பா போலிருக்கே" எனப் பேசிக்கொள்வதை எழுத்தாளர் தஞ்சை ப்ரகாஷ் நமட்டுச் சிரிப்போடு கேட்டுக் கொண்டிருப்பார். சுஜாதா மாதிரியே தேனுகாவும் பெண் பெயரில் எழுதிவரும் ஆண்தான் என்று அவர் சொல்லவே இல்லை. பல நாட்களாக இந்தக் கூத்து நடந்துகொண்டிருந்தது.

ஒருகட்டத்தில் தேனுகாவுக்கு என்ன வயதிருக்கும் என்று நானும் கல்யாணமானவளா? கல்யாணமாகாதவளா? என்று புத்தகனும் விவாதிக்கும் அளவுக்குப் போனோம். அப்போதுதான் தஞ்சை ப்ரகாஷ், "அவ நாளைக்கி சாயந்தரம் வர்றா... மறக்காம வந்திடுங்க அறிமுகப்படுத்துறேன்" என்றார். "தனியாவே கும்பகோணத்திலிருந்து வந்திடுவாங்களா.. இல்லக் கூட யாராச்சும் வருவாங்களா? என்று புத்தகன் கேட்கும்வரைகூட அவர் அந்தப் புதிர்மூட்டையை அவிழ்க்கவில்லை. தேனுகா கும்பகோணத்துக்காரி என்பதுவரை விசாரித்த எங்களால் அந்தப் பெயருக்குரிய நபர் ஆணா பெண்ணா என விசாரித்திருக்கவில்லை என்பதுதான் அதிலுள்ள விநோதம். தஞ்சை ப்ரகாஷ் சொன்ன அந்த சாயந்திரமும் வந்தது.

ஒருநாளுமில்லாத திருநாளாக அன்று ஏனோ முகத்தில் தூக்கலாகப் பவுடரைப் பூசிக்கொண்டு நானும் புத்தகனும் தேனுகாவுக்காகக் காத்திருந்தோம். எங்களைப் பொருத்தவரை அவள் தேனுகா அல்ல தேவதை. வாராதிருந்த அந்த தேவதைக்காக, தஞ்சை ப்ரகாஷ் வைத்திருந்த ரப்பர் ஸ்டாம்ப் கடை வாசலிலேயே நின்றிருந்தோம். வெகுநேரமாக எங்கள் கற்பனைகளில் அந்த தேவதை வெண்சாமரச் சிறகுகொண்டு எங்களைப் பறக்கவைத்தாள். அப்போதுதான் அந்தப் பெரியவர் கடைக்கு உள்ளே வந்தார். "வாங்க தேனுகா எப்படியிருக்கீங்க" என்று ப்ரகாஷ் அந்தப் பெரியவரை ஆரத் தழுவினார். எனக்கும் புத்தகனுக்கும் முகத்தில்

ஈயாடவில்லை. உங்களைச் சந்திக்கத்தான் இவர்களும் வெகுநேரமாகக் காத்திருக்கிறார்கள் என்று எங்களை நையாண்டியாக அறிமுகப்படுத்தினார். அவரும் வழக்கத்திற்கு மாறான புன்னகையோடு எங்களை எதிர்கொண்டார். தேவதை ஆணாக இருந்ததையும் அதைவிட அது வயதான தேவதையாக இருந்ததையும் எங்களால் ஜீரணிக்கவே முடியவில்லை. என்ன செய்ய? அன்றிலிருந்து பெண் பெயரிலுள்ள போதையிலிருந்து வெளியேறி, பெண்ணே ஆயினும் அன்பு செலுத்த முடியாத அவலத்திற்கு ஆளானோம். இப்போது நினைத்தாலும் நானும் புத்தகனும் சேர்ந்து செலவழித்த ஐம்பது கிராம் கோகுல் சாண்டலில் தேனுகாவின் வாசனைதான் வீசுகிறது.

இதன் தொடர்ச்சியாக தேனுகாவிடமே "நீங்கள் ஏன் சார் இப்படியொரு பெயரைத் தேர்ந்தெடுத்தீர்கள்" என்றேன். "ஓ... அதுவா, அது ஒரு ராகத்தின் பெயர். அந்த ராகத்தில் எனக்கொரு மயக்கமுண்டு, முடியுமானால் நீங்களும் தெளியலேது ராமா என்று ஆரம்பிக்கும் தியாகராஜர் கீர்த்தனையைக் கேட்டுப்பாருங்கள். அக்கீர்த்தனை அமைந்திருக்கும் ராகத்தின் பெயர்தான் என்னுடையது" எனவும் பெருமிதப்பட்டுக்கொண்டார். "உங்களுக்கு ஏற்பட்ட அதே மயக்கம் இங்கேயும் சிலருக்கு ஏற்பட்டு, பவுடரைக் காலி செய்தவர்கள்தான் இந்த இருவரும்" என்று கொனஷ்டையாக ஒரு சந்தர்ப்பத்தில் தேனுகாவிடம் தஞ்சை ப்ரகாஷ் எங்களைப் போட்டுக்கொடுத்தார். கர்நாடக இசையின் ஒன்பதாவது மேளகர்த்தா ராகமே தேனுகாவென்பது. இதன் மத்திமத்தைப் பிரதி மத்திமமாக மாற்றினால் நாற்பத்தி ஐந்தாவது மேளகர்த்தா ராகமான சுபபந்துவராளி வரும் எனக் கவிஞரும் நண்பருமான ரவிசுப்ரமணியன் ஆளுமைகள் தருணங்கள் நூலில் எழுதியிருக்கிறார். ராகங்களைப் பற்றித் தெரியாதவர்களுக்கும் தேனுகாவைப் பிடிக்கும். புன்னகை நிரம்பிய அந்த முகத்திலிருந்து ராகங்கள் தங்களை ஆலாபனை செய்து கொண்டன.

தமிழைப் புரியாமல் எழுத சில எழுத்தாளர்கள் கிளம்பியிருக்கிறார்கள். அவர்களில் தேனுகாவும் ஒருவர் என்று அந்தக் காலத்தில் அவரை விமர்சித்தவர்கள்

உண்டு. ஆனால், அவர் ஒருவர்தான் தமிழ்ச் சூழலில் புழக்கத்தில் இல்லாத பல இசங்களைக் கற்றுணர்ந்து, அதன் தேவைகளையும் புரிதலையும் ஏற்படுத்தியவர். எப்போதும் தனக்குத் தெரியாத விஷயத்தை ஒருவர் எழுதினால் அவரை வார்த்தைகளால் சேதப்படுத்தும் வழக்கத்தைத் தமிழ்ச்சமூகம் கொண்டிருக்கிறது. என்றாலும், அவர் தன் மீது வீசப்பட்ட அத்தனை விமர்சன அஸ்திரங்களையும் மாலைகளாக மாற்றிக்கொள்ளும் பக்குவத்தைப் பெற்றிருந்தார். கேட்க மிரட்சியாகவும் ஆச்சர்யமாகவும் உள்ள அநேகச் செய்திகளை அவர் ஆர்வத்தோடு எங்களிடம் பகிர்ந்து கொண்டிருக்கிறார். காந்தியமே உலகை வழிநடத்தும் என்றும் காந்திக்காக ஏங்கும் உலகு என்றும் அவர் கட்டுரைகளின் வாயிலாகக் காந்தீயக் கருத்துகளைத் தூக்கிப் பிடித்தார். குறிப்பாக கியூபிசம், கன்ஸ்டிரக்ஷனிசம், இம்ப்ரஷனிசம், போஸ்ட் இம்ப்ரஷனிசம், எக்ஸ்பிரஷனிசம், சர்ரியலிசம் போன்ற இசங்களின் ஊடே கலை இலக்கியத்தை அணுகும் பயிற்சியை அவரே எங்களுக்கு வழங்கினார்.

"ஒருவன் சிரிக்கிறான். ஆனால், ஆழ்மனதில் அவன் அழுகிறான் என்று வைத்துக்கொள்ளுங்கள். அதை எப்படி ஓவியத்தில் கொண்டுவருவது? இந்தச் சிக்கலைத் தீர்க்கத்தான் சர்ரியலிச ஓவியம் பிறந்தது" என்பார். "ஒரு கோப்பையைப் பார்க்கிறீர்கள். அதன் வடிவம் என்ன என்றால் உடனே வட்டம் என்பீர்கள். உண்மையில், கோப்பையின் மேற்புற வாயைக் கவனத்தில் கொண்டு வட்டம் என்கிறீர்கள். ஆனால், அது வட்டமில்லை. நீங்கள் எதிரில் பார்ப்பது வேறு. சாய்கோணத்தில் அமைந்திருக்கும் வடிவம் வேறு. ஒரு பொருளைப் பல்வேறு கோணங்களாகப் பார்க்க விரும்பினால் அதுவே கியூபிசம்" என எளிய உதாரணங்களால் இசங்களை விளக்குவார்.

இயல்பிலேயே எதையும் தன்னுள் மறைத்துக்கொள்ளாத அவருடைய பண்பினால் ஓவியம், சிற்பம், இசை மட்டுமல்ல கட்டடக்கலை குறித்தும்கூட ஓரளவு எங்களால் புரிந்துகொள்ள முடிந்தது. முதன்முதலில் கவிஞர் பாலா எழுதிய சர்ரியலிசம் பற்றிய நூலை வாசித்த தேனுகா, "இலக்கியத்தில்

உள்ள சர்ரியலித்தை எழுதிய நீங்கள் ஓவியத்தில் உள்ள சர்ரியலிசத்தையும் எழுதியிருக்கலாமே'' என்றிருக்கிறார். டாலி, ஆந்த்ரே பிரத்தோன், மார்க்ஸ் ஏனிஸ்ட் போன்ற ஓவியர்களைக் குறிப்பிட்டு, தேனுகா பேசியதைக் கேட்ட! பாலா, "இவ்வளவு தெரிந்த நீங்கள் என்னைவிடச் சிறப்பாக எழுத முடியும்'' என உற்சாகப்படுத்தியிருக்கிறார். அதன் விளைவாகவும் அதன் தொடர்ச்சியாகவும் எழுதப்பட்டதுதான் "டாக்சிடெர்மிஸ்டுகள் தேவை'' என்னும் அவருடைய முதல் கட்டுரை.

இறந்த உடலின் உள்ளே உள்ள சதை எலும்புகளை எடுத்துவிட்டுப் பதப்படுத்தி வைப்பவர்களுக்கு டாக்சிடெர்மிஸ்டுகள் என்று பெயர். தமிழ் மரபு சார்ந்த வடிவங்கள் அழிந்துவருகின்றன. அழிந்துவரும் அவ்வடிவங்கள் நவீனத்திற்கு முன் நிற்காது. எனவே, அதைப் பதப்படுத்தி வைக்கவேண்டும் என்ற கருத்தைத்தான் அக்கட்டுரையில் எழுதியிருப்பார். 'தமிழ்ப்பாலையில் ஒரு பசுஞ்சோலை'' என அக்கட்டுரை குறித்து இந்தியன் எக்ஸ்பிரஸில் க.நா.சு. வியந்தது குறிப்பிடத்தக்கது.

•

சிற்பங்களிலும் ஓவியங்களிலும் தென்படும் தமிழ்ப் பண்புகளைப் பற்றி அவருடைய ஆய்வுகள் பேசுகின்றன. போக சக்திஅம்மன் திரிபங்கமாக அமர்ந்திருப்பதையும் அர்த்தநாரீஸ்வரர் தோற்றம் சரிபங்காக அமைந்திருப்பதையும் காரண காரியத்தோடு விளக்கியிருக்கிறார். இந்தியத் தத்துவ மரபிலிருந்தும் தமிழ்த் தத்துவ மரபிலிருந்தும் நடராஜரையும் சோமாஸ்கந்தரையும் அணுகிய அவருடைய பார்வைகள் வித்தியாசமானவை. அழகுணர்வை மட்டுமே அடிப்படையாகக் கொண்ட இந்திய ஓவியங்களில் பயன்படுத்தப்படும் தாந்திரிக் வண்ணங்களுக்குப் பின்னாலுள்ள தொன்மத்தை அவர் ஆய்ந்திருக்கிறார். கறுப்பை ராமருக்கும் நீல வண்ணத்தைக் கண்ணனுக்கும் பச்சையைக் காளிக்கும் பயன்படுத்தும்முறை தத்துவங்களிலிருந்து பெறப்பட்டிக்கிறது. ஒரு நடன மாதுவை வரையும்போது அவள் இடையும் கையிலுள்ள கிளியும் நளினமும் எப்படி வரவேண்டும் என முன்னோர்கள் வகுத்துள்ள இலக்கணங்களை அவர் அறிவார். ஆர்ட்டும்

கிராப்ட்டும் எங்கு வித்தியாசப்படுகின்றன என்பதுதான் அவருடைய பெரும்பாலான கட்டுரைகள்.

"பார்த்தது போலவே செய்வது ஒருபோதும் கலையாகாது. மீண்டும் மீண்டும் பார்க்கத் தூண்டக்கூடியதாக இருந்தால் அதில்தான் கலையம்சம் இருக்கிறது" என்னும் தெளிவை அவர் கொண்டிருந்தார். ஒருமுறை இலக்கியப் பேரவையில் நானொரு கவிதை வாசித்தேன். அன்றையக் கூட்டத்தில் கலந்துகொண்ட அத்தனைபேருமே அதைக் கவிதையே இல்லை என்றுதான் சொன்னார்கள். எல்லோருடைய கருத்துரைகளையும் அமைதியாகக் கேட்டுக்கொண்டிருந்த தேனுகா, "இதையேன் கவிதை இல்லை என்கிறீர்கள். உண்மையில், இதுவே கவிதை. லகுவாகப் புரிந்துகொள்ள முடியாததை இல்லை என்றோ தவறு என்றோ நம்முடைய மனம் சொல்கிறது. ஆனால், ஒவ்வொரு படைப்பிலும் ஏதோ ஒன்று இருக்கிறது. வெறுமனே ஒரு படைப்பு உருவாவதில்லை. ஒரு மனிதனிடம் புரிந்துகொள்ள முடியாத சில விஷயங்கள் இருப்பதால் அவன் மனிதனே இல்லை என்றா சொல்கிறோம். அப்படித்தான் படைப்பும். புரிந்த கொள்ள முடியாத எல்லையிலிருந்துதான் ஒரு படைப்பு உருவாகிறது, நம்முடைய முயற்சியினால் அதைக் கண்டடைய வேண்டுமே தவிர, புறக்கணிக்கக் கூடாது. இதே கவிதையைப் பாரதி, இன்னும் சில ஆண்டு கழித்து வேறு மாதிரி எழுதலாம். ஒருவேளை அப்போது நம்மால் புரிந்துகொள்ளப்படலாம். உடனே, புரியவேண்டுமென்பதில்லையே. காலத்தைப்போலவே கவிதைகள் கனிவதற்கும் காத்திருக்க வேண்டும். பொதுவாகப் படைப்பு என்பதில் அனுபவத்தைத்தான் பார்க்கவேண்டுமே அன்றி, சரியையோ தவறையோ புரிதலையோ பார்க்க வேண்டியதில்லை" என்றார்.

ஒருபுறம் புதுமைகளை ஏற்கவும் இன்னொரு புறம் மரபுசார்ந்த ஆக்கங்களை வளர்த்தெடுக்கவும் அவர் விரும்பினார். கர்நாடக இசைச் சாரங்களை உள்வாங்கி வியந்தோதும் அவருக்குப் பீத்தோவானின் இசைக் குறிப்புகளைச் சிலாகிப்பதில் எந்தச் சிக்கலும் ஏற்படவில்லை.

ஜியாமெட்ரி வடிவங்களைக் கொண்டு ஓவியம் வரைந்த எஸ்சரை புகழ்ந்துகொண்டே இந்திய ஓவியர்களான தையப் மேத்தாவையும் எம்.எப்.உசேனையும் சுட்டிக்காட்டுவார். இப்படியெல்லாம் வியப்பதற்காகவே அவர் நூல்களைத் தேடித்தேடி வாசித்தார். பார்த்து வந்த வங்கி வேலையைப் பாதியிலேயே விட்டுவிட்டு ஓவியக் கண்காட்சிகளைக் காண, பிற ஊர்களுக்கும் வெளிநாடுகளுக்கும் பயணப்படும் அதி தீவிர கலா ரசனை உடையவராக அவரிருந்தார். "ஒருமுறை பட்டீஸ்வரம் கோயிலுக்குப் போயிருந்தேன். அங்கே நின்றபடி வீணை வாசிக்கும் சிற்பம் ஒன்றிருந்தது. அதன் கையில் இருந்த வீணையில் இரண்டு கும்பங்கள் மட்டுமே இருந்தன. நடுப்பகுதி இல்லை. ஆனாலும், அந்தச் சிற்பத்தின் அழகு எவ்விதத்திலும் கெடவில்லை. ஏனெனில், சிற்ப லட்சணங்களைப் புரிந்துகொண்டால் ஒரு சின்ன கல்லில் கூட உங்களால் சிற்பத்தைப் பார்க்கும் முடியும்" என்று அவர் விவாதிக்கத் தொடங்கினால் நேரம் போவதே தெரியாது.'

"மேற்கு நாடுகளிலெல்லாம் நம்மூரைப் போல வரைவதை எல்லாம் ஓவியமென்று ஏற்றுக்கொள்ள மாட்டார்கள். ஒரு ஓவியத்தை ஏற்றுக்கொள்வதற்குமுன், அதில் காம்போசிஷன் இருக்கிறதா, அறிவியல் சார்ந்து உள்ளதா, இம்பரஷனிசம் என்றால் ஆப்டிக்கல் கலர்ஸ் இல்யூஷன் உள்ளதா என்றெல்லாம் பார்ப்பார்கள். ஓர் ஓவியத்தைக் கூர்ந்து கவனித்தால்தான் அனலிட்டிகளுக்கும் சிந்தட்டிக்கல் கியூபிசத்திற்கும் உள்ள வேறுபாடுகள் விளங்கும்" என்பார். பெரிய பெரிய தத்துவங்களைக்கூட எளிய விதத்தில் சொல்லக்கூடிய அவரைச் சுற்றி எப்போதும் நண்பர்கள் சூழ்ந்திருப்பார்கள். உங்களைச் சந்திக்க வருகிறோம் என்று சொல்லிவிட்டால் போதும், தேதியிலிருந்து கிழமையிலிருந்து தங்க ஏதுவான அறைவரை கவனித்துக்கொள்வார்.

நவீன ஓவியக் கோட்பாடுகளை உள்ளடக்கிக் கட்டப்பட்ட அவருடைய வீடே ஆர்ட் கேலரியைப் போலிருக்கும். அவ்வீட்டை அவர் பொறியாளார் முகமது ரஃபியின் துணையுடன் பியத் மோந்திரியானின் நியோபிளாஸ்டிஸ பாதிப்பில் கட்டியிருந்தார். குறிப்பாக, அவர் வீட்டிலிருந்த ஒரு

நாற்காலி ரொம்பவும் விசேஷமானது. ரீத்வெல்த்தின் உலகப் புகழ்பெற்ற சிவப்பு நீலநிற நாற்காலியைப் போலவே ஆசாரி துரையின் உதவியுடன் ஒரு நாற்காலியை அவர் வடிவமைத்து வைத்திருந்தார். இந்த நாற்காலி வித்தியாசமாக இருக்கிறதே என்றால் ரீத்வெல்த்தின் சிறப்புகளைப் பகிர்ந்துகொள்வார். பெரும்பாலும் நண்பர்களுடனான அவரது உரையாடல் இப்படித்தான் ஆரம்பிக்கும். இசையிலிருந்து சிற்பத்திற்கும் சிற்பத்தில் இருந்து ஓவியத்திற்கும் ஓவியத்திலிருந்து இலக்கியத்திற்கும் இலக்கியத்திலிருந்து இசைக்குமாக அவருடைய உரையாடல்கள் பெரிய வட்டமடிக்கும். அந்த வட்டப்பாதையில் சிக்கிக்கொண்டால் அவ்வளவு எளிதாக அதிலிருந்து வெளிவர முடியாது.

உலகமே அவரைக் கலை விமர்சகர் என்று அடையாளப்படுத்தினாலும் அவர் அந்தப் பதாகைக்குள் அடைபட மறுத்தார். தெரிதாவைப்போல் அவருமே மொழியின் குழப்பங்களிலிருந்து விடுதலை பெறவே விரும்பினார். சூரசம்ஹாரத்தில் முருகன், சூரன் தலையை வெட்ட, யானைத்தலை வரும். யானையின் தலையை வெட்ட, யாளித் தலை வரும். அப்படித்தான் தேனுகாவும் இருந்தார். ஒன்றோடு நிறுத்திக் கொள்வதில் அவருக்குச் சம்மதமில்லை. ஒன்றிலிருந்து இன்னொன்றைத் தாவிப் பிடிக்க முயன்றார். இசை, ஓவியம், சிற்பம் என்ற வெவ்வேறு கலை வடிவங்களை கைக்கொண்டாலும் அந்த மூன்றிலுமுள்ள மையப் புள்ளியாகத் தத்துவத்தையே முதன்மையாகக் கருதினார். "வெட்டிக்கிட்டேன் துளிர்த்துக்கிட்டேன். வேற தல வச்சிக்கிட்டேன்" என்ற சூரசம்ஹாரப் பாடலைப் போல வேறு வேறு உருவங்களாக அவர் வெளிப்பட எண்ணினார். இறுதியில் தத்துவம் சார்ந்து செல்ல விரும்பிய தேனுகா, வார்த்தைகளைத் துறக்கப் போகிறேன் என்று சபதமெடுத்தார். மத்திய அரசு வழங்கும் பெலோசிப் விருது உள்பட அவர் எழுதிய பல நூல்களுக்கு விருதுகள் கிடைத்திருக்கின்றன. என்றாலும், நிறைவுறாத மனத்துடனே அவரிருந்தார். படைப்பாளர்களுக்கே உரிய நிறைவுறாத அந்த மனம், அவரைப் பல்வேறு தளங்களுக்குப் பயணப்பட வைத்தது.

தமிழ்ப் போதாமைகளையும் தமிழ்த் தேவைகளையும் கவனத்தில் கொண்டிருந்த அவர், போலிகளைப் புகழ்வதில் தயக்கம் காட்டினார். அதன் விளைவாகப் பெரும் மன உளைச்சலுக்குள் அந்தப் போலிகள் அவரைத் தள்ளினார்கள். தங்களைப் பாராட்டாத தேனுகாவை அங்கீகரிப்பதில்லை என்று முடிவெடுத்த அந்தப் போலிகள், அவருக்கு எதிரான காரியங்களில் ஈடுபட்டதைக் கலை இலக்கிய உலகு நன்கறியும். உள்ளூர்க்காரர்களை உதாசீனப்படுத்திவிட்டு உலகப் பார்வையென்பது பம்மாத்து என்று அந்தப் போலிகள் தேனுகாவைத் திணறடித்தார்கள். பட்டீஸ்வரத்திலுள்ள நாயக்கர்க் காலத்துச் சுவரோவியத்தைக் காப்பியடித்து, அதை மைசூருக்கு அனுப்பி விருது பெற்ற ஒருவர், ஆள்பிடித்துத் தேசிய விருது பெற முயன்ற இன்னொருவர் என அந்தப் போலிகள் கூட்டத்திலிருந்த தத்துப்பித்துகளே தேனுகாவைக் காயப்படுத்தினார்கள். நிஜத்தை உணர்ந்தவர்களுக்கு வார்த்தைகள் கைகொடுப்பதில்லை. மொழிகளின் குழப்பங்களிலிருந்து விடுதலை பெற விரும்புகிறேன் என்று அவர் சொன்னதுகூட அந்த உளைச்சலின் வெளிப்பாடுதான்.

தேனுகாவின் தாத்தா சீனுவாசம் பிள்ளை. அந்த சீனுவாசம் பிள்ளைதான், வள்ளலாரின் அருட்பாப் பாடல்களைத் தெருவெங்கும் நடந்தபடியே பாடிப் பரப்பியவர். அவருடைய மகனான முருகையா, சுவாமிமலை முருகன் கோயிலில் நாதஸ்வர சேவகம் செய்துவந்தவர். அதாவது தேனுகாவின் தந்தை. கோவில் நடையில், ஒவ்வொரு நாளும் ஆறு வேளை நாதஸ்வரம் வாசித்த தந்தை முருகையாவுக்குத் தாளம் தட்டும் சிறுவனாகத் தேனுகா இருந்திருக்கிறார். தம்முடைய பால்ய வயதிலேயே இசையின் நுட்பங்களை அறிந்துகொள்ளும் வாய்ப்பு அவருக்கு அப்படித்தான் கிடைத்திருக்கிறது. அவரே ஒருதரம் சொன்னதுபோல, தினசரி கோவிலின் ஆறு வேளையும் அறுபது படிகள் ஏறி இறங்கியும் சங்கீதத்தைப் பயின்றிருக்கிறார்.

காலையில் பூபாளம், பௌளி, மலையமாருதம், பிலஹரி. மதியத்திற்கு முன் சுருட்டி, மதியத்தில் மத்தியமாவதி. சாயங்காலத்தில் பூர்வீ கல்யாணி, கல்யாணி. இரவில் நீலாம்பரி

என்று அவருடைய தந்தை நாதஸ்வரத்தை இசைத்திருக்கிறார். தவிர, சந்நிதித் தெருவிலேயே அவர்கள் வீடு இருந்தபடியால் பெரிய பெரிய இசை மேதைகள் எல்லாம் அவருக்கு இளவயதிலேயே அறிமுகமாகிவிடுகிறார்கள். அவர்கள் வீட்டுத் திண்ணையில் அமராத இசை ஜாம்பவான்களே இல்லை. ஒருபுறம் இசை ஜாம்பவான்கள் என்றால் மற்றொரு புறம் இலக்கிய ஜாம்பவான்கள். மௌனி, கு.ப.ரா, ந.பிச்சமூர்த்தி, தி.ஜானகிராமன், கரிச்சான்குஞ்சு, வெங்கட் சுவாமிநாதன், க.நா.சு., எம்.வி.வெங்கட்ராம் போன்ற பெரும் இலக்கியவாதிகளின் பரிச்சயத்தையும் அவர் அந்த வயதிலேயே பெற்றுவிடுகிறார். எல்லோருக்கும் எல்லாமும் வாய்ப்பதில்லை. அப்படியே வாய்த்தாலும் அதைப் பயன்படுத்திக்கொள்ளும் திறமும் உரமும் தேனுகாவைப் போன்றோருக்கே சாத்தியமாகிறது.

ஒருமுறை "பெரும்பாலும் நின்று கொண்டே வாசிக்கும் நாதஸ்வரக் கலைஞர்கள் எப்போதிலிருந்து அமர்ந்து வாசிக்க ஆரம்பித்தார்கள் தெரியுமா" என்றார். எங்களுக்குத் தெரியாதெனத் தெரிந்துகொண்டு அவரே அச்சம்பவத்தைச் சொல்லத் தொடங்கினார். "திருவையாறு தியாகப்பிரம்ம உற்சவத்தில், தியாகராஜ சுவாமிகள் பட ஊர்வலம் அவருடைய வீட்டிலிருந்து புறப்பட இருந்தது. அவ்விழாவுக்கு நாதஸ்வரம் இசைக்க அழைக்கப்பட்டிருந்தவர் நாதஸ்வர சக்ரவர்த்தியான திருவாவடுதுறை ராஜரத்தினம்பிள்ளை. மங்கள வாத்தியத்திற்குத்தான் முதலிடம் எனத் தியாகப்பிரம்ம செகரட்டரி முசிறி சுப்ரமணிய ஐயர், ராஜரத்தினத்தை அழைக்கிறார். அப்போது ராஜரத்தினம் பிள்ளை நின்று கொண்டெல்லாம் வாசிக்க மாட்டேன். மேடையில் அமர்ந்துதான் வாசிப்பேன் எனச் சொல்லிவிடுகிறார். அன்றிலிருந்துதான் நாதஸ்வரக் கலைஞர்கள் அமர்ந்து வாசிக்கும் பழக்கமேற்படுகிறது. நின்றவர்களை அமரவைத்த பெருமை ராஜரத்தினத்திற்கே உரியது. ஒரு கலைஞன் தன் ஸ்தானத்தை இப்படித்தான் நிலைப்படுத்தனும் இல்லையா" என்றார். மைசூர் மகாராஜா ராஜரத்தினத்தை அழைத்து வாசிக்கச் சொன்னபோதுகூட தனக்கும் ராஜாவுக்கும் சமமான மேடையை அமைத்தால்தான் வாசிப்பேன் என்றிருக்கிறார்.

கலையை ரசிகனுக்குக் கீழே வைக்கக்கூடாது, சமானமாக அல்லது சமத்துக்கு மேலாக வைக்க வேண்டும். அந்த நிகழ்வில், ராஜரத்தினத்தின் இசையைக் கேட்ட மகாராஜா அவரைத் தன்னுடைய இருக்கையில் அமர்த்தி அழகு பார்த்திருக்கிறார் என்பன போன்ற தகவல்களையெல்லாம் அவர் சொல்லக் கேட்பது தனி ருசி.

நாதஸ்வரச் சக்ரவர்த்தி ராஜரத்தினத்தைப் போலவே கிளாரிநெட் மேதை என்று போற்றப்படும் ஏ.கே.சி. நடராஜனைப் பற்றியும் அவர் சொல்லக் கேட்டிருக்கிறேன். அரியக்குடி, செம்பை, செம்மங்குடி, ஜி.என்.பி., மதுரை மணி ஐயர் என்று எத்தனையோ பேர் அவர் உரையாடல்களில் உயர்த்தப்படுவார்கள். காருக்குறிச்சி அருணாசலமும் ஏ.கே.சி நடராஜனும் ஒருமுறை கலைவாணர் என்.எஸ்.கே. வீட்டுக்குப் போயிருக்கிறார்கள். அவர்கள் போனது என்.எஸ்.கே.வைப் பார்ப்பதற்கல்ல. அங்கே தங்கியிருந்த டி.என்.ராஜரத்தினத்தைப் பார்க்க. இவர்கள் போயிருந்தபோது டி.என்.ஆரும் கலைவாணரும் மதுவருந்திக் கொண்டிருக்கிறார்கள். காருக்குறிச்சியும் ஏ.கே.சியும் பதுங்கிப் பதுங்கி உள்ளே போவதைப் பார்த்த டி.என். ஆர்., கலைவாணரிடம், "அவனுவளுக்கும் ரெண்டு கிளாஸ் ஊத்திக்கொடுங்க" என்றிருக்கிறார். "என்னைப்போல சங்கீத ஞானம் வரணுமின்னா இந்த ஞானப்பால குடிக்கட்டுமுன்னு" டி.என்.ஆர் சொல்ல, கலைவாணர் பதறிப்போய் மறுத்த கதைகளையெல்லாம் தேனுகாவிடமிருந்துதான் தெரிந்துகொண்டோம். இச்சம்பவத்தை ஏ.கே.சி.நடராஜனே தன்னிடம் பகிர்ந்துகொண்டதாகச் சொல்லிய அவர், அதைக் கட்டுரையாகவும் எழுதியிருக்கிறார். கலைஞர்கள் தங்களுக்குப் பின்னால் வரும் கலைஞர்களை எப்படி நடத்தினார்கள் என்பதைச் சொல்வதற்காகவே அச்சம்பவத்தை எங்களுக்குச் சொன்னாரே தவிர, மதுவை ஞானப்பாலாக அருந்தலாம் என்னும் அர்த்தத்தில் அல்ல. சக கலைஞர்களைச் சமமாக நடத்தும்போதுதான் கலைகள் ஜீவிக்கும் என அந்தக் காலத்துப் பெரியவர்கள் அறிந்திருக்கிறார்கள்.

இறுதிவரை தேனுகாவுக்குக் கும்பகோணமும் அதைச்

சுற்றியுள்ள கோவில்களும் பிரமிக்கத்தக்க விஷயங்களாகவே இருந்தன. ஒரே கோயிலுக்குப் பலமுறை போய், சிற்ப நுட்பங்களைச் சிலாகித்துக்கொண்டிருப்பார். கும்பகோணத்தின் சிறப்பு டிகிரி காப்பியில் அல்ல. அங்கே வாழ்ந்த எண்ணற்ற கலை இலக்கியக் கர்த்தாக்களே என்பது அவர் சித்தம். கணித மேதை ராமானுஜனையும் அவர் அப்படித்தான் உள்வாங்கிக்கொண்டார். எண்களின் தோழன் ராமானுஜன் என்னும் கட்டுரையில், "எண்களுடன் தோழமை கொண்டவர் ராமானுஜன் மட்டுமல்ல. கவிஞர்கள், ஓவியர்கள், சிற்பிகள், இசைக்கலைஞர்கள் என எண்ணிறைந்தோர் எண்களால் ஆன புதிய படைப்புகளைப் படைத்தனர். ஆழ்வார்களில் திருமங்கையாழ்வார், சைவ சமயக் குரவர்களில் ஞானசம்பந்தர் மற்றும் அருணகிரிநாதர் போன்ற அருளாளர்களும் ஒன்று, இரண்டு, மூன்று என ஏழு எண்கள் வரை படைத்த ரகுபந்தக் கவிதைகள் கணித செய்யுள் வடிவத்தின் எடுத்துக்காட்டு" என்கிறார். "இசை உலகிலும் எண்களுண்டு. தாளம் என்னும் கால எண்களால் ஆனது லயம். ஒன்பது தாள பார்வதி அம்மன் சிலை, பத்து தாள சிவன், விஷ்ணு, ரிஷபதேவர் சிலைகள் என அனைத்திலும் எண்களுண்டு. எகுதிமெனுகின் வயலின் இசைக்கும் எஸ்சர் என்ற ஜியாமெட்ரி ஓவியனுக்கும் கூட எண்களே பிரதானமென்று அக்கட்டுரையை முடித்திருப்பார்.

ஆதிமூலத்தின் அரூப ஓவியங்கள், சந்தானராஜின் ஓவியப்பெருவெளி என அவர் அடுத்தடுத்து எழுதிய கட்டுரைகள், சம்பந்தப்பட்ட ஓவியர்களின் வாழ்க்கையில் நல்ல விளைவுகளை ஏற்படுத்தின. கம்பீர நாட்டை, சங்கராபரணம், நீலாம்பரி, ஆகிரித் தை போன்ற தலைப்புகளின் கீழ் அவர் எழுதிய கவிதைகளும் குறிப்பிடத்தக்கன. 'தோற்றம் பின்னுள்ள உண்மைகள்' என்னும் மிக முக்கியமான அவருடைய கட்டுரையில், நவீனக் கவிதைகளைப் புரிந்துகொள்வதிலுள்ள சிக்கலையும் அச்சிக்கலை எவ்வாறு நிவர்த்தி செய்வது என்பதையும் சொல்லியிருக்கிறார். ஞானக்கூத்தனின் கவிதைகளை மேற்கோளாகக் கொண்டு அவர் நவீனக் கவிதைகளின் போக்குகளைப் புரிந்துகொள்ள உதவியிருக்கிறார்.

என் திருமணப் பத்திரிகையை எடுத்துக்கொண்டு அவர் வீட்டுக்குப் போயிருந்தபோது, அதில் அச்சிடப்பட்டிருந்த என் கவிதையை வாசித்துவிட்டு "எதிர்பார்ப்புதான் வாழ்க்கை இல்லீங்களா பாரதி" என்றார். "எதிர்பார்த்துக் காத்துக்கொண்டிருக்கும் கலைஞனுக்கு கலை ஓர் அனுபவமாக வாய்க்கிறது. அதுபோலவே உங்களுக்கும் வாழ்க்கை அனுபவமாக மாறட்டும்" என்று வாழ்த்தினார்.

அனுபவங்களின் திரட்சிதான் வாழ்க்கை என்றால் தேனுகா அந்த அனுபவங்களைத் தேடித்தேடிப் பெற்றுக்கொண்டவர். கலை ரசிகராக இருந்து கலை விமர்சகராக மாறிய தேனுகா, ஒருகட்டத்தில் கலைப்பித்தராகவே மாறிப்போனார். எரிக் எரிக்சன் என்ற உளவியல் அறிஞரைப் பற்றிய குறிப்புரையில், இவர் மரணத்தின் மண்டை ஓட்டையே பிளந்து கபாலமோட்சத்தைக் காண்பிப்பவர் என்று எழுதியிருப்பார். மரணத்தின் மண்டை ஓட்டைப் பிளக்கும் வாய்ப்பிருந்தால் நான் முதலில் காண விரும்பும் முகம் தேனுகாவினுடையதாயிருக்கும். ஏனெனில், நீண்ட நெடிய கலை இலக்கியப் பரப்பில் மோட்சத்தைக் காட்டும் சக்தி அந்த ஒரு முகத்திற்கு மட்டுமே உண்டு.

நாகூர் சலீம்

மசூதித் தெருவைக் கடக்கும்போது அவர் மவுத்தாகிவிட்ட தகவல் வந்தது. அது தகவலல்ல. நெஞ்சை நிலைகுலையச் செய்யும் சொற்கத்தி. தகவலை என்னிடம் தயங்கித் தயங்கிப் பகிர்ந்துகொண்டவரின் குரல் உடைந்திருந்தது. அவருக்கு நானும் எனக்கு அவரும் ஆறுதல் சொல்லிக்கொள்ளும் வாய்ப்பை அச்சொற்கள் வழங்கவில்லை. பத்திரிகையிலும் அத்தகவல் சின்னக் குறிப்போடு பிரசுரமாகியிருந்தது. அவ்வளவு சின்னத் தகவலில் இருந்து விடுபட எனக்கு ஆறுமாத காலம் பிடிக்குமென்று நானுமே அப்போது நினைக்கவில்லை. அதற்கு முன்னும் அதற்குப் பின்னும் பலர் மவுத்தாகியிருக்கிறார்கள். ஆனாலும், அவர் மவுத்தான தகவல் என்னைச் சுக்குநூறாக்கிச் சுட்டுப் பொசுக்கியதைச் சொல்லத்தான் வேண்டும். அது என்ன மவுத்தாவது? இஸ்லாமியர்கள் ஒருவர் மரணமுறுவதை மவுத்தாதல் என்றே சொல்கிறார்கள். காலமானார், இயற்கை எய்தினார், இறைவனடி சேர்ந்தார் என்று சொல்வதைவிட மவுத்தாதல் என்னும் சொல்லையே அவர்கள் பயன்படுத்துகிறார்கள். மவுத்தாதல் என்னும் சொல் அரபு மூலத்தை அடிப்படையாகக் கொண்டது.

ஒருவர் மவுத்தாகிவிட்டால் உண்மையாகவா சொல்கிறீர்கள் எனத் திரும்பத் திரும்பக் கேட்கிறோம். ஒருவர் மவுத்தாவது நம்மைப் பொறுத்தவரையில் பொய்யாக வேண்டியது. உண்மையாகிவிடக் கூடாதது. எந்தச் சந்தர்ப்பத்திலும் நமக்கு நெருக்கமான ஒருவர் மவுத்தாகவே மாட்டார் என நாமாக நினைத்துக்கொண்ட அதீத கற்பனையின் வெளிப்பாடு அது. அதன் காரணமாகவே நேற்றுகூட பேசினாரே, முந்தாநாள்தானே ரெண்டுபேரும் ஒன்றாக டீ குடித்தோமே என்று பழைய நினைவுகளை, நிகழ்வுகளைச் சொல்லத் தொடங்குவோம். நமக்கெல்லாம் சாவே வராது என்பது போலவும் இறந்து போனவர் அவசரப்பட்டுவிட்டார் என்பதுபோலவும் கருதிக்கொள்வோம். இந்த மாதிரி கருதிக்கொள்வது நம்முடைய விருப்பமே தவிர உண்மையல்ல. நாம் விரும்பினாலும் விரும்பாவிட்டாலும் ஒருவருடைய மரணத்தை ஏற்றுக்கொள்ளத்தான் வேண்டும். நம்பமாட்டேன் என முரண்டுபிடிப்பதால் ஆகப்போவதோ அகலப்போவதோ ஒன்றுமில்லை. இந்தச் சமாதானம் சராசரிகளுக்கு மட்டுமே. கலையுலகவாதிகளுக்கு இல்லை.

சிலபல வருடங்களுக்குமுன் ஒரு கம்பெனியிலிருந்து என்னைப் பாட்டெழுதக் கூப்பிட்டு இருந்தார்கள். அவர்கள் பாட்டெழுத வரச்சொன்ன இடத்தை வைத்தே அந்தக் கம்பெனியின் லட்சணம் தெரிந்தது. வழக்கமாக அந்த லாட்ஜுக்கு வரச்சொன்னால் அது, உதார் கம்பெனியாகவோ உப்புமா கம்பெனியாகவோ இருக்கும் என்பது பொதுவான கருத்து. அந்தக் கருத்தை நானுமேகூட சில சந்தர்ப்பங்களில் சோதித்து இருக்கிறேன். இதற்குமுன்னும் ஒருசில படங்களுக்கான கம்போசிங்கிற்கு வரச்சொல்லி அந்த லாட்ஜில் இருந்து அழைப்பு வந்திருக்கிறது. அந்த அழைப்பை மதித்து நான் போய் எழுதிய எந்தப் பாடலும் இதுவரை வெளிவந்ததில்லை. அத்தகைய பெருமைக்கும் பிரியத்துக்கும் உரிய அந்த லாட்ஜிலிருந்து அழைப்பு. அதை லாட்ஜ் என்று சொல்வதைவிட கிளிக்கூண்டு என்பதுதான் பொருத்தம். ஒரே ஒரு படுக்கை. இரண்டு நாற்காலி. சிரமப்பட்டாலும்கூட திறக்க முடியாத ஜன்னல். எப்போதும் சூழ்ந்த இருள். உடல் பெருத்தவர் உட்கார்ந்து எழமுடியாதவாறு ஒரு

குட்டி பாத்ரூம். அழுக்கும் பழுப்பும் படிந்த மூன்று கண்ணாடிக் கோப்பை. பிளாஸ்க் மாதிரி ஏதோ ஒன்று. இதை வைத்துக்கொண்டு ரொம்ப காலமாக அதை லாட்ஜ் என்று அந்த லாட்ஜ் முதலாளி எல்லோரையும் ஏமாற்றி வியாபாரம் செய்துகொண்டிருந்தார். வடபழனி போலீஸ் ஸ்டேஷனுக்குப் பின்னால்தான் அந்த கிளிக்கூண்டின் தோராய முகவரி.

அது என்ன மாயமோ மந்திரமோ தெரியவில்லை ஊரில் இருந்து படமெடுக்கவரும் பலரும் அங்கு வந்துதான் தன் பெட்டியைத் திறப்பார்கள். தம்முடைய பரம்பரை வீட்டை விற்றோ பலசரக்குக் கடையிலிருந்து கிடைத்த லாபத்தை எடுத்துக்கொண்டோ வரும் அவர்கள், கொஞ்ச காலத்திற்குப் பிறகு ஊருக்குக் கிளம்புவார்கள் அல்லது ஊரைவிட்டே கிளம்புவார்கள். நான்கூட நினைத்ததுண்டு, அவர்கள் தாமாக இங்குவந்து தங்குகிறார்களா இல்லை அதிகாலையில் கோயம்பேட்டுக்குப் போய் இந்த லாட்ஜிலிருந்து யாராவது அவர்களை அமுக்கிப் பிடித்து வருகிறார்களா என்று. எது எப்படியோ சம்பந்தப்பட்டவர்களே அதுகுறித்து யோசிக்காதபோது நமக்கெதற்கு வீண் வம்பு? இப்போது அந்தக் கிளிக்கூண்டை இடித்துக் கலைத்துவிட்டு யாரோ ஒரு புண்ணியவான் அடுக்குமாடிக் குடியிருப்பைக் கட்டியிருக்கிறார்.

அந்தக் கிளிக்கூண்டு மட்டுமல்ல. அதுபோல இயங்கிவந்த எத்தனையோ கிளிக்கூண்டிற்கு நான் போயிருக்கிறேன். எந்தக் கிளிக்கூண்டின் அழைப்பையும் தவறவிடாத சின்சியர் சிகாமணி நான். அப்போது என்றில்லை இப்போதும்கூட ஒருவர் அன்போடு அழைத்துவிட்டால் அந்த அழைப்பை நிராகரிப்பதில்லை. அது, டுபாக்கூர் லாட்ஜாயிருந்தாலும் சரி. பைவ் ஸ்டார் ஹோட்டலாயிருந்தாலும் சரி. இம்மாதிரியான நற்குணங்களால் வரவே வராது எனத் தெரிந்த படங்களுக்குக்கூட மிகச் சிரத்தையோடு பாடல் எழுதியிருக்கிறேன். ஓரிருமுறை எழுத வாருங்கள் முன்தொகை தருகிறோம் என்றதை நம்பிப்போய், சொந்தக் காசில் படக்குழுவினருக்குப் புரோட்டா வாங்கிக்கொடுத்த வரலாறும் என்னிடமுண்டு. அவ்வளவு வெள்ளந்தி நான்.

அப்படியெல்லாம் நான் போவதற்கும் புரோட்டா வாங்கித் தருவதற்கும் இன்னொரு காரணமும் இருக்கிறது. வெளிவரக்கூடிய படத்தைவிட வெளிவராமல் போகும் படத்தில் பணிபுரிவது ஆரோக்கியமானது. எப்படியென்றால், வெளிவராத படத்தில் எவ்வளவு மோசமாக எழுதினாலும் யாருக்கும் தெரியப்போவதில்லை. அத்தோடு எவ்வளவு மோசமாக எழுதினாலும் பேசிய பணத்தைக் கொடுத்துவிடுவார்கள். காசையும் கொடுத்து நம்மைக் காப்பாற்றவும் கூடியவர்கள் அவர்களே என்பதால் அவர்கள் அழைப்பை நான் ஒருபோதும் தட்டுவதில்லை. சொன்ன நாளில் சொன்ன நேரத்தில் அந்த லாட்ஜிற்குப் போய்விட்டேன். வரவேற்பறையில் என்னைக் கண்டுகொண்ட மேலாளர் சிரித்தார். அவர் ஏன் சிரிக்கிறார்? எதற்குச் சிரிக்கிறார்? என எனக்கும் அவருக்கும் நன்றாகத் தெரியும். இதற்குமுன்னும் அவரும் நானும் இப்படி பலமுறை சிரிப்பாய்ச் சிரித்திருக்கிறோம்.

அந்த லாட்ஜின் மேலாளர் ஏற்கெனவே அறிமுகமானவர் என்பதால் ‘என்ன சார்... புதுசா கிளி வந்திருக்கா?’ என்றேன். ‘ஆமாம் சார், கிளி வந்து பத்து நாள் ஆகுது. திருப்பூர்க் கிளி. எக்ஸ்போர்ட் செஞ்சி ஏகப்பட்ட சொத்து வச்சிருக்காம். கிளியின் ஒரே லட்சியம் படம் எடுக்குறதுதானாம். முனியா மாட்டப்புடிச்சி கட்டுறா ரோலில் தன்னுடைய ஒன்னுவிட்ட சித்தப்பா பேரன் நடித்திருப்பதால் ஆரம்பத்திலிருந்து சினிமா அவங்க குடும்பத்துக்குத் தொடர்பாம். பாக்கத் தெடகாத்ரமா இருக்கு. நல்லா பழகுது. பதினாறாம் நம்பர்ல இருக்கு. போய்ப் பாருங்க’ என்றார். அவர் கிளி என்று சொன்னது, படமெடுக்க வந்திருக்கும் புதுத் தயாரிப்பாளரை. அது, வெட்டுக்கிளியா துட்டுக்கிளியா என்பதைப் பார்க்க நானும் பரபரப்போடு மாடிப் படியேறினேன். ஏறிக்கொண்டிருக்கும் என்னைக் கவனிக்காமல் எதிரில் இரண்டொருவர் இறங்கிக் கொண்டிருந்தார்கள். மேலாளர் சொன்ன கிளி இதில் ஏதோ ஒன்றாயிருக்குமோ? என்ற யோசனை. பத்துநாள் ஆகிவிட்டதால் ரெக்கை முளைத்துக் கிளி பறந்துவிடக்கூடாதே என்னும் ஐயம் வேறு.

அறைக் கதவு திறந்தே இருந்தது. இசையமைப்பாளர்.

கண்மணிராஜா ஆர்மோனியத்தில் எதையோ வாசித்துக்கொண்டிருந்தார். என்னைக் கண்டதும் எழுந்து கைகொடுத்தார். ஏராளமான பக்தி இசைத் தட்டுகளை பட்டித்தொட்டியெங்கும் பரவவிட்டவர். நல்ல இசை ஞானமுள்ளவர். முபாரக் என்னும் இயற்பெயரைக் கொண்ட கண்மணிராஜா, இஸ்லாமியப் பாடல்களில் தனி முத்திரைப் பதித்தவர். ஒருசில படங்களுக்கும் இசையமைத்திருக்கிறார். பரஸ்பர விசாரிப்புகளுக்குப் பிறகு தேநீர் அருந்துகிறீர்களா என்றார். வேண்டாம் என்று சொல்ல நினைத்து ஓ... சாப்பிடலாமே என்றேன். சர்க்கரை போடலாமா என்றார். நிறைய போடலாம் என்று சொல்லிவிட்டு என்னைப் பார்த்தால் சர்க்கரைவியாதியுள்ளவனாகத் தெரிகிறதா என்று கேட்க அவருக்குத் தர்மசங்கடமாகிவிட்டது. இல்லை இல்லை நானும் அய்யாவும் சர்க்கரையில்லாம குடிக்கிறோம் என்றார். அய்யா என்று அவர் சொன்ன பிறகு அறைக்குள் உட்கார்ந்திருந்த அந்தப் பெரியவரைப் பார்த்தேன். அறுபது வயதிருக்கும். அத்தர் வாசனை அடித்தது. அவர் யார் என்று கண்மணி ராஜாவைக் கேட்கத் தயக்கமாயிருந்தது.

ஒருவேளை, மேலாளர் சொன்ன கிளிதான் இந்த அய்யாவோ எனவும் நினைத்தேன். ஆனாலும், முழுமையாக நம்புவதற்கில்லை. கிளி, தெடகாத்ரமா இருக்கு. நல்லா பழகுது என்ற சர்டிபிகேட் அய்யாவுக்குப் பொருந்தவில்லை. வயதான ஒருவரைத் தெடகாத்ரமென்றா சொல்ல முடியும்? ஆக, நாம் சந்திக்க வந்த அல்லது நம்மைச் சந்திக்க இருந்த தயாரிப்புக் கிளி படிகளில் இறங்கிப் போய்விட்டது. கிளி வரும்வரை கூண்டில் காத்திருக்க வேண்டியதுதான். முன்தொகை பெற்றுக்கொண்ட பிறகு கம்போசிங்கில் ஈடுபடலாம் என்றிருக்கையில் அந்த அய்யா மலங்க மலங்க என்னைப் பார்த்தார். தம்பி, ஒங்க பேரத் தெரிஞ்சிக்கலாமா என்றார். எனக்கு அவர் அப்படிக் கேட்டது சுருக்கென்றிருந்தது. சாதாரணமான கேள்விதான் என்றாலும்கூட என்னைப் பார்த்து அவர் அப்படிக் கேட்டதும் மெல்லிய கோபத்தை வரவழைத்தது. என்னைத் தெரியாமல் ஒருவர் இந்த சமூகத்தில் இருக்க முடியுமா? அப்படியே இருந்தாலும் அதை என்னிடமே கேட்கலாமா? என்பது போல.

நான் அப்படிக் கோபப்படுவதற்கு காரணம் என்னுடைய தம்பிகள். எழுதத் தொடங்கிய கொஞ்ச காலத்திலேயே ஏறக்குறைய நூறு பாடல்களுக்குமேல் திரையில் வந்துவிட்டது. அதிலும் பெருவெற்றி பெற்ற பாடல்கள் அதிகம். பல்லவியைச் சொன்னால் தெரியும் அளவுக்கு. ஏக அலம்பறையோடு அந்த காலத்தில் வலம் வந்த என்னை என் தம்பிகள் அவ்வப்போது கண்ணதாசனுக்கு இணையாகச் சொல்லுவார்கள். அவர்களுக்குள் யார் இராம.கண்ணப்பன், யார் பஞ்சு அருணாசலம் என்னும் போட்டி வேறு. இருவரும் கண்ணதாசன் உதவியாளர்கள். எனக்கு உதவுவதாகச் சொல்லிக்கொண்டு என் உதவியில் வாழ்ந்துவந்த அந்தத் தம்பிகள், என் பாடலைக் கேட்டு வைரமுத்து ஆடிப்போய்விட்டார் எனவும் வாலிக்கு வயிற்றுவலி வந்துவிட்டதாகவும் சொல்லி என்னை ஏகத்துக்கு ஏத்திவிட்டிருந்தார்கள். அண்ணே, ஒங்க மன்மத ராசா பாட்டாலதான் இன்னைக்குத் திரையுலகமே மறுவாழ்வு பெற்றிருக்கிறது என்பதுவரை அவர்கள் சொல்ல நான் பூரித்திருக்கிறேன்.

பொதுவாக அப்படிப் புகழ்பவர்களை எனக்குப் பிடிப்பதில்லை என்றாலும் தம்பிகள் நம்முடைய சங்கை ஊதுவதில் என்ன தப்பு இருக்கிறது என்றே கருதினேன். நம்முடைய சங்கைத் தம்பிகள் ஊதலாம். நமக்குத்தான் சங்கு ஊதக்கூடாது என்று தம்பிகளைத் தடுக்காமல் இருப்பேன். அதிலும், ரகுமான் என்றொரு தம்பி. அரியலூர்க்காரன். அவனைப் போல உடம்பு கூசும் அளவுக்கு ஒருத்தரைப் புகழ முடியாது. இந்த வருசம் தேசிய விருது வாங்க டெல்லிக்கு நானும் உங்களுடன் வருவேன் என்பான். ஏதோ வருடந்தவறாமல் நானே விருது வாங்கிக்கொண்டு இருப்பதுபோலவும் இந்த வருடமும் எனக்கு விருது வழங்குவதற்காகவே ஜனாதிபதி காத்திருப்பதுபோலவும் சொல்லிக்கொண்டிருப்பான். மறுத்தால் கோபித்துக்கொண்டு, ஒங்களப் பற்றி உங்களுக்குத் தெரியல அண்ணே, நேத்துகூட பௌர்ணமி டிபன் சென்டர் மாஸ்டர் ஒங்க பாட்டப் பத்தி என்னிடம் மணிக்கணக்கா சிலாகிச்சார் என்பான். என் புகழ் மூலம் அவனுக்கு அவ்வப்போது அந்த டிபன் மாஸ்டர்

இலவச ஊத்தாப்பங்களை வழங்கி வந்தார் என்பது உள் பொதிந்திருக்கும் உண்மை.

டிபன் கடை மாஸ்டரிலிருந்து இந்திய ஜனாதிபதிவரை அறிந்து வைத்திருக்கும் ஒரு கவிஞனை அந்த அய்யா யார் என்றது கவனத்துக்குரியது. என்னை யார் என்று கேட்ட அந்த அய்யா யாராயிருக்கும் என்பது என் கவலை. அவசரப்பட்டு வார்த்தைகளைக் கொட்டிவிடாமல் அவரை ஏற இறங்கப் பார்த்தேன். அவரோ என் பதிலுக்குக் காத்திராமல் எதையோ மும்முரமாக எழுதிக்கொண்டிருந்தார். கண்மணி ராஜாவை விகல்பமாகப் பார்த்தேன். என்னைப்பற்றி ஊர் உலகிற்கு நீங்கள் அல்லவா சொல்லவேண்டும் என்பது போல. அவரோ பதறிப்போய்விட்டார். என்னய்யா இப்படி கேட்டுட்டீங்க.. கவிஞர்தான் இன்னைக்கு டாப். அவர் எழுதினா அந்தப் பாட்டு ஹிட்டுன்னு எல்லாரும் சொல்றாங்க. நம்ம படத்துக்கு எழுத ஒத்துக்கிட்டது நம்முடைய பாக்கியம் என்று சொல்லிவைத்தார். அவ்வளவு சிரத்தையோடு அவருக்குப் பதில் சொன்னது என்னைக் குதூகலப்படுத்தியது. என்றாலும், வெளிக்காட்டிக் கொள்ளவில்லை. கிளிக் கூண்டுகளில் எப்போதும் அதிகப்பிரசங்கித்தனமாக நடக்கக்கூடாது. நடந்தால் காரியம் கெட்டுவிடும். அதுமட்டுமல்ல, புரோட்டா செலவு நம் தலையில் விழுந்துவிடும்.

தேநீர் வந்தது. அய்யாவுக்கு சுகர் இருக்குங்களா.. என்று என் கோபத்தை எள்ளலாக மாற்றிப் பேசத் தொடங்கினேன். என் உரையாடலின் ஆரம்பம் அவரைக் காயப்படுத்துவது. என்னை யாரென்று தெரியவில்லையா? இரு. தெரிவிக்கிறேன் என்பதுபோன்ற வன்மம். ஆனால், அவர் என்னை ஒரு பொருட்டாகவே கருதாமல் மிகத் தாழ்ந்த குரலில், ஆமாந் தம்பி, கன்ட்ரோல்லதான் இருக்கு. அசைவத்தைக் கொறச்சிட்டேன். டெய்லி நடக்குறேன். நைட்ல சப்பாத்திதான் என்று பட்டியலிட்டார். பாத்துக்கோங்க இந்த வயசுல தேவயில்லாம பேசினாக்கூட சுகர் அதிகமாயிடும் என்றேன். அவருக்கு ஒன்றும் புரியவில்லை. என் வார்த்தையிலிருந்த குரூரத்தைப் பெரிதுபடுத்தாமல் வாஞ்சையோடு சிரித்தார்.

ஒரு சின்ன அமைதிக்குப் பின் அய்யா, ஒங்க பேர நாந்

தெரிஞ்சிக்கலாமா? என்றேன். அவர் சட்டென்று நிமிர்ந்து, என்பேரு சலீம் தம்பி. நாகூர் சலீம்முன்னு சொல்வாங்க, என்றார். அவ்வளவுதான் என் மொத்தக் கொழுப்பும் அந்தப் பெயரைக் கேட்டதும் குறைந்துவிட்டது. நாடி நரம்பிலெல்லாம் ஒருவித நடுக்கம் ஏற்பட்டது. தமிழக தர்காக்களைப் பார்த்துவருவோம் பாடலை எழுதிய சலீமா என்றேன். ஆமாந் தம்பி, அதக் கேட்டிருக்கீங்களா? என்றார். எனக்கு என்ன சொல்வதென்றே தெரியவில்லை. திக்பிரமைப் பிடித்தது போலானது. ஒரு சில பாடல்களைச் சினிமாவில் கிறுக்கிவிட்டு அதையே கௌரவமாகவும் உலக சாதனையாகவும் கருதுபவர்களுக்கு மத்தியில் சலீம் அய்யா எத்தனைப் பெருமைக்குரியவர்? இஸ்லாமிய வீடுகளில் அவர் பாடல்கள் ஒலிக்காத நாளில்லை. காலையும் மாலையும் அவர் எழுதிய எத்தனையோ கீதங்களை மசூதிகளும் தர்காக்களும் கொண்டாடிக் கொண்டிருக்கின்றன. கிட்டத்தட்ட ஏழாயிரத்தி ஐநூறு பாடல்கள். ஈச்சமரத்து இன்பச்சோலையில் என்னும் ஒருபாடல்போதும் அவர் யார்? என்பதை விளங்கிக்கொள்ள.

நாகூர் சலீம் என்னும் பேரைச் சின்ன வயதிலிருந்து நான் கேட்டிருக்கிறேன். `கல்லக்குடிகொண்ட கருணாநிதி` என்னும் பாடலைக் கேட்டுவிட்டு இது யார் எழுதியது என வியந்திருக்கிறேன். அதேபோல `வளர்த்த கடா மார்பில் பாய்ந்ததடா` என்னும் பாடல். வைகோ தி.மு.க. வில் இருந்து வெளியேறிய பொழுது தஞ்சைத் தெருக்கள் முழுக்க அப்பாடல் ஒலித்துக்கொண்டிருந்தது. அப்பாடல் வைகோவுக்காக எழுதப்பட்ட பாடலல்ல. கண்ணதாசனும் ஈ.வி.கே. சம்பத்தும் தி.மு.க.வை விட்டு வெளியேறியபோது எழுதப்பட்டது. இசைமுரசு நாகூர் ஹனிபா கேட்டுக்கொண்டதற்கு இணங்க சலீம் அய்யாவால் எழுதித் தரப்பட்டது. கப்பலுக்குப் போன மச்சான், கண்ணிறைஞ்ச ஆசை மச்சான் என்னும் பாடலை வெளிநாட்டு வேலைக்குக் கணவனை அனுப்பிய எல்லாப் பெண்களும் கேட்டிருப்பார்கள். நாடகத்தில் தொடங்கி தனி இசைத்தட்டுகள்வரை சலீம் அய்யா சலிக்காமல் இயங்கியவர். கம்பதாசனுக்குப் பிறகு இந்தி டப்பிங் படப் பாடல்களுக்குப் பொருத்தமான வார்த்தைகளைக் கொடுத்தவர். இந்தத் தகவல்கள் எல்லாம் ஏற்கெனவே எனக்கு

ஓரளவு தெரிந்திருந்ததால் அந்தப் பெயரைக் கேட்டதும் என்னுடைய நிலை தளர்ந்தது. அசாத்திய சாதனை புரிந்த ஒரு பெரிய மனிதரை அடையாளந் தெரியாமல் அவமதிக்கத் துணிந்துவிட்டோமே எனப்பட்டது.

ஒரு மாபெரும் இயக்கம் தன்னுடைய அடையாளங்களாகச் சில பாடல்களைக் கொண்டிருக்கும். கொள்கைகளை விளக்கவும் தொண்டர்களை உற்சாகப்படுத்தவும் அப்பாடல்கள் உதவுகின்றன. இயல்பாகவே கூட்டம் தொடங்குவதற்கு முன்பாக அப்படியான பாடல்களைப் பாடியே கூட்டத்தைக் கட்சிப் பிரமுகர்கள் ஆயத்தப்படுத்துவார்கள். அவ்வகையில் இன்றுவரை தி.மு.க மேடைகளில் பாடப்படும் பல எழுச்சிப் பாடல்களை எழுதியவர் சலீம் அய்யா. வண்ணக் களஞ்சியப் புலவர் பரம்பரையைச் சேர்ந்தவர். முதல் இஸ்லாமியப் பெண் நாவலாசிரியை சித்தி ஜுனைதா பேகம், திரைப்பட வசனகர்த்தா தூயவன் ஆகியோரின் சகோதரர். எழுத்தாளர் நாகூர் ரூமியின் தாய்மாமா. தூயவன், திரைத்துறையில் பிரசித்திப் பெற்றிருந்தபோதும்கூட சலீம் அய்யா ஏன் கவனிக்கப்படாமல் போனார் என்பதை விளங்கிக்கொள்ள முடியவில்லை.

நாகூர் ஹனிபா, காயல் சேக் முகமது, குத்தூஸ் போன்றோர் இவர் பாடல்களைப் பாடி இசைத்தட்டுகளாக வெளியிட்டு இருக்கிறார்கள். இதுவரை நூற்றி ஐம்பது பாடகர்களையாவது அறிமுகப்படுத்தியிருப்பார். அவர் பாடலைப் பாடாத பின்னணிப் பாடகர்களே இல்லை எனலாம். இவர் எழுதிய `இறைவனை யாருக்குத் தெரியும், நபி இரசூல் இல்லையென்றால்` என்ற பாடல் ஒருகாலத்தில் பெரும் சர்ச்சையைக் கிளப்பிவிட்டது. பல்வேறு வாத பக்கவாத மூக்குடைப்புகளுக்குப்பின் சலீம் சொன்னதே சரி என்று ஏற்றுக்கொண்டார்கள்.

இவருடைய காதில் விழுந்த கானங்கள் முக்கியமான கவிதைத் தொகுப்புகளில் ஒன்று. இஸ்லாமியக் கவிதை மரபின் தொடர்ச்சியை, சொல்லாட்சியை அக்கவிதைகளில் கண்டுகொள்ளலாம். கீழே இறக்கு... மக்கள் குரலுக்கு இணங்கு என்று இவர் எழுதிய காங்கிரஸ் எதிர்ப்புப்

பாடலைக்கேட்டு அறிஞர் அண்ணாவே புகழ்ந்திருக்கிறார். ஒரு தொலைக்காட்சியில் இவரை நேர்முகம் கண்ட தொகுப்பாளர், இவ்வளவு சாதனை புரிந்த நீங்கள் அடக்கமாகப் பேசுகிறீர்களே என்றார். உடனே, சலீம் அய்யா சொன்னார்: 'அடக்கமாகப் பேசுகிறவன் அடக்கமாதான் இருக்கணும்' என்றார். அந்த நேர்காணல் வெளிவந்த கொஞ்ச காலத்தில் அவர் மரணமுற்றது குறிப்பிடத்தக்கது. அடக்கம் அமரருள் உய்த்தது. அந்தச் சந்திப்பு என்னை வெகுவாகப் புரட்டிப்போட்டது. அவர் பாடல்களைக் கேட்குந்தோறும் எளிய வாழ்வைச் சாத்தியப்படுத்த இயலாதவர்களால் எதையும் சாதிக்க முடியாது என்றே தோன்றுகிறது.

சலீம் அய்யாவுக்கு நிறைய சாதிக்கவேண்டும் என்னும் வெறியிருந்தது. ஆனாலும், காலம் அவரைத் திரைத்துறையில் செழித்தோங்கவிடவில்லை. பெயர் தெரியாத பல கிளிக்கூண்டுகளில் அவர் பாடல் எழுதிய காகிதங்கள் கசங்கிக் கிழிந்தன. ஏ.கே.வேலன், எம்.ஜி.ஆர் போன்றோர் முயன்றும்கூட அவருக்குத் திரைத்துறைக் கதவுகள் பெரிதாகத் திறக்கப்படவில்லை. சத்யராஜ் நடித்த மகாநடிகன் திரைப்படத்தில் ஒருபாடல் வந்திருக்கிறது. தம்பி, ஓங்கப் பேரத் தெரிஞ்சிக்கலாமா என்ற பெரியவரின் பெயரைக் கடைசிவரை தமிழ்த் திரைப்பாடல் உலகம் தெரிந்துகொள்ளாமலே போய்விட்டது.

எளிமையும் சாந்தமும் ஒரு படைப்பாளனை உருவாக்குகிறது. அதே எளிமையும் சாந்தமும்தான் அவனை அடுத்த கட்டத்திற்கு அழைத்துப்போகாமலும் இருந்துவிடுகிறது. அவரைச் சந்தித்துவிட்டுவந்த அந்த இரவில் ஒரு விநோத பயம் என்னைத் தொற்றிற்று. நாற்பதாண்டுகளுக்குப் பிறகு நாமும் இப்படித்தான் ஏதாவது ஒரு கிளிக்கூண்டில் உட்கார்ந்து அன்று பாடல் எழுதவரும் புதுப் பையனிடம் தம்பி, ஓங்கப் பேரத் தெரிஞ்சிக்கலாமா எனக் கேட்போமோ? சலீம் அய்யா என்னிடமிருந்து மட்டுமல்ல; யாரிடமிருந்தும் என்றைக்கும் மவுத்தாகமாட்டார்.

◆◆◆◆◆

இளவேனில்

தோழர் என்ற சொல்லைப் பயன்படுத்தக் கூடியவரிடம் எச்சரிக்கையோடு இருங்கள் எனக் காவல்துறை உயரதிகாரி ஒருவர் கருத்துத் தெரிவித்திருக்கிறார். உண்மையில், அது, கருத்து அல்ல. பிதற்றல். தோழமையின் பொருளை உணராத ஒருவர் காவல்துறையில் உயரதிகாரியாக இருப்பதும் ஊடகங்களில் இப்படியாகப் பிதற்றுவதும் புதிதல்ல. ஆளும் அரசுக்குத் தன்னுடைய விசுவாசத்தைக் காட்ட, அப்பாவி மக்கள்மீது அவதூறு பரப்புவதும் அவர்களின் நியாயமான கோபங்களையும் கோஷங்களையும் முறியடிக்க முயற்சிப்பதும் இயல்புதான். சட்டம் ஒழுங்கு சரியாக இருக்கிறது எனச் சொல்லிக்கொள்ள காவல்துறை கையாளும் உத்திகளில் ஒன்றாகவே இதைப் பார்க்கவேண்டும். மேலும், சுதந்திர இந்தியாவில் கடந்த நாற்பதாண்டுகளில் நடந்திராத அரிய அறப்போரைக் கொச்சைப்படுத்த அவர், தோழர் என்ற சொல்லுக்குப் புதுஅர்த்தத்தைக் கற்பித்திருக்கிறார்.

இலட்சோபலட்ச மாணவர்களும் இளைஞர்களும் ஒன்றிணைந்த மாபெரும் மக்கள் போராட்டத்தைக் கீழ்மைப்படுத்தும் தந்திரசாலியாக அவர் தன்னை முன்னிறுத்த முயன்றிருக்கிறார். தவிர, தோழர் என்ற சொல், அவர்

சொல்வதுபோல எச்சரிகைகளோடும் சந்தேகங்களோடும் அணுகவேண்டிய சொல் அல்ல. பொதுவுடைமைக் கொள்கைகளில் தன்னைப் பிணைத்துக்கொண்ட அல்லது பிணைத்துக் கொள்ளவிரும்புகிற ஒவ்வொருவரும் ஆசையோடு உச்சரிக்கும் மந்திரச்சொல் அது. எளிய மனிதர்கள் தங்கள் உணர்வுகளையும் ஆறுதலையும் அச்சொல்லில் இருந்தே பெறுகிறார்கள். துயர்மிகுந்த இக்காலத்தின் சூழ்ச்சியைத் தரைமட்டமாக்க உதவக்கூடிய வலிமை அச்சொல்லுக்கே உண்டு. தோழர் என்ற சொல்லின் மெய்யான அர்த்தத்தை எனக்குக் கடத்தியவர்களில் முக்கியமானவர் தோழர் இளவேனில். அவருடைய கவிதா, மற்றும் 25, வெண்மணித் தெரு ஆகிய நூல்களைப் பற்றித் தொடங்கியதே என் எழுத்துப் பயணம். அந்நூல்களை வாசிக்காமல் போயிருந்தால் கலை இலக்கியங்கள் குறித்த என் பார்வைகள் கவலைக்குரியதாக மாறியிருக்கும்.

இப்பவும் கலை கலைக்காகவா? கலை மக்களுக்காகவா? என்று நடத்தப்படும் விவாதத்திற்குத் தத்துவார்த்த விளக்கங்களைத் தரக்கூடிய நூல்களாக அவற்றைக் கருதலாம். சௌந்தர்ய உபாசகர்கள் என்னும் பதப்பிரயோகத்தை வைத்துக்கொண்டு அந்நூல்களில் அவர் செய்திருக்கும் எழுத்து உச்சாடனங்கள் குறிப்பிட்டுச் சொல்லத்தக்கவை. உலகப்புரட்சிகளையெல்லாம் தன் எழுத்தின் வாயிலாக அவர் தொட்டுக்காட்டிய கம்பீரத்திற்காக எத்தனை முறை வேண்டுமானாலும் அந்நூல்களை வாசிக்கலாம். மயக்குறுநடை என்பார்களே அப்படியான அழகுத் தமிழ் நடை அவருடையது. கவிஞர் விக்ரமாதித்தியன் சொல்வது போல, விவிலிய மொழி நடையில் அவருடைய வாக்கியங்கள் அமைந்திருந்தாலும், அவற்றின் ஊடாக அவர் கட்டமைக்கும் கருத்துகள், புதிய ஏற்பாட்டின் மலைப் பிரசங்கத்திற்கு நிகரானவை.

இன்றைக்குத் தமிழில் எழுதிக்கொண்டிருக்கும் இளம் படைப்பாளிகள் பலரையும் அவருடைய எழுத்துகள் கவ்வி இருக்கின்றன. ஆனாலும், அவருக்கே உரிய தனித்துவம் பிறிதொருவருக்கு வாய்க்கவில்லை. எனது சாளரத்தின் வழியே என்ற தலைப்பில் அவர், கார்க்கி இதழில்

எழுதிய கட்டுரைகள் இடதுசாரிகளின் எழுத்துக்களுக்குச் சாட்சியம் கூறுபவை. பகத்சிங்கும் இந்தியவரலாறும் என்ற சுப. வீரபாண்டியனின் நூலுக்குத் தோழர் இளவேனில் எழுதிய முன்னுரை ஒன்றுபோதும் அவருடைய எழுத்துகள் எத்தகையன என்பதை எடுத்துச்சொல்ல. அணிந்துரை என்பது ஒருநூலுக்கு அணி சேர்ப்பது அல்லது அழகு சேர்ப்பது என்று எனக்கிருந்த கருத்தை மாற்றி, அறிவையும் அர்த்தபுஷ்டியையும் உண்டாக்குவதே அணிந்துரை என உணரவைத்தவர் இளவேனில். சுப.வீரபாண்டியனின் நூலை வாசிக்கையில் கண்ணீர்விட்டதாக இளவேனில் அந்த அணிந்துரையில் தெரிவித்திருப்பார். உண்மையில், இளவேனிலின் அணிந்துரையை வாசித்தபொழுதே எனக்கு அழுகை வந்தது. நூலிலுள்ள சம்பவங்களைக் கண்ணீரோடு அவர் விவரித்திருக்கும் விதம் இந்திய வரலாற்றின் இருண்ட பக்கங்களை நமக்குக் காட்டும். குறிப்பாக, மகாத்மாவாகப் போற்றப்படும் காந்தி, பகத்சிங்கை எப்படிப் பார்த்தார் என்பதை அக்கண்ணீரிலிருந்துதான் நம்மால் கண்டடைய முடியும். ஏறத்தாழ இருபது ஆண்டுகளுக்கு மேலாக இளவேனிலின் எழுத்துகளைத் தொடர்ந்து கொண்டிருக்கிறேன். என்றாலும், அவர் அதே பொலிவோடு அதே தரத்தோடு எழுதிக்கொண்டிருப்பது ஆச்சர்யமளிக்கிறது. காட்சி ரூபங்களாக அவருடைய எழுத்துகள் விரிகின்றன. பிரஞ்சுப் புரட்சியையும் ருஷ்யப் புரட்சியையும் வியட்நாமையும், கியூபாவையும் அவர் சொற்களிலிருந்தே நானும் அறிந்துகொண்டேன்.

கவிதாவும் வெண்மணித் தெருவும் எனக்குள் ஏற்படுத்திய, மாற்றத்தை அவருடைய 'ஆத்மா என்றொரு தெருப்பாடகனும்' 'புயலுக்கு இசை வழங்கும் பேரியக்கமும்' ஏற்படுத்தத் தவறவில்லை. இடைவிடாமல் ஒருநூலை வாசிக்கமுடியும் எனும் நம்பிக்கையை அவர் நூல்களே வழங்கின. விடிய விடிய நூல்களை வாசிக்கும் பழக்கமுடைய யாரையும், அவருடைய நூல்கள் விழிப்பை நோக்கித் தள்ளிவிடும். அடித்தட்டு மக்களின் அவலநிலையை ஆவேச நெருப்பால் சுட்டுப்பொசுக்கும் அவருடைய எழுத்துகள் ஏகாதிபத்தியத்தை வீழ்த்தும் வீரியமுடையவை. சென்னைக்கு வந்த புதிதில்,

யார் யாரையெல்லாம் சந்திக்கவேண்டும் எனப் பட்டியல் வைத்திருந்தேனோ அந்தப்பட்டியலில் முதல் பெயராகத் தோழர் இளவேனிலின் பெயரையே வைத்திருந்தேன். எழுத்தில் மட்டுமே அறிந்திருந்த அவரை நேரடியாகச் சந்திக்கும் வாய்ப்பை, மூத்த பத்திரிகையாளரும் என் பத்திரிகை ஆசானுமான துரை என்கிற வித்யாஷங்கர் ஏற்படுத்திக் கொடுத்தார். பதினேழு ஆண்டுகளுக்கு முன், ஒரு மங்கிய மாலையில் சென்னை தி.நகர் இந்தியன் காபி ஹவுஸ் வாசலில் தோழர் இளவேனிலைச் சந்தித்தேன். அவரைச் சந்தித்த அந்தநாள், என் வாழ்வில் மறக்கமுடியாத நாட்களில் ஒன்று. படைப்பாளர்களை நேரில் சந்தித்து அவர்களுடன் புகைப்படங்கள் எடுத்துக்கொள்ள விரும்பாத என்னிலும் அச்சந்திப்பு நிழற்படம்போல் நிலைத்திருக்கிறது.

எத்தனையோ ஆண்டுகளாக எழுத்தில் மட்டுமே நேசித்துவந்த ஒருவரை, நேரில் சந்தித்த அந்தத் தருணம் அதிஅற்புதமானது. எதிர்பார்ப்புகள் மொத்தமும் கைகூடின அந்தத் தருணத்தில் என்னால் எதுவுமே பேசமுடியவில்லை. பிரிந்தவர் சேர்கையில் பேசவும் தோணுமோ? எனக் கண்ணதாசன் எழுதுவார். பார்க்கப் போனால், பிரியமுள்ளவரை சந்திக்கையிலும் அப்படித்தான் நேர்கிறது. பேசுவதற்கு எவ்வளவோ இருந்தும்கூட தோழர் இளவேனிலிடம் என்னை நான் யாரென்று வெளிப்படுத்திக்கொள்ளவில்லை. அது தயக்கமோ பயமோ அல்ல. பிரமிப்பு. அந்தப் பிரமிப்பிலிருந்து இன்றுவரை என்னால் விடுபடமுடியவில்லை. அமைதியாக அவர் அருகில் நின்று, அவர் யாரிடமாவது விவாதிப்பதை ரசித்துவிட்டு அப்போது போலவே இப்போதும் திரும்பிவிடுகிறேன். மிகவும் சகஜமாகப் பழகக்கூடியவரே அவர். என்றாலும், அவர் எனக்குள் அண்ணாந்து பார்க்கத்தக்க பிரம்மாண்டமான தோற்றத்தைக் கொண்டிருக்கிறார். அந்தப் பிரம்மாண்டத்திற்கு எதிரில் நிற்கையில் என்னை நான் சிறிய புல்லாகக் கருதுகிறேன். பெருக்கெடுக்கும் வார்த்தைகளைப் பாயவிடாமல் ஏதோ ஒருவித அடர்ந்த அமைதி, என்னுள்ளே அணைகளைக் கட்டி எழுப்புகின்றன. அதைவிட, அவரைப்பற்றி அவரிடமே புகழ்ந்து சொல்ல, அதை அவர் எப்படி எடுத்துக்கொள்வார் என்னும் எண்ணம்

அமைதியாக வெளிப்படுகிறது. உலக இலக்கியமானாலும் உலக அரசியலானாலும் அனாயசமாகக் காபி ஹவுஸ் வாசலில் நின்று பேசக்கூடிய ஒருவருக்கு, என்போன்றோர் அள்ளி வழங்கும் புகழுரைகளில் பெருமைப்படவோ பெருமிதப்படவோ ஒன்றுமே இல்லை.

மகரந்தங்களிலிருந்தும் துப்பாக்கி ரவைகள் என்னும் தலைப்பில் கவிஞர் இன்குலாப்பின் கவிதை நூல் குறித்துத் தோழர் இளவேனில் ஒரு முன்னுரை எழுதியிருப்பார். அதில், ஒவ்வொரு சொல்லும் ஒவ்வொரு சிந்தனைக்கும் பின்னே ஒரு வர்க்கத்தின் முத்திரை குத்தப்பட்டிருக்கிறது என மாசேதுங்கை மேற்கோள் காட்டியிருப்பார். என் சொல்லிலும் என் சிந்தனையிலும் அப்படியான வர்க்க முத்திரைகளைப் பதித்ததில் தோழர் இளவேனிலுக்குப் பெரும் பங்குண்டு. சொல்லாலும் சிந்தனையாலும் என்னை ஈர்த்த அவரைப் பாட்டாளி வர்க்க முத்திரைத்தாளாகவே பார்க்கிறேன். ஒரு காலம்வரை நானுமே தொட்டால் தீப்பிடிக்கும் எழுத்துகளை எழுதக்கூடிய இன்குலாப்பும் இளவேனிலும் ஒருவரே என்றுதான் நினைத்திருந்தேன். காலம் செல்லச்செல்லத்தான் உரைநடையில் இளவேனிலாகவும் கவிதையில் இன்குலாப்பாகவும் வெளிப்பட்ட அவர்கள் இருவரும் ஒருவரல்லர் என்னும் உண்மை தெரிந்தது. ஒத்த சிந்தனையுடையவர்கள் இருவராக இருந்தாலும் ஒருவராகவே அறியப்படுகிறார்கள். அவர்கள் இருவரும் ஒரே மாதிரியான புன்னகையில் ஒரே மாதிரியான கொள்கையில் ஒன்றியிருப்பவர்கள்.

எழுத்துக்கும் வாழ்வுக்கும் இடைவெளியில்லாமல் வாழக் கூடியவர்களாக அவர்கள் தங்களை வடிவமைத்துக்கொள்ள மார்க்சீயச் சிந்தனைகளே அடிப்படை. போலி எழுத்துகளையும் போலி எழுத்தாளர்களையும் அவர்கள் பொறுத்துக் கொள்வதில்லை. வார்த்தைகளை மடக்கிப்போட்டு கவிதை என்று சொல்பவர்களை அவர்கள் ஒருபோதும் ஒப்புக்கொள்ளுவதில்லை. மானுட விடுதலைக்கான போராட்டத்தில் கலையும் இலக்கியமும் அவர்களுக்கு மற்றுமொரு ஆயுதம் என்றுதான் சொல்கிறார்கள். வாளோடும்

தேன்சிந்தும் மலர்களோடும், புரட்சியும் எதிர்ப்புரட்சியும் ஆகிய நூல்கள் சமீபத்தில் வெளிவந்துள்ளன. அதிலும், தோழர் இளவேனில் பழைய பரவசத்தை எனக்கு ஏற்படுத்தத் தவறவில்லை.

எழுத்தாளர் வண்ணநிலவன் உள்படச் சிலர், எழுத்தில் முற்போக்கு பிற்போக்கு என்பதெல்லாம் இல்லை. அப்படி ஒரு பாகுபாடு உள்ளதாகச் சொல்லுவது கம்யூனிஸ்ட்டுகள் ஏற்படுத்தும் மாயை என்று வாதிடுவார்கள். அதற்காக இடதுசாரி இலக்கியங்களாக அறியப்பட்ட பல நூல்களை வாசித்து மதிப்பெண்ணும் போட்டிருக்கிறார்கள். தொ.மு.சி ரகுநாதன், டி.செல்வராஜ், கு.சின்னப்பபாரதி, இராஜேந்திரசோழன், போன்றோரைப் பட்டியலிட்டுச் சங்கப் பிரச்சனைகளை எழுதுவது எப்படி இலக்கியமாகும் என்றும் கேட்கிறார்கள். எதுதான் இலக்கியமென்று சொல்லமுடியாத அவர்கள் எல்லோரையும் ஏற்றுக்கொள்வதில் காட்டும் தயக்கம் கவனிக்கத்தக்கது. அவர்கள் அப்படிச்சொன்னாலும், மக்கள் எழுத்து என்ற ஒன்று இல்லாமல் இல்லை. மக்களை எழுதுவதும் மக்களுக்காக எழுதுவதுமே முற்போக்கு இலக்கியம் என்று உலகமே ஒப்புக்கொண்டபின் இவர்களுடைய உசாத்துணைகள் தேவையே இல்லை. யார் நம்மை எழுதவைக்கிறார்கள். யாருக்காக நாம் எழுதுகிறோம் என்ற தெளிவில்லாமல் எழுதுவதும் எழுத்தா?என்பது வேறு விஷயம்.

சுவாரஸ்யத்துக்காகவும் சுயநுகர்வுக்காகவும் எழுதுவது அல்ல எழுத்து. தன்னைப் பின்தொடரும் அல்லது தான் பின்தொடரும் மக்களை முன்வைப்பதே எழுத்து. வெகுசன ஏடுகளில் வெளிவரும் வணிக எழுத்துகளைவிட, வாழ்வை அச்சு அசலாகப் பிரதியெடுக்கும் எதார்த்தப் படைப்புகளுக்கு ஆயுள் அதிகம். வித்வத்துக்காக எழுதுவதும் அவ்வாறு எழுதிக்கொண்டிப்பவர்கள் தங்களுக்குள்ள வித்யா கர்வங்களை வெளிப்படுத்த எண்ணுவதும் விமர்சனத்துக்குரியவை. ஒரு கட்டத்தில், ஒரு குறிப்பிட்ட சிற்றிதழில் கவிதை பிரசுரமானால் இலக்கிய அங்கீகாரம் கிடைத்துவிட்டதாக அதை எழுதியவர் பெருமைகொள்ளும் சூழல் இருந்தது.

எதையாவது கவிதை என்று எழுதுகிறவர்களை ஊக்குவிக்கும் வேலையை அச்சிற்றிதழும் செய்துவந்தது.

தோழர் இளவேனில், அச்சிற்றிதழின் உண்மைத் தன்மையை உலகுக்குக் காட்ட ஒரு காரியம் செய்தார். தன்னுடைய நண்பர்கள் சிலரை வரவழைத்து, ஆளுக்கொரு வார்த்தையைச் சொல்லச்சொல்லி கவிதை மாதிரி ஒன்றை அச்சிற்றிதழுக்கு அனுப்பி வைத்தார். வெறும் சொற்குவியலாக அமையப்பெற்ற அவ்வாக்கியங்களைக் கவிதை என்னும் பெயரில் அச்சிற்றிதழும் பிரசுரித்தது. சொற்குவியலைக் கவிதையாகப் பார்த்த அச்சிற்றிதழ், அதை எழுதியவர் அரூபசொரூபன் என அச்சிட்டிருந்தது அக்காலத்திய நகைச்சுவை. இப்படித்தான் இன்றைய நவீனக் கவிதைகள் எழுதப்படுகின்றன என நிறுவ, வேடிக்கையாக அவ்விளையாட்டை எண்பதுகளின் இறுதியில் நிகழ்த்தியவர் இளவேனில்.

மக்களை முன்னிறுத்தும் எந்தப் படைப்பாளனும் எழுத்திலுள்ள மோசடிகளை ஏற்கத் துணிவதில்லை. கைக்கு வந்ததை எழுதிவிட்டுக் கதையாகவும் கவிதையாகவும் காட்ட எண்ணுபவர்களிடம் கவனமாக இருக்கவேண்டும் என அவர்கள் அறிவுறுத்துகிறார்கள். தோழர் இளவேனில் பேரன்பும் பெருங்கோபமும் உடையவர். அதனால்தான், தொழிற்சங்க முன்னோடிகளில் ஒருவரான தோழர் வி.பி சிந்தன் தன் எழுத்தாள நண்பர் கேசவதேவிடம், இவனிடம் எனக்குப் பிடித்தது கோபம் என்று இளவேனிலை அறிமுகப்படுத்தியிருக்கிறார். தன்னை விமர்சிப்பவனின் நேர்மையை அல்லது தகுதியைப் பறைசாற்ற இம்மாதிரியான வேடிக்கைகளிலும் விளையாட்டுகளிலும் அவ்வப்போது இளவேனில் ஈடுபடத் தயங்கியதில்லை. மக்களை ஏமாற்றும் சக்தி எந்த ரூபத்தில் வந்தாலும் அதை அரூப சொரூபனாக நின்று எதிர்க்கும் திறனும் ஆற்றலும் எல்லோருக்கும் வாய்த்துவிடுவதில்லை. சுயத் தேவைகளைச் சுருக்கிக்கொண்டு, பொது வாழ்வுக்குத் தன்னை ஒப்புக்கொடுக்கும் ஒருசிலரே அத்திறனையும் ஆற்றலையும் பெறுகிறார்கள்.

எழுத்தில் அரசியலையோ அரசியலை எழுத்திலோ

கொண்டுவரக் கூடாதெனச் சிலர் எண்ணுகிறார்கள். நுட்பமான இலக்கிய வடிவங்களில் அரசியல் நுழைவதால் கலைத்தன்மை கெட்டுவிடும் என அவர்கள் நம்புகிறார்கள். அதுவுமே அரசியல்தான். அரசியலுக்கு இடமளிக்காத படைப்புகள் கால ஓட்டத்தில் கரைந்துவிடும் என்பவர்களே இளவேனிலைப் போன்றோர். ஒருவர் அரசியல் அறிவை பெற்றிருப்பதாலேயே அரசியல் கட்டுரைகளை எழுதிவிட முடிவதில்லை. அதற்குமேல் அது, யாருடைய அரசியல் என்று தெரிந்திருக்க வேண்டும். மேலும், ஆளும் தரப்புக்கோ அதிகார அச்சுறுத்தலுக்கோ அஞ்சக்கூடிய ஒருவர், அரசியல் கட்டுரைகளில் சோபிப்பதில்லை. தோழர் இளவேனில் அரசியல் கட்டுரைகளின் வாயிலாகவே தன்னை நிறுவியவர்.

இளவேனில் கவிதைகள் என்ற தலைப்பில் அவருடைய கவிதைகள் வெளிவந்துள்ளன. என்றாலும், அவர் வெகுவாகக் கொண்டாடப்படுவது அரசியல் கட்டுரைகளால்தான். ஒருமுறை அவருடைய கட்டுரையை வாசித்துவிட்டால் அதன்பின் அவரே வேண்டாம் என்றாலும் அவருடைய எழுத்துகளுக்கு நாம் தீவிரத் தோழனாகிவிடுவோம். ஆத்மா என்றொரு தெருப்பாடகனைக் கீழே வைக்கமுடியாத அனுபவத்தை வாசிக்குந்தோறும் பெற்றுவருகிறேன். இதற்குமுன் இப்படியொரு நூலை வாசித்திருக்கிறீர்களா என நண்பர்களிடம் சவால்விட்டுச் சிபாரிசும் செய்திருக்கிறேன்.

கவிதைகள், இலக்கியக் கட்டுரைகள், ஓவியங்கள், அரசியல் விமர்சனங்கள் எனப் பல முகங்களில் இளவேனில் தென்பட்டாலும், பொதுவெளியில் அவரைச் சினிமா இயக்குநராகப் புரிந்துகொண்டவர்களே அதிகம். கலைஞர் எழுதிய சாரப் பள்ளம் சாமுண்டி என்னும் நூலைத் தழுவி, அவர் இயக்கிய 'உளியின் ஓசை' திரைப்படத்தை அவ்வளவு எளிதாக யாரும் மறந்துவிடமாட்டார்கள். இளவேனில் தன் எழுத்தில் கொண்டிருந்த அடர்வை அத்திரைப்படம் சிலருக்குக் கொடுக்கவில்லை. மூலக்கதை இன்னொருவருடையது என்பதால் முழு ஆளுமை வெளிப்படாமல் போயிருக்கலாம். ஆனாலும், அத்திரைப்படம் வெளிவந்த சமயத்தில் எழுதப்பட்ட எந்தக் கட்டுரையிலும் இளவேனிலின் முந்தைய

எழுத்துச் சாதனைகள் குறிக்கப்படவில்லை. காத்திரமான அவருடைய எத்தனையோ கட்டுரைகளில் ஒன்றைக்கூட வாசிக்காதவர்களே அவர் திரைப்படத்தை விமர்சிப்பவர்களாக இருந்தார்கள். அவரை வெறுமனே ஒரு சினிமாவை இயக்கிய இயக்குநர் என்றுதான் என் கவனத்துக்கு வந்த எல்லாப் பத்திரிகைகளும் செய்திகளை வெளியிட்டன.

அச்சுக் கோர்க்கப்பட்டுப் புத்தகங்கள் வெளிவந்த அந்தக் காலத்திலேயே எழிலான எழுத்துருக்களை உருவாக்கும் பணியில் இளவேனில் ஈடுபட்டிருக்கிறார். அவருடைய அட்டை வடிவமைப்பில் எத்தனையோ நூல்கள் வெளிவந்துள்ளன. இளவேனில் என அவரே அவர் கைப்பட எழுதிய வடிவத்தில்தான் அவர் பெயர் இன்றும் அச்சாகிக்கொண்டிருக்கின்றன. பத்திரிகையாளராகவும் பணியாற்றிய அனுபவம் இருப்பதால் நூலின் பக்க வடிவமைப்பிலும் அட்டை வடிவமைப்பிலும் அக்கறை செலுத்தக்கூடியவராக அவர் இருந்துவருகிறார். மலையூர் மம்பட்டியான் என்னும் திரைப்படத்தின் எழுத்துருவை உருவாக்கியவர் அவர்தான். அப்படத்தின் கதைவிவாதத்தில் அவருக்கிருந்த பங்குகுறித்துப் பலரும் சொல்லக் கேட்டிருக்கிறேன்.

எழுபதுகளின் இறுதியில் இருந்தே அவர் சினிமாவோடு தொடர்பு கொண்டிருக்கிறார். நூறு பூக்கள் மலரும், வீரவணக்கம் ஆகிய தலைப்புகளில் அவரால் ஆரம்பிக்கப்பட்ட திரைப்படங்கள் என்ன காரணத்தினாலோ தொடரமுடியாமல் போயின. அதை அடுத்து, நெஞ்சில் ஓர் தாஜ்மஹால் என்னும் தலைப்பில் அவர் தொடங்கிய திரைப்படமும் பாடல் பதிவோடு நின்றது. சிவாஜிராஜா என்பவரால் இசையமைக்கப்பட்ட அத்திரைப்படத்தின் பாடல்களை இளவேனிலே எழுதியதாகக் குறிப்பு இருக்கிறது. என்றாலும், அப்பாடல்களைக் கேட்கும் கொடுப்பினை நமக்கு வாய்க்கவில்லை. உளியின் ஓசையைத் தொடர்ந்து அவர் இயக்குவதாக அறிவிக்கப்பட்ட 'நீயின்றி நானில்லை' திரைப்படமும் தொடங்கிய நிலையிலேயே துவண்ட காரணத்தைத் தேடிக்கொண்டிருப்பதில் நியாயமில்லை. சினிமாவுக்குத் தேவையான சமசரங்களை

ஒருவர் செய்துகொள்ளத் துணியாதபோது, அவருக்கான வாய்ப்புகள் கைநழுவிப் போவது தவிர்க்க முடியாதது. கிடைத்த வாய்ப்பைக் கயிறாகப் பயன்படுத்தி மேலே ஏறுகிறவர்களும் உண்டுதான். என்றாலும், அது கயிறா பாம்பா எனச் சந்தேகிக்க வேண்டியது அவசியம். தோழர் இளவேனில் மனதில் பட்டதைச் சட்டென்று சொல்லிவிடுபவர். கட்சிக்குச் சொத்தையெல்லாம் எழுதிவைத்துவிட்டு, கட்சியைத் தன் சொத்தாக்கிக் கொண்டவர் அவர் என, கேரள கம்யூனிஸ்ட் தலைவர் ஒருவரைப்பற்றி அக்காலத்தில் அவர் கூறிய கூற்று ஒன்று பிரசித்திப் பெற்றிருந்தது.

அன்பை அதிர்ந்து வெளிப்படுத்தத் தெரியாத அவருடைய பண்புகளை எழுத்திலிருந்து உணர்ந்துகொள்ளலாம். இடதுசாரித் தோழர்கள் ஆழ்ந்த தமிழ்ப் புலமைக் கொண்டவர்கள் அல்லர் என்று வலதுசாரிகளால் பரப்பப்படும் வதந்திகளுக்குப் பதில் சொல்லக்கூடியவராக இளவேனில் இருந்து வருகிறார். அவருடைய காருவகி நாவல், சரித்திரத் தரவுகளைக் கொண்டு எழுதப்பட்ட மிக அற்புதமான வரலாற்றுப் புதினம். அந்நூலில் கலிங்கத்திற்கும் தமிழகத்திற்குமுள்ள தொடர்புகள் விவரிக்கப்பட்டுள்ளன. கலிங்கப்போரில் அசோகனுடன் போரிட்டமன்னன் யார் என்ற கேள்வியை எழுப்பி, அதற்குச் சரியான விடையைச் சான்றுகளுடன் தந்திருக்கிறார். ஒரு வரலாற்றுப் புதினத்தில் ஆய்வுக்குரிய பகுதிகள் கொஞ்சமாவது இருக்கும். காருவகி நாவலிலும் அப்படி விவாதிக்கவும் ஆய்வை மேற்கொள்ளவும் நிறைய உள்ளன. அசோகனின் இறுதிப்போரில் அவனுடன் போரிட்ட மன்னன்ஆரியனாக இருக்க வாய்ப்புக் குறைவு என வரலாற்று ஆய்வாளர் சுனிதிகுமார் சாட்டர்ஜி சொல்லியதற்கும் காருவகியில் இளவேனில் காட்டிய சான்றுகளுக்கும் தொடர்பு இருப்பதை ஆய்வாளர்களே சொல்லவேண்டும்.

கொடுங்கோலனாக ஆட்சியில் அமர்ந்த அசோகன், மெல்ல மெல்ல பௌத்தத்தைத் தழுவவும் உயிர்களை அருளோடு அணுகவும் காருவகியின் நட்பே காரணம் என்ற கருத்தும் நிலவுகிறது. காருவகி என்பவள் தமிழ்ப்பெண் என்றும் அவளது நட்பினால்தான் கலிங்கப்போர் முடிவுக்கு

வந்தது எனவும் இந்நாவல் நிறுவுகிறது. பௌத்தத் துறவியான காருவகியின் அன்பைப் பெற்ற பிறகே அசோகனுக்குப் போர் குறித்த எண்ணம் மாறியிருக்கிறது. போரிட்டு வெல்வதைவிட அன்பினால் உலகை வெல்வதே உயர்ந்ததென அவன் எண்ணியதாகவும் இளஞ்சேட் சென்னி என்றழைக்கப்பட்ட சோழ மன்னனே கலிங்கப்போரில் அசோகனுடன் போரிட்ட மன்னன் எனவும் நாவல் பேசுகிறது. புனைவை மிக விரிந்த தளத்தில் மேற்கொண்டுள்ள இளவேனில், சங்கப்பாடலில் இருந்து அதற்கான சான்றுகளைக் காட்டியிருப்பது விசேஷம். அசோகனின் மனத்தை மாற்றிய காருவகியைக் கதை நாயகியாகக் கொண்டு எழுதப்பட்ட அந்நாவல், ஏனைய வரலாற்றுப் புதினங்களைவிட ஆய்வுக்கான ஊற்றுக்கண்ணை திறந்துவைக்கிறது. சாண்டில்யனோ ஜெகசிற்பியனோ இந்நாவலை எழுதியிருந்தால் காருவகி என்பதற்குப் பதில் மழைமோகினி என்றோ மயில் என்றோ கவர்ச்சிகரமான பெயரை இட்டிருப்பார்கள். ஆனால், இளவேனிலோ காருவகி என்னும் தமிழ்ப் பெயரைச் சூட்டியிருக்கிறார் எனத் திராவிட இயக்க ஆய்வாளர் க.திருநாவுக்கரசு நூல் வெளியீட்டு விழாவில் பேசியது குறிப்பிடத்தக்கது.

உலக ஊடகங்களால் மைக்கேல் ஜாக்ஸன் கொண்டாடப்பட்ட பொழுதும் சரி, அதற்குப்பின் அதே அளவுக்கு விமர்சிக்கப்பட்ட பொழுதும் சரி அதை வெறுமனே பார்த்துக்கொண்டிராமல், மைக்கேல் ஜாக்ஸனுக்குப் பின்னே நிகழ்த்தப்பட்டப் பன்னாட்டு வணிக நிறுவனங்களின் அரசியலை ஆவேசத்தோடு முன்வைத்தவர் இளவேனில் ஒருவரே. இசையிலும் கடைப்பிடிக்கப்பட்ட இனவெறிக்கு எதிராக அவர் தீட்டிய கட்டுரைகள் போற்றிப் பாதுகாக்கத்தக்க ஆவணங்கள்.

தமிழ் நிலத்தில், இசைஞானி இளையராஜாவுக்கு எதிராகப் பத்மாசுப்ரமணியம் பரப்பிய அவதூறுகளையும்கூட அவர் சுட்டிக்காட்டத் தவறியதில்லை. நாட்டுப்புற இசையைத் தனதென்று வாதிட்ட பத்மா சுப்ரமணியத்தின் அப்பட்டமான புளுகு மூட்டையை அவிழ்த்துக் கொட்டிய எழுத்து அவருடையது. பாவலர் வரதராஜன்தான் தன் அண்ணன்

என்று இளையராஜா சொன்னதைப் பொய்யென்று சொன்னவர் பத்மா சுப்ரமணியம். இல்லாத ஒருவரைத் தன் அண்ணனாக இளையராஜா சொல்வாரென்று பத்மா சுப்ரமணியம் எப்படித்தான் யோசித்தாரோ தெரியவில்லை. எழுத்தில் இவ்வளவு நெகிழ்வாகத் தன்னைப் பிரகடனப்படுத்தும் இளவேனில், நிஜத்திலும் அப்படியா?என்று வித்யாஷங்கரைக் கேட்டேன். எதார்த்தத்திலிருந்து எழுத்தைச் சமைக்கிற ஒருவர், எதார்த்தத்திற்கு எப்படி முரண்படுவார் என்றார்.

தோழர் இளவேனில் பொதுவாக உணவகங்களில் வைக்கப்படும் டிப்ஸ் தொகைக்கு எதிரானவர். சம்பளம் போதவில்லை என்றால் சங்கம் வைத்து முதலாளியிடம் முறையிட்டுப் பெற வேண்டுமே தவிர, தட்டிலிடும் சில்லறைகளைத் தொழிலாளர்கள் பொறுக்கக்கூடாது என்பவர். ஊழியத்துக்கான கூலியை முதலாளியிடம் போராடிப் பெறுவதுதான் உரிமை. அதைவிடுத்து, யார் யாரோ வைத்துவிட்டுப் போகும் இனாம்களுக்காகக் கையேந்திக் காத்திருக்கக்கூடாது எனச் சொல்லியிருக்கிறார். மீதத்தை எடுத்துக்கொள்ள எண்ணுபவன், தன்னையும் மீதமாகவே கருதநேரும் என்றிருக்கிறார். இப்பவும் இந்தியன் காபி ஹவுசில் பணியாற்றும் தொழிலாளர்கள் டிப்ஸ் பெறுவதில்லை என்றே கேள்விப்படுகிறேன்.

சகமனிதனைச் சமமாகப் பாவிக்கும் பக்குவமுடையவராக அவர் இருப்பதால்தான், இன்றையத் தலைமுறையும் அவருடைய எழுத்துகளை உச்சிமோந்து உச்சரிக்கிறது. நவீன ஓவியத்தின் தந்தை பிக்காஸோ, தனது இறுதிக் காலத்தில் தன் ஓவியங்களில் ரசிப்பதற்கு ஒன்றுமே இல்லை என ஒப்புதல் வாக்குமூலம் அளித்ததைக் குறிப்பிட்டு, பாதல் சர்க்காரின் நாடகங்களைக் கட்டுடைத்திருக்கிறார். பாதல் சர்க்காரின் நாடகங்களையே கட்டுடைத்தவர் என்றால் உடனே, அவர் ஏதோ நவீனங்களுக்கு எதிரானவர் எனக் கருத வேண்டியதில்லை. இளவேனில் நவீனங்களுக்கு எதிரானவர் அல்ல. நவீனப் பொய்மைகளுக்கே எதிரானவர். மரபு என்பது மதவகைப்பட்ட ஆசாரமல்ல. அது, கட்டுத்தளையும் அல்ல. ஒரு குறிப்பிட்ட காலத்திய, ஒரு குறிப்பிட்ட

மக்களது அனுபவங்களின் முதிர்ச்சியே மரபு. மரபு என்பது இலக்கணம். அது ஒரு விஞ்ஞானம். விஞ்ஞானம் அறிவுக்கோ கலைக்கோ எதிரானதல்ல என்று சொல்லுவார். இடதுசாரி இலக்கியங்களில் எதுவுமே இல்லை. இலக்கியங்கள் என்னும் பேரில் அவர்கள் சோஷலிசப் போஸ்டர்களை அடித்துக்கொண்டிருக்கிறார்கள் என இப்போதும் பிரச்சாரம் செய்பவர்கள் இல்லாமல் இல்லை. எந்தப் பிரச்சாரத்தினாலும் மக்கள் கலை இலக்கியத்தின் மகத்துவத்தை மறுக்கமுடியாது. அதையும் தாண்டி, சோஷலிசப் போஸ்டர் அடிப்பது ஒன்றும் ரசக்குறைவான காரியமில்லை. அது, வாயில் ஒழுகும் குழந்தையின் வாயைத் துடைத்துவிடும் தாயின் செயலுக்கு ஒப்பானது.

தோழர் இளவேனில் "என் எழுத்திலுள்ள பிழைகளைப் பொறுத்துக்கொள்ளுங்கள்" எனச் சொல்பவரை அங்கீகரிப்பதில்லை. 'உனக்கே பிழையென்று தெரிந்தபின் அதையேன் அச்சிட்டு எனக்குக் கொடுக்கிறாய்" என்றுதான் கேட்பார். எழுத்தை ஆளவேண்டும் எனவும் வாக்கியங்களுக்கு இடையே வாழ்க்கை இருக்கவேண்டும் எனவும் அவர் சொல்லியிருக்கிறார். 'இரண்டாம் உலகைத் தேடி" என்ற எழுத்தாளர் எம்.ஜி.சுரேஷின் புகழ்பெற்ற முதல் சிறுகதை கார்க்கி இதழில்தான் பிரசுரமானது. ஒரு படைப்பாளரை அடையாளங்கண்டு அவரைத் தொடர்ந்து எழுதவைப்பதில் அக்கறையோடு இருந்திருக்கிறார். இன்குலாப்பின் அநேக கவிதைகள் அவருடைய கார்க்கி இதழில்தான் வெளிவந்தன. "இளவேனில் எழுத்தில்" என்னும் தலைப்பில் அவருடைய எழுத்துகள் யாவும் தொகைநூலாக இப்போது வரத் தொடங்கியுள்ளன. இதுவரை அவரை வாசித்தவர்களும் புதிதாக வாசிக்கப் போகிறவர்களும் மீண்டும் தோழர் எனும் சொல்தரும் இன்பத்தில் லயிக்கக்கூடும். மேலும், தோழர் என்ற சொல்லின் ஜீவனுள்ள அர்த்தத்தை உணர காவல்துறை உயரதிகாரிகளும் அவர் நூல்களை வாசிக்கவேண்டுமெனக் கேட்டுக்கொள்கிறேன்.

பதினேழு ஆண்டுகளுக்கு முன் இந்தியன் காபி ஹவுசில் தோழர் இளவேனிலைச் சந்தித்தேன். அன்றுமுதல் இன்றுவரை

உருமாறாமல் அந்த நினைவு அப்படியே இருக்கிறது. இப்பொழுதும் அக் காபி ஹவுசைக் கடக்கையில் அனிச்சையாக என் தலை திரும்பி, சாளரத்தை எட்டிப்பார்க்கிறது. அச்சாளரத்தின் வழியே தோழர் தென்பட்டால், யாரோபோல் அருகிருந்து அவர் விவாதிப்பதைக் கேட்டுவிட்டு அமைதியாகத் திரும்புகிறேன். நானும் தொழிலாளர்களைத் தோழர்களாக ஏந்திக்கொள்ள எண்ணுவதால், உணவு மேசையில் வைக்கப்படும் மீதிச் சில்லறைகளை மறக்காமல் எடுத்துக்கொள்கிறேன். ஆமாம், தோழர்கள் என்பவர்கள் அன்பைக்கூட பிச்சையாக இட விரும்புவதில்லை.

கே.ஏ.குணசேகரன்

நாட்டுப்புற இசையை மக்கள் மேடைகளில் பிரபலப்படுத்திய பெருமை பாவலர் வரதராஜனுக்குரியது. அவர், இசைஞானி இளையராஜாவின் சகோதரர் என்பதிலும் பார்க்க, இடதுசாரி மேடைகளில் எளிய மக்களின் குரலை இசையினால் பிரபலப்படுத்தியவர் என்றே அறியப்படுகிறார். இடதுசாரி அமைப்புகள் தன்னையும் தன்னுடைய இசை முயற்சியையும் எவ்விதத்தில் எதிர்கொண்டன என்பதைப் பற்றியெல்லாம் அக்கறை கொள்ளாமல், தனக்கிருந்த இசையறியவை மக்கள்மயப்படுத்துவதிலேயே அவர் குறியாயிருந்தார். இன்றைக்குப் பாவலர் வரதராஜனின் இன்னொரு சகோதரரான கங்கைஅமரன் சொல்வது போல இடதுசாரிகள் வரதராஜனைக் கௌரவிக்கத் தவறிவிட்டார்கள் என்ற அருவருக்கத்தக்க அபத்தக் குற்றச்சாட்டை எந்தச் சந்தர்ப்பதிலும் பாவலர் வரதராஜன் வைக்கவில்லை. மேலும், கௌரவங்களுக்காகவோ பணத்தையும் பொருளையும் ஈட்டுவதற்காகவோ அவர் மக்கள் மேடைகளில் பாடவில்லை. மேற்கூறிய பணமோ கௌரவமோ விளம்பரமோ முக்கியமெனக் கருதியிருந்தால் அவரும் இளையராஜாவைப் போலவோ கங்கை அமரனைப் போலவோ திரைத்துறைக்கு வந்திருப்பார். திரை அரங்குகளைவிடத் திறந்தவெளி அரங்குகளே தனக்குரியதென

அவர் தேர்ந்தெடுத்திருக்கமாட்டார்.

பாவலர் வரதராஜன் மட்டுமல்லர், மக்கள் கலைஞர்களாக அறியப்படுபவர்கள் அத்தனைபேருமே அப்படித்தான் இருந்திருக்கிறார்கள். சொந்த துக்கங்கள் சுழற்றி வீசினாலும் அவர்கள் மக்கள்முன் வந்து விழுவதையே மாண்பாகவும் கடமையாகவும் கருதியிருக்கிறார்கள். அந்த ஒற்றைப் பண்பை முன்வைத்துத்தான் காலம் அவர்களை ஞாபகத்தில் வைத்திருக்கிறது. தேர்தலில் நிற்க வாய்ப்புத் தருகிறார்கள் என்பதற்காக அது என்ன கட்சி, என்ன மாதிரியான கொள்கைகளை உடைய கட்சி என்பதையெல்லாம் யோசிக்காமல், கருத்து என்கிற பெயரில் உயிரனைய உடன்பிறப்புகள்மீதே அவதூறுகளைப் பரப்ப அவர்கள் ஒருபோதும் துணிவதில்லை. பாவலர் வரதராஜனை ஒருமாதிரியும் இளையராஜாவை இன்னொரு மாதிரியும் விமர்சனத்திற்கு உட்படுத்திக்கொண்டிருக்கும் கங்கை அமரனின் தற்போதைய செயல்பாட்டை ஆரோக்கிய மனமுடைய யாரும் அங்கீகரிக்கமாட்டார்கள்.

அவர், பேசுவது இன்னதென்று தெரியாமல் பேசிக்கொண்டிருக்கிறார். பாப்புலாரிட்டி பித்தில் முன்னுக்குப்பின் முரணான கருத்துகளை முன்வைத்துக் கொண்டிருக்கிறார். தனது சகோதரர் காப்புரிமைச் சட்டத்தின் வாயிலாக எடுத்துவரும் நியாயமான காரியங்களைக்கூட அவரால் புரிந்துகொள்ள முடியவில்லை. அரசியல் அறிவைவிடுங்கள், பொதுவெளியில் யார் ஒருவரையும் நாகரிகமாக விமர்சிக்கும் பண்பை அவர் பெற்றிருக்கவில்லை என்பதுதான் வேதனைக்குரியது. அப்படிப்பட்ட ஒருவர்தான் ஆர்.கே. நகர் தொகுதி இடைத்தேர்தலில் பாரதிய ஜனதா கட்சி வேட்பாளராக நிறுத்தத் தகுதியுடையவராக அக்கட்சி கருதியது. ஊடகங்களில் அக்கட்சியைச் சேர்ந்த பலரும் தாழ்த்தப்பட்ட ஒருவருக்குப் பொதுத் தொகுதியில் வாய்ப்பளித்திருக்கிறோம் எனப் பீற்றிக்கொண்டார்கள். அவர் வேட்பாளராகப் பார்க்கப்படுவதைவிட, தாழ்த்தப்பட்டவராக மட்டுமே பார்க்கப்படுகிறார் என்பதை எப்படி எடுத்துக்கொள்வது?

கலை இலக்கியமாயிருந்தாலும் அரசியலாயிருந்தாலும்

முழுக்க முழுக்க நம்முடைய சமூகம் சாதியால் கட்டமைக்கப்பட்டிருக்கிறது. கலையிலும் இலக்கியத்திலும் உச்சநிலையை அடைந்தாலுமேகூட தாழ்த்தப்பட்டவர்கள் தங்களுடைய சாதி அடையாளத்தை அழித்துக்கொள்ளும் நிலையில்லை. எல்லையே இல்லை என்று தங்கள் படைப்பாற்றலால் விரிந்து வியாபிக்க அவர்களால் முடிவதில்லை. கண்ணுக்குத் தெரியாத சாதீயக் கிருமிகளால் எத்தனையோ சாதனையாளர்கள், தங்கள் பயணத்தைப் பாதியிலேயே முடித்துக்கொள்ளும் விபரீதம் விளைந்திருக்கிறது. கலை, இலக்கியம், சினிமா, அரசியல் எதுவாக இருந்தாலும் அதில் சம்பந்தப்படும் ஒருவர், விமர்சனத்திற்கு அப்பாற்பட்டவரல்லர். ஆனாலும், அவர் மீது வைக்கப்படும் விமர்சனங்கள் சாதி என்னும் சின்னத்தனத்தை வெளிப்படுத்துவது சகிக்கக்கூடியதல்ல. சமூகநீதி காப்பாற்றப்படுவதாகச் சொல்லப்படும் இதே தமிழ்நிலத்தில்தான், தலித்துகளாகத் தங்களை உணர்ந்தவர்கள் தங்களையும் பொதுப்பட்டியலில் சேர்த்துக்கொள்ளுங்கள் எனக் கேவுகிறார்கள். இந்தக் கேவுதலுக்குப் பின்னுள்ள கேள்விகள் புறந்தள்ள முடியாதவை. துயரமும் நியாயமும் அடங்கிய இந்தக் கேள்விகளைத் தம்முடைய இறுதிநாள்வரை எழுப்பிக்கொண்டிருந்தவர் மக்கள் கலைஞர் கே.ஏ.குணசேகரன்.

கல்விப்புலத்தில் மிக உயரிய பதவிகளை வகித்துவந்த போதிலும் அவர் தன்னை எளிய மக்களின் பிரதிநிதியாகவே கருதினார். மக்கள் மேடைகளில் பாவலர் வரதராஜனுக்குப் பிறகு அதிக அளவு அறியப்பட்டவராகவும் ஆராதிக்கப்பட்டவராகவும் அவரிருந்தார். 'தன்னான்னே' கலைக்குழு மூலம் தமிழக மேடையெங்கும் அவர் ஆற்றிய இசைப்பணிகள் கடந்த நாற்பது ஆண்டுகளில் வேறு யாரும் ஆற்றாதவை. நாட்டுப்புறப் பாடலைக் கலை இலக்கிய வடிவங்களில் ஒன்றாக மாற்றிய அரும்பணி அவருடையது. திரையிசையில் நாட்டார் பாடல்களை லாவகமாகக் கையாண்டவர் இளையராஜா என்றால் மக்கள் மேடைகளில் அப்பாடல்களை விடாமல் பயன்படுத்தியவர் கே.ஏ. குணசேகரன். மக்கள் இசையை வெறும் கேளிக்கைக்காக மேடைகளில் நிகழ்த்தாமல் அதைப் புரட்சிகரச் செயல்பாடாக

ஆக்கிக்காட்டியவரும் அவரே. தலித் கலை, தலித் இலக்கியம், தலித் பண்பாடு என்பன போன்ற கருத்தாக்கங்களில் தன்னை ஈடுபடுத்திக்கொண்டு அதற்காகவே சுற்றிச் சுழன்றவர் அவர்.

நாட்டுப்புறவியலில் முனைவர் பட்டம் பெற்ற அவர், புதுச்சேரி மத்தியப் பல்கலைக்கழகத்தின் நாடகவியல் துறைத் தலைவராக இருந்தவர். நிகழ்த்துக்கலை மீதும் நாட்டுப்புறவியல்மீதும் அதீத ஈடுபாடு கொண்ட கே.ஏ. குணசேகரனை, நான் பாடல் கேட்க ஆரம்பித்த வயதிலிருந்து அறிவேன். அப்போது என்னுடைய அப்பா மார்க்சிஸ்ட் கம்யூனிஸ்ட் கட்சியின் தஞ்சை நகரச் செயலாளராக இருந்துவந்தார். அக்கம் பக்கத்து வீடுகளில் இருப்பதுபோல நம்முடைய வீட்டிலும் டேப்ரெக்காடர் வேண்டும் என நானும் அக்காவும் அடம்பிடிக்கப்போக, எங்கள் தொல்லை தாளாமல் சிவப்பு நிறத்தில் ஒரு டேப் ரெக்கார்டரை மாதத் தவணைக்கு வாங்கித் தரும் முடிவுக்கு அப்பா தள்ளப்பட்டார். நீளவடிவத்திலான அந்த டேப் ரெக்கார்டரில் கேட்பதற்கு கே.ஏ.குணசேகரன் இசையமைத்துப் பாடிய தன்னானே பாடல்கள் அடங்கிய ஒலிநாடாவைச் சிபாரிசு செய்தவரும் அவர்தான். தமிழ்க் கலை இலக்கியப் பெருமன்றத்தின் முயற்சியால் வெளியிடப்பட்ட அந்த ஒலிநாடாவைத் தவிர வேறு ஒலிநாடாக்களை வாங்கித்தர அப்பாவுக்கு வெகுகாலம் பிடித்தது. அந்த ஒரே ஒரு ஒலிநாடாவை மாதக் கணக்கில் திரும்பத் திரும்பக் கேட்டுக்கொண்டிருந்தோம்.

இளையராஜா திரை இசையில் கோலோச்சிக் கொண்டிருந்த அந்தக் காலத்தில் ஒரே ஒலிநாடாவைக் கேட்டுவந்த எங்களை, பக்கத்து வீட்டுக்காரர்கள் பரிகாசத்தோடு பார்த்தது குறிப்பிடத்தக்கது. என்றாலும், அதை ஒரு பொருட்டாகவே கருதாத நாங்கள் தன்னானே பாடல்களை உணர்வு உந்தக் கேட்டு வந்தோம். “அம்மா பாவாட சட்ட கிழிஞ்சு போச்சுதே, முக்காமொழம் தண்ணிக்கெணறு, என்னம்மா தேவி ஜக்கமா” போன்ற பாடல்கள் இப்பொழுதும் என் நினைவில் இருப்பதற்கு அதுவே காரணம். கன்னிவாடி பச்சை நிலாவால் எழுதப்பட்ட அப்பாடல்களை கே.ஏ. குணசேகரன், தனக்கே உரிய கம்பீரத்தோடு பாடியிருப்பார்.

அவர் குரல் ஆரோகணத்தையும் அவரோகணத்தையும் எட்டிப்பிடித்து வெளிப்படுத்தும் உணர்வுகள் கண்ணீரை வரவழைத்துவிடும். மெல்லிய சோகத்தின் ஊடே பற்றிப் பரவும் அவரது ஒவ்வொரு பாடலும் தொல்லிசையின் தாக்கங்களை ஏற்படுத்தும். எஸ்.பி.பாலசுப்ரமணியனும் மலேசியா வாசுதேவனும் ஏற்படுத்தாத எதார்த்த இசையின் நெளிவு சுளிவுகளை அவர் கற்றிருந்தார். நேர்ப்பேச்சில் ஒருவர் ஏற்படுத்தக்கூடிய நெருக்கத்தை அப்பாடல்களும் எங்களுக்குள் ஏற்படுத்தின. ஆண்குரலில் என்னையும் பெண்குரலில் அக்காவையும் பாடச்சொல்லி, மாறி மாறி அப்பாடல்களை அப்பாவும் அம்மாவும் கேட்டுக்கொண்டிருப்பார்கள். இந்தப் பாட்டெல்லாம் சினிமாவில் வராதா? என நானோ அக்காவோ கேட்கவில்லை. ஏனெனில், அந்தப் பாடல்களில் விரவியிருந்த கருத்துகள் சினிமாவுக்கு அப்பாற்பட்டதெனப் புரிந்துகொள்ளும் நிலையிலேயே நாங்கள் வளர்க்கப்பட்டிருந்தோம்.

எத்தனைமுறை கேட்டாலும் அப்பாடல்கள், எங்களுக்கு அலுப்பையோ சலிப்பையோ தரவில்லை. மாறாக ஒருவித உணர்வு பாவத்தை உண்டு பண்ணின. நாமும் அதுபோல பாடவேண்டும் என்னும் உத்வேகத்தைக் கொடுத்தன. மிகக் குறைந்த வாத்தியக் கருவிகளை வைத்துக்கொண்டு, குரலை மட்டுமே பிரதானப்படுத்தும் அப்பாடல்களுக்கு ஈடான ஒரு திரைப்பாடலைக்கூட கேட்கும் வாய்ப்பை அப்போது நாங்கள் பெற்றிருக்கவில்லை. இதெல்லாம் பாட்டா? என உதாசீனப்படுத்தாமல், இதுதான் பாட்டு என நம்ப வைக்கப்பட்டிருந்தோம். "ரோட்டோரம் வீட்டுக்காரி, ரோசாப்பூ சேலைக்காரி" என்னும் பாடலைக்கூட கே.ஏ.குணசேகரன், ஓர் ஏழையின் நைந்த காதல் குரலாகவே எதிரொலிப்பார். உள்ளடங்கிய கிராமத்தின் அசலான மொழியை அவருடைய குரல் பிரதிபலிக்கும். இயல்பிலேயே அவரிடமிருந்த மக்கள் நேசம், அலங்கார ஆலாபனைகளைப் புறந்தள்ளிவிடும். பறையும் தவிலும் ரெட்டை மேளமும் வேகமெடுத்து இசைக்கப்பட்டாலும் அவருடைய கம்பீரக் குரல் அதையெல்லாம் கடந்து கேட்கும். ஏழு ஸ்வரங்களுக்குள்தான் இசை என்று சொல்லப்பட்டாலும் அவருடைய அக்னி

ஸ்வரங்கள் ஒலிநாடாவுக்குப் பின், இசையின் ஸ்வரங்கள் ஏழல்ல இன்னும் இருக்கின்றன எனத் தமிழ்ச்சமூகம் புரிந்துகொண்டது. "மனுசங்கடா நாங்க மனுசங்கடா" என்ற இன்குலாப்பின் பாடலை அவர் பாடக் கேட்டவர்களுக்கு என் சொற்களிலுள்ள உண்மை விளங்கும்.

இந்தப் பாட்டையெல்லாம் பாடிய மாமாவை இன்றைக்குச் சந்திக்கப்போகிறோம் என ஒரு மதிய வேளையில் அப்பா சொல்லியபோது, அதை நாங்கள் சாதாரணமாக எடுத்துக்கொள்ளவில்லை. உண்மையாகவா, உண்மையாகவா என்றுதான் கேட்டோம். அவருடைய பாடல்கள் எங்களுக்குள் ஏற்படுத்தியிருந்த பிரமிப்பில், அவரைச் சந்திக்கப் போகிறோம் என்னும் செய்தி களிகொள்ள வைத்தது. மாலையில் நடக்கவிருந்த முற்போக்கு எழுத்தாளர் சங்கக் கூட்டத்திற்குப் போகும்வரைகூட உண்மையாகவா என அப்பாவிடம் கேட்டுக்கொண்டிருந்தோம். பெத்தனன் கலையரங்கமோ பெசன்ட் அரங்கமோ சரியாக நினைவில்லை. அங்குதான் முதல்முதலில் கே.ஏ.குணசேகரனை அப்பா எங்களுக்கு அறிமுகப்படுத்திவைத்தார். அறிமுகப்படுத்தியதுமே "என்ன மருமகனே என்ன படிக்கிறீங்க, நல்லா படிக்கணும்" என்றார். "எம் மருமக ஜாடையிலதான் நடிகை சரிதா இருக்கிறாங்க" என்றதும் அக்காவுக்குத் தலைகால் புரியவில்லை. சரிதாவைப் போல் கண்களை அகல விரித்து ஆமோதித்தாள். அதன்பின் பல்வேறு மேடைகளில் அவர் பாடக் கேட்டிருக்கிறோம்.

நாடக ஆக்கங்களில் அவர் கவனம் செலுத்தத் தொடங்கிய பிறகும்கூட அவருடைய இசைப்பாடல் ஆர்வம் குறையவே இல்லை. நாட்டுப்புற இசையை முற்போக்கு மேடைகளில் முழங்கிக்கொண்டே இருந்தார். தலித் இசை அடையாளமாக நாட்டுப்புற இசையை நிறுவியதில் அவர் ஒருவருக்கே முதன்மைப் பங்குண்டு. அவருக்கு முன்னாலும் பின்னாலும் பலர் இருக்கிறார்கள். என்றாலும், அவருடைய பங்களிப்புகள் தனித்துவமானவை. நாட்டுப்புற இசையிலிருந்தே சாஸ்த்திரிய இசை பிறந்ததாக இன்றைக்கு முன்வைக்கப்படும் பல ஆய்வுகளுக்கு அவரே முன்னோடி.

1990களில் அம்பேத்கர் நூற்றாண்டை ஒட்டித் தமிழகத்தில்

எழுந்த தலித் பேரலைதான், கே.ஏ.குணசேகரனை உலகிற்கு யாரென்று அடையாளங் காட்டியது. அதற்கு முன்புவரை அவருமே தன்னைத் தலித்தாக எங்கேயும் அறிவித்துக்கொள்ளவில்லை. அவர் அறிவித்துக் கொள்ளவில்லை என்றாலும், அவரை இந்தச் சமூகம் அப்படித்தான் பார்த்தது என்பது வேறு விஷயம். தன்னுடைய இருப்பு சார்ந்தும் அடையாளம் சார்ந்தும் தனக்குள் எழுந்த கேள்விகளை "வடு" என்னும் சுயசரிதையில் எழுப்பினார். 125 பக்கங்களைக் கொண்ட அச்சுயசரிதையில் தான் கடந்துவந்த பாதைகள் குறித்து எழுதியிருக்கிறார். முழுக்கவும் பேச்சுமொழியில் எழுதப்பட்ட அச்சுயசரிதை நூல் 2005இல் வெளிவந்தது. தலித் சுயசரிதை என்னும் அளவில் தமிழில் எழுதப்பட்ட மிக முக்கியமான நூல்களுள் அதுவும் ஒன்று. 1936 இல் வெளிவந்த இரட்டைமலை சீனிவாசனின் ஜீவிய சரித்திர சுருக்கம் என்னும் நூலையடுத்துப் பெருங்கவனத்திற்கு எடுத்துக்கொள்ளப்பட்ட நூல் வடு. பாமாவின் "கருக்கு" ராஜ் கவுதமனின் "சிலுவைராஜ் சரித்திரம்", ஸ்ரீதர கணேசனின் "சந்தி", சிவகாமியின் "உண்மைக்கு முன்னும் பின்னும்" ஆகியவை தலித் தன் வரலாற்று நூல் முயற்சியில் குறிப்பிடத் தக்கவை. கன்னடத்திலும் மராட்டியத்திலும் வெளிவந்த தன் வரலாற்று நூல்களைக் கணக்கிட்டால், தமிழில் மிகமிகக் குறைவாகவே தலித் சுயசரிதைகள் வெளிவந்துள்ளன.

தன்னுடைய வலியையும் வேதனையையும் அடுத்தவர்க்குச் சொல்லி, அதன் மூலம் எந்தச் சகாயங்களையும் கோர கே.ஏ. குணசேகரன் வடுவை எழுதவில்லை. தலித் அரங்கியல், தலித் அரசியல் என்னும் தளத்தில் தனக்குப் பின்னால் வரக்கூடியவர்களுக்கான நம்பிக்கையை ஏற்படுத்தும்விதமாகவே அந்நூலை எழுதியிருக்கிறார். அதுமட்டுமல்ல, அந்நூலில் அவர் இந்தச் சமூகத்தில் தான் கால் ஊன்றிக்கொள்ளப் பயன்பட்ட அத்தனைப்பேரையும் குறிப்பிட்டிருக்கிறார். இளவயதிலிருந்து ஒவ்வொரு கட்டத்திலும் தலித் என்பதற்காக ஒரு கலைஞன் எங்கெல்லாம் எப்படியெல்லாம் புறக்கணிக்கப்படுகிறான் என்னும் உண்மையை அந்நூல் பேசுகிறது. மீண்டும் மீண்டும் தான் ஒரு தலித்தாகவே நடத்தப்படுவோம் என்ற தயக்கத்தை

அவர் அந்நூலில் எங்கேயும் காட்டவில்லை. பட்டதைப் பட்டவர்த்தனமாகச் சொல்லும் மொழிநடை விசேஷமானது.

அந்நூலில் காமராஜரும் எம்.ஜி.ஆரும் நாட்டுப்புற பாடல்கள் மீது கொண்டிருந்த பார்வை என்ன என்பதைப் பதிவு செய்திருக்கிறார். தன்னுடைய பாடலைக் கேட்ட காமராஜர் தனக்கு வழங்கப்பட்ட காளிமார்க் கலர் பாட்டிலைக் கொடுத்து கௌரவித்தார் என்கிறார். தம்முடைய மைத்துனரான முனியாண்டியின் பாடலைக் கேட்ட எம் .ஜி. ஆர். ரூபாய் பத்தாயிரம் பரிசளித்ததைப் பெரும் உற்சாகத்தோடு பதிவு செய்கிறார். நூல் குறித்து எழுத்தாளர் சுந்தரராமசாமி, திராவிட முன்னேற்றக் கழகமும் திராவிடக் கழகமும் தன் வாழ்வில் கொண்டிருந்த பங்கு குறித்துக் குணசேகரன் எழுதவில்லை எனக் குறிப்பிட்டிருக்கிறார். பராசக்தியில் நடிகர் சிவாஜிகணேசனின் பெயர் குணசேகரன் என்பது ஏனோ இந்த நேரத்தில் நினைவுக்கு வருகிறது.

வடு என்னும் சுயசரிதை நூலில் தன் வாழ்வில் நிகழ்ந்த எத்தனையோ சம்பவங்களை எந்தப் பூச்சும் இல்லாமல் மக்கள் மொழியில் எழுதியிருக்கும் கே.ஏ.குணசேகரன், தன்னை இந்தச் சமூகம் தலித்தாகப் பார்த்து ஒதுக்கியதற்கான காரணங்களைத் தேட முயன்றிருக்கிறார். அந்தத் தேடலில் ஒரு இடத்திலும் அவர் தன்னைத் தொலைக்கவில்லை. கல்லூரிக்கால நிகழ்வுகளைக் குறிப்பிடுகையில், ஒரு வாரத்திற்குத் தேவையான புளியோதரையை ஓலைப்பெட்டியில் கட்டிக்கொடுத்த அம்மாவை நினைவுபடுத்துகிறார். தனியார் விடுதியில் தங்கித் தேர்வு எழுதும் வசதியில்லாததால் ஆறு நாளைக்குமுன் தயாரித்த புளியோதரையை உண்டதாகக் குறிப்பிடுகிறார். பூசனம் பூத்த அந்தப் புளியோதரையை உண்டதால் ரெத்த பேதி ஏற்பட்டு, உள்ளாடைக்கு மேல் வேட்டியணிந்து அதன்மேல் கால் சிராயைப் போட்டுக்கொண்டு தேர்வு எழுதியதைக் கதைபோல் அவர் சொல்லிச்செல்வது கண்ணீரை வரவழைக்கிறது. வறுமையும் தீண்டாமையும் சுழற்றிச் சுழற்றி அடித்ததால்தான் நான் மக்கள்முன் வந்து விழுந்தேன் என்கிறார். தன்னைத் தலித்தாக உணர்ந்தபொழுது அதிலிருந்து தன்னை மட்டும் விடுவித்துக்கொள்ள முயலாமல்

ஒட்டுமொத்தத் தலித்துகளின் விடுதலைக்காகப் போராடும் இடத்தை வந்தடைந்திருக்கிறார்.

"தலித் இசைக்கருவிகளைத் திரையில் பயன்படுத்திய முன்னோடி" என்று இசைஞானி இளையராஜாவைப் பற்றி அவர் எழுதியதுகூட அந்தப் புரிதலில் இருந்துதான். ஆனால், இளையராஜாவோ அந்த வாசகத்தை மட்டுமல்ல, யார் ஒருவரும் தன்னைத் தலித் என்று அடையாளப்படுத்துவதை விரும்பாததால் கே.ஏ.குணசேகரன்மீது மானநஷ்ட வழக்குத் தொடுத்தார். வழக்குத் தொடுத்ததோடு நில்லாமல் அந்த நூல் வெளிவரவே கூடாதென்றும் நீதிமன்றத்தில் ஆணைபெற்றார். கே.ஏ.குணசேகரனின் நோக்கம் இளையராஜாவைச் சிறுமைப் படுத்துவதல்ல. அவர் எழுதிய அந்த நூல் இசையின் ஊடாக இளையராஜாவின் சாதனைகளைப் பேசுவதே. ஆனாலும், இளையராஜா அதை நல்லவிதமாகப் புரிந்துகொள்ளவில்லை என்னும் வருத்தம் கே.ஏ.குணசேகரனுக்கு இருந்தது. இளையராஜா இவ்விஷயத்தில் நடந்துகொண்டவிதத்தைத் தலித் செயல்பாட்டாளர்கள் விமர்சித்தாலும் இளையராஜாவின் உள்ளக்கிடக்கையை அறியும் சந்தர்ப்பம் யாருக்கும் வாய்க்கவில்லை. தன் பார்வையிலிருந்து இன்னொருவரைப் பார்ப்பதிலுள்ள அரசியலைப் புரிந்துகொள்வது எளிதல்ல. அடையாளத்திலிருந்து விடுபடுவதும் அடையாளத்தைத் தக்கவைப்பதும் அவரவர் உணர்வு சம்பந்தப்பட்டது.

மதுரை தலித் ஆதார மையத்தின் உதவியோடு கே.ஏ.குணசேகரனும் தலித் சுப்பையாவும் இணைந்து உருவாக்கிய ஒலிநாடாக்கள் இன்றும் பாராட்டத்தக்க எழுச்சியை மக்களிடம் ஏற்படுத்திக் கொண்டிருக்கின்றன. நாடகவியலிலும் குறிப்பிடத்தக்க பங்களிப்பைச் செய்தவராக கே.ஏ.குணசேகரன் அறியப்படுகிறார். அவருடைய பலி ஆடுகள், அறிகுறி, சத்திய சோதனை, வெகுமதி, மாற்றம், மழி, தொடு, பவளக்கொடி அல்லது குடும்ப வழக்கு முதலான நாடகப் பிரதிகள் குறிப்பிட்டுச் சொல்லத் தக்கன. பலி ஆடுகள் நாடகப் பிரதியில், இந்துக்கள் தங்களுக்கு அதிகாரம் வேண்டும் என்பதற்காகச் சாமிகளுக்கு ஆடுகளைத்தான் பலியிடுகிறார்கள். சிங்கங்களை அல்ல என்ற

அம்பேத்கரின் கூற்றை முன்வைத்திருக்கிறார். தலித்திலும் கீழானவர்களாக நடத்தப்படும் பெண்களையும் அவர்களின் விடுதலையையும் நேர்மையாக வெளிப்படுத்திய நாடகம் அது. அரசியலின் வேர்க்காலில் இருந்தே அவருடைய படைப்புகள் அரும்பியிருக்கின்றன. "புதுத்தடம்" என்னும் தலைப்பில் வெளிவந்துள்ள அவருடைய கவிதைகள், வாய்மொழி இலக்கிய வடிவத்தை ஒத்து எழுதப்பட்டுள்ளன. படிமமோ உருவகமோ அற்ற அக்கவிதைகள் வெடித்துக் கிளம்பும் கோபத்தின் வெளிப்பாடுகள். சொல்லப்போனால் அவருடைய கவிதைகளே தலித் கவிதைகளுக்கான ஊற்றுக் கண்களைத் திறந்தன.

பல கலை இலக்கிய வடிவங்களில் தலித் குரலை முன்னெடுத்த கே.ஏ.குணசேகரன், சினிமாவிலும் தலைகாட்டினார் என்பது கவனத்துக்குரியது. சினிமா அவரைப் பேராசிரியராகவோ, கவிஞராகவோ, பாடகராகவோ, நிகழ்த்துக்கலை நிபுணராகவோ நடத்தவில்லை. ஒரு ஜூனியர் ஆர்ட்டிஸ்டாகவே நடத்தியது. தங்கர் பச்சானின் ஒருசில படங்களில் அவர் தலைகாட்டும் போதெல்லாம் தன் உயரம் அறியாமல் இப்படியான காட்சிகளில் எல்லாம் அவர் நடிக்கவேண்டுமா? என்றிருக்கும். என் போன்றவர்கள் அப்படிக் கருதினாலும் அவர் அதை மகிழ்ச்சியாகவே எடுத்துக்கொண்டார். உதிரி பாத்திரங்களில் வந்துபோவதைத் தகுதிக் குறைவாக எண்ணவில்லை. கரு.பழனியப்பன் இயக்கிய சிவப்பதிகாரம் திரைப்படத்தில் கொஞ்சம் கூடுதலான கவனத்தைப் பெற்றார். காரணம், கதாநாயகன் நாட்டுப்புறப் பாடல்களைச் சேகரிப்பவன். நாட்டுப்புறச் பாடல்களில் உள்ள அத்தனை வகைகளையும் அவர் உதவியோடு இசையமைப்பாளர் வித்யாசாகர் மிக நேர்த்தியாக உருவாக்கியிருப்பார். அந்தப் பதிவில்தான் பல ஆண்டுகள் கழித்து கே.ஏ.ஜியைச் சந்தித்தேன். என் வளர்ச்சிகண்டு மெய்சிலிர்த்துப் போன அவர், என்னை ஆரத்தழுவிக்கொண்டு "அப்பாவை, மாமா கேட்டதாகச் சொல்" என்றார். அவர் அப்படிச் சொன்னதும் உடனிருந்த படக்குழுவினருக்கு ஒரே ஆச்சர்யம். அப்போது வித்யாசாகர் "ஏற்கெனவே உங்களுக்கு அய்யாவைத் தெரியுமா" என்றார். "அவரால்தான்

நானே உங்களுக்குத் தெரியும்படி உருவானேன்” என்றதும் வித்யசாகரின் கண்கள் பனித்தன.

பாடல் பதிவுக்குக் குணசேகரன் தன் மகள் குணவதியை அழைத்து வந்திருந்தார். என் பெயரில் உள்ள குணவையும் என் மனைவி பெயரான ரேவதியில் உள்ள வதியையும் எடுத்தே என் மகளுக்குக் குணவதியென்று பெயர் சூட்டியிருக்கிறேன் எனப் பெருமிதப்பட்டுக் கொண்டார். கே.ஏ.குணசேகரனின் ஆர்வத்தையும் குழந்தைமையையும் வித்யாசாகர் அதன்பின்னும் பலநாள் வியந்து கொண்டிருந்தார். அவர் மரணத்திற்கு சில மாதங்களே இருந்த சமயத்தில் புதுச்சேரிப் பல்கலைக்கழகத்திற்கு நானும் நடிகர் நாசரும் சிறப்பு விருத்தினர்களாக மாணவர்களால் அழைக்கப்பட்டிருந்திருந்தோம். பெரிய மைதானத்தில் நிகழ்ந்த அந்த விழாவில் என் அருகில் வந்து அமர்ந்த கே.ஏ.குணசேகரன், ரம்மி படத்தில நீங்க எழுதின “அடியே என்ன ராகம் ரொம்ப நல்லாயிருந்துச்சி, முழுசா தமிழாவும் இயல்பாவும் இருந்த பாட்டுல குட்டிக்கூராங்கிற வார்த்தைய போட்டிருக்க வேணாம்” என்றார்.

எங்கே இருந்தாலும் அவர் என்னுடைய பாடல்களைக் கவனித்துத் திருத்தம் செய்து கொண்டிருக்கிறார் என்பதை அறிய பெருமிதமாயிருந்தது. “நீங்க திருத்துற அளவுக்குத்தான் நாங்க இருக்கிறோம். மாமா, தப்பு பெருசா வராம பாத்துக்குறேன்” என்றேன். “ஆமாம், அதோட பெரிசா வர்றது தப்பா இருக்கக்கூடாது” என்றார். அந்தச் சந்திப்பில் அவர் சொன்ன அந்த வாக்கியம் திரும்பத் திரும்ப என்னை என்னவோ செய்தது. பெரிதாக வருவதற்கு எந்தத் தப்பையும் செய்யக்கூடாது என்று அதை எடுத்துக்கொள்வதா இல்லை தப்பைப் பெரிதாகச் செய்யக்கூடாது என்று புரிந்துகொள்வதா என யோசித்துக்கொண்டே சென்னை திரும்பினேன். நிறைவாகும்வரை மறைவாயிரு என்பதைத்தான் வேறுமாதிரி சொன்னாரா எனவும் விளங்கவில்லை. பெரிதோ சிறிதோ தப்பே செய்யக்கூடாது என்றுதான் இப்போது தோன்றுகிறது.

நாட்டார் பாடல் ஆய்வில் தன் வாழ்நாள் முழுவதையும் செலவிட்ட கே.ஏ.குணசேகரன், தம்முடைய தமிழ் அறிவு

வளம் எத்தகையன என்பதைக் காட்டும்விதமாகப் பழம்பெரும் நூலான பதிற்றுப்பத்திற்கு உரை எழுதியிருக்கிறார். அதை உரை என்று சொல்வதைவிட புத்துரை என்றுதான் சொல்ல வேண்டும். புலமைசார் தளங்களில் அவர் இயங்கினாலும் பதிற்றுப்பத்திற்கும் பட்டினப்பாலைக்குமான உரையைச் சமூகவியல் நோக்கில்தான் எழுதியிருக்கிறார். பதிற்றுப்பத்து உரையின் வாயிலாகச் சங்ககாலத்தவரான கூத்தர், பாணர், விறலியர், கோடியர், வைரியர் முதலான கலைஞர்கள் அக்காலத்து அரச குடும்பத்தினருடன் கொண்டிருந்த நெருக்கத்தைக் காட்டியிருக்கிறார். ஆய்வியல் அறிஞர்கள் பலரும் பாராட்டத்தக்க அந்நூலின் முகப்பில் மூலமும் ஆராய்ச்சிப் புத்துரையும் என அச்சிடப்பட்டிருக்கும். தமிழறிஞர் கா.சிவத்தம்பியின் ஆலோசனைகளோடு செய்யப்பட்ட அவ்வாய்வு, உலகத் தமிழ் ஆராய்ச்சி நிறுவனத்தில் இயக்குநராக அவர் பணிபுரிந்தபோதுதான் பதிப்பிக்கப்பட்டது. தொடர்ந்து ஆய்வுப்புலத்தில் இயங்கியவர் என்பதால் அவ்வப்போது கருத்தரங்குகளில் வாசித்த கட்டுரைகளைச் "சங்க இலக்கியச் சிந்தனைகள்" என்னும் தலைப்பில் தொகுத்திருக்கிறார். முப்பதுக்கும் மேற்பட்ட நூல்கள், ஆயிரக்கணக்கான மேடைகள், பத்துக்கும் மேற்பட்ட ஒலிநாடாக்கள் என கே.ஏ.குணசேகரன் இடையறாமல் தன்னை நிரூபித்துக்கொண்டே இருந்தவர்.

சேரன் இயக்கிய தவமாய்த் தவமிருந்து திரைப்படத்தில் ஆக்காட்டி ஆக்காட்டி என்னும் பாடல் இடம்பெற இருந்தது. நாட்டுப்புறக் கள ஆய்வில் எஸ்.ஏ.பெருமாள் மூலம் கிடைத்த அப்பாடலைத் தனது ஒலிநாடாவில் இணைத்து அதை பெரும் பிரபலமாக்கியவர் கே.ஏ.குணசேகரன். ஆய்வில் கிடைத்த பாடலுக்குப் புதுமெருகையும் புதுத் தொனியையும் ஏற்படுத்திய தன்னைத் தவிர்த்துவிட்டு, தன்னுடைய மாணவர் ஜெயமூர்த்தியின் குரலில் அப்பாடல் பதிவு செய்யப்பட்டு வெளிவந்ததை அவரால் தாங்கிக்கொள்ள முடியவில்லை. ஒரு பாடலை உருவாக்கி அப்பாடலைப் பட்டித்தொட்டியெல்லாம் கொண்டு சேர்த்த பிறகு, சினிமாக்காரர்கள் தனக்குத் தரவேண்டிய நியாயமான உரிமையை வழங்க மறுக்கிறார்களே என வெதும்பினார். அதற்காகப் பாடலைப் பெற உதவிய எஸ்.ஏ.

பெருமாள் மீதும் வழக்கு தொடர்ந்தது வருத்தத்திற்குரியது. புறக்கணிப்பின் உச்சத்தை வழக்கால் வென்றார். என்றாலும், சினிமா இசை ரசிகர்களின் காதுகளில் அப்பாடல் அவர் குரலால் எட்டவில்லை. படைப்பாளனுக்கு இழைக்கப்படும் அநீதிகளில் ஒன்று, அவனே அவன் படைப்புக்கான உரிமையைக் கோரிக்கொண்டிருப்பதுதான்.

என்னுடைய மேடைகளில் இறை வணக்கம் இல்லை. பறை வணக்கம்தான் என்று, மேடையேறி அவர் கச்சேரியைத் தொடங்கினால் அதுவரை நாம் காணாத அற்புதங்கள் அம்மேடையில் அரங்கேறும். மேடையில் குறுக்கும் நெடுக்குமாக நடந்துகொண்டே பாடலின் கருப்பொருளை விளக்கிவிட்டு, அவர் பாடத் தொடங்குவார். குள்ளமான உருவம். என்றாலும், குரலின் குழைவு ஸ்வரங்களின் சகல உயரங்களையும் அனாயாசமாகத் தொட்டுவிடும். கர்நாடக சங்கீதம் பற்றித் தனக்கு எதுவும் தெரியாது என்று சொல்லிக்கொண்டே அதன் நுட்பங்களை வெளிப்படுத்துபவராக அவர் இருந்தார். அவரிடம் முனைவர் பட்ட ஆய்வை மேற்கொண்ட பேராசிரியர் கோவிந்தராஜன், ஆய்வியல் நெறியாளராக அவர் நடந்துகொண்ட விதத்தை ஒரு கட்டுரையில் சிலாகித்திருக்கிறார். அதே போல நாடகப்பள்ளிப் பயிற்சிப் பட்டறையில் கே.ஏ. குணசேகரன் ஆர்வத்தோடு பங்குகொண்டு பணியாற்றியதை எழுத்தாளர் இராஜேந்திரசோழன் என்னும் அஸ்வகோஷ் சொல்வதைக் கேட்க வேண்டும். எதையும் எப்பவும் கற்றுக்கொள்ளவும் கற்றதைப் பிறருக்குக் கற்பிக்கவும் அவர் தவறியதில்லை.

தன்னுடைய மகன் அகமனைச் சினிமாவில் பாட வைப்பது குறித்து என்னிடம் அவ்வப்போது தொலைபேசியில் பேசிக்கொண்டிருந்தார். அதுகூட தன்னுடைய மகன் என்பதற்காக அல்ல; நாட்டுப்புறப் பாடலின் தொடர்ச்சியை சினிமா விட்டுவிடக் கூடாது என்பதற்காகத்தான். அவரால் அடையாளங்காட்டப்பட்டவர்களே இன்றையத் தமிழ் சினிமாவின் முன்னணி நாட்டுப்புறக் கலைஞர்களாக வலம்வருகிறார்கள். சின்னப்பொண்ணுவும் ஜெயமூர்த்தியும் அவர்களில் முக்கியமானவர்கள். தனக்குப் பின்னாலும்

நாட்டுப்புறப் பாடலின் தொடர்ச்சியைத் திரையிலும் பொதுவெளியிலும் உண்டாக்க அவரால் முடிந்திருக்கிறது.

முதன்முதலில் நாட்டுப்புறக் குரலுடைய கொல்லங்குடி கருப்பாயியைக் கண்டுபிடித்தவர்கள் இருவர். ஒருவர், தமிழாசிரியர் ரூஸ்வெல்ட் மற்றொருவர், கே.ஏ.குணசேகரன். அதுவரை உலகறியாத கொல்லங்குடி கருப்பாயியை வானொலியில் பாடவைத்ததிலும் பல மேடைகளை உருவாக்கிக்கொடுத்து, அவரை உலகறியச் செய்ததிலும் அவர்கள் இருவருக்கும் பெரும் பங்குண்டு. அதன்பின் ஊர்ப்புறங்களில் பாடிக்கொண்டிருந்த கொல்லங்குடி கருப்பாயி, பாண்டியராஜன் இயக்கி நடித்த 'ஆண்பாவம்' திரைப்படத்தில் பெற்ற கவனத்தை நாமறிவோம். பேராசிரியர் நா.வானமாமலை, அடித்தள உழைக்கும் மக்களின் நாட்டுப்புறப் பாடல்களைத் தொகுத்து, அதை இலக்கியப் பரப்புக்குக் கொண்டுவந்தார். அதுவரை விளிம்பிலிருந்த அப்பாடல்கள் அவரால் மையத்திற்கு வந்தன. அந்தக் காரியத்தின் அடுத்தக் கட்டத்தை மேற்கொண்ட கே. ஏ. குணசேகரன் அப்பாடல்களை உச்சத்திற்குக் கொண்டுவந்தவர். அதனால்தான் என் போற்றுதலுக்குரிய எஸ்.ஏ. பெருமாள் போன்றவர்கள், மக்கள் இசையை ஆயுதமாக்கிய கலைஞன் என்று குணசேகரனைக் கொண்டாடுகிறார்கள். "தமிழர் நாட்டார் பாடல்கள்" என்னும் தலைப்பில் வானமாமலை தொகுத்த நூலும் "மலையருவி" என்னும் தலைப்பில் கி.வா. ஜகந்நாதன் தொகுத்த நூலும் நாட்டார் பாடல் தொகுப்புகளில் முக்கியமாவை.

"என் அப்பாவுடன் படித்தவர்கள் சிங்கப்பூர், மலேசியா சென்று வேலை பார்த்துவிட்டு எப்போதாவது ஊருக்குத் திரும்புவார்கள். அப்படித் திரும்புகிறவர்கள் இனாமாக விலை உயர்ந்த சட்டை, பனியன்களைத் தருவார்கள். ஆனால், அதை அப்பா அணிந்துகொள்ளாமல் அத்துணிகளை புல்லப்பன் கடையில் பதினைந்து ரூபாய்க்கு விற்றுவிட்டு அந்தக் காசில் வீட்டுக்கு அரிசியும் பருப்பும் வாங்கி வருவார்" என்று வடு சுயசரிதையில் எழுதிய அதே கே.ஏ. குணசேகரன், பல வெளிநாடுகளுக்கு இசைப்பயணம் மேற்கொண்டார்

என்பதுதான் வாழ்வின் சுழற்சி. இன்று இந்தப் பாடல்களைப் பாடிய மாமாவைச் சந்திக்கப் போகிறோம் என்று என்னையும் அக்காவையும் கே.ஏ.குணசேகரனுக்கு அறிமுகப்படுத்திய அப்பாவிடம் "இனிமே நாம சந்திக்கவே முடியாத இடத்திற்கு குணசேகரன் மாமா போய்ட்டாருப்பா" என்ற நொடியில் வாழ்வின் மறு சுழற்சியையும் அவர்மூலமே உணர நேர்ந்தது கவலையளிக்கிறது. அறிவின் விசையால் தன்னுடைய சிறகுகள் அகில உலகத்தையும் அடைந்துவிட்ட பின்னாலும் கால்களை மண்ணில் ஊன்றிக்கொள்ளவே மக்கள் கலைஞர்கள் விரும்புகிறார்கள்.

ஒருமுறை அறந்தாங்கியில் கலை இரவு. பெருந்திரளான கூட்டத்தில் "அம்மா பாவாட சட்டக் கிழிஞ்சு போச்சுதே" என்னும் பாடலை கே. ஏ. குணசேகரன் பாடுகிறார். கலை இரவு என்றால் கண்ணீரை வரவழைக்கும் இரவென்று அதுவரை அம்மக்கள் அறிந்திருக்கவில்லை. பாடலைக் கேட்டவர்களின் கண்களெல்லாம் மடைதிறந்து ஒழுகுகின்றன. பாடலின் பொருளா, பாடும் முறையா என்றெல்லாம் யோசிக்காமல் மக்கள் தாரை தாரையாகக் கண்ணீரை வடிக்கிறார்கள். மறுநாள் காலை "எங்கள் கடையில் மலிவான விலைக்குப் பாவாடை சட்டைகள் தருகிறோம். வாங்கி அணிந்து செல்லுங்கள்" என்று ஒரு ஜவுளிக்கடையில் விளம்பரப்படுத்துகிறார்கள். இதுதான் அவர் இசையாலும் குரலாலும் அடைந்த பேறு. வியாபார மனங்களையும் கனிந்துருக வைக்கும் அவருடைய குரலைக் கேட்டு அழுததுபோக, அவருக்காகவும் அழ வைத்த காலத்தைக் கடந்துதான் ஆக வேண்டும். காலம் கடந்து நிற்கக் கூடியவர்கள், கடந்துபோன காலங்களையும் தங்கள் படைப்புகளால் மீட்கிறார்கள். பொதுவாக மக்கள் கலைஞர்களின் வாழ்க்கை, கண்ணீரில் தொடங்கி கண்ணீரிலேயே முடிந்துவிடுகிறது.

பெரியார்தாசன்

இரண்டாயிரமாவது ஆண்டுகளின் நடுப்பகுதியில், பாக்கியம் சங்கரின் "வீடுகள் என்னும் அறைகள்" கவிதைநூல் வெளிவந்தது. இன்று சிறுகதையாசிரியனாகவும் திரைப்பட வசனகர்த்தாவாகவும் வலம்வரும் பாக்கியம் சங்கர், அன்று கவிஞனாகியே தீருவதென்னும் கங்கணத்தைக் கட்டிக்கொண்டிருந்தான். அவ்வப்போது எழுதி வைத்திருந்த கவிதைகளை நூலாக்கிப் பார்க்கவும் அந்நூலை விழா எடுத்து விமரிசையாக வெளியிடவும் அவன் ஆசையுற்றிருந்தான். ஏறாத பதிப்பக வாசல்களே இல்லை. எல்லாப் பதிப்பகங்களும் ஏதேதோ காரணங்களைச் சொல்லித் தட்டிக்கழித்தன. அப்பதிப்பகங்கள் கவிதைகளைத் தவிர எதைக்கொடுத்தாலும் பிரசுரிக்கிறோம் என்றன. கவிதை நூல்களை யாரும் விரும்பி வாங்குவதில்லை என்பதால் ஜோசியம் குறித்தோ தன்னம்பிக்கை குறித்தோ எழுதுங்களேன் எனச் சம்பந்தப்பட்ட பதிப்பக உரிமையாளர்கள் யோசனை சொன்னார்கள். நூலை வெளியிட முன்வரவில்லை என்பதைவிட அவர்கள் சொன்ன யோசனைகள் துக்கமளித்தன. ஒரு நவீன கவிஞன் உருவாகிவிடக் கூடாதென்பதில் இன்றுவரை வணிகப் பதிப்பகங்கள் கவனமாக இருக்கின்றன.

“என்னடா கவிதைக்கு வந்த சோதனை” என்று நானும் அவனும் சலித்துக்கொள்வோம். என்னுடைய கவிதைத் தொகுதியை நானே வெளியிட்டுக் கொண்டதைப்போல் நீயும் உன்னுடைய கவிதைத் தொகுதியை வெளியிட்டால் என்ன என்றேன். புத்தகம் போடுமளவுக்குப் பணம் புரட்ட வழியில்லையே என்றான். அந்தச் சூழலில்தான் நிவேதிதா பதிப்பக தேவகி, “உங்கள் நண்பரின் கவிதை நூலை நான் வெளியிடுகிறேன்” என உறுதியளித்தார். பாக்கியம் சங்கருக்கோ கனவு ஈடேறப்போகிறது என்பதைவிட சமூகம் தன்னை அங்கீகரித்துவிட்டதாக ஆச்சர்யப்பட்டான். கண்கள் மேல் செருக கம்பீரமாக அவன் பார்த்த அந்தக்காட்சி இன்னமும் என் நெஞ்சிலிருந்து அகலவில்லை.

புத்தகம் போட்டுத் தருகிறேன் என்றதும், தன் நூல் என்ன தாளில் அச்சிடப்படவேண்டும், என்ன மாதிரியான அட்டைப்படம் வரவேண்டும், எழுத்துப்பிழைகள், வாக்கிய இடைவெளி, கவிதைகளை வரிசைப்படுத்த வேண்டிய பட்டியல், முன்னுரை எழுதுபவர்களின் பெயர்கள் வரவேண்டிய எழுத்துருக்களின் அளவு என ஒவ்வொன்றையும் அவர்களுக்கு உபதேசிக்கத் தொடங்கினான். நிவேதிதா பதிப்பகம் பல நூல்களை வெளியிட்டுள்ளது. எத்தனையோ நூல்களை வெளியிட்டு அனுபவம் பெற்றபோதும், பாக்கியம் சங்கரின் நூலைக் கொண்டுவருவதற்குள் போதும் போதுமென்றாகிவிட்டது. புத்தகம் போடுவதாகச் சொன்ன ஒரே பாவத்திற்காக அவர்கள் அவனிடம் பட்டபாடு கொஞ்சமல்ல. இவன் ஒன்று சொல்ல, அதற்கு அவர்கள் ஒன்று செய்ய என ஏகக் களேபரம். இத்தனைக்கும் அந்நூல் அறுபத்தி நான்கு பக்கங்களே அடங்கிய மிகச் சிறிய நூல். ஆனால், சங்கருக்கோ தன் நூலை வெளியிடுவதன் மூலம் நிவேதிதா பதிப்பகம், ஓரியண்ட் லாங்மேன் அளவுக்கு உயரப்போகிறது என்னும் எண்ணமிருந்தது. அதோ இதோ என்று ஒருவழியாக நூலும் வெளிவந்தது. அடுத்து வெளியீட்டு விழா முயற்சி.

அதுவும் வழக்கம்போல் நண்பர்களின் உதவியுடன் சென்னை எழும்பூரில் அமைந்துள்ள இக்சா மையத்தில் ஏற்பாடானது. நூல் வெளியீட்டு விழா. பத்துப்பேரிலிருந்து பத்தாயிரம்பேர்

வரை கலந்துகொள்ளும் எந்த நிகழ்வாயிருந்தாலும் அதை விழா என்றே சொல்லும் பழக்கம் நம்முடையது. அந்த விழாவில் பல்வேறு பிரமுகர்கள் கலந்துகொண்டார்கள். கொள்கை ரீதியில் முரண்பட்ட கருத்துடைய பலரும் ஒன்றாகக் கலந்துகொண்ட கூட்டம் அது. எழுத்தாளர் செந்தூரம் ஜெகதீஷ், தமிழச்சி தங்கபாண்டியன், பெரியார்தாசன், ஆர்.சி.ஜெயந்தன் எனப் பெரும்பட்டியலில் பாக்கியம் சங்கரின் நண்பனென்பதால் என் பெயரும் அதிலிருந்தது. அப்போது நான் பிரமுகனும் இல்லை. பிரபலமும் இல்லை.

அந்தக் கூட்டத்தில் பாக்கியம் சங்கரின் கவிதைகள் காலத்தைக் கடந்து நிற்குமா எனும் கேள்வியை எழுப்பியவர் செந்தூரம் ஜெகதீஷ் என்றுதான் நினைவு. அவர் ஆரம்பித்து வைத்த விவாதத்தை அதற்குப்பின் வந்தவர்கள், ஏற்கவோ மறுக்கவோ செய்தார்கள். சொல்லப்போனால் இரண்டில் ஒன்றைக் கருத்தாகச் சொல்லவில்லையென்றால் கூட்டத்தின் அடிப்படை நோக்கமே தவறு என்றாகிவிடும் போலிருந்தது. "கதவைத் திற காற்று வரட்டும்" என்று பசுவய்யா ஒரு கவிதை எழுதியிருக்கிறார். அதைப்போல் இருப்பதுதான் கவிதை. முக்காலத்திற்கும் பொருந்தக்கூடியதாக இருந்தால்தான் கவிதை. பிரச்சனைகளைப் பிரதானப்படுத்தாமல், யார் படித்தாலும் பொருந்தக்கூடியதாக இருந்தால் அதுதான் கவிதை என ஆளுக்கொரு கருத்தை முன்வைத்தார்கள். "கதவைத் திற காற்று வரட்டும் என்பது நல்ல கவிதைதான். ஆனால், அக்கவிதையைத் திரும்பத் திரும்பச் சொல்லிப் பார்த்தால், அமர்ந்திருக்கும் ஒருவன் தன் வேலையாளையோ அல்லது பிறிதொருவரையோ ஏவுவது போலிருக்கிறது. கவிதையின் தொனி ஏவுவது போலிருந்தால் அதை எப்படி நல்ல கவிதையாக சொல்ல முடியும்.

வீடு வாசலென்று நிரம்ப வாய்த்தவர்கள் வேண்டுமானால் இதைக் கவிதையாக ஏற்கலாம். என்னால் ஏற்க முடியாது. ஜன்னலை மூடிக்கொண்டு வீட்டிலே உட்கார்ந்திருப்பவர்களுக்குத்தான் இது கவிதை. வீடோ ஜன்னலோ இல்லாத நடைபாதைவாசிகளுக்கும் ஏழை ஜனங்களுக்கும் இது கவிதை இல்லை. குற்றேவல் புரிவதற்கான கூற்று. தவிர,

காற்றாகவே வாழ்கிறவர்களுக்குக் கதவைத் திறக்க வேண்டிய அவசியம் எங்கிருந்து வருகிறது" என என் பங்குக்கு நானும் குட்டையைக் குழப்பினேன். அப்போது மேடையில் என் அருகில் அமர்ந்திருந்த பேராசிரியர் பெரியார்தாசன், 'தம்பி, "கணையாழியிலா வேலை பார்க்கிறீர்கள்' என்றார். அவர் குரல், இப்படியான கருத்துகளை வைத்துக்கொண்டு ரொம்ப நாள் அந்தப் பத்திரிகையில் தாக்குப்பிடிக்க முடியாதே என்பது போலிருந்தது. "புரிஞ்சிட்டத தெளிவா சொல்றீங்க. இதுதான் வேணும். தப்பா இருந்தா மாத்திக்கலாம். ஆனா, பட்டத தைரியமா சொல்ற திராணி வேணும். காலத்த போல கருத்துகளும் மாறிக்கிட்டே இருக்கும். ஒண்ணையே புடிச்சிக்கிட்டுத் தொங்கக்கூடாது" என்றார்.

பெரியார்தாசன் என்னிடம் கிசுகிசுத்ததை அப்படியே மேடையிலும் பேசினார். தனக்குத் தெரிந்த ஒருவர், மக்களின் பிரச்சனைகளுக்காக எழுதி வந்ததையும் தன்னுடைய பெயரைக்கூட எழுதிவைக்க மறந்ததையும் குறிப்பிட்டார். காலத்தைக் கடந்தெல்லாம் நிற்கவேண்டியதைக் கவிதைகள் பார்த்துக்கொள்ளும். காலத்தை ஒட்டி நிற்கவேண்டியதே கவிஞனின் கடமை. கதவு காற்று என்பதை விட்டுவிட்டு மனிதன் நேயம் என்பதை நோக்கி வாருங்கள் என்றார். உண்மையிலேயேபெரியார்தாசனின்அன்றையப்பேச்சு, புதிதாக எழுத வரக்கூடியவர்கள் கருத்தில் கொள்ளத்தக்க பல நல்ல கருத்துகளைக் கொண்டிருந்தன. நான்குமணி நேரமானாலும் சக்தி குறையாமல் பேசக்கூடியவர் அவர். ஒருமுறை தஞ் சாவூரில், பெரியாரைப் பற்றி அவர் பேசினார். கூட்டத்தில் இருப்பவர்கள் மெய்மறந்து கேட்டுக் கொண்டிருந்தார்கள். கூட்டம் தொடங்கி இரண்டுமணி நேரமாகிவிட்டது. ஆனாலும், அவர்பேச்சின் சுவாரஸ்யத்தில் நேரம் போனதே தெரியவில்லை. அவரே ஒருகட்டத்தில் கடிகாரத்தைப் பார்த்து, "இத்தகைய சிறப்பு வாய்ந்த பெரியாரை இரண்டுமணி நேரத்தில் பேசி முடிக்க முடியாது என்பதால், ஒரு தேநீர் இடைவேளைக்குப் பின் மீண்டும் தொடருவோம்" என்றார். சொன்னதுபோலவே அதற்கு அடுத்த இரண்டு மணிநேரமும் அனல் பறக்கப் பேசினார்.

வேதங்களிலும் கிரந்தங்களிலும் சொல்லப்பட்டிருப்பவை என்ன? அதை ஏன் பெரியார் எதிர்த்தார் என்பதையெல்லாம் மடை திறந்த வெள்ளம்போல் கொட்டித் தீர்த்தார். சேஷாசலமாக இருந்த தான், பெரியார்தாசனாக ஏன் ஆனேன் என்பதை விளக்கும்விதமாகத் தொடங்கிய அப்பேச்சில், பெரியாரின் அத்தனை கருத்துகளையும் எளிய சொற்களால் புரியவைத்தார். சேஷாசலம் இந்துவாகப் பிறப்பதற்குக் காரணம் சேஷாசலமில்லை. ஆனால், அவன் பெரியார்தாசனாகி கடவுள் மறுப்பு, சாதி மத எதிர்ப்பு, பெண்ணடிமை ஒழிப்பு, வகுப்புரிமைப் பாதுகாப்பு எனப் பேசுவதற்குப் பெரியாரே காரணம். பகுத்தறிவின்பால் எனக்கேற்பட்ட ஈர்ப்புக்குக் காரணமான பெரியாரே இருபதாம் நூறாண்டின் இணையற்ற சிந்தனையாளர் என்று பேசினார். நல்ல நம்பிக்கைக்கும் மூட நம்பிக்கைக்குமுள்ள வேறுபாட்டை உணர்ந்துகொள்ளாமல் ஒருவர், பெரியாரைப் பின்பற்ற முடியாது என்பதை அந்தக் கூட்டத்திலும் அவர் அறிவித்தார்.

தமிழகத்தின் விரல்விட்டு எண்ணக்கூடிய சிறந்த பேச்சாளர்களில் ஒருவராக இருந்த பெரியார்தாசனை, நான் சொல்லி அடையாளப்படுத்த வேண்டிய அவசியமில்லை. பெயர் சொன்னாலே போதும், யார் என விளங்கிக்கொள்ளும்படியான ஆகிருதியாக இருந்தவரே அவர். கருப்பு, சிவப்பு, நீலம், பச்சை என அவருடைய வண்ணங்கள் மாறிக்கொண்டே இருந்தன. சேஷாசலம், பெரியார்தாசன், வீ.சித்தார்த்தன், நல்மனப் பெரியார்தாசன், அப்துல்லா என அவர் அவ்வப்போது தன்னுடைய பெயரையும் சிந்தனையையும் புனரமைத்துக்கொண்டார். என்றாலும், அவர் எப்போதும் மக்களை ஈர்க்கக்கூடிய பேச்சாளராகவே இருந்தார்.

தமிழகத்தின் குக்கிராமங்கள் வரை பெரியாரியக் கருத்துகளைக் கொண்டு சேர்த்ததில் அவருக்கும் பங்குண்டு. நாத்திகப் பிரச்சாரத்தில் ஈடுபடுகிறவர்கள், பக்த சிகாமணிகளின் வெறுப்புக்கும் எதிர்ப்புக்கும் ஆளான காலத்தில், அவர்களே ரசித்துக் கேட்கும்படியான இயல்பு மொழியழகை அவர் கொண்டிருந்தார். பேச்சின்

இடையிடையே நக்கலையும் நையாண்டித்தனத்தையும் தூவுவதால் எத்தனை மணி நேரமானாலும் அவர் பேச்சில் கட்டுண்டவர்கள் கலைந்துபோக மாட்டார்கள். தன்னால் படித்துப் புரிந்துகொள்ளப்பட்ட விஷயத்தை அடுத்தவருக்கு விளங்கும்படிச் சொல்வது தனிக்கலை. அந்தக் கலையில் தனித்துத் தெரிந்த பெரியார்தாசன், ஒருபோதும் ஒரே கருத்தைப் பற்றிக்கொண்டு நின்றதில்லை.

சாமி இல்லை என்ற பெரியாரை உணர்த்த, பெரியாருக்கு முன்பே இந்த நிலத்தில் இறை மறுப்புக் கொள்கை வேரூன்றி உள்ளதைச் சித்தர் பாடல்களின் வாயிலாகச் சான்று காட்டுவார். ஒரு சிறு குறிப்புக்கூட இல்லாமல் கருத்துகளைப் பேச்சின் போக்கிலேயே சொல்லிச்செல்வார். நடப்பு அரசியலையும் நகைப்புக்குரிய விமர்சனங்களையும் அவர்போல கலந்துகட்டி கலகலப்பாக யாராலும் பேச இயலாது. "வாக்களிப்பளிப்பவர்கள் கையில் ஏன் மை வைக்கிறார்கள். மீண்டும் அவர் திரும்பி வந்து கள்ள ஓட்டுப் போடக்கூடாது என்பதற்காகத்தானே. அப்படியானால் முன்னாள் முதல்வரும் இந்நாள் முதல்வருமா கள்ள ஓட்டுப் போடக் கூடியவர்கள். ஏன் அவர்கள் கையில் மை வைக்கிறார்கள். அப்படியே அவர்கள் கள்ள ஓட்டுப் போட வருகிறார்கள் என வைத்துக்கொள்வோம். அவர்களால் இவர்களை அடையாளங்காண முடியாதா, பதவியில் இருப்பவர்களும் பதவியில் இல்லாதவர்களும் சமம் என்பதைக் காட்ட மை வைக்கிறார்களே அதனால் மட்டும் முன்னாள் இந்நாள்கள் மக்கள் பணத்தில் கை வைப்பதை தடுக்க முடிந்திருக்கிறதா" என்பார். பச்சையப்பன் கல்லூரியில் தத்துவத்துறைப் பேராசிரியாகப் பணியாற்றிவந்தாலும், இதரத் துறைகள் சார்ந்தும் அவருடைய தேடல்கள் தொடர்ந்தன.

பெரியாரே பெரியவர் என ஏற்றுக்கொண்ட அவரால் அம்பேத்கரையும் மார்க்ஸையும் புத்தரையும் நபியையும் விலக்கிவைக்க முடியவில்லை. அம்பேத்கரை ஆழ்ந்து படித்தபின் வீ.சித்தார்த்தன் எனத் தன்பெயரைக் கெஸட்டில் மாற்றிக்கொண்டார். அம்பேத்கரின் இறுதி நூலான "புத்தரும் அவர் தம்மமும்" என்ற மிக முக்கியமான நூலைக்

தமிழில் அவரே மொழிபெயர்த்தார். புத்த மதம் குறித்து அறிந்துகொள்வதற்கு அம்பேத்கரின் அந்நூலைத் தவிர்த்துப் பிறிதொன்று கிடையாது. இந்தியாவை மதச்சார்பற்ற நாடாகக் கருதினாலும் அதனுள்ளே கிளைத்துள்ள சமூகச் சிக்கல்களை அம்பேத்கர் அந்நூல் மூலம் விளக்கியிருப்பார். நுட்பமாகவும் எல்லோருக்கும் புரியக்கூடிய விதத்திலும் அம்பேத்கரால் ஆக்கியளிக்கப்பட்ட அந்நூலை வாசித்த பிறகு, இந்தியாவில் மூட நம்பிக்கை வெறி அடங்கி, சமத்துவச் சமுதாயம் மலர, உண்மையான மதச்சார்பின்மை ஓங்க வேண்டுமானால் பவுத்தம் பரவ வேண்டும் எனப் பெரியார்தாசன் விரும்பியிருக்கிறார். அதன் விளைவாகத் தானுமே புத்த மதத்தைத் தழுவிக்கொண்டதாக அறிவித்து, 1992இல் முறைப்படி தீக்ஷாவும் பெற்றார். நாக்பூரிலுள்ள இந்தோரா பவுத்த விஹாரின் தலைமை பிக்கு சஹாய்யையும் எம்.டி.பஞ்ச்பாய் ஆகியோரைச் சந்தித்து அம்பேத்கரின் அந்நூல் குறித்த மேலதிக விளக்கங்களைப் பெற்றிருக்கிறார்.

எதை ஒன்றையும் பெரியார்தாசனால் மேலோட்டமாக ஒப்புக்கொள்ள முடிந்ததில்லை. ஆலவிருட்சமேயானாலும் அதன் ஆணிவேர்வரை சென்று ஆராயும் பண்பு அவரிடமிருந்தது. தேடல் என்பது கிடைக்கும்வரைதான் இருக்கமுடியும். பெரியார்தாசனோ, கிடைத்ததிலிருந்து விடுபட்டதைத் தேடத் தொடங்கிவிடுகிறார். “இந்துத்துவம் இறைமயப்படுத்துவதைத் தம்மம் அறமயப்படுத்துகிறது. இந்துத்துவம் முன்வைக்கும் சாராம்சவாதத்திற்குத் தம்மத்தில் இடமில்லை. குறிப்பாக சுயம், ஆத்மன், பிரும்மம் போன்ற கருத்தாக்கங்களைப் பவுத்தம் முற்றாக மறுக்கிறது. உயிர்கள் யாவும் ஒன்று என்றால் சுயத்தையோ ஆத்மாவையோ பிரும்மத்தையோ கருத்திற்கொள்ள வேண்டியதில்லை. இந்துமதம் ஒருவன் வேதங்களின் மறைபொருளை அறிய பிரும்மத்தை அடைய வேண்டும் என்கிறது. பவுத்தமோ வேதங்களின் மறைபொருளை அறிவதைவிட அவன் எப்படி வாழ்கிறான் என அறிவதையே மெய்ஞ்ஞானமாகக் கொள்கிறது. இறைவழியைக் காட்டிலும் அறவழியே சமூகத்தின் தேவை” என விளக்கிய அம்பேத்கரைத் தமிழாக்கியவர் அவர்.

இந்துத்துவம் முன்வைக்கும் "தர்மயுத்தம்" போல் அபத்தமான கருத்தாக்கம் எதுவுமில்லை. யாரை எதிர்த்து யார் நடத்தினாலும் யுத்தங்கள் நல்ல பயனைத் தருவதில்லை. யுத்தம் என்று வந்துவிட்டாலே போட்டியும் சூழ்ச்சியும் வெற்றி தோல்வி கணக்குகளும் வந்துவிடுகின்றன. எனவே, அது தர்மத்துக்கே தேவையான யுத்தம் என்றாலும் அது ஏற்புடையதில்லை என்றுதான் பவுத்தம் சொல்கிறது. சாமி, சடங்கு, பூஜை, சாதி, மாயம், மந்திரம், பிரார்த்தனை இவை எல்லாவற்றுக்கும் மேலாகத் தனியுடைமைச் சுரண்டல் பவுத்தத்தில் இல்லை. பவுத்தத்தில் உள்ளவை: அன்பு, அறிவு, சமத்துவம், ஒழுக்கம், இரக்கம், வீரம், விவேகம் எனத் தான் புரிந்துகொண்டதையெல்லாம் பெரியார்தாசன் தயக்கமில்லாமல் சொல்லிவந்தார்.

மலரினும் மெல்லிது என்னும் தலைப்பில் திருக்குறள் காமத்துப்பாலுக்கு அவர் எழுதிய விளக்கவுரை குறிப்பிடத்தக்கது. பொதுவாக அரசியல் கருத்துகளை மேடையில் பேசுகிறவர்கள், இலக்கியத்திலுள்ள அகம் சார்ந்த பனுவல்களை வியக்கத் தயங்குவார்கள். காதலுணர்வையோ காமஉணர்வையோ பகிர்ந்துகொண்டால் அது ஏதோ தன் புகழுக்கும் கருத்துக்கும் களங்கம் ஏற்படுமெனக் கருதுவார்கள். பேச வேண்டியது எதுவென்றாலும், அதை எந்தத் தயக்கமுமில்லாமல் வெளிப்படுத்தும் தன்மையை அவர் கொண்டிருந்தார். தன் மகனுடைய திருமண நிகழ்வில் வெளியிடப்பட்ட நூல் அது. ஒரு மகனுக்குத் தந்தையாக அவர் சொல்லிக்கொடுத்தது காமத்துப்பாலென்றால் கேட்பவருக்கு ஆச்சர்யமளிக்கலாம். என்றாலும், அவர் அந்நூலை எழுத எழுந்த ஆசை எங்கிருந்து வந்தது எனவும் தெளிவுப்படுத்தியிருக்கிறார்.

ஒருமுறை எழுத்தாளர் விந்தனிடம் எம்.ஆர்.ராதா திருக்குறள் குறித்து விவரிக்கும்போது, "ஜீன்ஸும் டி ஷர்ட்டும் போட்ட பசங்கலெல்லாம் தாடியும் ஜடாமுடியும் வச்சிருந்த வள்ளுவர் கிட்ட பிச்ச வாங்கணும்யா. கண்ணால பேசுறதுதான் காதல். கண்ணால பேசினதுக்குப் பெறகு வாய்ப்பேச்சு எதுக்குன்னு போட்டாரே ஒரு போடு"

அதை கேட்டுத்தான் காமத்துப்பாலுக்கு உரை எழுதினேன் என்றிருக்கிறார். புதுக்கவிதை வடிவில் எழுதப்பட்ட அந்நூல், காமத்துப்பாலின் முதன்மை அம்சங்களையெல்லாம் தொட்டுக் காட்டுவது. ஏனையோர் எழுதிய பொருளுரைகளிலிருந்து பெரியார்தாசனின் காமத்துப்பால் பொருளுரை பெருமளவு வேறுபட்டது. வார்த்தைகளின் விளக்கங்களை மட்டும் விவரிக்காமல், அதைப் புதுக்கவிதையாக ரசிக்க வைத்திருப்பார். கண்ணுள்ளார் காதல் என்னும் குறளில் காதலன் கண்ணுக்குள்ளே இருக்கிறான். ஆகையால் மை எழுதினால் அவர் முகம் மறைந்துவிடும். ஆகவே, கண்ணுக்கு மை தீட்டுவதைத் தவிர்க்கிறேன் எனத் காதலி எழுதுவதாக இருக்கிறது. அதற்கு உரையெழுதும் பெரியார்தாசன், காதலன் முகத்தில் கரிபூசக்கூடாது என்பதற்காகக் கண்ணுக்கு மை எழுதவில்லை என்பதாக அழகுபடுத்தியிருப்பார். மை பூசுவதற்கும் கரி பூசுவதற்கும் உள்ள வேறுபாட்டை அவர் அறிவார். என்றாலும், குறளின் சுவையைக் கூட்டிக்காட்ட இப்படியாக நிறைய செய்திருப்பார்.

"அலர்" என்ற சொல்லுக்கு வெவ்வேறு பொருளுண்டு. குறளுக்கு உரையெழுதியுள்ள பலரையும் அலர் என்னும் சொல் ஆட்டிப் படைத்திருக்கிறது. அலர் என்பதை அலர் என்றே மு.வ.வும் இன்னபிறரும் பொருள் கொள்கிறார்கள். அலர் என்பதை கிசு கிசு என்று பாரதிதாசனும் பழித்தூற்றல் என்று கலைஞரும் ஊர் பரிகசித்து ஏளனம் செய்வது என்று நாமக்கல் கவிஞரும் எழுதுகிறார்கள். பெரியார்தாசனோ வதந்தி என்று பொருள் கொள்கிறார். வதந்தி என்பது தீப்போல பரவுவதால் அதை வதந்தீ எனவும் வார்த்தையில் விளையாடியிருக்கிறார். அந்த நூலில் என்னைக் கவர்ந்த இடம், வாராக்கால் துஞ்சா வரின்துஞ்சா ஆயிடை / ஆரஞர் உற்றன கண்(1179) என்னும் குறளுக்கு அவர் எழுதியிருக்கும் உரைதான். அவன் வந்தாலும் தூக்கமில்லை. வராவிட்டாலும் தூக்கமில்லை. அவனால் துன்பமுறும் கண்களுக்குத் தூக்கமே மறந்துவிட்டது என வள்ளுவர் சொல்லிருப்பதை, அவனால் என் கண்களுக்கு எப்போதும் ஏகாதசிதான் எனக் குறித்திருப்பார். திராவிட அரசியலிலும் பெரியாரியக் கொள்கைகளிலும் ஊறித் திளைத்தவரான

பெரியார்தாசனால் ஏகாதசி என்ற சொல்லை எப்படிப் பயன்படுத்த முடியும் என்றிருந்தது. இதே எண்ணத்தை நூலுக்கு அணிந்துரை வழங்கிய சிலம்பொலியாரும் முன்வைத்திருப்பது கவனிக்கத்தக்கது.

மூட நம்பிக்கைக்கு எதிரானவராக அவர் இருந்தபோதும் மக்களின் வழக்குமொழியிலுள்ள சொல்லாடல்களை அந்நூலில் அவர் வெகுவாகப் பயன்படுத்தியிருக்கிறார். அந்நூலில் மட்டுமல்ல அவருடைய எல்லா நூல்களிலும் மக்கள் வழக்கிலுள்ள நம்பிக்கைகளைப் பதிவு செய்திருக்கிறார். ஏறக்குறைய 55 நூல்கள் எழுதியுள்ளார். கட்டுரை, கவிதை, சிறுவர் கதைகள், தன்முனைப்புக் கருத்துரைகள் என எழுத்திலும் பேச்சிலும் அவர் தொடாத தலைப்புகளே இல்லை. பெரியாருக்குப் பின் திராவிட இயக்கம், போராடுங்கள், மனிதரைக் காக்கவா மதம், சிந்தியுங்கள், கலீல் ஜிப்ரானின் முறிந்த சிறகுகள், பெரியார் விதைத்த புரட்சி விதைகள் முதலிய நூல்கள் முக்கியமானவை. ஆகாயம் சுருங்குமா, சின்னக் குருவியின் சூரிய வாழ்த்து போன்ற கவிதை நூல்களிலும் தன்னுடைய கொள்கைகளை முழக்கங்களாக வெளியிட்டிருக்கிறார்.

"ஆகாயம் சுருங்குமா" என்ற தன்னுடைய அழகிய கவிதைநூல் தலைப்பை முதல் மரியாதை திரைப்பாடலில் பயன்படுத்தியதற்காக வைரமுத்துவிற்கு நன்றியும் தெரிவித்திருக்கிறார். அது நன்றியா, தன்னுடையதென உரிமை கொண்டாடும் உத்தியா என்பது அவருக்கே தெரியும். பெரியார்தாசனின் நான்குமணி நேரப் பேச்சை நான் கேட்டிருக்கிறேன். ஆனால், அதையும் தாண்டி காஞ்சிபுரத்தில் ஒருமுறை ஏழு மணிநேரம் தொடர்ந்து பேசி, கூட்டத்தைக் கட்டுக்குள் வைத்திருக்கிறார். தனி ஆவர்த்தனத்தையும் தகுதியான ஆவர்த்தனமாக மாற்றும் கலையை அவர் கற்று வைத்திருந்தார். உலக நாடுகள் முழுக்கத் தன் பேச்சுத் திறனால் மக்களைக் கட்டி ஆண்ட பெரியார்தாசன், பின் வருவதை முன் யோசித்து பேசக்கூடியவர் அல்லர். பின் வரக்கூடிய புரட்சிக்காக மக்களைத் திரட்டும் வலிமையுடையதுதான் அவர் பேச்சு என்றாலும், மனதில் பட்டதைச் சட்டென்று

சொல்லிவிடுவார். பிறரைக் காயப்படுத்துவது அவர் நோக்கமில்லை என்பதால் அவ்வப்போது வார்த்தைகள் அவரிடம் வசமிழந்துவிடும்.

கல்லூரியில் பேராசிரியராக இருந்த காலத்தில் ஊழல் அரசியல்வாதிகளுக்கு எதிராக மிகக் காத்திரமாகப் பேசிவந்தார். அப்போது எம்.ஜி.ஆர். முதலமைச்சராக இருக்கிறார். அவருக்கு எதிராகவும் அவர் நக்ஸலைட்டுகளை ஒடுக்க எடுத்து வந்த நடவடிக்கைக்காகவும் கடுமையாக விமர்சிக்கிறார். இந்தத் தகவல் காவல்துறை உயரதிகாரி மோகன்தாஸ் மூலமாக எம்.ஜி.ஆருக்குத் தெரியவருகிறது. ஒரு கல்லூரியில் பேராசிரியராக இருப்பவர் நக்ஸலைட்டுகளுக்கு ஆதரவாகப் பேசிவருவது குற்றமாகப் பார்க்கப்பட்டு, கைது வாரண்டும் பிறப்பிக்கப்படுகிறது. இதையடுத்து எம்.ஜி.ஆர்., "கைது செய்வதற்கு முன் பெரியார்தாசனை வந்து என்னைச் சந்திக்கச் சொல்லுங்கள்" என்கிறார். நாட்டின் முதலமைச்சர் தன்னுடைய பேச்சினால் கோபமுற்றிருப்பதை அறிந்த பெரியார்தாசன், தனக்கு வந்துவிட்ட எந்தப் பாதிப்புக்காகவும் தன் பேச்சை வாபஸ் பெற்றுக்கொள்ள எண்ணவில்லை. மாறாக எம்.ஜி.ஆரைச் சந்திக்கிறார். எம்.ஜி.ஆரும் "நானும் உங்கள் பேச்சின் ரசிகன்தான். எதையும் வெளிப்படையாகப் பேசக்கூடியவர் என்பதை அறிவேன். இருந்தாலும் ஒரு கல்லூரிப் பேராசிரியராக இருந்துவரும் நீங்கள் மாணவர்களைக் கிளர்ச்சிக்குத் தூண்டுவது சரியா. சட்டத்தின் பார்வையில் நீங்கள் தவறாகப் புரிந்துகொள்ளப்பட்டாலும் மனசாட்சிக்கு விரோதமில்லாமல் நடப்பவர் என்பதால் நடவடிக்கையைத் தவிர்க்கிறேன்" எனக் கைது வாரண்டைக் கிழித்திருக்கிறார்.

எங்கே பேராசிரியர் வேலையும் பறிபோய்விடப் போகிறதோ என அச்சத்தோடு போன தன்னை, ஆசையோடு சாப்பிட வைத்து, மறுக்க மறுக்க ஒரு கட்டு பணத்தாளைச் சட்டைப் பாக்கெட்டில் திணித்தனுப்பிய எம்.ஜி.ஆரை அதன்பிறகும் பெரியார்தாசன் விமர்சிக்காமல் இல்லை. எம்.ஜி.ஆர். நல்லவிதமாகத் தன்னிடம் நடந்துகொண்டார் என்பதற்காக, கைது செய்யாமல் காசுகொடுத்து கௌரவித்தார் என்பதற்காக அவருடைய மக்கள் விரோத ஆட்சியைக்

கண்டிக்காமல் இருக்கமாட்டேன் என்றே பேசிவந்தார். ஒரு நல்ல கருத்து வெகுஜனங்களைப் பற்றிக்கொண்டால், அது பௌதீகச் சக்தியாக மாறும் என்ற காரல் மார்க்ஸைப் பெரியார்தாசன் வெகுவாகப் பின்பற்றினார். கற்பதையும் கற்பிப்பதையும் தொடர்ந்து செய்துவந்த அவர், "மீனுக்கு நீந்தவும் கன்றுக்குட்டிக்குத் தாவவும் கற்பிக்க வேண்டியதில்லை. ஏனெனில், கற்றுக்கொண்டே பிறப்பவை இதர உயிரினங்கள். கற்றுக்கொள்வதற்காகவே பிறப்பவர்கள் மனிதர்கள்" என்பார். "சாப்பிடுவதற்காக ஒரு கவளம் சோற்றைக் கையில் எடுக்கின்ற போது அதில் நூறு பேருடைய வியர்வையாவது கலந்திருக்கிறது என்பதை உணர வேண்டும். அப்போதுதான் இந்த சமூகத்தின் மீது நமக்கு அன்பு வரும். அக்கறை வரும். நமக்குத் தேவையான ஒவ்வொன்றையும் தருகின்ற சமூகத்திற்கு நாமும் எதையாவது தர வேண்டும் என்ற எண்ணம் வரும்" என மேடைதோறும் சொல்லிவந்தார். ஒரு நல்ல பேச்சைக் கேட்டவுடன், நமக்குள் ஏற்பட வேண்டிய நல்ல விளைவுகளை அவருடைய சொற்பொழிவுகள் செய்து வந்தன.

மாதம் ஐந்து கூட்டமெனத் தொடர்ந்து தனி ஒருவராக இருநூற்றி ஐம்பது கூட்டங்களுக்குமேல் சொற்பொழிவு செய்திருக்கிறார். அவர் பேச்சைக் கேட்கையில் நமக்குச் சோர்வே வராது என்பது விஷயமில்லை. அவருமே சோர்வில்லாமல் பேசுவதுதான் வியப்பு. ஒருமுறை மலைவாழ் மக்கள் மாநாட்டில் அவருடைய பேச்சைக் கேட்ட அன்பர்கள், நினைவுப்பரிசாகப் பாம்பைக் கையில் கொடுத்திருக்கிறார்கள். அச்சம்பவத்தை சிரிக்க சிரிக்க அவர் சொல்லக் கேட்க வேண்டும். "பாம்பை மாலையாகப் போட வந்ததுகூட பிரச்சனையில்லை. அதை வீட்டுக்கு எடுத்துப்போங்கள் என்றார்களே அங்குதான் டகிலடித்தது. இத்தனை வீரமாகப் பேசிய நீ பாம்புக்குப் பயந்தவனா என அவர்கள் எண்ணியிருக்கலாம். அதற்காக, ஆடு பாம்பே விளையாடு பாம்பே என்று பாடும் சித்தராகவா முடியும் சொல்லுங்கள்" என்பார். இப்படி ஊர்தோறும் விடாமல் அவர் பேச்சுக்குக் கிடைத்த எதிர்வினைகள் எத்தனையோ உண்டு.

எதைச் செய்தாலும் மனம் ஒன்றிச் செய்யும் தன்மையை தன்னுடையபள்ளித் தமிழாசிரியர் சுந்தரமூர்த்தி வாத்தியாரிடமிருந்து பெற்றதாக அவரே ஒரு நேர்காணலில் குறிப்பிட்டிருக்கிறார். "சுந்தரமூர்த்தி வாத்தியார் நடத்தினால் கடினமான பாடங்கள்கூட எளிதாக மனதில் பதியும். குறிப்பாகத் தேவாரத்தையும் திருவாசகத்தையும் அவர் பாடி நடத்தியவிதம் பாராட்டத்தக்கது. அவர்போலவே மனதில் பதியும்படி அப்பாடல்களைத் திரும்பத் திரும்பப் பாடிப் பழகியதால்தான் குறிப்பில்லாமல் எத்தனைமணி நேரம் வேண்டுமானாலும் பேசும் ஆற்றலைப் பெற்றேன்"என்றிருக்கிறார்.

"வாக்குண்டாம் நல்லமனமுண்டாம் மாமலரால் நல் நோக்குண்டாம், துப்பார்த் திருமேனி தும்பிக்கையான் பாதம் தப்பாமல் சார்வார் தமக்கு" என்ற பாடலை விநாயகர் பாடலாக நாம் நினைத்துக்கொண்டிருக்கிறோம். உண்மையில், அது விநாயகர் பாடலே அல்ல. "எவன் ஒருவனுக்குத் திக்குவாயிருக்கிறதோ, எவன் ஒருவனுக்கு சித்தப்பிரமை பிடித்திருக்கிறதோ, எவன் ஒருவனுக்கு கண்பார்வை மங்கலாக இருக்கிறதோ, அவனுக்கான மருத்துவப்பாட்டு அது. சித்த மருத்துவப் பாட்டைத்தான் இந்தச் சிகாமணிகள் விநாயகர் துதியாக்கி, அதை நம்மையும் பாட வைத்திருக்கின்றனர். துப்பார்த் திருமேனி என்றால் இன்றைக்கு நம்மால் குப்பைமேனி என்றழைக்கப்படும் இலையே அன்றி வேறில்லை. இரவில் அவ்இலைமீது குப்பையைக் கொட்டினால் அக்குப்பை காலையில் இருக்காது. தன்னைத் தானே தூய்மையாக்கிக்கொள்ளும் இலை அது. அதேபோல தும்பிக்கையான் பாதம் என்றால் தும்பைப்பூ. குப்பைமேனி இலையையும் தும்பைப்பூவையும் கையாந்தகரை வேரையும் சேர்ந்துக் கசாயமாக்கிக் குடித்தால் திக்குவாய் சரியாகிவிடும் என்றுதான் பாடினார்களே தவிர, விநாயகரைத் தொழுதால் வினை தீரும் என்று பாடவில்லை. தமிழர்கள் என்றைக்கோ எழுதிய மருத்துவப் பாட்டின்படி கசாயம் குடித்துச் சரியான திக்குவாயன்தான் உங்களிடம் பேசிக்கொண்டிருக்கும் பெரியார்தாசன்" என்றும் இன்னொரு இடத்தில் சொல்லியிருக்கிறார்.

மேடைப்பேச்சுக்களை வெறும் கைத்தட்டல்களுக்காக அவர் நிகழ்த்தியதில்லை. நேற்றைக்கு ஒரு மேடை, இன்றைக்கு ஒரு மேடை என மேடைகள் வித்தியாசப்பட்டாலும் அவர் ஒரே மாதிரியான கொள்கையைத்தான் கடைப்பிடித்தார். எதிரே இருப்பவர்கள் உற்சாகத்தோடு தன்னை உள்வாங்கிக் கொள்ளவேண்டும் என்பதுதான் அந்தக் கொள்கை. அந்தந்தக் கணத்து அதிசயங்களை அவர்போல யாரும் கொண்டாடியதில்லை. நேற்று ஒரு மாதிரியும் இன்று ஒரு மாதிரியும் தோன்றினால் அதையும் மேடையிலேயே சொல்லிவிடுவார். சைவப் பற்றாளனாக இருந்த நான், பெரியாரின் சீடனாகி, புத்தரைத் தரிசித்து, நல்மனப் பெரியார்தாசனாக நம்பிக்கைப் பெற்று, அப்துல்லாவாக இப்போது ஏக இறைவனைத் தொழத் தொடங்கியிருக்கிறேன் என்பதை வெளிப்படையாகத் தன் இறுதிக்காலங்களில் அறிவித்தார். தன்னுடைய மாறுதல்கள் ஒவ்வொன்றும் சுய தேவைகளுக்காகவோ லௌகீக வாய்ப்புகளுக்காகவோ நிகழ்ந்ததில்லை என்பதைத் தெளிவுபடுத்துவதாக இறுதியுரைகள் அமைந்துள்ளன. "இதுயாவுமே தத்துவத் தேடலில் நானடைந்த படிப்பினைகள். என்னைப் பின் தொடர்வதில் சிலருக்குச் சிரமம் இருக்கலாம். ஆனால், நான் செல்லும் பாதைக்கு உண்மையாயிருக்கிறேன். சந்தேகத்தோடு என்னைப் பார்க்கிறவர்களுக்கு என் சத்தியத்தைப் பிரமாணப்படுத்த வேண்டியதில்லை" என்றிருக்கிறார்.

மாறிக்கொண்டே இருப்பதுதான் வளர்ச்சி என்றும் அம்மாற்றத்தினால் நிகழ்வதுதான் சிந்தனை என்றும் அவரே அவரைச் சோதனைக்கு உட்படுத்திக்கொண்டார். ஏற்றுக்கொண்ட ஒன்றுக்கு விசுவாசமாக இருப்பது ஒருவகையென்றால் அதுவாகவே மாறிவிடும் இயல்புதான் அவருடையது. தான் இஸ்லாத்தைத் தழுவிக்கொண்டதாக அறிவித்தவுடன் எழுந்த விமர்சனங்களையும் அவர் அப்படித்தான் எதிர்கொண்டார். தொலைபேசியிலும் நேரிலும் அவரிடம் இது குறித்து விவாதித்தவர்களைக் கடுமையான சொற்கள் கொண்டு காயப்படுத்த அவர் எண்ணவில்லை. நெஞ்சைத் திறந்து காட்டியபின்னும் தன்

நேர்மையைச் சந்தேகிப்பவர்களை ஒரு புன்னகையோடு அவர் கடந்துபோனார். நீண்ட ஆய்வுக்கும் வாசிப்புக்கும் பின்பே இஸ்லாத்தைத் தழுவியதாக அவர் சொன்னதைக் கருத்துமுதல்வாதிகள் கதைவிடுகிறார் என்கிறார்கள். அதுவரை மறுமையிலோ இறைக்கோட்பாட்டிலோ நம்பிக்கையில்லாதவருக்குத் திடீரென்று எப்படி ஞானம் வந்தது எனப் போகிறபோக்கில் கிள்ளியும் வைத்தார்கள்.

தன் தரப்பை நியாயப்படுத்துவதற்காக எந்த அஸ்திரங்களையும் பிரயோகிக்கக்கூடியவர் அல்லர் அவர். கருத்துகளிலும் விமர்சனங்களிலும் ஏற்புடையவைகளை விடாப்பிடியாக விதண்டாவாதமாக அவருக்கு மறுக்கத் தெரியாது. தெரிதலிலும் அறிதலிலும் அதன்பின்னான புரிதலிலுமே அவர் பயணித்தார். அவருடைய கல்லூரிக் காலங்களில் இருந்தே பலவிதமான கருத்துமோதல்களின் களமாக அவரிருந்திருக்கிறார். பச்சையப்பன் கல்லூரி ஆள்குறைப்பு நடவடிக்கையில் ஈடுபட்டபொழுது, அதை வீட்டுக்குக்கூடத் தெரிவிக்காமல் தொடர் பசியுடன் நூலகத்திலேயே கழித்த பொழுதுகள் அவருடையவை. குருவிக்கரம்பை சண்முகம் மூலம் விஷயமறிந்த சுரதா, மதிய வேளைகளில் தனக்கு வாங்கிக்கொடுத்த ஜனதா சாப்பாட்டை அவர் சொல்லாமல் இருந்ததில்லை. பலமொழிகளைக் கற்றிருந்தார். என்றாலும், அவராலும் சில கேள்விகளுக்குப் பதில் சொல்லமுடியாமல் போனதுதான் உண்மை. இன்றைக்குத் திருப்புகழ் சந்தத்தை வைத்துக்கொண்டு யாரால் பாட்டெழுத முடியுமென்று கேட்ட சுரதாவை, கவிதைகளால் வெல்லமுடிந்த பெரியார்தாசனுக்கு அரபு மொழியைக் கற்க முடியாமல் போனதேயென்ற வருத்தமிருந்தது.

ஒன்றை முனைந்து வெற்றி காண்பதில் தீவிரமாயிருந்த பெரியார்தாசன், ஏறாத மேடைகளே இல்லை. காய்த்தல் உவத்தலற்றுப் பேசும் அவர் கணீர் குரலைக் கேட்ட இயக்குநர் பாரதிராஜா, தம்முடைய கருத்தம்மா திரைப்படத்தில் குணச்சித்திர நடிகராக அவரை அறிமுகப்படுத்தினார். நடித்த முதல் படத்திலேயே குணச்சித்திர நடிகருக்கான தேசிய விருதையும் அவர் பெற்றார். எத்தனையோ

மேடைகளில் வாய்கிழியப் பேசிய தன்னை, வாய்பேச முடியாத கதாபாத்திரத்தில் நடிக்க வைத்த சினிமாவையும் தேசியவிருதையும் எள்ளலோடு பகிர்ந்துகொள்வதை வழக்கமாக வைத்திருந்தார். பெண் சிசுக்கொலை பெரும் பிரச்சனையாக இருந்த அந்தக் காலகட்டத்தில் கருத்தம்மா திரைப்படம் வெளிவந்தது. காலத்தின் தேவைகருதி எடுக்கப்பட்ட அத்திரைப்படத்தில் நடித்ததும் சமூகப்பணியே என்னும் எண்ணம் அவரிடமிருந்தது. அதன்பின்னும் பல படங்களில் அவர் நடித்திருக்கிறார். இருபத்தியாறு படங்களுக்குமேல் நடித்திருப்பதாகச் செய்திகள் உள்ளன. என்றாலும், கருத்தம்மா அளவுக்கு வேறு எந்தப் பாத்திரத்திலும் அவர் சோபிக்கவில்லை.

திரைத்துறைக்கு வந்தபிறகும் தம்முடைய அசலான பேச்சுக்கலையை அவர் கைவிடவில்லை. மக்கள் தன்னிடமிருந்து எதிர்பார்ப்பது நடிப்பை அல்ல என்பது அவருக்குத் தெரிந்திருந்தது. மெய்யையும் ஞானத்தையும் எதிர்பார்த்த மக்களிடம், பொய்யாகவும் போலியாகவும் நடந்துகொள்ள அவர் விரும்பவில்லை. சில நேரங்களில் அவர் தவறாகப் புரிந்துகொள்ளப்பட்டிருக்கிறார். பாக்கியம் சங்கரின் நூல் வெளியீட்டு விழாவில் அவர் சொன்னதுபோல காலத்திற்கேற்ப, கருத்துகளும் மாறிக்கொண்டே இருக்கின்றன. எந்தக் கருத்தையும் தைரியமாக எதிர்கொள்ளும் திராணி வேண்டும். மேலும், ஒன்றே சிறந்ததென்று பற்றித் தொங்கிக்கொண்டிருக்கக் கூடாது. உண்மையில், ஒரு பகுத்தறிவாளன் என்பவன் அறிவின் கண்களையும் அன்பின் கண்களையும் ஒன்றாகவே திறந்துகொள்கிறான். அவன் கண்களை மூடிக்கொண்டபிறகுதான் அவனை இந்த உலகம் பார்க்கத் தொடங்குகிறது.

கவிக்கோ

எந்த ஒரு முடிவையும் நாம் எடுப்பதில்லை. அது, ஏற்கெனவே யாராலோ எடுக்கப்பட்டுவிட்டது. ஆனாலும்கூட, முடிவை நாமே எடுப்பதாகவும் எடுக்கப்போவதாகவும் சொல்லிக்கொள்கிறோம். உலக நிகழ்வுகள் ஒன்றுமே நம்முடைய கட்டுப்பாட்டில் இல்லை. அப்படியிருக்க, கட்டுப்பாட்டில் இல்லாத ஒன்றுக்கான முடிவை நாமெப்படி நல்லதாகவும் கெட்டதாகவும் எடுக்கமுடியும். இது, ஒருவிதமான நம்பிக்கை. இந்த நம்பிக்கையைச் சிலர் விதியாகவும் இயற்கையாகவும் பார்க்கிறார்கள். காரணம் எதுவும் இல்லாமல் நானும் இசாக்கும் ஹாஜாகனியும் கவிக்கோ அப்துல்ரகுமானைச் சந்தித்தே தீருவது என்று அன்று எடுத்த முடிவும்கூட அப்படியானதுதான். இத்தனை ஆண்டுகளில் கவிக்கோவை அவ்வளவு தீவிரமாகச் சந்தித்தே ஆகவேண்டுமென எனக்குத் தோன்றியதில்லை. ஆனால், அம்முறை ஏனோ அப்படி ஒரு தீவிரம் என்னை ஆட்கொண்டிருந்தது.

கவியரங்குகளிலும் இன்னபிற மேடைகளிலும் அவரோடு இணைந்து பயணிக்கும் வாய்ப்பைப் பெற்றிருந்தபோதும், அவரை அவருடைய இல்லத்தில் சென்று அவ்வப்போது

சந்தித்து அளவளாவும் வழக்கத்தை நான் வைத்திருக்கவில்லை. இசாக்கிற்கும் ஹாஜாகனிக்கும் என் தீவிரமும் தீர்க்கமும் எளிதாகப் புரியக்கூடியது என்பதால், எந்த மறுப்புமில்லாமல் என்னுடன் கிளம்பினார்கள். நாளைக்குப் போகலாம் என்றோ அடுத்த வாரத்தில் ஒருநாள் சந்திக்கலாம் என்றோ அவர்களில் ஒருவர் சொல்லியிருந்தால்கூட அன்றையப் பயணம் தடைப்பட்டிருக்கும். ஆனால், அவர்கள் இருவருமே என் விருப்பத்திற்கு ஏற்ப செவிசாய்த்து உடன் வந்தார்கள்.

மூவருக்குமே கவிக்கோ என்றால் கவிதைகளைத் தாண்டிய பிரியமும் பிரமிப்பும் உண்டு. நாங்கள் கவிக்கோ இல்லத்திற்குச் சென்றிருந்தபோது, அவர் வாராந்திர மருத்துவ சோதனைக்குப் போயிருப்பதாகத் தகவல் வந்தது. எப்போது வருவார் என்றதும், மதியத்திற்குப் பிறகுதான் வரக்கூடும். வந்தாலும், சந்திக்கும் வாய்ப்பில்லை. அவர் உடலை வருத்தும் மருந்தெடுத்துக் கொள்வதால் ஓய்வு தேவைப்பட உறங்கிவிடுவார். மாலையோ இரவோ கண்விழிக்கும்போதுதான் சந்திக்க இயலும் என்றார்கள்.

இசாக்கும் ஹாஜாகனியும் திரும்பிடலாமா? என்றார்கள். எனக்கென்னவோ திரும்பிவிட மனமில்லை. நள்ளிரவே ஆனாலும் அவர் கண்விழிக்கும்வரை காத்திருந்து, அவரைச் சந்தித்துவிட்டுக் கிளம்புவோமே என்றேன். சொல்லவொண்ணாத் தீவிரத்தோடு அன்றிருந்தேன். பாடல் பதிவு நிகழ்ந்துகொண்டிருந்த நிலையில் உடனே வரச்சொல்லி தொலைபேசி அழைப்புகள் தொடர்ந்து வந்துகொண்டிருந்தன. தவிர்க்க முடியாத வேலையிலிருப்பதாக மனமறிந்து பொய்சொல்லி, அழைப்புகளைத் துண்டித்தேன். அன்று மட்டும் கவிக்கோவைச் சந்திக்காமல் திரும்பியிருந்தால் அதன்பின் அவரைச் சந்திக்கும் வாய்ப்பே இல்லை என்பதை அப்போது நாங்கள் மூவருமே அறிந்திருக்கவில்லை. எந்த முடிவையும் நாம் எடுப்பதில்லை. அது, ஏற்கெனவே யாராலோ எடுக்கப்பட்டுவிட்டது. கவிக்கோ கண்விழிக்கும்வரை அவர் வீட்டு வாசலிலேயே அமர்ந்து பேசிக்கொண்டிருந்தோம்.

அந்தப் பேச்சிலும் கவிக்கோதான் மிகுதியும் வந்துபோனார். கவிக்கோ பேச ஆரம்பித்தால் எனக்கோ

இசாக்கிற்கோ ஹாஜாகனிக்கோ நேரம் போவதே தெரியாது. மணிக்கணக்காக, நாள் கணக்காக, வருஷக்கணக்காக அவரைப் பேசியிருக்கிறோம். எங்கள் மூவருக்குமான பொதுமொழியாகக் கவிக்கோ அன்றுமிருந்தார். அடிக்கடி சந்திக்கவில்லையென்றாலும் யாரோ ஒருவரை மட்டுமே நம்முடைய இதயம் நெருக்கமாக உணரும்; உணர்த்தும். அப்படி ஒருவராகக் கவிக்கோ இருந்தார். இருந்தார் என்று எழுதுகிற இந்த நொடியில் என்னையுமறியாமல் கண்கள் கலங்குவதைத் தவிர்க்கமுடியவில்லை. தட்டச்சு எந்திரத்தில் கண்ணீர்த் துளிகள்படாதவாறு தள்ளி வைத்துக்கொள்கிறேன்.

பாரதியோ பாரதிதாசனோ கண்ணதாசனோ இல்லை என்பதை ஏற்கும் என்மனம், கவிக்கோ இல்லை என்பதை ஏற்க இன்னும் சிலகாலம் ஆகலாம். உன் கண்களால் தூங்கிக்கொள்கிறேன் என்றெழுதிய கவிக்கோவுக்கு, எங்கள் வருகை குறித்த பொறி தட்டியிருக்க வேண்டும். வழக்கத்துக்கு மாறாக அன்று முன்னமே எழுந்துவிட்டார். எழுந்தவுடனேயே எங்கள் காத்திருப்பைத் தெரிந்துகொண்ட அவர், அவசர அவசரமாகப் படுக்கையிலிருந்து வராந்தாவிற்கு வந்தார். "சொல்லியிருந்தால் தூங்கப்போயிருக்க மாட்டேனே, மருந்தும் மாத்திரைகளும் உடம்பைச் சோர்வுறச் செய்தன, மற்றபடி தூக்கமில்லை" என்று உரையாடலைத் தொடங்கிய அவர், எங்கள் மூவரையும் அன்றலர்ந்த புன்னகையால் குசலம் விசாரித்தார். உடல் நலம் எப்படியிருக்கிறது என்ற எங்களது கேள்வியையோ தொந்தரவு செய்துவிட்டோமா என்ற எங்களுடைய பரிதவிப்பையோ அவர் பொருட்படுத்தவே இல்லை. கவிக்கோ விருது விழா ஏற்பாடாகிக் கொண்டிருக்கிறது. அழைப்பிதழ் கிடைத்ததா? என மூவரிடமும் கேட்டார். கடந்த ஒருவார காலமாக விழாவை எண்ணிக்கொண்டு சரியாக உறங்காததை அவருடைய கண்கள் சொல்லின.

"சமீபத்துல ஓம் பாட்டு ஒண்ண கேட்டேம்ப்பா நல்லா இருந்துச்சி, அந்தப் பொண்ணு ஸ்ரேயாகோஷல் ரொம்ப பிரமாதமாப் பாடியிருக்கு, அந்தப் பொண்ணு சென்னைக்கு எப்போதாவது பாட வந்தா என்னக் கூட்டிட்டுப் போ.

வாழ்த்தணும்" என்றார். ஸ்ரேயாகோஷலை, அவர் லதா மங்கேஷ்கருக்கு நிகராகப் புகழ்ந்தார். இன்னும் ஒருபடி மேலேபோய் "லதாவுக்குப் பிறமொழி உச்சரிப்பு அவ்வளவாக வராது. ஆனா, ஸ்ரேயாவுக்குத் தமிழும் மலையாளமும் அச்சர சுத்தமாக வருகிறது" என்றார். பெங்காலியான ஸ்ரேயாகோஷல் நானெழுதிய நாற்பதுக்கும் மேற்பட்ட பாடல்களைப் பாடியிருக்கிறார் என்றதும் ஆச்சர்யத்துடன், "அவ்வளவையும் குறுவட்டுல பதிஞ்சி தா கேட்டுடுறேன்" என்றார்.

கவிக்கோ திரையிசைப் பாடல்களின் காதலர். அம்மி கொத்த சிற்பி எதற்கு என்று திரைப்பாடல் குறித்து அவர் சொன்னதைப் பெரிதுபடுத்திய பத்திரிகைகளுக்கும் இலக்கியவாதிகளுக்கும் அவர் அலமாரியில் சேமித்து வைத்திருந்த இசைத்தட்டுக்களின் எண்ணிக்கை தெரியாது. கவிதை நூல்களுக்குச் சற்றும் குறைவில்லாமல் சினிமாப் பாட்டு புஸ்தகங்களைப் பைண்ட் செய்து வைத்திருந்தார். சமயம் கிடைக்கும் போதெல்லாம் நல்ல திரைப்படப் பாடல்களை மேற்கோள் காட்டுவார். திரையிசையில் தனித்து விளங்கும் இளையராஜாவும் ஏ.ஆர்.ரகுமானும் எத்தனையோமுறை அவரைப் பாடல் எழுதித்தரும்படி கேட்டிருக்கிறார்கள். அவர்கள் கேட்ட ஒவ்வொரு சந்தர்ப்பத்திலும் என்ன காரணத்தினாலோ நாகரீகமாகத் தவிர்த்துவிட்டார். அவர் பாடல் எழுதவில்லை என்றாலும், ராஜாவும் ரகுமானும் அவர்மீது கொண்டிருந்த அன்புக்கும் மரியாதைக்கும் அளவில்லை. இருபது வருடங்களுக்குமுன் இயக்குநர் அருண்மொழியும் சத்யசீலனும் தயாரித்த ஒரு படத்திற்கு இரண்டு பாடல்கள் எழுதித் தந்திருக்கிறார். வாணி ஜெயராமும் பி. சுசீலாவும் பாடிய அப்பாடல்கள், "விடியாத நள்ளிரவில் வாங்கிய சுதந்திரம் போலாயிற்று" என்று அவரே ஒருமுறை வருத்தத்தோடு தெரிவித்திருக்கிறார்.

தன்னைக் கவிஞனாக ஆக்கியதில் இந்தி இசையமைப்பாளர் நெளஷத்துக்குப் பெரும்பங்குண்டு என எழுதியிருக்கிறார். "இல்லையிலும் இருக்கிறான்" என்னும் நூலில் எட்டாவது சுரம் என்றொரு கட்டுரை இருக்கிறது. அதில், நெளஷாத்தின்

அருமை பெருமைகளைப் பட்டியலிட்டிருக்கிறார். ஹமீர் என்ற கடினமான ராகத்தை நௌஷத், கோஹினூர் திரைப்படத்தில் கொண்டுவந்திருக்கும் தகவலையும், போஜ்பூரி நாட்டுப்புறப் பாடலை அடிப்படையாகக் கொண்டு அனார்கலி திரைப்படத்தில் இசையமைத்திருப்பது பற்றியும், அவர் அக்கட்டுரையில் வியந்திருக்கிறார். அதிகமான இசைக்கருவிகளை அந்தாஸ் திரைப்படத்திலும், மிகக் குறைவான இசைக்கருவிகளை நஸீம் திரைப்படத்திலும் பயன்படுத்தியிருக்கும் குறிப்புகளையும் அக்கட்டுரையில் குறிப்பிட்டிருக்கிறார். நௌஷத்தின் துணையில்லாமல் அவருடைய ஓர் இரவுகூட கழிந்ததில்லை.

'அன்மோல் கடீ, பாபுல், தீதார், தர்த், மேலா, தில்லகீ' ஆகிய படங்களில் நௌஷத் இசையமைத்த பாடல்களை மனப்பாடமாக அவரால் சொல்ல முடியும். இன்னும் சொல்லப்போனால் அவருடைய தூண்டுதலால்தான் செங்கம் ஜப்பார், நௌஷத் இசையமைத்த "முகலே ஆஸம்" படத்தைத் தமிழில் மொழிமாற்றம் செய்து வெளியிட்டார். இசைப்பேழை வெளியீட்டு விழாவுக்கு வந்த நௌஷத்திடம் நான்கு மணி நேரம் உரையாடியதைப் பெருமையாகக் கருதி, அன்றும் அவ்வுரையாடலை எங்களிடம் பகிர்ந்துகொண்டார். நௌஷத்தைக் கவிக்கோ வியந்ததுபோலவே கவிக்கோவை நௌஷத் வியந்து, அவர்களுடைய இரண்டாவது சந்திப்பு நடந்திருக்கிறது. "இசையே என்னுடைய முதல் காதலி. அது ஒருதலைக் காதலாகிவிட்டதால் கவிதையைக் கைப்பிடித்தேன்" என்று சொல்லிவிட்டு அறைக்குள் போனவர், தான் மொழிபெயர்த்து வைத்திருந்த மலையாளத் திரையிசைப் பாடல்களை எடுத்துவந்து வாசித்துக் காட்டினார். ஓசை ஒழுங்குகளோடு மொழிபெயர்க்கப்பட்டிருந்த அப்பாடல்கள் அற்புதமான உணர்வுகளை மீட்டின. வயலார் ராமவர்மாவின் அதிநவீனக் கவி ரசங்களை கவிக்கோ வாயால் கேட்க வேண்டும்.

அந்த உரையாடலில், தமிழ்க் கவிதைகளின் திசைவழியைத் தீர்மானித்த கவிக்கோ, திரைப்பாடல்கள் எழுதியிருந்தால் எப்படியிருந்திருக்கும் என யூகிக்க முடிந்தது. இசைப்பாடல்

மீது ஏகக் காதல் வைத்திருந்த கவிக்கோ, திரைப்படங்களுக்கு பாடல் எழுதுவதில்லை என எடுத்த முடிவு ஏற்புடையதில்லை. பட்டுக்கோட்டையும் கண்ணதாசனும் அவருக்குப் பிடித்தமான பாடலாசிரியர்கள். சிலவேளைகளில் கம்பதாசனையும் கு.மா. பாலசுப்ரமணியத்தையும் போற்றியிருக்கிறார். கவிக்கோவை கவிஞராக, பேராசிரியராக, சொற்பொழிவாளராக, பத்திரிகைகளில் பத்தி எழுதுபவராகப் பலர் அறிந்திருக்கலாம். எனினும், எங்கள் தலைமுறைக்கு கவிதையின் சகல சூட்சமங்களையும் கற்பித்த ஆகிருதியாகவும் ஆசானாகவும் இருந்தவர் அவர் ஒருவரே. நவீனக் கவிதைகளின் தோற்றுவாயாக சிலர் பாரதியையும் சிலர் ந.பிச்சமூர்த்தியையும் சொல்வார்கள். எங்களுக்கோ அவர்கள் இரண்டுபேரையும் சொல்லி, அதிலிருந்து தான் எப்படி வேறுபடுகிறேன் என்பதைக் காகிதங்களிலும் கவியரங்குகளிலும் நிரூபித்தவர் அவர்.

அரங்கக் கவிதைகளுக்கென்று அவர் ஏற்படுத்திய வகைமாதிரிகள் ஒன்றிரண்டு அல்ல. ஒவ்வொரு கவியரங்க மேடையிலும் அவர் தனித்துத் தெரிவார். உத்திகளாலும் உச்சரிப்பினாலும் மொத்தக் கூட்டத்தையும் கட்டிப்போடும் வித்தையை அவர் கற்றிருந்தார். மேடையில் நிறுத்தி நிதானமாக அவர் கவிதைகளை வாசிக்கத் தொடங்கினால், இயற்கை அழைப்பே ஆனாலும், எழுந்துபோக மனம் வராது. ஆளுமை நிரம்பிய அவருடைய உடல்மொழியை ரசித்துக்கொண்டே இருக்கலாம். கவிதைகளின் ஓசைக்கேற்ப முன்னும் பின்னும் அவருடைய கைவிரல் அசைவுகள், காற்றின் தீராத பக்கங்களில் எதை எதையோ எழுத முயலும்.

எந்த மேடைகளையும் அவர் குறைத்து மதிப்பிட்டதில்லை. தன்னையும் தன் கவிதைகளையும் விரும்பக்கூடிய யார் அழைத்தாலும், அவர்களின் அழைப்பை அவமதிக்காத பண்பு அவரிடமிருந்தது. ஒருமுறை கம்பன் கழகத்தில் கவிதை வாசிக்க அழைத்திருக்கிறார்கள். அழைத்தவர்களுக்கோ அழைப்பை ஏற்றுக் கலந்துகொள்ள சம்மதித்தவர்க்கோ ஒரு பிரச்சனையுமில்லை. இடையிலிருந்தவர்கள்தான் இடைஞ்

சல் செய்கிறார்கள். திராவிட இயக்க மேடைகளில் கவிதை பாடிவரும் அப்துல்ரகுமானைக் கம்பன் கழகத்திற்கு அழைப்பதா? என்று அவர்கள் ஏற்படுத்திய சர்ச்சையை, கம்பன் கழகம் கருத்திற் கொள்ளவில்லை. கம்பனை நேசிக்கக்கூடிய யார் ஒருவரையும் தவிர்க்கவோ தடுக்கவோ மாட்டோமென்று கவிக்கோவின் வருகைக்குப் பச்சைக்கொடி காண்பித்தது. சர்ச்சைகள் சூழ்ந்திருந்த அந்த அவைக்கு கவிக்கோ வருகிறார். ரகு, மானைத் தேடியதுதான் ராமாயணம் என்றால், ரகுமானாகிய நான் கம்பனைப் பாடக்கூடாதா? என்றதும், அரங்கத்தில் எழுந்த கைத்தட்டு விண்ணைப் பிளந்திருக்கிறது. இறுதியில் சர்ச்சையைக் கிளப்பியவர்களே கவிக்கோவிடம் கையெழுத்துப் பெற காத்திருந்தது தனிக்கதை. தன்னை எதிர்ப்பவர்களையும் தன் கவிதைகளால் வளைத்துவிடும் திறனை அவர் பெற்றிருந்தார்.

எத்தனைபேர் அவருடன் கவிதை வாசித்தாலும் அவர் சிந்தனைகளும் கவிதை வார்ப்பு முறைகளும் வித்தியாசமான தொனியிலிருக்கும். முதல் பத்து வாக்கியங்களில் தவிர்க்கமுடியாத கவனத்தை அவர் பெற்றுவிடுவார். துண்டுத் துண்டு காகிதங்களில் அவர் சிந்தனைகளை அடுக்கிக்கொண்டே போகும்முறை வேறு எவர்க்கும் வாய்க்காதது. கவியரங்கக் கவிதைகளுக்குத் தனி அடையாளமும் கௌரவமும் வந்ததே அவரால்தான். மேலும், கவிதைகளை நிகழ்த்துகலையாக மேடையில் அரங்கேற்றும் முறையை அவர் வைத்திருந்தார். அறுபது ஆண்டுகளுக்கு மேலாக ஒருவர் ஒரு செயலை அலுப்போ சலிப்போ இல்லாமல் தொடர்வது கடினம். அதுவும், தொடங்கும் போதிருந்த அதே அக்கறையுடன் அதே ஆர்வத்துடன் ஈடேற்றுவது சாத்தியமேயில்லை. ஆனால், கவிக்கோவிற்கு அது சாத்தியப்பட்டது. ஏனெனில், வெறும் கைத்தட்டலுக்காக அவர் எங்கேயும் கவிதைகளை வாசித்ததில்லை. கவியரங்குகளின் மேன்மையை உத்தேசித்தே அவருடைய கவிதைகள் எழுதப்பட்டன. "ஓரல் பொய்ட்ரி" என்ற வகைமைக்கு எத்தனையோ உதாரணங்களை அவர் தந்திருக்கிறார். தமிழாய்ந்த அறிஞர்களும் அவருடைய மேடைக் கவிதைகளில் மெய்சிலிர்த்திருக்கிறார்கள்.

தலைமைக்கவிஞராக அவர் இருந்தால் பின்னால் வாசிப்பவருக்கு ஏற்றவாறு அரங்கத்தைத் தயார் செய்துகொடுப்பார். நல்ல வரிகளை யார் வாசித்தாலும் தயக்கமில்லாமல் திரும்பச் சொல்லச் சொல்லி, இந்த இடத்தைக் கவனியுங்கள் என்று கூட்டத்திற்கு ஆணையிடுவார். அடடா, சபாஷ், அற்புதம் என்று அவரே ரசிகராக மாறி வாசிப்பவருக்கு உற்சாகமூட்டுவார். அரங்கு நிறைந்த கூட்டமானாலும் அவர் தலைமையென்றால் கூச்சலோ குழப்பமோ துளியும் இருக்காது. அரங்கத்தைக் கட்டுக்குள் வைத்திருப்பார். எத்தனைபேர் கைத்தட்டினாலும் அவருடைய அந்த ஒற்றைப் பாராட்டுக்கு ஏங்கியே கவிதைகள் தங்களை எழுதிக்கொள்ள எண்ணும். முப்பது கவியரங்கிலாவது அவரோடு பங்கெடுத்திருப்பேன். ஒருதரம் கம்பன்கழகத்தில் அவர் தலைமையில் ஒரு கவியரங்கம். பத்துப்பாட்டு எழுதும் பக்குவமுடைய யுகபாரதி, சினிமாவில் குத்துப்பாட்டு எழுதலாமோ? என என்னுள்பட சினிமா கவிஞர்களைச் செல்லச் சிலேடையில் சீண்டினார். “இருக்கிற எல்லாக் கல்லையும் / நீ ஒருவனே சிலை செய்துவிட்டதால் / பாவப்பட்ட எங்களுக்கு / பாக்கியிருப்பது அம்மிதான் / கொத்திக்கொண்டிருக்கிறோம் / உப்புப்புளிக்கு உதவுகிறது என்றதும் அரங்கு அதிர்ந்தது. அவ்வார்த்தைகள் அவருடைய புகழ்பெற்ற கூற்றுக்குப் பதில் சொல்வதற்காக எழுதப்பட்டவைதான். என்றாலும், அதைத் தப்பிதமாக எடுத்துக்கொண்டு கோபிக்காமல், பிரமாதம் பிரமாதம் எங்கே இன்னொருமுறை சொல் எனக்கேட்டு, அதே அரங்கத்தில் என்னை மெச்சி மகிழ்ந்தார்.

நானறிந்தவரை கவியரங்கக் கவிதைகளைச் செப்பமாகவும் சிரத்தையாகவும் கையாண்டவர்களில் முதன்மையானவர் கவிக்கோதான். அறிஞர் அண்ணா தொடங்கி கலைஞர் மு.கருணாநிதிவரை பலருடைய தலைமைகளில் அவர் கவிதைகளை வாசித்திருக்கிறார். என்றாலும், எல்லோருடைய கவனத்தையும் ஈர்த்துவிடக் கூடிய ஆற்றல் அவரிடமிருந்தது. முஷாயிரா, கஜல், கவாலி, நஸம், ஹைக்கூ எனத் தமிழுக்கு அறிமுகமில்லாத பல வடிவங்களைத் தமிழக்கு கொண்டுவந்தவர் அவரே. அவருக்கு முன்பு அவ்வடிவங்களை யாருமே தமிழ்ப்படுத்தும் முயற்சியில் இறங்கவில்லை.

ஏனைய மொழிகளிலுள்ள வடிவங்களைத் தமிழ்ப்படுத்தி, அதை எல்லோருக்குமான வடிவமாக ஜனநாயகப்படுத்துவதில் அவர் காட்டிய ஆர்வம் குறிப்பிடத்தக்கது. இளம் கவிஞர்களை ஊக்குவித்து, அவர்களுக்கான புதிய சாளரங்களைத் திறந்துவைக்கும் பிதாவாக அவர் இருந்தார். வாணியம்பாடியில் கவிராத்திரி என்னும் நிகழ்வை ஏற்படுத்தி எத்தனையோ நல்ல கவிஞர்களும் கவிதைகளும் உருவாகக் காரணமாயிருந்தார். "இரவில் வாங்கினோம் இன்னும் விடியவேயில்லை" என்று சுதந்திரத்தைப் பற்றிக் கவிதையெழுதிய அரங்கநாதன் அவருடைய மாணவர்களில் ஒருவர்.

ஒரே மாதிரியான தடத்தில் பயணித்துக்கொண்டிருந்த தமிழ்ப் புதுக்கவிதைக்கு சூஃபித்துவ அந்தஸ்தை ஏற்படுத்தியவர் கவிக்கோ. மின்மினிகளால் ஒரு கடிதம் என்னும் நூலில் கஜல் கண்ணிகளைத் தமிழில் எழுதியதுபோல பறவைகளின் பாதை என்னும் நூலில் சூஃபித்துவ சிந்தனைகளை எழுதியிருப்பார். ஒரே வாசிப்பில் அக்கவிதைகளை விளங்கிக்கொள்ள இயலாது. அக்கவிதைகள் ஒவ்வொருமுறையும் வெவ்வேறு மாதிரியான அர்த்தங்களைத் தரக்கூடியன. இம்மையிலும் மறுமையிலும் ஒருவர் எதைத்தேட விரும்புகிறாரோ அதைப்பற்றிய அவதானிப்புகளே அக்கவிதைகள். முழுக்க முழுக்க ஒரு சூஃபியின் குரலை ஒத்திருக்கும் அக்கவிதைகளின் வழியே ஞானத்தை எட்டுவதற்கான முயற்சியில் அவர் ஈடுபட்டிருப்பார்.

பித்தனும் ஆலாபனையும் அவருடைய லட்சியப் படைப்புகள். தத்துவங்களின் நேர்முக வெளிப்பாடு ஆலாபனை எனில் எதிர்முக வடிவில் வெளிப்பட்ட கவிதைகளே பித்தன் என்று அவரே சொல்லியிருக்கிறார். கதவு தட்டும் ஓசை கேட்டால் / யாரென்று கேட்காதே / ஒருவேளை அது / நீயாக இருக்கலாம் என அவர் பித்தனில் எழுதிய கவிதையை வாசித்தவர்களுக்கு அவருடைய குரலில் வெளிப்பட்ட சூஃபித்துவம் விளங்கும். சூஃபித்துவக் கவிதைகளை எழுத விரும்புவோர், ஜலாலுதீன் ரூமி போன்றோருடைய கவிதைகளை வாசிக்க வேண்டும் என அவர் கேட்டுக் கொண்டிருக்கிறார். பித்தன், ஆலாபனை,

ரகசியப்பூ, மின்மினிகளால் ஒரு கடிதம், பறவைகளின் பாதை ஆகிய தொகுப்புகளில் கவிக்கோ கையாண்ட மொழிநடை விசேஷமானது. பின் நவீனம், முன் நவீனம் என்றெல்லாம் தன்னையோ தன் கவிதைகளையோ அறிவித்துக்கொள்ளாமல் அறிவுக்கும் ஞானத்திற்குமானப் பாலத்தை அக்கவிதைகளின் வழியே அவர் போட்டிருக்கிறார். சக்தி உபாசகனாகப் பாரதி தன்னை அறிவித்துக்கொண்டதுபோல், ஏகத்துவத்தின் தேடலே தன்னுடையதென அறிவித்துக்கொள்ளாமல் அத்தேடலில் மூழ்கியிருந்தார்.

அவர் சொல்லும்வரை "அ" கரம் என்பது பக்கவாட்டில் நிற்கும் மாட்டின் வடிவம் என்று அறியாமலிருந்ததாக எழுத்தாளர் சிவசங்கரி சொல்லுவார். இலக்கியம் மூலம் இந்திய இணைப்பு என்ற பணியில் அவர் ஈடுபட்டபொழுது, கவிக்கோவைச் சந்தித்திருக்கிறார். அச்சந்திப்பில் கவிக்கோ பகிர்ந்துகொண்டதைக் கட்டுரையாகவும் நேர்காணலாகவும் வெளியிட்டிருக்கிறார். அந்த நேர்காணலில் தொன்மையிலிருந்து அண்மைவரை இலக்கியத்தைக் கவிக்கோ தொட்டுக் காட்டியிருப்பார். சங்க இலக்கியத்தைத் தொடர்ந்து வருவதுதான் சமய இலக்கியமா? என்ற கேள்விக்கு, "முதலிலிருந்தது அகம், புறம். அப்புறம் வந்ததுதான் இகம், பரம்" என்றிருப்பார்.

காலத்தையும் இலக்கியத்தையும் உள்வாங்காமல் அப்படியான பதிலை ஒருவர் சொல்ல முடியாது. "திணையென்றால் ஒழுக்கம் என்று பொருள். இலக்கணத்தை எழுதிய காலத்திலேயே ஒழுக்கம் குறித்த சிந்தனைகள் நம்மிடம் இருந்திருக்கிறது. அதனால்தான் உயர்திணை என்ற சொல்லுக்கு எதிர்ப்பதமாக தாழ்திணை என்று சொல்லவில்லை. எதையும் தாழ்த்தக்கூடாது என்னும் சிந்தனையுடைய தமிழர்கள், தாழ்திணையை அல் திணையென்றே அறிவித்தார்கள். அதுதான் அஃறிணையாகியிருக்கிறது. காலத்தின் கொடுமையைப் பார்த்தீர்களா, தாழ்திணையை அஃறிணையாக்கிய நம்மிடம்வந்து, விலங்குகள் நலவாரியம் பசுவதை கூடாதென்னும் பாடத்தை நடத்திக்கொண்டிருக்கிறது" என வேதனைப்பட்டிருக்கிறார்.

"மாடு என்ற சொல், கால்நடையை மட்டுமல்ல செல்வத்தையும் குறிக்கக்கூடியசொல். இரண்டாயிரம் வருடங்களுக்கு முன் மேய்ச்சல் நாகரிகம் பழக்கத்திலிருந்ததால் மாடும் உழவும் எத்தனை முக்கியம் என்பதைத் தமிழன் அறிந்திருக்கிறான். அதனால்தான் மாட்டை செல்வமாகக் குறித்திருக்கிறான்" என்று கவிக்கோ விளக்கியிருக்கிறார். "ஆ" என்றால் பசு. ஆவின்பால் என்றால் பசுவின் பால் என்பதுதான் பொருள். தமிழர்கள், காளையையும் பசுவையும் மொழியின் முதலிரண்டு இடத்தில் வைத்திருக்கிறார்கள். கவிக்கோ அருவிபோல சிந்தனைகளைக் கொட்டக்கூடியவர். மொழியை அவர் அளவுக்கு நுட்பமாக வைத்துக்கொண்டு கருத்துகளை முன்வைக்க முடியாது. உரிய சொற்களை உரிய இடத்தில் பயன்படுத்துவதில் தேர்ந்தவர்.

பிறப்பினால் இஸ்லாமியராக இருந்தாலும் மற்ற மத நூல்களை வாசிப்பதிலோ அவற்றில் உள்ள நல்ல விஷயங்களைப் பகிர்ந்து கொள்வதிலோ அவருக்குத் தயக்கம் இருந்ததில்லை. மொழியின் வழியே அத்தனை மதங்களையும் அவர் அணுகி, அணுக்கம் கொண்டிருக்கிறார். எம்மதத்தின் சாரங்களையும் தன்னுடைய கவிதைகள் பற்றிக்கொள்ள அவர் தடைபோட்டதில்லை. இந்து மதப் பக்தியை வலியுறுத்திய இடைக்கால இலக்கியத்தை அவர் அளவுக்குச் சொட்டச் சொட்ட ரசித்து நயம் சொன்னவர்கள் எவருமில்லை. இலக்கிய நுகர்வுக்கு அப்பாலுள்ளதே மதம் என்னும் தெளிவோடு அவரிருந்தார். விவிலிய வாசகங்களையும் பிரபந்தப் பனுவல்களையும் அவர் சொல்லக் கேட்கையில், அந்தந்த மதத்திலுள்ளவர்களே வியக்கத்தக்க விதத்தில் வெளிப்படுவார்.

ஐம்பெரும் காப்பியங்களில் சமணம் வேரூன்றி இருந்த காலத்தில் எழுதப்பட்டவை மூன்று என்று சொல்லும் கவிக்கோ, "பள்ளி என்னும் பெயருடைய ஊர்களெல்லாம் அப்போது பிறந்தவையே" என்பார். திருச்சிராப்பள்ளி, திருக்காட்டுப்பள்ளி என்பவையெல்லாம் ஒருகாலத்தில் சமணர்களின் குடியிருப்புகளாக இருந்தன என்னும் சரித்திரச் சான்றுகளை இலக்கியத்திலிருந்து எடுத்துக்காட்டுவார்.

நீதி இலக்கியத்தைக் கற்றிருந்த அவர் சமூக நீதியின் தேவைகளையும் அவசியத்தையும் உணர்ந்திருந்தார். திராவிட இயக்கத்தின் அத்தனைக் கொள்கைகளிலும் அவருக்கு ஈர்ப்பு இருந்ததாகச் சொல்வதற்கில்லை. கடவுள் மறுப்புக் கொள்கையைப் பொறுத்தவரை அவர் ஒரு சூஃபியின் மனநிலையைக் கொண்டிருந்தார்.

தமிழில் சித்தர்கள்போல உருதில் சூஃபிகளா? என்று கேட்டதற்கு, 'ஏகத்துவத்திற்கு எதிராகவா சூஃபிகள் செயல்பட்டார்கள். ஏகத்தை அடைய எத்தனையோ வழிகள் இருக்கின்றன. அவற்றில் ஒருவழியை சூஃபிகள் கொண்டிருக்கிறார்கள். இறை மறுப்பாளர்கள், சூஃபிகளும் சித்தர்களும் ஒன்று என்கிறார்கள். நான் அப்படிக் கருதுவதில்லை' என்பார். அதேபோல "இசையை ஹராம் என்று இஸ்லாம் சொல்வதால் மதத்திலிருந்தோ இசையிலிருந்தோ என்னால் விடுபடமுடியாது. இசையில்லாமல் இறைவனை அடையும் வழியிருக்கிறதா சொல்லுங்கள்" எனவும் கேட்டிருக்கிறார்.

கவிக்கோ இந்தித் திரைப்படப் பாடல்களை ரசித்து ரசித்துக் கேட்கக் கூடியவர் என முன்பே சொல்லியிருக்கிறேன். இசைக்காக மட்டுமல்ல, அப்பாடல்களை அவர் வரிகளுக்காகவும் இதயத்தில் வரித்துக்கொண்டவர். குருதத் நடித்து இயக்கிய 'காகஸ் கே பூல்' என்னும் திரைப்படத்தில் வரும் "தூ ஹிந்து பனேகா, நா முசல்மான் பனேகா" என்ற பாடல் அவருக்கு மிகவும் பிடித்த பாடல்களில் ஒன்று. "நீ இந்துவும் இல்லை. நான் முஸ்லிமும் இல்லை. நீ மனிதனின் பிள்ளை, மனிதனாவாய்" என்னும் பாடலை அவ்வப்போது நினைவிலிருந்து சிலாகிப்பார். "எங்கே குரான் இல்லையோ அது கோவில் இல்லை. எங்கே கீதை இல்லையோ அது பள்ளிவாசல் இல்லை" என்று அவர் அப்பாடலை மொழிபெயர்த்த அழகை, கவிஞர் மீரா ஒரு கட்டுரையில் பதிவு செய்திருக்கிறார்.

மதம் கடந்து மொழி கடந்து மனிதர்களை நேசிக்கும் இலக்கியங்களை ரசிக்கவும் படைக்கவும் அவர் விரும்பினார். தன்னுடைய பாட்டனாரும் தந்தையாரும் மிகச் சிறந்த கவிஞர்களாக இருந்தபடியால் இளம்வயதிலேயே கவிதை

அவருக்குப் பிடிபட்டுவிட்டது. அல்லது கவிதை அவரை தன் பிடிக்குள் வைத்துக்கொண்டது. மரபுக்கவிதைகளே கவிதைகள் என்றிருந்த காலத்தில் அவர் புதுக்கவிதைகளை எழுதத் தொடங்கினார். அவருடைய முதல் கவிதையை கல்லூரி நிர்வாகம் இலக்கணப்படி எழுதவில்லையென மலரில் பிரசுரிக்க மறுத்தது. ஆனாலும், கவிக்கோ அசராமல் அக்கவிதையை ஆங்கிலத்தில் மொழிபெயர்த்து அதே மலரில் வெளிவரச் செய்தார்.

எழுத்தின் சகல நுணுங்கங்களையும் அறிந்திருந்த அவர், இலக்கணங்களை அறியாதவரல்லர். யாப்பை முறைப்படி எழுதக்கூடியவர்தான் என்றாலும், புதுக்கவிதையே காலத்தின் தேவை என்பதை அவர் அறிவுறுத்தினார். அவருடைய முதல் கவிதைத் தொகுப்பான பால்வீதிக்குப் பிறகுதான் சர்ரியலிஸக் கவிதைகள் தொகுப்பாக வெளிவரத் தொடங்கின. அதுவரை அங்கொன்றும் இங்கொன்றுமாக ஒரு சிலர் மட்டுமே தங்களுடைய மீமெய்யியல் கவிதைகளைச் சிற்றிதழ்களில் எழுதியிருந்தார்கள். தமிழுக்குப் புதிதான மீமெய்யியல் கவிதைகளை முழுத்தொகுப்பாக வெளியிட்டுப் பரிசோதனைக் கவிதைகளுக்கான வெளியை ஏற்படுத்திய கவிக்கோ, அக்கவிதைகளுக்கு எழுந்த எதிர் விமர்சனங்களை எளிதாகக் கடந்துவிடவில்லை.

“பால்வீதி” கவிதை நூலில் இடம்பெற்ற கவிதைகளை அது வெளிவந்த சமயத்தில் பலரும் புரியவில்லையென்றுதான் சொன்னார்கள். கவிதை என்றால் புரியவேண்டும் என்னும் ரீதியில் விமர்சனம் வைத்தவர்கள், ஒருகட்டத்தில் அக்கவிதைகளில் மனிதாபிமானம் வெளிப்படவில்லை என்றார்கள். வழக்கமான கவிதைகளைப் போல அல்லாமல் மீமெய்யியலில் என்னென்ன சித்தாந்தங்கள் உண்டோ அத்தனையையும் அக்கவிதைகள் மூலம் கவிக்கோ பரிசோதித்திருப்பார். இன்றுவரைகூட சர்ரியலிஸக் கவிதைகளைப் புரிந்துகொண்டு வினையாற்றும் நிலைக்குத் தமிழ்க் கவிதை வாசகர்கள் வரவில்லை என்பது வேறு விஷயம். படிமத்தையும் குறியீட்டையும் பிரதானமாகக் கொண்ட அக்கவிதைகள், மேலை நாட்டு இஸங்களின் பாதிப்பால் எழுதப்பட்டதாகச் சிலர் கருதக்கூடும்.

ஆனால், கவிக்கோவோ அதையும் நம்முடைய தொன்ம இலக்கியத்திலிருந்தே எழுதியதாகச் சொல்லியிருக்கிறார்.

நம்முடைய சங்கப் பாடல்களில் கையாளப்பட்டுள்ள உள்ளுறை இறைச்சியை அடிப்படையாகக் கொண்டு எழுதியதை விளக்கினார். அதன் பிறகும் அக்கவிதைகளை விளங்கிக்கொள்வதில் ஏற்பட்ட சிரமத்தை நீக்க, அவரே அக்கவிதைகளை விளக்கி உரையெழுத வேண்டிய கட்டாயம் ஏற்பட்டது. தன்னுடைய கவிதைகளுக்கு தானே உரையெழுத நேர்ந்த சூழலை ஒரு புன்சிரிப்போடு கடந்துசெல்வார். "மரணம் முற்றுப்புள்ளி அல்ல" என்னும் தலைப்பில் வெளிவந்த கட்டுரை நூல் அப்படி வந்ததுதான். அந்நூலை அவர் கவிதைகளுக்கு அவரே எழுதிய உரைநூல் என்பதிலும் பார்க்க, அடர்த்தியான கவிதைகளை விளங்கிக்கொள்ள அவர் தயாரித்த பயிற்சி ஏடு என்பதே என் புரிதல்.

சங்க இலக்கியத்தில், ஒரு பூவில் தேன் குடித்துப் பிறகு பறந்துவிட்ட வண்டு வசிக்கும் நாட்டின் தலைவனே என்றுவரும் பாடலையும் அருவிகள் விடாமல் கொட்டும் நாட்டுக்காரன், கொடுத்த வாக்கைக் காப்பாற்றவில்லையே என்றுவரும் இன்னொரு பாடலையும் குறிப்பிட்டு, உள்ளுறை இறைச்சியை விளக்கியிருப்பார். அதாவது, வண்டு போல் என்னிடமிருந்து பறந்துவிடாதே என்பதிலுள்ள குறியீடும் வாக்குப் பொய்த்தவன் நாட்டில் விடாமல் மழைபெய்து, அருவி எப்படிப் பெருக்கெடுக்கிறது என்பதிலுள்ள படிமத்தையும் மிக நேர்த்தியாகப் புரிய வைத்திருப்பார். வாழ்நாளின் இறுதிக் கணம்வரை கவிதைகள் எழுதிய கவிக்கோ, நேயர்களின் விருப்பமாகவே இருந்தது நெகிழத்தக்கது. அவர், காத்திரமான விமர்சனங்களையும் கனிவோடு எதிர்கொள்ளப் பழகியிருந்தார்.

"இஸ்லாம் - ஓர் எளிய அறிமுகம்" என்னும் தலைப்பில் எழுத்தாளர் நாகூர் ரூமி நூல் ஒன்றை வெளியிட்டார். அவ்விழாவில் பேசிய நான், தமிழை அடையாளமாகக் கொண்டால்தான் சிறுபான்மையினர் காக்கப்படுவார்கள். அப்படியிருக்கையில், இங்கே இருக்கும் தமிழ்ப்பற்றுள்ள இஸ்லாமியர்கள்கூட ஏன் தமிழில் பெயர்

வைக்கத் தயங்குகிறார்கள் எனக் கேட்டு வைத்தேன். அவ்வளவுதான் கூட்டமே கொந்தளித்து என்னைக் குதறத் தொடங்கிவிட்டது. இஸ்லாத்தைப் பற்றி எதுவுமே தெரியாத நான், பொறுப்பில்லாமல் பேசிவிட்டதாக வருந்தினார்கள்.பொருமினார்கள். விழாவுக்கு வந்திருந்த இஸ்லாமியப் பற்றாளர்களில் சிலர், யுகபாரதியிலே தமிழ் எங்கேயிருக்கிறது? யுகமும் பாரதியும் சமஸ்கிருதம் அல்லவா என வறுத்தெடுக்கவும் செய்தார்கள். கொஞ்சம் விட்டிருந்தால் அடிகூட விழுந்திருக்கும்.

ஒருவர் பின் ஒருவராக என்னைச் சபித்தும் சங்கடப்படுத்தியும் பேசிக்கொண்டிருந்த அவ்விழாவுக்கு, தலைமை வகித்திருந்தவர் கவிக்கோ. எல்லோருடைய கருத்துகளையும் உள்வாங்கிக்கொண்ட அவர், இறுதியில் என் கேள்வியில் இருந்த நியாயத்தை அவர்களுக்கு விளக்கப்படுத்தினார். பெயரில் என்ன இருக்கிறது என்ற கேள்விக்கு, பெயரில்தான் எல்லாமிருக்கிறது என்று அவர் அன்று பேசிய அந்த உரை வரலாற்றுச் சிறப்புமிக்கது. எனக்குச் சாதகமாக அவர் பேசவில்லை. ஆனால், என் கேள்வியை வெறுப்பில்லாமலும் கோபமில்லாமலும் அவர் ஒருவரால்தான் எதிர்கொள்ள முடிந்தது. இந்துக் கோவில்களில் தமிழில் அர்ச்சனைசெய்ய வேண்டுமெனக் குரல் கொடுப்பவர்கள், மசூதிகளில் தமிழில் ஏன் பாங்கிசைக்க வற்புறுத்தக் கூடாதென்னும் கேள்விக்கு சாதுர்யமாக வேறு ஒரு சந்தர்ப்பத்தில் பதிலளித்திருக்கிறார். மதம் மக்களுக்கு போதைப் பொருள் என்ற காரல் மார்க்ஸிடமிருந்து அடிப்படைவாதம் குறித்தத் தெளிவுகளை அவர் பெற்றிருக்கிறார்.

சமூகத்தின் மீதிருந்த அக்கறையினால் அவர் வாரந்தோறும் ‘கல்கண்டு’ இதழில் எழுதி வந்த கவிதைகள், சுட்டுவிரல் என்னும் தலைப்பில் நூலாக வெளிவந்தது. வெளிவந்த அந்நூல் பாரதிதாசன் பல்கலைக்கழகத்தில் பாடநூலாகவும் வைக்கப்பட்டது. ஆட்சியாளர்களையும் அதிகாரத்திலுள்ளவர்களையும் சுட்டுவிரல் நீட்டி, கேள்விகேட்ட அந்நூல் பாடமாக வைக்கப்பட்டவுடன் கவிக்கோ மீது காழ்ப்புக் கொண்ட மதவெறிச் சக்திகள் அவருக்கு எதிராகக்

கொடிபிடித்தன. சட்டமன்றத்திலும் மக்கள் மன்றத்திலும் பெரும் சர்ச்சையைக் கிளப்பிய மதவாதச் சக்திகள், பாடத்திட்டக் குழுவின் அனுமதியில்லாமல் அந்நூலைப் பாடத்திட்டத்திலிருந்து நீக்கியது. அந்தச் சமயத்தில் பள்ளியில் படித்துக்கொண்டிருந்த நான், மதவெறிச் சக்திகளுக்கு எதிராக தஞ்சாவூரில் ஏற்பாடு செய்திருந்த கண்டனக் கூட்டத்தில் கலந்துகொண்டேன்.

மாணவர்களால் ஒன்றிணைக்கப்பட்ட அக்கூட்டத்திலிருந்துதான் அப்துல்ரகுமான் என்னும் பேரை நான் அறிந்துகொள்ளும் வாய்ப்புக் கிடைத்தது. அதன்பிறகுதான் அவர் எழுதிய அத்தனைக் கவிதைகளையும் கட்டுரைகளையும் வாசிக்கத் தொடங்கினேன். சுட்டுவிரலுக்கு எதிர்ப்புக் கிளம்பாமல் இருந்திருந்தால் கவிக்கோவை அவ்வளவு சீக்கிரம் நான் கண்டடைந்திருப்பேனா என்பது சந்தேகம்தான். தொண்ணூறுகளின் தொடக்கத்தில் உலகப் படைப்புகளையும் படைப்பாளர்களையும் வியந்து, கவிக்கோ எழுதிய கட்டுரைகள் ஜூனியர் போஸ்ட்டில் தொடராக வெளிவந்தது. நூறு வாரங்களுக்குமேல் தொடராக வெளிவந்த அக்கட்டுரைகளைப் பள்ளிக்கூட நூலகத்தில் அமர்ந்து வாசித்த காட்சி இன்னமும் என் நெஞ்சைவிட்டு அகலவில்லை. அவர் மேற்கோள் காட்டிய கவிதைகளை மனப்பாடம் செய்ததும் அக்கவிதைகளைப் போலவே எழுதிப் பார்த்ததுமே கவிதைகளோடு எனக்கேற்பட்ட உறவுக்குக் காரணமென்று இப்போது தோன்றுகிறது.

என்போல எத்தனையோ ஏகலைவன்களை அவர் உருவாக்கியிருக்கிறார். ஒரே ஒரு வித்தியாசம், அவர் யாருடைய கட்டைவிரலையும் விலையாகக் கேட்டதில்லை. மாறாக தன்னுடைய சுட்டுவிரலை கடனாகக் கொடுத்திருக்கிறார். அண்ணன் அறிவுமதி அவரை ஆண்தாய் என்று விளிப்பார். கவிக்கோவின் இலக்கியக் கட்டுரைகள் வெகுசன ரசனையை எட்டிய அளவுக்கு வேறு யாருடைய இலக்கியக் கட்டுரைகளும் எட்டவில்லை. தவிர, பொதுமக்கள் அவ்வளவு பூரிப்போடு இலக்கியக் கட்டுரைகளை அதன்பின் வாசிக்கவில்லை என்பதுதான் உண்மை. எழுதுபவரின் மீதுள்ள நம்பிக்கையும்

பிரியமும்தான் இலக்கியத்தை வளர்த்தெடுக்க உதவுகிறது. உரைநடையில் புதுவிதமான அணுகுமுறையை அவர் கொண்டிருந்தார். ஒரு வாக்கியத்தை இன்னொரு வாக்கியத்தால் திறக்கும் அற்புதமான சாவியை அவருடைய எழுத்துகள் கொண்டிருந்தன. "எது மேலேற உதவுகிறதோ அதுவே கீழே தள்ளிவிடுகிறது. எது இன்பத்திற்குக் காரணமாக இருக்கிறதோ அதுவே துன்பத்திற்கும் காரணமாகிவிடுகிறது" என அவர் இயல்பான தளத்திலிருந்து உன்னதமான இடத்திற்கு வாசகனைக் கூட்டிச்செல்ல முற்படுவார்.

முதுமையை, நிமிஷக் கரையான் அரித்த ஏடு / ஞாபகங்களின் குப்பைக் கூடை / வியாதிகளின் மேய்ச்சல் நிலம் / காலத்தின் குறும்பால் கார்ட்டூன் ஆகிவிட்ட மாமிச ஓவியம் / இறந்த காலத்தையே பாடும் கீறல் விழுந்த இசைத் தட்டு என அவர் அடுக்குவதைக் கேட்டால் வயதானவர்கள்கூட இளமைக்குத் திரும்பிவிடுவார்கள். பெரும்பாலும் அவருடைய வாக்கியங்கள் ஒரு சூஃபியின் தன்மையைக் கொண்டிருக்கும். கிறக்கத்தின் உச்சத்திலிருந்து உதிர்ந்துவிழும் அவருடைய ஒவ்வொரு சொல்லிலும் ஏதோ ஒருவித லயமிருக்கும். பொதுவாகக் கவிஞர்கள் வார்த்தைகள் மீதுள்ள உச்சபட்ச மோகத்தினால் சொல்லவரும் கருத்தைப் பாதியிலேயே விட்டுவிட்டு வேறு எங்கேயோ போய்விடுவார்கள். பாரதியும் தருமுசிவராமும்கூட அதற்கு விதிவிலக்கல்லர். ஒருசில கட்டுரைகளில் அவர்களுமே பிறழ்ந்திருப்பதை அறியலாம். "என் கதை"யில் ராமலிங்கம்பிள்ளையும் "வனவாச"த்தில் கண்ணதாசனும் உரைநடையை ஓரளவுக்கு எட்டிப்பிடித்தவர்கள் என்பார்கள். அந்தவிதத்தில், கவிக்கோவின் உரைநடை பிரத்யேகமானது. உரைநடைக்குக் கவிதையின் அழகையும் கவிதைக்கு உரைநடையின் எளிமையையும் கொடுத்தவராக அவரைக் கருதலாம். வ.ரா.வைவிட கொஞ்சம் தூக்கலான கவிநடை கவிக்கோவினுடையது.

கவிக்கோவுடன் எழுத வந்த கவிஞர்களில் வேறு எவருமே அதிகமான உரைநடை ஆக்கங்களைப் படைக்கவில்லை. ஐந்தே ஐந்து சிறுகதைகளைக் கவிக்கோ எழுதியிருக்கிறார். நாவல் முயற்சியில் ஈடுபடும் ஆவலிருந்தது. அதற்குள்

காலம் அவரைக் கவ்விக்கொண்டது. அவருடைய இலக்கியச் சொற்பொழிவுகள், இலக்கியக் கட்டுரைகளுக்கு நிகரானவை. சொல்லும்விதத்தில் மற்றவர்களிடமிருந்து முற்றிலும் வேறுபாடுடையது அவர் அணுகுமுறை. கவிதைக்கும் உரைநடைக்கும் இடையிலான மொழியை அவர் வைத்திருந்தார். வார்த்தைகளை விரயமாக்காமல் சொல்ல வருவதைச் சொல்லிவிடுவார். சுண்டக்காய்ச்சிய பால்போல் எது இறுதியாக நிற்குமோ அதை மட்டுமே சொல்லுவார். உலக இலக்கியவாதிகளையும் இலக்கியக் கோட்பாடுகளையும் விரல் நுனியில் வைத்திருந்த அவர், ஆறாவது விரலென்று எழுதுகோலைச் சொன்னது ஆச்சர்யமில்லை. கஜல் கவிதைகளை இலக்கணச் சுத்தமாக எழுத "மான்கண்" என்னும் கட்டுரையை எழுதியிருக்கிறார். அக்கட்டுரையை வாசித்தால் கஜலைக் கேட்கிற எல்லோருமே கஜல் கவிதைகளை எழுதிவிட முடியும். மிர்சா காலிப்பின் ஒரு முழு நீள கஜலை மொழிபெயர்த்து, அவர் விளக்கியிருக்கும் விதம் பாராட்டுக்குரியது.

கஜலின் முதலிரண்டு அடிகள் மத்லா என்பதும் இறுதியிரண்டு அடிகள் மக்தா என்பதும் அவர் சொல்லாமல் என்போன்றோருக்குத் தெரிந்திருக்காது. முதலிரண்டு அடிகளின் இறுதிச் சீர்கள் இயைபுத் தொடையிலும் அடுத்து ஒன்று விட்டு ஒன்று இயைபுத் தொடையிலும் வர வேண்டுமென அவர் எழுதிக் காட்டியிருக்கிறார். அதுமட்டுமல்ல, கண்ணிகள் 5,7,9,11 என்று ஒற்றைப் படையில்தான் வரும் என்பதைத் துல்லியமாக வரையறுத்திருக்கிறார். மரபுப் பயிற்சி உள்ளவர்களால்தான் சீர்களைப் பிரித்து வடிவ நேர்த்தியைச் சொல்லமுடியும். அசை, சீர், தளை, தொடை ஆகியவற்றை ஒதுக்கிப் புதுக்கவிதைக்கு வெளிச்சம் பாய்ச்சியவரே கவிக்கோ என்றபோதும் சிக்கலான வரையறைகள் கொண்ட கஜலை, தமிழ் நிலத்தின் தன்மைக்கேற்ப மாற்றியமைக்காமல் உள்ளதை உள்ளவாறு புரியும்படி எழுத்துகளில் வகுப்பெடுத்திருப்பார்.

கவிக்கோ, எதைச் செய்தாலும் எதைச் சொன்னாலும் முதலில் அவர் அச்செயலையும் அச்சொல்லையும் ஒத்திகைப் பார்த்துவிடுகிறார். ஹைக்கூவைப் பற்றி ஆரம்பத்தில்

எழுந்த எல்லாக் கேள்விகளுக்கும் அவரால் பதில் சொல்ல முடிந்ததே அந்த ஒத்திகையினால்தான். ஆகச் சிறந்தவற்றை அறிவிக்கும்முன் அவை பற்றிய அறிதலையும் புரிதலையும் அவர் ஏற்படுத்திக்கொள்கிறார். பண்டாரம், பரதேசி, அன்னக்காவடி, துந்தனாக்காரன், பக்கீர்சா என ஒரு பட்டாளமே பாடித்திரிந்த தெருக்களில் வளர்ந்தவர் அவர். இல்லையென்றால், குணங்குடி மஸ்தான் சாகிபு பாடல்களைப் பதம்பிரித்து அவரால் வெளியிட்டிருக்க முடியாது. புதுக்கவிதையில் குறியீடு என்று முனைவர் பட்டத்துக்கு ஆய்வு செய்துகொண்டே, மூலை முடுக்குகளில் கேட்ட மக்களிசைப் பாடல்களில் வெளிப்பட்ட தெறிப்புகளை அவர் கவனித்தார். நாட்டுப்புறப் பாடல்களிலிருந்து நவீன இலக்கியத்துக்கான கச்சாப் பொருளைக் கண்டெடுத்தவர் அவர். சாந்தாராமின் ஒரு திரைப்படக் காட்சி, நம்மூர் நாட்டுப்பாடலுடன் ஒத்திருக்கும் அழகை இயக்குநர் லிங்குசாமி நூல் வெளியீட்டு விழாவிலும் நினைவு கூர்ந்தார். குச்சிகட்டி காக்கட்டா, குணமதியே உன் தடத்தை என்பது அப்பாடலில் வரும் வரிகள்.

திரைத்துறைக்கு வராமலேயே திரைத்துறையினரால் அதிகமும் கவனிக்கப்பட்ட கவிஞராக கவிக்கோ இருந்தார். மேடைகளிலும் பத்திரிகைகளிலும் தீவிரமாக இயங்கிவந்த அவர், சிற்றிதழ்களின் அரசியலில் பெரிதாகச் சிக்கிக் கொள்ளவில்லை. அவ்வப்போது கலை இலக்கிய விமர்சகர்கள் அவரையும் அவர் எழுத்துகளையும் காயப்படுத்தியிருக்கிறார்கள். அவருக்குச் சாகித்ய அகாடமி விருது கிடைத்தபோது, அவருடைய ஆலாபனை நூல் விருதுபெறத் தகுதியற்ற நூலென்று தலையங்கம் தீட்டினார்கள். வஃக்பு வாரியத் தலைவராக அவர் பொறுப்பேற்றபோது, அவருக்கு எதிராக அவருடைய சமுதாயத்தவர்களே முடிவைப் பரிசீலனைச் செய்யச் சொல்லி முதல்வருக்கு மொட்டைக் கடுதாசிப் போட்டார்கள். எல்லாவற்றையும் அவர் எளிய புன்னகையால் புறந்தள்ளினார்.

கடந்த அறுபது ஆண்டுகளில் அதிகமான மேடைகளை ஆக்கிரமித்தவர் அவர் ஒருவர்தான்.

காலாவதியாகிக்கொண்டிருந்த கவியரங்குகளைக் காப்பாற்ற அவர் பட்டபாட்டை நானறிவேன். கொடுக்கப்படும் தலைப்பிலிருந்து எல்லாவற்றிலும் புதுமையைப் புகுத்த அவர் சிந்தித்துக்கொண்டே இருந்தார். அரபு, உருது, ஆங்கிலம் ஆகிய மொழிகளில் அவருக்கிருந்த புலமை, தமிழில் அவர் செய்து பார்த்த பல பரிசோதனைகளுக்கு உதவி புரிந்தது. சூஃபி, கஜல், ஹைக்கூ வடிவிலானக் கவிதைகளைத் தமிழ் நிலத்தில் பரப்பிய பெரும்பணி அவருடையது. தொடர்ச் சொற்பொழிவு மூலம் சீவகசிந்தாமணியையும் திருக்குறளையும் மக்களிடத்தில் கொண்டுசெல்ல அவர் எடுத்த முயற்சிகள் முடிவில்லாதது. பதினைந்து ஆண்டுகளுக்கு மேலாக அவரோடு பழகியிருக்கிறேன். எப்போதுமே எந்தக் கோரிக்கையையும் அவர் என்னிடத்தில் வைத்ததில்லை. இறுதி சந்திப்பில்தான் ஸ்ரேயாகோஷலைச் சந்திக்க விரும்பிய கோரிக்கையை வைத்தார். அதைக்கூட நிறைவேற்றும் வாய்ப்பில்லாதபடி காலம் மிகக் கொடூரமாக அவரை என்னிடமிருந்து பறித்துக்கொண்டது. நமக்கு எவ்வளவோ செய்தவர்கள், நம்மிடம் ஒரு உதவியைக் கோரும்போது அதை நிறைவேற்ற முடியாமல் போவதுதான் துக்கத்திலேயே பெரிய துக்கம். எந்த முடிவையும் நாம் எடுப்பதில்லை. அது, ஏற்கெனவே யாராலோ எடுக்கப்பட்டுவிட்டது.

◆◆◆◆◆

வாலி

காலம், களம், சூழல் இவை மூன்றும் ஒருங்கே அமையப் பெறாதவர்கள், எந்தத் துறையிலாவது கவனத்தை ஈர்த்திருக்கிறார்களா என யோசிக்கலாம். உரிய காலமும் உரிய களமும் உரிய சூழலும்தான் ஒருவரை முன்னோக்கியோ பின்னோக்கியோ நகர்த்துகிறது. இந்து மதத்திற்கு மாற்றாக புத்தர், தம்மத்தை நிறுவியதும் தென்னாப்பிரிக்காவில் பயின்றுவந்த காந்தி, வெள்ளையர்களுக்கு எதிராகக் குரல் எழுப்பியதும்கூட, மேற்கூறிய மூன்றையும் உள்ளடக்கியே புரிந்துகொள்ளப்பட வேண்டியவை. காலத்திற்கோ களத்திற்கோ சூழலுக்கோ ஒவ்வாத விஷயத்தில் ஈடுபடுகிறவர்கள், எத்தனை ஆற்றலுடையவர்களாக இருந்தாலும் கவனம் பெறுவதில்லை. சம்பந்தப்பட்டவர்களின் உழைப்பிலும் உறுதியிலும் சிக்கல் இல்லை. என்றாலும், அவர்கள் தம் பணியை எங்கிருந்து தொடங்குகிறார்கள் என்பது முக்கியமானது.

ஆச்சாரமான ஸ்ரீரங்கத்து அய்யங்கார் குடும்பத்தில் பிறந்த ஒருவர், திராவிட இயக்கம் கொடிகட்டிப் பறந்த காலத்தில் தன்னையும் தன் எழுத்துகளையும் அறியச் செய்திருக்கிறார் என்பது எளிதான காரியமில்லை. கவிஞர் வாலி என்று அழைக்கப்பட்ட அவர், காவியக் கவிஞரென்றும் வாலிபக்

கவிஞரென்றும் போற்றப்படுபவர். தமிழ்த் திரைப்படப் பாடலாசிரியர்களில் அதிகப் பாடல்கள் எழுதியவராகவும் அவரைச் சொல்லலாம். காலத்திற்கேற்பத் தன்னைத் தகவமைத்துக் கொண்டதிலும் களத்திற்கேற்பத் தன்னைத் தயாரித்துக்கொண்டதிலும் சூழலுக்கேற்ப நடந்துகொண்டதிலும் அவருக்கு நிகர் அவர்தான். அவர் யாரைப் பின்பற்றி எழுதவந்தார் என்பது தவிர்க்கப்படவேண்டிய கேள்வி. தனக்கு முன்னால் இருந்த அத்தனைப் படைப்பாளிகளையும் அவர் அறிந்து வைத்திருந்தார்.

புதுக்கவிதையின் பிதாமகன் என்று சொல்லப்படும் ந.பிச்சமூர்த்தியிடமே அவர் தன் முதல் கவிதையைக் காண்பித்திருக்கிறார். அப்போது ஸ்ரீரங்கக்கோயில் நிர்வாக அதிகாரியாக ந.பிச்சமூர்த்தி பணிபுரிந்து வந்திருக்கிறார். யாரோ ஒரு பொடியன் கவிதை என்னும் பெயரில் எதையோ காட்டுகிறானே என எண்ணாமல், வாலியின் கவிதையைப் படித்துவிட்டு வாழ்த்தியிருக்கிறார். அதுமட்டுமல்ல, தமிழ் உனக்குச் சோறு போடும். தொடர்ந்து எழுது என்றும் சொல்லியிருக்கிறார். அப்படிச் சொல்லிய ந.பிச்சமூர்த்திக்குத் தமிழ் சோறு போட்டதாகத் தகவல் இல்லை. என்றாலும், ஏன் அவர் வாலியிடம் அவ்வாறு சொன்னாரென்பது ஆராயத்தக்கது. தமிழ் உனக்குச் சோறு போடும் என வாலிக்குச் சொன்ன இன்னொருவர் கலைவாணர். நண்பர் ஒருவர் மூலம் கலைவாணரைச் சந்திக்கும் வாய்ப்பை இளம் வயதிலேயே வாலி பெற்றிருக்கிறார். தன்னைக் கண்டடைந்து கொள்வதில் அந்த வயதிலேயே வாலிக்கு ஆர்வம் இருந்திருக்கிறது.

பெரியவர், பெருமான், ஆசான் எனப் பலரும் பலவிதமாக வாலியைச் சொல்வார்கள். ஆனால், எனக்கு அவர் எப்போதும் அய்யாதான். அவரைச் சந்தித்து உரையாடும் பொழுதுகளிலெல்லாம் அவரை நான் அய்யா என்னும் விகுதியில்தான் அழைத்திருக்கிறேன். அவருடைய மகனைவிடவும் குறைவான வயதுடைய என்னை, ஒருமையிலோ பெயர் சொல்லியோ அவர் அழைத்ததேயில்லை. என்னசார், சொல்லுங்க சார் என்பதுதான் அவர் வழக்கமாக உரையாடலைத் துவங்கும் பாணி. முதல்முதலாக

அவரைச் சந்தித்தது இசையமைப்பாளர் வித்யாசாகரின் ஒலிப்பதிவுக் கூடத்தில்தான். அப்போது தயாரிப்பாளர் ஏ.எம். ரத்தினத்தின் மகன் நடித்த "பொன்னியின் செல்வன்" என்னும் திரைப்படத்தின் ஆரம்பக்கட்டப் பாடல் பணிகள் தொடங்கியிருந்தன. அப்படத்தை இயக்கும் பொறுப்பை இயக்குநர் ராதாமோகன் ஏற்றிருந்தார். அதற்குமுன் அவர் இயக்கிய "அழகிய தீயே" என்னும் திரைப்படம் பரவலான கவனத்தைப் பெற்றிருந்தது.

'அழகிய தீயே' திரைப்படத்தில் இரண்டு பாடல்களை எழுதியவன் என்னும் முறையிலும் தொடர்ச்சியாக வித்யாசாகரின் இசையில் பாடல் எழுதிவருபவன் என்னும் தகுதியிலும் பொன்னியின் செல்வன் திரைப்படத்திற்குப் பாடல் எழுத அழைக்கப்பட்டிருந்தேன். அது ஒரு கனவுப்பாடல். அந்தக் கனவுப் பாடலுக்கு உதாரணமாக " எங்கேயும் எப்போதும், சந்தோசம் சங்கீதம்" என்னும் பாடலை இயக்குநர் சொல்லியிருந்தார். பெரும்பாலும் வித்யாசாகர் பாடலுக்கான பல்லவியை எழுதி இசையமைக்கவே விரும்புவார். அதன்படி பாடலுக்கான சூழலை விளக்கி, பல்லவி சிலவற்றை எழுதித்தரும்படி கேட்டிருந்தார். அவர் கேட்டதற்கு இணங்க நானும் சில பல்லவிகளை எழுதிக்கொடுத்தேன். தேர்வுகள் அவருடையன. எது பாடலுக்கு ஏற்புடையதாக இருக்கிறதோ அதை அவரே தேர்ந்தெடுத்து மெட்டமைப்பார். பொன்னியின் செல்வனுக்கும் அவ்வாறே ஏற்புடையதாகக் கருதிய ஒரு பல்லவியை மெட்டமைத்து இயக்குநரிடம் வித்யாசாகர் காட்டினார்.

மெட்டைக் கேட்ட இயக்குநருக்கு ரொம்பவே பிடித்திருந்தது. ஆனால், வார்த்தைகள் அவருக்குத் திருப்தி தரவில்லை. "இதே மெட்டை வைத்துக்கொண்டு வேறு பல்லவியை எழுதுங்கள். கூடவே, சரணத்தையும் எழுதிவாருங்கள்" என்றார். சட்டை தைத்த பிறகு உடம்பைச் சரி செய்யுங்கள் என்பது போலிருந்தது. அப்போது பாடல் துறையில் பெரிய அனுபவம் இல்லாத எனக்கு, அவர் ஏன் பல்லவியை மாற்றச் சொல்கிறார் எனப் புரியவில்லை. முடியாது என மறுத்துப்பேசவோ விவாதிக்கவோ இயலாத நிலை. ஒருவாறாக

மையமாகத் தலையசைத்துவிட்டு வீட்டுக்கு வந்தேன். இரண்டு மூன்று நாள்களாக வெவ்வேறுமாதிரி யோசித்து, நிறையப் பல்லவிகளையும் நிறையச் சரணங்களையும் எழுதி எடுத்துக்கொண்டு போனேன். எல்லாவற்றையும் வாசித்த இயக்குநர், அப்போதும் நான் நினைப்பதுபோல் வரவில்லையே எனக் கையை விரித்தார்.

“அழகிய தீயே” திரைப்படத்தில் நானெழுதிய இரண்டு பாடல்களையும் அதன் வசனகர்த்தாவான அண்ணன் விஜிதான் இறுதி செய்தார் என்பதால், ராதாமோகனின் ரசனையும் விருப்பமும் எனக்குப் பிடிபடவில்லை. அல்லது அவர் சொன்னதை என்னால் சரியாக உள்வாங்க முடியவில்லை. மீண்டும் எழுதி வாருங்கள் என்றார். பாட்டெழுத வந்த எனக்கு, பரிட்சை எழுதுவது போலிருந்தது. மீண்டும் சில பல்லவிகள், சில சரணங்கள். அந்தமுறையும் அவரை என்னால் திருப்திப்படுத்த முடியவில்லை. தொடர்ந்து திரைத்துறையில் பாட்டெழுதும் பணியை நம்மால் மேற்கொள்ள முடியுமோ முடியாதோ எனும் சந்தேகம் வந்தது. அச்சமும் மனச்சோர்வும் ஆட்கொண்ட தருணம் அது. இயக்குநர் உதாரணம் காட்டிய ‘எங்கேயும் எப்போதும்’ பாடலில் வருவதைத்தான் வேறு வேறு உவமைகளால் படிமங்களால் எழுதியிருந்தேன். இருந்தாலும், அது ஏன் இயக்குநருக்குப் பிடிக்காமல் போனதென்று யூகிக்க முடியவில்லை. வார்த்தை போதாமையா? அனுபவப் போதாமையா? என்று அவருமே விளக்கவில்லை

ஒருவழியாக ஊருக்கே மூட்டைக் கட்டிவிடலாம் என முடிவுக்கு வந்து, மிக நாகரிகமாகவும் மிகமிக நளினமாகவும் என் தரப்பு நியாயத்தை இயக்குநரிடமும் இசையமைப்பாளரிடமும் விளக்கிவிட்டு விலகிக்கொண்டேன். அந்த மெட்டுத்தான் வாலிக்கு வழங்கப்பட்டது. அவர் என்ன எழுதுகிறார், எப்படி எழுதுகிறார் என அறிய ஆவலாயிருந்தது. அனுபவமும் முதிர்ச்சியும் கொண்ட அவர், அந்தச் சூழலைக் கையாளும் விதம் குறித்துக் கற்க எண்ணம். எனவே, ஒலிப்பதிவுக் கூடத்துக்கு வாலி வரும் அன்று எனக்கும் தகவல் சொல்லும்படி ஒலிப்பதிவுக்கூடப் பொறுப்பாளரிடம் கேட்டுக்கொண்டேன். அவரும் வித்யாசாகரின் அனுமதியுடன்

என்னை அழைத்திருந்தார். நம்மால் எழுத முடியாதுபோன ஒரு பல்லவியை வாலி எவ்வாறு எழுதுகிறார் என்பதிலிருந்து என் தோல்விக்கான காரணத்தை கண்டுபிடித்துவிடலாம் என்றிருந்தேன். அதே சமயம், அவர் இயக்குநரை அணுகும்விதத்தை அறிந்துகொள்வதும் நல்லது எனத் தோன்றியது. இத்தனை ஆயிரம் பாடல்களையும் ஒருவர் சலிக்காமல் அறுபது ஆண்டுகளாக எழுதி வருகிறார் என்றால், எழுத்துத்திறமை மட்டும் போதாது. அதற்கு மேலும் ஏதோ ஒன்று இருக்கவேண்டுமில்லையா? அந்த ஏதோ ஒன்று என்ன என்பதுதான் என்னுடைய சிக்கலே. சிக்கலை அவிழ்த்துவிடும் பரபரப்பில், வித்யாசாகரின் ஒலிப்பதிவுக் கூடத்தின் பின் கட்டிலுள்ள கண்ணாடிக் கதவு வழியே நடப்பதையெல்லாம் கவனித்துக்கொண்டிருந்தேன்.

வழக்கமான வேட்டி ஜிப்பாவில் வெற்றிலையைக் குதப்பியபடி வாலி, ஒலிப்பதிவுக் கூடத்தின் மைய அறைக்கு வந்தார். எப்போதும் அவர் உதட்டில் ஒட்டியிருக்கும் அதே சிரிப்பு. அதே பாந்தம். வித்யாசாகர் எழுந்து நின்று வணக்கம் சொன்னார். பதில் வணக்கம் செலுத்தியபின், வித்யாசாகரின் கையைக் குலுக்கினார். இயக்குநர் அமர்ந்தவாக்கில் கும்பிட்டதாக நினைவு. வெகு நேரம் எதை எதையோ பேசிக்கொண்டிருந்தார்கள். ராதாமோகனின் முந்தையத் திரைப்படமான அழகிய தீயேவையும் அதில் இடம்பெற்றிருந்த ஒன்றிரண்டு நல்ல அம்சங்களையும் வாலி பகிர்ந்துகொண்டார். சிரிப்பொலியும் பேச்சொலியும் மாறி மாறிக் கேட்டுக்கொண்டிருந்தன. ஆவி பறக்கும் சரவண பவன் காப்பியோடு அலுவலகப் பையன் அறைக்குள் நுழைந்தான். அவனுடைய பேரைக் கேட்ட வாலி, எதையோ சொன்னார். பின்னும் கொஞ்சம் பேச்சோசை. சிரிப்போசை.

அதன்பிறகு நிதானமாக “பாட்ட பாத்துடலாமா” என வாலி ஆரம்பித்தார். இயக்குநரும் இசையமைப்பாளரும் விழி மலர நிமிர்ந்து உட்கார்ந்தார்கள். ஜிப்பாவின் இடது பாக்கெட்டிலிருந்து பாடல் பிரதியை எடுத்து வாசிக்கத் தொடங்கினார். அவர் காகிதத்தைக் கையில் வைத்து வாசிப்பதே அழகாயிருந்தது. சந்தமும் ஒழுங்கும்

அபாரமாயிருந்தன. கற்பனைகளும் சிந்தனைகளும் எட்ட முடியாத உயரத்தில் எழுதப்பட்டிருந்தன. நான் எழுதமுடியாமல் விலகிக்கொண்ட பாடல் என்பதால் அவ்வரிகள் ஒவ்வொன்றும் என்னை என்னவோ செய்தன. இத்தனை வயதிலும் கம்பீரமும் கலையழகும் குறையாமல் வாலியால் எப்படி எழுத முடிகிறது? என்றிருந்தது. வாசித்த வரிகளைக் கேட்டுக்கொண்டிருந்த ராதாமோகன், தலையைக் குனிந்தபடி அமர்ந்திருந்தார். "என்ன ஓய் பேசாம இருக்குறீர், நீர் வேற மாதிரி எதிர்பார்க்கிறீரோ" என இயக்குநரைக் கேட்டார். ஆமாம் என்பதுபோல் அவரும் சிரித்தார். உடனே, வலது பாக்கெட்டிலிருந்து இன்னொரு காகிதத்தை எடுத்து வாசித்தார்.

அப்போதும் இயக்குநரின் தலை நிமிரவில்லை. அறையே நிசப்தமானது. "என்னதான் வேணுமுன்னு தெளிவாகச் சொல்லுமய்யா, எழுதிடலாம்" என்று வாலி தடித்த குரலில் கேள்வி எழுப்பினார். இயக்குநருக்கு ஒன்றும் புரியவில்லை. எதை எதையோ விளக்கினார். அவர் உதாரணமாக எடுத்துச்சொல்லிய பாடல்களில் மிகுதியும் வாலி எழுதிய பாடல்களாயிருந்தன. அந்தக் காலத்தின் மொழியும் மனோநிலையும் அப்பாடல்களில் விரவியிருந்தன. அதெல்லாம் சரி, என்று தாடியை நீவிக்கொண்ட வாலி, "நீர் சொல்வதுதானே முதல்ல வாசிச்சதில இருக்கு, அப்புறமென்ன" என்றார். "நீங்க எவ்வளவு இம்புட்ஸ் கொடுத்தீங்களோ, அதுதான் நான் எழுதி இருக்கிறதும். வார்த்தை மார்டனா வேணுமுன்னா சொல்லுங்க. இல்ல, கவித்துவமா வேணுமா சொல்லங்க. எதுவுமே தெளிவா சொல்லாம உம்முன்னு உக்காந்திருந்தா எப்படி? என் அனுபவத்துல வெற்றிபெற்ற எல்லா இயக்குநருக்கும் ரெண்டாவது படத்துல இப்படிக் குழப்பம் வர்றது சகஜம். அத சரி பண்ணிக்கனுமுன்னா நல்லா பேசணும்" என்றார். இசையமைப்பாளர் வித்யாசாகர் எதுவுமே செல்லாமல் அமைதியாயிருந்தார்.

எல்லாவற்றுக்கும் சாட்சியாய், கதவுக்கு வெளியே நின்று கொண்டிருந்த எனக்குப் பதற்றமாயிருந்தது. மேற்கொண்டு என்ன செய்யப் போகிறார்கள் எனப் புரியாத சூழலில்

தயாரிப்பாளர் ஏ.எம்.ரத்னம் அறைக்குள் வந்தார். பழையபடி சூழல் சகஜ நிலைக்குத் திரும்பியது. அந்த இடைவெளியில் இயக்குநர் ராதாமோகன் கைக்குட்டையால் முகத்தைத் துடைத்துக்கொண்டார். ஏசி அறையில் அவருக்கு ஏன் வேர்த்ததென்று சொல்வதற்கில்லை. அதன்பிறகு தற்போதைய இயக்குநர்களை அவர் கடிந்துகொண்டதும் ஒரு பாடல் எப்படி இருக்கவேண்டும் என விளக்கிச் சொன்னதும் எனக்குமே பாடமாயிருந்தன. "காலமும் களமும் சூழலும்தான் பாடல்களைத் தீர்மானிக்கின்றன. நம்முடைய விருப்பம் சார்ந்து எழுதிக்கொள்வது ஒருபோதும் திரைப்பாடலாகாது" என்பதைத்தான் அவர் வெவ்வேறு வார்த்தைகளில் விளக்கினார். "ஒரு பாடலாசிரியனின் சிந்தனைக்குப் பாடலை விட்டுவிட்ட பிறகு அந்தச் சிந்தனையிலிருந்து நல்லதை எடுப்பதுதான் இயக்குநரின் வேலையே தவிர, தான் சிந்தித்ததைத் தாங்கள் ஏன் எழுதவில்லை" எனக் கேட்பது அபத்தம்.

ஒருவேளை தான் சிந்தித்ததே வரவேண்டும் என்றால் சம்பந்தப்பட்ட இயக்குநரே எழுதிக்கொள்ள வேண்டியதுதான். தமிழ்த் திரையில் அப்படி எத்தனையோ நல்ல பாடல்களை இயக்குநர்கள் எழுதியுமிருக்கிறார்கள். பெரும் குழப்பமாக முடிந்த அந்தச் சந்திப்பில், வாலியுடனான என் முதல் அறிமுகம் வாய்க்காமல் போனது. இன்னொரு சந்தர்ப்பத்தில் அறிமுகமாகிக் கொள்ளாலாமே என வித்யாசாகரும் தவிர்த்தார். எனக்குமே அதுதான் சரியாகப்பட்டது. விபரீதமான சூழலில் ஏற்படுத்திக்கொள்ளும் அறிமுகம் வில்லங்கமாகிவிடும் எனும் அச்சமுமிருந்தது. அதன்பிறகு ஓராண்டு கழித்துத்தான் வாலியிடம் அறிமுகமானேன். ஐ.பி.ஆர்.எஸ். விழாவில். என்னை அறிமுகப்படுத்தியவர் இளம் பாடலாசிரியர்களை அன்புகொண்டு ஆதரிக்கும் கவிஞர் முத்துலிங்கம் அவர்களே. மேனாள் அரசவைக் கவிஞராக இருந்த அவர், ஒவ்வொரு சந்தர்ப்பத்திலும் என்னை உற்சாகப்படுத்தி வளர்த்தெடுப்பவர்.

அது மிக நல்ல சந்திப்பாக அமைந்தது. அதன்பின் எங்குப் பார்த்தாலும் வாலியால் என்னை அடையாளம் கண்டுகொள்ள முடிந்தது. ஒவ்வொருமுறையும் வாஞ் சையுடனும் வாழ்த்துகளுடனும் அவர் என்னை ஆரத்தழுவிக்

கொண்டிருக்கிறார். வண்ணத்திரையில் உன்னைப் பற்றி எழுதியிருக்கிறார்கள் பார்த்தாயா? என்றோ, வித்யாசாகரிடம் உன்னுடைய "கண்டேன் கண்டேன்" என்ற "மதுர" திரைப்பாடலைப் பாராட்டினேனே சொன்னாரா என்றோ, அவர் கேட்கும் தொனியில் பாசமும் பண்பும் இழையோடும். அவருடைய கைகள் ஒருபோதும் இளம்பாடலாசிரியனைப் பற்றிக்கொள்ளத் தயங்காதவை. தனக்கு முன்னால் இருந்தவர்கள் தன்னை எப்படி நடத்தினார்களோ அப்படி நடந்தோ நடத்தியோ விடக்கூடாது என்பதில் அவருக்குத் தெளிவு இருந்தது. ஒரு துறையில் தனக்குப் பின்னால் வருபவர்களை வரவேற்று, அவர்களுக்கு ஆக்கப்பூர்வமான அறிவுரைகளைச் சொல்பவராக அவர் இருந்தார்.

தஞ்சையில் நடக்கவிருந்த என்னுடைய திருமணத்திற்கு வாலியை அழைக்க விரும்பி, கவிஞர் முத்துலிங்கத்துடன் அவர் வீட்டுக்குப் போயிருந்தேன். அழைப்பிதழை வாங்கிக்கொண்டு ஆசீர்வதித்த அவர், அதில் இடம்பெற்றிருந்த கவிதையை வாசித்துவிட்டு வெகுநேரம் பேசிக்கொண்டிருந்தார். "தோழர் நல்லகண்ணுவின் தலைமையில் திருமணமா அபாரம். எத்தனை பெரிய மனுஷர். அப்பழுக்கில்லாத அரசியல் தலைவர். ஆனா பாருங்க, நம்ம மக்கள் அவரை ஒரு எலக்ஷன்லகூட ஜெயிக்க வைக்கல. எப்படி நாடு உருப்படும். முட்டாள்கள் நிறைஞ்ச நாட்ட அயோக்கியன் ஆள்வான்றது சரியா இருக்கு பாத்தீங்களா" என்றார். அந்தச் சந்திப்பில் பாடல் துறையில் நான் இயக்குநர்களிடமும் இசையமைப்பாளர்களிடமும் எப்படி நடந்துகொள்ளவேண்டும் எனவும் கற்பித்தார். "வார்த்தைகள் ஒடித்து அழகழகா கற்பனையச் சொல்லுற பாணி ஒனக்கும் முத்துக்குமாருக்கும் நல்லா வருது. கணையாழியில வேல பாத்ததால நவீன கவிதைகள்ல ஒனக்குப் பரிச்சயம் ஏற்பட்டிருக்கு. இதே கதியில எழுதினா முக்கியமான ஆளா வரலாம், பாத்துக்கோ" என்றார்.

"பொதுவுடைமைச் சிந்தனைகளில் எனக்கும் ஈடுபாடு உண்டு. ஆனா, சினிமாவுல எப்படிங்கிறத யோசிச்சிக்கோ, நாம செய்யிறது வேல. முதலாளிய ஒழிக்கிறது இல்ல" என்றதும், பேச்சின் திசையை முத்துலிங்கம் மாற்றினார்.

கண்களைப் பார்த்து ஊடுருவும் அவருடைய உரையாடல்களில் அவ்வப்போது தெறிக்கும் நகைச்சுவை தனிரகம். அதுவும் கவிஞர்கள் மட்டுமே சூழ்ந்திருக்கையில் அவர் அடிக்கும் இலக்கியக் கமெண்ட்களை நினைத்து நினைத்துச் சிரிக்கலாம். ஒரு பெரியவரிடம் பேசிக்கொண்டிருக்கிறோம் என்னும் நினைவே வராதவாறு நடந்துகொள்வார். தன்னை அப்டேட் செய்துகொண்டே இருப்பார். பாடல்வேறு, கவிதைவேறு என்பதைப் புரிந்து செயல்பட்டவர். "இந்தக் குட்டிரேவதியும் சாருநிவேதிதாவும் எழுதறதப் படிக்கிறீங்களா" என்பார். திரைத்துறையில் இருப்பவர்களைப் பற்றி இலக்கியவாதிகள் என்ன மதிப்பீடு வைத்திருக்கிறார்களோ எனக்குத் தெரியாது. ஆனால், இலக்கியவாதிகளைப் பற்றிய உயர்ந்த மதிப்பீடே அவர் வைத்திருந்தார். கல்கி, புதுமைப்பித்தன், ஜெயகாந்தன் மூன்று பேரும் சினிமாவில் கூடுதல் கவனம் செலுத்தியிருக்கலாம் என்பது அவர் எண்ணம். "எழுத்தாளர்கள் சினிமாவை இரண்டாவதாகவே கருதுகிறார்கள். பிரதானமாகக் கருதிச் செயல்பட்டிருந்தாலும் சினிமாவிற்குத் தரமும் வளமும் கூடியிருக்கும்" என்பார். ஜெயகாந்தன் "பாதை தெரியுது பார்" திரைப்படத்தில் எழுதிய 'தென்னங்கீற்று ஊஞ்சலிலே' பாடலையும் "மீரா" திரைப்படத்தில் கல்கி எழுதிய 'காற்றினிலே வரும் கீதம்' பாடலையும் சிலாகித்து ஒரு நேர்காணலில் பேசியிருக்கிறார்.

இலக்கியத்தில் இருந்து சினிமாத் துறைக்கு வந்த பலரோடும் அவருக்கு நல்ல பரிச்சயமிருந்தது. இசங்களைக் குறித்த புரிதலும் அதற்கு எதிர்வினையாக வரும் விமர்சனங்களையும் அவர் கடைசிவரை கவனித்துக்கொண்டிருந்தார். நிஜகோவிந்தம், பொய்க்கால் குதிரைகள், அம்மா எனும் தலைப்புகளில் வெளிவந்துள்ள தம் கவிதை நூல்களை இலக்கியக்காரர்கள் வாசித்தார்களா? எனும் கவலை அவருக்கு இருக்கவில்லை. நாலும் வந்தால்தான் தமிழுக்கு நல்லது என்று அடிக்கடி சொல்லுவார். அழைப்பிதழோடு போயிருந்த எங்களைத் திருப்பி அனுப்ப அவருக்கு மனமே இல்லை. ஒன்றைத்தொட்டு இன்னொன்றுக்கு அவர் உரையாடல் நகர்ந்துகொண்டே இருந்தது. எனக்குமே அவரிடமிருந்து விடைபெற விருப்பமில்லை. ஆனாலும்,

அவர் அறுவை சிகிச்சை முடிந்து அப்போதுதான் வீட்டுக்கு வந்திருந்தார். பேச்சு உற்சாகமாயிருந்தாலும் அவர் உடல் சோர்வுற்றிருந்ததை உணரமுடிந்தது. "உடல் நலக்குறைவு காரணமாக திருமணத்திற்கு வர இயலுமா? தெரியவில்லை. ஃபிளைட்டிலாவது வரலாம் போலிருக்கிறது. பிராப்தம் எப்படி இருக்கோ பாப்போம்" என்றதும், நானும் முத்துலிங்கமும் பதறிப்போய் நீங்கள் வரவேண்டும் என்பதில்லை. இங்கிருந்தே வாழ்த்துங்கள் என்று சொல்லிவிட்டு வந்தோம். அவருடைய பொய்க்கால் குதிரை கவிதைகளை இயக்குநர் பாலச்சந்தர் அக்னிசாட்சி திரைப்படத்தில் காட்சிப்படுத்தியிருக்கிறார்.

கவிஞர், பாடலாசிரியர், நாடகாசிரியர், திரைக்கதையாசிரியர் வசனகர்த்தா எனப் பல முகங்கள் அவருக்கு இருந்தாலும், அவர் ஆரம்பத்தில் விரும்பியது ஓவியர் என்னும் முகத்தைத்தான். அவர் வரைந்த பாரதியார் ஓவியத்தைப் பார்த்துவிட்டு, "என் தோப்பனாரை இந்தப் பிள்ளையாண்டான் தத்ரூபமா கொண்டு வந்துட்டான். அச்சு அசல் நேரில் பார்க்கிறது போல இருக்கு" என்று ஓவியத்தைப் பார்த்துக் கண்ணீர் உகுத்தவர், பாரதியாரின் மகள் தங்கம்மாள். சிவாஜி பத்திரிகையை நடத்திவந்த திருலோக சீத்தாராமுடன் வாலி வீட்டுக்கு வந்திருந்த தங்கம்மாளும், வாலி ஓர் ஓவியனாக அவதாரம் எடுப்பார் என்றுதான் நினைத்திருந்தார். பாரதி மகளே தன் மகனைப் பாராட்டியதைக் கேட்ட வாலியின் தந்தை அவரைச் சென்னை ஓவியக் கல்லூரியில் சேர்த்துவிட்டார். ஆனால், ஓராண்டுக்குமேல் சென்னை வாழ்வு வாலிக்குச் சித்திக்கவில்லை. காரணம் என்னவென்றே தெரியாமல் ஊருக்குத் திரும்பிவிட்டதாக "நானும் இந்த நூற்றாண்டும்" என்னும் நூலில் எழுதியிருக்கிறார்.

ஊருக்குத் திரும்பினாலும் அவருடைய படைப்பு மனம் சும்மா இருக்கவில்லை. தற்செயலாக அவர் பார்த்த "மருதநாட்டு இளவரசி" திரைப்படம் அவரைப் படாதபாடு படுத்திவிட்டது. இளங்கோவனுக்குப் பிறகு வசனத்தில் தனித்துவமான அடையாளத்தை ஏற்படுத்திய கலைஞரின் எழுத்துகள் அவரையும் நாடகாசிரியனாக ஆக்கியிருக்கிறது. வானொலி இதழில் ஓவியங்கள் தீட்டிவந்த அவர், அதன்பின்

தொடர்ச்சியாக நாடகங்களை எழுதுவதும் இயக்குவதும் நடிப்பதுமாக இருந்திருக்கிறார். அப்போது வாலியின் நண்பர் எம்.ஆர்.பாலு என்பவர் "பேராசை பிடித்த பெரியார்" என்னும் நாடகத்தை நடத்தியிருக்கிறார். தமிழ்நாடு என்னும் பேர் வைக்க ஆசைப்பட்ட பெரியார் என்பதையே அந்நாடகத் தலைப்பு சொல்ல விரும்பியது. அந்நாடகத்தில், 'இவர்தான் பெரியார் / இவரை / யார்தான் அறியார்' என்னும் பாடலை எழுதியிருக்கிறார். நாடகத்தையும் பாடலையும் ரசித்த பெரியார், "பாட்டென்றால் இப்படித்தான் எல்லோருக்கும் புரியும்படி அமைய வேண்டும்" என்றிருக்கிறார். தொடர்ந்து, நாட்டுக்கு உபயோகமில்லாத பாட்டெல்லாம் சினிமாவில் வருவதாகப் பெரியார் அப்போது குறைபட்டுக்கொண்டது குறிப்பிடத்தக்கது.

இடையிடையே சிறுகதைகளும் கவிதைகளும் எழுதிக்கொண்டிருந்த அவருடைய படைப்புகள் வாகீசக் கலாநிதி கி.வா. ஜெகந்நாதனால் பாராட்டப்பட்டன. நாடகத்துறையில் கால் பதிப்பதற்கு முன்பாகப் பத்திரிகையாளராகும் ஆசையும் அவருக்கு இருந்திருக்கிறது. இந்தியத் தேசிய ராணுவம் இளைஞர்களிடம் பெரும் வரவேற்பைப் பெற்றிருந்த காலம் அது. சுதந்திர இந்தியக் கனவை ஈடேற்றும் விதத்தில் அந்தக் காலகட்டத்தில் வெளிவந்த இதழ்களில் ஒன்றுதான் மணிக்கொடி. மணிக்கொடி எழுத்தாளர்களில் ஒருவரான சிட்டியின் அறிமுகம் வாலிக்குக் கிடைக்கவே, எப்படியாவது ஒரு பத்திரிகையைக் கொண்டுவருவதெனத் திட்டமிட்டிருக்கிறார். பத்திரிகையின் பெயர் "நேதாஜி". ஏற்கெனவே அவருக்கிருந்த ஓவிய ஆர்வம் பத்திரிகை உருவாக்கத்திற்குப் பயன்பட்டிருக்கிறது. நண்பர்களின் ஒத்துழைப்போடு பத்திரிகை தயாராகிவிட்டது. வெளியிட வேண்டுமே என்னும் போதுதான் ஸ்ரீரங்கம் "ராஜாஜி கல்சுரல் அசோசியேஷன்" ஆண்டுவிழாவிற்கு எழுத்தாளர் கல்கி வரவிருக்கும் தகவலை அறிகிறார். உடனே, அவசர அவசரமாக எழுத்தாளர் எங்கே தங்கியிருக்கிறார் எனத் தெரிந்துகொண்டு தயாரிக்கப்பட்ட கையெழுத்துப் பத்திரிகையுடன் கல்கியைச் சந்தித்து அழைப்பு விடுத்திருக்கிறார்.

எழுத்தாளர் கல்கியோ, ஏற்கெனவே ஒப்புக்கொண்ட கூட்டங்கள் இருப்பதால் பத்திரிகையை வெளியிட வர இயலாது எனச் சொல்லிவிடுகிறார். எழுத்தாளர் கல்கி வந்து பத்திரிகையை வெளியிடப் போவதாக நண்பர்களிடம் ஜம்பமாகச் சொல்லிவிட்டு வந்த வாலியால், அந்த வருத்தத்தைத் தாங்கமுடியவில்லை. என்னசெய்வதென்றும் விளங்கவில்லை. அதுமட்டுமல்ல, எழுத்தாளர் கல்கி வரப்போவதாக ஊரெல்லாம் தண்டோரா வைக்காமலேயே தகவல் பரவியிருந்தது. இந்த நிலையில் தன்னால் அழைத்துவர முடியாமல் போனதென்றால் கேலி பேசுவார்களே என்னும் அச்சம் அரித்தது. மிகுந்த கசப்புற்ற வாலி, அன்று இரவு வெகுநேரமாகியும் வீடு திரும்பவில்லை. ஸ்ரீரங்கம் காவிரிக்கரையில் போய் உட்கார்ந்துகொள்கிறார். சொன்னதை நடத்திக்காட்ட முடியாமல் போகையில், யார் முகத்தையும் அவருக்கு எதிர்கொள்ளத் துணிவில்லை. ஒருவிதமான தோல்வி மனநிலை. அப்புறம் ஒருவழியாகத் தன்னைத் தானே சமாதானப்படுத்திக்கொண்டு வீட்டுக்குத் திரும்பினால், வீட்டு வாசலில் ஒரே கூட்டம். எழுத்தாளர் கல்கி வந்திருக்கிறார். கூடவே சின்ன அண்ணாமலையும் இன்னும் சிலரும்.

வர இயலாது எனச் சொன்னதால் மனம் உடைந்திருந்த வாலிக்கு, அந்தக் காட்சியை நம்பவே முடியவில்லை. தவிர, பத்திரிகையில் தான் எழுதியிருந்த கவிதையைப் பற்றியும் கல்கி குறிப்பிட்டுப் பேசியதில் கூடுதல் மகிழ்ச்சி. “கல்யாணப் பத்திரிகைக்குப் போகாமல் இருந்தாலும் கையெழுத்துப் பத்திரிகைக்குப் போகாமல் இருக்கக்கூடாது” எனக் கல்கி சொல்லியதாகச் சின்ன அண்ணாமலை அப்போது தெரிவித்திருக்கிறார். கடும் பணிச்சுமைக்கு இடையிலும் எழுதவரும் புதியவர்களை ஆதரித்து அரவணைக்கும் பண்பை அவர் கல்கியிடமிருந்து பெற்றிருக்கிறார் எனக் கொள்ளலாம். வாலியைப் பொறுத்தவரை எடுத்துக்கொண்ட வேலையில் கண்ணும் கருத்துமாக இருப்பவர். முனைந்து, தான் செய்யும் ஒரு செயலில் தோற்றுவிடக் கூடாதென்பதில் எச்சரிக்கையுடன் காரியமாற்றுபவர். தன் எழுத்துகள் யாரைப்போய்ச் சேர்கின்றன என்பதிலும் யாரைப் போய்ச் சேர வேண்டும் என்பதிலும் தீர்க்கமான முடிவுகளை அவர் வைத்திருந்தார். 1958இல்

தொடங்கிய அவருடைய சினிமா பிரவேசம் இறுதி மூச்சு உள்ளவரை வெற்றிகரமான பயணமாகவே பார்க்கப்பட்டது.

எத்தனையோ இயக்குநர்கள், எத்தனையோ இசையமைப்பாளர்கள், எத்தனையோ நடிகர்கள், எத்தனையோ தயாரிப்பாளர்கள் என அவர் சந்தித்த மனிதர்களையும் சவால்களையும் கணக்கிட்டால் ஆச்சர்யமாயிருக்கிறது. நெற்றியில் திருநீறும் குங்குமமும் இட்டுக்கொண்டு, திராவிட இயக்கத்தைச் சேர்ந்த பலர் இயக்கிய, நடித்த, தயாரித்த திரைப்படங்களுக்குப் பாடல்களை எழுதியிருக்கிறார். தன் அளவும் மாற்றாரின் அளவும் அவருக்குப் புரிந்திருந்ததுதான் அதிலுள்ள விசேஷம்.

அவர், காயப்படுத்துபவர்களைச் கடந்துபோகக்கூடியவர் அல்லர். எதிர்நின்று சவால்களைச் சமாளிப்பதையே விரும்பியிருக்கிறார். இயக்குநர்களும் உதவி இயக்குநர்களும் தன் பெயரில் ஆபாசமான வரிகளை எழுதி, தனக்கு அவப்பெயரை ஏற்படுத்தியபோதும் அதற்கான பொறுப்புகளை அவர் தட்டிக்கழிக்க எண்ணியதில்லை. கண்ணதாசன் காலத்தில் கண்ணதாசனைப் போலவே எழுதியவர் என்ற விமர்சனம் அவர்மீது உண்டு. உண்மையில், அது விமர்சனமே இல்லை. அவர் பாடல்களை நன்றாக உள்வாங்கிக் கொண்டவர்கள் அப்படிச் சொல்வதில்லை. கண்ணதாசனை உயர்த்திச் சொல்வதற்காக வாலியைத் தாழ்த்தியதாகவே அதைப் பார்க்கமுடியும். வாலியேகூட அம்மாதிரியான விமர்சனங்களை ஆரோக்கியமாக எதிர்கொண்டே பதிலளித்திருக்கிறார். “திராவிட முன்னேற்றக் கழகம் அச்சமயத்தில் தமிழ் மீது தீராத பற்றுக் கொண்டிருந்தது. எதுகையும் மோனையும் இல்லாத பாடல்களை மக்களுமே விரும்பவில்லை. எழுதிக்கொண்டிருந்த எல்லோருமே ஒரே மாதிரிதான் இயங்கினோம். அப்படி இருக்கையில், கண்ணதாசனைப் போல நான் எழுதியதாகச் சொல்லுவது சரியல்ல” என்றிருக்கிறார்.

“சக்கைப்போடு போடுராஜா, உன் காட்டுல மழை பெய்யுது” என்னும் பாடலில் கண்ணதாசன் எங்கே தெரிகிறார் எனவும் கேட்டிருக்கிறார். “மூன்றெழுத்தில் என் மூச்சிருக்கும்”,

"நான் செத்துப் பிழைச்சவண்டா", "நான் ஆணையிட்டால்" போன்ற பாடல்களைக் கண்ணதாசன் பாடல்களாகக் கொள்ள முடியுமா, அவர் சந்தத்தை கையாண்ட விதமும் நான் சந்தத்தைக் கையாளும் விதமும் வேறாக இருக்கையில், இரண்டுபேரையும் ஒப்பிட்டுச் சொல்வது ஆகாதவர்கள் எழுப்பிவிடும் கட்டுக்கதை" என்று ஆதங்கப்படாமலும் இல்லை. தஞ்சை ராமையாதாஸைப்போல சுதந்திரமான மனநிலையுடைய பாடலாசிரியராகத் தன்னை நிறுவிக்கொள்ள அவர் விரும்பினார். அவருடைய தனித்துவத்திற்கும் ஆளுமைக்கும் எத்தனையோ பாடல்களை உதாரணமாகச் சொல்லமுடியும். ஆனால், என் நோக்கம் அவர் பாடல்களை வியந்து எழுதுவதல்ல.

ஒரு பாடலாசிரியராக அவர் வளர்ந்த விதமே. காலம் எதை விரும்புகிறதோ அதைத் தரக்கூடியவராக இருந்ததால்தான் ஆயிரக்கணக்கான பாடல்களை நான்கு தலைமுறைக்கு அவரால் அளிக்க முடிந்தது. முந்நூறு மொழிமாற்றுப் படங்களுக்குப் பாடல்களை எழுதியிருக்கிறார். பதினெட்டு மொழிகளைக் கற்றுப் புலமையோடு இருந்த பாடகர் பி.பி. ஸ்ரீனிவாசஸே, மொழிமாற்றுப் படங்களுக்கு பொருத்தமான வார்த்தைகளை எழுதக் கற்பித்தவர் என்று எழுதியிருக்கிறார். அவ்வப்போது வாலியைத் திரைத்துறையைச் சார்ந்தவர்களே விமர்சித்திருக்கிறார்கள், அதுவும் அவரை மேடையில் வைத்துக்கொண்டே.

சில சமயம் சப்பைக் குதிரைகளும் கிண்டி ரேசில் ஜெயித்துவிடுவது உண்டு. அப்படித்தான் இந்தப்படத்தின் பாடல்களும் எனக் கற்பகம் திரைப்படத்தின் வெற்றிவிழாவில் சின்ன அண்ணாமலை பேசியிருக்கிறார். ஆனால், காலகதியில் அதே சின்ன அண்ணாமலையின் "ஆயிரம் ரூபாய்" படத்திற்குப் பாட்டெழுதும் வாய்ப்பு வாலிக்கு வந்திருக்கிறது. தன்னை பூஷிப்பவர்களையும் தூஷிப்பவர்களையும் அவர் ஒரேமாதிரிதான் பார்க்கப் பழகியிருந்தார். தன்னைப் புரிந்துகொள்பவர்கள் பூஷிக்கிறார்கள். புரிந்துகொள்ளாதவர்கள் தூஷிக்கிறார்கள் என்பதைத் தாண்டி அவர் அதற்கு மதிப்பளித்ததில்லை. காலம் ஒரு திசையை நோக்கி

நகர்கையில் படைப்பும் படைப்பாளனும் அந்தத் திசைநோக்கி நகரவில்லையெனில் தேங்கிவிடக்கூடும் என அவர் தெரிந்து வைத்திருந்தார். அதனால், அவர்போல் இவர் எழுதினார். இவர்போல் இன்னொருவர் எழுதவில்லை என்பதெல்லாம் ரசிப்பவர்கள் ஏற்படுத்தும் பிம்பமே அன்றி, அதற்கும் எழுதுபவர்களுக்கும் எந்தச் சம்பந்தமும் இல்லை. ஒரே சமூகத்தின் காற்றையும் தண்ணீரையும் பயன்படுத்தும் இருவர் வேறுபட்டுச் சிந்தித்தால்தான் ஆச்சர்யமே. ஒரே மாதிரி சிந்திப்பது தவறில்லை.

பதினாறு வயதினிலே திரைப்படத்தில் இடம்பெற்ற "செந்தூரப்பூவே" பாடலைக் கேட்ட கண்ணதாசன், நானும் இப்படித்தான் சிந்தித்திருப்பேன் எனக் கங்கை அமரனைப் பாராட்டியிருக்கிறார். 1963ஆம் ஆண்டு தீபாவளிக்கு வெளியான கற்பகம் திரைப்படமே வாலியின் வாழ்வில் விளக்கேற்றிய திரைப்படம். அந்தத் திரைப்படமும் அந்தத் திரைப்படத்தில் இடம் பெற்ற பாடல்களும் மக்கள் மத்தியில் பெரும் வரவேற்பைப் பெற்றன. நூறு நாள் ஓடி, வெற்றி விழாவும் கண்ட அத்திரைப்படத்தை இயக்கியவர் கே.எஸ். கோபாலகிருஷ்ணன். கூட்டுக்குடும்ப உறவுகளில் இருந்த சிக்கல்களையும் நெருக்கடிகளையும் மிக நேர்த்தியாகப் படம்பிடித்துப் பாராட்டுப் பெற்றவர். இதனுடன் இணைத்துச் சொல்லப்பட வேண்டிய இன்னொரு செய்தி, கற்பகம் திரைப்பட வெற்றி விழாவில், வாலிக்கான கேடயத்தை வழங்கியவர் கண்ணதாசன்.

இவருக்கு அவர் போட்டி, அவருக்கு இவர் போட்டி என மற்றவர்கள் பேசிக்கொண்டாலும் அவர்கள் இருவருமே அதற்கெல்லாம் அப்பாற்பட்டவர்களாகவே இருந்திருக்கிறார்கள். வாலிக்கு நேர்ந்த நெருக்கடியான சந்தர்ப்பங்களில் கண்ணதாசனின் பாடல்களே ஆறுதலையும் தேறுதலையும் அளித்திருக்கின்றன. வாலி, கண்ணதாசனை எந்த இடத்திலும் குறைத்துச் சொன்னதே இல்லை. மாறாக, ஆசானாகவும் தோழராகவுமே போற்றியிருக்கிறார். தனக்கு எதிராகக் கடைவிரிக்க வந்தவர்தான் வாலியெனக் கண்ணதாசனும் எண்ணவில்லை. வாலியும் நினைக்கவில்லை.

காலஓட்டத்தில் சம்பவங்கள் அனைத்துமே வரலாறாகிவிடுகின்றன. கண்ணதாசனுக்கும் எம்.ஜி.ஆருக்கும் இடைவெளி ஏற்பட்டிருந்த காலத்தில், தொழில்ரீதியாகத் தனக்கு ஏற்பட்ட சரிவைச் சரி செய்துகொள்ள வாலியை எம். ஜி. ஆர். பயன்படுத்திக்கொண்டார். எம்.ஜி.ஆர். வாலியைப் பல சமயங்களில் வழிமொழிந்திருக்கிறாரே தவிர, முன்மொழிந்ததாகச் சொல்ல முடியாது. இன்னும் சொல்லப்போனால், 'படகோட்டி' திரைப்படத்திற்கு வாலி பாடல் எழுதியிருக்கும் தகவலே, இரண்டு பாடல்கள் முடிந்தநிலையில்தான் எம்.ஜி.ஆருக்குத் தெரிவிக்கப்பட்டிருக்கிறது. அரசியல் மாற்றங்களுக்கு ஏற்பவும் அவ்வப்போதைய மனநிலைக்கு ஏற்பவும் செயல்பட்ட எம்.ஜி.ஆர், எத்தனையோ பாடலாசிரியர்களைத் திரைக்கு அறிமுகப்படுத்தியிருக்கிறார். அவர் அளவுக்குப் பாடல்கள் மீது அக்கறை செலுத்திய நடிகர்கள் முன்னாலும் இல்லை. பின்னாலும் இல்லை. திரைப்படப் பாடல்களின் செல்வாக்கையும் அது மக்கள் மீது செலுத்திவரும் ஆதிக்கத்தையும் அவர் ஒருவர்தான் துல்லியமாக நிறுத்தவர். அவருக்கு வார்த்தை வழங்கிய கவிஞர்களை அவர் கைவிட்டதேயில்லை. பணமும் பதவியும் கொடுத்து அழகு பார்த்திருக்கிறார்.

ஒரு விநோதமான சம்பவம் வாலியின் வாழ்வில் நடந்திருக்கிறது. தொடர்ந்து பல படங்களுக்கு வாலி பாடல் எழுதிவந்த சமயத்தில், அரச கட்டளை என்னும் தலைப்பில் எம்.ஜி.ஆரின் சகோதரர் எம்.ஜி.சக்ரபாணி தயாரித்த படத்திற்குப் பாடல் எழுத வாலி அழைக்கப்பட்டிருக்கிறார். அப்படத்தில் எம்.ஜி.ஆர். தமிழ்க்கவியாக நடிக்கிறார். மக்களை விழிப்படையச் செய்து, அரசனுக்கு எதிராகப் போர்க்கொடி தூக்கவைப்பதே அக்கதாபாத்திரத்தின் பணி. இறைவனின் கட்டளைக்கு முன்னால் அரசனின் கட்டளை எம்மாத்திரம்? எனப் பாடலில் சொல்லவேண்டும்.

சூழலை உள்வாங்கிக்கொண்ட வாலி, மறுநாளே பல்லவியை எழுதிப்போய் எம்.ஜி.ஆரிடம் காட்டியிருக்கிறார். அவ்வளவுதான். எம்.ஜி.ஆருக்குக் கோபம் வந்துவிடுகிறது.

“என்னை அவமானப்படுத்தும் நோக்கத்தில்தானே இப்படி எழுதியிருக்கிறீர்கள்” எனக் கடிந்துகொள்கிறார். வாலிக்கு விதிர்விதிர்த்துப் போகிறது. தான் அவர்மீதும் அவர் தன்மீதும் அன்புகொண்டிருக்கும் வேளையில், இதென்ன அசம்பாவிதம் என யோசித்து வரிகளைத் திரும்பப் படித்தபோதுதான் காரணம் புரிந்திருக்கிறது. ஆண்டவன் கட்டளைக்கு முன்னால் / உன் / அரசக் கட்டளை என்னவாகும்? என்பது வரி. அப்போது ஆண்டவன் கட்டளை என்னும் பெயரில் சிவாஜி ஒரு படத்தில் நடித்துக்கொண்டிருக்கிறார். இறைவனின் கட்டளைக்கு முன்னால் என்று எழுதியிருந்தால் பிரச்சனையில்லை. ஆண்டவன் கட்டளை என்று எழுதியதால் வாலி, ஏதோ விகல்பம் செய்வதாக விளங்கிக்கொண்டு கோபித்திருக்கிறார். பெரிய நடிகர்களுக்குப் பாட்டெழுதும் பொழுது என்னென்ன மாதிரியெல்லாம் சிக்கல் வருமென்று யோசிக்க முடியாது. பாட்டுக்கு யோசிப்பது பாதியென்றால், பாட்டுக்குப் பின்னால் வரக்கூடிய பாதிப்புக்கு யோசிப்பது மீதியாகிறது. நல்ல எண்ணத்தில் எழுதினாலும், அதைப் பிழையாகப் புரிந்துகொண்டு தங்கள் இஷ்டம்போல் பாடலாசிரியனிடம் நடந்துகொள்வார்கள், இப்போதும்கூட.

அதேபோல இந்த செண்டிமெண்ட் என்றொரு பிசாசு. அந்தப் பிசாசு பிடிக்காத சினிமாக்காரர்களை எண்ணிவிடலாம். “தா”வில் ஆரம்பித்தால் படம் ஜெயிக்கும். “பா”வில் ஆரம்பித்தால் படம் பட்டிதொட்டிவரை பாயும் என்பது அவர்களுடைய நம்பிக்கை. இந்த நம்பிக்கை அவரவருடைய தனிப்பட்ட விஷயம். அதை யாரும் கேள்வி எழுப்ப முடியாது. எல்லாப் புகழும் இறைவனுக்கே என்று ஆஸ்கார் மேடையிலும் அறிவித்த ஏ.ஆர்.ரகுமானுக்கேகூட அப்படியான நம்பிக்கைகளில் ஈடுபாடுள்ளதை வாலியே சொல்லியிருக்கிறார். “ம” வரிசையில் ஆரம்பித்து வாலி எழுதினால் அப்பாடல் மாபெரிய வெற்றி அடையும் என்பது அவர் நம்பிக்கை. அதன் காரணமாகவே அன்பே வா, முன்பே வா என்று எழுதிய வாலியின் வரியை, “முன்பே வா, அன்பே வா” என்று திரைப்படத்தில் பாட வைத்திருக்கிறார். அவர் நம்பிக்கைக்கேற்ப அப்பாடலும் பெரு வெற்றி பெற்றது.

வாலி எழுதியதால் அப்பாடல் வெற்றியடைந்ததா? இல்லை அவர் “மு” வில் ஆரம்பித்து எழுதியதால் வெற்றியடைந்ததா? என்பது சம்பந்தப்பட்டவர்களுக்கே வெளிச்சம். பாடலைக் கேட்கிற யாரும் வாலி, “ம” வரிசையில் பல்லவியை ஆரம்பித்திருக்கிறாரென்றோ “க” வரிசையில் ஆரம்பித்திருக்கிறாரென்றோ பார்ப்பதில்லை. இது குறித்து வாலி சொல்லும்போது, “நானெழுதினால் ஹிட்டாகுமென்று நினைப்பது எனக்கு ஒன்றும் பாதகமில்லையே. அப்படி நினைத்துத்தானே என்னிடம் வருகிறார்கள். அதிலென்ன தவறு” என்றிருக்கிறார். மற்றவர்களின் நம்பிக்கையைச் சந்தேகிக்கக்கூடாது. நமக்கு அவர்கள் நம்பிக்கையில் நம்பிக்கையில்லாமல் இருக்கலாம். அதற்காக அவர்களைக் கோபிப்பதோ விமர்சிப்பதோ நாகரிகமில்லை என்பார்.

நம்பிக்கையில் இரண்டு வகை. ஒன்று நல்ல நம்பிக்கை. இன்னொன்று மூட நம்பிக்கை. இதில் நீங்கள் எதை ஆதரிப்பீர்கள் எனக்கேட்டதற்கு, “நம்பிக்கை என்றால் நம்பிக்கைதானே. அதிலென்ன நல்ல நம்பிக்கை, மூட நம்பிக்கை. பகுத்தறிவினால் வருவது நல்ல நம்பிக்கையென்றால், பக்தியினால் வருவது மூட நம்பிக்கையென்று வைத்துக்கொள்ளுங்கள். அதைக்கூட பகுத்தறிவுவாதிகள்தான் சொல்கிறார்களே தவிர நானில்லை” என்றும் நழுவியிருக்கிறார்.

கர்மவிதிகளின்படிதான் எல்லாம் நடக்கின்றன எனும் நம்பிக்கையை அவர் கொண்டிருந்தார். இல்லையென்றால், பம்பாய் பிராட்வே தியேட்டர் வாசலில் ஹார்மோனியத்தை வைத்துப் பாட்டு பாடிக்கொண்டிருந்த நெளஷத்தும் சென்னை பிராட்வே தியேட்டரில் வடை விற்றுக்கொண்டிருந்த சிறுவன் எம்.எஸ்.வியும் இசைத்துறையில் இத்தனை பெரிய சிகரத்தை தொட்டிருக்க முடியுமா? என “நினைவு நாடாக்கள்” நூலில் எழுதியிருக்கிறார். சமயோஜிதமாகப் பேசி எதிராளியின் வாதத்தை முறியடிக்கக்கூடியவர்.

ஒரே நேரத்தில் எம்.ஜி.ஆரின் ‘தாழம்பூ’வும் சிவாஜியின் ‘அன்புக்கரங்க’ளும் தயாராகிக்கொண்டிருந்தன. இரண்டு திரைப்படத்திற்கும் வாலிதான் பாடல். அப்படியிருக்கையில், எதேச்சையாகச் சந்திக்க வந்த வாலியிடம் எம்.ஜி.ஆர், “உங்க

அன்புக் கரங்கள் எப்ப ரிலீஸ்" எனக் கேட்கிறார். உங்க என்ற சொல்லில் இருந்த பொருள் வாலிக்குப் புரிந்துவிட, "உங்க அன்புக்கரங்களில் இருந்து எனக்கு எப்போதுமே ரிலீஸ் இல்லையே" எனப் பதிலளித்திருக்கிறார். அவர் தலைமையில் கவியரங்கங்களில் பங்குபெற்றபோது பல சமயங்களில் அவருடைய மொழியறிவையும் சட்டென்று வந்துவிழும் வார்த்தை ஜாலங்களையும் கண்டு வியந்திருக்கிறேன்.

இன்னமுமே எனக்கு நினைவில் நிற்பது, கமல்ஹாசன் பிறந்தநாள் விழா கவியரங்கம்தான். அவர் தலைமையில் நான், கபிலன், இளையகம்பன் ஆகியோர் கவிதை வாசித்தோம். அப்போது கபிலன் கமலைக் குறித்துச் சொல்லும்போது, "நீ பூணூலை அறுத்த புதிய பாரதி" என்றார். கவியரங்கைக் காண வந்திருந்தவர்கள் அனைவரும் கமல்ஹாசனின் நற்பணி மன்றத்தைச் சேர்ந்தவர்கள். கபிலன் அப்படிச் சொன்னதும் அரங்கமே கிடுகிடுக்கும் அளவுக்குக் கைதட்டல். பிறகு நானும் இளையகம்பனும் விவேகாவும் வாசித்தோம். எல்லோருடைய கவிதைகளையும் வாழ்த்திய அவர், கபிலனை மட்டும் பாராட்டவில்லை. மாறாகக் கோபித்துக்கொண்டார். பிறந்தநாள் விழாவில், "ஏன் அறுக்கிறதை பத்தியெல்லாம் பாடணும்" எனக் கேட்டார். தலைமைக் கவிஞராக இருப்பவர், அரங்கை ஒழுங்கு செய்து கொடுக்கலாமே தவிர, இதைத்தான் வாசிக்கவேண்டும் அதைத்தான் வாசிக்கவேண்டும் என ஆணையிட முடியாது.

பூணூலை அறுத்த புதிய பாரதிக்குக் கோபித்துக்கொண்ட அவரே பத்து வருடங்கள் கழித்து, பெரியார் திடலில் நடந்த தொல்.திருமாவளவனின் பிறந்தநாள் விழா கவியரங்கில் "கலித்தொகைபோல் நீயொரு தலித்தொகை" என்றார். அருகில் அமர்ந்திருந்த என்னிடம் "என்னய்யா தலித்தொகை புதுசா இருக்கா" என்று புன்முறுவினார். காலத்திற்கும் களத்திற்கும் சூழலுக்கும் ஏற்பவே அவருடைய வார்த்தைகளும் சிந்தனைகளும் பின்னப்பட்டன.

தலைவர்கள் குறித்தும் தனி நபர்கள் குறித்தும் அவர் எத்தனையோ கவிதைகளை எழுதியிருக்கிறார். தலைவர்களையும் தனி நபர்களையும் மேடையிலேயே துதிபாடியிருக்கிறார். முதல்

மாதம் கலைஞரையும் இரண்டாவது மாதம் ஜெயலலிதாவையும் மூன்றாவது மாதம் வைகோவையும் நான்காவது மாதம் மூப்பனாரையும் அவர் வாழ்த்துவதைப் பார்த்தவர்கள், வாலி ஏன் எல்லோரையும் உச்சியில் தூக்கி வைத்துக் கொண்டாடுகிறார் என்றிருக்கிறார்கள். ஒரு கவிஞனுக்கு அரசியல் வேண்டாமா? எல்லோரையும் புகழ்கிறார் என்றால் அவர் அரசியல்தான் என்ன? எனவும் கேட்டிருக்கிறார்கள். சமூகம் சார்ந்து சிந்திக்க வேண்டுமானால், எது சிறந்த கொள்கையாகப்படுகிறதோ அதைப் பற்றிக்கொண்டுதானே நிற்கவேண்டும். அப்படியில்லாமல் அந்தத் தலைவரையும் புகழ்வது, இந்தத் தலைவரையும் புகழ்வது என்றிருந்தால் அந்த வார்த்தைகளுக்கு என்ன மதிப்பிருக்க முடியும்? எனச் சர்ச்சித்திருக்கிறார்கள்.

அதையெல்லாம் தெரிந்த கொண்ட வாலி, “எல்லோரிடமும் கடவுள் இருக்கிறது என்னும் எண்ணமுடையவனே நான்” என எளிதாகக் கடந்திருக்கிறார். “என்மீது விமர்சனம் வைப்பவர்கள், எல்லோரையும் விமர்சிக்க வேண்டும் என எதிர்பார்க்கிறார்கள். என்னால் யாருமே புண்படக்கூடாது என்பதுதான் என் எச்சரிக்கை. மேலும், புல் பூண்டில்கூட இறைவன் இருப்பதாகக் கருதினால் எதை? யாரை? தூஷிக்க வாய்வரும்” என்றும் விளக்கமளித்திருக்கிறார். ‘இன்னும் இவர்கள் இருக்கிறார்கள், பெரும் புள்ளிகள்’ ஆகிய இரண்டு தொகுப்பில் அவர் எழுதிய வாழ்த்துக் கவிதைகள் இடம்பெற்றுள்ளன.

ஒருவயதுக்குமேல் அவர் காவியம் இயற்றுவதில் ஆர்வம் காட்டினார். அவதார புருஷன், பாண்டவர் பூமி, ராமானுஜர் காவியம், பகவத் கீதை, தமிழ்க் கடவுள் முருகன், கிருஷ்ண விஜயம் ஆகியவை நூல்களாக வெளிவந்துள்ளன. புதுக்கவிதை வடிவில் அவர் காவியங்களை எழுத வேண்டுமென விரும்பியிருக்கிறார். ஆழ்ந்த பக்தியும் மொழிப்பற்றும் உடைய அவர், இக்காலத்திற்கு ஏற்றவாறு காவியங்களை ஆக்கி அளித்திருப்பது குறிப்பிடத்தக்கது. குறிப்பாக, இயைபுத் தொடைகளில் அதிக கவனம் செலுத்தும் அவருடைய சொல்லாடல்கள் வாசிக்கத்தக்கன.

ஒரு சொல்லுக்கு இத்தனை அர்த்தங்களா எனவும் இத்தனை அர்த்தங்களுக்கும் ஒரே சொல்லா எனவும் அக்காவியங்களில் வார்த்தைகளை அருவிபோல் கொட்டியிருப்பார். சோ. ராமசாமி சொல்வதைப் போல, பாண்டவர் பூமியில் சரித்திரமும் அவதார புருஷனில் பக்திப் பரவசமும் பகவத் கீதையில் தத்துவமும் அவருக்கு மட்டுமே சாத்தியம். விரிந்த தளத்தில் பக்தி நூல்களையும் சரித்திர ஆராய்ச்சிகளையும் மேற்கொள்ளாமல் அக்காவியங்களை அவரால் ஆக்கியிருக்க முடியாது. அதே சமயத்தில் சோ.ராமசாமி இயக்கிய 'முகமது பின் துக்ளக்' திரைப்படத்தில் "அல்லா அல்லா" என்றொரு பாடலை எழுதியிருப்பார். அப்படம் வெளிவரவிருந்த சமயத்தில் அப்படம் இஸ்லாமியர்களுக்கு எதிராக எடுக்கப்பட்ட படமென்று சொல்லப்பட்டது. வதந்தி பரவியிருந்தது எனவும் சொல்லலாம். பிரதமர் இந்திராகாந்திவரை தலையிட்டுத்தான் அப்படம் வெளிவந்தது. இஸ்லாமியர்களுக்கு எதிராக எடுக்கப்பட்ட படமாக எண்ணியவர்களின் வாயை அடைப்பதற்கே "அல்லா அல்லா" பாடல் இணைக்கப்பட்டிருக்கிறது. படத்தைப் பார்த்த எதிர்ப்பாளர்கள், அப்பாடலைக் கேட்டதும் கைதட்டி ஆரவாரம் செய்தது தனிக்கதை. ஒரு பாடலால் ஒரு படத்தைக் காப்பாற்ற முடியும் என நிரூபித்தவராக வாலி இருந்திருக்கிறார். ஆனாலும், அப்பாடலில் வாலி, அல்லாவுக்கு இணை வைத்து நபியை சொல்லியிருப்பதால் இலங்கை வானொலியில் இன்றுவரை அப்பாடல் ஒலிபரப்பப்படவில்லை.

சமரசமில்லாமல் வாழ்வில்லை என்பதைத் தாரக மந்திரமாகக் கொண்டிருந்த வாலி, தன்னுடைய சுயமரியாதையை யாராவது சமரசம் செய்துகொள்ளச் சொன்னால் முகத்தில் அடித்தாற்போல் பேசியிருக்கிறார். ஒருமுறை இயக்குநர் பாலச்சந்தர் வாலியின் பாடலைக் கேட்டுவிட்டு, "இவ்வளவு சிறப்பாகப் பாடல் இருப்பதால் அது கண்ணதாசன் எழுதியதாக நினைத்தேன்" என்றிருக்கிறார். உடனே வாலியும், "இவ்வளவு சிறப்பாக குடும்பக்கதை வந்திருப்பதால் நானும் இப்படத்தை இயக்கியவர் கே.எஸ்.கோபாலகிருஷ்ணனாக இருக்கும் என்றுதான் நினைத்தேன்" என்றிருக்கிறார். சரிக்குச் சரியாக வாதிடுவதில்

அவர் சமர்த்தர். பாடல் வரிகளில் திருத்தம் கேட்கும்பொழுது, சரியான காரணங்களைச் சொல்லாவிட்டால் சண்டைதான். தன்னை அப்டேட் செய்துகொண்டே இருந்ததால் ஒரு பாடலில் எங்கே ஆங்கிலத்தைக் கலக்கலாம். எங்கே ஆங்கிலத்தைக் கலக்கக்கூடாது எனப் புரிந்து வைத்திருந்தார். வேகமான பாடல்களில் மட்டுமே ஆங்கிலப் பிரயோகங்களை அனுமதிப்பார். அதுவல்லாத மெல்லிசைப் பாடல்களில் எங்கேயுமே ஆங்கிலச் சொற்களை பயன்படுத்தியதில்லை. இயக்குநரே விரும்பினாலும் தவிர்த்துவிடுவார். உதாரணத்திற்கு ஒன்றிரண்டைக் காட்டலாம். அதுகூட அவர் பார்வைக்கு எட்டாமல் நடந்திருக்கலாம் என்றே நம்புகிறேன்.

வாலியின் திரைவாழ்வில் எத்தனையோ ஏற்ற இறக்கங்கள் இருந்திருக்கின்றன. திரும்பிய திசையெல்லாம் அவருடைய பாடல்களே காற்றை நிறைத்திருக்கின்றன. இந்த இடத்தில் அவர், திரைப்படங்களுக்கு எழுதிய திரைக்கதைகளையும் வசனங்களையும் பற்றிச் சொல்ல வேண்டும். அவருடைய படங்களில் என்னை மிகவும் கவனிக்க வைத்தது, 'ஒரே ஒரு கிராமத்திலே' என்னும் திரைப்படம். அப்படத்தை தஞ்சாவூரைச் சேர்ந்த ஜோதிபாண்டியன் இயக்கியிருப்பார். தேசிய விருது பெற்ற அத்திரைப்படம், இட ஒதுக்கீட்டை விமர்சித்திருந்தது. காயத்திரி என்னும் பெயருடைய பிராமணப் பெண், கருப்பாயியாக மாறி கலெக்டராகிவிடுவார். காயத்திரி ஏன் கருப்பாயியாக மாறினாள் என்பது கதை. மண்டல் கமிஷனைப் பற்றித் தீவிரமான விவாதங்கள் போய்க்கொண்டிருந்த நேரத்தில் அப்படம் வெளியானது. ஆனபோதும், அப்படத்தைப் பெரிதாக யாரும் கண்டுகொள்ளவில்லை. இடஒதுக்கீட்டுக்கு எதிராக எடுக்கப்பட்டதால் அடுத்தடுத்த படங்களை இயக்கும் வாய்ப்பு ஜோதிபாண்டியனுக்குக் கிடைக்காமல் போனதோ என்னவோ?

ஒரு திரைப்படம் எந்த விஷயத்தையும் பேசலாம். பொதுக் கருத்துக்கு அல்லது பொதுப் புத்திக்கு ஏற்புடையதாக இருக்கவேண்டும் என்கிற அவசியமில்லை. மாற்றுக் கருத்துக்கும் மாற்றுச் சிந்தனைகளுக்கும் இடமளிக்கத் தவறுகிற சமூகத்தில் எந்த மாற்றமும் நிகழாதென்பதே

ஜனநாயகவாதிகள் சொல்வது. ஒரே ஒரு கிராமத்திலே திரைப்படத்தில் இடம்பெற்றுள்ள "ஓலக் குடிசையிலே" என்னும் பாடல் எப்போதும் என் விருப்பப் பட்டியலில் இடம்பெற்றிருப்பது. இளையராஜாவின் குரலில், மெய்மறக்கச் செய்த அவ்வரிகள் நாடோடித் தாலாட்டு வகைக்கு நல்ல சான்று.

ஆரம்பகாலங்களில் நாடகங்களை எழுதியும் நடித்தும் அனுபவம் பெற்றிருந்ததால், அவருக்குத் திரைக்கதைகளை அமைப்பதிலும் திரையில் தாமே தோன்றி நடிப்பதிலும் சிரமம் இருக்கவில்லை. இயக்குநர் பாலச்சந்தர் சொல்லிக்கொடுத்ததால்தான் திரைப்படத்திலும் தொலைக்காட்சித் தொடர்களிலும் நடித்தேன் என அவர் சொல்லியிருந்தாலும், காலத்தையும் களத்தையும் சூழலையும் கருத்திற்கொண்ட ஒருவருக்கு, எல்லாமே சாத்தியம் என்றுதான் தோன்றுகிறது. தனக்கு இடப்படும் பணி எதுவோ, அதைச் சரியாகச் செய்துவிடுவதில்தான் மொத்தமுமே இருக்கின்றன. மெட்டுக்கு வார்த்தைகளை அளந்து அளந்து போடக்கூடிய பாடலாசிரியர்கள் எளிதில் உணர்ச்சிவசப்படுகிறவர்கள் என்றொரு கருத்து நிலவுகிறது. ஒருவகையில் அது உண்மையும்கூட.

வார்த்தைகளின் பொருளும் குறியும் அவர்களை அறியாமலே அவர்களை உணர்ச்சிக்குத் தள்ளிவிடும். கலைஞரின் திரைக்கதைகளைத் தொடர்ந்து படமாக எடுத்துவந்தவர் இராம.நாராயணன். ஒருகட்டத்தில் மக்களின் நாடிபிடித்து, பாம்புகளை வைத்துப் படமெடுக்க ஆரம்பித்தார். அப்போது அவருடைய படங்களுக்கு வாலிதான் பாடல்கள் எழுதிவந்தார். இராம.நாராயணன் தி.மு.க.வைச் சேர்ந்தவர் என்பதால் அவர் இயக்கி வெளிவந்த ஒரு படத்திற்கு பாராட்டு விழா நடந்திருக்கிறது. அந்த விழாவில் பேசிய வாலி, மொத்த நாகத்தையும் வைத்துப் படமெடுக்கும் இராம.நாராயணனுக்கு இனி, துத்தநாகத்தை வைத்துத்தான் பாடலெழுத வேண்டுமென ஹாஸ்யமாகப் பேசியிருக்கிறார்.

அப்போது மேடையிலிருந்த கலைஞர், "நான் துத்தநாகத்திற்கெல்லாம் பாட்டெழுத மாட்டேன்"

என்றிருக்கிறார். அந்த வாக்கியம் வாலிக்கு வருத்தத்தை ஏற்படுத்திவிட்டது. வார்த்தைதானே விட்டுவிடலாம் எனச் சமாதானமடையவில்லை. மறுநாள், கலைஞரே பேசி வருத்தம் தெரிவித்தவுடன்தான், மீண்டும் இராம.நாராயணனுக்குப் பாடல் எழுதச் சம்மதித்திருக்கிறார். இறுதிக் காலங்களில் ஒருநாள், இளம்கவிஞர்கள் எல்லோரையும் ஒருசேர சந்திக்க வேண்டுமென வாலி விரும்பினார். ஆனந்தவிகடனைச் சேர்ந்த நண்பர் மை.பா.நாராயணன் அந்தச் சந்திப்புக்கு ஏற்பாடு செய்தார். ஒரு முழுநாள் இளம் கவிஞர்களோடு அவர் அடித்த இலக்கிய அரட்டைகள் மறக்க முடியாதவை. என் தோளிலும் இளையகம்பன் தோளிலும் கைகளைப் போட்டுக்கொண்டு, "ஒருபக்கம் பாரதி இன்னொரு பக்கம் கம்பன் வேற என்னய்யா வேணும் வாழ்க்கையில" என்று குறும்பாகச் சிரித்த சிரிப்பு எதையோ இன்னமும் சொல்லிக்கொண்டிருக்கிறது. முதன் முதலில் வித்யாசாகரின் ஒலிப்பதிவுக் கூடத்தில் சந்தித்த அதே மிடுக்கோடும் அதே குணஇயல்புகளோடுமே அவர் இறுதிநாளிலும் இருந்தார்.

மருத்துவமனைக்குச் சிகிச்சைக்காக அனுமதிப்பட்டிருந்த அவர், பாட்டெழுத வாங்கியிருந்த அட்வான்ஸைத் திருப்பித் தரச்சொல்லிவிட்டுத்தான் மரித்திருக்கிறார். இயக்குநர் வசந்தபாலன் இயக்கிய "காவியத் தலைவனே" அவர் கடைசியாகப் பாட்டெழுத ஒப்புக்கொண்ட திரைப்படம். "காவியக்கவிஞர் வாலி" என்னும் அடைமொழிக்கு பொருத்தமாகவே அவருடைய இறுதிச்சொற்களும் அமைந்தன என்பது எதார்த்தமில்லை. "பீமா" என்னும் திரைப்படத்தில் "ரகசியக் கனவுகள்" பாடலை எழுதிவிட்டு வீடு திரும்பிய பொழுது, அப்படத்தின் இயக்குநர் லிங்குசாமி தொலைபேசியில் அழைத்தார். பாடலில் ஏதோ திருத்தம் இருக்கிறதுபோல என எண்ணிக்கொண்டு, தொலைபேசியை எடுத்த என்னிடம், "இன்னொரு பாடலிருக்கிறது. உடனே எழுதவேண்டும். முடியுமா?" என்றார். திரையில் என்னை அறிமுகப்படுத்தியவர் என்பதால் எதையுமே கேட்காமல், "தாராளமாக எழுதுகிறேன், மெட்டை அனுப்புங்கள்" என்றேன். சொன்னதுபோல மறுநாளே "எனதுயிரே எனதுயிரே" என்னும் பாடலை எழுதிக்கொண்டு இசையமைப்பாளர்

ஹாரீஸ் ஜெயராஜ் ஒலிப்பதிவுக் கூடத்திற்குப் போனேன். அங்கே போகும்வரை எனக்குத் தெரியாது, அப்பாடலின் மெட்டு, ஏற்கெனவே வாலிக்குத் தரப்பட்டதென்று.

ஒரு இயக்குநர், ஒரு பாடலாசிரியனின் சிந்தனைக்குப் பாடலை விட்டுவிட்ட பிறகு, அந்தச் சிந்தனையிலிருந்து நல்லதை எடுப்பதுதான் இயக்குநரின் வேலையே தவிர, தான் சிந்தித்ததைத் தாங்கள் ஏன் எழுதவில்லை எனக் கேட்பது அபத்தம் என்று ஆரம்பத்தில் வித்யாசாகர் ஒலிப்பதிவுக்கூடத்தில் வாலி சொன்னதுதான் நினைவுக்கு வந்தது. என்னைப் பாட்டெழுத அழைக்கும் இயக்குநர்களிடம் இப்பொழுது நான் சொல்வதும் அவர்சொன்னதுதான். என்ன வேண்டுமென்று சொல்லுங்கள், எழுதிவிடலாம்.

தஞ்சை ப்ரகாஷ்

நம்முடைய நினைவுகளில் இருந்து ஒருவர் அகலாமல் இருக்கிறார் என்றால், அவரை நாம் மறக்காமல் இருக்கிறோம் என்பதல்ல பொருள். மறுக்கவோ மறக்கவோ முடியாத பல காரியங்களை அவர் நமக்குச் செய்திருக்கிறார் என்றுதான் பொருள்கொள்ள வேண்டும். அவ்வாறு அவர் செய்திருக்கும் காரியங்கள் நல்லவிதமாக இருக்கும்பட்சத்தில் அவரை நாம் நம்முடைய இறுதிமூச்சு உள்ளவரை விலகுவதில்லை. எழுத்தாளர் தஞ்சை ப்ரகாஷ் என்னுடைய நினைவுகளில் மட்டுமல்ல நிஜத்திலும் வாழ்ந்துகொண்டிருப்பவர். எழுத்தின் சகல நுட்பங்களையும் கற்பித்து, என்னை எனக்கே அறிமுகப்படுத்திய அவர் இறந்து பதினேழு ஆண்டுகள் ஆகின்றன. இந்தப் பதினேழு ஆண்டுகளில் அவரை நான் நினைக்காத நாளில்லை என்று சொல்வது மிகையாகப் படலாம். ஆனால், அதுதான் உண்மையென்பதை என்போல அவரிடமிருந்து விஷயதானத்தைப் பெற்றுக்கொண்டவர்களால் விளங்கிக்கொள்ள முடியும்.

தனிச்சுற்று இதழ்களிலும் பாக்கெட் நாவல்களிலும் கவிதைகளை எழுதிக்கொண்டு இருந்த என்னை, நவீன இலக்கியத்தின் பக்கமும் நல்ல எழுத்தாளர்களை நோக்கியும்

பயணிக்க வைத்தவர் அவரே. அவருடைய அறிமுகம் வாய்க்கும்வரை மரபுக் கவிதைகளைத் தாண்டி நான் வரவில்லை. ஓரளவு யாப்புப் பயிற்சி பெற்றிருந்த காரணத்தால் அதையே கவிதை எழுதுவதற்கான முழுத் தகுதியாக நம்பிக்கொண்டிருந்தேன். பெரிய வாசிப்பில்லை. ஆழ்ந்து ஒரு விஷயத்தை அணுகி, அதைப் பக்குவத்துடன் பார்க்கவும் பழகியிருக்கவில்லை. பத்திரிகைகளில் பெயர் பார்த்து சந்தோஷப்படும் சராசரி மனநிலையில்தான் என் பொழுதுகள் கழிந்தன. பத்திரிகைகளில் "ஸ்பேஸ் பில்லர்"களாகப் பிரசுரிக்கப்பட்ட என்னுடைய கவிதைகளை, உலகமே உற்று நோக்கிக்கொண்டிருப்பதான பாவனையில் மிதந்துகொண்டிருந்தேன்.

அக்காலங்களில் கவிதை என்று பிரசுரமானவற்றை என் எந்தக் கவிதைத் தொகுப்பிலும் இன்றுவரை இணைக்கவில்லை. காரணம், அது கவிதைகளே இல்லை என்பதை ப்ரகாஷ் போன்றவர்களே புரியவைத்தார்கள். துணுக்குகளை மடக்கி எழுதியதை கவிதை என்னும் பெயரில் அப்போதைய தினசரிகள் தங்கள் இலவச இணைப்புகளில் பிரசுரித்துக்கொண்டிருந்தன. அதையும் கவிதையாகக் கருதி, இந்த வாரத்தில் என்ன வந்திருக்கிறது எனக்கேட்டு, பாராட்டியும் விமர்சித்தும் என்னை ஒழுங்கு செய்தவர் தஞ்சை ப்ரகாஷே. வெறும் ஆர்வப் பெருக்குடன் அலைந்துகொண்டிருந்த என்னை, இலக்கியத்தின் முகத் துவாரத்தில் கொண்டு நிறுத்தும் காரியத்தைச் செய்தவர் அவர்தான். அவருடைய பாராட்டுகளைப் போலவே விமர்சனங்களும் மென்மையானவை. தூங்குகிற குழந்தையின் கையிலிருக்கும் கிளுகிளுப்பையைப் பிரித்தெடுப்பதுபோல என கு.அழகிரிசாமி எழுதுவாரே அப்படி.

தோற்றத்தில் ஓஷோவைப் போலிருக்கும் அவர், உதிர்க்கும் சொற்களில் உண்மையும் அன்பும் மிகுந்திருக்கும். தாடியை நீவிக்கொண்டே அவர் பேசும் அழகில் சொக்கிக் கிடந்த நாள்கள் அநேகம். நெடிய உருவம். உருண்ட விழிகள். தீட்சண்யமான பார்வை. எதைப்பற்றியும் தெளிவாகச் சொல்பவராகவும் சொல்லித்தரக்கூடியவராகவும் அவர்

இருந்தார். வெகுஜனப் பத்திரிகைகளில் எழுதிவந்த நான், அவர் அறிவுறுத்தலுக்குப் பிறகே இலக்கியப் பத்திரிகைகளுக்குத் திரும்பினேன். இலக்கியத்தை வாசித்து நுகரும் பயிற்சியை அவரில்லாமல் நான் பெற்றிருப்பேனா என்பது சந்தேகமே. அவர் என் ஆசான்களில் முதன்மையானவர். எனக்கு மட்டுமல்ல, எனையொத்த தஞ்சைப் படைப்பாளிகள் பலருக்கும் அவர்தான் ஆசானெனும் ஸ்தானத்தில் இருந்தார். இருக்கிறார். அவருக்கு எவ்வளவு தெரியுமென அளவிடக் கூடிய தராசு எங்களிடம் இருக்கவில்லை. அவர் ஒருவரைத் தவிர யாருடைய பேச்சையும் நாங்கள் கேட்டதுமில்லை.

அவரோடு முரண்படுவோம். ஆனால், அவர் உறவை முறித்துக்கொள்ள எண்ணியதில்லை. எந்த இலக்கிய சர்ச்சைக்கும் தீர்ப்புச் சொல்லக்கூடிய நீதிமானாக அவரை வைத்திருந்தோம். அவரும், தான் சொல்வதை கேட்கிறார்கள் என்பதற்காகக் கூடுதலாக எங்களை வழிநடத்த மாட்டார். எங்கள் போக்கில் எங்களை அனுமதித்து இலக்கியச் சாளரத்தைத் திறந்துவிடுவார். ஒருநாள் இருநாள் அல்ல, ஒவ்வொருநாளும் புதிய செய்திகளைச் சொல்பவராக அவர் இருந்தார். ஒரேயடியாக கருத்துகளை அடித்து நொறுக்குபவராக அவர் இருந்ததில்லை. இது அந்தக் காலத்தில் அப்படி இருந்தது, இப்போது இப்படி இருக்கிறது என்று மட்டுமே விளக்குவார். அறிந்தும் அறியாமல் நாங்கள் முன்வைக்கும் கேள்விகளை உள்வாங்கி, அதற்குரிய பதில்களை அளிப்பார். அவர் சொல்வதெல்லாம் சரியா, சரியில்லையா என்னும் சந்தேகமே எங்களுக்கு எழுந்ததில்லை. ஏனெனில், அவருடைய உரையாடல் தொனியில் அத்தகைய தெளிவு இருக்கும்.

பழந்தமிழ் இலக்கியத்தில் பாண்டித்தியம் உடைய ஒருவர், நவீன இலக்கியத்தை அலட்சியப்படுத்துவார். அதேபோல நவீன இலக்கியத்தைப் பயின்ற ஒருவர், பழந்தமிழ் இலக்கியத்தை மருந்துக்குக்கூட சேர்ந்துக்கொள்ளமாட்டார். ஆனால், தஞ்சை ப்ரகாஷ் இரண்டையும் பழுதறப் பயின்றவர். மரபின் தொடர்ச்சியே புதுமை என்று சொல்லக்கூடிய திராணி அவரிடமிருந்தது. புதுமை என்பதற்காகப் பொக்குகளையும்

புழுதிகளையும் அவர் கொண்டாடியதில்லை. உலகக் காவியங்களை விரல்நுனியில் வைத்திருந்த அவர், பல மொழிகளைக் கற்றிருந்தார். ஆங்கிலம், சமஸ்கிருதம், மராட்டி, தெலுங்கு, ப்ரெஞ்ச், உருது, கன்னடம், வங்கம், மலையாளம் எனப் பத்துமொழிகளில் அவருக்குப் புலமை இருந்தது. அம்மொழிகளில் அவ்வப்போது வெளிவரும் நூல்களைக் கவனித்து வாசிக்கும் பழக்கத்தையும் வைத்திருந்தார்.

தஞ்சைக் கீழராஜவீதியில் ரப்பர் ஸ்டாம்ப், பிளாக் மேக்கிங்குடன் சேர்ந்த அச்சகக்கூடத்தை நடத்தி வந்தார். அதை அச்சகக் கூடமென்று சொல்வதைவிட, இலக்கிய அரட்டைக்கூடம் என்றுதான் சொல்லவேண்டும். எப்போதும் அவரைச் சுற்றி ஓர் இலக்கிய வட்டம் அமர்ந்திருக்கும். அந்த வட்டத்தில் பிரபஞ்சன், அசோகமித்ரன், கி. ராஜநாராயணன், எம்.வி.வெங்கட்ராம், வல்லிக்கண்ணன், வண்ணநிலவன், தேனுகா, மாலன், கரிச்சான்குஞ்சு, வெங்கட்சாமிநாதன், தி.ஜானகிராமன், வேல. ராமமூர்த்தி, தஞ்சாவூர்க் கவிராயர், சி.எம்.முத்து, நா.விச்வநாதன் எனப் பலர் அடங்குவர். "மிகச் சிறிய வசதிகளை உடைய ஒருவர், எப்படி ஆண்டுக்கணக்கில் நவீன இலக்கியத்தின் மீது ஆர்வமும் கவனமும் வைத்திருக்க முடியும்" என அசோகமித்திரன் ஆச்சர்யப்பட்டிருக்கிறார். அந்த ஆச்சர்யத்தில் அவரை "இலக்கிய யோகி" என்றும் அழைத்திருக்கிறார்.

ஒருவர் எழுத்தாளராக ஆவதற்கு எவ்வளவு படிக்கவேண்டும் என்கிற அளவீடு இல்லை. எவ்வளவு படிக்கவேண்டும் என்பதுடன் எதையெதைப் படிக்கவேண்டும் என்பதையும் சேர்த்துக்கொள்ளலாம். தன்னுடைய எழுத்துகளைப் பிறர் படிக்கவேண்டும் என்று எண்ணக் கூடிய ஒருவர், பிறருடைய எழுத்துகளை எவ்வளவு படித்திருக்கிறார் என்பதில்தான் எழுத்தின் சூட்சுமங்கள் அடங்கியிருக்கிறது. நிரம்பப் படித்துவிடுவதால் மட்டுமே ஒருவர் எழுத்தாளரென்னும் அந்தஸ்தைப் பெற்றுவிடுவதில்லை. எதுவுமே படிக்காமல் தன் வாழ்வில் நிகழ்ந்த சம்பவங்களை எழுதி, பெரிய எழுத்தாளர் எனும் பெயரை வாங்கிய எத்தனையோ எழுத்தாளர்கள் நம்மிடையே இருக்கிறார்கள். நான் சொல்வது, பள்ளிப்

படிப்பையோ, பட்டப் படிப்பையோ அல்ல.

தன் வாழ்நாள் முழுக்கப் புத்தக வாசத்திலேயே உழன்றவராக எழுத்தாளர் தஞ்சை ப்ரகாஷைச் சொல்லலாம். அவர் வாசித்தறியாத புத்தகங்களே இல்லை. நான்கு தலைமுறையைச் சேர்ந்த எழுத்தாளர்களை அவர் வாசித்திருந்தார். ஆழ்ந்தும் அகன்றும் அவர் வாசித்த பல விஷயங்களை எழுதவும் பேசவும் பழகியிருந்தார். நுனிப்புல் மேய்ந்து கருத்துச்சொல்லும் வழக்கம் அவரிடம் இருந்ததில்லை. எதையும் ஆய்ந்து விளக்கமளிக்கும் ஆற்றல் அவரிடமிருந்தது. பிரபலமான எழுத்தாளர்களிடம் எப்படி நடந்துகொள்வாரோ அப்படியேதான் பிரபலமில்லாத எழுத்தாளர்களிடமும் நடந்துகொள்வார். அன்றே தன் முதல் கதையை, கவிதையை எழுதியவராய் இருந்தாலும், அவரைப் பொறுத்தவரை எல்லோரும் ஒன்றுதான். என்னுடைய பள்ளிப் பருவத்தில் பெரும்பாலான விடுமுறைகளை அவருடன்தான் கழித்திருக்கிறேன். என் தந்தையைக் காட்டிலும் கூடுதலான வயதுடைய அவர், எந்த இடத்திலும் என்னைச் சிறியவனாக நடத்தியதில்லை.

வயதுக்கு மீறிய செய்திகளை அறிந்துகொள்வதால் வழிமாறிவிடுவனோ? என்று என் வீட்டிலுள்ளவர்களுக்குக் கவலையிருந்தது. இலக்கியத்தின் இன்னொரு பகுதியை தெரிந்துகொள்ள முனைந்து, படிப்பிலும் ஒழுக்கத்திலும் தவறிவிடுவேனோ? என்றும் அஞ்சியிருக்கிறார்கள். ஓரிருமுறை அப்பாவேகூட தஞ்சை ப்ரகாஷிடம் பழகுவது குறித்து விசனப்பட்டிருக்கிறார். “அவர் ஒருமாதிரி எழுதக்கூடியவர் அவருடன் உனக்கென்ன பழக்கம்” என்றிருக்கிறார். அந்த ஒருமாதிரியைக் கடைசிவரை ப்ரகாஷ் என்னுடன் பகிர்ந்துகொள்ளவே இல்லை. எழுத்தின் உச்சங்களை மட்டுமல்ல, எழுதுவதால் நேரும் கஷ்டங்களையும் அவர்மூலமே நான் அறிந்துகொண்டேன்.

வரலாற்றுத் தரவுகளில் இருந்து வாழ்வைப் புரிந்துகொள்ளவும் அப்புரிதலில் இருந்து இலக்கியம் செய்யவும் அவர் அளவுக்கு எனக்குக் கற்றுக்கொடுத்தவர் எவருமில்லை. அவரை யாரென்று அறிந்துகொள்வதற்கு,

என்னுடைய இரண்டாவது கவிதை நூலான பஞ்சாரத்திற்கு அவர் எழுதிக்கொடுத்த நிசும்பசூதனி குறித்த ஆய்வுரை ஒன்றுபோதும். இரண்டாம் மாறவர்மன் தஞ்சையை அழிக்கப் படையெடுத்து வந்தபோது, அதைத் தடுத்தி நிறுத்திய காளியைப் பற்றிய ஆய்வுரையே அது. நோயுற்றுச் சென்னை ரெட்டி மருத்துவமனையில் இருந்தபோது, அவ்வாய்வுரையை அவர் சொல்லச் சொல்ல பிரதியெடுத்தவர் கவிஞர் இளம்பிறை. உடல் சுகமில்லாமல் மருத்துவமனையில் இருந்தபோதும், என்னுடைய விருப்பத்தை நிறைவேற்றியதை அவ்வளவு எளிதாக என்னால் மறந்துவிடமுடியாது. தஞ்சையைக் காப்பாற்றிய காளியால் தஞ்சை ப்ரகாஷைக் காப்பாற்ற முடியாது போனது துர்லபமே. தனக்குக் கிடைத்த ஆசானிடமிருந்து அறிவைப் பெறுவது இயற்கை. அன்பைப் பெறுவதுதான் பாக்கியம்.

அறிவுக்கு அப்பால் எவ்வளவோ இருப்பதாக அவர் சொல்லுவார். மனிதர்கள் அறிவைக் காட்டிலும் நம்பிக்கைகளின் வழியேதான் வாழ்வை நடத்துவதாக எண்ணியுமிருக்கிறார். காளி காட்சியளித்து, தஞ்சாவூரைக் காப்பாற்றியதாக அவர் சொல்லியதை நான் ஏற்கவில்லை. "அது எப்படி அறிவுக்குப் பொருத்தமில்லாமல் வரலாற்றை வடிவமைக்க முடியும்" என்றிருக்கிறேன். "அறிவால் எல்லாவற்றையும் அறிய முடியுமென்றால் மெய்ஞானத்தை என்னவென்பீர்கள்" என்று எதிர்க்கேள்வி கேட்டிருக்கிறார். விவாதங்களை அவர் நடத்திக்கொண்டு போகும்விதம் அலாதியாயிருக்கும். எதிர்த்தரப்பினர் என்ன வாதம் வைத்தாலும், அதை மறுத்தே தீருவதென்னும் முனைப்பு அவரிடம் இருந்ததில்லை.

அறிவைவிடவும் நம்பிக்கைகள்மீதுதான் அவருக்குப் பற்று இருந்தது. கார்டன் மார்க்ஸ் லயனல் பிரகாஷ் என்னும் இயற்பெயருடைய அவர், ஒருமுறைகூட தன்னை கிறிஸ்தவராக வெளிப்படுத்தியதில்லை. மாறாக "அங்கிள்" எனும் சிறுகதைமூலம் கிறிஸ்தவ மதகுருமார்களின் கண்டனத்திற்கு ஆளானார். "பற்றி எரிந்த தென்னை மரம்", "கடைசிக் கட்டி மாம்பழம்", "மேபல்", "பொறா ஷோக்கு", "ஆலமண்டபம்" போன்ற கதைகளின் வழியே தஞ்சை

மாவட்டத்து வாழ்வியலை மிக அழகாகச் சித்திரித்திருக்கிறார். அசலான தஞ்சை மண்ணை அதன் இயல்பான தன்மையுடன் எழுதிக்காட்டியவர் அவர். மராட்டியரின் வருகைக்குப்பின் தஞ்சை நகரில் ஏற்பட்ட சம்பிரதாய மாற்றங்களை அவர் படைப்புகளில் மட்டுமே காண முடியும். அக்ரஹார வாடையில்லாத அவருடைய தமிழில் காவிரி ஓடிய தஞ்சையை அறியலாம். பெரும் உணர்ச்சி பிரவாகத்தில் எழுதிச்செல்லும் அவருடைய எழுத்துமுறை, ஏனைய தஞ்சை எழுத்தாளர்களிடமிருந்து முற்றிலும் மாறுபட்டது.

தஞ்சை ப்ரகாஷின் முப்பத்தொரு சிறுகதைகள் அடங்கிய தொகுப்பை பொன்.வாசுதேவன் கொண்டுவந்திருக்கிறார். அத்தொகுப்பிலுள்ள கதைகளை இப்போது வாசித்தாலும் ஆரம்பகாலங்களில் என்னுள் ஏற்படுத்திய அதே அதிர்வையும் ஆச்சர்யத்தையும் ஏற்படுத்துகின்றன. என்றாலும், தஞ்சை ப்ரகாஷின் எழுத்துகள், ஒருபோதும் கதையைச் சொல்வதற்காக எழுதப்பட்டதல்ல. எழுத்தின் வழியே வாழ்வைச் சொல்வதற்காக எழுதப்பட்டவை. தொன்மைமிக்க தஞ்சை நகரின் சிதிலமடைந்த இன்றைய நிலையை விவரிப்பவை. தஞ்சை சமஸ்தானத்தையும் மராட்டிய மன்னர்களின் வருகையையும் அவர் எழுத்துகளின் வழியே கண்டறியலாம். மரபுமீறலையும் ஒழுக்க நெறிகளையும் கேள்விக்குட்படுத்தவே அவர் எழுதினார். தன்மீது ஒட்டியுள்ள அழுக்கை மறைக்கவும் அதைத் துடைத்தெறியவும் ஒரு சமூகம் எவ்வளவு பாடுபடுகிறது என்பதையே அக்கதைகளில் அவர் பிரதானப்படுத்தியிருக்கிறார்.

அவருடைய கரமுண்டார்வூடு, மீனின் சிறகுகள், கள்ளம் ஆகிய நாவல்களை வாசித்தவர்கள் என் கூற்றிலுள்ள உண்மையை உணர்வார்கள். மனிதர்களில் யாருமே ஒழுங்கில்லை என்பதுபோல அவருடைய நாவல்கள் பின்னப்பட்டிருந்தாலும், எளிய மனிதர்களின் எதிர்பார்ப்புகளை அக்கதாபாத்திரங்கள் துல்லியமாக விளக்கிவிடும். தான் பிறந்த கள்ளர் சமூகத்தைக் கசடு நிரம்பிய சமூகமாகச் சித்திரிப்பதிலிருந்தே அவர், சொந்த சாதி அபிமானத்தைத் துறந்தவர் என்பதைப் புரிந்துகொள்ளலாம். திருக்காட்டுப்பள்ளியை அடுத்த உஜ்ஜனி கிராமத்தைப்

பூர்வீகமாகக் கொண்ட அவர், இந்திய கிராமங்கள் முழுவதையும் அறிந்து வைத்திருந்தார். தமிழ் இலக்கியத்திற்கு அவருடைய பங்களிப்புகளாகச் சொல்ல நிறைய உண்டு. குறிப்பாக, அவர் ஏற்படுத்திய "கதைசொல்லிகள்" அமைப்பு.

முழுக்க முழுக்க கதைகளைச் சொல்வதற்காகவே அவர் ஓர் அமைப்பை உருவாக்கினார். அவ்வமைப்புமூலம் ஆயிரக்கணக்கான கதைகளை அவரும் பிறரும் சொல்லக் கேட்டிருக்கிறேன். பெரியகோவில் வாசலிலோ ராஜராஜசோழன் சிலைக்கு அடியிலோ அமர்ந்து அக்கதைகளைக் கேட்டுச் சிலிர்த்திருக்கிறேன். மனித மேன்மைகளையும் விகாரங்களையும் அக்கதைகளே எனக்குத் தெரியப்படுத்தின. அவ்வமைப்பை அவர் காரணமில்லாமல் தொடங்கவில்லை. ஆதியிலிருந்தே கதை சொல்லும் மரபு நம்முடையதென்று நிறுவும் ஆசை அவருக்கிருந்தது. கதைகளை எழுதிப்பழகாமல் சொல்லிப் பழகவேண்டுமென அவர் விரும்பினார். கதைகளைச் சொல்லும்பொழுதுதான் கற்பனைகள் விஸ்தரிக்கின்றன. எழுதும்போது அப்படியல்ல. எழுத்தில் ஏதோ ஒரு தடையிருக்கிறது. கேட்பவரின் முகக்குறிப்பை அறிந்து கதைகளைச் சொல்கையில், அக்கதையின் லட்சணம் தெரிந்துவிடும். எழுதப்படும் கதைகளுக்கான எதிர்வினைகள் முழுமையாகக் கிட்டுவதில்லை என்பது அவர் வாதம். தவிர எழுதுபவன் தன்னை நிறுவவே எழுதுவதாகவும் அவர் எண்ணினார்.

தஞ்சை ப்ரகாஷூம் தஞ்சாவூர்க் கவிராயரும் இணைந்து தொடங்கிய "கதைசொல்லிகள்" அமைப்பு வெகுகாலம் உயிர்ப்போடு இருந்தது. தமிழில் எழுதிவந்த பல முக்கியமான எழுத்தாளர்கள் அவ்வமைப்பில் கலந்துகொண்டு தங்கள் கதைகளைச் சொல்லியிருக்கிறார்கள். தங்களால் எழுதப்பட்ட கதைகளே ஆனாலும், ஒருசிலர் தொடர்ச்சியாகக் கதையைச் சொல்ல முடியாமல் போன சம்பவங்களும் உண்டுதான். பெரும்பாலும் தஞ்சை ப்ரகாஷ் எழுதப்பட்ட கதைகளை சொல்லியதில்லை. அங்கேயே அப்போதே யோசித்துதான் சொல்லுவார். அதிசயத்தை நிகழ்த்துவதுபோல அவரே அவர் கதையில் கரைந்தும் போய்விடுவார். அவ்வமைப்பில் யார்

வேண்டுமானாலும் கதைகளைச் சொல்லலாம். ஒருவரே இரண்டு மூன்று கதைகளைச் சொல்லவும் அனுமதியுண்டு.

வெகு விமரிசையாக நடந்துவந்த அவ்வமைப்பைக் கேள்விப்பட்ட புராதனச் செவ்விந்தியரான எரிக்மில்லர் உலகத்தின் இரண்டாவது கதைசொல்லிகள் என்று அவ்வமைப்பைப் பாராட்டியிருக்கிறார். நம்முடைய கர்ணப்பரம்பரைக் கதைகளையும் நாடோடிக் கதைகளையும் தஞ்சை ப்ரகாஷ் சொல்லக் கேட்பது தனி அனுபவம். வயதுக்கு வராதவர்கள் கேட்கக்கூடாத கதைகளும் அவர் சேகரிப்பில் இருந்தன. அதையெல்லாம் அவர் எழுதாமல் போய்விட்டாரே எனும் வருத்தம் எனக்குண்டு. எழுதாமல் இருக்கவே அமைப்பு தொடங்கிய அவரிடம் எழுத வேண்டுமென யாராவது கோர முடியுமா? தஞ்சாவூர்க் கவிராயர் சொல்வதுபோல, எழுத்துக்கு விரோதியாகவே அவர் இருந்தார். "சொல்லும்போது கிடைக்கும் சுகம் எழுதும்போது வருவதில்லை" என்பது அவர் ஒப்புக்குச் சொல்லியதில்லை. உணர்ந்து சொல்லியது. எழுத்துக்கு எதிர்த்திசையில் ஓர் எழுத்தாளர் என்னும் அடைமொழி தஞ்சை ப்ரகாஷுக்குப் பொருந்தும்.

உண்மையில், வடிவ நேர்த்திக்குள் வசப்பட்டுவிடும் கதைகளில் எதார்த்தமும் சத்தியமும் இடம்பெறுவதில்லை. அதன் காரணமாகவே தஞ்சை ப்ரகாஷின் கதைகள் சுதந்திரமான எழுத்துமுறையைக் கொண்டிருந்தன. எதற்குள்ளும் அடங்கிவிடாத அவருடைய சுதந்திர மனநிலைதான், "சும்மா இலக்கிய கும்பல்" எனும் அமைப்பையும் உருவாக்கியது. எழுதுவதெல்லாம் எழுத்தாவதில்லை. யாரோ ஒருவர் எழுதிய அல்லது சொல்லிய கதையைத் திரும்பச் சொல்லும்போது அக்கதையில்வரும் பாத்திரங்கள் புது உருக் கொள்கிறது. அப்படிக் காலந்தோறும் உருவாக்கப்பட்ட கதைகளே நம்மையும் நம்முடைய வாழ்வையும் நடத்துவதாக அவர் நம்பினார். "பதிவு செய்து வைக்கலாமே" என்றால், "தேவையானதைக் காலமே பதிவு செய்துகொள்ளுமே" என்பார். காகிதங்களில் எழுதப்பட்டதைவிட காற்றில் கரைத்துவிட்ட கதைகள்தான் நிலைக்கின்றன என்பது அவருடைய நம்பிக்கை.

அவர் எழுத்தைப் புறக்கணிக்க இன்னுமொரு காரணம் இருந்தது. அக்காரணத்தை அவரே கட்டுரையாகவும் எழுதியிருக்கிறார். “எழுதுகிற பிழைப்பு” என்னும் கட்டுரையில், இன்றையப் பத்திரிகைகள் எழுத்தாளனுக்குத் தரும் ஊதியத்தைப் பற்றியும் கௌரவத்தைப் பற்றியும் குறிப்பிட்டிருக்கிறார். எழுதிப் பிழைக்கும் பிழைப்பு, ஈனப் பிழைப்பு. ஒருவர் தன் வாழ்நாள் முழுக்க எழுதிப் பிழைக்கலாம் என எடுக்கும் முடிவு அபாயகரமானதே எனவும் வருந்தியிருக்கிறார். காதுகள் நாவல்மூலம் சாகித்ய அகாடமி விருதுபெற்ற எழுத்தாளர் எம்.வி. வெங்கட்ராம், எழுதி ஈட்டிய தொகையில் தன்னையும் தன் மகள்களையும் கரையேற்ற பட்டபாடுகளை அருகிலிருந்து பார்த்தவர்களில் அவரும் ஒருவர். சுட்டுவிரலிலும் நடுவிரலிலும் இரத்தம் சொட்டச்சொட்ட எம்.வி. வெங்கட்ராம் எழுதிக்கொடுத்த காதுகள் நாவலைப் பிரதியெடுத்து, அச்சுக்கு அனுப்பியவர் தஞ்சை ப்ரகாஷ்தான். நெசவுத் தொழிலிலும் ஜரிகை வணிகத்திலும் ஈடுபட்டுவந்த எழுத்தாளர் எம்.வி. வெங்கட்ராம் ஒருகட்டத்தில், எழுத்தை முழுநேரத் தொழிலாகக் கொண்டபோது அடைந்த ஏமாற்றங்களை அவரால் தாங்கிக்கொள்ள முடிந்ததில்லை. அதனாலோ என்னவோ ப்ரகாஷ் இறுதிவரை எழுத்துக்கு எதிராகவே செயல்பட்டுவந்தார்.

ஒப்பீட்டளவில் குறைவாக எழுதியுள்ள தஞ்சை ப்ரகாஷ், எழுத்தைவிட அதிகமாக இலக்கியப் பேச்சில்தான் ஈடுபட்டார். சதா இலக்கிய உரையாடல்தான். நண்பர்களை வட்டமாக அமர்த்திக்கொண்டு அவர் அடிக்கும் இலக்கிய அரட்டைக்கு ஈடு இணை எதுவுமில்லை. நேரம் போவதே தெரியாமல் தனக்குத் தெரிந்ததையெல்லாம் எதிரே இருப்பவரிடம் கொட்டிவிடுவார்.

தன்னுடைய கதைகளை வெளியிட்டுப் புகழ் சேர்ந்துக்கொள்ளும் ஆர்வம் அவருக்கு என்றைக்குமே இருந்ததில்லை. பி.கே.புக்ஸ், ப்ரகாஷ் வெளியீடு ஆகிய பதிப்பகங்கள் மூலம் கி.ராஜநாராயணன், அம்பை, க.நா. சு, கே.டேனியல் உள்ளிட்ட பலருடைய படைப்புகளையே

அவர் வெளிக்கொணர்ந்திருக்கிறார். பாலம், வைகை, குயுத்தம், சாளரம், தஞ்சை முரசு, வெ.சா. எ. ஆகியவை அவர் நடத்திய இலக்கிய இதழ்கள். பிறருடைய எழுத்துகளை அச்சில் பார்த்துக் குதூகலிக்கும் மனம் அவருடையது. எழுத்தாளர்களுடன் அவர் கொண்டிருந்த பற்றும் அன்பும் வேறு எவர்க்கும் சாத்தியப்படாதவை. அவர் இந்த முகாமைச் சேர்ந்தவர், இவர் அந்த முகாமைச் சேர்ந்தவர் என்ற பாகுபாட்டோடு அவர் எவருடனும் பழகியதில்லை. அவரைப் பொறுத்தவரை எல்லோருமே எழுத்தை நேசிப்பவர்கள். எழுத்தை நேசிப்பவர்கள் யாராயிருந்தாலும் அவர் நேசத்தில் உரிமை கோரலாம். எழுதினால் என்ன கிடைக்கும் என்னும் யோசனையே அவருக்கு இருந்ததில்லை. மேலும், எழுத்தின் வாயிலாகக் கிடைக்கும் அனுபவமே வாழ்க்கை என்னும் புரிதலை அவர் வைத்திருந்தார்.

எழுதுபவர்களிடைய இருந்துவந்த குழு மனப்பான்மையை அவர் சட்டை செய்ததில்லை. அவர்கள் சொல்வது ஒருவிதத்தில் சரி, இவர்கள் சொல்வது இன்னொருவிதத்தில் சரி என்பார். இரண்டு பக்கமும் இருக்கிறீர்களே எது உங்கள் தரப்பு என்னும்போதுதான் தன்னுடைய முடிவுகளை அம்பலப்படுத்துவார். நல்ல இலக்கியம் என்பதற்கு அவர் வகுத்துவைத்திருந்த முன்முடிவுகளை அவர் எதற்காகவும் மாற்றிக்கொண்டதில்லை. ஒருமுறை கவிஞர் சுகனின் கவிதை நூல் வெளியீட்டு விழாவில், கவிதை குறித்த தன்னுடைய புரிதலை வெளிப்படுத்தினார்.

சுகன் அப்போது எழுதிவந்த கவிதைகள் நேரடித் தன்மையைக் கொண்டிருந்தன. இதெல்லாம் கவிதைகளா? என்னும் கேள்வியை எழுப்பி, எது நல்ல கவிதைகள் எனவும் தஞ்சை ப்ரகாஷ் அக்கூட்டத்தில் விளக்கினார். அவரை அடுத்துப் பேசவந்த கவிஞர். ஆரூர் தமிழ்நாடனோ அப்பேச்சைக் கடுமையாக விமர்சித்து, "இதெல்லாம் கவிதையில்லை என்று சொல்பவர்க்கு கவிதை குறித்துப் பேச என்ன அருகதை இருக்கிறது"என்றார். அவ்வளவுதான் அரங்கமே அல்லோலகல்லோலப்பட்டது. இரண்டு பக்கத்திலிருந்தும் கூச்சல், குழப்பம். ஒருகட்டத்தில் பிரச்சனை

பெரிதாகி, கைகலப்பு வந்துவிடுமோ? என்றுகூட எண்ண வேண்டியிருந்தது. ஆனால், அவ்விழாவின் முடிவில் ஆரூர் தமிழ்நாடனை ஆரத்தழுவிக் கொண்ட முதல் ஆளாக தஞ்சை. ப்ரகாஷ் இருந்தார்.

கருத்துகளை, கருத்துகளால் மட்டுமே எதிர்கொள்ளத் தெரிந்தவராகத் தஞ்சை ப்ரகாஷ் தன்னைத் தகவமைத்துக் கொண்டிருந்தார். சுடுசொற்களையும் புன்னகையோடு ஏந்திக்கொள்வார். அவருக்கே அவருக்கான பார்வைகளை அவர் யாரிடமும் திணித்ததில்லை. அதே சமயம், அப்பார்வைகளை எந்த மேடையிலும் துணிந்து முன்வைக்கவும் தயங்கியதில்லை. தஞ்சையின் அடையாளமாகப் பெரியகோவிலையும் சரஸ்வதி மகாலையும் சொல்பவர்கள், ப்ரகாஷைத் தஞ்சையின் இலக்கிய அடையாளமாகவே ஏற்றிருந்தார்கள். தமிழின் ஆகச்சிறந்த படைப்பாளிகள் பலரையும் நான், அவருடைய அச்சகக் கூடத்தில்தான் சந்தித்திருக்கிறேன். ஒவ்வொரு அடியாக எடுத்துவைத்து நான் நடக்கத் தொடங்கியபோது தீவிரமான ஆலோசனைகளை வழங்கியிருக்கிறார். அரசியல் பத்திரிகையொன்றில் உதவி ஆசிரியராக இருந்த என்னை, கணையாழிக்கு மடைமாற்றியதில் அவருக்கும் பங்கு உண்டு.

இலக்கிய ஆர்வத்துடன் அரசியல் பத்திரிகையில் பணியாற்றுவதிலுள்ள சிரமங்களை அவர் உள்வாங்கியிருந்தார். "எரியீட்டி" என்னும் தலைப்பில் அவருமே அரசியல் பத்திரிகையைத் தொடங்க ஆசைப்பட்டவர்தான். தன் இலக்கிய வாழ்வில் பெற்றிருந்த அனுபவங்களைக் காய்தல் உவத்தல் இல்லாமல் என்னுடன் பகிர்ந்த அவர், என் வளர்ச்சியை பெருமிதத்தோடு வரவேற்றார். எப்போது சென்னைக்கு வந்தாலும் கணையாழி அலுவலகத்திற்கு வந்து என்னை வாழ்த்துவார். கண்ணதாசன் நடத்திய "தென்றல்" பத்திரிகையில் எழுத்தாளர் வண்ணநிலவன் வேலை பார்த்த தகவலெல்லாம் அப்போதுதான் எனக்குத் தெரியவந்தது. பத்திரிகைத்துறையிலும் பதிப்புத்துறையிலும் தனக்கு மிஞ்சிய ஏமாற்றங்கள் எனக்கு வந்துவிடக் கூடாதென எச்சரித்திருக்கிறார்.

இலங்கை எழுத்தாளர் கே.டேனியலின் 'பஞ்சமர்' நாவலை

யுகபாரதி ▢ 335

அவர் பதிப்பித்தபோது தலித் இலக்கியம் எனும் சொல்லாடல் இவ்வளவு கவனத்தைப் பெற்றிருக்கவில்லை. அடுத்த முப்பது ஆண்டுகளில் தலித் இலக்கியம் பெரும் கவனத்தை ஈர்க்கும் என்பதை அவரால் முன்கூட்டியே யூகிக்க முடிந்தது. ப்ரகாஷ் பதிப்பித்த பஞ்சமர் நாவலுக்கு சிறீலங்கா சாகித்ய அகாடமி பரிசு கிடைத்தது. பரிசளிப்பு விழாவுக்கு எழுத்தாளர் டேனியலைத் தேடியபோதுதான், அவர் சிறையிலிருக்கும் விஷயமே அரசுக்குத் தெரிந்தது. பரிசை அரசு அறிவித்தபோது டேனியல், பஞ்சமர் நாவலின் இரண்டாம் பாகத்தை சிறையிலிருந்தபடியே எழுதிக்கொண்டிருந்தார். டேனியல் மெத்தப் படித்தவரில்லை. இசங்களையோ இலக்கிய அனுபூதிகளையோ கருத்திற்கொண்டு எழுதியவருமில்லை. மக்களின் பாடுகளே அவருடைய பாடு பொருளாயிருந்தன. உழைக்கும் வர்க்கத்தின் குரலையே அவருடைய எழுத்துகள் முழங்கின. ஒரு பக்கம் இனக்கலவரமும் இன்னொரு பக்கம் ஜாதி வெறியும் தலைவிரித்தாடிய இலங்கையை, டேனியல் ஒருவரே மக்கள் மொழியில் எழுதிக்காட்டியவர்.

எங்கோ பிறந்து, எங்கோ வளர்ந்து, எங்கெங்கோ இருந்து சிறுகதைகளையும் நாவல்களையும் எழுதிய அவருடைய இறுதிக்காலங்கள் தஞ்சாவூரில் கழிந்தன. அவருக்கு ஆறுதலாகவும் ஆதரவாகவும் இருந்தவர்களில் பேராசிரியர் மார்க்ஸும் தஞ்சை ப்ரகாஷும் முக்கியமானவர்கள். இலங்கை எழுத்தாளர் எஸ்.பொன்னுத்துரையும் டொமினிக் ஜீவாவும் டேனியலின் பால்யகால நண்பர்கள். இடதுசாரி இலக்கியத்தில் அதிருப்தியுற்ற எழுத்தாளர் எஸ்.பொன்னுத்துரை ஒருகட்டத்தில், முற்போக்கு இலக்கியம் என்பதற்கு மாற்றாக நற்போக்கு இலக்கியத்தை முன்வைத்தார். அவர் முன்வைத்த நற்போக்கு இலக்கியக் கோட்பாட்டுக்குள் டேனியல் வரவில்லை. அதன் விளைவாகப் பால்ய நண்பர்களாக இருந்த மூவரும் பிரிந்துவிடுகிறார்கள்.

எஸ். பொன்னுத்துரை ஆஸ்திரேலியாவிலும் டொமினிக் ஜீவா மலையகத்திலும் டேனியல் தமிழகத்திலும் வாசம் செய்ய நேர்ந்தது. இந்தப் பிரிவை மூவரும் வெவ்வேறு சந்தர்ப்பத்தில் வருத்தத்தோடு பகிர்ந்திருக்கிறார்கள். கருத்து

முரண்பாடுகளால் பிரிந்திருந்த அவர்கள் மூவரையும் இணைக்க எவ்வளவோ முயற்சிகள் நடந்தன. என்றாலும், எஸ். பொன்னுத்துரையால் டேனியலின் சமாதியை மட்டுமே காண முடிந்தது. வெகுகாலம் கழித்து தஞ்சாவூருக்கு என்னுடன் வந்திருந்த எஸ். பொன்னுத்துரைக்கு டேனியலின் கல்லறையைக் காட்டும் பொறுப்பை ஏற்றது தஞ்சை ப்ரகாஷும் என் அப்பாவும்தான்.. ராஜகோரி இடுகாட்டில் டேனியலுக்கு அஞ்சலி செலுத்தும்போது எஸ்.பொன்னுத்துரை வடித்த கண்ணீரின் சூட்டை, தஞ்சை. ப்ரகாஷ் பல வருடங்களாகச் சொல்லிக்கொண்டிருந்தார். "அறிவுக்கு அப்பால் வேறு ஒன்று உள்ளதைப்போல இலக்கியத்திற்கு அப்பாலும் ஒன்று உள்ளது. அதுதான் எஸ்.பொன்னுத்துரையை அழவைத்தது" என்ற சொற்களுக்கு ஆத்மநேசமே அடிப்படை.

சிறுவயதிலிருந்தே தமிழ் இலக்கியத்தில் துளிர்விடும் புதிய தலைமுறைப் படைப்பாளிகளுடன் சுற்றுபவராக தஞ்சை ப்ரகாஷ் இருந்திருக்கிறார். வசதியான குடும்பப்பின்னணி கொண்ட அவர், தன்னுடைய மூதாதையர்கள் சேமித்துக்கொடுத்த செல்வத்தையெல்லாம் இலக்கியத்திற்காகவே செலவிட்டார். மத்திய, மாநில அரசு வேலைகளைத் துறந்துவிட்டு. இலக்கியமே வாழ்வென்று இயங்கிவந்தார். இழந்ததைப் பற்றிய வருத்தங்களை அவர் எந்த நொடியிலும் வெளிப்படுத்தியதில்லை. இலக்கியத் தேசாந்திரியாக இருந்தது குறித்தோ தன்னை ஏமாற்றியவர்கள் குறித்தோ அவரிடம் புகார்களே இருந்ததில்லை. "பின் நகர்ந்த காலம்" நூலில் எழுத்தாளர் வண்ணநிலவன், கடிதம் மூலம் தனக்கு அறிமுகமான தஞ்சை ப்ரகாஷ் திடீரென்று ஒருநாள் தன் வீட்டு வாசலில் வந்து நின்றதை வர்ணித்திருக்கிறார். நல்ல எழுத்து எங்கிருந்தாலும் தேடிப் போய் வாழ்த்துவதே அவர் வழக்கம்.

எழுத்தாளர்களை நேரடியாகச் சந்தித்து அளவளாவுவதில் அவருக்கிருந்த ஆர்வம் குறையவேயில்லை. அப்படித்தான் ஒருமுறை தகழியைச் சந்திக்கும்போது என உரையாடலை சர்வசாதாரணமாகத் தொடங்குவார். உதாரணங்களும் மேற்கோள்களும் நிறைந்த அவருடைய உரையாடல்கள்

எதிரே இருப்பவர்களை எளிதாக ஈர்த்துவிடும். நவீன இலக்கிய வாசமுடைய அவரிடம், திரைப்பாடல் குறித்து என்ன நினைக்கிறீர்கள் எனக் கேட்கப்பட்டது. அப்போது தஞ்சையைச் சேர்ந்த பாடலாசிரியர் வாசன் திரைத்துறையில் வளர்ந்துகொண்டிருந்தார். அவரை முன்வைத்தே அக்கேள்வி கேட்கப்பட்டது. "திரைப்பாடல்களை போகிறபோக்கில் புறந்தள்ளிவிடக்கூடாது. அதிலேயும் நல்ல அம்சங்கள் இருக்கின்றன. கண்ணதாசனிடமும் பட்டுக்கோட்டையிடமும் வெளிப்பட்ட காத்திரமான அரசியல் பார்வைகளை, நவீன இலக்கியவாதிகள் கவனிக்கத் தவறுகிறார்கள். சந்தத்திற்கு எழுதுவது சவாலானது. அதைச் சரியாக செய்ய மொழிப்பயிற்சியோடு இலக்கியப் பயிற்சியும் அவசியம். வாசனைப்போல இன்னும்பல புதியவர்கள் திரைத்துறைக்கு வரவேண்டும். அப்போதுதான் தஞ்சாவூரின் இசைமரபு மீட்கப்படும்" என்றார். அவர் அக்கருத்தைச் சொல்லும்போது அருகிருந்து கேட்ட நானும், திரைத்துறையில் பாடல் எழுதப் புகுவேன் என அப்போது நினைக்கவில்லை. என் முதல் திரைப்பாடலை மட்டுமே அவர் கேட்டார். அதன்பின் ஆயிரம் பாடல்களை எழுதிவிட்டேன். அவர் இருந்திருந்தால் அவற்றைப்பற்றி என்னமாதிரியான கருத்துகளைச் சொல்வாரென யோசிக்க முடிகிறது.

நிராகரிக்கப்படும் எதற்காகவும் குரல் கொடுப்பவர் அவர். அரசியல்ரீதியாக அவருடைய நிலைப்பாடுகள் எம்மாதிரி இருந்தாலும் எழுத்து, இலக்கியம், பத்திரிகை என்று வந்தால் அவர் ஒடுக்கப்படுபவரின் பக்கமே நின்றிருக்கிறார். பல நூல்களுக்கு அவர் எழுதியுள்ள முன்னுரைகளை வாசித்தால் அப்படித்தான் தோன்றுகிறது. இயற்கை உணவிலும் சித்த மருத்துவத்திலும் ஈடுபாடுடைய அவர், சித்த மருத்துவச் சொல்லகராதியைத் தயாரிப்பதில் மும்முரம் காட்டினார். அவர் முடிக்காமல் விட்ட பணிகளில் அதுவும் ஒன்று. பெரும் கனவுகளில் சிறகடித்த அவருடைய கவிதைநூல், "என்றோ எழுதிய கனவு" என்னும் தலைப்பில் வெளிவந்திருக்கிறது. அவர் இறந்து பத்துஆண்டுகளுக்குப் பின் வெளிவந்த

அந்நூலைத் தொகுத்து வெளியிட்டவர் நண்பர் செல்லத்துரை. 84 கவிதைகள் அடங்கிய அத்தொகுப்பில் பாபாஜான் எனும் கவிதை வெகு பிரசித்தம். அதை அவர் தொண்ணூறுகளின் இறுதியில் நிகழ்ந்துவந்த இலக்கியப் பேரவைக் கூட்டங்களில் வாசித்திருக்கிறார்.

சொல்லத்தகாத சில கவிதைகளும் அதில் உண்டுதான். காமச் சாற்றில் ஊறிக்கிடக்கும் அக்கவிதைகள் தனித்த வாசிப்புக்குத் தக்கவை. எழுத்தை எதற்காகவும் புறக்கணிக்கக்கூடாது என்பது அவர் வைத்திருந்த பொதுவிதி. வெகுசனப் பத்திரிகைகள் பிரசுரிக்கத் தயங்கும் படைப்புகளை வெளியிடவே குயுத்தம், பாலம் ஆகிய இதழ்களை அவர் தொடங்கினார். "மடக்குத்தி" என்னும் பிரபஞ்சனின் சிறுகதை, பாலம் இதழில் பிரசுரமாகி பாரிய அதிர்வலைகளை ஏற்படுத்தின. கடித இலக்கியத்தை வளர்ப்பதற்காக அவர் கொண்டுவந்த சாளரம் இதழில், தமிழின் முக்கியப் படைப்பாளர்கள் அத்தனைபேரின் கடிதங்களும் வெளியாகியுள்ளன.

கவிஜீவன், புத்தகன், செல்லத்துரை, விஜயராகவன் எனப் பலரும் அவரை ஆசான் என்றுதான் அழைப்பார்கள். எனக்கோ அவரை அப்படி அழைப்பதில் தயக்கமிருந்தது. மனதளவில் அவர்தான் எனக்கு ஆசானென்றாலும், ஏனோ அவரை அப்படி நான் அழைக்கவில்லை. அவருடைய இலக்கியச் செயல்பாடுகள் குறித்த விமர்சனங்களால் எழுந்த தயக்கமல்ல. ஆசான் எனும் சொல் இயல்புக்குப் பொருந்தாதது போலிருந்தது. அவருமே அப்படி அழைப்பதை விரும்பியதில்லை. "நான் உங்களுக்குத் தூதுவனும் அல்ல. குருவும் அல்ல. நண்பன். நல்ல நண்பனா என்றும் தெரியவில்லை" என்பதோடு நகர்ந்துவிடுவார். வயதின் எல்லைகளைக் கடந்த துறவு நிலையை அவரிடம் கண்டிருக்கிறேன். பல மொழிகளை லாவகமாகக் கையாளத் தெரிந்த அவருக்குச் சமஸ்கிருதத்தின் மீது இருந்த சாய்வு புரிந்துகொள்ளக்கூடியது.

தேவபாஷை சமஸ்கிருதம் என்றால் மகாதேவ பாஷை தமிழென்ற டி.என்.ராமச்சந்திரனின் கூற்றை அவர் ரசிக்கவில்லை. சமஸ்கிருதத்தின்மீது அவருக்கிருந்த அதீதப்

யுகபாரதி 339

பற்றை நா.விச்வநாதனும் தன்னுடைய புனைவுவெளி நூலில் குறிப்பிட்டிருக்கிறார். சமஸ்கிருதம் மேட்டுக்குடியினரின் மொழியாக இருந்ததால் பிறருக்கு மறுக்கப்பட்டது என்பதை அவர் இறுதிவரையிலும் ஏற்கவே இல்லை. எந்த மொழியையும் அப்படியெல்லாம் மறுத்துவிட முடியாது என்றுதான் சொல்லிவந்தார். "சமஸ்கிருதத்தை யாரும் எங்கேயும் படிக்கக்கூடாது என்றெல்லாம் சொல்லவில்லை. மொழியையும் அறிவையும் அடக்கியோ அமுக்கியோ வைக்கமுடியாது. சமஸ்கிருதம் குறித்த இந்த வரலாறு உண்மையல்ல என்று கூறிய தஞ்சை ப்ரகாஷ், வேதநாதச்சாரியாரிடம் முறையாகச் சமஸ்கிருதம் பயின்று சிரோன்மணி பட்டம் பெற்றவர். கலை வடிவங்கள் அனைத்திலும் அவருக்கிருந்த புலமை அளப்பரியது. இலக்கியப் படைப்புகளில் மட்டுமல்லாது இசை, சிற்பம், ஓவியம் குறித்தும் அவருக்குத் தெரிந்திருந்தது. எது நல்ல ஓவியம்? எது நல்ல சிற்பம்? எது நல்ல இசை? என அவர் விவரிக்கத் தொடங்கினால், கற்பதில் அவருக்கிருந்த ஆர்வத்தைக் கணித்துவிடலாம். தேவநாத சாஸ்திரியாரையும் ஆபிரகாம் பண்டிதரையும் அவர் அளவுக்கு எங்களுக்கு அந்தக் காலத்தில் அறிமுகப்படுத்தியவர் எவருமில்லை.

ஆபிரகாம் பண்டிதரின் "கருணாம்ருத சாகரம்" எனும் இசைநூல் குறித்துத் தஞ்சை ப்ரகாஷ் விவரிக்க கேட்கவேண்டும். தமிழிசையின் மரபுகளையும் அது தேய்ந்து அழிந்த கதைகளையும் கேள்விப்பட்டு, அதை மீட்டெடுக்க முனைந்த பண்டிதரை, சுருதி சுத்தமாக அவர்தான் மீட்டிக் காட்டினார். பதினெட்டாம் நூற்றாண்டின் நடுப்பகுதியில் தமிழிசையின் இலக்கண வடிவத்தை விளக்கி, காலப் பிரமாணத்தை வரையறுத்த ஆபிராம் பண்டிதரின் ஆய்வுநூல் இன்றும் இசைப்பிரியர்களின் வேதநூலாக விளக்குகிறது. மின்சாரம்கூட இல்லாத தஞ்சை நகரில் இருந்துகொண்டு, தன்னுடைய மருத்துவ ஆய்வையும் இசை ஆய்வையும் மேற்கொண்ட பண்டிதர் தன் சொந்த செலவில் உலக இசை மாநாடுகளை நடத்திக்காட்டியவர். அவரும் அவருடைய மனைவியும் உலகம் முழுக்க பயணித்து, தமிழர்களின் மரபுப்படி இருபத்தி நான்கு அரங்கில் வைத்து கருணாம்ருத சாகரத்தை அரங்கேற்றியிருக்கிறார்கள். மூன்று பாகங்களைக்

கொண்ட மிகப் பிரமாண்டமான அந்நூல், இசைக்கடலில் குதிப்பவரைக் கப்பலாக இருந்து கரையேற்றக்கூடியது.

முதல் பாகம் இலக்கணத்தையும் இரண்டாம் பாகம் இசைநூல்களையும் மூன்றாம் பாகம் ராகங்களையும் ஆராய்ந்து எழுதப்பட்டிருக்கிறது. திருவையாறு தியாகய்யர் உற்சவத்தில் கலந்துகொள்ளும் எத்தனைபேருக்குப் பண்டிதரைப் பற்றித் தெரிந்திருக்கிறது எனத் தஞ்சை ப்ரகாஷ் கவலைப்பட்டிருக்கிறார். தமிழர்களின் சொத்தாகக் கருதப்பட வேண்டிய கருணாம்ருத சாகரத்தை அரசு செலவில் பதிப்பிக்க அவர் எடுத்த முயற்சிகள் கால ஓட்டத்தில் கரைந்துவிட்டன. "ஒருவர் தன் வாழ்நாள் முழுக்கச் செலவிட்டு தமிழுக்கும் தமிழிசைக்கும் செய்திருக்கும் அற்புதமான தொண்டை மதிக்காமல் இசைவிழாக்கள் நடத்தப்படுவதில் என்ன லாபம்" என ஒரு கட்டுரையில் கேட்டிருக்கிறார். தண்டபாணி தேசிகர் பாடியதால் தீட்டுப்பட்டதென்று மேடையைக் கழுவியவர்கள், ஆபிரகாம் பண்டிதரை அங்கீகரிக்காமல் விடுவதிலுள்ள அரசியல் நமக்குப் புரியாமல் இல்லை.

தமிழர்கள் தங்களுக்குள் கொண்டிருக்கும் பேதங்களால் இன்னும் எத்தனை எத்தனை கலைச்செல்வங்களை இழக்கப் போகிறார்களோ? பதினேழாம் நூற்றாண்டின் கடைசியில் தஞ்சை நகரமே இசைக்குத் தலைநகரமாக விளங்கியிருக்கிறது. சோழ மன்னர்களின் வீழ்ச்சிக்குப் பின் தமிழகம் தன்னை இருண்டகாலத்தில் ஆழ்த்திக்கொண்டுவிட்டது.

தமிழிசையின் மூலக்கூறுகளைத் தனதாக்கிக்கொண்ட சமஸ்கிருத, கன்னட, தெலுங்கு, மராட்டிய மொழிகளால் இல்லாமல் போன இசைச் செல்வத்தை மீட்க எண்ணிய ஆபிரகாம் பண்டிதரைத் தமிழன்பன் என்றே ப்ரகாஷ் குறிப்பிடுவார். தமிழிசை, கர்நாடக இசையுடன் நாட்டுப்புற இசையிலும் தஞ்சை ப்ரகாஷுக்கு ஆர்வம் இருந்தது. அவர் எழுதிய கவிதைகளிலேயே அதற்கான சான்றுகளும் இருக்கின்றன. ஓசை ஒழுங்குகளுக்கேற்ப அவர் பிரயோகிக்கும் கவிதை மொழி நாட்டாரியலை ஒத்திருப்பது. ஆனாலும், கர்நாடக இசையில் லயித்துப்போவார். தி. ஜானகிராமனின் நாவல்களில் தென்படும் இசையின் பாங்குகளை அவரால் கிரகித்துச் சொல்லமுடியும்.

மோகமுள் நாயகி யமுனாவைப் பார்ப்பதற்காக கும்பகோணத் தெருக்களில் அவரும் நா.விச்வநாதனும் அலைந்து திரிந்தது தனிக்கதை. நாவலில் வரக்கூடிய நாயகியைக் காதலிக்கும் அளவுக்கு அவருக்கு இசைப்பித்து இருந்தது. அவ்வப்போது தியாகய்யரின் பெருமைகளைச் சொல்லியிருக்கிறார்.

தியாகய்யர் பற்றிப் பேச்சு எழுந்தால் உடனே அவர், எழுத்தாளர் ஸ்வாமிநாத ஆத்ரேயனைச் சொல்லாமல் இருக்கமாட்டார். தியாகய்யரின் வாழ்வில் நடந்ததாகச் சொல்லப்படும் சம்பவங்களை வைத்து ஆத்ரேயன் எழுதிய "தியாகராஜ அனுபவங்கள்" நூல் தஞ்சை ப்ரகாஷின் விருப்பப்பட்டியலிலிருந்தது. தெரிந்த சம்பவங்களை வைத்துக்கொண்டு ஆத்ரேயன் செய்திருக்கும் இலக்கிய ஜாலங்களைப் புகழ்ந்து தள்ளுவார். சிறுகதைகளென்று சொல்லத்தக்க அவ்வெழுத்துகளைக் கட்டுரைகளென்று ஆத்ரேயன் முன்னுரையில் கூறியிருப்பதை அவரால் ஏற்க முடியவில்லை. ஜவுளி வணிகம் செய்துவந்த ஆத்ரேயனின் "மாணிக்கவீணை" நூல் குறித்தும் ஓரிருமுறை விவரித்திருக்கிறார்.

தெலுங்கைத் தாய்மொழியாகக் கொண்ட தியாகய்யர், தன்னுடைய கீர்த்தனைகளை எழுதத் தமிழ் மக்கள் உதவியதைப் பெருமிதத்தோடு சொல்லி, தஞ்சை ப்ரகாஷ் பூரித்துப் போவார். அவருக்கு எதிலுமே ருசிப்பு முக்கியம். கலையானாலும் இலக்கியமானாலும் அவர் ருசியை முதன்மையாகக் கருதுவார். கருத்துரீதியாக முரண்படுகிறவர்களைக்கூட அவரால் நேசிக்கமுடிந்ததும் அதனால்தான். ருசிப்புக்காகவும் ரசிப்புக்காகவுமே தன் வாழ்நாளைக் கழித்தவரென்று ப்ரகாஷை இலக்கியத் தோழர்கள் மதிப்பிடுவார்கள். குணங்குடி மஸ்தான், சர்பத்தை எடுத்துக்கொண்டால்கூட, இரண்டு முழுக்கோப்பை அருந்தாமல் அவருடைய ருசி அடங்கியதில்லை.

ஒரு ருசி தனக்குப் பிடித்துவிட்டதால் அதை எல்லாருக்கும் காட்டிவிடத் துடிப்பார். அதன் விளைவாகவே யுவர் மெஸ்ஸை நடத்தியிருக்கிறார். பேருக்குத்தான் அது மெஸ்ஸே

தவிர, அங்கேயும் அவர் நடத்தியது இலக்கியம்தான். தமிழ் எழுத்தாளர்களை வரவழைத்து மேல்தளத்தில் அமர்த்திக்கொண்டு, கீழ்தளத்தில் அவர் நடத்தியதை மெஸ்ஸாக யாருமே கருதவில்லை. அம்மெஸ்ஸைக் கவனித்துக்கொண்ட இருளாண்டியையும் முருகேசனையும் இலக்கியவாதிகள் நல்ல விமர்சகர்கள் என்றே கூறுகிறார்கள். தஞ்சை ப்ரகாஷின் அறிமுகம் எனக்குக் கிடைக்கும்போது அவரைச் சந்திக்க வருகிறவர்கள் எல்லாம் யுவர் மெஸ்ஸைப் பற்றிப் பாராட்டிப் பேசியதைக் கேட்டிருக்கிறேன். திவாலான அந்த மெஸ்ஸை இலக்கிய நினைவுச் சின்னம்போல எல்லோரும் கொண்டாடுவார்கள். அங்கேதான் பிரபஞ் சன் உருவானார் என்றும் அங்கேதான் வண்ணநிலவன் சிலகாலம் தங்கி இருந்தார் என்றும் அவர்கள் சொல்வதைக் கேட்கலாம். இலக்கியத்தைத் தவிர எதையுமே சரிவர நடத்தத்தெரியாதவர் எனும் பட்டத்தைத் தஞ்சை ப்ரகாஷ் சிரிப்புடன் ஏற்றுக்கொள்வார். இலக்கியத்தைத் தாண்டி வேறு எதிலேயுமே பற்றில்லாமல் இருந்த அவரைப் பற்றிக்கொள்ள எத்தனையோ கைகளிருந்தன. முதிய வயதிலும் குழந்தையைப்போல அவரால் சிரிக்கவும் சிநேகிக்கவும் முடிந்தது.

"திருமணமாகாத எழுத்து" என்றொரு கட்டுரை எழுதியிருக்கிறார். திருமணக்கூட்டில் அடைபடாத எழுத்தாளர்களைப் பற்றிய சித்திரிப்பு அது. அக்கட்டுரையில் திருமணம் செய்துகொள்ளாத தருமூ சிவராம், நகுலன், வல்லிக்கண்ணன் ஆகியோரை அளந்திருப்பார். கவிதையியலிலும் தத்துவஇயலிலும் தனித்து விளங்கிய தருமூ சிவராமை உடன்வைத்துக் கவனித்துக்கொண்டவர் தஞ்சை ப்ரகாஷ். ஆனாலும், அவருடைய குணம் இறுகி இருந்ததற்கான காரணம் திருமணம் செய்துகொள்ளாததே என்றிருக்கிறார். காற்றின் தீராத பக்கங்களில் கவிதை எழுதிய தருமூ சிவராமின் இதயத்தை எழுதும் துணிச்சல் அவருக்கு இருந்தது. தருமூ சிவராமின் இண்டலக்சுவலிச முகத்தைப் பெண்கள் விரும்பவில்லை. அவர் காதலித்த

பெண்கள் அவரைப் புறக்கணித்தார்கள். அதனால் அவர் எப்போதும் சோர்ந்து இருந்ததாகவும் அங்கீகரிக்கப்படாத இதயம் விகாரத்திற்குள் விழுந்துவிடுவதை அவர் விஷயத்தில் பார்த்ததாகவும் குறித்திருக்கிறார்.

தருமூ சிவராமைப் பின்பற்றும் பலருக்கும் இது அதிர்ச்சியளிக்கக்கூடிய கூற்று. ஒரு படைப்பாளனின் தனிப்பட்ட விஷயங்களையெல்லாம் பொதுத்தளத்தில் எழுதலாமா? எனவும் கேட்கலாம். விமர்சனத்துக்கும் விவாதத்துக்கும் உரிய அக்கருத்தை மனதத்துவ ரீதியில் அணுகி தஞ்சைப்ரகாஷ் எழுதியிருப்பது எனக்குப் பிழையாகப்படவில்லை. அவருடன் பழகிய நண்பர்கள் சொல்லத் தயங்கியதை ப்ரகாஷ் ஒருவரே சொல்லியிருக்கிறார். அதே கட்டுரையில் நகுலனைப் பற்றியும் தன்னுடைய பதிவுகளைச் செய்திருக்கிறார். கடைசிவரை சுசீலா புராணம் பாடிய நகுலன், அந்த சுசீலா யாரென்றே சொல்லாமல் காதலித்ததைக் கருணையுடன் காட்டியிருக்கிறார். காதலித்த பெண், யாரென்று சொல்லத் தயங்கிய நகுலன் ஒருகட்டத்தில் சுசீலாவைக் காவிய நாயகியாக மாற்றிவிட்டார் என எழுதியிருக்கிறார். எனக்குத் தெரிய எழுத்தில், திருமணமான திருமணமாகாத என்ற பாகுபாடுகளைப் பற்றி யாருமே எழுதியதில்லை. மனத்தின் வெளிப்பாடுகளே படைப்புகள் என்றால் அம்மனத்தின் தவிப்புகளையும் கொந்தளிப்புகளையும் பகுத்துப்பார்க்க தஞ்சை ப்ரகாஷுக்கு முடிந்திருக்கிறது.

“காமம்தான் சக்தி, பசிதான் நம்முடைய மூலம். பசிதான் மனிதனை எழுப்பும் கனல். பசியில்லையென்றால் மனிதனில்லை. காமம் இல்லையென்றால் அவன் தொடக்கமே இல்லை” என்று மீனின் சிறகுகள் நாவலில் அவர் எழுதியிருப்பதை இக்கட்டுரையுடன் இணைத்துப் பார்க்கலாம். பெண்கள் குறித்து அவர் முன்வைத்த கருத்துக்கள் பலவேளைகளில் சர்ச்சைகளைக் கிளப்பியிருக்கின்றன. “எல்லாப் பெண்களுமே பெண்கள்தான் எனச் சொல்ல வருகிறவன் ரசனை கெட்டவன். அப்புறமேன் எல்லாப் பெண்களும் ஒன்றாக உலகில் வளைய வரவில்லை. பெண்கள் அனைவருமே ஒன்றுதான் என்னும் அபிப்ராயம் பொய்தான்.

ஏமாற்றுதான்" என அவர் சொல்வதைக் கரமுண்டார்வூடு நாவலிலும் கள்ளம் நாவலிலும் காணலாம். தன்னுடைய அத்தைகளும் பாட்டிகளும் பகிர்ந்துகொண்டதையே நாவலாக எழுதியதாக அந்நாவல்களின் முன்னுரையில் எழுதியிருக்கிறார்.

திருநெல்வேலி ராஜவல்லிபுரத்திலுள்ள எழுத்தாளர் வல்லிக்கண்ணன் வீட்டில் தஞ்சை ப்ரகாஷ் ஓரிரு இரவுகள் தங்கியிருக்கிறார். 1960 வாக்கில் என நினைவு. அந்தச் சந்தர்ப்பத்தில் வல்லிக்கண்ணன் தான் எழுதிய இரண்டு நாவல்களின் கையெழுத்துப் பிரதியை ப்ரகாஷிடம் வாசிக்கக் கொடுத்திருக்கிறார். ஒன்று, "கல்யாணியின் கணவன்". மற்றொன்று, "சம்பங்கிபுரத்துப் பொம்பிளைகள்". இரண்டுமே இலக்கியத் தரமுடைய நாவல்கள். அதிலும், சம்பங்கிபுரத்துப் பொம்பிளைகள் என்னும் நாவல் முழுக்கப் முழுக்க போர்னோகிராபியை அடிப்படையாகக் கொண்டது. "முதலிரவு" என்னும் தலைப்பில் வெளிவந்த தொ.மு. சி.ரகுநாதனின் நாவலை அன்றைய ராஜாஜி அரசாங்கம் தடைசெய்ததைப்போல சம்பங்கிபுரத்துப் பொம்பிளைகளும் வெளிவந்தால் தடை செய்யப்படும் என வல்லிக்கண்ணன் கருதியிருக்கிறார். திருமணமாகாத தான், பாலியல் குறித்து எழுதியதை மற்றவர்கள் எப்படி எடுத்துக்கொள்வார்களோ எனத் தயங்கியுமிருக்கிறார். திருமணமாகியிருந்தால் அவர் அந்நாவலைத் தயக்கமில்லாமல் வெளியிட்டிருப்பார் என்பது அவர் கருத்து.

அக்கட்டுரையில் இன்னொரு செய்தியும் இருக்கிறது. "இருட்டு" என்னும் பெயரில் தான் மட்டுமே எழுதி, தான் மட்டுமே ரசித்துப் படிக்க வல்லிக்கண்ணன் அமாவாசைக்கு அமாவாசை தயாரித்த கையெழுத்துப் பத்திரிகையைப் பற்றிய செய்தியே அது. இதையெல்லாம் ஆராய்ந்து அதன் உண்மைத் தன்மையை உணர வாய்ப்பில்லை. சம்பந்தப்பட்ட இரண்டுபேருமே இப்போது இல்லை. காலக் கரையான்கள் அரித்துவிட்ட வல்லிக்கண்ணனின் கையெழுத்துப் பிரதிகள் தற்போது யாரிடம் இருக்கிறதோ தெரியவில்லை.

எழுத்தை அணுகும்விதம் காலத்திற்குக் காலம்

மாறுபடுகிறது. ஒருவிதத்தில் அம்மாற்றமே இலக்கியத்தின் இருப்பைத் தீர்மானிக்கிறது. தஞ்சை ப்ரகாஷின் வழியே நான் கண்டடைந்த இலக்கிய உலகிற்கும் இன்றைக்கு என் முன்னாலிருக்கும் இலக்கிய உலகிற்கும் நிறைய வித்தியாசமிருக்கிறது. அவர் இறந்து பல ஆண்டுகள் கழித்தே அவருடைய எழுத்துகள் நூலாக்கம் பெறுகின்றன. தன் எழுத்துக்குக் கிடைத்திருக்கவேண்டிய நியாயமான அங்கீகாரங்களை அவர் அறியவே இல்லை. இப்போது அவர் வாசிக்கப்படும் அளவுக்கு முன்னெப்போதும் வாசிக்கப்படவில்லை என்பதை நினைக்க, வருத்தமே மிஞ்சுகிறது. இதற்கிடையில் அவர் எழுத்துகளைப் பற்றியும் அவரைப்பற்றியும் தவறான விமர்சனங்களைச் சில எழுத்துமோகிகள் வைக்கிறார்கள். அதற்கெல்லாம் பதில்சொல்ல அவர் இல்லை.

நம்முடைய நினைவுகளில் இருந்து ஒருவர் அகலாமல் இருக்கிறார் என்றால், அவரை நாம் மறக்காமல் இருக்கிறோம் என்பதல்ல பொருள். மறுக்கவோ மறக்கவோ முடியாத பல நற்காரியங்களை அவர் நமக்குச் செய்திருக்கிறார் என்றுதான் பொருள்கொள்ள வேண்டும் எனத் தொடக்கத்தில் சொல்லியிருக்கிறேன். அவரைப் பற்றிய நினைவுகளையும் அவருடன் கழித்த பொழுதுகளையும் எழுதிக்கொண்டே இருக்கலாம்.

அவரிடமிருந்து கற்றதில் பாதியைக்கூட நானின்னும் பயன்படுத்தவில்லை. அவருமே அப்படித்தான். தனக்குக் கிடைத்ததைப் பிறருக்குத் தருவதுதான் அவரது வாடிக்கை. தஞ்சை ப்ரகாஷ் அவருடைய கவிதையில் ஒன்றை அடிக்கடி சொல்லிக்காட்டுவார். சாவுகள் வாழ்கின்றன எனும் கவிதை அது. சாவுகள் வாழ்கின்றன / வாழ்க்கைகள் நசிகின்றன / நீயும் நானும் ஏமாளிக் கும்பல்" என்று முடியும் அக்கவிதையில், க.நா.சுவும் புதுமைப்பித்தனும் கு.ப.ராவும் செத்துக்கொண்டே இருந்ததைப் பார்த்துக்கொண்டே இருந்தோம் என எழுதியிருப்பார்.

இறந்து இத்தனை ஆண்டுகளாகியும் தஞ்சை ப்ரகாஷ் என்னுள் வாழ்ந்துகொண்டே இருக்கிறார். இலக்கியத்தில்

தோல்விக்கோ மரணத்திற்கோ வழியே இல்லை. நினைவுகளும் அனுபவங்களுமே அதன் நோக்கம். அனுபவங்களைப் பகிர்ந்துகொள்பவர்கள் நினைக்கப்படுகிறார்கள். தான் கற்றதையெல்லாம் பிறருக்கு வாரி வழங்கிவிட்டு வெறுமையாகிவிடுவதே நல்ல சஹிருதையனுக்கான இலக்கணம் என்பார்கள். கற்றதைப் பிறருக்கு வழங்கியதால் தஞ்சை ப்ரகாஷ் வெறுமையாகாமல் வாழ்ந்துகொண்டிருக்கிறார்.

சின்னக்குத்தூசி

சின்னச் சின்ன சமரசங்கள் செய்தாவது வாழ்வை நடத்தும் கட்டாயத்திலிருக்கும் நமக்கு, இறுதிவரை ஒருவர் சமரசமில்லாமல் வைராக்கியத்தோடு வாழ்ந்திருக்கிறார் என்பதைக் கேட்க ஆச்சர்யம் ஏற்படுகிறது. அப்படியெல்லாம் ஒருவர் வாழ்வது சாத்தியமே இல்லையென விவாதிக்கும் அதே தருணத்தில், அறம் சார்ந்த நம்முடைய மதிப்பீடுகள் எந்த அளவுக்கு மாறிப்போயிருக்கின்றன என்பதையும் யூகிக்க முடிகிறது. அறன் வழிபட்டதே வாழ்வென்னும் சிந்தனையிலிருந்து ஒரு சமூகம் விடுபடுவது அபாயகரமானது. ஆனால், தன் மொத்த வாழ்வையும் அறத்துடனும் அர்த்தத்துடனும் அமைத்துக்கொண்டவர் மூத்த பத்திரிகையாளர் சின்னக்குத்தூசி.

மூத்த பத்திரிகையாளர் என்னும் பதத்தில் அவர் அறியப்பட்டாலும் அதுமட்டுமே அவருடைய அடையாளம் இல்லை. நான் சொன்ன அறம் சார்ந்த வைராக்கியத்தின் அடையாளங்களில் அவரும் ஒருவர். திருவாரூர் இரா. தியாகராஜன் என்னும் இயற்பெயரைக் கொண்ட சின்னக்குத்தூசியின் கருத்துக்களிலும் எழுத்துகளிலும் முரண்படுகிறவர்கள்கூட, அவருடைய வாழ்வியல் நெறிகளில்

சந்தேகம் எழுப்பியதில்லை. தவ வாழ்வு என்று சொல்லத்தக்க வாழ்வே அவருடையது. பத்திரிகைத்துறையில் காலூன்றும் கனவுகளோடு சென்னை வரும் எவரையும் ஆதரித்து அரவணைத்து அவர்களின் உயர்வுக்கு உதவக்கூடிய ஸ்தானத்தில் அவர் இருந்திருக்கிறார். திராவிட இயக்கக் கொள்கைகள் மீது அவர் கொண்டிருந்த பற்றுறுதி பாசாங்கோ பம்மாத்தோ அற்றது. பிராமணச் சமூகத்தைச் சேர்ந்த ஒருவர், திராவிட இயக்கக் கொள்கைகளைத் தூக்கிப்பிடித்தார் என்று சொல்லி அவருடைய மாண்புகளைக் குறைப்பதில் எனக்கு விருப்பமில்லை. அவர் எந்தச் சமூகத்தில் பிறந்திருந்தாலும் இதே பற்றையும் இதே உறுதியையும் கொண்டிருப்பார் என்றுதான் சொல்லத் தோன்றுகிறது.

ஐம்பதுகளில் கம்யூனிஸ்ட் கட்சியில் தீவிரமாக இயங்கிய மணலூர் மணியம்மாளுடன் இணைந்து, ஊர்ஊராகச் சோவியத் ரஷ்யாவின் சிவப்புப் புத்தகங்களை மாநாடுகளிலும் பொதுக்கூட்டங்களிலும் தலையில் சுமந்தபடி விற்கத் தொடங்கியதில் அவர் வாழ்வு தொடங்கியிருக்கிறது. அதன்பின் திராவிட இயக்கக் கொள்கைகளால் ஈர்க்கப்பட்டிருக்கிறார். களநிலவரத்தைக் கருத்திற்கொண்டும் இடைவிடாத வாசிப்பிலிருந்தும் அவர் பெற்றுக்கொண்ட அனைத்தையும் பத்திரிகை வாயிலாகப் பொதுவெளியில் பகிர்ந்துகொள்ள எழுத்தைத் துணையாகக் கொண்டிருக்கிறார். ஒருவிதத்தில் அவருமே திராவிட இயக்கப் பாசறைப் போராளியாகத் தன்னை வரித்துக்கொள்ள காலம் கட்டாயப்படுத்தியிருக்கிறது.

ஒன்றுபட்ட தஞ்சை மாவட்டத்தில் அன்று நிகழ்ந்து வந்த சாதிய வன்கொடுமைக்கு எதிராக முழக்கமிடத் துணிந்த அவர், முழுதாகத் தன் வாழ்வையே அர்ப்பணிக்கும் முடிவுக்கு வந்திருக்கிறார். பொதுவாழ்வில் ஈடுபாடுடைய தலைவர்களில் ஒருசிலர் திருமண வாழ்வைத் துறந்திருக்கிறார்கள். ஆனால், பத்திரிகைப் பணியில் பொதுவாழ்வை மேற்கொண்ட சின்னக்குத்தூசியும் திருமணத்தைத் தவிர்க்க எண்ணியது எதன் உந்துதலால் என்பதை அவர் எங்கேயும் தெரிவிக்கவில்லை. அல்லது தெரிவித்தது எனக்குத் தெரியவில்லை. ஒருவருக்கு ஒரு கொள்கைமீது அளவுகடந்த பற்றில்லாமல் சொந்த

வாழ்வைச் சுருக்கிக்கொள்ள மனம் வராது. மிகமிக வசதி குறைந்த திருவல்லிக்கேணி வல்லப அக்ரஹாரத்திலுள்ள பாரடைஸ் மேன்ஷனில்தான் அவருடைய கடைசிக் காலங்கள் கழிந்தன. அவரை இழந்த அந்த மேன்ஷன் தற்போது பாரடைஸ் லாஸ்ட்டாகக் காட்சியளிக்கிறது.

அவரையும் அவர் பத்திரிகைகளில் எழுதிவந்த அரசியல் விமர்சனக் கட்டுரைகளையும் தொடர்ந்து கவனித்து வந்திருக்கிறேன். ஆதாரத்துடன் கட்டுரைகளை அணுகும் அவருடைய வாதப்பிரதிவாதமுறை வேறு எவர்க்கும் வாய்க்காதது. காலங்களையும் சம்பவங்களையும் மிகச் சரியாகக் குறிப்பிட்டு அவர் எழுதியவை, திராவிட இயக்கங்கள் பாதுகாக்க வேண்டிய பொக்கிஷங்கள். ஆயிரக்கணக்கில் அவர் எழுதிய கட்டுரைகளில் ஒருசிலவற்றை "நக்கீரன்" தொகுத்து வெளியிட்டிருக்கிறது. முத்துச்சரம், பவளமாலை, புதையல், கருவூலம், பெட்டகம், களஞ்சியம் முதலிய தலைப்புகளில் பதினைந்துக்கும் மேற்பட்ட நூல்கள் வெளிவந்துள்ளன. புதுமைப்பித்தன் பதிப்பகம் வெளியிட்ட "முத்தாரம்" நூலிலும் பல முக்கியமான கட்டுரைகள் இடம்பெற்றுள்ளன.

மாதவி, தென்றல், முரசொலி, நவசக்தி, பிரசண்ட விகடன், அலைஓசை, எதிரொலி, நக்கீரன், நாத்திகம், ஜூனியர் விகடன் ஆகிய பத்திரிகைகளில் அவர் பணியாற்றியிருக்கிறார். பத்திரிகை எதுவாயினும் அவருடைய பணியென்பது திராவிட இயக்கச் சார்பையே கொண்டிருந்தது. ஓர் எழுத்தாளரோ அல்லது ஓர் அரசியல்வாதியோ சம்பந்தப்பட்ட விஷயத்தில் தனக்குள்ள கருத்தை, சார்பு நிலையிலிருந்து தெரிவிக்கலாம். ஆனால், ஒரு பத்திரிகையாளர் அப்படியான சார்புடன் செயல்பட வாய்ப்பில்லை. ஏனெனில், பத்திரிகையாளர் என்பவர் இரண்டு பக்கங்களையும் பார்க்கவேண்டிய கடப்பாடு உடையவர்.

நடுநிலை என்னும் சொல்லுக்கு நியாயமும் நீதியும் செய்யக்கூடிய இடத்தில் அவர் இருக்கிறார். அதுமட்டுமல்ல, அவர் அந்நிலையிலிருந்து தவறுவது முறையோ மரபோ அல்ல. இருந்தாலும், சின்னக்குத்தூசி திராவிட இயக்கக் கருத்து நிலையிலிருந்தே தம்முடைய

அரசியல் விமர்சனங்களை அளித்துவந்தார். யாரும் நடுநிலையாக இருக்க முடியாது, இருக்கவும் கூடாது என்பதே அவர் வாதமாயிருந்தது. இனத்தையும் மொழியையும் பிரதானப்படுத்தும் பல பத்திரிகையாளர்களுக்கு அவரே ஆதர்சமாக விளங்கியிருக்கிறார்.

நடுநிலை என்று சொல்லிக்கொண்டு, அவரவர் தங்கள் அபிப்ராயங்களைக் கருத்துக்களாக அளித்துவந்த காலத்தில் என் கருத்துக்கள் சார்புடையனவே எனச் சொல்லும் தைரியம் அவருக்கிருந்தது. அரசியல் நிலைப்பாடுகள் ஒட்டி எடுக்கப்படும் முடிவுகள் நடுநிலை சார்ந்ததாக இருக்கமுடியுமா? என்னும் கேள்விக்கு, "அரசியல் விமர்சனங்களில் நடுநிலை என்று ஒன்று இருப்பதாக நான் நம்பவில்லை. நான் இன்ன கட்சிக்காரன் என்று பட்டவர்த்தனமாக வாசகர்களுக்குத் தெரியும் வகையில் இருப்பதால் எனது எழுத்துக்களைப் படிக்கும் வாசகர்கள் எவரும் ஏமாற வாய்ப்பே இல்லை" என்றிருக்கிறார். தவிர, "பொதுப்படையாக எல்லாரும் அயோக்கியன் என்று எழுதுவதுதான் நடுநிலை என்றால் அதன் உண்மைத் தன்மை ஆராயப்பட வேண்டியது" எனவும் சொல்லியிருக்கிறார். "நான் திராவிட இயக்கத்தின் அனுதாபி, கலைஞரை ஆதரிப்பவன் என்ற உணர்வோடுதான் என்னுடைய கட்டுரைகள் படிக்கப்படுகின்றன. அப்படியிருக்கையில், பிறருடைய நம்பிக்கைகளைப் பெறுவதற்காக நடுநிலை என்னும் முகமூடியை அணிந்துகொள்ள வேண்டியதில்லை" எனவும் அறிவித்திருக்கிறார்.

தீர்க்கமும் தெளிவும் மிக்க சின்னக்குத்தூசியின் பங்களிப்பைக் கணக்கிலெடுத்துக் கொள்ளாமல் திராவிட இயக்கங்களின் வெற்றி இல்லை. இன்றும் திராவிட இயக்கம் என்னும் பதாகையில் இயங்கிவரும் அ.தி.மு.க.வையும் தே.மு.தி.க.வையும் ஆதரித்துச் சின்னக்குத்தூசி ஒரு கட்டுரைகூட எழுதியதில்லை. அதைவிட, அவ்வியங்கங்களை அவர் திராவிட இயக்கங்களின் பட்டியலிருந்து தவிர்த்தே வந்திருக்கிறார். மதவாதத்திற்கு எதிராகவும் சமூகநீதிக்கு ஆதரவாகவும் செயல்படுபவையே திராவிட இயக்கங்கள் என்னும் தெளிவை அவர் எங்கேயும் விட்டுக்கொடுத்ததில்லை.

சமயத்தில் திராவிட இயக்கங்களே எதார்த்தச் சூழலுக்கேற்ப தங்கள் முடிவுகளை மாற்றிக்கொண்டு தேர்தலில் எதிரணியுடன் கூட்டணியமைத்தபோதும்கூட, அவர் தான் கொண்டிருந்த திராவிடக் கருத்தியலை மாற்றிக்கொள்ள முனைந்ததில்லை. திராவிட இயக்கங்கள் விமர்சனத்திற்கு அப்பாற்பட்டவை அல்ல. சொல்லப்போனால், எது ஒன்றையும் விமர்சிக்கக் கற்றுக்கொடுத்ததே அவ்வியக்கங்கள்தான் எனும்போது, அவற்றை விமர்சிப்பதில் எந்தத் தவறும் இல்லை. இருந்தாலும், திராவிட இயக்கத்தின் தேவையை உத்தேசித்தே அவருடைய கட்டுரைகள் எழுதப்பட்டன. அரசியல் களத்தில் மாற்றை முன்வைத்த இயக்கங்களுக்கு, திராவிட இயக்கப் பார்வையிலிருந்து பதிலளித்த அவருடைய பணி குறிப்பிடத்தக்கது.

ஒட்டுமொத்தமாகத் திராவிட இயக்கங்கள் எதையுமே செய்யவில்லை என்னும் கூக்குரல் இப்போது எழுந்திருக்கிறது. கழகங்கள் இல்லாத தமிழகமே தங்கள் கனவு எனப் பாரதிய ஜனதா கட்சியும் ஒருசில தமிழ்த் தேசிய அமைப்புகளும் முழங்கி வருகின்றன. திராவிட இயக்கங்கள் தாங்கள் செய்த சாதனைகளைக்கூட, பொதுச் சமூகத்திற்குச் சொல்லாததன் விளைவே இப்படியான விமர்சனங்கள் எழக் காரணம். இந்த இடத்தில்தான் சின்னக்குத்தூசியின் அரசியல் விமர்சனக் கட்டுரைகள் முக்கியத்துவம் பெறுகின்றன. உண்மையில், திராவிட இயக்கங்களைப் புறக்கணிக்கக்கூடிய சக்தியை, அவற்றை எதிர்க்கும் எந்த இயக்கமும் பெறவில்லை. தங்களுடைய அரசியல் செல்வாக்கைப் பெருக்கிக்கொள்ள அதையும் இதையும் முழக்கமாக வைக்கிறார்களே தவிர, அவர்களால் திராவிட இயக்கத்தின் வேரை அசைக்க முடியும் என்று நம்புவதற்கில்லை.

தங்கள் பலத்தை உணராத கட்சிகள் திராவிட இயக்கங்களுக்கு எதிராக அணிதிரள்வதன் பின்னாலுள்ள அரசியல் நமக்கு விளங்காமலில்லை. முன் எப்போதையும்விட மதச் சார்புள்ள அமைப்புகள் தலைவிரித்தாடத் தொடங்கியுள்ள

இச்சந்தர்ப்பத்தில் அவற்றின் ஆட்டத்தை நிறுத்தவும் கால்களை உடைக்கவும் திராவிட இயக்கத்துடன் இடதுசாரிகள் கைகோர்த்திருப்பது நல்ல அறிகுறி.

எது? எங்கே? எப்போது? நடந்தது என்பதை யார் வேண்டுமானாலும் சொல்லிவிடலாம். ஆனால், நடந்த அச்சம்பவம் ஏன் நடந்தது? எதற்காக நடந்தது? என்பதைச் சொல்வதற்குச் சின்னக்குத்தூசி போன்றோர் தேவைப்படுகிறார்கள். ஐம்பதாண்டுக்காலப் பத்திரிகை வாழ்வில், அவர் எத்தனையோ சம்பவங்களுக்குப் பின்னாலிருந்த அரசியலைத் தெரிந்து வைத்திருந்தார். திராவிட இயக்கக் கருத்தியலுக்கு எதிர்நிலையில் இருப்பவர்களும் அவர்மீது வைத்திருந்த அன்பும் மரியாதையும் அளப்பரியன. இருபதாம் நூற்றாண்டு நிகழ்வுகளின் மனிதக் கணினியென்று அவர் புகழப்பட்டிருக்கிறார். நடமாடும் தகவல் களஞ்சியம் என்றும் அரசியல் தட்பவெப்பத்தைக் கணிக்கும் அளவுமானி என்றும் அவரைப் பலரும் வியந்திருக்கிறார்கள். தன்னை உணர்ந்திருந்த சின்னக்குத்தூசிக்கு, தான் என்னவாக பார்க்கப்படுகிறோம் என்பதை அறிந்துகொள்ளும் ஆவலோ அக்கறையோ துளியும் இருந்ததில்லை. கடனே என்று சமூகப்பணியைக் கருதாமல், கடமையாகத் தன் காரியங்களைச் செய்துவந்த அவருடைய அறிமுகத்தில் எத்தனையோ இளம் குருத்துக்கள் துளிர்த்திருக்கின்றன.

இரண்டாயிரமாவது ஆண்டுகளின் தொடக்கத்தில்தான் அவர் எனக்கு அறிமுகம். நக்கீரன் பொறுப்பாசிரியரும் என் அத்தியந்த நண்பருமான கோவி. லெனினே அவரை எனக்கு அறிமுகம் செய்துவைத்தார். மேலே கூறிய அதே பாரடைஸ் மேன்சனில்தான் அந்த அறிமுகவிழா அரங்கேறியது. என்னுடன் இயக்குநர் மீரா கதிரவனும் வந்திருந்தார். நாங்கள் அவரைச் சந்திக்க போயிருந்தபோது அவர் புலனாய்வுத் துறையின் விசாரணைக்கு உட்பட்டிருந்தார். அண்ணன் நக்கீரன் கோபாலை கைதுசெய்யும் பொருட்டு அவருடன் நெருங்கிப் பழகிவந்த பலரையும் காவல்துறை கண்காணிப்பு வளையத்திற்குள் வைத்திருந்த சமயம் அது.

அரச பயங்கரவாதத்தைத் தொடர்ந்து எதிர்த்துவந்த

நக்கீரனில் அக்காலங்களில் சின்னக்குத்தூசி எழுதிய காத்திரமான கட்டுரைகள் ஆளும் தரப்பை அச்சுறுத்தின. ஆகவே, கண்காணிப்பு வளையத்திற்குள் சின்னக்குத்தூசியும் சிக்கியிருந்தார். அறிமுகப் படலம் முடிந்து அவர் எங்களுடன் உரையாடத் தொடங்குவதற்குள் கேள்விமேல் கேள்வியாகக் காவல்துறை கேட்டுக்கொண்டிருந்தது. அவரோ எதற்குமே சலிக்காமல் எல்லாக் கேள்விகளுக்கும் புன்னகை வரவழைக்கும் பதில்களைத் தந்துகொண்டிருந்தார். விசாரணைக்கு நடுவிலேயே எங்களை அமர்த்திக்கொண்டு, எங்கள் கடந்தகாலத்தையும் எதிர்கால லட்சியங்களையும் தெரிந்துகொண்டார். அவரிடம் நாங்கள் லட்சியங்களாகச் சொல்லியவற்றை இப்போது நினைத்தால் என்னவோபோல் இருக்கிறது.

புலனாய்வுத்துறையின் நெருக்குதலிலும் அவர் பதற்றமே இல்லாமல் பதிலளித்த காட்சி இப்போதும் நிழலாடுகிறது. இரண்டு வாக்கியங்களை அவர் எங்களுடன் பேசுவதற்குள், நாலைந்து முறையாவது புலனாய்வுத்துறை குறுக்கிட்டது. நானோ மீராகதிரவனோ கோவி. லெனினோ அவர் இடத்தில் இருந்திருந்தால் கசப்பையும் வெறுப்பையும் காட்டியிருப்போம். விசாரிக்க வந்திருந்த அதிகாரிகளில் ஒருவர், "உங்களப் பத்தி தெருவுல விசாரிச்சோம். யாரும் நல்ல அபிப்ராயம் சொல்லலையே" என்றார். "என்னை யாரென்றே தெரியாத அவர்கள் என்னைப்பற்றி நல்ல அபிப்ராயம் வைத்திருப்பார்களா, அது மட்டுமல்ல அவங்க ஏன் என்னப்பத்தி நல்லவிதமாக உங்களுக்குச் சொல்லணும்" ஏனக் கேட்க, கேள்வி கேட்ட அதிகாரி வாயடைத்துப் போனார். உடனே அவருடன் வந்திருந்த இன்னொரு அதிகாரி "உங்களுக்குக் கடவுள் பக்தி இல்லையாமே, சாமி கும்பிட மாட்டீங்களாமே" என ஆச்சர்யத்துடன் வினவினார். அவர் சாமி கும்பிடாதவர் என ஊருக்கே தெரிந்த விஷயத்தைப் பாமரத்தனமாகக் கேட்கிறாரே, எதுவுமே தெரியாத இவர் எப்படி அதிகாரியானார் என்னும் சந்தேகம் எங்களுக்கு எழுந்தது.

தெரிந்தே இருந்தாலும் தெரியாதது போலத்தான்

ஆரம்பிப்பார்களோ என்னவோ? சாமி குறித்த கேள்வி கேட்ட அதிகாரி உற்று சின்னக்குத்தூசியின் முகத்தைப் பார்க்க, “யாருங்க எனக்குச் சாமி இல்லையின்னு சொன்னது, எனக்கு சாமி உண்டுங்க. காலையில எழுந்திரிக்கும்போது சாமிய பாக்குறேன். தூங்கும்போதும் சாமிய பாக்குறேன். எனக்கு பின்னாடி போட்டோவே இருக்கு பாருங்க. அதாங்க என்னோட சாமி” என்று சொல்ல, அதிகாரிக்கு வியர்க்கத் தொடங்கியது. சின்னக்குத்தூசி கைதூக்கி காட்டிய போட்டோவில் பெரியார் ஈ.வெ. ராமசாமி சிரித்துக்கொண்டிருந்தார்.

விசாரணை முடிவுக்கே வரவில்லை. நீண்டு கொண்டே இருந்தது. சம்பந்தா சம்பந்தம் இல்லாமல் புலனாய்வுத் துறை அதிகாரிகள் அவரைக் குடைந்துகொண்டிருந்தார்கள். ஒரு கட்டுரைக்கு எவ்வளவு தருவார்கள்? ஒரு கட்டுரையை எழுத எத்தனை மாதமாகும்? எழுதிய கட்டுரையைப் போஸ்ட்டில் அனுப்புவீர்களா? கொரியரில் அனுப்புவீர்களா? என அவர்கள் கேட்பதைப் பார்த்துக்கொண்டிருந்த எங்களுக்கு அவர்கள் விசாரிக்க வந்திருக்கிறார்களா இல்லை பேட்டி எடுக்க வந்திருக்கிறார்களா என்பது விளங்கவில்லை. இடையில் கொஞ்சம் நேரம் சின்னக்குத்தூசி எங்கள் பக்கம் திரும்பி, திரைப்படத் துறை குறித்தும் இசை குறித்தும் உரையாடுவார். மறுபடி விசாரணையை அவர்கள் தொடருவார்கள். பார்க்க விநோதமாகவும் வெறுப்பாகவும் இருந்தது.

ஒரு மூத்த பத்திரிகையாளரை இப்படியெல்லாமா காவல்துறை இம்சிக்கும் என்றிருந்தது. அதைவிட, சின்னக்குத்தூசி எங்களிடம் உரையாடியதையும் அவ்வதிகாரிகள் ஏன் தங்கள் குறிப்பேட்டில் எழுதிக்கொண்டார்கள் என இன்றுவரை புரியவே இல்லை. விசாரணை அதிகாரிகளின் உடல் மொழியும் உண்மையை அறிய அவர்கள் எடுத்துக்கொள்ளும் முயற்சியும் எத்தகையன என்பதை அதுவரை நாங்கள் அறிந்திருக்கவில்லை. விசாரிக்க வந்தவர்களுக்கு தேநீரும் உணவும் கொடுத்துச் சின்னக்குத்தூசி உபசரித்தது உட்பட.

ஒருவழியாக அவர்கள் கிளம்பிவிடுவார்கள் என்று பார்த்தால் இரவு உணவையும் அங்கே முடித்துவிட்டுத்தான் கிளம்புவார்கள் போலிருந்தது. என்ன சாப்பிடுறீங்க சார்

என்று சின்னக்குத்தூசி எங்களைப் பார்த்துக் கேட்கும்போது நேரம் போகட்டுமே என்றார் ஒரு அதிகாரி. அவர் முகம் இன்னமுமே எனக்கு மறக்கவில்லை. காவல்துறையின் புலனாய்வுத்துறை அதிகாரிகளை வரிசையாக நிற்க வைத்து அவரை அடையாளம் காட்டச் சொன்னால் பதினேழு வருடத்திற்கு முன் பார்த்த அவரைச் சரியாகக் காட்டிவிடுவேன். அப்படிப் பதிந்திருக்கிறது அந்த அதிகாரியின் முகம். வெகுநேரம் கழித்து அவர்கள் கிளம்பினார்கள். முதலில், உங்களைப் பற்றித் தெருவில் யாருக்குமே நல்ல அபிப்ராயம் இல்லையென்ற அதிகாரி, விடைபெறும்போது, "நீங்கள் ரொம்ப நல்லவராய்த் தெரிகிறீர்கள்" என்றார். அண்ணன் கோபாலைப் பற்றி துப்புத் துலக்கவந்த அதிகாரி, தன்னைத் துலக்கிக்கொண்டு வெளியேறியதும் நாங்களும் புறப்பட்டு விட்டோம். வாகன வசதியில்லாத எங்களுக்குப் பேருந்தைப் பிடிக்கும் அவதி. சுவாரஸ்யம் நிறைந்த அந்தச் சந்திப்பிலிருந்து சமயம் வாய்க்கும்போதெல்லாம் அவரைச் சந்தித்திருக்கிறேன்.

ஒவ்வொரு சந்திப்பிலும் என் உடனிருந்த கோவி. லெனின், தன்னைச் செதுக்கியதில் சின்னக்குத்தூசிக்குப் பெரும் பங்குண்டென நெகிழ்ந்திருக்கிறார். அவர் மட்டுமல்ல. அவரை அறிந்த அத்தனைபேருமே அப்படித்தான் சொல்வார்கள். அப்போதெல்லாம் ஞாயிற்றுக்கிழமைகளில் சின்னக்குத்தூசிக்கான மதிய உணவு லெனின் வீட்டிலிருந்துதான் போய்க்கொண்டிருந்தது. ஓரிருமுறை நானும் லெனினுடன் மேன்ஷன்வாசல்வரை உணவுப் பையைத் தூக்கியிருக்கிறேன்.

பெரியாருக்கு குத்தூசி குருசாமி, காமராஜருக்கு டி.எஸ். சொக்கலிங்கம், ராஜாஜிக்கு கல்கி இருந்ததைப்போல கலைஞரையே என் பேனா வரித்துக் கொண்டிருக்கிறது என, சின்னக்குத்தூசி ஓரிடத்தில் பிரகடனப்படுத்தியிருக்கிறார். கலைஞர்மீது அவர் பேனா கொண்டிருந்த அன்பை கட்டுரைகளில் பார்க்க முடிகிறது. வெளிப்படையாக வியந்தோதாத அவர் எழுத்து, திராவிட இயக்க எழுத்தாளர்களிடமிருந்து முற்றிலும் வேறுபட்டது. அவசியம் ஏற்பட்டால் வாக்கியங்களில் ஆங்கிலக் கலப்பை அனுமதிப்பதில் அவருக்குத் தயக்கம் இருந்ததில்லை. வேறு

யாராவது ஒருவர் கலைஞரைத் தாக்கிவிட்டால் அவரால் பொறுத்துக்கொள்ளவும் முடிந்ததில்லை. என்றாலும், கலைஞரிடம் அவருமே முரண்படாமலில்லை.

ஐக்கிய முன்னணி அரசில் திராவிட முன்னேற்றக் கழகம் அங்கம் வகித்திருந்த சமயம் அது. அப்போது எட்டு மாநிலங்களில் ஐக்கிய முன்னணியைச் சேர்ந்த கட்சிகளே ஆட்சியிலிருந்தன. ஐக்கிய முன்னணியை வழிநடத்தும் பொறுப்பில் இருந்தவர் காங்கிரஸ் கட்சித் தலைவர் நரசிம்மராவ். ஐக்கிய முன்னணியை வழிநடத்தும் பொறுப்பிலிருந்த அவர், அவ்வப்போது அதிரடியான அறிக்கைகளைக் கொடுத்து ஊடகங்களில் தீனியாகிக் கொண்டிருந்தார். அறிக்கை மட்டுமே விட்டுக்கொண்டிருந்த அவர், ஒருகட்டத்தில் ஹவாலா ஊழலில் குற்றம் சாட்டப்பட்ட ஆறு அமைச்சர்களும் பதவி விலக வேண்டுமெனப் பாய்ந்துவிட்டார். அதுகுறித்து முரசொலியில் தலையங்கம் எழுதிய சின்னக்குத்தூசி, "ஊழல் வழக்குகளில் சிக்கியுள்ள அமைச்சர்கள் பதவி விலக வேண்டும் என்பது சரிதான். ஆனால், அதே அளவுகோலின்படி ஒன்றுக்கும் மேற்பட்ட ஊழல் வழக்குகளில் சிக்கியுள்ள நரசிம்மராவ் எப்போது தலைவர் பதவியிலிருந்து விலகுவார்" எனும் கேள்வியை தலையங்கத்தின் முடிவில் எழுப்பியிருக்கிறார். தலையங்கத்தின் தொனி, ஐக்கிய முன்னணியில் அங்கம் வகித்த தி.மு.க. வினுடையதோ அதன் தலைவராயிருந்த கலைஞருடையதோ அல்ல, முற்று முழுக்கச் சின்னக்குத்தூசியினுடையது.

தலையங்கம் வெளிவந்த இரண்டாவது நாளில், ஐக்கிய முன்னணி குறித்தோ அதில் அங்கம் வகிக்கும் கட்சிகள் குறித்தோ முரசொலியில் எதிர்மறையாக முரசொலியில் வருவது நல்லதல்ல என்று எண்ணிய கலைஞர், ஏன் அப்படியெல்லாம் எழுத வேண்டுமெனச் சின்னக்குத்தூசியைக் கண்டிக்கிறார் அல்லது கடிந்து கொள்கிறார். "கூட்டணியில் அங்கம் வகிக்கும் நாமே இப்படியான விமர்சனங்களை வைப்பது அ.தி.மு.க. விற்குச் சாதமாகிவிடுமே" எனும் கருத்தை கலைஞர் தெரிவிக்க, "எட்டு மாநிலங்களில் ஆட்சியிலிருக்கும் கட்சிகள் குறித்து எதையுமே எழுதவேண்டாம் எனில்,

தினசரி தலையங்கம் எழுதுவது சிரமமாகிவிடாதா?" எனச் சின்னக்குத்தூசி சொல்லியிருக்கிறார். உடனே, "நானே தலையங்கம் எழுதுவேன் தெரியும்ல" எனக் கலைஞர் குரலை உயர்த்தியிருக்கிறார். "நீங்கள் எழுதினால் தலையங்கம் பன்மடங்கு சிறப்பாக இருக்கும். இன்னும் நிறையபேர் படிப்பார்கள்" என்று கூறி, அந்த நொடியிலேயே முரசொலியிலிருந்து வெளியேறியிருக்கிறார். ஒருவரை நேசிக்கிறோம் என்பதற்காக அவர் எடுக்கும் எல்லா முடிவுகளையும் சரியென்று சொல்ல வேண்டிய அவசியமில்லை எனச் சின்னக்குத்தூசி நினைத்திருக்கலாம்.

முரசொலியிலிருந்து வெளியேறிய பிறகும், அவர் திராவிட இயக்கத்தையோ கலைஞரையோ விமர்சித்து எழுதாததைக் கவனத்தில் கொள்ளவேண்டும். தனக்கு ஏற்பட்ட தனிப்பட்ட அனுபவங்களில் இருந்து ஓர் இயக்கத்தை விமர்சிக்கவோ அதற்கு எதிராகச் செயல்படவோ துணியாதவரே சின்னக்குத்தூசி. எழுத்தை எழுத்தால் மட்டுமே எதிர்கொள்ளப் பழகியிருந்த அவர், தன் கட்டுரைகளைக் கடுமையாக எதிர்ப்பவர் யாராயிருந்தாலும் மதிப்பளித்திருக்கிறார். தன் கட்டுரைக்குக் கொடுத்த முக்கியத்துவத்தைத் தன்னை எதிர்த்து எழுதியவர்க்கும் தர வேண்டுமென பத்திரிகைகளுக்குப் பரிந்துரை செய்திருக்கிறார். அதனால்தான் தோழர் இரா. ஜவஹர் போன்றோர் அவரைத் "தோழமைத் தந்தை" என்ற சொல்கொண்டு அழைத்திருக்கிறார்கள்.

தமிழறிஞர் கி.ஆ.பெ. விஸ்வநாதன் மறைந்தபோது விகடனில் பணியாற்றிய நிருபர் ஒருவர் சின்னக்குத்தூசியைச் சந்தித்து, விஸ்வநாதன் குறித்த மேலதிக விபரங்களைக் கேட்டுக்கொண்டுபோய் ஓர் அஞ்சலிக் கட்டுரையை எழுதியிருக்கிறார். கட்டுரை வெளிவந்தவுடன் விபரங்களைப் பெற்றுப்போன நிருபர், விகடன் அளித்த காசோலையுடன் வந்திருக்கிறார். "கட்டுரையை எழுதியது நீங்கள். எனக்கு எதற்குக் காசோலை" என்று சின்னக்குத்தூசி அக்காசோலையைப் பெற்றுக்கொள்ள மறுத்துவிடுகிறார். விடாப்பிடியாக "எனக்குத் தெரியாது. அலுவலகத்தில் கொடுத்தார்கள். நான் உங்களிடம் ஒப்படைத்துவிட்டேன்" எனக்கூறி அந்நிருபர் மேசையில்

காசோலையை வைத்திருக்கிறார். அப்போதுதான் தனக்கு வங்கிக்கணக்கே இல்லையென்னும் தகவலைச் சின்னக்குத்தூசி தெரிவிக்கிறார். அதன்பின் அக்காசோலை, பணமாகத் திரும்பி வந்திருக்கிறது. அதையும் அவர் பெற்றுக்கொள்ளாமல், பத்திரிகை வாயிலாக உதவி கேட்டிருந்த ஒரு சிறுமியின் இதய அறுவைச் சிகிச்சைக்கு அப்பணத்தை அனுப்பும்படி சொல்லிவிடுகிறார். உதவி செய்வதே இதயத்திற்கான சிறந்த சிகிச்சையெனச் சின்னக்குத்தூசிக்குச் சொல்லியா தர வேண்டும்?

இளம் பத்திரிகையாளர்களை வாஞ்சையுடன் வரவேற்கும் சின்னக்குத்தூசி, ஒரு பொழுதும் தம்முடைய கருத்துக்களை அவர்களுக்குள் திணித்ததில்லை. மாறாக, அவர்களுக்கு ஏற்படும் சந்தேகங்களை முடிந்தவரை தெளிவுபடுத்தும் பணியையே செய்திருக்கிறார். ஒருமுறை குங்குமம் பத்திரிகையில் “எவர் கிரீன் கலைஞர்” என்னும் கட்டுரை வெளிவந்திருக்கிறது. அதை எழுதிய பத்திரிகையாளர் எம்.பி. உதயசூரியன் தற்போது புதிய தலைமுறை இதழில் ஆசிரியராயிருக்கிறார். யோகப் பயிற்சி அமைப்பு நடத்திய விழாவில், கலைஞர் பேசிய பேச்சை முன்வைத்தே அக்கட்டுரை எழுதப்பட்டது. 82 வயதிலும் தாம் இளைஞராக இருக்கக் காரணம், யோகப் பயிற்சியே என்று கலைஞர் கூறியதைத்தான் உதயசூரியன் சுவாரஸ்யமாக எழுதியிருக்கிறார்.

அப்போது அக்கட்டுரையை வாசித்த சின்னக்குத்தூசி, “தம்பி நம்ம உதயசூரியன்” எனக் கலைஞரிடம் உதயசூரியனை அறிமுகப்படுத்தியிருக்கிறார். “இவருடைய நகைச்சுவைக் கட்டுரைகளை வாசித்திருக்கிறீர்கள் தானே” எனச் சின்னக்குத்தூசி கேட்க, “நம்ம சின்னப் பையனை எனக்குத் தெரியாதா?” எனக் கலைஞர் சிலேடையைச் சிதறவிட்டிருக்கிறார். கலைஞர் “சின்ன” பையன் என்றது, உதயசூரியன் நம்முடைய சின்னம் என்னும் அர்த்தத்தில். ஒத்த சிந்தனையுடைய இரண்டு ஆளுமைகள் சிலேடையிலும் வார்த்தை விளையாட்டிலிலும் ஈடுபடுவதில்தான் இலக்கியத்தின் நயமிருக்கிறதோ?

திராவிட இயக்கத்தவர்கள் வார்த்தை விளையாட்டுக்களில்

விருப்பமுடையவர்களே ஆனாலும், அவர்களுக்கும் சில நேரங்களில் வார்த்தைகளில் சந்தேகம் ஏற்படுவது உண்டு. அப்படி ஒரு சந்தேகம் சின்னக்குத்தூசிக்கு வந்திருக்கிறது. தூமை, லோலாயி ஆகிய வார்த்தைகள் சென்னையில் மட்டுமே புழக்கத்திலுள்ளவை. குழாயடிச் சண்டையில் சர்வ சாதாரணமாகப் பெண்கள் பிரயோகிக்கும் அவ்வார்த்தைகள் எந்த மொழியிலிருந்து வந்திருக்கும் என்னும் அய்யம் அவருக்கு. பல மொழி பேசக்கூடியவர்கள் கலந்திருக்கும் சென்னையின் மொழி வித்தியாசமான ஓசையைக் கொண்டது. தமிழே ஆனாலும், அதைத் தமிழ்போல் உச்சரிக்காததால் விநோதமான அர்த்தங்களை அச்சொற்கள் கொண்டுவிடுகின்றன. ஆகவே, அவ்வார்த்தைகள் தமிழ்தானா? என்னும் சந்தேகத்தைத் திராவிட இயக்க ஆய்வாளர் க.திருநாவுக்கரசிடம் சின்னக்குத்தூசி கேட்டிருக்கிறார். "மாதா மாதம் தூமைதான், மறந்துபோன தூமைதான் வளர்ந்து ரூபம் ஆனது" என்று சிவவாக்கியார் பயன்படுத்தியிருப்பதைச் சான்றாகக் காட்டி அது தமிழ்தான் என்று திருநாவுக்கரசு பதிலளித்திருக்கிறார். அத்துடன், "ஸ்திரிலோலன்" என்னும் சொல்லின் பெண்பால் விகுதியே லோலாயி என்றும் தெரிவித்திருக்கிறார்.

சொற்களின் வேர் எதுவாயிருந்தாலும், அது தமிழோடு கலந்துவிட்டதால் அதை என்ன பொருளில் பயன்படுத்த வேண்டும் என்பதில் சின்னக்குத்தூசிக்கு அக்கறை இருந்திருக்கிறது. சமஸ்கிருதக் கலப்பையோ, ஆங்கிலக் கலப்பையோ அவர் வெறுத்தவர் இல்லை என்றாலும் அதைத் தெரிந்துகொள்வதில் அளவுக்கு அதிகமான ஆர்வத்தைக் காட்டியிருக்கிறார். சின்னக்குத்தூசியின் அறையை "ஞானானந்தர் மடம்" என்று விளித்த க.திருநாவுக்கரசு, நீதிக்கட்சி வரலாற்றையும் திராவிட முன்னேற்றக் கழக வரலாற்றையும் எழுதியவர்.

ஆட்சியிலும் அதிகாரத்திலும் பங்குபற்றிய பலருடனும் சின்னக்குத்தூசிக்கு நெருங்கிய தொடர்பு இருந்திருக்கிறது. என்றாலும், அந்தத் தொடர்பைப் பயன்படுத்தி அவர் தனக்காக எதையுமே சாதித்துக் கொண்டதில்லை. அன்றைக்குத் தமிழக முதல்வராயிருந்த கலைஞருடன்

தினசரி ஒரு மணிநேரம் தொலைபேசியில் பேசுவதாக எத்தனையோ பத்திரிகையாளர்களும் கவியரசர்களும் மேடையில் பெருமையடித்திருக்கிறார்கள். "நட்டுவைத்த வேல்போல் பொட்டுவைத்த" என்றும் "கூலிங்கிளாஸ் போட்ட குறுந்தொகை" என்றும் புகழ்ந்து, கலைஞருக்கும் தமக்குமுள்ள நெருக்கத்தைக் காண்பித்திருக்கிறார்கள். ஆனால், அவர் நிழலாகவே இருந்துவந்த சின்னக்குத்தூசி, ஒரு இடத்தில்கூட அப்படியான பெருமிதச் சொற்களை வெளிப்படுத்தியதில்லை.

முரசொலியிலிருந்து வெளிவந்திருந்த சமயத்தில், கவிஞர் இளையபாரதி தம் கவிதைநூலை கலைஞர் கையால் வெளியிட விரும்பி, சின்னக்குத்தூசியை அணுகியிருக்கிறார். அப்பொழுதுகூட அவர் அக்கோரிக்கையை ஆற்காடு வீராசாமி மூலமே நிறைவேற்றித் தந்திருக்கிறார். தன்னை எப்போதோ தலையங்கத்திற்காகக் கோபித்துக்கொண்ட கலைஞரைச் சந்திக்க விரும்பாமல் அல்ல. தன்னைச் சந்திக்க நேர்ந்தால் வேலையில்லாமல் இருக்கும் தன்னைக் குறித்த சங்கடம் கலைஞருக்கு ஏற்படுமே என்றுதான். அதே போன்றதொரு நாகரிகத்தை கலைஞரும் சின்னக்குத்தூசியிடம் கடைபிடித்திருக்கிறார். ஒருமுறை பெரியாரின் கடவுள் கொள்கையில் திராவிடக் கழகத் தலைவர் கி. வீரமணிக்கும் திராவிட முன்னேற்றக் கழகத் தலைவர் கலைஞருக்கும் இடையே பூசல் வெடித்திருக்கிறது. இரண்டு பேருடனும் இணக்கமாக இருந்த சின்னக்குத்தூசி, அது சம்பந்தமாக வீரமணியைச் சந்தித்துப் பேசியிருக்கிறார்.

பேசிய தகவலைக் கலைஞரிடமும் தெரிவித்திருக்கிறார். தன்னை விமர்சிக்கும் வீரமணியைச் சந்தித்திருக்கிறாரே எனக் கருதாத கலைஞர், குறிப்பிட்ட விஷயத்திற்கான மறுப்பை, தாமே எழுதுவதாகச் சொல்லி வீரமணிக்கும் சின்னக்குத்தூசிக்கும் இருந்த நட்பைக் காப்பாற்றியிருக்கிறார். நண்பர்களுக்கு இடையே தன்னால் சிக்கல் வந்துவிடக் கூடாதென எண்ணிய விஷயத்தில் விடுதலையும் முரசொலியும் போட்டி போட்டுக் கொண்டிருந்திருக்கிறது. விடுதலை

யுகபாரதி □ 361

திராவிடக் கழக நாளேடு என்பதையும் முரசொலி கலைஞரின் நாளேடு என்பதையும் சொல்ல வேண்டியதில்லையே.

ஆற்காடு வீராசாமி நடத்தி வந்த "எதிரொலி"யிலும் சின்னக்குத்தூசி சிறிதுகாலம் பணியாற்றியிருக்கிறார். ஆரம்ப காலத்தில் மிகுந்த பொருளாதார நெருக்கடிக்கு இடையில் எதிரொலியை நடத்திவந்த வீராசாமியின் சிரமங்கள் சின்னக்குத்தூசிக்குத் தெரியாமலில்லை. கடனில் எதிரொலித்துக் கொண்டிருந்த அப்பத்திரிகையில் சம்பளம் வாங்காமல் பல மாதங்கள் உருண்டோடி இருக்கின்றன. அந்தச் சமயத்தில் எதிர்பாராதவிதமாகச் சின்னக்குத்தூசியின் தந்தை மரணமடைந்துவிடுகிறார். ஊருக்குச் செல்லவே பணமில்லை என்னும் நிலையில், எங்கெங்கோ இரண்டாயிரம் ரூபாயை புரட்டி வீராசாமி தந்திருக்கிறார். கைக்கு வந்த இரண்டாயிரம் ரூபாயில் தந்தைக்கான இறுதிக் காரியங்களைச் செய்ய கிளம்புகிறார் சின்னக்குத்தூசி. ஆனால், அவருக்கு முன்பாகவே அவருடைய திருவாரூர் நண்பர்கள் இறுதி காரியத்திற்குத் தேவைப்படும் பணத்தை ஏற்பாடு செய்துவிடுகிறார்கள். ஒரு மகனாக அவர் செய்யவேண்டிய கடமையிலிருந்து தவறாதவாறு அவரைத் தாங்கிப்பிடித்த நண்பர்களும் அவரைப் போலவே இருந்திருக்கிறார்கள். நாமெப்படியோ அப்படியே நமக்கு நண்பர்கள் வாய்ப்பார்கள் என்பது பொய்யில்லை.

வெறும் இரண்டாயிரத்தை மட்டுமே கொடுத்தனுப்பி இருக்கிறோமே, அது போதாதே என வீராசாமி ஒருபுறம் வருந்திக்கொண்டிருக்க, சின்னக்குத்தூசியோ எல்லா செலவுகளையும் நண்பர்களே பார்த்துக்கொண்டார்களெனக் கொண்டுபோன இரண்டாயிரத்தை மறுபடியும் அவரிடமே திருப்பிக் கொடுத்திருக்கிறார். அந்தப் பணத்தில் நின்றுபோக இருந்த 'எதிரொலி' மீண்டும் வந்திருக்கிறது. தேவைக்குக்கூட பணத்தைப் பார்த்துப் பார்த்துச் செலவழிக்கும் குணம் சின்னக்குத்தூசிக்கு இருந்திருக்கிறது. அறம் சார்ந்து வாழ்வதென முடிவெடுத்துவிட்ட ஒருவர், எந்த இக்கட்டிலும் அதிலிருந்து நழுவுவதில்லை. கொள்கைகள் கோட்பாடுகள் எல்லாவற்றையும் விட்டுவிட்டுப் பார்த்தால்கூட

சின்னக்குத்தூசி, அண்ணாந்து பார்க்கத்தக்க உயரத்தை எட்டிவிடுகிறார்.

ஏற்றுக்கொண்ட கொள்கையிலும் வகுத்துக்கொண்ட வழியிலும் அடிபிறழாமல் நடக்க, தன்னைத் தானே வருத்திக்கொண்டிருக்கிறார். பல பத்திரிகைகள் அதிக சம்பளம் கொடுத்து, அவரைச் சுவீகரிக்க நினைத்திருக்கின்றன. வறிய வாழ்விலிருந்து தன்னை மீட்டுக்கொள்ள அவருக்குக் கிடைத்த அத்தனைச் சந்தர்ப்பங்களையும் ஒதுக்கி வைத்துவிட்டு, திராவிட இயக்கங்களின் வளர்ச்சிக்குப் பாடுபட்ட அவர், காகிதப் புலியாக மட்டுமில்லாமல் தேவையேற்படும் போதெல்லாம் களப்போராளியாகவும் அவதாரம் எடுத்திருக்கிறார். சங்கீத மும்மூர்த்திகள் பிறந்த திருவாரூரைச் சேர்ந்தவர் என்பதால் இளவயதிலிருந்தே இசை ஒன்றுதான் அவரை ஆசுவாசப்படுத்தியிருக்கிறது.

தமிழிசையிலும் திரைப்படப் பாடல்களிலும் அவருக்கிருந்த ஆர்வத்தைப் பத்திரிகையாளர் கோலப்பன், சின்னக்குத்தூசி நினைவு மலரில் எழுதியிருக்கிறார். ஒருகாலத்தில் கோலோச்சிய நாகசுர, தவில் வித்வான்களின் மேதைமைகள் அவருக்குத் தெரிந்திருக்கிறது. மதுரைமணி, ஆலத்தூர் சகோதரர்கள், குளிக்கரை பிச்சையப்பா, வேதாரண்யம் வேதமூர்த்தி, காருக்குறிச்சி அருணாச்சலம், திருவாடுதுறை ராஜரத்னம் எனப் பலரும் அவருடைய இசை ரசனைக்கு வித்திட்டிருக்கிறார்கள். "மந்திரமாவது நீறு" என்ற திருநீற்றுப் பதிகத்தையும் "தில்லைவாழ் அந்தணர் தம் அடியார்க்கும் அடியேன்" என்ற திருத்தொண்டத் தொகையையும் அகார உகாரங்களுடன் அட்சரம் பிசகாமல் கோலப்பனுக்குச் சின்னக்குத்தூசி பாடிக் காட்டியிருக்கிறார்.

'மாதர்ப்பிறை கண்ணியானை' என்னும் பாடலில் வரும், "கண்டேன் அவர் திருப்பாதம், கண்டறி யாதன யாவும் கண்டேன்" என்னும் வரியை மெய்மறந்து சின்னக்குத்தூசி பாடுகையில் ஓடிப்போய் அவருடைய கால்களைக் கட்டிக்கொள்ளலாம் போலிருந்தது எனக் கோலப்பன் வியந்திருக்கிறார். ஜி. என். பாலசுப்ரமணியத்தின் "சொன்னதைச் செய்திட சாகசமா" என்னும் பாடலை

அவ்வப்போது விரும்பிக்கேட்கும் சின்னக்குத்தூசிக்கு, அதிகம் பிடித்த பாடகர் என்றால் மதுரை சோமுவே. அவரை அடுத்து மகாராஜபுரம் சந்தானம்.

இசையை நுட்பத்துடன் ரசிக்கத் தெரிந்த சின்னக்குத்தூசிக்கு, கர்நாடக இசையைக் காட்டிலும் தமிழிசையே முக்கியமாகப்பட்டிருக்கிறது. வருடந்தோறும் திருவையாற்றில் நடக்கும் தியாகய்யர் உற்சவத்தைக் கொண்டாடக்கூடிய இசைவாணர்கள் தமிழிசையை வளர்த்தெடுத்த முத்துத்தாண்டவர், மாரிமுத்தாப்பிள்ளை, அருணாச்சலக் கவிராயரைக் கொண்டாடுவதில்லையே ஏன்? என ஒரு கட்டுரையில் வேதனைப்பட்டிருக்கிறார். திருவாரூரில் அவதரித்த மும்மூர்த்திகளுக்கு விழா எடுப்பவர்கள், திருவாரூருக்கு அருகிலேயுள்ள சீர்காழியில் அவதரித்த தமிழிசை மும்மணிகளைப் புறக்கணிப்பதற்குப் பின்னே உள்ள அரசியலை அக்கட்டுரையில் அலசியிருக்கிறார். தெலுங்கு சமஸ்கிருதக் கீர்த்தனைகளை மதிக்கக்கூடியவர்கள் தமிழிசையை இன்னமுமே தீட்டாகக் கருதும் நிலையை அக்கட்டுரையில் கண்டித்தும் இருக்கிறார்.

சின்னக்குத்தூசியின் கண்டனத்திற்குப் பதிலளித்த பத்திரிகையாளர் சோ, "நாத்திகத்தையும் இந்துமத எதிர்ப்பையுமே முதன்மையாகக் கொண்ட கழகங்களின் பகுத்தறிவுக்கும் சங்கீத உலக சம்பிரதாயங்களுக்கும் என்ன சம்பந்தம்" என்று கேட்டிருக்கிறார். அத்துடன் நில்லாமல், தமிழ் மும்மணிகள் கீர்த்தனைகளை மட்டும்தான் இயற்றியிருக்கிறார்களே தவிர, இசையமைத்துத் தரவில்லையே எனவும் கேட்டிருக்கிறார். "கீர்த்தனையை இயற்றியவர்களே மெட்டமைத்துத் தர வேண்டுமென்பது விதியென்றால், பாபநாசம் சிவனின் பாடல்கள் பல மேடைகளில் பாடப்படுகின்றனவே அவற்றுக்கெல்லாம் பாபநாசம் சிவனா? இசையமைத்தார் என்ற சின்னக்குத்தூசியின் கேள்விக்கு, சோவிடம் பதிலில்லை.

மகாராஜா இயற்றி, செம்மங்குடி சீனிவாச அய்யர் இசையமைத்த சுவாதித்திருநாள் கீர்த்தனைகளை மேடைதோறும் பாடுகிறவர்கள் ஏன், அதே மேடைகளில் அரியக்குடி

ராமானுஜ அய்யங்கார் இசையமைத்த அருணாச்சலக் கவிராயர் பாடல்களைப் பாடுவதில்லை என்ற கேள்விக்கும் சோ மௌனமே சாதித்திருக்கிறார். விஷயத் தெளிவில்லாமல் எந்தத் தர்க்கத்தையும் சின்னக்குத்தூசி வைத்ததில்லை. ஒருவர் தன்னிடம் முன்வைக்கும் கேள்வி, எந்த அரசியலில் இருந்து எழுப்பப்படுகிறதோ அந்த அரசியலை உள்வாங்கி பதில் சொல்ல அவர் தகவல்களைச் சேகரித்துக் கொண்டே இருந்திருக்கிறார்.

"ராஜாஜியைப்போல அறிவாளியே இல்லையென்று சொல்கிறவர்கள், தமிழிசை குறித்து அவர் சொல்லியிருப்பதைக் கவனத்தில் எடுத்துக்கொள்ள மறுக்கிறார்கள். பாரதியையும் கல்கியையும் கொண்டாடி மகிழ்பவர்கள், தமிழில் பாடவேண்டும் என்ற அவர்களின் கனவை ஈடேற்றத் தயங்குகிறார்கள். காரணம், சாதிப் பித்தால் விளைந்த தமிழ் துவேஷம். "வாதாபி கணபதிம்"வுக்குப் பதிலாக "ஞான விநாயகனே" என்றும் "சித்தி விநாயக தனிசம்" என்பதற்குப் பதிலாக "சரவணபவ எனும் திருமந்திரம் தனை" என்றும் பாடுவதால் இசைக்கு என்ன கேடு வந்துவிடும்" என்ற சின்னக்குத்தூசி, ஆண்டாளின் திருப்பாவையைப் பிரபலப்படுத்திய எம். எல். வசந்தகுமாரியை அக்கட்டுரையில் சிலாகித்திருக்கிறார். "சூடிக்கொடுத்த ஆண்டாள், பாடல்களைப் பாடிக்கொடுத்தாரே அன்றி இசையமைத்துக் கொடுக்கவில்லையே" என்றிருக்கிறார்.

தமிழைப் பாடாமல் இருப்பதற்கு சோ போன்றவர்கள் எதையெல்லாம் காரணமாகச் சொன்னார்களோ அதையெல்லாம் அரசியல் விமர்சனக் கண்ணோட்டத்தில் பார்ப்பது சின்னக்குத்தூசிக்கு வாடிக்கையாய் இருந்திருக்கிறது. "பாடிப் பறந்த குயில்" என்னும் தலைப்பில் எம். எஸ். சுப்புலட்சுமி பற்றி சின்னக்குத்தூசி ஓர் அஞ்சலிக் கட்டுரையை எழுதியிருக்கிறார். அதை எப்போது படித்தாலும் என் கண்கள் கலங்கிவிடும். தமிழிசைக்குத் துணைநின்ற இசையரசியை அதைவிட அழகாக வேறு யாரும் சித்திரித்ததில்லை.

உடல்நலமில்லாமல் இருந்த காந்திக்கு, எம். எஸ். சுப்புலட்சுமியின் பாடல்களே மருந்தாக மாறின என்பதில்

தொடங்கி நெகிழ்வான பல சம்பவங்களை அக்கட்டுரையில் அடுக்கியிருப்பார். இசைமேடைகளில் தெலுங்கும் சமஸ்கிருதமும் பெருக்கெடுத்து ஓடிக்கொண்டிருந்த காலத்தில், தேவக்கோட்டை தமிழிசை மாநாட்டில் கலந்துகொண்டு "பெரும்பாலும் தமிழ்ப்பாடல்களைப் பாடமுடியுமா" என்று கேட்டதற்கு, "பெரும்பாலும் பாட முடியாது. வேண்டுமானால் முழுவதும் தமிழ்ப் பாடல்களைப் பாடுகிறேன்" என்ற எம்.எஸ்.ஸை வணங்கித் தொழும்விதத்தில் அக்கட்டுரை அமைந்திருக்கும்.

ஒருவரைப் பாராட்டவோ விமர்சிக்கவோ அவர் வைத்திருந்த தராசின் நடுமுள்ளாக சமூகநீதி இருந்திருக்கிறது. பெரியார், அண்ணா, கலைஞர், காமராஜர், ஈ.வெ.கி.சம்பத், கி.வீரமணி, கண்ணதாசன், ஜெயகாந்தன் எனப் பலருடனும் அவர் கொண்டிருந்த உறவைப் பற்றிச் சொல்லிக்கொண்டே இருக்கலாம். ஒருவர்மீது அவர் வைக்கும் அன்பை எதற்காகவும் விலக்கிக்கொண்டதில்லை. ஒருகாலத்தில் ஒத்த கருத்துடன் பயணித்தவர்கள் பின்னொரு காலத்தில் வேறு கருத்தைக் கொண்டுவிட்டாலும், அன்பை அடைகாக்க அவர் தவறியதில்லை. வேறு வேறு தலைவர்களுடனும் வேறு வேறு ஆளுமைகளுடனும் பழகும் வாய்ப்பைப் பெற்ற ஒருவர், எல்லோரிடமும் ஒரே மாதிரியாக நடந்துகொள்வது எளிதல்ல. அவர் சொல்வதை இவரிடமோ இவர் சொல்வதை அவரிடமோ வாய்தவறியும் சொல்லிவிடாத சின்னக்குத்தூசியிடம் கற்றுக் கொள்ள நிறைய இருக்கிறது. காலத்தைப் பின்தொடரும் பத்திரிகையாளர்கள் அவருடைய எழுத்துக்களிலிருந்து தங்களை வடிவமைத்துக்கொள்ளலாம்.

பொதுவாக, அரசியல் விமர்சனக் கட்டுரைகளை எழுதுபவர்கள், எதிர் தரப்பினரைத் தாக்குவதையே குறியாக வைத்திருப்பார்கள். தங்களுக்குப் பதில் சொல்ல சாதகமான பகுதிகளை மேற்கோள் காட்டி, தங்கள் தரப்பு நியாயத்தை முன்வைப்பார்கள். ஆனால், சின்னக்குத்தூசி அப்படியல்ல. எதிர்த் தரப்பினரின் வாதத்தை முழுமையாகச் சொல்லிவிட்டே கட்டுரையைத் தொடங்குவார். இந்தியாவில் நடந்த முதல் ஊழல் என்று கட்டுரையைத் தொடங்கினால் உண்மையில்,

அது ஊழலா இல்லை ஊழலாக பார்க்கப்பட்டதா என்பதைச் சொல்லாமல் அக்கட்டுரையை முடிக்கமாட்டார். சம்பந்தப்பட்ட விஷயத்தை அரசியல் கட்சிகள் எப்படிப் பார்த்தன? தொடரப்பட்ட வழக்குகள் எதன் அடிப்படையில் விசாரிக்கப்பட்டன? ஏற்கெனவே நீதிமன்றங்கள் இப்படியான வழக்குகளுக்கு என்னவிதமாகத் தீர்ப்பளித்தன? என்பதையெல்லாம் விளக்கமாக எழுதும்முறை அவருடையது.

இரண்டு கட்டில், இரண்டு நாற்காலிகள் மட்டுமே இருக்கும் அவருடைய மிகச்சிறிய மேன்ஷன் அறையில், குவியல் குவியலாகச் கத்திரிக்கப்பட்ட பத்திரிகைக் குறிப்புகள் நிறைந்திருக்கும். தனித் தனி கவர்களில் தலைப்பிட்டு அவற்றையெல்லாம் பாதுகாக்க அவர் பெரும் பாடுபட்டிருக்கிறார். அரசியல், இசை, இலக்கியம், அறிவியல் என எதை எடுத்துக்கொண்டாலும், அவரால் அதற்கான தரவுகளைத் தர முடிந்திருக்கிறது. மறைமலையடிகள் பெரியாருக்கு மன்னிப்புக் கடிதம் எழுதினாராமே என்று யாராவது கேட்டால், “அது 1928இல் நடந்தது என்றும், சுத்த சைவ இரத்த ஓட்டம் உள்ளவர்கள் ஈ.வெ. ராமசாமியையும் சுயமரியாதை இயக்கத்தையும் கொல்லாமல் இருக்கலாமா” என மறைமலையடிகள் குகானந்த சபையில் பேசியதாக வந்த பத்திரிகைச் செய்தியால் விளைந்த விபரீதமென்றும் அவரால் சொல்ல முடியும். கூடவே, கடிதத்தில் இடம்பெற்றிருந்த முக்கியமான வாக்கியங்களையும் அதற்குப் பெரியார் எப்படி எதிர்வினையாற்றினார் என்பதையும் சொல்லிவிடுவார். அடிகளாரும் பெரியாரும் அவ்விஷயத்தில் எவ்வளவு நாகரீகமாக நடந்துகொண்டார்கள் என்ற நயத்தலில் சின்னக்குத்தூசி வெளிப்படுவார்.

1940களில் நிகழ்ந்த சம்பவம் ஒன்று நினைவுக்கு வருகிறது. பத்திரிகைத் துறையிலுள்ள நெருக்கடிகளையும் அதில் பணியாற்றுபவர்களின் ஏக்கங்களையும் அறிந்துகொள்வது அவசியமாகிறது. ‘கோடி கோடியாய் பணம்’ என்று தலைப்பிட்டு கட்டுரை எழுதும் பத்திரிகையாளர்கள் அந்த மாதச் சம்பளத்திற்குப் படும் அவஸ்தைகள் வாசகர்களின் பார்வைக்கு வருவதில்லை. அக்காலத்தில் ‘தினமணியில் உதவி ஆசிரியராக

இருந்த எஸ்.எஸ்.மாரிசாமி 'சுயராஜ்யம்' எனும் நூலில் சுதந்திரத்திற்கு முன்பிருந்த பத்திரிகையாளர்களின் வாழ்வை எழுதியிருக்கிறார். அப்போது ஆசிரியர் பொறுப்பிலிருந்தவர் 'பேனா மன்னன்' என்றழைக்கப்பட்ட டி.எஸ்.சொக்கலிங்கம். மாரிசாமியுடன் புதுமைப்பித்தன், சிவசிதம்பரம், வெங்கடராஜுலு, ஏ.ஜி.வெங்கடாச்சாரி, சந்தானம், காசி விஸ்வநாதன் ஆகியோரும் பணியாற்றியிருக்கிறார்கள்.

அப்போது 'தினமணி' குழுமம் மிகக் குறைந்த சம்பளத்தையே வழங்கியிருக்கிறது. அதையும் மொத்தமாகத் தராமல் ஐந்து, பத்தாக தந்திருக்கிறது. பொறுத்துப் பொறுத்துப் பார்த்துவிட்டு எல்லோரும் ஒன்றிணைந்து கூட்டாக அதன் நிறுவனர் கோயங்காவிடம் சம்பளம் போதவில்லை என்று கோரிக்கை வைத்திருக்கிறார்கள். கோரிக்கையை நிறைவேற்ற வேண்டிய கோயங்காவோ கோபமாகிவிடுகிறார். ''நஷ்டத்தில் பத்திரிகை இயங்கிக் கொண்டிருப்பதால் சம்பளத்தை உயர்த்தியோ மொத்தமாகவோ தரமுடியாது...'' எனவும் சொல்லிவிடுகிறார். உண்மையில், நஷ்டத்தில் இயங்கிக்கொண்டிருந்தது அதே குழுமத்தில் இருந்து வெளிவந்த ஆங்கில ஏடான 'இந்தியன் எக்ஸ்பிரஸ்'தானே அன்றி, 'தினமணி' அல்ல.

பத்திரிகைத்துறையோ பலசரக்குக் கடையோ எங்கே இருந்தாலும் முதலாளிகள் முதலாளிகள் தானே? தன்னிடம் வேலை செய்பவர்கள் தனக்கு அடங்கி நடக்காமல் கேள்வி எழுப்புகிறார்களே என்றதும் கோயங்காவாலும் ஏற்றுக்கொள்ள முடியவில்லை. வானுக்கும் பூமிக்கும் குதித்த அவர், இவர்களுடைய கோரிக்கைக்குக் கிஞ்சித்தும் செவி சாய்க்கவில்லை. உடனே கோயங்காவை மிரட்டுவதாக நினைத்துக்கொண்டு அத்தனை பேரும் ராஜினாமா செய்வதாகக் கடிதம் எழுதியிருக்கிறார்கள். ராஜினாமா கடிதத்தை எழுதும் ஐடியாவைக் கொடுத்தவர் சிறுகதை முன்னோடியான எழுத்தாளர் புதுமைப்பித்தன். ஒவ்வொருவரும் தனித் தனியாக ராஜினாமா கடிதத்தை எழுதியனுப்ப, கோயங்காவிடமிருந்து பதில் கடிதம் வந்திருக்கிறது. கடிதத்துடன் செக்கையும் கோயங்கா அனுப்பியிருக்கிறார். கடிதத்தைப் பிரித்துப்

படித்தால் கோயங்கா அவர்களை மிரட்டியிருக்கிறார். "இதுவரை நீங்கள் பார்த்த வேலைக்கான சம்பளத்தை இத்துடன் செக்காக இணைத்திருக்கிறேன். தங்கள் ராஜினாமா கடிதம் ஏற்றுக்கொள்ளப்பட்டுவிட்டது" என்று அக்கடிதத்தில் கோயங்கா குறிப்பிட்டிருக்கிறார்.

சம்பளம் போதவில்லை என்று கேட்கப்போனால் சம்பளமே இல்லாமல் செய்துவிட்டாரே என வருந்தியவர்கள், விஷயத்தை ஆசிரியர் சொக்கலிங்கத்திடம் கொண்டு போயிருக்கிறார்கள். அவர் ராஜினாமா கடிதம் எழுதவில்லை. ஆனாலும், விஷயத்தைக் கேள்விப்பட்ட அவர், "இனியும் செய்வதற்கு ஒன்றுமில்லை. வாருங்கள், நாம் எல்லோரும் வெளியேறி புதுப் பத்திரிகையை ஆரம்பிப்போம்" என்றிருக்கிறார். அப்படி ஆரம்பிக்கப்பட்டதுதான் "தினசரி" நாளேடு. காந்தி படுகொலை, தியாகராஜபாகவதர் என். எஸ். கிருஷ்ணன் விடுதலை, பெரியார் மணியம்மை திருமணம் முதலான செய்திகள் முதலில் வெளிவந்தது அந்தத் தினசரியில்தான்.

மூடநம்பிக்கைக்கு எதிராகச் சின்னக்குத்தூசி எழுதும் கட்டுரைகளில் குறும்பும் கேலியும் கொப்பளிக்கும். விஞ்ஞானம் எவ்வளவோ வளர்ந்துவிட்ட போதிலும் இன்னமும் ஜோசியம், ஜாதகம், எண் கணிதம் என்பதில் மக்கள் காட்டிவரும் ஆர்வத்தை அவர் ஒருபோதும் ஆதரித்ததில்லை. 96இல் "தலைவர்களை ஏமாற்றும் ஜோதிடப்புலிகள்" எனும் தலைப்பில் ஒரு கட்டுரை எழுதியிருக்கிறார். கர்நாடக மாநிலம் ஹசன் மாவட்டத்தில் இருந்த ஜோதிடப்புலி சிவானந்த சிவயோகி ராஜேந்திரா என்பவரைப் பற்றிய கட்டுரை அது. அந்தச் சாமியார் வைத்திருந்த மடத்திற்குப் பெயர் "கோடி மடம்". 150 ஆண்டுகளுக்கு முன்பு அந்த மடத்தில் வாழ்ந்த சாமியார் ஒருவர் எழுதி வைத்துவிட்டுப் போன ஓலைச் சுவடியிலிருந்து எதிர்காலத்தைக் கணித்துத் தருவதாகச் சிவயோகி அளந்த கதையை நம்பி, இந்தியாவிலுள்ள பெரிய தலைவர்களெல்லாம் அந்தச் சாமியாரைச் சந்தித்து ஆசியும் அறிவுரையும் பெறக் காத்துக்கிடந்திருக்கிறார்கள்.

தன்னிடமுள்ள கிரந்தப் புத்தகத்தில் எதிர்கால அரசியல் நிகழ்வுகளும் எழுதப்பட்டுள்ளன என அவர்,

வாய்க்கு வந்ததையெல்லாம் அறிவித்துப் பரபரப்பை ஏற்படுத்திய நிலையில், கோடி மடம் அகில இந்தியாவையும் ஆட்டிப்படைத்திருக்கிறது. நரசிம்மராவும் இந்திராகாந்தியும்கூட அவரிடமே ஆலோசனை பெறுவதாகப் பத்திரிகைகளும் தம் பங்குக்குப் புரளியைக் கிளப்பிவிட, சாமியாரின் வளர்ச்சி கிடுகிடுவென உயர்ந்திருக்கிறது. நடக்கப்போவதை முன்கூட்டியே தெரிவித்துவிடுகிறார் என்று புகழப்பட்ட அந்தச் சாமியார் தனக்குக் கிடைத்த திடீர் வாழ்வால் கோடியில் புரண்டிருக்கிறார். கோடி மடம் என்னும் பெயருடைய அம்மடத்தில் கோடிக் கணக்கில் பணம் குவிந்திருப்பதை வருமான வரித்துறை மோப்பம் பிடித்திருக்கிறது. அந்நிலையில், திடீரென்று ஒருநாள் அச்சாமியிடம் விசாரிக்க வருமான வரித்துறையின் அமலாக்கப் பிரிவினர் வந்திருக்கிறார்கள். யார் யாரையோ விசாரித்து அவர்களுக்கு நடக்க இருப்பதைக் கணித்த சாமியாருக்கு, தனக்கு நடக்கப்போவது என்ன எனத் தெரியாமல் இருந்திருக்கிறார். இந்தச் சம்பவத்தை சின்னக்குத்தூசி, குறும்பும் எள்ளலும் தொனிக்க அக்கட்டுரையில் எழுதியிருக்கிறார். எமர்ஜென்சியைக் கொண்டுவந்த இந்திராகாந்திக்கே ஆலோசனை சொல்வதாகக் கூறிய அந்த ஜோதிடப்புலி, இந்திராகாந்தி இறுதியில் துப்பாக்கி குண்டுக்கு இரையாவார் என்பதை ஏன் சொல்லவில்லை என்று அக்கட்டுரையில் கேட்டிருக்கிறார். ஒருவேளை கிரந்தப் புத்தகத்தில் அத்தகவல் இடம்பெற்றிருந்தால் அந்த உண்மையை மறைத்த குற்றத்திற்காக அவரையும் கைது செய்யலாம் தானே என்னும் விதத்தில் அக்கட்டுரை போகும்.

“கைலாச மலர் வாடும். பஞ்சரத்தினக் கிளி பறந்துபோகும். நாலா திசையிலும் குழப்பம் மேலோங்கும். மொட்டு விரியும். முத்துக்கள் உடையும்” என்று கிரந்தப் புத்தகத்தில் இருப்பதாக நரசிம்மராவிடம் சிவயோகி சொன்னதாக ஒரு தகவல். “கைலாச மலர் வாடும் என்றால் காங்கிரஸ் தோற்கும் என்றும், பஞ்சரத்தினக் கிளி பறந்துபோகும் என்றால் இந்தியாவுக்கு ஆபத்துவரும் என்றும், மொட்டுவிரியும் என்றால் தாமரை ஆட்சிக்கு வரும் என்றும், முத்தாரம் உடையும் என்றால் யாருக்கும் மெஜாரிட்டி கிடைக்காத குழப்ப நிலை என்றும்

சாமியார் நரசிம்மராவிடம் சொல்லியிருக்கிறார். அறிவுக்குப் பொருந்தாமல் அவர் சொல்லிய ஒன்றுகூட நடக்கவில்லை. இருந்தும், அதுவெல்லாம் நடக்குமென்று நம்பிய நரசிம்மராவ் போன்ற தலைவர்களின் தகுதியைச் சின்னக்குத்தூசி அக்கட்டுரையில் சந்தேகித்திருக்கிறார். சாதாரண மனிதர்களை ஏமாற்றினால் மோசடி சட்டத்தில் உள்ளே தள்ளும் அரசு, பெரும் பெரும் தலைவர்களை ஏமாற்றும் சாமியார்களின் காலடியில் விழுந்து கிடக்கிறதே என்னும் கவலையை அக்கட்டுரையிலும் வெளிப்படுத்தியிருப்பார். அதேபோல, சின்னக்குத்தூசியும் பத்திகையாளர் ஞாநியும் இணைந்து, காஞ்சிக் காமக்கோடி பீடாதிபதியை எடுத்த நேர்காணல் நூல் இன்றும் பலரால் வாசிக்கப்பட்டு வருகிறது. ஆன்மிக வியாபாரத்தைச் செய்துவரும் சாமியார்களின் போலிமுகத்தைத் தோலுரிப்பது என்றால் அவருக்கு அப்படியொரு ஆனந்தம் இருந்திருக்கிறது. திருச்சியில் பெரியார் நடத்தி வந்த ஆசிரியப் பயிற்சிப் பள்ளியில் பயின்ற சின்னக்குத்தூசி, இறுதிநாள்வரை பெரியாரின் சமூகப் பாடங்களைக் கற்பிக்கும் ஆசிரியராகவே தன்னைத் தகவமைத்திருக்கிறார்.

சமையல் வேலை செய்துவந்த தந்தைக்கும் வீட்டு வேலை செய்துவந்த தாய்க்கும் மகனாகப் பிறந்த அவருக்கு, சொந்த வீடோ அந்த வீட்டில் சமையல் செய்து உண்ணும் வாய்ப்போ இல்லாமல் போனதுதான் இயற்கையின் முரண். அவருடைய நெடிய வாழ்வில் காலத்திற்கேற்ப கருத்துக்களையும் பாதைகளையும் மாற்றிக்கொண்ட எத்தனையோ அரசியல் வாதிகளைப் பார்த்திருக்கிறார். காமராஜரை ஒழிக்க ராஜாஜி தி.மு.கவுடன் கூட்டுச் சேர்ந்ததையும் அதே ராஜாஜி, தி.மு.கவைத் தோற்கடிக்க நானும் காமராஜரும் வேறு வேறு அல்ல என்றதையும் ஒருமாதிரியாகச் சின்னக்குத்தூசி பார்த்திருக்க வாய்ப்பில்லை. அண்ணாவைப் புகழ்ந்த கண்ணதாசன் ஒருகட்டத்தில், காமராஜருக்காக அண்ணாவை ஏசியதையும் அதே கண்ணதாசன், காமராஜரை சோஷலிச விரோதி என்று பேசியதையும் காலத்தின் விளையாட்டென்று அவர் கருதியிருக்கலாம்.

கலைஞருக்கும் எம்.ஜி.ஆருக்கும் இடையே

நிகழ்ந்த உறவையும் பிணக்கையும் அண்ணாவுக்கும் பெரியாருக்கும் நடுவிலே இருந்த முரண்பாட்டையும் அருகிருந்து பார்க்கக்கூடிய அசந்தர்ப்பம் சின்னக்குத்தூசிக்குக் கிடைத்திருக்கிறது. மாறுபாடுகளையும் வேறுபாடுகளையும் அவ்வப்போது அலசி ஆராய்ந்துவந்த சின்னக்குத்தூசி, ஒரே நிலையில் தன்னை இருத்திக்கொள்ள திராவிடத்தைக் கொழுக்கொம்பாகப் பற்றியிருக்கிறார். இல்லையென்றால், அவருமே அரசியலில் நிரந்தர எதிரியும் இல்லை. நிரந்தர நண்பரும் இல்லை என்ற வழமையான சமரசத்திற்கு ஆட்பட நேர்ந்திருக்கும். சின்னக்குத்தூசியின் சனலமற்ற மனநிலை சகல நிலைகளையும் தாண்டி மேலெழும்பும் சக்தியைக் கொடுத்திருக்கிறது. தம்முடைய தடத்தை அழித்துக்கொண்டு சமூகப் பாதையில் பயணிப்பவர்கள் இன்றைக்கு எத்தனைபேர் என்பது கேள்விக்குறி.

பல பத்தாண்டுகளில் ஒரு துருவத்திலிருந்து இன்னொரு துருவத்திற்கு நகர்ந்துவிடுபவர்கள் உண்டு. ஆரம்பத்தில் கம்யூனிஸ்ட்டாகத் தன்னை அறிவித்துக்கொண்ட எழுத்தாளர் ஜெயகாந்தன், கம்யூனிஸ்ட்டுகள் அப்போது தீவிரமாக எதிர்த்துவந்த காங்கிரஸில் போய்ச் சேர்ந்தார். சுதந்திரச் சிந்தனையுடைய அவர் அதற்கான காரணங்களையும் நியாயங்களையும் பல மேடைகளில் விளக்கியிருக்கிறார். கூடுதலாக "ஓர் இலக்கியவாதியின் அரசியல் அனுபவங்கள்" என்னும் நூலில் எழுதியுமிருக்கிறார். ஆனாலும்கூட, அவரை அணுகுவதில் பலருக்கும் சிரமம் இருந்ததாகச் சொல்லப்படுகிறது. எந்த நேரத்தில் எப்படி நடந்துகொள்வார் எனத் தெரியாததால் பெரிய பெரிய அரசியல் தலைவர்கள்கூட அவரிடம் ஜாக்கிரதையைக் கடைபிடித்திருக்கிறார்கள். அப்படியான ஜெயகாந்தனிடம் சின்னக்குத்தூசி அறிமுகமானவிதம் சுவாரஸ்யமானது.

ஏறக்குறைய அறுபது ஆண்டுகளுக்கு முன்பு, அப்போதைய திருவல்லிக்கேணி பெரிய தெருவில் அமைந்திருந்த ஸ்டார் பிரசுரம் அலுவலகத்தில் ஜெயகாந்தன் இருந்திருக்கிறார். அச்சாக இருந்த தன்னுடைய நாவலுக்கு மெய்ப்புத் திருத்திக்கொண்டிருந்த அவரிடம், "ஜெயகாந்தனைச் சந்திக்க

வேண்டும்'' என்றிருக்கிறார் சின்னக்குத்தூசி. சற்றே மிடுக்கான தோரணையில் தலை நிமிர்ந்திருக்கிறார் ஜெயகாந்தன். வந்திருப்பவர் யாரென்று தெரியாததாலும் மெய்ப்புத் திருத்தும்பணியை முடிக்காததாலும் கோபத்துடன், "நான்தான் ஜெயகாந்தன் என்னவேண்டும்'' என்று கேட்டிருக்கிறார். உடனே சின்னக்குத்தூசி, "அப்பாதுரையாருக்காக நன்றி சொல்ல வந்தேன்'' என்றிருக்கிறார். "அப்பாதுரையாருக்கு நன்றி சொல்ல ஏன் என்னிடம் வந்தீர்கள்'' என்கிறார் ஜெயகாந்தன். "தமிழ் எழுத்தாளர் சங்கத் தேர்தலில் பன்மொழிப் புலவர் கா. அப்பாதுரையார் வெற்றி பெற்றிருக்கிறார். அவரை எதிர்த்து நின்ற பிரபல விமர்சகர் க.நா.சுப்ரமணியமே ஜெயிப்பார் என்றே திராவிட இயக்கத்தைச் சேர்ந்த நாங்களும் நினைத்திருந்தோம். ஆனால், நீங்களும் அத்தேர்தலில் போட்டியிட்டதால் வாக்குகள் பிரிக்கப்பட்டு, ஒரு வாக்கில் அப்பாதுரையார் ஜெயித்திருக்கிறார். நீங்கள் போட்டியிடாது போயிருந்தால் எங்களுக்குத் தோல்வியே கிடைத்திருக்கும். எனவேதான் அப்பாதுரையாரின் வெற்றிக்கு மறைமுகமாக உதவி செய்த உங்களுக்கு நன்றி தெரிவிக்க வந்திருக்கிறேன்'' என்றதும் ஜெயகாந்தன் குஷியாகி மெய்ப்புத்திருத்தும் பணியை அப்படியே விட்டுவிட்டு, "காஃபி குடிக்கப் போவோமா'' என்று சின்னக்குத்தூசியுடன் கிளம்பியிருக்கிறார். அதன்பின் வைத்தி அய்யர் கடையில் கதம்ப பஜ்ஜியைப் பற்றியும் ஓலைப் பக்கோடாவைப் பற்றியும் இருவரும் வெகுநேரம் பேசிக்கொண்டிருந்தைச் சொல்லாமலேயே புரிந்துகொள்ளலாம்.

ஜெயகாந்தனின் அறிமுகத்திற்குப் பிறகுதான் சின்னக்குத்தூசி சொல்லின் செல்வர் ஈ.வெ.கி. சம்பத் நடத்திவந்த "தமிழ்ச்செய்தி''யில் வேலைக்குச் சேர்ந்திருக்கிறார். ஜெயகாந்தனின் சிபாரிசினால் என்று புரிந்துகொள்ள வேண்டாம். தமிழ்ச்செய்தியில் வேலைக்குச் சேர்ந்ததால் சமயம் கிடைக்கும் போதெல்லாம் ஜெயகாந்தனைச் சந்திக்கும் வாய்ப்பினைச் சின்னக்குத்தூசி அடிக்கடி பெற்றிருக்கிறார். ஜெயகாந்தனின் மடத்தையும் அம்மடத்திற்கு வரும் ஆளுமைகளையும் சின்னக்குத்தூசி "சத்தியத்துக்கு ஞானபீடம்'' எனும் கட்டுரையில் விவரித்திருக்கிறார். பழகப் பழக

ஜெயகாந்தனும் சின்னக்குத்தூசியும் நெருங்கியத் தோழர்களாக மாறியிருக்கிறார்கள். "பிராமணர் பிராமணரல்லாதார் பிரச்சனையை எல்லாம் என்னிடம் கொண்டுவராதீர்கள்" என்று தொடக்கத்தில் சின்னக்குத்தூசியைக் கடிந்துகொண்ட ஜெயகாந்தன், ஒரு கட்டத்தில் சின்னக்குத்தூசியின் அழைப்பை ஏற்றுத் தேர்தல் பிரச்சாரக் கூட்டங்களில் கலந்துகொண்டிருக்கிறார்.

அதுவரை அரசியல் கட்சி மேடைகளில் ஜெயகாந்தன் கலந்துகொண்டதில்லை. அரசியல் பேசும் இலக்கியவாதியாக இருந்திருக்கிறாரே தவிர, அரசியல் கட்சி மேடையில் அதுவும் தேர்தல் பிரச்சாரக் கூட்டங்களில் பேசியிருக்கவில்லை. காமராஜரின் வேண்டுகோளுக்கிணங்க ஜெயகாந்தனை அழைக்கச் சொன்னது ஈ.வெ.கி. சம்பத் என்பதுகூட ஜெயகாந்தனுக்கே பின்னால்தான் தெரிந்திருக்கிறது. முன்கூட்டியே திட்டமிட்டு ஒருவரை அணுகவும் அவருடைய நன்மதிப்பைப் பெறவும் சின்னக்குத்தூசி முயன்றதில்லை. இயல்பாகவே அவரை எவர்க்கும் பிடித்திருக்கிறது.

பிறர் மனம் கோணாமல் நடந்துகொள்வது அவர் இயல்புகளில் ஒன்று. இரத்த உறவென்று சொல்லிக்கொள்ள ஒருவரும் இல்லாத நிலையில், வயது வித்தியாசமில்லாமல் பலரும் அவரைக் கொண்டாடியதும் அந்த இயல்பால்தான். ஒரு மகனுக்கும் மேலாக அவரைக் கவனித்துக்கொண்ட அண்ணன் நக்கீரன் கோபால் சின்னக்குத்தூசியின் கைப்பிடித்து நடந்தவர், உடல் உபாதையில் துடித்தழுத வேளையிலெல்லாம் அவருக்கு ஆறுதல் சொல்லவும் அவர் வலியைத் தமதாக்கிக்கொள்ளவும் ஏராளமான பத்திரிகையாளர்கள் சின்னக்குத்தூசியைச் சூழ்ந்திருந்தார்கள். உடன் இருப்பவர்களுக்குத் தொந்தரவு தருவதாக அவரே நினைத்துக்கொண்டு, தன்னைக் கருணைக் கொலை செய்துவிடச் சொல்லிக் கெஞ்சியதைப் பிரதிபா லெனினும் ஜெயசுதா காமராஜும் தங்கள் அஞ்சலிக் கட்டுரைகளில் எழுதியிருக்கிறார்கள்.

பத்திரிகையாளர் சாவித்திரி கண்ணன் அவர் பற்றிய நினைவுகளைப் பகிர்ந்துகொள்ளும்போது, "அவர் மட்டும் சார்பு நிலை இல்லாத பத்திரிகையாளராய்

இருந்திருப்பாரேயானால் இந்த நாடும் தன்னைப் போன்ற பத்திரிகையாளர்களும் கூடுதலாகப் பலனடைந்திருப்போம். சார்பு நிலை காரணமாக அவர் பேசாமல் தவிர்த்த உண்மைகள், கருத்துக்கள், சம்பவங்கள் விலைமதிப்பற்றவை" என்றிருக்கிறார். அது அவருடைய ஆதங்கம் மட்டுமில்லை. சின்னக்குத்தூசியை இன்னமுமே தங்கள் இதயத்தில் சுமந்துகொண்டிருக்கும் பலபேருடைய ஆதங்கம்தான். நடுநிலை என்பதில் நம்பிக்கையில்லாத யாரையும் காலம் கடைசியில் கொண்டுவந்து நிறுத்தும் இடம் இதுதானோ? ஒவ்வொரு துறையிலும் ஒருசிலரே விமர்சனமாகவும் உதாரணமாகவும் மாறுகிறார்கள்.

சின்னச் சின்னச் சமரசங்கள் செய்தாவது வாழ்வை நடத்தும் கட்டாயத்திலிருக்கும் நமக்கு, ஒருவர் இறுதிவரை சமரசமில்லாமல் வைராக்கியத்தோடு வாழ்ந்தார் என்பதைக் கேட்க ஆச்சர்யம் ஏற்படுகிறது. எல்லாமே மாறுதலுக்குட்பட்டதுதான் என மார்க்சியவாதிகள் கூறினாலும், அறமும் விழுமியங்களும் மாறுவதேயில்லை. அறத்துடன் வாழ்ந்து மறைந்த சின்னக்குத்தூசி கருத்துக்களால் விமர்சிக்கப்பட்டாலும், காலங்களால் கௌரவிக்கவே படுவார். இப்பொழுதும் சின்னக்குத்தூசி வசித்து வந்த திருவல்லிக்கேணி வல்லப அக்ரஹாரத் தெருவைக் கடந்து செல்லுகையில், ஒரு மாபெரும் இயக்கத்தின் நினைவுத் தடத்தைப் பார்க்கமுடிகிறது. தடங்கள் அங்கேயே நின்றுவிடுகின்றன. கால்களே பயணிக்கின்றன.

◆◆◆◆◆

ஈரோடு தமிழன்பன்

மிகையான உணர்ச்சிகளுக்கு ஆட்பட்டுத் தங்கள் இயல்பைத் தொலைத்துவிடுபவர்களே படைப்பாளிகள். சமயத்தில், அந்த மிகை உணர்ச்சிகளே அவர்களைத் தொடர்ந்து இயங்க வைக்கின்றன. சராசரியிலிருந்து தங்களை வேறுபடுத்திக்காட்ட மிகை உணர்ச்சிகள் பயன்பட்டாலும், அளவுக்கு மீறிப் போகும்போது அவ்வுணர்ச்சிகள் ரசிக்கப்படுவதில்லை. அதிலும் கவிஞர்களைப் பற்றிச் சொல்லவே வேண்டியதில்லை. எதையுமே அவர்கள் கொஞ்சம் அதிகமாகப் பார்த்துப் பழகியவர்கள். இயல்புக்கு மீறிய சிந்தனையிலும் கற்பனையிலும் சதா உழலும் அவர்கள், தங்கள் படைப்பூக்கச் சக்தியை மிகையுணர்ச்சிகளிலிருந்தே பெறுவதாக நம்புகிறார்கள். இதிலிருந்து தம்மை விடுவித்து, அரை நூற்றாண்டுக்கும் மேலாகக் கவிதை எழுதி வருபவர் ஈரோடு தமிழன்பன். திராவிட முகாமைச் சேர்ந்த தமிழன்பனை, மார்க்சிய அறிஞரான கலாநிதி க.கைலாசபதி கொண்டாடியிருக்கிறார் என்பது குறிப்பிடத்தக்கது.

திராவிட இயக்கத்தின் பிரதானக் கொள்கைகளையும் பொதுவுடைமைக் கருத்துக்களையும் தம் கவிதைகளில் ஒருசேரக் கொணர்ந்த தமிழன்பன், பாரதிதாசனையும்

பாப்லோ நெரூடாவையும் இருகண்களாக ஏற்றுக்கொண்டவர். நெரூடா மார்க்சியத்தை முன்நிறுத்தியவர். பாரதிதாசனோ தமிழியக்கத்தைப் பின்பற்றியவர். இரண்டு பெரும் பாதைகளின் வழியே நடந்த பயணம்தான் தமிழன்பனுடையது. எழுத்துமுறையில் பாரதிதாசனையும் சிந்தனைமுறையில் பாப்லோ நெரூடாவையும் பின் பற்றிய தமிழன்பன், தமிழின் தொடர்ச்சியை உணர்ந்தவர் மட்டுமல்லர், அதை அடுத்தக் கட்டத்திற்கு அழைத்துப்போகவும் உழைத்திருப்பவர். மேலெழுந்தவாரியாக அவருடைய கவிதைகளை வாசிப்பவர்கள் இந்த நுட்பத்தை விளங்கிக்கொள்வதில் தோற்றுவிடுவர். ஆனால், அவருடைய கவிதைகளை ஆழ்ந்து வாசித்து மதிப்புரை எழுதியிருக்கும் கா.சிவத்தம்பியும் கோவை ஞானியும் தமிழன்பனின் தகுதியை உயர்த்தியே சொல்லியிருக்கிறார்கள். அவர்கள் இருவருமே மார்க்சியத்திலும் தமிழிலக்கியத்திலும் கரைகண்டவர்கள் என்பதை நான் சொல்ல வேண்டியதில்லை. அவர்கள் இருவருடைய கணிப்பிலும் தமிழன்பன், தமிழின் முக்கியக் கவியாக அடையாளப்படுத்தப்பட்டிருக்கிறார்.

தொண்ணூறுகளில் தீவிரமாக எழுதத் தொடங்கிய எனக்கு, தமிழன்பனின் கவிதைகளே பற்றி ஏறும் சாரமாகப் பயன்பட்டன. மரபாயினும் புதிதாயினும் தனக்கெனத் தனியான அடையாளத்துடன் எழுதக்கூடியவரே அவர். படிமத்திற்குள் படிமம் என்பதாக அவர் கவிதைகளை எழுதிச்செல்லும்விதம் அசாத்தியமானது. ஓர் எளிய வாசகனுக்கு முதல் வாசிப்பிலேயே புரிந்துவிடக் கூடியதாக அவர் கவிதைகள் இருந்ததில்லை. இரண்டாவது மூன்றாவது வாசிப்பில்தான் அவர் கவிதைகளுக்குள் நுழைய முடியும். வாசிப்பவனின் தயவையும் பங்களிப்பையும் கோரிப் பெறுபவை அவருடைய கவிதைகள். நான் சொல்வது, ஆரம்பகாலங்களில் வெளிவந்த அவருடைய கவிதைகளைப் பற்றியே. பின்னால் வெளிவந்த கவிதைகளில் பலவும் நேரடித் தன்மையைக் கொண்டுள்ளன.

மின்மினிக் காடு, சூரியப் பிறைகள், மழைமொக்குகள், கவின் குறுநூறு ஆகிய நூல்களில் அவர் கவிதைகளை நேர்கோட்டுக்குக்

கொண்டுவந்திருக்கிறார். "ஓட்டுப்போட்டுவிட்டுத் திரும்பி வந்த பிணம் திடுக்கிட்டது, தனது கல்லறையில் வேறொரு பிணம்" எனவும், சிறைக்கம்பிகளுக்கு நிறம்பூசும் நிலா, பாதங்களில் பகலுக்கு விலங்கு எனவும், சோளக்கொல்லை பொம்மைக்குக் கோபம், குருவிக் குல்லாயில் முட்டையிட்டபோது" எனவும், படிமங்களாலேயே கவிதையை வளர்த்திக்கொண்டு போன அவர், ஒருகட்டத்தில் "யார் உடைத்தாலும் / யாழ் உடைந்துவிடும் / ஆனால், யார் மீட்டினாலும் யாழ் இசைதருமா? என்று எளிமையாகவும் எழுதியிருக்கிறார்.

எளிமையென்பது வாசிப்பவரின் அறிவுமட்டத்தைச் சார்ந்ததுதான். எந்த அளவுக்கு ஒருவர் வாசித்திருக்கிறாரோ அந்த அளவுக்கே அவரால் ஒரு கருத்தையோ படைப்பையோ புரிந்துகொள்ளமுடியும். வாசிக்க வாசிக்க, சிக்கலான விஷயங்கள்கூட சிரமமில்லாமல் புரிந்துவிடும். வெளிப்படை அல்லது நேரடித் தன்மையுடன் ஒரு கவிதை இருக்கவேண்டும் என்றோ இருக்கக் கூடாதென்றோ படைப்பாளனின் சுதந்திரத்தில் நாம் தலையிடமுடியாது. இருந்தபோதிலும், பெருவாரியானவர்களுக்குப் புரியாமல் போகுமெனில், அப்படைப்பினால் அல்லது அக்கருத்தினால் என்ன பயன் என்பதைக் கேட்காமல் இருப்பதும் முறையல்ல.

அரை நூற்றாண்டுக்கும் மேலாகத் தொடர்ந்து கவிதையெழுதுவதில் அலுப்போ சலிப்போ இல்லாமல் இயங்கிவரும் தமிழன்பன், கவிதைகளை வெவ்வேறு வடிவங்களில் எழுதிக் காட்டுபவர். "பத்தாவது முறையும் / பாதம் தடுக்கி விழுந்தவனை / பூமித்தாய் முத்தமிட்டுச் சொன்னாள் / ஒன்பதுமுறை எழுந்தவனில்லையா நீ" என்னும் கவிதையைக் கேட்டிராதவர்கள் குறைவு. தன்னம்பிக்கைப் பேச்சாளர்கள் தவறாமல் மேடைதோறும் மேற்கோள் காட்டும் இக்கவிதையை அவரவர் வசதிக்கேற்ப யார் யாரோ எழுதியதாகச் சொல்வதுண்டு. எந்த இடத்திலும் இது என்னுடையதாயிற்றே என்று உரிமை கொண்டாடும் வழக்கம் தமிழன்பனிடம் இருந்ததில்லை. தமிழில் மிக அதிகமான கவிதைகளை எழுதியவரும், எவ்வளவு எழுதியும் எழுத்தின் மீதுள்ள விருப்பத்தைக் குறைத்துக்கொள்ளாதவரும்

அவரென்றால் மறுப்பதற்கில்லை.

நிறைய எழுதும்போது ஒரே மாதிரியான படிமங்களும் குறியீடுகளும் நம்மையுமறியாமல் வந்துவிடும். நிலவைப் பற்றி எழுதுகிறோம் என்று வைத்துக்கொள்வோம். எத்தனைமுறை நிலவை எழுதமுடியும்? நிலவின் தன்மைக்கு முரணாகவும் எழுத முடியாது. ஒரே நபர் ஒவ்வொருமுறையும் நிலவை எழுதுகிறபோது வெவ்வேறு மாதிரியும் எழுத வேண்டும். இந்தச் சவாலைச் சாமர்த்தியமாகக் கடந்தவர் தமிழன்பன். நிலா நிழல், நிலவின் ஒளி, நிலாச் சும்மாடு, நிலவின் கரை, நிலவின் தறி என்பதாக வார்த்தைகளைப் பிரயோகித்துக் கூறியது கூறலைத் தவிர்த்துவிடுவார். இயற்கையைப் பாடுபொருளாகக் கொள்ளும்போது, இப்படியான சிக்கல் எல்லோருக்கும் வருவதுதான். ஆனால், அதை அவர்கள் எப்படித் தாண்டுகிறார்கள் என்பதில்தான் வித்தையிருக்கிறது.

எண்ணிய சிந்தனையை வெளிப்படுத்தும்போது உரிய படிமத்தையோ உரிய குறியீட்டையோ கொள்ளவில்லையெனில், சிந்தனை மாறுபட்டுவிடும். சிந்தனையையும் சொல்லவேண்டும். அதே சமயம், அது ஒரே மாதிரியும் இருக்கக்கூடாது. ஒரு சில ஆண்டுகள் தீவிரமாக இயங்கிவிட்டு, பின் கவிதைகளே எழுதாமல் பலர் போவதற்கான காரணம் இதுதான். சொல் புதிது, பொருள் புதிது என்று பாரதி சும்மா சொல்லவில்லை. எதைச் சொன்னாலும் புதிது தேவை. புதிது இருந்தால்தான் கவனிக்கப்படும். "அந்த நந்தனை எரித்த நெருப்பின் மிச்சம்" என்னும் தலைப்பில் 1982இல் வெளிவந்த தமிழன்பனின் கவிதை நூலுக்குக் கிடைத்த வரவேற்பு, தமிழ்க் கவிதைகளின் செல்நெறியையே மாற்றியது.

நா.காமராசனின் கருப்பு மலர்கள். மு.மேத்தாவின் கண்ணீர்ப் பூக்கள், மீராவின் கனவுகள் + கற்பனைகள் = காகிதங்கள் ஆகிய நூல்கள் புதுக்கவிதைகள் மீது தமிழறிஞர்கள் கொண்டிருந்த தயக்கத்தை உடைத்தெறிந்தன. "வாழும் மனிதனுக்குக் குடிசையில்லை / மாண்டு போனவர்க்கு மண்டபங்கள்" என்பது உரைநடையை உடைத்துப் போட்டதுபோல தோன்றலாம். ஆனால், அப்படியொரு மொழியமைப்புக்குள் கவிதைகளைக் கொண்டுவர

நெடுங்காலம் பிடித்தது. இலக்கணச் சட்டகத்திற்குள்ளேயே இயங்கிவந்த தமிழ்க் கவிதை மரபை, அவ்வளவு எளிதாக உதற முடியாத சூழலே வெகுகாலம்வரை நிலவியது. எதுகையும் மோனையும் இல்லாமல் எழுதுவது கவிதையில்லை என்று சொல்லக்கூடியவர்களில்தான் அன்றைய இலக்கியத் தராசுகள் இருந்தன.

புதுக்கவிதைகள் என்றால் தன்னுணர்ச்சிக் கவிதைகள் என்றும் இலக்கணம் தெரியாதவர்கள் எழுதும் தளர்ந்த கவிதைகள் என்றும் புரிந்துவைத்திருந்த இலக்கிய உலகுக்கு, தமிழன்பன் போன்றோர் புதுக்கவிதை எழுதவந்த பிறகே, எது கவிதை என்னும் தெளிவு ஏற்பட்டது. இன்றைக்கு வேண்டுமானால், நவீனக் கவிஞர்களாகத் தங்களைச் சொல்லிக்கொள்பவர்கள், புதுக்கவிதைகளைக் கிண்டலடிக்கலாம். வார்த்தைகளை மடக்கிப்போட்டால் கவிதையா? எனக் கேட்கலாம். வெற்றுக் கூச்சலும் பிரச்சார நெடியுமா கவிதை? என்று விமர்சிக்கலாம். ஆனால், ஆரம்பகாலங்களில் புதுக்கவிதை தன்னை நிலைநிறுத்திக்கொள்ள பெரும்பாடு பட்டிருக்கிறது. பாரதிதாசனின் சீடராகத் தன்னை அறிவித்துக்கொண்ட தமிழன்பன், புதுக்கவிதையின் சகல தன்மைகளையும் உள்வாங்கி வெளிப்படுத்தியவிதம் மேலோட்டமானதில்லை. எல்லோரும் புதுக்கவிதைக்கு வந்துவிட்டார்கள். அதனால், நானும் வருகிறேன் என்று அவர் புதுக்கவிதையை எழுதவில்லை. புதுக்கவிதையை ஏற்பதற்குமுன், உலகக் கவிதைகளின் கவிஞர்களின் போக்கையும் உற்றுணர்ந்தே எழுத வந்திருக்கிறார்.

மரபுக்கவிதை, புதுக்கவிதை என்பதோடு நின்றுகொண்டிருந்த தமிழுக்கு, ஹைக்கூவையும் சென்ரியூவையும் கொண்டுவந்ததில் அவருடைய பங்கும் இருக்கிறது. கவிக்கோ அப்துல்ரகுமான், ஹைக்கூவைக் கலையழகுடன் அறிமுகப்படுத்தினார் எனில், அதைச் சமூக நோக்குடன் எழுதலாமென எழுதிக்காட்டி ஆச்சர்யப்படுத்தியவர் தமிழன்பன். "கோடித்துணியை / வெட்டியான் உருவியதும் / குப்புறத் திரும்பிக்கொண்டது பிணம்" எனவும் "ஆகாயமும் அழகு / பூமியும் அழகு / ஆம் என் கையில் ரொட்டித்துண்டு" எனவும் அவர் எழுதும்வரை

ஹைக்கூவில் இப்படியும் சிந்திக்கலாம் என்பதைத் தமிழ்க் கவிதையுலகம் அறிந்திருக்கவில்லை. ஹைக்கூவின் இலக்கணத்திற்கு ஏற்ப மேற்கூறியவை இருக்கின்றனவா? என்பதைத் தாண்டி, ஹைக்கூவைத் தமிழ்ப்படுத்தியவர் அவரே. ஒருவரியில் ஆத்திசூடி இருவரியில் திருக்குறள், மூன்றுவரியில் பழமொழிகள், நான்குவரியில் நாலடியார், ஐந்து வரியில் ஐங்குறுநூறு என வரிகளைக் கணக்கிட்டு எழுதிப்பார்த்த சமூகம் நம்முடையது. அப்படியிருந்தும், ஜப்பானிய ஹைக்கூவை வரவேற்கவே செய்திருக்கிறோம். எழுத்துருக்களைச் சீர்திருத்தியது போலவே கவிதைகளின் வடிவங்களையும் சீர்திருத்திக் கொள்ள அனுமதித்திருக்கிறோம்.

ஜப்பானியர்களின் நில மற்றும் உளத் தன்மைக்கேற்ப இருந்த வடிவத்தைத் தமிழ்ப்படுத்தியதில்தான் தமிழன்பன் வெளிப்படுகிறார்.. ஒன்றை அப்படியே ஏற்பது வேறு. அதை நமக்கேற்ப மாற்றி, பயன்பாட்டுக்குக் கொண்டுவருவது வேறு. ஹைக்கூவைப் போலவே ஜப்பானியர்களின் இன்னொரு கவிதை வடிவமான சென்ரியூவையும் தமிழன்பனே முதல் முதலாகத் தமிழில் எழுதிக் காட்டியவர். இயற்கையிலிருந்து எடுக்கப்பட்ட காட்சிப் படிமங்களை மெய்யியல் உணர்வோடு வெளிப்படுத்தும் குறுங்கவிதைகளே சென்ரியூ. சமூகம் குறித்தும் அரசியல் குறித்தும் அங்கத, நகைச்சுவை உணர்வுடன் வெளிப்படும் சென்ரியூவில் ஹைக்கூவின் அடர்த்தியைப் பார்க்கமுடியாது. ஹைக்கூவைவிட சென்ரியூக்கள் செறிவு குறைவானவை.

ஒரு தேநீர்க் கடையிலும் மதுபானக் கூடங்களிலும் எளிய மனிதர்கள், தமக்குத் தாமே களிப்பூட்டிக்கொள்ளும் முறையில் சொல்லப்படும் சென்ரியூக்களில் அர்த்தத்தையும் கவித்துவத்தையும் எதிர்பார்க்க இயலாதுதான். என்றாலும், எவ்வடிவையும் தமிழுக்குக் கொண்டுவரும் ஆர்வத்துடன் தமிழன்பன் இயங்கியிருக்கிறார். முக்கிய கவிஞர் அறைகூவலாக முதல் வரியைக் கேள்விபோல முன் வைக்க, பின்வருபவர்கள் அவ்வரிகளை நிறைவு செய்வதே சென்ரியூக்களின் சிறப்பு. மிகுதியும் உரையாடல் தொனியில் அமையப்பெறும் சென்ரியூவின் இறுதி வாக்கியம், ஒரு

சிரிப்பை வரவழைக்கவேண்டும் என்பது விதி. இந்த விதியைப் பின்பற்றி "பக்தர்களிடம் / கடவுள் கேட்ட வரம் / அரசியலுக்கு இழுக்காதீர்கள்" என்பதாகத் தமிழன்பன் "ஒருவண்டி சென்ரியூ" என்னும் நூலில் எழுதியிருக்கிறார். நடப்புச் சூழலை உள்வாங்கி எந்த வடிவத்திலும் கவிதை செய்யும் மொழித்திறம் அவருக்குண்டு. மொழி வளம் இருக்கிறது என்பதற்காக எதைக் கவிதையாக எழுதுவது என்பதில் தேர்வுநிலை இல்லாமல் செயல்படுவதாகத் தமிழன்பன் கவிதைகளை மதிப்பீடு செய்த க. பஞ்சாங்கம் குறைப்பட்டிருக்கிறார். அவரே இன்னொரு இடத்தில், தொடர்ந்து எழுதுவதன்மூலம் கவிதையின் தரத்தையும் தேடலையும் காப்பாற்றிவருவதால் தமிழன்பன் இந்த நூற்றாண்டின் கவிஞன் என்பதை நிரூபித்திருப்பதாகவும் வியந்திருக்கிறார்.

கடவுளையும் மதத்தையும் இணைத்து அரசியல் செய்யும்போக்கிற்கு எதிரான கவிதைகளைத் தமிழில் அதிகமும் எழுதியவர் தமிழன்பன். ஆன்மிக அரசியல் போன்ற பதங்கள் கவனத்துக்கும் விவாதத்திற்கும் வந்திருக்கும் இச்சூழலில் நவீன சென்ரியூக்கள் பிறக்கக்கூடும். ஈரோட்டை அடுத்த சென்னிமலையில் பிறந்த ஜெகதீசன், தமிழன்பன் ஆனதும் பாரதிதாசனுடன் கொண்ட பற்றினால் கவிதைக்குள் வந்ததும் அறியக்கூடியது. ஆனால், இதுவரை அறுபதுக்கும் மேலான கவிதை நூல்களும், இருபத்து ஐந்து உரைநடை நூல்களும், பத்துக்கும் மேற்பட்ட மொழிபெயர்ப்பு நூல்களும் எழுதியிருக்கிறார் என்னும் தகவல் எத்தனைபேருக்குத் தெரியும்?

காட்சி ஊடகங்கள் பரவலாகாத எண்பதுகளில், சென்னைத் தொலைக்காட்சியின் செய்தி வாசிப்பாளராகவும் பதினாறு ஆண்டுகள் இருந்திருக்கிறார். செய்திகள் முடிவடைந்தன என்பதை மாற்றி, செய்திகள் நிறைவடைந்தன என சொல்லும் வழக்கத்தை அவரே ஏற்படுத்தினார். முடிவுக்கும் நிறைவுக்கும் உள்ள வித்தியாசத்தை ஊடகங்களுக்குக் கற்பித்த

அவர், புதுக்கல்லூரித் தமிழ்த்துறைத் தலைவராகவும் பணி புரிந்திருக்கிறார். கவிஞர் இன்குலாப்புடன் அணுக்கமும் இணக்கமும் காட்டிய தமிழன்பன், திராவிடக் கருத்தியலை வரித்துக்கொண்டவர். ஆயினும், சர்வதேசியப் பார்வையுடைய கவிஞரென்றே அறியப்பட்டிருக்கிறார்.

1990ஆம் ஆண்டு பிப்ரவரி 25இல் சென்னை பெரியார் திடலில் தமிழ்த்தேசத் தன்னுரிமை மாநாடு நடந்தது. அம்மாநாட்டிற்கு தஞ்சையிலிருந்து கிளம்பிய பேருந்தில் அப்பாவுடன் தொற்றிக்கொண்ட எனக்கு, செய்தி வாசிக்கும் ஒருவர் கவிதை வாசிக்கப் போகிறார் என்னும் செய்தியே மகிழ்வூட்டியது. தமிழன்பனும் அண்ணன் அறிவுமதியும் அம்மாநாட்டில் கவிதை வாசித்தார்கள். அரங்கக் கவிதையென்றால் எப்படி அமைய வேண்டும் என்பதை அப்போதுதான் அறிந்துகொண்டேன். வெறும் கைத்தட்டலுக்காகக் கவிதைகளை வாசிக்காமல், அவர்கள் இருவரும் கருத்துச் செறிவுடன் அரசியல் கவிதையை எழுதியிருந்தார்கள். மாநிலங்களுக்கான சுயாட்சியை மறுக்கும் மத்திய அரசு குறித்துக் கடுமையான விமர்சனத்தை முன்வைத்த அவர்களுடைய கவிதைகள் பெரும் அதிர்வலைகளை உண்டாக்கின.

அப்போது ரஷ்ய ஒன்றியத்திலிருந்து அஜர்பைஜான் பிரிந்த நேரம். அதை மையமாக வைத்து “அஜர்பைஜான் நெருப்பு / அசோகச் சக்கரத்தை விசாரிக்கும்” என்பதாகத் தமிழன்பன் கவிதை எழுதியிருந்தார். நடந்தது என்ன தெரியுமா? அஜர்பைஜான் நெருப்பு அசோகச் சக்கரத்தை விசாரித்ததோ இல்லையோ, இப்படியொரு கவிதையை வாசித்த தமிழன்பன், காவல்துறையால் விசாரிக்கப்பட்டார். விசாரணை முடிவில், மத்திய அரசின் கட்டுப்பாட்டிலுள்ள தொலைக்காட்சியில் செய்திவாசிக்கும் ஒருவர், மத்திய அரசையே அச்சுறுத்தும் விதமாகக் கவிதை வாசிப்பதா? என்று செய்தி வாசிக்கும் பணியிலிருந்து தமிழன்பன் விடுவிக்கப்பட்டார். உச்சரிப்பு சுத்தத்துடன் செய்தி வாசித்த ஒருவர், உண்மையை வாசித்ததற்காக விலக்கப்பட்ட விநோதக் கதை இதுதான். இக் கைங்கர்யத்திற்குத் திரைக்கதையை எழுதியதில் துக்ளக் சோவின் பங்கு முக்கியமானது.

திராவிட இயக்கச் சார்புடைய தமிழன்பன், கவியரங்க மேடைகளைப் புதுக்கியவர்களில் குறிப்பிடத் தக்கவர். Oral poetry என்னும் வகைப்பாட்டை மிகத் துல்லியமாக விளங்கிக்கொண்டு, அதற்கேற்பப் பல முன்மாதிரிக் கவிதைகளைத் தந்திருக்கிறார். "வார்த்தைகள் கேட்ட வரம்" என்னும் தலைப்பில் தமிழன்பனின் கவியரங்கக் கவிதைகள் தொகுக்கப்பட்டுள்ளன. அரங்கத்தின் மனநிலையை உணர்ந்து கவிதைகளை எழுதக்கூடிய தமிழன்பன், ஓரிரு திரைப்படங்களுக்குப் பாடல்களையும் எழுதியிருக்கிறார். பாலச்சந்தர் இயக்கிய 'அச்சமில்லை அச்சமில்லை' திரைப்படத்திலும், ஹரிகரன் இயக்கிய 'ஏழாவது மனிதன்' திரைப்படத்திலும் அவருடைய இசைப் பாட்டுகள் இடம்பெற்றுள்ளன.

தொடர்ந்து திரைப்பாடல் எழுதுவதில் விருப்பம் இல்லை என்று வெளிப்படுத்திய பிறகும்கூட அவரைத் திரைப்பாடல் எழுதவைக்கப் பலரும் முயன்றிருக்கிறார்கள். தன்னை ஸ்தாபித்துக்கொள்வதில் பிரியமில்லாத அவர், திரை வெளிச்சத்திலிருந்தும் விலகி இருக்கவே விரும்பியிருக்கிறார். பல ஆண்டுகள் பாரதிதாசனுடன் பழகியிருப்பதால், இந்தத் திரைத்துறை நல்ல கவிஞர்களை என்ன பாடு படுத்தும் என்பது கேட்டறிந்திருப்பாரோ என்னவோ. இப்போதும் அவர் என்னுடன் தொலைபேசியில் பேசும்போதெல்லாம் கவிதைகளை விட்டுவிடாதீர்கள் என்பதைச் சொல்லாமல் உரையாடலை முடிப்பதில்லை. மேடையில் அவர் வாசித்த கவிதை கேட்டு எழுதவந்த நான், அவருடைய தலைமையில் பல கவியரங்குகளில் பங்கு கொண்டிருக்கிறேன்.

அரங்கத்தைத் தயார் செய்து, இளம் கவிஞர்களை அறிமுகப்படுத்துவதில் அவருக்கிருக்கும் ஆர்வத்தை அளவிட வழியில்லை. அடுத்தத் தலைமுறையிடம் காலத்தையும் கவிதைகளையும் ஒப்படைக்க அவர் இன்னமும் உழைத்துவருகிறார். இப்போது எழுதிவரும் பல இளம் கவிஞர்களின் படைப்புகள் குறித்து நேர்ப்பேச்சில் என்னிடம்

தெரிவித்திருக்கிறார். எதார்த்த நிலையிலிருந்து அரசியலை எப்படி அணுக வேண்டும் என்பதையும் உலகின் பல பகுதிகளில் நிலவிவரும் கவிதைக் கோட்பாடுகளையும் அவரிடமிருந்து பெற்றுக்கொள்ளலாம்.

எது கவிதை என்பதைத் தெளிந்துகொள்ள அவர் எழுதிய "சிகரங்கள் மேல்விரியும் சிறகுகள்" எனும் கட்டுரை நூல் முதன்மையானது. அக்காலத்தில் விரிந்த இலக்கியப் பார்வையுடன் வெளிவந்த ஒரே நூல் அதுவே. நீண்ட வாசிப்பின் பின்புலத்திலிருந்து, உலக கவிஞர்களை அந்நூலில் படம் பிடித்திருப்பார். மொழிபெயர்ப்பின் வழியே நல்ல கவிதைகளையும் அந்நூலில் பகிர்ந்திருக்கிறார். ஆங்கிலப் புலமை அல்லாத ஒருவர், உலகக் கவிதைகளை உணர்ந்துகொள்ள ஏற்றவகையில் எழுதப்பட்ட அந்நூல், இளம் கவிஞர்களை எளிதாக ஈர்த்துவிடக்கூடியது. வால்ட் விட்மன் முதல் செங்கோர் வரையுள்ள ப்தினெட்டுக் கவிஞர்கள் குறித்த அறிமுகத்தை வழங்கிய அந்நூலைப் பின்பற்றிப் பல நூல்கள் வந்துவிட்டன. ஆயினும்கூட, அவருடைய மொழிபெயர்ப்புக்கும் தகவல் திரட்டலுக்கும் பக்கத்திலும் பிந்தைய நூல்கள் வரவில்லை என்பது என் எண்ணம்.

தமிழன்பன், பழந்தமிழ் இலக்கியப் பரிச்சயத்திற்குச் சற்றும் குறைவில்லாத வகையில் நவீன இலக்கியத்தையும் பயின்றுவருபவர். யாப்பு மரபை விடுவித்துக்கொண்ட தமிழ், ஷேக்ஸ்பியரிடமிருந்து சானட் என்னும் வகையை எடுத்துக்கொண்டது. பரிதிமாற்கலைஞர் போன்றவர்கள் அவ்வகையைப் பின்பற்றி எழுதியதாகத் தகவல் இருக்கிறது. அதேபோல, லிமரிக் என்றழைக்கப்படும் ஆங்கிலக் கவிதை வடிவத்தை ஐந்து வரிகளில் இலங்கையைச் சேர்ந்த மகாகவியும் தமிழகத்தைச் சேர்ந்த கோவேந்தனும் முயன்றிருக்கிறார்கள். ஹைக்கூவையும் லிமரிக்கையும் இணைத்து, லிமரைக்கூ என்னும் புதிய வடிவத்தைத் தமிழன்பன் உருவாக்கியிருக்கிறார்.

ஹைக்கூவில் பயின்றுவரும் மூன்று வரிகளைக் கணக்கிட்டுக்கொண்டு, லிமரிக்கில் பயின்றுவரும் இயைபுத்

தொடையையும் இணைத்து லிமரைக்கூவை அவர் எழுதிக்காட்டியிருக்கிறார். "பறவையோடு சேர்ந்து பற / சிறகுகள் தேவையில்லை / மனிதன் என்பதை நீ மற". பற, மற என்பதே இயைபுத்தொடையின் அழகு. "சென்னிமலை கிளியோபாத்ராக்கள்" என்னும் தலைப்பில் வெளிவந்துள்ள தொகுப்பில் அதிகமான லிமரைக்கூ இடம்பெற்றுள்ளன.

சிலவகைப் பொருள்களை இன்னின்ன யாப்பில்தான் பாடவேண்டும் என்கிற மரபு நம்மிடமுண்டு. கட்டளைக் கலித்துறை போன்று வார்த்தைகளைக் கணக்கிட்டு எழுதும் வழக்கத்தைக் கொண்டவர்களே நாம். ஆசிரியப்பா, வெண்பா, கலிப்பா, வஞ்சிப்பா என்று வகைக்கொன்றை வடிவமைத்து, அதற்கான இலக்கணத்தையும் வரையறுத்திருக்கிறோம். ஆனால், இன்று அதையெல்லாம் விட்டுவிட்டு, எளிய வகையில் எழுதும் சூழலைப் புதுக்கவிதைகள் உருவாக்கியுள்ளன. எழுதுகிறவனுக்குக் கடினம் என்பதைவிட, வாசிப்பவனுக்குக் கடினமில்லாமல் இருக்கும் வேண்டும் என்னும் கருத்து முந்திவிட்டது. ஏற்கெனவே குறும்பா என்னும் வடிவம் நம்மிடம் இருந்ததுதான். என்றாலும், அதைக் குறும்பா என்று காசி ஆனந்தன் போன்றோர் குறிப்பிடுவதில்லை. நறுக்குகள், பொழிச்சல்கள் என்று புதுப்பெயரில் அழைக்கிறார்கள்.

ஹைக்கூ, சென்ரியூ, லிமரைக்கூ என்று பலவிதமான வடிவங்களில் எழுதினாலும் அவையெல்லாம் கவிதையென்னும் வகைக்குள் வருகிறதா? என்பதுதான் கேள்வியே. எது கவிதை என்பதிலிருந்து, எதுவும் கவிதை என்னும் நிலைக்கு வந்திருக்கிறோம். வரலாற்றுப் போக்கில் நாம் இவ்விடத்திற்கு வந்து சேர்ந்திருப்பது தவிர்க்கமுடியாததே. சமூக வலைதளங்களின் பெருக்கத்திற்கு பிறகு, இன்னும் புதுப்புது வடிவங்களைத் தமிழ்க்கவிதைகள் தரித்துக்கொள்ளக்கூடும்.

பாப்லோ நெரூடாவின் இறுதி நூலான book of questionsஐ அடிப்படையாகக் கொண்டு, தமிழன்பன் எழுதியுள்ள "கனாக் காணும் வினாக்கள்" என்னும் நூல் கவனத்துக்குரியது. முழுக்க முழுக்கக் கேள்விகளாலேயே அமைந்த நூல் அது. கேள்விகளின் வழியே கவித்துவத்

தருணங்களை உருவாக்கி, அக்கேள்விகளுக்கான பதிலை மெய்யியலில் முன்வைத்திருக்கிறார். "நாணய ஓசையில் / நனைந்துகொண்டிருப்பவனுக்கு / ஈர மழையிடம் / என்ன செய்தி இருக்கும்?" எனவும் "பருத்தி பூப்பதற்கு முன் / சூரியனின் ஒரு யோசனையாக / இருந்திருக்குமோ?" எனவும் அவர் எழுப்பியிருக்கும் கேள்விகள் சுவாரஸ்யமானவை. கடவுள், சாதி, மதம் ஆகியற்றை மறுக்கக்கூடியவராக இருந்தும்கூட, ஒரு கவிஞனாக மெய்யியலிலிருந்து அவரால் விடுபடமுடியல்லை. கடவுள் என்கிற கருத்தாக்கம் முதலில் அற இயலுக்கும் அதன் பிறகு ஆன்மிகத்திற்கும் இட்டுச்செல்லும் என்பர். ஆன்மிகத்தை அடைந்ததுடன் கடவுள் சிந்தனை எத்தகைய விளைவைத் தரும் என்பது விவாதத்திற்குரியது. உலகக் கவிஞர்கள் பலரும், கடவுளை மறுத்திருக்கிறார்கள். ஆனாலும், மெய்யியலை அவர்கள் தொடாமல் இல்லை.

தமிழன்பனும் மெய்யியல் கவிதைகளை எழுதியிருக்கிறார். ஜென் மெய்யியலைச் சமதர்மத்தின் குறியீடாகக் கண்டிருக்கிறார். மகேந்திரநாத குப்தா எழுதிய "எம்" என்ற தலைப்பிலான இராமகிருஷ்ணர் வாழ்க்கை வரலாற்று நூலை, தன்னைக் கவர்ந்த நூல்களில் ஒன்றாகத் தெரிவித்திருக்கிறார். தான் என்பதைக் கடந்த ஆன்மிகவாதிகள்மீது தனக்கு அபிமானம் உண்டென்று கூறும் அவர், கடவுள் என்னும் கருத்தாக்கத்தை ஏற்றுக்கொண்டவரல்லர். ஆன்மிகம் வேறு, கடவுள் வேறு என்பதன் பின்னணியில்தான் அவருடைய மெய்யியல் கவிதைகள் எழுதப்பட்டுள்ளன. ஆன்மிகவாதியான தன் உடன் பிறந்த அண்ணன் தங்கவேலுவின் மறைவை ஒட்டி அவர் வெளியிட்டுள்ள தத்துபித்துவம் என்னும் நூல் அதற்கான சாட்சியைப் பகிர்கிறது.

ஒரு சித்தரைப்போல தத்துவ தரிசனம் பெற்றிருந்த அண்ணனுக்காகத் தமிழன்பன் எழுதிய தத்துபித்துவம் "வாழ்வியல் அனுபவங்களையும் வாழ்வியல் தேடல்களையும் குறிக்கோளாகக் கொண்ட பயணம்" என்பதாக கலாநிதி நா. சுப்ரமணியன் ஆய்வுரை வழங்கியிருக்கிறார். மூடநம்பிக்கைகளின் பாற்படாத ஓர் ஆன்மிகவாதியாக இருந்த

அண்ணன், சித்து முயற்சிகள், விவாதங்களில் ஈடுபட்டதை அந்நூலில் நினைவுகூர்ந்துள்ள தமிழன்பன், "போகர் ஏழாயிரம்" என்னும் நூல், அண்ணனின் சாய்வு நாற்காலிக்கு அருகே இருந்ததையும் குறிப்பிட்டிருக்கிறார். முன்முடிவுகள் எதுவும் இல்லாமல் ஒன்றை அணுகி, அதன்மூலம் கிடைக்கும் அனுபவங்களைக் கவிதையாக்குவதில் அவருக்கு எந்தத் தயக்கமும் இருந்ததில்லை.

தமிழ் இலக்கியக் கல்விப் புலத்திலிருந்து படைப்பாளிகளாக வருபவர்களிடம் ஒருவிதமான பண்டிதத்துவம் வெளிப்படுவதுண்டு. எதார்த்த நிலையில் படைப்புகளை எதிர்கொள்ளாத அவர்களின் எழுத்துக்களில் இலக்கணச் சுத்தமிருந்தாலும், இலக்கிய அனுபவமென்பது சற்றுக் குறைந்தே காணப்படும். அந்தக் குறைகளைக் களைந்த ஒருவராகத் தமிழன்பனைக் கருதலாம். பாரதிதாசனின் தமிழியக்கச் சிந்தனைகளை உள்வாங்கியபோதிலும்கூட, தமிழையும் இலக்கியத்தையும் மொழி கடந்த அனுபவங்களாக மாற்றுவதிலேயே அவர் குறியாய் இருந்திருக்கிறார்; இருந்துவருகிறார். "பாரதிதாசனுடன் பத்து ஆண்டுகள்" என்னும் நூலில், பாரதிதாசனுக்கும் தனக்கும் இடையே நிகழ்ந்த உரையாடல்களை, சம்பவங்களை விவரித்திருக்கிறார். தன்னுடன் பயின்ற பள்ளித் தோழர் மணியின் வேண்டுகோளுக்கு இணங்க, "நெஞ்சின் நிழல்" என்னும் நாவலை எழுதியதாக அந்நூலில் குறிப்பிட்டிருக்கிறார்.

"கல்யாணப்பரிசு" திரைப்படம் வெளிவந்திருந்த சமயத்தில், அதன் பாதிப்பில் எழுதப்பட்ட அந்நாவல் மூலம் திரைத்துறைக்குள் நுழையலாம் எனும் திட்டமும் அவருக்கு இருந்திருக்கிறது. க்விஞராக அறியப்பட்டுள்ள தமிழன்பன் முதலில் எழுதியது நாவலே என்பது பலர் அறிந்த தகவல். காண்டேகரையும், மு.வரதராசனையும் வாசித்திருந்த உத்வேகம், நாவல் முயற்சிக்கு அவரை இட்டுச் சென்றிருக்கிறது. திரைத்துறைமீது தனக்குப் பெரிய ஆவலோ ஆசையோ இல்லை என்றபோதிலும், நண்பனின் விருப்பதற்காக எழுதப்பட்ட அந்நாவலைப் பாரதிதாசன் பாராட்டியிருக்கிறார்.

கையெழுத்துப் பிரதியாயிருந்த அந்நாவலை வாசித்துவிட்டு, அதை அச்சாக்க வேண்டுமென விரும்பி, பாரி நிலையத்தாரிடம் தமிழன்பனை நேரில் அழைத்துப்போய் பாரதிதாசனே பரிந்துரையும் செய்திருக்கிறார். அந்தச் சந்திப்பில், "லட்ச ரூபாயைப் பரிசுத் தொகையாகக் கொண்ட ஞானபீடம் தங்களுக்குக் கிடைக்க இருக்கிறது" என்னும் தகவலை, பாரி நிலையத்தார் பாரதிதாசனிடம் பகிர்ந்திருக்கிறார்கள். அதுகுறித்துப் பெரிதாக உணர்ச்சினைய வெளிப்படுத்தாத பாரதிதாசன், "ஒரு வேளை அவர்கள் சொல்வதுபோல லட்ச ரூபாய் பரிசாகக் கிடைத்தால், உடனே ஒரு அச்சு எந்திரம் வாங்கி, இந்நாவலை நாமே அச்சிட்டுவிடலாம்" எனத் தெரிவித்திருக்கிறார். இளம் படைப்பாளர்களை வளர்த்தெடுப்பதில் பாரதிதாசனுக்கு இருந்த ஆர்வத்தை இதன்மூலம் அறியலாம். அதே நேரத்தில், பாரதிதாசனின் இதயத்தை ஈர்க்கும் அளவுக்குத் தமிழன்பனின் நாவலும் இருந்திருக்கிறது என்பதையும் சொல்லித்தான் ஆகவேண்டும்.

ஞானபீட விருதுக்கான பரிந்துரைக் குழுவில் இப்போது போலவே அப்போதும் அரசியல் விளையாடி இருக்கிறது. விருதுகள் யாருக்குத் தரப்படவேண்டும் என்பதைவிட, யாருக்குத் தந்துவிடக்கூடாது என்பதில்தான் பரிந்துரைக் குழுக்கள் கவனம் கொள்கின்றன. குழுவில் நடுவர்களாக தெ.பொ.மீ, பெரியசாமித் தூரன், சா.கணேசன் ஆகியோர் இருந்திருக்கிறார்கள். மூவருமே பாரதிதாசனை முன்மொழிந்தும், அவ்வாண்டு அவ்விருதை மலையாளக் கவி, சங்கர குரூப் பெற்றிருக்கிறார். பாரதிதாசனை முன்மொழிந்த மூவரும் இராஜாஜியை இது சம்பந்தமாகச் சந்தித்தபோது, "நாமக்கல் கவிஞரைப் பரிந்துரை செய்திருக்கலாமே" எனச் சொல்லியிருக்கிறார். "பாரதிதாசன் மலைபோல் உயர்ந்து நிற்கிறார். அவரைப் புறக்கணித்துவிட்டு வேறு எவரையும் எங்களால் பரிசுக்கு உரியவராகப் பரிந்துரைக்க முடியவில்லை" என்று மூவரும் பதிலளித்திருக்கிறார்கள். நாமக்கல் கவிஞரைப் பரிந்துரை செய்திருக்கலாமே என்று இராஜாஜி சொல்லியது, அவருடைய விருப்பமே தவிர, கட்டளையில்லை.

காந்தீயக் கவிஞராகவும் தேசீயக் கவிஞராகவும் அடையாளப்பட்டிருந்த நாமக்கல் கவிஞரை நினைவூட்டியதால், பாரதிதாசன்மீது இராஜாஜிக்கு மதிப்போ மரியாதையோ இல்லையென்று சொல்வதற்கில்லை. இதுகுறித்து தமிழன்பன் பல மேடைகளில் விளக்கியிருக்கிறார். என்றாலும், தமிழன்பனின் கூற்றில் இராஜாஜிமீது தவறான எண்ணம் ஏற்பட்டுவிடுமோ? என்னும் ஐயத்தைக் கவிஞர் முருகு சுந்தரம் கிளப்பியிருக்கிறார். உடனே நடுவர் குழுவில் இடம்பெற்றிருந்த சா.கணேசனிடம் கருத்து கேட்கப்பட்டிருக்கிறது. இதுவிஷயமாக சா. கணேசன், முருகு சுந்தரத்திற்கு எழுதிய கடிதத்தில் "இராஜாஜி எவ்விதத்திலும் முடிவில் தலையிடவில்லை. பரிந்துரையைப் பற்றி நாங்கள் கூறியதைக் கேட்ட இராஜாஜி, முடிவு சரியானதே" என்று சொல்லியதாக அந்தர் பல்டி அடித்திருக்கிறார். மேலும், "கொள்கைக் கோலை வைத்து கவிதையை அளக்காத எங்கள் முடிவே நன்றென்று" இராஜாஜி சொன்னதாகவும் அக்கடிதத்தில் தெரிவித்திருக்கிறார்.

ஈரோட்டில் நடைபெற்ற ஒரு கூட்டத்தில் சா.கணேசன் பேசியதைக் கொண்டே தமிழன்பன், பாரதிதாசனுக்கு ஏன் ஞானபீடம் வழங்கப்படவில்லை என்னும் கட்டுரையை எழுதினார். என்றாலும், மேடையில் பேசிய சா. கணேசன், திராவிட இயக்கத்தவர்க்கும் காங்கிரஸ்காரர்களுக்கும் இடையே இதுவொரு பிரச்சனையாகிவிடுமோ? என்றெண்ணி பின்வாங்கிக் கொண்டிருக்கிறார். அரசியல் இல்லாமல் எழுத்தில்லை. எழுத்துக்களில் உள்ள அரசியலைக் காட்டிலும், எழுத்தாளர்கள் கவிஞர்கள் நேரடி அரசியலை எதிர்கொள்ளும் சிக்கல் இருக்கிறதே அதுதான், ஒருவருக்கு விருதையும் இன்னொருவருக்கு ஆதங்கத்தையும் தருகிறது. நடந்த நிகழ்வுகளை எழுதும்போதுகூட, நாகரீகத்தைக் கடைபிடிக்கும் தமிழன்பனை அந்நூலில் அறியலாம்.

சா.கணேசன் கருத்தை மாற்றிக்கொண்டார் என்பதைச் சொல்லும்போது, "சமூகச் சூழல்களை அறிபவர்கள் எளிதாக இதைப் புரிந்துகொள்ளலாம்" எனத் தாண்டியிருக்கிறார். பாரதிதாசனுக்கு ஞானபீடம் வழங்கப்படாமல் போனதற்கு

இராஜாஜியே காரணம் என்று அவர் எங்கேயும் எழுதவில்லை. காங்கிரஸைத் திராவிட இயக்கத்தைச் சேர்ந்தவர்களும், திராவிட இயக்கத்தைக் காங்கிரஸைச் சார்ந்தவர்களும் எவ்விதத்தில் எதிர்கொண்டனர் என்பதை இரண்டே வாக்கியத்தில் முடித்திருப்பார். கொள்கைக்கோலை வைத்தே இலக்கியங்கள் அளக்கப்படுகின்றன. இல்லையென்று ஒப்புக்குத் தெரிவித்தாலும், சாகித்ய அகாடமி விருது விஷயத்தில் தமிழன்பனுக்கும் அதுவே நடந்தது. அறுபது ஆண்டுகளுக்கு மேலாகத் தமிழ் இலக்கியத்திற்கு அதீத பங்களிப்புச் செய்திருக்கும் அவருடைய "வணக்கம் வள்ளுவ" என்னும் நூலுக்கு சாகித்ய அகாடமி விருது அறிவிக்கப்பட்டது.

விருது அறிவிக்கப்பட்ட உடனேயே "சோ கால்டு" விமர்சனக் கும்பல்கள், காழ்ப்புணர்வுடன் கருத்துக்களைத் தத்தமது சிற்றிதழ்களில் வெளியிட்டன. மாற்றுக்கருத்துக்களை மட்டையடியாகத் தருவதில் அப்படி என்னதான் சிற்றிதழ் சிகாமணிகளுக்கு விருப்பமோ தெரியவில்லை. பாரதியின் கவிதைப் போக்கிற்கு மாற்றாக எழுதத் தொடங்கிய அவர்கள், ஒரு கட்டத்தில் பாரதியே ஆகச் சிறந்த கவியென்று ஒப்புக்கொண்டார்கள். சமூக அரசியல் கருத்தாக்கங்களை எழுதுபவர்கள், படைப்பாளர்களே இல்லை என்னும் போக்கு, தற்போது தமிழில் குறைந்திருக்கிறது. அல்லது குறைந்தது போன்ற தோற்றம் தெரிகிறது. சமூக ஊடகங்களின் வளர்ச்சியினால் சிற்றிதழ்களுக்கு மவுசு குறைந்திருப்பது வரவேற்கத் தக்கதல்ல.

தமிழன்பனுக்குச் சாகித்ய அகாடமி விருது கிடைத்தவுடன், அவரையும் அவருடைய "வணக்கம் வள்ளுவ" நூலையும் வாசித்தறியாத பலபேருடைய வயிற்றெரிச்சலை நானறிவேன். தமிழின் தொடர்ச்சியை இடையறாமல் காப்பாற்றிவரும் அவருக்கு நவீனமாகச் சிந்திக்கத் தெரியவில்லை என்பது அவர்கள் வைத்த குற்றச்சாட்டுகளில் ஒன்று. வள்ளுவரை எழுதினால் நவீனமில்லை என்பதுதான் அவர்கள் கண்டுபிடித்த புதுமை. வடிவங்களிலும் இலக்கிய வகைமைகளிலும் பல புதுமைகளை உருவாக்க அவர் உழைத்திருக்கிறார். திராவிட இயக்கச் சார்பை ஆரம்ப நாளில் இருந்தே கொண்டுள்ள அவர்,

தமிழ்ச் சமூகத்தின் நில மற்றும் குண வரையறைகளை நன்கு உணர்ந்தவர். சங்ககாலம் தொட்டு இன்றுவரை மருவிவரும் கவிதைப் போக்குகளுக்கு ஏற்பத் தன்னைத் தகவமைத்தும் வந்திருக்கிறார். இருந்தபோதிலும், எழுதியுள்ள எத்தனையோ நூல்களில் ஒன்றைக்கூட படிக்காத அவர்கள், விருதோடு அவரையும் விமர்சித்தது வியப்பில்லை. அவர்கள் எழுப்பிய கேள்விகளில் ஒன்றுகூட நியாயமான கேள்வி இல்லை.

பழமைக்கும் புதுமைக்குமான இணைப்புப் பாலமே அவரென்பதை அறியாத அவர்கள், காலமே அழுக்கேறும் கறைகளை அவர்மீது பூசினார்கள். ஒருவர் பேராசிரியராகவும், பொதுவெளியில் அறியப்பட்டராகவும் இருப்பதே விருது பெறுவதற்குரிய தகுதியின்மை என்று கருதினால், அதற்குமேல் சொல்வதற்கு ஒன்றுமில்லை. "பாரதிதாசனுடன் பத்து ஆண்டுகள்" என்னும் நூலில், பாரதியைத் திரைப்படமாக எடுக்க பாரதிதாசன் பட்ட பாடுகளைப் பட்டியலிட்டிருக்கிறார். பல பேரிடம் நன்கொடை பெற்றேனும், பாரதியின் வாழ்வைத் திரைப்படமாக எடுத்துவிடும் ஆர்வம் பாரதிதாசனுக்கு இருந்திருக்கிறது.

பாரதிதாசனின் ஆர்வத்தை ஈடேற்ற தமிழன்பனும் பலபேரைச் சந்தித்து, அம்முயற்சியில் தன்னை ஈடுபடுத்திக் கொண்டிருக்கிறார். இரவுபகலாக பாரதிதாசன் பாரதி குறித்து எழுதிய திரையாக்கத்தின் அருமை பெருமைகளை அவர் சொல்லக் கேட்பது தனி அனுபவம். தமிழன்பனுக்குப் பாரதிதாசன் எழுதிய கடிதங்களில், பெரியார் கொண்டுவந்த எழுத்துச் சீர்திருத்தம் கடைப்பிடிக்கப்படவில்லை என்பது குறிப்பிடத்தக்கது. பெரியாரின் நிழலாக இருந்துவந்த பாரதிதாசன், பெண்விடுதலையையும் சாதிமறுப்பையும் பாரதியிடமிருந்தே கற்றேன் எனத் தமிழன்பனிடமும் தெரிவித்திருக்கிறார்.

பாரதி, பாரதிதாசன் என்னும் வரிசையில் அடுத்து வரக்கூடிய பெயர் தமிழன்பன் என்பதை அவரை முழுமையாக வாசிக்காதவர்கள் ஏற்றுக்கொள்ளத் தயங்குவர். தமிழன்பனே ஒரு கூட்டத்தில், "பாரதிதாசனைத் தொடர்ந்து சுரதாவும் பட்டுக்கோட்டை கல்யாணசுந்தரமும் வருகிறார்கள்"

என்றிருக்கிறார். பாரதி, பாரதிதாசன், கண்ணதாசன் என்பதாக ஒரு பட்டியலைத் தயாரித்து, அதற்குப் பின் யாரென்னும் சர்ச்சை இன்னொருபுறத்தில் ஓடிக் கொண்டிருக்கிறது. "பாரதிக்குப் பிறகு தமிழ்க் கவிதை அவ்வளவாக வளர்ந்துவிடவில்லை என்று நான் கருதிக்கொண்டிருந்தேன். தமிழன்பனைப் படித்த பிறகு என் கருத்தை மாற்றிக்கொண்டேன்" என எழுத்தாளர். ஜெயகாந்தன் கூறியிருக்கிறார். "பாரதிதாசனுக்குப் பிறகு தமிழ்ஒளியை அல்லவா ஜெயகாந்தன் சொல்லவேண்டும். அப்படிச் சொல்லாமல், தமிழன்பனைச் சொல்லியிருக்கிறார் என்றால், அதிலே ஏதோ அரசியல் இருக்கிறது" எனச் சொல்கிறவர்களும் உண்டுதான். தமிழ்ஒளியைத் தவிர்ப்பதற்காகத் தமிழன்பனைச் சொல்வதோ தமிழன்பனைப் புகழ்வதால் தமிழ்ஒளி தவிர்க்கப்படுவார் என்பதோ குறுகிய வாதம். யாராலும் யாரும் தவிர்க்கப்படுவதில்லை.

ஒருவர் மீது நமக்குள்ள பற்றை வெளிப்படுத்திக்கொள்ள இன்னொருவரைத் தவிர்க்கிறோம் அல்லது அந்த இன்னொருவர் நம்முடைய யோசனைக்கே வராததால் இப்படி வெளிப்படுத்திவிடுகிறோம் எனவும் வைத்துக்கொள்ளலாம். தமிழன்பனைப் பொறுத்தவரையில், தெளிந்த நீரோடையைப்போல் பயணித்துக்கொண்டிருப்பவர். விமர்சனக் கற்களால் சலனத்திற்கோ சஞ்சலத்திற்கோ உட்படாதவாறு, ஒரு துறவு மனநிலையில் எழுதி வருபவர்.

அவருடைய ஆக்கங்களை ஆய்வுசெய்து பலபேர் முனைவர் பட்டம் பெற்றிருக்கிறார்கள். பரிசுகள், பாராட்டுகள், விருதுகள் என்பதைத் தாண்டிய அவருடைய பாய்ச்சலில் அறுபது கவிதை நூல்கள், இருபத்து ஐந்து உரைநடை நூல்கள், பத்துக்கும் மேற்பட்ட மொழிபெயர்ப்பு நூல்கள் தமிழுக்குக் கிடைத்திருக்கிறது. இத்தனை நூல்களிலிருந்தும் அவர் தனக்கான இடத்தைக் கோரிப் பெறக்கூடிய செயலில் ஈடுபட்டதே இல்லை. சிறிய அளவிலான கூட்டத்தில் தன் நூலை வெளியிட்டுவிட்டு, அடுத்த நூலுக்கான ஆயத்தங்களில் ஈடுபடப் போய்விடுகிறார்.

ஓரிரு நூல்கள் வெளிவந்த உடனேயே, "தமிழுக்குச் சோறும் குழம்பும் தானே போடுகிறேன்" என்று முஷ்டி உயர்த்தும்

முழங்கங்களைச் சிலர்போல் அவர் எழுப்பியதில்லை. தமிழன்பனே அசலான தமிழ் கஜல்களை எழுதிக் காட்டியவர். கஜலைத் தமிழுக்கு அறிமுகம் செய்த அப்துல்ரகுமான், அதன் புறக்கட்டமைப்பைவிட அகப் பரிமாணத்தையே அதிகமும் கவனத்தில் எடுத்துக்கொண்டார்.

கஜலின் தன்மையை உணர்ந்துகொள்ள அப்துல்ரகுமான் உதவினார் என்றால், அதை இலக்கணச் சுத்தத்துடன் எழுதிப்பழக தமிழன்பனே உதவியிருக்கிறார். "கஜலின் தொனி மாறுபடாமல், புறக்கட்டமைப்பையும் அகப்பரிமாணத்தையும் உருவாக்கிக் கொடுத்ததில் தமிழன்பனுக்குப் பெரும் பங்குண்டு" என்கிறார் ஏ.எஸ். சஜ்ஜாத் புகாரி. பாரசீகக் கவிதை வடிவங்களே உருதுக் கவிதைகளுக்கு அடிப்படைகளாக அமைந்தன. கஜலின் மூலம் பாரசீகமென்றாலும், அதை அரவணைத்துக்கொண்ட மொழியே உருது. கஜலில் மிக முக்கியமாகப் கருதப்படுவது, காஃபியா என்னும் இயைபுத் தொடையும் அதைத் தொடர்ந்துவரும் ரதீஃப் எனும் சொற்றொடரோ அல்லது சொல்லோதான்.

கஜலென்றால் மான்விழி என்று அர்த்தம். அதாவது, அழகை பிரதானப்படுத்துவதே கஜல். இயற்கையையும் காதலையும் பாடுவதே கஜலின் எல்லைகள். காதலி, கடவுள் என எதையெல்லாம் புனிதத்துவத்துடன் இணைக்கமுடியுமோ அதையெல்லாம் கஜலில் பாடலாம். ஒன்றன்பின் ஒன்றாக அடுக்கிக்கொண்டே போய் இறுதியில் ஓர் உச்சத்தைத் தொடுவதே கஜலின் தன்மை. நம்முடைய சங்கப்பாடல்களில் இயற்கையைப் பாடும் வகை இருக்கிறது. ஆனால், அவை இசையுடன் இணைத்துப்பாடிய முறையில்லை. கஜல்கள் அந்தவிதத்தில்தான் நம்முடைய பாடல்களிலிருந்து வேறுபடுகின்றன.

உருது கஜல்களைப் போல தமிழில் எழுத முடியாது என்றொரு எண்ணம் நம்மிடையே உண்டு. ஹிந்துஸ்தானிக்கு ஏற்ப எழுத நம்முடைய தமிழ் வளைந்துகொடுக்காது என்னும் தவறான புரிதலும்கூட சிலரிடத்தில் காணப்படுகிறது. உண்மையில், தமிழன்பன் இந்த எண்ணத்தை உடைக்கும் முயற்சியாகவே கஜல்களைத் தமிழில் ஆக்கி அளித்திருக்கிறார்.

தனக்குள்ள யாப்பு அறிவினாலும் மரபுப் பயிற்சியினாலும் தமிழ் கஜல்களை உருவாக்கியிருக்கிறார். உருது அகாடமியின் துணைத் தலைவர் சஜ்ஜாத் புகாரியே ஒப்புக்கொள்ளும் அளவுக்கு என்பதுதான் அதில் விசேஷம். அசை, சீர், தளை, தொடை என்ற தமிழ் இலக்கணப் பயிற்சியை வைத்துக்கொண்டு, அதன் வழியே கஜல்களை எழுத முடியும் என நிரூபித்திருக்கிறார்.

புறத் தோற்றத்தில் எதுகை மோனைத் துள்ளல் சேர்த்து எழுதப்படாதபோது, அசல் கஜல்கள் உருவாக வாய்ப்பில்லை. உருது மொழிக்கேற்ப வடிவமைக்கப்பட்ட கஜல்களை, தமிழின் அளவுகோலுக்குத் தக்கவாறு மாற்றுவது தனிப்பெரும் ஆற்றல். வெறும் இலக்கிய சுவையறிந்த ஒருவரால் இதைச் செய்துவிட முடியாது. இலக்கணத்தைப் பிழையறப் பின்பற்றத் தெரிந்த ஒருவரால்தான் இத்தகைய முயற்சிகளில் ஈடுபட முடியும். “கஜல் பிறைகள்” என்னும் தலைப்பில் வெளிவந்துள்ள தமிழன்பனின் பாடல்களை இசையமைத்து, நூல் வெளியீட்டு விழாவில் அரங்கேற்ற நானும் இசையமைப்பாளர் டி. இமானும் முயன்றோம். என்றாலும், குறித்த நேரத்திற்குள் எங்களால் தயாராக முடியவில்லை. தொடர் பாடல் பதிவினால் அப்போது அம்முயற்சி தள்ளிவைக்கப்பட்டாலும், கூடியவரையில் தமிழன்பனின் தமிழ் கஜல்களை இசையுடன் கேட்கும் வாய்ப்பிருக்கிறது.

திரைப்பாடல் எழுதுவதில் அதிக விருப்பம் காட்டாத தமிழன்பன், கஜல்களை எழுதியிருக்கும் விதம் அசாத்தியமானது. உதாரணத்திற்கு ஒன்றிரண்டை இசையமைத்த இமான், எங்கேயும் இசைக்கு நெருடலாக வார்த்தை இல்லையென்று வியந்ததை நானறிவேன். “நட்சத்திரக் கடிதத்தைப் பகலினிலே / யார் எடுத்துப் படிப்பார்? / தொட்டில் பாடலுக்கோர் மெட்டமைத்துச் செத்தவரா முடிப்பார்?” என்று ஒரு கஜலின் இறுதியை எழுதியிருப்பார்.

அக்கஜலில் எல்லா வரிகளிலும் அழகு மிளிரும். “நிலாவட்டம் சாக்கடையில் என்றாலும் / யாரள்ளிக் குடிப்பார்? / கூழாங்கல் அடைகாத்து குஞ்சுகளைப் / பெற யாரே துடிப்பார்” என அவர் அடுக்கிக்கொண்டே போகும்விதத்தில், நமக்குமே

கஜல்களை எழுதிப்பார்க்கும் ஆர்வம் வந்துவிடுகிறது. காஃபியாவையும் ரதீஃபையும் கணக்கிட்டுக்கொண்டே எழுதப்படும் கஜலை, தமிழிலும் எழுதமுடியும். ஒன்றைப்போல செய்து பார்த்தல் படைப்பாளிகளுக்கே உரிய ஆரம்ப குணம். அதிலும், தனித்து வெளிப்படும் ஆற்றலுடன் வெளிப்படுவது தமிழன்பன்களின் தனித்துவம். தமிழன்பன், தொடக்கத்திலிருந்தே தமிழுக்கேற்ப ஒன்றை தயாரித்துத் தருவதில் ஆர்வமுடையவர். ஆர்வத்தைச் சித்தியாக்கும்வரை அவர் ஓய்ந்ததில்லை. உருது மொழிக்கேயுரிய நளினமான பிரயோகங்களை, மெல்லின எழுத்துக்களை மட்டுமே பயன்படுத்தி எழுதும் முயற்சி சவால்கள் நிரம்பியது.

ஒலிக் குறிப்புகளிலிருந்து இசையை உருவாக்குவதுபோல காஃபியாவையும் ரதீஃப்பையும் மெல்லின ஓசைகளாக அமைத்துக்கொள்வது, தமிழ் கஜல்களை வசீகரமுடையதாக்கும். அவர் தமிழிலிருந்துதான் சகலத்தையும் எழுதுவார். அணுகுவார். தமிழின் தன்மைகளைப் புறக்கணிக்காமல் எழுதுவதையே புதுமை என்னும் எண்ணம் அவரிடமுண்டு. எதையும் தமிழுக்குக் கொண்டுவருவதில் தீவிரம் காட்டுபவர். அதே சமயம், எது ஒன்றும் தமிழைக் காட்டிலும் சிறந்ததென்ற வாதத்தை அவர் வைத்ததாகத் தெரியவில்லை.

நான் சொல்வது, தமிழில் இல்லாதது எதுவுமில்லை என்கிற பண்டித மனோபாவம் இல்லை. தமிழில் தமிழால் சகலமும் முடியும் என்கிற கம்பீரம் அல்லது நம்பிக்கை. பிற மொழிகளில் எவை எவை உள்ளனவோ அவற்றையெல்லாம் தமிழ்ப்படுத்துவதிலும் அதன் வழியே தமிழை முன்னோக்கி நகர்த்துவதிலுமே அவருடைய விருப்பங்கள் விளைகின்றன. கடந்த கால் நூற்றாண்டுக்கும் மேலாக அவருடைய படைப்புகளை வாசித்து வருகிறேன். நேரடியாகப் பழகும் வாய்ப்பையும் பெற்றிருக்கிறேன்.

பத்திரிகையில் பணியாற்றியபோதும் சரி, திரைப் பாடலாசிரியனாக ஆகிவிட்ட இப்போதும் சரி, அவருடைய ஒவ்வொரு சந்திப்பிலும் ஒவ்வொரு நூலிலும் ஏதோ ஒரு புதிதை அறிமுகப்படுத்துபவராகவே இருந்து வருகிறார். அவர் தலைமையில் நடைபெற்ற பல அரங்குகளில் பங்கு

பெற்றிருக்கிறேன். ஒரு மேடையில்கூட அவர், புதிய செய்திகளைப் பகிராமல் இருந்ததில்லை. கவியரங்குகளில் தனக்குப் பின்னால் வரும் இளம் கவிஞர்களைத் தாய்மையுடன் தாங்கிக்கொள்வார்.

ஒருமுறை மணப்பாறையில் நிகழ்ந்த கவியரங்கில் கவிதைப்பித்தன், நான், கபிலன், இளங்கம்பன், சொற்கோ ஆகியோர் கலந்துகொண்டோம். மேடையில் நாங்கள் எல்லோரும் அமர்ந்த நிலையில் கவியரங்கம் விமரிசையாகத் தொடங்கியது. தலைமைக் கவிதையைத் தமிழன்பன் வாசிக்கத் தொடங்கினார். அரங்கம் கைதட்டி ஆரவாரம் செய்தது. அப்போது பார்த்தால், நாற்காலியிலிருந்து கபிலன் மயங்கிச் சரிகிறார். இரண்டுமூன்று நாள்களாக சரியான உறக்கமில்லாமல் பாடல் பதிவிலும் கூட்டங்களிலும் கலந்து கொள்ள நேர்ந்ததால் அவரது உடல் ஒத்துழைக்கவில்லை. கபிலன் மயங்கிச் சரிந்த மாத்திரத்தில் விழாக் குழுவினர் பதறிவிட்டனர். கவிதை வாசித்தக் கொண்டிருந்த தமிழன்பனோ, அந்த வேளையிலும், அரங்கையும் கபிலனையும் ஒருசேரத் தாங்கிக்கொண்ட தருணத்தை மறப்பதற்கில்லை. மிகையுணர்ச்சிகளுக்கு ஆட்படாதவர் தமிழன்பன் என்றுநான் முதல் பத்தியில் எழுதிய காரணம் அதுதான்.

அருகிலிருந்த மருத்துவமனைக்கு அழைத்துச் செல்லப்பட்ட கபிலன், திரும்பி வந்து தன் கவிதையை வாசிக்கும்வரை மேடையும் காத்திருந்தது. அவரை விட்டுவிட்டு அரங்கத்தை முடித்திருக்கலாம். ஆனால், அப்படிச் செய்யாமல், கபிலன் திரும்பிவந்து கவிதையை வாசித்த பிறகுதான் அரங்கை நிறைவு செய்தார். அவரை நம்பி எங்கேயும் போகலாம். மூன்று தலைமுறைகளாகக் கவிதைகளுடனும் கவிஞர்களுடனும் பழகிவரும் அவர், ஒரு சந்தர்ப்பத்தில்கூட யாரையும் குறைத்துச் சொல்லி நாங்கள் கேட்டதில்லை.

கொள்கையளவில் அவருடன் மாறுபட்டவர்கள், வேறுபட்டவர்கள் பலருண்டு. திராவிட இயக்கத்தைக் கடுமையாக விமர்சித்துக் கட்டுரை எழுதுபவர்களே ஆனாலும், அவர்கள் கருத்துக்களில் எவை எவை தக்கனவோ அவற்றை ஏற்றுக்கொள்ளத் தயங்க மாட்டார். எழுத்திலும்

இயல்பிலும் நிதானத்தை இழந்துவிடாத அவர், "எனக்கு ஒரு மகள் இருந்திருந்தால், யுகபாரதிக்குத் திருமணம் செய்து கொடுத்திருப்பேன்" என்றதும், "எனக்கு ஒரு மகள் இல்லையே என்ற வருத்தம் இப்போதுதான் வருகிறது" என்றதும், என்மீது அவர் கொண்டுள்ள அன்பின் வெளிப்பாடே அன்றி வேறில்லை.

சபையறிந்து பேசக்கூடியவரே அவர், எந்தச் சபையானாலும், பேச்சைத் தயாரிக்காமல் வரமாட்டார். ஆனால், அவருடைய பேச்சுமுறை தயாரித்தது போலிருக்காது. நினைவுகளின் அடுக்கிலிருந்து சொல்வது போல்தான் இருக்கும். வருடங்களைச் சொல்வதானாலும் விஷயங்களை அடுக்குவதிலும்கூட ஒருவித நேர்த்தியைக் கடைபிடிப்பார். ஒருசில ஆண்டுகளுக்கு முன் திருச்சி லோகநாதன் ஏற்பாடு செய்த விழாவில் பேசிய அவர், "கவிதைகளால் எதையோ செய்துவிட முடியும் என்று நம்புகிற அரசியல்வாதிகள் இன்னும் இருக்கிறார்கள் என்பதே மகிழ்ச்சி" என்றிருக்கிறார். முன்னெப்போதோ அவருடைய கவிதை ஒன்றுக்கு எதிர்ப்புத் தெரிவித்த வாழப்பாடி இராமமூர்த்தியை மேடையில் வைத்துக்கொண்டே, "கவிதைகளைக் கண்டு ஏன் பயப்படுகிறீர்கள்" எனக் கேட்டிருக்கிறார். தன்னிடம் அபிப்ராய பேதமுடையவர்களைக்கூட, தன் பேச்சின் வழியே அரவணைத்துக்கொள்ளும் பண்பு அவருடையது.

இஸ்லாமிய இலக்கியக் கழக விழாவொன்றில், விவேகானந்தரைப் பற்றிப் பேசியும் கைதட்டு வாங்க அவரால் முடியும். 1892இல் விவேகானந்தர் திருவனந்தபுரத்தில் ஒருவார காலம் சொற்பொழிவாற்றியிருக்கிறார். அவ்விழாவில் நாள் தவறாமல் கலந்துகொண்ட மனோன்மணியம் சுந்தரனார், விவேகானந்தரின் பேச்சில் ஈர்க்கப்பட்டிருக்கிறார். விவேகானந்தரின் சொற்பொழிவில் கட்டுண்ட சுந்தரனார், விவேகானந்தரை வீட்டுக்கு அழைத்து விருந்துகொடுத்திருக்கிறார்.

விருந்தில் கலந்துகொண்ட விவேகானந்தர் என்ன காரணத்தினாலோ சுந்தரனாரைப் பார்த்து ஒரு சர்ச்சைக்குரிய கேள்வியைக் கேட்டுவிடுகிறார். சர்ச்சைக்குரிய கேள்வி

என்றால் அது, துறவியின் வாயிலிருந்து வரக்கூடாத கேள்வி. சுந்தரனாரைப் பார்த்து விவேகானந்தர் "நீங்கள் என்ன கோத்திரம்" என்றதுதான் அக்கேள்வி. சாதி, மத, கோத்திர வேறுபாடுகளைக் கடந்த ஒருவரே துறவி என்னும் நிலையை எய்தமுடியும். அதிலும், எல்லாவற்றையும் கடந்த முற்போக்கு மனமுடைய விவேகானந்தரிடமிருந்து அப்படியொரு கேள்வியைச் சுந்தரனார் எதிர்பார்க்கவில்லை.

எதிர்பார்க்காத இடத்திலிருந்து கேட்கக்கூடாத கேள்வி வந்த பிறகும், நிதானமிழக்காத சுந்தரனார் "தன்மானம் காக்கும் தென்னாட்டு திராவிடக் கோத்திரம்" என்று பதிலளித்திருக்கிறர். ஆன்மிகக் குருவாக அறியப்படும் விவேகானந்தர், "அப்படியெல்லாம் சுந்தரனாரைக் கேட்டிருக்க வாய்ப்பே இல்லை" என்று சிலர் வாதிடலாம். உண்மையில், கோத்திரம் அறியும் புத்தியுடன் விவேகானந்தர் இக்கேள்வியைக் கேட்கவில்லை என்றே வைத்துக்கொண்டாலும், அப்போதிருந்த காலச்சூழல் எத்தகையது என்பதைத் தெரிந்துகொள்ளும் வாய்ப்பை அக்கேள்வி ஏற்படுத்துகிறது. இரண்டுபேருமே விமர்சனத்திற்கு அப்பாற்பட்ட மேதைகள். ஒருவருக்கு இன்னொருவரைத் தாழ்த்தும் எண்ணம் அறவே இருந்திருக்க வாய்ப்பில்லை. கால தேச வர்த்தமான இயல்புகளின்படியே அவரும் கேட்டிருக்கிறார். இவரும் பதிலளித்திருக்கிறார். தமிழ்த்தாய் வாழ்த்தை எழுதிய சுந்தரனாரின் வாழ்க்கைக் குறிப்பில் இச்செய்தி இடம்பெற்றிருக்கிறது.

இச்சம்பவத்தை இஸ்லாமிய இலக்கியக் கழகத்தில் குறிப்பிட்டுப் பேசிய தமிழன்பன், விவேகானந்தரையும் சுந்தரனாரையும் பேதமில்லாமல் பாராட்டி, ஒரு கருத்து எப்படியெல்லாம் புரிந்துகொள்ளப் படுகிறது என்பதை விளக்கியிருக்கிறார். 1913இல் நோபல் பரிசு பெற்ற தாகூர், அப்பரிசை பெற்றுக்கொண்டு உரையாற்றியபோது, "இந்தியாவில் இந்துக்கள், இஸ்லாமியர்கள், கிறிஸ்தவர்கள், தமிழர்கள், திராவிடர்கள் வாழ்கிறார்கள்" எனக் குறிப்பிட்டிருக்கிறார். மத அடிப்படையில் பலரும் வாழ்வதாகச் சொல்ல விரும்பிய தாகூர், தமிழர்களையும் திராவிடர்களையும் தனித்துக் கூறியதில் உள்ள புரிதலை தமிழன்பனின் வார்த்தையிலிருந்தே

நான் தெரிந்துகொண்டேன். இத்தனைக்கும் "கவிதையே என்னுடைய சமயம்" என்றவர்தான் தாகூர். தமிழர்களும் திராவிடர்களும் தனி சமயம் என்று தாகூர் சொல்லியிருப்பாரோ என்னவோ?

தமிழன்பன், பாப்லோ நெரூடாவைப் பாரதிதாசனுடன் ஒப்பிட்டு எழுதிய கட்டுரை ஒன்றுக்குக் கடும் எதிர்ப்பை இந்தியா டுடே பத்திரிகை வெளியிட்டது. உலகக் கவிஞரை உள்ளூர்க் கவிஞருடன் ஒப்பிட்டுவிட்டதாகவும் பாப்லோ நெரூடாவின் உயரத்தில் பாரதிதாசனா? என்பது போலவும் எழுதப்பட்ட அக்கட்டுரையின் இறுதியில், கவிதை குறித்து எதுவுமே தெரியாதவர் தமிழன்பன் என்று எழுதப்பட்டிருந்தது. தமிழன்பனுக்கு எதுவும் தெரியாது என்பதல்ல கட்டுரையாளரின் பிரச்சனை. பாரதிதாசனைப் பாப்லோ நெரூடா அளவுக்கு உயர்த்துகிறாரே என்பதுதான் சம்பந்தப்பட்ட கட்டுரையாளரின் நமைச்சல். பாரதியை ஏற்றுக்கொள்பவர்கள் பாரதிதாசனை மறுப்பதும், பாரதிதாசனைப் பின்பற்றுகிறவர்கள் பாரதியை விமர்சிப்பதும் தொடர்ந்து வருவதைப்போலத்தான் இதுவும். உலகக் கவிஞர்கள் யாரோடும் தமிழ்க் கவிஞர்கள் சமத்து இல்லையென்கிற எண்ணம் ஒருசில பத்திரிகைக்காரர்களிடம் இருந்து வருகிறது. இதுகுறித்து நேரடியாகவே ஒருமுறை தமிழன்பனிடம் கேட்டிருக்கிறேன்.

பாரதியையும் பாரதிதாசனையும் ஒரே அளவுகோலால் அளப்பதை எப்படிப் பார்க்கிறீர்கள்? என்றதற்கு, "ஒவ்வொரு கவிஞனுக்கும் மூன்று நிலைகள் உண்டு. முதல்நிலை தனக்கு முன்னே இருப்பவரின் பாதிப்பில் எழுதுவது. இரண்டாவது நிலை, தனித்து எழுதுவது. அதாவது, தனித்தன்மையான எழுத்துமுறையை ஏற்படுத்துவது. மூன்றாவது நிலைதான் முக்கியமானது. அது, தனித்தன்மையுடன் எழுதும் தன்னைப்போல தனக்குப் பின்னால் வருபவர்களை எழுதத் தூண்டுவது. இந்த மூன்று நிலைகளையும் எவரெல்லாம் எட்டிப் பிடிக்கிறார்களோ, அவர்கள் விமர்சிக்கப்படுகிறார்கள்" என்றார். அளவுகோல்களை ஒரே மாதிரியாக வைத்துக்கொண்டால் எவரையும் சரியாக அளவிட முடியாது. காலமும் சூழலும் அரசியலும் என்ன அளவுகோல்களை தருகின்றனவோ

அதைவைத்தே படைப்பாளிகள் அளக்கப்பட வேண்டும். அதைவிடுத்து, குழு வாதத்தை குறுங்குழு வாதத்தை வைத்துக்கொண்டு அளந்தால், தமிழ்ப் படைப்பாளர்களில் ஒருவர்கூட தேறமாட்டார்கள்'' எனவும் தெளிவுபடுத்தினார்.

"முதல் நிலையில் பாரதிதாசன், பாரதியைப் போலவே எழுதிப் பழகினார். அடுத்தடுத்த நிலைகளில் கொள்கை சார்ந்தும் கோட்பாடு சார்ந்தும் அரசியல் சார்ந்தும் மாறுபாடுகிறார். இந்த மாறுபாட்டை உள்வாங்கிக் கொள்ளாமல் பாரதியையும் பாரதிதாசனையும் ஒப்பிட்டு விமர்சிப்பது ஏற்புடையதல்ல'' என்பதே அவர் எப்போதும் சொல்வது. "ஒருவரை இன்னொருவருடன் பொருத்திப் பார்க்கலாம். ஆனால், அந்தப் பொருத்தப்பாட்டில் குறைகாண்பது முறையல்ல. ஒருவருக்கு ஒன்று வாய்த்திருக்கிறது என்றால் அது, அவருடைய ஆற்றலால் மட்டுமே விளைந்ததல்ல. காலத்தாலும் சூழலாலும் கிடைத்ததென்று எண்ணினால்தான் கணக்கு நேராகும்'' என்பதைப் பல மேடைகளில் வலியுறுத்தியிருக்கிறார்.

அனுபவங்களின் திரட்சியிலும் வாசிப்பில் கண்டடைந்த உண்மைகளையும் அவர்போல் வேறொருவர் பேசியதில்லை. இளம் படைப்பாளர்கள் யாராயிருந்தாலும், அவர்களை உச்சிமோந்து வரவேற்பதிலும் அவருக்கு இணை இன்னொருவர் இல்லை. எதையும் ஆராய்ந்து ஆதாரத்துடன் பேசக்கூடிய அவருடைய நினைவாற்றல் மெச்சத் தக்கது. திரைத்துறைக்கு வருவதற்கு முன்பிருந்தே அவர்மீதும் அவர் கவிதைகள்மீதும் ஈடுபாடுள்ள நான், அவர் தலைமையில் கவியரங்கமென்றால் பங்கேற்கத் தவறியதில்லை. காரணம், சிலேடைகளைச் சொல்லியோ கிளுகிளுப்புகளை மூட்டியோ அவர் அரங்கத்தைக் குறுக்க மாட்டார்.

நேர்த்தியாக ஒவ்வொரு மேடைக்கும் உரிய கருத்துக்களை எழுதிவருவார். கவியரங்கில் பங்கேற்கும் எங்களையும் புதிதாகச் சிந்திக்கத் தூண்டுவார். ஒருமுறை மும்பைத் தமிழ்ச் சங்கம் கவியரங்கிற்கு ஏற்பாடு செய்திருந்தது. கவிதை வாசிப்புக்கென்று நிர்ணயித்திருந்த தொகையைக் காட்டிலும் அதிகமாக எனக்கு வழங்கப்பட்டது. "எல்லோருக்கும் ஒரே தொகையைத் தராமல் எனக்கு மட்டும் கூடுதலாக ஏன் தருகிறீர்கள்?'' என்று கேட்டேன்.

அப்போது தமிழ்ச் சங்கத்தினர், "தற்போது திரைத்துறையில் பணியாற்றிவரும் நீங்கள் அய்யாவுக்காக விழாவில் பங்கேற்கச் சம்மதித்தை அறிவோம். என் அழைப்பை ஏற்று வரச் சம்மதித்த பாரதிக்குக் கூடுதலாகத் தரவேண்டுமென அய்யா கேட்டுக்கொண்டார்" என்றார்கள். எனக்குச் சுரீரென்றிருந்தது. தமிழன்பனைக் காட்டிலும் தகுதியோ திறமையோ அனுபவமோ வாசிப்போ வாய்க்கப் பெறாத நான், திரைத்துறையில் இருப்பதாலே உயர்ந்துவிட்டதாக அர்த்தமில்லை என்று அந்த நொடியிலேயே மறுத்து எல்லோருக்கும் நிர்ணயித்த தொகையையே எனக்கும் தரும்படி கேட்டுக்கொண்டேன். அறுபது ஆண்டுகளுக்கும் மேலாகக் கவிதைத்துறையில் இயங்கிவரும் அவர், என் போன்ற பல இளம் கவிஞர்களை உருவாக்கியவர். உருவாக்கியதோடு நில்லாமல் தொடர்ந்து வளர்த்தும் விடுபவர்.

இந்தியாவின் பல மூலைகளுக்கும் அவர் எங்களைக் கவிதை வாசிக்க அழைத்துப் போயிருக்கிறார். அண்ணா நூற்றாண்டு விழா சமயத்தில், அவர் தலைமையில் ஏற்பாடான அத்தனைக் கவியரங்கங்களிலும் என் பெயரும் இடம்பெற அவரே காரணம். என்றாலும், ஒருபொழுதும் தன்னால்தான் இத்தனை வளர்ச்சியைக் கண்டிருக்கிறாய் எனச் சொல்ல அவர் துணிந்ததில்லை. வானொலி நிகழ்ச்சி ஒன்றில் கலந்துகொண்ட வாகீச கலாநிதி கி. வா. ஜெகன்நாதன், தன்னுடன் நிகழ்ச்சியில் பங்குகொண்ட பாரதிதாசனுக்குத் தம்மைவிட அதிகமாகச் சன்மானம் தரவேண்டும் எனச் சொல்லியிருக்கிறார்.

வானொலி நிகழ்ச்சிக்கென்று விதிக்கப்பட்டுள்ள தொகைக்கு அதிகமாகத் தர வரைவு இல்லையென்று எவ்வளவோ சொல்லியும் கி.வா.ஜ. கேட்கவில்லை. அடம்பிடித்து வேறொரு நிகழ்ச்சியை ஒலிப்பதிவு செய்ய வைத்து, தம்மைவிடக் கூடுதலான தொகையைப் பாரதிதாசன் பெறும்படி செய்திருக்கிறார். பிறரைவிட தனக்கே அதிகம் தரவேண்டும் என நிபந்தனை விதித்த கதைகளைத்தான் நாம் கேட்டிருக்கிறோம். ஆனால், பெரியவர்கள் அப்படி நடந்துகொள்வதில்லை. தங்களைத் தாழ்த்திக்கொண்டு

பிறரை உயர்த்துகிறார்கள். தன்னைத் தாழ்த்திக்கொள்பவனே உயர்த்தப்படுவான் என்னும் விவிலியத்தின் வாசகங்கள் அவர்களுக்கே பொருத்தமானவை.

தமிழன்பன், பணத்துக்காக எதையும் எழுத ஒப்பாதவர். நெருக்கடிநிலை அமுலில் இருந்த காலத்தில், இருபது அம்சத் திட்டத்தை ஆதரித்துப் பாட்டெழுதினால், பாட்டுக்கு இரண்டாயிரம் தருவதாக வானொலி நிலையம் அறிவித்தது. அவ்வறிப்பைத் தொடர்ந்து பலரும் இருபது அம்சத் திட்டத்தை ஆதரித்து எழுதினார்கள். தமிழன்பனிடமும் பிரத்யேகமாக வானொலி நிலைய இயக்குநர் கேட்டுக்கொண்டார். அப்போதும் காசு கிடைக்கிறது என்பதற்காக மக்களுக்கு விரோதமான திட்டத்தை ஆதரித்து எழுதமாட்டேன் என்றிருக்கிறார். கண்ணதாசனே எழுதியிருக்கிறார் எனக்கூறி, வானொலி இயக்குநர் வற்புறுத்தியபோதும், எடுத்த முடிவிலிருந்து அவர் பின்வாங்கவில்லை. கண்ணதாசனுக்கு இருபது அம்சத் திட்டத்தில் ஏற்பிருந்தது. அத்தோடு காங்கிரஸ் கட்சியுடன் உறவுமிருந்தது. ஏற்பினாலும் உறவினாலும் அவர் எழுதியதைக் காசுக்காக எழுதினார் என்று கருதிக்கொண்டால், அதைவிட மடமை ஒன்றில்லை.

மணிக்கொடி, எழுத்து என்னும் வரிசையில் வானம்பாடி இதழ் வருகிற போதுதான் தமிழன்பன் போன்றோர்க்கு வெளிச்சம் கிடைக்கிறது. கோவையில் ஆரம்பித்த வானம்பாடி இதழை ஆதரித்தும், அவர்களுடைய கவிதை முயற்சிகளைப் பாராட்டியும் எழுதத் தொடங்கியவர்களே இன்குலாப்பும் தமிழன்பனும். இரண்டுபேருமே அப்போது புதுக்கல்லூரியில் பேராசிரியர்களாக இருந்தவர்கள். ஒத்த சிந்தனையுடைய அவர்கள் இருவருடைய படைப்புகளையும் தொடர்ந்து வெளியிட்ட பெருமை, கவிஞர் இளவேனில் நடத்திய கார்க்கி என்னும் இதழுக்கு உரியது. பெரியாரியம், மார்க்சியம் என்ற தளத்தில் ஆரம்பித்து இயங்கிய அவர்கள் இருவருமே ஒருகட்டத்தில் தமிழ்த் தேசியக் கொள்கைக்கு வந்தடைந்தார்கள். மார்க்சியத்திலிருந்து சர்வதேசியத்தை நோக்கி விரியாமல், தமிழ்த் தேசியத்தை நோக்கி அவர்கள் திரும்பியதைச் சிலர் விமர்சிப்பதுண்டு. நியாயமாகப்

பார்த்தால், தமிழ்த் தேசியமே சர்வதேசியம் என்ற கருத்தே அவர்களுடையது.

தனித் தமிழ் ஈழத்துக்கான கனவுகளோடு இளைஞர்கள் உலவிய காலங்களில், அவர்களின் எண்ணங்களுக்கு ஏற்ப கவிதைகளை ஆக்கியளித்தவர் தமிழன்பன். ஈழம் என்றில்லை. உலகத்தின் எந்த மூலையில் ஆதிக்கம் தலைவிரித்தாடினாலும், அதை அவர் எழுதுகோல் குத்திக்கிழிக்கத் தயங்கியதில்லை. அமெரிக்க எதிர்ப்பு என்பதை நெரூடா வழியாகப் பெற்றவர் அவர். அதேபோல் சமூகநீதிச் சமன்பாட்டைப் பாரதிதாசனிடமிருந்து பெற்றிருக்கிறார். “உன் வீட்டுக்கு நான் வந்திருந்தேன் வால்ட் விட்மன்” என்னும் நூலில், பயண அனுபவங்களை முதல் முதலாகக் கவிதையில் எழுதிக் காட்டியவரும் தமிழன்பனே. ஆபிரகாம் லிங்கனையும் வால்ட் விட்மனையும் தந்த அதே அமெரிக்காவை இன்றைய அரசியல் புரிதலோடு அந்நூலில் அணுகியிருக்கிறார். ஏகாதிபத்திய எதிர்ப்புணர்வுடன் அமெரிக்காவை ரசிக்கமுடியாத துக்கத்தையும் அந்நூலில் பதிந்திருக்கிறார்.

எதை எழுதினாலும் எவ்வளவு எழுதினாலும் திரும்பத் திரும்பத் தமிழன்பன் மக்களைச் சுற்றியே வருகிறார். “ஒரு காலத்தில் சமயங்களின் இடத்தைக் கவிதைகள் கைப்பற்றும்” என்பது அவருடைய நம்பிக்கை. ஆனால், இன்றைய மதவாதச் சூழலில், கவிஞர்கள் படுகிற பாடுகளைச் சொல்வதற்கில்லை. ஆண்டாள் சந்திதிகளிலும் ஆய்வுக் கட்டுரைகளிலும் கவிஞர்கள் மன்னிக்கமுடியாத குற்றங்களைச் செய்தவர்களாக சித்திரிக்கப்படுகிறார்கள். நெருக்கடி நிலைக் காலத்தில் இந்தியாவென்றால் இந்திரா என்றதுபோல, மதமென்றால் மத்திய அரசென்ற நிலை இப்போது வந்திருக்கிறது. இந்த அபாயங்களைத் தடுக்கும் செயலூக்கமிக்கவராகத் தமிழன்பன் இருந்துவருகிறார்.

படித்தவர் படிக்காதவர் எல்லோரும் உண்ணக்கூடிய ரொட்டிகளாகக் கவிதைகள் இருக்க வேண்டுமென விரும்பியவர் நெரூடா. அவரையே தன் கவிதை ஆசானாகக் கொண்டு இயங்கிவருபவர் தமிழன்பன். அவருமே நெரூடாவைப் போல் “எளிய பொருள்களை எளிய சொற்களால் எழுதுவதையே

விரும்பும் கவி"யாக இருந்துவருகிறார். ஒப்பீட்டளவில் ஒவ்வொரு கவிஞரும் ஏதோ ஓர் இடத்தில் தேங்கிவிடுவதை அறிகிறோம். அந்தத் தேக்கம், வாசிப்பின்மையாலும் வயதின் காரணத்தாலும் வருவது. தமிழன்பனுக்கோ இரண்டினாலும் தேக்கம் வரவில்லை என்பதுதான் ஆச்சர்யம். தொடர்ந்து வாசிப்பதைத் தன்னுடைய கொள்கையாகவே வைத்திருக்கும் அவர், இக்கட்டுரை எழுதப்படும் இந்தச் சமயத்தில்கூட ஏதோ ஒரு புதிய நூலுக்கான சிந்தனையில் இருக்கக்கூடும். "தீவனம் வைத்துத்தான் மாட்டைக் கறக்கவேண்டும்" எனப் பாரதிதாசன் நூல் வாசிப்புக் குறித்துச் சொல்லுவார். தீவனம் வைக்காமல் கறந்தால் மடிக்கும் வலி, கறக்கும் விரலுக்கும் வலி என்பதே அவர் சொல்லாமல் சொல்லியிருப்பது. இக்கூற்றை அடிக்கடி நினைவூட்டும் தமிழன்பன், இதயங்கள் மென்று சுவைக்கவும் எதிர்காலப் படைப்பிலக்கியவாதிகள் ஜீரணித்துக்கொள்ளவும் எழுதிக்கொண்டே இருக்கிறார்.

"மலை கண்டு மலைக்காதே" என்றொரு கவிதையைத் தமிழன்பன் எழுதியிருக்கிறார். எதைக் கண்டும் வியந்து வீழ்ந்துவிடாதே என்பதே அக்கவிதையின் உட்பொருள். அக்கவிதைபோல பல கவிதைகளை மிகை உணர்ச்சியிலிருந்து விடுபட அவர் எழுதியிருக்கிறார். உண்மையில், மிகை உணர்ச்சிக்கு ஆட்படாமல், ஒரு கவிஞனால் இவ்வளவு எழுத இயலுமா? என்பதே என்னுடைய கேள்வி. அதீத வியத்தலை அல்லது மிகை உணர்ச்சியைப் பற்றிக்கொள்ளாத ஒருவர், தொடர்ந்து கவிதை எழுதுவதும், நூல்களை வெளியிடுவதும் சாத்தியமே என்பதைத் தமிழன்பனைத் தவிர்த்து, வேறு யாரால் சொல்ல முடியும்?